फिफ्टी शेड्स फ्रीड

ई. एल. जेम्स

अनुवाद
डॉ. शुचिता नांदापूरकर-फडके

मेहता पब्लिशिंग हाऊस

◆ *या पुस्तकातील लेखकाची मते, घटना, वर्णने ही त्या लेखकाची असून, त्याच्याशी प्रकाशक सहमत*
असतीलच असे नाही.

FIFTY SHADES FREED by E. L. JAMES
Copyright © Fifty Shades Ltd 2012
The Author Published an earlier serialised version of this story online
with different characters as "Master of the Universe" under the
pseudonym Snowqueen's Icedragon
Translated into Marathi Language by Dr. Shuchita Nandapurkar-Phadke

फिफ्टी शेड्स फ्रीड / अनुवादित कादंबरी

अनुवाद : डॉ. शुचिता नांदापूरकर-फडके

Email : author@mehtapublishinghouse.com

मराठी अनुवादाचे व प्रकाशनाचे हक्क मेहता पब्लिशिंग हाऊस, पुणे.

प्रकाशक : सुनील अनिल मेहता, मेहता पब्लिशिंग हाऊस,
१९४१, सदाशिव पेठ, माडीवाले कॉलनी, पुणे – ४११०३०.

अक्षरजुळणी : इफेक्ट्स, २१/ब, आयडिअल कॉलनी, कोथरूड, पुणे – ३८.

मुखपृष्ठ : मेहता पब्लिशिंग हाऊस

प्रथमावृत्ती : नोव्हेंबर, २०१८

P Book ISBN 9789353171360

प्रिय आई-बाबांस,
कृतज्ञतापूर्वक समर्पित,
बाबा, आजही तुमची उणीव भासते.

उपोद्घात

मॉम! मॉम! मॉम जमिनीवर झोपली आहे. खूप वेळापासून ती गाढ झोपली आहे. मी तिचे केस विंचरतो कारण तिला ते खूप आवडतं. ती जागी होत नाही. मी तिला हलवतो. मॉम, माझं पोट दुखू लागलं आहे. कारण मला खूप भूक लागली आहे. ती इथे नाही आहे. मला तहान लागली आहे. मी किचनमध्ये जाऊन सिंकजवळ खुर्ची ओढतो आणि पाणी पितो. माझ्या निळ्या स्वेटरवर पाणी सांडतं. मॉम अजूनही गाढ झोपलेली आहे. मॉम, ऊठ ना गं! ती हलतच नाही अजिबात. ती थंडगार पडली आहे. मी माझं ब्लँकेट घेऊन येतो आणि तिच्यावर घालतो. त्या चिकट हिरव्या कार्पेटवर मी तिच्या बाजूला आडवा होतो. मॉम अजूनही गाढ झोपली आहे. माझ्याकडे खेळण्यातल्या दोन गाड्या आहेत. मॉम झोपली आहे त्याच्या बाजूलाच मी त्या गाड्यांची रेस लावतो. मला वाटतंय की मॉम आजारी आहे. मी खायला काहीतरी शोधायचा प्रयत्न करतो. फ्रिजरमध्ये मला मटार मिळतात. ते अगदी थंड आहेत. मी मॉमच्या बाजूला जाऊन झोपतो. मटार संपले आहेत. फ्रिजरमध्ये अजून काहीतरी आहे. त्याचा वास विचित्र आहे. मी ते चाटून बघतो तर माझी जीभ त्याला चिकटून बसते. मी ते सावकाश खातो. विचित्रच चव आहे त्याची. मी थोडं पाणी पितो. मग गाड्या घेऊन खेळतो आणि परत मॉमच्या बाजूला जाऊन झोपतो. मॉम खूप थंड पडली आहे आणि उठतच नाहीए ती. धाडकन दार उघडतं. मी मॉमला ब्लँकेटखाली झाकतो. तो आला आहे. फक! काय झालं काय आहे इथे? ओह ही साली रांड! शिट्! फक! ए हरामखोर, चल हो बाजूला माझ्या वाटेतून. तो मला लाथ घालतो. माझं डोकं थाडकन् फरशीवर आपटतं. माझं डोकं भयानक दुखू लागतं. तो कोणालातरी हाका मारतो आणि मग जातो. तो दाराला बाहेरून कुलूप घालतो. मी मॉमच्या बाजूला पडून राहतो मुकाट्यानं. माझं डोकं खूप दुखत आहे. स्त्री पोलिस आले आहेत. नाही! नको! मला हात लावू नका. नको. नको. हात लावू नका! मी मॉमच्या जवळ राहतो. नाही! माझ्यापासून दूर राहा. त्या स्त्री पोलिसकडे माझं ब्लँकेट आहे. ती मला पकडते. मी किंचाळतो. मॉम! मॉम! मला माझी मॉम हवी आहे! माझे शब्द गायब होतात. मी आता एकही शब्द उच्चारू

शकत नाही! मॉम माझा आवाज ऐकू शकत नाही. माझ्याकडे शब्दच उरले नाहीयेत.

"ख्रिश्चन, ख्रिश्चन!" तिच्या आवाजातली आर्तता त्याला त्याच्या त्या भयाण स्वप्नातून, त्याच्या अतीव हताशपणाच्या गर्तेतून बाहेर काढते. "मी आहे इथे! मी आहे इथे!"

तो जागा होता. ती त्याच्यावर झुकली आहे. त्याचे दोन्ही खांदे धरून ती त्याला गदागदा हलवते आहे. तिचा चेहरा दुःखाने विदीर्ण झाला आहे. तिचे टपोरे डोळे अश्रूंनी काठोकाठ भरले आहेत.

"ॲना," त्याचा स्वर जेमतेमच ऐकू येतो. त्याला श्वास घ्यायचंदेखील भान नाहीये. भीतीमुळे त्याच्या तोंडात प्रचंड कडवट चव दाटून राहिली आहे. "तू आहेस इथे?"

"अर्थातच, मी आहे इथे!"

"मला स्वप्न पडलं होतं!"

"मला माहिती आहे राजा! मी आहे इथे!"

"ॲना," तो श्वास घेत म्हणतो. त्याच्या तना-मनाला व्यापून टाकणाऱ्या त्या भयाण काळोख्या भावनेवर तिचं नाव एखाद्या जादूसारखं काम करतं.

"श्श!! मी आहे ना इथे!" ती त्याला मिठीत घेते. तिच्या हातापायांची मिठी त्याच्याभोवती पडते. तिच्या शरीराची ऊब हलकेच त्याच्या शरीरामध्ये झिरपत जाते. त्याच्या शरीरातील भीतीच्या भयाण सावल्या कणाकणाने विरू लागतात. ती प्रकाश आहे, झगमगता सूर्यप्रकाश, ती त्याची आहे.

"प्लीज, आपण नको भांडू यात!" तिच्याभोवती हातांची मिठी घालताना तो घोगऱ्या आवाजात म्हणतो.

"बरं!"

"त्या शपथा! आज्ञापालन करायचं नाही! मी ते करू शकतो. आपण काहीतरी मार्ग शोधू यात," गोंधळ आणि अस्वस्थता अशा संमिश्र भावनांनी ओथंबलेले शब्द त्याच्या तोंडून कसेबसे बाहेर पडतात.

"हो, नक्कीच! आपण काहीतरी मार्ग शोधू यात. आपल्याला नेहमीच मार्ग सापडत राहील." ती हळुवारपणे कुजबुजते. आता तिचे ओठ त्याच्या ओठांवर टेकत त्याला गप्प करतात, त्याला वर्तमानात आणतात.

१

समुद्रकाठच्या अनेक छत्र्यांपैकी एका छत्रीखाली मी विसावले आहे. वरती पसरलेल्या निळ्याशार आभाळाचा वेध घेतानाच निळाईच्या लखखपणानं स्तिमित होत मी जाणीवपूर्वक उसासा सोडते. बाजूच्या सनलाऊंजवर ख्रिश्चन पहुडला आहे. माझा नवरा देखणा, हॉट; फक्त जीन्स शॉर्ट्समध्ये! 'पाश्चिमात्य बँकिंग प्रणालीचा ऱ्हास होऊ शकतो' या विषयावरचं पुस्तक वाचत. नक्कीच अतिशय वाचनीय असणार. कारण त्याला इतकं शांत, स्थिर, एका जागी बसलेलं मी कधीच पाहिलं नाहीये. युनायटेड स्टेट्समधल्या अतिशय यशस्वी अशा खासगी कंपन्यांपैकी एकीचा सीईओ दिसण्यापेक्षा तो चक्क कॉलेजचा विद्यार्थी दिसतो आहे.

आमचा हनीमूनचा शेवटचा टप्पा आहे. मोनॅकोमधल्या 'बीच प्लाझा मॉन्टे कार्लो' या हॉटेलच्या बीचवर आम्ही उतरत्या उन्हामध्ये विसावलो आहोत. आम्ही या हॉटेलमध्ये मुक्कामाला नाही आहोत. मी डोळे उघडून दूरवर नांगर टाकलेल्या 'फेअर लेडी'कडे नजर टाकते. अर्थातच, त्या देखण्या, ऐसपैस मोटर यॉटवर आमचा मुक्काम आहे. १९२८ मध्ये बांधलेली ही यॉट आजही पाण्यावर मोठ्या डौलात विहरते आहे; जणू साऱ्या समुद्रावर तिचंच अधिराज्य आहे. इतक्या दुरून ती मुलांच्या किल्ली भरणाऱ्या खेळण्यांसारखी दिसते. ख्रिश्चनचा तिच्यावर प्रचंड जीव आहे. मला तर शंका आहे, की ती विकत घेण्याचा मोह त्याला होतो आहे. बॉईज् ॲण्ड देअर टॉईज्.

ख्रिश्चन ग्रे माझ्या नवीन आय-पॅडवर वेगवेगळे म्युझिक ट्रॅक लोड करतोय. डोळे मिटून ते ऐकत मी त्या उन्हात डुलक्या घेते आहे. ख्रिश्चनने मला मागणी घातली तो क्षण हळुवारपणे डोकं वर काढतोय. स्वप्नवत वाटावं अशा वातावरणात बोटहाऊसमध्ये त्याने मला मागणी घातली... हं! मला तर चक्क त्या वेळेस तिथे असणाऱ्या फुलांचा दरवळ जाणवतो आहे.

"आपण उद्या लग्न करू शकतो का?" माझ्या कानात ख्रिश्चन हलकेच कुजबुजतो. बोटहाऊसमधल्या फुलांनी सजवलेल्या त्या छोट्याशा खोलीतल्या पलंगावर मी

त्याच्या छातीवर विसावले आहे. आमच्या प्रणयाचा गंध खोलीभर आसावला आहे.

"हं."

"हा होकार आहे का?" आश्चर्य आणि आशेचा संगम त्याच्या स्वरात जाणवतो.

"हं."

"नकार आहे का?"

"हं."

त्याच्या चेहऱ्यावरचं हसू मला जाणवतंय. "मिस स्टील तुमच्या बोलण्यात इतकी विसंगती का?"

माझ्या चेहऱ्यावर मिस्कील हसू आहे, "हं."

तो हसतो आणि मला घट्ट मिठीत घेतो. माझ्या कपाळाचं चुंबन घेतो.

"मग उद्या व्हेगसला जायचं तर!"

जड डोळ्यांनी मी वर पाहत म्हणते, "माझ्या पालकांना ते फारसं आवडेल असं नाही."

माझ्या उघड्या पाठीवरून तो बोटाच्या टोकानं अलगद वरखाली स्पर्शाचे तरंग उमटवत राहतो.

"ॲनेस्टेशिया, तुझ्या मनात काय आहे? व्हेगस? थाटामाटात, गाजावाजा करत लग्न? सांग ना मला!"

"नाही रे! खूप मोठं नको काही! फक्त जवळचे नातेवाईक आणि मित्र-मैत्रिणी!" त्याच्या नजरेतल्या अबोल विनवण्यामुळे मी दिङ्मूढ झाले आहे. त्याला काय हवं आहे?

"चालेल," तो मान डोलावतो. "कुठे?"

मी खांदे उडवते.

"इथेच करायचं का?" तो सुचवतो.

"तुझ्या मॉम-डॅडच्या बंगल्यात? आवडेल का पण त्यांना?"

"अरे! माझ्या मॉमला तर स्वर्ग दोन बोटं उरेल." तो क्षणात उत्तरतो.

"बरं मग इथेच करू यात. माझ्या मॉम-डॅडलाही तेच आवडेल."

तो माझ्या केसातून बोटं फिरवत रहातो. सुख म्हणजे याहून अधिक काय असणार?

"चला 'कुठे' हे ठरलं. आता 'केव्हा' हे ठरवू."

"मला वाटतं, तू तुझ्या मॉमला विचारायला हवं ना!"

"हं" त्याच्या चेहऱ्यावर हसू पसरतं. "फारतर महिनाभर देईन मी तिला बस्स! आता मी जास्त थांबूच शकत नाही. मला तू हवी आहेस, खूप हवी आहेस."

“ख्रिश्चन, मी आहेच. गेल्या कित्येक दिवसांपासून मी तुझीच आहे. पण ठीक आहे. महिनाभर चालेल.” मी हलकेच त्याच्या छातीचं चुंबन घेत आणि त्याच्याकडे पाहत हळूच हसते.

ख्रिश्चन माझ्या कानाशी कुजबुजतो “उन्हामुळे भाजून निघशील.” पेंगणारी मी दचकून जागी होते.

“फक्त तुझ्यासाठी,” त्याच्याकडे पाहून अगदी ठेवणीतलं हसते. सूर्य अजूनच कलला आहे आणि थेट किरणांमध्ये मी न्हाऊन निघते आहे. मनातल्या विचारांवर खूश होत तो एका झटक्यात माझं सनलाऊंज छत्रीच्या सावलीखाली ओढतो.

“मिसेस ग्रे! या आता भूमध्यसागरी उन्हाच्या बाहेर!”

“धन्यवाद. मिस्टर ग्रे, तुमच्या निर्व्याज काळजी घेण्याबद्दल मी आभारी आहे.”

“मिसेस ग्रे! मला आनंदच आहे; परंतु ही काळजी निर्व्याज नाही. कसं आहे ना, तुमची त्वचा भाजली तर मी तुमच्या स्पर्शापासून वंचित राहेन!” एक भुवई उंचावत तो मस्करीच्या सुरात म्हणतो. माझं मन आनंदाने भरून येतं. “आणि मला दाट शंका आहे की तू माझी थट्टा करते आहेस.”

“करेन का बरं मी असं काही?” मी निरागसतेचा आव आणून म्हणते.

“नक्कीच करशील. आणि करतेसच, अगदी नेहमीच. मी तुझ्यावर भाळण्याची जी अनेक कारणं आहेत ना, त्यांपैकी हे एक आहे.” तो खाली वाकून माझ्यावर चुंबनांचा वर्षाव करतो. हलकेच, माझ्या खालच्या ओठाचा चावा घेतो.

त्याच्या ओठांना ओठ भिडवत मी नाटकीपणाने म्हणते, “तू मला सनस्क्रीन लोशन लावून देशील अशी वेडी आशा होती माझ्या मनात.”

“मिसेस ग्रे, किती कंटाळवाणं काम आहे ते. पण तुम्हाला स्पर्श करण्याची ही नामी संधी कशी बरं सोडेन मी? चला उठून बसा.” त्याचा स्वर घोगरा होतो. हळुवार तत्परतेने तो माझ्या अंगभर लोशन लावून देतो. त्याच्या लांबसडक बोटांचा मुलायम स्पर्श मला सुखावतो.

“तू इतकी काही सुंदर आहेस ना! मी अतिशय नशीबवान आहे.” माझ्या छातीवर अलवारपणे लोशन लावत तो म्हणतो.

“मिस्टर ग्रे, तुम्ही नक्कीच नशीबवान आहात,” पापण्यांआडून संकोचाने त्याच्याकडे पाहत मी म्हणते.

“मिसेस ग्रे, हल्ली तुम्ही फारच विनयशील झाला आहात! वळा आता, मला तुमच्या पाठीला लोशन लावायचं आहे.”

हसतच मी उताणी होते. माझ्या त्या अवास्तव महागड्या बिकिनी ब्राचे हुक्स तो सोडतो.

"ए, मी जर इतर बायकांसारखी बीचवर 'टॉपलेस' फिरले तर? आवडेल तुला?"

क्षणाचाही अवधी न लावता तो गुरकावतो "अजिबात नाही. हे बघ ॲना, आत्ता तू जी ही बिकिनी घातली आहेस ना, तीसुद्धा मला आवडलेली नाहीये." माझ्यावर ओणवं होत तो कानाशी कुजबुजतो. "उगाच विषाची परीक्षा पाहू नकोस हं!"

"मिस्टर ग्रे, मला आव्हान देत आहात का?"

"नाही मिसेस ग्रे, परिस्थितीची जाणीव करून देतो आहे."

मी निःश्वास सोडत मान हलवते. ओह ख्रिश्चन, माझा हुकूमशहा, कंट्रोल फ्रिक, मत्सरी, स्वामित्व गाजवणारा नवरा.

"सुंदर तरुणी, पुरेसं झालं आहे आता."

त्याचा तो चोवीस तासांचा सखासोबती ब्लॅकबेरी वाजतो. माझ्या कपाळावर आठ्या पाहून ख्रिश्चन हसत उठतो. वळण्याआधी मानभावीपणे 'फक्त माझ्या नजरेसाठी हं!' अशा अर्थानं एक भुवई उंचावत मला गर्भित धमकी देतो. पुन्हा एकदा माझी पाठ थोपटत ब्लॅकबेरीवरचा कॉल घेत स्वतःच्या लाऊंजवर विसावतो.

माझी अंतर्देवता उत्तेजित होते. हं, चला, जमलं तर. आज रात्री खास त्याच्या नजरेसाठी विशेष प्रणयक्रीडा करू यात! आता अंतर्देवतेचा स्वर नाटकी आणि भुवई कमानदार झाली आहे. त्या विचारानं मी खुलते आणि मावळत्या दुपारच्या ऊबेत हळूच सैलावते.

माऽमझेऽल्! अ् पेरिये पुऽर् म्वॉ, अ् कोकाकोला लाईट पुऽर् फाम सिल व्हु प्ले! ए केल्कं शोऽज् मोन्जे... लेसे म्वॉ व्हॉऽ ला कार्त! मिस, अ बॉटल ऑफ पेरिएर मिनरल वॉटर फॉर मी, कोकाकोला लाईट फॉर माय वाईफ प्लीज. ॲन्ड समथिंग टु ईट. लेट मी सी द् मेन्यू.

हं! ख्रिश्चनच्या अस्खलित फ्रेंच संवादांनी मला जाग येते. दीपवणाऱ्या सूर्याच्या उजेडात डोळ्यांची उघडझाप करत मी जागी होते. हातातला ट्रे सांभाळत सोनेरी केसांच्या पोनीटेलला हेतुपुरस्सर झटके देत, साऱ्यांचं लक्ष वेधत चालणारी पाठमोरी तरुणी मला दिसते. ख्रिश्चन टक लावून माझ्याकडे पाहतोय.

"तहान लागली आहे?" तो विचारतो.

मी झोपाळलेल्या स्वरातच हुंकार देते.

"मी दिवसभर तुला न्याहाळत बसू शकतो. दमली आहेस का?"

माझ्या गालावर लाली चढते. "रात्री झोपू दिलं आहेस का मला?"

"मीही कुठे झोपलो आहे?" तो समजून उमजून हसतो. हातातला ब्लॅकबेरी खाली ठेवून तो उभा राहतो. त्याबरोबर त्याच्या शॉर्टस् थोड्या खाली घसरतात आणि त्याची स्विमिंग ट्रॅक त्यातून डोकावते. ख्रिश्चन शॉर्टस् आणि स्लिपर्स काढून

ठेवतो. माझी विचारांची मालिका भंग पावते.

"चल पोहायला जाऊ यात." तो हात पुढे करतो. मी संभ्रमित नजरेने त्याच्याकडे पाहते. "पोहू यात?" मान एका बाजूला वळवत तो पुन्हा विचारतो. त्याच्या चेहऱ्यावर झकास भाव उमटले आहेत. मी उत्तर देत नाही पाहून तो मान हलवतो.

"मला वाटतं, तुला खडबडून जागं करायची गरज आहे." असं म्हणत तो पटकन माझ्यावर झेपावून मला उचलून खांद्यावर टाकतो. त्याच्या कृतीने मी चकित होऊन जोरजोरात आरडाओरड करू लागते.

"ख्रिश्चन! मला खाली ठेव!" मी ठणाणा करते.

"आता थेट समुद्रातच ठेवणार तुला बेबी!" तोही काही कमी नाहीये.

ख्रिश्चन मला तसंच खांद्यावर घेऊन थेट लाटांच्या दिशेनं वळतो. आजूबाजूचे लोक किंचित आश्चर्यानं आणि काहीशा बेपर्वाईनं आमच्याकडे पाहतात. हा खास फ्रेंच लोकांचा गुणधर्म आहे, हे एव्हाना मला चांगलं ठाऊक झालं आहे.

"तू असं काहीही करणार नाहीयेस." मला तर खरं पोटातून हसू येतंय. मोठ्या कष्टांनी ते दाबत मी दोन्ही हात त्याच्या गळ्याभोवती घट्ट आवळत म्हणते.

तोही हसत म्हणतो, "बेबी, जो काही थोडाफार काळ आपण एकत्र घालवला आहे, त्यामध्ये तू काहीच का शिकली नाहीस?" तो माझं चुंबन घेतो. ही संधी साधत मी त्याच्या केसांत बोटं खुपसत त्याच्या चुंबनाला उत्कट प्रतिसाद देते. माझी जीभ त्याच्या मुखाची गोडी चाखण्यात दंग होते. तो खोल श्वास घेत मागे झुकतो. त्याचे सावध डोळे किंचितसे गढुळतात.

"तुझा डाव चांगला कळतो मला!" असं म्हणत सावकाश माझ्यासह त्या स्वच्छ, नितळ, गार पाण्यात शिरताना तो परत एकदा माझ्या ओठांचा ताबा घेतो. मी माझ्या नवऱ्याभोवती माझी मिठी घट्ट करत असतानाच भूमध्यसागराच्या थंडगार पाण्याला विसरून जाते.

"मला तर वाटलं की तुला पोहायचं आहे." त्याच्या चेहऱ्याशी मी कुजबुजते.

"हो, पण तू किती लक्ष वेधून घेतेस!" माझ्या खालच्या ओठावर दात उमटवत तो म्हणतो. "प्रणयरंगात न्हाऊन निघणारी माझी प्रिय बायको मॉन्टे कार्लोच्या सभ्य माणसांच्या दृष्टीस पडावी, असं मला जराही वाटत नाही."

मी हलकेच माझ्या दातांनी त्याच्या जबड्याचे छोटे छोटे चावे घेत जाते. त्याच्या दाढीचे खुंट माझ्या जिभेला हुळहुळीत करतात. मॉन्टे कार्लोच्या सभ्य रहिवाशांचा यत्किंचितही विचार माझ्या मनात डोकावत नाही.

"ॲना," त्याचा खर्जातील हुंकार येतो. पोनीटेल स्वतःच्या मनगटाभोवती गुंडाळत तो हलकेच मागे ओढतो. त्याबरोबर आपसुकच माझी मान मागच्या दिशेला

ओढली जाते आणि गळ्याचा भाग समोर येतो.

तो श्वास घेत म्हणतो, ''ए, समुद्रातच करू यात का?''

''हो,'' मी हळूच होकार देते.

ख्रिश्चन मान बाजूला करून माझ्याकडे पाहतो. त्याच्या डोळ्यांत माझ्याबद्दल अपार प्रेम, आस आणि नवल असतं. ''मिसेस ग्रे, तुम्ही ना अतिशय लोभी आहात! शिवाय थोड्याशा निर्लज्जसुद्धा आहात. माझ्या हातून कोणत्या बरं भयाण दैत्याची निर्मिती झाली आहे!''

''तुझ्यातल्या दैत्याला अचूक साथ देणाऱ्या दैत्याची! बरं मग, आत्ता कामक्रीडेचा काही वेगळा प्रकार तुझ्या डोक्यात आहे का?''

''तुला माहिती आहे की ज्या ज्या प्रकाराने कामक्रीडा करता येतील त्या सर्व करत तुझ्याशी रत व्हायला मला आवडेल. पण आत्ता ह्या इथे इतरांच्या साक्षीने नक्कीच नाही.'' किनाऱ्याकडे मानेने इशारा करत तो म्हणतो.

''काय?''

खरंच की! त्या किनाऱ्यावरच्या अत्युत्सुक सनबेदर्सपैकी अनेक जण आता मोठ्या चवीने आमच्या दोघांकडे पाहत आहेत. क्षणार्धात ख्रिश्चन मला पकडतो आणि वर उचलून समुद्रामध्ये चक्क फेकतो. लाटांना बाजूला सारत मी खाली जाते. मऊ वाळूचा स्पर्श मला होतो आणि नाकातोंडात गेलेल्या पाण्यासकट खोकत, खिदळत मी वर येतो.

''ख्रिश्चन,'' मी त्याच्याकडे रोखून पाहत त्याला रागावते. ''मला तर वाटलं आपण समुद्रात प्रणय करणार आहोत आणि पुन्हा एका नव्या 'पहिल्याचा' अनुभव घेणार आहोत.'' त्याला वाटलेलं आश्चर्य दाखवण्यासाठी तो खालचा ओठ दातांनी दाबून धरतो. ती संधी साधून मी त्याला पाणी उडवत चिंब भिजवते. क्षणही न गमावता तोही माझ्यावर मनसोक्त पाणी उडवतो.

बेभान होत हसत तो म्हणतो, ''सारी रात्र पडली आहे गं! नंतर करू यात.'' इतकं बोलून तो पाण्याखाली सूर मारून माझ्यापासून तीन फुट अंतरावर बाहेर पडतो आणि अतिशय सफाईदारपणे हात मारत, माझ्यापासून दूर, समुद्राच्या आत आत झपाट्याने पोहत जातो.

अहा! माझा खेळकर, मादक फिफ्टी! त्याला तसं पाहता यावं म्हणून मी डोळ्यांवर हाताचा आडोसा धरून लाटांवरून चमकणाऱ्या सूर्यकिरणांपासून नजरेला वाचवते. किती खेळकर आहे हा! याचा हा असा खेळकरपणा सतत जागता ठेवण्यासाठी मी काय करू शकेन बरं? मी किनाऱ्याकडे पोहत येत असताना मनात वेगवेगळ्या पर्यायांचा विचार करत राहते. लाऊंजवर आमची ड्रिंक्स मांडलेली दिसतात. पटकन पुढे होऊन मी डाएट कोकचा घोट घेते. दूरवर असलेला ख्रिश्चन

एखाद्या ठिपक्यासारखा दिसतोय.

हं! मी आता पालथी झोपते. मागे हात नेत मोठ्या प्रयासाने बिकिनी टॉपचं बक्कल काढून बिकिनी ख्रिश्चनच्या लाऊंजवर भिरकावून देते. 'मिस्टर ग्रे, गेले उडत तुमचे विचार. पाहा जरा, मी किती निर्लज्ज होऊ शकते ते! हा हा! आता तुमच्या पाईपमध्ये तंबाखूऐवजी बिकिनीच भरा आणि शिलगावा.' अशा विद्रोही विचारात रममाण होत मी हलकेच डोळे मिटून घेते. सूर्याची किरणं मला सुखकारक ऊब देत राहतात. मनाने मी माझ्या लग्नाच्या आठवणींत पोहोचते.

रेव्हरंड वॉल्श जाहीर करतात, "तू वधूचं चुंबन घेऊ शकतोस!"

मी अभिमानाने माझ्या नवऱ्याकडे पाहते.

"शेवटी तू माझी झालीस तर!" तो कुजबुजत मला आपल्या मिठीमध्ये ओढून घेतो आणि मोठ्या धीरगंभीरतेने माझ्या ओठांवर ओठ टेकवतो.

माझं लग्न झालं आहे. मी आता मिसेस ख्रिश्चन ग्रे आहे. माझ्या मनात आनंदाचं उधाण आलं आहे.

"ॲना, तू काय सुंदर दिसते आहेस!" तो गुणगुणतो. त्याचं हसू डोळ्यांतूनसुद्धा व्यक्त होतं आहे. पण हे गडद, वेगळेच कोणते तरी भावसुद्धा डोकावत आहेत त्याच्या नजरेतून. "आणि हे बघ, तू आत्ता घातलेला हा वेडिंग गाऊन मीच उतरवणार आहे तुझ्या अंगावरून. दुसऱ्या कोणालाही काढू देऊ नकोस समजलं ना?" माझ्या गालावरून हळुवारपणे फिरणाऱ्या बोटातून मला प्रचंड धग जाणवते. त्याच्या हसण्यानं आणि त्या धगीनं माझं तर रक्तच उसळायला लागतं जणू.

होली क्रॅप! इतक्या सगळ्यांच्या देखत मला असं पेटवणं कसं काय जमतं ह्याला?

मी अबोलपणे मान डोलावते. आमच्यातले संवाद कुणाच्याही कानी पडत नसतील अशी आशा मी बाळगते. आमच्या सुदैवानं रेव्हरंड वेल्शनी सूचकपणे काढता पाय घेतला होता. आमच्या लग्नाकरिता जमलेल्या आमच्या माणसांकडे मी नजर टाकते. आमच्या लग्नासाठी सगळेच खास तयार झाले आहेत. माझी मॉम, रे, बॉब आणि सगळे ग्रे कुटुंबीय आत्ता आमच्यासाठी टाळ्या वाजवत आहेत. केट, माझी 'मेड ऑफ हॉनर!' फिकट गुलाबी गाऊनमध्ये ती फारच सुंदर दिसते आहे. ख्रिश्चनचा भाऊ इलिएट त्याचा 'बेस्टमॅन' आहे. तोही आज खूप देखणा दिसतोय. तो आणि केट जोडीने उभे आहेत. सगळ्यांचेच चेहरे प्रसन्न हास्यानं खुलले आहेत. एकटी ग्रेस मात्र छोट्याशा पांढऱ्या शुभ्र रुमालाच्या आड अश्रू लपवण्याच्या प्रयत्नांत आहे. रडतानासुद्धा ती राजस दिसते आहे.

"मिसेस ग्रे, पार्टीसाठी तयार आहात ना?" ख्रिश्चन हलकेच विचारतो. माझ्याकडे

पाहताना त्याच्या चेहऱ्यावर लाजरं हसू आहे. मी तर वितळतेच. तो इतका विलक्षण देखणा दिसतो आहे ना! साधा काळा टक्स आणि जोडीला चंदेरी वेस्टकोट. तो खरोखरच डॅशिंग आहे.

"एका पायावर तयार आहे, नेहमीसारखीच!" मी जरा अतिच उत्तेजित होऊन हसते.

आता आमच्या लग्नाची पार्टी ऐन रंगात आलीय. केरिक आणि ग्रेस पुढे गेले आहेत. त्यांना तिकडे तयारी करून घ्यायची आहे. फिक्क्या गुलाबी, चंदेरी आणि हस्तिदंती रंगांमध्ये ती तंबूसदृश जागा खूप सुंदर सजवली आहे. सर्व बाजू मोकळ्याच ठेवल्या आहेत. हवादेखील मोठी सुंदर आहे. शिवाय, उतरत्या ऊन्हामुळे वातावरण ऊबदार झालं आहे. किरणं परावर्तित झाल्यामुळे पाण्याला झिलई चढली आहे. त्या तंबूच्या एका टोकाला डान्सफ्लोअर आहे आणि दुसऱ्या टोकाला बुफे आयोजित केला आहे. अनेक पदार्थांची रेलचेल आहे.

माझी मॉम आणि रे एकमेकांबरोबर नाचण्यात, हसण्यात दंग आहेत. त्यांना तसं पाहताना माझ्या मनात कडू-गोड भावना दाटून येतात. मी आणि ख्रिश्चन एकमेकांच्या साथीने अशीच अनेक वर्षं काढू शकू, अशी आशा मला वाटतेय. तो जर मला सोडून गेला तर माझं काय होईल, हे मला माहीत नाही. 'घाईने लग्न करा आणि शांतपणे पस्तावा,' या वाक्प्रचाराची आठवण होऊन माझ्या जिवाची घालमेल होते.

घोळदार सिल्क गाऊनमध्ये खूप सुंदर दिसणारी केट माझ्या बाजूला येऊन थांबते. माझ्याकडे पाहून तिच्या कपाळावर आठ्या उमटतात. "हेऽऽ, आज तुझ्या आयुष्यातला सगळ्यांत आनंदाचा दिवस आहे, आणि तू का अशी उदास?"

"अगं, आहेच सर्वाधिक आनंदाचा दिवस," मी हळूच म्हणते.

"ॲना, अगं काय झालं? तू तुझ्या मॉमला आणि रे ला बघून काळजीत पडली आहेस का गं?"

मी नुसतीच मान डोलावते.

"पण ते तर अगदी आनंदात आहेत."

"हो पण, ते जेव्हा एकमेकांपासून दूर असतात, तेव्हाच आनंदात असतात."

"तुझ्या मनात शंकेची पाल चुकचुकतेय का?" केटचा स्वर साशंक होतो.

"नाही गं, तसं काही नाही. पण माझं त्याच्यावर इतकं प्रचंड प्रेम आहे ना, त्यामुळे..." वाक्य पूर्ण कसं करावं तेच मला कळत नाही. खरं तर माझ्या मनातली भीती उघड करायची माझी इच्छा नसते.

"ॲना, तू त्याला भयंकर आवडतेस यात काही शंकाच नाही बघ. तुमच्या दोघांच्या नात्याची सुरुवात जरा वेगळ्या मार्गाने झाली याची जाणीव आहे मला.

पण गेले कित्येक महिने तुम्ही दोघं किती आनंदात आणि सुखात आहे याचीही मी साक्षीदार आहे.'' ती माझा हात हातात घेत हलकेच दाबते, ''आणि तसंही हा विचार करायची वेळ आता टळून गेली आहे, नाही का?'' तिच्या स्वरात थट्टा डोकावते.

मला खुदकन हसू येतं. ही केट ना अचूक मुद्दा मांडते. तिची हातोटीच आहे ती. आता ती मला तिच्या खास स्टाईलमध्ये मिठीत घेते. ''ॲना, काळजी करू नकोस. सगळं काही ठीक होईल बघ! आणि एक लक्षात ठेव, तुझ्या केसाला जरी त्यानं धक्का लावला ना, तर त्याला मला जाब द्यावा लागेल.'' मला मिठीतून सोडत असताना माझ्या मागे असलेल्या कोणाकडे तरी पाहून ती मोहक हसते.

''हाय बेबी!'' ख्रिश्चन माझ्या खांद्यावर हात टाकून माझ्या कपाळाचं चुंबन घेतो. त्याच्या अवचित येण्यामुळे मी थोडीशी चकित होते. ''केट!'' सहा आठवड्यांनंतरही तो तिच्याशी खूप औपचारिक वागतो आहे.

''ख्रिश्चन! हॅलो! चल, मी जरा तुझ्याही आणि माझ्याही 'बेस्ट मॅनला' शोधायला जाते!'' आमच्या दोघांचा हसत हसत निरोप घेत ती म्हणते. केटचा भाऊ इथन आणि आमचा मित्र होजेबरोबर इलिएट ड्रिंक्सचा आस्वाद घेतो आहे.

ख्रिश्चन पुटपुटतो, ''चला, निघायची वेळ झाली.''

''इतक्यात? आपण केंद्रस्थानी आहोत याचा आनंद उपभोगावासा वाटतो आहे. अशी माझी पहिलीच तर पार्टी आहे.'' त्याच्या मिठीत वळून मी त्याच्याकडे पाहते.

''तू आज अप्रतिम सुंदर दिसते आहेस, ॲनेस्टेशिया. त्यामुळे, तू केंद्रस्थानी असणं अगदी योग्यच आहे.''

''आणि तूसुद्धा!''

त्याच्या चेहऱ्यावर हसूच्या जोडीला मदमस्त भावना उमटू लागतात. ''हा वेडिंग गाऊन तुला खूप खुलून दिसतो आहे.''

''हा इतका साधासुधा गाऊन?'' मला संकोच वाटतो. केटच्या आईनं माझ्यासाठी डिझाईन केलेल्या त्या अतिशय साध्या पण अंगासरशी बसलेल्या गाऊनला जोडलेल्या नाजूक लेसशी खेळत मी म्हणते. ती लेस थोडीशीच खांद्यावरून उतरली आहे. तरीही ती पुरेशी मोहक असेल अशी आशा मी बाळगून आहे.

तो थोडंसं वाकून माझं चुंबन घेतो. ''चल ना! इतक्या साऱ्या लोकांसमवेत तुला वाटून घ्यायची माझी मुळीच इच्छा नाहीये.''

''अरे, आपलंच लग्न आणि आपणच निघून जायचं?''

''बेबी, आपली पार्टी असल्यामुळे आपण काय हवं ते करू शकतो. आता तर केक कापून झाला आहे. आणि या क्षणाला तुला इथून पळवून नेऊन अख्खीच्या

अख्खी मिळवायची आहे मला.''

''तुम्ही तर मला आयुष्यभरासाठी मिळवलं आहेत; मिस्टर ग्रे.'' मी खिदळते.

''मिसेस ग्रे, हे ऐकून मला अतिशय आनंद होतोय.''

''हे पाहा, हे दोन लव्हबर्ड्स इथे सापडले!''

मी आतल्या आत हुंकारते. ग्रेसच्या मॉमनं आम्हाला शोधून काढलं आहे.

''ख्रिश्चन डार्लिंग, आपल्या ग्रॅनीबरोबर अजून एक डान्स?''

ख्रिश्चन आपले ओठ आवळत म्हणतो, ''अर्थात ग्रॅनी!''

''ॲनेस्टेशिया, सुंदरी, जा बरं, त्या वय झालेल्या म्हाताऱ्याला खूश कर, थिओबरोबर डान्स कर.''

''थिओ? मिसेस ट्रिव्हिलिअन?''

''अगं, ग्रँडपा ट्रिव्हिलिअन आणि हे बघ आता तूही मला ग्रॅनी म्हणू शकतेस. आणि तुम्हाला दोघांनाही सांगून ठेवते, मी काही आता फार जगणार नाही, तेव्हा लवकरात लवकर माझं पतवंड जन्माला घाला म्हणजे झालं.'' गालातल्या गालात हसत ती म्हणते.

ख्रिश्चन भयंकर घाबरल्याचा आव आणत डोळे मिचकवत तिच्याकडे पाहतो. ''चल ग्रॅनी, डान्स करू यात.'' तिचा हात धरून तो पटकन तिला डान्स फ्लोअरकडे घेऊन जातो. ''नंतर, बरं का!'' मागे वळून माझ्याकडे बघत, डोळे फिरवत तो ओठ चक्क बाहेर काढत म्हणतो.

मी ग्रँडपाच्या दिशेने वळते तर होजे मला हटकतो. ''मी तुला पुन्हा माझ्याबरोबर डान्स करायला नाही म्हणत आहे. कारण मला माहिती आहे की मी एकट्यानेच तुझ्याबरोबर खूप वेळा डान्स केला आहे मघाशी. ॲना, तुला इतक्या आनंदात पाहून मला खरोखरच खूप आनंद होतो आहे. पण कधीही गरज पडली ना तर हाक मार. मी सदैव तुझ्यासाठी धावत येईन.''

''होजे! थँक यू. तू माझा सच्चा दोस्त आहेस.''

''मी मनापासून सांगतो आहे बरं का!'' त्याच्या डोळ्यांमध्ये त्याचा सच्चेपणा परावर्तित झालाय.

''मला त्याची पूर्ण जाणीव आहे होजे. आणि म्हणूनच मी मनापासून तुझे आभार मानते. पण, आता ना एका ज्येष्ठ व्यक्ती समवेत माझी 'डेट' आहे, बरं का, तेव्हा जाऊ का मी?''

तो गोंधळात पडतो. त्याच्या भुवया प्रश्नार्थक उंचावतात.

''अरे, ख्रिश्चनचे ग्रँडपा!'' मी खुलासा करते.

''ओह! गुडलक ॲनी. त्यांच्याबरोबर डान्स करायला आणि आयुष्याच्या प्रत्येक क्षणासाठीदेखील.''

"होजे, पुन्हा एकदा, मनापासून थँक यू!"

ख्रिश्चनच्या सदा टवटवीत ग्रँडपांबरोबर डान्स करून झाल्यावर मी काही क्षण फ्रेंच विंडोपाशी उभं राहून सिएटलचा मावळतीला जाणारा सूर्य निरखते. आसमंत आता नारंगी-निळ्या-जांभळ्या छटांनी उजळून निघालाय.

"चल, आता निघू यात." ख्रिश्चनचा अधीर स्वर कानावर येतो.

"मला कपडे बदलायला हवेत." त्या फ्रेंच विंडोमधून त्याला वरच्या मजल्यावर माझ्याबरोबर नेण्यासाठी मी त्याचा हात ओढत म्हणते.

काहीही नकळून तो माझ्या हाताला हलकेच झटका देत माझ्याकडे प्रश्नार्थक नजरेने पाहतो.

मी समजावून सांगते. "मला वाटलं की हा ड्रेस माझ्यावरून उतरवण्याचा तुझा मानस होता." त्याचे डोळे चमकतात.

"हो, ते अगदी बरोबर आहे. पण..." त्याच्या चेहऱ्यावर कामुक हास्य उमटतं. "मी काही इथे नाही उतरवणार तो ड्रेस तुझ्या अंगावरून! आपल्याला अजून निघता येणार नाही. जोपर्यंत..." आपल्या हाताची निमुळती, सुंदर बोटं हवेत झाडत तो वाक्य अर्धवट सोडतो. परंतु त्याच्या बोलण्याचा मथितार्थ अगदी स्पष्ट आहे.

मी लाजून त्याचा हात सोडते.

तो गूढपणे म्हणतो, "आणि तुझे केससुद्धा असेच राहू दे!"

"अरे पण..."

"पण नाही आणि परंतु नाही, ॲनेस्टेशिया. तू फार सुंदर दिसते आहेस. अशा सुंदर तुला मला विवस्त्र करायचंय."

"ओह!" मी करवादते.

"निघताना घालायचे तुझे कपडे भरून घे. तुला ते लागतील. तुझी मोठी बॅग टेलरने ठेवली आहे." तो हुकूम सोडतो.

"बरं बाबा." नक्की काय ठरवलंय यानं? आम्ही कुठे जाणार आहोत त्याचा पत्तासुद्धा लागू दिला नाहीये त्यानं. खरं सांगायचं तर त्याच्याशिवाय ते कोणालाच माहीत नाही. कितीही प्रयत्न केला तरी त्यानं मियाच्या किंवा केटच्या प्रयत्नांना मुळीच दाद दिलेली नाही. बाजूलाच असणाऱ्या माझ्या मॉमच्या आणि केटच्या दिशेनं मी वळते.

"मी कपडे बदलत नाहीए."

"का?" माझ्या मॉमचा प्रश्न.

"ख्रिश्चनची इच्छा आहे की मी याच कपड्यात राहावं," मी खांदे उडवत म्हणते. तिनं समजून घ्यावं अशी माझी इच्छा आहे. मॉमच्या कपाळावर आठ्या पडतात.

“पण तू आज्ञापालन करण्याचं वचन नाही दिलं आहेस,” ती आपला मुद्दा मांडते. केट स्वतःचा वैताग दाखवण्यासाठी उगाचच खाकरल्यासारखं करते. मी बारीक नजरेने तिच्याकडे पाहते. या मुद्द्यावरून माझी आणि ख्रिश्चनची किती खडाजंगी झाली होती याची ना केटला कल्पना आहे ना माझ्या मॉमला. तो सगळा वाद नव्यानं उकरून काढायची माझी मुळीच इच्छा नाहीये. माझा फिफ्टी शेड्स मग असा काही उदास होऊन जाईल की त्याला रात्री भयानक स्वप्नं पडतील. ती आठवणसुद्धा त्रासदायक आहे.

“मॉम, मला ते माहिती आहे. त्याला हा गाऊन खूप आवडला आहे आणि मला त्याला खूश करायचंय.”

मॉमच्या चेहऱ्यावरचे भाव निवळतात. माय-लेकींना एकांत देण्यासाठी केट हलकेच तिथून दूर होते. जाताना ती डोळे मात्र फिरवते.

माझ्या केसांतून अवखळपणे सुटलेली एक बट हलकेच कानामागे करत कार्ला मला म्हणते, “डार्लिंग, तू इतकी काही सुंदर दिसते आहेस ना!” माझी हनुवटी हातात धरून, माझ्याकडे निरखून पाहत ती पुढे म्हणते. “तू ख्रिश्चनला खूप सुखात ठेवणार आहेस.” ती मला घट्ट मिठीत घेते.

“ए मॉम!”

“तू आत्ता या क्षणी खूप मोठी दिसते आहेस, परिपूर्ण स्त्री! नवीन आयुष्य सुरू करणारी! माझा तर विश्वासच बसत नाहीए. मात्र पुरुष हे दुसऱ्याच ग्रहावरून आलेले आहेत हे लक्षात ठेवलंस, म्हणजे मग तू सुखी होशील.”

ख्रिश्चन तर वेगळ्या विश्वातूनच आलेला आहे. तिला हे कुठं माहीत होतं?

“थँक्स मॉम!”

आमच्या दोघींकडे गोडसं हसून पाहत रे तिथे येतो.

“कार्ला, तू तुझ्या मुलीला अत्यंत सुंदरपणे घडवलं आहेस.” त्याच्या नजरेतला अभिमान लपत नाहीए. त्या काळ्या टक्स आणि फिक्या गुलाबी वेस्टकोस्टमध्ये तो इतका काही नेटका दिसतोयना! माझ्या डोळ्यांच्या कोपऱ्यांत अश्रू जमा होऊ लागतात. छे! छे! मी इतक्या वेळ त्यांना थोपवून धरलं आहे.

कार्लाचा स्वरही कातर झाला आहे. “तूही तर तिला वाढवायला, मोठं करायला मदत केली आहेस, रे.”

“तिचं मोठं होणं मी कणाकणानं समरसून, आनंदानं अनुभवलं आहे. ॲनी, तू या वधूच्या वेषात खूप छान शोभून दिसते आहेस.” रेसुद्धा माझ्या केसातून सुटलेली तीच मघाची बट माझ्या कानामागे पुन्हा सारत म्हणतो.

“ओह डॅड!” मी कसाबसा हुंदका आवरते. तो त्याच्या नेहमीच्या, थोड्याशा विचित्र पद्धतीनं मला कुशीत घेतो.

"तू एक अत्यंत चांगली बायकोसुद्धा बनशील." तो घोगऱ्या आवाजात हळूच म्हणतो.

तो मला कुशीतून दूर करतो तेव्हा ख्रिश्चन माझ्या बाजूला असतो.

अतिशय प्रेमानं रे ख्रिश्चनचा हात हातात घेत म्हणतो, "ख्रिश्चन, माझ्या लेकीकडे लक्ष दे बरं का."

"रे, कार्ला, मी अगदी नीट लक्ष देईन तिच्याकडे." माझ्या सावत्र वडिलांकडे पाहत तो मान डोलावतो. मग कार्लाच्या गालाचं चुंबन घेतो.

लग्नाला आलेल्या इतर पाहुण्यांनी आता आमच्या निरोपासाठी हातांची शाही कमान उभारली आहे, पार घराच्या प्रवेशद्वारापर्यंत.

"तयार का?" ख्रिश्चन विचारतो.

"हो."

मग माझा हात हातात धरून ख्रिश्चन मला घेऊन त्या कमानीखालून चालू लागतो. त्याबरोबर सगळे पाहुणे आमच्यावर शुभेच्छा, अभिनंदन आणि पवित्र तांदळांचा वर्षाव करतात. त्या कमानीच्या समोरच्या टोकाला ग्रेस आणि कॅरिक उभे असतात. त्यांच्यापाशी येऊन पोहोचल्यावर ते आम्हाला दोघांना घट्ट मिठीत घेऊन आळीपाळीनं आमच्या कपाळाचं, गालाचं चुंबन घेतात. आम्ही जेव्हा निरोपादाखल गुडबाय म्हणतो, तेव्हा परत एकदा ग्रेसला गहिवरून येतं.

ऑडी एसयूव्हीमधून आम्हाला घेऊन जाण्यासाठी टेलर उभा आहे. ख्रिश्चन माझ्यासाठी गाडीचा दरवाजा उघडतो, तशी मी वळते आणि माझ्या हातातला पांढऱ्या आणि गुलाबी गुलाबांचा बुके मागे जमा झालेल्या, उत्साहाने सळसळणाऱ्या तरुणींच्या दिशेनं भिरकावते. तो अलगद झेलण्यात मियाच जिंकते. तिच्या चेहऱ्यावरचा आनंद आणि हसू, दोन्ही पाहण्यासारखं आहे.

मियाच्या त्या धिटाईचं कौतुक वाटून मी हसते आणि गाडीत बसते. खाली वाकून ख्रिश्चन माझ्या गाऊनचा घोळ अलगद गाडीच्या आत सारून दार लावून घेतो. मग तोही जमलेल्या साऱ्यांचा निरोप घेतो.

टेलर त्याच्यासाठी गाडीचा दरवाजा अदबीनं उघडत म्हणतो, "सर, काँग्रॅच्युलेशन्स."

"थँक यू टेलर!" माझ्या बाजूला बसत ख्रिश्चन म्हणतो.

टेलर गाडी सुरू करतो तसे जमलेले सर्व तांदळाच्या पवित्र दाण्यांचा गाडीवर वर्षाव करतात. ख्रिश्चन माझा हात हातात घेतो आणि माझ्या बोटांची आवेगानं चुंबनं घेतो.

"काय मग, मिसेस ग्रे! कसं झालं सारं?"

"मिस्टर ग्रे, सारं काही इतकं छान पार पाडलंत ना! सांगा ना, आपण कुठे

चाललो आहोत?"

"सी-टॅक," एका शब्दात झटकन उत्तर देऊन तो मला कोड्यात टाकत अवखळपणे हसतो.

हं! काय ठरवलं असेल बरं यानं?

माझ्या अपेक्षेप्रमाणे डिपार्चर गेटकडे गाडी न घेता टेलर तडक एका सिक्युरिटी गेटमधून चक्क रनवेवर गाडी घेतो. काय हे? आणि मग मला ते दिसतं... ख्रिश्चनचं जेट. ग्रे एन्टरप्राईझेस होल्डिंग्ज इन्कॉ. जेटच्या इंधनाच्या टाकीवर मोठ्या अक्षरात, निळ्या रंगानं लिहिलेलं नाव.

"मिस्टर ग्रे, तुम्ही परत एकदा कंपनीच्या प्रॉपर्टीचा गैरवापर करत आहात का?"

"अलबत, ॲनेस्टेशिया," तो हसत उत्तर देतो.

विमानात जाण्यासाठी लावलेल्या सरकत्या जिन्याच्या तळाशी टेलर ऑडी थांबवतो आणि झटकन खाली उतरून ख्रिश्चनकरता गाडीचं दार उघडतो. मग क्षणभर त्या दोघांमध्ये काहीतरी चर्चा होते. त्यानंतर ख्रिश्चन माझ्या बाजूने येत दार उघडतो. मागे सरकून, मला उतरायला जागा देण्याऐवजी ओणवा होत मला दोन्ही हातांवर उचलून घेतो.

"हेऽ! काय करतो आहेस तू हे?" मी ओरडते.

"तुला उंबरठ्यावरून उचलून नेतो आहे," तो हसत म्हणतो.

"ओह! पण ते तर घरात प्रवेश करताना करायचं असतं ना?"

मला तसंच हातावर झेलत तो अगदी सहजतेनं सगळ्या पायऱ्या चढतो. आमच्या मागोमाग माझी लहानशी बॅग घेऊन टेलर येतो. ती बॅग विमानाच्या उंबरठ्यावर ठेवून तो तसाच माघारी फिरतो आणि ऑडीत बसतो. केबिनमध्ये असलेल्या युनिफॉर्ममधल्या स्टिफनला मी ओळखते. तो ख्रिश्चनचा पायलट आहे.

तो हसून आमचं स्वागत करतो, "सर, मिसेस ग्रे, विमानात तुमचं स्वागत आहे."

मला खाली ठेवत ख्रिश्चन त्याच्याशी हात मिळवतो. स्टिफनच्या बाजूला साधारण तिशीतली तरुणी उभी आहे. ती पण युनिफॉर्ममध्ये आहे.

"सर, तुमचं दोघांचंही हार्दिक अभिनंदन," स्टिफन पुढे म्हणतो.

"थँक यू स्टिफन. ॲनेस्टेशिया, तू स्टिफनला तर ओळखतेसच. तो आज आपला कॅप्टन आहे आणि ही आपली फर्स्ट ऑफिसर बिघली आहे."

ख्रिश्चन तिची ओळख करून देतो, तशी त्या दाट काळ्या केसांची तरुणी चक्क लाजून डोळ्यांची उघडझाप करते. माझ्या या अतिशय देखण्या नवऱ्याच्या

विलक्षण सौंदर्यानं प्रभावित झालेली अजून एक तरुणी....

"तुम्हाला भेटून आनंद झाला." ती घाईघाईनं म्हणते. उगाचच तिची कीव येऊन मी हसते. *तो आता माझा आहे.*

मी केबिनमध्ये सगळीकडे नजर टाकते. ख्रिश्चन त्या दोघांना विचारतो, "सगळी तयारी नीट झाली आहे ना?"

आतमध्ये फिक्या रंगाच्या लाकडाची आणि फिक्या क्रीम लेदरची सजावट आहे. फारच सुंदर दिसतंय सारं. केबिनच्या दुसऱ्या टोकाला गडद तपकिरी केसांची अतिशय सुंदर तरुणी उभी आहे. ती पण युनिफॉर्ममध्ये आहे.

"आपल्याला 'ऑल क्लीअर'चा सिग्नल मिळाला आहे. इथून बोस्टनपर्यंत हवामान अगदी उत्तम आहे."

बोस्टन?

"आणि टर्ब्युलन्सचं काय?"

"बोस्टनच्या आधी नक्कीच काही नाही. शॅननंतर मात्र हवामानात थोडासा फरक पडू शकतो. त्यामुळे कदाचित आपल्याला थोडासा त्रास होईल."

"हो का? मला आशा आहे, की रात्रीची झोप नीट होईल." ख्रिश्चन म्हणतो.

झोप?

स्टिफन म्हणतो, "सर, आपण व्यवस्थित पार पाडू प्रवास. आता नतालिया, तुमची फ्लाईट अटेंडंट तुमच्याकडे लक्ष देईल." तिच्या दिशेने पाहताना ख्रिश्चनच्या कपाळावर आठ्या दिसतात. पण तरीही तो स्टिफनकडे वळतो तेव्हा त्याच्या चेहऱ्यावर हसू असतं.

"अगदी छान!" मग माझा हात हातात घेऊन तो मला तिथल्या ऐसपैस लेदर सीटकडे घेऊन जातो. साधारण बारा खुर्च्या तिथे असतात.

"बस." असं मला म्हणत तो स्वतःचं जॅकेट काढून ठेवतो. मग एक-एक करत सिल्व्हर ब्रोकेड व्हेस्टचे बटण उघडतो. आम्ही दोघंही समोरासमोरच्या सीटवर बसतो. आमच्या दरम्यान सुरेख पॉलिश केलेलं लाकडाचं लहानसं टेबल आहे.

नतालिया आमच्या दिशेनं येते. तिच्या हातातल्या ट्रेमध्ये गुलाबी शँपेनचे दोन ग्लास आहेत. ते आम्हाला देत ती म्हणते, "सर, मॅडम, विमानात तुमचे स्वागत आहे. तुमचं हार्दिक अभिनंदन."

"थँक यू." ख्रिश्चनच्या या उत्तरावर अतिशय नम्रपणे हसून ती परत तिच्या जागेकडे जाते.

"ॲनेस्टेशिया! आपल्या दोघांच्या सुखी वैवाहिक जीवनासाठी!" ख्रिश्चन स्वतःचा ग्लास उंचावून माझ्या ग्लासला भिडवतो. ग्लासचा नाजूक किणकिणाट होतो. आम्ही शँपेनचा पहिला घोट घेतो. अप्रतिम चव!

“बोलिंजर का?” मी विचारते.

“अर्थात!”

“मी पहिल्यांदा ही चहाच्या कपातून प्यायले होते.” मी हसत म्हणते.

“बरोबर! तुझ्या ग्रॅज्युएशननंतर. तो दिवस माझ्या चांगलाच लक्षात आहे.”

“आपण कुठे निघालो आहोत?” माझी उत्कंठता शिगेला पोहोचली आहे.

“शॅननला!” त्याचे डोळे खोडसाळपणाने चमकत आहेत. त्याच्या चेहऱ्यावर एखाद्या लहान मुलाचे भाव आहेत.

“आयर्लंडमध्ये ना?” आम्ही आयर्लंडला चाललो आहोत तर.

“हो, पण फक्त इंधन भरायला!” त्याचा मिस्कीलपणा लपत नाहीये.

“नंतर...?” मी त्याच्याकडून उत्तर काढून घेण्याच्या प्रयत्नांत आहे.

त्याच्या चेहऱ्यावरचं हसू अजूनच खुलतं. तो मानेनं नकार देतो.

“ख्रिश्चन!”

माझ्या डोळ्यांत डोळे घालून एकटक मला न्याहाळत, माझी प्रतिक्रिया आजमावत तो म्हणतो, “लंडन!”

माझा तर श्वासच अडकतो. *होली काऊ!* मला वाटलं होतं आम्ही बहुधा न्यू यॉर्क किंवा ॲस्पेनला जाऊ. फार झालं तर, कॅरिबियन बेटांवर जाऊ; पण एकदम लंडन? माझा तर विश्वासच नाही बसत. इंग्लंडला जायचं स्वप्न मी आयुष्यभर जपलं आहे. ते आज असं अचानक पूर्ण होताना पाहून मी अंतर्बाह्य खुलून उठते. माझ्या सर्वांगातून आनंदाच्या लहरी दौडू लागतात.

“त्यानंतर पॅरिस.”

काय?

“आणि तिथून फ्रान्सच्या दक्षिणेकडे.”

वॉव!

ख्रिश्चन अगदी हळुवारपणे म्हणतो, “मला माहिती आहे, की युरोपला भेट द्यायचं स्वप्न तू जपलं होतंस. ॲनेस्टेशिया, तुझं प्रत्येक स्वप्न मी सत्यात उतरवेन.”

“ख्रिश्चन, तू स्वतःच माझं सत्यात उतरलेलं स्वप्न आहेस रे!”

“आणि तुम्ही माझं मिसेस ग्रे!” तो हलकेच म्हणतो.

ओह माय!

“चला, सीटबेल्ट बांधा.”

मी हसतमुखानं हुकूम पाळते.

रनवेवरून प्लेन धावायला सुरुवात होते. आम्ही शँपेनचे घोट घेत, एकमेकांकडे बघत हसतो. माझा तर विश्वासच बसत नाहीये. बाविसाव्या वर्षी, सरतेशेवटी, मी

युनायटेड स्टेट्समधून बाहेर पडले आहे, आणि तेही लंडनला निघाले आहे, युरोपमधल्या अनेक ठिकाणी भेटी देणार आहे.

विमान टेक ऑफ घेतं. नतालिया आमच्यासाठी पुन्हा शँपेन आणते आणि मग आमच्यासाठी खास 'वेडिंग फिस्ट' तयार करते. स्मोक्ड साल्मन, रोस्ट पाट्रिज... ग्रीन बीन सलाड आणि डाऊफिनॉईस् पटेटोज! वा! काय लाजवाब आहेत सगळेच पदार्थ. अतिशय तत्परतेने नतालिया आम्हाला सर्व्ह करते.

सरतेशेवटी ती विचारते, "मिस्टर ग्रे, डिझर्ट?"

तो मान हलवतो. माझ्याकडे प्रश्नार्थक नजरेनं पाहत तो स्वतःच्या खालच्या ओठांवरून बोटं फिरवतो. त्याच्या चेहऱ्यावरचे गूढ भाव मला समजत नाहीत.

"नाही, मलाही नको. थँक यू." मी उत्तर देते. त्याच्या नजरेत गुंतलेली माझी नजर हटवणं मला अशक्य आहे. तो ओठ दुमडून स्वतःशीच हसतो, काहीतरी गुपित दडवल्यासारखं. नतालिया आम्हाला एकटं सोडते.

"शाब्बास! तसंही डिझर्टसाठी तुलाच खायचा माझा विचार आहे."

"ओह.... इथे?"

"चल," स्वतःच्या जागेवरून उठत तो हात पुढे करत मला म्हणतो आणि तो मला केबिनच्या मागच्या भागाकडे नेतो.

एका छोट्या दरवाज्याकडे निर्देश करून तो मला म्हणतो, "ती बाथरूम आहे." तिथून तो मला एका अरुंद पॅसेजमधून पुढे नेतो. तिथे असलेल्या दारातून आम्ही आत जातो.

बापरे! इथे तर चक्क बेडरूम आहे. ही केबिनपण क्रीम आणि मेपल वूडमध्ये सजवली आहे. तिथे एक आटोपशीर डबलबेड आहे. सोनेरी आणि राखाडी-तपकिरी रंगाच्या चादरी उशांनी पलंग सजवला आहे. एकूणच तो पलंग आरामशीर वाटतो आहे.

ख्रिश्चन वळून मला मिठीत घेतो. माझ्याकडे एकटक पाहत म्हणतो,

"आपल्या लग्नानंतरची पहिली रात्र आपण जमिनीपासून ३५ हजार फुटांवर घालवावी, असं मला वाटलं. मी आजवर कधीच असं काही केलं नाहीये."

हं! तर ह्याच्याबरोबर आणखीन एक पहिलावहिला अनुभव तर. माझं हृदय वेगानं धडधडू लागतं. 'माईल हाय क्लब', 'उंचावरचा प्रणय' ऐकलं आहे त्याबद्दल.

"पण मला आधी तुला या ड्रेसमधून मोकळं व्हायला मदत करू दे." त्याच्या नजरेत अपरंपार प्रेम, शिवाय मला अतिशय आवडणारे त्याचे ते गूढ गहिरे भावदेखील आहेत. त्याच्या या आविर्भावामुळे माझी अंतर्देवता जागी होते. माझा श्वास रोखण्याचं सामर्थ्य त्याच्यामध्ये आहे.

"वळ ना!" त्याचा आवाज अगदी सावकाश, हुकूम दिल्यागत आणि तरीही

अतिशय सेक्सी वाटतो आहे. या दोन साध्याशा वाटणाऱ्या शब्दांमध्येसुद्धा तो इतका भाव कसा एकवटू शकतो? मी मनापासून त्याच्या हुकमाचं पालन करते. त्याचे हात माझ्या केसांना स्पर्श करतात. एक एक करत तो हळुवारपणे आणि तितक्याच सफाईनं माझ्या केसांमधल्या पिना काढतो. माझ्या केसांच्या बटा मोकळ्या होत माझ्या खांद्यावर आणि छातीवर रुळू लागतात. अजिबात न हलता स्तब्ध उभं राहण्याचा मी प्रयत्न करते. पण मी त्याच्या स्पर्शासाठी प्रचंड आसुसलेली आहे. आजचा इतका लांबलचक आणि दमवणारा दिवस संपल्यावर मला तो संपूर्णपणे हवा आहे.

"ॲना, तुझे केस किती सुंदर आहेत." माझ्या कानाशी कुजबुजणारे त्याचे ओठ आणि त्याचा श्वास मला जाणवतो. परंतु त्याचे ओठ मला स्पर्श करत नाहीत. माझ्या केसातल्या सगळ्या पिना आता निघाल्या आहेत. केस संपूर्णपणे मोकळे झाले आहेत. तो अलगद माझ्या केसातून बोटं फिरवत मला मसाज करत सुखावतो. मी मिटल्या डोळ्यांनी त्याच्या स्पर्शाचा, सुखद जाणिवेचा आनंद उपभोगते. आता त्याची बोटं सावकाश खालच्या दिशेने येऊ लागतात. मग माझे केस हातात धरून तो किंचित ओढतो. त्याबरोबर माझं डोकं मागच्या बाजूला ओढलं जातं.

"तू माझी आहेस," तो श्वास घेत हलकेच माझ्या कानाचा चावा घेत म्हणतो.

मी प्रणयाच्या जाणिवेने हुंकारते.

तो ताकीद देतो, "श्श! शांत रहा! माझ्या खांद्यावरचे केस एका बाजूला घेत या खांद्यापासून त्या खांद्यापर्यंत वेडिंग गाऊनच्या लेसला लगटून तो बोटाने रेष ओढत जातो. पुढच्या सौख्याच्या जाणिवेने मी रोमांचित होते. माझ्या गाऊनच्या पहिल्या बटणच्या वरती, माझ्या पाठीवर ओठ टेकवत हलकेच चुंबन घेतो. सराईतपणे, पहिलं बटण उघडतो. "किती सुंदर आहेस तू! आज या पृथ्वीतलावरचा सर्वाधिक आनंदी माणूस कोण असेल तर मी! आणि कोणामुळे, तर फक्त तुझ्यामुळे." आता जाणीवपूर्वक हळूहळू तो माझ्या ड्रेसचं एक एक बटण उघडत जातो. "माझं तुझ्यावर इतकं काही प्रेम आहे ना!" या खांद्यापासून त्या खांद्यापर्यंत असंख्य हळुवार चुंबनांचा वर्षाव करत तो म्हणत राहतो, "मला-तू-हवी-आहेस-खूप-हवी-आहेस-मला-आता-तुझ्या-आत-अगदी-खोलवर-शिरायचं-आहे-तू-माझी-आहेस."

त्याचा प्रत्येक शब्द मला अधिकाधिक प्रणयातूर करतो आहे. मी डोळे मिटून मान एका बाजूला कलती करते. आता त्याला माझ्या मानेची चुंबनं घेणं अधिक सोपं झालं आहे. ख्रिश्चन ग्रे, माझा नवरा! त्याची माझ्यावर अधिकच मोहिनी पडते आहे.

"माझी." तो पुन्हा कुजबुजतो. आता तो माझा ड्रेस दंडावरून खाली ओढतो.

माझ्या पायाशी हस्तिदंती रंगाच्या सिल्क आणि लेसचा घोळ तयार होतो.

"वळ!" अचानक त्याचा आवाज घोगरा होतो. मी वळते आणि तो अवाक होतो.

माझ्या अंगात फिकट गुलाबी सॅटीनचा कॉर्सेट आहे. गार्टर स्ट्रॅप, त्याच रंगाच्या लेसी पँटीज् आणि पांढरे सिल्क स्टॉकिंग्ज मी घातले आहेत.

ख्रिश्चनची नजर माझ्या शरीरावरून अधाशीपणे फिरते. तो तोंडाने चकार शब्द काढत नाहीए. मात्र त्याची एकटक नजर खूप काही सांगते आहे.

"तुला आवडलं?" माझ्या चेहऱ्यावर पसरणाऱ्या गुलाबी छटांची जाणीव होत मी विचारते.

"आवडलं? तू इतकी प्रणयासक्त दिसते आहेस की मी स्वतःलाच विसरतो आहे." असं म्हणत तो हात पुढे करतो. त्याच्या हाताचा आधार घेऊन मी माझ्या वेडिंग गाऊनमधून स्वतःला मोकळं करते.

"आता हलू नकोस." तो हलकेच म्हणतो. त्याचे गडद डोळे माझा ठाव घेतात. माझ्या नजरेला नजर देत तो हळुवारपणे माझ्या अंगावरच्या कॉर्सेटच्या कडेने माझ्या स्तनांवरून बोट फिरवत नेतो. माझा श्वास उथळ होतो. परत एकदा तो हीच कृती करतो. त्याच्या मखमली मुलायम स्पर्शाने माझा देह तरतरतो. पाठीच्या कण्यातून, सर्वांगातून लहर सळसळू लागते. क्षणभर थांबून तो बोटानेच हवेत गोलाकार काढतो. त्याचा इशारा ओळखून मी वळते.

ह्याक्षणी त्याच्यासाठी मी वाट्टेल ते करेन.

"थांब," तो म्हणतो. आता मी त्याला पाठमोरी पण पलंगाकडे तोंड करून उभी आहे. तो मागून माझ्या कमरेला मिठी घालत, मला स्वतःकडे ओढत, माझ्या मानेत नाक खुपसतो. आता तो दोन्ही तळव्यांनी माझे स्तन झाकतो, त्यांना कुरवाळतो. त्याच वेळेस, तो माझ्या स्तनाग्रांभोवती वर्तुळाकार अंगठे फिरवतो. कॉर्सेटच्या आडून माझे स्तनाग्रं उत्तेजित होतात.

"माझी," तो कुजबुजतो.

"तुझीच," मी श्वास घेते.

आता माझ्या स्तनांना वंचित ठेवून त्याचे हात खाली सरकू लागतात. माझं पोट, मग नाभी, ओटीपोट आणि अजून खाली. माझ्या मांड्यांवरून अलगद माझ्या स्त्रीत्वाकडे. त्याच्या अंगठ्यांची लयबद्ध हालचाल माझ्या रोमारोमात भिनते. मोठ्या कष्टांनी मी माझा चीत्कार थांबवते. आता त्याचे दोन्ही हात माझ्या गार्टरवर स्थिरावतात. त्याच्या नेहमीच्या सराईतपणाने तो एकाचवेळेस दोन्ही गार्टरबेल्टचे हुक सोडत ते स्टॉकिंग्जमधून मोकळे करतो. माझ्या पाठभर त्याचा हात फिरत राहतो.

"माझी," त्याचा हात पाठीवर घसरत जाऊन त्याच्या बोटांचा माझ्या स्त्रीत्वाला स्पर्श होतो.

"आह!"

"श्श!" माझ्या मांड्यांच्या मागच्या भागावरून हळुवार हात फिरवतानाच तो गार्टरचे उरलेले हुक सोडतो.

पट्कन वाकत बेडस्प्रेड बाजूला करत तो म्हणतो, "बस खाली."

त्याची अंकित असल्यासारखी मी त्याच्या प्रत्येक हुकमाची अंमलबजावणी करते. आता तो खाली वाकून अलगदपणे माझ्या पायातल्या शुभ्र पांढऱ्या महागड्या जिमीशूज काढतो. मग डाव्या पायातल्या स्टॉकिंग्जची गुंडाळी करत हळुवारपणे तो पायातून काढतो. त्यानंतर हाताच्या अंगठ्याने माझ्या पायाला मसाज करतो. दुसऱ्या पायामधलं स्टॉकिंग्जदेखील तो असंच काढतो.

आपल्या दाट लांबलचक पापण्यांआडून माझ्याकडे पाहत तो हसऱ्या चेहऱ्यानं म्हणतो, "माझ्यासाठी तर ख्रिसमसचं प्रेझेंट उघडणंच आहे."

"अरे, पण हे प्रेझेंट तर तुला आधीच मिळा...."

त्याच्या कपाळावर आठ्या पडतात, किंचित अधिकारानेच तो म्हणतो,

"पण, आता ते खऱ्या अर्थानं माझं आहे."

"ख्रिश्चन, ज्या दिवशी मी तुला होकार दिला त्या दिवसापासूनच मी फक्त तुझी आहे." पटकन पुढे होत, माझ्या हाताच्या ओंजळीत त्याचा देखणा चेहरा घेत मी म्हणते. "मी तुझीच आहे आणि कायम तुझीच राहीन. माझ्या प्राणप्रिय नवऱ्या! पण मला वाटतं आहे की तुझ्या अंगावर जरा जास्तच कपडे आहेत." त्याचं चुंबन घेण्याच्या इराद्याने मी पुढे होते खरी; पण तो चपळाईनं पुढे होत माझ्या ओठांना आपले ओठ भिडवतो, आता त्याची बोटं माझ्या केसात गुंतली आहेत.

श्वास घेत तो म्हणतो, "ॲना, माझी ॲना!" पुन्हा एकदा तो माझ्या ओठांवर ओठ भिडवतो. आता त्याची जीभ आक्रमक झाली आहे.

"कपडे," मी हळूच म्हणते. आमचे श्वास एक झाले आहेत. मी त्याची व्हेस्ट काढते. तो क्षणभर मला सोडतो. मग थबकून माझ्या नजरेत खोलवर डोकावतो. त्याचे डोळे कामेच्छेने अनुरुक्त झाले आहेत.

"प्लीज, मला काढू दे ना!" मी त्याची प्रेमभावाने विनवणी करते. मला माझ्या नवऱ्याच्या अंगावरचे कपडे उतरवायचे आहेत. माझा नवरा- माझा फिफ्टी शेड्स.

तो टाचांवर बसतो. पुढे होत मी त्याचा टाय पकडते. त्याच्या गळ्यात तो माझा लाडका चंदेरी-राखाडी टाय आहे. सावकाश मी त्याची गाठ सोडून तो काढून बाजूला ठेवते. त्याच्या पांढऱ्या शर्टचं गळ्याजवळचं बटण उघडणं मला सोपं जावं म्हणून तो मान थोडी वर घेतो. ते झाल्यावर मी त्याचे कफ्स काढते. त्याने

प्लॅटिनमचे कफलिंक्स घातले आहेत. आणि त्यावर एकत्रितपणे ए आणि सी ही अक्षरं कोरली आहेत. त्याला माझ्याकडून ही लग्नाची खास भेट आहे. मी कफलिंक्स काढल्यावर तो ती मुठीत घेऊन त्यांचं दीर्घ चुंबन घेत पँटच्या खिशात सारतो.

"मिस्टर ग्रे, तुम्ही फारच रोमँटिक आहात."

"मिसेस ग्रे, तुमच्यासाठी सदैव, मन आणि फुलंसुद्धा."

त्याचा हात हातात घेत, पापण्यांआडून त्याच्याकडे पाहत मी त्याच्या प्लॅटिनम वेडिंग रिंगचं चुंबन घेते. त्याबरोबर तो डोळे मिटत हुंकारतो.

"अॅना," माझं नाव त्याच्या तोंडून एखाद्या प्रार्थनेसारखं बाहेर पडतं.

मी त्याच्या शर्टची बटणं एक एक करत उघडते. माझ्या मनात पूर्वीच्या आठवणी जाग्या होतात. प्रत्येक बटण उघडल्यावर मी त्याच्या छातीची चुंबनं घेत जाते. "तू-मला-इतका-आनंद-देतोस-ना-माझं-तुझ्यावर-प्रेम-आहे."

तो आता प्रणयानंदानं उसळतो. त्या भरातच तो मला उचलून पलंगावर निजवतो आणि पाठोपाठ माझ्यावर झेपावत माझं कडकडून चुंबन घेतो. त्याच्या हातात माझं मस्तक विसावलं आहे. मला हालचाल करायला जागा न देता तो माझी पुन्हा पुन्हा खोल चुंबनं घेतो आहे. माझी जीभदेखील तितक्याच आक्रमकतेने त्याचं आव्हान पेलते आहे. अचानक तो गुडघ्यावर बसतो. मला तो तीव्रतेने हवा आहे. माझा श्वास थांबला आहे.

"प्रिय बायको, तू किती सुंदर आहेस!" माझ्या पायावरून आपली बोटं अलगद सरकवत तो माझं डावं पाऊल पकडतो. "तुझे पाय किती रेखीव आहेत. मला तुझ्या पायाच्या प्रत्येक भागाचं चुंबन घ्यायचं आहे. मी इथून सुरुवात करतो." असं म्हणत तो माझ्या अंगठ्यावर ओठ टेकवत हलकासा चावा घेतो. त्याबरोबर माझ्या कंबरेच्या खालच्या भागात आवर्तनं उमटू लागतात. मग त्याच्या जिभेचा प्रवास माझ्या पावलावरून पुढे पुढे होऊ लागतो. माझ्या टाचेत तो दात रुतवतो आणि मग घोट्याकडे मोर्चा वळवतो. तिथून पुढे माझ्या पिंडरीच्या आतल्या भागाची ओलसर चुंबनं घेत तो वर सरकतो. त्याच्या प्रत्येक चुंबनागणिक मी आतुर होत त्याच्या स्पर्शासाठी हपापते, धडपडते.

"मिसेस ग्रे, अगदी स्तब्ध राहा." तो धमकावतो. अचानक मला पालथं करून परत एकदा चुंबनखेळाचा रमतगमत आस्वाद घेऊ लागतो. माझ्या पायांवरून मांड्यांपर्यंत आणि मग नितंबापर्यंत पोहोचून तो एकदम थांबतो.

"प्लीज...."

"तुझ्या अंगावरचे हे कपडे नकोत आता," असं म्हणत तो माझ्या कॉर्सेटचे हुक्स काढू लागतो. आता कॉर्सेट गळून माझ्या बाजूला पसरलंय. ख्रिश्चन आता माझ्या कण्यावरून हलकेच जीभ फिरवत जातो.

''ख्रिश्चन, प्लीज!''

''मिसेस ग्रे, काय हवं आहे तुम्हाला?'' माझ्या कानाशी तो गुणगुणतो. आता तो माझ्या पालथ्या देहावर संपूर्णतः पहुडला आहे. त्याचं जागं झालेलं पौरुषत्व माझ्या पार्श्वभागाला तीव्रपणे आपली जाणीव करून देत आहे.

''तू!''

''आणि मला तू हवी आहेस. तू, माझं प्रेम, माझं जीवन...'' तो कुजबुजतो.

परत एकदा मला काही कळायच्या आधीच तो मला पाठीवर वळवतो. मग झटकन उभं राहत तो त्याची पँट आणि बॉक्सर काढून भिरकावतो. आता माझा नवरा माझ्यासमोर विवस्त्र उभा आहे. माझ्याशी रत होण्यासाठी आतुर झालेलं त्याचं पौरुषत्व मला सुखावतं. त्याला असलेली माझी आस आणि शृंगारभावना, शिवाय जोडीला त्याचं झळाळतं मर्दानी सौंदर्य यामुळे ती लहानशी केबिन झाकोळून गेल्यागत वाटते. पटकन पुढे होत तो मला माझ्या एकमेव वस्त्रातून मुक्त करत माझ्याकडे नजर टाकतो.

''माझी,'' त्याच्या तोंडून शब्द बाहेर येतात.

''प्लीज,'' मी आता विनवणी करत आहे. त्यावर तो हसतो. त्या हास्यात त्याच्याच सारख्या 'फिफ्टी शेडस्' दडल्या आहेत. कामभावना, स्वामित्व, अधिनता, लगट... मी परत एकदा मोहात पडते. तो पलंगावर येतो आणि आता माझ्या उजव्या पायाचा ताबा घेतो. पार अंगठ्यापासून ते नितंबापर्यंत. मग तो माझे दोन्ही पाय विरुद्ध बाजूला फाकतो.

''आह! माझी 'बायको'!'' असं म्हणत तो माझ्या स्त्रीत्वावर ओठ टेकतो. त्याच्या जिभेच्या कुशल लालित्याला शरण जात मी डोळे मिटते.

आपसुकच माझी बोटं त्याच्या केसांमध्ये गुंततात. त्याच्या लयबद्ध हालचालींशी माझ्या नितंबाच्या हालचाली लय साधतात. अनाहुतपणे मी पाठ वर उचलत, कमान करत, दोन्ही पायांमध्ये त्याला तोलत त्याच्याशी एकरूप होते. माझ्या नितंबांना घट्ट पकडत तो मला थांबवण्याचा प्रयत्न करतो, पण स्वतः माझा गोड छळवाद थांबवत नाही. मी आता कोणत्याही क्षणी स्त्रवणार आहे.

''ख्रिश्चन!''

''थांब, इतक्यात नाही!'' त्याची जीभ माझ्या नाभीला हुळहुळीत करू लागते.

''नाही!'' ह्याला काय करू? मला त्याच्या चेहऱ्यावरचं हसू जाणवतं. तो आता वर सरकत येतो.

''काय मिसेस ग्रे? एव्हढी आतुरता? एमेराल्ड आयलंडला पोहोचेपर्यंत वेळ आहे आपल्या हातात.'' अतिशय तन्मयतेने तो माझ्या स्तनांची चुंबनं घेत आपल्या ओठांमध्ये दाबून माझं डावं स्तनाग्रं ओढतो. माझ्याकडे बघणाऱ्या त्याच्या नजरेत

जणू वादळ घोंगावत आहे. त्याच्या स्वरातली मस्करी मला जाणवते.

हो की! मी तर साफ विसरलेच होते. युरोप!

"माझ्या प्रिय नवऱ्या, मला तू याक्षणी हवा आहेस. प्लीज!"

तो माझ्यावर येत मला झाकून टाकतो. स्वतःला हाताच्या कोपरांवर पेलत, माझ्या नाकाशी नाक घासतो. त्याच्या त्या रुंद, लांब पाठीवरून फिरणारे माझे हात त्याच्या नितंबांशी पोहोंचतात.

"मिसेस ग्रे, प्रिय बायको, एकमेकांना सुखावणं हेच आपलं ध्येय आहे ना?"

त्याचे ओठ माझ्या ओठांना कुस्करत म्हणतात, "आय लव्ह यू."

"आय लव्ह यू, टू."

"ॲना, डोळे उघडे ठेव ना. मला तुला पाहायचं आहे."

"ख्रिश्चन, आह..." तो हळुवारपणे माझ्यात प्रवेश करतो तशी मी चीत्कारते.

"ॲना, ॲना..." माझ्या नावाचा जप करत तो माझ्याशी रत होतो.

"**आपण** नक्की काय करतो आहोत असं तुला वाटतं आहे?" ख्रिश्चनचा कठोर स्वर कडाडत मला माझ्या सुंदर स्वप्नविश्वातून वास्तवात आणतो. माझ्या सनलाऊंजच्या दुसऱ्या टोकाला तो ओलेता उभा आहे. अतिशय देखणा आणि अतिशय संतापलेला ख्रिश्चन!

काय झालं? मी असं केलं तरी काय? ओह गॉड! मी पालथी झोपले होते ती उताणी कधी झाले? बापरे! तो भयानक भडकला आहे. अगदी खराखुरा भडकला आहे.

२

इतक्या वेळ पाहत असलेलं माझं वैषयिक स्वप्न विसरत मी खाडकन जागी झाले.

"मी पोटावर झोपले होते. बहुधा झोपेत मी वळले असावे." स्वतःचं समर्थन करण्याचा कसनुसा प्रयत्न करत मी म्हटलं.

त्याच्या डोळ्यांत संताप मावत नाहीये. पट्कन खाली वाकत त्याच्या सन-लाऊंजरवर पडलेली माझं बिकिनी टॉप उचलून तो माझ्या अंगावर फेकतो.

"घाल पटकन!" तो गुरगुरतो.

"ख्रिश्चन, अरे, कोणी बघत नाहीए."

"माझ्यावर विश्वास ठेव. सगळ्यांचं लक्ष आहे. टेलर आणि सिक्युरिटी टीम यांची ऐष झाली असेल याची मला खात्री आहे." तो वस्कटा मारतो.

होली शिट्! मी का बरं सारखी विसरते? पटकन छातीवर हात ठेवत मी स्वतःचं लज्जारक्षण करण्याचा प्रयत्न करते. चार्ली टँगोचा अपघात झाल्यापासून सिक्युरिटीचा ससेमिरा आमच्या मागे लागला आहे.

"होठ, ख्रिश्चन गुरगुरतो. "इतकंच नाही तर कोणी घाणेरडा पापराझ्झी तुझा फोटोसुद्धा काढेल. स्टार मॅगझिनच्या फ्रंट पेजवर स्वतःचा विवस्त्र अवस्थेतला फोटो आला तर आवडणार आहे का तुला?"

शिट्! पापराझ्झी! फक्! माझ्या चेहऱ्यावरचा रंग उडतो. मी कसाबसा तो टॉप अंगात घालते. माझ्या शरीरातून भीतीची लहर दौडते. आमच्या एंगेजमेंटनंतर एसआयपीच्या बाहेर आम्हाला पापराझ्झींनी घातलेला वेढा आठवून मी कावरीबावरी होते. ख्रिश्चन ग्रेबरोबर या अनेक गोष्टी अभावितपणे येणारच.

"बिल!" बाजूने जाणाऱ्या वेट्रेसकडे बघत ख्रिश्चन खेकसतो. "निघतोय आपण," तो मला म्हणतो.

"आत्ता?"

"हो. आत्ता."

ओह शिट्! वाद घालण्यात अर्थ नाही.

त्याच्या स्विमिंग ट्रंकमधून पाणी टपकतं आहे, तरीही तो त्यावर शॉर्टस् चढवतो. नंतर ग्रे टी-शर्ट घालतो. त्याचं क्रेडिट-कार्ड आणि बिल घेऊन वेट्रेस पोहोचते.

नाईलाजानं मी माझा मोरपंखी सनड्रेस चढवते, सॅन्डल्स घालते. वेट्रेस गेल्यावर ख्रिश्चन त्याचं पुस्तक आणि ब्लॅकबेरी उचलून घेत स्वतःचा राग एव्हिएटर ग्लासेसमागे लपवतो. त्याला आलेला ताण आणि संताप अगदी उघड दिसतो आहे. मला वाईट वाटतं. या बीचवरची प्रत्येक स्त्री टॉपलेस आहे. तो काही गुन्हा नाही. उलट, टॉप घातलेली मी साऱ्यांमध्ये विचित्र दिसते आहे. मनातल्या मनात मी खोल उसासा सोडते. मी नाउमेद झाले आहे. ख्रिश्चनला ह्यातला विनोद कळला असता तर... पण मी पोटावर झोपून राहिले असते तर हे शक्य होतं. आता मात्र त्याची विनोदबुद्धी पार गायब झाली आहे.

"प्लीज, रागवू नकोस ना माझ्यावर," मी बोलायचा प्रयत्न करते. त्याच्या हातातलं पुस्तक आणि ब्लॅकबेरी मी माझ्या बॅगमध्ये ठेवते.

"फार उशीर झालाय," तो अतिशय शांतपणे म्हणतो. "चल." माझा हात धरत तो टेलरला आणि त्याच्या दोन हस्तकांना खूण करतो. काय बरं नावं त्या दोघांची? फिलिप आणि गॅस्टन, जुळे आहेत ते. व्हरंड्यातून ते आमच्यावर आणि इतरांवर केव्हापासून लक्ष ठेवून होते. का बरं विसरते मी त्यांना? कशी काय विसरते? टेलरने गडद रंगाचा गॉगल घातला आहे. त्याचा चेहरा निर्विकार असला तरी तो देखील माझ्यावर भयंकर चिडला आहे हे माझ्या लक्षात येतं. काळा पोलो शर्ट आणि शॉर्ट्स् अशा कॅज्युअल कपड्यांमध्ये त्याला बघायची सवय मला नाही.

माझा हात धरून ख्रिश्चन मला हॉटेलच्या लॉबीमधून बाहेर रस्त्यावर घेऊन येतो. त्याने चकार शब्दही उच्चारलेला नाही. त्याची अस्वस्थता आणि त्रागा उघड आहे. ही सारी माझीच चूक आहे. टेलर आणि त्याची टीम आमच्या मागून येत आहे.

"आपण कुठे चाललो आहोत?" ख्रिश्चनकडे पाहत मी सहजपणाचा आव आणत विचारते.

"बोटीवर परत," माझ्याकडे न पाहता तो म्हणतो.

किती वाजले आहेत याची मला कल्पना येत नाही. कदाचित पाच-सहा वाजले असावेत. मरिनामध्ये पोहोचल्यावर ख्रिश्चन मला डॉकमध्ये नेतो. *फेअर लेडी* ह्या जहाजाची मोटरबोट आणि जेट स्काय तिथे नांगरलेले आहेत. ख्रिश्चन जेट स्काय सोडवतो. मी अस्वस्थपणे माझी बॅग टेलरकडे देते. पण, ख्रिश्चनप्रमाणे त्याचा चेहरादेखील निर्विकार आहे. मी संकोचते. बीचवर त्याने नक्की काय बघितलं असेल?

"हे घ्या, मिसेस ग्रे," मोटरबोटवरून एक लाईफ जॅकेट काढून माझ्या हातात देत टेलर म्हणतो. मी ते आज्ञाधारकपणे अंगात चढवते. प्रत्येक वेळेस मला एकटीलाच का घालावं लागतं हे? ख्रिश्चन आणि टेलर एकमेकांकडे सूचकपणे बघतात. देवा! तो टेलरवर पण भडकला आहे वाटतं. ख्रिश्चन माझ्या लाईफ जॅकेटचे बंद तपासतो आणि मधला बंद घट्ट करतो.

"ठीक आहे," माझ्याकडे न पाहता ख्रिश्चन पुटपुटतो. *शिट्!*

तो डौलात जेट स्कायवर चढत माझ्यासमोर हात करतो. त्याचा हात घट्ट पकडत मी त्याच्या मागे बसते. टेलर आणि ते जुळे घाईघाईनं मोटरबोटीवर चढतात. ख्रिश्चन जेट स्काय सुरू करत डॉकवरून मरिनाच्या आत हलकेच नेतो.

"घट्ट धर," तो हुकूम सोडतो. मी दोन्ही हातांनी त्याला बिलगते. जेट स्काय राईडचा हा माझा सर्वाधिक आवडता भाग आहे. त्याला मिठी मारत मी नाक त्याच्या पाठीत खुपसते. अगदी आत्ता आत्तापर्यंत त्याला माझा असा स्पर्श सहन होत नव्हता. अहाहा, त्याच्या अंगाला काय मस्त वास येतोय, ख्रिश्चनचा आणि समुद्राचा वास. *ख्रिश्चन, प्लीज मला माफ कर ना.*

तो ताठरतो. "तयार?" हे विचारतांना त्याचा स्वर किंचित निवळतो. त्याच्या पाठीचं चुंबन घेत मी त्यावर गाल टेकवते. डॉककडे नजर टाकल्यावर मला दिसतं की, आम्हाला पाहायला अनेक पर्यटक जमा झाले आहेत.

ख्रिश्चनने ॲक्सलेटर किंचित फिरवताच जेट स्काय मरिनाच्या थंडगार पाण्यातून पुढे झेपावत फेअर लेडीच्या दिशेने निघते. मी त्याला घट्ट धरून ठेवते. मस्त मजा येते आहे. मिठी मारलेल्या या स्थितीत मला ख्रिश्चनच्या शरीरातला प्रत्येक स्नायू जाणवतो आहे.

टेलरची मोटरबोट आमच्या बाजूने येऊ लागते. त्याच्याकडे नजर टाकत ख्रिश्चन जेट स्कायची गती वाढवतो. आम्ही झपक्यात पुढे होतो. पाण्यावर फेकलेला एखादा दगड जसा अलगद तरंग उमटवत पुढे जाईल, तशी आमची जेट स्काय पुढे होते. नाइलाज झाल्यासारखा चेहरा करत टेलर मान हलवतो आणि यॉटच्या दिशेनं जातो. ख्रिश्चन फेअर लेडीच्या पुढे मोकळ्या पाण्यात शिरतो.

समुद्राच्या खाऱ्या पाण्याचे प्रचंड फवारे आम्हाला भिजवत आहेत. वारा माझ्या चेहऱ्यावर थपडा देत माझं पोनीटेल इकडून तिकडे उडवतो आहे. काय धमाल येते आहे. कदाचित या राईडनंतर ख्रिश्चनचा वाईट मूड बदलू शकतो. मला त्याचा चेहरा दिसत नसला तरी त्याला खूप गंमत येते आहे, हे मला माहीत आहे. स्वतःच्या वयाला शोभेल अशा निष्काळजीपणाने तो वागतो आहे.

एका प्रचंड मोठ्या अर्धवर्तुळात तो जेट स्काय फिरवतो. मी किनाऱ्याकडे नजर टाकते. मरिनामधल्या असंख्य बोटी, पिवळ्या-पांढऱ्या रंगाची अनेक ऑफिसं,

लहान-मोठी घरं आणि ह्या साऱ्यांच्या मागे खुलून दिसणारी पर्वत शिखरं. कुठेही काहीही सुसंगती नसलेलं तरीही अत्यंत लोभसवाणं असं हे दृश्यं आहे. एरव्ही माझ्या डोळ्यांना केवळ आखीव रेखीव इमारतींमधलं सौंदर्य टिपायची सवय आहे. ख्रिश्चन मान वळवून माझ्याकडे पहातो. त्याच्या चेहऱ्यावर हसू आणि डोळ्यांत काही भन्नाट कल्पना आहेत.

"पुन्हा करू?" इंजिनच्या आवाजामुळे तो ओरडून विचारतो.

मी उत्साहाने मान डोलावते. उत्तरादाखल तो प्रसन्नपणे हसतो. जेट स्कायची गती वाढवत फेअर लेडीला चक्कर मारत तो पुन्हा एकवार अथांग समुद्राकडे वळतो... आणि मला वाटतं की त्याने मला माफ केलं आहे.

"तू टॅन झाली आहेस," माझं लाईफ जॅकेट काढत ख्रिश्चन हळूवारपणे म्हणतो. त्याच्या मूडचा अंदाज घ्यायचा मी कसोशीने प्रयत्न करते. आता आम्ही बोटीच्या डेकवर आहोत. माझं लाईफ जॅकेट घेण्यासाठी स्टुवर्ड मुकाट्याने बाजूला उभा आहे. ख्रिश्चन ते त्याच्या हातात ठेवतो.

"सर, अजुन काही?" त्याच्या बोलण्याला असलेलं फ्रेंच वळण मला खूप आवडलं आहे. डोळ्यांवरचा गॉगल काढून टी-शर्टच्या कॉलरमध्ये अडकवत माझ्याकडे पहात ख्रिश्चन विचारतो,

"तुला काही प्यायला आवडेल का?"

"तशी गरज आहे का?"

तो मान किंचित कलती करतो. "असं का विचारतेस?" त्याचा स्वर मुलायम आहे.

"ते तुला माहिती आहे."

तो क्षणभर विचारात पडतो.

काय विचार करत असेल?

"दोन जिन आणि टॉनिक्स, प्लीज. सोबत थोडे ऑलिव्हज् आणि बदाम पिस्ते आण," तो स्टुवर्डला सांगतो. मान डोलवत स्टुवर्ड पटकन आत जातो.

"मी तुला शिक्षा करेन असं तुला वाटतंय का?" ख्रिश्चनचा आवाज मलमली झालाय.

"तुला करायची आहे का?"

"हो."

"कशी?"

"ते मी बघतो. कदाचित तुझं ड्रिंक घेऊन झालं की."

त्याच्या सांगण्यात विषयासक्त धमकी आहे. मी आवंढा गिळते. चंदेरी

छत्रीखाली सन लाऊंजवर बसून ऊन खाणारी माझी अंतर्देवता माझ्याकडे तिरका कटाक्ष टाकते.

ख्रिश्चनच्या कपाळावरच्या आठ्या पुन्हा गडद होतात.

''तुला शिक्षा हवीय का?''

त्याला कसं कळतं?

''डिपेन्ड्स,'' संकोचानं मी कसंबसं म्हणते.

''कशावर?'' तो हसू लपवतो.

''तू मला दुखावणार की नाही त्यावर.''

त्याचे ओठ घट्ट मिटतात. हसरा भाव गायब होतो. पुढे झुकत तो माझ्या कपाळाचं चुंबन घेतो.

''ॲनेस्टेशिया, तू आता माझी बायको आहेस, सब नाहीस. मला तुला कधीही दुखवायचं नाहीए. तुला आत्तापर्यंत हे लक्षात यायला हवं होतं. माझं फक्त एवढंच म्हणणं आहे की, सार्वजनिक ठिकाणी कपडे काढू नकोस. सगळ्या टॅब्लॉइड्समध्ये तुझे विवस्त्र फोटो आलेले मला आवडणार नाही. तुलाही ते आवडणार नाही. मला खात्री आहे की तुझ्या आईला आणि 'रे'लादेखील ते आवडणार नाही.''

ओह! रे! होली शिट्! त्याला तर हार्टअॅटॅक येईल. नक्की काय विचार करत होते मी? मनातल्या मनात मी स्वतःची खरडपट्टी काढते.

तेवढ्यात स्टुवर्ड आमची ड्रिंक्स आणि स्नॅक्स घेऊन येतो. तिथल्या टेबलावर ठेवून तो निघून जातो.

''बस,'' ख्रिश्चन हुकूम करतो. त्याच्या म्हणण्यानुसार मी तिथल्या डायरेक्टरच्या खुर्चीत बसते. माझ्या बाजूच्या खुर्चीत बसून ख्रिश्चन मला जिन-टॉनिकचा ग्लास देतो.

''मिसेस ग्रे, चिअर्स.''

''चिअर्स, मिस्टर ग्रे'' मी एक छानसा घोट घेते. अहाहाऽ! थंडगार, चविष्ट. तहानेवर उत्तम उतारा. मी त्याच्याकडे नजर टाकते. तो माझं निरीक्षण करतोय. त्याचा मूड काय आहे हे मला अजिबात कळत नाहीये, याचाच मला वैताग येतोय. अजूनही भडकला आहे का माझ्यावर? त्याचं लक्ष विचलित करण्याची माझी हमखास क्लृप्ती मी वापरते.

''ही बोट कोणाच्या मालकीची आहे?'' मी विचारते.

''कोणी ब्रिटिश सरदार आहे. सर... कोणीतरी कोणीतरी. त्याच्या पणजोबांनी ग्रोसरी स्टोअर सुरू केलं होतं. नंतर त्याच्या मुलीनं युरोपच्या एका राजपुत्राशी लग्न केलं.''

ओह! ''भयंकर श्रीमंत?''

ख्रिश्चनच्या चेहऱ्यावर अचानक सावध भाव उमटतात. ''हो.''

''तुझ्यासारखा,'' मी पुटपुटते.

''हो.''

ओह!

''आणि तुझ्याहीसारखा,'' तोंडात ऑलिव्ह टाकत ख्रिश्चन अगदी हळू आवाजात म्हणतो. अचानक मला आमचा लग्नाचा दिवस आठवतो. चंदेरी वेस्ट कोट आणि टक्सेडोमधला ख्रिश्चन माझ्या नजरेसमोर येतो.

''माझं जे काही आहे ते सारं आता तुझं आहे,'' लग्नाच्या वेळेस घ्यायच्या शपथा त्याला पाठ होत्या. त्या त्याने खणखणीत आवाजात घेतल्या होत्या.

सारं माझं? होली काऊ! ''किती विचित्र आहे हे सगळं. काहीच नव्हतं माझ्याकडे आणि आता हे सगळं-'' सभोवतालच्या देखण्या परिसराकडे बघत मी म्हणते.

''होईल सवय तुला.''

''मला नाही वाटत असं.''

तितक्यात टेलर तिथे येतो. ''सर, तुमच्यासाठी फोन आहे.'' ख्रिश्चनच्या कपाळावर आठ्या दिसू लागतात, तरीही टेलरने पुढ्यात केलेला ब्लॅकबेरी तो हातात घेतो.

''ग्रे,'' नेहमीप्रमाणे तो फटकन उत्तर देत तिथून उठून यॉटच्या टोकाशी जातो.

मी समुद्राकडे नजर टाकते. तो रॉसशी बोलतो आहे हे माझ्या लक्षात येतं. मी श्रीमंत आहे... मरणाची श्रीमंत. इतके पैसे मिळविण्यासाठी मी काहीही केलेलं नाही... फक्त एका भयंकर श्रीमंत माणसाशी लग्न केलंय. लग्नाआधी प्रीनपबद्दल जे बोलणं झालं, ते मला अचानक आठवतं. नुकताच त्याचा वाढदिवस झाला होता. त्यानंतरच्या रविवारी आम्ही सगळे ग्रेसकडे नाश्त्याला जमलो होतो. किचनमधल्या मोठ्या टेबलभोवती इलिएट, केट, ग्रेस आणि मी बेकन की सॉसेज ह्याच्यावर वाद घालत होतो. कॅरिक आणि ख्रिश्चन संडे वाचत बसले होते....

किचनमध्ये आमच्यासमोर मिया तिचं नेटबुक घेऊन बसली होती. ''हे पहा काय लिहिलंय,'' अचानक ती ओरडली. ''सिएटल नूझच्या वेबसाईटवर तुझ्या एंगेजमेंटची बातमी आलीय, ख्रिश्चन.''

''इतक्यात?'' ग्रेस आश्चर्याने विचारते. बहुधा तिच्या मनात काहीतरी विचार आला असणार. ती तोंड घट्ट मिटते. ख्रिश्चनच्या कपाळावर आठ्या उमटतात.

मिया आता बातमी मोठ्याने वाचून दाखवते. ''द नूझला मिळालेल्या बातमीनुसार सिएटल मधला सर्वोत्तम बॅचलर, 'द ख्रिश्चन ग्रे जाळ्यात सापडला असून, लवकरच

लग्नाच्या बेडीत अडकणार आहे. पण ती नशीबवान स्त्री कोण आहे? द नूझ लवकरच तुमच्यासमोर तिचं नाव उघड करेल. या क्षणी मात्र ती जबराट प्रीनप वाचत असणार हे नक्की.''

मियाला खुदूखुदू हसू येतं. तेवढ्यात तिच्या लक्षात येतं की ख्रिश्चन आपल्याला खुन्नस देतो आहे. त्याबरोबर ती हसायची थांबते. अचानक ग्रेंच्या त्या किचनमधलं वातावरण गोठतं. सगळे जण गप्प होतात.

ओह नो! प्रीनप? मी तर हा विचारही केला नव्हता. मी आवंढा गिळते. माझ्या चेहऱ्यावरचा रंग उडतो. जमीन दुभंगावी आणि तिनं मला पोटात घ्यावं, असं मला वाटतं. मी धास्तावून ख्रिश्चनकडे पाहते. तो अस्वस्थ होतो.

''नाही,'' त्याच्या ओठांची हालचाल होते.

''ख्रिश्चन,'' कॅरिक हळुवारपणे हाक मारतो.

''या मुद्द्यावर मी कधीही चर्चा करणार नाही,'' तो कॅरिकला फटकारतो. अस्वस्थपणे माझ्याकडे बघत काहीतरी बोलण्यासाठी कॅरिक तोंड उघडतो.

''नो प्रीनप!'' ख्रिश्चन त्याच्यावर जवळजवळ ओरडतो आणि सर्वांकडे दुर्लक्ष करत पुन्हा पेपरमध्ये तोंड खुपसतो. सगळे जण आलटून पालटून माझ्याकडे आणि त्याच्याकडे बघतात. त्यानंतर सगळे इकडे तिकडे बघू लागतात.

''ख्रिश्चन,'' मी कसंबसं म्हणते. ''तू आणि मिस्टर ग्रे म्हणाल त्याच्यावर मी सह्या करेन.'' तसंही त्याच्यासाठी ही काही माझी पहिलीच सही नसेल. ख्रिश्चन रागाने माझ्याकडे बघतो.

''नाही!'' तो मला फटकारतो. मी पुन्हा भीतीने पांढरीफटक पडते.

''हे तुझ्याच फायद्यासाठी आहे.''

''ख्रिश्चन, ॲना, मला वाटतं याबद्दल तुम्ही दोघांनीच चर्चा करावी,'' ग्रेस सौम्य भाषेत आम्हाला समज देत कॅरिक आणि मियाकडे रागावून पाहते. अरे बापरे, त्या दोघांचीही पंचाईत होणार असं दिसतंय.

''ॲना, हे तुझ्यासाठी नाहीए,'' कॅरिक मला खात्री देण्याच्या दृष्टीने म्हणतो. ''आणि हे बघ, मला कॅरिक म्हण.''

ख्रिश्चन आपल्या वडिलांकडे थंडपणे पाहतो. मी त्रस्त होते. *आता मात्र हा खरंच भडकला आहे.*

मिया आणि केट पटकन उठून टेबल आवरू लागतात. बाकीचे सगळे उगाच काहीतरी फुटकळ बोलू लागतात.

मघाच्या चर्चेला उद्देशून इलिएट पटकन म्हणतो, ''मला तर सॉसेज जास्ती आवडतात.''

मांडीवर ठेवलेल्या माझ्या एकमेकांत गुंतलेल्या बोटांकडे मी टक लावून पाहत

बसते. *क्रॅप!* पैशासाठी हपापलेली अशी माझी प्रतिमा मिस्टर आणि मिसेस ग्रेच्या मनात नसेल अशी मी आशा करते. ख्रिश्चन पुढे होत माझे दोन्ही हात हलकेच हातात घेतो.

"थांबव हे विचार."

माझे विचार त्याला इतके अचूक कसे कळतात?

"डॅडकडे दुर्लक्ष कर," फक्त मला ऐकू येईल अशा आवाजात तो म्हणतो. "खरं तर तो एलेनाच्या संदर्भात जाम भडकलाय. तो आत्ता जे काही बोलला ते माझ्यासाठी होतं. मॉमनं त्याला काही सांगितलं नसतं तर बरं झालं असतं."

एलेनावरून काल रात्री तो कॅरिकशी भडकून आणि उर्मटपणे बोलला होता. तो राग अजूनही कायम होता हे माझ्या लक्षात आलंय.

"ख्रिश्चन, त्याचा मुद्दा बरोबर आहे. तू प्रचंड श्रीमंत आहेस आणि मी... स्टुडंट लोनशिवाय माझ्याकडे आहे तरी काय?"

अतिशय गंभीरपणे ख्रिश्चन माझ्याकडे बघतो. "ॲनेस्टेशिया, तू जर मला सोडून गेलीस तर मी अगदी भणंग होईन. तू एकदा मला सोडून गेली होतीस त्या वेळेसची माझी अवस्था मी कधीही विसरू शकणार नाही."

होली फक्! "ते वेगळं होतं," त्याच्या प्रामाणिकपणाने हेलावत मी हळूच म्हणते. "पण आता... मला सोडून जायची तुझी इच्छा होऊ शकते." त्या विचारानंसुद्धा मी अस्वस्थ होते.

रागाने मान हलवत तो त्याचा नकार व्यक्त करतो.

"ख्रिश्चन, तुला माहितीये ना तुझ्यापायी मी काहीतरी अत्यंत मुर्खासारखी कृती करून बसेन, आणि मग तू..." मांडीवरच्या माझ्या गुंतलेल्या बोटांकडे मी परत नजर टाकते. हे बोलताना वाटणारं दुःख माझ्या काळजाला चिरत जातं. मी वाक्य पूर्ण करू शकत नाही. ख्रिश्चनला गमावणं म्हणजे... *फक!*

"बस. एकदम पुरे! ॲना, हा विषय संपला. यावर पुन्हा चर्चा होणार नाही. प्रीनप नाही, आताही नाही, पुढेही नाही." 'सोड ना आता हा विषय' अशा नजरेनं तो माझ्याकडे बघतो. मी गप्प होते. मग ग्रेसकडे वळून बघत तो म्हणतो, "मॉम, आम्ही इथे लग्न करू शकतो का?"

त्यानंतर आजवर त्याने तो विषय काढला नाहीए. उलट प्रत्येक क्षणी तो मला जाणीव करून देतो आहे की, त्याची अफाट संपत्ती आता त्याच्याइतकीच माझीदेखील आहे. हनिमूनच्या शॉपिंगसाठी मी कॅरोलिन ॲक्टन या निमन्सच्या पर्सनल शॉपरबरोबर जावं, हा त्याचा हट्ट होता. त्याची मला आठवण झाली. माझ्या बिकिनीची किंमतच पाचशे चाळीस डॉलर्स आहे. नाही, म्हणजे ती छान आहे; पण कापडाच्या चार

त्रिकोणी तुकड्यांसाठी इतका भयंकर खर्च करायचा!

"होईल तुला सवय," मला मनोराज्यातून बाहेर काढत ख्रिश्चन समोरच्या खुर्चीत येऊन बसतो.

"कशाची सवय?"

"पैसे," तो डोळे फिरवत म्हणतो.

ओ फिफ्टी, कदाचित काही काळाने होईलही. खारवलेल्या काजू-बदामाची छोटीशी डिश मी त्याच्याकडे सरकवते.

"सर, तुमचे नट्स," चेहरा शक्य तेवढा निर्विकार ठेवत मी आमच्या बोलण्यात सहजता आणायचा प्रयत्न करते. बिकिनी आणि त्या अनुषंगाने आलेल्या विचारातून बाहेर येण्याचा प्रयत्न मी करते.

तो मानभावीपणे हसतो. "मी तुझ्यासाठी 'नट्स' आहे." बदाम उचलून घेत तो म्हणतो. माझा जोक त्याला आवडला आहे हे त्याच्या डोळ्यांत मला दिसतं. ओठावरून जीभ फिरवत तो म्हणतो "पी लवकर, आपण झोपायला चाललो आहोत."

काय?

"पी," तो ओठांची हालचाल करतो. त्याचे डोळे गडद झाले आहेत.

ओहो, त्याच्या या तापलेल्या नजरेमुळे या क्षणाला वैश्विक तापमानात नक्कीच भर पडली असेल. त्याच्यावरची नजर न हटवता मी जिनचा ग्लास उचलून संपवते. त्याच्या तोंडाचा 'आ' होतो. त्याच्या दातातून डोकावणारं जिभेचं टोक मला खुणावतं. तो अतिशय कामुकपणे हसतो. मग एका झटक्यात उभा राहत माझ्यावर झुकून दोन्ही हातांनी माझी खुर्ची पकडत तो म्हणतो, "आज मी तुला चांगली अद्दल घडवणार आहे. चल. बाथरूमला जाऊ नकोस," तो माझ्या कानात कुजबुजतो.

मी थक्क होते. *बाथरूमला जाऊ नको? हा काय दुष्टपणा?* माझी अंतर्देवता इतका वेळ पुस्तक वाचत असते- 'द कम्प्लिट वर्क्स ऑफ चार्ल्स डिकन्स', भाग-१- ती चमकून वर बघते.

"तुला वाटतं तसं नाहीये ते." माझ्यासमोर मानभावीपणे हात करत ख्रिश्चन म्हणतो. "माझ्यावर विश्वास ठेव." एकाच वेळेस तो इतका प्रेमळ आणि सेक्सी दिसतोय, मी त्याला नकार कसा देणार?

"ओके." मी त्याच्या हातात हात ठेवते. माझा स्वतःवर नाही इतका विश्वास त्याच्यावर आहे. काय आहे त्याच्या मनात? पुढच्या अपेक्षेने माझं हृदय जोरजोरात धडधडू लागतं.

माझा हात धरून तो मला डेकवरून बोटीच्या दिमाखदार आतल्या भागातून, निमुळत्या कॉरिडॉरमधून, डायनिंगरूममधून, खालच्या पायऱ्यांवरून मुख्य मास्टर

केबिनमध्ये नेतो.

आम्ही सकाळी केबिनमधून बाहेर पडल्यावर तिची स्वच्छता झालेली दिसतेय. पलंगदेखील आवरलेला आहे. ही केबिन प्रशस्त आणि सुंदर आहे. इथे स्टार बोर्ड आणि पोर्टच्या बाजूने दोन पोर्टहोल आहेत. इथल्या भिंती क्रीम रंगाच्या आहेत. फर्निचर अक्रोडाच्या गडद लाकडाचं आहे. बाकी सजावट सोनेरी आणि लाल रंगात केलेली आहे.

माझे हात सोडत, ख्रिश्चन त्याचा टी-शर्ट डोक्यावरून काढून खुर्चीवर भिरकावतो. मग पटकन पायातले फ्लिप-फ्लॉप आणि अंगातल्या शॉर्ट्स आणि ट्रंक्सची रवानगी होते. अहा! काय विलक्षण देखणा दिसतोय! *त्याला असं विवस्त्र बघण्याचा मला कधीही कंटाळा येणार नाही!* अतिशय सुंदर आणि फक्त माझा! तो अगदी तजेलदार दिसतोय. तोही छान टॅन झालाय. त्याचे केस नेहमीपेक्षा जरा लांब झाल्यामुळे कपाळावर झेपावत आहेत. मी भलतीच नशीबवान आहे!

माझी हनुवटी धरून तो किंचित ओढतो. त्यामुळे माझं ओठ चावणं थांबतं. माझ्या खालच्या ओठावरून तो अंगठा फिरवतो.

"हं, आता कसं!" असं म्हणत तो वळून त्याच्या कपड्यांच्या भल्या थोरल्या कपाटाकडे जातो. त्यातून झटक्यात धातूच्या बेड्यांची जोडी काढतो. मग खाली वाकून ड्रॉवरमधून एअर-लाईनमध्ये मिळणारा डोळ्यांवर ठेवायचा मास्क घेतो.

बेड्या! आजवर आम्ही कधी वापरल्या नव्हत्या. मी अस्वस्थ होत पलंगाकडे नजर टाकते. आणि ह्या बांधणार कशाला आहे हा? तो वळून माझ्याकडे पाहतो. त्याची नजर गडद होते.

"हे जरा दुखू शकतं. तू जर जोरात ओढलंस तर बेड्या रुतू शकतात," तो हातातली कडी वर धरत म्हणतो. "पण मला या खरंच तुझ्यासाठी वापरायच्या आहेत."

होली फक! माझं तोंड कोरडं पडलंय.

"हे बघ!" माझ्या दिशेने दिमाखात चालत येत तो माझ्या हातात बेड्यांचा एक सेट देतो. "तुला आधी घालून बघायच्या आहेत का?"

बापरे! कसल्या गाशीव आहेत ह्या! थंडगार धातूचा स्पर्श! आयुष्यात खऱ्या बेड्या घालायची वेळ कधीही येऊ नये माझ्यावर!

ख्रिश्चन माझ्याकडे टक लावून पाहतोय.

"याच्या किल्ल्या कुठे आहेत?" माझा आवाज कापतो आहे.

तो तळहात पुढे करतो. त्याच्या हातावर छोटीशी किल्ली आहे. "याच किल्लीने दोन्ही, खरं म्हणजे सगळ्या बेड्या उघडतात."

त्याच्याकडे अजून किती सेट्स आहेत? मला तर एकही बेडी पाहिल्याचं

आठवत नाही.

माझ्या गालावरून हलकेच बोट फिरवत ओठापर्यंत आणत तो माझं चुंबन घेण्यासाठी पुढे झुकतो.

"हे करायची तुझी तयारी आहे का?" त्याच्या त्या खर्जातल्या स्वराने माझ्या शरीरातली प्रत्येक संवेदना खडबडून जागी होत पायांच्यामध्ये गोळा होऊ लागते.

"हो!"

तो हसून म्हणतो, "छान." मग माझ्या कपाळाचं पुसटसं चुंबन घेत तो म्हणतो, "आपल्याला सेफ वर्ड ची गरज लागणार आहे."

काय?

"तू सारखं *'थांब'* म्हणशील, म्हणजे खरंतर तशी तुझी इच्छा नसेलही. त्यामुळे 'थांब' हा सेफ वर्ड होऊ शकणार नाही," माझ्या नाकावर नाक घासत तो म्हणतो. तेवढा एकच स्पर्श आहे आमच्यात.

माझं हृदय जोरजोरात धडधडू लागलंय. *शीट!* नुसत्या शब्दांनी तो हा परिणाम कसा साधू शकतो?

"हे दुखणार नाही. पण फार तीव्रपणे जाणवेल. अगदी प्रकर्षाने जाणवेल. कारण मी तुला जराही हलू देणार नाहीये. कळलं?"

ओह माय! कसलं हॉट वाटतंय ऐकायला. माझा श्वास खूप जोरात होऊ लागला आहे. फक! मी तर आधीच धापा टाकते आहे. माझी अंतर्देवता झगमगीत कपडे घालून रम्बा डान्स करू लागली आहे. बरं झालं की माझं ह्याच्याशी लग्न झालंय, नाहीतर हे सगळं मला खूप लाजिरवाणं वाटू शकलं असतं. माझी नजर खाली वळते. तो ताठरला आहे.

"बरं." माझा आवाज मलाही ऐकू येत नाही.

"ॲना, शब्द ठरव," तो हळुवारपणे म्हणतो.

"पॉप्सिकल."

"काय? पॉप्सिकल?" त्याला गंमत वाटते.

"हो."

माझ्याकडे निरखून बघत तो किंचित मागे झुकतो. त्याला आलेलं हसू लपत नाहीये. "फारच भारी शब्द निवडला आहेस. हात वर घे."

मी हात वर घेते. त्याबरोबर तो माझ्या सन-ड्रेसची खालची बाजू धरून तो डोक्यावरून काढून जमिनीवर भिरकावतो. त्याने पुढे केलेल्या तळहातावर मी बेड्या ठेवते. पलंगाच्या बाजूच्या टेबलवर ठेवलेल्या डोळ्यांच्या पट्टीच्या बाजूला तो त्या ठेवतो. मग झटक्यात पलंगावरची चादर ओढून जमिनीवर भिरकावतो.

"वळ."

मी वळल्यावर तो माझ्या बिकिनी टॉपचे बंद सोडतो. तोही जमिनीवर घरंगळतो.

"उद्या मी हे तुझ्या अंगाला स्टेपल करून ठेवणार आहे," असं म्हणत तो माझ्या केसांचा टॅग सोडतो. मोकळे झालेले माझे केस तो एका हातात घेत त्यांना हिसका देतो. त्याबरोबर मी त्याच्याकडे ओढली जाते, त्याच्या छातीशी, त्याच्या ताठरतेशी. माझी मान कलती करत तो मानेचं चुंबन घेतो. माझा श्वास रोखला जातो.

"तू माझी प्रचंड अवज्ञा केली आहेस," तो माझ्या कानाशी पुटपुटतो. माझ्या सर्वांगातून शिरशिरी दौडते.

"मान्य," मी कुजबुजते.

"हं, त्याबद्दल काय करायचं?"

"त्याचा स्वीकार आणि सवय करायची," मी श्वास घेत म्हणते. त्याच्या हळुवार चुंबनांनी माझा ठाव सुटत चालला आहे. माझ्या मानेशी त्याचे ओठ आहेत. तो हसतो.

"अहाहा, मिसेस ग्रे, तुम्ही नेहमीच आशावादी असता."

आता तो सरळ होतो. माझे केस हातात घेत काळजीपूर्वक त्याचे तीन भाग करून सावकाश पेड गुंफतो. वेणी घालून झाल्यावर टोकाला टॅग लावतो. माझी वेणी हळुवारपणे किंचित ओढत तो माझ्या कानात म्हणतो, "मी आज तुला धडा शिकवणार आहे."

पटकन वळत तो माझ्या कमरेत हात घालून स्वतः पलंगावर बसत मला मांडीवर घेतो. आता त्याची ताठरता माझ्या बेंबीला स्पर्श करते आहे. तो माझ्या पाठीवर सपकन एक फटका देतो. जोरात. मी उडी मारते. आता मी पलंगावर पाठीवर पडले आहे. तो गडद राखाडी डोळ्यांनी माझ्याकडे रोखून पाहतो आहे. कोणत्याही क्षणी आता माझा उद्रेक होणार आहे.

"तू किती सुंदर आहेस याची तुला कल्पना आहे का?" माझ्या मांडीवरून एक बोट अलगद फिरवत तो म्हणतो. त्या तेवढ्याशा स्पर्शानेदेखील माझ्या शरीरभर संवेदना उसळू लागतात. माझ्यावर खिळलेली नजर जराही न हटवता तो पलंगावरून उठून दोन्ही बेड्या उचलून घेतो. मग पटकन माझा डावा पाय उचलत माझ्या घोट्यात एका बेडीची एक कडी अडकवतो.

ओह!

मग उजवा पाय उचलत तो हीच कृती दुसऱ्या बेडीने करतो. आता माझ्या दोन्ही पावलांत बेड्यांच्या कड्या अडकल्या आहेत. दुसरी कडी तो कुठे अडकवणार आहे ह्याचा मला अजूनही अंदाज येत नाही.

"उठून बस," त्याच्या हुकमाची मी तामिल करते.

"दोन्ही हातांनी गुडघे पकड."

त्याच्याकडे पाहत मी डोळ्यांची उघडझाप करते. मग पाय पोटाशी घेत मी त्याभोवती दोन्ही हातांची मिठी घालते. किंचित खाली झुकून, माझी हनुवटी पकडून, ओठांवर ओठ टेकवत तो पटकन माझ्या डोळ्यांभोवती पट्टी बांधतो. आता मला काही दिसत नाहीये. फक्त माझ्या श्वासाची लय आणि डोलणाऱ्या बोटीवर आपटून होणारा पाण्याचा लपलप आवाज तेव्हढा मला जाणवत आहे.

ओह माय! मी तर आत्ताच पेटले आहे.

"ॲनेस्टेशिया, सेफ वर्ड काय आहे?"

"पॉप्सिकल्स."

"शाब्बास," असं म्हणून तो माझा डावा हात उचलून घेत पटकन त्यात पहिल्या बेडीची दुसरी कडी अडकवतो. त्यानंतर दुसऱ्या हाताचीही तीच गत होते. आता माझा डावा घोटा डाव्या मनगटाला आणि उजवा घोटा उजव्या मनगटाला बांधले गेले आहेत. पाय सरळ करण्याची काही शक्यताच नाहीये. *होली फक!*

ख्रिश्चन श्वास घेत म्हणतो, "तू किंचाळेपर्यंत मी तुझ्याशी रांगडा संभोग करणार आहे."

काय? हे ऐकताच माझा जीव उडून जाऊ पाहतो.

माझ्या दोन्ही टाचा धरून तो मला मागच्या दिशेने किंचित ढकलतो. त्याबरोबर मी पलंगावर पडते. पाय गुडघ्यात वाकलेले ठेवण्यावाचून मला काही गत्यंतर नाही. मी हातपाय ओढायचा प्रयत्न केला की बेडी रुतते आहे. तो म्हणालाच होता की, मला त्या बेड्यांमुळे वेदना होईल. गाठोडं वळलेल्या या असहाय अवस्थेत, तेही एका बोटीवर; मला खूप विचित्र वाटतंय. तो आता माझे दोन्ही घोटे दोन दिशांना ओढतो. आऽऽ! मी कण्हते.

तो माझ्या मांडीच्या आतल्या भागाचं चुंबन घेतो. प्रचंड संकोचाने मला अंग चोरून घ्यावसं वाटतंय. पण मी किंचितही हलू शकत नाही. मुख्य म्हणजे मला हालचालीसाठी कशाचाही आधार घेता येत नाहीये. माझी पावलं अक्षरशः हवेत तरंगतायेत. *होली शिट!*

"ॲनेस्टेशिया, आता जाणवणारा आनंद तुला टिपून घ्यायचाय. हलू नकोस," माझ्या अंगावर सरपटत येत तो हळूच म्हणतो. माझ्या बिकिनीच्या खालच्या बाजूने चुंबन घेत तो बिकीनीचे बंद सोडतो. त्याबरोबर लज्जारक्षणाचा तो उरलासुरला तुकडादेखील गळून पडतो. आता मी पूर्णपणे विवस्त्र आहे आणि हो... त्याच्या अधीन आहे. माझ्या नाभीची अनेक चुंबनं घेत तो सभोवताली हलके चावे घेतो.

"आह!" मी सुस्कारते. हे इतकं कठीण असेल असं मला वाटलं नव्हतं. नाभीपासून चुंबनं आणि चावे घेत तो माझ्या स्तनांपर्यंत पोचतो.

"श्श्श!" तो मला शांत करतो. "ॲना, तू किती सुंदर आहेस."

मी कण्हते, दुसरं काहीही करता येत नाही म्हणून वैतागते. एरवी मी त्याला प्रतिसाद देण्यासाठी म्हणून नितंबांची लयबद्ध हालचाल केली असती. पण आत्ता मी हलू शकत नाहीये. मी तक्रार करू पाहते. हालचाल करू पाहत; पण त्याबरोबर त्या बेड्या मला भयानक काचतात.

"अय्य्याई!" मी चीत्कारते. पण मला आता कशाचीही तमा वाटत नाहीये.

"तू मला वेडं करतेस," तो मला म्हणतो. "म्हणून आता 'मी' तुला वेडं करणार आहे." मनगटावर भार पेलत तो पूर्णपणे माझ्यावर पहुडला आहे. त्याचं लक्ष माझ्या स्तनांवर केंद्रित झालंय. चावे घेत, चोखत, चिमटीत पकडत, माझ्या स्तनांशी खेळत तो मला चेतावतो आहे. तो जराही थांबत नाहीये, त्यामुळे मला वेड लागायची पाळी आली आहे. ओह! प्लीज! त्याची ताठरता माझ्यात गाडून घेऊ पाहते आहे.

"ख्रिश्चन," मी त्याच्याकडे याचना करते, तसं त्याला हसू येतं... विजयाचं हसू. माझ्या त्वचेला त्याच्या हसण्याचा स्पर्श जाणवतो.

"मी तुला या अवस्थेत समागमापर्यंत नेऊ का?" पुन्हा एकदा त्याचा अलवार स्वर माझ्या स्तनांभोवती गुंजन करतो. माझी स्तनाग्रं अजूनच ताठरतात. "मी असं करू शकतो हे तुला माहिती आहे ना?" तो आता जोरात चोखू लागतो. माझ्या स्तनातून थेट योनीपर्यंत सौख्याच्या संवेदना पोहोचू लागतात. मी पुन्हा बेडीसकट हालचाल करायचा प्रयत्न करते. आऽ आऽ आऽ! संवेदना मला चारी बाजूंनी घेरून टाकतायेत. अतीव सौख्य असह्य होऊन मी पुन्हा पुन्हा चीत्कारते.

"हो," मी कसंबसं उत्तर देते.

"ओह बेबी! पण मग तुला शिक्षा कशी मिळणार?"

"ऐक ना, कर ना, प्लीज!"

"श्श!" त्याचे दात माझ्या हनुवटीवरून आणि ओठ माझ्या ओठांवरून फिरू लागतात. मी श्वास रोखते. तो माझं चुंबन घेतो. त्याची तत्पर आणि कुशल जीभ माझ्या तोंडाचा ताबा घेत मला छेडू लागते, छळू लागते, माझ्यावर अधिकार गाजवू लागते. पण आता माझी जीभसुद्धा तितक्याच समर्थपणे त्याला भिडते. त्याच्या अनोख्या चवीला जिनचा स्वाद आला आहे. शिवाय समुद्राचा गंध जाणवतोय. माझी हनुवटी धरून तो माझं मस्तक स्थिर ठेवण्याचा प्रयत्न करतो.

"शांत राहा, हलू नकोस," माझ्या ओठांशी तो बोलतो.

"मला तुला पहायचंय."

"नाही ॲना, या प्रकाराने तुला अधिक जाणवून घेता येईल." मग अगदी मला वैताग येईल इतक्या हळू लयीमध्ये तो त्याच्या नितंबांचं आकुंचन-प्रसारण करत

माझ्यात किंचित प्रवेशतो. त्याला प्रतिसाद देण्यासाठी मी एरव्ही पटकन कंबर वर केली असती पण मी हलू शकत नाहीये. तो मुद्दाम स्वतःला बाहेर काढतो.

"असं रे काय ख्रिश्चन! प्लीज."

"पुन्हा?" तो मला चिडवण्यासाठी म्हणतो. त्याचा स्वर घोगरा झालाय.

"ख्रिश्चन!"

एकीकडे माझ्यावर चुंबनांचा वर्षाव करत, दुसरीकडे माझी स्तनाग्रं चिमटीत ओढत तो माझ्यात प्रवेश करतो आणि लगेच बाहेर येतो. आऽ आऽ आऽ! भावनांचा हा ओघ मला सोसत नाहीये.

"नको ना रे!"

"तुला मी हवा आहे का ॲनेस्टेशिया?"

"हो ना," मी कळवळून म्हणते.

"मग तसं सांग की," तो माझ्या कानाशी म्हणतो. त्याच्या श्वासाची लय आता वाढलीये. तो मुद्दाम माझ्या आत-बाहेर करत मला डिवचत-चेतवत राहतो.

"मला तू हवा आहेस, प्लीज." मी तक्रारवजा स्वरात म्हणते.

तो माझ्या कानाशी हुंकारत म्हणतो, "तुझी इच्छा पूर्ण होणारे."

मग मला लक्षात येण्याआधी तो थोडासा वर होत झटक्यात माझ्यात पूर्णपणे प्रवेशतो. मी मान मागे टाकत, बेड्यांना ओढ देत किंचाळते. तो माझ्या सर्वांत संवेदनशील भागाला भिडतो, तशी मी स्वतः केवळ आणि केवळ संवेदना बनून राहते. मी अजूनही हलू शकत नाहीये. मला फक्त त्या संवेदनेची जाणीव आहे. बस्स! तो स्थिर होत नितंब गोलाकार फिरवतो. त्यासरशी त्याचं पूर्णत्व माझ्यात अधिक खोलवर जातं.

"ॲना, तू मला विरोध का करतेस?"

"ख्रिश्चन, थांबव हे...."

माझ्या विनवण्याकडे दुर्लक्ष करत तो पुन्हा एकवार गोलाकार फिरतो. मग स्वतःला बाहेर खेचत झटक्यात आत प्रवेशतो.

"सांग, असं का करतेस?" तो रागाने म्हणतो. त्याने बहुधा दातावर दात दाबून धरले असावेत.

"मला आता हे सारं असह्य होतं आहे," सहन न होऊन मी जोरात ओरडते.

"सांग."

"ख्रिश्चन...."

"ॲना, मला हे समजलं पाहिजे."

तो पुन्हा पुन्हा माझ्यात खोलवर जात राहतो. संवेदनांची परिसीमा गाठली जाते. ही भावना इतकी तीव्र आहे की मी हरवू लागते, बेबंदपणे मोकळी होऊ पाहते.

माझ्या नाभीच्या आत, ओटीपोटात खोलवर, हातापायात कणाकणाने पसरत ती भावना मला व्यापून टाकते; पार त्या बेड्यांना छेडत, मला फुलवत, विव्हळ करू पहाते.

"माहीत नाही मला," माझा आवेग पराकोटीला पोहोचला आहे. "कारण मी करू शकते. कारण मी तुझ्यावर प्रेम करते, प्रचंड प्रेम करते. प्लीज, ख्रिश्चन!"

आता आवेगाने ओरडण्याची पाळी त्याची आहे. त्याच भरात तो माझ्यात अजून-अजून आत शिरत मला पूर्ण व्यापून टाकतो. मी त्या ओघात हरवते. सौख्याचा परमावधी वाटतोय मला हा. माझं मन, शरीर, गात्र न् गात्र विरघळू लागलंय. माझी मी उरले नाहीये. मला पाय सरळ करावेसे वाटताएत. मी ऊतू जाऊ पाहते आहे. मी स्वतःला थोपवू पाहते आहे. पण माझा इलाज चालत नाहीये. मी त्याची आहे... बस्स. याव्यतिरिक्त कुठलीही भावना माझ्यामध्ये उरली नाहीये. त्याच्या अस्तित्वानं मला अंतर्बाह्य व्यापून टाकलंय. त्याची इच्छापूर्ती हे माझं एकमेव ध्येय आहे. माझ्या डोळ्यांत अश्रू तरारतात. हे सारं कल्पनेच्या पलीकडचं आहे. मी त्याला थांबवू शकत नाही. त्याला थांबवायची इच्छादेखील मला नाही... मला हे सारं हवंय, आतून हवंय, नको थांबूस, प्लीज, नको थांबूस... नको... नको... हे सगळं आता माझ्या....

"यस डार्लिंग, फील इट."

पुन्हा पुन्हा, चक्राकार गतीने मी त्याच्याभोवती कोसळत जाते, मी आवरू पाहते, मी थांबू पाहते; पण मी फक्त वाहत जाते. समागमाच्या अनंत लाटांची गाज माझ्या शरीरभर आल्हाददायकरीत्या उमटू लागते. माझ्या शरीरात वणवा पेटतो. त्यात जळून सारं भस्म होऊ पाहतं. मी वितळते, विरघळते, एक शरीर म्हणून न उरता मी एक जाणीव होते. आतल्याआत पिळवटून निघते. माझ्या डोळ्यांतून धारा वाहू लागतात. माझं शरीर थरथरू लागतं.

या साऱ्या पलीकडे मला ख्रिश्चनचं झुकणं आणि स्थिर होणं जाणवतं. तो मला एका क्षणात त्याच्या मांडीवर ओढून घेतो. एका हाताने माझं डोकं आणि दुसऱ्या हाताने माझी पाठ धरत तो उत्कटता गाठतो. अनुभूतीच्या या परमोच्च बिंदूवर मी अत्यानंदानं थरथरू लागते. हे सारं थकवणारं आहे, अंत पाहणारं आहे. एकाच क्षणी मी नरक यातना आणि परमोच्च स्वर्गसुख अनुभवते आहे. विलासवादाला सहस्त्र वाटा फुटल्या आहेत.

माझ्या डोळ्यांवरची पट्टी ओढून काढत ख्रिश्चन माझ्यावर चुंबनांचा वर्षाव करतो. दोन्ही तळहातांमध्ये माझा चेहरा धरत तो माझे डोळे, नाक, कान, गालांवर ओठ टेकवत सरतेशेवटी माझे अश्रू टिपून घेतो.

"आय लव्ह यू, मिसेस ग्रे!" तो श्वास घेत म्हणतो. "तुम्ही मला इतकं

चिडायला लावता तरी तुमच्या सोबत असताना मला खऱ्या अर्थानं जिवंतपणा जाणवतो.'' डोळे उघडण्याचं, त्याला काही उत्तर द्यायचं त्राणदेखील माझ्यात नाहीये. अगदी हळुवारपणे मला पलंगावर टेकवत तो स्वतःला माझ्यातून मोकळं करतो.

मी काहीतरी बोलू पाहतेय, विरोध करू पाहतेय. पलंगावरून उतरत तो दोन्ही बेड्या सोडवत मला मोकळं करतो. मग हळुवार हातानं माझी मनगटं आणि घोटे चोळतो. त्यानंतर माझ्या बाजूला येत, मला कुशीत घेतो. कितीतरी वेळानंतर मी पाय ताणू शकते आहे. आहाहा! किती छान वाटतंय आता मला. अंतर्बाह्य तरलतेची जाणीव मला व्यापून उरते. आजवर मला आलेल्या क्लायमॅक्स पैकी हा सर्वांत तीव्र होता, यात वादच नाही. हं, ख्रिश्चन ग्रे, फिफ्टी शेड्स पनिशमेंट फक!

अधूनमधून मुद्दाम वाईटही वागायला हवं मला.

कधीतरी मला बाथरूमला जाण्याची जाणीव होते. डोळे उघडल्यावर क्षणभर मला काही लक्षात येत नाही. बाहेर अंधारून आलंय. *मी नक्की कुठे आहे?* लंडन? पॅरीस? हो... आम्ही बोटीवर आहोत. मला बोटीची हालचाल जाणवते. नीरव शांततेमध्ये इंजिनाचा अस्पष्ट आवाज ऐकू येतो. आम्ही पुढच्या प्रवासाला निघालोय. किती विचित्र आहे हे सगळं. माझ्या बाजूला बसून ख्रिश्चन लॅपटॉपवर काम करतोय. अनवाणी ख्रिश्चनच्या अंगात पांढरा लिनन शर्ट आणि चिनो ट्राउझर्स आहेत. त्याचे केस ओले आहेत. बहुधा नुकताच शॉवर घेऊन आला असावा. बॉडी जेल आणि ख्रिश्चनचा गंध एकत्र झाले आहेत. हं!

''हाय,'' माझ्याकडे पाहत तो हलकेच म्हणतो. त्याच्या नजरेत आश्वासक भाव आहेत.

''हाय,'' मी हसून म्हणते; पण मला अचानक संकोच वाटू लागतो. ''खूप वेळ झोपले का मी?''

''छे, जेमतेम तासभर असेल.''

''आपण निघालो आहोत का?''

''हो, मी विचार केला की काल आपण बाहेर खाल्लं, बॅलेला गेलो, कसिनोत खेळलो तर आज बोटीवरच जेवू यात, फक्त तू आणि मी.''

मला हसू येतं. ''कुठे चाललो आहोत आपण?''

''कान्स.''

''बरं.'' अंग आखडल्याची जाणीव होऊन मी आळस देते. क्लॉडेबरोबर कितीही ट्रेनिंग घेतलं तरी आजच्यासाठी तयार असणं केवळ अशक्य होतं.

मी हळुवारपणे उठते. मला बाथरूमला जायचंय. पुढे होत मी पटकन सिल्कचा रोब घालते. मला इतकी लाज का वाटावी बरं? माझ्यावर खिळलेली ख्रिश्चनची नजर

मला जाणवते. मी त्याच्याकडे बघताच तो पटकन लॅपटॉपकडे नजर वळवतो. त्याच्या कपाळावर किंचितशी आठी आहे.

बाथरूममध्ये मी सवयीने हात धुते. कालची कसिनोमधली रात्र मला आठवते. तेवढ्यात माझं लक्ष आरशातल्या माझ्या प्रतिमेकडे जातं. रोबमधून माझी मान दिसते. मला धक्का बसतो.

होली फक्! हे नक्की काय केलं त्यानं मला?

३

माझ्या छातीवर सगळीकडे लाल खुणा उमटलेल्या आहेत. ते असंख्य लव्हबाईट्स बघून माझा संताप झालाय. युनायटेड स्टेट्समधल्या आदरणीय उद्योजकांपैकी एकाशी माझं लग्न झालंय आणि त्यानं मला हे लव्हबाईट्स दिले आहेत. पण मला जाणवलं कसं नाही? माझा चेहरा लाल होतो. याचं कारण मला अचूक ठाऊक आहे. मिस्टर ऑरगॅझ्मिकनं आपलं कामसूत्राचं कौशल्य पणाला लावलं होतं ना!

माझं अबोध मन चष्म्याच्या आडून बघत नाराजीनं मान हलवतं. माझी अंतर्देवता काहीच बोलत नाहीये. मी माझ्या प्रतिमेकडे अवाक होऊन पाहतेय. बेड्यांमुळे माझ्या मनगटांवर लाल व्रण उमटला आहे. नक्कीच जखम होणार. मग मी माझ्या घोट्यांची तपासणी करते. *होली हेल!* एखाद्या अपघातात सापडल्यासारखी माझी अवस्था दिसतेय. मी पुन्हा एकदा माझ्या प्रतिमेकडे रोखून बघत माझ्या नव्या रूपाचा अंदाज घेते. या काही दिवसांत माझं शरीर काही वेगळीच भाषा बोलतंय. याच्या सहवासात आल्यापासून ते किती बदललंय... मी अधिक सडसडीत, कणखर झालेय, माझ्या केसांना चमक आली आहे. उत्तम पार्लरच्या सेवेमुळे मी आपादमस्तक खुलले आहे. केसांपासून ते पायाच्या नखापर्यंत प्रत्येक भागाची निगुतीने काळजी घेतल्यामुळे आयुष्यात पहिल्यांदाच मी वेगळ्या प्रकारचं सौंदर्य अनुभवतेय. अपवाद फक्त या घाणेरड्या लव्हबाईट्सचा.

निगुती आणि काळजीचा विचारही मला आत्ता करायचा नाहीये. या क्षणाला मी संतापलेय. मी एखादी टीनएजर वाटले का त्याला? माझ्यावर अशा खुणा उमटवायची हिंमत तरी कशी झाली त्याची? आजवर जो काही काळ आम्ही एकत्र घालवलाय, त्यात त्यानं कधीही मला लव्हबाईट्स दिले नाहीत. शी, किती घाण दिसतेय मी. त्यानं हे का केलं, हे मी चांगलं ओळखून आहे. कसला कंट्रोल-फ्रीक आहे हा. अगदी बरोबर! माझं अबोध मन हाताची घडी घालून माझ्यासमोर उभं राहत म्हणतं. या वेळेस त्यानं अतिच केलं आहे. बेडरूमला जोडून असलेल्या त्या बाथरूममधून मी तावातावानं बाहेर पडत वॉक-इन-क्लोजेटकडे जाते. मी जाणीवपूर्वक त्याच्याकडे बघण्याचं टाळते. अंगातला रोब काढून फेकत मी माझ्या स्वेटपॅन्ट्स

आणि कॅमिझोल चढवते. अजूनही मी त्याच्याकडे बघत नाहीए. खसकन वेणी सोडून व्हॅनिटी युनिटवर ठेवलेला हेअरब्रश घेऊन मी गुंता सोडवते.

"ॲनेस्टेशिया," ख्रिश्चन हाक मारतो. त्याच्या स्वरातली चिंता मला जाणवते. "तू ठीक आहेस ना?"

मी दुर्लक्ष करते. *मी ठीक आहे का? नाही, मी ठीक नाही.* त्याने हे जे काही करून ठेवलं आहे ते पाहता, मी हनिमूनच्या पुढच्या दिवसांत स्विमिंग सूट तरी घालू शकेन का, अशी मला शंका आहे. मग त्या भयानक महागड्या बिकिनीचा प्रश्नच उरत नाही! या विचाराने माझा संताप होतो. त्याची हिंमत कशी झाली? थांब तुला दाखवते *'तू ठीक आहेस का?'* माझा राग उसळतो. मीसुद्धा वेडेपणा करू शकते. बेडरूममध्ये जात मी हातातला हेअरब्रश नेम धरून त्याच्या दिशेने फेकते आणि वळून ताबडतोब तिथून निघून जाते. त्याला बसलेला धक्का त्याच्या चेहऱ्यावर उघड आहे. ब्रश लागू नये म्हणून तो झटक्यात हात वर करतो. त्याच्या हातावर आपटून ब्रश पलंगावर पडतो. तिथून बाहेर पडायच्या आधी मी हे सगळं टिपते.

मी केबिनमधून तणतणत बाहेर पडते. त्याच मूडमध्ये पायऱ्या चढून डेकवर येत बोटीच्या कडेवर जाऊन उभी राहते. शांत होण्यासाठी मला वेळेची आणि एकांताची गरज आहे. इथे अंधार आहे. हवासुद्धा आल्हाददायक आहे. मेडिटेरेनियनचा खारा वारा नाकाला सुखावतोय. त्यातच किनाऱ्यावरच्या जस्मिनच्या सुगंधाची भर पडलीये. निळ्या प्रशांत सागरावरून *फेअर लेडी* संथपणे पुढे चाललीये. तिथल्या लाकडी कठड्यावर हात टेकून मी किनाऱ्यावरच्या चमचमणाऱ्या दिव्यांकडे बघत स्वतःला शांत करण्यासाठी मी खोल आणि दीर्घ श्वास घेते. कानांना ऐकू येण्याच्या आधी माझं मन तो तिथे आल्याची दखल घेतं.

"तू संतापली आहेस माझ्यावर," तो कसाबसा म्हणतो.

"नो शिट्, शेरलॉक!"

"किती संतापली आहेस?"

"मला वाटतं एक ते दहाच्या स्केलवर मी पन्नासवर आहे, बरोबर आहे ना?"

"बापरे! एवढा संताप?" एकाच वेळेस त्याला आश्चर्यही वाटतं आणि मजाही वाटते.

"हो. मारहाण करण्याएवढी संतापली आहे," मी दात ओठ खात म्हणते.

तो गप्प उभा राहतो. कपाळावर आठ्या घालत मी त्याच्याकडे वळून पाहते. तो सावधपणे माझ्याकडे पाहतोय. त्याच्या चेहऱ्यावरचे भाव बघून माझ्या लक्षात येतं की तो सटपटलाय. शिवाय, मला स्पर्श करण्याचा प्रयत्नही तो करत नाही.

"ख्रिश्चन, मला सतत भानावर ठेवण्याचा तुझा हा जो प्रयत्न असतो ना तो तू थांबवला पाहिजेस. तुझा मुद्दा तू बीचवर मांडला होतास. माझ्या समजुतीप्रमाणे

अगदी योग्य प्रकारे मांडला होतास.''

तो खांदे किंचितसे उडवतो. ''हो, म्हणजे आता तू तुझं टॉप काढणार नाहीस,'' तो तिरसटपणे म्हणतो.

अच्छा, म्हणजे त्यानं केलेल्या कृतीचं समर्थन झालं वाटतं? मी त्याच्याकडे रागानं बघते. ''हे बघ, माझ्या अंगावर तू अशा प्रकारच्या खुणा करणं मला आवडत नाही. निदान या प्रकारानं आणि इतक्या संख्येनं तर नक्कीच नाही. हे निषिद्ध क्षेत्र आहे, हे लक्षात ठेव.'' संतापात मी बोलते.

''सार्वजनिक ठिकाणी तू अंगावरचे कपडे उतरवलेले मला आवडत नाही. माझ्यासाठी ते निषिद्ध क्षेत्र आहे,'' तो गुरगुरतो.

''मला वाटतं त्यावर आपलं बोलणं झालं होतं,'' मी दातओठ खात बोलते. ''बघ जरा माझ्याकडे!'' कॅमिझोलचा गळा खाली ओढत त्याला माझ्या छातीच्या वरचा भाग मी दाखवते. ख्रिश्चनची नजर माझ्या चेहऱ्यावर खिळली आहे. त्याच्या चेहऱ्यावर अनिश्चितता आणि सावधानता यांचं मिश्रण आहे. आजवर त्यानं मला कधी इतकं संतापलेलं पाहिलं नाहीये. पण, त्याला कळत नाही का त्यानं काय करून ठेवलंय? तो किती हास्यास्पदपणे वागतो हे दिसत नाही का त्याला? मला त्याच्यावर जोरात ओरडायचंय; पण मी स्वतःला थोपवते. मला त्याचा अंत पाहायचा नाहीये. तो नेमकं काय करून बसेल देव जाण! शेवटी उसासा टाकत तो दोन्ही तळहात वर घेत समेटाची खूण करतो.

''ओके,'' त्याचा स्वर समजुतीचा आहे. ''आलं माझ्या लक्षात.''

वा रे वा!

''छान!''

तो केसातून बोटं फिरवतो. ''आय ॲम सॉरी. प्लीज, इतकी भडकू नकोस ना माझ्यावर,'' माझेच शब्द तो वापरतो. आता त्याला जरा पश्चात्ताप वाटतोय.

''कधी कधी ना तू इतका विचित्र वागतोस की...'' मी जरा रागावून बोलते. माझा त्रागा संपला नाहीये; पण माझी भांडणाची खुमखुमी गेली आहे, हे माझ्या आवाजावरून त्याला लक्षात येतं. एक पाऊल पुढे येत माझ्या केसांची बट कानामागे सारण्यासाठी तो हात पुढे करतो.

''मला माहितीये,'' तो नरमाईनं कबूल करतो. ''मला अजून खूप शिकायचंय.''

मला डॉक्टर फ्लिनचे शब्द आठवतात... *'भावनिक स्तरावरती ख्रिश्चन अजूनही अर्धवट तारुण्याच्या उंबरठ्यावर आहे. ॲना, त्याच्या आयुष्यातली ही अवस्था त्याने न अनुभवता ओलांडली आहे. त्या दरम्यान त्याच्या ठायी असलेली सर्व शक्ती त्याने एक यशस्वी उद्योजक होण्याकडे वळवली होती. आज तो साऱ्या कसोट्यांवर स्वतःला सिद्ध करू शकला ते त्याच्याचमुळे. त्याच्या भावनिक जगाला त्याच्या*

इतर जगाशी ताळमेळ घालायला थोडा अवधी तर द्यायला हवा ना.'

मी थोडी अजून शांत होते.

"आपल्या दोघांनाही शिकायचंय." मी निःश्वास सोडते. मग सावधपणे माझा तळहात उचलून त्याच्या हृदयावर ठेवते. आता तो पूर्वीसारखा स्पर्शाला घाबरत नाही; पण किंचित ताठरतो. माझ्या हातावर हात ठेवत तो छानसं हसतो.

"मिसेस ग्रे, मला आत्ताच लक्षात आलंय की, तुमचा नेम बऱ्यापैकी अचूक आहे. तुमच्या नेमबाजीबद्दल माझा अंदाज चुकलाय. तुम्हाला जोखण्यात मी नेहमीच कमी पडतोय, हे माझ्या लक्षात येतंय. तुम्ही मला नेहमीच सुखद आश्चर्याचे धक्के देत असता."

मी भुवई उंचावत म्हणते, "रे'बरोबर टार्गेट प्रॅक्टिस केल्याचा परिणाम. मिस्टर ग्रे, मी अचूक नेम साधते आणि बरोबर जागी गोळी मारते. तुम्ही हे लक्षात ठेवाल तर तुमचाच फायदा आहे."

"मी तसा प्रयत्न करेन, मिसेस ग्रे. निदान याच्यापुढे आपल्या दरम्यान असलेल्या फेकून मारण्याजोग्या गोष्टी मी गायब करेन आणि तुमच्या हातात कधीही गन पडू देणार नाही." तो मानभावीपणे म्हणतो.

उत्तरादाखल डोळे बारीक करत मीही मानभावीपणे म्हणते की, "मी बहुगुणी आहे."

"ते तर तू आहेसच," हळू आवाजात असं म्हणत तो माझा हात सोडतो आणि माझ्या भोवती हात घालत मला जवळ ओढून घेतो. मला मिठीत घेतल्यावर माझ्या केसात तो नाक खुपसतो. मीसुद्धा दोन्ही हातांनी त्याला मिठी मारत बिलगते. त्या क्षणी मला असं गुरफटून घेताना त्याच्या शरीरातला कमी होत जाणारा ताण मला जाणवतो.

"मला माफ केलयंस का?"

"तू केलयंस?"

मला त्याचं हसू जाणवतं. "हो," तो उत्तर देतो.

"मग मी पण."

आम्ही दोघं एकमेकांना बिलगून तसेच उभे राहतो. माझा उद्रेक शांत झालाय.

अर्धवट तारुण्य असो वा नसो- ख्रिश्चनचा गंध जबरदस्त आहे. मी मनाला कशी आवरणार?

"भूक लागलीय?" काही क्षणांनंतर तो म्हणतो. मी डोळे मिटून त्याच्या छातीवर डोकं टेकवलंय.

"हो. भयंकर. इतक्या वेळच्या... इतक्या घडामोडींनंतर मला प्रचंड भूक लागलीय. पण जेवायला जाण्याच्या दृष्टीने माझे हे कपडे..." डायनिंगरूममध्ये मी

अशी स्वेटपॅन्ट्स आणि कॅमिझोलवर जाणं शोभणार नाही, याची मला कल्पना होती.

"ॲनेस्टेशिया, मला तरी तू छान दिसते आहेस. शिवाय, ही बोट एका आठवड्यासाठी आपली आहे. आपण आपल्याला हवे तसे कपडे घालू शकतो. आपण बीचवर मजेत फिरत आहोत असं समज. आपण डेकवर जेवावं असं मला वाटतंय."

"हो, मला आवडेल." तो माझं हळुवारपणे चुंबन घेतो. 'मला माफ कर.' हा भाव त्या चुंबनात आहे. मग हातात हात घालत आम्ही जेवायला जातो. आमच्यासाठी गॅझपॅचो सूप तयार असतं.

त्यानंतर स्टुवर्ड आमच्यासमोर क्रेमे ब्रुऊली ठेवून हळूच निघून जातो.

"तू नेहमी माझी वेणी का घालतोस?" मी उत्सुकतेने ख्रिश्चनला विचारते. आम्ही टेबलशी बाजूबाजूला बसलो आहोत. मी पायाने त्याच्या पायाला विळखा घातलाय. डिझर्ट स्पून घ्यायला पुढे झालेला त्याचा हात तसाच थबकतो. त्याच्या कपाळावर किंचितशा आठ्या दिसू लागतात.

"तुझे केस कुठेही अडकलेले मला चालणार नाहीत," अतिशय शांतपणे तो म्हणतो. मग क्षणभर तो विचारात हरवतो. "मला वाटतं सवयीमुळे असावं," तो विचारपूर्वक बोलतो. अचानक त्याच्या चेहऱ्यावरचे भाव बदलतात. त्याची बुब्बुळं विस्तारतात.

होली शिट्! काय आठवलंय त्याला? नक्कीच काहीतरी दुःखदायक असणार. त्याच्या बालपणीच्या आठवणी असाव्यात असं मला वाटतंय. मला त्याला त्याची आठवणही करून द्यायची नाहीये. पुढे होत मी त्याच्या ओठांवर बोट ठेवते.

"जाऊ दे, त्यानं काही फरक पडत नाही; मला उत्सुकता वाटली, एवढंच. कळलं नाही तरी काही बिघडत नाही." मी त्याच्याकडे बघत प्रेमानं छानसं हसते. तो अजूनही सावध दिसतोय; पण पुढच्या क्षणी तो सैलावतो. माझ्या स्वरातली हमी त्याच्यापर्यंत पोहोचते. त्याच्या चेहऱ्यावरची सुटकेची भावना मला दिसते. मी पुढे होत त्याच्या ओठांच्या कोपऱ्यांचं चुंबन घेते.

"आय लव्ह यू," मी हळूच म्हणते. त्यावर त्याच्या चेहऱ्यावर छानसं हसू उमटतं, तेच ते किंचितशी लाजरी झाक असलेलं, माझं मन विरघळून टाकणारं हसू, आणि मी विरघळते. "ख्रिश्चन, मी तुझ्यावर आयुष्यभर प्रेम करेन."

"आणि मी तुझ्यावर," त्याचा स्वर कोमल होतो.

"मी अवज्ञा करत असले तरी?" मी भुवई उंचावत विचारते.

"ॲनेस्टेशिया, तुझ्या अवज्ञा करण्यामुळेच," त्याच्या चेहऱ्यावर हसू आहे.

डिझर्टचा छोटासा घास घेत मी मान हलवते. मला हा कधी पूर्णपणे उलगडेल का? हं... ''हे क्रेमे ब्रुऊली फारच चविष्ट आहे.''

स्टुवर्ड येऊन आमच्या डिझर्टच्या प्लेट घेऊन जातो. मग ख्रिश्चन माझा ग्लास रोझे वाईनने भरतो. आम्ही आत्ता एकटेच आहोत, याची खात्री करत मी त्याला विचारते, ''मघाशी बाथरूमला न जाऊ देण्यामागे काय कारण होतं?''

''तुला खरंच जाणून घ्यायचंय?'' त्याच्या चेहऱ्यावर हसू आणि डोळ्यांत कामुक भाव आहेत.

''नको का?'' वाईनचा घोट घेत पापण्यांच्या आडून त्याच्याकडे पाहत मी विचारते.

''ॲना, ब्लॅडर जेवढं गच्च असेल, तितकी उत्कटता तीव्रपणे जाणवते.''

मला खूप लाज वाटते. ''असं आहे का?'' *होली काऊ!* आता मला बऱ्याच गोष्टींचा अर्थ लागतोय.

तो हसतो. प्रत्येक गोष्टीचे किती बारकावे माहिती आहेत त्याला. सेक्स प्रांतात मी याच्यापेक्षा नेहमीच एक पाऊल मागे असणार आहे का?

''हं. मला असं म्हणायचं...'' विषय बदलायचा मी आटोकाट प्रयत्न करते. त्याला बहुधा माझी कीव येते.

''सांग तुला काय करायचंय आता?'' मान एका बाजूला किंचित कलती करत तो माझ्याकडे बघत सूचकपणे हसतो.

ख्रिश्चन, तुला हवं ते करू यात. तुझ्या मघाच्या वाक्याची पुन्हा प्रचिती घ्यायलासुद्धा मी तयार आहे. मी खांदे उडवते.

''मला काय करायचं ते मला चांगलंच ठाऊक आहे,'' तो हळुवारपणे म्हणतो. वाईनचा ग्लास हातात घेत तो उभं राहून माझ्यासमोर हात करतो. ''ये.''

मी त्याचा हात धरत उठते. तो मला बोटीच्या मुख्य दालनात नेतो.

त्याचा आयपॅड तिथे स्पिकरशी जोडलेला असतो. तो एक गाणं निवडून लावतो.

''माझ्याबरोबर डान्स कर ना.'' मला जवळ ओढून घेत तो म्हणतो.

''आता तुझा आग्रहच असेल तर...''

''मिसेस ग्रे, माझा आग्रह आहे.''

एक बेधुंद गाणं सुरू होतं. लॅटिन धून आहे का? माझ्याकडे हसून पाहत ख्रिश्चनचे पाय आपोआप तालावर पडू लागतात. मला किंचितसं उचलून घेत तो माझ्यासकट गिरक्या घेऊ लागतो.

गाणाऱ्याचा आवाज अतिशय मखमली आहे. गाणं मला माहितीय, पण तरीही

लक्षात येत नाहीये. ख्रिश्चन मला माझ्या नकळत पटकन खाली करतो. मला हसू येतं. तोही हसतो. त्याच्या नजरेत आता प्रसन्नता आहे. मग मला वर ओढून घेत माझा हात स्वतःच्या बगलेत दाबतो.

"तू किती छान डान्स करतोस रे," मी म्हणते. "मला तर वाटतं की मीच नाचते आहे."

यावर तो काहीही न बोलता गूढ हसतो. त्याच्या मनात त्या बयेचे विचार आले असतील का? तीच ती मिसेस रॉबिन्सन, जिने त्याला डान्स करायला शिकवलं आणि हो... संभोगसुद्धा! आज खूप दिवसांनी मला तिची आठवण आली आहे. ख्रिश्चनच्या वाढदिवसानंतर आजतागायत त्याने तिचा उल्लेखदेखील केला नाहीये. माझ्या माहितीप्रमाणे त्या दोघांमधलं व्यावसायिक नातंदेखील संपूर्णपणे संपलं आहे. अगदी अनिच्छेने का होईना; पण मला मान्य करायला हवंच, की ती एक उत्तम शिक्षिका आहे.

तो परत मला पटकन खाली करतो आणि माझ्यावर झुकत माझ्या ओठांवर ओठ टेकवतो.

"आय वुड मिस यूअर लव्ह," मी गाण्याच्या ओळी गुणगुणते.

"प्रेमाबरोबर मी बरंच काही गमवेन," मला गरगर फिरवत तो म्हणतो. मग तो माझ्या कानात गाणं गुणगुणू लागतो. त्याचा आवाज माझ्या कानात गुंजू लागतो.

गाणं संपतं. ख्रिश्चन माझ्याकडे रोखून पाहतो. त्याच्या डोळ्यांतले भाव बदलले आहेत. मघाची प्रसन्नता जाऊन त्याचे डोळे अनोख्या भावाने उजळले आहेत. मी श्वास घ्यायला विसरते.

"चल ना झोपायला," त्याच्या या हळुवार शब्दांमधल्या आर्जवानं माझं मन हेलावतं.

ख्रिश्चन, अडीच आठवड्यांपूर्वी आपलं लग्न झालं तेव्हापासून मी तुझीच आहे ना. पण मला माहितीए की माझी माफी मागायची आणि मघाच्या प्रचंड उद्रेकानंतर आमच्या दोघांमध्ये सारं काही आलबेल आहे ह्याची खात्री करण्याची ही त्याची अनोखी पद्धत आहे.

मला जाग येते तेव्हा पोर्टहोलमधून सूर्याचे किरण आत शिरलेले असतात. समुद्राच्या लाटांवरून परावर्तित होणारा प्रकाश केबिनच्या छतावर पसरलाय. ख्रिश्चन आजूबाजूला कुठे दिसत नाहीये. मी आळसावत मनाशी हसते. हं! अशा प्रकाराने शिक्षा-संभोगानंतर प्रणय-संभोग स्वीकारायला मी आजन्म तयार आहे. रागीट ख्रिश्चन आणि जमेल-त्या-मार्गाने-मला-तुझं-मन-जिंकू-दे असं म्हणणारा गोड ख्रिश्चन, या दोन्ही ख्रिश्चनबरोबरचा प्रणय किती वेगवेगळा आहे, हे आठवून

माझंच मला नवल वाटतं. त्यातला कोणता मला सर्वाधिक आवडलाय, हे ठरवणं कठीण आहे.

मी उठून बाथरूमकडे जाते. दार उघडल्यावर मला दिसतं, की ख्रिश्चन आतमध्ये दाढी करतोय. त्याच्या कमरेला फक्त टॉवेल गुंडाळलेला आहे. तो वळून माझ्याकडे बघून हसतो. मी अशी बाथरूममध्ये घुसले याचा त्याला जराही राग येत नाही. माझ्या लक्षात आलंय की, एकटा असताना ख्रिश्चन दाराची कडी कधीही लावत नाही. त्याचं कारण 'काय' असावं, हा विचारात पाडणारा प्रश्न आहे. परंतु मला त्या वाटेनं जायचं नाहीये.

"गुड मॉर्निंग, मिसेस ग्रे," ख्रिश्चन आनंदानं म्हणतो.

"गुड मॉर्निंग," दाढी करणाऱ्या ख्रिश्चनचं मी निरीक्षण करते. माझा आवडता छंद आहे तो. हनुवटी खेचत तो झर्रकन रेझर फिरवतो. नकळत मी त्याची नक्कल करू लागते. त्याच्यासारखंच वरचा ओठ खाली दाबत नाकाखालच्या जागेवरून मी रेझर फिरवते. तो वळून माझ्याकडे पाहत परत मानभावीपणानं हसतो. त्याच्या अर्ध्या चेहऱ्यावर अजूनही शेव्हिंग क्रीमचा फेस आहे.

"काय, मजा येतेय वाटतं?" तो विचारतो.

ख्रिश्चन मी तुला तास न् तास न्याहाळू शकते. "हो ना माझ्या अनेक आवडत्या गोष्टींपैकी ही एक आहे," मी असं म्हणताच तो पुढे होत पटकन माझं चुंबन घेतो. त्याबरोबर माझ्या चेहऱ्यावर शेव्हिंग क्रीम लागतं.

रेझर हातात धरत तो छद्मीपणानं म्हणतो, "काय मग, करू का पुन्हा तुझ्यावर प्रयोग?" मी ओठ दुमडत म्हणते, "नाही हं. पुढच्या वेळेस मी वॅक्सिंग करेन." आम्ही लंडनला असतांना ख्रिश्चन एका मीटिंगला गेला होता. मधल्या वेळात मी एकटीच होते. अति उत्सुकतेपायी मी माझ्या योनीवरचे केस रेझरनी उडवले होते. अर्थात, मिस्टर परफेक्टच्या स्टँडर्डप्रमाणे मी करू शकले नव्हते....

"हे काय करून ठेवलं आहेस?" ख्रिश्चन आश्चर्याने विचारतो पण त्याचा स्वर उत्तेजित झालाय. पिकॅडलीजवळच्या ब्राऊन्स हॉटेलमधल्या आमच्या स्वीटमध्ये आम्ही आहोत. तो पलंगावर उठून बसत बाजूचा लाईट लावतो आणि माझ्या 'तिथे' निरखून पाहतो. त्याच्या तोंडाचा 'आ' वासलेला आहे. मध्यरात्र झाली असावी. मी लाजेनं लालबुंद होते; अगदी प्लेरूममधल्या चादरीसारखी. त्याला दिसू नये म्हणून मी घाईघाईनं माझा सॅटीनचा नाईट ड्रेस खाली ओढून घ्यायचा विफल प्रयत्न करते. पण तो पटकन माझा हात धरतो. मला काही करता येत नाही.

"ॲना!"

"अर्रर... मी जरा ... रेझर चालवलं."

"दिसतंय ते. पण का?" त्याच्या चेहऱ्यावर हसू आहे.

मी दोन्ही हातांनी चेहरा झाकून घेते. मला इतकी लाज का वाटते बरं?

"ए," हळुवारपणे मला हाक मारत तो माझे हात बाजूला करतो. "माझ्यापासून नको लपूस." हसू येऊ नये म्हणून त्याने दाताने ओठ दाबून धरला आहे. "सांग की मला, का केलंस?" त्याच्या नजरेतला आनंद लपत नाहीये. यात एवढी गंमत वाटण्यासारखं काय आहे?

"मला हसणं बंद कर."

"मी तुला हसत नाहीये. आय ॲम सॉरी. मला तर मज्जा वाटते आहे," तो म्हणतो.

"ओह..."

"सांग की मला. का?"

मी खोल श्वास घेते. "आज सकाळी तू मीटिंगला गेल्यावर मी शॉवर घ्यायला गेले. तेव्हा मला अचानक तुझे नियम आठवले."

तो डोळ्यांची उघडझाप करतो. त्याच्या चेहऱ्यावरचे गमतीचे भाव क्षणात नाहीसे होतात. अगदी सावधपणे तो मला जोखू लागतो.

"मनातला मनात मी एकेक नियमावर खूण करू लागले, त्याबद्दल मला नेमकं काय वाटतं आहे, याचा विचार करू लागले. तेवढ्यात मला ब्युटी सलोनची आठवण झाली. मग मी विचार केला की तुला... तुला हेच आवडत असावं. स्वतःला तिथे वॅक्स करण्याइतका धीर मला अजिबात झाला नाही." मी अस्फुटपणे म्हणते.

तो माझ्याकडे रोखून पाहतो आहे. त्याच्या नजरेत चमक आहे. माझ्याविषयी मस्करीची भावना नसून, स्वच्छ प्रेमाची भावना आहे.

"ओह ॲना," तो श्वास घेत पुढे झुकून माझ्या ओठांवर हळुवारपणे ओठ टेकवतो. "तू मला गोंधळात टाकतेस," पुढे होऊन ओंजळीत माझा चेहरा धरत तो माझ्या ओठांशी कुजबुजतो.

तो क्षण तसाच थांबतो. मग ख्रिश्चन कोपरावर शरीराचा भर टाकत माझ्याकडे पाहतो. त्याचा थट्टेचा मूड परत आलाय.

"मिसेस ग्रे, तुम्ही केलेल्या 'हाथ की सफाई'ची नीट पाहणी करणं गरजेचं आहे असं मला वाटतं."

"काय? नाही हं, मुळीच नाही." हा नक्की मस्करी करत असणार. नुकत्याच कापणी केलेल्या माझ्या मुलुखमैदानाला झाकण्याचा निष्फळ प्रयत्न करत मी म्हणते.

"नाही, ॲनेस्टेशिया; असं नाही चालणार आता," असं म्हणत माझे दोन्ही

हात धरून ते बाजूला करत तो माझ्यावर चढतो. मग माझ्या 'सफाई'ची बारकाईने पाहणी करतो. त्याच्या त्या नजरेची धग मला सहन होत नाहीये. परंतु मी त्या आगीत जाळून जाण्याआधीच तो पटकन माझ्या नाभीवर ओठ टेकवतो. मी त्याच्या खालून सुटण्याचा प्रयत्न करते. आता माझ्या हातात काही नाही.

"अच्छा तर मग, जरा बघू तरी नीट," असं म्हणत तो माझ्या योनीवर ओठ टेकवतो. "आज सकाळपर्यंत ही जागा चांगली झाकलेली होती." आता तो हनुवटी मुद्दाम तिथे घासतो. त्याच्या दाढीच्या केसांनी मला तीव्र संवेदनांची जाणीव होते.

"आह!" मी चित्कारते. वॉव, काय जबरदस्त संवेदना आहे.

ख्रिश्चनची नजर माझा वेध घेते. माझ्याबद्दलची लालसा तो लपवत नाही. "मला वाटतं इथे थोडेसे राहून गेले आहेत," असं म्हणत तो हळुवारपणे ओढतो, अगदी 'तिथेच'.

"ओह... शिट!" मी कसंबसं म्हणते. निदान आता तरी तो माझी तपासणी थांबवेल अशी मला आशा आहे.

"मला एक मस्त कल्पना सुचली आहे," असं म्हणत तो तसाच नागव्याने पलंगावरून उतरून बाथरूममध्ये जातो.

नेमकं काय करणार आहे हा? काही क्षणात तो परत येतो. त्याच्या हातात पाण्याचा ग्लास, मग, माझं रेझर, त्याचा दाढीचा ब्रश, साबण आणि टॉवेल आहे. पाण्याचा ग्लास, साबण, ब्रश आणि रेझर पलंगाच्या बाजूच्या टेबलवर ठेवून तो हातात टॉवेल घेऊन माझ्याकडे सूचकपणे पाहतो.

ओह नो! माझं अबोध मन हातातलं 'चार्ल्स डिकन्स' खाली आदळत आरामखुर्चीतून ताडकन उठत कमरेवर हात ठेवून उभी राहते.

"मुळीच नाही. अजिबात नाही हं," मी त्याला दाटते.

"मिसेस ग्रे, एखादं काम करण्यासारखं असेल तर ते नीट करणंच योग्य आहे की नाही? कंबर उचला." त्याच्या नजरेत राखाडी वादळ उसळलं आहे.

"ख्रिश्चन, तू मला शेव्ह नाही हं करायचं." मी बजावते.

मान कलती करून तो विचारतो, "आणि ते का म्हणून?"

मी लाजून लाल होते. "हे स्वाभाविक नाही का? कारण... म्हणजे... अरे...ते फार..."

"फार काय? इंटिमेट वाटतंय का? तो विचारतो. ॲना, मला तुझ्याबरोबर इंटिमसीच हवी आहे, खूप हवी आहे. तुलाही ते माहिती आहे. शिवाय, आजवर आपण जे जे केलंय त्यानंतर तुला माझा असा संकोच वाटण्याचा प्रश्नच कुठे येतो? आणि खरं सांग, तुझ्या शरीराच्या या भागाची माहिती तुझ्यापेक्षा जास्त मला नाहीये का?"

त्याच्या या बोलण्यावर माझ्याकडे उत्तर नाही. *उद्धट लेकाचा!* पण मान्य करावं लागेल की त्याचं बरोबर आहे. "तरीसुद्धा... ते चुकीचं आहे रे!" माझा आवाज मला दगा देतोय.

"चुकीचं कुठलं? मी तर म्हणेन की कसलं हॉट आहे हे!"

हॉट? हे? "तू यानं उत्तेजित होतोस?" माझ्या स्वरातलं आश्चर्य लपत नाहीये.

"म्हणजे, लक्षात नाही का येत आहे तुझ्या?" स्वतःच्या ताठरतेकडे निर्देश करत तो म्हणतो. "मला तुला शेव्ह करायचं आहे," तो हलक्या स्वरात म्हणतो.

माझी मती गुंग होते. पण मी त्याच्या इच्छेला मान देते; चेहरा मात्र दोन्ही हातांनी झाकून घेते. तो जे काय करणार आहे ते मला मुळीच पाहायचं नाहीये.

"ख्रिश्चन, तुला जर त्यात आनंद मिळणार आहे, तर कर; तसाही तू रासवट आहेसच," असं म्हणत मी कंबर वर उचलते. त्याबरोबर तो हातातला टॉवेल माझ्या खाली सरकवतो आणि मांड्यांच्या आतल्या भागावर ओठ टेकवतो.

"ओह बेबी; किती बरोबर ओळखलंस!"

आता माझे कान त्याच्या हालचालींचा वेध घेऊ लागतात. तो शेव्हिंग ब्रश पाण्यात बुडवून गोल फिरवतो. आता त्याने माझा डावा घोटा पकडलाय. मग माझे पाय बाजूला करून तो मधल्या जागेत बसतो. त्याबरोबर गादी दबल्याचं मला जाणवतं. "खरंतर आत्ता तुझे पाय बांधून ठेवायला मला खूप आवडेल." तो खर्जात म्हणतो.

"हे बघ, मी मुळीच हलणार नाही, अगदी प्रॉमिस."

"बघ हं!"

फेसाळलेला ब्रश तो माझ्या योनीच्या उंचवट्यावर ठेवतो. त्यासरशी मी श्वास रोखून धरते. गरम लागतोय ब्रश. ग्लासमधलं पाणी नक्कीच गरम असणार. मी वळवळ करते. मला गुदगुली होते... हवीहवीशी.

"हलू नकोस सांगितलंय ना?" मला झापत तो परत ब्रश फिरवतो. "नाहीतर बांधून टाकेन हं तुला." त्याच्या स्वरात कामुक धमकी आहे. माझ्या नसानसातून गडद लालसा बेभान होऊ पाहते.

"तू ह्या आधी हे केलं आहेस का कधी?" तो रेझर घ्यायला हात पुढे करतो तेव्हा मी विचारते.

"नाही."

"अरे वा! मस्त." मी हसून उत्तर देते.

"म्हणजे अजून एक 'पहिला' मिसेस ग्रे."

"हं, मला पहिल्याचं फार अप्रूप आहे."

"मलाही. फिरवू आता?'' असं म्हणून तो झर्रकन रेझर फिरवतो. माझ्या संवेदनशील त्वचेवरून तो इतक्या हलक्या हाताने रेझर फिरवतो की मला आश्चर्य वाटतं. "हलू नकोस!'' तो मनाशी बोलल्याप्रमाणे म्हणतो. त्याने आता लक्ष एकाग्र केलंय हे माझ्या लक्षात येतं.

काही मिनिटांतच तो टॉवेलनं आजूबाजूचा साबण पुसून घेतो.

"बघ, कसं मस्त झालंय,'' त्याचा समाधानाचा स्वर कानावर पडल्यावर मी धीर एकवटून चेहऱ्यावरचे हात बाजूला करून त्याच्याकडे पाहते. तो किंचित मागे होत त्याच्या 'हाथ की सफाई' ची कमाल पाहत असतो.

"बरं वाटलं?'' मी घोगऱ्या स्वरात विचारते.

"मनापासून,'' असं म्हणत समाधानाने हसत तो हलकेच एक बोट आत सारतो.

"**पण** काय मजा आली होती ना,'' त्याच्या नजरेत खट्याळपणा होता.

"तुझ्यासाठी असेल कदाचित.'' मी असं जरी म्हटलं तरी मला माहीत होतं की मलाही ते खूप आवडलं होतं.

"त्यानंतरचं सेशन फारच समाधानकारक होतं.'' असं म्हणत ख्रिश्चन पुन्हा दाढी करू लागतो. मी पटकन माझ्या बोटांकडे बघते. हो तेही खरंच.

"ए, मी चिडवतोय. आपल्या बायकोच्या प्रेमात हरवलेला प्रत्येक नवरा असंच वागतो ना?'' माझी हनुवटी धरून माझ्याकडे बघत ख्रिश्चन म्हणतो. माझ्या डोळ्यांतले भाव वाचायचा तो प्रयत्न करतो. मला तो किंचित धास्तावलेला वाटतो.

हं, परतफेडीची वेळ आलीय.

"बस,'' मी म्हणते.

माझा हेतू त्याच्या लक्षात येत नाही. तो नुसता बघतो. मी बाथरूममधल्या एकुलत्या एक स्टूलकडे त्याला ढकलते. गोंधळलेल्या अवस्थेत तो बसतो. मग मी त्याच्या हातातून रेझर घेते.

"ॲना,'' माझा हेतू लक्षात येऊन तो मला धमकावतो. मी खाली झुकत त्याचं चुंबन घेते.

"मान वर कर,'' मी हलक्या आवाजात सांगते.

त्याची अनिश्चितता माझ्या लक्षात येते.

"जशास तसे, मिस्टर ग्रे.''

तो माझ्याकडे सावधपणे आणि तरीही आश्चर्याने बघतो. "तू काय करते आहेस हे तुला माहितीये का?'' तो खर्जातल्या आवाजात विचारतो. मी सावकाश मान डोलावत चेहऱ्यावर शक्यतोवर गंभीर भाव आणते. तो डोळे मिटून, मान

डोलावत, मला शरण येत, माझ्याकडे पाहतो.

होली शिट्! तो मला चक्क स्वतःची दाढी करू देणार आहे. माझी अंतर्देवता चपळपणे उठत हात पसरून नाचू लागते. त्याच्या कपाळावरच्या ओलसर केसांमध्ये हात ठेवत मी त्याला स्थिर करते. तो डोळे घट्ट मिटून घेत खोल श्वास घेतो. त्याचे ओठ किंचित विलग झालेत. अगदी हळुवारपणे मी ते रेझर त्याच्या हनुवटीकडून मानेकडे नेते. तेवढ्या भागावरचा फेस रेझरवर येतो. ख्रिश्चन खोल श्वास घेतो.

"मी तुला इजा करेन असं वाटलं होतं का तुला?"

"ॲना, तू कधी काय करशील हे मला कधीच कळत नाही. पण एक मात्र नक्की, की मुद्दामहून तू मला इजा करणार नाहीस."

पुन्हा एकदा मी रेझर त्याच्या हनुवटीवरून खाली ओढते.

"ख्रिश्चन, मी तुला जाणीवपूर्वक कधीही दुखावणार नाही."

तो डोळे उघडत दोन्ही हात माझ्या भोवती लपेटतो. आता मी त्याच्या कल्ल्याच्या खालच्या भागापासून हनुवटीवर रेझर ओढते.

"माहितीये मला," तो म्हणतो. त्याच्या उरलेल्या गालावरची दाढी मला नीट करता यावी म्हणून तो चेहरा विशिष्ट कोनात ठेवतो. अजून दोन स्ट्रोकनंतर त्याची दाढी होते.

"बघ, रक्ताचा एक थेंबसुद्धा न येऊ देता मी तुझी दाढी करून दिली की नाही." मी अभिमानाने म्हणते.

तो माझ्या पायावर हात ठेवत वर मांडीपर्यंत नेतो आणि मला त्याच्या मांडीवर बसवतो. त्याच्या दोन्ही खांद्यांवर हात ठेवत मी स्वतःला सावरते. किती पिळदार स्नायू आहेत त्याचे.

"मी तुला आज एके ठिकाणी घेऊन जाऊ शकतो का?"

"का, आज सनबेदिंग नाही का?" मी भुवई उडवत मुद्दाम खोचकपणे विचारते.

तो अस्वस्थपणे ओठांवरून जीभ फिरवतो. "नाही. आज सनबेदिंग नाही. तुला दुसरं काहीतरी आवडेल असं मला वाटलं."

"हं, तसंही काय तुझ्या लव्हबाईट्सने माझ्यासाठी तो पर्याय बंदच केलाय नं. मग दुसरं काहीतरी करायला काय अडचण आहे?"

माझा स्वर लक्षात येऊनही तो दुर्लक्ष करतो. "आपल्याला गाडीनं जावं लागेल. पण मी जे काही ऐकलं आहे त्यावरून ती जागा अप्रतिम असावी असं वाटतंय. माझ्या डॅडनंसुद्धा हे नाव सुचवलंय. डोंगराच्या माथ्यावर असलेलं सेंट-पॉल-डी-व्हेंस हे एक छोटं गाव आहे. तिथे खूप आर्ट गॅलरी आहेत. आपल्या नवीन घरासाठी काही पेंटिंग्ज किंवा मूर्ती मिळतात का ते पाहू."

होली क्रॅप! मी मागे झुकत त्याच्याकडे बघते. आर्ट, त्याला आता आर्ट विकत घ्यायचंय. मी आर्ट कसं विकत घेणार?

"काय झालं?" तो विचारतो.

"ख्रिश्चन मला आर्टबाबत काही समजत नाही."

तो खांदे उडवत माझ्याकडे बघत छानसं हसतो. "आपल्याला जे आवडेल ना तेच आपण घेणार आहोत, बस. हे काही इन्व्हेस्टमेंटच्या दृष्टीनं घ्यायचं नाहीये."

इन्व्हेस्टमेंट? देवा!

"काय?" तो पुन्हा विचारतो.

मी मान हलवते.

"हे बघ, मला माहितीए की आत्ता आपल्याकडे फक्त आर्किटेक्टचं ड्रॉईंग आलंय. पण म्हणून काय झालं? बघायला काय हरकत आहे? आणि हे शहरही खूप प्राचीन, मध्ययुगीन आहे."

अच्छा! आर्किटेक्ट. आता या क्षणी तिची आठवण करून द्यायची काही गरज? जिया मॅटिओ- इलिएटची मैत्रीण- ख्रिश्चनचं ॲस्पेनमधलं घर तिनंच केलं आहे. आजवरच्या आमच्या प्रत्येक भेटीत मला जाणवलं आहे, की ती ख्रिश्चनवर जाम पाघळली आहे.

"आता काय?" ख्रिश्चन थोडं जोरात विचारतो. मी पुन्हा मान हलवते. "सांग की," तो मागे लागतो.

छे! मला जिया आवडत नाही हे मी त्याला कसं सांगणार? माझ्या या न आवडण्याला काही अर्थ नाहीये. 'मत्सरी बायको' असं लेबल नकोय मला.

"मी काल जे केलं त्यावरून अजून रागावली आहेस का?" तो दीर्घ निःश्वास सोडत माझ्या छातीशी नाक खुपसतो.

"नाही रे. मला भूक लागलीये." त्याच्या प्रश्नांचा भडिमार थांबवण्यासाठी मी मुद्दाम हे कारण पुढे करते. मला खात्री आहे की त्यामुळे त्याचं लक्ष विचलित होईल.

"आधी का नाही सांगितलंस?" मला मांडीवरून उतरवत तो चटकन उठून उभा राहतो.

सेंट-पॉल-डी-व्हेन्स हे तटबंदीचं मध्ययुगीन शहर डोंगरमाथ्यावरती आहे. आजवर मी बघितलेल्या ठिकाणांपैकी हे सर्वांत देखणं गाव आहे. ख्रिश्चनच्या हातात हात घालून मी तिथल्या अरुंद दगडी रस्त्यांवरून चालले आहे. माझा हात त्याच्या शॉर्ट्सच्या मागच्या खिशात आहे. आमच्या मागून टेलर आणि गेस्टन किंवा फिलिप येत आहेत. त्या दोन जुळ्यांमधला फरक मला सांगता येत नाही. गच्च झाडीने आच्छादलेल्या एका मोठ्या चौकात तीन वयस्कर माणसं गोळाफेक खेळत

आहेत. उकाडा असूनही त्यातल्या एका माणसानं पारंपरिक बेरेट ही लोकरीची टोपी घातली आहे. पर्यटकांची प्रचंड गर्दी झालीये; पण ख्रिश्चनच्या हातात हात घातल्यामुळे मला खूप सुरक्षित वाटतंय. इथे बघण्यासारखं खूप काही आहे. लहान लहान गल्ल्या प्रशस्त मोकळ्या जागांमध्ये उघडतात. प्रत्येक ठिकाणचा देखावा विलक्षण सुंदर आहे. रेखीव दगडी कारंजी, प्राचीन आणि आधुनिक शिल्पकला, असंख्य लहान-मोठी दुकानं व बुटीक यांची सगळीकडे रेलचेल आहे.

आम्ही पहिल्या गॅलरीत शिरतो. आमच्या समोरच्या भिंतीवर अनेक न्यूड पेंटिंग्ज लावली आहेत. आपल्या गॉगलची काडी तोंडात धरत ख्रिश्चन त्या पेंटिंग्जचं निरीक्षण करतो. फ्लॉरेन्स डेल हिने चितारलेल्या विविध पोझेसमधल्या विवस्त्र स्त्रियांच्या पेंटिंग्जचं हे प्रदर्शन आहे.

''मला नाही आवडलं हे,'' मी हलकेच निषेध नोंदवते. या पेंटिंग्जमुळे मला त्याच्या कपाटातल्या- आमच्या कपाटातल्या- फोटोंच्या बॉक्सची आठवण येते. त्याने ते फोटो नष्ट केले की नाहीत कोण जाणे!

''मलाही,'' माझ्याकडे हसून पाहत ख्रिश्चन म्हणतो. तो माझा हात हातात घेतो. आम्ही पुढच्या गॅलरीकडे जातो. त्याला माझे असे फोटो काढू द्यावेत का, हा विचार माझ्या मनात डोकावतो. माझी अंतर्देवता पसंती दर्शवते.

पुढच्या गॅलरीतली पेंटिंग्ज फार विशेष आहेत. प्रतिकात्मक चित्रं ही त्या आर्टिस्टची खास शैली आहे. फळांच्या आणि भाज्यांच्या या पेंटिंग्जसाठी तिने फार सुंदर रंग वापरले आहेत.

''मला हे आवडलेत.'' बेल पेपरच्या तीन पेंटिंग्जकडे बोट दाखवत मी म्हणते. ''माझ्या अपार्टमेंट मध्ये तू भाजी चिरली होतीस ती आठवण ह्या पेंटिंग्जमुळे ताजी झाली.'' मला खुदूखुदू हसू येतं. खरं म्हणजे ख्रिश्चनलाही मजा वाटतेय; परंतु तो उगाचच हसू लपवण्याचा प्रयत्न करतोय.

''माझ्या मते मी भाज्या फार छान चिरल्या होत्या,'' तो म्हणतो. ''हां, मी जरा हळू चिरत होतो आणि मुख्य म्हणजे-'' तो मला मिठीत ओढत पुढे म्हणतो- ''तू माझं लक्ष विचलित करत होतीस. कुठे लावशील तू ती?''

''काय?''

ख्रिश्चन माझ्या कानाला नाकानं गुदगुली करतोय. ''ती पेंटिंग्ज- कुठे लावशील तू ती?'' माझ्या कानाचा हलकाच चावा घेत ख्रिश्चन मला विचारतो. मला पार 'तिथवर' संवेदना जाणवतात.

''किचनमध्ये,'' मी उत्तर देते.

''हं. मिसेस ग्रे, कल्पना चांगलीये.''

माझं लक्ष किमतीकडे जातं. प्रत्येकी पाच हजार युरो. *होली शिट्!*

"काय घाण महाग आहेत हे!" मी हादरून म्हणते.

"मग?" तो परत मला नाकाने गुदगुली करत म्हणतो. "ॲना, सवय करून घे आता." मग मला मिठीतून सोडत तो रिसेप्शन डेस्कपाशी जातो. तिथे एक सुंदर तरुणी पांढऱ्याशुभ्र पोषाखात बसली आहे. ती ख्रिश्चनकडे आ वासून पाहते आहे. खरं म्हणजे मला डोळे फिरवायची इच्छा होतेय. पण, मी पुन्हा एकदा त्या पेंटिंग्जकडे लक्ष वळवते. *बापरे! प्रत्येकी पाच हजार युरो.*

हॉटेल ले-सेंट-पॉलमध्ये आम्ही लंच संपवून कॉफीचा आस्वाद घेतोय. सभोवतालचं दृश्य अतिशय चित्तवेधक आहे. द्राक्षांचे मळे आणि सूर्यफुलांच्या बागांमुळे सुंदर गालिचा विणला गेलाय. देखण्या फ्रेंच शैलीतल्या नेटक्या फार्म हाऊसेसमुळे सौंदर्यात अधिक भर घातली जात आहे. आभाळसुद्धा निरभ्र आहे. त्यामुळे क्षितिजापर्यंतचा आसमंत सहज नजरेस पडतोय. बसल्या जागेवरून आम्हाला समुद्राकडे जाणारी वाटसुद्धा दिसतेय. ख्रिश्चन मला माझ्या दिवास्वप्नातून भानावर आणतो.

"मी तुझी वेणी का घालतो, असं तू मला विचारलं होतं," त्याच्या स्वरामुळे मी धास्तावते. त्याच्या चेहऱ्यावर... अपराधीपणा दिसून येतोय.

"हो." *ओह शिट!*

"ती साली रांड मला तिच्या केसांशी खेळू देत असावी असं मला वाटतंय. हे स्वप्न आहे की आठवण हे मी सांगू शकत नाही."

अहा! त्याची जन्मदात्री.

तो माझ्याकडे टक लावून पाहतोय. त्याचे भाव मला समजू शकत नाहीयेत.

माझ्या मनात काहूर माजतं. तो जेव्हा असं काही सांगतो, तेव्हा मी काय बोलावं बरं?

"तू माझ्या केसांशी खेळतोस ते मला खूप आवडतं," माझा स्वर अनिश्चित असतो.

तो अविश्वासानं माझ्याकडे पाहतो. "खरंच?"

"हो. आणि हे खरंय." मी त्याचा हात पकडते. "मला वाटतं ख्रिश्चन, तुझं तुझ्या जन्मदात्या आईवर खूप प्रेम होतं." त्याचे डोळे विस्फारतात. एक शब्दही न उच्चारता तो निर्विकार चेहऱ्याने पाहत राहतो.

होली शिट्! मी जरा जास्तच ताणलंय का? *फिफ्टी, प्लीज काहीतरी बोल ना.* पण तो एक शब्दही न उच्चारता तसाच बघत राहतो. त्याच्या त्या गर्द राखाडी डोळ्यांनी तो मला न्याहाळत राहतो. आम्ही दोघंही आता अगदी गप्प आहोत. तो हरवल्यागत दिसतो.

त्याच्या हातावरच्या माझ्या हातांकडे तो अपराधी भावनेनं बघतो.

"काहीतरी बोल ना," मी धास्तावलेल्या स्वरात विचारते. ही शांतता मला

आता असह्य झालेली आहे. खोल श्वास घेत तो मान हलवतो.

"चल, निघू यात." माझा हात सोडत तो उभा राहतो. त्याच्या चेहऱ्यावर सावध भाव आहेत. मी फार पुढे गेले का? मला कल्पना नाही. माझं मन विषण्ण होतं. आता काही बोलावं, की गप्प राहावं, हेही मला समजत नाही. गप्प राहणं बरं, असा विचार करत मी त्याच्या मागून रेस्टॉरंटमधून बाहेर पडते.

बाहेरच्या अरुंद रस्त्यावर येताच तो माझा हात हातात धरतो.

"सांग कुठे जायचंय तुला?"

तो चक्क बोलला! तो माझ्यावर भडकला नाहीये. नशीब माझं. मी सुटकेचा निःश्वास टाकत त्याला आनंदानं म्हणते, "तू माझ्याशी बोलतो आहेस म्हणून मला किती आनंद झालाय."

"तुला माहितीये ना, मला त्या सगळ्या राड्याबद्दल बोलायला आवडत नाही. ते सगळं केव्हाच संपलंय," तो अतिशय शांतपणे मला सांगतो.

ख्रिश्चन नाही, असं संपत नसतं. माझ्या मनात विषाद दाटतो. आज पहिल्यांदाच माझ्या मनात येतं, की जे झालं त्याचा परिणाम कधी पुसला जाईल का? हा कायम असा *फिफ्टी शेड्स* राहील का, माझा फिफ्टी शेड्स. तो बदलावा अशी माझी इच्छा आहे का? नाही, तसं मला वाटत नाही. पण मी त्याच्यावर प्रेम करतेय याची जाणीव त्याला व्हावी. त्याच्याकडे कटाक्ष टाकत मी मनातल्या मनात त्याच्या रेखीव सौंदर्याला दाद देते... शिवाय तो *माझा* आहे. त्याच्या देखण्या सौंदर्यावर आणि यशावर मी लुब्ध झालेय, यात वाद नाही. परंतु त्याच्या या परिपूर्ण बाह्य सौंदर्यामागे त्याचा जो त्रस्त आत्मा आहे, तो मला सर्वाधिक भुरळ घालतो.

तो पुन्हा एकदा त्याच्या त्या विशिष्ट लकबीनं माझ्याकडे बघतो. त्याच्या चेहऱ्यावर आश्चर्य आणि सावधानतेचं मिश्रण आहे. कसला सेक्सी दिसतोय तो! पुन्हा तो माझ्या हातात हात गुंफतो. फिलिप किंवा गॅस्टन यांपैकी एकानं पार्क केलेल्या मर्सिडिजच्या दिशेनं आम्ही जातो. आजूबाजूला पर्यटकांची गर्दी आहे. मी मघाप्रमाणे पुन्हा एकवार ख्रिश्चनच्या शॉर्ट्सच्या मागच्या खिशात हात घालते. तो चिडला नाही म्हणून मला खूप बरं वाटतं. पण प्रामाणिकपणे विचार केला तर कुठला चार वर्षांचा मुलगा आपल्या आईवर प्रेम करत नाही? मग ती आई कितीही का वाईट असेना! मी खोल श्वास सोडत त्याला अजूनच बिलगते. आमच्यामागे सिक्युरिटी टीम आहे, याची मला जाणीव आहे. त्यांनी काही खाल्लं, की नाही देव जाणे.

डिझायनर ज्वेलरीच्या एका छोट्याशा बुटिकच्या बाहेर ख्रिश्चन थांबतो. एकदा आत नजर टाकून तो माझ्याकडे बघतो. मग माझा मोकळा हात पकडत बेडीमुळे उमटलेल्या लाल व्रणाकडे नजर टाकतो.

"दुखत नाहीये ते," मी त्याला खात्री देण्याचा प्रयत्न करते. तो वळतो,

त्याबरोबर त्याच्या खिशात असलेला माझा हात बाहेर निघतो. हळुवारपणे माझा दुसरा हात वळवून ख्रिश्चन त्याची पाहणी करतो. आमच्या लंडनमधल्या पहिल्या सकाळी ब्रेकफास्टच्या वेळेस त्याने मला दिलेलं प्लॅटिनम ओमेगा वॉच मी घातलं आहे. त्याखाली या हाताचा व्रण लपलाय. त्या घड्याळावर कोरलेल्या अक्षरांनी मला आत्तासुद्धा भरून येतं.

ॲनेस्टेशिया
तू माझं सर्वस्व आहेस
माझं प्रेम, माझं आयुष्य
ख्रिश्चन

कसाही असला तरी, फिफ्टीच्या साऱ्या शेड्स सकट माझा नवरा अतिशय रोमँटिक होऊ शकतो. मनगटावरच्या फिकट खुणांकडे मी नजर टाकते. पण मग अनेकदा तो रासवटपणा करतो, हेही तितकंच खरं. माझा डावा हात सोडत तो माझी हनुवटी उंचावत माझा अंदाज घेतो. त्याच्या नजरेत अनिश्चितता आहे.

"अरे खरंच दुखत नाहीये," मी पुन्हा त्याला सांगते. तो माझ्या मनगटांच्या आतल्या बाजूचं माफीदर्शक चुंबन घेतो.

"चल," असं म्हणून तो मला आत दुकानात घेऊन जातो.

"हे घे," ख्रिश्चन माझ्यासाठी प्लॅटिनमचं एक ब्रेसलेट विकत घेतो. प्रचंड सुंदर आहे ते. वेगवेगळ्या छोट्या फुलांची नाजूक नक्षी त्यावर कोरलेली आहे. प्रत्येक फुलाच्या मध्यभागी हिरकण्या जडवल्या आहेत. तो स्वतः ते माझ्या मनगटात अडकवतो. जरासं रुंद असलेलं हे ब्रेसलेट बेडीची आठवण करून देतं. पण, त्याच्यामुळे माझ्या हातावरचा लाल व्रण झाकला जातो. त्याची किंमत साधारण तीस हजार युरो असावी, असं मला वाटतं. तिथल्या विक्रेत्याशी ख्रिश्चन फ्रेंचमध्ये बोलत असल्यामुळे मला नक्की किंमत कळू शकलेली नाहीये. हे मात्र खरं, की या आधी मी इतकी भयंकर महाग वस्तू कधीही वापरलेली नाहीये.

"हं," आता जरा बरं दिसतंय," तो म्हणतो.

"बरं दिसतंय?" माझ्या तोंडातून शब्दच निघत नाहीये. त्याच्या चमकणाऱ्या राखाडी डोळ्यांकडे मी रोखून बघते. तिथला सेल्समन आमच्याकडे टक लावून पाहतोय हे माझ्या लक्षात येतं. त्याच्या चेहऱ्यावर मत्सर आणि नाराजीसुद्धा आहे.

"तुला माहितीये मी असं का म्हणतोय," ख्रिश्चनच्या स्वरात अनिश्चितता आहे.

''मला याची खरंच गरज नाहीये,'' मी मनगट हलवते. बुटिकच्या खिडकीवर परावर्तित होणारी सूर्याची किरणं ब्रेसलेटच्या हिरकण्यांवर पडल्यामुळे बुटिकच्या भिंतींवर सप्तरंगांची उधळण होते.

''मला आहे,'' तो अतिशय प्रामाणिकपणे म्हणतो.

का? त्याला याची गरज का वाटते? त्याला अपराधी वाटतंय का? कशाबद्दल वाटावं? खुणांबद्दल? त्याच्या जन्मदात्या आईबद्दल? मला विश्वासात न घेतल्याबद्दल? *ओ फिफ्टी.*

''नाही ख्रिश्चन, तुलाही गरज नाहीए. तू मला आत्तापर्यंत भरभरून दिलं आहेस. स्वप्नवत वाटावा असा हनिमून, लंडन, पॅरिस, कोटे-द-अझूरं आणि तू स्वतः, मी अतिशय नशीबवान मुलगी आहे.''

माझ्या हळुवार स्वरामुळे त्याची नजर मवाळ होते.

''नाही ॲनेस्टेशिया, नशीबवान तर मी आहे.''

''थँक यू.'' चवड्यांवर उभं राहत मी त्याच्या गळ्याभोवती हात टाकत त्याचं चुंबन घेते... ब्रेसलेटसाठी नाही तर तो माझा आहे म्हणून.

गाडीमध्ये बसल्यावर तो पुन्हा अंतर्मुख होतो. बाहेरच्या कित्येक एकर पसरलेल्या पिवळ्याजर्द सूर्यफुलांकडे तो बघत राहतो. दुपारच्या उन्हात सूर्यफुलांचा पिवळाधमकपणा अधिक उजळला आहेत. त्या जुळ्यांपैकी एक- मला वाटतं गॅस्टन- गाडी चालवतोय आणि टेलर त्याच्या बाजूला बसलाय. ख्रिश्चनच्या मनात काहीतरी विचार चालू आहे. मी त्याचा हात पकडून त्याला धीर देते. माझ्याकडे कटाक्ष टाकत तो माझा हात सोडून मांडीवर थोपटतो. मी आत्ता गुडघ्यापर्यंत येणारा घेरदार पांढरा-निळा स्कर्ट आणि निळा स्लिव्हलेस शर्ट घातलाय. ख्रिश्चन क्षणभर थबकतो. त्याचा हात माझ्या गुडघ्यावरून मांडीकडे जाणार आहे, की खाली पायाकडे हे मला सांगता येत नाही. त्याच्या बोटांच्या अलवार स्पर्शाने माझ्या हृदयाचे ठोके वाढतात. क्षणभर माझा श्वास थांबतो. तो नक्की काय करणार आहे? त्याचा हात सरकन खाली सरकतो. माझ्या घोट्याशी पकडून तो माझा पाय स्वतःच्या मांडीवर घेतो. मी जागेवरच किंचित वळत तिरकी बसते. आता माझा चेहरा त्याच्या दिशेनं आहे.

''दुसरा पाय पण इकडे कर.'' मी अनिश्चिततेने टेलर आणि गॅस्टनकडे बघते. त्या दोघांचीही नजर समोर रस्त्यावर खिळली आहे. मग मी माझं दुसरं पाऊल ख्रिश्चनच्या मांडीवर ठेवते. त्याचे डोळे शांत आहेत. पुढे होत तो दाराजवळचं एक बटन दाबतो. त्याक्षणी समोरच्या सीटमध्ये असलेल्या पॅनलमधून प्रायव्हसी स्क्रीन वर येतो. अवघ्या दहा सेकंदांत आम्हाला हवा तसा एकांत आहे. वॉव! ही गाडी उगाचच एवढी ऐसपैस नाही.

"मला तुझे घोटे पाहायचेत," ख्रिश्चन सावकाशपणे स्पष्टीकरण देतो. त्याच्या नजरेत अस्वस्थता आहे. बेडीच्या खुणा? जीझ... माझ्या मते हा मुद्दा संपला होता. समजा काही खुणा असल्या तरी त्या सँडलच्या पट्ट्याखाली लपल्या होत्या. मला सकाळी तरी खुणा दिसल्या नव्हत्या हे नक्की. अगदी हळुवारपणे तो अंगठ्याने माझ्या उजव्या पावलाला स्पर्श करत जातो. मला गुदगुल्या होतात. त्याच्या चेहऱ्यावर हसू येतं. मग पटकन तो सँडलचा पट्टा उघडतो. तिथे उमटलेल्या गडद लाल खुणा पाहताच त्याच्या चेहऱ्यावरचं हसू मावळतं.

"नाही दुखत," मी म्हणते. तो माझ्याकडे बघतो. अचानक त्याचा चेहरा दुःखी होतो. तो ओठ घट्ट आवळून घेतो. माझ्या शब्दावर विश्वास असल्यागत तो मान डोलावतो. मी पाय हलवून सँडल काढून टाकते. पण तो त्याच्या विश्वात हरवलाय हे माझ्या लक्षात येतं. पुन्हा एकदा तो विचारमग्न झालाय. आता तो यांत्रिकपणे माझा पाय कुरवाळत असला तरी त्याचं लक्ष खिडकीच्या बाहेर आहे.

"ए, तुझी काय अपेक्षा होती?" मी हळुवारपणे विचारते. माझ्याकडे बघत तो खांदे उडवतो.

"या खुणांकडे बघून माझ्या मनात जे भाव उमटले आहेत त्यांची मला अपेक्षा नव्हती," तो म्हणतो.

वा! एका क्षणी घुमेपणा तर दुसऱ्या क्षणी मनमोकळा? कसं काय... फिफ्टी! कसं काय जुळवून घेणार मी याच्याशी?

"तुला कसं वाटतंय?" मी त्याला विचारते.

माझ्याकडे उदासपणे बघत तो कसंतरी म्हणतो, "अस्वस्थ."

ओह नो! मी माझा सीटबेल्ट सोडवून त्याला बिलगते. माझे पाय त्याच्या मांडीवर आहेत. शक्य असतं तर मला त्याच्या मांडीवर बसून त्याला घट्ट धरून ठेवायला आवडलं असतं. गाडीत समोर टेलर एकटा असता तर मी तसं केलंही असतं. पण गॅस्टनही गाडीत असल्यामुळे मी तसं करत नाही. प्रायव्हसी स्क्रीन असूनही मला ते नकोसं वाटतं. थोडा अजून अंधार असता तर? मी त्याचा हात घट्ट पकडते.

"मला ते लव्हबाईट्स आवडले नाहीत," मी त्याच्या कानात म्हणते. "तू केलेलं बाकी सारं काही-" मी माझा आवाज अजून खाली घेत म्हणते- "बेड्यांमुळे तर मला खूप मजा आली. खरं तर मजा येण्याच्याही पलीकडे तो अनुभव होता. तो स्वर्गीय अनुभव होता. तू पुन्हा कधीही त्याचा प्रयोग माझ्यावर करू शकतो."

तो गाडीत सरसावून बसतो. "स्वर्गीय अनुभव?" जॅकी कोलिन्स वाचत असलेली माझी अंतर्देवता दचकून वर बघते.

"हो." मला हसू येतं. मी मुद्दामच त्याला टाचा टोचून त्याची प्रतिक्रिया

आजमावते. माझा हेतू लक्षात येऊन तो खोल श्वास घेत मला उसन्या गंभीरपणे सांगतो, ''मिसेस ग्रे, खरं म्हणजे तुम्ही आता तुमचा सीटबेल्ट लावला पाहिजे.'' मग मी मुद्दाम त्याला पायाच्या बोटांनी गुदगुल्या करते. पुन्हा एकवार श्वास घेत तो माझ्याकडे रोखून पाहत माझा घोटा पकडतो. त्याच्या मनात काय आहे? मी थांबावं की त्याला चेतवावं? तो क्षणभर थांबतो आणि वैतागून खिशातला ब्लॅकबेरी बाहेर काढतो. घड्याळाकडे बघत तो कॉल घेतो. त्याच्या कपाळावरच्या आठ्या गडद झाल्या आहेत.

''बार्नी,'' तो खेकसतो.

क्रॅप. त्याच्या कामामुळे पुन्हा एकदा आमच्या प्रणयाराधनेत व्यत्यय आला आहे. मी पावलं ओढून घ्यायचा प्रयत्न करते; पण तो त्याच्या बोटांची पकड घट्ट करतो.

''सर्व्हर रूममध्ये?'' त्याच्या स्वरात आश्चर्य आहे. ''फायर सप्रेशन सिस्टिम ॲक्टिव्हेट झाली की नाही?''

आग! मी पावलं खाली घेते. या वेळेस तो विरोध करत नाही. मी सीटवर नीट बसत बेल्ट बांधून माझ्या तीस हजार युरो किमतीच्या ब्रेसलेटशी अस्वस्थपणे चाळा करते. ख्रिश्चन त्याच्या बाजूचं बटन दाबून प्रायव्हसी ग्लास खाली घेतो.

''कोणाला लागलंय का? काही नुकसान? अच्छा... कधी?'' पुन्हा एकदा घड्याळाकडे नजर टाकत ख्रिश्चन केसांमधून हात फिरवतो. '' नाही. पोलिसही नाही आणि फायर डिपार्टमेंट पण नाही. निदान आत्ता तरी नाहीच.''

होली क्रॅप! आग? ख्रिश्चनच्या ऑफिसमध्ये? मी आ वासून त्याच्याकडे पाहते. माझ्या मनात विचार थैमान घालू लागतात. ख्रिश्चनचं फोनवरचं बोलणं नीट ऐकू यावं म्हणून टेलर थोडासा सरसावून बसतो.

''त्यानं केलंय का? छान... ठीक आहे. झालेल्या नुकसानाचा सविस्तर रिपोर्ट मला हवाय. त्याशिवाय गेल्या पाच दिवसांमध्ये जे कोणी येऊन गेलं- अगदी क्लिनिंग स्टाफमधल्या सगळ्यांसकट- कळलं? ताबडतोब अँड्रीयाशी संपर्क साधून तिला मला फोन करायला लाव... हं, महाग असलं तरी अरगॉन खूप परिणामकारक दिसतंय.''

नुकसान? रिपोर्ट? अरगॉन? अचानक मला शाळेमध्ये गिरवलेले केमिस्ट्रीचे धडे आठवतात. मला वाटतं ते मूलद्रव्य आहे.

''हो, मला कल्पना आहे की ही अवेळ आहे... पण मला दोन तासांत ई-मेल कर... नाही, मला कळलंच पाहिजे. फोन केल्याबद्दल धन्यवाद.'' तो कॉल संपवून ख्रिश्चन ताबडतोब दुसरा नंबर लावतो.

''वेल्च, छान... कधी?'' ख्रिश्चन पुन्हा घड्याळाकडे बघतो. ''ठीक आहे,

तासाभरात हं... मला चोवीस तास अखंड पहारा पाहिजे... छान.'' त्याचा कॉल संपतो.

''फिलिप, मला तासाभरात बोटीवर पोहोचणं गरजेचं आहे.''

''सर.''

शिट्, हा गॅस्टन नसून फिलिप आहे. गाडी अचानक वेग घेते.

ख्रिश्चन माझ्याकडे नजर टाकतो. त्याचा चेहरा निर्विकार आहे.

''कोणाला लागलं का?'' मी गंभीरपणे विचारते.

ख्रिश्चन मान हलवतो. ''अगदी थोडं नुकसान झालंय.'' पुढे होत तो माझा हात हातात घेत मला धीर देतो. ''तू काळजी नको करूस. माझी टीम आहे ना, ते बघतील सगळं.'' पुन्हा एकदा ख्रिश्चन सीईओच्या भूमिकेत आला आहे. जराही न गोंधळता सगळी सूत्रं हातात घेऊन तो सूचना देतो आहे.

''आग कुठे लागली?''

''सर्व्हर रूमला.''

''ग्रे हाऊसला?''

''हो.'' त्याचे प्रतिसाद अगदी एकेरी आहेत. त्यावरून माझ्या लक्षात येतं की आत्ता काही बोलायची त्याची इच्छा नाही.

''नुकसान इतकं कमी कसं झालं?''

''सर्व्हर रूममध्ये सर्वोत्तम फायर सप्रेशन सिस्टिम बसवलेली आहे.''

त्यात काही वादच नाही.

''ॲना, प्लीज काळजी करू नकोस.''

''छे रे, मी कुठे काळजी करतेय?'' मी खोटं बोलते.

''आता ही आग लागली की लावली हे अजून आम्हाला खात्रीनं सांगता येणार नाही,'' तो म्हणतो. माझी अस्वस्थता कमी होण्याऐवजी वाढते. मी घाबरून गळ्याशी हात ठेवते. आधी चार्ली टॅन्गो आणि आता ही आग.

पुढे काय?

४

मी अस्वस्थ आहे. एक तास होऊन गेला ख्रिश्चन अजूनही बोटीमधल्या त्याच्या स्टडीतून बाहेर आलेला नाही. मी वाचायचा, टीव्ही पाहण्याच्या, अंगातल्या कपड्यानिशी सनबाथ घेण्याचा प्रयत्न केला; पण माझं मन कशातही रमत नाही. मनातली हुरहूर कमी होत नाहीये. कपडे बदलून मी शॉर्ट्‌स आणि टी-शर्ट घालते. त्यानंतर ते भयंकर महागडं ब्रेसलेट काढून ठेवते आणि टेलरला शोधायला जाते.

तो ख्रिश्चनच्या स्टडीच्या बाहेर असलेल्या छोट्या खोलीत ॲन्थनी बर्गेसची कादंबरी वाचत बसलेला असतो. मला अचानक आलेलं पाहून तो दचकून म्हणतो, ''मिसेस ग्रे.''

''मला शॉपिंगला जायचंय.''

''यस मॅऽम,'' तो उभा राहत म्हणतो.

''मला जेट-स्काय घेऊन जायला आवडेल.''

त्यावर काही न सुचून तो नुसताच हुंकार देतो.

''मला ख्रिश्चनला त्रास द्यायचा नाहीए.''

तो उसासा सोडत म्हणतो, ''मिसेस ग्रे... अं... मला वाटतं मिस्टर ग्रे ह्यांना ही कल्पना आवडणार नाही. शिवाय मला माझी नोकरी टिकवायला आवडेल.''

ओह, फॉर हेवन्स सेक! खरं तर मला आत्ता त्याच्याकडे बघून डोळे फिरवायचा मोह होतोय. पण त्याऐवजी मी सुस्कारा सोडत वैतागानं त्याच्याकडे डोळे बारीक करून बघते. अरे अरे, मी काय करावं हे मी ठरवू शकत नाही. पण माझ्यामुळे ख्रिश्चन टेलरवर भडकला तर तेही मला आवडणार नाही. मनात काहीतरी ठरवून मी आत्मविश्वासानं ख्रिश्चनच्या स्टडीच्या दारावर टकटक करून आत शिरते.

तिथल्या माहोगनी टेबलवर रेलून ख्रिश्चन ब्लॅकबेरीवर बोलतोय. तो वर पाहतो. ''अँड्रीया, एक मिनिट हं,'' त्याच्या चेहऱ्यावरचे भाव गंभीर आहेत. तो माझ्याकडे अपेक्षेने पाहतो. *शीट्!* प्रिन्सिपॉलच्या केबिनमध्ये शिरल्यासारखं मला का वाटतंय? या माणसानं काल मला बेड्या घातल्या होत्या. तो नवरा आहे माझा. त्याच्या

धाकात राहणं मला मान्य नाही. खांदे ताठ करत मी छानसं हसून त्याच्याकडे पाहते.

"मी शॉपिंगला चालले आहे. सिक्युरिटी घेऊन जाईन मी."

"चालेल, टेलरच्या शिवाय जुळ्यांपैकी एकालासुद्धा बरोबर ने," तो म्हणतो. प्रकरण गंभीर आहे हे माझ्या लक्षात येतं; कारण तो मला एकही प्रश्न विचारत नाही. माझी काही मदत होऊ शकते का, या विचारानं मी तिथे तशीच उभी राहते.

"अजून काही हवंय का?" तो विचारतो. *क्रॅप!* तो मला चक्क घालवतोय.

"तुझ्यासाठी मी काही आणू का?" मी विचारते. तो त्याचं ते खास ठेवणीतलं गोड हसतो.

"नो बेबी, काहीच नको," तो उत्तर देतो. "इथला क्रू माझ्याकडे लक्ष ठेवेल."

"ओके." मला त्याचं चुंबन घ्यायचंय. खड्ड्यात गेलं सगळं. तो माझा नवरा आहे. जाणीवपूर्वक त्याच्या दिशेनं जात मी त्याच्या ओठांवर ओठ टेकवते. त्याला आश्चर्य वाटतं.

"अँड्रीया, मी करतो तुला लगेच कॉल," असं म्हणत तो ब्लॅकबेरी त्याच्या मागच्या डेस्कवर ठेवतो. मग मला मिठीत घेऊन तो आवेगाने माझं चुंबन घेतो. तो मला सोडतो तेव्हा माझा श्वास फुललेला असतो. त्याची नजर गडद होत जाते. त्याला आत्ता माझी खूप आवश्यकता आहे.

"तू माझं लक्ष विचलित करते आहेस. हे सगळं काम पूर्ण करणं मला भाग आहे. तरच माझा उरलेला हनिमून मी पूर्ण करू शकेन." माझ्या चेहऱ्यावरून बोट फिरवत तो माझी हनुवटी कुरवाळत माझा चेहरा स्वतःच्या दिशेनं थोडासा वर करतो.

"ठीक आहे. आय ॲम सॉरी."

"मिसेस ग्रे, तुम्हाला माफी मागण्याची गरज नाही. तुम्ही माझं लक्ष विचलित केलेलं मला खूप आवडतं." माझ्या ओठांच्या कोपऱ्याचं चुंबन घेत तो म्हणतो.

"जा, थोडे पैसे उडवून ये." असं म्हणत तो मला सोडतो.

"चालेल." त्याच्या स्टडीतून बाहेर पडताना मी स्वतःवर खूश होत हसते. माझं अबोध मन मात्र ओठ आवळून घेत मला झापतं. *'तू जेट-स्काय वर चालली आहेस हे सांगितलं नाही त्याला.'* तिच्या गोड आवाजात ती मला झापते. *दुष्ट!* मी तिच्याकडे सरळ दुर्लक्ष करते.

टेलर शांतपणे माझी वाट पाहत उभा आहे.

"चला, हाय कमांडनं 'ऑल-क्लिअरचा' सिग्नल दिलाय. निघायचं?" स्वरामध्ये जराही उपरोध न येऊ देण्याचा प्रयत्न करत मी म्हणते. टेलर कौतुकानं हसतोय.

"मिसेस ग्रे, आधी तुम्ही."

जेट-स्काय कसं चालवायचं ह्याबद्दल टेलर मला शांतपणे समजावून सांगतो. त्याची सांगायची पद्धत खूप छान आहे. सौम्य, स्थिर तरीही किंचित अधिकार दर्शवणारी. *फेअर लेडी* च्या बाजूला शांत पाण्यावर वरखाली करणाऱ्या मोटर लाँचमध्ये आम्ही बसतो. गॅस्टन सगळीकडे नजर ठेवून आहे. त्यानं घातलेल्या गॉगलमुळे त्याच्या चेहऱ्यावरचे भाव पुरेसे लक्षात येत नाहीत. त्याच्या जोडीला *फेअर लेडी* च्या क्रूपैकी कोणीतरी एक मोटर लाँच चालवण्यासाठी आलेला आहे. *जीझ!* हो मला नुसतं शॉपिंगला जायचं आहे म्हणून माझ्या बरोबर तीन तीन लोकं! कठीण आहे.

लाईफ जॅकेटची झीप नीट ओढून घेत मी टेलरकडे बघून आनंदानं हसते. जेट-स्कायवर चढणं मला सोपं जावं म्हणून तो आधारासाठी हात पुढे करतो.

"इग्निशन कीचा पट्टा तुमच्या मनगटाभोवती गुंडाळून घ्या, मिसेस ग्रे. त्यामुळे तुम्ही जरी पडलात तरी इंजिन आपोआप बंद होईल," तो समजावून सांगतो.

"बरं."

"तयार?"

मी उत्साहानं मान हलवते.

"बोटीपासून साधारण चार फूट अंतरावर गेल्यानंतर इग्निशन की दाबा. आम्ही आहोतच तुमच्या मागे."

"ठीक आहे."

मग तो जेट-स्कायला लाँचपासून दूर ढकलतो. त्यामुळे जेट-स्काय डोलू लागते. त्याने मला अंगठ्याने ओके अशी खूण केल्यावर मी इग्निशनचं बटण दाबते. त्या क्षणी इंजिन सुरू होतं.

"ओके, मिसेस ग्रे, जरा सावकाश." टेलर जोरात ओरडून सांगतो. मी ॲक्सलरेटर दाबते. जेट-स्काय पुढे झेपावत बंद पडते. *हॅट!* ख्रिश्चन चालवतो तेव्हा किती सोपं वाटतं. मी दोन-तीनदा प्रयत्न करते. प्रत्येक वेळेस ती चालू होऊन बंद पडते. *च्यायला, वैताग आहे नुसता.*

"मिसेस ग्रे, गॅसवर लक्ष ठेवा," टेलर मला सूचना करतो.

"हो हो हो," मी ओठ आवळत म्हणते. नव्या दमानं मी आता प्रयत्न करत अगदी सावकाश लिव्हर सोडते. त्याबरोबर जेट-स्काय पुढे झेपावते आणि या वेळेस न थांबता वेग घेते.

यस! जमलेलं आहे. हा! हा! आम्ही निघालोय. खरं म्हणजे मला अत्यानंदानं ओरडावंसं वाटतंय; पण मी मनावर ताबा ठेवते. यॉटपासून सावकाश दूर होत मी भर समुद्रात येते. माझ्यामागून मोटार लाँच सुरू झाल्याचा आवाज येतो. मी गती वाढवते. आता जेट-स्काय पाण्यावरून स्केटिंग करत सुसाट सुटते. समुद्रावरचा

खारा वारा आणि लाटांचे बारीक तुषार मला धुंद करतायत. मला मुक्त झाल्यासारखं वाटतंय. कसलं भारी आहे हे. जेट-स्काय चालवायचा ख्रिश्चनचा अट्टाहास मला आता लक्षात येतो.

चुपचाप किनाऱ्याकडे जाण्याऐवजी मी दिशा बदलून *फेअर लेडी* च्या भोवती एक मोठा चक्कर घेते. *वॉव!* मला खूप गंमत येतेय. टेलर आणि त्याच्या साथीदारांकडे दुर्लक्ष करून मी यॉटभोवती अजून एक चक्कर घेते. ती पूर्ण करता करता मला डेकवर उभा असलेला ख्रिश्चन दिसतो. तो बहुधा आ वासून माझ्याकडे बघत असावा. इतक्या दुरून सांगणं कठीण आहे. हॅन्डलवरचा एक हात काढून मी उत्साहाने त्याला 'हाय' करते. आधी तर तो पुतळ्यासारखा स्तब्ध उभा राहतो; पण मग तोही हात उंचावून मला प्रतिसाद देतो. पुन्हा एकदा त्याची प्रतिक्रिया आजमावणं मला कठीण जातं. शिवाय, ती न समजून घेणं माझ्या पथ्यावर पडेल असं मला वाटतं. मग मी मरीनाच्या दिशेने जात जेट-स्कायची गती वाढवते. सरत्या संध्याकाळच्या उन्हात मेडिटेरेनियनचं निळं पाणी चमकतंय.

डॉकमध्ये आल्यावर मी टेलरला पुढे होऊ देते. त्याचा चेहरा गंभीर झाला आहे हे पाहून मला कसंतरी वाटतं. गॅस्टनला मात्र चक्क मजा वाटतेय. अमेरिकेचं इतर देशांशी असलेलं परराष्ट्र धोरण बिघडलं असल्यासारखा भाव टेलरच्या चेहऱ्यावर असला तरी त्यामागे बहुधा मीच असावे, असं मला वाटतंय. गॅस्टन पटकन मोटरबोटमधून उतरून ती किनाऱ्याला बांधतो. टेलर मला जेट-स्कायवरून उतरण्यासाठी मार्गदर्शन करतो. त्याच्या सांगण्यानुसार मी बोटीच्या बाजूला जेट-स्काय नेमकी लावते. त्याच्या चेहऱ्यावरचे भाव किंचित सौम्य होतात.

"मिसेस ग्रे, आता फक्त इग्निशन स्विच ऑफ करा," अतिशय शांतपणे मला असं सांगून एका हाताने हॅन्डलबार पकडून तो दुसरा हात माझ्या समोर करतो. त्याचा हात पकडत मी चपळाईने मोटरबोटवर उडी मारते. *वॉव!* न पडता आले की मी.

"मिसेस ग्रे," टेलरची अस्वस्थता लक्षात येतेय. त्याचे गाल लाल झालेत. "तुम्ही एकट्या जेट-स्काय वरून आला आहात हे मिस्टर ग्रे ह्यांना अजिबात आवडलेलं नाही." संकोचानं त्याचा जीव अर्धमेला झालाय. माझ्या लक्षात येतं, की त्याला ख्रिश्चननं फोनवर चांगलंच खडसावलं असावं. ओह, *बिचारा माझा अति दक्ष नवरा, मी त्याचं काय करू?*

टेलरकडे बघत मी मोकळं हसत म्हणते, "अच्छा! हे बघ टेलर, मिस्टर ग्रे काही इथे नाहीत. आणि जर त्यांना अजिबात आवडलं नसेल तर मी परत गेल्यावर आपणहून मला सांगण्याचं दाक्षिण्य ते दाखवतील, याची मला खात्री आहे."

माझ्या बोलण्यानं टेलरला धक्का बसतो. माझी पर्स माझ्या हातात देत तो

म्हणतो, "ठीक आहे, मिसेस ग्रे."

बोटीतून बाहेर पडताना मला टेलरच्या चेहऱ्यावरचं हसू दिसतं. मलाही हसू येतं. टेलर मला खूप आवडू लागलाय. पण तरीही त्याच्याकडून रागवून घ्यायला मला आवडणार नाही. कारण तो माझा नवराही नाही आणि बापही नाही.

क्रॅप! ख्रिश्चन भडकलाय! आधीच तर या क्षणी त्याच्या डोक्याला प्रचंड ताप आहे. मी अशी का वागले? टेलरची वाट बघत मी तिथे उभी असताना माझ्या पर्समधला ब्लॅकबेरी व्हायब्रेट झाल्याचं मला जाणवतं. 'युअर लव्ह इज किंग'- ख्रिश्चनसाठी- फक्त ख्रिश्चनसाठी ठेवलेली रिंग टोन ऐकू येते. मी पटकन फोन पर्समधून काढून कानाला लावते.

"हाय," मी दबकत म्हणते.

"हाय," तो उत्तर देतो.

"येतांना मी बोटीने येईन. रागवू नको ना."

त्याला बसलेला आश्चर्याचा धक्का मला जाणवतो. "अं..."

"पण खरं सांगू, मला खूप मज्जा आली," मी उत्साहाने कुजबुजते.

तो निःश्वास सोडत म्हणतो, "मिसेस ग्रे, तुमच्या मजेचा विचका करायचा माझा कुठलाही विचार नाही. पण प्लीज काळजी घ्या."

ओह माय! धम्माल करायची परवानगी मिळाली तर! "नक्कीच घेईन. तुझ्यासाठी काही आणू का, सांग ना?"

"फक्त तू हवीस- धडधाकट."

"मिस्टर ग्रे, तुमच्या इच्छेची पूर्तता करण्याचा मी संपूर्ण प्रयत्न करेन."

"मिसेस ग्रे, हे ऐकून मला फार आनंद झालाय."

"एकमेकांना सुखावणं हे आपलं ध्येय आहे," मला खुदकन हसू येतं.

त्याच्या स्वरातलं हसू मला जाणवतं. "बेबी, मला दुसरा फोन येतोय- नंतर बोलू."

"नंतर, ख्रिश्चन."

तो फोन बंद करतो. चला, जेट-स्कायचा प्रसंग टळला म्हणायचा, माझ्या मनात विचार येतो. माझ्यासाठी गाडी थांबलीय. टेलरने माझ्यासाठी गाडीचं दार उघडून धरलं आहे. आत बसता बसता मी त्याला डोळा मारते. मजा वाटून तो मान डोलावतो.

गाडीत बसल्याबरोबर मी माझ्या ब्लॅकबेरीवरून ई-मेल करते.

फ्रॉम: ॲनेस्टेशिया ग्रे
सब्जेक्ट: थॅन्क यू
डेट: ऑगस्ट १७, २०११ १६:५५
टु : ख्रिश्चन ग्रे

फार संतापला नाहीस म्हणून.

तुझी प्रेमळ बायको
XXX

फ्रॉम: ख्रिश्चन ग्रे
सब्जेक्ट: शांत राहायचा प्रयत्न करतोय
डेट: ऑगस्ट १७, २०११ १६:५९
टु : ॲनेस्टेशिया ग्रे

यू आर वेलकम.
धडधाकट परत ये.
ही विनंती नाही.

X

ख्रिश्चन ग्रे
सीईओ आणि *अति दक्ष नवरा,* ग्रे एन्टरप्राइझेस होल्डिंग्ज इन्क.

त्याच्या उत्तराने मला हसू येतं. माझा 'कंट्रोल फ्रीक'.

शॉपिंग अजिबात आवडत नसतानाही मला शॉपिंगला का यावंसं वाटलं बरं? त्याचं कारण मला अचूक ठाऊक आहे. वाटेत असणाऱ्या शनेल, गुची, डीऑर आणि इतर डिझाइनर बुटिककडे लक्ष न देता मी जाणीवपूर्वक पुढे जाते. माझ्या मनाला लागलेल्या टोचणीवर उतारा कुठे मिळेल, हे मी जाणते. खचाखच भरलेल्या एका छोट्याशा दुकानात मी शिरते. तिथे मी नाजूकसं चांदीचं ॲन्क्लेट घेते. त्याला अनेक छोटी-छोटी हृदयं आणि नाजूकसे घुंगरू आहेत. केवळ पाच युरो किंमत असलेल्या या ॲन्क्लेटची अतिशय सुमधूर किणकिण होते. ते विकत घेता क्षणी मी पायात चढवते. ही खरी मी आहे. मला एकदम छान वाटू लागतं. माझी अस्वस्थता संपते. अशा लहान लहान गोष्टीत आनंद मानणाऱ्या माझ्यातल्या 'मी'ला मला हरवायचं नाहीये. मला हेदेखील माहीत आहे की, केवळ ख्रिश्चनमुळेच

नाही तर त्याच्या प्रचंड श्रीमंतीमुळे मी दबले आहे. मला कधी याची सवय होईल का?

सरत्या दुपारच्या गर्दीतून मी फिरत असतांना टेलर आणि गॅस्टन माझ्या मागून येत राहतात. थोड्या वेळात मी त्या भटकण्यात इतकी गुंगून जाते, की त्या दोघांच्या उपस्थितीची मला आठवणही राहत नाही. सिएटलमध्ये जे काही घडत आहे त्यातून ख्रिश्चनचं लक्ष थोडंसं विचलित करण्याच्या हेतूने मला त्याच्यासाठी काहीतरी घ्यावंसं वाटतंय. पण ज्याच्याकडे सगळं काही आहे त्याला मी काय देणार बरं? अत्याधुनिक वस्तूंनी सजलेल्या अनेक दुकानाच्या एका चौकात मी उभी राहते. माझ्या मनातला संभ्रम संपत नाही. तेवढ्यात माझ्या नजरेला इलेक्ट्रॉनिक वस्तू विकणारं दुकान पडतं. सकाळी आम्ही आर्ट गॅलरीला दिलेली भेट मला आठवते. त्यावरून मला लूव्हरची आठवण येते. व्हिनस डी मिलोच्या पेंटिंग्जकडे आम्ही पाहत होतो. त्या वेळेस ख्रिश्चन म्हणाला होता, *"मला प्रत्येक रूपातील स्त्री देहाची आकृती भावते; मग ती संगमरवरात असो, तैलरंगात असो, सॅटीनमध्ये लपेटलेली असो किंवा फिल्ममधली असो."*

माझ्या मनात एक जबरदस्त कल्पना येते. मात्र त्यासाठी मला थोडीशी मदत लागणार आहे आणि तीदेखील योग्य व्यक्तीकडून. अशी एकच व्यक्ती मला ठाऊक आहे. पटकन पर्समधून ब्लॅकबेरी काढून मी होजेला फोन लावते.

"कोण...?"

तो झोपेत विचारतो.

"होजे, मी ॲना."

"ॲना, हाय ! कुठे आहेस? ठीक आहेस ना?"

त्याचा आवाज आता सजग होतो. त्यातून थोडी काळजीही डोकावते.

"दक्षिण फ्रान्समध्ये कान्समध्ये मी आहे आणि एकदम मस्त आहे."

"दक्षिण फ्रान्स, अच्छा! एखाद्या जबरदस्त हॉटेलमध्ये असशील नं?"

"अं... नाही रे, आम्ही बोटीवर राहतोय."

"बोटीवर?"

"प्रचंड मोठी बोट." मी उगाचच स्पष्टीकरण देते.

"अच्छा," अचानक त्याचा स्वर निर्विकार होतो... *शीट्!* खरंतर मी त्याला फोनच करायला नको होता. हे सगळं बोलण्याची वेळ आली नसती.

"होजे, मला तुझा सल्ला हवाय."

"माझा सल्ला?"

बहुधा त्याला धक्का बसलाय.

"सांग, काय हवंय?" त्याचा स्वर बऱ्यापैकी निवळलाय. मी त्याला माझी

कल्पना सांगते.

दोन तासांनी आम्ही परत येतो. मोटर लाँचमधून उतरून बोटीच्या डेकवर यायला टेलर मला मदत करतो. गॅस्टन जेट-स्काय लावायला पुढे झालाय. ख्रिश्चन कुठेच दिसत नाहीये याचा फायदा घेत मी घाईघाईनं आमच्या केबिनकडे मोर्चा वळवते. त्याच्यासाठी आणलेलं गिफ्ट मला छानपैकी बांधायचंय. एखाद्या लहान मुलाची उत्सुकता आणि आनंद मला जाणवतोय.

जेमतेम माझं काम होतं तेवढ्यात ख्रिश्चन येऊन म्हणतो, ''बराच वेळ गेली होतीस.'' त्याच्या आवाजानं दचकून मी वळते. माझ्याकडे एकटक बघत तो केबिनच्या दारात तो उभा आहे. *होली शिट्! जेट-स्कायच्या किश्शावरून मी बोलणी खाणार आहे की काय?* की त्याच्या ऑफिसमध्ये लागलेल्या आगीमुळे तो त्रस्त आहे?

सहज विचारल्यासारखं दाखवत मी म्हणते, ''तुझ्या ऑफिसमध्ये सारं काही नियंत्रणाखाली आहे ना?''

''हां, थोडं बहुत,'' त्याच्या चेहऱ्यावर त्राग्याची भावना तरळून जाते.

''बघ ना माझं शॉपिंग,'' त्याचा मूड सुधारावा म्हणून मी पटकन म्हणते. त्याच्या त्राग्याला मी कारणीभूत नसावे अशी मी मनोमन प्रार्थना करते. माझ्या बोलण्यावर तो छानसं हसतो. त्यावरून माझ्या लक्षात येतं की माझ्यावरून काही बिनसलेलं नाही.

''दाखव काय आणलंस?''

''हे बघ,'' पलंगावर पाय ठेवत मी त्याला माझं ॲन्क्लेट दाखवते.

''खूप छान आहे,'' असं म्हणत तो पुढे येऊन ॲन्क्लेटशी खेळतो. त्याबरोबर घुंगरांचा नाजुकसा आवाज होतो. त्याच्या कपाळावर परत आठी पडते. माझ्या घोट्यावरच्या वळांवरून तो अलगद बोट फिरवतो. त्याच्या स्पर्शाने माझ्या पायातून शिरशिरी जाते.

''आणि हे बघ,'' त्याचं लक्ष विचलित होईल अशी आशा बाळगत मी हातातला बॉक्स त्याच्यासमोर करते.

''माझ्यासाठी?'' तो आश्चर्याने विचारतो. संकोचाने मी मान डोलावते. लहान मुलाच्या उत्साहाने तो माझ्या हातातून बॉक्स घेत अलगद हलवून बघतो. त्याच्या चेहऱ्यावरचे भाव, ओठांवरचं हसू, नजरेतलं कुतूहल हे पाहून मी थक्क होते. पटकन माझ्या बाजूला पलंगावर बसत तो माझी हनुवटी धरून माझं चुंबन घेतो.

''थँक यू,'' त्याच्या स्वरात आनंद आणि संकोचाचं गमतीशीर मिश्रण आहे.

''अरे, पण आधी उघडून तर बघ.''

"ॲना, तू जे काही आणलं आहेस ते मला नक्कीच आवडेल," माझ्या नजरेत नजर मिळवत तो म्हणतो. "मला फारसं कोणी गिफ्ट देत नाही."ओह *ख्रिश्चन, काय म्हणू तुला?*

"तुला कोण काय देऊ शकेल? ख्रिश्चन, तुझ्याकडे सगळंच तर आहे रे."

"तू आहेस."

"ते तर आहेच." मला खूप हसू येतं.

ख्रिश्चन घाईघाईने बॉक्स वरचा पेपर ओढून काढतो. "निकॉन?" तो आश्चर्याने माझ्याकडे बघतो.

"तुझ्याकडे कॉम्पॅक्ट डिजिटल कॅमेरा आहे हे मला माहितीए. हा कॅमेरा... ह्याला दोन लेन्स आहेत... म्हणजे कसं ना ख्रिश्चन... याने तू पोर्ट्रेट किंवा तत्सम फोटो काढू शकतोस." तो डोळ्यांची उघडझाप करत माझ्याकडे पाहतो. माझ्या गिफ्टमागचं प्रयोजन त्याला अजूनही कळलेलं नाहीये.

"आज आर्ट गॅलरीमध्ये आपण गेलो असताना तुला फ्लोरेन्स डेलचे फोटो आवडले होते. शिवाय, तू लूव्हरबद्दल काय म्हणाला होतास तेही मला आठवलं. आणि, माझ्या मनात ते दुसरे फोटोही आले." मागे त्याच्या क्लोझेटमध्ये सापडलेल्या फोटोंना विसरायचा आटोकाट प्रयत्न करत मी कसंबसं वाक्य पूर्ण करते.

माझ्या बोलण्याचा रोख लक्षात येऊन क्षणभर तो श्वास घ्यायला विसरतो. धीर एकवटून मी घाईने वाक्य पूर्ण करते.

"मला वाटलं की तुला माझे... त्या प्रकारचे... फोटो काढायला आवडतील."

"फोटो? तुझे?" मांडीवरच्या बॉक्सकडे दुर्लक्ष करत तो माझ्याकडे रोखून पाहतो.

त्याच्या प्रतिक्रियेचा अंदाज घेत मी मान हलवते. पुन्हा एकवार तो बॉक्सकडे नजर टाकतो. त्याच्या चेहऱ्यावरचा विस्मय लपत नाही.

काय असेल त्याच्या मनात? छे! त्याची ही प्रतिक्रिया मला अगदी अनपेक्षित आहे. माझं अबोध मन माझ्याकडे दयार्द्र नजरेने बघतं. हे ख्रिश्चनचं नेहमीचं आहे. त्याची प्रतिक्रिया कायम मला अनपेक्षित असते. तो पुन्हा माझ्याकडे बघतो तेव्हा त्याच्या नजरेत मला वेदना जाणवते.

"मला असे फोटो काढावेसे वाटतील असं तुला का वाटलं?" त्याची मती गुंग झालाये.

नाही नाही, तू म्हणाला होतास की तुला ते खूप आवडू...

"नाही का वाटत?" मी विचारते. माझं अबोध मन मला खडसावतंय की कुणाला माझे कामोत्तेजक फोटो का काढावेसे वाटतील? पण मी तिच्याकडे सोइस्कररीत्या दुर्लक्ष करते.

ख्रिश्चन आवंढा गिळत केसांमधून हात फिरवतो. अचानक तो कुठेतरी हरवल्यासारखा

दिसतो. खोल श्वास घेत तो मला म्हणतो की,

"अॅना, तसे फोटो हे माझ्यासाठी इन्शुरन्स पॉलिसासारखे होते. मला माहितीये की, मी फार काळ स्त्रियांचं शोषण केलेलं आहे." कसंबसं हे बोलून तो थांबतो.

"म्हणजे तुला असं वाटतंय की माझे असे फोटो काढून तू माझंही शोषण करशील?" माझ्या चेहऱ्यावरचा रंग उडतो.

तो डोळे घट्ट मिटून घेतो. "मी फार गोंधळलो आहे," त्याच्या तोंडातून शब्द कसेबसे बाहेर पडतात. मोठ्या प्रयासाने तो डोळे उघडतो. त्याच्या नजरेत आता सावधपणा आणि मला न ओळखू येणारा भाव आहे.

शिट्! त्याच्या अस्वस्थतेचं कारण काय असावं? मी की त्याच्या जन्मदात्रीबद्दल विचारलेले माझे प्रश्न, की त्याच्या ऑफिसमध्ये लागलेली आग?

"असं का म्हणतोस?" माझी अस्वस्थता आता शिगेला पोहोचलेली आहे. तो आनंदात आहे, आम्ही आनंदात आहोत आणि मी त्याला आनंदी केलंय असं मला वाटत होतं. मला त्याला गोंधळात टाकायचं नाहीये. पण हे तरी खरं आहे का? माझ्या मनात असंख्य प्रश्नांची गर्दी होते. गेल्या तीन आठवड्यांत तो फ्लिनला भेटला नाहीए. हे कारण असेल का? त्यामुळे तो इतका अस्वस्थ आहे का? शिट्! मी फ्लिनला फोन करू का? या सगळ्या प्रश्नांच्या पार्श्वभूमीवर त्या क्षणी माझ्या मनाच्या गाभाऱ्यातून माझ्यासमोर ते कारण स्वच्छपणे उमटतं- आग, चार्ली टॅन्गो, जेट-स्काय.... तो घाबरलाय, तो माझ्यामुळे घाबरलाय. माझ्या हातापायावर उमटलेले वळ बघून त्याच्या बालपणीच्या आठवणी जाग्या झाल्या आहेत. आज दिवसभर तो पुन्हा पुन्हा या वळांकडे लक्ष देतोय. त्याचा स्वतःचा गोंधळ होतोय; कारण दुसऱ्याला वेदना दिल्यामुळे स्वतःला जाणवणाऱ्या अस्वस्थतेची सवय त्याला नाही, या विचाराने मी सुन्न होते.

खांदे उडवत तो परत एकदा माझ्या मनगटाकडे बघतो. सकाळी त्यानं मला घेऊन दिलेलं महागडं ब्रेसलेट मी याच हातात घातलं होतं. *बिन्गो!*

"ख्रिश्चन, यामुळे फारसं काही बिघडत नाही." मनगट वर उंचावत त्यावरच्या फिकट होत जाणाऱ्या व्रणाकडे बोट दाखवत मी म्हणते, "तू मला सेफ वर्ड दिला होतास. *शिट्!* काल खूप मजा आली. मला ते सारं आवडलंय. तेव्हा आता त्याबाबत विचार करणं थांबव. मी तुला याआधीदेखील सांगितलं आहे, की मला रासवट संभोग आवडतो." लाजेनं माझा चेहरा लाल झाला आहे. मनातली अस्वस्थता शिगेला पोहोचली आहे.

तो माझ्याकडे रोखून बघतो. त्याच्या मनातील विचारांचा अंदाज मला येऊ शकत नाही. तो माझ्या शब्दांचा अर्थ जाणून घेत असावा. मी पुढे बोलते,

"आगीमुळे तू अस्वस्थ आहेस का? चार्ली टॅन्गोच्या अपघाताशी त्याचा संबंध

असावा असं तुला वाटतंय का? ख्रिश्चन, प्लीज माझ्याशी बोल. तुला कशाची एवढी काळजी वाटतेय?''

एक शब्दही न उच्चारता तो माझ्याकडे एकटक बघत राहतो. दुपारी जशी आमच्यात शांतता पसरली होती तसंच काहीसं आताही झालं आहे. *होली फकिंग क्रॅप!* तो आता माझ्याशी बोलणार नाही, हे माझ्या लक्षात आलंय.

''ख्रिश्चन, उगाच विचार करत बसू नकोस,'' मी त्याला शांतपणे खडसावते. माझ्या या शब्दांमुळे मला त्याचे बोल आठवतात. त्याच्या त्या मूर्खासारख्या कॉन्ट्रॅक्टसंबंधी बोलताना त्याने हेच शब्द वापरले होते. पुढे होत मी त्याच्या मांडीवरचा बॉक्स घेत उघडते. मी कोणी परग्रहावरील चित्तवेधक जीव असल्यागत तो भारावून माझ्याकडे पाहत राहतो. दुकानातल्या त्या अति उत्साही सेल्समनने मला कॅमेरा 'रेडी टु शूट' करून दिलाय. बॉक्समधून कॅमेरा काढत मी त्याची लेन्स कॅप काढते. मग ख्रिश्चनच्या चिंताग्रस्त तरीही अत्यंत देखण्या चेहऱ्याकडे कॅमेरा रोखत मी बटन दाबून ठेवत त्याचे धडाधड दहा फोटो काढते. आता अचंबित ख्रिश्चनचा चेहरा डिजिटल इमेजमध्ये बंदिस्त झालाय.

''चल तर मीच तुझे फोटो काढते,'' असं म्हणत मी पुन्हा त्याचे फोटो काढू लागते. सरतेशेवटी त्याच्या ओठांवर कळत न कळत हसू उमटतं. न थांबता मी फोटो काढत राहते. आता तो थोडंसं हसतो. हरकत नाही, तो हसला हे काय कमी आहे. पुन्हा एकदा मी त्याचा फोटो काढते. लेन्समधून मला जाणवतं की तो आता किंचित सैलावला आहे. इतकंच नाही, तर फोटोसाठी पोझ देत त्यानं ओठांचा चंबू केलाय. कसला गमतीशीर दिसतोय तो! मला तर हसूच येतं. *हुश्श, मी देवाचे आभार मानते.* ख्रिश्चनच्या रागाचा आणि अस्वस्थतेचा पारा खाली उतरलेला आहे. त्याला पाहून मला आजच्या इतका आनंद कधीही झाला नव्हता.

''मला वाटतं की हे माझं गिफ्ट आहे,'' तो मला हलकेच चिडवतो.

''अर्थात! तुला मजा वाटावी म्हणून मी तो आणला होता, पण असं दिसतंय की तो स्त्रियांच्या छळाचं द्योतक आहे.'' एकीकडे मी फटाफट त्याचे फोटो काढत सुटले आहे. आता मी त्याचे काही क्लोजअपसुद्धा घेते. अचानक त्याची नजर गडद होते. शिकाऱ्याचे भाव त्याच्या नजरेत येतात.

''तुला छळ करून घ्यायचाय का?'' त्याच्या स्वराने मला गुदगुल्या होतात.

''छे छे! अजिबात गरज नाही.'' एकीकडे फोटो काढत मी पटकन उत्तर देते.

''मिसेस ग्रे, मी उत्तम प्रकारे तुमचा छळ करू शकतो,'' त्याच्या घोगऱ्या स्वरात धमकी आहे.

''मिस्टर ग्रे, त्याबद्दल मला खात्री आहे आणि तो तुम्ही वरचेवर करतही असता.''

त्याचा चेहरा पडतो. *शिट्!* मी कॅमेरा बाजूला करत त्याच्याकडे रोखून पाहते.

"ख्रिश्चन, काय बिनसलंय?" मला जाणवणारा वैताग माझ्या स्वरातून उघडपणे व्यक्त होतो. *सांग ना मला!*

तो एक शब्दही उच्चारत नाही. शी! कसला वैताग आणतोय हा! मी पुन्हा कॅमेऱ्याला डोळा भिडवते.

"सांग मला," मी आग्रह धरते.

"काही नाही," असं म्हणत तो कॅमेऱ्यासमोरून गायब होतो. दुसऱ्या क्षणी मांडीवरचा बॉक्स खाली जमिनीवर ठेवत तो मला पकडून पलंगावर ढकलत माझ्या बाजूला बसतो.

"हेऽऽ!" असं म्हणत मी त्याचे पटापट फोटो काढू लागते. आता त्याच्या चेहऱ्यावर प्रसन्न हसू आणि नजरेत गहिरे भाव आहेत. लेन्सच्या बाजूने कॅमेरा पकडत तो कॅमेरा माझ्यावर रोखतो. इतका वेळ फोटो काढणारी मी आता कॅमेराचं लक्ष्य होते. तो भराभर फोटो काढू लागतो.

"अच्छा तर मिसेस ग्रे आता मी तुमचे फोटो काढावेत असं तुम्हाला वाटतंय?" त्याच्या स्वरात नवल आहे. कॅमेऱ्याच्या आडून मला त्याचे अस्तव्यस्त केस आणि प्रसन्न हसू तेवढं दिसतंय.

"चला तर मग; सुरू करू यात. तुला थोडं हसवायला पाहिजे," असं म्हणून तो माझ्या पोटाला गुदगुल्या करू लागतो. त्याला थांबवण्यासाठी त्याचं मनगट धरायचा असफल प्रयत्न मी करते. गुदगुल्यांमुळे मला हसू आवरत नाहीये. माझी प्रतिक्रिया बघून त्यालाही हसू येतं आणि तो भराभर माझे फोटो काढू लागतो.

"नको ना, थांब ना" मी ओरडते.

"काय, बरी आहेस ना?" असं म्हणतो तो कॅमेरा बाजूला ठेवतो आणि दोन्ही हातांनी मला गुदगुल्या करू लागतो.

"ख्रिश्चन!" माझं हसू आवरत नाहीये आणि मला ते सहनही होत नाहीये. आजवर त्यानं कधीही मला गुदगुल्या केलेल्या नव्हत्या. त्याला थांबवण्यासाठी मी आटोकाट प्रयत्न करते. दोन्ही हातांनी त्याला ढकलून देऊ पाहते. पण छे! माझा असा गोड छळ करण्यात त्याला फार मजा येतेय आणि तो थांबवण्याचा त्याचा मुळीच विचार नाहीये.

"ख्रिश्चन, प्लीज थांब ना," माझी विनवणी ऐकता क्षणी तो थांबतो. माझ्याकडे एकटक नजरेने बघत तो माझे दोन्ही हात स्वतःच्या दोन्ही हातांत धरून पलंगावर दाबून ठेवतो. हसून हसून मला दम लागलाय. मी धापा टाकतेय. त्याचीही अवस्था माझ्याचसारखी आहे. त्याच्या नजरेत आत्ता हे कोणते भाव आहेत बरं? माझा श्वास रोखला जातो. नवल, प्रेम, भक्ती... नक्की काय? *होली काऊ!* काय भाव आहे!

"तू किती सुंदर आहेस!" तो श्वास घेत म्हणतो.

त्याच्या त्या देखण्या चेहऱ्याकडे मी पाहत राहते. त्याच्या नजरेत असलेल्या भावांची तीव्रता माझ्यापर्यंत पोहोचते. तो जणू आज मला पहिल्यांदाच पाहतोय. डोळे मिटून घेत, माझ्यावर झुकत, तो अत्यानंदानं माझं अलवार चुंबन घेतो. त्याच्या या प्रतिसादामुळे माझ्यातील प्रणयभाव जागा होतो. माझा त्याच्यावर होणारा परिणाम जाणवून मी उत्तेजित होते. माझे हात सोडत तो माझ्या केसांत बोटं गुंफतो. त्या क्षणी माझं शरीर आणि मन पेटून उठत त्याच्या चुंबनाला प्रतिसाद देतं. आत्तापर्यंत त्याच्या चुंबनात असलेलं प्रेम, नवल, भक्ती आणि अलवारपणा नाहीसा होऊन प्रणयाची तीव्र उत्कटता त्याच्या जिभेच्या स्पर्शातून माझ्यापर्यंत पोहोचते. त्याच्या त्या चुंबनामध्ये तीव्र निकड आणि आस दडली आहे. माझ्या शरीराचा आणि रक्ताचा कण न कण तरतरून जागा झालाय. आणि तरीही माझं मन धोक्याचा इशारा देतं आहे.

ओह फिफ्टी काय झालंय!

खोल श्वास घेत तो म्हणतो, "तू मला नेमकं काय करतेस?" एकाच वेळेस तो हरवलेला आणि आदिम आहे. पुढच्या क्षणी तो झटक्यात हलतो. आता त्याचा भार सर्वस्वी माझ्यावर आहे. एका हाताने माझी हनुवटी धरत दुसरा हात तो माझ्या सर्वांगावरून फिरवत जातो. माझी छाती, कंबर, नितंब सगळीकडे तो मला कुरवाळू लागतो. पुन्हा पुन्हा ओढीने माझी चुंबनं घेत तो दुसरीकडे स्वतःचे पाय माझ्या पायात घेत माझा एक गुडघा उचलतो. आमच्या कपड्यातून मला त्याची ताठरता जाणवते. माझ्या योनीवर स्वतःला घासत तो माझे ओठ कुस्करू लागतो. त्याच्या आततायी आणि घायकुतीला आलेल्या स्पर्शजाणिवेत मी स्वतःला हरवते. मनाकडून मिळणाऱ्या धोक्याच्या इशाऱ्याकडे मी दुर्लक्ष करते. या क्षणी त्याला फक्त आणि फक्त माझी गरज आहे. माझ्या अचानक लक्षात येतं, की माझ्याशी संवाद साधायची ही एकमेव पद्धत त्याला सर्वाधिक प्रिय आहे. नव्याने झालेल्या या जाणिवेमुळे मी त्याला अधिक समरसून प्रतिसाद देते. माझ्या शरीराचा प्रत्येक भाग त्याला उत्कटतेनं बिलगतो. त्याला घट्ट आवळत मी स्वतःला त्याच्या स्पर्श आणि गंधात हरवू पाहते. हा माझा आहे, माझा ख्रिश्चन आहे.

अचानक थांबून तो मला पलंगावरून ओढत स्वतःसमोर उभं करतो. मला क्षणभर काही कळतच नाही. मग पटकन माझ्या शॉर्टस्चं बटण उघडून त्या काढून फेकतो, तिच गत माझ्या पॅन्टीची होते. परत पुढच्या क्षणी मी पुन्हा पलंगाखाली आणि तो माझ्यावर असतो. माझा टी-शर्ट आणि त्याची पॅन्ट काढण्यात तो जराही वेळ घालवत नाही. जेमतेम स्वतःच्या पॅन्टची झिप उघडून धडकन तो माझ्यात प्रवेशतो. मी कळवळते. खरतर आश्चर्याने चीत्कारते. दातावर दात आवळून धरत

तो जोरात श्वास घेतो आहे.

"हो." माझ्या कानाशी तो गुणगुणतो. मग क्षणभर स्थिर होत तो नितंबांची हालचाल करत माझ्यात अधिक खोलवर जातो. मी कण्हू लागते.

"मला तुझी खूप गरज आहे,"..... त्याचा स्वर प्रामाणिक आहे. माझ्या जबड्यावरून तो दात फिरवतो. मग माझे हलके चावे घेत, मला चोखत, कुरवाळत तो माझं कडकडून चुंबन घेतो. मी त्याच्याभोवती पायांनी मिठी घालत त्याला हातांमध्ये जखडून टाकते. त्याच्या मनात चाललेल्या कल्लोळाला संपूर्णपणे मिटवून टाकण्याचा निश्चय करते. तो हलू लागतो. जणू काही तो आतल्या आत माझ्यावर चढाई करतो आहे. पुन्हा पुन्हा तो प्रयत्न करतो. ही त्याची भावना आदिम आहे. तो वेडावला आहे, भांबावला आहे. तो कशामुळे इतका त्रस्त झाला आहे हा विचार, त्याच्या लयीशी जुळवून घेत त्याच्या स्वाधीन होण्याआधी माझ्या मनात क्षणभर येतो. पण शरीराची ओढ सारं काही बाजूला सारत त्याच्या अधीन होते. आता मीसुद्धा केवळ संवेदना होऊन जाते. त्याच्या प्रत्येक हालचालीशी, तालाशी, लयीशी जुळवून घेत मी त्याला भिडते. त्याच्या श्वासाचा, हुंकाराचा नाद मला त्याच्या मनातल्या काहुराची जाणीव करून देतो. पण तरीही तो माझ्यात हरवतो, धुंद होतो. माझ्या मनाआधी शरीराच्या ते लक्षात येतं. त्याचा विचार, त्याचा स्पर्श, त्याची उत्कटता, त्याचा प्रणय... मी भान विसरते. त्याला माझी गरज आहे ही भावना मला खुलवते आणि खुळावते. मी प्रणय हुंकारांनी धुंदावते. मलाही हे सारं हवंय. हा प्रणय माझी गरज आहे, माझी ओळख आहे. ही उत्कटता मला झपाटते आहे तरी मला हवी आहे. बस्स! आता दुसरा विचार नाही. माझ्या स्त्रीत्वाच्या संवेदना अति तरल होतात, मला चेतवतात, वेडं करतात. मला माझ्यासाठी आणि त्याच्याहीसाठी हा पूर्णत्वाची भावना जोपासणारा संभोग हवा आहे.

"माझ्याबरोबर रहा," तो श्वास घेत माझ्यावर पूर्णपणे स्वर होतो. मला त्याच्या भोवतीची हाताची मिठी सोडावी लागते.

"डोळे उघडे ठेव ना, मला तुला बघायचंय." त्याच्या स्वरात अजिजी आहे. मी डोळे किलकिले करते. त्याचा चेहरा माझ्या अगदी नजरेसमोर आहे. त्यावर असलेली शरीरसुखाची लालसा स्पष्ट आहे. त्याची ही भावना आणि प्रणय माझ्यासाठी परवलीची खूण आहे. त्यामुळे माझा बांध फुटतो. डोकं मागे घेत मी ऑरगॅझम गाठते. माझं शरीर त्याच्याभोवती थरारू लागतं.

"ओह ॲना," तो उत्कटतेने माझं नाव घेत मोकळा होतो. मग क्षणभर थबकून तो माझ्यावर कोसळतो. काही क्षणानंतर तो माझ्या बाजूला पलंगावर पहुडतो. मी स्वतःला त्याच्या कुशीत झोकून देते. तो अजूनही माझ्यात आहे. या तीव्र उत्कटतेतून सावरत मी शांत होऊ लागते. माझ्या हातातून कॅमेरा काढून घेऊन मला पिडल्याबद्दल

त्याला काहीतरी सणसणीत उत्तर द्यायची इच्छा मला होते आहे. पण त्याच्या मूडची कल्पना न आल्यामुळे मी गप्प बसते. त्याला न्याहाळण्यासाठी मी त्याच्या छातीवर टेकवलेलं डोकं किंचित वर उचलते. मिटल्या डोळ्यांनी त्यानं मला घट्ट कुशीत धरलंय. त्याच्या शर्टवरूनच मी त्याच्या छातीचं चुंबन घेते.

''ख्रिश्चन, काय झालं आहे ते सांग ना मला,'' मी अगदी हळुवारपणे विचारून त्याच्या प्रतिक्रियेचा अदमास घेते. प्रणयाच्या या तीव्र मनोकामनेत रत असताना तो मला काही सांगेल का याची वाट पाहते. माझ्याभोवतीची त्याच्या हातांची मिठी किंचित घट्ट होते, पण त्याव्यतिरिक्त तो मला कुठलाही प्रतिसाद देत नाही. छे! तो काही बोलेल असं वाटत नाही. माझ्या मनात एक कल्पना येते.

''मी शपथ घेते की, तुझी एकनिष्ठ जोडीदार म्हणून मी तुझ्या सुखात आणि संकटात तुझ्याबरोबर राहीन. तुझं सौख्य आणि दुःख वाटून घेईन. तुझ्या गरजेच्या वेळेस मी तुझ्या पाठीशी भक्कमपणे उभी राहीन.'' मी हलक्या आवाजात म्हणते.

तो स्तब्ध होतो.

''आणि आजन्म तुझी साथ देईन.'' मी दीर्घ निःश्वास सोडते.

''ओह ॲना,'' कसंबसं एवढंच म्हणून तो सरळ होतो. आता आम्ही दोघं एकमेकांच्या बाजूला पहुडलो आहोत. माझा चेहरा कुरवाळत तो म्हणतो की,

''मी शपथ घेतो, की मी आयुष्यभर तुझं रक्षण करेन, आपल्या दोघांची एकरूपता आजन्म लक्षात ठेवेन आणि तुला मनोमन जपेन.'' त्याचा आवाज घोगरा झाला आहे. ''सुखात आणि दुःखात, आरोग्यात आणि अनारोग्यात, जीवनाच्या प्रत्येक टप्प्यावर इतरांना डावलत तुझ्यावर प्रामाणिकपणे आणि प्राधान्याने प्रेम करण्याचं वचन मी तुला देतो. मी तुझी काळजी घेईन, तुझ्यावर विश्वास ठेवेन, तुझा आदर करेन. तुझ्या आनंदात आणि दुःखात सहभागी होत तुला गरज पडेल तेंव्हा दिलासा देईन. तुझी काळजी घेण्याचं, तुझ्या आशा-आकांक्षा आणि स्वप्न जपण्याचं आणि सुरक्षित ठेवण्याचं आणि सतत जोडीने राहण्याचं वचन मी तुला देत आहे. माझं म्हणून जे काही आहे ते आता तुझंही आहे. मी या क्षणापासून ते शेवटच्या श्वासापर्यंत तुला माझा हात, माझं हृदय आणि माझं प्रेम अर्पण करत आहे.''

माझ्या डोळ्यांत अश्रू येतात. माझ्याकडे बघणारी त्याची नजर आता हळुवार झालेली आहे.

''रडू नकोस,'' माझा अश्रू हळुवारपणे पुसत तो म्हणतो.

''ख्रिश्चन, प्लीज तू माझ्याशी मोकळं का बोलत नाहीयेस?''

दुःख असह्य झाल्यागत तो डोळे मिटून घेतो.

''तुला आवश्यकता भासेल तेव्हा तुझ्या जीवनात शांती आणण्याचं वचन मी

दिलेलं आहे. प्लीज, मला माझं वचन मोडायला भाग पाडू नकोस.''

खोल श्वास घेत तो डोळे उघडतो. त्याच्या नजरेत उदास भाव आहेत. ''कोणीतरी मुद्दाम आग लावली आहे,'' हळवा होत तो म्हणतो. अचानक तो असुरक्षित दिसू लागतो

ओह फक!

''ते कुणीतरी माझ्या मागे असावेत. याचीच मला मोठी काळजी लागून राहिलेली आहे. म्हणजेच ते जर माझ्या मागे असतील तर मग ते... '' त्याला वाक्य पूर्ण करणं कठीण होतं.

''....माझ्याही मागे असतील,'' मी त्याचं वाक्य पूर्ण करते. त्यावर तो भीतीनं पांढराफटक पडतो. त्याच्या अस्वस्थतेचं कारण मला आता अचूक लक्षात आलं आहे. मी त्याचा चेहरा कुरवाळते.

''थँक यू,'' मी म्हणते.

कपाळावर आठ्या घालत तो विचारतो, ''कशाबद्दल?''

''मला सांगितल्याबद्दल.''

तो मान हलवत मला म्हणतो, ''मिसेस ग्रे, कधी कधी तुम्ही फार आग्रह धरता.'' हे बोलताना त्याच्या चेहऱ्यावर हलकेच हसू उमटलं आहे.

''आणि तुम्ही मिस्टर ग्रे? तुमच्या भावना, चिंता, काळज्या आणि अस्वस्थता मनाच्या कोपऱ्यात दडवत एकटेच सोसत राहता. अशानं तुम्ही चाळीशीच्या आधीच हार्टअॅटॅक येऊन मरू शकता. मला म्हातारपणीही तुमची साथ हवीय.''

''मिसेस ग्रे, तुम्हीच एक दिवस माझ्या मृत्यूचं कारण बनणार आहात. मघाशी जेट-स्कायवर तुम्हाला बघितलं तेव्हाच मला असा अॅटॅक येणार होता,'' पलंगावर लोळण घेत तो डोळ्यांवर हात ठेवतो. पण हे वाक्य उच्चारताना झालेली त्याच्या जिवाची घालमेल मला जाणवते.

''ख्रिश्चन, अरे साधं जेट-स्काय आहे ते. मुलंसुद्धा बिनधास्तपणे चालवतात. आपण अॅस्पेनला तुझ्या घरी गेल्यावर मी जेव्हा पहिल्यांदा स्किईंगला जाईन तेव्हा तुझी काय अवस्था होईल?''

तोंडाचा आ करत तो दचकून माझ्याकडे पाहतो. त्याच्या चेहऱ्यावरचे भाव पाहून मला हसू आवरत नाही.

''आपल्या घरी,'' शेवटी एकदाचे त्याच्या तोंडून शब्द बाहेर पडतात.

मी त्याच्याकडे दुर्लक्ष करते, ''ख्रिश्चन, मी पुरेशी मोठी आहे आणि दिसते त्यापेक्षा चांगली काटक आहे, हे तुला कधी कळणार?''

तो खांदे उडवत ओठ घट्ट मिटून घेतो. मग मी विषय बदलते.

''अच्छा, आग लावली तर! पोलिसांना याबद्दल माहिती आहे का?''

''हो.'' त्याच्या चेहऱ्यावर आता गंभीर भाव आहेत.

''छान.''

''इथून पुढे सिक्युरिटी अजून वाढवली जाईल,'' तो मला जाणीव करून देतो.

''मी समजू शकते,'' असं म्हणत मी त्याच्याकडे नजर टाकते. आत्ताही त्याच्या अंगावर शॉर्ट्स आणि शर्ट आहे. मीसुद्धा टी-शर्ट घातलेला आहे. काय म्हणावं आम्हाला? एका क्षणी कामविश्वात तर दुसऱ्या क्षणी जाळपोळ, सुरक्षा अशा विषयात आम्ही मग्न आहोत, या विचारानं मला खुदुखुदु हसू येतं.

''काय झालं?'' ख्रिश्चन नवलानं मला विचारतो.

''तू.''

''मी?''

''हो. तू अजूनही पूर्ण कपड्यात.''

''ओह.'' तो स्वतःकडे आणि मग माझ्याकडे नजर टाकतो. त्याच्या चेहऱ्यावर मस्तपैकी हसू उमटतं.

''मिसेस ग्रे, तुम्हाला माहिती आहे की तुमच्यापासून दूर राहणं मला किती कठीण आहे, विशेष करून तुम्ही जेव्हा शाळकरी मुलीसारख्या खुदुखुदु हसत असता.''

आठवलं मला- गुदगुल्या. आई गं. गुदगुल्या. मी पटकन सरकत त्याला पकडायचा प्रयत्न करते. पण माझा अंतस्थ हेतू लक्षात येऊन तो एका झटक्यात माझी दोन्ही मनगटं पकडतो.

''नाही हं,'' तो ठामपणे म्हणतो.

मी त्याला वेडावून दाखवते. पण माझ्या लक्षात येतं की गुदगुल्या करून घ्यायची त्याची मानसिकता नाहीये.

''प्लीज, नको करूस,'' तो कसंबसं म्हणतो. ''मला गुदगुल्या कधीच सहन झाल्या नाहीत. लहानपणी कोणीही कधीही मला गुदगुल्या केल्या नाहीत.'' एवढं बोलून तो अचानक थांबतो. मी हात सैल करते. आता त्याला माझे हात पकडायची गरज नाही.

''कॅरिक नेहमी इलिएट आणि मियाला गुदगुल्या करायचा. त्यांना खूप मजा वाटायची. मी ते नेहमी पाहत असे. पण, मला कधी... म्हणजे मी कधी....''

मी त्याच्या ओठांवर बोट ठेवत म्हणते, ''श्शऽऽ! मला कल्पना आहे.'' पुढे होत मी त्याच्या मऊ ओठांवर हळुवारपणे ओठ टेकवते आणि त्याच्या छातीवर पहुडते. पुन्हा एकवार मला खोलवर तीव्र वेदना जाणवते. ही वेदना माझ्या ओळखीची झालीये. ख्रिश्चनचं लहानपण किती वाईट पद्धतीनं गेलं आहे, हे आठवून मला प्रचंड दुःख होतं. याच्यावर मी इतकं प्रेम करते की वेळप्रसंगी मी त्याच्यासाठी

वाटेल ते करेन.

मला कुशीत घेत मो माझ्या केसांत नाक खुपसतो. हळुवारपणे मला कुरवाळत तो माझ्या केसांचा गंध साठवून घेतो. कितीतरी वेळ आम्ही दोघं एक शब्दही न उच्चारता एकमेकांच्या कुशीत सुखावत तसेच पडून राहतो. मग मी त्याला विचारते,

''डॉक्टर फ्लिनना न भेटता तू जास्तीत जास्त किती काळ राहिला आहेस?''

''दोन आठवडे. का? मला गुदगुल्या करायची अनावर इच्छा तुला होते आहे का?''

''नाही.'' मी गालातल्या गालात हसत पुढे म्हणते, ''मला वाटतं त्याची तुला खूप मदत होते.''

ख्रिश्चन पटकन म्हणतो, ''अं! झालीच पाहिजे. भरमसाट पैसे देतोय मी त्याला.'' माझे केस हळुवारपणे ओढत तो माझा चेहरा स्वतःकडे ओढून घेतो. मीदेखील मान उचलत त्याच्याकडे बघते.

''मिसेस ग्रे, माझ्या स्वास्थ्याची तुम्हाला काळजी वाटतेय का?'' तो लाडानं विचारतो.

मीसुद्धा त्याच्या मस्करीला तसंच उत्तर देत म्हणते, ''प्रत्येक चांगल्या बायकोला आपल्या प्रिय नवऱ्याच्या स्वास्थ्याची काळजी असते.''

''प्रिय?'' त्याचा प्रश्न काही काळ तसाच अनुत्तरित राहतो.

''अतिशय प्रिय,'' मी पुढे होत त्याचं चुंबन घेण्याचा प्रयत्न करते आणि तो लाजरं हसतो.

''मिसेस ग्रे, आज किनाऱ्यावर जेवायला जायची इच्छा आहे का?''

''तुम्हाला जिथे सर्वाधिक आनंद मिळेल, तिथे जाऊन जेवायला मला आवडेल.''

''छान,'' तो हसत म्हणतो. बोटीवर तुला मी सर्वांत जास्त सुरक्षित ठेवू शकतो. थँक यू सो मच फॉर द गिफ्ट.'' असं म्हणत तो उठून कॅमेरा हातात घेतो आणि आमच्या दोघांचा छानसा फोटो काढतो. गुदगुल्या, मनासारखी प्रणयक्रीडा, आणि कबुलीजबाब या पार्श्वभूमीवर तो फोटो अतिशय अनोखा ठरतो.

''द प्लेजर इज ऑल माईन्,'' मी हसत उत्तर देते. त्याचे डोळे चमकतात.

अठराव्या शतकात बांधलेल्या व्हर्सेलिसच्या भव्य दिव्य, संपन्न आणि सोनेरी मुलामा दिलेल्या राजवाड्यातून आम्ही भटकत आहोत. काही काळ या वास्तूमध्ये शिकाऱ्यांसाठी लॉज चालवलं जात होतं. त्यानंतर मात्र चौदाव्या लुईनं त्याचं रूपांतर देखण्या राजवाड्यात केलं. अठरावं शतक संपण्याआधीच या राजवाड्यानं राजसत्तेची अखेर पाहिली.

या राजवाड्यात असलेला 'हॉल ऑफ मिरर्स' हा सर्वांत देखणा भाग आहे. पश्चिमेच्या खिडकीतून डोकावणारी उतरत्या उन्हाची असंख्य किरणं तिथल्या शेकडो आरशांवरून परावर्तित होत हॉलच्या सर्व भिंती उजळून टाकत होती. उन्हाच्या असंख्य कवडशांमुळे तिथल्या सोनेरी भिंती आणि छताला लटकणारे प्रचंड मोठे क्रिस्टल शँडेलिअर्स उजळून निघाले होते. या सौंदर्यानं मंत्रमुग्ध होत मी श्वास घ्यायला विसरते.

"स्वतःला इतक्या देखण्या वास्तूत एकटं कोंडून घेणाऱ्या जुलमी आणि अहंकारोन्मादी राज्यकर्त्यांचा शेवट कसा होतो हे जाणून घेणं हा एक सुन्न करणारा अनुभव आहे," ख्रिश्चन माझ्या बाजूला येऊन उभा राहतो तसं मी त्याला म्हणते. माझ्याकडे पाहत तो मान किंचित तिरकी करतो. माझ्या बोलण्याचं त्याला हसू येतंय.

"मिसेस ग्रे, तुम्ही काय सुचवू पाहताय?"

"मिस्टर ग्रे, मी फक्त माझं निरीक्षण नोंदवलं," सभोवतालच्या वास्तूकडे हाताने निर्देश करत मी म्हणते. मानभावीपणे हसत तो माझ्या मागे त्या हॉलच्या मध्यभागी येतो. मी अवाक होऊन आजूबाजूला पाहते. सभोवतालचा परिसर तिथल्या आरशांमधून परावर्तित होत आहे. त्याच्या जोडीने माझ्या देखण्या नवऱ्याची शतशः प्रतिबिंब उमटली आहेत. माझ्याकडे प्रेमाने बघणाऱ्या त्याच्या नजरेत प्रसन्नता आणि धिटाई आहे.

तो माझ्या कानात हळुवारपणे म्हणतो, "कारण सांगू? या क्षणी प्रकाशाची किरणं तुझ्या केसांवर ज्या पद्धतीनं उतरली आहेत ते बघता यावं म्हणून तुझ्यासाठी अशी वास्तू उभारायला मला खूप आवडेल." तो माझ्या केसांची बट कानामागे सारत पुढे म्हणतो, "तू एखाद्या परीसारखी दिसते आहेस." मग माझ्या कानाच्या किंचित खाली ओठ टेकवत तो माझा हात हातात घेत गूढपणे म्हणतो, "जिच्यावर आम्ही मनापासून प्रेम करतो तिच्यासाठी आम्ही जुलमी लोक हे असंच वागतो."

त्याचा मनापासून दिलेला हा कबुलीजबाब ऐकून मी लाजते. आणि मग त्याच्या पाठोपाठ त्या प्रचंड हॉलमधून पुढे होते.

जेवणानंतर कॉफीचा घोट घेत ख्रिश्चन मला विचारतो, "कुठे हरवली आहेस?"

"व्हर्सेलिस."

"अतिशय भव्य आणि दिमाखदार होतं ना ते सारं?" तो हसत विचारतो. *फेअर-लेडी*च्या त्या उत्कृष्टपणे सजवलेल्या डायनिंगरूमकडे एक नजर टाकत मी ओठ मिटून घेते. माझ्या नजरेचा अर्थ लक्षात घेऊन ख्रिश्चन म्हणतो की, "हे काही भव्य दिव्य नाही." त्याचा स्वर उगाचच बचावात्मक झाला आहे.

''माहितीये मला. पण हे फार सुंदर आहे. कोणत्याही मुलीला हवासा देखणा हनिमून तू मला दिलायस.''

''खरंच?'' त्याच्या स्वरात आश्चर्य आहे. पुन्हा एकदा त्याच्या चेहऱ्यावर लाजरं हसू उमटतं.

''अर्थात!''

''आता फक्त दोन दिवस उरले आहेत. तू सांग तुला काय करायला किंवा बघायला आवडेल?''

''फक्त तुझ्याबरोबर राहायला आवडेल.'' हे ऐकताच तो पलीकडच्या खुर्चीवरून उठत माझ्या बाजूला येत माझ्या कपाळावर ओठ टेकवत म्हणतो,

''कल्पना आहे, मलाही ते आवडेल. पण मला एक तासभर देऊ शकशील? घरी काय चालू आहे ते ते बघायला मला ई-मेल्स तपासणं गरजेचं आहे.''

''बरं.'' मी उगाचच प्रसन्नता आणत म्हणते. खरं म्हणजे त्याच्याशिवाय एवढा मोठा एक तास घालवणं माझ्या जिवावर आलंय. दिवसाचा प्रत्येक क्षण मला त्याच्याबरोबर घालवावासा वाटणं जरा भीतीदायक नाहीये का? माझ्या प्रश्नावर माझं अबोध मन ओठ घट्ट मिटत जोरजोरात मान डोलावून मला होकार देतं.

''कॅमेऱ्यासाठी पुन्हा एकदा थँक यू,'' असं म्हणत तो त्याच्या स्टडीच्या दिशेनं जातो.

मी स्वतःच्या ई-मेल तपासायचं ठरवते. त्यासाठी आमच्या केबिनमध्ये जात मी लॅपटॉप उघडते. हं, मॉम आणि केटकडून ई-मेल आलेल्या आहेत. दोघींनीही घरची बितंबातमी कळवत माझ्या हनिमूनची चौकशी केली आहे. मॉमला उत्तर लिहिताना मी खुशाली कळवते. माझ्या मनात येतं की, ग्रे हाऊसची इमारत जाळायचा प्रयत्न झाला नव्हता तोवर... तेवढ्यात इन-बॉक्समध्ये केटची अजून एक ई-मेल येते.

फ्रॉम : कॅथरिन एल. कॅव्हॅनॉ

डेट : ऑगस्ट १७, २०११, ११:४५ पीएसटी

टु : ॲनेस्टेशिया ग्रे

सब्जेक्ट : ओएमजी!!!

ॲना, आत्ताच ख्रिश्चनच्या ऑफिसमध्ये लागलेल्या आगीबद्दल ऐकलं. तुला काय वाटतं, घातपात असावा का?

के, xox

केट ऑनलाईन आहे. काय मस्त! मी घाईघाईने माझ्या नव्या कोऱ्या स्काईप मेसेजिंगकडे धाव घेते. ती तिथेही आहे हे बघताच मी घाईघाईनं तिला मेसेज पाठवते.

ॲना : हे! आहेस का?

केट : हो, ॲना, कशी आहेस? हनिमून कसा सुरू आहे? माझी ई-मेल वाचलीस का? ख्रिश्चनला आगीबद्दल कळलंय का?

ॲना : मी मस्त आहे. हनिमून झक्कास. आणि हो, तुझी ई-मेल वाचली. आणि परत हो, ख्रिश्चनला माहितीये.

केट : वाटलंच मला. जे काही झालं त्याच्याबद्दल संदिग्धता आहे. इलिएट मला काहीही सांगत नाहीए.

ॲना : तू काय यामागची स्टोरी शोधतेयस?

केट : तू मला चांगलं ओळखतेस.

ॲना : ख्रिश्चननेसुद्धा मला फारसं काही सांगितलं नाहीये.

केट : इलिएटला ग्रेसकडून कळलं.

छे, छे! ही बातमी सिएटलभर व्हावी, असं ख्रिश्चनला नक्कीच वाटत नसणार. चौकस कावानाघचं लक्ष वळवण्यासाठी मी माझं अमोघ अस्त्र बाहेर काढते.

ॲना : इलिएट आणि इथन कसे आहेत?

केट : सिएटलमध्ये मानसशास्त्रात मास्टर्स डिग्री पूर्ण करण्यासाठी इथनची ॲडमिशन झाली आहे. इलिएट एकदम मस्त आहे.

ॲना : इथनला बराच मोठा पल्ला गाठायचाय.

केट : काय मग, आमचा लाडका एक्स-डॉम कसा आहे?

ॲना : केट!

केट : काय?

ॲना : ते तुला चांगलं माहितीये.

केट : ओके बेबी, सॉरी.

ॲना : तो छान आहे. खरं म्हणजे जरा जास्तीच छान आहे. ☺

केट : चला, तू खूश असलीस तर मी पण खूश आहे.

ॲना : मी प्रचंड आनंदात आहे.

केट : ☺ चल पळते. नंतर बोलू यात?

ॲना : सांगता येत नाही. बघ मी ऑनलाईन असले तर. टाईमझोनचा प्रश्न आहे ना!

केट : हो गं. लव्ह यू ॲना.

ॲना : लव्ह यू टू, लेटर्स. x

केट : लेटर्स

एखाद्या गोष्टीचा अचूक मागोवा काढणं हा केटचा आवडता छंद आहे. मी डोळे फिरवत स्काईप बंद करते. आमच्यातलं चॅटिंग ख्रिश्चनच्या नजरेस पडू नये असं मला वाटतं. कारण त्याला एक्स डॉमचा उल्लेख आवडणार नाही. शिवाय तो पूर्णपणे 'एक्स' झाला आहे असं मी खात्रीने म्हणू शकत नाही.

मी खोल श्वास घेते. केटला सारं काही ठाऊक झालंय. माझ्या लग्नाआधी तीन आठवडे त्या संध्याकाळी केटनं तिचं प्रश्नास्त्र चालवून माझ्याकडून अथ पासून इति पर्यंत सारं काही वदवून घेतलं आहे. खरं सांगायचं तर असं कुणाशी तरी बोलून मलादेखील मोकळं वाटलंय.

मी मनगटावरल्या घड्याळाकडे नजर टाकते. जेवून साधारण तासभर झालाय. मला माझ्या नवऱ्याची उणीव भासू लागली आहे. त्याचं काम संपलंय की नाही हे पाहायला मी डेकच्या दिशेनं जाते.

मी हॉल ऑफ मिरर्समध्ये उभी आहे. अतिशय प्रेमानं आणि मायेनं माझ्याकडे पाहत ख्रिश्चन माझ्या शेजारी हसतमुखानं उभा आहे. *तू एखाद्या परीसारखी दिसतेय.* मी वळून त्याच्याकडे बघते. पण छे, तिथे कुठे ख्रिश्चन आहे? मी एकटीच उभी आहे. ती खोलीसुद्धा उदासवाणी आणि गलिच्छ आहे. नाही! मी वळून त्याच्याकडे पाहते. त्याच्या चेहऱ्यावर दुःखी आणि उदासवाणं हसू आहे. माझ्या केसांची पुढे आलेली बट तो हलकेच कानामागे सारतो. त्यानंतर एक शब्दही न बोलता तो माझ्यापासून दूर जाऊ लागतो. त्याच्या प्रत्येक पावलाचा नाद तिथल्या प्रत्येक आरशातून प्रतिध्वनित होत माझ्या कानावर आदळू लागतो. त्या भव्य हॉलच्या देखण्या दरवाज्यातून बाहेर पडणारा ख्रिश्चन एकाकी दिसतोय. त्याची सावलीसुद्धा त्याच्यासोबत नाहीए... मी घाबरून, दचकून जागी होत श्वास घेण्याचा प्रयत्न करते.

"हेऽऽ," माझ्या बाजूनं अंधारातून त्याचा आवाज येतो. त्याच्या स्वरामधली कळकळ जाणवण्यासारखी आहे.

हुश्श! तो इथेच आहे. तो सुरक्षित आहे. मला आश्वस्त वाटतं.

"ओह ख्रिश्चन," हृदयातली धडधड शांत करण्याचा प्रयत्न करत मी कसंबसं त्याचं नाव घेते. पुढे होत तो मला मिठीत घेतो तेव्हा कुठे माझ्या लक्षात येतं की माझ्या डोळ्यांतून घळाघळा पाणी वाहतं आहे.

"ॲना, काय झालं?" माझे अश्रू पुसत माझा चेहरा कुरवाळत तो मला विचारतो. त्याच्या स्वरातली वेदना माझ्या अंतर्मनापर्यंत पोहोचते.

"काही नाही रे, काहीतरी वेडं स्वप्न बघितलं." माझ्या कपाळावर आणि अश्रू भरलेल्या गालांवर ओठ टेकवत तो मला शांत करण्याचा प्रयत्न करतो. "विसरून

जा बेबी. स्वप्नाचं काय एवढं! मी आहे ना तुझ्या बरोबर, मी तुला अगदी सुरक्षित ठेवेन.'' त्याचा गंध साठवून घेत मी त्याच्या कुशीत विसावते. नुकतंच पडलेलं स्वप्न आणि त्यातून जाणवणारा विरह आणि उद्ध्वस्त झाल्याची भावना विसरण्याचा प्रयत्न करते. त्या क्षणी मला अचानक उलगडा होतो की, माझ्या मनात ठाण मांडून बसलेली भीती नेमकी कशाच्या संदर्भात आहे... त्याला कायमचं गमावण्याची भीती मला वाटते.

५

झोपेत मी कूस बदलत अनाहुतपणे ख्रिश्चनला स्पर्श करायला जाते. *शिट्!* पण तो माझ्या बाजूला नाहीये. मी खडबडून जागी होत आजूबाजूला पाहते. पलंगाच्या बाजूला असलेल्या छानशा आरामखुर्चीवर बसलेला ख्रिश्चन माझ्याकडे टक लावून पाहत असतो. खाली वाकून तो हातातली कुठलीतरी वस्तू जमिनीवर ठेवतो आणि पुढे होत पलंगावर माझ्या बाजूला निजतो. त्यानं राखाडी टी-शर्ट आणि शॉर्ट्स घातल्या आहेत.

"काळजी करू नकोस, सारं काही ठीक आहे," असं म्हणत तो अतिशय प्रेमानं माझ्या चेहऱ्यावरचे केस अलगद बाजूला करतो. त्याच्या त्या किंचितशा स्पर्शानं मी लगेच शांत होते. तो स्वतःची काळजी लपवण्याचा असफल प्रयत्न करतोय, हेही मला प्रकर्षानं जाणवतं.

"गेले दोन दिवस तू किती अस्वस्थ असतेस," त्याच्या स्वरातली काळजी लपत नाही.

"ख्रिश्चन, मी ठीक आहे." जाळपोळीच्या घटनेबद्दल मला आत्ताही किती काळजी वाटतेय हे त्याला कळू नये म्हणून मी खोटं खोटं हसते. काही काळापूर्वी चार्ली टॅन्गोला अपघात झाला होता, त्या वेळेसची माझी मनःस्थिती मला चांगलीच आठवतेय. ख्रिश्चनचा पत्ता लागत नव्हता. माझी अस्वस्थता शिगेला पोहोचली होती. सारं काही हरवून बसल्याची भावना माझ्या मनात घर करून बसली होती. ती वेदना सातत्यानं मला आठवत राहते आणि प्रत्येक वेळेस माझं मन तितकंच विदीर्ण होतं. चेहरा हसरा ठेवत मी ती भावना दाबायचा प्रयत्न करते.

"तू माझं निरीक्षण करत होतास का?"

"हो," माझ्याकडे एकटक पाहत माझा अंदाज घेत तो म्हणतो. "तू झोपेत बोलत होतीस."

"हो?" *शिट्! काय बडबड केली असेल मी?*

"तू खूप काळजीत आहेस," त्याच्या नजरेतली काळजी गडद होत जाते. याच्यापासून मी काहीच दडवून ठेवू शकत नाही का? पुढे होत तो माझ्या भुवयांच्या

मध्यभागी ओठ टेकवतो.

"तुझ्या कपाळावर आठी पडली की नेमकं या ठिकाणी छोटासा 'व्ही' तयार होतो. इथला स्पर्श किती मऊ आहे. बेबी, डोन्ट वरी. तुझ्याकडे लक्ष द्यायला मी समर्थ आहे."

"अरे बाबा, ही काळजी माझ्यासाठी नसून तुझ्यापायी आहे," मी तक्रारवजा स्वरात म्हणते. "तुझ्याकडे लक्ष द्यायलासुद्धा कोणीतरी हवं ना!"

माझ्या स्वरामुळे त्याला हसू येतं. "हे बघ, मी पुरेसा मोठा आहे आणि स्वतःची काळजी घ्यायला नको तितका सक्षम आहे. चल, ऊठ पटकन. घरी परतण्याआधी मला एक गोष्ट करून बघायला आवडेल." हे बोलता बोलता त्याच्या चेहऱ्यावरचे भाव सटासट बदलतात. माझ्या नितंबावर एक चापट लगावत तो हसू लागतो. हो-मी-फक्त-अठ्ठावीस-वर्षांचा-आहे. हा भाव त्याच्या हसण्यातून व्यक्त होतोय. त्याच्या अनपेक्षित फटक्यामुळे मी दचकून उठते. आम्ही आज सिएटलला परतणार आहोत याची लख्ख जाणीव होऊन मनाच्या कोपऱ्यात मला उदास वाटू लागतं. परतून जायची माझी जराही इच्छा नाही. रात्रं-दिवस, प्रत्येक क्षणी त्याच्याबरोबर राहायची सवय माझ्या अंगवळणी पडली आहे. त्याची कंपनी किंवा त्याचं कुटुंब यांच्याबरोबर त्याचा सहवास वाटून घ्यायची माझी मानसिकता नाही. आमचा हनिमून नितांत सुंदर झालाय. हं, आता काही लहान मोठ्या कुरबुरी झाल्याही असतील, मी नाही म्हणत नाही. पण नुकतंच लग्न झालेल्या जोडप्यांमध्ये हे असं व्हायचंच, नाही का?"

पण ख्रिश्चनचा उत्साह ऊतू चाललाय. त्याच्या प्रसन्नतेमुळे मीसुद्धा हसू लागते. पलंगावरून मोठ्या दिमाखात तो उठतो, तेव्हा मीदेखील त्याच्या मागे चालू लागते. काय आहे त्याच्या मनात?

ख्रिश्चन माझ्या मनगटाला किल्ली बांधतो.

"मी चालवावं अशी तुझी इच्छा आहे?"

"हो." ख्रिश्चन हसत म्हणतो. "फार घट्ट नाही ना बांधलंय मी?"

"नाही, ठीक आहे. म्हणून तू लाईफ जॅकेट घातलं आहेस का?" भुवई उंचावत मी विचारते.

"हो."

मला खूप हसू येतं. "मिस्टर ग्रे, माझ्या ड्रायव्हिंगक्षमतेवर तुमचा फारच विश्वास दिसतोय."

"कायम, मिसेस ग्रे."

"हे बघ, मला अजिबात लेक्चर नकोय."

ख्रिश्चन पटकन एक हात वर करून माझ्या बोलण्याचा प्रतिकार करू पाहतो. पण त्यालाही हसू आवरत नाहीये. ''आहे का माझी हिंमत?''

''अर्थात आहे आणि नेहमीच दाखवत असतोस. पण कसं आहे ना, आत्ता या इथे उभं राहून आपण वाद घालू शकत नाही.''

''नेहमीप्रमाणेच उत्तम मुद्दा चांगल्या प्रकारे मांडलात तुम्ही मिसेस ग्रे. तुमच्या ड्रायव्हिंगक्षमतेबद्दल आपण चर्चा करत बसणार आहोत की थोडी मस्तीदेखील करणार आहोत?''

''मिस्टर ग्रे, तुम्हीही नेहमीप्रमाणेच उत्तम मुद्दा चांगल्या प्रकारे मांडलात.'' दोन्ही हातांनी जेट-स्काय पकडत मी मांडी ठोकते. ख्रिश्चन माझ्या मागे बसत जेट-स्कायला यॉटपासून दूर करायला पायाने रेटा देतो.

टेलर आणि बोटीवरचा क्रू आमच्याकडे आश्चर्यानं पाहतोय. पुढे सरकत ख्रिश्चन दोन्ही हातांनी मला मिठीत घेतो. त्याच्या मांड्या माझ्या मांड्यांना स्पर्श करत आहेत. *या पद्धतीच्या वाहनांवर मला सगळ्यांत जास्त आवडणारी ही गोष्ट आहे.* इग्निशन-की चालू करत मी स्टार्ट बटण दाबते. त्याबरोबर इंजिन सुरू होतं.

''रेडी?'' ख्रिश्चनला ऐकू जावं म्हणून मी जोरात विचारते.

''अर्थात!'' माझ्या कानाशी तोंड आणत तो म्हणतो.

टेलरने दाखवल्याप्रमाणे मी सावकाश लिव्हर ओढते. त्याबरोबर जेट-स्काय *फेअर लेडी* पासून दूर जाऊ लागते. या क्षणाला तिची गती अगदी कमी आहे. मला वेगाची आवड आहे. ख्रिश्चन माझ्याभोवतीची मिठी अजून घट्ट करतो. मी गती वाढवते त्याबरोबर जेट-स्काय आमच्यासकट पुढे झेपावते. मला हवी तशी ती चालल्यामुळे मला फार मजा येते.

''वॉव, वॉव, वॉव!'' ख्रिश्चनचा आवाज येतो. त्याच्या स्वरातला आनंद लपत नाहीये. *फेअर लेडी*पासून दूर मोकळ्या समुद्राकडे मी जेट-स्कायचा मोर्चा वळवते. 'पोर्ट-डे-प्लेसान्स-डे-सेंट-क्लॉड-डु-व्हार' या बंदराच्या बाहेरच्या बाजूला आमच्या बोटीने नांगर टाकलेला आहे. मेडिटेरॅनियन समुद्रात दूरवर 'नाईस कोट डी अझूर' एअरपोर्ट दिसतोय, किमान तो तसा भासतोय. काल रात्री इथे आल्यापासून मला अवेळी विमानं उतरल्याचा आवाज आलेला आहे. एअरपोर्टच्या दिशेनं आम्ही पुढे झेपावतो, तसं गेल्या दोन दिवसांत मला झाकोळून टाकणाऱ्या चिंतेचा मागमूसदेखील उरत नाही. एअरपोर्ट जवळून बघायचं ठरवून मी गती वाढवते.

''पुढच्या वेळेस आपण दोन जेट-स्काय घेऊन जाऊ यात,'' मला ऐकू यावं म्हणून ख्रिश्चन जोराने बोलतो. वॉव! *ख्रिश्चनशी शर्यत!* त्या विचारानं मला भारी वाटतं.

थंडगार निळ्याशार समुद्रातून आम्ही रनवे च्या दिशेनं जाऊ लागतो. तेवढ्यात

आमच्या डोक्यावरून जात एक जेट विमान लँडिंग करतं. त्या आवाजानं दचकून मी नकळत ब्रेक समजून ॲक्सलरेटर वाढवते.

"ॲना!" ख्रिश्चन ओरडतो; पण तोवर फार उशीर झालेला असतो. मी ख्रिश्चनसकट जेट-स्कायवरून अथांग समुद्रात फेकली जाते. आमच्या दोघांच्या पडण्यानं पाणी जोरात उसळी घेतं. समुद्राचं खारं पाणी नाका-तोंडात गेल्यामुळे आणि त्याचा प्रचंड गारवा जाणवल्यामुळे मी किंचाळते. पण सुदैवानं अंगात लाईफ जॅकेट असल्यामुळे पुढच्या क्षणी मी तरंगू लागते. घशात गेलेलं पाणी काढण्यासाठी खोकत, ओल्या हातांनी डोळे टिपत माझी नजर ख्रिश्चनला शोधू लागते. तो माझ्या दिशेनं पोहत येत आहे. आमच्या दोघांपासून काही फूट अंतरावर बिचारी जेट-स्काय डोलते आहे. तिचं इंजिन बंद पडलंय.

"तू ठीक आहेस का?" मला जवळ घेत ख्रिश्चन विचारतो. त्याच्या नजरेत प्रचंड अस्वस्थता आहे.

"हो," कसाबसा माझ्या तोंडातून जेमतेम एक शब्द बाहेर पडतो. पण झालेला आनंद मी लपवू शकत नाही. *बघितलंस का ख्रिश्चन, जेट-स्काय वर होऊन होऊन काय होणार?* मला मिठीत घेत तो माझ्या चेहऱ्याचं बारकाईनं निरीक्षण करतो.

"पाहिलंस, फारसं काही बिघडलं नाही." पाण्यातून पुढे होत मी हसत म्हणते.

शेवटी त्यालाही हसू येतं. त्याच्या मनातली सुटकेची भावना लपत नाही. "पटतंय मला तुझं. हं, आता मी ओला गच्च झालोय खरा पण...." तो खोटी तक्रार करतो.

"ए, मीसुद्धा भिजलेय की!"

"तू अशी भिजलेली मला खूप आवडतेस." त्याच्या नजरेत लालसा आहे.

"ख्रिश्चन!" मी त्याला लटकं रागवते. तो मनापासून हसतो. या क्षणी तो अतिशय उमदा दिसतोय. पुढे झुकत तो माझं कडकडून चुंबन घेतो. माझ्यापासून तो दूर होतो तेव्हा माझा श्वास थांबलेला आहे. त्याचे डोळे गडद होत जातात. त्याच्या डोळ्यांची ऊब माझ्यापर्यंत पोहोचते. थंडगार पाण्याची आता मला जराही क्षिती राहत नाही.

"चल, परत जाऊ यात. आपल्याला आता शॉवर घ्यावा लागेल. मी चालवतो."

हं, लंडनच्या हिथ्रो विमानतळाच्या ब्रिटिश एअरवेजच्या फर्स्टक्लासच्या वेटिंग लाऊंजमध्ये बसून आम्ही सिएटलच्या कनेक्टिंग फ्लाईटची वाट पाहत आहोत. ख्रिश्चन *फायनॅन्शिल टाईम्स* वाचण्यात गढलाय. नेहमीच्या जिन्स आणि पांढऱ्या लिननच्या शर्टमध्ये तो खूप देखणा दिसतोय. शर्टाच्या उघड्या बटनातून त्याची छाती व्ही आकारात दिसतेय. तिथे त्याने त्याचे एव्हिएटर्स अडवले आहेत. कसला

सेक्सी दिसतोय तो! त्याचे फोटो काढण्यासाठी मी त्याचा कॅमेरा काढते. फ्लॅशमुळे तो चमकून माझ्याकडे बघतो. त्याच्या चेहऱ्यावर त्याचं लाजरं हसू आहे.

"मिसेस ग्रे, कशा आहात तुम्ही?" तो विचारतो.

"काय रे, आता घरी जायचं? इतके दिवस तू फक्त माझ्या वाट्याला येत होतास." मी कुरकुरते.

माझा हात हातात घेत तो ओठांपाशी नेतो. मग माझ्या बोटांवर हळुवार चुंबनांचा वर्षाव करत तो म्हणतो, "मलाही असंच वाटतंय."

"पण?" त्याच्या त्या छोट्याशा वाक्यात भरलेला अर्थ मला जाणवतो.

"पण?" त्याच्या स्वरात गोंधळ आहे. मी मान एका बाजूला कलती करत त्याच्याकडे बघते. गेले दोन-तीन दिवस मी जाणीवपूर्वक या विशिष्ट हालचालींची सवय केलीय. *'सांग मला'* हा भाव त्यातून व्यक्त करायचा प्रयत्न मी करतेय. हातातला पेपर खाली ठेवून खोल श्वास घेत तो म्हणतो की, "या आग लावण्यामागे जो कोणी असेल तो पकडला जावा आणि आपल्या आयुष्यातून दूर व्हावा, एवढीच माझी मनापासून इच्छा आहे."

"ओह." त्याच्या उत्तरानं माझं समाधान होतं; पण त्याच वेळेस त्याच्या स्पष्टवक्तेपणाचं मला आश्चर्य वाटतं.

"पुन्हा जर असं काही झालं ना, तर मी वेल्चला कच्चा खाईन." त्याच्या स्वरातली तीव्रता लक्षात येऊन माझ्या अंगाचा थरकाप होतो. त्याची निर्विकार नजर पाहून मला काही अंदाज येत नाही. मला प्रसंगाचं गांभीर्य कळत नसावं असं त्याला वाटतंय की काय? अशा वेळेस मी एकच गोष्ट करू शकते. आमच्या दोघांमधला ताण मिटवण्यासाठी मी कॅमेरा उंचावत पटकन त्याचा अजून एक फोटो काढते.

"ए झोपाळू, ऊठ, पोहोचलो आपण," ख्रिश्चन म्हणतो.

"ऊं," स्वप्नात मी आणि ख्रिश्चन किव गार्डनमध्ये पिकनिकला गेलो आहोत. मी प्रचंड थकले आहे. फर्स्टक्लासमधला असला तरी काय झालं? प्रवासाने मी खूप थकून गेले आहे. बहुधा गेले अठरा तास आम्ही सतत प्रवास करत आहोत. मला तर काही कळेनासं झालंय. माझ्या बाजूचं दार उघडल्याचं मला ऐकू येतं. ख्रिश्चन माझ्यावर झुकल्याचं मला जाणवतं. माझा सीटबेल्ट सोडवत तो मला उचलून घेतो. त्यासरशी मला जाग येते.

"अरे, मी चालेन की," अर्धवट झोपेत मी म्हणते. तो हसतो. "छे, तुला उंबरठ्यावरून उचलून न्यायला हवं ना?" त्याच्या मानेभोवती हात गुंफवत मी म्हणते की, "तीस मजले?" त्याला उचकवण्यासाठी मी हसते.

"मिसेस ग्रे, तुमचं वजन थोडं वाढलंय हे सांगायला मला फार आनंद होतोय."

"काय?"

तो हसतो. "तेव्हा तुमची हरकत नसेल तर आपण एलेव्हेटरने जाऊ यात." डोळे बारीक करत मिस्कीलपणे तो मला म्हणतो.

एस्कलाच्या लॉबीचं दार उघडून धरत टेलर आमच्या स्वागतासाठी उभा आहे. "मिस्टर ग्रे, मिसेस ग्रे, वेलकम होम."

"थँक्स टेलर," ख्रिश्चन म्हणतो.

मी टेलरकडे बघत हसते. तो पटकन वळून ऑडीकडे जातो. सॉयर ड्रायव्हर सीटमध्ये आहे.

"माझं वजन वाढलंय म्हणजे? म्हणणं काय आहे तुझं?" मी ख्रिश्चनकडे पाहते. मला छातीशी धरत तो हसत म्हणतो की, "तसं काही नाही." अचानक त्याचा चेहरा गढूळतो.

"अरे सांग ना काय झालं?" स्वतःच्या आवाजावर ताबा ठेवायचा प्रयत्न करत मी म्हणते.

"तू मला सोडून गेली होतीस तेव्हा तुझं वजन खूप कमी झालं होतं." असं म्हणत तो एलेव्हेटरचं बटण दाबतो. अचानक त्याच्या चेहऱ्यावरून उदासवाणा भाव चमकून जातो.

त्याला झालेल्या दुःखामुळे मला कससंच होतं. "ए!" त्याच्या केसात हात गुंफत मी त्याचा चेहरा माझ्याकडे ओढते. "मी जर त्या वेळेस निघून गेले नसते तर आज तू इथे असा उभा राहिला असतास का?"

त्याच्या डोळ्यांतले गढूळ भाव निवळतात. माझ्याकडे पाहत तो हसतो. माझं लाडकं, लाजरं हसू. "नाही," असं म्हणत तो माझ्यासकट एलेव्हेटरमध्ये शिरतो. मग खाली झुकत हळुवारपणे माझं चुंबन घेत तो म्हणतो, "मिसेस ग्रे, मी असा उभा राहू शकलो नसतो. पण निदान मला हे तरी कळलं असतं की मी तुम्हाला सुरक्षित ठेवू शकतो. कारण मग तुम्ही तेव्हा मला विरोधही केला नसता."

त्याच्या स्वरात पश्चात्तापाची झाक आहे... शिट्!

"मला तुला विरोध करायला आवडतं." मी त्याचा अंदाज घेते.

"कल्पना आहे मला त्याची आणि त्याचा मला आनंदही होतो." त्याच्या चेहऱ्यावरचा गोंधळ पाहायला मला फार मजा येते.

चला, सगळं काही ठीक होणाराय. "मी लठ्ठ झाले आहे तरी?" मी हळूच विचारते.

त्याला हसू आवरत नाही. "तू लठ्ठ झाली आहेस तरी." पुन्हा एकदा तो माझं चुंबन घेतो. आता त्याचा स्पर्श अधीर झाला आहे. मी त्याच्या केसांतून बोटं फिरवत त्याला घट्ट धरून ठेवते. आमच्या जिभा एकमेकांना भिडतात. पेंटहाऊसपाशी

एलेव्हेटर पोहोचतं तेव्हा आम्हाला दोघांनाही चक्क धाप लागली आहे.

"मी खूप खूश आहे," तो हलकेच म्हणतो. त्याचं हसू गडद होत जातं. त्याच्या डोळ्यांमध्ये कामुक भाव उमटत जातात. स्वतःला ताळ्यावर आणण्यासाठी तो मान झटकतो आणि मला फॉयरमध्ये आणतो.

"मिसेस ग्रे, वेलकम होम." पुन्हा एकदा तो माझं चुंबन घेतो. त्याच्या नजरेतला आनंद अवर्णनीय आहे आणि त्याचं हसू.... ख्रिश्चन-ग्रे-परिपूर्ण-हसू.

ख्रिश्चन आता मला खाली ठेवेल असं मला वाटतं; पण तो मला तसंच उचलून कॉरिडॉरमधून हॉलमध्ये नेतो. तिथे तो मला किचन ओट्यावर ठेवतो. मी पाय हलवत तिथे बसते. तो कपाटातून शॅम्पेनचे फ्लूट घेतो आणि फ्रिजमधून थंडगार शॅम्पेनची बाटली काढतो- आमचं आवडतं बॉलिंगर. एक थेंबही न सांडू देता कुशलतेने तो बाटलीचा कॉर्क काढतो आणि दोन्ही ग्लासमध्ये शॅम्पेन ओततो. एक ग्लास माझ्या हातात देऊन दुसरा स्वतःसाठी घेत पुढे सरकत माझ्या पायांमध्ये उभा राहतो.

"मिसेस ग्रे, आपल्या दोघांसाठी!"

"मिस्टर ग्रे, आपल्या दोघांसाठी!" अचानक मला संकोच वाटू लागतो. आम्ही दोघं ग्लासला ग्लास भिडवून एक घोट घेतो.

"तू खूप दमली आहेस याची मला कल्पना आहे," माझ्या नाकावर नाक घासत तो माझ्या कानाशी कुजबुजतो. "पण मला तुझ्याबरोबर या क्षणी पलंगावर पहुडायला आवडेल.... झोपण्यासाठी नाही हं." माझ्या ओठांच्या कोपऱ्याचं चुंबन घेत तो म्हणतो. "सर्वार्थाने तू माझी झाल्यानंतरची या घरातली ही आपली पहिली रात्र आहे." माझ्या गळ्यावर चुंबनांचा वर्षाव करता करता त्याचा आवाज विरघळू लागतो. सिएटलमध्ये संध्याकाळ उतरू लागली आहे. मी प्रचंड थकले आहे. पण माझ्या ओटीपोटातून कामनेच्या लहरी उसळू लागतात तशी माझी अंतर्देवता सुखावते.

मला जाग येते. भल्या थोरल्या खिडक्यांतून येणारी सूर्याची सोनेरी गुलाबी किरणं नवीन दिवसाची सूचना देतात. ख्रिश्चन माझ्या बाजूला शांतपणे झोपलाय. त्याचा हात माझ्या अंगावर आहे. त्याच्या श्वासाशी श्वास जुळवून घेत मी झोपायचा प्रयत्न करते. पण छे! माझं शरीर या क्षणाला ग्रीनविचच्या वेळेवर धावतंय त्यामुळे मी टक्क जागी आहे. माझं मन मात्र घोडदौड करतंय.

गेल्या तीन आठवड्यांत किती काय काय घडून गेलं- मी कोणाला फसवतेय? तीन आठवडे म्हणे! खरंतर गेल्या तीन महिन्यांपासून मी हवेत तरंगतेय. आज मी इथे आहे ती मिसेस ॲनेस्टेशिया ग्रे म्हणून. कोणत्याही स्त्रीला हवासा वाटेल अशा

अत्यंत देखणा, सेक्सी, सहृदय आणि प्रचंड श्रीमंत अशा ख्रिश्चनशी मी लग्न केलंय. हे सारं इतक्या पटकन कसं घडलं?

मी कुशीवर होत त्याला न्याहाळू लागते. कुणी इतकं सुंदर कसं असू शकतं? मी झोपले असताना तो नेहमीच मला न्याहाळतो, हे मला ठाऊक आहे. पण त्याला असं न्याहाळण्याची संधी मला फार क्वचित मिळते. झोपेमध्ये तो किती तरुण आणि बिनधास्त दिसतोय. त्याच्या गालावरती त्याच्या लांब पापण्या विसावल्या आहेत. हनुवटीवरती दाढीच्या खुणा उमटू लागल्यायत. त्याचे ते विलक्षण देखणे ओठ किंचित विलग झाले आहेत. संथ गतीने त्याचा श्वास सुरू आहे. मला पुढे होऊन त्याच्या ओठांवर ओठ टेकवायचे आहेत, त्याच्या दातांवरून जीभ फिरवायची आहे, त्याच्या हनुवटीवरून बोटं फिरवायची आहेत. त्याला स्पर्श न करण्यासाठी आणि त्याची झोपमोड न होऊ देण्यासाठी मला आटोकाट प्रयत्न करावा लागतो. हं... या क्षणी त्याच्या कानाचा अलगद चावा घ्यावा अशी तीव्र इच्छा मला होते. आपल्या अर्धचंद्राकृती चष्म्यातून माझं अबोध मन माझ्याकडे नजर टाकतं. इतका वेळ ते मन 'कम्प्लीट वर्क्स ऑफ चार्ल्स डिकन्स' वाचत बसलं होतं. 'ॲना, त्या बिचाऱ्याला त्रास देऊ नकोस हं,' असं म्हणत माझं मन माझी खरडपट्टी काढतं.

सोमवारी मला ऑफिसला जायचंय. आजचा दिवस आमच्या हातात आहे. उद्यापासून नेहमीचं रुटीन सुरू होईल. गेले तीन आठवडे जवळ जवळ प्रत्येक क्षण ख्रिश्चनच्या सहवासात घालवल्यानंतर त्याच्यापासून असं दूर राहणं मला खूप विचित्र वाटतंय. त्याच विचारात मी आढ्याकडे पाहत पडून राहते. चोवीस तास एकमेकांबरोबर राहिल्यामुळे घुसमट होईल असं कोणाला वाटू शकतं. पण मला तसं नक्कीच वाटत नाहीये. त्याच्याबरोबरचा क्षणन्क्षण मी मनमुराद सुख अनुभवलंय, अगदी भांडणातसुद्धा. हं, ग्रे-हाऊसमध्ये लागलेल्या आगीमुळे थोडासा विचका झाला खरा. पण असो.

त्या विचारानं मी सुन्न होते. ख्रिश्चनला इजा करावी असं कोणाला बरं वाटत असेल? ते गूढ उकलायचा प्रयत्न मी करू पाहते. कोणी व्यवसाय शत्रू? कोणी एक्स? एखादा नाराज कर्मचारी? मला अजिबात कल्पना येत नाहीये. या विषयावर एक शब्ददेखील उच्चारायला ख्रिश्चन तयार नाहीये. माझ्या संरक्षणाचा मुद्दा त्याला इतका महत्त्वाचा वाटतो, की तो मला क्वचितच काहीतरी सांगतो. हं... मी उसासा टाकते. माझा देखणा सरदार; कायम माझ्या रक्षणासाठी तत्पर असतो. त्याला मोकळं बोलायला कसं शिकवू बरं?

तो हालचाल करतो. त्याची झोपमोड होऊ नये म्हणून मी स्तब्ध होते. पण नेमका उलटा परिणाम होतो. त्याची नजर माझ्यावर रोखली जाते.

"काय झालं?"

''कुठे काय? झोप बरं.'' मी हसायचा प्रयत्न करते. तो आळस देत चेहऱ्यावरून हात फिरवतो आणि माझ्याकडे बघून छानसं हसतो.

''जेट लॅग आलाय?'' तो विचारतो.

''मला झोप लागत नाहीए ती जेट लॅगमुळे का?''

''माझ्याकडे त्याच्यावर रामबाण उपाय आहे, फक्त तुझ्यासाठी.'' शाळकरी मुलासारखा हसत तो म्हणतो. त्याच्या आविर्भावामुळे मी डोळे फिरवते. मला खूप हसू येतं. माझ्याही नकळत माझ्या मनातले गढूळ विचार नाहीसे होतात आणि मी पुढे होत त्याच्या कानाचा चावा घेते.

आय-फाईववरून उत्तरेकडे फाईव्ह टू झीरो ब्रिजच्या दिशेने मी आणि ख्रिश्चन ऑडी आर एट मधून चाललो आहोत. आज खास आमच्यासाठी त्याच्या आई-वडिलांनी त्यांच्या घरी वेलकम लंच ठेवलं आहे. घरचे सगळेच तिथे असतील, शिवाय केट आणि इथन पण असतील. गेले कित्येक दिवस फक्त एकमेकांच्या सहवासात काढल्यानंतर आज इतक्या सगळ्यांमध्ये वावरणं मला कठीण वाटतंय. सकाळपासून ख्रिश्चनशी मोकळेपणानं बोलतासुद्धा आलं नाहीये मला. मी सामान आवरत होते आणि तो पूर्ण वेळ स्टडीमध्ये व्यस्त होता. मिसेस जोन्स आमचं सामान आवरेल असं त्यानं मला सांगितलं होतं खरं; पण दुसऱ्यांकडून काम करून घ्यायचीसुद्धा मला सवय करून घ्यावी लागेल. स्वतःच्या घरामध्ये अशा मदतीची मला आजवर सवय कुठे होती? माझ्या मनात येणाऱ्या असंख्य विचारांपासून दूर होण्यासाठी मी गाडीच्या दारावरून बोटं फिरवत स्वतःला स्थिर करण्याचा प्रयत्न करते. काय होतंय मला? जेट लॅग? घातपात?

''मला चालवू देशील?'' मी हे विचारलंय याचं मलाच नवल वाटतं.

''अर्थात!'' ख्रिश्चन हसतमुखाने म्हणतो. ''जे माझं आहे ते सगळं तुझं आहे. पण, जर का गाडीला डेन्ट पडलं तर मग मी तुला रेड रूममध्ये घेऊन जाईन.'' माझ्याकडे बघत खुनशीपणे हसत तो म्हणतो.

शिट्! मी अवाक होऊन त्याच्याकडे पाहते. हा जोक होता का?

''मस्करी करतोयस नं? गाडीला डेन्ट पडलं तर तू मला शिक्षा करणार? माझ्यापेक्षा गाडीवर जास्त प्रेम आहे तुझं?'' मी त्याला चिडवत विचारते.

''तसं म्हणू शकतेस,'' असं म्हणत तो माझा गुडघा हलकेच कुरवाळतो. ''पण काय करणार, रात्री मला तिच्याकडून ऊब मिळत नाही.''

''ती सोय करता येईल आपल्याला. झोप नं गाडीतच.'' मी वैतागून म्हणते.

ख्रिश्चनला हसू येतं. ''घरी येऊन जेमतेम एक दिवस झालाय आणि तू तर मला बाहेर काढायला निघालीस?'' त्याला मजा येते आहे असं दिसतंय. मी त्याच्याकडे

रोखून बघते. तो छानसं हसतो. खरंतर मला खूप रागवायचंय त्याच्यावर; पण, त्याचा आत्ताचा मूड बघता मला ते जमेल असं वाटत नाही. काय बरं बदललंय? हं, आज सकाळी तो त्याच्या स्टडीतून बाहेर पडल्यानंतर त्याचा मूड एकंदरीतच बऱ्यापैकी चांगला झालाय. मात्र, मी जरा वैतागले आहे. लवकरच आम्हाला वास्तव जगाचा सामना करायचाय. कसा वागेल ख्रिश्चन माझ्याशी? हनिमूनच्या आधी असायचा तसा? थोडाफार स्वतःच्या कोशात मग्न असलेला? की आत्ता जसा आहे तसा मनमोकळा, आनंदी?

"तू का एवढा खूष आहेस?" मी विचारते.

त्याच्या चेहऱ्यावर परत एकदा दिलखुलास हसू उमटतं. "आपणही इतकं साधं बोलू शकतो म्हणून."

"साधं?" मी झापते. "तीन आठवडे झाले म्हटलं आपल्या लग्नाला."

ख्रिश्चनचं हसू गायब होतं.

"ख्रिश्चन, गंमत केली अरे," मी पटकन सावरून घेते. त्याचा चांगला मूड बिघडावा अशी माझी अजिबात इच्छा नाही. पुन्हा एकदा प्रकर्षाने माझ्या लक्षात येतं की, तो स्वत:बद्दल किती अनिश्चित असतो. मला शंका आहे की तो कायमच असा होता. परंतु, वरवर स्वतःला खूप खंबीर दाखवत असताना त्यानं मनातली अनिश्चितता लपवण्यात यश मिळवलं होतं. तसं बघितलं तर ख्रिश्चनला अस्वस्थ करणं फार सोपं आहे. कदाचित त्याला त्याची सवय नाही म्हणूनही असावं. माझ्यासाठी हा एक आविष्कार आहे. एकमेकांना जाणून घ्यायला आम्हाला अजून बराच अवधी द्यायला लागणाराय.

"काळजी करू नको. मला 'साब' सुद्धा चालेल." अचानक मला अस्वस्थता जाणवल्यामुळे मी सरळ खिडकी बाहेर पाहणं पसंत करते.

"ॲना, काय झालं?"

"काही नाही."

"कधीकधी तू जाम वैताग आणतेस. प्लीज सांग मला."

मी वळून त्याच्याकडे पाहत म्हणते, "तुमचं काय मिस्टर ग्रे?"

कपाळावर आठ्या पाडत तो म्हणतो, "प्रयत्न करतोय." पण त्याचा स्वर हळुवार आहे.

"कल्पना आहे मला. मीही करतेय." मला हसू येतं. माझी अस्वस्थता थोडीशी कमी होते.

कॅरिकने शेफची हॅट आणि 'लायसन्स्ड टू ग्रिल' असं लिहिलेला ॲप्रन घातलाय. तो बारबेक्यूपाशी उभा आहे. तो फार गमतीशीर दिसतोय. त्याच्याकडे पाहिलं की,

मला हसू येतंय. मला आता खूप छान वाटतंय. ग्रे कुटुंबाच्या बंगल्याच्या गच्चीवर टेबलच्या भोवती आम्ही सगळे बसलो आहोत. सूर्याची किरणं ऊबदार आणि हवीशी वाटत आहेत. ग्रेस आणि मिया वेगवेगळे सॅलेड टेबलवर आणून ठेवतात. इलिएट आणि ख्रिश्चन एकमेकांची मस्करी करत नवीन घराबद्दल चर्चा करत आहेत. इथन आणि केट माझ्याकडून हनिमूनची हकिगत काढून घेण्याच्या प्रयत्नांत आहेत. ख्रिश्चननं माझा हात घट्ट पकडून ठेवलाय. माझ्या बोटातल्या वेडिंग आणि एंगेजमेंट रिंगशी तो एकीकडे खेळतोय.

"तू जर जिया बरोबर सगळं नीट ठरवून घेतलंस तर मी सप्टेंबर ते नोव्हेंबरच्या मध्यापर्यंत सगळ्या टीमला कामाला लावू शकतो, कारण तेव्हा आम्ही मोकळे आहोत," असं म्हणत इलिएट केटच्या खांद्यावर हात टाकत तिला जवळ ओढतो. त्याच्या या छोट्याशा कृतीने केटला हसू येतं.

"उद्या संध्याकाळी जिया माझ्या घरी येणार आहे. तेव्हा आम्ही सगळं ठरवू शकू असं वाटतंय." असं म्हणत ख्रिश्चन माझ्याकडे अपेक्षेने बघतो.

अच्छा... हे कधी ठरलं?

"अगदी." मी हसून म्हणते. तसंही त्याच्या कुटुंबासमोर त्याची बाजू उघडी पडू नये असं मला वाटतं. पण, तरीही मला थोडासा वैताग येतो. हा मला न सांगता निर्णय का घेतो? की मला जियाच्या उल्लेखामुळे वैताग आलाय? तिची मादक अदा, सेक्सी फिगर, महागडे डिझायनर कपडे आणि हो... परफ्यूम! माझ्या नवऱ्याकडे बघून किती कामुक हसते ती. माझं अबोध मन मला खुन्नस देऊ लागतं. *कशाला जळतेस? त्यानं तर काही केलं नाही ना?* शिट्! आज माझं काहीतरी बिनसलंय. सारखे का माझे मूड बदलतायत?

"ॲना," केट मला भानावर आणत म्हणते. "मनानं अजून दक्षिण फ्रान्समध्येच आहे वाटतं?"

"हो ना," मी चेहऱ्यावर हसू आणत म्हणते.

"तू मस्त दिसते आहेस," तोंडानं असं म्हटलं तरी तिच्या चेहऱ्यावर आठ्या आहेत.

"तुम्ही दोघंही छान दिसत आहात." हे म्हणताना ग्रेसचा चेहरा आनंदानं फुललाय. इलिएट सगळ्यांचे ग्लास पुन्हा भरतो.

"टु द हॅपी कपल!" कॅरिक हसत ग्लास उंचावतो. त्याबरोबर सगळे अनुमोदन देतात.

"सिएटलला सायकॉलॉजी कोर्समध्ये ॲडमिशन मिळाल्याबद्दल इथनचं अभिनंदन!" इथनकडे कौतुकानं बघत मिया म्हणते. इथनही तिच्याकडे बघून हसतो. त्यांच्या तारा जुळल्या आहेत की नाही याबद्दल मला तरी शंका आहे.

आजूबाजूला चालणाऱ्या गप्पा मी ऐकते आहे. गेल्या तीन आठवड्यांच्या आमच्या भटकंतीची माहिती ख्रिश्चन सगळ्यांना देतो आहे. या क्षणी तो किती मोकळा दिसतोय. आगीचा किस्सा जसा काही तो विसरून गेलाय. पण मला काय झालंय? काहीही केलं तरी मला सगळ्यांच्या आनंदात सहभागी होता येत नाहीये. मी अन्न नुसतंच चिवडते. ख्रिश्चन काल म्हणाला होता की मी लठ्ठ झाले आहे. *मस्करी करत असणार तो.* माझं अबोध मन पुन्हा एकदा माझ्याकडे रोखून पाहतं. तेवढ्यात इलिएटच्या हातातून ग्लास सटकतो. त्या आवाजाने सगळे दचकतात आणि काचा उचलायला सगळ्यांची धडपड होते.

"हे बघ, तू जर आता स्वतःला ताळ्यावर आणलं नाहीस ना, तर मी तुला बोटहाऊसमध्ये नेऊन झोडपून काढेन," ख्रिश्चन माझ्या कानात कुजबुजतो.

मी एकदम बावरून त्याच्याकडे बघते. हा मला चिडवतोय की काय?

"हिंमत तुझी!" मी गुरगुरते. माझ्या मनात खोलवर ओळखीची आणि उत्तेजित करणारी भावना उमटते. तो भुवई उंचावत माझ्याकडे बघतो. तो नक्कीच हे करू शकतो. टेबलच्या पलीकडे बसलेल्या केटकडे मी पटकन नजर टाकते. अतिशय चौकसपणे-खरंतर भोचकपणे- ती आमच्या दोघांकडे पाहत असते. नजर बारीक करत मी परत ख्रिश्चनकडे बघत म्हणते,

"त्यासाठी तुला आधी मला पकडावं लागेल. आज मी 'फ्लॅट' चप्पल घातलीय." मी आव्हान देते.

"आव्हान स्वीकारायला मला अतिशय आवडेल," हे बोलताना त्याच्या चेहऱ्यावर कामुक हसू आहे. इतका वेळ तो माझी मस्करी करतोय तर! हुश्श! मला एकदम संकोच वाटतो. गंमत म्हणजे मला अचानक छान वाटू लागतं. माझं मलाच हे कोडं उलगडत नाहीये.

डिझर्टसाठी स्ट्रॉबेरी आणि क्रीम आहे. आमचं खाऊन संपतं तोच धो-धो पाऊस कोसळायला लागतो. एका क्षणात आम्ही सगळे चिंब भिजतो. तेवढ्या पावसातही आम्ही पटापट टेबलवरच्या सगळ्या वस्तू किचनमध्ये नेऊन ठेवतो.

"चला, बरं झालं. आपली जेवणं होईपर्यंत पाऊस पडला नाही," ग्रेस सुटकेचा निःश्वास टाकते. आता आम्ही म्युझिक रूममध्ये बसलो आहोत. तिथे मोठा काळा चकचकीत पियानो आहे. तिथे बसून ख्रिश्चन नकळत पियानो वाजवू लागतो. सूर ओळखीचे असले तरी, तो काय वाजवतोय हे मला कळत नाही.

सेंट-पॉल-डी-व्हेन्सबद्दल माझं काय मत आहे हे ग्रेस मला विचारते. ती आणि कॅरिक त्यांच्या हनिमूनच्या वेळेस तिथे गेले होते. आजही ते दोघं एकत्र किती आनंदात दिसतायत, हे पाहून मला दिलासा मिळतो. बाजूच्या मोठ्या आणि आरामशीर कोचवर केट आणि इलिएट एकमेकांच्या मिठीत विसावले आहेत. इकडे

इथन, मिया आणि कॅरिक चर्चेत गढले आहेत, बहुधा ते सायकॉलॉजीबद्दल बोलत असावेत.

अचानक गप्प होत सगळे अवाक होऊन ख्रिश्चनकडे बघतात.

आता काय झालं?

पियानो वाजवता वाजवता ख्रिश्चन हळुवारपणे गाणं म्हणतोय. त्याचा मुलायम स्वर ऐकण्यासाठी आम्ही आटोकाट प्रयत्न करतोय. त्याला गाताना मी याआधी ऐकलंय. या सगळ्यांनी ऐकलं नाहीए का? अचानक पसरलेली शांतता लक्षात येऊन ख्रिश्चन गाणं म्हणायचा थांबतो. केट प्रश्नार्थक नजरेनं माझ्याकडे बघते. मी खांदे उडवते. ख्रिश्चन स्टुलवर गर्रकन फिरतो. त्याच्या कपाळावर आठ्या आणि चेहऱ्यावर संकोच आहे. सगळ्यांचं लक्ष आपल्यावर केंद्रित झालंय हे त्याला जाणवतं.

''म्हण नं,'' ग्रेस प्रेमानं आग्रह करते. ''ख्रिश्चन, आज पहिल्यांदाच तुला गाताना मी बघतेय.'' तिच्या नजरेत प्रचंड विस्मय आहे. क्षणभर तो कुठेतरी हरवतो, आणि मग स्वतःला सावरत माझ्याकडे बघतो. किंचित अस्वस्थ झालाय तो. माझ्यावरची नजर काढत तो फ्रेंच विंडोकडे बघू लागतो. त्याची अस्वस्थता सगळ्यांच्या लक्षात येते. मग सगळे आपापसात गप्पा मारायचा प्रयत्न करू लागतात. मी मात्र माझ्या नवऱ्याला प्रेमानं न्याहाळते.

माझा हात पकडत ग्रेस माझं लक्ष वेधून घेते आणि मग भावना अनावर होऊन मला घट्ट कुशीत घेते.

''ओह, माय डार्लिंग, थँक यू थँक यू सो मच,'' फक्त मला ऐकू येईल अशा आवाजात ती म्हणते. माझा गळा दाटून येतो.

''अं...'' काय बोलावं हे मला सुचत नाही. मी तिला घट्ट मिठी मारते. तिने माझे आभार का मानावेत हे मला कळत नाहीये. ग्रेसच्या डोळ्यांत चमक आणि चेहऱ्यावर अतिशय आनंद आहे. ती माझ्या गालांवर ओठ टेकवते. *अरेच्चा... इतकं मी काय केलंय?*

''चला, मी आता छान चहा करणार आहे,'' ग्रेसचा आवाज अचानक घोगरा झालाय. डोळ्यांतून पाणी न येऊ देण्याचा ती आटोकाट प्रयत्न करतेय. ख्रिश्चन फ्रेंच विंडोजवळ उभं राहून बाहेर शून्यात बघतोय. मी त्याच्याजवळ जात म्हणते, ''हाय!''

''हाय.'' माझ्या कमरेत हात घालत तो मला स्वतःजवळ ओढतो. मी त्याच्या जिन्सच्या मागच्या खिशात हात घालते. थोडा वेळ आम्ही दोघं पाऊस पाहत उभे राहतो.

''बरं वाटतंय का?''

मी मान डोलावते.

"छान."

"सगळ्यांना गप्प करणं छान जमतं तुला."

"सारा वेळ तेच तर करतो मी," असं म्हणत तो हसतो.

"ऑफिसमध्ये ठीक आहे, पण इथे घरी नाही."

"खरंय तुझं, घरी कधीच नाही."

"ख्रिश्चन, घरच्यांनी तुझं गाणं आजवर कधीच ऐकलं नाही?"

"असं दिसतंय खरं," तो विषय बदलायला पुढे म्हणतो, "निघायचं?"

मी त्याच्या मूडचा अंदाज घ्यायचा प्रयत्न करते. त्याचे डोळे निवळलेत. मी विषय बदलायचं ठरवते.

"झोडपणार आहेस मला?" असं विचारता क्षणी माझ्या ओटीपोटात सूक्ष्म संवेदना जाग्या होतात. हेच हवंय का मला? याची उणीव भासतेय का मला? तो माझ्याकडे पाहतो. त्याचे डोळे गडद होऊ लागले आहेत.

"मला तुला दुखवायचं नाहीये; पण मला प्रेमाचा हा खेळ फार आवडतो."

मी पट्कन सगळ्यांकडे चोरटी नजर टाकते. आमचं बोलणं कोणालाही ऐकू जाण्याची शक्यता नाही.

"मिसेस ग्रे, तुम्ही जर चुकीचं वागलात तर."

खाली वाकत तो माझ्या कानात कुजबुजतो.

केवळ या सात शब्दांमधून तो इतकी प्रचंड कामुकता कशी व्यक्त करू शकतो?

मी हसत उत्तर देते. "बघते काय करता येतंय ते!"

सगळ्यांचा निरोप घेऊन आम्ही गाडीकडे निघतो.

"हे घे," असं म्हणत ख्रिश्चन माझ्याकडे 'आर एट'ची किल्ली टाकतो. "हे बघ नीट चालव हं," त्याचा स्वर गंभीर आहे- "नाहीतर मी खरोखरच संतापेन."

माझ्या तोंडाला कोरड पडते. तो-मला-त्याची-गाडी-चालवू-देतो-आहे? माझी अंतर्देवता झक्कास उडी मारते. *ओह, यस!* ती चीत्कारते.

"नक्की ना?" माझा अजूनही विश्वास बसत नाहीये.

"अगदी नक्की. माझा विचार बदलायच्या आधी पटकन बस."

आजच्या इतका आनंद मला कधी झाला असेल असं वाटत नाही. माझ्याकडे बघत तो डोळे फिरवतो आणि मला बसण्यासाठी म्हणून ड्राइव्हर साईडचं दार उघडतो. मी पटकन आत शिरते. तो त्याच्या सीटवर बसण्याआधीच मी इंजिन सुरू करते. तो घाईने आत येऊन बसतो.

"मिसेस ग्रे, उत्सुक आहात?" त्याच्या चेहऱ्यावर खोडकर हसू आहे.

"अतिशय."

अगदी सावकाश आणि सफाईदारपणे मी गाडी मागे घेत ड्राइव्ह वेमध्ये वळवते. गाडी बंद पडत नाही याचं मलाही नवल वाटतं. *बॉय!* याचा क्लच कसला सेन्सिटिव्ह आहे. रिअर व्ह्यू मिररमध्ये बघत मी गाडी सावकाश पुढे घेते. आमच्या पाठोपाठ सॉयर आणि रियान ऑडी एसयूव्ही मध्ये चढतात. सिक्युरिटी आमच्या मागे इथवर आली आहे, याची मला कल्पना नव्हती.

"ख्रिश्चन, तुला पक्की खात्री आहे?"

"हो," ख्रिश्चनची अनिश्चितता त्याच्या स्वरात जाणवते. *ओह माय! बिच्चारा फिफ्टी!* आम्ही दोघंही उत्तेजित आणि अस्वस्थ आहोत याचं मला हसू येतंय; पण मी ते दाबते. काहीतरी करून सॉयर आणि रियानला गुंगारा द्यावा, अशी इच्छा मला होते. ट्रॅफिकचा अंदाज घेत मी गाडी मुख्य रस्त्यावर घेते. ख्रिश्चनचा ताण माझ्या लक्षात येतो आणि मी जाणीवपूर्वक ॲक्सलरेटर दाबते. गाडी एका झपक्यात पुढे झेपावते.

"ॲना, ॲना!" ख्रिश्चन ओरडतो. "जरा हळू, आपल्या दोघांनाही मारशील."

मी वेग कमी करते. आयला! काय धावते गाडी!

"सॉरी," दिलगिरी व्यक्त करण्याचा फोल प्रयत्न करत मी म्हणते. बहुधा ख्रिश्चनच्याही ते लक्षात येतं. तो मानभावीपणे हसतो. बहुधा त्यानं सुटकेचा निःश्वास टाकलाय.

"हे बघ, तुझं हे वागणं चुकीचं म्हणून धरलं जाईल," तो सहजगत्या हे म्हणतो; पण, मी ताबडतोब स्पीड कमी करते.

पुन्हा एकदा मी रिअर व्ह्यू मिररमध्ये बघते. आमच्या मागे ऑडी दिसत नाही. मात्र, त्या जागी एक टिन्टेड खिडक्यांची गडद रंगाची गाडी मला दिसते. सॉयर आणि रियान वैतागले असणार, काहीतरी करून आम्हाला गाठायच्या प्रयत्नांत असणार, या विचारानं मी अधिक उत्तेजित होते. तरीही माझ्या प्रिय नवऱ्याला उगाच धक्क्यावर धक्के बसू नयेत, म्हणून मी शांतपणे गाडी फाइव्ह टू झिरो ब्रिजकडे घेते. अचानक ख्रिश्चन वैतागतो. जीन्सच्या खिशातून तो त्याचा ब्लॅकबेरी बाहेर काढतो.

"काय आहे?" पलीकडून जो कोणी बोलत असेल त्याच्यावर ख्रिश्चन जोरात खेकसतो. "नाही." असं म्हणून तो मागच्या बाजूला नजर टाकतो. "हो, तीच चालवते आहे."

मी पटकन रिअर व्ह्यू मिररमध्ये बघते. पण मला तरी काही वेगळं दिसत नाही. आमच्यामागे साधारण चार गाड्यांनतर एसयूव्ही आहे, हे मला दिसतं. सगळ्या गाड्या साधारणतः एकाच गतीनं धावत आहेत.

"अच्छा." असं म्हणून ख्रिश्चन खोल श्वास घेत कपाळावरून बोटं फिरवतो.

अचानक त्याला प्रचंड ताण आला आहे. *काहीतरी बिनसलंय.*

"हो... माहीत नाही मला." माझ्याकडे बघत तो कानाचा मोबाईल किंचित खाली घेत म्हणतो, "काळजी करू नकोस सगळं काही ठीक आहे, तू गाडी चालवत राहा." तो जरी हसून शांत स्वरात हे म्हणतो तरी त्याचं हसू त्याच्या नजरेपर्यंत पोहोचत नाही. शिट्! माझ्या शरीरातून ॲड्रिनॅलिन धावू लागतं. तो परत फोनवर बोलू लागतो,

"ठीक आहे, फाईव्ह टू झिरोवर आल्यावर, आम्ही तिथे पोहोचलो की... हो... सांगतो मी."

मोबाईल हॅन्ड्स फ्री मोडवर टाकत तो स्पिकर क्रेडलवर अडकवतो.

"ख्रिश्चन, काय झालंय?"

"बेबी, चालवण्याकडे लक्ष ठेव," त्याचा स्वर अतिशय हळुवार आहे.

सिएटलकडे नेणाऱ्या फाइव्ह टू झिरोकडे मी निघते. मी ख्रिश्चनकडे नजर टाकते. तो अगदी सरळ समोर बघत म्हणतो की,

"हे बघ ॲना, मला तुला घाबरवायचं नाहीए. पण आपण फाइव्ह टू झिरोवर पोहोचलो की, गाडीचा स्पीड वाढव. आपला पाठलाग होतोय."

पाठलाग! होली शिट्! माझं हृदय जोरजोरात धडधडू लागतो, चेहऱ्यावरचा रंग उडतो, अंगभर शहारे येतात, गळा आवळल्यासारखा होतो, घशाला कोरड पडते. कोण करत असेल आमचा पाठलाग? माझे डोळे रिअर व्ह्यू मिररकडे जातात. हंऽ, मघाशी बघितलेली ती गडद रंगाची गाडी आताही आमच्या मागे आहे. *फक्! हीच का ती?* गाडीचा चालक कोण आहे ते बघण्याचा मी आटोकाट प्रयत्न करते; पण मला ते दिसत नाही.

"ॲना, रस्त्याकडे बघ बरं," ख्रिश्चन मायेने म्हणतो. एरवी मी गाडी चालवणार म्हटल्यावर त्याचा जो अति काळजीचा स्वर असता, त्याचा आत्ता कुठेही मागमूस दिसत नाहीये.

मी स्वतःला झापते, *ताळ्यावर ये!* भीतीपोटी माझा जीव जायची वेळ आलीये. आमचा पाठलाग करणाऱ्याच्या हातात हत्यार असेल तर? आणि हे सगळे ख्रिश्चनच्या मागे! शिट! मला एकदम भडभडतं.

"कशावरून आपला पाठलाग होतोय?" माझा तर आवाज फुटतच नाहीये.

"आपल्या मागे असलेल्या डॉजची नंबर प्लेट खोटी आहे."

"हे ह्याला कसं कळलं?"

आता आम्ही फाइव्ह टू झिरोवर पोहोचलोय. पाऊस थांबलाय. उतरतं ऊन पडलंय तरीही रस्ता ओला आहे. नशीब की रस्त्यावर अतिशय तुरळक रहदारी आहे.

सेल्फ डिफेन्सचे अनेक धडे रे ने माझ्याकडून गिरवून घेतले होते. *'अॅनी, हे बघ एखाद्या प्रसंगी आपण भांबावतो. नेमकं त्यामुळेच आपल्याला गंभीर इजा होऊ शकते किंवा आपण मरूसुद्धा शकतो.* स्वतःला ताळ्यावर आणण्याच्या निश्चयानं मी खोल श्वास घेते. माझं मन शांत होऊ लागतं. मला ख्रिश्चनला सुरक्षित ठेवायचं आहे. मला ही गाडी चालवायची होती. मला वेगानं गाडी चालवायची होती. *ठीक आहे, मिळालेल्या संधीचा योग्य उपयोग मी आता केलाच पाहिजे.* स्टिअरिंग व्हीलवरची पकड मी घट्ट करत मी पुन्हा एकवार रिअर व्ह्यू मिररमधून नजर टाकते. डॉज आणि आमच्या गाडीतलं अंतर कमी होऊ लागलंय.

मी क्षणभर गती कमी करते. त्यामुळे ख्रिश्चन चमकून माझ्याकडे बघतो, पण मी त्याच्याकडे दुर्लक्ष करते. फाइव्ह टू झिरोवर गाडी घेण्याचा अचूक क्षण मला साधायचाय. माझ्या या कृतीमुळे डॉजला गती किंचित कमी करत रहदारीतून वाट शोधावी लागते. नेमक्या त्या क्षणी मी गिअर बदलत गाडीचा स्पीड वाढवते. आमची गाडी झपकन पुढे झेपावल्यामुळे आम्ही दोघं सीटवर मागच्या बाजूला ढकलले जातो. स्पीडोमीटर एकदम पंचाहत्तर मैलांवर पोहोचतो.

''स्टेडी, बेबी,'' ख्रिश्चन जरी अत्यंत शांतपणे हे दोन शब्द उच्चारतो तरी आतल्या आत तो उसळत असणार, याची मला जाणीव आहे.

बुद्धिबळाच्या खेळातली प्यादी जशी एकेका घरावरनं पुढे सरकू लागतात, तशी मीदेखील रहदारीमधून एक एक गाडी, ट्रक मागे टाकत पुढे होऊ लागते. आता आम्ही तलावाच्या अगदी जवळून जात आहोत. क्षणभर तर मला वाटतं की मी पाण्यावरून गाडी चालवते आहे. इतर ड्राईव्हर मला खुन्नस देऊ लागलेत, पण मी त्यांच्याकडे हेतुपुरस्सर दुर्लक्ष करतेय. दोन्ही हात एकमेकांत घट्ट गुंफत ख्रिश्चन शक्य तेवढा स्तब्ध बसलेला आहे. एवढ्या सगळ्या गदारोळातदेखील माझ्या मनात विचार येतो की, माझं लक्ष विचलित होऊ नये म्हणून तो असा बसला असावा.

''गुड गर्ल,'' मला शाबासकी देत तो मागे नजर टाकतो. ''मला डॉज दिसत नाहीए आता.''

''मिस्टर ग्रे, आम्ही त्या अन्सबच्या मागे आहोत,'' सॉयरचा आवाज हॅन्ड्स फ्री मधून येतो. ''सर, तो तुम्हाला गाठायच्या प्रयत्नांत आहे. मात्र आम्ही तुमच्या आणि डॉजच्या मध्ये घुसण्याचा पूर्ण प्रयत्न करू.''

अन्सब? म्हणजे नेमकं काय?

''छान. मिसेस ग्रे व्यवस्थित चालवत आहेत. समजा जर रहदारी अशीच कमी राहिली तर माझ्या मते या गतीने आम्ही पाच मिनिटांत ब्रिज पार करू.''

''सर.''

आम्ही ब्रिज कंट्रोल टॉवर समोरून जातो. एव्हाना आम्ही लेक वॉशिंग्टन अर्धा पार केलाय. मी स्पीडोमीटरकडे नजर टाकते. अजूनही काटा पंचाहत्तरवर स्थिर आहे.

"ॲना, खरंच छान चालवते आहेस तू," मागे नजर वळवत ख्रिश्चन मला म्हणतो. त्याच्या आत्ताच्या स्वरावरून माझ्या काही आठवणी जाग्या होतात. त्याच्या प्लेरूममध्ये मी पहिल्यांदा गेले होते, तेव्हा आमच्या त्या पहिल्या अनुभवाच्या वेळेस त्याने मला याच स्वरात प्रोत्साहन दिलं होतं. छे! छे! याक्षणी माझं चित्त विचलित होता कामा नये. मी इतर सर्व विचारांना मनातून हुसकावून लावते.

"कोणत्या दिशेने निघालो आहोत आपण?" माझा स्वर बराच स्थिरावला आहे. मला आता गाडीचादेखील छान अंदाज आलाय. ही गाडी चालवणं म्हणजे विलक्षण अनुभव आहे. इतका स्पीड असूनही तिचा कणभरदेखील आवाज नाही. या स्पीडमध्ये ही गाडी चालवणं फार सोपं आहे.

"मिसेस ग्रे, आय-फाइव्हच्या दिशेने पुढे होत दक्षिणेकडे जा. ती डॉज तुमच्या मागे येतेय का याचा आम्हालाही अंदाज येईल," हॅन्डस् फ्री मधून सॉयरचा आवाज माझ्या कानावर पडतो. नशीब की ब्रिजवरचा सिग्नल आमच्यासाठी हिरवा आहे. त्याच वेगाने मी पुढे होते.

अस्वस्थ होत मी ख्रिश्चनकडे बघते. मला धीर देत हसायचा प्रयत्न तो करतो, पण त्याचा चेहरा पडतो.

"शिट्!" तो वैतागतो.

आम्ही ब्रिज ओलांडतो पण आमच्यासमोर गाड्यांची रांग आहे. मला स्पीड कमी करावा लागतो. आरशातून मला डॉज दिसल्यासारखं वाटतं. मी ख्रिश्चनला म्हणते, "साधारण दहा एक गाड्यांमागे बघ."

"हो, दिसली मला," असं म्हणत ख्रिश्चन मागे नजर टाकतो. "साला, कोण हरामी असेल देव जाणे!"

"मलाही तोच प्रश्न पडलाय. गाडी कोण चालवतंय, पुरुष की स्त्री?" ब्लॅकबेरीच्या दिशेने पाहत मी विचारते.

"मिसेस ग्रे, सांगता येत नाहीये. गाडीच्या काचा अतिशय गडद आहेत."

"स्त्री?" ख्रिश्चन विचारतो.

मी खांदे उडवत म्हणते, "तुझी मिसेस रॉबिन्सन?" रस्त्यावरची नजर न हटवता मी सुचवते.

ख्रिश्चन ताठरतो. झटक्यात पुढे होत तो क्रेडलवरचा ब्लॅकबेरी उचलत गुरगुरतो, "हे बघ, ती 'माझी' मिसेस रॉबिन्सन नाहीये. माझ्या वाढदिवसापासून आजपर्यंत मी तिच्याशी अवाक्षरदेखील बोललो नाहीये, शिवाय एलेना असं काहीही करणार नाही. ती तिची स्टाईल नाही."

''लीला?''

''मी तुला सांगितलं ना, की ती कनेक्टिकटमध्ये तिच्या आई-वडिलांबरोबर आहे.''

''तुला खात्री आहे तशी?''

उत्तर देण्याआधी तो क्षणभर थबकतो. ''नाही, पण समजा ती पळून गेली असती तर तिच्या घरच्यांनी फ्लिनला तशी सूचना दिली असती. आणि आता हा विषय पुरे. घरी गेल्यावर काय ते बोलू. तूर्तास स्वतःच्या कामाकडे लक्ष दे.''

''अरे, पण ती गाडी आपल्याच मागावर आहे हे कशावरून?''

''हे बघ, कुठलाही धोका पत्करायची माझी तयारी नाही; विशेषतः तू बरोबर असताना,'' असं चिडून म्हणत तो ब्लॅकबेरी क्रेडलवर ठेवतो. आम्ही परत एकदा आमच्या सिक्युरिटी टीमशी कनेक्ट झालो आहोत.

ओह शिट्! या क्षणी ख्रिश्चनचा मनस्ताप अजून वाढावा अशी माझी इच्छा नाहीये. या विषयावर आम्हाला नंतरही बोलता येईल. मी स्वतःला गप्प करते. सुदैवानं समोरची रहदारी थोडी कमी झाली आहे. माऊंट-लेक-इंटरसेक्शनवरून आय-फाइव्हकडे जाताना समोरच्या गाड्यांमधून वाट काढत मी स्पीड वाढवते. ''आपल्याला आत्ता पोलिसांनी अडवलं तर?''

''तर फार बरं होईल.''

''माझ्या लायसन्सचं काय?''

''त्याची आत्ता काळजी नको,'' अचानक त्याचा आवाज सैलावतो.

मी पुन्हा स्पीड वाढवते. काटा पंचाहत्तरवर जातो. बॉय! कसली धावते ही गाडी. भलतीच आवडलीय मला. शिवाय चालवायला किती सोपी. आता काटा पंच्याऐंशीवर जातो. आयुष्यात मी कधीही एवढ्या स्पीडनं गाडी चालवली नाहीये. माझी बीटल तर पन्नासवरसुद्धा पोहोचायची नाही.

''त्यानंही स्पीड पकडलाय.'' अचानक सॉयरचा आवाज येतो. ''तो नव्वदवर पोहोचलाय.'' संथपणे सॉयर पुढे बोलतो.

शिट्! मला अजून स्पीड घेतला पाहिजे. मी गॅस पॅडलवर जोर देते. गाडी पंच्याण्णवच्या स्पीडने धावू लागते. आम्ही आता आय-फाइव्ह इंटरसेक्शनच्या अतिशय जवळ आहोत.

''ॲना, कीप इट् अप!'' ख्रिश्चन मला धीर देतो.

आय-फाइव्हवर येताना मी किंचित स्पीड कमी करते. रस्ता बऱ्यापैकी शांत आहे. त्यामुळे मी क्षणात फास्ट लेन पकडते. फूट पेडलवर किंचितसा जोर देताच ही जबरदस्त गाडी उत्कट प्रतिसाद देते. झूमम... डावीकडच्या लेनमधून मी गाडी पुढे दामटते. बाकीच्या टुकार गाड्या आम्हाला घाईनं वाट मोकळी करून देतात.

माझी मनःस्थिती एवढी घाबरलेली नसती तर या स्पीडनं गाडी चालवायला मला फार मजा आली असती.

"सर, त्यानं शंभरचा स्पीड पकडलाय."

"ल्युक, त्याच्या मागेच राहा," ख्रिश्चन सॉयरवर ओरडतो.

ल्युक?

तेवढ्यात एक ट्रक फास्ट लेनमध्ये शिरतो- शिट्! मला ब्रेक दाबावा लागतो. त्याबरोबर आम्ही दोघं सीटमध्ये पुढे खेचले जातो. नशीब आम्ही सीटबेल्ट बांधले आहेत. "फकिंग इडिएट!" ख्रिश्चन ट्रक ड्राईव्हरला सणसणीत शिवी हाणतो.

"त्याला ओलांडून पुढे हो," ओठ घट्ट आवळत ख्रिश्चन मला सांगतो. आरशात नजर टाकत मी तीन लेन पार करते. हळू चालणाऱ्या वाहनांना ओलांडत मी पुन्हा एकदा फास्ट लेन पकडते.

"मिसेस ग्रे, सुरेख," ख्रिश्चन माझं कौतुक करतो. "आपल्याला गरज असते तेव्हा नेमके हे पोलिस कुठे जातात कोण जाणे!"

"ख्रिश्चन, हे बघ मला तिकीट नकोय हं," परत एकदा मी हायवेवर लक्ष केंद्रित करते. "ही गाडी चालवताना तुला आजपर्यंत कधी स्पीडिंग तिकीट मिळालं आहे का?"

"नाही," तो एका शब्दात मला उत्तर देतो. पण त्याच्याकडे एक कटाक्ष टाकल्यावर मला त्याच्या चेहऱ्यावरचं हसू दिसतं.

"तुला पोलिसांनी कधी थांबवलंय का?"

"हो."

"ओह!"

"मिसेस ग्रे, चार्म... सगळा चार्मचा करिष्मा आहे. आता जरा चालवण्याकडे लक्ष दे. सॉयर, डॉज कुठवर आली?"

"सर, तो एकशे दहाला पोहोचलाय."

होली फक! परत एकदा माझा जीव गोळा झालाय. मी याहून जास्त स्पीडने गाडी चालवू शकेन का? या विचारासरशी मी फूट पेडल दाबते आणि रहदारीतून भर्रकन पुढे होते.

पुढे असलेली एक फोर्ड मस्टँग आम्हाला जागा देत नाही. त्यावर ख्रिश्चन मला हुकूम देतो, "हेड लाईट्स फ्लॅश कर."

"अरे, पण मी मूर्ख वाटेन सगळ्यांना."

"खुशाल वाटू दे." तो झापतो.

देवा!, ठीक आहे! "अं... हेड लाईट्स कोणते?"

"इंडिकेटर. तुझ्याकडे ओढ."

तसं केल्याबरोबर समोरची मस्टँग बाजूला होते. त्या क्षणी मी तिला ओलांडत पुढे होते. मस्टँगचा ड्राइव्हर मला बोटाने बजावतो हे तेवढ्यातही मला दिसतं.

''खरा मूर्ख तर तो आहे,'' इतका वेळ रोखून धरलेला श्वास सोडत ख्रिश्चन म्हणतो. ''चल पटकन, स्टिवर्टकडे घे,'' ख्रिश्चन आता माझ्यावर ओरडतो.

''आम्ही स्टिवर्ट स्ट्रीटवरून बाहेर पडत आहोत,'' ख्रिश्चन सॉयरला सूचना देतो.

''सर, तिथून सरळ एस्केलाला जा.''

मी गती किंचित कमी करत आरशांकडे नजर टाकत, सिग्नल देत, सफाईदारपणे हायवेच्या चार लेन ओलांडत खाली उतरते. स्टिवर्ट स्ट्रीटला लागत आम्ही दक्षिणेकडे जाऊ लागतो. रस्त्यावर फारच थोडी रहदारी आहे. *गेले कुठे सगळे?*

''इथून पुढचा रस्ता मला आठवत नाहीए,'' माझी आता तंतरली आहे. डॉज अजूनही आमच्या मागावर आहे हे मी विसरू शकत नाही.

''या रस्त्याने सरळ पुढे जात राहा. मी सांगतो तुला.'' ख्रिश्चनची अस्वस्थता मला पुन्हा जाणवू लागते. पुढचे तीन ब्लॉक मी विना अडथळा ओलांडते; पण, येल ॲव्हेन्यूपाशी येताच नेमके ट्रॅफिक लाईट पिवळे होतात.

''ॲना, घाल गाडी चटकन,'' ख्रिश्चन ओरडतो. त्याच्या ओरडण्याने दचकून मी गॅस पेडल इतक्या जोऱ्यात दाबते की सिग्नल लाल होत असतांना आम्ही तिथून पुढे होतो.

''तो सुद्धा स्टिवर्टच्या मार्गाने येतोय,'' सॉयर म्हणतो.

''ल्युक, सोडू नकोस त्याला.''

''ल्युक?''

''त्याचं नाव आहे ते.''

मी ख्रिश्चनकडे चोरटा कटाक्ष टाकते. मी वेडी आहे की काय? असा भाव त्या क्षणाला त्याच्या नजरेत असतो. ''रस्त्याकडे लक्ष दे!'' तो पुन्हा झापतो.

मी चक्क दुर्लक्ष करत म्हणते, ''ल्युक सॉयर.''

''हो!'' ख्रिश्चनची अस्वस्थता शिगेला पोहोचली आहे.

''अच्छा!'' हे मला कसं माहीत नव्हतं? गेले सहा आठवडे जो माणूस सावलीसारखा माझ्या मागे आहे, त्याचं पहिलं नावसुद्धा मला माहिती असू नये. अरेर!

''मॅडम, मीच तो,'' सॉयरच्या आवाजाने मी एकदम दचकते. खरं म्हणजे तो नेहमीप्रमाणे शांतपणे आणि एका सुरात बोलतोय. ''सर, ती अनूसब आता स्टिवर्टकडे स्पीडने निघाली आहे.''

''ॲना, जरा तुझ्या फालतू गप्पा बंद कर आता,'' ख्रिश्चन गुरगुरतो.

“आम्ही स्टिवर्टच्या पहिल्या सिग्नलपाशी अडकलो आहोत,” सॉयर माहिती पुरवतो.

“ॲना, चल पटकन, घाल इकडे गाडी,” ख्रिश्चन जवळजवळ ओरडून बोलतो. बोरेन ॲव्हेन्यूच्या दक्षिणेकडच्या पार्किंग लॉटमधली एक रिकामी जागा तो मला दाखवतो. मी गाडी वळवत त्या जागेकडे घेते. टायरचा कर्र्रकच असा आवाज येतो.

“पटकन. वळव पूर्ण,” ख्रिश्चन एका पाठोपाठ हुकूम सोडतो. शक्य तितक्या झटक्यात मी गाडी मागे घेते. आता आम्ही रस्त्यावरून खाली उतरलो आहोत. तिथल्या एकुलत्या एक रिकाम्या पार्किंग स्पेसकडे बोट दाखवत ख्रिश्चन मला म्हणतो, “लाव इथे.” *शिट्! एवढ्याश्या जागेत? क्रॅप!*

“जे सांगतोय तेवढंच कर,” वैतागाने उच्चारलेले त्याचे हे शब्द ऐकताच मी त्याप्रमाणे करते. हुश्श... इतक्या अचूकपणे गाडी लावायची ही माझी पहिली आणि एकमेव वेळ असावी.

“आम्ही आता स्टिवर्ट आणि बोरेनमधल्या पार्किंग लॉटमध्ये लपलो आहोत,” ख्रिश्चन ब्लॅकबेरीमध्ये म्हणतो.

“ओके सर,” सॉयरचा स्वर त्रासलेला आहे. “सर, जिथे आहात तिथेच थांबा; आम्ही आता अनसबच्या मागावर आहोत.”

माझ्याकडे वळत ख्रिश्चन माझा अंदाज घेत विचारतो, “तू ठीक आहेस का?”

“अर्थातच,” मी कितीही आव आणला तरी माझ्या तोंडातून शब्द फुटत नाहीए.

ख्रिश्चन मानभावीपणे हसत म्हणतो, “जो कोणी डॉज चालवत असेल त्याला आपलं बोलणं ऐकू येणार नाहीए, माहितीए ना तुला.” त्याच्या या स्पष्टीकरणानंतर मात्र मी थोडीशी स्थिरावते. मला हसू येतं.

तेवढ्यात सॉयरचा आवाज येतो, “सर, आम्ही आता स्टिवर्ट आणि बोरेनवरून पुढे आलो आहोत. पार्किंग लॉटमध्ये लागलेली आपली गाडी मी पाहिलीए. तुम्हाला ओलांडत डॉज सरळ पुढे निघून गेलेली आहे.”

एकाच वेळेस आम्ही दोघंही सुटकेचा निःश्वास टाकतो.

“मिसेस ग्रे, गाडी अतिशय सुंदर चालवलीत. कौतुक वाटतंय तुमचं.” मला हळुवारपणे कुरवाळत ख्रिश्चन म्हणतो. त्याच्या त्या स्पर्शानं मी दचकते आणि खोल श्वास घेते. इतका वेळ आपण श्वास रोखलाय याची मला कल्पनादेखील नव्हती.

“म्हणजे यापुढे तू माझ्या ड्रायव्हिंगबद्दल तक्रार करणार नाहीस असं मी समजू का?” माझ्या प्रश्नावर तो खूप जोरात हसतो.

“असं काही कबूल करणार नाही मी.”

“पण मला तुझी गाडी चालवू दिलीस, ते सुद्धा अशा एक्साईटिंग परिस्थितीत,

म्हणून मनापासून थँक यू,'' आवाजावर प्रयत्नपूर्वक नियंत्रण ठेवत मी म्हणते.

''मला वाटतं आता मी गाडी चालवलेली बरी.''

''अगदी खरं सांगायचं तर माझे पाय अगदी बधिर झाले आहेत. मला नाही वाटतं की इथून उठून मी तिकडे येऊन बसू शकेन. बोलताबोलता मी अचानक थरथरू लागते.''

''बेबी, हा सगळा अॅड्रेनॅलिनचा परिणाम आहे,'' तो मला धीर देत म्हणतो. ''नेहमीप्रमाणे तू मस्त निभावून नेलंस. अॅना, तू मला कधीही निराश करत नाहीस.'' प्रेमाने माझ्या गालाला स्पर्श करत तो म्हणतो. काय नाहीये त्याच्या त्या स्पर्शात... प्रेम, भीती, पश्चाताप... एका वेळेस अनेक भावनांचा गदारोळ. त्याचे शब्द ऐकताच इतका वेळ धरून ठेवलेलं माझं उसनं अवसान गळून पडतं. भावना असह्य येऊन माझ्या घशातून हुंदका बाहेर पडतो. मी रडू लागते.

''नो बेबी, नो; प्लीज रडू नकोस,'' असं म्हणत तो पुढे होतो. आमच्या दोघांमध्ये असलेल्या हँडब्रेकवरून तो मला त्याच्या मांडीवर ओढून घेतो. माझ्या केसांच्या बटा सावरत तो माझ्या डोळ्यांची आणि गालांची चुंबन घेतो. मी त्याच्याभोवती घट्ट मिठी घालत त्याच्या मानेवर डोकं ठेवून रडू लागते. तो माझ्या केसात नाक खुपसून मला मिठीत घट्ट धरून ठेवतो. कितीतरी वेळ आम्ही काहीही न करता तसेच बसून राहतो.

अचानक सॉयरचा आवाज आल्याने आम्ही दचकतो. ''ती अनसब आता एस्कलाच्या बाहेर आहे. तिची गती कमी झालीए. तो आजूबाजूला पाहणी करतोय.''

''सोडू नकोस त्याला!'' ख्रिश्चन फटकारतो.

पालथ्या हाताने नाक पुसते आणि स्वतःला सावरण्यासाठी खोल श्वास घेते.

''माझ्या शर्टला पूस,'' माझ्या कपाळावर ओठ टेकवत ख्रिश्चन म्हणतो.

''सॉरी,'' मी पुटपुटते. मला स्वतःच्या रडण्याची लाज वाटते आहे.

''कशाबद्दल? काही गरज नाही.''

मी पुन्हा नाक पुसते. तो माझी हनुवटी उंचावत अलगद माझ्या ओठांवर ओठ टेकवतो. ''तू रडलीस की तुझे ओठ इतके काही मऊ होतात. माझी सुंदर, शूरवीर बायको.'' त्याच्या स्वरात कौतुक दाटलंय.

''पुन्हा किस कर ना मला.''

ख्रिश्चनचा एक हात माझ्या पाठीवर आणि दुसरा माझ्या नितंबावर आहे. माझी मागणी ऐकून तो थबकतो.

''कर न,'' मी आग्रह धरते. तो खोल श्वास घेतो. त्याबरोबर त्याचे ओठ किंचित विलग होतात. माझ्या बाजूने पुढे झुकत तो ब्लॅकबेरी क्रेड्लमधून काढून माझ्या सीटवर भिरकावतो. पुढच्या क्षणी त्याचे ओठ माझ्या ओठांना भिडले आहेत.

उजव्या हाताने तो माझं डोकं सावरून धरतो. डाव्या हातानं त्यानं माझा चेहरा धरला आहे. त्याची जीभ माझ्या जिभेवर आक्रमण करते. मी मनापासून सुखावते. इतका वेळ अ‍ॅड्रेनॅलिनच्या परिणामाखाली असलेलं माझं शरीर आता लालसेच्या आहारी जातं. त्याचा चेहरा धरून ठेवत, त्याच्या कानावरच्या केसातून बोटं फिरवत मी त्याला समरसून प्रतिसाद देऊ लागते. माझ्या उत्कट प्रतिसादामुळे तोही सुखावतो, चीत्कारतो. त्याच्या प्रतिसादाने माझ्या ओटीपोटातील प्रत्येक पेशी उत्तेजित होते. प्रणयाशिवाय कुठलीही भावना आता मला जाणवत नाही. त्याची बोटं मला कुरवाळू लागतात. माझी पाठ, पोट, छाती, कंबर, नितंब... त्याच्या स्पर्शासरशी मी फुलून येऊ लागते. मी किंचित सरकते.

"आह!" असं म्हणत तो थांबतो. त्याला धाप लागलीये.

"काय?" मी त्याला बाजूला न होऊ देता म्हणते.

"आपण, सिएटलमधल्या कार पार्किंगमध्ये आहोत."

"मग?"

"हे बघ, या क्षणी मला तुझ्याशी सेक्स करायचंय आणि तू मला उचकवते आहेस... इथे जरा अडनिडं होतंय."

त्याच्या शब्दांनी माझी लालसा तीव्र होते. मी प्रचंड उद्दीपित होते. माझ्या कंबरेखालच्या संवेदना तीव्र होतात.

"कर ना. फक मी," त्याला उचकवत मी त्याच्या ओठांच्या कोपऱ्यावर ओठ टेकवते. मला तो हवा आहे. या क्षणी हवा आहे. गाड्यांच्या पाठलागामुळे मी प्रचंड उत्तेजित झाले आहे. उत्तेजित- हादरलेली- घाबरलेली... या सगळ्यामुळे माझी वासना चेकाळली आहे. तो मागे झुकून मला न्याहाळतो. त्याची नजर गडद झाली आहे.

"इथे?" त्याचा स्वर घोगरा झालाय.

माझं तोंड कोरडं पडतं. त्याच्या एका शब्दात मला इतकं पेटवण्याची शक्ती कशी काय आहे? "हो, मला तू हवा आहेस. आत्ता."

मान कलती करती तो मला क्षणभर न्याहाळतो. तो क्षण मला अनंत काळासारखा भासतो. "मिसेस ग्रे, निर्लज्जपणाचा कळस आहे हा." बोलता बोलता त्याचा हात माझ्या मानेभोवती किंचित आवळला जातो. त्याचे ओठ माझ्या ओठांचा कडकडून ताबा घेतात. त्याचा दुसरा हात माझ्या सर्वांगावरून आसुसून फिरू लागतो. माझी पाठ, मांड्या, नितंब... त्याच्या स्पर्शाने मी फुलून येते. मी त्याचे लांब कुरळे केस घट्ट धरून ठेवते.

"किती बरं झालं की तू स्कर्ट घातला आहेस," असं म्हणत माझ्या निळ्या-पांढऱ्या स्कर्ट मधून तो माझ्या मांड्या कुरवाळतो. मी पुन्हा त्याच्या मांडीवर वळते. तो अधीर होतो.

“हलू नकोस,” असं म्हणत तो माझ्या योनीवर हात ठेवतो. मी स्थिर होते. अंगठ्याने तो माझ्या क्लायटॉरिसला छेडू लागतो. मला प्रचंड संवेदना जाणवू लागतात. माझ्या खोलवर आनंदाचे सहस्र तरंग उमटतात.

“श्श! शांत रहा,” तो परत म्हणतो. माझ्या डिझायनर अंडरवेअरच्या तलम कपड्यातून त्याचा अंगठा माझ्या योनीत गोलाकार फिरू लागतो. मग दोन बोट तो हलकेच माझ्यात सारतो. “अहा!” मी सौख्याने चीत्कारत त्याच्या बोटांना भिडण्यासाठी कंबर उचलते.

“प्लीज,” मी विनवणी करते.

“ओह मिसेस ग्रे, तुम्ही तर अगदी तत्पर आहात,” मुद्दाम हळूहळू बोटं आतबाहेर करत तो म्हणतो. “गाड्यांच्या पाठलागाने तुम्ही पेटता का?”

“तुमचा सहवास मला पेटवतो, मिस्टर ग्रे.”

त्याच्या चेहऱ्यावर छद्मी हास्य पसरतं. झटक्यात बोटं काढून घेत तो मला व्याकूळ करतो. पुढच्या क्षणी तो माझ्या गुडघ्यांखालून हात घालून मला उचलून पलटी मारतो. आता माझा चेहरा समोरच्या काचेकडे आहे.

“पटकन तुझे दोन्ही पाय माझ्या दोन्ही बाजूंनी टाक,” तो सूचना देत स्वतःचे दोन्ही पाय जोडून घेतो. मी दोन्ही पावलं त्याच्या दोन्ही पायांच्या बाजूंना ठेवते. मग माझ्या मांड्यांवरून आणि पाठीवरून हात फिरवत तो माझा स्कर्ट वर घेतो.

“बेबी, दोन्ही हात माझ्या गुडघ्यांवर घेत पुढे झुक. ते तुझे सुंदर नितंब आहेत ना ते उचल जरासे. वर लक्ष दे. डोकं नको आपटायला.”

शीट! आम्ही खरंच इथे, पब्लिक पार्किंग लॉटमध्ये हे करतो आहोत. मी पटकन सभोवार नजर फिरवते. मला कोणीही दिसत नाही. पण मी खूप उत्तेजित होते. मी चक्क सार्वजनिक जागी हे करतेय. *कसलं हॉट आहे हे!* ख्रिश्चन किंचितसा हलतो. त्याच्या झिपरचा परिचित आवाज मला ऐकू येतो. एक हात माझ्या कंबरेभोवती गुंफत तो दुसऱ्या हाताने माझी लेसची पँटीज बाजूला करत खस्स्कन स्वतःला आत सारतो.

“आह!” मी चीत्कारत त्याच्यावर स्वतःला झोकून देते. तो ओठ आवळत श्वास घेऊ लागतो. माझ्या गळ्याभोवती हातांची मिठी घालत तो माझी हनुवटी वर करतो. मग माझी मान किंचित कलती करत तो माझ्या गळ्याची चुंबनं घेतो. दुसऱ्या हाताने तो माझे नितंब पकडून धरतो. आम्ही एका लयीत स्ट्रोक्स अनुभवू लागतो.

मी पावलांवर जोर देत आत-आत स्थिरावते. तो आत-बाहेर करत मला अनुभवू लागतो. या अवस्थेत आम्ही अधिक खोलवर स्पर्श करतोय एकमेकांना. डाव्या हाताने मी हँडब्रेक आणि उजव्या हाताने दार धरून ठेवते. तो माझ्या कानाचे हलके चावे घेऊ लागतो. आऽ आऽ आऽ! तो मला झटका देतो. दुखतंय मला,

खुपतंय, पण सुखावतंयदेखील. तो परत परत माझ्यात आतबाहेर करू लागत मला झटके देऊ लागतो. मी वरखाली हिंदकळू लागते. आमच्यात एक तालबद्ध हालचाल आकाराला येते. पुन्हा एकवार तो बोटांनी माझ्या क्लायटॉरिसला छेडू लागतो. पँटीजच्या तलम कापडातून तो स्पर्श जाणवत राहतो.

आह! खोलवर स्पर्श करणाऱ्या या सौख्य भावनेची मला आता किती सवय झाली आहे!

''ॲना, बेबी, ये पटकन,'' तो माझ्या कानात गुणगुणतो. त्याचे हात अजूनही माझ्या मानेभोवती वेढलेले आहेत. ''पटकन आटपायला हवं ना,'' असं म्हणत तो माझ्या योनीवरचा बोटांचा दाब वाढवतो.

मी पुन्हा पुन्हा चीत्कारते. डोळे घट्ट मिटलेल्या अवस्थेत मला फक्त तरल, सूक्ष्म आणि सर्वव्यापी संवेदना तेवढ्या जाणवतात. माझ्या कानात त्याचा आवाज, मानेवर त्याचा श्वास, योनीवर त्याची बोटं आणि खोलवर तो स्वत:... बस्स, मी स्वतःला हरवू लागते. शरीराच्या अधीन होते. मला मुक्त व्हायचंय.

''हं,'' ख्रिश्चनचा हुंकार ऐकू येताच मी त्याच्याकडे पाहायला डोळे उघडते. माझ्या नजरेला ऑडी आर-एट चं छत येतं. डोळे पुन्हा मिटून घेत मी मोकळी होऊ लागते.

''ओह ॲना,'' त्याच्या स्वरात नवल आहे. हातांनी तो मला घट्ट आवळतो. पुन्हा एकदा शेवटचा स्ट्रोक देत तोदेखील स्वतःला माझ्यात खोलवर मोकळं करतो.

मी त्याच्या मानेशी डोकं ठेवल्यावर तो माझा गळा, मान, गाल, कपाळ ह्यांची अनेक अलवार चुंबनं घेतो.

''मिसेस ग्रे, ताण गेला का?'' माझ्या कानाचा हलका चावा घेत तो मला चिडवतो. माझं शरीर दमलंय. मला शक्तिपात झाल्यासारखं वाटतंय. मला त्याचं हसू जाणवतंय.

''माझा तरी नक्कीच गेलाय,'' असं म्हणत तो मला बाजूला करतो. ''शब्द फुटत नाहीये वाटतं?''

''हो ना,'' माझ्या घशातून जेमतेम आवाज येतो.

''मिसेस ग्रे, टेन्शन उतरलं का तुमचं?'' माझ्या कानाचा हलकासा चावा घेत ख्रिश्चन मला विचारतो. त्याचं हसू मला जाणवतं. मी अतिशय थकले आहे, तरीही स्वर्गसुखाची अनुभूती नुकतीच मला आली आहे.

''माझं तरी नक्कीच उतरलं आहे,'' असं म्हणत तो मला स्वत:च्या अंगावरून बाजूला करतो. ''बोलायची ताकद नाही वाटतं.''

''हो ना,'' मी कसंबसं उत्तर देते.

''तुला असं वाटत नाही का की तू एक अतृप्त आत्मा आहेस? स्वत:च्या भावनांचं इतकं उघड प्रदर्शन करायला तुला आवडत असेल असं मला आजवर वाटलं नव्हतं.''

मी दचकून ताठ बसते. त्याला ताण येतो. सभोवताली नजर टाकत मी विचारते, ''कोणी बघत तर नाहीए ना आपल्याकडे?''

''तुला काय वाटतं? माझी बायको इतकी पेटलेली असतांना तिच्यावर इतर कोणाची नजर पडू देईन मी?'' माझ्या पाठीवर हात ठेवत तो मला आश्वस्त करतो. परंतु त्याचा स्वर मात्र वेगळंच काही सांगत होता. माझ्या अंगातून शिरशिरी उमटते. मी त्याच्याकडे बघत खोडकरपणे हसते.

''कार सेक्स!'' मी आनंदाने म्हणते.

माझा मूड पाहून तोही हसतो. माझ्या केसांची बट कानांमागे करत तो म्हणतो, ''चल, घरी जाऊ यात. मी चालवतो गाडी आता.''

त्याच्या बाजूचं दार उघडत तो मला त्याच्या मांडीवरून उतरून बाहेर पडायला मदत करतो. मग तो बाहेर उतरतो आणि मला परत आत बसायला मदत करतो. दार बंद करत तो झटक्यात ड्रायव्हर साईडने आत येऊन बसतो. गाडी सुरू करण्याआधी तो ब्लॅकबेरी काढून फोन लावतो.

''सॉयर कुठे आहे?'' तो कोणाला तरी झापतो. ''आणि डॉजचं काय? सॉयर तुझ्याबरोबर कसा काय नाही?''

तो लक्षपूर्वक ऐकतो. पलिकडच्या बाजूला बहुधा रियान असावा.

''ती?'' त्याच्या स्वरात आश्चर्य आहे. ''तिचा पिच्छा सोडू नकोस.'' असं म्हणून फोन बंद करत ख्रिश्चन माझ्याकडे पाहतो.

ती! गाडीची ड्रायव्हर? कोण असेल बरं? एलेना... लीला...?

''डॉजची ड्रायव्हर कोणी स्त्री आहे का?''

''असं दिसतंय खरं,'' त्याचा स्वर गंभीर आहे. त्याच्या चेहऱ्यावर राग स्पष्ट दिसतोय. गाडी सुरू करत तो पार्किंग लॉट मधून सफाईदारपणे रिव्हर्स घेतो.

''ती अन्सब... कुठे...? आणि अन्सब म्हणजे नक्की काय? मला तरी ते बीडीएस्‌एम् सारखं वाटतंय.''

गाडी स्टिवर्ट स्टिक्टकडे घेत ख्रिश्चन किंचितसं हसतो.

''त्याचा अर्थ 'अन्‌नोन् सब्जेक्ट' असा होतो. त्याचं काय आहे, रियान पूर्वी एफबीआयमध्ये काम करत होता.''

''हं, एक्स-एफबीआय?''

''बास, पुढे काही विचारू नकोस.'' ख्रिश्चन मानेला झटका देत म्हणतो. त्याच्या मनात या क्षणाला गदारोळ सुरू आहे हे माझ्या लक्षात येतं.

"बरं, तूर्तास ही अन्सब आणि ती बया कुठे आहे?"

"आय फाइव्ह वर दक्षिणेकडे चालली आहे." तो माझ्याकडे बघतो. त्याच्या नजरेत आता कठोर भाव आहेत.

जीझ! प्रणयी-शांत-अस्वस्थ, काही क्षणांमध्ये इतके बदल! मी पुढे होत त्याच्या मांडीवरून अलगद हात फिरवते. माझ्या स्पर्शाने त्याला बरं वाटेल असं मला वाटतं. पण तो माझा हात बाजूला करतो.

"नको, इथवर आपण सुखरूप पोहोंचलो आहोत. घरापासून जेमतेम तीन ब्लॉकवर असताना ॲक्सिडेंटचा धोका मला पत्करायचा नाहीये," असं म्हणत तो माझा हात स्वतःच्या ओठांशी नेत हलकंसं चुंबन घेतो. त्याच्या या कृतीतून त्याचं माझ्यावर असलेलं प्रेम आणि त्याला वाटणारी माझी काळजी माझ्या लक्षात येते. माझा फिफ्टी... शांत, संयमी, अधिकार गाजवणारा. कितीतरी काळाने आज पुन्हा मला त्याच्या हट्टीपणाचा प्रत्यय येतो. माझा हात काढून घेत काही क्षण मी शांत बसून राहते.

"बाई?"

"असं दिसतंय खरं." मोठा उसासा सोडत तो एस्कलाच्या भुयारी गॅरेजकडे वळतो. त्याने सिक्युरिटी की-पॅडवर नंबर टाईप केल्यावर गॅरेजची दारं उघडतात. तो गाडी पुढे घेत आमच्या ठरलेल्या जागेवर लावतो.

"मला ही गाडी फारच आवडलीय," मी त्याला सांगते.

"मलासुद्धा ती फार आवडते. शिवाय तू आत्ता ज्या पद्धतीने गाडी चालवलीस त्याचं मला कौतुक वाटलंय. इतकं होऊनही तू गाडी कुठेही धडकवली नाहीस."

त्याच्याकडे पाहत गालातल्या गालात हसत मी म्हणते, "माझ्या वाढदिवसाला तू मला अशी गाडी गिफ्ट म्हणून देऊ शकतोस." माझ्या या बोलण्यावर त्याला उत्तर सुचत नाही. गाडीतून बाहेर पडताना मी म्हणते, "मला पांढऱ्या रंगाची गाडी आवडेल."

तो हसून म्हणतो, "ॲनेस्टेशिया ग्रे, तुमच्या वागण्याचं मला नेहमीच कौतुक वाटतं."

गाडीचं दार बंद करत मी त्याच्यासाठी थांबते. एका झटक्यात गाडीतून बाहेर पडत तो माझ्यापाशी येतो. त्याच्या चेहऱ्यावरचा भाव बदलला आहे. त्याने या नजरेनं बघितलं की माझ्या खोलवर तरंग उमटू लागतात. माझ्याजवळ आल्यावर किंचित झुकत तो माझ्या कानात म्हणतो, "तुला गाडी आवडली. मला गाडी आवडली. या गाडीत आज आपण संभोग केला... गाडीच्यावरसुद्धा आपण तो करायला हवा, नाही का?"

त्याच्या या बोलण्याने मी थक्क होते. तेवढ्यात एक चंदेरी रंगाची बीएमडब्ल्यू

गॅरेजमध्ये शिरते. तिच्याकडे पहात ख्रिश्चन अस्वस्थ होत म्हणतो की, "छे, आता शक्य नाही. कोणीतरी आहे तिथे. चल." माझा हात धरत तो एलेव्हेटरकडे निघतो. कॉल बटण दाबून आम्ही वाट बघत असताना बीएमडब्ल्यूचा चालक आमच्यापाशी पोहोचतो. केस लांब वाढवलेला तो एक तरुण आहे. त्याच्या एकंदरीत पेहेरावावरून तो मीडियामध्ये काम करत असावा अशी माझी कल्पना होते.

"हाय," तो हसत आम्हाला म्हणतो.

माझ्या खांद्याभोवती घाईने हात टाकत ख्रिश्चन मान किंचितशी हलवून त्याला उत्तर देतो.

"मी नुकताच इथे राहायला आलो आहे. अपार्टमेंट सोळा."

"हॅलो," मी हसून म्हणते. त्याचे डोळे तपकिरी आणि नजर सौम्य आहे.

तितक्यात एलेव्हेटर येतं आणि आम्ही आत शिरतो. ख्रिश्चन माझ्याकडे बघतो. त्याच्या नजरेतील भाव मला वाचता येत नाही.

"तुम्ही तर ख्रिश्चन ग्रे आहात!" तो तरुण म्हणतो.

ख्रिश्चन हसून न हसल्यासारखं करतो.

"नोआ लोगन," तो हात पुढे करत म्हणतो. ख्रिश्चन मोठ्या नाइलाजानं त्याच्याशी हात मिळवतो. "कितवा मजला?" नोआ विचारतो.

"मला कोड टाकावा लागतो."

"ओह."

"पेन्टहाऊस."

"ओह," नोआ मनापासून हसतो. "ऑफ कोर्स," तो आठव्या मजल्याचं बटण दाबतो. त्याबरोबर एलेव्हेटरची दारं बंद होतात. "मिसेस ग्रे?"

"हो."

मी छानसं हसते. आम्ही दोघेही हात मिळवतो. तो माझ्याकडे आवश्यकतेपेक्षा क्षणभर जास्त बघतो. आणि हे लक्षात आल्यामुळे संकोचतोदेखील. मलाही संकोच वाटतो. त्याबरोबर ख्रिश्चन मला घट्ट धरतो.

"तुम्ही इथे राहायला कधी आलात?" मी विचारते.

"मागच्या विकएन्डला. फार आवडलीय मला ही जागा."

आठव्या मजल्यावर एलेव्हेटर थांबेपर्यंत कोणीच काही बोलत नाही.

"तुम्हाला दोघांना भेटून छान वाटलं," असं म्हणत तो बाहेर पडतो. त्याच्या स्वरात सुटकेची भावना आहे.

"छान वाटला नाही," मी म्हणते. "तुझ्या एकाही शेजाऱ्याला मी आजवर भेटले नाहीये."

ख्रिश्चन वैतागून म्हणतो, "ते माझ्या पथ्यावर पडतं."

"कारण तू एकलकोंडा आहेस. मला तरी तो छान वाटला."

"एकलकोंडा?"

"हो, एकलकोंडा. आपल्या हस्तिदंती मनोऱ्यात जखडून पडलेला," मी खरं काय ते सांगते. ख्रिश्चनला नवल वाटतं.

"आपला हस्तिदंती मनोरा. मिसेस ग्रे, मला असं वाटतंय की, तुमच्या चाहत्यांच्या यादीत अजून एक नाव घालायला हरकत नाही."

मी डोळे फिरवत म्हणते, "ख्रिश्चन, कमाल आहे तुझी. प्रत्येक जण माझा चाहता आहे असं तुला का वाटतं?"

"तू आत्ता माझ्याकडे बघून डोळे फिरवलेस ना?"

माझ्या नाडीचे ठोके जलद पडू लागतात. "हो, मी फिरवलेत," कसंबसं मी म्हणते.

तो मान एका बाजूला कलती करत माझ्याकडे बघतो. आता त्याच्या चेहऱ्यावर आढ्यता, उत्सुकता आणि अस्वस्थता यांचं मिश्रण आहे. "काय करावं बरं आता?"

"थोडा धसमुसळेपणा."

त्याला वाटलेलं आश्चर्य लपवण्यासाठी तो डोळे उघडबंद करतो, "धसमुसळेपणा?"

"प्लीज."

"तुला अजून हवंय?"

मी सावकाश मान डोलावते. तितक्यात एलेव्हेटर थांबतं. दारं उघडतात. आम्ही घरी पोहोचतो.

"किती?" तो श्वास रोखून धरतो. त्याचे डोळे गडद झाले आहेत.

मी चकार शब्दही न उच्चारता त्याच्याकडे रोखून पाहते. क्षणभर डोळे मिटत तो माझा हात धरतो आणि मला फॉयरकडे ओढत नेतो.

आम्ही आत शिरतो. सॉयर आमची वाट पाहत हॉलमध्ये उभा आहे. तो आमच्याकडे बघतो.

"सॉयर, साधारण तासाभरात मला सर्व माहिती हवीय," ख्रिश्चन त्याला सांगतो.

"यस सर," असं म्हणत सॉयर टेलरच्या ऑफिसकडे जातो.

चला, आमच्याकडे एक तास आहे तर.

ख्रिश्चन माझ्याकडे बघत विचारतो, "धसमुसळेपणा?"

मी मान डोलावते.

"मिसेस ग्रे, तुमचं नशीब आज जोरात आहे. इतरांच्या विनंतीला मान देण्याचा आज माझा मूड आहे."

६

"तुझ्या मनात काही विशेष आहे का?" स्वतःच्या नजरेनं मला जागीच खिळवत ख्रिश्चन विचारतो. मी खांदे उडवते. अचानक माझा श्वास अडकलाय. मी हैराण झालीए. मी का बरं एवढी अस्वस्थ झालीए? मघाचा पाठलाग, ॲड्रेनॅलिन, त्या आधीची माझी मन:स्थिती..., मला काहीच समजत नाही. हे मात्र नक्की की मला या क्षणी अतिशय आतून अशा धसमुसळेपणाची नितांत आवश्यकता आहे. माझ्या मनःस्थितीची नेमकी कल्पना ख्रिश्चनला येत नाहीये. "रानटी संभोग?" तो विचारतो. त्याचे शब्द मला मखमली वाटतात.

मी मान डोलावते. पण शरमेनं माझा जीव नकोसा झालाय. पण मला अशी लाज का वाटावी? या माणसाबरोबर मी वाटेल त्या प्रकारे कामपूर्ती अनुभवलीय. नवरा आहे तो माझा! मला नेमका कशाचा संकोच वाटतोय? 'मला' हे हवंय म्हणून? ते कबूल करायची शरम मला वाटतेय का? माझं अबोध मन मला फटकारतं, *भलते विचार करत बसू नकोस.*

"मला हवं ते?" नजरेने माझा अंदाज घेत आणि माझं मन वाचत तो मला प्रश्न करतो.

त्याला हवं ते? होली फक्! ह्यातून काय निष्पन्न होईल? "हो," मी अतिशय अस्वस्थ होत त्याला म्हणते, माझं शरीर आता आतून उसळ्या मारू लागलंय. माझ्याकडे बघत तो अतिशय सावकाश पण मादकपणे हसतो.

"चल," असं म्हणत तो मला पायऱ्यांच्या दिशेने ओढतो. त्याचा हेतू स्पष्ट आहे. प्लेरूम! माझी अंतर्देवता खाडकन जागी होते. इतका वेळ ती आर एट मध्ये केलेल्या संभोगानंतरच्या गुंगीत होती.

शेवटच्या पायरीवर येताच तो माझा हात सोडत प्लेरूमच्या दाराचं लॉक काढतो. काही महिन्यांपूर्वी मी त्याला दिलेल्या *'येस सिएटल'च्या* की-चेनला प्लेरूमची किल्ली अडकवलेली आहे.

"मिसेस ग्रे, आधी तुम्ही," असं म्हणत तो दार उघडतो.

प्लेरूमचा परिचित गंध मला सुखावतो. 'लेदर, लाकूड आणि नुकतंच केलेलं

पॉलिश.' आम्ही हनिमूनला गेलेलो असताना मिसेस जोन्सनी इथली स्वच्छता केली असणार, या विचारानं मी संकोचते. आम्ही आत शिरल्यावर ख्रिश्चन तिथले लाईट लावतो. त्याबरोबर तिथल्या लाल भिंती मंद प्रकाशात उजळतात. त्याच्याकडे पाहत मी तशीच उभी राहते. माझ्या नसानसातून अनेक भावना वेगाने धावतायत. तो नेमकं काय करेल? आमच्यामागे दार बंद करत तो माझ्याकडे वळतो. मान कलती करत विचारपूर्वक तो मला न्याहाळून म्हणतो,

"ॲनेस्टेशिया, तुला काय हवंय?" त्याचा स्वर हळुवार असला तरी त्याला वाटणारं आश्चर्य लपत नाही.

"तू," मला श्वास घ्यायचं भान उरलं नाहीये.

तो हसून म्हणतो, "मी तुझाच आहे. ज्या दिवशी तू माझ्या ऑफिसमध्ये पडलीस त्या दिवसापासून मी तुझाच आहे."

"मिस्टर ग्रे, मला काही तरी सरप्राईज द्या."

त्याच्या ओठाला मुरड पडते. प्रणय आणि कामुकतेचं मिश्रण त्याच्या चेहऱ्यावर दिसू लागतं. "जशी तुमची इच्छा, मिसेस ग्रे." हाताची घडी घालत, ओठांवरून बोट फिरवत, मला जोखत तो क्षणभर उभा राहतो. "मला वाटतं तुझे कपडे काढून टाकत आपण सुरुवात करावी." पुढे होत तो माझं डेनीमचं जॅकेट खांद्यावरून काढत खाली जमिनीवर टाकतो आणि माझ्या ब्लॅक कॅमिझोलला हात घालतो.

"हात वर घे."

त्याच्या हुकमाचं मी पालन करते. तो कॅमिझोल माझ्या डोक्यातून काढून खाली फेकतो. मग खाली झुकत तो माझ्या ओठांवर हळुवारपणे ओठ टेकतो. त्याच्या डोळ्यांमध्ये प्रेम आणि लालसा एकवटली आहे.

"हे घे," त्याच्याकडे अस्वस्थपणे बघत मी माझ्या मनगटाला गुंडाळलेला हेअरटाय काढून त्याच्यासमोर करते. तो क्षणभर स्तब्ध होतो, त्याचे डोळे विस्फारले जातात. पण काही न बोलता तो माझ्या हातातून हेअरटाय घेतो.

"वळ," तो हुकूम देतो.

हुश्श! मला हसू येतं. त्याच्या आज्ञेचं मी ताबडतोब पालन करते. चला, एक अडथळा तर आम्ही पार केलाय. माझे केस एकत्र करत तो पटकन त्यांची वेणी घालून शेवटी हेअरटाय बांधतो. मग वेणी धरत तो माझं डोकं किंचित मागे ओढतो.

"मिसेस ग्रे, समयसूचक आहात," असं कुजबुजत तो हलकेच माझ्या कानाचा चावा घेतो. "आता वळा आणि स्कर्ट काढून टाका. पडू दे तो जमिनीवर." असं म्हणत तो मला मोकळं करतो. मी एक पाऊल मागे घेत त्याच्याकडे वळते. त्याच्या नजरेत पाहत मी स्कर्टचं बटण उघडून झीप उघडते. त्याबरोबर तो घेरदार स्कर्ट माझ्या पायाशी गोळा होतो.

''स्कर्ट काढ,'' तो हुकूम सोडतो. मी त्याच्याकडे झुकते. तो पटकन खाली वाकून माझे घोटे पकडत सँडल्सची बक्कलं काढतो. भिंतीचा आधार घेत मी दोन्ही पायातले सँडल्स काढते. माझ्या हाताच्या किंचित वर अनेक खुंट्या आहेत. पूर्वी इथे वेगवेगळ्या प्रकारच्या छड्या अडकवलेल्या असायच्या. आता मात्र तिथे फक्त फ्लॉगर आणि चाबूक आहे. मी उत्सुकतेने ते न्याहाळते. तो आज हे वापरेल का?

माझ्या अंगावर फक्त लेसी ब्रा आणि पँटीज आहेत. चवड्यांवर बसत ख्रिश्चन माझ्याकडे पाहतो. ''मिसेस ग्रे, काय सुंदर आहात तुम्ही,'' असं म्हणत तो झटक्यात पुढे होत माझे नितंब धरून मला स्वतःकडे ओढत माझ्या योनीत नाक खुपसतो. ''अहाहा, काय मादक गंध आहे, तुमचा, माझा आणि सेक्सचा,'' भरभरून हुंगत तो म्हणतो. ''बेभान करतोय हा गंध मला.'' तो माझ्या लेसी पँटीजवरून माझं चुंबन घेतो. मी त्याच्या शब्दांनी वितळू लागते. हा किती... वाह्यात आहे. माझे कपडे आणि सँडल्स उचलून तो एका झटक्यात उभा राहतो. त्याची हालचाल एखाद्या खेळाडूला लाजवेल इतकी तत्पर आणि चपळ आहे.

''जा, त्या टेबलच्या बाजूला उभं राहा,'' हनुवटीने टेबलकडे खूण करत तो शांतपणे म्हणतो. मग तो त्याच्या त्या खजिना साठवलेल्या ड्रॉवरकडे मोर्चा वळवतो.

मागे वळून तो मानभावीपणे हुकूम सोडतो, ''भिंतीकडे तोंड कर. म्हणजे मग मी नेमकं काय करतोय हे तुला कळणार नाही.'' त्याच्या नजरेत निर्धार आहे. ''मिसेस ग्रे, एकमेकांना सुखावणं हेच आपलं ध्येय आहे आणि तुम्हाला काहीतरी सरप्राईज हवं होतं ना?''

त्याबरोबर मी वळते. पण आता माझे कान अधिक सजगतेने प्रत्येक आवाज टिपू लागले आहेत. माझ्या अपेक्षा वाढवून ठेवण्यात- माझी लालसा चेतवण्यात- मला वाट पाहायला लावण्यात तो पटाईत आहे. तो माझे सँडल्स खाली ठेवतो, मग बहुतेक तो माझे कपडे ड्रॉवरवर ठेवतो. त्यानंतर एक-एक करत तो स्वतःचे शूज काढतो. हं... अनवाणी ख्रिश्चन मला खूप आवडतो. पुढच्याच क्षणी मला ड्रॉवर उघडल्याचा आवाज येतो.

टॉईज्! ओह! मला हे वाट पाहणं अतिशय म्हणजे अतिशय आवडतंय. ड्रॉवर बंद होतं. माझा श्वास जलद होऊ लागतो. साधा ड्रॉवर बंद होण्याचा आवाज मला इतका कसा कासावीस करू शकतो, हे मला कळत नाही. साऊंड सिस्टम सुरू झाल्याचा आवाज येतो. हं... तर संगीतमय संभोग होणार आहे... फक्त पियानोचे स्वर माझ्या कानावर पडतात. करुण आलाप माझ्या कानात शिरतो. हे स्वर माझ्या ओळखीचे नाहीत. पाठोपाठ इलेक्ट्रिक गिटारचे स्वर सुरू होतात. *कोणता प्रकार आहे हा?* एका पुरुषाचे शब्द कानी पडू लागतात. मरणाची भीती कशाला अशा

अर्थाचं काहीतरी तो बोलतोय.

ख्रिश्चन अगदी आरामात माझ्या दिशेने येतो. तिथल्या लाकडी जमिनीवर त्याच्या पावलांचा होणारा आवाज मी अचूक टिपते. आता एका स्त्रीच्या गाण्याचा- विलापाचा- गाण्याचा आवाज येतो. तेवढ्यात ख्रिश्चन माझ्या मागे आलेला मला जाणवतो.

"काय तर मग मिसेस ग्रे, तुम्हाला रांगडेपणा हवाय म्हणे!" तो माझ्या डाव्या कानात कुजबुजतो.

"हं."

"पण मला वचन हवंय."

मी खोल श्वास घेते. *शिट! नेमकं काय मनात आहे ह्याच्या?* "मी वचन देते." मी एका दमात म्हणते. मला त्याचं या आधीचं बोलणं आठवतंय; *'मला तुला इजा करायची नाहीए पण मला हा खेळ खेळायला आवडतं.'*

"गुड गर्ल," असं म्हणत तो खाली झुकत माझ्या खांद्यावर ओठ टेकवतो. मग माझ्या ब्राच्या पट्ट्याच्या बाजूने माझ्या पाठीवर तो बोट फिरवतो. त्याचा इतकासा स्पर्श देखील मला इतका मादक कसा वाटतो?

"काढ ती," तो माझ्या कानाशी असं म्हणताच मी पटकन तसं करते. माझी ब्रा आता जमिनीवर पडलीए.

त्याचे हात माझ्या उघड्या पाठीवरून फिरू लागतात. तो पटकन माझ्या पँटीज खाली ओढतो.

"काढ," पुन्हा त्याचा हुकूम होतो आणि मी अंमलबजावणी करते. माझ्या पार्श्वभागावर तो ओठ टेकवत उभा राहतो.

"मी तुझ्या डोळ्यांवर पट्टी बांधणार आहे म्हणजे मग तुला प्रत्येक गोष्टीची तीव्रता प्रकर्षाने जाणवेल," असं म्हणून तो माझ्या डोळ्यांवर एअरलाईनमध्ये वापरतात तो मास्क चढवतो. माझं जग अंधारात बुडतं. मघाची गाणारी सातत्यानं विलाप करते आहे...मनाला विषण्ण करणारे सूर आहेत ते.

"टेबलवर झुक," अतिशय अलवारपणे तो म्हणतो. "लगेच."

माझ्या मनात जराही किंतू येत नाही. सुंदर पॉलिश केलेल्या त्या टेबलवर मी स्वतःला झोकून देते. माझा चेहरा त्या टेबलच्या कठीण पृष्ठभागावर आहे. तो गार स्पर्श मला सुखावतो. मला पॉलिशचा मंद गंध जाणवतो.

"हात वर घे आणि टेबलची वरची कड पकड."

"बरं..." हात लांबवत मी टेबलची कड पकडते. टेबल रुंद असल्यामुळे माझे हात ताणले गेले आहेत.

"हात सोडलेस तर चाबकाने फोडून काढेन तुला, कळलं?"

“हो.”

“ॲनेस्टेशिया, मी तुला चाबकाने फोडून काढायला हवं आहे का?”

माझ्या कंबरेखालचा प्रत्येक स्नायू ताठरतो आणि आतुर होतो. त्यानं सकाळी जेवताना मला धमकावलं होतं तेव्हापासून मी या प्रसंगाची वाट पाहत होते हे मला जाणवतं. गाड्यांचा पाठलाग आणि कार प्रणयानंतरही माझी उत्कट भूक शमली नाहीये.

“हो.” मी घोगऱ्या स्वरात कसबसं म्हणते.

“का?”

अच्छा, तर आता मला कारण पण द्यावं लागणार आहे! *जीझ!* मी खांदे उडवते.

“सांग मला,” तो लाडानं विचारतो.

“अं...”

अचानक तो मला सपकन फटकारतो.

“आह!” मी कळवळते.

“गप बस.”

माझ्या नितंबावर जिथे त्याने नुकताच फटका दिलाय तिथे तो हळूच कुरवाळतो. मग पुढे होत माझ्या खांद्याचा किस घेत हळूहळू माझ्या पाठीवर चुंबनांचा वर्षाव करत जातो. त्यानं अंगातला शर्ट काढून टाकलाय. त्यामुळे त्याच्या उघड्या छातीवरचे केस आणि जोडीला त्याच्या मांड्यांचे स्नायू मला स्पर्श करतात. त्याच्या जीन्समधून त्याची ताठरता मला छेडू लागते.

“पाय दूर कर,” पुन्हा त्याचा हुकूम सुटतो.

मी त्याप्रमाणे करते.

“थोडे अजून दूर.”

मी चीत्कारत पाय अजून फाकवते.

“शहाणी मुलगी,” तो श्वास घेत म्हणतो. त्याची बोटं माझ्या पाठीवरून खाली उतरून माझ्या नितंबांच्या मधल्या फटीतून सरकू लागतात. त्याच्या बोटांचा स्पर्श होताच माझं गुदद्वार आक्रसतं.

“आज आपण ह्यांना सुखावणार आहोत,” तो कुजबुजतो.

फक!

त्याची बोटं आता तिथल्या शिवणीवरून उतरून माझ्या योनीत प्रवेशतात.

“अरेच्या, तू तर ओली झाली आहेस. आत्ता झालीस की मघाचंच आहे?”

मी चीत्कारते. त्याबरोबर तो बोट आतबाहेर करू लागतो. मी त्याच्या हाताच्या दिशेने स्वतःला थोडंसं ढकलते. मला त्याचा स्पर्श खूप सुखावतो आहे.

"ओह! अॅनेस्टेशिया, मला वाटतं की हा दोन्हीचा परिणाम आहे. मला वाटतंय की तुला इथे, असं आवडतं. माझं होऊन राहायला."

"हो, मला आवडतंच, वादच नाही." तो बोट बाहेर काढून मला सपकन फटका हाणतो.

"सांग मला," तो घोगऱ्या आवाजात माझ्या कानात म्हणतो. त्याच्या स्वरातली निकड लपत नाहीये.

"हो, मला खूप आवडतं." मी कुरकुरत उत्तर देते.

तो परत एकदा मला जोरदार फटका लगावतो. मी कळवळते. त्यासरशी तो दोन बोटं माझ्यात सारतो आणि पुढच्याच क्षणी बाहेर काढतो. माझ्याच स्त्रावाने तो माझ्या गुदद्वाराभोवतीची जागा ओली करू लागतो.

"तू काय करणार आहेस?" मी धापा टाकत विचारते. *ओह माय! इज ही गोइंग टू फक माय अॅस्?*

"तुला वाटतंय तसं काही नाहीए." तो माझी खात्री पटवून देतो. "मी तुला ह्या आधीही सांगितलंय की, आपण एका वेळेस फक्त एकच पाऊल पुढे जाणार आहोत." तो हातावर काहीतरी ओतून घेतो, बहुधा एखाद्या ट्यूबमधून असावं. त्याची बोटं मला आता तिथे मसाज करू लागतात. तिथेच तो ते पसरवू लागतो. मी आता भलतीच उत्तेजित झाले आहे, शिवाय पुढे काय होणार ह्याची भीतीयुक्त उत्कंठा मला भेडसावते आहे. तो परत मला एक फटका देतो. यावेळेस फटका माझ्या योनीवर बसतो. मी कळवळते पण त्याच वेळेस मला अतिशय सुखद भावना जाणवते.

"शांत राहा, इतक्यात यायचं नाही, लक्षात ठेव." तो बजावतो.

"आह!"

"हे ल्युब्रिकंट आहे." ते थोडं अजून माझ्यावर पसरवत तो म्हणतो. त्याच्या स्पर्शाखाली स्वतःला स्थिर ठेवण्याचा मी प्रयत्न करते. पण मला खूप कठीण जातंय. माझं हृदय जोरजोरात धडधडतंय, नाडी थडथडतेय, लालसा आणि कामना माझ्या रोमारोमातून धावते आहे. स्वतःला स्थिर ठेवणं मला कठीण जातंय.

"अॅना, किती दिवसांपासून मला हे करायचं होतं," तो कबुली देतो.

मी कण्हते. तितक्यात माझ्या कण्याला थंडगार धातूचा स्पर्श जाणवतो.

"तुझ्यासाठी एक गंमत आहे," तो कुजबुजतो.

मागे एकदा मी त्याच्याकडून टॉईज्बद्दल समजून घेतलं होतं, तो प्रसंग मला आठवतो. *होली काऊ!* बट प्लग! माझ्या नितंबांच्या घळीतून खिश्चन ते आत सरू लागतो.

ओह माय!

“मी आता अगदी सावकाश हे तुझ्या आत सारणार आहे.”

“दुखेल का ते?”

“नो बेबी, अगदी छोटंसं आहे ते. एकदा ते आत सारलं की मग मी तुझ्याशी रानटी संभोग करणार आहे, कळलं?”

मी जवळजवळ बेशुद्ध पडते. माझ्यावर झुकत तो पुन्हा माझ्या खांद्यांना किस करतो.

“तयार?” तो हलकेच विचारतो.

तयार? *मी खरंच ह्यासाठी तयार आहे का?*

“हो,” मी कसंतरी उत्तर देते. माझं तोंड कोरडं पडलंय. माझ्या नितंबांवरून खाली सरकत येत त्याचं दुसरं बोटं माझ्यात शिरतं. खस्स! ओहह! त्याचा अंगठा! फक! तो माझ्या योनीला झाकून टाकतो, त्याची बोटं माझ्या क्लायटॉरिसला छेडू लागतात, हळुवारपणे कुरवाळू लागतात, कुस्करू लागतात. आहहह! मी कण्हू लागते. काय स्वर्गीय अनुभूती आहे. मला... भलतंच... छान... वाटतंय... त्याची बोटं आणि अंगठा मला सुखावत असतांना तो हळुवारपणे ते गार बट प्लग माझ्यात सारतो.

आहहह! आजवर कधीही न अनुभवलेली ही जाणीव मला व्यापून टाकते. मी कण्हते. नव्यानं शरीरात प्रवेश करू पाहणाऱ्या त्या वस्तूला हुसकावून लावण्यासाठी माझे स्नायू आकुंचित होतात. माझ्यात अंगठा गोल फिरवत तो प्लग अजूनच आत ढकलतो. विनासायास तो आत जातो. माझं शरीर त्याचा स्वीकार करतं; विनातक्रार; मी इतकी तापले आहे म्हणून? की त्याची बोटं मला चेतवताएत म्हणून? की त्याच्या प्रत्येक कृतीनं माझं भान हरपलं आहे म्हणून? जड आहे ते आणि...तिथे तो स्पर्श विचित्र वाटतोय.

“ओह बेबी!”

मला सगळं अगदी तीव्रतेने जाणवतंय... इकडे त्याचा अंगठा माझ्या योनीत गोलाकार फिरतो आहे आणि तिकडे तो प्लग जोर देतो आहे...ओहह! आहह! आता तो अगदी सावकाश तो प्लग गोल फिरवतो. मी बेभान होत चीत्कारते.

“ख्रिश्चन!” त्याचं नाव मला एखाद्या मंत्रासारखं वाटतं. त्याने माझ्यात निर्माण केलेल्या सुखद भावना आसुसून स्वीकारण्याचा आणि त्यांचा आनंद घेण्याचा प्रयत्न मी करते.

“शहाणी मुलगी,” असं म्हणत ख्रिश्चन दुसरा हात माझ्या नितंबाशी नेत इकडे योनीतला अंगठा बाहेर काढतो. त्याने आता पँटची झिप उघडल्याचा आवाज येतो. आता दोन्ही हातांनी माझी दोन्ही नितंबं पकडून तो मला मागे ओढत माझे पाय अजून दूर करतो. त्याची पावलं माझ्या पावलांना दूर ढकलतात. “ॲना, टेबल सोडू

नकोस,'' तो बजावतो.

''नाही सोडणार,'' मी आश्वासन देते.

''तुला रांगडेपणा हवाय तर? पुरेसं झालं की सांग, समजलं ना?''

''हो,'' मी मोठ्या कष्टांनी उत्तर देते. त्या क्षणी तो मला खसकन स्वतःकडे ओढत फटक्यात माझ्यात प्रवेशतो. त्या बरोबर तो प्लगसुद्धा आत गाडला जातो.

''फक,'' मी किंचाळते.

तो स्थिर होतो. आमचे श्वास जोरात होतायत. मी प्रत्येक संवेदनेची दखल घेण्याचा प्रयत्न करू पाहते. मला व्यापून उरणारं पूर्णत्व, आपण काहीतरी 'करू नये असं काहीतरी' करत असल्यामुळे जाणवणारी बंडपणाची भावना, माझ्या अगदी आतून येणाऱ्या तीव्र कामानंदाच्या लहरी.... तो सावकाश प्लग काढतो.

''ओहह जीझ!'' मी कण्हते. तितक्यात त्याने घेतलेला खोल श्वास मला जाणवतो- त्याच्या स्वरात कामेच्छापूर्तीची तृप्ती आहे. माझं रक्त उसळतं. आजवर मला इतकं भन्नाट कधीच वाटलं नव्हतं.

''पुन्हा?'' तो विचारतो.

''हो,'' मी आतुरतेनं म्हणते.

''अशीच राहा,'' असं म्हणत तो माझ्यातून बाहेर येत पुढच्या क्षणी वेगाने आत शिरतो.

आहह! हेच तर हवं होतं मला! ''हो!'' मी कसबसं म्हणते.

तो आता तालावर मागेपुढे होऊ लागतो. त्याचा श्वास जडावला आहे, माझ्या श्वासाशी लय साधतो आहे. तो स्वतःला माझ्यात खोल खोल गाडून घेऊ लागतो.

''ओह ॲना,'' तो बेभान होतो. माझ्या नितंबावरचा हात बाजूला घेत तो पुन्हा एकवार प्लग फिरवतो, किंचित ओढून घेत आत ढकलतो, पुन्हा पुन्हा ही क्रिया करतो. मला जाणवणाऱ्या संवेदनांना काय नाव द्यावं हेदेखील मला समजत नाही. अत्यानंदापायी मी या टेबलवरच बहुतेक बेशुद्ध पडेन असं वाटतंय. तो अविरत मला स्वर्गीय कामानंदाची सैर घडवत राहतो. मला लयबद्ध आणि जोरकस स्ट्रोक्स देत, माझ्या आत आत शिरत तो रतिसुखाची परमोच्च पातळी गाठतो. मी अंतर्बाह्य थरारून उठते. स्वतःला आक्रसून घेत त्याला सामावून घेते.

''ओह फक!'' मी आवेग सोसू शकत नाहीये. बहुतेक माझ्या चिंधड्या उडू शकतात.

''येस बेबी!'' तो प्रतिसाद देतो.

''प्लीज,'' मी कळवळते. का... मलाच नाही कळत. तो थांबावा असं मला वाटतंय; पण त्याने थांबूच नये असंही मला वाटतंय. त्यानं प्लग पुन्हा फिरवावा असं वाटतंय. त्यानं हलू नये असं वाटतंय. त्याच्या भोवती आणि त्या प्लगभोवती

माझं अंग आतून आवळून येतंय.

"असंच होतं," तो मला प्रोत्साहन देत स्वतःची लयबद्ध हालचाल सुरू ठेवतो. पुढच्याच क्षणी एक खोल श्वास घेऊन तो माझ्या उजव्या नितंबावर जोरदार फटका लगावतो. बस्स! माझा बांध फुटतो. मी येते. समरसून येते. पूर्णपणे येते. आतून येते. न थांबता येते. पुन्हा पुन्हा येते. मी गरगरते आहे, कोसळते आहे, पुन्हा पुन्हा धडधडते आहे. मी... मी उरले नाहीये. मी फक्त संवेदना झाले आहे. ख्रिश्चन हळूच प्लग बाहेर काढतो.

"फक!" मी किंचाळते. माझे नितंब पकडून, मला घट्ट धरून ठेवत ख्रिश्चनदेखील मोकळा होतो.

मघाचं गाणं अजूनही चालू आहे. एकच गाणं रिपीटवर टाकायची विचित्र सवय ख्रिश्चनला आहे. मी त्याच्या मिठीत आहे. माझं डोकं त्याच्या छातीवर आहे. आमचे पाय एकमेकांत गुंतले आहेत. प्लेरूमध्ये असलेल्या टेबलच्या बाजूला जमिनीवर आम्ही बसलो आहोत.

"वेलकम बॅक," असं म्हणत तो माझ्या डोळ्यांवरची पट्टी काढतो. तिथल्या अंधूक प्रकाशात मी डोळे किलकिले करते. माझी हनुवटी किंचितशी वर करत, माझ्या ओठांवर हळुवारपणे ओठ टेकत तो माझ्या नजरेत नजर मिळवतो. मी किंचित पुढे होत त्याचा चेहरा कुरवाळते. तो हसतो.

"तर मला सांग, सूचनेची अंमलबजावणी मी केली का?" तो मला चिडवत विचारतो.

माझ्या कपाळावर आठी येते, "सूचनेची अंमलबजावणी?"

"तुला धसमुसळेपणा हवा होता," तो म्हणतो.

मला हसू आवरत नाही. "हो. तू ती केली आहेस असं म्हणायला काही हरकत नाही..."

भुवई उंचावत तो हसू लागतो. "मिसेस ग्रे, हे ऐकून मला अत्यानंद होतोय. या क्षणाला तुम्ही संभोगतृप्त आणि नितांत सुंदर दिसत आहात," आपल्या लांब सडक बोटांनी माझा चेहरा कुरवाळत तो म्हणतो.

"मलाही ते जाणवतंय," मी समाधानानं म्हणते.

पुन्हा एकदा पुढे होत तो हळुवारपणे चुंबन घेतो. त्याचे ओठ मऊ, उबदार आणि तत्पर आहेत. "तू मला कधीही नाराज करत नाहीस." मागे झुकत तो पुन्हा एकवार माझ्याकडे रोखून बघतो. "कसं वाटतंय तुला?" त्याच्या स्वरात कळकळ आहे.

"छान," हा एकच शब्द उच्चारताना मला अतिशय लाज वाटते. तसंच मी

पुढे म्हणते, ''अतिशय परिपूर्ण संभोग केल्यासारखं.''

''मिसेस ग्रे, अतिशय वाईट भाषा आहे तुमची,'' ख्रिश्चनच्या चेहऱ्यावर दचकल्याचे भाव आहेत; पण, त्याच्या स्वरातला खेळकरपणा मला जाणवतो.

''कारण मी एका अतिशय वाईट मुलाशी लग्न केलंय, मिस्टर ग्रे.'' हे ऐकून त्याला हसू येतं. मीही हसू लागते. ''तू त्याच्याशी लग्न केलंस याचा मला फार आनंद आहे.'' हळुवारपणे माझी वेणी धरत तो त्यावर ओठ टेकवत अतिशय श्रद्धेने वेणीची अनेक चुंबनं घेतो. त्याच्या डोळ्यांत आता निखळ प्रेमाव्यतिरिक्त इतर कुठलीही भावना नाही. ओह माय! अशा या माणसाला कधी नाकारायची इच्छा तरी कधी मला होईल का?

त्याचा डावा हात हातात घेत मी त्याच्या वेडिंग रिंगवर ओठ टेकवते. माझ्या वेडिंग रिंगप्रमाणेच तोसुद्धा प्लॅटिनमचा साधा बॅन्ड आहे. ''माझा आहेस,'' मी म्हणते.

''तुझाच,'' तो प्रतिसाद देत माझ्याभोवती हात टाकतो आणि माझ्या केसात नाक खुपसतो. ''तुझ्यासाठी टब बाथ तयार करू का?''

''हं. पण तूही माझ्याबरोबर अंघोळ करणार असशील तर.''

''ओके,'' असं म्हणत तो मला उभं करत स्वत:ही उभा राहतो. त्यानं अजूनही जीन्स घातलीय.

''तू तुझी ती... दुसरी जीन्स घालशील का?''

तो प्रश्नार्थक नजरेने माझ्याकडे पाहत विचारतो, ''दुसरी जीन्स?''

''तू इथे जी नेहमी घालायचास ती.''

''ओह, ती?'' त्याच्या चेहऱ्यावर प्रचंड आश्चर्य आहे.

''तू त्यात खूप हॉट दिसतोस.''

''हो का?''

''हो... म्हणजे खरंच हॉट.''

तो संकोचानं हसतो. ''मिसेस ग्रे, कदाचित तुमच्यासाठी मी घालीनही.'' असं म्हणत तो माझं चुंबन घेतो. त्यानंतर टेबलवरचा छोटा बाऊल, लुब्रिकंटची ट्यूब, माझ्या डोळ्यांवर बांधलेला रुमाल आणि माझे आतले कपडे उचलतो. बाऊलमध्ये 'बटप्लग' आहेत.

''हे सगळं कोण स्वच्छ करणार?'' त्याच्या पाठोपाठ जात मी विचारते.

प्रश्न न कळल्यासारखं तो माझ्याकडे पाहत म्हणतो, ''मी... किंवा मिसेस जोन्स.''

''काय?''

तो मान डोलावतो. माझ्या प्रतिक्रियेमुळे त्याला आश्चर्य आणि संकोचही

वाटतो, असं मला वाटतं. पुढे होत तो म्युझिक बंद करतो. "वेल्, अं...."

"तुझ्या सबज् हे सगळं करायच्या का?" त्याचं अर्धवट वाक्य पूर्ण करत मी म्हणते. त्यावर तो माझ्याकडे बघत 'माफ कर मला' या अर्थानं खांदे उडवतो.

"हे घे." स्वतःचा शर्ट तो मला देतो. तो अंगात घालून मी स्वतःभोवती लपेटते. शर्टला अजूनही त्याचा गंध येतोय. बटप्लगबद्दल माझ्या मनात असलेला संदेह त्या क्षणात विरून जातो. हातातल्या सगळ्या वस्तू तिथे ड्रॉवरवर ठेवत, माझा हात हातात घेत, प्लेरूमचं दार उघडून तो मला जिन्याकडे नेतो. मी त्याला जराही विरोध करत नाही.

मला वाटणारी अस्वस्थता, माझा वाईट मूड, पाठलागाचं थ्रील, भीती आणि त्यामुळे झालेली उत्तेजित अवस्था... किती काय काय अनुभवलं मी. मात्र, आता या क्षणी मी शांत आणि तृप्त आहे- कामतृप्त आहे. आम्ही आमच्या बाथरूममध्ये शिरतो तेव्हा मी झडझडून आळस देत जांभई देते... खूप वेळानंतर पुन्हा एकदा माझी मी मला गवसल्यासारखी वाटते.

"काय?" असं विचारत ख्रिश्चन नळ चालू करतो.

मी मान हलवते.

"सांग ना," तो आर्जव करतो. टबमधल्या पाण्यात तो जास्मीन बाथ ऑईलचे काही थेंब टाकतो. त्याबरोबर बाथरूममध्ये धुंद गंध दरवळतो.

मी संकोचते, "मला ना आता खूप छान वाटतंय."

तो हसून म्हणतो, "मिसेस ग्रे, आज दिवसभर तुम्ही जरा विचित्र मूडमध्ये होतात," उभा राहत तो मला मिठीत ओढून घेतो. "मला माहितीय की, ह्या काही दिवसांत झालेल्या वेगवेगळ्या घटनांमुळे तू खूप काळजीत पडली आहेस. तुला त्यात निष्कारण गुंतावं लागलं याबद्दल मी मनापासून सॉरी म्हणतो. या क्षणाला मला कल्पना नाही की या सगळ्यामागे कोण आहे... कुणी हाडवैरी, एक्स एम्प्लॉई की व्यावसायिक शत्रू? माझ्यामुळे जर तुला काही झालं असतं तर...," तो वाक्य पूर्ण करू शकत नाही. त्याच्या स्वरात प्रचंड वेदना आहेत. मी त्याला घट्ट मिठीत घेते.

"ख्रिश्चन, आणि तुला काही झालं असतं तर?" माझ्या स्वरातली भीती माझ्याही लक्षात येते.

माझ्याकडे एकटक पाहत तो म्हणतो, "आम्ही याचा बरोबर थांगपत्ता लावू. चल, शर्ट काढ आणि बाथटबमध्ये बस."

"तुला सॉयरशी बोलायचंय ना?"

"थांबेल तो," अचानक ख्रिश्चनच्या चेहऱ्यावर कठोर भाव उमटतात. मला सॉयरची कीव येते. ख्रिश्चननं एवढं भडकावं असं सॉयरनं नक्की काय केलंय?

ख्रिश्चन मला शर्ट काढायला मदत करतो. मी त्याच्याकडे वळते. त्याच्या कपाळावर आठ्या उमटतात. आमच्या हनिमूनच्या दरम्यान त्यानं माझ्या छातीवर दिलेल्या लव्ह-बाईट्‌सच्या फिकट खूणा अजूनही आहेत. त्याबद्दल आता काहीही न बोलायचं मीठरवते.

"आह.."

टबमधल्या गरम पाण्यानं माझा अलवार झालेला पार्श्वभाग दुखावतो.

"इझी बेबी," ख्रिश्चनच्या या दोन शब्दांनीसुद्धा मला खूप आराम वाटतो. ख्रिश्चनही कपडे काढत टबमध्ये उतरतो. मला तो घट्ट धरून ठेवतो. टबमधल्या त्या गरम पाण्यात एकमेकांच्या मिठीत अतीव समाधान अनुभवत आम्ही पडून राहतो. मी त्याच्या अंगावरून हळुवारपणे बोटं फिरवते. माझी वेणी एका हाताने धरून तो ती हळुवारपणे स्वत:च्या बोटांभोवती गुंडाळतो.

"आपल्या नवीन घराच्या प्लॅनबद्दल आपल्याला ठरवायला हवं. आज संध्याकाळी बोलू यात का?"

"चालेल." म्हणजे ती बया परत आज येणार तर! द *कम्प्लीट वर्क्स ऑफ चार्ल्स डिकन्स* वाचणारं माझं अबोध मन चष्म्याआडून माझ्याकडे बघतं. त्याचं म्हणणं मला मान्य आहे. मी निःश्वास सोडते. दुर्दैवानं जीआ मॅटिओचे डिझाइन्स अतिशय अप्रतिम आहेत.

"मला तयारी करायला हवी आहे, उद्या ऑफिसला जायचंय ना." मी त्याचा अंदाज घेत म्हणते.

तो स्तब्ध होतो. "तुला माहितीये, की तुला काम करायची गरज नाही," तो सुचवतो.

परत हा विषय नकोय मला.... "ख्रिश्चन ह्या विषयावर आपलं सगळं बोलून झालंय ना, पुन्हा कशाला वाद करायचा?"

तो माझी वेणी ओढतो. त्याबरोबर माझा चेहरा वर होतो. माझ्या ओठांवर ओठ टेकवत तो म्हणतो, "मी आपलं सुचवलं...."

स्वेट पॅन्ट आणि कॅमेझॉल चढवून मी प्लेरूममधून माझे कपडे आणायला जाते. हॉलमध्ये शिरल्यावर ख्रिश्चनचा चढलेला स्वर ऐकू आल्यामुळे मी अर्ध्या वाटेत थिजते.

"कुठे मेला होतास?"

ओह शिट्! तो सॉयरला खडसावतोय. अस्वस्थपणे मी पटकन प्लेरूमकडे जायला पायऱ्या चढू लागते. ख्रिश्चनचं रागवणं मला ऐकून घ्यायचं नाहीए. त्याचं ते रूप मला सोसवत नाही. बिच्चारा सॉयर. मला निदान ख्रिश्चनला प्रत्युत्तर तरी देता

येतं. तो नोकर ना! तो काय देणार बिचारा.

मी माझे कपडे आणि ख्रिश्चनचे शूज उचलते. तेवढ्यात माझी नजर तिथल्या कपाटावर असलेल्या छोट्याशा पोर्सेलिन बाऊलवर जाते. त्यामध्ये अजूनही बट-प्लग ठेवलेले असतात. हं... आपण ते स्वच्छ करायला हवेत, असं मला वाटतं. मग तो बाऊलसुद्धा उचलून मी खाली यायला निघते. अस्वस्थपणे मी कानोसा घेते, पण सगळीकडे शांतता आहे, नशीब! उद्या संध्याकाळपर्यंत टेलर परत येईल. तो असला की ख्रिश्चन बऱ्यापैकी शांत असतो. आज आणि उद्या टेलर आपल्या मुलीबरोबर राहणार आहे. मला ती कधी भेटेल का?

तेवढ्यात मिसेस जोन्स युटिलिटी रूममधून बाहेर पडते. एकमेकींना पाहून आम्ही दचकतो.

"मिसेस ग्रे- मला दिसलाच नाहीत तुम्ही." *अच्छा, मी आता मिसेस ग्रे आहे तर!*

"हॅलो, मिसेस जोन्स."

"काँग्रॅच्युलेशन्स, वेलकम होम." ती हसत म्हणते.

"प्लीज, मला ॲना म्हण."

"मिसेस ग्रे, मला ते प्रशस्त नाही वाटणार."

अरेच्चा! माझ्या बोटात एक वेडिंग रिंग काय चढली- सगळ्यांची वागण्याची-बोलण्याची पद्धत बदलावी?

"आठवडाभराचा मेन्यू एकदा नजरेखालून घालायला आवडेल का तुम्हाला?" माझ्याकडे अपेक्षेने बघत ती म्हणते.

मेन्यु?

"अं..." अशा प्रश्नांची मी जन्मात कधी अपेक्षा केली नव्हती.

ती पुन्हा हसून म्हणते, "मिस्टर ग्रे साठी मी काम करायला सुरुवात केली तेव्हा प्रत्येक रविवारी संध्याकाळी मी त्यांना येणाऱ्या आठवड्याचा मेन्यू दाखवून त्यांची पसंती विचारत होते. त्यामुळे आठवडाभर लागणाऱ्या वस्तू आणणं मला सोयीचं जायचं."

"अच्छा!"

"मला देता का?" असं म्हणत ती माझ्या हातातले कपडे घ्यायला हात पुढे करते.

"हो... अं, खरं म्हणजे... नाही मला ते हवे आहेत." *खरं म्हणजे त्या कपड्यांखाली मी बटप्लग असलेला बाऊल लपवलेला आहे.* त्या जाणिवेनं मी लाल होते. मी मिसेस जोन्सकडे बघू शकतेय, ही माझ्यासाठी खूप मोठी गोष्ट आहे. प्लेरूमची स्वच्छता तीच करते, त्यामुळे आम्ही तिथे आतमध्ये नक्की काय काय

करतो याची तिला पूर्ण कल्पना असणार. *जीझ!* या घरात आम्हाला संपूर्ण एकांत कधीच मिळणार नाही का?

"मिसेस ग्रे, तुम्हाला हवे तेव्हा तुम्ही मला ते कपडे देऊ शकता. तुमच्याबरोबर बसून आठवड्याची रूपरेषा ठरवायला मला आवडेल."

"थँक यू." तितक्यात ख्रिश्चनच्या स्टडीमधून सॉयर बाहेर पडतो. त्याचा चेहरा उतरलेला आहे. आमच्याकडे प्रत्यक्ष बघणं टाळून, जेमतेम मान हलवून तो पटकन टेलरच्या स्टडीत शिरतो. बरं झालं, सॉयरच्या येण्यामुळे आपसूकच विषयांतर झालं. तसंही या क्षणी मला मिसेस जोन्सशी आठवड्याचा मेन्यू किंवा बटप्लगची स्वच्छता या विषयांवर चर्चा करायची इच्छा नाहीये. तिच्याकडे हसून पाहत मी पटकन माझ्या बेडरूमकडे सटकते. माझ्या हाकेला ओ द्यायला तत्पर असलेल्या इतक्या हाऊसस्टाफची मला कधी सवय होईल का? मी मान झटकते.... कदाचित होईलही, कोणी सांगावं!

बेडरूममध्ये शिरल्यावर मी ख्रिश्चनचे शूज खाली ठेवते, माझे कपडे पलंगावर टाकते आणि बाऊल घेऊन बाथरूममध्ये जाते. निरखून पाहिल्यावर मला लक्षात येतं की ते बटप्लग बऱ्यापैकी निरुपद्रवी आणि चक्क स्वच्छ आहेत. त्यांचा फार विचार करायची माझी मानसिकता नाही. त्यामुळे मी ते पटकन साबणाने स्वच्छ करते. एवढी स्वच्छता पुरेशी आहे का, स्टरलाईझ करण्याची आवश्यकता असते का, हे मला माहीत नाही. मिस्टर सेक्सपर्टला याबाबत सविस्तर विचारायला हवं. त्या विचारानं मी तापते.

ख्रिश्चननं लायब्ररी आता माझ्या ताब्यात दिलीय, हे किती बरं झालंय. तिथे मी आता एक देखणं, पांढरं लाकडी टेबल ठेवलं आहे. त्यावर लॅपटॉप ठेवत मी हस्तलिखितांवरच्या माझ्या नोट्स वाचू लागते. हनिमूनच्या दरम्यान मी या नोट्स काढलेल्या आहेत.

मला जे जे हवं ते सारं काही मिळालं आहे. काही अंशी मी कामावर जायला नाखूष आहे. पण हे मी ख्रिश्चनला कधीही सांगू शकणार नाही. कारण मग तो मला राजीनामा द्यायला भाग पाडेल. मी कोणाशी लग्न करतेय हे कळल्यावर रोशची प्रतिक्रिया बघण्यासारखी होती. त्यानंतर अल्पावधीत माझी नोकरीसुद्धा पक्की झाली. मी माझ्या बॉसशी लग्न करत असल्यामुळे हे सगळं घडलं, हे मला आत्ता कळतंय. हा विचार मला अस्वस्थ करतो. इथून पुढे मी त्या कंपनीमध्ये ॲक्टिंग कमिशनिंग एडिटर नसून, मी 'ॲनेस्टेशिया स्टील, कमिशनिंग एडिटर आहे.'

ऑफिसमध्ये मी माझं नाव बदलणार नाहीये; पण हे ख्रिश्चनला सांगण्याचा धीर मला झालेला नाही. यामागे माझा काही ठोस विचार आहे. आमच्या दरम्यान

काहीतरी अंतर राखलं पाहिजे, असं मला वाटतं. पण ते त्याच्या गळी उतरवण्यापूर्वी आमचं कडाक्याचं भांडण होऊ शकतं, हेही मी ओळखून आहे. याबद्दल आज रात्री चर्चा करावी का त्याच्याशी?

खुर्चीवर आरामात बसून मी आजच्या दिवसातलं शेवटचं काम पार पाडायचं ठरवते. लॅपटॉपच्या घड्याळात मला संध्याकाळचे सात वाजलेले दिसतात. ख्रिश्चन त्याच्या स्टडीमधून बाहेर आलेला नाहीये. त्यामुळे माझ्याकडे थोडा मोकळा वेळ आहे. निकॉन कॅमेरामधून मेमरी कार्ड काढून ते लॅपटॉपमध्ये टाकून मी हनिमूनच्या दरम्यान काढलेले फोटो ट्रान्स्फर करू लागते. एकीकडे माझ्या मनात दिवसभरातल्या घडामोडी उलगडू लागतात. रियान परत आला असेल का? की तो अजून पोर्टलॅन्डच्या रस्त्यावर असेल? ती जी कोणी गूढ ड्रायव्हर होती ती त्याला सापडली असेल का? ख्रिश्चनला त्याच्याकडून काही बातमी मिळाली असेल का? मला माझ्या प्रश्नांची उत्तरं हवी आहेत. ख्रिश्चन व्यस्त असला तर असेना का? मला काय त्याचं? आत्ताच्या आत्ता मला माझ्या प्रश्नांची उत्तरं हवी आहेत. तो माझ्यापासून खूप काही लपवून ठेवतोय, हे जाणवून माझा संताप होतो. त्याच्या स्टडीमध्ये जाऊन त्याला खडसवण्याच्या विचारानं मी खुर्चीतून उठते. तेवढ्यात हनिमूनच्या शेवटच्या टप्प्यातले फोटो स्क्रीनवर दिसू लागतात.

होली क्रॅप!

एका पाठोपाठ एक, फक्त आणि फक्त माझेच फोटो आहेत. त्यातले कितीतरी फोटो मी झोपले असताना काढले आहेत. चेहऱ्यावर विखुरलेल्या बटा, उशीवर पसरलेला केसांचा पिसारा, किंचित विलग झालेले ओठ, आणि हे काय... शिट... चक्क अंगठा चोखतेय मी. गेल्या कित्येक वर्षांत मी असा अंगठा चोखलेला माझ्या आठवणीत नाही. किती हे फोटो. त्याने माझे एवढे फोटो काढले असतील याची मला जराही कल्पना नव्हती. यातले काही फोटो दुरून काढलेले आणि कॅन्डिड शॉट्स आहेत. एका फोटोमध्ये मी यॉटच्या कठड्यावर रेललेली आहे. माझी नजर दूर कुठेतरी खिळलेली आहे. हा फोटो तो काढत असताना मला कळलं कसं नाही बरं? एका फोटोत त्याच्या बाजूला लोळत मी खूप हसते आहे. तो मला वाटेल तशा गुदगुल्या करतोय. त्याच्या तावडीतून सुटका करण्याचा मी आटोकाट प्रयत्न करतेय. पुढच्या एका फोटोत आम्ही दोघंही मास्टर केबिनमधल्या ऐसपैस पलंगावर एकमेकांच्या कुशीत दिसतोय. मी त्याला बिलगलेय. कॅमेऱ्याकडे पाहणारा ख्रिश्चन आकंठ प्रेमात बुडालेल्या मुक्त तरुणासारखा दिसतोय. एका हातानं त्यानं कॅमेरा धरलाय. त्याचा दुसरा हात माझ्या डोक्याखाली आहे. मी प्रेमानं निव्वळ खुळावलेली दिसतेय. ख्रिश्चनवरची नजर हटवणं मला अशक्य आहे. किती देखणा आहे हा. हा माझा आहे. या फोटोत त्याचे केस संभोगपश्चात विसकटलेले आहेत,

त्याच्या राखाडी गहिऱ्या डोळ्यांत कामभावना चमकतेय, किंचित विलग झालेले त्याचे ओठ हसू दर्शवत आहेत. हा माझा देखणा ख्रिश्चन, याला गुदगुलीची कल्पनासुद्धा सहन होत नाही. काही दिवसांपूर्वी याला माझा किंचितसाही स्पर्श सहन होत नव्हता. आज मात्र मी त्याला सर्वांगाने स्पर्शून, अनुभवू शकतेय. मला स्पर्शसुख मिळावं म्हणून तो मनाविरुद्ध हे सहन करतोय का, की त्यालाही या स्पर्शानं आनंद होतोय? त्याला विचारायला हवं.

त्याचे फोटो पाहताना माझ्या मनात अनेक भावना उचंबळून येतात. प्रेम, काळजी, त्याची सुरक्षितता! कोणीतरी त्याच्या जिवावर उठलंय- आधी चार्ली टॅन्गोचा अपघात, त्यानंतर जीईएचमध्ये आग आणि कडेलोट म्हणजे आजचा पाठलाग. माझा श्वास अडकतो. माझ्या नकळत मी हुंदके देऊ लागते. त्याला शोधण्यासाठी मी तातडीनं लॅपटॉपसमोरून उठते. मला या क्षणी त्याच्याशी कुठलाही वाद घालायचा नाहीये. पण मला खात्री करून घ्यायचीय की तो अगदी सुरक्षित आहे. दारावर टक टक करण्याची सभ्यता धुडकावत मी बेधडक त्याच्या स्टडीमध्ये घुसते. ख्रिश्चन खुर्चीवर बसून फोनवर बोलतोय. दाराच्या आवाजासरशी वैतागून तो वर बघतो, पण समोर मी दिसताच त्याच्या चेहऱ्यावरचा वैताग नाहीसा होतो.

"म्हणजे तुला ते अजून स्पष्ट करता येत नाहीये तर." माझ्यावरची नजर न हटवता तो फोनवरचं बोलणं चालू ठेवतो. किंचितही किंतू न बाळगता मी त्याच्या दिशेनं पुढे होते. ते पाहून तो स्वतःची खुर्ची वळवतो. त्याच्या कपाळावरच्या आठ्या मला स्पष्टपणे सुचवतात की, *'आता हिला काय हवंय?'* हा विचार त्याच्या मनात आला आहे. मी काही न बोलता त्याच्या मांडीवर जाऊन बसते. माझ्या या कृतीचं त्याला नवल वाटतं. मी त्याच्या गळ्याभोवती हात टाकत त्याला बिलगते. तोसुद्धा प्रेमानं माझ्याभोवती हात टाकत मला जवळ घेतो.

"अं... बार्नी, जरा एक मिनिट हं." माऊथपीसवर हात ठेवत तो मला विचारतो, "काय झालं?"

मी मानेनं नकार देते आणि त्याच्या डोळ्यांत पाहते. मग त्याच्या मानेशी डोकं खुपसत मी त्याला अजूनच बिलगते. माझ्या या कृतीमुळे चकित होत तो माझ्या भोवतीची मिठी घट्ट करत माझ्या केसांवर ओठ टेकवतो.

"ओके बार्नी, तू काय म्हणत होतास?" कान आणि खांद्यामध्ये फोनचा रिसिव्हर सांभाळण्याची कसरत करत तो दुसरीकडे लॅपटॉमध्ये काही की दाबतो. स्क्रीनवरती आता ब्लॅक-ॲन्ड व्हाईट सीसीटीव्ही इमेज दिसू लागते. सुरुवातीला तरी मला फक्त असंख्य विस्कळीत कण दिसतात. निरखून पाहिल्यावर ते कण आकार घेऊ लागतात. आता एका पुरुषाचा चेहरा स्क्रीनवर उमटतो. गडद केसांच्या

त्या माणसानं अंगात फिक्या रंगाचे कव्हर ऑल्स घातले आहेत. ख्रिश्चन दुसरी की दाबतो. त्याबरोबर तो माणूस कॅमेऱ्याच्या दिशेने चालत येताना दिसतो. त्यानं डोकं खाली घातल्यामुळे त्याचा चेहरा दिसत नाहीये. तो कॅमेऱ्याच्या अगदी जवळ आल्यावर ख्रिश्चन ती फ्रेम फ्रीझ करतो. एका मोठ्या प्रकाशमान खोलीमध्ये तो माणूस उभा आहे. त्याच्या डाव्या बाजूला उंच काळ्या कॅबिनेट्सची लांबलचक रांग आहे. ही नक्कीच जीईएचची सर्व्हर रूम असणार.

"ओके बार्नी, परत एकदा."

त्याबरोबर स्क्रीनवरची दृश्यं बदलतात. त्या माणसाच्या डोक्याभोवती एक चौकोन दिसू लागतो. आता त्याचा चेहरा झूम होतो. मी पटकन उठून ताठ बसते.

"बार्नी हे सगळं करतोय का?" मी हलक्या आवाजात विचारते.

"हो," असं म्हणत ख्रिश्चन बार्नीला विचारतो, "तुला हे पिक्चर अजून शार्प करता येईल का?"

स्क्रीनवरचं पिक्चर अचानक ब्लर होतं. मग कणाकणानं ते शार्प होत जातं. तो माणूस मुद्दामच सीसीटीव्ही कॅमेऱ्याकडे बघणं टाळतोय, त्याची नजर खाली झुकलीय, मी त्याच्याकडे रोखून बघते. माझ्या अंगातून शिरशिरी धावते. त्याच्या चेहऱ्याकडे- विशेषतः त्याच्या ओठांची ठेवण बघताच मला ओळख पटू लागते. अस्ताव्यस्त, गलिच्छ, आखूड, काळे केस असलेला तो... पिक्चर अजून स्पष्ट होतं. आता मला त्याच्या कानातली छोटीशी रिंग दिसते.

होली क्रॅप! मला माहितीये हा.

"ख्रिश्चन," मोठ्या कष्टांनी मी म्हणते. "तो जॅक हाईड आहे."

७

“कशावरून?” ख्रिश्चन आश्चर्यानं विचारतो.

“त्याच्या ओठांची ठेवण.” मी स्क्रीनकडे बोट दाखवत म्हणते. “शिवाय त्याच्या कानातली रिंग बघ. आणि त्याच्या खांद्याचा उतरता आकार बघ. अगदी असाच बांधा आहे त्याचा. त्यानं केसांचा विग घातला असावा किंवा केस कापून डाय केले असावेत.”

“बार्नी, ऐकलंस ना हे सगळं?” ख्रिश्चन फोन डेस्कवर ठेवत हॅन्डस् फ्री चं बटण दाबतो. “मिसेस ग्रे, तुम्ही तुमच्या एक्स-बॉसचं फार बारकाईनं निरीक्षण केलेलं दिसतंय.” त्याच्या स्वरातला विखार लपत नाहीये. मी गुरकावते, तितक्यात बार्नीचा आवाज येतो;

“हो सर. मिसेस ग्रे, काय म्हणाल्या आहेत ते मी ऐकलंय. या क्षणी मी सीसीटीव्हीच्या सर्व फुटेजसाठी फेस रेकग्नेशन सॉफ्टवेअर रन करतोय. हा साला हरामखोर- सॉरी मॅऽम- हा माणूस चक्क आपल्या ऑर्गनायझेशनमध्ये शिरला होता.”

मी ख्रिश्चनकडे काळजीनं पाहते. बार्नीच्या शिव्यांकडे त्याचं लक्ष नाहीये. स्क्रीनवर दिसणाऱ्या सीसीटीव्ही इमेजकडे तो बारकाईनं पाहतो आहे.

“तो असं का करेल?” मी ख्रिश्चनला विचारते.

खांदे उडवत ख्रिश्चन म्हणतो, “कदाचित बदला घेण्यासाठी! मला नाही सांगता येणार. काही लोकांच्या वागण्याचा थांगपत्ता आपल्याला लावता येत नाही. या असल्या माणसाच्या बरोबर तू काम करत होतीस, या गोष्टीचा मला संताप येतोय.” मला घट्ट मिठीत घेत ख्रिश्चन ओठ आवळत म्हणतो.

“सर, त्याच्या हार्ड ड्राईववरची सगळी माहितीसुद्धा आपल्याकडे आहे,” बार्नी पुढे म्हणतो.

“हो, आठवतंय मला. तुझ्याकडे त्या हाईडचा पत्ता आहे का?” ख्रिश्चनचा स्वर तापलाय.

“यस सर, आहे माझ्याकडे.”

"वेल्चला सूचना दे.

"हो सर. एकीकडे मी सीसीटीव्ही स्कॅन करून त्याच्या हालचालींचा अजून मागोवा घ्यायचा प्रयत्न करतो."

"त्याच्याकडे कोणती गाडी आहे तेही बघ."

"सर."

"बार्नी हे सगळं करू शकतो?" मी ख्रिश्चनच्या कानात विचारते. माझ्याकडे पाहत हसत ख्रिश्चन मान डोलावतो. "त्याच्या हार्ड-ड्राईव्हवर काय होतं?" मी पुन्हा कुजबुजते.

ख्रिश्चनच्या चेहऱ्यावरचे भाव बदलतात. मान हलवत तो म्हणतो, "फारसं काही नाही." क्षणापूर्वीचं त्याचं हसू गायब झालंय.

"सांग ना."

"ना-ही."

"तुझ्या संदर्भात होतं की माझ्या संदर्भात?"

निःश्वास टाकत तो म्हणतो "माझ्या."

"म्हणजे नक्की काय काय? तुझ्या लाईफ स्टाईलबद्दल का?"

पुन्हा मान हलवत ख्रिश्चन माझ्या ओठांवर बोट टेकवत मला गप्प करतो. मला राग येतो. पण ख्रिश्चनची बारीक झालेली नजर बघून मला लक्षात येतं की आपण आता गप्प बसायला हवं.

"सर, २००६ ची कॅमॅरो आहे. ही माहिती मी वेल्चलासुद्धा कळवतोय." फोन मधून बार्नीचा उत्तेजित स्वर ऐकू येतो.

"गुड. हा साला हरामी माझ्या बिल्डिंगमध्ये अजून कुठे शिरला होता तेही मला कळलं पाहिजे. एसआयपीमधल्या त्याच्या पर्सनल फाईलमध्ये त्याचे फोटो असतील. त्याच्याशी ही इमेज ताडून पाहा." ख्रिश्चन म्हणतो. "आपण बरोबर व्यक्ती पकडलीय याची मला १००टक्के खात्री करून घ्यायचीय."

"सर, मिसेस ग्रे नी अगदी बरोबर ओळखलंय. मी इमेज ताडून बघितलीय. हा जॅक हाईडच आहे."

मला हसू येतं. *बघितलंस, मी कशी कामाची आहे ते!* ख्रिश्चन माझ्या पाठीवरून हात फिरवतो.

"वेल डन, मिसेस ग्रे." इतका वेळ चेहऱ्यावर दिसणारा प्रचंड तिरस्कार नाहीसा होऊन त्या जागी हसू उमटतं. मग तो बार्नीला म्हणतो, "हेड क्वॉर्टरमधल्या त्याच्या सगळ्या हालचालींचा थांगपत्ता लागला की मला कळव. जीईएचच्या इतर कुठल्या प्रॉपर्टीमध्ये तो शिरला आहे का, त्याचा तपास कर. हे सगळं सिक्युरिटी टीमच्या कानावर घाल आणि त्यांना पुन्हा एकदा सगळीकडे शोध घ्यायला सांग."

“सर.”

“थँक्स, बार्नी.” असं म्हणत ख्रिश्चन फोन बंद करतो.

“वेल, मिसेस ग्रे, तुम्ही निव्वळ सुंदर नसून कामाच्यासुद्धा आहात.” ख्रिश्चनच्या स्वरात खोडकरपणा आणि नजरेत उत्सुकता आहे. तो मला चिडवतोय.

“सुंदर?” मी पण चिडवण्याच्या पवित्र्यात आहे.

“अर्थातच,” असं म्हणून तो माझ्या ओठांवर ओठ टेकवतो.

“मिस्टर ग्रे, खरं म्हणजे माझ्यापेक्षा तुम्ही शतपटींनी सुंदर आहात.”

त्याला हसू येतं. माझी वेणी स्वतःच्या मनगटाभोवती गुंडाळत मला घट्ट मिठीत घेत तो माझं चुंबन घेतो. माझं हृदय धडधडू लागतं.

“भूक लागलीये?” तो विचारतो.

“नाही.”

“मला लागलीये.”

“कशाची?”

“मिसेस ग्रे, खरं म्हणजे जेवायची.”

“मी तुझ्यासाठी मस्त काहीतरी खायला करते,” मला खुदकन हसू येतं.

“हे मला फार आवडतं.”

“काय, मी तुझ्यासाठी काही खायला करणं?”

“नाही गं, तुझं खुदकन हसणं म्हणतोय मी.” असं म्हणत तो माझ्या केसांवर ओठ टेकवतो. मी उठून उभी राहते.

“सर, तुम्हाला काय खायला आवडेल?” मी अदबीनं विचारते.

“मिसेस ग्रे, तुम्ही माझ्याशी फारच गोड वागत आहात.” तो नजर बारीक करत म्हणतो.

“मिस्टर ग्रे, नेहमीच... सर.”

आता त्याच्या चेहऱ्यावर गूढ हसू पसरलंय. “तू लक्षात ठेव की या क्षणाला मी तुझ्या पार्श्वभागावर फटके देऊ शकतो,” त्याचा स्वर कामुक झालाय.

“कल्पना आहे मला त्याची,” मी हसून पुढे होत खुर्चीच्या दोन्ही हातांवर हात ठेवत, पुढे झुकत, त्याच्या ओठांवर ओठ टेकवते. “इतर अनेक गोष्टींप्रमाणे मला तुझी ही गोष्टसुद्धा प्रचंड आवडते. पण या क्षणी तुझ्या हाताची खाज कमी व्हायची शक्यता नाही. कारण तुला भूक लागलीए.” ख्रिश्चनच्या चेहऱ्यावर त्याचं लाजरं हसू पसरतं आणि माझं मन विरघळतं. “ओह मिसेस ग्रे, मी तुमचं काय करू बरं?”

“तूर्तास फक्त माझ्या प्रश्नाचं उत्तर दे की तुला काय खायला आवडेल?”

“काहीही चालेल. सरप्राईझ मी,” मी मघाशी प्लेरूममध्ये उच्चारलेले शब्द तो वापरतो.

''हं, बघते काय जमतंय ते.'' असं म्हणत मी त्याच्या स्टडीमधून मुद्दाम लचकत बाहेर पडते आणि किचनमध्ये जाते. तिथे मिसेस जोन्सना पाहून माझा मूड ऑफ होतो.

''हॅलो, मिसेस जोन्स.''

''मिसेस ग्रे, खायला बसताय का?''

''अं...''

गॅसवर एका भांड्यात काहीतरी उकळतंय, त्याचा घमघमाट येतोय.

''मिस्टर ग्रे आणि माझ्यासाठी मी सब करायच्या विचारात होते.''

ती क्षणभर काहीच बोलत नाही. त्यामुळे माझी अवस्था बिकट होते. पुढच्या क्षणी सावरून घेत ती म्हणते, ''अरे वा. मिस्टर ग्रे यांना फ्रेंच ब्रेड आवडतो. सबसाठी आवश्यक अशा आकारात कापलेला ब्रेड फ्रिजमध्ये ठेवलेला आहे. मॅऽम, मी करून देऊ शकते तुम्हाला.''

''मला कल्पना आहे; पण, मला आवडेल करायला.''

''मी समजू शकते. काही हरकत नाही.''

''हे काय करत होतीस?''

''हा बोलोनिझ सॉस आहे. हा कधीही खाता येतो. मी तो फ्रिजमध्ये ठेऊन देते.'' असं म्हणत ती प्रेमानं हसत गॅस बंद करते.

''अं. ख्रिश्चनला अं.. सबमध्ये काय आवडेल?'' माझ्या ह्या प्रश्नामुळे मी थबकून गप्प होते. त्याच्या मागचा अर्थ मिसेस जोन्सना कळला असेल का?

''मिसेस ग्रे, तुम्ही फ्रेंच ब्रेडमध्ये काहीही भरून दिलंत तरी त्यांना आवडेल. आनंदाने खातील ते.'' आम्ही दोघीही एकमेकींकडे पाहून हसतो.

''ओके थँक यू.'' मी फ्रिजमध्ये बघते तर झिपलॉक बॅगमध्ये व्यवस्थित कापून ठेवलेला फ्रेंच ब्रेड मला दिसतो. त्यातले दोन तुकडे काढून घेत मी ते डिशमध्ये ठेवत मायक्रोवेव्हमध्ये डिफ्रॉस्ट मोडवर लावते.

मिसेस जोन्स तिथून जाते. सॅन्डविचला आवश्यक इतर पदार्थांचा शोध मी घेऊ लागते. मिसेस जोन्सबरोबर कसं जुळवून घ्यायच, हे माझं मला ठरवावं लागणार असं दिसतंय. किमान विक एन्डला तरी ख्रिश्चनसाठी स्वंयपाक करायला मला नक्की आवडेल. आठवडाभर मिसेस जोन्सनी किचन जरूर सांभाळावं. तसंही दिवसभर ऑफिसमध्ये काम केल्यावर किचनमध्ये शिरायचा मला कंटाळा येईल. हं. माझं हे रुटीन म्हणजे ख्रिश्चनच्या सबमिसीव्हसारखंच झालं की. मी मान हलवत नको ते विचार झटकून टाकायचा प्रयत्न करते. विनाकारण फालतू विचार करण्यात अर्थ नाही. फ्रिजमध्ये मला हॅम आणि अॅव्होकॅडो मिळतं.

अॅव्होकॅडो बारीक करून मी त्याच्यावर लिंबू, मीठ घालताना ख्रिश्चन स्टडीमधून

बाहेर येतो. त्याच्या हातात नवीन घराचे प्लॅन आहेत. ते ब्रेकफास्ट बारवर ठेवत तो माझ्या दिशेनं येत मला मिठीत घेत माझ्या मानेवर ओठ टेकवतो.

"किचनमध्ये, अनवाणी," तो म्हणतो.

"किचनमध्ये, अनवाणी आणि प्रेग्नंट असं असायला हवं ना?" मी मानभावीपणे हसत म्हणते.

क्षणात त्याचं अंग ताठरतं. "आत्ता नाही हं," त्याच्या स्वर धास्तावलेला आहे.

"नाही. आत्ता नक्कीच नाही."

तो सैलावतो, "मिसेस ग्रे, यावर आपलं एकमत होऊ शकतं."

"पण, मुलं व्हायला तर तुझी हरकत नाही ना?"

"नाही, पण इतक्यात नाही. पुढे पाहू. सध्या तरी तुझी कोणाबरोबर वाटणी करायची माझी इच्छा नही." माझ्या मानेवर पुन्हा ओठ टेकवत तो म्हणतो.

ओ... वाटणी.

"काय केलंय? छान दिसतंय," माझ्या कानामागे ओठ टेकवत तो विचारतो. तो माझं लक्ष विचलित करायचा प्रयत्न करतोय हे मला कळतंय, पण तरीही माझ्या पाठीच्या कण्यातून गोड शिरशिरी उमटते.

"सब," माझ्या नेहमीच्या खेळकर स्वभावानुसार मी उत्तर देते.

माझ्या कानाचा चावा घेत तो म्हणतो, "फार आवडतात मला."

मी कोपरानं त्याच्या पोटात ढोसते.

"मिसेस ग्रे, तुम्ही मला इजा पोहोचवता आहात." तो पोट धरून कळवळून म्हणतो.

"चल ए नाटकी," मी नापसंती दर्शवते.

"नाटकी?" असं अविश्वासानं म्हणत तो माझ्या पार्श्वभागावर सणसणीत फटका लगावतो. मी दचकते. "चल पटकन, खायला दे लवकर. मग दाखवतो तुला की मी किती नाटकी आहे ते." परत एकदा मला फटका लगावत तो फ्रिजकडे जातो.

"वाईन घेशील थोडी?" त्याच्या या प्रश्नावर मी होकार देते.

ब्रेकफास्ट बारवर ख्रिश्चन जिआचे प्लान पसरवतो. तिच्या काही काही कल्पना अत्यंत सुंदर आहेत.

"खालच्या संपूर्ण मजल्याची मागची भिंत काचेची करण्याची तिची कल्पना मला आवडलीये पण..."

"पण?" ख्रिश्चन विचारतो.

मी सुस्कारा सोडते. "या घराच्या व्यक्तिमत्त्वाला धक्का लावण्याची माझी

इच्छा नाही.''

''व्यक्तिमत्त्व?''

''हो. जिआचा प्लान अफलातून आहे, त्यात वादच नाही; पण काय आहे ना, हे घर पाहिल्या क्षणापासून मी त्याच्या प्रेमात पडले आहे. कदाचित ते आपल्या कल्पनेप्रमाणे परफेक्ट नसेल तरीही.''

माझं बोलणं ऐकून ख्रिश्चनच्या कपाळावर किंचित आठ्या येतात. त्याच्या मनात काही वेगळं आहे का?

मी धीर एकवटत पुढे म्हणते, ''ते जसं आहे ना तसंच आवडलंय मला.'' भडकेल की काय आता तो माझ्यावर?

तो माझ्याकडे एकटक बघत म्हणतो, ''ॲना, हे घर तुला जसं हवंय तसं व्हावं अशी माझी इच्छा आहे. हे तुझं आहे. तुला हवं तसं सजव.''

''ते तुलासुद्धा तितकंच आवडायला हवं. तिथे राहताना तूसुद्धा आनंदात असावंस, असं मला मनापासून वाटतं.''

''ॲना, जिथे तू, तिथे माझा आनंद. बस.'' त्याची नजर त्याच्या मनातले भाव व्यक्त करतेय. त्यात खोटेपणाचा अंशदेखील नाही. त्याच्या प्रति प्रेमानं माझं हृदय भरून येतं. *होली काऊ, तो खरोखरच माझ्यावर प्रेम करतोय.*

''बरं,'' गळ्यातला आवंढा गिळायचा कसोशीनं प्रयत्न करत मी जेमतेम एक शब्द उच्चारते. ''काचेच्या भिंतीची कल्पना मला आवडलीये. घराची मागची संपूर्ण भिंत काचेची न करता दुसरीकडे कुठे तिचा वापर करता आला तर... आपण तिला विचारू शकतो ना?''

ख्रिश्चनला हसू येतं, ''का नाही? तुला हवं ते कर. वरचा मजला आणि बेसमेंटबद्दल तुझ्या मनात काय आहे?''

''ते जसं आहे तसंच मला आवडलंय.''

''हरकत नाही.''

ओके... केव्हापासून मला एक प्रश्न विचारायचाय पण अजूनही माझी हिंमत होत नाहीये. शेवटी धीर एकवटत मी विचारते, ''तुला इथे... प्लेरूम करायचीय का?'' हे विचारताना माझ्या मनात पुन्हा संकोच दाटून येतो. त्याबरोबर ख्रिश्चनची भुवई उंचावते.

''तुला हवीय का?'' त्याच्या स्वरात आश्चर्य असलं तरी त्याला माझ्या प्रश्नाची गंमतदेखील वाटतेय.

मी खांदे उडवत म्हणते, ''अं... तुला हवी असेल तर.''

तो क्षणभर मला न्याहाळत म्हणतो, ''तूर्तास आपण हा विचार बाजूला ठेवू या, कारण हे आपलं फॅमिली होम असणार आहे.''

अरेच्चा, मला निराशा झाल्यासारखं का वाटतंय? पण तो म्हणतोय तेही तर खरंय. हे आमचं फॅमिली होम असणार आहे ना. कदाचित त्याला खूप वर्षसुद्धा लागू शकतील.

"शिवाय, सुधारणेला नेहमीच वाव असतो. नाही का?" त्याच्या स्वरातला मिस्कीलपणा लपत नाही.

"मला सुधारणा आवडते," मी कसंबसं उत्तर देते.

त्याला हसू येतं. "अजून एक-दोन मुद्द्यांवर मला बोलायचंय," मास्टर बेडरूमकडे निर्देश करत तो म्हणतो. मग आम्ही बाथरूम आणि स्वतंत्र वॉक-इन-क्लोझेट्स बद्दल चर्चा करू लागतो.

आमचं सगळं बोलून होतं तेव्हा रात्रीचे साडेनऊ झालेत.

"तू आता काम करणार आहेस का?" ख्रिश्चन प्लॅन्स गुंडाळत असताना मी त्याला विचारते.

"तुझी इच्छा नसेल तर नाही करणार," तो हसत म्हणतो. "काय मनात आहे तुझ्या?"

मला वाचायचं नाहीए. इतक्यात झोपायचं पण नाहीए, "आपण टीव्ही बघू यात?"

ख्रिश्चन पटकन 'हो' म्हणतो. मी त्याच्या मागोमाग टीव्हीरूममध्ये जाते. इतक्या दिवसांमध्ये इथे आम्ही जेमतेम तीन-चारदा बसलो असू. ख्रिश्चनला टीव्ही पाहायला मुळीच आवडत नाही. मोठ्या सोफ्यावर त्याला बिलगून, त्याच्या खांद्यावर डोकं टेकवून, मी टीव्ही पाहत असताना तो खुशाल काहीतरी वाचत बसतो. आत्ताही तो टीव्ही चालू करून उगाचच चॅनेल बदलू लागतो.

"कुठला टुकार कार्यक्रम बघायला आवडेल तुला?"

"तुला नाही का आवडत टीव्ही?" मी उपरोधानं विचारते.

तो मान झटकत म्हणतो, "फालतू वेळ घालवणं आहे. पण तुझ्यासाठी बघेन मी काहीतरी."

"मला असं वाटलं होतं की आपण इथेच... मेक आऊट..."

तो एकदम माझ्याकडे वळून बघतो. "मेक आऊट?" मला दोन डोकी असल्यासारखं तो माझ्याकडे बघतो. टीव्हीवर कुठलातरी स्पॅनिश-सोप-ऑपेरा लागतो. तो चॅनेल बदलणं थांबवतो.

"हो." *त्याला एवढा धक्का का बसावा?*

"चल मग पलंगावर जाऊन करू."

"ते तर आपण नेहमीच करतो. टीव्ही समोर तू कधी केलंयस का?" मी

त्याला चिडवत असले तरी, मला लाजदेखील वाटतेय.

तो खांदे उडवत मान हलवतो. पुन्हा रिमोटशी खेळू लागत तो 'द-एक्स-फाईल्स'चा जुना एपिसोड लावतो.

"ख्रिश्चन?"

"मी आजवर असं केलेलं नाही," तो शांतपणे उत्तर देतो.

"कधीच नाही?"

"नाही."

"तुझ्या त्या मिसेस रॉबिन्सनबरोबरसुद्धा नाही?"

तो वैतागत म्हणतो, "बेबी, मिसेस रॉबिन्सनबरोबर अनेक गोष्टी केल्या आहेत; पण त्यामध्ये असा प्रणय कधीही नव्हता." एवढं बोलून तो डोळे बारीक करत माझ्याकडे बघतो. त्याच्या नजरेत आता उत्सुकता आणि आश्चर्य दिसून येतंय. "तू केलंय कधी?"

मी संकोचते. "ऑफ कोर्स. म्हणजे अगदी तसंच नाही म्हणता येणार..."

"काय! कोणाबरोबर?"

अरे देवा. मला ही चर्चा नकोय.

"सांग मला," तो आग्रह धरतो.

मी माझ्या घट्ट गुंफलेल्या हातांकडे नजर टाकते. तो हळुवारपणे माझ्या हातावर हात ठेवतो. मी जेव्हा त्याच्याकडे बघते, तेव्हा त्याच्या चेहऱ्यावर हसू असतं.

"मला कळलं पाहिजे. म्हणजे मग तो जो कोणी होता त्याचा पार चेंदामेंदा करून टाकतो बघ."

मला खुदकन हसू येतं, "वेल, पहिल्यांदा जेव्हा..."

"पहिल्यांदा! म्हणजे एकाहून अधिक झवाडे आहेत तर." तो गुरगुरतो.

मला पुन्हा खूपच हसू येतं, "मिस्टर ग्रे, इतकं आश्चर्य वाटण्यासारखं काय आहे?"

क्षणभर त्याच्या कपाळावर आठ्या उमटतात. केसांतून हात फिरवत तो मला वेगळ्या अंदाजाने न्याहाळतो. आणि खांदे उडवत म्हणतो, "कसं आहे ना, तुझा एकंदरीत अनुभव लक्षात घेता, वाटलं मला आश्चर्य."

मी लाजून लाल होते. "मला मुळीच अनुभव नव्हता, तरीही तुला भेटल्यानंतर मी सारं काही शिकलेय ना?"

"अगदी बरोबर," तो हसून म्हणतो. "आता सांग मला काय काय केलं होतंस?" त्याच्या त्या गडद राखाडी डोळ्यांत डोकावून बघत मी त्याचा मूड जोखण्याचा प्रयत्न करते. मी त्याला जे काही सांगेन, ते ऐकून तो भडकेल का?

त्याला मनापासून हे जाणून घ्यायचंय का? तो रुसला तर मला परवडणार नाही.

"खरंच सांगू का मी तुला सगळं?"

तो सावकाश मान डोलावतो. तो हसत असला तरी त्यात थोडा उद्दामपणा आहे.

"मॉम आणि तिच्या तिसऱ्या नवऱ्याबरोबर थोड्या दिवसांसाठी मी व्हेगसमध्ये होते. त्या वेळेस मी दहावीत होते. ब्रॅडली तेव्हा माझा फिजिक्स लॅबमधला पार्टनर होता."

"किती वर्षांची होतीस तू तेव्हा?"

"पंधरा."

"आता तो काय करतोय?"

"ते मला काही माहीत नाही."

"त्याने तुला कुठे-कुठे स्पर्श केला?"

"ख्रिश्चन!" मी रागावून म्हणते. तितक्यात तो माझे गुडघे आणि मग नंतर घोटे पकडत मला खसकन ओढतो. मी कोचवर आडवी होते. तो माझ्यावर पहुडत मला जेरबंद करतो. हे सगळं इतकं अचानक होतं की मी किंचाळते. माझे हात गच्च पकडत तो ते माझ्या डोक्यावर धरतो.

"अच्छा, तर ब्रॅडली काय! इथे पोहोचला होता का तो?" माझ्या नाकावरून नाक फिरवत तो म्हणतो. आणि मग माझ्या ओठांच्या कोपऱ्यावर ओठ टेकवतो.

"हो," मी त्याच्या ओठांशी बोलते. आता तो एका हाताने माझी हनुवटी धरत त्याची जीभ माझ्या तोंडात सारतो. मी त्याच्या या चुंबनाला समरसून प्रतिसाद देते.

"असं?" श्वास घेत ख्रिश्चन विचारतो.

"नाही रे... असं काही केलं नव्हतं," मी कसंबसं उत्तर देते. माझ्या शरीरातील रक्तप्रवाह आवेगाने खालच्या दिशेने धावू लागतो.

माझी हनुवटी सोडत तो माझ्या अंगावरून हात फिरवत स्तनांवर स्थिरावतो.

"त्याने असं केलं होतं का? इथे स्पर्श केला होता का?" त्याचा अंगठा माझ्या स्तनाग्राला छेडू लागतो. माझ्या कॅमिझोलमधून मला त्याचा मुलायम स्पर्श जाणवू लागतो. बघताबघता, माझी स्तनाग्रं त्याच्या तत्पर स्पर्शापायी ताठरतात.

"नाही," मी त्याच्या तावडीतून सुटण्याचा प्रयत्न करत म्हणते.

"तो दुसऱ्या बेसपर्यंत पोहोचला होता का?" ख्रिश्चन माझ्या कानात गुणगुणतो. त्याचा हात आता माझ्या बरगड्यांवरून फिरतो आहे. तिथून तो कमरेवरून खाली नितंबावर स्थिरावतो. माझ्या कानाच्या पाळीचा तो हलकाच चावा घेतो.

"नाही."

टी.व्ही. वरच्या कार्यक्रमात कोणीतरी एफ.बी.आय.च्या मोस्ट वॉन्टेड लिस्टबद्दल

काहीतरी बरळतंय.

ख्रिश्चन थबकतो, मग पुढे होत रिमोटचं म्यूटचं बटण दाबतो. पुन्हा तो माझ्याकडे रोखून पाहतो.

"आणि मग जो स्क्मो, नंबर दोन, त्याचं काय? तो दुसऱ्या बेसच्या पुढे गेला होता का?"

त्यांची नजर आता पेटली आहे. तो चिडला आहे का? की पेटलाय? कठीण आहे सांगणं. माझ्या बाजूला येत तो माझ्या स्वेटपँटस्‌मध्ये हात घालतो.

"नाही," मी त्याच्या कानात म्हणते. त्याच्या कामुक नजरेत मी हरवले आहे. तो दुष्टपणे हसतो.

"छान," आता त्याचा हात माझ्या योनीवर आहे. "अरे वा, मिसेस ग्रे, अंडरवेअर नाही घातलीये... आवडलंय मला." असं म्हणत तो मला किस करतो. त्याची बोटं माझ्या आत किमया करतायेत. त्याचा अंगठा माझ्या क्लायटॉरिसला छेडतो आहे. अतिशय सावकाश, मला मुद्दाम छेडत तो एक बोट माझ्यात सारतो.

"ए, आपण 'मेक आउट' करत होतो ना? मग तू हे काय करतो आहेस?" मी तक्रार करते.

क्षणभर थबकून तो म्हणतो, "मला वाटलं आपण तेच करतोय."

"नाही. सेक्स नाही."

"काय?"

"सेक्स नाही."

"सेक्स नाही; असं कसं?" माझ्या स्वेटपँटसमध्ये घातलेला हात तो काढून घेतो. "हे बघ," असं म्हणत तो त्याची बोटं माझ्या ओठावरून फिरवतो. मला माझी खारट सुळसुळीत चव जाणवते. तो ती बोटं आता माझ्या तोंडात घालतो आणि मला छेडू लागतो. मग किंचित बाजूला होत तो माझ्या पायात येतो. त्याची ताठरता मला उचकवू लागते. तो मला मुद्दाम एक झटका देतो, मग परत झटका देतो. माझ्या स्वेटपँटस्‌चं कापड मला घासल्यामुळे मी अस्वस्थ होते. तो मुद्दाम कपड्यावरून स्वतःला माझ्यात गाडून घ्यायचा प्रयत्न करतो.

"असं हवंय का तुला?" माझ्या कानाशी गुणगुणत तो मुद्दाम लयबद्ध हालचाल करू लागतो.

"हो." मी कण्हते.

त्याची बोटं माझ्या स्तनाग्रांना छेडू लागतात. तो माझ्या जबड्याचे हलके चावे घेऊ लागतो. "ॲना, तुला माहिती आहे का की तू किती हॉट आहेस ते?" त्याचा आवाज घोगरा झालाय. तो आता वेगाने आणि जोराने मला धडका देऊ लागतो. त्याला उत्तर द्यायला मी तोंड उघडते; पण तो संधीचा गैरफायदा घेतो. मी चीत्कारते.

तो माझे ओठ त्याच्या ओठात घट्ट पकडतो. खालच्या ओठाचा हलकासा चावा घेत तो माझ्या जिभेवर हल्ला चढवतो. त्याने माझं मनगट सोडताच मी हावरटासारखी त्याला स्पर्श करू लागते. माझा हात त्याच्या खांद्यावरून त्याच्या केसांवर स्थिरावतो. मी त्याचे केस ओढते त्याबरोबर तो कण्हतो आणि माझ्या नजरेला नजर देतो.

"आहह..."

"मी तुला स्पर्श केला तर तुला आवडतं का?"

माझ्या प्रश्नाचा अर्थ न कळल्याप्रमाणे तो माझ्याकडे बघत विचारात पडतो. तो मला झटके देणं थांबवतो. "अर्थातच, मला तुझा स्पर्श आवडतो, तू मला स्पर्श केलेला आवडतो. ॲना, तुझ्या स्पर्शाचा जिथे प्रश्न असतो तिथे माझी अवस्था समोर अन्नाचं ताट वाढून ठेवलेल्या एखाद्या भुकेल्या माणसासारखी असते." त्याच्या स्वरातला सच्चेपणा लपत नाहीये.

होली काऊ!

माझ्या पायाशी झुकत तो झटक्यात माझा शर्ट काढून टाकतो. त्यानंतर तो स्वतःच्या अंगातला शर्ट काढून टाकतो. मग मला स्वतःच्या मांडीवर ओढून घेतो.

"मला स्पर्श कर," तो श्वास घेत म्हणतो.

ओह माय! मी अलगद पुढे होते आणि त्याच्या छातीवरच्या केसांना अलगद स्पर्श करते. तिथल्या भाजल्याच्या खुणा मला जाणवतात. तो खोल श्वास घेत स्वतःला आवरतो. त्याच्या डोळ्यांतल्या बाहुल्या विस्फारल्या आहेत. पण त्या भीतीने नसून माझ्या स्पर्शाला त्यानं दिलेला प्रणयी प्रतिसाद आहे. माझी बोटं जशी त्याच्या छातीवरून फिरू लागतात, तसा तो श्वास रोखून धरतो. एक-एक करत मी त्याच्या दोन्ही स्तनाग्रांना स्पर्श करते. माझ्या स्पर्शाने ते ताठरतात. मी धिटाईने पुढे होत त्याच्या छातीला अलगद किस करते. मी त्याच्या खांद्यावर हात ठेवते त्याच्या बळकट स्नायूंचे आकार मला प्रकर्षानं जाणवतात. *जीझ, काय प्रमाणबद्ध शरीर आहे याचं.*

"मला तू हवी आहेस," असं त्यानं म्हणताच माझी भूक खवळते. मी त्याच्यासाठी आसुसलेली आहे. मी त्याच्या केसात हात खुपसत, त्याची मान थोडी मागे झुकवत त्याच्या ओठांवर हक्काने ओठ टेकवते. माझ्या ओटीपोटातून तुफान वेगानं सळसळ होऊ लागते. तो चीत्कारत मला तिथल्या कोचावर आडवं करतो. उठून बसत तो माझ्या स्वेटपँटस काढून फेकतो आणि स्वतःच्या पँटची झिप उघडतो.

"हक्काचं घर," असं मिस्कीलपणे म्हणत तो माझ्यात स्वतःला गाडून घेतो.

"आहह!" मी कण्हते, त्याबरोबर तो क्षणभर थबकतो. मग दोन्ही हातांत माझा चेहरा धरत तो म्हणतो, "मिसेस ग्रे, आय लव्ह यू." त्यानंतर अतिशय हळुवारपणे

तो आमच्यातला प्रणय फुलवत नेतो. मी त्याला घट्ट धरून ठेवत, त्याच्या नावाचा जप करत समागमाच्या उत्कटतेला पोहोचते. आयुष्यात कधीही त्याला दूर जाऊ द्यायची माझी इच्छा नाहीये.

मी त्याच्या छातीवर डोकं ठेवून शांतपणे पडते. टीव्हीरूमच्या जमिनीवर आम्ही पसरलेलो आहोत.

"तुला माहितीय का? आपण तिसरा तळ गाठलाच नाही की," त्याच्या छातीवरून बोटं फिरवत मी म्हणते.

तो हसून म्हणतो, "मिसेस ग्रे, पुढच्या वेळेस." तो माझ्या कपाळावर ओठ टेकवतो. मी टीव्हीकडे नजर टाकते. द-एक्स-फाईलची क्रेडिट लिस्ट चालू असते. रिमोट हातात घेत ख्रिश्चन आवाज सुरू करतो.

"तुला हा शो बघायला आवडायचा का?" मी विचारते.

"मी लहान असताना."

ओह.. ख्रिश्चन... लहान मुलगा... किक-बॉक्सिंग करायचा... एक्स-फाईल बघायचा... त्याला स्पर्श चालायचा नाही.

"तू?" तो विचारतो.

"नाही रे, आमच्या वेळेस संपलं होतं ते."

"तू किती लहान आहेस," ख्रिश्चन प्रेमाने आणि कौतुकाने म्हणतो. "मिसेस ग्रे, तुमच्याशी असा हलका फुलका प्रणय करायला मला खूप आवडतं."

"मिस्टर ग्रे, माझंही तेच म्हणणं आहे." त्याच्या छातीवर मी चुंबनांचा वर्षाव करते. द-एक्स-फाईल संपून जाहिराती सुरू होतात. काहीही न बोलता आम्ही एकमेकांच्या मिठीत पडून राहतो.

"हे तीन आठवडे किती विलक्षण वेगानं संपले ना. प्रचंड घडामोडी घडल्या. गाड्यांचा पाठलाग, आग, हे कमी की काय म्हणून सायको एक्स बॉस. आपण जणू आपल्या स्वतःच्या कोषात गुरफटलो गेलो होतो," मी स्वप्नाळू स्वरात म्हणते.

"हं. उद्यापासून तुला जगाबरोबर वाटून घ्यावं लागणार आहे. पण माझी अजिबात तयारी नाही."

"चला, वास्तव जगात तुमचं स्वागत आहे," माझ्या स्वरातला उदासपणा त्याच्या लक्षात येऊ नये यासाठी मला आटोकाट प्रयत्न करावा लागतो.

केसातून हात फिरवत ख्रिश्चन उसासा सोडत म्हणतो, "सिक्युरिटी सतत बरोबर असेल तेव्हा-" मी त्याच्या ओठांवर बोट ठेवते. मला पुन्हा एकदा त्याचं लेक्चर ऐकायची इच्छा नाहीये.

"माहितीय माहितीय, मी प्रॉमिस करते की मी नीट वागेन." एकदम काहीतरी

आठवून मी कोपराच्या आधाराने उठून बसते. ''तू सॉयरला का ओरडत होतास?''

माझं वाक्य पूर्ण होताच तो एकदम ताठरतो. ओह शिट!

''कारण आपला पाठलाग झाला.''

''त्यात सॉयरची काय चूक?''

माझ्याकडे रोखून पाहत तो म्हणतो, ''मुळात त्यानं तुला इतक्या पुढे जाऊच द्यायला नको होतं. हे त्यांनाही चांगलंच माहितीये.''

माझा चेहरा लाल होतो. मी परत त्याच्या छातीवर डोकं टेकवते. माझं जरा चुकलंच. त्या सगळ्यांपासून मला दूर जायचं होतं ना.

''ती काही त्यांची आणि-''

''बास. हा विषय इथेच पुरे.'' ख्रिश्चन तुटकपणे म्हणतो.

''ॲनेस्टेशिया, या मुद्द्यावर कुठलीही चर्चा होणार नाही. हे असं झालंय हे खरंय आणि ते असं पुन्हा न होऊ देणं ही त्यांची जबाबदारी आहे.''

ॲनेस्टेशिया! पूर्वी घरी मॉम माझ्यावर चिडली की ती मला ॲनेस्टेशिया अशी हाक मारायची. इथेही तोच प्रकार दिसतोय.

''ओके,'' त्याला शांत करायचा प्रयत्न करत मी म्हणते. मला त्याच्याशी मुळीच भांडायचं नाहीये. ''डॉजमधल्या त्या बाईचा काही पत्ता लागला का रिआन ला?''

''नाही. ती बाई होती याच्यावर माझा तरी विश्वास नाही.''

''ओह?'' असं म्हणत मी मान वर करून त्याच्याकडे बघते.

''सॉयरने ज्या कोणाला बघितलं त्या व्यक्तीचे केस मागे बांधले होते. पण सॉयरनं अगदी ओझरतं बघितलं. त्यावरून त्याने अंदाज लढवला की ती बाई असावी. आता तू मघाशी त्या मादरचोदला ओळखलं आहेस त्यावरून मी तर म्हणेन की बहुधा तोच गाडी चालवत होता. त्यानं केस तसे बांधले असणार.'' ख्रिश्चनच्या स्वरातला तिरस्कार लपत नाहीये.

आता या नवीन माहितीबद्दल नक्की काय बोलावं हे मला कळत नाही. तेवढ्यात ख्रिश्चन माझ्या उघड्या पाठीवरून हात फिरवत माझं लक्ष वेधतो, ''तुला जर काही झालं असतं ना...'' त्याची नजर अतिशय गंभीर आहे.

''मी समजू शकते,'' माझ्या तोंडातून शब्द जेमतेम बाहेर पडतात. ''आणि तुला काही झालं असतं तर...'' त्या विचारानं मी शहारते.

''चल,'' तुझं अंग गार पडलंय बघ,'' उठून बसत तो म्हणतो. ''चल पलंगावर झोपू यात. तिथे आपल्याला तिसरा बेस पार करता येईल.'' तो मादकपणे हसतो. क्षणा-क्षणाला याचे रंग किती बदलतात; प्रणयी, रागीट, अस्वस्थ, सेक्सी- माझा फिफ्टी शेड्स. मी त्याचा हात धरते. मला ओढत तो उभं करतो. आणि आम्ही

तसेच निर्वस्त्र ग्रेटरूममधून बेडरूममध्ये जातो.

दुसऱ्या दिवशी सकाळी एसआयपीच्या बाहेर आमची गाडी थांबते. ख्रिश्चन माझा हात हातात घेत दाबतो. गडद नेव्ही सूट आणि मॅचिंग टायमध्ये तो रुबाबदार आणि अधिकार गाजवणारा सीईओ दिसतोय. त्या दिवशी मोनॅकोमध्ये आम्ही बॅले केला तेव्हाही तो इतकाच देखणा दिसत होता.

''तुला माहितीये ना, की तुला नोकरी करायची गरज नाहीये?'' त्याच्या स्वरात माझ्याविषयी कळकळ आहे; तरीही गर्रकन डोळे फिरवायची इच्छा मला होते. पण मोठ्या प्रयासाने मी ती इच्छा दाबते. ऑडीमध्ये समोर बसलेल्या सॉयर आणि रिआनच्या कानावर आमचा संवाद जाऊ नये म्हणून मी अतिशय हळू आवाजात उत्तर देते, ''मला कल्पना आहे त्याची.'' त्याच्या कपाळावर आठ्या बघून मला हसू येतं. ''पण मला नोकरी करायची आहे. आणि हे तुलाही माहितीए.'' पुढे झुकत मी त्याचं चुंबन घेते. तरी त्याच्या कपाळावरची आठी हलत नाही. ''काय झालं?'' तो रिआनकडे साशंकतेने पाहतो. तितक्यात सॉयर गाडीतून खाली उतरतो. ''तुझी उणीव मला दिवसभर जाणवेल.''

मी त्याचा चेहरा कुरवाळत म्हणते, ''मलाही जाणवेल रे.'' पुन्हा एकदा त्याचं चुंबन घेत मी पुढे म्हणते, ''किती सुंदर हनिमून दिलास तू मला. थँक यू.''

''मिसेस ग्रे, चला जा कामाला.''

''मिस्टर ग्रे, तुम्हीसुद्धा निघा.''

सॉयर तत्परतेने गाडीचं दार उघडतो. पुन्हा एकवार ख्रिश्चनचा हात दाबून मी गाडीतून खाली उतरते. ऑफिसमध्ये प्रवेश करण्याआधी मी त्याला बाय करते. सॉयर ऑफिसचं दार माझ्यासाठी उघडून धरत माझ्या पाठोपाठ आत शिरतो. ''हाय ॲना.'' रिसेप्शन डेस्कला बसलेली क्लेअर हसून माझं स्वागत करते.

''क्लेअर, हॅलो.'' मीही हसून उत्तर देते.

''काय सुंदर दिसते आहेस! काय मग, कसा झाला हनिमून?''

''थँक यू. मस्तच झाला गं. इकडची काय खबरबात?''

''काही नाही गं. आपला बॉस रोश आहे तसा आहे. हल्ली का कोण जाणे; पण सिक्युरिटी एकदम टाईट केलीय. सर्व्हर रूममध्ये तर कोणाला पाय ठेवायला परवानगी नाही. हॅना सांगेल तुला सगळं सविस्तर.''

''हो सांगेल.'' क्लेअरकडे हसून बघत मी माझ्या ऑफिसकडे जाते. हॅना माझी असिस्टंट आहे. उंच आणि सडपातळ हॅना तिच्या कामात अतिशय प्रवीण आहे. कधीकधी तिच्या या अतिप्रावीण्याचा मला उबग येतो. माझ्याहून एखाद दोन वर्षं मोठी असलेली हॅना माझी उत्तम काळजी घेते. आत्ताही माझ्यासाठी टेबलवर लॅटे

तयार आहे. ही एकच कॉफी मी पिते.

"हाय हॅना."

"ॲना, कसा काय झाला हनिमून?"

"फॅन्टॅस्टिक. हे बघ, तुझ्यासाठी छोटीशी गिफ्ट आणलीय." असं म्हणत तिच्यासाठी आणलेला परफ्यूम मी तिच्या डेस्कवर ठेवते.

ती आनंदाने टाळ्या वाजवत म्हणते, "ओह, थँक यू!" ती पुढे म्हणते, "हे बघ, तुला दहा वाजता रोशला भेटायचं आहे. त्याआधी हा अत्यावश्यक पत्रव्यवहार नजरेखालून घाल. बस, सध्या तरी इतकंच."

"गुड, थँक यू आणि कॉफीसाठी खास थँक्स." माझ्या त्या ऑफिसमध्ये मी काही क्षण उगाचच इकडेतिकडे करते. मग माझी ब्रीफकेस टेबलवर ठेवत समोरचा पत्रांचा गठ्ठा ओढून घेते. "बापरे काय प्रचंड काम साठलंय."

दहाला काही मिनिटं असतांना माझ्या दारावर हळुवार टक-टक होते.

"प्लीज, कम् इन्."

एलिझाबेथ दारातून डोकावते, "हाय ॲना, काही नाही गं, फक्त हॅलो करायला आले."

"हेऽऽ! काय प्रचंड काम साठलंय. यापेक्षा मी साऊथ फ्रान्समध्येच बरी होते गं."

यावर एलिझाबेथ हसते; पण तिचं हसणं मनापासून नाही हे माझ्या लक्षात येतं. म्हणून मी मान तिरकी करत तिच्याकडे रोखून पाहते. ख्रिश्चनही माझ्याकडे असाच तर बघतो.

"बरं झालं तू सखरूप परत आलीस, चल ये लवकर, मीटिंग सुरू होईल आता."

"ओके." माझ्या या उत्तरावर ती दार ओढून घेते. बंद दाराकडे पाहत मी विचारात पडते. *हे नक्की काय होतं?* मला काही लक्षात येत नाही. तितक्यात माझा ई-मेल पिंग करतो- ख्रिश्चनचा मेसेज आहे.

फ्रॉम : ख्रिश्चन ग्रे
सब्जेक्ट : अवज्ञा करणारी बायको
डेट : ऑगस्ट २२, २०११ ०९:५६
टु : ॲनेस्टेशिया स्टील

बायको,
मी पाठवलेला ई-मेल बाऊन्स झाला आहे, तो इथे जोडलाय.

तो बाऊन्स झाला कारण तू तुझं नाव बदललेलं नाहीस.
तुला ह्यावर काही म्हणायचंय?

ख्रिश्चन ग्रे,
सीईओ, ग्रे एन्टरप्राईझेस होल्डिंग्ज इन्क.
ॲटॅचमेंट,

फ्रॉम: ख्रिश्चन ग्रे
सब्जेक्ट: बबल
डेट: ऑगस्ट २२, २०११ ०९:३२
टू: ॲनेस्टेशिया ग्रे

मिसेस ग्रे, तुमच्या बरोबर सर्व बेस काबीज करतांना मजा आली.
कामाचा पहिला दिवस चांगला जावो ही शुभेच्छा.
आपल्या दोघांच्या बबलची उणीव भासतेय.
x

ख्रिश्चन ग्रे
वास्तव जगात परतलेला सीईओ, ग्रे एन्टरप्राईझेस होल्डिंग्ज इन्क.

शिट्! मी ताबडतोब उत्तर पाठवते.

फ्रॉम: ॲनेस्टेशिया स्टील
सब्जेक्ट: आपला बबल फुटू देऊ नकोस
डेट: ऑगस्ट २२, २०११ ०९:५८
टू: ख्रिश्चन ग्रे

नवरोबा,
मिस्टर ग्रे,
तुमच्या बरोबर प्रत्येक बेस हवाहवासा आहे.
मला माझं पूर्वीचं नाव ठेवायचंय.
संध्याकाळी सविस्तर बोलते.

मी आता मीटिंगला जातेय.
मलाही आपल्या बबलची उणीव भासतेय.
ता.क. मला माझा ब्लॅकबेरी वापरायला हवा आहे ना?

ॲनेस्टेशिया स्टील
कमिशनिंग एडिटर, एसआयपी

या मुद्द्यावरून भांडण होणार आहे, हे मला आत्ताच जाणवतंय. दीर्घ सुस्कारा सोडत मी मीटिंगसाठी कागदपत्र गोळा करते.

साधारण दोन तास मीटिंग चालते. रोश आणि एलिझाबेथच्या व्यतिरिक्त सर्व कमिशनिंग एडिटर्स मीटिंगला हजर होते. आम्ही वेगवेळ्या स्ट्रॅटेजींवर चर्चा करतो. त्यामध्ये पर्सोनेल, मार्केटिंग, सिक्युरिटी आणि इयरएन्ड हे विषय येतात. मीटिंग जसजशी पुढे सरकते तसतशी माझी अस्वस्थता वाढू लागते. माझ्या सहकाऱ्यांची माझ्याशी वागण्याची पद्धत किंचित बदलल्याचं मला जाणवतं. मी हनिमूनला जाण्याच्या आधी आमच्यात जी सहजता होती, ती आता नाहीशी झालीय. नॉन फिक्शन डिव्हिजनचा हेड असलेल्या कर्टनीकडून उघड उघड विरोध होतोय. हे सगळे माझ्या मनाचे खेळ आहेत का? पण मग एलिझाबेथ सकाळी अचानक का डोकावली होती?

माझ्या मनात असंख्य विचार येऊ लागतात. यॉट, प्लेरूम, आर एट, डॉजचा पाठलाग... कदाचित ख्रिश्चनचं म्हणणं बरोबर असेल. मी यापुढे नोकरी नाही करू शकणार. निव्वळ विचाराने माझ्या मनात उदासीनता दाटून येते. हे काम माझ्या अत्यंत आवडीचं आहे. जर ते मी करू शकणार नसेन, तर मी काय करणार. मीटिंग संपवून ऑफिसकडे जाताना मी मनातल्या वेड्यावाकड्या विचारांना हुसकावून लावते.

खुर्चीत बसल्यावर मी पटपट ई-मेल चेक करते. नवल आहे. ख्रिश्चनकडून काहीच कसं नाही. मग मी ब्लॅकबेरी तपासते. तिथेही काही नाही. चला, बरंय. निदान माझ्या ई-मेलवर काही प्रतिक्रिया तर नाही. कदाचित माझ्या विनंतीप्रमाणे आज संध्याकाळी या विषयावर आम्ही चर्चा करू शकू. माझ्या मनात प्रचंड अस्वस्थता दाटली आहे. तरीही तिकडे दुर्लक्ष करत मी मीटिंगमध्ये मिळालेला मार्केटिंग प्लॅन उघडते.

सोमवारचं आमचं रुटीन ठरलेलं आहे. त्याप्रमाणे हॅना माझ्या ऑफिसमध्ये तिचा

टिफीन आणि माझ्यासाठी प्लेट घेऊन येते. मिसेस जोन्सनी मला डबा भरून दिला आहेच. आठवडाभर आपण काय काय करणार आहोत याचा आढावा घेत आम्ही लंच करू लागतो.

तोंडी लावायला म्हणून ती मला ऑफिसमधल्या गॉसिपची माहिती देते. गेले तीन आठवडे मी गैरहजर होते. त्या दरम्यान फारसं काही घडलेलं नाही. आमच्या गप्पा चालू असतात तेवढ्यात दारावर टक-टक होते.

"कम इन."

रोश दार उघडतो. त्याच्या बाजूला ख्रिश्चन उभा असतो. क्षणभर मी अवाक होते. मला खुन्नस देऊन मग तो हॅनाकडे बघत नम्रपणे म्हणतो,

"तू हॅना असणार, मी ख्रिश्चन ग्रे." त्यानं असं म्हटल्यावर हॅना कशीबशी उभी राहत हात पुढे करते.

"मिस्टर ग्रे, तुम्हाला भेटून... मला खूप आनंद झाला," त्याच्याशी हात मिळवताना तिची ततपप होते. "मी तुमच्यासाठी कॉफी आणू का?"

"थँक यू, प्लीज," तो प्रसन्नपणे म्हणतो. माझ्याकडे प्रश्नार्थक कटाक्ष टाकत हॅना रोशला ओलांडून बाहेर पडते. रोशसुद्धा माझ्यासारखा अवाक होऊन उभा आहे.

"रोश, इफ यू विल एक्सक्यूज मी, मला मिस स्टीलशी बोलायला आवडेल." 'मिस' या शब्दावर मुद्दाम जोर देत ख्रिश्चन उपरोधाने म्हणतो.

अच्छा! म्हणून आलाय होय. ओह शिट!

"ऑफ कोर्स, मिस्टर ग्रे. ॲना," असं म्हणून रोश माझ्या ऑफिसमधून बाहेर पडत दार लोटून घेतो.

मी धीर एकवटून अतिशय मधाळ हसत म्हणते, "मिस्टर ग्रे, तुम्हाला पाहून छान वाटलं."

"मिस स्टील, तुमची हरकत नसेल तर बसू का मी?"

"सर, ही तुमचीच कंपनी आहे," खुर्चीकडे हात दाखवत मी म्हणते.

"हो, तेही खरंच," खोचकपणे हसत तो म्हणतो. पण त्याच्या नजरेत हसू उमटत नाही. तो तोलून-मापून बोलतोय. त्याला आलेला ताण मला सहज जाणवतोय. *फक!* मला कससंच होतं.

"तुझं ऑफिस फार छोटं आहे," माझ्या समोर बसत तो म्हणतो.

"मला पुरेसं आहे."

तो माझ्याकडे निर्विकारपणे पाहतो. पण तो भयंकर संतापलाय याची मला कल्पना आहे. मी खोल श्वास घेते. कठीण आहे माझं.

"ख्रिश्चन, मी तुझ्यासाठी काय करू शकते?"

"मी जरा माझ्या मालकीच्या वस्तूंचा अंदाज घेत होतो."

“तुझ्या मालकीच्या वस्तू? सगळ्यांचा?”

“हो, सगळ्यांचा. त्यातल्या काहींचं पुन्हा ब्रँडिंग करायची वेळ आलेली आहे.”

“पुन्हा ब्रँडिंग? नक्की कोणत्या प्रकारे?”

“मला वाटतं तुला त्याची कल्पना आहे.” त्याचा आवाज नको तितका निर्विकार आहे.

“प्लीज ख्रिश्चन, तीन आठवड्याच्या सुट्टीनंतर आज तू पहिल्यांदा ऑफिसला गेलास आणि सगळी कामं सोडून केवळ माझ्या नावावरून माझ्याशी वाद घालायला इथे आला आहेस?” *मी काय याच्या मालकीची वस्तू आहे का?*

खुर्चीत थोडासा सावरून बसत तो म्हणतो, “नाही, वाद घालायला आलोय असं नाही.”

“ख्रिश्चन, हे बघ मी काम करते आहे.”

“मी आलो तेव्हा तर तू तुझ्या असिस्टंटबरोबर चक्क गॉसिपिंग करत होतीस.”

माझे गाल एकदम लाल होतात, “हे बघ, आम्ही आठवड्याभराच्या शेड्यूलची चर्चा करत होतो,” मी फटकारते. “आणि, माझ्या प्रश्नाचं उत्तर दिलं नाहीस तू.”

तेवढ्यात दारावर टकटक होते. “कम् इन्!” मनात नसतानाही माझा आवाज किंचित चढतो.

हॅना दार उघडते. तिच्या हातात छोट्या ट्रेमध्ये दुधाचा जग, साखरेचा बाऊल आणि फ्रेंच-प्रेसमध्ये कॉफी आहे. बापरे! बरीच सरबराई केली आहे की हिने. ती ट्रे माझ्या डेस्कवर ठेवते.

“थँक यू, हॅना,” मी कसंबसं म्हणते. आपण तिच्यावर उगाचच ओरडलो असं मला वाटून जातं.

“मिस्टर ग्रे, तुम्हाला अजून काही लागेल का?” हे विचारतानाही तिचा ऊर धपापतो. मला तिच्यावर डोळे वटारावेसे वाटतात पण...

“नाही, अजून काही नको. थँक यू हॅना.” असं म्हणत तो तिच्याकडे बघून अतिशय मधाळ हसतो. हसत असल्यावर तर कोणीही तरुणी त्याला सर्वस्व अर्पण करायला आनंदाने तयार होईल. अतिशय संकोचून ती पटकन काढता पाय घेते. ख्रिश्चन पुन्हा माझ्याकडे वळतो.

“मिस स्टील, तर आपण काय बोलत होतो?”

“अतिशय उर्मटपणे माझ्या कामाकाजात व्यत्यय आणून माझ्याशी माझ्या नावाबद्दल तू वाद घालत होतास.”

आश्चर्य वाटून ख्रिश्चन डोळ्यांची उघडझाप करतो. बहुधा माझ्या आवेशाने तो थक्क झाला आहे. उगाचच पॅन्टवर न लागलेला दोरा झटकून टाकत तो माझं लक्ष

विचलित करण्याचा प्रयत्न करतो. मी डोळे बारीक करून त्याच्याकडे पाहते.

''माझ्या कंपन्यांमध्ये कोणतीही पूर्वसूचना न देता जाऊन धडकायची सवय मला आहे. त्यामुळे व्यवस्थापन सदैव तत्पर राहतं आणि बायको आपली जागा सोडत नाही. आलं ना लक्षात मी काय म्हणतोय ते.'' तो खांदे उडवत म्हणतो. त्याच्या चेहऱ्यावर त्याचं नेहमीचं उर्मट हसू आहे.

बायको आपली जागा सोडत नाही! ''तुझ्याकडे एवढा रिकामा वेळ असतो याची मला कल्पना नव्हती,'' मी त्याला झापते.

हे ऐकून त्याची नजर थिजते. ''तुला तुझं नाव का बदलायचं नाहीये?'' त्याचा स्वर भीती वाटण्याइतका थंड आहे.

''ख्रिश्चन, ह्याची चर्चा आताच व्हायला हवी का?''

''मी इथे आलेलो आहे. चर्चा न करण्यासारखं मला तरी काही दिसत नाही.''

''हे बघ, गेले तीन आठवडे मी सुट्टीवर होतो. कामाचा प्रचंड ढीग साठला आहे माझ्यासमोर.''

माझा अंदाज घेत तो माझ्याकडे रोखून पाहतो. त्याची नजर निर्विकार झाली आहे. गेल्या तीन आठवड्यांच्या आमच्या सहवासानंतर, विशेष करून काल रात्री नंतर आज त्याने माझ्याशी असं वागावं? *शीट्!* तो भयंकर संतापला असणार. भावनांचा अतिरेक टाळावा हे कधी शिकणार तो?

''तुला माझी लाज वाटते का?'' अतिशय गोड आवाजातला त्याचा प्रश्न ऐकून माझ्या मनात धोक्याची घंटी वाजते.

''ख्रिश्चन, असं अजिबात नाहीये'' मी भडकते. ''इथे तुझा काहीही संबंध नाही. हा माझा प्रश्न आहे.'' जीझ! कधीकधी हा अतिरेक करतो. वेडा, अवाजवी, अहंकारोन्मादी.

''माझा संबंध कसा काय नाही?'' तो मान कलती करत विचारतो. तो खरोखरच गोंधळात पडलाय. डोळे विस्फारून तो माझ्याकडे बघतो तेव्हा मला जाणवतं की, त्याचा निर्विकारपणा विरघळत चालला आहे. आणि तो दुखावल्यासारखा दिसतोय. होली फक! मला प्रकर्षानं जाणीव होते की मी त्याच्या भावना दुखावल्या आहेत. ओह नो! त्याला दुखवावं असं मला आयुष्यात कधीही वाटणार नाही. फक्त माझी विचारसरणी मला त्याच्यापर्यंत पोहोचवता आली पाहिजे.

''ख्रिश्चन, मी जेव्हा ही नोकरी स्वीकारली, तेव्हा आपण नुकतेच भेटलो होतो,'' योग्य शब्द निवडत मी संयम ठेवून बोलते. ''तू ही कंपनी विकत घेशील असं मला तेव्हा वाटलं नव्हतं.''

अल्पकाळात आमच्या दोघांमध्ये जे काही घडून गेलं, त्याबद्दल मी काय बोलणार होते बरं! कंपनी विकत घेण्यामागे त्याची जी कारणं होती, ती मी समजू

शकत होते. प्रत्येक गोष्ट स्वतःच्या नियंत्रणात ठेवायची सवय त्याला आहे. त्यानं जाणीवपूर्वक शिकारी बाणा जोपासला आहे. अति प्रचंड श्रीमंत असल्यामुळे मनात येईल ते करण्याची संपूर्ण मुभा त्याला आहे. मला सुरक्षित ठेवावंसं त्याला वाटतं, हेही मी समजू शकते. पण मुळात त्याने माझ्या सुरक्षिततेसाठी एसआयपी विकत घेण्याचा निर्णय मला पटला नाहीये. त्यानं जर ढवळाढवळ केली नसती तर माझी नोकरी चारचौघांसारखी चालू राहिली असती. आज माझे सहकारी माझ्याबद्दल जी कुजबूज करतायत किंवा इतरांची असंतुष्टता माझ्या वाट्याला येतेय, त्या सगळ्यातून माझी सुटका झाली असती. त्याची नजर चुकवण्यासाठी मी मान खाली घालते.

"माझं नाव इतकं का महत्त्वाचं आहे तुझ्यासाठी?" माझा भडका उडालेला असूनही प्रचंड संयमानं आवाज शांत ठेवत मी विचारते. मघाशी त्याच्या नजरेत उमटलेल्या वेदनेचा मागमूसदेखील त्याच्या चेहऱ्यावर नाही. पुन्हा एकदा तो निर्विकारपणे माझ्याकडे पाहतोय. पण प्रश्न विचारताच तो काय उत्तर देणार याचादेखील अंदाज मला येतो.

"तू आता माझी आहेस. हे सगळ्यांना समजलं पाहिजे."

"तुझीच तर आहे रे मी- बघ ना," असं म्हणून मी माझी वेडिंग आणि एंगेजमेंट रिंग त्याला दाखवते.

"ते पुरेसं नाहीये"

"मी तुझ्याशी लग्न केलं हे पुरेसं नाही वाटत तुला?" मी कसंबसं विचारते.

माझ्या प्रश्नातली आर्तता त्याला भिडते. त्यामुळे तोही थोडासा हादरतो. काय चाललंय हे? याहून वेगळं मी काय करू शकते?

"माझ्या म्हणण्याचा तो अर्थ नाहीये," फटकन असं म्हणत तो केसांतून हात फिरवतो. त्याबरोबर त्याचे थोडेसे वाढलेले केस कपाळावरून एका बाजूला सारले जातात.

"तुझ्या म्हणण्याचा अर्थ काय आहे?"

तो आवंढा गिळत म्हणतो, "तुझ्या अस्तित्वाची सुरुवात आणि शेवट फक्त माझ्यापासून माझ्यापर्यंत व्हायला हवा." त्याच्या चेहऱ्यावरचे भाव आदिम आहेत. त्याच्या या स्पष्टीकरणाने मी आतवर हेलावते. जणू काही त्यानं माझ्या पोटात जोरात ठोसा लगावून मला नेस्तनाबूत केलंय. एक भेदरलेला, लहानसा, तपकिरी केसांचा, राखाडी डोळ्यांचा, अतिशय गलिच्छ आणि ढगळ कपड्यांमधला मुलगा त्या क्षणी माझ्या नजरेसमोर येतो.

"तसंच होतंय ख्रिश्चन," मी मोकळ्या मनाने म्हणते. माझ्यासाठी तेच खरं आहे. "तूही लक्षात घे की, मी स्वतःचं करिअर करण्याच्या प्रयत्नांत आहे. ते करताना तुझ्या नावाच्या कुबड्या मला वापरायच्या नाहीयेत. मला स्वतःला काहीतरी

बनायचंय ख्रिश्चन. एस्कलामध्ये किंवा आपल्या नवीन घरी काहीही न करता बसून राहणं, हे मला सोनेरी पिंजऱ्यात कैद केल्यासारखं वाटेल. माझा जीव गुदमरेल. मी वेडी होईन. मी कायम नोकरी करत आले आहे. मला ते खूप आवडतं. ही नोकरी म्हणजे माझा ड्रीम जॉब आहे. आयुष्यभर जपलेलं स्वप्नं आज पूर्ण होतंय. पण माझं स्वप्नपूर्ती करण्याचा अर्थ असा नाही, की माझं तुझ्यावरचं प्रेम कमी झालंय. तू म्हणजे माझं जग आहेस ख्रिश्चन.'' माझा गळा भरून येतो. डोळ्यांत अश्रू तरारतात. पण मी स्वतःला पुन्हा पुन्हा बजावते की, *'मी रडता कामा नये, मी रडता कामा नये.'*

एक शब्दही न बोलता तो माझं म्हणणं ऐकून घेतो. त्याच्या कपाळावर आठी उमटते. तो माझ्या बोलण्याचा विचार करत असावा असं मला वाटतं.

''माझ्यामुळे तुझा जीव गुदमरतो?'' तो सर्दावलेल्या स्वरात विचारतो. याआधीदेखील त्यानं मला अशाच प्रकारचा प्रश्न विचारला होता.

''नाही... हो... नाही.'' शी! या संभाषणाला काही अर्थ आहे का? निदान या इथे तरी मला हे सगळं नको होतं. डोळे मिटून घेत मी कपाळावरून हात फिरवते. हे काय भलतंच वळण लागलंय आमच्या बोलण्याला?

''हे बघ, आपण माझ्या नावाबद्दल बोलतोय ना? मला माझं आधीचं नाव ठेवायचंय कारण मला तुझ्या माझ्यात अंतर राखायचंय... तेसुद्धा फक्त इथे. तुला माहितीय ना, केवळ तुझ्यामुळे मला ही नोकरी मिळाली असं सगळ्यांना वाटतंय. पण प्रत्यक्षात तर असं काही ना...'' माझं बोलणं ऐकताना त्याचे डोळे अचानक मोठे होतात. त्याबरोबर मी बोलायची थांबते. *ओह नो... त्याच्यामुळे माझी ही नोकरी आहे का?*

''ॲनेस्टेशिया, तुला हे पद का मिळालं त्याचं कारण जाणून घ्यायचंय का?''

ॲनेस्टेशिया शिट्! ''काय? तुझ्या म्हणण्याचा अर्थ काय आहे?''

स्वतःला स्थिर करत तो सावरून बसतो. मला खरंच कारण जाणून घ्यायचंय का?

''इथल्या व्यवस्थापनानं तुला हाईडचं पद दिलं त्याला कारण आहे. कंपनीच्या विक्रीचे व्यवहार पूर्णत्वाला येत असताना नव्यानं सीनिअर एक्झिक्युटिव्हची नियुक्ती करणं कंपनीला परवडणार नव्हतं. जो कोणी नवा मालक येईल तो कसा वागेल याचा त्यांना अंदाज नव्हता. शिवाय अनावश्यक भरती करण्याची भीतीदेखील त्यांना वाटत होती. म्हणून नवीन मालक- म्हणजे मीच- कंपनी पूर्ण हातात घेईपर्यंत त्यांनी तुला हाईडचं पद नाममात्र दिलं आहे.''

होली क्रॅप! ''काय, म्हणतोस काय?'' म्हणजे त्याच्याचमुळे आहे तर! *फक!* मी प्रचंड हादरले आहे. माझा आविर्भाव बघून तो हसत मान हलवतो. ''रिलॅक्स,

हे बघ तू त्या पदाला पूर्ण न्याय दिला आहेस. अपेक्षेपेक्षा जास्त चांगलं काम केलं आहेस.'' त्याच्या स्वरात अभिमानाची किंचितशी झाक आहे. तेवढंही मला पुरेसं आहे.

''ओह,'' मी आपसूक म्हणते. त्याने सांगितलेल्या माहितीचा विचार करत मी काही क्षण स्तब्ध बसून राहते. तो पुन्हा खुर्चीत सरसावून बसतो.

''ॲना, तुझा जीव गुदमरावा असं मला वाटत नाही. तुला सोनेरी पिंजऱ्यात अडकवावं असंही मला वाटत नाही. खरं म्हणजे....'' बोलता बोलता तो थबकतो. त्याच्या चेहऱ्यावर गडद भाव उमटतात. ''खरं सांगायचं तर माझ्या तार्किक बुद्धीला ते पटत नाही.'' तो विचारपूर्वक म्हणतो. त्याच्या मनात बहुधा काहीतरी बेत आखला जातोय.

ओह, आता याचं काय म्हणणं आहे? काहीतरी सुचल्यामुळे ख्रिश्चन पटकन माझ्याकडे बघतो. ''तर, माझी बायको माझं ऐकत नाही, याव्यतिरिक्त मी इथे येण्यामागे एक महत्त्वाचं कारण आहे- ते म्हणजे या कंपनीचं आता काय करावं हे मला ठरवायचं आहे.''

बायको ऐकत नाही! मी अवज्ञा करणारी आहे का? मी काही मालमत्ता नाहीये. माझा संताप शिगेला पोहोचतो. मघाशी साठलेले अश्रू आपोआप नाहीसे होतात.

''मग, काय ठरवलंयस?'' त्याची नक्कल करत मी मान कलती करते. अनावधानाने माझ्या स्वरात उपरोध भरलाय. त्याला किंचित हसू येतं. *जीझ!* पुन्हा याचा मूड बदलला. अशा या मिस्टर मर्क्युरिअलबरोबर मी कसा संसार करणार आहे?

''मी कंपनीचं नाव बदलून ग्रे पब्लिशिंग ठेवणार आहे.''

होली शिट!

''आणि वर्षभरात ती कंपनी तुझी होणार आहे.''

माझ्या तोंडाचा आ वासलेला राहतो.

''हे माझं तुला लग्नाचं गिफ्ट आहे.''

मी तोंड मिटते. परत उघडते. मग काहीतरी बोलायचा प्रयत्न करते. पण माझ्या तोंडातून शब्दही फुटत नाही. मी सुन्न झाले आहे.

''तर मग मला असं सांग की, कंपनीचं नाव मी 'स्टील पब्लिशिंग' असं ठेवू का?'' तो खरोखर मनापासून म्हणतोय. *होली फक!*

''ख्रिश्चन,'' माझं मन थोडंस ताळ्यावर येतं. ''अरे तू मला एक सुंदर घड्याळ गिफ्ट दिलं आहेस ना. पुरे आहे ते मला... आणि मी नाही चालवू शकणार कंपनी.''

यावर तो परत मान कलती करत माझ्याकडे रोखून पाहत म्हणतो, ''मी वयाच्या एकविसाव्या वर्षापासून स्वतःचा व्यवसाय करतो आहे.''

"तुझी गोष्ट वेगळी आहे. हुशार, बुद्धिमान, असामान्य, सगळ्यांवर नियंत्रण ठेवणारा.... ख्रिश्चन. अरे, हार्वर्डमधून नाव काढून घेण्याआधी तू इकॉनॉमिक्समध्ये मास्टर्स केलंय. निदान तुला साऱ्याची कल्पना तरी आहे. मी तर तीन वर्ष पार्ट-टाईम रंग आणि दोऱ्या विकत होते रे. जगाची काहीही माहिती नाहीये मला. व्यवसायातलं ओ का ठो मला कळत नाही,'' संतापाच्या भरात माझा आवाज टिपेला पोहोचतो.

"माझ्या माहितीतल्या सगळ्यांमध्ये तू सर्वोत्तम वाचक आहेस,'' अतिशय प्रामाणिकपणे तो म्हणतो. चांगलं पुस्तक तू अचूकपणे टिपतेस. आपल्या हनिमूनच्या दरम्यानसुद्धा तू काम बाजूला टाकलं नाहीस. किमान चार हस्तलिखितं तू वाचलीस, हो ना?''

"पाच,'' मी कसंबसं उत्तर देते.

"आणि त्या सगळ्यांवर तू सविस्तर टिपणी तयार केलीस. ॲनेस्टेशिया, मला तुझ्याबद्दल खात्री आहे. तू अतिशय तरतरीत आहेस. हा व्यवसाय तू उत्तमपणे सांभाळशील.''

"वेडा झालायस का तू?''

"तुझ्यासाठी झालोय वेडा,'' त्याच्या या शब्दांनी मी हादरते. तो डोळे बारीक करून माझ्याकडे बघतो.

"कळायला लागल्यापासून जिची ही पहिली नोकरी आहे अशा एका क्षुल्लक बाईसाठी तू कंपनी विकत घेतो आहेस. तुझं हसं होईल.''

"च्यामारी! लोकं काय विचार करतील याचा मी विचार करत असेन, असं तुला वाटलं का? आणि तू कंपनीची सर्वेसर्वा नसणार आहेस.'' मी अवाक होऊन त्याच्याकडे पाहत राहते. ठार वेडा झालाय तो. "ख्रिश्चन मी....'' खाली वाकत मी दोन्ही हातांत डोकं धरते. वेगवेगळ्या भावनांची वादळं माझ्या मनात घोंगावत आहेत. *हा खरंच वेडा आहे का?* त्या क्षणी मला आतून हसावंसं वाटतं. मला कळतंय की ही वेळ हसण्याची नाहीये. पण मी आवरू शकत नाही. मी त्याच्याकडे पाहते. तो सावधपणे मला निरखत असतो.

"मिस स्टील, तुम्हाला कशाचं नवल वाटतंय का?''

"हो. तुमचं.''

त्याचे डोळे अजून विस्फारतात. त्याला धक्का बसला आहे. पण गम्मतही वाटतेय. "आपल्या नवऱ्याला हसतेस? मुळीच चालणार नाही ते. आणि ओठ का चावते आहेस?'' त्याचे डोळे गडद होतात.... त्या विशिष्ट प्रकारे. ओह नो! हे रूप मी पुरेपूर जाणते. रागीट, मोहक आणि कामुक. नको, आत्ता या क्षणी इथे अजिबात नको. "हे बघ, तसा विचारही करू नकोस,'' मी त्याला सरळ सरळ धमकावते.

“कोणता विचार, ॲनेस्टेशिया?”

“तुझ्या मनातले भाव माझ्या चांगल्या परिचयाचे आहेत. आपण आत्ता ऑफिसमध्ये आहोत.” तो पुढे झुकतो. त्याची राखाडी नजर माझ्यावर खिळलेली आहे. त्याच्या नजरेत भूक जाणवतेय. होली शिट! मी आवंढा गिळते.

“आपण एका छोट्या बऱ्यापैकी साऊंडप्रूफ अशा ऑफिसमध्ये आहोत. आणि दरवाजाला आतून लॉक आहे.”

प्रत्येक शब्दावर जोर देत मी म्हणते, “पूर्णपणे नैतिक अधःपतन.”

“स्वतःच्या नवऱ्याशी नाही काही.”

“माझ्या बॉसच्या बॉसच्या बॉसशी,” मी फिस्कारते.

“तू माझी बायको आहेस.”

“ख्रिश्चन नाही. मी मनापासून सांगते. या रविवारी संध्याकाळी तू मला सात छटांमध्ये भोगू शकतोस. पण आत्ता इथे अजिबात नाही!” डोळ्यांची उघडझाप करत तो माझ्याकडे रोखून पाहतो आणि अचानक त्याला हसू येतं.

“सात छटांमध्ये?” भुवई उंचावत तो म्हणतो. “मिस स्टील, तुमचे हे शब्द मी लक्षात ठेवेन.”

“ओह, हे *मिस* स्टील प्रकरण बंद कर आता.” डेस्कवर जोरात मूठ आपटत मी म्हणते. माझ्या या कृतीने आम्ही दोघंही दचकतो. “हे बघ, ख्रिश्चन तुला इतक्या तीव्रतेने वाटत असेल ना तर मी माझं नाव बदलते.”

तो खोल श्वास घेतो. मग त्याला हसू येतं; प्रसन्न, स्वच्छ मोकळं हसू, वॉव....

टाळी वाजवत आणि पटकन उठून उभ राहत तो म्हणतो, “छान.”

आता काय?

“काम फत्ते. मला निघायला हवं. खूप काम पडलंय. मिसेस ग्रे, तुमची हरकत नसेल तर निघावं म्हणतो मी.”

देवा.... डोकं फिरवतो हा माणूस. “पण-”

“पण काय मिसेस ग्रे?”

मी उसासा टाकत म्हणते, “जा आता.”

“तेच करतोय. संध्याकाळी भेटू. शिवाय रविवारच्या सात छटांची वाट पाहतोय मी.”

मी वैतागते.

“आणि हो, या आठवड्यात व्यवसायाच्या संदर्भात काही कार्यक्रमांना हजेरी लावणं मला गरजेचं आहे. तूही माझ्याबरोबर यावंस असं मला वाटतं.”

आता जातो का इथून? मी नुसतीच त्याच्याकडे पाहत राहते.

"मी अँड्रीयाला सांगतो. ती हॅनाशी बोलून तुझ्या कॅलेंडरमध्ये नोंद करायला सांगेल. तू काही लोकांना भेटणं गरजेचं आहे. इथून पुढे तू तुझं शेड्यूल हॅनाला सांभाळू दे."

"ओके,"

मला बसलेला धक्का अजून ओसरलेला नाही.

ख्रिश्चन माझ्या दिशेने टेबलावर झुकतो. *आता काय हे?* मी त्याच्या नजरेने मंत्रमुग्ध होते.

"मिसेस ग्रे, तुमच्याबरोबर काम करायला मला खूप आवडेल." मी सुन्नपणे बसून राहते. तो अजून पुढे होत माझ्या ओठांचं अलगद चुंबन घेतो. "लेटर्स, बेबी," असं म्हणत झटक्यात उभा राहत मला डोळा मारत तो तिथून जातो.

इतका वेळ जे काही घडलं त्यामुळे माझं डोकं भणाणलंय. हे करणारा दुसरा तिसरा कोणीही नसून माझा प्रिय नवरा आहे. मी टेबलवर डोकं टेकवून बसते. या पृथ्वीतलावरचा सगळ्यात अधिक वैताग आणणारा, चिरडीला आणणारा, अत्यंत विरोधाभासी असा हा माझा नवरा आहे. पुढच्या क्षणी ताठ बसत मी डोळे चोळते. *मी नक्की कशाला मान्यता दिली आत्ता?* ओके, ॲना ग्रे इथून एसआयपी- म्हणजे ग्रे पब्लिशिंग- चालवणार आहेत तर. हा माणूस ना पूर्ण वेडा आहे. तितक्यात दारावर टकटक होते. हॅना दारातून डोकावते.

"तू ठीक आहेस ना?" ती विचारते.

मी तिच्याकडे नुसतीच बघत राहते. तिला काही समजत नाही.

"मला माहितीये की तुला आवडत नाही. पण आजच्या दिवस मी तुझ्यासाठी चहा करून आणू का?"

मी मान डोलावते.

"ट्विनिंग्ज इंग्लीश ब्रेकफास्ट, विक् ॲन्ड ब्लॅक?"

मी पुन्हा मान डोलावते.

"आत्ता आणते ॲना."

मला बसलेला धक्का ओसरलेला नाही. त्याला कसं समजावू? हं- ई-मेल.

फ्रॉम : ॲनेस्टेशिया स्टील
सब्जेक्ट : मी मालमत्ता नाही
डेट : ऑगस्ट २२, २०११   १४:२३
टु : ख्रिश्चन ग्रे

मिस्टर ग्रे,

पुढच्या वेळेस मला भेटायला येण्याआधी अपॉइंटमेंट घ्या. म्हणजे तुमच्या पौगंडावस्थेतल्या अतिरेकी अहंकारोन्मादी वागण्याची मला पूर्वसूचना मिळू शकेल.

तुमची
ॲनेस्टेशिया ग्रे... कृपया नावातला बदल लक्षात घ्या.
कमिशनिंग एडिटर, एसआयपी

फ्रॉम : ख्रिश्चन ग्रे
सब्जेक्ट : रविवारच्या सात छटा
डेट : ऑगस्ट २२, २०११ १४:३४
टु : ॲनेस्टेशिया स्टील

माझ्या प्रिय, मिसेस ग्रे (माझ्यावर जोर देऊन)
स्वतःच्या बचावासाठी मी काय बोलू बरं?
मी त्या भागात आलो होतो.
आणि हो, तू माझी मालमत्ता नाहीस. तू माझी लाडकी बायको आहेस.
नेहमीप्रमाणे आजही तू आयुष्यात मजा आणली.

ख्रिश्चन ग्रे,
सीईओ आणि अतिरेकी, अहंकारोन्मादी, ग्रे एन्टरप्राईझेस होल्डिंग्ज इन्क.

त्याचा थट्टेचा स्वर असला तरी माझी तशी मानसिकता नाही. खोल श्वास घेत मी माझ्या कामाकडे वळते. संध्याकाळी मी गाडीत बसते तेव्हा ख्रिश्चन गंभीर आहे.

"हाय," मी पुटपुटते.

"हॅलो," तो सावधपणे उत्तर देतो- अर्थात हे अपेक्षित होतं.

अतिशय गोड आवाजात मी विचारते, "अजून कोणाच्या कामात व्यत्यय आणलास?"

त्याच्या चेहऱ्यावर किंचितस हसू उमटतं, "फक्त फ्लिनच्या."

ओ.

"पुढच्या वेळेस त्याला भेटायला जाशील ना तेव्हा माझ्याकडून विषयवार यादी घेऊन जा, अनेक गोष्टी जाणून घ्यायच्या आहेत मला," मी तिखट स्वरात म्हणते.

''मिसेस ग्रे, तुम्ही आज भडकलेल्या दिसताय.'' काहीही न बोलता मी पाठमोऱ्या रियान आणि सॉयरकडे बघत राहते. ख्रिश्चन अस्वस्थ होतो.

''हेऽऽ,'' हळुवारपणे मला हाक मारत तो माझा हात पकडतो. पूर्ण दुपारभर माझ्यासमोर कामाचे ढीग पडलेले असताना याच्याशी कसं आणि काय बोलावं याचा विचार करण्यात मी व्यग्र होते. तासागणिक माझा संताप वाढत होता. ख्रिश्चनच्या चढेल, चिडकट आणि बालीश वागण्याचा अतिरेक झाला आहे आता. त्याच रागात मी चिडून माझा हात बालीशपणे ओढून घेते.

''तू संतापली आहेस का माझ्यावर?'' तो विचारतो.

''हो,'' मी गुरगुरते. मग हाताची घडी घालून मी मुद्दामच खिडकीतून बाहेर बघू लागते. तो अस्वस्थपणे चुळबूळ करू लागतो. पण तरीही मी त्याच्याकडे बघत नाही. मला त्याचा एवढा संताप का आला आहे, ते मलाही कळत नाही. पण मी प्रचंड संतापले आहे हेही खरंय.

एस्कलापाशी गाडी थांबल्याबरोबर नेहमीचे शिष्टाचार बाजूला सारत मी गाडीचा दरवाजा खाडकन उघडून माझी ब्रीफकेस घेत बाहेर पडते. त्याच आवेशात मी बिल्डिंगमध्ये शिरते. माझ्यामागून कोणी येतंय की नाही, हेदेखील बघण्याची मी तसदी घेत नाही. रियान घाईघाईने माझ्यामागे धावत येत एलेव्हेटरकडे जात बटण दाबतो.

त्याला गाठल्यावर मी तिरसटपणे म्हणते, ''काय आहे?'' त्याचे गाल लाल होतात.

''मॅऽम, माफ करा,''

तेवढ्यात ख्रिश्चन माझ्या बाजूला येऊन एलेव्हेटरची वाट पाहू लागतो. त्याबरोबर रियान मागे फिरतो.

''अच्छा, म्हणजे माझ्या एकट्यावर संतापली नाहीये तर?'' उगाचच मख्ख चेहरा ठेवून ख्रिश्चन म्हणतो. मी त्याच्याकडे रोखून पाहते. बहुधा हसतो आहे तो.

डोळे बारीक करत मी त्याला म्हणते, ''तू मला हसतो आहेस?''

''माझी हिंमत तरी आहे का?'' असं म्हणत तो दोन्ही हात वर करत शरण आल्यासारखं दाखवतो; जसं काही मी याला बंदुकीच्या धाकात ठेवलंय. त्यानं नेव्ही सूट घातलाय. आत्ताही तो ताजातवाना दिसतोय. त्याचे केस मस्तपैकी विखुरले आहेत. चेहऱ्यावर कावेबाजपणा दिसतोय.

''तुला केस कापायची गरज आहे,'' असं म्हणत मी सरळ एलेव्हेटरमध्ये शिरते.

''हो का?'' तो कपाळावरचे केस मागे घेत माझ्या मागून आत येतो.

''हो.'' मी आमच्या अपार्टमेंटचा कोड टाईप करते.

''म्हणजे तू आता माझ्याशी बोलते आहेस का?''

''कामापुरतं.''

''नक्की कशामुळे एवढी संतापली आहेस? मला काहीतरी तर कळू दे,'' तो सावधपणे विचारतो. मी वळून त्याच्याकडे पाहते.

''तुला खरोखरच काहीही कल्पना नाही का? तुझ्यासारख्या तरतरीत माणसाला नक्कीच कळायला हवं होतं. तू इतका ठोंब्या असशील असं मला वाटलं नव्हतं.''

दचकून एक पाऊल मागे घेत ते म्हणतो, ''तू खरंच खूप संतापलेली दिसते आहेस. मघाशी तुझ्या ऑफिसमध्ये आपण सारं काही मार्गी लावलं आहे असं मला वाटलं होतं,'' गोंधळलेल्या स्वरात तो म्हणतो.

''ख्रिश्चन, तुझ्या चिडकटपणासमोर मी शरणागती पत्करली होती, बस.''

एलेव्हेटरचं दार उघडतं. मी तावातावात बाहेर पडते. टेलर समोर उभा आहे. परंतु माझा आविर्भाव पाहत तो काही न बोलता एक पाऊल मागे घेतो. मी त्याच्या समोरून जात म्हणते,

''हाय, टेलर.''

''मिसेस ग्रे.''

माझ्या हातातली ब्रीफकेस तिथेच टाकून मी ग्रेटरूममध्ये जाते. मिसेस जोन्स ओट्यापाशी उभी आहे.

''गुड इव्हिनिंग मिसेस ग्रे.''

''हाय, मिसेस जोन्स,'' नाइलाजाने तिला प्रतिसाद देत मी फ्रिजमधून व्हाइट वाईनची बाटली काढते. मी कपाटातून ग्लास काढत असताना ख्रिश्चन तिथे येऊन पोहोचतो. तो माझ्या सर्व हालचाली बारकाईने न्याहाळतो आहे. स्वतःचं जॅकेट काढून तो ते बाजूला ठेवतो.

उगाचच गोड आवाजात मी त्याला विचारते, ''एखादं ड्रिंक घेणार का?''

''नो, थँक्स,'' माझ्यावरची नजर न हटवता तो उत्तर देतो. काय करावं हे त्याला समजत नाहीये, हे माझ्या लक्षात येतं. त्याला असं बघणं गमतीदार पण तितकंच त्रासदायकदेखील आहे. *चल जा, गेला उडत!* आमच्या दुपारच्या मीटिंगनंतर दुपारभर स्वतःच्या भावनांचा अदमास घेताना मी जेरीस आले आहे. सावकाश टाय काढून तो शर्टचं वरचं बटण उघडतो. मी स्वतःसाठी मोठा ग्लासभर सॉव्हिग्नॉन ब्लँक ओतून घेते. काही न सुचून ख्रिश्चन केसातून हात फिरवतो. मी वळते पण तोवर मिसेस जोन्स तिथून नाहीशी झाली आहे. शिट! माझी ढाल होती न ती! मी वाईनचा मोठ्ठा घोट घेते. हं! काय मस्त लागतेय.

''काय चाललंय?'' ख्रिश्चन फक्त मला ऐकू येईल अशा आवाजात म्हणतो. पुढे येत तो माझ्या केसांची बट कानामागे करत माझ्या कानावरून हळुवारपणे बोटं

फिरवतो. माझ्या शरीरभर शिरशिरी उमटते. दिवसभर याची उणीव भासत होती का मला? त्याचा सहवास, त्याचा स्पर्श? मी मान झटकते. त्यामुळे त्याला माझा कान सोडावा लागतो. तो टक लावून माझ्याकडे पाहत आर्जव करतो,

"बोल ना माझ्याशी."

"उपयोग काय? तू तर माझं ऐकतही नाहीस."

"ऐकतो तर. मी फार कमी लोकांचं ऐकतो. त्यांतली एक तू आहेस."

मी पुन्हा वाईनचा मोठा घोट घेते.

"तुझ्या नावावरून चाललंय का हे सगळं?"

"हो आणि नाही पण. तुझं म्हणणं मला अमान्य आहे हे समजून घेतल्यावर देखील तू माझ्याशी ज्या प्रकाराने वागलास, ते मला आवडलेलं नाही," त्याच्याकडे रोखून पाहत मी म्हणते. तो आता संतापणार, याची मला खात्री आहे.

त्याच्या कपाळावर आठ्या उमटतात. "ॲना, तुला कल्पना आहे ना, की माझ्या काही समस्या आहेत. जिथे तुझा संबंध येतो अशी कुठलीही बाब सोडून देणं माझ्यासाठी महाकठीण काम आहे. तुलाही ते माहिती आहे."

"पण, मी कुणी लहान मुल आहे का? शिवाय मी मालमत्ता नाहीये."

"मला कल्पना आहे त्याची," तो उसासत म्हणतो.

"मग मला तसं वागवणं बंद कर ना," त्याला आव्हान देत मी म्हणते.

हळुवारपणे माझे गाल कुरवाळत तो माझ्या ओठांवरून अंगठा फिरवतो.

"नको ना भडकू एवढी. तू माझ्यासाठी किती मौल्यवान आहेस, काय सांगू? एखाद्या लहान मुलासारखी तू माझी अमूल्य ठेव आहेस," हे शब्द उच्चारताना त्याच्या चेहऱ्यावर माझ्याबद्दलच्या प्रेमाव्यतिरिक्त कुठलाही भाव नाही. त्याचे शब्द माझं लक्ष वेधून घेतात. *'एखाद्या लहान मुलासारखी.'* लहान मुलासारखी मौल्यवान.... म्हणजे त्याच्या दृष्टीने मूल मौल्यवान असतं तर!

"ख्रिश्चन, मी बायको आहे तुझी. एखादी वस्तू नाही. मी तुझं नाव लावलं नाही म्हणून तू दुखावला गेला होतास तर तसं मला सांगायचं."

"दुखावला गेलो?" त्याच्या आठ्या गडद होतात. मनातल्या मनात तो अनेक गोष्टींचा आढावा घेतोय हे माझ्या लक्षात येतं. अचानक तो ताठ होतो. त्याच्या कपाळावरच्या आठ्या अजूनही तशाच आहेत. मनगटावरच्या घड्याळाकडे नजर टाकत तो म्हणतो, "ती आर्किटेक्ट तासाभरात इथे पोहोचेल. त्याआधी आपण खाऊन घेऊ या."

ओ नो! माझा आतल्या आत संताप होतो. एकतर यानं माझ्या प्रश्नाचं उत्तर दिलेलं नाही आणि दुसरं म्हणजे त्या जिया मॅटीओला मला आता सहन करावं लागणार. याहून माझा दिवस काय वाईट असू शकेल? मी ख्रिश्चनला खुन्नस देते.

"ही चर्चा अजून संपलेली नाहीये," मी धुसफुसते.

"अजून काय राहिलंय बोलायचं?"

"तू ती कंपनी विकू शकतोस."

ख्रिश्चन वैतागून म्हणतो, "विकू?"

"हो."

"तुला काय वाटतं? मार्केटची स्थिती बघता कोणी विकत घेणारा भेटणार आहे का मला?"

"कितीला पडली रे?"

अचानक त्याचा स्वर सावध होतो, "तशी स्वस्तात मिळाली म्हणा."

"समजा बुडली तर?"

तो मानभावीपणे हसत म्हणतो, "त्यानं काही फरक पडणार नाही. पण ॲनेस्टेशिया मी ती बुडू देणार नाही. निदान तू तिथे असताना तरी नक्कीच नाही."

"आणि मीच ती कंपनी सोडली तर?"

"पण मग तू काय करशील?"

"ते नाही सांगू शकत. पाहीन काहीतरी."

"हा तुझा ड्रीम जॉब आहे असं तू म्हणाली होतीस ना? आणि मी चुकत असेन तर माफ कर; पण, जिझसच्या, रेव्हरंड वॉल्शच्या आणि आपल्या सर्व जवळच्या नातेवाइकांसमोर मी वचन दिलं आहे की तुला जे प्रिय असेल ते मी करेन. तुझ्या आशा आणि स्वप्न जपेन. आणि सतत तुझं रक्षण करेन."

"इथे लग्नाच्या शपथा मध्ये आणायची गरज नाहीए. ते अयोग्य आहे."

"जिथे तुझा संबंध आहे तिथे निव्वळ योग्य तेच वागायचं अशी शपथ मी नक्कीच घेतली नाहीये. दुसरं म्हणजे तू स्वतः लग्नातल्या शपथा माझ्याविरुद्ध अस्त्रासारख्या वापरल्या आहेस, त्याचं काय?"

त्याचं म्हणणं खरं होतं. तरीही मी रागाने त्याच्याकडे बघते.

"ॲनेस्टेशिया अजूनही तुझा राग गेला नसेल तर, तू बेडमध्ये तो माझ्यावर काढू शकतेस." अचानक त्याचा आवाज अतिशय हळू होतो. पण त्यातली आस मला जाणवते. त्याची नजरसुद्धा बदलली आहे.

काय? बेडमध्ये? कसं काय?

माझी प्रतिक्रिया पाहून त्याला हसू येतं. मी त्याला बांधून वगैरे ठेवेन असं वाटतं की काय त्याला? होली क्रॅप! माझी अंतर्देवता तिच्या आयपॉडचे इअरबड काढून आमच्या बोलण्याकडे लक्ष देऊ लागते.

"रविवारच्या सात छटा," फक्त मला ऐकू येईल अशा आवाजात तो म्हणतो. "मी वाट पाहतोय त्याची."

वॉव!

"गेल!" अचानक तो ओरडतो. निमिषार्धात मिसेस जोन्स त्याच्यासमोर येऊन उभी राहते. कुठे होती ती? टेलरच्या ऑफिसमध्ये? ऐकलं की काय तिने सगळं?

"मिस्टर ग्रे?"

"आम्ही खायला बसतोय."

"हो सर."

ख्रिश्चन माझ्यावरची नजर किंचितही हटवत नाही. मी कुणी परग्रहवासी आहे की काय? मी वाईनचा एक घोट घेते.

पुन्हा एकदा केसांतून हात फिरवत उसासा टाकत ख्रिश्चन म्हणतो, "मीही तुझ्याबरोबर वाईन घेईन म्हणतो."

"तू संपवणार नाही आहेस हे सगळं?"

"नाही." फेट्युकिनीचा एक घासही मी खाल्लेला नाहीए. ख्रिश्चनचे बदलत जाणारे हावभाव बघण्यापेक्षा मी प्लेटकडे बघणं पसंत करते. माझ्या बोलण्यावर त्याने काही प्रतिक्रिया देण्याआधीच पटकन उठून मी टेबलवरून आमच्या प्लेटस् उचलते.

"जिया येईलच इतक्यात," मी पुटपुटते. ख्रिश्चनच्या चेहऱ्यावर नाराजी उमटते. पण तो काही बोलत नाही. माझ्या हातातल्या प्लेट्स घेत मिसेस जोन्स म्हणते, "मिसेस ग्रे, द्या माझ्याकडे."

"थँक यू."

"आवडलं नाही का तुम्हाला?" तिच्या स्वरात आपुलकी आहे.

"छान आहे. पण मला भूक नाहीये."

माझ्याकडे बघत समजल्यासारखं हसत ती वळून प्लेटमधलं अन्न टाकून देत डिश वॉशर लावते.

"मला काही फोन करायचेत," असं म्हणत ख्रिश्चन त्याच्या स्टडीमध्ये गायब होतो. त्याआधी तो नजरेने माझा अंदाज घेतो.

हुश्श! सुटकेचा निःश्वास टाकत मी आमच्या बेडरूमकडे वळते. जेवणाचा पार विचका झाला आहे. माझ्या मनातून ख्रिश्चनचा राग अजूनही गेलेला नाही. आपलं काही चुकलंय हे त्याला कळत कसं नाही? *चुकलंय का पण?* माझं अबोध मन भुवई उडवत अर्धचंद्राकृती चष्म्याआडून माझ्याकडे पाहतं. हो, चुकलंच आहे. त्याच्या या वागण्यामुळे मला ऑफिसमध्ये वावरणं अधिक त्रासदायक होणार आहे. घरी आल्यावर एकांतात या विषयाची चर्चा होऊ शकली नसती का? समजा मी त्याच्या ऑफिसमध्ये अशी घुसले आणि त्याच्याशी वाद घातला तर आवडेल का

त्याला? आणि हे कमी म्हणून की काय तो एसआयपी माझ्या नावावर करू पाहतोय. मी कशी काय चालवू शकणार आहे कंपनी? व्यवसायामधलं काहीतरी कळतं का मला?

आकाशामध्ये संध्याकाळच्या गुलाबी रंगाची उधळण झाली आहे. विशेष म्हणजे ख्रिश्चनचा असा समज आहे की, प्रत्येक मुद्दा बेडरूममध्ये सुटू शकतो, किंवा मग फॉयरमध्ये... प्लेरूममध्ये... टीव्हीरूममध्ये... स्वैपाकघरातल्या ओट्यावर... बस्स! काहीही मुद्दा असो. सेक्स हा त्याचा एकमेव तोडगा आहे.

मी बाथरूममध्ये जाऊन आरशातल्या स्वतःच्या प्रतिबिंबाकडे रागानं बघते. कोणत्या जगात वावरते आहे मी? जोवर आम्ही आमच्या बुडबुड्यात होतो तोवर आम्ही एकमेकांत इतके गुरफटलेलो होतो की आमच्यात काही फरक आहे हे आम्हाला जाणवत नव्हतं. पण आता काय? अचानक मला माझ्या लग्नाचा दिवस आठवतो. लग्नाचा निर्णय आपण फार घाईनं घेतला का, असं मला तेव्हाही वाटत होतं. छे छे! मला असा विचार करून चालणार नाही. त्याच्याशी लग्न करताना मला पक्कं ठाऊक होतं, की त्याच्या या अशा फिफ्टी शेड्स आहेत. मलाच शांत राहून यातून काही मार्ग काढावा लागेल.

मी स्वतःला आरशात निरखून बघते. किती फिकुटलेली दिसतेय मी. त्यात पुन्हा मला त्या बयेला सामोरं जायचंय.

मी माझा राखाडी पेन्सील स्कर्ट आणि स्लीव्हलेस ब्लाऊज घातलंय. ठरलं! माझी अंतर्देवता लालभडक नेलपेन्ट लावते. मी ब्लाऊजची पहिली दोन बटणं उघडते. त्यातून माझी छाती किंचित उघडी पडते. चेहरा स्वच्छ धुवून मी काळजीपूर्वक मेक-अप करते. नेहमीपेक्षा जास्त मस्करा आणि ग्लॉसचा वापर करत मी स्वतःला आकर्षक करते. खाली वाकून मी केस मुळांपासून विंचरून काढते. सरळ उभं राहिल्यावर माझे केस माझ्या चेहऱ्याभोवती महिरप करत छातीवर पसरतात. केसांची एक बट अलगदपणे कानामागे घेत मी पायातले फ्लॅट सॅन्डल्स काढून पम्प्स घालते.

मी पुन्हा जेव्हा ग्रेटरूममध्ये येते, तेव्हा ख्रिश्चनने नवीन घराचे प्लॅन्स डायनिंग टेबलवर पसरवलेले आहेत. त्यानं लावलेल्या गाण्याचा कानोसा घेत मी तिथेच उभी राहते. ते माझ्या ओळखीचं नाही.

"मिसेस ग्रे," तो प्रेमाने म्हणतो; पण त्याची नजर चौकस आहे.

"हे काय लावलंय?" मी विचारते. जे काही लावलंय ते फार जबरदस्त आहे.

"फॉरेचं रेक्विम (शोकगीत) लावलंय. तू खूप वेगळी दिसते आहेस," त्याचं लक्ष विचलित झालंय.

"हो का? मी ऐकलं नाही याआधी."

"खूप शांत वाटतं ते ऐकून," भुवई उंचावत तो पुढे म्हणतो, "केसांचं काही केलं आहेस का?"

"नीट विंचरलेत," मी प्रामाणिकपणे उत्तर देते. चालू असलेल्या गाण्याच्या आवाजाने मी सैरभैर होते. हातातले प्लॅन टेबलवर ठेवत गाण्याच्या तालावर तो सावकाश माझ्या दिशेने येतो.

"माझ्याबरोबर डान्स करणार?" तो हळुवारपणे विचारतो.

"या गाण्यावर? हे रेक्विम आहे नं?" धक्का बसून मी विचारते.

"हो." असं म्हणत तो मला मिठीत घेतो आणि माझ्या केसांत नाक खुपसून हळुवारपणे गाण्याच्या तालावर माझ्यासकट झुलू लागतो. अहाहा! ख्रिश्चनचा गंध मला सुखावू लागतो.

मला त्याची किती उणीव भासली आहे! मी त्याच्या भोवतीची मिठी घट्ट करते. मोठ्या प्रयासाने मी माझं रडणं थोपवते. *इतका का संतापतोस?*

"तुझ्याशी भांडायला मला अजिबात आवडत नाही," तो माझ्या कानात म्हणतो.

"मग असं मूर्खासारखं वागणं थांबव ना."

यावर तो गालातल्या गालात हसतो. माझ्या भोवतीची मिठी घट्ट करत तो म्हणतो, "मूर्खासारखं?"

"गाढव."

"त्यापेक्षा, मूर्ख बरं."

"बरोबर. तुला शोभतंय ते."

माझ्या या बोलण्यावर पुन्हा हसून तो माझ्या कपाळाचं चुंबन घेतो.

"रेक्विम?"

या तालावर आम्ही डान्स करतोय याचं मला नवल वाटतं.

तो खांदे उडवत म्हणतो, "ॲना, तरी ते खूप सुंदर आहे ना?"

तेवढ्यात दारात टेलरच्या खोकण्याचा आवाज येतो. ख्रिश्चन मला मिठीतून मोकळं करतो.

"मिस मॅटिओ आल्या आहेत," तो सूचना देतो.

आली वाटतं!

"येऊ दे तिला आत," असं म्हणून ख्रिश्चन माझा हात हातात घेतो. तेवढ्यात मिस जिया मॅटिओ आत येते.

८

जिया मॅटिओ उंच आणि सुंदर आहे. स्टाईलीशपणे सेट केलेले तिचे केस तिला मुकुटासारखे शोभत आहेत. फिकट राखाडी रंगाच्या पॅन्टसूटचे स्लॅक्स आणि जॅकेट तिच्या अंगाला घट्ट बिलगून तिची वळणं अधोरेखित करतायत. तिचे कपडे चांगलेच महागडे दिसतायत. तिच्या गळ्याशी 'ठसठशीत' हिरा चमकतोय. त्याला शोभेल असे हिरे तिने कानातही घातले आहेत. जन्मजात श्रीमंतीचं वरदान लाभलेली जिया खुलून दिसतेय. आत्ता या क्षणाला मात्र ती स्वतःचा खानदानीपणा विसरलेली वाटतेय. तिच्या ब्लाऊजची वरची बटणं उघडी आहेत... माझ्याचसारखी. मला एकदम संकोच वाटतो.

हसतमुखाने पुढे येत ती म्हणते, "ख्रिश्चन. ॲना." पांढरेशुभ्र दात दाखवत ती तिचा मॅनीक्युअर केलेला हात आधी ख्रिश्चनसमोर आणि मग माझ्यासमोर करते. तिचा हात हातात घेण्यासाठी मला ख्रिश्चनचा हात सोडावा लागतो. ती जवळजवळ ख्रिश्चनएवढी उंच आहे. कारण तिच्या पायात अतिशय उंच टाचांचे बूट आहेत.

"जिया," ख्रिश्चन नम्रपणे म्हणतो. मी तिच्याकडे बघून नुसतंच हसते.

"हनिमूननंतर तुम्ही दोघंही खूप छान दिसताय," मस्कारा लावलेल्या लांब पापण्यांची उघडझाप करत, ख्रिश्चनकडे बघत, मधाळ हसत ती म्हणते. ख्रिश्चन माझ्याभोवती हात टाकत, मला जवळ ओढतो.

"थँक यू जिया," असं म्हणून तो माझ्या कपाळाचं चुंबन घेतो. त्याच्या या कृतीचं मला नवल वाटतं.

पाहिलंस! माझा आहे तो. कितीही त्रास दिला, संतापला तरीही माझा आहे तो. मला हसू येतं. *ख्रिश्चन ग्रे, या क्षणी तरी मला तुझ्याबद्दल फक्त आणि फक्त प्रेम वाटतंय.* त्याच्या कमरेभोवती हात टाकत मी त्याच्या पॅन्टच्या मागच्या खिशात हात सारते आणि त्याला हळूच चिमटा काढते. आमच्याकडे पाहत जिया कसनुसं हसते.

"मी दिलेल्या प्लॅन्सचा विचार केलात का तुम्ही?"

"हो, केलाय," असं म्हणत मी ख्रिश्चनकडे पाहते. त्याच्या चेहऱ्यावर हसू

आहे. त्याची एक भुवई उंचावलीय. कशाचं नवल वाटतंय त्याला? मी त्याला मागून चिमटा काढल्याचं, की मी जियाशी ज्या प्रकारानं बोलतेय त्याचं?

"प्लीज," ख्रिश्चन म्हणतो. "हे बघ प्लान्स." डायनिंग टेबलकडे निर्देश करत तो म्हणतो. माझा हात तसाच धरून तो मला तिथवर घेऊन जातो. जिया आमच्यामागून येते. हिला काहीतरी प्यायला विचारलं पाहिजे हे जाणवून मी म्हणते, "तुला काही प्यायला आवडेल का? वाईन?"

"अगदी चालेल," जिया उत्तर देते. "ड्राय व्हाईट असली तर आवडेल मला."

शिट्! सॉव्हिग्नॉन ब्लँक- ही ड्राय व्हाईट आहे ना? मोठ्या नाराजीने मी ख्रिश्चनचा हात सोडत किचनकडे वळते. तेवढ्यात ख्रिश्चन आय-पॉड बंद करतो.

मी कपाट उघडते. मला जाणवतं की, ख्रिश्चनची नजर माझ्या हालचालींवर खिळलेली आहे. आम्ही दोघंही प्रेमाचं नाटक करतो आहोत. पण या वेळेस आम्ही पडद्याच्या एकाच बाजूला आहोत. आमच्यासमोर मिस मॅटिओ आहे. ती त्याच्याकडे उघडपणे आकर्षित झाली आहे. हे त्याला ठाऊक आहे का? कदाचित तो माझी खात्री पटवण्यासाठी असं वागत असाव, हा विचार मनात येऊन मला चक्क आनंद होतो. किंवा मग तो तिला अशी जाणीव करून देतो आहे का की त्याच्यावर माझा हक्क आहे?

माझा. हो- चेटकीण- माझा. माझी अंतर्देवता उत्तेजित झाली आहे. स्वतःशी हसत मी कपाटातून तीन ग्लास आणि फ्रिजमधून वाईनची बॉटल काढते. जिया टेबलवर झुकून ख्रिश्चनला प्लॅन समजावून सांगते आहे.

"तसं तू सांगितलेल्या कल्पना आम्हाला आवडलेल्या आहेत; पण, माझ्या मते तू सुचवलेल्या ग्लास वॉलबद्दल अॅनाला काही बोलायचंय."

"हो का?" तिच्या कल्पना आम्हाला आवडलेल्या आहेत हे ऐकून तिला नक्कीच बरं वाटलंय. स्वतःच्या भावना ख्रिश्चनपर्यंत पोहोचवण्यासाठी ती त्याच्या हातावर हात ठेवते. तिच्या स्पर्शाने तो किंचित ताठरतो. पण ते तिच्या लक्षात येत नाही.

त्याला स्पर्श केलेला आवडत नाही. बये, त्याला मोकळं सोड.

सहज सरकल्यासारखं दाखवत ख्रिश्चन बाजूला होत माझ्याकडे वळतो. आता तो तिच्या स्पर्शाच्या टप्प्याबाहेर आहे. "आणतेस ना?" तो मला विचारतो.

"आलेच." तो नक्कीच नाटक करतोय. तिच्यामुळे त्याला अस्वस्थ वाटतंय. मला याआधी हे का नाही जाणवलं? याच कारणामुळे मला ती आवडलेली नाहीये. त्याला पाहिल्यावर बायकांची प्रतिक्रिया काय होते, याची त्याला जाणीव आहे. अनेकदा मी स्वतः ते पाहिलंय. तसं म्हटलं तर कोणत्याही स्त्रीच्या आवडी निवडीशी त्याला काही घेणं देणं नाही. पण स्पर्श... तो मात्र त्याला सहन होणार

नाही. थांब ख्रिश्चन, मिसेस ग्रे तुझी सुटका करायला तत्पर आहेत.

पटकन वाईन ओतत मी तीनही ग्लास घेऊन त्यांच्याजवळ पोहोचते. जियाच्या हातात वाईन ग्लास देत मी जाणीवपूर्वक तिच्या आणि त्याच्यामध्ये उभी राहते. हसतमुखाने ती ग्लास उचलते. मग मी ख्रिश्चनच्या हातात ग्लास देते. माझी चाल लक्षात येऊन तो कृतज्ञतेनं हसतो.

''चिअर्स,'' ख्रिश्चन आम्हाला दोघींना म्हणतो. पण त्याची नजर फक्त माझ्यावर खिळली आहे. जिया आणि मी ग्लास उंचावत त्याला उत्तर देतो आणि मी वाईनचा एक घोट घेते.

''ॲना, तुला ग्लास वॉलबद्दल काही बोलायचंय म्हणे?''

''हो, म्हणजे गैरसमज करून घेऊ नकोस. तुझ्या कल्पना अतिशय सुंदर आहेत. पण मला असं वाटतंय की या घरात फारसे बदल करू नयेत. ते जसं होतं तसं मला बघितल्या क्षणी आवडलंय. त्याच्यात फार ठळक बदल करायची माझी इच्छा नाही.''

''आलं लक्षात.''

''नवीन आराखड्यात मूळ वास्तूला धक्का लागू नये असं मला वाटतं,'' मी ख्रिश्चनकडे बघून म्हणते. तो माझ्याकडे विचारपूर्वक पाहत असतो.

''फार रिनोव्हेशन नकोय का तुला?'' तो विचारतो.

माझा मुद्दा अधोरेखित करण्यासाठी मी मान हलवत ''नाही'' म्हणते.

''ते जसं आहे तसं तुला आवडलंय का?''

''खरं म्हणजे हो. त्याला थोडासा प्रेमाचा स्पर्श हवाय.'' ख्रिश्चनच्या डोळ्यांत माझ्याबद्दल जिव्हाळा दिसून येतो.

जिया आमच्या दोघांकडे नजर टाकते. तिचे गाल लाल होतात. ''ओके,'' ती म्हणते. ''ॲना, तुझा मुद्दा माझ्या लक्षात आलाय. आपण ग्लासवॉल ठेवू यात; फक्त ती बाहेरच्या डेकवर उघडेल असं बघू यात. त्यामुळे मेडिटेरॅनियन शैलीला धक्का पोहोचणार नाही. तसंही तिथली टेरेस दगडी आहे. त्याला शोभेल असे दगडी पिलर्स आपण उभारू शकतो. समुद्राचा व्ह्यू अडणार नाही याची आपण काळजी घेऊ. शिवाय ग्लास रूफ करता येईल. नाहीतर मग घराला शोभेल अशा टाईल्स लावता येतील. वाटल्यास तुम्ही तिथे डायनिंग किंवा सीटिंग एरिया करू शकता.''

काहीही असो, हिच्या कल्पना एकाहून एक भन्नाट आणि सुंदर आहेत.

''किंवा मग डेकच्या ऐवजी ग्लासच्या दरवाजांसाठी आपण तुला आवडेल असा लाकडाशी मिळताजुळता रंग देऊ. तेसुद्धा मेडिटेरॅनियन शैलीशी जुळेल,'' ती पुढे म्हणते.

ख्रिश्चन माझ्याकडे एकाग्रतेने बघतोय. मी त्याला उद्देशून म्हणते, ''दक्षिण

फ्रान्समधल्या गडद निळ्या शटर्ससारखा.'' वाईनचा एक घोट घेत तो खांदे किंचितसे उडवतो. मात्र काहीही प्रतिक्रिया देत नाही. बहुधा त्याला माझी कल्पना आवडलेली नाहीये. तरीही तो मला विरोध करत नाही किंवा बावळट ठरवत नाही. जीझ! हा माणूस म्हणजे निव्वळ विरोधाभास आहे. मला त्याचे कालचे शब्द आठवतात; ''हे घर जसं तुला हवं तसं व्हावं अशी माझी इच्छा आहे. तुला जे हवं ते कर. हे घर तुझं आहे.'' मी आनंदी राहावं असं त्याला वाटतं. मी करत असलेल्या प्रत्येक कृतीत मला आनंद मिळावा, हीच त्याची इच्छा आहे. मलाही याची खोलवर जाणीव आहे तरीही- मी मनातले विचार थांबवते. *आमच्या वादाचा मी आत्ता विचार करता कामा नये.* माझं अबोध मन माझ्याकडे कटाक्ष टाकतं.

ख्रिश्चन काहीतरी निर्णय देईल, या अपेक्षेनं जिया त्याच्याकडे बघते. तिच्या डोळ्यांच्या बाहुल्या विस्फारल्या आहेत, ओठ किंचित विलग झाले आहेत, वाईनचा घोट घेण्याअगोदर ती ओठांवरून जीभ फिरवते. मी ख्रिश्चनकडे बघते. त्याचं लक्ष फक्त आणि फक्त माझ्याकडे आहे. तो तिच्याकडे बघतदेखील नाहीए. *यस!* माझी अंतर्देवता अत्यानंदानं वेडावते. मी आता मिस मॅटिओला जागेवर आणणार आहे.

''ॲना, तुझी काय इच्छा आहे?'' ख्रिश्चन सरळसरळ माझ्यावर निर्णय सोपवतो.

''मला डेकची कल्पना आवडली.''

''मलासुद्धा.'' मी जियाकडे वळते. *बाईसाहेब, त्याच्याकडे न बघता माझ्याकडे बघा. ह्याबाबतचा निर्णय मी घेणार आहे.* ''मोठा डेक आणि घराला शोभेल असे पिलर्सचं नवीन ड्रॉइंग बघायला मला आवडेल.''

नाईलाजानं ख्रिश्चनवरची आपली नजर हटवत जिया माझ्याकडे बघत हसते. तिचे चाळे माझ्या लक्षात येणार नाही असं तिला वाटतंय का?

''चालेल,'' ती खोट्या तत्परतेने म्हणते. ''अजून काही?''

माझ्या नवऱ्याला तुझं डोळ्यांनी भोगणं थांबव! ''मास्टर सूट पूर्णपणे बदलावा असं ख्रिश्चनला वाटतंय.''

तेवढ्यात पुन्हा एकदा टेलरच्या खोकण्याचा आवाज येतो. आम्ही तिघंही वळून बघतो.

''टेलर?'' ख्रिश्चन म्हणतो.

''मिस्टर ग्रे, एका अति महत्त्वाच्या विषयाबद्दल तुमच्याशी काही बोलायचंय.''

माझ्या खांद्यावर हात टाकत ख्रिश्चन जियाला म्हणतो, ''हे बघ, या घरासंदर्भात मिसेस ग्रे म्हणतील तो शेवटचा शब्द आहे. हे घर तिचं आहे. माझा तिच्या निवडीवर पूर्ण विश्वास आहे. इथले निर्णय घ्यायला ती खंबीर आहे. तेव्हा तिला हवं तेच कर.'' त्याचा स्वर किंचितसा बदललाय. काय आहे त्याच्या स्वरात? थोडासा अभिमान आणि...गर्भित धमकी... जियाला का?

त्याचा माझ्या निवडीवर विश्वास आहे? खरंच, अतिरेक करतो हा कधीकधी. मला दुपारचा प्रसंग आठवतो. वैतागून मी मान झटकते. पण तरीही या घरासंदर्भात कोणाचा शब्द शेवटचा आहे, याची तो या बयेला जाणीव करून देता, हे मला फार आवडतं. त्यानं खांद्यावर टाकलेला हात मी कुरवाळते.

''आलोच, दोन मिनिटांत,'' असं म्हणून ख्रिश्चन टेलर मागे जातो. आता काय उद्भवलंय? असा विचार माझ्या मनात येतो.

''मग... मास्टर सूटचं काय?'' जिया अस्वस्थपणे विचारते.

ख्रिश्चन आणि टेलर ऐकण्याच्या टप्प्याबाहेर गेले आहेत, याची खात्री करून घेत मी क्षणभर तिच्याकडे रोखून पाहते. मग मनोबल एकवटत मी ठाम निश्चय करते. गेले चार-पाच तास मी अतिशय त्रासले आहे. तो सगळा त्रागा मी तिच्यावर काढते;

''जिया, तुला अस्वस्थ वाटणं स्वाभाविक आहे. कसं आहे ना, या क्षणाला या घराचं काम तुला मिळेल की नाही हे नक्की नाही. तू जर माझ्या नवऱ्यापासून चार हात दूर रहाणार असशील तरच मी तुला घराचं काम करू देईन.''

माझ्या या बोलण्यावर ती अवाक होते.

''नाहीतर मी तुला काढून टाकेन, समजलं?'' प्रत्येक शब्दावर जोर देत मी तिला ऐकवते. तिला धक्का बसतो. डोळ्यांची उघडझाप करत ती माझ्याकडे पाहत तशीच उभी राहते. माझ्या शब्दांवर तिचा विश्वास बसत नाही; माझाही बसत नाहीये. पण मी माझ्या बोलण्यावर ठाम राहत तिच्या विस्फारलेल्या तपकिरी नजरेला नजर देते.

आता मला माघार घेऊन चालणार नाही. मी ख्रिश्चनकडून शिकले आहे की, माघार न घेता अतिशय शांत राहायचं. त्याच्याइतकं शांत कुणीच राहू शकत नाही. जियाच्या आर्किटेक्चरल फर्मसाठी ग्रे कुटुंबाचं मुख्य निवासस्थान रि-डेव्हलप करणं हे फार महत्त्वाचं प्रोजेक्ट आहे. मानाचा शिरपेच म्हणा हवं तर. हे काम हातातनं जाऊ देणं तिला परवडणार नाही. या क्षणाला तिच्या इलिएटशी असलेल्या मैत्रीचा विचारदेखील मी करणार नाही.

''ॲना- मिसेस ग्रे... आय ॲम... आय ॲम सो सॉरी. म्हणजे मी कधी असा नाही विचार....'' काय बोलावं हे तिला सुचत नाही.

''हे बघ, जरा स्पष्टच सांगते. माझ्या नवऱ्याला तुझ्यामध्ये काडीमात्र स्वारस्य नाही.''

''हो हो, बरोबर आहे,'' तिच्या चेहऱ्याचा रंग उडतो.

''मी म्हटल्याप्रमाणे मला फक्त तुला स्पष्ट कल्पना द्यायची होती.''

''मिसेस ग्रे, तुम्हाला जर असं वाटत असेल तर मी मनापासून माफी मागते...

मी ना-'' काय बोलावं हे न सुचून ती गप्प बसते.

''गुड. एकमेकींबद्दल मनात काही गैरसमज नसले तर आपण दोघी एकत्र व्यवस्थित काम करू शकू. मास्टर सूटबद्दल माझ्या मनात असलेल्या कल्पना मी तुला आता सांगते. त्यानंतर तू या घरासाठी जे बांधकामाचं साहित्य वापरणार आहेस, त्याबद्दल मला माहिती दे. तुला माहितीए ना की हे घर जास्तीत जास्त पर्यावरणपूरक करण्याचा माझा आणि ख्रिश्चनचा प्रयत्न आहे! त्यामुळे घरासाठी वापरलं जाणारं सामान कुठून येतं आहे आणि ते काय आहे, याबद्दल ख्रिश्चनला खात्री द्यायला मला आवडेल.''

''ऑफ-कोर्स,'' एवढा एकच शब्द उच्चारताना तिची जीभ अडखळते, तिचे डोळे अजूनही विस्फारलेले आहेत. ती थोडीशी वैतागली आहे. माझ्यासाठी हा पहिलाच अनुभव आहे. त्यामुळे माझी अंतर्देवता मोकाटपणे आनंद व्यक्त करतेय.

जिया स्वतःचे केस हातानं ठीकठीक करते. त्यावरून तिची अस्वस्थता माझ्या लक्षात येते.

''मास्टर सूटबद्दल सांगता ना?'' ती कसंबसं मला विचारते. मला जाणवतं की आता बाजी माझ्या हातात आहे. दुपारी ख्रिश्चनला भेटल्यापासून आत्ता पहिल्यांदाच मी थोडी निवांत होते. मी हे सहज करू शकते. माझी अंतर्देवता अतिशय खूश आहे.

आमचं बोलून होतं तेवढ्यात ख्रिश्चन परत येतो.

''झालं सगळं?'' माझ्या कमरेभोवती हात टाकत जियाकडे बघत तो विचारतो.

''हो, मिस्टर ग्रे.'' जिया हसून म्हणते. पण तिचं हसू फसवं आहे. ''दोन-चार दिवसांत मी तुम्हाला नवीन प्लॅन्स आणून दाखवते.''

''चालेल. तू खूश आहेस ना?'' माझ्याकडे रोखून बघत तो विचारतो. मी मान डोलावते. का कोण जाणे पण मला अचानक संकोच वाटतो.

''चला, मी निघते आता,'' जिया उगाचच उत्तेजित स्वरात म्हणते. या वेळेस ती आधी माझ्यासमोर हात करते आणि मग ख्रिश्चनसमोर.

''जिया, पुन्हा भेटू यात,'' मी निरोप घेते.

''मिसेस ग्रे. मिस्टर ग्रे.''

पुन्हा एकदा टेलर दाराशी हजर होतो.

''टेलर सोडेल तुला बाहेर,'' टेलरला ऐकू जाईल इतक्या मोठ्या स्वरात मी म्हणते. पुन्हा एकवार केस हाताने ठीकठीक करत ती वळते आणि निघते. टेलर तिच्यामागून जातो.

''अचानक ती अशी शांत कशी काय झाली?'' माझ्याकडे प्रश्नार्थक नजरेने

पाहत ख्रिश्चन विचारतो.

“हो का? माझ्या नाही लक्षात आलं ते.” निर्विकार स्वरात खांदे उडवत मी उत्तर देते. “टेलर काय म्हणत होता?” एकतर मला जाणून घ्यायची उत्सुकता होती आणि दुसरं म्हणजे मला विषयही बदलायचा होता.

ख्रिश्चनच्या चेहऱ्यावर आठ्या उमटतात. टेबलवरचे प्लॅन गुंडाळत तो मला म्हणतो, “हाईडच्या संदर्भात बोलत होता तो.”

“हाईडचं काय?” माझा आवाज जेमतेम फुटतो.

“ॲना, काळजी करण्याचं काही कारण नाही. हातातले प्लॅन टेबलवर टाकत ख्रिश्चन मला मिठीत घेतो. “गेले कित्येक आठवडे तो त्याच्या अपार्टमेंटमध्ये गेलेलाच नाहीये, बस इतकंच.” असं म्हणत ख्रिश्चन माझ्या केसांचं चुंबन घेत, मला मिठीतून सोडत प्लॅन गुंडाळण्याचं काम पूर्ण करतो.

“मग तुझं काय ठरलं?” हाईडच्या बाबत मी अधिक काही विचारू नये म्हणून तो विषयांतर करतोय, हे माझ्या लक्षात आहे.

“आपल्या दोघांचं जे ठरलं होतं, तेच मी तिला सांगितलं. मला वाटतं तिला तू आवडतोस,” मी शांतपणे म्हणते.

तो किंचित वैतागून म्हणतो, “तू काही बोललीस का तिला?” माझा चेहरा लाल होतो. याला कसं कळलं? काय उत्तर द्यावं हे न समजून मी माझ्या बोटांकडे बघते.

“ती आली तेंव्हा मला ‘ख्रिश्चन’ आणि तुला ‘ॲना’ म्हणत होती. जाताना मात्र मी मिस्टर ग्रे आणि तू मिसेस ग्रे झालो होतो, असं कसं काय?”

“म्हटलं असेल मी तिला काही,” धीर एकवटून त्याच्याकडे बघत मी म्हणते. तो माझ्याकडे अतिशय मायेनं पाहतोय. एक क्षणासाठी मला त्याच्या चेहऱ्यावर संतोष दिसतो. मग मान झटकत तो मला म्हणतो, “तिला माझा चेहरा आवडत असेल.” त्याच्या स्वरात कडवटपणा आणि थोडासा तिरस्कारसुद्धा आहे.

ओह फिफ्टी, नो!

“काय?” माझ्या चेहऱ्यावरचा गोंधळ पाहून त्याला गंमत वाटते. अचानक काहीतरी जाणवून तो मला विचारतो, “तुला तिचा मत्सर वाटतोय का?”

मला लाज वाटते. कसाबसा आवंढा गिळत मी माझ्या गुंफलेल्या बोटांकडे पाहत राहते. *वाटतोय का?*

“ॲना, ती लैंगिक शोषण करण्यात वाकबगार आहे. मला ते अजिबात आवडत नाही. तुला तिचा किंवा कुणाचाही मत्सर वाटायची काय गरज? मला तिच्यात जराही स्वारस्य नाही.” मी त्याच्याकडे पाहते. तो विचित्र नजरेने माझ्याकडे पाहत असतो. केसातून हात फिरवत तो म्हणतो की, “ॲना, फक्त तू आणि तू;

तुझ्याशिवाय इतर कोणीही नाही, कधीही नाही.''

ओह माय! पुन्हा एकदा हातातले प्लॅन खाली ठेवत ख्रिश्चन माझ्या जवळ येत माझी हनुवटी किंचितशी उचलतो.

''तू असा विचार कसा करू शकतेस? माझ्या वागण्या-बोलण्यातून तुला असं काही जाणवलंय का की मला इतर कोणात स्वारस्य आहे?'' माझ्याकडे एकटक बघत तो विचारतो.

''नाही,'' मी धीर करत बोलते. ''हा सगळा माझा मूर्खपणा आहे. नेमकं आजच तू....'' हे बोलत असताना माझ्या दुपारच्या भावना उफाळून वर येतात. माझा किती गोंधळ होतो आहे हे मी त्याला कसं समजावून सांगू? आज दुपारी माझ्या ऑफिसमध्ये येऊन तो ज्या प्रकारे वागला त्यामुळे मी वैतागले आहे. एकीकडे तो म्हणतो, की मी घरात राहावं आणि दुसरीकडे मला एक कंपनी गिफ्ट देतो. कसं जुळवून घेणार मी याच्याशी?

''मी काय?''

''ओह ख्रिश्चन,'' माझा खालचा ओठ थरथरू लागतो. ''या नवीन आयुष्याशी जुळवून घ्यायचा मी आटोकाट प्रयत्न करतेय. इतक्या सौख्याची मी कधी कल्पनाही केली नव्हती. माझी नोकरी, तू माझा सुंदर देखणा नवरा... प्रत्येक गोष्ट माझ्या हातात तयार मिळतेय. तुझ्यावर मी इतकं वेड्यासारखं प्रेम करेन याचीदेखील मला कल्पना नव्हती,'' खोल श्वास घेत मी स्वतःला शांत करायचा प्रयत्न करते. तो 'आ' वासून माझ्याकडे पाहत राहतो.

''पण, तू एखाद्या अति वेगवान ट्रेनसारखा आहेस. तुझ्या वेगाखाली दबून जायची माझी इच्छा नाहीए. तसं झालं तर तुझ्यावर मनस्वी प्रेम करणारी मी कुठेतरी हरवून जाईन. मग काय उरेल सांग? त्यानंतर तुझ्याबरोबर वावरणारी, वेगवेगळ्या कार्यक्रमात मिरवणारी मी एक सजीव पुतळा होईन.'' माझ्या भावना त्याला अचूक शब्दांत सांगण्याचा मी प्रयत्न करते.

''अचानक तुझ्या मनात येतंय की, मी एका कंपनीची सीईओ व्हावी. आयुष्यात कधी मी असा विचार केला नव्हता. या वेगळ्या वाटेवर मी धडपडते आहे. तुला मी घरी हवी आहे. तुला मी कंपनी चालवायला हवी आहे. माझा गोंधळ होतो आहे रे.'' मी बोलता बोलता थांबते. कोणत्याही क्षणी आता मला रडू येईल. येणारा हुंदका मी मोठ्या कष्टांनी दाबते.

''तू मला माझे निर्णय माझ्या जबाबदारीवर घेऊ दिले पाहिजेस. मला माझ्या चुकांमधून शिकू दिलं पाहिजेस. अरे, पळायच्या आधी मला थोडं चालू तर दे. तुला कळत नाही का की, मला थोडं स्वातंत्र्य हवंय. माझं नाव म्हणजे माझं स्वातंत्र्य आहे.'' हेच मला त्याला दुपारी सांगायचं होतं.

"माझ्यामुळे तू दबून जातेस?" कसंबसं त्याच्या तोंडून बाहर पडतं.

मी मान डोलावते.

तो डोळे मिटून वैतागत केसातून हात फिरवतो. "ॲना, मला तुझ्यासमोर संपूर्ण जग ठेवायचंय. तुला हवी असलेली प्रत्येक गोष्ट तुला द्यायचीय. या जगापासून तुझं रक्षण करायचंय. तुला सुरक्षित ठेवायचंय. पण त्याचबरोबर तू माझी आहेस हे सगळ्या जगाला सांगायचंदेखील आहे. आज तुझा ई-मेल मिळाला तेव्हा मी हादरलो. तू तुझं आधीचं नाव ठेवणार आहेस हे मला का नाही सांगितलंस?"

त्याचा मुद्दा बरोबर आहे. मला स्वतःची लाज वाटते.

"आपल्या हनिमूनच्या दरम्यान माझ्या मनात तसा विचार आला होता. शिवाय, आपल्या दोघांमधला बबल माझ्यामुळे फुटावा, हे मला मान्य नव्हतं आणि मुख्य म्हणजे नंतर मी ते विसरले. तसं काल संध्याकाळी मला आठवण झाली होती. पण नेमका त्या वेळेस जॅकमुळे... तुला तर माहितीच आहे. त्या गोंधळात मी विसरले. आय ॲम सॉरी. मी तुझ्याशी चर्चा करायला हवी होती, निदान तुला कल्पना तरी द्यायला हवी होती. पण मला योग्य संधी मिळाली नाही."

ख्रिश्चन माझ्याकडे इतका रोखून पाहतोय, की मी प्रचंड अस्वस्थ होते. नजरेनं माझ्या मेंदूवर ताबा मिळवण्याचा तो प्रयत्न करतोय. तो एक शब्दही उच्चारत नाही.

"तू एवढा का भडकला होतास?"

"तू माझ्या हातातून निसटून जाऊ नयेस एवढीच माझी इच्छा आहे."

"ख्रिश्चन, कितीदा सांगू तुला? मी कुठेही जाणार नाहीये. तुझ्या मठ्ठ मेंदूत कधी प्रकाश पडणार? माझं...तुझ्यावर... प्रेम...आहे." आपला मुद्दा ठामपणे मांडण्यासाठी तो जसा हवेत हात उडवतो, तसाच हात उडवत मी म्हणाले. "हे जग, आकाश, अंतरिक्ष किंवा या साऱ्याच्याही पलीकडे मी तुझ्यावर प्रेम करते."

त्याचे डोळे विस्फारतात. "अ डॉटर्स लव्ह?" माझ्याकडे पाहत हसत तो म्हणतो.

"नाही," इच्छा नसतानाही मला हसू येतं. "हे एकच वाक्य मला आठवलं."

"मॅड किंग लिअर?"

"प्रिय, प्रिय मॅड किंग लिअर." त्याचा चेहरा कुरवाळत मी म्हणते. डोळे मिटत तो माझ्याजवळ येतो. "तू आता माझ्या मालकीचा आहेस हे इतरांना कळावं म्हणून तू स्वतःचं नाव ख्रिश्चन स्टील असं लावशील का?"

माझ्या या वाक्याबरोबर त्याचे डोळे खाडकन उघडतात. मी काहीतरी भयंकर विचित्र बोलल्याप्रमाणे तो माझ्याकडे पाहत राहतो. त्याच्या कपाळावर आठ्या दिसू लागतात. "तुझ्या मालकीचा?" स्वतः उच्चारलेल्या शब्दांचा अदमास घेत तो म्हणतो.

"माझा."

"तुझाच," असं तो म्हणतो. काल प्लेरूममध्ये आम्ही हे शब्द असेच उच्चारले होते. "हो, तुझ्यासाठी जर ते इतकं महत्त्वाचं असेल तर मी तेही करेन."

ओह माय!

"तुझ्यासाठी हे इतकं महत्त्वाचं आहे का?"

"हो," तो ठामपणे म्हणतो.

"ठीक आहे." त्याच्यासाठी मी करेन तेवढं. अजूनही त्याला ज्या खात्रीची आवश्यकता भासते ती खात्री मी देईन त्याला.

"मला वाटतं, तू आधीच तसं करायला मान्यता दिली आहेस."

"हो, दिली आहे खरी, पण आत्ता आपण त्यावर सविस्तर चर्चा केल्यामुळे मला माझ्या निर्णयाचा आनंद होतोय."

"ओह," तो आश्चर्याने म्हणतो. मग मला-आवडणारं-ते-मुलासारखं-सुंदर-हसू त्याच्या चेहऱ्यावर दिसू लागतं. मी श्वास घ्यायला विसरते. माझी कंबर धरून तो मला गर्रकन फिरवतो. मी चीत्कारते. मला खुदूखुदू हसू येतं. त्याला आनंद झाला आहे, की सुटकेची भावना जाणवतेय, की....?

"मिसेस ग्रे, माझ्या लेखी याचा अर्थ काय आहे माहितीये का तुम्हाला?"

"मला तो नुकताच कळलाय."

पुढे झुकत तो माझं चुंबन घेतो. एकीकडे तो माझे केस बोटांभोवती गुंडाळून घेत माझा चेहरा स्थिर ठेवतो.

"त्याचा अर्थ रविवारच्या सात छटा असा होतो," माझ्या ओठांशी असं पुटपुटत तो माझ्या नाकावर नाक घासू लागतो.

"असं वाटतंय तुला?" मी मागे झुकत त्याच्याकडे रोखून पाहते.

"काही वचनं दिली गेली होती, एक प्रस्ताव मांडला होता, एक करार मोडला होता," हे बोलत असताना त्याच्या नजरेत चमक दिसू लागते.

"अं..." मला त्याच्या मूडचा नेमका अंदाज येत नाहीये.

"तू हे नाकारू पाहते आहेस का?" त्याच्या स्वरात अनिश्चितता आहे. क्षणभर विचार करत तो म्हणतो, "मला एक कल्पना सुचलीये."

ओह! नक्की काही तरी रासवट प्रकार असणार.

"एक अत्यंत महत्त्वाचा मुद्दा आपण लक्षात घेतला पाहिजे," अचानक त्याचा स्वर गंभीर होतो. "मिसेस ग्रे, अत्यंत महत्त्वाचा मुद्दा आहे हा."

अरेच्चा, हा तर चक्क मला हसतोय.

"काय आहे?" मी श्वास रोखत विचारते.

"माझे केस कापून द्यायचेस तू. जरा वाढले आहेत ते आणि माझ्या बायकोला

ते पसंत नाहीयेत.''

''मी नाही हं तुझे केस कापू शकत.''

''अर्थात, तू कापू शकतेस.'' असं म्हणत ख्रिश्चन मानेला झटका देतो. त्याबरोबर त्याचे केस कपाळावरून डोळ्यांवर येतात.

''हं, आता जर मिसेस जोन्सकडे चांगला पुडिंग बाऊल असेल तर कापेन मी.'' मला या प्रकाराची आता मजा वाटू लागते.

तो हसून म्हणतो, ''ओके, नेहमीप्रमाणे चांगला मुद्दा उत्तम प्रकारे मांडलात. हरकत नाही. मी फ्रँकोला बोलावून घेतो.''

नको! फ्रँको *तिच्यासाठी* काम करतो, नाही का? कदाचित मी त्याचे केस ट्रिम करू शकेन. कितीतरी वर्षं मी रे चे केस कापत होते. त्यानं तर कधी तक्रार केली नाही.

''चल,'' मी त्याचा हात धरून म्हणते. त्याची नजर विस्फारते. बाथरूममध्ये गेल्यावरच मी त्याचा हात सोडते. तिथल्या कोपऱ्यात असलेली पांढरी लाकडी खुर्ची मी पटकन सिंकसमोर ठेवते. दोन्ही अंगठे पॅन्टच्या समोरच्या बेल्ट लूपमध्ये अडकवून ख्रिश्चन माझ्या हालचाली नवलाने न्याहाळत असतो. माझ्या नजरेला तो खूप हॉट दिसतो.

''बस,'' रिकाम्या खुर्चीकडे बोट दाखवत मी उगाचच अधिकारानं म्हणते.

''तू माझे केस धुणार आहेस का?''

मी मान डोलावते. त्याची भुवई आश्चर्याने उंचावते. क्षणभर मला वाटतं की तो आता नकार देईल. ''ठीक आहे,'' असं म्हणून तो त्याच्या पांढऱ्या शर्टाची बटणं पटपट काढायला सुरुवात करतो.

ओह माय! त्याला असं बघून माझी अंतर्देवता आनंदानं वेडावते.

तेवढ्यात ख्रिश्चन हात पुढे करतो. 'कफलिंक्स काढ' असा भाव त्याच्या नजरेत असतो. त्याच्या ओठांना पडलेली मुरड मला आव्हान देते. त्याची ही अदादेखील किती सेक्सी आहे.

ओह कफलिंक्स! त्याने पुढे केलेला हात हातात घेत मी एक-एक करून दोन्ही कफलिंक्स काढते. त्याच्या नावाची आद्याक्षरं इटालिक स्क्रिप्टमध्ये कोरलेलं हे प्लॅटिनमचं अगदी साधं कफलिंक आहे. मी त्याच्याकडे नजर टाकते. आता त्याच्या चेहऱ्यावरची नवलाई जाऊन तिथे माझ्याबद्दलची आस उमटली आहे. पुढे होत मी त्याचा शर्ट काढून जमिनीवर टाकते.

''रेडी?'' मी हळूच विचारते.

''तू म्हणशील त्याच्यासाठी मी तयार आहे, ॲना.''

माझी नजर त्याच्या डोळ्यांकडून ओठांकडे वळते. त्याचे ओठ किंचित विलग

झालेत. त्याचा चेहरा किती देखणा आहे. आपल्या सुकुमार आणि रेखीव ओठांचा सदुपयोग कसा करावा हे त्याला चांगलंच माहितीये. त्याच्या ओठांवर ओठ टेकवण्यासाठी मी पुढे होते.

तितक्यात तो दोन्ही हात माझ्या खांद्यावर ठेवत म्हणतो, "नको हं. तू जर आत्ता असं केलंस तर माझे केस कापणं राहून जाईल."

ओह! "मला आत्ता तुझ्याकडून केस कापून घ्यायचे आहेत." हे म्हणताना त्याच्या डोळ्यांमध्ये सर्वस्वी अनोळखी भावना उमटते. मी त्याच्या मोहात पडते.

"का?" माहिती असून मी अनभिज्ञता दाखवते.

माझ्याकडे क्षणभर रोखून बघत तो म्हणतो, "तुझ्याकडून असे लाड करून घ्यायला मला खूप आवडेल."

त्याच्या या बोलण्यावर मी क्षणभर श्वास घ्यायलासुद्धा विसरते. *ओह, ख्रिश्चन... माझा फिफ्टी.* पुढच्या क्षणी मी त्याला घट्ट मिठी मारत, त्याच्या उघड्या छातीवर गाल घासत त्याची चुंबनं घेऊ लागते. त्याच्या छातीवरचे केस मला गुदगुल्या करू लागतात.

"ॲना, माझी ॲना," असं माझ्या कानात कुजबुजत तोही मला घट्ट आवळतो. काही क्षण आम्ही दोघं एकमेकांच्या मिठीत स्तब्धपणे उभे राहतो. याच्या मिठीत मला किती सुख मिळतं. तो जरी थोडा अतिरेकी, थोडा अहंकारोन्मादी असला तरी तो माझा अतिरेकी आणि अहंकारोन्मादी फिफ्टी आहे. आयुष्यभर जपून ठेवावं इतकं सौख्य मला त्याच्या या प्रेमळ मिठीतून मिळतंय. त्याच्याभोवतीची मिठी न सोडता मी किंचित मागे सरकत त्याला विचारते की, "ख्रिश्चन, मी नक्की कापू का तुझे केस?"

तो मान हलवून होकार देतो. त्याच्या चेहऱ्यावरचं लाजरं हसू पाहून मलाही हसू येतं. त्याची मिठी सोडवत मी म्हणते, "मग बस इथे."

मी सांगितल्याप्रमाणे तो सिंकला पाठ टेकवत बसतो. मी पायांतले शूज तिथल्या कोपऱ्यात उडवते. आम्ही फ्रान्समध्ये विकत घेतलेला त्याचा शेनेल् शॅम्पू मी घेऊन येते.

"सर, तुम्हाला हा शॅम्पू चालेल का?" जाहिरातीत दाखवतात त्याप्रमाणे दोन्ही हातांत शॅम्पूची बाटली धरून मी सेल्सगर्लसारखं बोलते. "दक्षिण फ्रान्समधून आम्ही स्वतः हा शॅम्पू घेऊन आलो आहोत. याचा सुवास मला खूप आवडतो. कारण...." जाहिरातीच्या मोडमधून बाहेर येत मी त्याच्या कानाशी म्हणते, "कारण याला तुझा गंध येतो."

"अगदी चालेल," तो हसून उत्तर देतो.

तिथल्या टॉवेल वॉर्मरमधून मी एक मध्यम आकाराचा टॉवेल काढते. इथले

टॉवेल सतत मऊ कसे ठेवायचे याची कला मिसेस जोन्सला उत्तम प्रकारे अवगत आहे.

"थोडं पुढे झुक," असं मी म्हटल्यावर ख्रिश्चन माझ्या हुकुमाची तामील करतो. मग मी त्याच्या खांद्याभोवती टॉवेल लपेटते. त्यानंतर नळ उघडून मी कोमट पाण्याने सिंक भरून घेते.

"मागे झुक." आहाहा! सगळी सुत्रं माझ्या हातात ठेवायला मला खूप आवडतं. ख्रिश्चन मान मागे करता; पण तो उंच असल्यामुळे त्याचं डोकं सिंकला टेकत नाही. म्हणून मग तो खुर्चीवर थोडा पुढच्या बाजूला सरकून खुर्ची मागे झुकवतो. खुर्चीची पाठ सिंकला टेकते. आता कसं बरोबर जमलं. तो मान मागे झुकवतो. त्याची नजर माझा वेध घेऊ पाहते. मी हसते. तिथे असलेला एक ग्लास मी सिंकमधल्या पाण्याने भरून घेत त्याच्या डोक्यावर ओतते. त्याच्यावर झुकत मी दोन-चार वेळा असं करते. आता त्याचे केस मला हवे तसे ओले होतात.

"मिसेस ग्रे, तुम्हाला किती मादक गंध येतोय." डोळे मिटत ख्रिश्चन हळूच म्हणतो.

त्याचे केस ओले करत मी त्याला मनसोक्त न्याहाळते. होली काऊ! या माणसाकडे बघत राहण्याचा मला कधीही कंटाळा येणार नाही. त्याच्या पापण्या किती लांब आहेत. या क्षणी त्याचे ओठ किंचित विलग झाले आहेत. त्यामुळे त्याच्या ओठांचा कळत नकळतसा चंबू झालाय. तो सावकाश श्‍वास घेतोय. हं, त्याच्यावर चुंबनांचा वर्षाव करायला मी किती आतूर झाले आहे.

विचारांच्या नादात माझ्याकडून त्याच्या डोळ्यांवर पाणी उडवलं जातं. *शिट्!* "सॉरी!"

यावर हसत तो टॉवेलच्या कोपऱ्यानं डोळे टिपून घेत म्हणतो की, "मिसेस ग्रे, मी मूर्ख असलो तरी कृपा करून मला असं बुडवून ठार करू नका." त्याच्या या बोलण्याचं मला खूप हसू येतं. पुढे झुकत मी त्याचं चुंबन घेत म्हणते, "हे बघ, उगाच मला मोहात पाडू नकोस." माझ्या मानेभोवती हात घालत तो पटकन माझ्या ओठांवर ओठ टेकवतो. माझं पुसटसं चुंबन घेत तो समाधनाचा हुंकार देतो. त्या हुंकारानं माझ्या ओटीपोटापर्यंत संवेदना जाग्या होतात. हा हुंकार किती भुरळ पाडतोय. दुसऱ्या क्षणी तो मला पटकन सोडत पुन्हा मागे झुकतो आणि अपेक्षेनं माझ्याकडे बघू लागतो. आता तो एखाद्या लहान मुलासारखा निरागस वाटतोय. माझ्या हृदयात सूक्ष्म कळ उठते.

तळहातावर थोडासा शॅम्पू घेत मी त्याच्या केसांना लावते. त्याच्या कपाळापासून सुरुवात करत हळूहळू डोक्यावर चौफेर मसाज करू लागते. माझी बोटं एका लयीत फिरू लागतात. डोळे मिटून घेत तो पुन्हा एकदा हुंकार देतो.

"किती छान वाटतंय मला," माझ्या बोटांना त्याचं सैलावणं जाणवतं.

"जाणवतंय ते मला," असं म्हणत मी त्याच्या कपाळावर ओठ टेकवते.

"तू नखांनी किंचित दाब देत जो मसाज करते आहेस तो मला खूप सुखावतोय," हे सांगताना त्याचे डोळे जरी मिटलेले असले तरी त्याच्या चेहऱ्यावर खूप समाधान आहे. मघाच्या निरागसतेचा मात्र मागमूसही आता नाही. *जीझ!* त्याचा मूड किती पटकन बदलतो. हा मूड बदलवणारी मी आहे हे जाणवून मला बरं वाटतं.

"हनुवटी वर कर," मी हुकूम देते. तो आज्ञेचं पालन करतो. हं, याचीसुद्धा मला सवय होऊ शकते. शॅम्पूचा खूप फेस होतो. मी पुन्हा-पुन्हा नखांनी त्याचं डोकं चोळते.

"मागे झुक." तो पुन्हा मागे झुकतो. मग मी मघाच्या ग्लासने पाणी ओतत सगळा फेस धुवून काढते. या वेळेस त्याच्या डोळ्यांत पाणी जाणार नाही याची मी काळजी घेते.

"पुन्हा एकदा शॅम्पू?" माझ्या प्रश्नावर तो हसून हो म्हणतो. डोळे उघडून तो माझ्याकडे पाहतो. मी हसून उत्तर देते, "मिस्टर ग्रे, लगेच करते."

आता मी बाजूचं सिंक गरम पाण्यानं भरून घेते. त्याच्या नजरेतलं प्रश्नचिन्ह पाहून मी उत्तर देते, "हेअर वॉश."

पुन्हा एकवार शॅम्पू हातावर घेऊन मी त्याला सावकाश मसाज करते. त्याचा संथ लयीत चाललेला श्वास ऐकत त्याचे केस धुणं, हा माझ्यासाठी अनोखा आणि अतिशय सुखद अनुभव आहे. केसांमधल्या फेसामुळे तो डोळे उघडू शकणार नाही याची मला खात्री आहे. म्हणूनच मी त्याला मनसोक्त न्याहाळते. मोह अनावर होऊन मी त्याच्या गालावरून अलगद बोटं फिरवते. त्याबरोबर तो डोळे किंचित किलकिले करून माझ्याकडे पाहतो. पुढे झुकत मी त्याच्या ओठांवर ओठ टेकवते. तो डोळे मिटून घेत हसतो. त्याने सोडलेला समाधानाचा हुंकार मला सुखावून जातो.

जीझ! आज दुपारी आमचा एवढा वाद झाल्यानंतर तो इतका सुखावेल ह्याची कल्पना तरी मी केली होती का? तेही सेक्सशिवाय! मी पुन्हा त्याच्यावर झुकते.

"हं," माझ्या छातीचा स्पर्श त्याच्या चेहऱ्याला झाल्यामुळे तो सुखावून म्हणतो. या क्षणी मला त्याच्या मिठीत विरघळून जावंसं वाटतंय. कसंबसं मी स्वतःला आवरते. सिंकमधलं साबणाचं पाणी वाहून जाण्यासाठी मी प्लग ओढून काढते. दोन्ही हातांनी तो मला स्वतःजवळ ओढून घेतो.

"हे बघ, काम करणाऱ्याला त्रास देऊ नकोस," लटकं रागवत मी त्याला म्हणते.

"पण मी तर बहिरा आहे, तू काय बोलतेस ते मला कसं ऐकू येणार?" मिटल्या डोळ्यांनी तो मला जवळ ओढतो. त्याचा हात माझ्या स्कर्टमधून आत

मांड्यांवर स्थिरावतो. त्याबरोबर मी त्याच्या हातावर चापट मारते. या क्षणाला मी त्याची हेअरड्रेसर आहे, ही भावना खूप सुखद आहे. माझा फटका खाल्ल्यावर त्याला हसू येतं. जे दुष्कृत्य करण्याचा आपल्याला अभिमान वाटतो, नेमकं तेच करताना आपण पकडलो गेलो तर जसं हसू येईल, तसं हसू त्याच्या चेहऱ्यावर आहे.

मघाच्या ग्लासनं बाजूच्या सिंकमधलं गरम पाणी घेऊन, त्याच्यावर झुकत मी त्याचे केस काळजीपूर्वक धुते. तोही मला दोन्ही हातांनी घट्ट धरून ठेवतो. त्याची बोटं माझ्या पाठीवर खालीवर आणि आजूबाजूला फिरत राहतात. हं... मला गुदगुल्या होतात. तो पुन्हा हुंकारतो.

''चला, केस धुतले गेले.''

''मस्त,'' असं म्हणत तो मला घट्ट धरतो आणि एका झटक्यात सरळ होतो. त्याच्या केसांतलं पाणी त्याच्या अंगभर टपकतंय. मला मांडीवर ओढून घेत तो मला कुरवाळू लागतो. दुसऱ्या क्षणी त्याचे ओठ माझ्या ओठांवर टेकतात. त्याची जीभ माझ्या जिभेला चेतावू लागते. मी त्याचे ओले केस मुठीत घट्ट धरते. त्याच्या केसांमधलं पाणी माझ्या हातांवर उतरू लागतं. माझा चेहरा त्याच्या केसांनी झाकला जातो. त्याचा हात माझ्या हनुवटीवरून माझ्या ब्लाऊजच्या वरच्या बटणावर स्थिरावतो.

''बस झाला तुझा व्यवस्थितपणा; मला तू आत्ताच्या आता हवी आहेस. 'सेव्हन शेड्स ऑफ संडे.' बेडरूममध्ये जायचं की इथे बाथरूममध्येच करायचं ते तू ठरव.''

ख्रिश्चनच्या नजरेत चमक आहे. तो हॉट दिसतोय. त्याच्या केसांतून टपकणारं पाणी आम्हा दोघांच्याही अंगावर पडतंय. माझं तोंड एकदम कोरडं पडतं.

''सांग ॲनेस्टेशिया, कुठे करायचं?'' मला मांडीवर धरून ठेवत विचारतो.

''तू गच्च ओला आहेस.'' मी उत्तर देते.

तो पटकन डोकं झुकवतो. त्याबरोबर माझ्या ब्लाऊजचा समोरचा भाग भिजतो. मी ओरडते, त्याच्या तावडीतून सुटायचा प्रयत्न करते. पण तो मला घट्ट पकड ठेवतो.

''हे बघा बाईसाहेब, तुम्ही माझ्या तावडीतून सुटू शकणार नाही.'' तो मान वर करतो तेव्हा त्याची नजर काही वेगळीच भाषा बोलते. माझं ब्लाऊज ओलं झाल्यामुळे अंग उठून दिसतंय. मी गच्च भिजले आहे... सगळीकडे...

''अहा! डोळ्यांना मेजवानी आहे अगदी,'' असं म्हणत तो खाली झुकून माझ्या ओल्या स्तनाग्राभोवती नाक फिरवू लागतो. मी अंग चोरून घ्यायचा प्रयत्न करते.

''ॲना, सांग लवकर; इथे की बेडरूममध्ये?''

''इथेच,'' मी नाइलाजानं उत्तर देते. जाऊ दे त्याचं केस कापणं खड्ड्यात, नंतरसुद्धा करता येईल ते. माझं उत्तर ऐकताच तो मधाळ हसतो. त्या हसण्यात

स्वर्गीय अनुभूती मिळण्याची खात्री आहे.

"मिसेस ग्रे, चांगली निवड आहे तुमची," माझ्या ओठांवर ओठ टेकवत तो म्हणतो. माझी हनुवटी सोडून तो माझ्या गुडघ्यांवर हात ठेवतो. तिथून त्याचा हात माझ्या स्कर्टच्या आतून मांडीवर फिरू लागतो. मला गुदगुल्या होतात. माझ्या कानापासून ते हनुवटीपर्यंत तो चुंबनांचा वर्षाव करत जातो.

"ओह! मी तुमचं काय करू मिसेस ग्रे?" तो माझ्या कानात कुजबुजतो. त्याची बोटं माझ्या स्टॉकिंग्जवर स्थिरावतात. "मला हे फार आवडतात," असं म्हणत तो स्टॉकिंगच्या आतून मांडीवर बोटं फिरवू लागतो. त्याच्या स्पर्शानं बावरून मी मांडीवरून सुटायचा प्रयत्न करते.

त्यावर तो खोटा राग दाखवत मला खडसावतो, "हे बघ, 'सेव्हन शेड्स ऑफ संडे' पाहायच्या असतील तर तुला शांत राहावं लागेल."

"तू करून दाखव मला शांत," मी उसनं अवसान आणून त्याला आव्हान देते.

तो खोल श्वास घेत, डोळे बारीक करून माझ्याकडे रोखून पाहतो. त्याची नजर गडद झाली आहे.

"ओह, मिसेस ग्रे, तुम्ही फक्त हुकूम करायचा;" असं म्हणत तो माझ्या पँटीज्च्या आत बोटं सारतो. "चला, सगळ्यात आधी ह्यांची सुट्टी करू यात." मी त्याला मदत करायला पुढे होते.

"श्श! शांत राहा."

"मी तर तुला मदत करते आहे." मी ओठ काढते. त्याबरोबर तो माझा खालचा ओठ दातात धरून हलकाच ओढतो.

"हलू नकोस," असं गुरगुरत तो माझी पँटीज् काढून घेतो. मग माझा स्कर्ट वर खोचून तो मला उचलून घेतो. अजूनही त्याच्या हातात माझी पँटीज् आहे.

"बस, माझ्या दोन्ही बाजूंना पाय टाक," माझ्या डोळ्यांत रोखून पाहत तो हुकूम करतो. त्यानं सांगितल्याप्रमाणे करत मी मुद्दाम 'चल फिफ्टी, कर काय ते!' अशा नजरेने त्याच्याकडे कामुक कटाक्ष टाकते.

"मिसेस ग्रे, उगाच नखरे करू नका." तो मला बजावतो, पण त्यालाही या खेळाची मजा येते आहे. त्याच्या अदा पाहून मी घायाळ होते.

"करणार! काय करशील?" मी मुद्दाम विचारते.

त्याबरोबर त्याच्या नजरेत चमक येते. त्याची ताठरता मला नव्यानं जाणवते. "पटकन दोन्ही हात मागे घे." त्यानं असं म्हणताच मी हात मागे घेत गुंफून घेते. त्याबरोबर तो माझ्या पँटीज्ने माझे हात बांधून टाकतो.

"किती निर्लज्ज आहात तुम्ही मिस्टर ग्रे! माझ्याच पँटीज्ने माझेच हात बांधताय." मी खडसावते.

‘‘जिथे तुमचा प्रश्न येतो तिथे मी लाज-लज्जा-शरम गुंडाळून ठेवतो, मिसेस ग्रे; हे तुम्हालाही माहिती आहे ना?’’ तो भलताच हॉट दिसतोय. माझी कंबर धरत तो मला त्याच्या मांडीवरून थोडं मागे करतो. अजूनही त्याच्या केसातलं पाणी त्याच्या मानेवर आणि छातीवर टपकतं आहे. पुढे होऊन ते सगळे थेंब टिपायची तीव्र इच्छा मला होते आहे; पण माझे हात बांधलेले असल्यामुळे मला मनातले विचार प्रत्यक्षात आणता येत नाहीत.

माझ्या दोन्ही मांड्या कुरवाळत ख्रिश्चन माझ्या गुडघ्यांवर हात ठेवतो. मग आपल्या पायांनी तो सावकाश माझे पाय एकमेकांपासून दूर करतो. अजूनही मी त्याच्या मांडीवर बसलेली आहे. माझ्या ब्लाऊजच्या बटणावर हात ठेवत, ‘‘याची काही गरज आहे असं मला वाटत नाही,’’ असं म्हणत तो माझ्या ओल्या गच्च ब्लाऊजचं एकेक बटण अगदी सावकाश उघडतो. हे करताना तो क्षणभरदेखील माझ्यावरची नजर हटवत नाही. माझा श्वास जलद होऊ लागतो, नाडीचे ठोके भरभर पडू लागतात. माझा माझ्यावरच विश्वास बसत नाहीये. अजून तर त्यानं मला तसा स्पर्शदेखील केलेला नाहीये आणि तरीही मी प्रचंड उत्तेजित झाले आहे. ते ओलं ब्लाऊज तसंच माझ्या अंगात राहू देत तो दोन्ही हातांनी माझा चेहरा कुरवाळतो. त्याचा अंगठा माझ्या खालच्या ओठांवर थबकतो. अचानक त्याचा अंगठा माझ्या तोंडात आहे.

‘‘चोख,’’ तो हुकूम करतो. मी आतुरतेने त्याचा हुकूम पाळते. ओह! हा डाव आहे तर! मला मजा येते आहे. त्याची चव सुंदर आहे. याहून अधिक मला काय आवडेल? नुसत्या विचारानंसुद्धा माझ्या ओटीपोटात खड्डा पडतो. मी त्याच्या अंगठ्याला हलकासा चावा घेते, त्याबरोबर त्याचे ओठ विलग होतात. चीत्कारत तो अंगठा माझ्या तोंडातून काढून घेत माझ्या हनुवटीवरून, गळ्यावर आणि तिथून छातीवर फिरवत एका बाजूने ब्रा खाली घेतो, त्याबरोबर माझं स्तन मोकळं होतं. अजूनही त्याची नजर माझ्यावर खिळलेली आहे. त्याच्या स्पर्शानं होणारी माझी प्रत्येक प्रतिक्रिया तो अचूक टिपतो आहे आणि मी त्याला न्याहाळते आहे. अजून तर सुरुवात आहे आणि मी आत्ताच रसरसले आहे. मला त्याचा माझ्यावरचा अंमल जाणवतो. तो मला नजरेनं घटघट पिऊन टाकतो आहे. मला हे भयानक आवडतंय. तितक्यात त्याचा दुसरा हात माझ्या दुसऱ्या स्तनाला छेडू लागतो. त्याच्या अंगठ्यांच्या कौशल्यपूर्ण स्पर्शानं माझी स्तनाग्रं एव्हाना ताठरली आहेत. मी न हलण्याचा आटोकाट प्रयत्न करते आहे; पण माझ्या स्तनांना जाणवणारी संवेदना थेट माझ्या योनीपर्यंत जाऊन पोचते आहे. त्यामुळे न हलणं कठीण झालंय. माझ्याही नकळत मी मान मागे टाकत, चीत्कारत, समागमपूर्व चालू असलेल्या गोड छळाला शरण जाते.

"श्श!" स्पर्शानं मला उत्तेजित करणारा ख्रिश्चन शब्दांनी शांत करायचा प्रयत्न करतोय. त्याची दुष्ट बोटं परिस्थितीचा पुरेपूर फायदा उठवत आहेत. "हलू नकोस, शांत बस," असं म्हणत तो स्तनावरचा एक हात काढून मानेवर ठेवतो आणि ते स्तन चोखायला सुरुवात करतो. त्याच्या ओल्या केसांनी मला गुदगुल्या होतात त्या वेगळ्याच. दुसऱ्या स्तनाची त्याच्या स्पर्शातून सुटका नाहीये. त्याचा अंगठा आणि बाजूचं बोटं आपली करामत दाखवतंय.

"आह, ख्रिश्चन!" मी चीत्कारत त्याच्यावर स्वतःला झोकून देऊ पाहते. पण मला थोपवत तो माझा गोड छळ सुरू ठेवतो. माझ्या मनात दाटून आलेल्या सौख्याच्या भावना वेगळीच उंची गाठू पाहतात. माझं शरीर प्रचंड तापलंय.

"ख्रिश्चन, प्लीज," मी त्याला थोपवायचा असफल प्रयत्न करते.

"हं, मला आज तू अशी यायला हवी आहेस." तो त्याचा हेतू उघड करतो. त्याच्या या शब्दांची हळुवार फुंकर सर्वांत आधी माझ्या दोन्ही स्तनाग्रांवर पडते. ते आसुसतात. अलवार होतात. माझ्या आतवर, खोलवर रतिसुखाच्या लाटा उसळू लागतात. माझ्या मनाच्या आणि शरीराच्या या आत्यंतिक आंतरिक आणि लालसावलेल्या भागाची ओळख फक्त ख्रिश्चनला आहे. तो जेव्हा माझी स्तनाग्रं दातात धरतो, तेव्हा मी स्वतःला थोपवू शकत नाही. मोठ्यानं चीत्कारत मी त्याच्या मांडीत आळोखेपिळोखे देत त्याच्या ताठरतेशी कुठून तरी घर्षण होईल असा प्रयत्न करते. माझे हात बंधनातून सोडवण्याचा प्रयत्न करते. पण छे, माझ्या साऱ्या संवेदना माझ्या नियंत्रणाबाहेर गेल्या आहेत.

"प्लीज," मी पुन्हा एकदा गयावया करते. माझ्यातून वाहणाऱ्या सौख्याच्या लाटा मला काही सुचू देत नाहीयेत. पार मस्तकापासून ते तळपायापर्यंत मी म्हणजे केवळ संवेदना बनले आहे. शरीराचा कण न् कण जागा झालेला आहे.

"ॲना, तुझे स्तन किती सुंदर आहेत," माझं कौतुक करताना त्याचा आवाज घोगरा होतो. त्याचीही कामेच्छा तीव्र झाली आहे. "एक ना एक दिवस मी त्यांनाही भोगणार आहे."

म्हणजे नेमकं काय म्हणायचं आहे याला? मी डोळे उघडत त्याच्याकडे पाहते. तो माझे स्तन चोखण्यात मग्न झालाय. त्याच्या स्पर्शानं माझी त्वचा जणू झंकारते आहे. आता मला माझ्या ओल्या ब्लाऊजची, त्याच्या ओल्या केसांची, आजूबाजूची, कशाचीही जाणीव उरत नाही. फक्त आणि फक्त त्याचा स्पर्श आणि माझी संवेदना. माझी लय लागते. प्रचंड पेटलेले असतानाही मला अतिशय गार वाटू लागतं. माझ्या आत काहीतरी वितळू पाहतंय, विरून जाऊ पाहतंय, मोकळं होऊ पाहतंय. तो थांबत नाही, मला थांबू देत नाही. डिवचत राहतो, ओढत राहतो, पेटवत राहतो, चेतवत राहतो. मी कामोद्रेकाने भान हरपते आहे. "मला यायचंय... यायचंय..."

“ये लवकर,” तो खोल श्वास घेत म्हणतो. मी जणू या शब्दासाठी इतक्या वेळ अडून बसलेली असते. त्याचा शब्द ऐकताच मी मुक्त होते, माझी बंधनं गळून पडतात. मी उत्कटता अनुभवते, थरथरू लागते. माझा गोड छळ थांबवत तो मला घट्ट मिठीत घेतो. शांत करायचा प्रयत्न करतो. मी डोळे उघडून पाहते तेव्हा तो माझ्याकडे टक लावून पाहत असतो. मी शांतपणे त्याच्या छातीवर डोकं टेकवून निमूटपणे बसून राहते.

“गॉड! तुला असं येताना पाहायला मला किती आवडतं, ॲना!” त्याच्या स्वरात नवल आहे.

“हे म्हणजे...” मला शब्द सुचत नाहीत.

“मला कल्पना आहे.” असं म्हणत तो पुढे होऊन मला हळूच किस करतो. त्याच्या किसमध्ये प्रेम, आपुलकी आणि भक्ती आहे, एकरूपता आहे. मी पुन्हा स्वतःला हरवते. तो श्वास घ्यायला थांबतो तेव्हा त्याच्या नजरेत वादळ घोंघावत असतं.

“आता मी तुझ्याशी रासवट संभोग करणार आहे, ॲना,” तो माझ्या कानात पुटपुटतो.

होली काऊ! माझी कंबर धरत तो मला त्याच्या मांडीवरून गुडघ्यावर घेतो. मग डाव्या हातानं पँटचं बटण उघडतो. माझ्या मांडीवरून आणि स्टॉकिंग्ज च्या कडेवरून तो बोटं फिरवू लागतो. त्याचं संपूर्ण लक्ष माझ्यावर केंद्रित झालंय. माझे हात अजूनही बंधनात आहेत. माझ्या अंगावर ब्राशिवाय काही नाही. मी हालचाल करू शकत नाही. मला वाटतं आमच्या दोघातला हा अति उत्कट प्रणय प्रसंग असावा. त्याच्या राखाडी नजरेत स्वतःला मी हरवून बसले आहे. मला त्याच्याशी जोडलं जाण्याची जाणीव होते आहे आणि तरीही मी कुठेतरी मुक्तदेखील होते आहे. मला लाज वाटत नाहीये, संकोच वाटत नाहीये. हा ख्रिश्चन आहे, माझा नवरा आहे, माझा प्रियकर आहे, माझा अहंकारोन्मादी अतिरेकी आहे, माझा फिफ्टी आहे... आयुष्यात ज्या प्रेमाच्या आपण सारे शोधात असतो ते माझं खरं प्रेम आहे. तितक्यात तो पँटची झिप उघडतो. त्याची ताठरता मोकळी होते. माझ्या घशाला कोरड पडते.

तो मुद्दाम विचारतो, “आवडलं?”

“हं,” मी कौतुकाने म्हणते. तो स्वतःला मुठीत घेऊन मागेपुढे करू लागतो... मी पापण्यांच्या आडून त्याला न्याहाळू लागते. फक! कसला सेक्सी आहे हा!

“मिसेस ग्रे, तुम्ही तुमचा ओठ चावत आहात.”

“कारण मला भूक लागली आहे.”

“भूक?” माझ्या या उत्तरानं त्याला धक्का बसतो. एक क्षणभर त्याचे डोळे विस्फारतात.

"हो ना!"

माझा हेतू लक्षात येऊन तो स्वतःचा खालचा ओठ चावत, हसत, हाताची करामत सुरू ठेवतो. माझ्या नवऱ्याच्या हस्तमैथुन दर्शनानं मी का बरं इतकी उसळते आहे?

"अच्छा! पण मग नीट जेवली का नाहीस?" मला चिडवत आणि डिवचत तो म्हणतो. "पण जाऊ दे, करतो मी तुझी इच्छा पूर्ण." माझ्या कंबरेभोवती हात टाकून तो मला उभं राहायला मदत करतो. त्याच्या मनात काय आहे याचा मला अंदाज येतो. मी उभी राहते. माझे पाय आता थरथरत नाहीयेत.

"वाक."

मी बाथरूमच्या त्या गार टाईल्सवर वाकते. तो खुर्चीवर पुढे सरकून बसतो.

"मला किस कर," स्वतःची ताठरता पुढे करत तो म्हणतो. मी त्याच्याकडे नजर टाकते. तो स्वतःच्या दातावरून जीभ फिरवतो. त्याच्या त्या एवढ्याश्या कृतीने मी पेटते. त्याला असं माझ्यासमोर, उघडं, उत्थापित, लालसेनं परिपूर्ण पाहणं माझ्यासाठी खूप मोठा अनुभव आहे. पुन्हा नव्यानं माझ्या संवेदना जाग्या होतात. पुढे झुकत मी त्याच्या शिश्नाच्या टोकावर जीभ टेकवते. तिथे एक टपोरा थेंब जमा झालाय, त्याची चव घेते. अहाहा! काय अप्रतिम चव आहे. तो श्वास रोखून धरतो, त्याला तोंड मिटायचंदेखील भान नाही. माझी भीड चेपते, मी झपाट्यानं पुढाकार घेत त्याला संपूर्ण तोंडात घेते आणि आवेगानं चोखू लागते.

आह! आता सुखावण्याची त्याची पाळी आहे. त्याने गच्च आवळलेल्या दातातून सुस्कारा बाहेर पडतो. कंबर पुढे करत तो त्याचं शिश्न माझ्या तोंडात अजून आत ढकलतो. मी आता थांबत नाही. त्याला माझे दात लागणार नाहीत याची काळजी घेत मी त्याला आतबाहेर करत राहते. तो माझं डोकं घट्ट धरत माझ्या केसात हात खुपसत माझ्या तोंडात स्वतःला आत बाहेर करू लागतो. त्याचा श्वास आता जोरात होऊ लागला आहे. त्याच्या शिश्नाच्या टोकाशी मी जीभ गोलाकार फिरवत त्याच्या तालाशी जुळवून घेते.

"जिझस, ॲना!" तो श्वास घेत डोळे घट्ट मिटून घेतो. तो हरवला आहे. तो 'मला' देत असलेल्या या प्रतिसादानं मी प्रचंड सुखावले आहे. माझी अंतर्देवता इतकी उत्तेजित झाली आहे, की संपूर्ण एस्कला तिच्या उजेडात झळाळून उठेल. मी सावकाश ओठ बाजूला घेते. आता माझे दात आणि तो.

"आह!" ख्रिश्चन स्तब्ध होतो, पुढे झुकतो, मला पकडतो आणि स्वतःच्या मांडीवर घेतो.

"पुरे झालं," असं अधीरपणे म्हणत तो माझे हात मोकळे करतो. मी मनगटांची हालचाल करत त्याच्याकडे पाहते. त्याच्या नजरेत माझ्या इतकीच

उत्कटता, लालसा आणि आस आहे. त्याक्षणी मला जाणवतं की त्याच्यापेक्षा जास्त तीव्रतेने मलाच 'सेव्हन शेड्स ऑफ संडे' करायची, रांगडा संभोग करायची इच्छा आहे. मला तो प्रचंड हवा आहे. माझ्या अंगाखाली तो कसा उन्मळून येतो आहे ते पाहायचं आहे. मी घाईनं त्याला एका हातात धरत, दुसरा हात त्याच्या खांद्यावर ठेवत हळुवारपणे त्याला माझ्यात सारते. त्या संवेदनेनं तो विलक्षण पेटतो, कामातुर होत चीत्कारतो. पुढे होत तो माझ्या अंगातलं ब्लाऊज काढून खाली फेकत माझे नितंब पकडतो.

"हलू नकोस," तो घोगऱ्या स्वरात म्हणतो. त्याची बोटं माझ्या त्वचेत रुतली आहेत. "प्लीज, मला हा क्षण भरभरून अनुभवू दे, तुला अनुभवू दे."

त्याच्या स्वरातली स्वच्छ कामेच्छा मला खिळवून ठेवते. ओह माय! माझ्या आत तो असा किती सुखावतो आहे मला. तो माझा चेहरा कुरवाळतो. त्याच्या नजरेत आता फक्त संभोग संवेदना आहे. त्याचे ओठ किंचित विलग झाले आहेत. तो स्वतःला किंचित आकुंचित करतो आणि मला आतवर तीव्र संवेदना जाणवतात. डोळे मिटून घेत मी चीत्कारते.

"ही माझी सगळ्यात लाडकी जागा आहे, तुझ्या आत, माझ्या बायकोच्या आत." तो हलक्या आवाजात म्हणतो.

"ओह फक! ख्रिश्चन! मला स्वतःला थोपवणं आता केवळ अशक्य आहे." त्याच्या ओल्या केसात हात खुपसत मी त्याच्या ओठांचा ताबा घेते. मी मागेपुढे होऊ लागते. चवड्यांवर स्वतःला तोलून धरत मी त्याला सुखावू लागते. माझ्या नजरेसमोर तो आणि माझ्या आत खोलवर तो... फक्त तो आणि तो... दुसरं काही मला दिसत नाही, सुचत नाही, आठवत नाही. आमच्या दोघांपुरता तो एक क्षण तेवढा खरा आहे. त्याव्यतिरिक्त इतर साऱ्या अस्तित्वाला आमच्या लेखी आता काही अर्थ नाही. त्याचा हावरा स्पर्श माझ्या सर्वांगाला होतो आहे. त्याची जीभ माझ्या जिभेशी एकरूप झाली आहे. आमच्यात अंतर उरलं नाहीये. मी स्वतःला भरभरून लुटते आहे, लुटून घेते आहे. आज आमच्यात झालेला वाद, मला त्याचा आणि त्याला माझा आलेला वैताग- त्या पश्चात आमच्यातलं प्रेम आणि आस कायम आहे. ही कायम राहील. माझं त्याच्यावर इतकं प्रचंड प्रेम आहे की एकेकदा मी त्या प्रेमाच्या तीव्रतेने हबकते. पण तरीही मला त्याच्या प्रेमाव्यातिरिक्त काही सुचत नाही. आणि का सुचावं? माझ्या पाठीवर स्थिरावलेला त्याचा हात मला सावरतो, नियंत्रणात ठेवतो, स्वतःच्या तालाशी जुळवून घेत तो मलाही झुलवतो, त्याच्या उष्ण आणि निसरड्या स्पर्शाच्या वाटेवर मी पुन्हा पुन्हा तृप्त होत उत्कटता गाठते, त्यालाही तृप्त करते. आमच्यात कुठलाही दुजाभाव उरत नाही. आमच्या दोघांच्याही शरीरांच्या सीमारेषा जणू नाहीशा झाल्या आहेत.

त्याच्या ओठात माझे ओठ हरवले आहेत. ''आह!'' चीत्कारत, त्याला समरसून प्रतिसाद देत, मी स्वतःला विसरते, असीम आनंदाच्या लाटेवर तरंगत जाते.

''हो, ॲना, हो, माझी ॲना;'' त्याच्या प्रतिसादाने उन्मादात मी त्याच्या चेहऱ्यावर चुंबनांचा वर्षाव करते. त्याचे ओठ, हनुवटी, जबडा, दात, गाल, डोळे, कपाळ... काहीही सुटत नाही. माझा चेहरा घट्ट पकडत, श्वास घेत तो म्हणतो, ''बेबी.''

''ओह ख्रिश्चन, किती प्रेम करते तुझ्यावर काय सांगू! आयुष्यभर असंच प्रेम करत राहीन.'' आजच्या आमच्या वैचारिक वादाच्या पलीकडे जात मला त्याला माझ्या त्याच्यावरच्या प्रेमाची खात्री द्यायची आहे. त्याव्यतिरिक्त माझ्या मनात कुठलीही भावना नाही.

उत्तरादाखल तो जोरदार चीत्कारत मला घट्ट धरून ठेवत, पूर्णपणे मोकळं होत, मला चिंब भिजवतो. त्या संवेदनेनं माझं आधीच तरल झालेलं शरीर नव्यानं शहारत त्याला पुन्हा एकवार प्रतिसाद देतं. त्याच्या भोवतीची मिठी घट्ट करत मीदेखील त्याला गच्च भिजवते. एकमेकांच्यावरच्या प्रेमाव्यतिरिक्त आम्हाला आता कसलंही भान नाही. संभोगातून समाधीची ही अवस्था गाठताना नकळत माझे डोळे भरून येतात.

माझी हनुवटी धरून वर करत, माझ्या डोळ्यांत रोखून बघत, ख्रिश्चन काळजीनं विचारतो, ''ए वेडाबाई, काय झालं रडायला? मी दुखवलं का तुला?''

''नाही रे,'' मी त्याला म्हणते. माझ्या चेहऱ्यावर आलेल्या केसांच्या चुकार बटा बाजूला करत तो माझ्या डोळ्यांतून ओघळलेला अश्रू अंगठ्यानं टिपत माझ्या ओठांवर हलकेच ओठ टेकवतो. अजूनही तो माझ्यातच आहे. तो बाजूला होतो. तशी मी चमकते.

''ॲना, काय झालंय? मला सांग तरी.''

मी नाक ओढते. ''त्याचं काय आहे ना... म्हणजे, तुझ्यावर माझं किती प्रेम आहे या जाणिवेनं मी बऱ्याचदा बेचैन होते.'' मी कसंबसं म्हणते.

क्षणभर माझ्या शब्दांचा विचार करत तो हळूच हसतो. त्याचं हे लाजरं, खास हसू फक्त माझ्यासाठी आहे. ''ॲना, तुझं माझ्यावर किती प्रेम आहे या जाणिवेनं मीसुद्धा असाच बेचैन होतो,'' माझ्या कानाशी असं गुणगुणत तो पुन्हा एकवार माझ्या ओठांवर ओठ टेकवतो. मला हसू येतं. अंतर्बाह्य आनंदाची जाणीव होऊन मी सुखावते आणि ख्रिश्चनच्या मिठीत सैलावते.

''हो का?''

तो मानभावीपणे हसत म्हणतो, "ते तुला चांगलंच माहिती आहे."

"कधीकधी मला वाटतं की मला माहिती आहे. मात्र, नेहमीच तसं वाटत नाही."

"मिसेस ग्रे, आपण तुमच्याबद्दल बोलत होतो."

मला हसू येतं. त्याच्या छातीवर हळुवार चुंबनांचा वर्षाव करत मी डोकं टेकवते. माझ्या केसातून हात फिरवत तो मला कुरवाळू लागतो. मग माझ्या ब्राचा हूक उघडून तो ती खाली टाकतो.

"हं, अंगाला अंग भिडलं की किती बरं वाटतं," माझं कौतुक करत तो मला कुशीत घेतो. माझ्या खांद्याचं चुंबन घेऊन तो नाकानं माझ्या कानापर्यंत स्पर्श करत म्हणतो, "मिसेस ग्रे, तुमचा गंध स्वर्गीय आहे."

"मिस्टर ग्रे, तुमचाही तसाच आहे." त्याच्या कुशीत शिरत मी त्याचा गंध भरभरून घेत म्हणते. नुकत्याच केलेल्या कामक्रीडेचा मादक गंधदेखील त्यात मिसळलेला आहे. आयुष्यभर त्याच्या कुशीत असं पडून राहायची माझी तयारी आहे. दिवसभर कामाचे डोंगर उपसल्यानंतर, वादविवाद घातल्यानंतर आणि जियाला झापल्यानंतर ख्रिश्चनच्या कुशीत विसावणं, हा माझ्यासाठी परमोच्च आनंदाचा क्षण आहे. तो कितीही अहंकारोन्मादी असला तरीही, सतत प्रत्येक गोष्ट स्वतःच्या नियंत्रणात ठेवायची त्याला खोड असली तरीही मला त्याच्या कुशीत राहायला आवडतं. ही माझी खरी जागा आहे. ख्रिश्चन माझ्या केसात नाक खुपसत खोल श्वास घेतो. माझ्या तोंडून समाधानाचा हुंकार बाहेर पडतो. त्या क्षणी तो हसतो आहे हे मला जाणवतं. एकमेकांना घट्ट आवळून आम्ही एकही शब्द न बोलता तसेच बसून राहतो.

खूप वेळानं आम्ही भानावर येतो.

"खूप उशीर झालाय," माझ्या पाठीवरनं अलगद बोटं फिरवत ख्रिश्चन म्हणतो.

"तुझे केस कापायचे राहिले आहेत."

तो किंचित हसत म्हणतो, "मिसेस ग्रे, अगदी खरंय. पण, जे काम तुम्ही सुरू करून अर्धवट सोडलंत ते पूर्ण करायची शक्ती तुमच्यात आहे का?"

"मिस्टर ग्रे, तुमच्यासाठी काही पण." त्याच्या छातीची चुंबनं घेत मी नाइलाज झाल्यासारखं म्हणते.

"जाऊ नकोस ना," मला मागून पकडत तो वळवतो. मग माझ्या स्कर्टचं बक्कल काढून खाली पडू देतो. त्याने पुढे केलेला हात धरत मी स्कर्ट पायातून काढून टाकते. आता माझ्या अंगावर फक्त स्टॉकिंग्स आणि गार्टर बेल्ट आहे.

"मिसेस ग्रे, काय सुंदर दिसताय तुम्ही." हाताची घडी घालून, खुर्चीत सरसावून बसत, माझ्याकडे पाहत मोकळेपणाने तो म्हणतो. मी आनंदानं गिरकी घेते.

तो कौतुकानं म्हणतो, "मी किती नशीबवान आहे!"

"हो, तो तर तू आहेसच."

यावर तो हसून म्हणतो, "हे बघ, पटकन माझा शर्ट अंगात चढव. म्हणजे मग तू माझे केस कापू शकशील. तू जर अशी माझ्यासमोर उभी राहिलीस तर माझं चित्त विचलित होत राहील आणि आपण दोघं आजची रात्र इथेच या खुर्चीवर घालवू.

त्याच्या या बोलण्यावर मला मनापासून हसू येतं. माझ्या प्रत्येक हालचालीवर त्याचं लक्ष आहे हे जाणवून, मी मुद्दाम लचकत त्याच्या शर्टच्या दिशेनं जाते. जाणीवपूर्वक सावकाश खाली वाकत त्याचा शर्ट उचलते. अं... त्याचा गंध शर्टला येतोय. भरभरून त्याच्या शर्टचा गंध घेत मी तो अंगावर चढवते.

ख्रिश्चन विस्फारलेल्या नजरेने माझ्याकडे बघतोय.

"मिसेस ग्रे, फारच मादक शो चालू आहे इथे."

मुद्दाम पापण्या फडफडवत निरागसतेने मी विचारते, "आपल्याकडे कात्री आहे का?"

"माझ्या स्टडीमध्ये."

"घेऊन येते मी." असं म्हणत मी आमच्या बेडरूममध्ये जाते आणि ड्रेसिंग टेबलवरून माझा कंगवा उचलते. त्याच्या स्टडीकडे जाण्यासाठी मी मुख्य कॉरिडॉरमध्ये येते. तेवढ्यात माझ्या लक्षात येतं की, टेलरच्या ऑफिसचं दार थोडंसं उघडं आहे. आतमध्ये उभी असलेली मिसेस जोन्स मला दिसते आणि मी चालता चालता थबकते.

तिच्या चेहऱ्यावरून अलगदपणे बोटं फिरवत टेलर तिच्याकडे मोठ्या प्रेमानं पाहतो. मग पुढे होत तो तिचं चुंबन घेतो.

होली शिट! टेलर आणि मिसेस जोन्स? मी अवाक होऊन पाहते- म्हणजे... मला शंका आली होती. पण... हं, त्यांची जोडी जमलेली दिसते. त्यांना असं चोरून बघणं हे मला विचित्र वाटतं. संकोचून, मी हळूच तिथून ग्रेटरूममध्ये आणि मग ख्रिश्चनच्या स्टडीत शिरते. तिथला लाईट लावून मी त्याच्या टेबलपाशी पोहोचते. टेलर आणि मिसेस जोन्स... वॉव! इतके दिवस मला वाटलं होतं की मिसेस जोन्स टेलरहून वयानं मोठी असावी. अजूनही मी त्या दोघांचा विचार करतेय. छे!छे!, मला काय करायचंय. पटकन मी ख्रिश्चनच्या टेबलचा वरचा ड्रॉवर उघडते. कात्रीऐवजी मला गन दिसते. *ख्रिश्चनकडे गन आहे!*

रिव्हॉल्व्हर! होली फक! ख्रिश्चनकडे गन असेल याची मला कल्पना नव्हती. मी ती पटकन उचलून घेते आणि सिलेंडर तपासते. ते पूर्ण भरलेलं आहे. तरीही गन वजनाला खूप हलकी आहे, नक्कीच कार्बन फायबर असणार. ख्रिश्चनला गनची काय गरज? त्याला ती चालवता येत असेल तर बरं. हॅन्डगनच्या बाबतीत रे ने

दिलेली माहिती मला आपसूक आठवते. रे नं घेतलेलं आर्मी प्रशिक्षण तो कधीही विसरला नाही. *'ॲना, कुठलंही हत्यार वापरताना ते कसं चालतं आणि आपण नेमकं काय करत आहोत याचं भान असलं पाहिजे. नाहीतर ते हाताळणाऱ्याचा जीव जाण्याची शक्यता असते.'* रे चे शब्द आठवून मी पटकन गन जागेवर नीट ठेवते अणि कात्री शोधून काढते. परत बाथरूमकडे जाताना माझ्या मनात गोंधळ माजलाय... गन... टेलर आणि मिसेस जोन्स....

मी ग्रेटरूममध्ये पोहोचते, तितक्यात टेलर माझ्यासमोर येतो.

माझा अवतार बघून त्याचा चेहरा लाल होतो. ''मिसेस ग्रे, एक्सक्यूज मी.''

''अं, टेलर, हाय... हं. मी ना ख्रिश्चनचे केस कापतेय!'' संकोचानं माझ्या तोंडून कसेबसे शब्द बाहेर पडतात. माझ्याइतकाच टेलरसुद्धा संकोचला आहे. काहीतरी म्हणायला तो तोंड उघडतो; पण काही न बोलता पटकन एका बाजूला होतो.

''मॅऽम, आधी तुम्ही.'' बहुतेक माझा चेहरा माझ्या जुन्या ऑडीसारखा- सबमिसिव्ह स्पेशल- झाला असावा. *जीझ!* याहून लाजिरवाणं काही असू शकतं का?

''थँक यू,'' असं पुटपुटत मी पटकन तिथून काढता पाय घेते. क्रॅप! या घरात फक्त आम्ही दोघं नसतो, हे माझ्या कधी लक्षात राहणार? कशीबशी मी बाथरूममध्ये पोहोचते.

ख्रिश्चन आरशासमोर उभा आहे. जमिनीवर इतस्ततः पसरलेले कपडे त्यानं एका कोपऱ्यात केले आहेत.

''काय झालं?''

''टेलर भेटला.''

''ओह!'' ख्रिश्चनच्या कपाळावर आठ्या उमटतात. ''या कपड्यात?''

ओह शिट! ''त्यात त्याची काय चूक?''

''नाही, पण तरीही...'' ख्रिश्चनच्या आठ्या गडद होतात.

''कपडे आहेत म्हटलं माझ्या अंगावर.''

''जेमतेम.''

''एकमेकांसमोर आल्यावर त्याला जास्त संकोच वाटला की मला हे सांगता येणार नाही.'' मी माझं नेहमीचं चित्त विचलित करण्याचं तंत्र वापरत पुढे म्हणते, ''तुला माहिती आहे का की तो आणि गेल... म्हणजे ते एकमेकांबरोबर....''

त्यावर हसून ख्रिश्चन म्हणतो, ''हो, माहिती आहे मला.''

''पण तू मला कधी सांगितलं नाहीस.''

''मला वाटलं तुलासुद्धा माहिती आहे.''

"नाही रे."

"ॲना, हे बघ ते दोघेही पुरेसे मोठे आहेत. शिवाय, दोघंही एकाच छताखाली राहतात. दोघंही देखणे आहेत. दोघंही विनापाश आहेत."

आजवर माझ्या लक्षात कसं आलं नाही याचं मला आश्चर्य वाटतं.

"हं, तू म्हणतोस ते खरंय पण... मला वाटलं होतं की गेल टेलरपेक्षा वयानं थोडी मोठी आहे."

"फारशी नाही, आणि त्यानं काय फरक पडतो?" मग माझ्याकडे बावरून बघत तो पुढे म्हणतो, "काही पुरुषांना त्यांच्याहून वयाने मोठ्या असलेल्या बायका आवडतात."

मी वैतागून म्हणते, "माहितीये मला."

अचानक ख्रिश्चनच्या चेहऱ्यावर पश्चात्ताप दिसतो. पुढच्या क्षणी तो माझ्याकडे हसून बघतो. चला, माझं तंत्र यशस्वी ठरलं तर. तेवढ्यात माझं अबोध मन डोळे फिरवून म्हणतं, 'पण त्याची केवढी किंमत दिलीस!' जिचा उल्लेख करणं आम्ही आवर्जून टाळतो ती मिसेस रॉबिनसन्स आता आमच्या दोघांमध्ये नकळत उभी आहे.

"बरं झालं, मला आठवलं," ख्रिश्चन उत्तेजित होऊन म्हणतो.

"काय?" मी वैतागून विचारते. खुर्ची आरशाच्या दिशेनं वळवत मी त्याला हुकूम करते, "बस." ख्रिश्चनच्या चेहऱ्यावर कौतुक आहे. पण एक शब्दही न बोलता तो खुर्चीवर बसतो. जवळ जवळ कोरडे झालेले त्याचे केस मी विंचरू लागते.

"आपलं नवीन घर आहे ना, तिथल्या गॅरेजचा काही भाग आपण राहण्यासाठी वापरू शकतो. म्हणजे कसं आहे ना, त्याला एखाद्या घराचं रूप देता आलं तर टेलरला त्याच्या मुलीला तेथे राहायला आणता येईल," आरशातून मला निरखून पाहत तो म्हणतो.

"ती इथे का राहत नाही?"

"तसं टेलरनं मला कधी विचारलं नाही."

"खरं म्हणजे तू तसं सुचवायला हवं होतंस. पण मग आपल्याला जरा नीट वागावं लागेल."

ख्रिश्चनच्या भुवया उंचावतात, "असा विचार मी कधीही केला नाही."

"म्हणूनच कदाचित टेलरनेसुद्धा विचारलं नसेल. तू कधी भेटला आहेस का तिला?"

"हो. फार गोड आहे ती. लाजाळू आहे. खूप सुंदर आहे. तिच्या शाळेचा खर्च मी करतो."

ओह, त्याचे केस विंचरतांना मी थबकते. आरशातल्या त्याच्या प्रतिमेकडे रोखून बघत मी म्हणते, "मला कल्पना नव्हती त्याची."

तो खांदे उडवत म्हणतो, ''इतकंच करू शकतो ग मी. शिवाय, त्यामुळे तो सोडून जाण्याआधी दहादा विचार करेल.''

''तुझ्यासाठी काम करायला त्याला आवडत असणार अशी माझी खात्री आहे.''

निर्विकारपणे माझ्याकडे पाहत ख्रिश्चन खांदे उडवत म्हणतो, ''मला नाही माहीत.''

''ख्रिश्चन, मला वाटतं त्याचा तुझ्यावर खूप जीव आहे,'' त्याचे केस विंचरत, आरशातून त्याच्याकडे पाहत मी म्हणते. त्याची नजर माझ्यावर खिळलेली आहे.

''असं वाटतं तुला?''

''हो, वाटतं खरं.''

आपल्या हाताखालच्या लोकांना आपण आवडत असू या कल्पनेनं तो मनोमन सुखावतो. पण उगाचच 'मला काय त्याचं' अशा आविर्भावात खांदे उडवत तो म्हणतो, ''चांगली गोष्ट आहे. गॅरेजचं रूपांतर छोट्याशा घरात करण्याबद्दल तू जियाशी बोलशील का?''

''हो, नक्की बोलेन.'' नवल म्हणजे जियाचा उल्लेख होऊनही मला पूर्वीसारखा वैताग येत नाही. त्यावर माझं अबोध मन मला दिलासा देतं की, आज मी परिस्थिती चांगल्या प्रकारे हाताळली होती. माझी अंतर्देवता प्रसन्न होते. जिया आता यापुढे माझ्या नवऱ्याच्या नादी लागण्याचा किंवा त्याला नादी लावण्याचा प्रयत्न करणार नाही, याची खात्री माझ्या मनाला आणि अंतर्देवतेला होते.

ख्रिश्चनचे केस कापायला मी आता तयार आहे. ''तुझा विचार पक्का आहे का? अजूनही तू मला नाही म्हणू शकतोस बरं.''

''मिसेस ग्रे, मी तर म्हणेन तुम्हाला हवे तेवढे वाईट कापा. कारण मला स्वतःकडे बघायचं नसून तुम्हाला माझ्याकडे बघायचं आहे.''

दिलखुलास हसत मी म्हणते, ''ख्रिश्चन, मी दिवसभर तुझ्याकडे बघत राहू शकते.''

मान झटकत तो म्हणतो, ''हे केवळ चेहऱ्याचं सौंदर्य आहे.''

''पण त्या सुंदर चेहऱ्यामागे एक विलक्षण देखणा पुरुषदेखील आहे.'' त्याच्या कपाळावर ओठ टेकवत मी पुढे म्हणते, ''जो फक्त माझा आहे.''

तो हसतो. पण त्याला वाटणारा संकोच मला जाणवतो.

त्याच्या केसांची एक बट उचलून मी ती वरच्या दिशेने विंचरते. मग दोन बोटात बट पकडत, कंगवा ओठात धरत, कात्रीने इंचभर केस कापते. डोळे मिटून घेत ख्रिश्चन एखाद्या पुतळ्यासारखा स्तब्ध बसून राहतो. माझे हात सराईतपणे चालू लागतात. स्वतःला माझ्या हातात सोपवून तो निर्घोर होतो. मध्येच तो माझ्याकडे एखादा कटाक्ष टाकतो. मी त्याचे केस कापत असताना तो एकदाही मला स्पर्श करत नाही. किती बरं आहे. नाहीतर त्याचा स्पर्श झाला की माझं भान पुन्हा हरपेल.

साधारणतः पंधरा मिनिटांत केस कापून होतात.

"झालं." त्याचे केस माझ्या मनासारखे कापले गेले आहेत हे पाहून मला खूप छान वाटतं. तो नेहमीसारखाच हॉट दिसतोय. आत्ताही त्याचे केस मघाच सारखे सेक्सी दिसत आहेत, फक्त आता ते थोडेसे आखूड झालेत, इतकंच.

आरशातल्या प्रतिमेकडे पाहून ख्रिश्चनला छान वाटतं. तो हसून म्हणतो, "मिसेस ग्रे, वा, मस्त कापलेत." मग चेहरा इकडे-तिकडे करत तो स्वतःचा अंदाज घेतो. खूष होऊन तो मला मिठीत ओढतो आणि माझ्या पोटावर नाक घासत माझं चुंबन घेतो.

"थँक यू,"

"माय प्लेजर," असं म्हणत मी पुढे होत त्याचं पुसटसं चुंबन घेते.

"चल, उशीर झालाय खूप. झोपू यात आता," असं म्हणत तो माझ्या पार्श्वभागावर प्रेमाने चापट मारतो.

"आ! थांब जरा, इथला केसांचा पसारा आवरू दे." बाथरूममध्ये सगळीकडे केस पसरले आहेत.

हा मुद्दा ख्रिश्चनच्या लक्षात आलेला नसतो. "बरं ठीक आहे, मी पटकन झाडू आणतो. कसं आहे, अशा अर्धवट कपड्यात तू माझ्या स्टाफसमोर जाऊन तू त्यांना लाजवावंस अशी माझी अजिबात इच्छा नाही."

"झाडू कुठे ठेवतात ते तरी माहितीये का?" मी उगाचच निरागसपणाचा आव आणून विचारते.

माझ्या प्रश्नावर थबकून ख्रिश्चन म्हणतो, "अं... नाही बुवा."

मला हसू येतं. "थांब जरा, मीच आणते."

मी अंथरुणात शिरून ख्रिश्चनची वाट पाहते. आज दिवसभरात किती काय काय घडलं. हे सगळं वेगळ्या प्रकारे हाताळता आलं असतं. आधी मी त्याच्यावर भडकले. मग तो माझ्यावर भडकला. हे कंपनी चालवण्याचं प्रकरण मला कसं झेपणार आहे? माझी स्वतःची कंपनी असावी अशी माझी कधीही अभिलषा नव्हती. मी म्हणजे काय तो आहे का? आत्ताच काय ते ठरवलं पाहिजे. तो जेव्हा अतिरेक करतो किंवा अति अधिकार गाजवतो किंवा मूर्खपणा करतो तेव्हा त्याला वास्तविकतेचं भान देण्यासाठी मी एखादा सेफ-वर्ड ठरवायला पाहिजे. मला हसू येतं. समजा, 'मूर्ख' हाच सेफ-वर्ड ठेवला तर? काय मज्जा येईल ना!

"काय आहे?" माझ्या बाजूला पलंगावर येत तो म्हणतो. त्याच्या अंगात मला आवडणारा त्याचा पायजमा आहे. "काही नाही. मला आपलं वाटलं."

"काय वाटलं?" माझ्या बाजूला आडवा होत तो म्हणतो.

आता विषय टाळून चालणार नाही. ''ख्रिश्चन, मला नाही वाटत की मी कंपनी चालवू शकेन.''

पटकन तळहातावर डोकं टेकवत तो माझ्याकडे वळून, माझ्या नजरेत पाहत म्हणतो, ''असा का विचार करतेस?''

''कारण, असा विचार आजवर माझ्या मनात आला नव्हता.''

''ॲनेस्टेशिया, तू हे सहज करू शकतेस.''

''ख्रिश्चन, मला पुस्तकं वाचायला खूप आवडतं. कंपनी चालवू लागले की माझ्या आवडत्या कामासाठी मला वेळ मिळणार नाही.''

''तू क्रिएटिव्ह हेड म्हणून काम करू शकतेस.''

त्याचं सांगणं मला फारसं पटत नाहीये.

''हे बघ,'' तो मला समजावू लागतो. ''एखादी कंपनी चालवायची म्हणजे फार काही करावं लागत नाही. तुमच्या हाताखाली काम करणाऱ्या प्रत्येकाच्या बुद्धिमत्तेचा पुरेपूर आणि योग्य वापर केला की कंपनीला यश मिळतं. तुझं डोकं वाचनात चालतं ना, तर मग त्याला अनुसरून कंपनीची रचना कर. ॲनेस्टेशिया, हे बघ घाईघाईत नाही म्हणू नकोस. तुझ्यात खूप क्षमता आहेत. तू जर ठरवलंस तर वाटेल ते करू शकशील, अशी मला खात्री आहे.''

वॉव! मला हे सगळं जमेल हे तो इतक्या ठामपणे कसं म्हणू शकतो?

''अरे, पण माझा फार वेळ जाईल रे त्याच्यात.''

माझा मुद्दा त्याच्या लक्षात येत नाही. म्हणून मी माझं ठेवणीतलं अस्त्र बाहेर काढत म्हणते, ''जो वेळ तुला द्यायला मला आवडेल.''

ख्रिश्चनचे डोळे गडद होतात. ''हे बघ, तुझा हेतू मला चांगला समजलाय,'' मस्करीच्या स्वरात तो म्हणतो.

च्यायला!

''म्हणजे, काय म्हणायचंय तुला?'' मी निरागसपणाचा आव आणून विचारते.

''ॲना, माझ्या लक्षात आलं आहे, की माझं लक्ष विचलित करण्यासाठी तू काय काय करू शकतेस. तू नेहमीच तसं करतेस. माझं एवढंच म्हणणं आहे की, ही कल्पना उडवून न लावता तू जरा त्याचा विचार करावास. बस! त्याहून जास्त मी काही सुचवणार नाही.'' एवढं बोलून तो मला मिठीत घेऊन कुरवाळत चुंबनांचा वर्षाव करू लागतो. आमच्यातला वादाचा हा मुद्दा इतक्या लवकर संपणार नाही हे नक्की. त्यानं याआधी म्हटलेलं एक वाक्य आठवून मला हसू येतं.

''मला तुला काही विचारायचंय, विचारू का?'' त्याचा अंदाज घेत मी म्हणते.

''अर्थात.''

''तू म्हणाला होतास की मला जेव्हा तुझा राग येतो, तेव्हा तो मी तुझ्यावर

अंथरुणात काढायला पाहिजे. म्हणजे तुला काय सुचवायचं होतं?''

यावर तो एकदम स्तब्ध होतो. ''तुझा काय अंदाज आहे?''

होली शिट! आता बोलून मोकळं व्हावं हे बरं. ''म्हणजे, मी तुला बांधावं अशी तुझी इच्छा आहे.''

आश्चर्याने त्याच्या भुवया वर होतात. ''अं... नाही. माझ्या म्हणण्याचा तसा अर्थ नव्हता.''

अरेरे, निराशा झाल्यासारखं का वाटतंय मला? ''ओह!''

माझा चेहरा अचूकपणे वाचल्यासारखं तो मला विचारतो, ''मला बांधायची इच्छा आहे का तुझी?'' त्याच्या स्वरात आश्चर्य आहे. मी लाजते.

''तसं म्हटलं तर...''

''ॲना, मी-'' बोलता बोलता तो थांबतो. त्याच्या चेहरा गंभीर होतो.

''ख्रिश्चन,'' मला धक्का बसतो. पटकन कुशीवर होत मी त्याच्याच सारखं तळहातावर डोकं घेऊन त्याच्याकडे बघत त्याचा चेहरा कुरवाळू लागते. त्याच्या विस्फारलेल्या डोळ्यांत मला भीती दिसते. त्याच्या चेहऱ्यावरचं दुःख मला जाणवतं.

शिट! ''ख्रिश्चन, अरे जाऊ दे. तुला तसं वाटतंय असं मला वाटलं. तू मनावर घेऊ नकोस.''

माझा हात हातात घेत तो त्याच्या हृदयावर ठेवतो. बापरे! त्याचं हृदय केवढ्यांदा धडधडतंय! असं का व्हावं?

''ॲना, मला बांधून ठेवल्यावर तू मला स्पर्श करशील त्या वेळेस मला कसं वाटेल, याची मला कल्पना करता येत नाहीये.''

माझ्या अंगावर काटा येतो. त्याच्या मनात खोलवर गाडल्या गेलेल्या भावना तो जणू माझ्यासमोर उघड करतोय.

''अजूनही हे सारं माझ्यासाठी खूप नवखं आहे,'' अतिशय खालच्या पट्टीत तो म्हणतो.

फक! एक छोटासा मुद्दा होता... तरीही मला जाणवतं की ख्रिश्चननं स्वतःमध्ये खूप बदल घडवला आहे; पण अजूनही खूप बदल घडवणं गरजेचं आहे.

ओह फिफ्टी, फिफ्टी, फिफ्टी. माझं मन कळवळतं. मी किंचित पुढे झुकते. तो पुन्हा स्तब्ध होतो. तरीही त्याच्या ओठांच्या कोपऱ्यांवर हळुवारपणे आठ टेकवत मी म्हणते, ''ख्रिश्चन, मी काहीतरी चुकीची कल्पना केली. पण, तू त्याचा विचार करू नकोस. अगदी डोक्यातून काढून टाक बरं.'' मी त्याचं चुंबन घेते. डोळे मिटून घेत तो हुंकार देतो आणि पुढे होत माझ्या ओठांवर ओठ टेकवतो. माझी हनुवटी पकडत तो मला पलंगावर आडवं करतो. काही क्षणांत आम्ही दोघं हरवून जातो... पुन्हा एकदा एकमेकांमध्ये हरवून जातो.

१

दुसऱ्या दिवशी सकाळी अलार्म होण्याआधी मला जाग आली. तेव्हा ख्रिश्चन माझ्याभोवती एखाद्या वेलीसारखा लपेटून झोपला होता. त्याचं डोकं माझ्या छातीवर, हात कमरे भोवती आणि पाय माझ्या पायांत गुंतलेले होते. पलंगाची त्याच्याकडची बाजू पूर्ण रिकामी होती. एखाद्या रात्री आमचा वाद झाला की त्याची परिणती दुसऱ्या दिवशी सकाळी अशीच होते. तो मला असं घट्ट आवळून झोपला की मला त्याची काळजी वाटते.

ओह फिफ्टी! त्याच्या काही गरजा आजवर कधीही पूर्ण झालेल्या नाहीत हे कुणाला खरं तरी वाटेल का? लहानपणीच्या कळकट्ट ख्रिश्चनची प्रतिमा मला हैराण करते. त्याचे नुकतेच कापलेले केस मी हळुवारपणे कुरवाळते. त्याच्या त्या स्पर्शामुळे माझं दुःख थोडं कमी होतं. त्याला जाग येते. तो झोपाळू डोळ्यांनी माझ्याकडे बघतो. डोळे किलकिले करत तो आळस देतो.

"हाय," असं म्हणत तो हसतो, दिवसातलं पहिलं हसू...

"हाय," जाग आल्याबरोबर त्याचं हसणं बघायला मला फार आवडतं. माझ्या छातीवर डोकं घुसळत तो तृप्तीनं हुंकार देतो. माझ्या सॅटीनच्या नाईटगाऊनवरून त्याची बोटं अलगद माझ्या कमरेपर्यंत पोहोचतात.

"तू किती मोहात पाडतेस," तो म्हणतो. "पण, तुझा कितीही मोह पडला तरी," तो घड्याळाकडे बघत म्हणतो, "मला आता उठायलाच हवं." माझ्या भोवतीची मिठी सोडत, आळस देत तो उठतो.

मी अंथरुणात तशीच पडून त्याला न्याहाळते. ख्रिश्चन आंघोळीला जाण्याच्या तयारीत आहे. तो किती बांधेसूद आहे. त्याच्यामध्ये तसूभरसुद्धा फरक करायला मला आवडणार नाही.

"मिसेस ग्रे, मला न्याहाळण्याचा आनंद लुटताय का?" भुवई उंचावत उगाचच टोमणा मारत तो म्हणतो.

"मिस्टर ग्रे, फारच देखणे आहात बुवा तुम्ही."

मी असं म्हटल्यावर मनापासून हसत, अंगातून काढलेला पायजामा तो माझ्या

तोंडावर फेकतो. पण मी पटकन तो झेलते. एखाद्या शाळकरी मुलीसारखं मला खुदुखुदु हसू येतंय. दुष्टपणे हसत, पलंगावर एक गुडघा टेकत, माझ्या अंगावरचं पांघरूण ओढत, माझे घोटे पकडून तो मला स्वतःकडे ओढून घेतो. त्याच्या त्या धसमुसळेपणानं माझा नाईटगाऊन वर जातो. मी चीत्कारते. तो माझ्या अंगावर रांगत येतो. माझ्या घोट्यापासून गुडघ्यावर, मांड्यांवर चुंबनांचा वर्षाव करतो. ओह माय माय... ख्रिश्चन...!

''गुड मॉर्निंग मिसेस ग्रे,'' मिसेस जोन्स मला पाहून म्हणते. काल रात्री मी तिला टेलरबरोबर ज्या अवस्थेत पाहिलं होतं ते आठवून मला संकोच वाटतो.

''गुड मॉर्निंग,'' तिनं माझ्या हातात दिलेला चहाचा कप घेत मी म्हणते. ख्रिश्चन ब्रेकफास्ट टेबलपाशी बार स्टूलवर बसलेला आहे. मी त्याच्या बाजूला जाऊन बसते. कसला देखणा दिसतोय तो! नुकताच आंघोळ करून आल्यामुळे त्याचे केस ओलसर आहेत. चुरचुरीत पांढरा शर्ट आणि तो चंदेरी राखाडी टाय. माझा सगळ्यात आवडता टाय. त्या टायशी माझ्या सुंदर आठवणी निगडित आहेत.

''मिसेस ग्रे, कशा आहात तुम्ही?'' मोठ्या प्रेमानं तो मला विचारतो.

त्याच्याकडे पाहत मी म्हणते, ''मिस्टर ग्रे, मला वाटतं ते तुम्हाला माहिती आहे.''

तो हसतो. ''खा,'' तो हुकूम सोडतो. ''तू कालपासून उपाशी आहेस.''

ओह बॉसी फिफ्टी!

''कारण तू मूर्खपणा करत होतास.''

त्या क्षणी मिसेस जोन्सच्या हातून सिंकमध्ये काहीतरी जोरात पडतं. त्या आवाजानं मी दचकते. ख्रिश्चनवर मात्र त्याचा काही परिणाम होत नाही. तिच्याकडे दुर्लक्ष करत तो माझ्याकडे निर्विकारपणे रोखून पाहतो.

''मूर्ख असो किंवा नसो- खा.'' त्याचा स्वर आता गंभीर झालाय. ह्या क्षणी त्याच्याशी वाद घालण्यात अर्थ नाही.

''बरं बाबा,'' चमच्याने ग्रॅनोला खायला सुरुवात करत मी पुटपुटते. अशा वेळेस आपण टीनएजर आहोत, असं मला वाटत राहतं. पुढे होत मी ग्रीक योगर्ट उचलते आणि थोडं माझ्या सिरीयलमध्ये घालते. त्यानंतर थोड्या ब्ल्यू-बेरीज् पण घालते. मी मिसेस जोन्सकडे चोरटा कटाक्ष टाकते. तेवढ्यात तीही माझ्याकडे बघते. मी हसते. तीदेखील समजून उमजून हसते. आमच्या हनिमूनच्या दरम्यान मी जो ब्रेकफास्ट घेत होते, तोच तिनं मला आवर्जून दिला आहे.

''या आठवड्यात कधीतरी मला न्यू यॉर्कला जावं लागेल.'' ख्रिश्चनच्या बोलण्यामुळे मी आठवणीतून बाहेर पडते.

"ओह."

"मला एक रात्र तिथं थांबावं लागणार आहे. तूही माझ्याबरोबर यावंस असं मला वाटतंय."

"ख्रिश्चन, मला सुटी नाही मिळणार."

तो माझ्याकडे रोखून पाहतो. 'ओह-खरं-की-काय-पण-मी-इथला-बॉस-आहे,' हा आशय त्याच्या नजरेत असतो.

मी उसासा टाकत म्हणते, "मला माहितीये की तू मालक आहेस, पण मी गेले तीन आठवडे बाहेर आहे. प्लीज. मी जर सतत गैरहजर राहिले तर बिझनेस कसा सांभाळणार? तू माझी काळजी करू नकोस. मी नीट राहीन. मला वाटतं, टेलर तुझ्याबरोबर असेल; पण सॉयर आणि रियान तर इथेच असतील ना-" मी बोलता बोलता थांबते. कारण ख्रिश्चन माझ्याकडे बघून हसत असतो. "काय आहे?" मी त्याला झापते.

"काही नाही सहज."

मला वैताग येतो. हा मला हसतोय का? तेवढ्यात मला शंका येते. "न्यू यॉर्कला कसा जाणार आहेस?"

"कंपनीचं जेट. का?"

"नाही, म्हटलं चार्ली टॅन्गो घेऊन चालला आहेस की काय?" अचानक माझा स्वर गंभीर होतो. माझ्या पाठीच्या कण्यातून शिरशिरी उमटते. मागच्या वेळेस तो या हेलिकॉप्टरमधून गेला होता तो भयंकर प्रसंग माझ्या डोळ्यांसमोर येतो. त्याची काहीतरी बातमी कळावी म्हणून मी किती अस्वस्थ झाले होते, ते मला आठवतं. माझ्या जीवनातला तो सगळ्यांत कठीण प्रसंग होता. मिसेस जोन्ससुद्धा स्तब्ध झाली आहे, हे माझ्या लक्षात येतं. मी तो विचार झटकून टाकण्याचा विचार करते.

"मी न्यू यॉर्कला चार्ली टॅन्गोमधून कधीच जाणार नाही. कारण तिचा तेवढा अवाका नाही. शिवाय, किमान दोन आठवडे तरी ती दुरुस्त होऊन येणार नाही."

बरं झालं! मी हुश्श करत हसते. गेले काही आठवडे ख्रिश्चनच्या मनात चार्ली टॅन्गो आणि त्या अनुषंगाने अनेक विचारांचा गदारोळ माजला होता.

"दोन आठवड्यांत ती दुरुस्त होणार आहे हे ऐकून मला बरं वाटलं पण," मी वाक्य अर्धवट सोडते. पुढच्या वेळेस तो जेव्हा चार्ली टॅन्गोमधून प्रवास करेल तेव्हा माझ्या मनाची अवस्था किती भीषण होईल, हे मी त्याला कसं सांगू?

"काय झालं?" पुढ्यातलं ऑम्लेट संपवत तो मला विचारतो.

मी खांदे उडवते.

"ॲना?" तो किंचित दरडावत विचारतो.

"अरे म्हणजे... कसं कळत नाही तुला? मागच्या वेळेस तू जेव्हा चार्ली

टॅन्गोमधून प्रवास करत होतास... तेव्हा मला वाटलं... म्हणजे आम्हाला सगळ्यांनाच वाटलं की... तू आम्हाला परत दिसशील की....'' मी वाक्य पूर्ण करू शकत नाही. माझ्या भावना लक्षात येऊन ख्रिश्चनला कसंसंच होतं.

''ए वेडाबाई,'' असं म्हणत तो माझ्या चेहऱ्यावरून बोटं फिरवतो. ''त्यामागे कोणाचा तरी हात होता.'' त्याच्या चेहऱ्यावर गडद भाव उमटून जातात. ते दुष्कृत्य कोणी केलं असावं याचा त्याला अंदाज आहे की काय, असं माझ्या मनात येतं.

''ख्रिश्चन, तुला गमवण्याचा विचारसुद्धा मला सहन होत नाही,'' मी कसंबसं म्हणते.

''ॲना, त्या एका घटनेपायी पाच जणांना मी कामावरून काढून टाकलं आहे. यापुढे तसा घातपात कधीही होणार नाही.''

''पाच?''

तो मान डोलावतो. त्याचा चेहरा भलताच गंभीर झाला आहे.

होली क्रॅप!

''बरं झालं, आठवलं! तुझ्या टेबलच्या ड्रॉव्हरमध्ये गन आहे.''

माझ्या थोड्याशा सूचक आणि बऱ्याचशा आरोप करणाऱ्या स्वरामुळे तो माझ्याकडे रोखून बघतो. त्याच्या कपाळावर आठ्यांचं जाळं पसरलंय. खरंतर, मला अशा स्वरात त्याला विचारायचं नव्हतं.

''ती लीलाची आहे.''

''ती पूर्ण भरलेली आहे.''

''तुला काय माहीत?'' त्याच्या चेहऱ्यावरच्या आठ्या गडद होतात.

''मी पाहिलं ना काल.''

तो माझ्यावर भडकतो. ''हे बघ, उगाच बंदुकींच्या वाट्याला जाऊ नकोस हं. तू तिचं सेफ्टी क्लच लॉक केलंस ना?''

आता अवाक होण्याची माझी पाळी असते. ''ख्रिश्चन, त्या रिव्हॉल्व्हरला सेफ्टी क्लच नसतो बरं का. गन्सबद्दल तुला काहीच माहिती नाही का?''

त्याचे डोळे विस्फारतात, ''अं... नाही.''

तेवढ्यात दाराशी टेलर खाकरतो. ख्रिश्चन त्याच्याकडे बघून मान डोलावतो.

''निघायला हवं,'' असं म्हणून तो उभा राहतो. विचारात गढलेल्या अवस्थेत तो जॅकेट अंगात चढवतो. मी त्याच्यामागून बाहेर पडते.

त्याच्याकडे लीलाची गन आहे. या बातमीनं मी थक्क होते. तिचं पुढे काय झालं असेल, हा विचार माझ्या मनात येतो. ती अजून तिथेच आहे का... कुठे आहे बरं ती? पूर्वेकडे? न्यू हॅम्पशायर? मला नेमकं आठवत नाही.

''गुड मॉर्निंग टेलर,'' ख्रिश्चन म्हणतो.

"गुड मॉर्निंग, मिस्टर ग्रे, मिसेस ग्रे." आमच्याकडे बघून तो अभिवादन करत म्हणतो. पण, माझ्याकडे थेट बघायचं तो टाळतो. काल रात्री मी किती अपुऱ्या कपड्यात त्याच्यासमोर अचानक धडकले होते, ते आठवून मी संकोचते.

"मी पटकन ब्रश करून आलेच," मी म्हणते. ख्रिश्चन नेहमी ब्रेकफास्टच्या आधी ब्रश करतो. का बरं?

एलेव्हेटरमधून आम्ही खाली निघतो तेव्हा मी ख्रिश्चनला म्हणते की, "बंदूक कशी चालवायची ते टेलरकडून शिकून घे ना." त्यावर नवलानं माझ्याकडे बघत तो म्हणतो,

"आता शिकू?"

"हो."

"ॲनेस्टेशिया, मला गन्सचा तिरस्कार आहे. बंदुकीच्या गोळ्यांनी जखमी झालेल्या अनेकांना माझ्या आईनं कसंबसं वाचवलेलं आहे. माझे वडील तर पूर्णपणे ॲन्टी-गन आहेत. त्यांच्या मूल्यांच्या सावलीत मी लहानाचा मोठा झालोय. मी स्वतः वॉशिंग्टनमध्ये किमान दोन गनविरोधी चळवळी चालवतो."

"ओह! टेलरकडे गन असते का?"

त्यावर ख्रिश्चन ओठ आवळून घेत म्हणतो, "कधीकधी."

"तुला आवडत नाही ते?" तळमजल्यावर एलेव्हेटर थांबतं. माझा हात धरत ख्रिश्चन बाहेर पडतो.

"नाही," तीव्र नाराजीनं तो म्हणतो. "बंदूक आणि तिचं नियंत्रण या विषयावर टेलरची आणि माझी मतं अतिशय वेगळी आहेत." अच्छा! ह्या बाबतीत टेलरचं आणि माझं नक्कीच एकमत आहे.

ख्रिश्चन माझ्यासाठी फॉयरचं दार उघडून धरतो. मी गाडीच्या दिशेनं जाते. चार्ली टॅन्गोच्या घातपाताचं कृत्य झाल्यापासून आजवर त्यानं मला एसआयपीला कधीही एकटीला जाऊ दिलेलं नाहीये. आम्हाला बघून सॉयर गाडीचं दार उघडून धरत छानसं हसतो. मी आणि ख्रिश्चन गाडीत बसतो.

"प्लीज." पुढे होत ख्रिश्चनचा हात हातात घेत मी म्हणते.

"प्लीज काय?"

"बंदूक चालवायला शीक."

माझ्याकडे बघत तो डोळे फिरवत ठामपणे म्हणतो, "नाही, ॲनेस्टेशिया, यापुढे या विषयावर चर्चा नकोय."

पुन्हा एकदा माझी अवस्था ओरडा खाल्लेल्या शाळकरी मुलीसारखी होते. काहीतरी बोलण्यासाठी मी तोंड उघडते; पण, कामाची सुरुवात वाईट मूडमध्ये

व्हावी, अशी माझी इच्छा नसल्यामुळे मी पुढे काही बोलत नाही. हाताची घडी घालत मी समोर बघते. रिअर व्ह्यू मिररमधून टेलर माझ्याकडे पाहत असतो. आमची नजरानजर होताच तो पटकन रस्त्याकडे नजर वळवतो. वैतागून त्यानं मान हलवलीय, हे माझ्या नजरेतून सुटत नाही.

हं... कधीकधी ख्रिश्चन त्यालाही वैताग आणत असणार!

या विचारानं हसू येऊन माझा मूड निवळतो.

"लीला आता कुठे आहे?" खिडकीतून बाहेर बघणाऱ्या ख्रिश्चनला मी विचारते.

"सांगितलं ना तुला, ती कनेक्टिकटमध्ये तिच्या नातेवाइकांबरोबर आहे." माझ्याकडे पाहत तो उत्तर देतो.

"तू खात्री केली आहेस का त्याची? मला आठवतंय की तिचेसुद्धा केस लांब आहेत. त्या दिवशी ती डॉज चालवत असली तर?"

"मी खात्री केलीय. सध्या तिनं हॅम्डन इथे आर्ट स्कूलमध्ये नाव घातलंय. याच आठवड्यात तिचा क्लास सुरू झालाय."

"तुझं बोलणं झालंय तिच्याशी?" हा प्रश्न विचारताना माझ्या चेहऱ्याचा रंग उडतो.

माझा स्वर लक्षात येऊन ख्रिश्चन झटक्यात माझ्याकडे बघतो, "नाही, फ्लिन बोललाय तिच्याशी." माझा अंदाज घेत तो उत्तर देतो.

"अच्छा," मी हुश्श करते.

"आता काय?"

"काही नाही."

ख्रिश्चन सुस्कारा टाकत विचारतो, "ॲना, काय झालंय?"

मी खांदे उडवते. मला वाटणारा अनाठायी मत्सर कबूल करायची माझी तयारी नाही.

ख्रिश्चन पुढे म्हणतो, "मी तिच्यावर लक्ष ठेवून आहे. सध्या ती जिथे आहे तिथून ती हलणार नाही, याची मी काळजी घेतोय. ॲना, ती आता पुष्कळ बरी आहे. फ्लिनने तिला न्यू हॅवनमधल्या एका सायकिॲट्रिस्टकडे पाठवलं होतं. त्यामुळे तो तिच्याकडे लक्ष ठेवून आहे. तिचे सगळे रिपोर्ट नॉर्मल येत आहेत. तिला नेहमीच आर्टमध्ये विशेष स्वारस्य होतं, त्यामुळे ती आता..." बोलता बोलता तो थांबून माझा पुन्हा अंदाज घेऊ लागतो. त्या क्षणी मला शंका येते की, तो तिच्या आर्टक्लासचे पैसे भरत असावा. मला हे जाणून घ्यायचं आहे का? मी त्याला विचारावं का? म्हणजे असं नाहीये, की त्याला हे परवडत नाहीये; पण तो हे कर्तव्य म्हणून करतो आहे का? मी खोल श्वास घेते. ख्रिश्चनच्या सेक्स लाईफच्या तुलनेत, बायलॉजी क्लासमध्ये मला भेटलेल्या ब्रॅडली केन्टच्या आणि त्यानं घेऊ पाहिलेल्या

माझ्या चुंबनांना काही अर्थ नाही. ख्रिश्चन पुढे होत माझा हात हातात घेतो.

"ॲनेस्टेशिया, या मुद्द्याचा बाऊ करू नकोस," तो अजिजीने म्हणतो. त्याच्या स्पर्शातली आश्वासकता जाणवून मीसुद्धा त्याचा हात घट्ट धरते. त्याच्या मते योग्य असणारी गोष्टच तो करतो आहे, हे माझ्या लक्षात येतं.

साधारणतः दुपारी माझी मीटिंगमधून सुटका होते. केटला फोन करण्यासाठी मी मोबाईल हातात घेते तेव्हा ख्रिश्चनकडून आलेला ई-मेल मला दिसतो.

फ्रॉम : ख्रिश्चन ग्रे
सब्जेक्ट : खुशामत
डेट : ऑगस्ट २३, २०११, ०९:५४
टु : ॲनेस्टेशिया ग्रे

मिसेस ग्रे,
माझ्या नवीन हेअरकटचं तीन जणांनी कौतुक केलं आहे. माझ्या स्टाफनं माझं कौतुक करण्याची ही पहिलीच वेळ आहे. काल रात्रीचा विचार मनात येऊन मला जे काही हसू येतंय त्याच्यामुळे कदाचित सगळे जण माझं कौतुक करत असतील. तू खरोखरच सुंदर, हुशार आणि मस्त आहेस.
आणि फक्त माझी आहेस.

ख्रिश्चन ग्रे
सीईओ, ग्रे एन्टरप्राईझेस होल्डिंग्ज इन्कॉ.

त्याचा मेल वाचताना मी विरघळत जाते.

फ्रॉम : ॲनेस्टेशिया ग्रे
सब्जेक्ट : काम करण्याचा प्रयत्न करतेय
डेट : ऑगस्ट २३, २०११, १०:४८
टु : ख्रिश्चन ग्रे

मिस्टर ग्रे,

मी काम करण्याचा प्रयत्न करते आहे. भलत्यासलत्या आठवणींनी विचलित व्हावं अशी माझी इच्छा नाही.
मी नियमित रे चे केस कापत होते, याची कबुली आत्ता देऊ का? त्या वेळेस घेतलेलं प्रशिक्षण असं कामाला येईल, याची मला कल्पना नव्हती.
आणि हो, मी फक्त आणि फक्त तुमची आहे. आणि, दुसऱ्या सुधारित कायद्यान्वये शस्त्र बाळगण्याचा संविधानात्मक अधिकार असतानाही, शस्त्र बाळगायची तयारी नसलेले तुम्ही, माझे प्रिय मिस्टर ग्रे, फक्त माझे आहात. पण, काळजी करू नका कारण मी तुमचं संरक्षण करेन. नेहमीच.

ॲनेस्टेशिया ग्रे,
कमिशनिंग एडिटर, एसआयपी

फ्रॉम : ख्रिश्चन ग्रे
सब्जेक्ट : ॲनी, छान छान
डेट : ऑगस्ट २३, २०११, १०:५३
टु : ॲनेस्टेशिया ग्रे

मिसेस ग्रे,
मला हे पाहून आनंद होतोय की, आयटी विभागाला भेटून तुम्ही आपलं नाव बदलून घेतलंय. : D
बंदूक हाताळणारी माझी बायको, माझ्या बाजूला झोपते हे जाणून यापुढे मी निश्चिंतपणे झोपू शकेन.

ख्रिश्चन ग्रे,
शस्त्रांची भीतीयुक्त घृणा बाळगणारा सीईओ, ग्रे एन्टरप्राइझेस होल्डिंग इन्कॉ.

फ्रॉम : ॲनेस्टेशिया ग्रे
सब्जेक्ट : लांबलचक शब्द
डेट : ऑगस्ट २३, २०११, १०:५८
टु : ख्रिश्चन ग्रे

मिस्टर ग्रे,
शब्दांवरच्या तुमच्या हुकमतीने आज पुन्हा एकदा मी भारावले आहे. खरं म्हणजे, तुमची हुकमत सगळीकडेच दिसून येते. मी कोणत्या संदर्भात बोलते आहे ते तुम्हाला कळलं असेलच.

अ‍ॅनेस्टेशिया ग्रे,
कमिशनिंग एडिटर, एसआयपी

फ्रॉम : ख्रिश्चन ग्रे
सब्जेक्ट : ओहो!
डेट : ऑगस्ट २३, २०११, ११:०१
टु : अ‍ॅनेस्टेशिया ग्रे

मिसेस ग्रे,
तुम्ही माझ्याशी फ्लर्टिंग करताय का?

ख्रिश्चन ग्रे,
धक्का बसलेला सीईओ, ग्रे एन्टरप्राइझेस होल्डिंग्ज इन्कॉ.

फ्रॉम : अ‍ॅनेस्टेशिया ग्रे
सब्जेक्ट : असं केलं तर?
डेट : ऑगस्ट २३, २०११, ११:०४
टु : ख्रिश्चन ग्रे

मिस्टर ग्रे,
दुसऱ्या कोणाबरोबर मी फ्लर्टिंग केलं तर?

अ‍ॅनेस्टेशिया ग्रे,
धीट कमिशनिंग एडिटर, एसआयपी

फ्रॉम : ख्रिश्चन ग्रे
सब्जेक्ट : अं......
डेट : ऑगस्ट २३, २०११, ११:०९
टु : अ‍ॅनेस्टेशिया ग्रे

नाही!

ख्रिश्चन ग्रे,
मालकी हक्क गाजवणारा सीईओ, ग्रे एन्टरप्राइझेस होल्डिंग्ज इन्कॉ.

फ्रॉम : ॲनेस्टेशिया ग्रे
सब्जेक्ट : अहाहा!
डेट : ऑगस्ट २३, २०११, ११:१४
टु : ख्रिश्चन ग्रे

तुम्ही गुरगुरताय का? याही परिस्थितीत तुम्ही हॉट दिसताय.

ॲनेस्टेशिया ग्रे,
चुळबुळणारी कमिशनिंग एडिटर, एसआयपी

फ्रॉम : ख्रिश्चन ग्रे
सब्जेक्ट : खबरदार
डेट : ऑगस्ट २३, २०११, ११:१६
टु : ॲनेस्टेशिया ग्रे

मिसेस ग्रे,
माझ्याशी फ्लर्टिंग करत मला खेळवताय?
दुपारी येऊन धडकेन बरं!

ख्रिश्चन ग्रे,
अतिउत्तेजित सीईओ, ग्रे एन्टरप्राइझेस होल्डिंग्ज इन्कॉ.

फ्रॉम : ॲनेस्टेशिया ग्रे
सब्जेक्ट : नको रे बाबा!
डेट : ऑगस्ट २३, २०११, ११:२०
टु : ख्रिश्चन ग्रे

मी आता नीट वागेन. ऑफिसमध्ये काम करत असताना माझ्या बॉसच्या बॉसचा बॉस माझ्यावर चढलेला मला नकोय. ;)
आता मला कृपा करून काम करू दे. नाहीतर माझ्या बॉसच्या बॉसचा बॉस माझ्या 'ढु'वर लाथ मारेल.

ॲनेस्टेशिया ग्रे,
कमिशनिंग एडिटर, एसआयपी

फ्रॉम : ख्रिश्चन ग्रे
सब्जेक्ट : &
डेट : ऑगस्ट २३, २०११, ११:२३
टु : ॲनेस्टेशिया ग्रे

या क्षणाला मला तुझ्या 'ढु'शी काय काय करायला मला आवडेल ते काय सांगू. लाथ नक्कीच मारणार नाही.

ख्रिश्चन ग्रे,
सीईओ आणि 'ढु'प्रेमी, ग्रे एन्टरप्राईझेस होल्डिंग्ज इन्कॉ.

त्याच्या या उत्तरानं मला खुदुखुदु हसू येतं.

फ्रॉम : ॲनेस्टेशिया ग्रे
सब्जेक्ट : जा आता!
डेट : ऑगस्ट २३, २०११, ११:२६
टु : ख्रिश्चन ग्रे

अरे, तुला एवढं मोठं साम्राज्य चालवायचंय ना?
मला त्रास देणं थांबव.
माझी पुढची मीटिंग सुरू होण्यात आहे.
मला वाटलं होतं की तुझा माझ्या स्तनांवर जास्त जीव आहे.
आता माझ्या 'ढु'चा विचार करत बस आणि मी तुझ्या 'ढु'चा विचार करत बसते...
आय लव्ह यू

ॲनेस्टेशिया ग्रे,
चिंब भिजलेली कमिशनिंग एडिटर, एसआयपी

गुरुवारी सकाळी सॉयर मला ऑफिसला सोडतो तेव्हा मी अतिशय उद्विग्न झाले आहे. ठरल्याप्रमाणे, ख्रिश्चन न्यू यॉर्कला गेला आहे. मला फार भीती वाटतेय. त्याला जाऊन जेमतेम काही तास झाले आहेत तरीही मला त्याची खूप आठवण

येते आहे. मी पटकन कॉम्प्युटर सुरू करते. त्याच्याकडून आलेला ई-मेल माझी वाट पाहतोय. मला एकदम बरं वाटतं.

फ्रॉम : ख्रिश्चन ग्रे
सब्जेक्ट : तुझी आठवण येते आहे
डेट : ऑगस्ट २५, २०११, ०४:३२
टु : ॲनेस्टेशिया ग्रे

मिसेस ग्रे,
आज सकाळी तुम्ही माझे खूप लाड केलेत.
मी तिथे नाहीये, तेव्हा नीट वागा.
आय लव्ह यू.

ख्रिश्चन ग्रे,
सीईओ, ग्रे एन्टरप्राईझेस होल्डिंग्ज इन्कॉ.

फ्रॉम : ॲनेस्टेशिया ग्रे
सब्जेक्ट : म्हणे नीट वागा!
डेट : ऑगस्ट २५, २०११, ०९:०३
टु : ख्रिश्चन ग्रे

पोहोचलास की कळव, मी खूप काळजीत आहे.
मी नीट वागेन. माझ्याबरोबर केट असताना कोणती मोठी अडचण उभी राहणार आहे.

ॲनेस्टेशिया ग्रे,
कमिशनिंग एडिटर, एसआयपी

त्याला उत्तर पाठवून मी लॅटेचा घोट घेते. हॅनाची कृपा. मला कॉफी आवडू लागेल असं मला कधी वाटलंही नव्हतं. आज संध्याकाळी मी केटला भेटणार आहे हे जरी खरं असलं तरी मला ख्रिश्चनची उणीव भासते आहे. या क्षणाला तो न्यू यॉर्कच्या वाटेवर, आकाशात पस्तीस हजार फुटांवर कुठेतरी आहे. ख्रिश्चन जरा कुठे बाहेर गेला तर, मला इतकं अस्वस्थ वाटू लागेल याची मी कधी कल्पना केली नव्हती. कदाचित कालांतराने मी इतकी अस्वस्थ होणार नाही. दीर्घ निःश्वास सोडत मी

कामाकडे लक्ष वळवते.

लंच ब्रेकमध्ये मोकळी झाल्यावर मी कॉम्प्युटर आणि ब्लॅकबेरीवर काही मेसेज आला आहे का ते बघू लागते. कुठे आहे तो? नीट उतरला ना? मला जेवायचं आहे का असं हॅनाने विचारल्यावर मी तिला सरळ नकार देते. माझा जीव धास्तावलाय. मी जरा अतिरेक करते आहे याची कल्पना असूनही तो सुखरूप पोहोचलाय हे जाणून घेणं माझ्यासाठी अत्यावश्यक आहे.

अचानक माझ्या टेबलवरचा फोन वाजल्यामुळे मी दचकते. ''हॅलो, ॲनेस्टेशिया स्टी... ग्रे.''

''हाय,'' ख्रिश्चनचा आश्वासक आवाज माझ्या कानावर पडतो आणि मी हुश्श करते.

''हॅलो.'' सकाळपासून पहिल्यांदाच मी हसते. ''फ्लाईट कशी होती?''

''लांबलचक. केटबरोबर काय करते आहेस?''

ओह नो! ''काही नाही रे, सहज जरा भेटणार आहोत.''

त्यावर ख्रिश्चन काही बोलत नाही.

''सॉयर आणि ती नवीन बाई- प्रेस्कॉट- दोघंही आमच्यावर लक्ष ठेवून असणार आहेत,'' समजावणीच्या स्वरात मी म्हणते.

''केट आपल्या घरी येणार असा माझा समज होता.''

''अरे, एखादं ड्रिंक घेऊन आम्ही आपल्या घरीच जाणार आहोत.'' *प्लीज, मला जरा जाऊ दे ना बाहेर.*

पलीकडून ख्रिश्चनचा उसासा ऐकू येतो. ''तू मला सांगितलं का नाहीस.'' तो अतिशय शांतपणे म्हणतो. जरा अति शांतपणे.

मनातल्या मनात मी स्वतःला एक रट्टा हाणते. ''ख्रिश्चन, काही होणार नाही. आमच्याबरोबर रियान, सॉयर आणि प्रेस्कॉटसुद्धा आहेत. पटकन एक ड्रिंक घेऊन जाऊ आम्ही.''

त्यावर ख्रिश्चन काहीही बोलत नाही. तो वैतागलाय हे माझ्या लक्षात येतं. ''ती माझी बेस्ट फ्रेंड आहे रे. तू आणि मी भेटल्यापासून मी तिला क्वचितच भेटले आहे.''

''हे बघ ॲना, मला तुझ्या मित्र मैत्रिणींपासून तुला तोडायचं नाहीये; पण माझा असा समज होता की, ती आपल्या घरी येणार आहे.''

''बरं बाबा, आम्ही घरातच बसू.'' मी सपशेल माघार घेते.

''अगं, तो माथेफिरू बाहेर मोकळा फिरतोय ना, प्लीज.''

''मी बरं म्हटलंय ना,'' मी डोळे फिरवत वैतागून म्हणते.

''तू डोळे फिरवलेस की मला बरोबर समजतं.''

मी रिसिव्हरकडे रागानं बघत म्हणते, "हे बघ, आय ॲम सॉरी. तुला काळजीत टाकण्याचा माझा विचार नव्हता. सांगते मी केटला."

"गुड," इतक्या वेळात पहिल्यांदाच तो निश्चिंत होत म्हणतो. त्याच्या डोक्याला उगाच भुंगा लावल्याबद्दल मला स्वतःची लाज वाटते.

"आता कुठे आहेस?"

"जेएफकेच्या धावपट्टीवर."

"ओह, अगदी आत्ताच उतरला आहेस तर."

"हो. तुझा निरोप होता की उतरल्या क्षणी कळव."

मला हसू येतं. माझं अबोध मन माझ्याकडे बघून हसतं. *बघ! तो जे करणार आहे असं सांगतो तेच तो करतो.*

"वेल, मिस्टर ग्रे, आपल्या दोघांपैकी किमान एक जण तरी शब्दाचा अतिशय पक्का आहे याचा मला आनंद होतोय."

त्याला हसू येतं. "मिसेस ग्रे, शब्दालंकार वापरण्यात कोणी तुमचा हात धरू शकत नाही. मी तुमचं काय करू?"

"मला खात्री आहे की, तुम्ही अभिनव कल्पना अमलात आणाल. ते तुम्हाला नेहमी जमतं."

"तुम्ही माझ्याशी फ्लर्टिंग करताय?"

"हो."

त्याचं हसू मला जाणवतं. "ॲना, चल ठेवतो फोन. आणि हे बघ, जसं सांगितलंय तसं वाग. आपली ड्यूटी कशाप्रकारे पार पाडायची ते सिक्युरिटी टीमला व्यवस्थित समजतं."

"हो, ख्रिश्चन, वागेन मी." मी जरा वैतागत म्हणते. *जीझ, कळलंय मला.*

"उद्या संध्याकाळी भेटू यात. मी नंतर फोन करतो."

"माझ्यावर लक्ष ठेवायला का?"

"हो."

"ओह, ख्रिश्चन!" मी रागवून म्हणते.

"ऑर्-ए-व्हॉर्, मिसेस ग्रे."

"ऑर्-ए-व्हॉर्, ख्रिश्चन. आय लव्ह यू."

खोल श्वास घेत तो म्हणतो, "ॲन्ड आय लव्ह यू, ॲना."

आम्ही दोघंही फोन ठेवत नाही.

"ठेव ना फोन, ख्रिश्चन," मी आर्जव करते.

"तू भलतीच दादागिरी करतेस, नाही का?"

"फक्त तुझ्यावर."

''माझी,'' तो श्वास घेत म्हणतो. ''सांगितल्याप्रमाणे कर. फोन ठेव.''

''यस, सर.'' मी फोन ठेवते. फोनकडे पाहत मी उगाचच वेड्यासारखी हसते. पुढच्या काही क्षणांत माझ्या इनबॉक्समध्ये ई-मेल येतो.

फ्रॉम : ख्रिश्चन ग्रे

सब्जेक्ट : तळहात शिवशिवत आहेत

डेट : ऑगस्ट २५, २०११, १३:४२ इडीटी

टु : ॲनेस्टेशिया ग्रे

मिसेस ग्रे,

फोनवरसुद्धा तुम्ही माझं खूप मनोरंजन केलंत.

सांगून ठेवतोय, जसं सांगितलंय तसंच वागा.

तुम्ही सुरक्षित आहात हे मला समजणं गरजेचं आहे.

आय लव्ह यू.

ख्रिश्चन ग्रे,

सीईओ, ग्रे एन्टरप्राईझेस होल्डिंग्ज इन्कॉ.

खरंच, अधिकार गाजवायला किती आवडतं याला! पण, त्याचा एक फोन येताच माझी दिवसभराची हुरहुर क्षणार्धात दूर झाली. तो सुखरूप पोहोचलाय आणि नेहमीप्रमाणे माझी अति काळजी करतोय. मी पटकन स्वतःलाच मिठी मारते. देवा, किती वेड्यासारखं प्रेम करते मी त्याच्यावर. तितक्यात, हॅना दारावर टकटक करून, माझं लक्ष वेधून घेत, मला वास्तवात परत आणते.

घट्ट पांढरी जिन्स आणि लाल कॅमिझोल् घातलेली केट इतकी मादक दिसतेय की, माझ्या मते सगळ्या जगाला ती गुंडाळून टाकू शकेल. मी रिसेप्शनमध्ये येते तेव्हा ती क्लेअरला उत्साहानं काहीतरी सांगत असते.

मला बघताच, ''ॲना!'' असं ओरडत, पुढे येत ती मला घट्ट मिठी मारते. मग, माझ्यापासून जरा दूर होत ती माझं निरीक्षण करत विचारते, ''तू तर अगदी त्या मोगलची बायको शोभते आहेस! आमची लहानशी ॲना स्टील... अशी अचानक बदलेल असं आम्हाला वाटलंदेखील नव्हतं. तू कसली सॉफिस्टिकेटेड दिसते आहेस.'' तिच्या या बोलण्यावर मी डोळे फिरवते. आज मी फिकट क्रीम रंगाच्या ड्रेसवर नेव्ही बेल्ट आणि नेव्ही पम्प्स घातले आहेत.

तिला मिठी मारत मी म्हणते, ''केट, तुला भेटून किती बरं वाटलं.''

“हो ना, चल, कुठे जायचंय, सांग.”

“ख्रिश्चनच्या मते आपण आमच्या अपार्टमेंटमध्ये जावं.”

“ओह! ए, चल, पटकन झिगझॅग कॅफेमध्ये जाऊन एक कॉकटेल मारू यात? मी आपल्या दोघींचं टेबल बुक केलंय गं.” मी तिला नकार देण्याआधी ती अजिजी करत म्हणते, “प्लीज?” तिचा अविर्भाव अगदी मियासारखा आहे. नाहीतर एरवी ती कधीही पाऊट करून बोलत नाही. तसं बघितलं तर मलासुद्धा झिगझॅगमध्ये एखादं कॉकटेल घ्यायला आवडेल. एकतर ते केटच्या अपार्टमेंटजवळ आहे आणि दुसरं म्हणजे मागच्या वेळेस आम्ही तिथे गेलो तेव्हा खूप धमाल केली होती.

एक बोट दाखवत मी म्हणते, “फक्त एकच हं!”

ती हसून म्हणते, “अगदी एक.” मग हातात हात घालून आम्ही दोघी माझ्या गाडीकडे जातो. सॉयर आमची वाट पाहतोय. आमच्यामागून मिस समंथा प्रेस्कॉट येते. सिक्युरिटी टीममध्ये तिची नव्यानं नेमणूक झालीय. ती चांगली उंच आहे. आफ्रिकन-अमेरिकन प्रेस्कॉटला कुठलाही फालतूपणा चालणार नाही, हे तिच्या देहबोलीवरून सहज लक्षात येतं. माझी तिच्याशी अजून नीट ओळख झालेली नाही. कदाचित ती फार प्रोफेशनल ॲटिट्यूड दाखवते आहे आणि अंतर राखून वागतेय म्हणून असावं कदाचित. बहुतेक, इतरांप्रमाणेच तिची निवडसुद्धा टेलरनं केलेली असावी. सॉयरप्रमाणे तिनंसुद्धा गडद रंगाचा पॅन्टसूट घातलाय.

“सॉयर, तू आम्हाला झिगझॅगमध्ये घेऊन जाशील का, प्लीज?”

सॉयर एकदम चमकून माझ्याकडे बघतो. त्याला काहीतरी सांगायचंय हे माझ्या लक्षात येतं. नक्कीच, त्याला काही विशेष सूचना मिळालेल्या असणार. तो थबकतो.

“झिगझॅग कॅफे. फक्त एकच ड्रिंक घेणार आहोत आम्ही.”

मी केटकडे तिरका कटाक्ष टाकते. ती सॉयरकडे रोखून बघत असते. बिच्चारा!

“हो मॅडम.”

“मिस्टर ग्रे यांनी तुम्हाला अपार्टमेंटमध्ये जाण्याची विनंती केली आहे,” प्रेस्कॉट तोंड उघडते.

“मिस्टर ग्रे इथे नाहीयेत,” मी तिला झापते. “झिगझॅग कॅफे, प्लीज.”

“मॅऽम,” प्रेस्कॉटकडे कटाक्ष टाकत सॉयर मला उत्तर देतो. त्याचा इशारा लक्षात घेऊन ती गप्प बसते.

‘हे काय चाललंय,’ अशा आविर्भावात केट माझ्याकडे अवाक होऊन पाहते. त्यावर काही उत्तर न देता मी केवळ खांदे उडवते. ठीक आहे, मी नेहमीपेक्षा ठामपणे बोलतेय. केट मान डोलावते. सॉयर गाडी रस्त्यावर घेतो.

“तुला माहितीये का? या अतिरिक्त सुरक्षेमुळे ग्रेस आणि मिया फार वैतागल्या

आहेत,'' केट सहजपणे म्हणते.

मी चक्रावून तिच्याकडे पाहते.

''म्हणजे, तुला काहीच माहिती नाहीये की काय?''

''काय माहीत नाही?''

''सर्व ग्रे कुटुंबीयांची सुरक्षितता तिप्पट-खरंतर हजारपट-केली आहे.''

''हो?''

''त्यानं तुझ्या कानावर नाही घातलं काहीही?''

माझा चेहरा लाल होतो. ''नाही.'' *डॅम् इट, ख्रिश्चन!* ''कशाकरता चाललंय हे सगळं?''

''जॅक हाईड.''

''जॅकचं काय आता? मला वाटलं होतं की तो ख्रिश्चनच्या मागे लागलाय!'' मी धास्तावून विचारते. *जीझ! मला काहीच का सांगितलं नाही याने?*

''सोमवारपासून,'' केट माहिती पुरवते.

सोमवारपासून? *अं... तो जॅक आहे हे आम्हाला रविवारी कळलं होतं. पण, सगळ्या ग्रे कुटुंबीयांची सुरक्षितता का वाढवावी?*

''तुला हे सगळं कसं माहिती?''

''इलिएट.''

हो, बरोबर आहे.

''ख्रिश्चनने तुला काहीच सांगितलं नाही का?''

माझा चेहरा पुन्हा लालबुंद होतो. ''नाही.''

''ओह ॲना, वैतागच आहे!''

मी सुस्कारा सोडते. केटने तिच्या नेहमीच्या स्टाईलप्रमाणे अचूक वर्मावर घाव घातलाय. ''तुला कारण माहितीये का?'' ख्रिश्चन जर मला काही सांगणार नसेल तर कदाचित केटकडून माहिती मिळू शकेल.

''जॅक हाईड एसआयपीमध्ये काम करत असताना त्याच्या कॉम्प्युटरवर साठवलेल्या माहितीमुळे हे सगळं चालू आहे असं इलिएट म्हणाला.''

होली क्रॅप! ''काहीतरीच काय!'' माझ्या अंगातून संतापाची लाट जाते. मला काहीच माहीत नसताना केटला इतकं कसं माहितीये?

सॉयर रेअर व्ह्यू मिररमधून माझ्याकडे पाहतोय हे माझ्या लक्षात येतं. तेवढ्यात आम्हाला हिरवा सिग्नल मिळतो. रस्त्यावर लक्ष केंद्रित करत तो गाडी पुढे घेतो. मी पटकन ओठांवर बोट ठेवते. माझी खूण लक्षात येऊन केट मान डोलावते. मला खात्री आहे की, सॉयरलासुद्धा या साऱ्याची कल्पना असणार. पण, फक्त मला मात्र काहीही माहीत नाही.

विषयांतर करत मी म्हणते, ''बाकी, इलिएट कसा आहे. सांग.''

केटला खुदकन हसू येतं. तिच्या गप्पा सुरू होतात.

झिगझॅग कॅफेकडे जाणाऱ्या रस्त्यावर आम्ही येतो. सॉयर कॅफेच्या बाजूला गाडी थांबवतो. प्रेस्कॉट माझ्यासाठी गाडीचं दार उघडून धरते. मी पटकन बाहेर पडते. माझ्यामागून केटसुद्धा गाडीतून उतरते. हातात हात घालून आम्ही दोघी कॅफेत जातो. आमच्या मागे प्रेस्कॉट आहेच. जगबुडी झाल्याचा भाव तिच्या चेहऱ्यावर आहे. जिझस! वाचव मला. फक्त एक ड्रिंक घेणार आहोत आम्ही. सॉयर गाडी पार्क करायला जातो.

''**मला** सांग, इलिएट जियाला कसं ओळखतो?'' हातातल्या दुसऱ्या स्ट्रॉबेरी मोहितोचा घोट घेत मी विचारते. मला हा बार खूप आवडलाय. इथून उठायची माझी इच्छा नाही. आल्यापासून मी आणि केट अखंड बडबड करतोय. तिच्याबरोबर अशा गप्पा मारायला मला किती आवडतं हे मी विसरून गेले होते. केटबरोबर असा टाईमपास करत, फालतू गप्पा मारण्यात खूप आनंद मिळतोय. कितीतरी दिवसांनी मला मुक्त झाल्यासारखं वाटतंय. ख्रिश्चनला मेसेज पाठवावा का, असा विचार मनात येताक्षणी मी तो उडवून लावते. तो भयंकर भडकेल आणि हट्टी मुलासारखा मला ताबडतोब घरी जायला भाग पाडेल.

''त्या सटवीबद्दल एक अक्षरही विचारू नकोस!'' केट वैतागून म्हणते.

तिची ही प्रतिक्रिया पाहून मला हसू येतं.

''स्टील, एवढं हसण्यासारखं काय आहे?'' ती मला मजेत झापते.

''मलाही तिच्याबद्दल असंच वाटतं.''

''खरं की काय?''

''हो ना, ख्रिश्चनच्या इतकं पुढेपुढे करते ना.''

''तिनं इलिएटला जाळ्यात पकडलं होतं,'' केट पाऊट करत म्हणते.

''छे, काहीतरीच काय!''

यावर ती ओठ घट्ट मिटत मान डोलावते. ही तिची खास लकब आहे.

''मला वाटतं मागच्या वर्षी असावं. तात्पुरतं होतं ते. त्याचं काय आहे ना तिला समाजात स्थान निर्माण करायचं होतं. ख्रिश्चनवर तिचा डोळा असला तर त्यात काही नवल नाही.''

''ख्रिश्चनवर डोळा ठेवून काही उपयोग नाही. मी तिला स्पष्टपणे बजावलं की तिनं ख्रिश्चनकडे नुसतं बघितलं तरी मी तिची हकालपट्टी करेन.''

पुन्हा एकदा केट अवाक होऊन माझ्याकडे नुसतीच बघत राहते. मी अभिमानाने मान डोलावते. ग्लास उंचावत ती मला सलाम करते. तिच्या चेहऱ्यावरचा आनंद

आणि माझ्याबद्दल वाटणारा अभिमान लपत नाही.

"मिसेस ॲनेस्टेशिया ग्रे, क्या बात है!" आम्ही ग्लासला ग्लास भिडवतो.

"इलिएटकडे गन आहे का?"

"नाही. तो गनच्या विरोधात आहे." केटच्या हातात तिसरं ड्रिंक आहे.

"ख्रिश्चनसुद्धा तसाच आहे. मला वाटतं ग्रेस आणि कॅरिकच्या विचारसरणीचा प्रभाव असावा," मी पुटपुटते. मला थोडीशी चढली आहे.

"कॅरिक खूप चांगला आहे." केट म्हणते.

"त्याने आम्हाला 'प्रिनप'सुचवली होती," मी दुखावलेल्या स्वरात म्हणते.

"ओह, ॲना." पुढे होत केट माझा हात घट्ट धरते. "हे बघ, त्या वेळेस त्याने त्याच्या मुलाच्या हिताचा विचार केला होता. आपल्याला दोघींनाही माहिती आहे की, 'संधीसाधू' असं तुझ्या कपाळावर गोंदवलेलं आहे." माझ्याकडे पाहत ती हसून म्हणते. मी तिला वेडावून दाखवते. आम्ही दोघीही हसू लागतो.

"मिसेस ग्रे, जरा प्रौढांसारखं वागा," हे ती जरी हसून म्हणते तरी मला एकदम ख्रिश्चनचा भास होतो. "पुढे जाऊन तुझ्या मुलासाठी तूसुद्धा असंच करशील."

"माझा मुलगा?" मी आ वासून पाहत राहाते. माझी मुलं किती श्रीमंत असतील याचा विचारही आजवर माझ्या मनात आला नव्हता. *होली क्रॅप!* त्यांना कशाचीही ददात नसेल. अगदी कशाचीही. मला याबद्दल नीट विचार करायला हवा... पण, आज, आत्ता नको. प्रेस्कॉट आणि सॉयर आमच्या बाजूच्या छोट्या टेबलशी बसलेले आहेत. मी त्यांच्याकडे नजर टाकते. त्यांच्या हातात स्पार्क्लिंग मिनरल वॉटरचे ग्लास आहेत. आमच्याकडे आणि पबमध्ये आलेल्यांकडे ते लक्ष ठेवून आहेत.

"आपण काहीतरी खाऊ यात का?" मी विचारते.

"नको, आपण पिऊ यात."

"आज एवढा प्यायचा मूड का तुझा?"

"कारण, हल्ली तू भेटतच नाहीस. भेटलेल्या पहिल्याच पुरुषाच्या प्रेमात पडून तू त्याच्याशी लग्न करशील याची मला जराही कल्पना नव्हती," ती पुन्हा पाऊट करत म्हणते. "आणि, खरं सांगायचं तर तुझ्या या झटपट लग्नामुळे मला तर शंका आली होती की तू प्रेग्नंट आहेस."

मला खुदुखुदु हसू येतं. "मी प्रेग्नंट आहे असं सगळ्यांनाच वाटत होतं," मी कसंतरी म्हणते. "हे बघ केट, त्या सगळ्याची पुनरावृत्ती मला आत्ता नको आहे, प्लीज. एक्सक्यूज मी, मी जरा रेस्टरूमला जाऊन येते." माझ्या पाठोपाठ प्रेस्कॉटसुद्धा उठते. ती बोलत मात्र काही नाही. तिला बोलायची गरजही नाही. तिच्या रोमारोमातून

माझ्याबद्दलची नाराजी व्यक्त होते आहे.

टॉयलेटमध्ये जाऊन दार बंद केल्यावर मी वैतागाने स्वतःलाच म्हणते, ''लग्न झाल्यापासून माझी मी कुठेही गेलेले नाहीये.'' टॉयलेटच्या दारापलीकडे ती माझी वाट पाहत उभी आहे हे माहिती असल्यामुळे मी मुद्दाम तोंड वेंगाडते. इतक्या गर्दीच्या ठिकाणी हाईड माझं काय वाकडं करू शकणार आहे? नेहमीप्रमाणे ख्रिश्चन अतिरेक करतोय.

''**केट**, फार उशीर झालाय. निघायला हवं.''

सव्वा दहा झाले आहेत. माझं चौथं स्ट्रॉबेरी मोहितो संपलं आहे. मला चांगलीच चढलीए. ख्रिश्चनचा एवढा बाऊ करायची गरज नाही, होईल सगळं ठीक.

''हो ॲना, निघू यात. तुला भेटून किती बरं वाटलं. अं... तू नं हल्ली.... जरा जास्त खंबीर आणि नेमकं कसं सांगू, तुझ्यातला आत्मविश्वास वाढलाय असं वाटतं मला. लग्न मानवलंय हं तुला.''

माझा चेहरा फुलून येतो. मिस कॅथरिन कॅव्हॅनॉकडून चक्क मला दाद मिळालीये!

''खरं आहे तुझं म्हणणं,'' मी कबुली देते. बहुतेक मी आज अति प्यायले आहे. त्यामुळे की काय माझे डोळे भरून येतात. ह्याहून अधिक सुख ते काय असणार? त्याचा स्वभाव, त्याचा फिफ्टीपणा, त्याच्या आयुष्यातल्या अनंत घडामोडी हे सगळं असूनही मला मान्य करावं लागेल की, मी माझ्या स्वप्नांतल्या राजकुमाराशी लग्न केलंय. मनातल्या विचारांची आंदोलनं थांबवण्यासाठी मी पटकन विषय बदलते, नाहीतर मला आता रडू येईल.

''खूप धम्माल आली आज,'' केटचा हात घट्ट धरत मी म्हणते. ''बरं झालं तू मला बाहेर ओढून आणलंस.'' आम्ही दोघी एकमेकींना घट्ट मिठी मारतो. तिच्या मिठीतून मोकळं होत मी सॉयरकडे बघत मान डोलावते. तो प्रेस्कॉटकडे गाडीची किल्ली देतो.

केटच्या कानात मी पुटपुटते, ''मी घरी नाहीये हे सर्वगुणसंपन्न प्रेस्कॉटने एव्हाना ख्रिश्चनला सांगितलं असेल याची मला खात्री आहे. तो भयंकर भडकला असणार.'' कदाचित, त्या भरात तो मला शिक्षा करण्याचा एखादा अनोखा मार्ग शोधून काढेल... अशी मला आशा आहे.

''ॲना, तू अशी वेड्यासारखी का हसते आहेस? त्याला भडकवायला फार आवडतं का तुला?''

''नाही गं, तसं काही नाही. पण पटकन भडकतो तो. अनेकदा त्याला सगळं काही त्याच्या नियंत्रणाखाली हवं असतं.'' *अनेकदा नाही... सदा सर्वदा.*

''आलंय ते माझ्या लक्षात,'' केट तिरकसपणे म्हणते.

आम्ही केटच्या अपार्टमेंटबाहेर थांबतो. पुन्हा एकदा मला घट्ट मिठी मारत ती म्हणते, "भेटत जा गं अधून मधून." माझ्या गालावर हळूच ओठ टेकवत ती गाडीतून उतरते. मला एकदम चुकल्या चुकल्यासारखं होतं. माझ्या या मैत्रिणीशी होणाऱ्या गप्पागोष्टींची मला नितांत गरज आहे. तिच्याबरोबर मला खूप मजा येते, मी सगळा ताण विसरते. अजूनही मी तरुण आहे हे मला जाणवतं. अधूनमधून तिच्यासाठी वेळ काढला पाहिजे. पण खरं सांगायचं तर ख्रिश्चनबरोबरच्या आमच्या त्या छोट्याशा विश्वात रमायला मला अतिशय आवडतं. काल रात्री आम्ही दोघं एका चॅरिटी डिनरला गेलो होतो. तिथे उपस्थित उच्चभ्रू वर्तुळातले आणि स्टायलिश कपड्यातले स्त्रा-पुरुष रिअल इस्टेट आणि डॉलरची घसरण याव्यतिरिक्त काहीही बोलत नव्हते. मला भयंकर कंटाळा आला होता. बरं झालं, आज मी आणि केट भेटलो.

माझ्या पोटातून गुडूगुडू आवाज येऊ लागतात. जीझ! मी काहीही खाल्लेलं नाही. *शिट-ख्रिश्चन!* पटकन पर्समध्ये चाचपडून मी ब्लॅकबेरी बाहेर काढते. *होली क्रॅप-पाच मिस्ड कॉल्स* आणि एक टेक्स्ट मेसेज...

व्हेअर द हेल आर यू?

आणि एक ई-मेल

फ्रॉम : ख्रिश्चन ग्रे
सब्जेक्ट : संताप. तू अजून खरा संताप पाहिला नाहीस
डेट : ऑगस्ट २६, २०११, ००:४२ इएसटी
टु : अॅनेस्टेशिया ग्रे

अॅनेस्टेशिया
कुठेही बाहेर जाणार नाहीस हे मला कबूल केल्यावरही तू बारमध्ये जाऊन कॉकटेल पीत बसली आहेस, असं मला सॉयरनं सांगितलंय.
या क्षणाला मी किती संतापलोय याची तुला कल्पना आहे का?
उद्या बघतो तुझ्याकडे.

ख्रिश्चन ग्रे,
सीईओ, ग्रे एन्टरप्राईझेस होल्डिंग्ज इन्कॉ.

ओह शिट! आता माझं काही खरं नाही. मी हादरते. भोग-आता-आपल्या-कर्माची-फळं अशा आशयाने माझं अबोध मन मला खुन्नस देतं. अजून वेगळं काय होणार होतं? त्याला फोन करावा का? नको पण... खूप उशीर झालाय. तो गाढ झोपला असेल... किंवा फेऱ्या मारत बसला असेल. फोन करण्यापेक्षा टेक्स्ट मेसेज पाठवावा हे बरं.

मी धडधाकट आहे. मी खूप धमाल केली.
मला तुझी आठवण येते आहे. प्लीज, भडकू नको ना.

तो उत्तर पाठवेल म्हणून मी ब्लॅकबेरीकडे पाहत राहते. पण छे, त्याच्याकडून काही उत्तर येत नाही. मी उसासा टाकते.

एस्कलाच्या बाहेर प्रेस्कॉट गाडी थांबवते. सॉयर पटकन उतरून माझ्यासाठी दार उघडतो. आम्ही एलेव्हेटरची वाट पाहतो. ती संधी साधत मी त्याला विचारते, "ख्रिश्चनने तुला किती वाजता फोन केला होता?"

तो संकोचून म्हणतो, "मॅऽम, साधारण साडेनऊला."

"मग तू मला सांगितलं का नाहीस? मी बोलले असते ना त्याच्याशी."

"सरांनी मला तसं न करण्याविषयी बजावलं."

मी ओठ घट्ट मिटून घेते. तितक्यात एलेव्हेटर येतं. एक शब्दही न बोलता आम्ही आत जातो. ख्रिश्चन देशाच्या दुसऱ्या भागात आहे आणि इथे येईपर्यंत त्याचे बरेच तास जाणार आहेत. याबद्दल मी मनोमन आभार मानते. त्यामुळे त्याचा संताप कमी व्हायला मदत होईल. शिवाय मलाही थोडा वेळ मिळेल. तरीही... मला त्याची खूप उणीव भासते.

एलेव्हेटरचं दार उघडतं. मी बाहेर नजर टाकते. मला वेगळंच दृश्य दिसतं. नेमकं काय झालंय? फॉयरमधलं टेबल वेगळं का वाटतंय? इथल्या चित्राचं काय झालं?

टेबलवरच्या व्हाज्चे शेकडो तुकडे फॉयरभर पसरले आहेत. पाणी सांडलं आहे. फुलं इतस्ततः उधळली आहेत. टेबल पालथं पडलंय. सॉयर सावध होत माझा दंड धरून मला पटकन एलेव्हेटरमध्ये ओढतो.

खिशातून गन काढत तो मला बजावतो, "इथेच थांबा, हलू नका." मग बाहेर पडून तो माझ्या नजरेआड होतो.

मी एलेव्हेटरमध्ये मागे सरकते.

"ल्युक," ग्रेटरूममधून रिआनचा आवाज येतो. "कोड ब्ल्यू!"

"कोड ब्ल्यू?"

"सापडलाय का तो?" सॉयरचा आवाज येतो. "जिझस एच्. क्राईस्ट!"

मी एलेव्हेटरच्या भिंतीवर टेकते. *नेमकं काय चाललंय इथे?* माझ्या शरीरातून ॲड्रेनॅलिनचा प्रवाह दौडू लागतो, पोटात गोळा येतो. तेवढ्यात मला कुजबुज ऐकू येते. काही क्षणांत सॉयर फॉयरमध्ये परत येतो. गन होल्स्टरमध्ये अडकवत तो मला हळुवारपणे म्हणतो, "मिसेस ग्रे, तुम्ही आता आत येऊ शकता."

माझ्या तोंडून जेमतेम आवाज बाहेर पडतो, "ल्युक, काय झालंय?"

"एक आगंतुक आला आहे," माझं कोपर धरत तो म्हणतो. बरं झालं, त्यानं मला धरलंय. माझ्या पायातलं त्राण नाहीसं झालंय. त्याच्या आधारानं मी कशीबशी आत जाते.

ग्रेटरूमच्या दाराशी रियान उभा आहे. त्याच्या डोळ्यांवरच्या जखमेतून भळाभळा रक्त वाहतंय. त्याच्या ओठावरतीसुद्धा जखम झालीये. त्याचे कपडे अस्ताव्यस्त झालेत. कोणाशी तरी मारामारी केल्यासारखा त्याचा अवतार आहे. आणि हे काय...

त्याच्या पायाशी जॅक हाईड आहे. मला धक्का बसतो.

१०

माझं हृदय धडधडू लागतं. मी बधिर होते. ड्रिंक्स घेतल्यामुळे की काय, पण माझ्या कानात दडे बसल्यागत मला वाटतं.

"तो..." अतिशय घाबरून रियानकडे बघत मी शंका व्यक्त करायचा प्रयत्न करते. जमिनीवर पडलेल्या जॅककडे मला नजरदेखील टाकावीशी वाटत नाही.

"नाही मॅऽम, नुसता बेशुद्ध पडलाय."

मला हुश्श होतं. मी देवाचे आभार मानते.

"तुला खूप लागलंय." मी रियानला म्हणते. आज पहिल्यांदाच मला जाणवतं की, त्याचं नावदेखील मला ठाऊक नाहीये. मॅरेथॉन पळून आल्यासारखा तो धापा टाकत असतो. ओठाच्या कोपऱ्यावरचं रक्त तो हाताने पुसतो तेव्हा त्याच्या गालावरची जखम मला दिसते.

"मिसेस ग्रे, त्यानं कडवा प्रतिकार केला. मला फार काही लागलं नाही आहे." माझ्याकडे बघत समजुतीच्या स्वरात तो म्हणतो. या क्षणाला तो स्वतःवर चक्क खूश झाल्यासारखा दिसतोय.

"आणि गेल? म्हणजे मिसेस जोन्स?" *ओह नो, तिला काही झालं असलं तर? ती ठीक तर असेल ना?*

"ॲना, मी इथेच आहे." गेलचा आवाज ऐकून मी मागे बघते. ती नाईट ड्रेस आणि रोबमध्ये आहे. तिचे केस मोकळे आहेत. तिचा चेहरा पांढरा फटफटीत पडलाय आणि डोळे विस्फारलेले आहेत. माझी अवस्था तिच्याहून वेगळी नसावी.

"रियाननं मला जागं करून इथे थांबायचा आग्रह धरला," टेलरच्या ऑफिसकडे बोट दाखवत ती मला उत्तर देते. "मी अगदी ठीक आहे. तुमचं काय, तुम्ही कशा आहात?"

मी किंचितशी मान डोलावत तिला प्रतिसाद देते. टेलरच्या ऑफिसच्या बाजूला असलेल्या पॅनिकरूममधून ती नुकतीच बाहेर आली असावी. ही रूम इतक्या लगेच उपयोगात येईल याची आम्हाला कल्पना नव्हती. आमची एन्गेजमेन्ट झाल्यानंतर ही रूम तयार करण्यासाठी ख्रिश्चनने आग्रह धरला होता. मी मात्र डोळे फिरवून त्याची

मस्करी केली होती. त्या रूमच्या दारात गेलला बघून मला ख्रिश्चनच्या दूरदृष्टीचे आभार मानावेसे वाटत आहेत.

तेवढ्यात फॉयरच्या दिशेने दाराचा कर्रर असा आवाज येतो. मी दचकून तिकडे पाहते. तिथलं दार एका बिजागरीवर कसंबसं लटकलेलं आहे. नेमकं काय झालं इथे?

"तो एकटा होता का?" मी रियानला विचारते.

"हो मॅऽम. तो एकटा नसता तरी मी त्याला पाहून घेतलं असतं." रियानचा स्वाभिमान दुखावला गेला.

"तो आत शिरला कसा?" त्याच्या स्वराकडे दुर्लक्ष करत मी म्हणते.

"सर्व्हिस एलेव्हेटरमधून. भलताच चाणाक्ष आहे तो मॅऽम."

बेशुद्ध पडलेल्या जॅककडे मी बघते. त्याच्या अंगावर कव्हरॉल्स आहेत, कुठला तरी कंपनी युनिफॉर्म असावा तो.

"कधी?"

"साधारण दहा मिनिटांपूर्वी. सिक्युरिटी मॉनिटरवर मला तो दिसला. त्यानं ग्लोव्हज् घातले असल्यामुळे मला जरा विचित्र वाटलं. ऑगस्ट महिन्यात कोणी ग्लोव्हज् घालतं का? निरखून पाहिल्यावर मला त्याची ओळख पटली. म्हणून मी मुद्दाम त्याला आत येऊ दिलं. त्यामुळे, तो माझ्या जाळ्यात सापडेल याची मला खात्री होती. तुम्ही इथे नव्हतात. गेल सुरक्षित होती. इतकी चांगली संधी सोडणं शक्य नव्हतं." पुन्हा एकदा रियान स्वतःवर खूश होत म्हणाला. सॉयरनं मात्र त्याच्याकडे वैतागून पाहिलं. रियाननं तिकडे दुर्लक्ष केलं.

ग्लोव्हज्? त्या विचारानं मला कसंतरी होतं. मी पुन्हा एकदा जॅककडे कटाक्ष टाकते. खरंच त्यानं तपकिरी रंगाचे लेदर ग्लोव्हज् घातले आहेत. बापरे!

"आता पुढे काय?" मनातले किंतू घालवायचा प्रयत्न करत मी विचारते.

"त्याचा पक्का बंदोबस्त करणं गरजेचं आहे," रियान म्हणतो.

"पक्का बंदोबस्त?"

"शुद्धीवर आला तर?" सॉयरकडे नजर टाकत रियान म्हणतो.

मिसेस जोन्स पुढे येत विचारते, "काय हवंय तुम्हांला, मला सांगा." ती सावरली आहे.

"त्याला घट्ट बांधून ठेवायला एखादी दोरी वगैरे," रियान तत्परतेनं उत्तर देतो.

केबल टाईज्! आदल्या रात्रीच्या आठवणी माझ्या मनात गर्दी करतात आणि नकळत मी मनगटं चोळत चोरटा कटाक्ष टाकते. सुदैवाने तिथे वळ उमटलेले नाहियेत.

"माझ्याकडे केबल टाईज् आहेत. चालतील का?" सगळ्यांची नजर गर्रकन

माझ्याकडे वळते.

"हो, मॅऽम. अगदी चालतील," गंभीर चेहऱ्यानं सॉयर म्हणतो. या क्षणाला धरणी दुभंगून मला पोटात घेईल तर बरं, असं मला वाटतं. असो. मी आमच्या बेडरूमकडे जाते. कधीकधी तुम्हाला नकोशा गोष्टींचा सामनादेखील करावा लागतो. भीती आणि ड्रिंक्समुळे मी उसनं अवसान आणत होते का?

मी केबल टाईज् घेऊन परत येते तेव्हा मिसेस जोन्स फॉयरमध्ये झालेल्या नुकसानाचा अंदाज घेत असते. प्रेस्कॉट सिक्युरिटी टीमबरोबर उभी असते. मी सॉयरला दिलेल्या केबल टाईज्ने तो सावकाश आणि अति काळजीपूर्वक हाईडचे हात त्याच्या पाठीमागे बांधतो. मिसेस जोन्स किचनमधून फर्स्ट-एड किट घेऊन येते. मग रियानचा हात धरून ती त्याला ग्रेटरूममध्ये बसवते आणि त्याच्या डोळ्यावरची जखम स्वच्छ करून तिथे ॲन्टिसेप्टिक वाईप लावते. त्याबरोबर तो वेदनेनं चमकतो. तेवढ्यात जमिनीवर पडलेल्या ग्लॉककडे माझी नजर जाते. तिला सायलेन्सर लावलेलं आहे. *होली शिट! जॅककडे पिस्तूल होतं?* अचानक मला ढवळतं. कशीबशी स्वतःला सावरत मी पिस्तूल उचलायला पुढे होते.

"मिसेस ग्रे, प्लीज, हात लावू नका," प्रेस्कॉट घाईनं मला बजावते. तेवढ्यात टेलरच्या ऑफिसमधून सॉयर बाहेर येतो. त्यानं हातात रबरी ग्लोव्हज् चढवले आहेत.

"मिसेस ग्रे, मी बघतो तिकडे." सॉयर म्हणतो.

"त्याचं आहे का ते?" मी विचारते.

"हो मॅऽम," रियान म्हणतो. मिसेस जोन्सचं फर्स्ट-एड संपत आलंय. रियान पुन्हा एकदा कळवळतो.

होली क्रॅप! माझ्या घरात सशस्त्र माणसाशी रियानला मारामारी करावी लागली. त्या विचारानं मी अंतर्बाह्य थरथरते. पुढे होत सॉयर अलगदपणे ग्लॉक उचलतो.

" ते उचलायची गरज आहे का?" मी विचारते.

ती गन झिपलॉक बॅगमध्ये ठेवत सॉयर मला म्हणतो, "मॅऽम, ते माझं काम आहे." मग तो जॅकला हलवून बघतो. जॅकची काही हालचाल होत नाही. तेवढ्यात सॉयरला जॅकच्या पॅन्टच्या मागच्या खिशातून डोकवणारं डक्ट टेपचं बंडल दिसतं. सॉयर चमकतो आणि ते बंडल पुन्हा नीट खिशात सारतो.

डक्ट टेप?

माझ्यासमोर चालू असलेल्या हालचाली मी टिपते. पण तरीही त्या क्षणाला मी तिथे असून नसल्यासारखी आहे. डक्ट टेपचा अर्थ लक्षात येऊन पुन्हा एकदा मला डचमळून येतं. आज इथे भलतंच काहीतरी घडणार होतं. मी स्वतःला बजावते,

हं... ॲना, भलते विचार मनात आणू नकोस.

"पोलिसांना बोलवायचं का?" मी म्हणते. खरं म्हणजे मला प्रचंड भीती वाटतेय. हा हाईड आत्ताच्या आत्ता माझ्या घराबाहेर गेला पाहिजे.

रियान आणि सॉयर एकमेकांकडे बघतात.

"मला वाटतं आपण पोलिसांना बोलवायला हवं," नकळत मी ठामपणे म्हणते. रियान आणि सॉयरचे नक्की काय इशारे चालले आहेत ते मला समजत नाही.

"मी आत्ताच टेलरला फोन लावायचा प्रयत्न केला; पण तो उत्तर देत नाहीये. कदाचित तो गाढ झोपला असेल. मनगटावरच्या घड्याळाकडे नजर टाकत सॉयर म्हणतो, "ईस्ट कोस्टला आत्ता मध्यरात्रीचे पावणे दोन वाजले आहेत."

ओह नो!

"ख्रिश्चनला फोन केला का?" कसंबसं मी विचारते.

"नाही, मॅऽम."

"टेलरकडून सूचना घेण्यासाठी तुम्ही त्याला फोन लावत होतात का?"

क्षणभर माझ्या या प्रश्नामुळे सॉयर संकोचतो. "हो, मॅऽम."

मला वैताग येतो. खाली पडलेल्या हाईडकडे मी जळजळीत कटाक्ष टाकते. हा हरामखोर माझ्या घरात घुसला होता. पोलिसांनी ताबडतोब त्याची इथून उचलबांगडी केली पाहिजे. पण, या चौघांच्या अस्वस्थ नजरा काहीतरी वेगळंच सांगत आहेत. कुठेतरी पाणी मुरतंय. आपण स्वतःच ख्रिश्चनला फोन लावावा असं माझ्या मनात येतं. मी आतून शहारते. तो माझ्यावर अति- फारच जास्त संतापलाय हे मला माहितीये. तो काय म्हणेल या विचाराचा मला प्रचंड ताण येतो. शिवाय, तो या क्षणाला इथे नाहीए, उद्या संध्याकाळपर्यंत तो इथे पोहोचू शकत नाहीये, इथे प्रचंड राडा झालेला आहे. त्यानं दिलेल्या सूचनांचं पालन न करून मी तसंच त्याला भडकवलं आहे. त्यात अजून भर टाकावी अशी माझी इच्छा नाही. त्याला फोन न केलेलाच बरा, असा विचार माझ्या मनात येतो न येतो तोच मला जाणवतं, की त्याच्या सूचनेचं पालन मी केलं असतं तर... तर कदाचित मी आत्ता हाईडच्या तावडीत... शिट्, माझ्या चेहऱ्याचा रंग उडतो. बरं झालं मी घरी नव्हते. हे लक्षात आल्यावर कदाचित ख्रिश्चन माझ्यावर भडकणारदेखील नाही.

जॅककडे बोट दाखवत मी विचारते, "बराय का तो?"

"शुद्धीवर आल्यावर आपलं डोकं भणभणतंय हे त्याला जाणवेल," जॅककडे तिरस्काराने बघत रियान मला उत्तर देतो. "पण, पॅरामेडिक्सने त्याला तपासणं गरजेचं आहे."

मी पटकन पर्समधून ब्लॅकबेरी काढते आणि विचारांच्या आहारी जाण्याआधी

ख्रिश्चनला फोन लावते. फोन सरळ व्हॉइसमेलमध्ये जातो. कदाचित अतिशय संतापल्यामुळे त्याने फोन बंद केला असावा असं मला वाटतं. तसंही, त्यानं फोन उचलल्यावर काय बोलावं हा मला प्रश्नच पडलाय. तिथल्या सगळ्यांकडे पाठ करत मी पॅसेजमध्ये पुढे जाते.

"हाय, मी बोलतेय. प्लीज, माझ्यावर भडकू नकोस ना. आत्ता आपल्या अपार्टमेन्टमध्ये थोडी गडबड झालीये. काळजी करू नकोस. कोणालाही इजा झालेली नाही. सगळं ठीक आहे. मला फोन कर." एवढं बोलून मी फोन बंद करते. आणि वळून सॉयरला म्हणते, "पोलिसांना बोलाव."

मान डोलावत सॉयर खिशातून सेल काढून पोलिसांना फोन लावतो.

डायनिंगरूममध्ये टेबलशी बसून ऑफिसर स्किनर रियानशी गंभीर चर्चा करतोय. टेलरच्या ऑफिसमध्ये ऑफिसर वॉकर सॉयरबरोबर बोलतोय. प्रेस्कॉट कुठे दिसत नाही. कदाचित टेलरच्या ऑफिसमध्ये असावी. ग्रेटरूममध्ये मी कोचवर बसले आहे. माझ्या समोर डिटेक्टिव्ह क्लार्क बसला आहे. तो माझ्यावर प्रश्नांच्या फैरी झाडतोय. त्याच्या चेहऱ्यावर छपन्न आठ्या नसत्या तर तो देखणा दिसला असता. तो छान उंचापुरा आहे. माझ्या मते त्याला गाढ झोपेतून उठवून आणल्यामुळे तो वैतागला असावा. काय करणार, सिएटलच्या सर्वांत प्रसिद्ध आणि श्रीमंत व्यावसायिकाच्या घरात घुसखोरी झालीए ना!

"तो तुमचा बॉस होता ना?" क्लार्क मुद्देसूदपणे विचारतो.

"हो."

मी आता फार थकले आहे. थकव्याच्या पलीकडेही शिणले आहे. अंथरुणाला पाठ टेकवावी असं मला वाटतंय. ख्रिश्चनचा अजूनही फोन आलेला नाही. मात्र पॅरामेडिक्स येऊन हाईडला घेऊन गेले आहेत. तितक्यात मिसेस जोन्स मला आणि डिटेक्टिव्ह क्लार्कला चहा आणून देते.

"थँक्स," परत माझ्याकडे वळत क्लार्क विचारतो, "मिस्टर ग्रे कुठे आहेत?"

"न्यू यॉर्क. बिझनेस ट्रिप. उद्या... आज संध्याकाळपर्यंत परत येईल तो." मध्यरात्र उलटून गेली आहे.

"हाईडला आम्ही चांगलं ओळखून आहोत," डिटेक्टिव्ह क्लार्क म्हणतो. "पोलिस स्टेशनमध्ये येऊन तुम्हाला एक स्टेटमेंट द्यावं लागेल. पण त्याची इतकी घाई नाही. एकतर खूप उशीर झालाय आणि दुसरं म्हणजे बाहेर रिपोर्टर्स जमले आहेत. तुमची हरकत नसेल तर मी जरा घरात एक चक्कर मारू का?"

"माझी काहीच हरकत नाही," त्याचे प्रश्न संपले आहेत हे जाणून मी हुश्श करते.

बापरे! बाहेर फोटोग्राफर जमले आहेत, या विचारानं माझ्या पोटात गोळा येतो. पण असो, उद्यापर्यंत मला त्याची काळजी करायची गरज नाही. रे आणि मॉमला सकाळी फोन करायचा विचार मी पक्का करते. हो, उगाच त्यांच्या कानावर काही भलतीसलती बातमी जाण्याआधी मी फोन केलेला केव्हाही चांगला.

''मिसेस ग्रे, आता आराम केलात तर बरं होईल,'' मिसेस जोन्स मला सुचवते. तिचा स्वर काळजीचा आहे.

तिच्या प्रेमळ नजरेकडे बघताक्षणी मला भडभडून येतं. मला खूप रडावंसं वाटतं; ते लक्षात येऊन ती पुढे होत मायेनं माझ्या खांद्यावर थोपटते.

''काळजी करू नका, आपण आता सुरक्षित आहोत. आज रात्रभर छान झोप झाली की, उद्या तुम्हाला नक्की बरं वाटेल. शिवाय, मिस्टर ग्रेदेखील संध्याकाळपर्यंत परत येतील.''

डोळ्यांतले अश्रू कसेबसे थोपवत मी तिच्याकडे बघते. ख्रिश्चन किती संतापेल याचा मला अंदाज नाहीये.

''झोपायच्या आधी काही खाऊन घेता का?'' तिनं असं विचारल्यावर मला भुकेची जाणीव होते. मला कडकडून भूक लागलीय. ''हो, चालेल.''

ती हसून विचारते, ''सॅन्डविच आणि दूध आणू?''

मी कृतज्ञतेनं मान डोलावते. ती किचनकडे वळते. अजूनही रियान ऑफिसर स्किनरबरोबर आहे. डिटेक्टिव्ह क्लार्क एलेव्हेटरच्या आजूबाजूच्या भागाची तपासणी करतोय. त्याच्या कपाळावरच्या आठ्या गेल्या नसल्या तरी तो विचारात पडलाय हे माझ्या लक्षात येतं. अचानक मी होमसिक होते- मला ख्रिश्चनची उणीव भासू लागते. दोन्ही हातांत डोकं गच्च पकडून मी विचार करू लागते, 'तो आत्ता इथे असता तर? काय करायचं ते त्याला बरोबर माहिती असतं.' *ही कसली संध्याकाळ म्हणायची!* या क्षणी मला पटकन त्याच्या कुशीत शिरावंसं वाटतंय. मला घट्ट मिठीत धरून 'आय लव्ह यू' म्हणत त्यानं दिलासा द्यावा, असं वाटतंय. मला माहिती आहे की मी त्याच्या सूचनांचं तंतोतंत पालन करत नाही. तरीही त्याच्या माझ्यावरच्या प्रेमाची ग्वाही मिळणं माझ्यासाठी गरजेचं आहे. पण, संध्याकाळपर्यंत ते शक्य नाही. मी मनातल्या मनात डोळे गर्रकन फिरवते.... सर्व कुटुंबीयांची सुरक्षितता इतकी वाढवली आहे, हे त्यानं मला सांगितलं का नाही? जॅकच्या कॉम्प्युटरवर नक्की काय माहिती साठवली आहे? अनेकदा ख्रिश्चन मला भयानक वैताग आणतो. पण, या क्षणाला मला त्या कशाशीही देणंघेणं नाही. मला फक्त माझा नवरा हवा आहे. मला त्याची खूप आठवण येते आहे.

''ॲना डिअर, हे घे,'' गेलच्या हाक मारण्यानं माझ्या मनातले विचार थांबतात. मी तिच्याकडे पाहते. तिनं माझ्यासाठी पीनट-बटर-जेलीचं सॅन्डविच आणलं आहे.

गेल्या कित्येक वर्षांत मी ते खाल्लं नाहीये. माझ्या हातात डिश देताना तिच्या नजरेत खट्याळपणा आहे. मला हसू येतं. घाईघाईनं मी सॅन्डविचचा घास घेते.

शेवटी एकदाची मी अंथरुणात शिरते. ख्रिश्चनचा टी-शर्ट अंगात चढवून मी त्याच्या जागेवर झोपते. त्याच्या उशीला आणि टी-शर्टला त्याचा गंध येतोय. तो लवकर आणि सुखरूप घरी यावा, अशी मनोमन प्रार्थना करत मी क्षणार्धात गाढ झोपते. माझं चित्त बऱ्यापैकी थाऱ्यावर आलंय.

मी दचकून जागी होते. किंचित उजाडलंय. माझं डोकं भणभणतंय. ओह नो! हॅंगओव्हर की काय? आजूबाजूचा अंदाज घेत मी सावकाश डोळे उघडते. बेडरूममधली खुर्ची नेहमीच्या जागेवरून सरकली आहे. ख्रिश्चन त्यावर बसला आहे हे माझ्या लक्षात येतं. त्याच्या अंगावर सूट आहे. त्याच्या बो-टायचं टोक वरच्या खिशातून डोकावत आहे. मी स्वप्नात तर नाही ना? खुर्चीच्या पाठीवर त्यानं डावा हात टाकलाय. त्या हातात भरलेला ग्लास आहे. ब्रॅन्डी? व्हिस्की? मला कळत नाही. पायावर पाय टाकून तो बसलाय. त्याच्या पायात काळे मोजे आणि फॉर्मल शूज आहेत. खुर्चीच्या हातावर उजवं कोपर टेकवून तळहातावर त्यानं हनुवटी टेकवली आहे. अंगठ्याजवळचं बोट तो एका लयीत स्वतःच्या खालच्या ओठांवरून फिरवतोय. पहाटेच्या प्रकाशातही मला त्याच्या डोळ्यातली धग जाणवते. परंतु, त्याच्या निर्विकार चेहऱ्यावरून मला त्याचा अंदाज येत नाही.

माझं हृदय क्षणभर थांबतं. तो येऊन पोहोचला आहे. पण, तो आला कसा? तो काल रात्रीच न्यू यॉर्कहून निघाला असणार. किती वेळापासून तो माझं निरीक्षण करत बसलाय?

"हाय," मी धीर एकवटून म्हणते.

अत्यंत निर्विकारपणे तो माझ्याकडे बघतो. पुन्हा एकदा माझ्या हृदयाचा ठोका चुकतो. ओह नो! त्याची लांबसडक बोटं ओठांकडून खाली वळतात. ग्लासमध्ये असलेलं सर्व ड्रिंक एका घोटात संपवत तो ग्लास बाजूच्या टेबलवर ठेवतो. तो पुढे येऊन माझं चुंबन घेईल असं मला वाटतं. पण तो जागचा हलत नाही. तिथेच बसून, तितक्याच निर्विकारपणे तो माझं निरीक्षण करत राहतो.

खूप वेळानंतर तो घोगऱ्या स्वरात म्हणतो, "हॅलो." त्याच्या स्वरावरून माझ्या लक्षात येतं की तो अजूनही खूप भडकलेला आहे.

"आलास तू?"

"असं दिसतंय खरं."

त्याच्यावरची नजर न हटवता मी सावकाश उठून बसते. माझ्या घशाला कोरड पडली आहे. "तू असा किती वेळापासून माझ्याकडे पाहत बसला आहेस?"

"बराच वेळ झाला.''

"तू अजूनही भडकला आहेस.'' मी कसंबसं म्हणते.

उत्तर द्यावं की नाही या विचारात तो माझ्याकडे रोखून बघतो. "भडकलो आहे?'' प्रत्येक शब्द तोलून मापून त्याच्या परिणामांचा विचार करत तो म्हणतो, "नाही ॲना, मी नुसता भडकलो नाहीए. माझा संताप-संताप झाला आहे.''

होली क्रॅप! मी आवंढा गिळायचा प्रयत्न करते. पण घशाला प्रचंड कोरड पडल्यामुळे मला ते शक्य होत नाही.

"संताप-संताप... कठीणच आहे म्हणायचं.''

पुन्हा तो माझ्याकडे निर्विकारपणे पाहतो. थोडा वेळ आम्ही दोघंही गप्प बसतो. पुढे होत, ग्लास उचलून पाण्याचा एक घोट घेत मी माझं अति धडधडणाऱ्या हृदयाला ताळ्यावर आणायचा प्रयत्न करते.

"रियाननं जॅकला पकडलं,'' ग्लास जागेवर ठेवत मी विषयांतर करू पाहते.

तो थंडपणे उत्तर देतो, "माहितीये मला.''

अर्थातच, त्याला माहिती असणार. "तू काय एका शब्दात उत्तर देण्याचा निश्चय केला आहेस का?''

माझ्या या अनपेक्षित प्रश्नामुळे त्याची भुवई उंचावते. उत्तरादाखल तो म्हणतो, "हो.''

अच्छा... ठीक आहे. आता काय करावं बरं? हं, स्व-संरक्षण हा सर्वोत्तम मार्ग आहे. "मी बाहेर राहिले त्याबद्दल सॉरी.''

"खरंच?''

"नाही,'' क्षणभर थांबून मी जे खरं आहे ते सांगते.

"मग कशाला म्हणतेस?''

"तू माझ्यावर भडकू नयेस म्हणून.''

यावर तो काहीही न बोलता खोल सुस्कारा सोडतो. गेल्या कित्येक तासांचा ताण त्यातून जणू बाहेर पडतो. तो स्वतःच्या केसांतून हात फिरवू लागतो. किती देखणा दिसतोय तो. भडकलेला असला तरीही देखणा आहे. मी नजरेनं त्याला घटाघटा पिण्याचा प्रयत्न करते. माझा ख्रिश्चन-परत आलाय-संतापलाय; पण सुरक्षित आहे.

"डिटेक्टिव्ह क्लार्कला तुझ्याशी बोलायचंय.''

"कल्पना आहे.''

"ख्रिश्चन, प्लीज....''

"प्लीज काय?''

"इतक्या थंडपणे नको ना वागूस माझ्याशी.''

पुन्हा एकदा आश्चर्यानं त्याची भुवई उंचावते. "ॲनेस्टेशिया, थंडपणे? उलट मी तर म्हणेन की मी प्रचंड तापलोय. माझा संताप झालाय. मला समजत नाहीये की या सगळ्या-" दोन्ही हात हवेत उडवत तो शब्द शोधण्याचा प्रयत्न करत पुढे म्हणतो- "या सगळ्या भावनांचा सामना कसा करावा." त्याचा स्वर कडवट आहे.

ओह शिट! त्याच्या प्रामाणिकपणामुळे मी विरघळते. या क्षणी पुढे होऊन त्याच्या मांडीवर बसावंसं मला वाटतं. काल रात्री घरी आल्यापासून तेवढी एकच इच्छा माझ्या मनात आहे. *जाऊ दे सगळं खड्ड्यात!* पटकन पुढे होत मी त्याच्या मांडीवर बसते. तो ढकलून देईल की काय अशी मला भीती वाटते. पण, दुसऱ्या क्षणी मला घट्ट मिठीत घेऊन तो माझ्या केसांत नाक खुपसतो. व्हिस्कीचा भपकारा येतो. *जीझ, नक्की किती प्यायलाय हा?* त्याच्या जोडीला बॉडीवॉश आणि ख्रिश्चनचा स्वतःचा गंधदेखील मला जाणवतो. त्याच्या गळ्यात हात टाकून मी त्याच्या मानेत नाक खुपसते. तो पुन्हा खोल श्वास घेतो.

"ओह मिसेस ग्रे, मी तुमचं काय करू?" माझ्या केसांवर ओठ टेकवत तो विचारतो. त्याच्या स्पर्शाने सुखावत मी डोळे मिटून घेते.

"किती पेग घेतले आहेस तू?"

तो स्तब्ध होत विचारतो, "का?"

"तू एरवी हार्ड ड्रिंक्स घेत नाहीस म्हणून म्हटलं."

"हा दुसरा ग्लास होता. ॲनेस्टेशिया, आजची रात्र माझी परीक्षा पाहणारी ठरली. अगं, माणसाला काही आराम हवा की नको?"

मी हसून म्हणते, "मिस्टर ग्रे, तुमची तशी इच्छा असेल तर नक्कीच तुम्ही आराम करा." भरभरून त्याचा गंध साठवून घेत मी पुढे म्हणते, "किती छान वास येतोय तुला. तुझ्या उशीलासुद्धा तुझा गंध येतोय म्हणून मी तुझ्या जागेवर झोपले होते."

माझे केस हुंगत तो म्हणतो, "हो? तरी मी विचार करत होतो की तू माझ्या जागेवर का झोपली आहेस? पण, मी अजूनही प्रचंड संतापलेलो आहे."

"मला कल्पना आहे."

तो माझ्या पाठीवरून एका लयीत हात फिरवू लागतो.

"आणि मी तुझ्यावर संतापले आहे." मी त्याच्या कानात कुजबुजते.

तो थबकतो. "तुला संताप यावा असं मी काय केलं बरं?"

"जेंव्हा तुझा संताप कमी होईल ना तेव्हा सांगेन मी तुला," असं म्हणत मी त्याच्या गळ्यावर ओठ टेकवते. माझ्या स्पर्शाने सुखावत तो डोळे मिटून घेतो पण, पुढे होत तो माझं चुंबन घेत नाही. माझ्या भोवतीची त्याची मिठी मात्र घट्ट होते.

"काय झालं असतं या विचारानं माझा...." तो वाक्य पूर्ण करू शकत नाही.

"मला काही झालं नाहीए."

"ओह, ॲना." त्याला हुंदका दाटून येतो.

"मी सुरक्षित आहे. आम्ही सगळे ठीक आहोत. आम्ही हादरलो होतो पण... गेल ठीक आहे. रियानसुद्धा ठीक आहे. शिवाय पोलिस जॅकला घेऊन गेलेत."

मान जोरात हलवत तो म्हणतो, "खरं म्हणजे, तुझे आभार मानायला हवेत."

काय? मी किंचित मागे होत त्याच्याकडे रोखून पाहत त्याला विचारते, "नेमकं काय म्हणायचंय तुला?"

"ॲना, या क्षणी मला त्याबद्दल वाद घालायचा नाहीये."

मला आश्चर्य वाटतं. मला वाद घालायला आवडेल; पण, तूर्तास तो विचार मी बाजूला ठेवते. तो माझ्याशी बोलतोय हे काय कमी आहे. पुन्हा एकदा मी त्याच्या मांडीवर नीट बसते. तो माझ्या केसांतून हात फिरवत केसांशी खेळू लागतो.

"मला तुला शिक्षा करायचीय," तो माझ्या कानात म्हणतो. "आज मला खरोखरच तुला शिक्षा करायची आहे," तो पुढे म्हणतो.

माझं हृदय पुन्हा एकवार थबकतं. *फक!* "माहितीये मला," मी शहारत म्हणते.

"बहुतेक मी विचार अमलात आणेन."

"मला आशा आहे, की तू असं काही करणार नाहीस."

माझ्याभोवतीची मिठी घट्ट करत तो म्हणतो, "ॲना, ॲना, ॲना. तू तर एखाद्या साधूचीदेखील सत्त्वपरीक्षा घेशील."

"मिस्टर ग्रे, मी तुमच्यावर अनेक आरोप करू शकते; पण, तुम्हाला साधू मात्र कधी म्हणणार नाही."

एकदाचं त्याला थोडंस हसू येतं, "नेहमीप्रमाणे चांगला मुद्दा उत्तम प्रकारे मांडलात, मिसेस ग्रे." माझ्या कपाळावर ओठ टेकवत तो म्हणतो.

"चल झोप आता. रात्री खूप उशीर झाला होता ना?" माझ्यासकट पटकन उठत तो मला पलंगावर ठेवतो.

"तू पण झोप ना माझ्याबरोबर."

"नको. मला कामं आहेत." असं म्हणत तो मद्याचा ग्लास उचलून घेतो. "झोप आता. दोन-एक तासांनी उठवेन मी तुला."

"अजूनही भडकला आहेस का माझ्यावर?"

"हो."

"मग झोपते मी."

"गुड." माझ्या अंगावर पांघरूण टाकत तो पुन्हा एकदा माझ्या कपाळावर ओठ टेकवत म्हणतो, "झोप आता."

काल रात्रीचा विचित्र प्रकार, त्यानंतर दाटलेली अस्वस्थता, ख्रिश्चन परत आल्यामुळे जाणवणारी सुटकेची भावना आणि भल्या पहाटे झालेली आमची शाब्दिक चकमक या सगळ्यामुळे मी प्रचंड थकले आहे. त्याच्या आज्ञेचं पालन करत मी पटकन झोपते. मला क्षणार्धात झोप लागते. पण, त्याआधी माझ्या मनात आल्याशिवाय राहत नाही, की मनात धुमसणारा संताप व्यक्त करण्यासाठी त्यानं नेहमीप्रमाणे माझ्याशी रासवटपणा कसा काय केला नाही.

''हे बघ, तुझ्यासाठी संत्र्याचा ज्यूस आणलाय,'' ख्रिश्चनच्या आवाजानं मला जाग येते. गेल्या कित्येक दिवसांत मी इतकी गाढ झोपले नव्हते. या दोन तासांच्या झोपेमुळे माझी डोकेदुखी गायब झाली आहे. थंडगार संत्र्याचा ज्यूस आणि देखणा नवरा या दोन्हीमुळे मला छान वाटतंय. त्याने स्वेट पॅन्ट घातली आहे. क्षणार्धात माझ्या आठवणी जाग्या होतात. मी पहिल्यांदा त्याच्या बाजूला झोपले होते- ते हीथमन हॉटेल मला आठवतं. त्याच्या अंगात असलेला राखाडी टी-शर्ट घामानं गच्च भिजलाय. कदाचित तो जॉगिंग किंवा बेसमेंटमधल्या जिममध्ये वर्कआऊट करून आला असणार. व्यायामानंतरही एखादी व्यक्ती इतकी देखणी कशी दिसू शकते?

''मी आंघोळीला चाललोय,'' असं म्हणत तो बाथरूमध्ये शिरतो. मला वैताग येतो. हे काय याचं वागणं? एकतर, जे झालंय त्यामुळे तो विचलित झालाय किंवा मग अजूनही संतापलाय किंवा.... किंवा काय? मी उठून बसत ज्यूसचा ग्लास हातात घेते आणि एका झटक्यात तो संपवते. अहाहा! थंडगार आणि चविष्ट ज्यूसमुळे माझ्या तोंडाला जरा चव आली आहे. मी धडपडत अंथरुणातून बाहेर पडते. आमच्यामधलं भौतिक आणि मानसिक अंतर मिटवण्यासाठी मी आतुर झाले आहे. मी घड्याळाकडे नजर टाकते. आठ वाजले आहेत. अंगात घातलेला ख्रिश्चनचा टी-शर्ट काढून फेकत मी त्याच्या पाठोपाठ बाथरूममध्ये शिरते. तो शॉवरखाली उभा आहे. मनात किंतू न बाळगता मी त्याच्या मागे शॉवरखाली उभी राहत त्याच्याभोवती हातांचा वेढा घालते. माझ्या स्पर्शानं तो क्षणभर शहारतो. त्याच्या ओल्या पिळदार पाठीला मी बिलगते. त्याच्या शहारण्याकडे दुर्लक्ष करत, त्याच्या भोवतीची मिठी घट्ट आवळत, डोळे मिटत मी त्याच्या पाठीवर गाल टेकवते. पुढच्या क्षणी, स्वतःला सावरून घेत तो थोडासा पुढे होतो. आता शॉवरच्या गरम धारा आम्हा दोघांना भिजवू लागतात. ज्या माणसाच्या प्रेमात मी आकंठ बुडाले आहे त्याला घट्ट धरत मी शॉवरचा मनमुराद आनंद लुटते. या इथे त्यानं आजवर किती वेळा माझ्याशी प्रणय आणि रानटी संभोग केला आहे ते मला आठवतं. मी विचारात पडते. मी त्याला आजवर इतकं शांत कधीही पाहिलं नाहीये.

मान किंचित वळवत मी त्याच्या पाठीची चुंबनं घ्यायला सुरुवात करते. तो पुन्हा अंग अखडून घेतो.

"ॲना," तो बजावतो.

"हं...."

त्याच्या कमावलेल्या पोटावरून हळूहळू फिरणारा माझा हात त्याच्या बेंबीच्या दिशेने जातो. दोन्ही हातांनी माझा हात घट्ट पकडून तो मला थांबवत जोरात मान हलवतो.

"नको हं," तो पुन्हा बजावतो.

मी ताबडतोब हात बाजूला घेते. *तो चक्क नाही म्हणतोय?* मी गोंधळते. आजवर कधीही असं झालेलं नाहीये. ओठ घट्ट मिटत, आपल्या अर्धचंद्राकृती चष्म्याआडून पाहत माझं अबोध मन मान हलवून निषेध व्यक्त करतं. 'तू फारच घोळ घातला आहेस,' असा आशय मला त्यातून जाणवतो. ख्रिश्चनच्या नाकारण्यामुळे मला खाड्कन मुस्काटीत मारल्यासारखं, झिडकारल्यासारखं वाटतं. *याला आता मी नकोशी झाली आहे का?* हा दळभद्री विचार माझ्या मनात थैमान घालू लागतो. वेदनेने पिळवटून मी त्याच्याकडे पाहते. ते जाणवून ख्रिश्चन माझ्याकडे वळतो. माझ्या लक्षात येतं की, माझी त्याच्यावरची मोहिनी पूर्णपणे नष्ट झालेली नाहीये. मला हुश्श होतं. माझी हनुवटी किंचित उंचावत तो माझ्या नजरेत नजर मिळवतो. त्याचे सुंदर बोलके डोळे थकलेले आहेत.

"मी अजूनही तुझ्यावर भयंकर भडकलेलो आहे," हे सांगताना त्याचा स्वर अतिशय थंड आणि गंभीर आहे. *शिट!* किंचित झुकत, डोळे मिटत तो माझ्या कपाळावर कपाळ टेकवतो. संधीचा फायदा घेत मी त्याचा चेहरा कुरवाळत म्हणते, "प्लीज, नको ना भडकू इतका. मला वाटतं की, तू जरा अतिरेक करतो आहेस."

अवाक होऊन तो सरळ होतो. माझा हात खाली येतो.

"अतिरेक?" तो झापतो. "कोणी एक मूर्ख वेडा माझ्या अपार्टमेंटमध्ये घुसून माझ्या बायकोला किडनॅप करायचा प्रयत्न करतो आणि तू म्हणतेस की मी अतिरेक करतोय?" त्याच्या स्वरातला जळजळीतपणा मला घाबरवून टाकतो. त्याची तिखट नजर मला जाळते. जणू काही मीच तो कोणी एक मूर्ख वेडा आहे.

"नाही..., म्हणजे मला तसं नव्हतं रे म्हणायचं. मी काल रात्री बाहेर होते त्याबद्दल मी बोलते आहे."

अतिशय दुःख झाल्याप्रमाणे तो पुन्हा डोळे मिटून घेत मान झटकतो.

"ख्रिश्चन, अरे मी इथे नव्हते तेव्हा," मी त्याला दिलासा द्यायचा प्रयत्न करते.

"ते मला माहितीये," डोळे उघडत तो अस्फुटपणे म्हणतो. "आणि का...? तर तुला एक साधी, छोटीशी विनंती मानता येत नाही." त्याच्या स्वरातल्या

कडवटपणामुळे माझ्या पोटात खड्डा पडतो. ''हे बघ ॲनेस्टेशिया, मी अजूनही भयानक भडकलेलो आहे. पण, मला आत्ता या क्षणी शॉवरमध्ये या विषयावर चर्चा करायची इच्छा नाहीये. तुझ्या वागण्यामुळे माझ्या निर्णयाचा विचार करण्याची वेळ माझ्यावर आली आहे, हे लक्षात घे.'' असं बोलून तो शॉवरमधून बाहेर पडत, खसकन टॉवेल ओढत, स्वतःभोवती गुंडाळत बाथरूममधून ताडताड बाहेर पडतो. मी अवाक होऊन पाहत राहते. गरम पाण्याच्या शॉवरखाली मी थिजते.

वैताग. वैताग. वैताग.

तो जे काही बोलला त्याचा मथितार्थ आत्ता कुठे मला जाणवतो. *किडनॅप?* फक! जॅक मला किडनॅप करणार होता. काल रात्री त्याच्या खिशातून डोकावणारी डक्ट टेप मला आठवते आणि तिचा कार्यकारणभाव अचानक माझ्या लक्षात येतो. ख्रिश्चनला नेमकं काय माहितीये? घाईघाईने शॅम्पू करून मी पटकन बाथरूममधून बाहेर पडते. मला जाणून घ्यायचंय. मला कळलंच पाहिजे. यापुढे मी त्याला मला असं अंधारात ठेवू देणार नाही.

मी बेडरूममध्ये येते; पण ख्रिश्चन तिथे नाहीये. बापरे, हा किती चटकन तयार होतो! मीसुद्धा त्याचा कित्ता गिरवत भराभर तयार होते. माझा लाडका प्लम ड्रेस आणि काळे सॅन्डल्स मी चढवते. नकळत पण जाणीवपूर्वक मी ख्रिश्चनच्या आवडीचे कपडे घातले आहेत हे मला लक्षात येतं. टॉवेलनं खसाखसा केस पुसून मी झर्रकन केस गुंफून त्यांचा आंबाडा घालते. मग कानात हिरे अडकवत बाथरूममध्ये जाऊन झटक्यात मस्कारा लावते आणि आरशात डोकावते. *शी! मी किती फिकुटलेली दिसतेय, जीझ! मी सदा फिकुटलेली असते.* खोल श्वास घेत मी स्वतःला स्थिर करण्याचा प्रयत्न करते. काल रात्री माझ्या मैत्रिणीबरोबर चार क्षण आनंदात घालवण्याच्या माझ्या निर्णयाचे जे काही परिणाम झाले आहेत, त्यांना खंबीरपणे सामोरं जाणं मला भाग आहे. अर्थात, ख्रिश्चनचे विचार याहून वेगळे असणार, याचीही मला कल्पना आहे. निःश्वास सोडत मी स्वतःला तयार करते.

ख्रिश्चन ग्रेटरूममध्येदेखील नाहीये. मिसेस जोन्स किचनमध्ये गर्क आहे.

''गुड मॉर्निंग, ॲना,'' ती हसून म्हणते.

''मॉर्निंग,'' मी हसून उत्तर देते. आज मी पुन्हा ॲना आहे तर.

''चहा?''

''प्लीज.''

''काही खाणार आहेस?''

''प्लीज. ऑम्लेट चालेल.''

''मशरूम आणि पालक घालू?''

''आणि थोडं चिझ पण.''

“आत्ता आणते.”

“ख्रिश्चन कुठेय?”

“मिस्टर ग्रे त्यांच्या स्टडीमध्ये आहेत.”

“त्याचा ब्रेकफास्ट झाला?” ब्रेकफास्ट बारवर ठेवलेल्या दोन प्लेट्सकडे नजर टाकत मी विचारते.

“नाही मॅऽम.”

“थँक्स.”

ख्रिश्चन फोनवर बोलतोय. नेहमीप्रमाणे त्यानं पांढरा शर्ट घातलाय; पण टाय मात्र बांधलेला नाही. या क्षणी तो अगदी निवांत दिसतोय. दिसणं किती फसवं असतं ना! कदाचित तो ऑफिसमध्ये जाणारही नाही. मी त्याच्या स्टडीच्या दारात आलेली पाहून तो मान वर करत 'नाही' असा इशारा करतो. मी आत आलेली त्याला नको आहे. शिट...! गर्रकन वळून मी ब्रेकफास्ट बारकडे येते. मी सुन्न झाले आहे. तितक्यात टेलर येतो. त्याच्या अंगावर गडद रंगाचा सूट आहे. त्याच्याकडे पाहून वाटत नाही की, त्याला काल प्रचंड दगदग झाली असेल.

“मॉर्निंग, टेलर,” त्याच्या मूडचा अंदाज घेत मी पुटपुटते. जे काही चाललं आहे त्याचे धागेदोरे त्याच्याकडून मिळाले तर किती बरं होईल.

“गुड मॉर्निंग, मिसेस ग्रे,” तो उत्तर देतो. त्याच्या या चार शब्दांत मला माझ्याबद्दलची कीव दिसून येते. मी समजून उमजून हसते. ठरलेला सगळा कार्यक्रम रद्द करून न्यू यॉर्कहून तडकाफडकी निघून सिएटलला यावं लागल्यामुळे ख्रिश्चनचा जो काही संताप झाला असेल तो टेलरला झेलावा लागला असणार, याची मला कल्पना आहे.

मी धीर एकवटून विचारते, “प्रवास कसा झाला?”

“मिसेस ग्रे, खूप रटाळ.” त्याचा तुटकपणा मला खूप काही सांगून जातो. “तुम्ही कशा आहात हे मी विचारू शकतो का?” तो नरमाईनं विचारतो.

“मी ठीक आहे.”

यावर मान डोलावत “प्लीज एक्सक्यूज मी,” असं म्हणत तो ख्रिश्चनच्या स्टडीकडे वळतो. अच्छा, मला नसला तरी टेलरला मात्र स्टडीमध्ये प्रवेश आहे.

“हे घ्या.” तितक्यात मिसेस जोन्स माझ्यासमोर ब्रेकफास्ट आणते. अचानक माझी भूक मेली आहे. मी खाल्लं नाही तर तिला वाईट वाटेल म्हणून मी कशीबशी खाऊ लागते.

माझं खाऊन होत आलं तरीही ख्रिश्चन स्टडीमधून बाहेर आलेला नाही. तो मला टाळातोय का?

“थँक्स, मिसेस जोन्स,” असं म्हणत मी उठते आणि ब्रश करण्यासाठी

बाथरूमकडे जाते. दात घासताना मला लग्नाच्या वेळेस घेतलेल्या आणाभाकांची आठवण होते. तेव्हादेखील ख्रिश्चन दुर्मुखलेला होता. त्याही वेळेस त्यानं स्वतःला स्टडीमध्ये कोंडून घेतलं होतं. हे काय चाललंय? त्यानंतर त्याला भयाण स्वप्न पडलं होतं. आजही त्याची पुनरावृत्ती होईल का? मला त्याच्याशी बोललं पाहिजे. जॅकबद्दल आणि समस्त ग्रे परिवाराच्या वाढीव सुरक्षिततेबद्दल जाणून घेणं मला गरजेचं आहे. केटनं सांगितल्याशिवाय मला कशाचाही थांगपत्ता लागू नये, याला काय अर्थ आहे? इलिएट तिला सगळं सांगतो म्हणून बरंय.

मी घड्याळाकडे नजर टाकते. बापरे, आठ पंचावन्न! मला उशीर झालाय. दात घासणं आवरतं घेत मी भर्रकन लिपग्लॉस लावते, माझं काळं जॅकेट उचलते आणि ग्रेटरूमकडे धाव घेते. ख्रिश्चन ब्रेकफास्ट करतोय हे पाहून मला हुश्श होतं.

''तू निघाली आहेस?'' मला पाहून तो विचारतो.

''ऑफिसला ना? अर्थातच.'' उसनं अवसान आणून मी त्याच्या दिशेनं जात ब्रेकफास्ट टेबलपाशी उभी राहते. तो निर्विकारपणे माझ्याकडे पाहतो.

''ख्रिश्चन, आपल्याला येऊन जेमतेम एक आठवडा झालाय. मला ऑफिसला गेलं पाहिजे.''

''पण-'' काहीतरी बोलता बोलता तो थांबतो आणि वैतागून केसातून हात फिरवतो. मिसेस जोन्स हळूच काढता पाय घेते. सुज्ञ आणि समंजस गेल.

''हे बघ, आपल्याला बरंच काही बोलायचं आहे हे मला माहितीये. तू जर थोडा शांत झालास तर कदाचित आपण आज संध्याकाळी बोलू शकू.''

माझ्या ह्या वाक्यावर त्याच्या तोंडाचा 'आऽ' होतो. ''शांत झाल्यावर?'' त्याचा स्वर नको तितका मुलायम आहे.

माझा चेहरा लाल होतो, ''मला काय म्हणायचंय ते तुला चांगलंच कळलंय.''

''नाही ॲनेस्टेशिया, तुला काय म्हणायचंय ते मला अजिबात कळलेलं नाही.''

''हे बघ, मला भांडायचं नाहीये. मी माझी गाडी घेऊन जाऊ का हे विचारायला आले होते.''

''नाही. शक्य नाही,'' तो फटकारतो.

मी पटकन माघार घेत म्हणते, ''बरं.''

तो पुन्हा अवाक होतो. मी वाद घालेन असं त्याला वाटलं असावं. ''प्रेस्कॉट येईल तुझ्याबरोबर.'' त्याचा स्वर जरा निवळला आहे.

च्यायला, ही प्रेस्कॉट कशाला? खरं म्हणजे त्याला कडाडून विरोध करण्याची माझी इच्छा आहे; पण मी तो विचार सोडून देते. आता जॅकला पकडलं आहे म्हटल्यावर सगळ्यांची सुरक्षितता कमी नको का व्हायला?

लग्नाच्या दिवशी माझ्या आईनं दिलेला मोलाचा सल्ला मला आठवतो. ती म्हणाली होती, *'ॲना, हनी, हे बघ, कोणत्या विषयाला किती महत्त्व द्यायचं, कशावर वाद घालायचा हे आपल्याला ठरवावं लागतं. उद्या, तुला मुलं झाली आणि ती मोठी झाली की तेंव्हाही तुला हे ठरवावं लागेल.'* नशीब, तो मला निदान ऑफिसला जाऊ तरी देतोय.

''ठीक आहे,'' मी पुटपुटते. त्याला असं चिंतेत सोडून जायची माझी इच्छा नाही. आमच्यातला ताण कमी व्हावा या हेतूनं मी त्याच्या दिशेनं पाऊल टाकते. माझा हेतू लक्षात येऊन तो सावध होतो. त्याचे डोळे विस्फारले जातात. त्याला त्या अवस्थेत पाहून माझा जीव अतिशय कळवळतो. माझ्या मनात खोलवर कळ उठते. *ओ, ख्रिश्चन, आय ॲम सो सॉरी.* पुढे होत मी पट्कन त्याच्या ओठांचं पुसटसं चुंबन घेते. माझ्या स्पर्शाचं सुख अनुभवत तो डोळे मिटून घेतो.

''माझा तिरस्कार नको ना करूस,'' माझ्या तोंडातून कसेबसे शब्द फुटतात.

झट्कन माझा हात पकडत तो म्हणतो, ''मी तुझा तिरस्कार नाही करत.''

''मग, तू आत्ता मला प्रतिसाद का दिला नाहीस?'' मी कळवळून विचारते.

तो माझ्याकडे बघत म्हणतो, ''कल्पना आहे मला त्याची.''

कारण जाणून घेण्यासाठी माझा जीव तडफडतो. पण मला हे कळत नाही की, मला खरोखरच कारण जाणून घ्यायचं आहे का. अनपेक्षितपणे उठून उभा राहत तो माझा चेहरा दोन्ही हातांत धरतो. पुढच्या क्षणी त्याचे ओठ अधीरपणे माझ्या ओठांवर टेकतात. क्षणभर मला काही सुचत नाही. त्याचा फायदा घेत तो माझं कडकडून चुंबन घेतो. भानावर येत मी त्याला प्रतिसाद देणार इतक्यात तो मला मोकळं करतो. त्याचा श्वास जोरात होतो आहे.

''टेलर तुला आणि प्रेस्कॉटला एसआयपीमध्ये घेऊन जाईल,'' त्याच्या नजरेत मला निकड दिसून येते. ''टेलर!'' तो जोरात आवाज देतो. मी स्वतःला सांभाळण्याचा प्रयत्न करते.

हाकेसरशी टेलर हजर होतो.

''प्रेस्कॉटला सांग की, मिसेस ग्रे ऑफिसला जाणार आहेत. तू त्या दोघींना सोडून येशील का, प्लीज?''

''हो सर,'' असं म्हणत टेलर वळून दृष्टीआड होतो.

''हे बघ, ॲनेस्टेशिया, आज दिवसभर तू जर स्वतःवर काही ओढवून घेतलं नाहीस तर मला फार बरं वाटेल,'' ख्रिश्चन माझी बिनपाण्यानं करतो.

अतिशय गोड हसत मी म्हणते, ''बघते, कसं जमतंय ते.'' माझ्या बोलण्याचं ख्रिश्चनलाही हसू येतं; पण तो ते दाखवत नाही.

''भेटू यात संध्याकाळी,'' तो पुन्हा एकदा निर्विकारपणे म्हणतो.

''लेटर्स बेबी,'' असं म्हणत मी निघते.

एस्कलाच्या बाहेर जमा झालेल्या रिपोर्टर्सना टाळण्यासाठी मी आणि प्रेस्कॉट सर्व्हिस एलेव्हेटरमधून बेसमेन्टच्या गॅरेजकडे जातो. जॅकला झालेल्या अटकेची बातमी, तीही आमच्या अपार्टमेंटमध्ये, एव्हाना सगळ्यांपर्यंत पोहोचली आहे. ऑडीमध्ये बसल्यावर मी विचार करते की, आमच्या एंगेजमेंटनंतर पापाराझी माझी वाट पाहत एसआयपीच्या बाहेर थांबले होते, तसेच ते आजही थांबले असतील का? माझी शंका खरी ठरते. ऑफिसबाहेर रिपोर्टर्स आणि फोटोग्राफर्स जमा झालेले आहेत. ऑडी दिसताच ते सगळे एकदम पुढे होतात.

''मिसेस ग्रे, तुम्हाला जायचंच आहे का?'' टेलर विचारतो. खरं म्हणजे, माझं एक मन घरी जाण्यासाठी तडफडतंय. पण तसं केलं तर मला श्रीयुत भडकेश्वरांबरोबर दिवस काढावा लागेल. त्यापेक्षा, त्याला थोडा वेळ दिला तर तो जरा शांत होईल असं मला वाटतं. जॅक पोलिसांच्या ताब्यात आहे, त्यामुळे फिफ्टी आनंदात असायला हवा; पण तसा तो नाहीये. त्याच्या वागण्याचा अर्थ मला थोडाफार कळतोय. माझ्यासकट अनेक गोष्टींवर त्याला नियंत्रण ठेवता येऊ शकत नाही, हे त्याच्या एव्हाना लक्षात आलं आहे. मात्र, या गोष्टीचा काथ्याकूट करण्याची ही वेळ नाही.

''टेलर, प्लीज मला डिलिव्हरी एन्ट्रन्सकडून घेऊन जातोस का?''

''येस मॅऽम.''

मी घड्याळात बघते. एक वाजलाय. सकाळी आल्यापासून मी स्वतःला कामामध्ये बुडवून घेतलंय. तितक्यात दारावर टकटक होते आणि एलिझाबेथ डोकावते.

''येऊ का एक मिनिट?'' ती उत्साहानं विचारते.

''ये की,'' मी सहजपणे जरी म्हणते तरी तिच्या अनपेक्षित भेटीचं मला नवल वाटतंय.

आत येऊन ती माझ्या समोरच्या खुर्चीवर बसत स्वतःचे लांब काळे केस खांद्यावरून मागे टाकते. ''तू कशी आहेस ते पाहायला आले होते. म्हणजे, रोशने तसं सुचवलं,'' बोलताबोलता तिचा चेहरा लाल होतो. ''नाही म्हणजे, काल रात्री जे काही झालं....''

जॅक हाईडला अटक झाल्याची बातमी आजच्या सर्व पेपरमध्ये छापून आलेली आहे. पण तरीही, त्याचा संबंध अजून कोणीही जीईएचमध्ये लागलेल्या आगीशी जोडलेला नाहीये.

''मी छान आहे,'' आपल्याला नेमकं कसं वाटतंय याचा फारसा विचार करण्याची संधी स्वतःला न देता मी पटकन उत्तर देते. पण, जॅक हाईडशी मला

काही देणंघेणं नाही. त्यानं याआधीसुद्धा मला गाठायचा प्रयत्न केला होता. माझं मन ख्रिश्चनभोवती रुंजी घालतंय.

मी तेवढ्यात ई-मेलकडे चोरटा कटाक्ष टाकते. त्याच्याकडून काही आलेलं नाही. मी त्याला ई-मेल पाठवायला हवा होता का, हे मला कळत नाही. पण मग त्याच्या रागात भर पडेल का, कसं कळणार मला?

"छान," एलिझाबेथ म्हणते. आत आल्यापासून पहिल्यांदाच तिच्या नजरेतदेखील हसू उमटतं. ती पुढे म्हणते, "हे बघ, तुला कशाचीही गरज असली तर मला सांग. मला जे जमेल ते मी करेन."

"हो, नक्की सांगेन."

ती उभी राहत म्हणते, "ॲना, मी तुझा फार वेळ घेत नाही. कर तू तुझं काम."

"अं... थँक यू."

संपूर्ण पश्चिम गोलार्धात झालेली ही सर्वांत कमी वेळाची मीटिंग असणार याची मला खात्री आहे. रोशनं तिला का पाठवलं असेल? मी त्याच्या बॉसची बायको आहे म्हणून त्याला काळजी वाटली असेल का? मनात येणारे गडद विचार बाजूला सारत मी ब्लॅकबेरी उचलते. ख्रिश्चनकडून एखादा तरी मेसेज आला असेल अशी मला आशा आहे. माझी निराशा होत नाही. माझा वर्क-ई-मेल पिंग करतो.

फ्रॉम : ख्रिश्चन ग्रे
सब्जेक्ट : स्टेटमेंट
डेट : ऑगस्ट २६, २०११, १३:०४
टु : ॲनेस्टेशिया ग्रे

ॲनेस्टेशिया
आज दुपारी तीन वाजता डिटेक्टिव्ह क्लार्क तुझ्या ऑफिसमध्ये तुझं स्टेटमेंट घ्यायला येईल. तू पोलिस स्टेशनमध्ये जाऊ नयेस असं मला वाटतं, म्हणून मी त्याला तुझ्या ऑफिसमध्ये यायला भाग पाडलं आहे.

ख्रिश्चन ग्रे,
सीईओ, ग्रे एन्टरप्राईझेस होल्डिंग्ज इन्कॉ.

ख्रिश्चनच्या ई-मेलकडे मी कितीतरी वेळ बघत बसते. त्याला कसं उत्तर दिलं म्हणजे त्याचा मूड जरा थाऱ्यावर येईल? मला काही सुचत नाही. मी त्याचा मार्ग अवलंबते.

फ्रॉम : ॲनेस्टेशिया ग्रे
सब्जेक्ट : स्टेटमेंट
डेट : ऑगस्ट २३, २०११, १३:१२
टु : ख्रिश्चन ग्रे

ओके.

ए x

ॲनेस्टेशिया ग्रे,
कमिशनिंग एडिटर, एसआयपी

त्याला ई-मेल पाठवल्यावर त्याच्या उत्तराची वाट पाहत मी तब्बल पाच मिनिटं स्क्रीनकडे बघत बसून राहते. त्याच्या उत्तरासाठी मी उतावीळ झाले आहे. पण, माझी निराशा होते. आज त्याचा मूड अजिबात खेळकर नाहीये. मी तशीच बसते. त्याला तरी दोष कसा देणार? बिचारा माझा फिफ्टी, घरी बसून वैतागला असणार बहुधा. अचानक माझ्या लक्षात येतं की मला पहाटे जाग आली तेव्हा ख्रिश्चन माझ्यासमोर बसलेला होता आणि त्याच्या अंगात सूट होता. म्हणजे, न्यू यॉर्कहून परत यायचा निर्णय त्यानं नक्की कधी घेतला होता? साधारणतः कुठल्याही कार्यक्रमातून तो दहा ते अकराच्या दरम्यान निघतो. काल रात्री त्या वेळेस मी केटबरोबर बारमध्ये रमले होते.

ख्रिश्चन ताबडतोब घरी आला याचं कारण जॅक आहे की, मी घराबाहेर होते हे आहे? मी बाहेर धमाल करत असल्यामुळे परत येण्याचा निर्णय त्यानं घेतला असेल तर, जॅकचा किस्सा किंवा पोलिसांचं घरी येणं किंवा तत्सम बाबींबद्दल त्याला सिएटलमध्ये उतरेपर्यंत कल्पना नसणार. त्याच्या परतण्याचं नेमकं कारण जाणून घेणं माझ्यासाठी आता अत्यावश्यक झालं आहे. केवळ मी बाहेर होते या कारणामुळे तो जर परत आला असेल तर तो त्याचा निव्वळ आततायीपणा आहे, यात वादच नाही. माझं अबोध मन खवळतं. दात ओठ आवळत ते माझ्याकडे बघतं. नाही म्हणजे, तो परत आला याचा मला आनंद आहेच. कदाचित त्याचं कारण अप्रस्तुत असेल. पण, म्हणून काय झालं? शिवाय, सिएटलमध्ये लॅन्ड झाल्यावर ख्रिश्चनला जबरदस्त धक्का बसला असणार. त्याच्या गोंधळण्याचं हे कारण असू शकतं. त्याचे शब्द मला आठवतात. *"मी अजूनही भयानक भडकलेलो आहे. तुझ्या वागण्यामुळे माझ्या निर्णयाचा विचार करण्याची वेळ माझ्यावर आली आहे हे लक्षात घे."*

मला कळलंच पाहिजे, मी केटबरोबर बाहेर मजा करत होते म्हणून तो परत आला की, त्या मूर्ख वेड्यामुळे?

फ्रॉम : ॲनेस्टेशिया ग्रे
सब्जेक्ट : तुझी फ्लाईट
डेट : ऑगस्ट २६, २०११, १३:२४
टु : ख्रिश्चन ग्रे

काल सिएटलला परत येण्याचा निर्णय तू किती वाजता घेतलास?

ॲनेस्टेशिया ग्रे,
कमिशनिंग एडिटर, एसआयपी

फ्रॉम : ख्रिश्चन ग्रे
सब्जेक्ट : माझी फ्लाईट
डेट : ऑगस्ट २६, २०११, १३:२६
टु : ॲनेस्टेशिया ग्रे

का?

ख्रिश्चन ग्रे,
सीईओ, ग्रे एन्टरप्राईझेस होल्डिंग्ज इन्कॉ.

फ्रॉम : ॲनेस्टेशिया ग्रे
सब्जेक्ट : तुझी फ्लाईट
डेट : ऑगस्ट २६, २०११, १३:२९
टु : ख्रिश्चन ग्रे

उत्सुकता समज.

ॲनेस्टेशिया ग्रे,
कमिशनिंग एडिटर, एसआयपी

फ्रॉम : ख्रिश्चन ग्रे
सब्जेक्ट : माझी फ्लाईट
डेट : ऑगस्ट २६, २०११, १३:३२
टु : ॲनेस्टेशिया ग्रे

अति उत्सुकता वाईट.

ख्रिश्चन ग्रे,
सीईओ, ग्रे एन्टरप्राईझेस होल्डिंग्ज इन्कॉ.

फ्रॉम : ॲनेस्टेशिया ग्रे
सब्जेक्ट : काय?
डेट : ऑगस्ट २६, २०११, १३:३५
टु : ख्रिश्चन ग्रे

तुझ्या म्हणण्याचा अर्थ काय? पुन्हा धमकी देतो आहेस?
मला काय म्हणायचंय हे तुला कळतंय, हो ना?
तू मला नाही म्हटलेलं असतानाही मी माझ्या मैत्रिणीबरोबर ड्रिंक घ्यायला बाहेर गेले म्हणून तू परत यायचं ठरवलंस की, तुझ्या अपार्टमेंटमध्ये कुणी एक मूर्ख वेडा शिरला होता म्हणून तू परत आलास?

ॲनेस्टेशिया ग्रे,
कमिशनिंग एडिटर, एसआयपी

मी स्क्रीनकडे पाहत राहते. त्याचं काही उत्तर येत नाही. कॉम्प्युटरवरच्या घड्याळाकडे मी नजर टाकते. पावणे दोन वाजलेत तरीही उत्तर नाही.

फ्रॉम : ॲनेस्टेशिया ग्रे
सब्जेक्ट : सांगू का तुला...
डेट : ऑगस्ट २६, २०११, १३:५६
टु : ख्रिश्चन ग्रे

तू मौन बाळगलं आहेस याचा अर्थ माझ्या मते असा होतो, की 'मी माझं मन बदललं' म्हणून तू सिएटलला परत निघून आलास हे तुला मान्य आहे. मी पुरेशी मोठी स्त्री आहे. मी माझ्या मैत्रिणीबरोबर साधं ड्रिंक घ्यायला गेले होते. 'तू मला कधीही काहीही सांगत नाहीस,' त्यामुळे 'मी मन बदललं' याचे परिणाम सिक्युरिटीवर कसे होतील, हे माझ्या लक्षात येत नाहीये.

केवळ आपल्यासाठीच नाही तर ग्रे कुटुंबातील प्रत्येक सदस्यासाठी सिक्युरिटी वाढवण्यात आली आहे हे मला केटकडून समजलं. माझ्या सुरक्षिततेचा प्रश्न निर्माण झाला की, तू साधारणतः नेहमीच थोडा अतिरेक करतोस असं मला वाटतं, त्या मागचं कारण मी समजू शकते, पण तुझी अवस्था 'लांडगा आला रे आला' अशी हाळी देणाऱ्या मुलाहून वेगळी नाही.

खरोखरच चिंतेची बाब कोणती आणि तुझ्या दृष्टीने चिंतेची बाब कोणती हे लक्षात घ्यायला माझ्याकडे मार्ग नाही. माझ्याबरोबर सिक्युरिटीची दोन माणसं होती. त्यामुळे, मी आणि केट सुरक्षित आहोत असं मला वाटणं स्वाभाविक होतं. यातली मेख अशी आहे की, आपल्या अपार्टमेंटपेक्षा आम्ही दोघी त्या बारमध्ये अधिक सुरक्षित होतो. जर का मला परिस्थितीची इत्थंभूत माहिती मिळाली असती तर कदाचित माझी कृती काही वेगळी झाली असती.

इथे असताना जॅकच्या कॉम्प्युटरवर असलेल्या काही माहितीमुळे तू सजग झाला आहेस हे मला कळू शकतं- किंवा कदाचित तो केटचा कयास असेल. पण, तुझ्या बाबतीत जे काही घडतं आहे त्याची माहिती मला केटकडून मिळणं हे माझ्यासाठी किती तापदायक असेल, हे तुला कळतंय का? अरे, बायको आहे मी तुझी. तेव्हा, आता तू मला सगळं सांगणार आहेस की नाही ते सांग. की अजूनही मला लहान मुलासारखं वागवणार आहेस? मी लहान मुलासारखी वागेन अशी तुला खात्री आहे का?

तू एकटाच अतिशय भडकलेला नाही आहेस हे लक्षात ठेव, कळलं?
ॲना

ॲनेस्टेशिया ग्रे,
कमिशनिंग एडिटर, एसआयपी

मी ई-मेल पाठवून मोकळी होते. *ग्रे, बस आता माझ्या नावाने शंख करत.* मी खोल श्वास घेते. रागाच्या भरात मी मेल पाठवलेला आहे. आपण त्याच्याशी वाईट वागलो याचं मला उगाचच दुःख होत होतं. पण, आता मी त्यातून बाहेर आली आहे.

फ्रॉम : ख्रिश्चन ग्रे
सब्जेक्ट : सांगू का तुला?
डेट : ऑगस्ट २६, २०११, १३:५९
टु : ॲनेस्टेशिया ग्रे

मिसेस ग्रे,
नेहमीप्रमाणे तुमचा ई-मेल आव्हान देणारा आणि सडेतोड आहे.
तुम्ही आपल्या अपार्टमेंटमध्ये परत आलात की कदाचित आपण ह्या मुद्द्यावर चर्चा करू शकू.
तुम्ही जरा आपली भाषा जपून वापराल का? मीसुद्धा अजूनही प्रचंड भडकलेलो आहे.

ख्रिश्चन ग्रे,
सीईओ, ग्रे एन्टरप्राईझेस होल्डिंग्ज इन्कॉ.

तुम्ही जरा आपली भाषा जपून वापराल का? मी कॉम्प्युटरकडे संतापाने बघते. माझ्या लक्षात येतं की, या ई-मेलमधून काही निष्पन्न होत नाहीये. काहीही उत्तर न देता मी सरळ एका होतकरू नवीन लेखकाकडून आलेलं हस्तलिखित वाचायला सुरुवात करते.

डिटेक्टिव्ह क्लार्कबरोबरची माझी मीटिंग व्यवस्थित पार पडते. काल रात्रीच्या तुलनेत तो आता बराच शांत वाटतोय. कदाचित, झोप नीट झाल्याचा परिणाम असावा किंवा, त्याला दिवसा काम करायला आवडत असावं.

"मिसेस ग्रे, तुमच्या स्टेटमेंटबद्दल धन्यवाद."

"डिटेक्टिव्ह, यू आर वेलकम. हाईड अजूनही तुमच्या ताब्यात आहे का?"

"येस, मॅऽम. आज सकाळी त्याला हॉस्पिटलमधून सोडलं; परंतु, त्याच्यावर असलेले आरोप लक्षात घेता त्याला बराच काळ तुरुंगाची हवा खावी लागेल असं दिसतंय," आपले गडद डोळे किंचित बारीक करत तो हसून म्हणतो.

"गुड. मिस्टर ग्रे आणि मी, आम्हा दोघांनाही या सगळ्याचा फार ताण आला होता."

"मी आज सकाळी मिस्टर ग्रे यांच्याशी सविस्तरपणे बोललो आहे. त्यांनाही सुटल्यासारखं वाटतंय. तुमचे यजमान अफलातून आहेत."

तुम्हाला त्याची कल्पना नाहीये.

"हो, मलाही तसंच वाटतं," मी नम्रपणे हसत म्हणते. ही आपल्याला

निघायची सूचना आहे, हे त्याच्या लक्षात येतं.

"हे बघा, तुम्हाला अजून काही आठवलं तर तुम्ही मला फोन करू शकता. हे घ्या माझं कार्ड," आपल्या पाकिटातून कार्ड काढून तो माझ्या हातात देतो.

"थँक यू, डिटेक्टिव्ह. मी नक्की कळवेन."

"मिसेस ग्रे, गुड डे टु यू."

"गुड डे."

तो गेल्यावर मी विचार करते की हाईडवर नेमके कोणते आरोप आहेत. ख्रिश्चन मला पत्ता लागू देणार नाही हे नक्की. मी ओठ घट्ट आवळते.

ऑफिसमधून घरी जाताना मी एक शब्दही बोलत नाही. सॉयर गाडी चालवतोय, प्रेस्कॉट त्याच्या बाजूला बसली आहे. घर जवळ येऊ लागतं तसं मला मणामणांचं ओझं जाणवू लागतं. माझं आणि ख्रिश्चनचं जबरदस्त भांडण होणार आहे, याची मला कल्पना आहे. माझ्यात तेवढी शक्ती आहे का, हा खरा प्रश्न आहे.

गाडीतून उतरून मी एलेव्हेटरमध्ये शिरते. प्रेस्कॉट माझ्या बाजूला आहे. माझ्या मनातल्या विस्कळीत विचारांना मी आकार द्यायचा प्रयत्न करते. मला नेमकं काय म्हणायचं आहे? माझ्या ई-मेलमध्ये मी ते मांडलंय असं मला वाटतं. कदाचित तो मला काही उत्तरं देईल. थोडीशी आशा आहे मला. मी माझी अस्वस्थता लपवू शकत नाही. माझं हृदय जोरजोरात धडधडतंय, घशाला कोरड पडली आहे, तळहात घामेजले आहेत. मला भांडायचं नाहीये. पण काय करू? त्याच्याशी कसं वागावं हे कधीकधी कळत नाही. ते काहीही असो, मला ठाम राहणं भाग आहे.

एलेव्हेटर उघडतं. समोरचं फॉयर पुन्हा एकदा नीटनेटकं आहे. टेबल जागेवर आहे, त्यावर नवीन व्हाज्मध्ये फिकट गुलाबी आणि पांढरे पिअनी रचले आहे. पुढे होत मी पटकन भिंतीवरच्या पेन्टिंग्जकडे नजर टाकते. सगळ्या मॅडोना आपापल्या जागी आहेत. फॉयरचं तुटलेलं दार दुरुस्त झालेलं आहे. प्रेस्कॉट पुढे होत नम्रपणे माझ्यासाठी ते उघडते. आज दिवसभर ती अगदी गप्प गप्प आहे. माझ्या ते पथ्यावर पडतंय.

हातातली ब्रीफकेस हॉलमध्ये टाकत मी सरळ ग्रेटरूममध्ये जाते. मी थबकते. *होली फक!*

"गुड इव्हिनिंग, मिसेस ग्रे," ख्रिश्चन अतिशय हळुवारपणे म्हणतो. घट्ट काळा टी-शर्ट आणि त्याची लाडकी जिन्स या वेशात तो पियानोच्या बाजूला उभा आहे. ही जिन्स तो प्लेरूममध्ये घालतो. *ओह माय!* वापरून वापरून ती विटली आहे आणि गुडघ्यावर विरली आहे. कसला हॉट दिसतोय! तो माझ्या दिशेनं येतो. तो अनवाणी आहे. त्याची जाळणारी नजर माझ्यावर खिळली आहे.

"बरं झालं तू घरी आलीस. मी केव्हाची तुझी वाट पाहतोय.

११

“खरंच बघतो आहेस?” माझ्या तोंडून शब्द जेमतेम बाहेर पडतात. माझा घसा अजून कोरडा पडलाय, हृदयाची धडधड भयानक वाढली आहे. त्यानं हे कपडे का घातलेत? याचा काय अर्थ आहे? तो अजूनही विवंचनेत आहे का?

तो माझ्या दिशेनं येतो. “हो, बघतोय.” अतिशय मधाळ स्वरात तो हे म्हणाला असला तरी त्यातला कुत्सितपणा माझ्या लक्षात येतो.

होली क्रॅप! कसला हॉट दिसतोय तो! त्याची जिन्स कमरेवर अशी किंचित खाली... मी मनातले विचार थोपवण्याचा प्रयत्न करते. आज काही झालं तरी ‘मिस्टर सेक्स ऑन लेग्ज’मुळे मी चित्त विचलित होऊ देणार नाही. मी त्याच्या मूडचा अंदाज घेण्याचा प्रयत्न करते. राग? मस्करी? लालसा? जिझस्! कसं ठरवू?

“तुझी ही जिन्स मला खूप आवडते,” मी पुटपुटते. तो वरवर हसतो. शिट्- अजूनही भयंकर भडकलेला आहे तो. माझं चित्त विचलित करण्यासाठी मुद्दाम त्यानं ही जिन्स घातली आहे. माझ्या समोर येऊन तो उभा राहतो. त्याच्या भावनांच्या प्रकोपामुळे मी भाजून निघते. तो माझ्याकडे रोखून बघतो. मला त्याच्या डोळ्यांतले भाव वाचता येत नाही. मी आवंढा गिळते.

“मिसेस ग्रे, तुम्हाला काही बाबींवर चर्चा करायची आहे हे माझ्या लक्षात आलंय,” असं मधूर स्वरात म्हणत तो जिन्सच्या मागच्या खिशातून काहीतरी बाहेर काढतो. त्याच्यावर खिळलेली नजर न काढताही माझ्या लक्षात येतं की त्याच्या हातात घडी घातलेला कागद आहे. तो कागद हातात नाचवतो तेव्हा माझ्या लक्षात येतं की तो मी पाठवलेला ई-मेल आहे. मी पुन्हा त्याच्या नजरेला नजर देते. तो खवळलाय हे माझ्या लक्षात येतं.

तसं पाहिलं तर आता मला श्वास घेणंसुद्धा कठीण झालंय. पण तरीही धीर एकवटून मी म्हणते की, “हो, मला काही बाबींवर चर्चा करायची आहे.” आमच्या दोघांमध्ये अंतर राखणं मला फार गरजेचं वाटतंय. पण मी पाऊल मागे घेण्याआधी तो झुकून माझ्या नाकावर नाक घासतो. त्याच्या या अनपेक्षित आणि हळुवार स्पर्शानं

मी मोहरते. सुखाच्या जाणिवेनं माझे डोळे अलगद मिटू पाहतात.

"मलाही करायची आहे," तो माझ्या कानात म्हणतो. त्याच्या या वाक्यासरशी माझे डोळे खाडकन उघडतात. सरळ होत तो पुन्हा एकवार माझ्याकडे रोखून बघतो.

"ख्रिश्चन, तुला काय बोलायचं आहे याची मला कल्पना आहे," माझ्या स्वरातला कोरडेपणा जाणवून ख्रिश्चन डोळे बारीक करत माझ्याकडे बघतो. माझ्या बोलण्याचं त्याला आश्चर्य वाटलंय; पण, तो ते मला दिसू देत नाही. आता आमचं भांडण होणार की काय? सावधगिरी बाळगत मी एक पाऊल मागे घेते. त्याचा गंध, त्याचं दिसणं, त्याचा स्पर्श या सगळ्यापासून मला अंतर राखायचं आहे. तसाही या जिन्समध्ये तो विलक्षण मादक दिसतोय. मी पाऊल मागे घेतलंय हे पाहून त्याच्या कपाळावर आठ्या उमटतात.

"तू न्यू यॉर्कहून परत का आलास?" एकदाचा हा मुद्दा संपवावा या उद्देशानं मी विचारते.

"ते तुला माहितीये," तो धमकीवजा स्वरात म्हणतो.

"कारण मी केटबरोबर बाहेर गेले, हो ना?"

"कारण तू तुझा शब्द फिरवलास. तू मला विरोध केलास. निष्कारण जोखीम घेतलीस."

"मी शब्द फिरवला असा अर्थ काढतोयस तू या सगळ्याचा?" त्याच्या उरलेल्या वाक्याला बगल देत मी संतापून म्हणते.

"हो."

होली क्रॅप! हा अतिरेक नाही तर काय आहे? मी डोळे फिरवणार इतक्यात त्याच्या चेहऱ्याकडे नजर जाऊन मी विचार बदलते. "ख्रिश्चन, अरे, मी विचार बदलला," एखाद्या लहान मुलाची समजूत काढावी तसं मी त्याला सांगू लागते. "मी एक स्त्री आहे आणि स्त्रिया चंचल असतात."

माझ्या बोलण्याचा अर्थ न लागल्याप्रमाणे तो माझ्याकडे पाहतो.

"माझ्या या निर्णयामुळे तू तुझी बिझनेस ट्रिप अर्धवट टाकून परत येशील असं मला क्षणभर जरी वाटलं असतं ना...," मला बोलणं सुचत नाही. लग्नाच्या वेळेस घेतलेल्या आणाभाकांची मला आठवण होते. *ख्रिश्चन, मी आज्ञापालन करण्याचं वचन दिलेलं नाहीये.* पण मी हे बोलून दाखवत नाही. कारण, तो असा परत निघून आला याचा मला कुठेतरी आनंद झालेला आहे. त्याचा संताप आणि त्रागा मला सहन करावा लागला तरी तो धडधाकट आहे म्हणून मी खूश आहे. त्याच्या धुमसण्याची मला तमा वाटत नाही.

"तू विचार बदललास?" त्याच्या स्वरातला अविश्वास आणि त्रागा लपत नाहीये.

"हो.''

"आणि मला फोन करून हे सांगावंसं तुला वाटलं नाही?'' माझ्याकडे जळजळीत कटाक्ष टाकत तो म्हणतो, "इतकंच नाही, तर तुझ्या या निर्णयामुळे इथे सिक्युरिटी टीम कमी पडली, रियानला एकट्यानं सामना करावा लागला.''

ओह! हा विचार तर मी केलाच नव्हता.

"मी फोन करायला हवा होता हे खरंय, पण तुला काळजीत टाकण्याची माझी इच्छा नव्हती. शिवाय, मी जर तुला सांगितलं असतं तर तू मला केटबरोबर जाऊ दिलं नसतंस. ती माझी एकमेव जवळची मैत्रीण आहे. गेल्या कित्येक दिवसांत मी तिला भेटले नाहीये. आम्हाला दोघींना खूप गप्पा मारायच्या होत्या. त्यातून मी तर असं म्हणेन की, मी तिच्याबरोबर असल्यामुळे जॅकच्या हाती लागले नाही. मुळात, रियाननं त्याला आत येऊ कसं दिलं?'' माझा गोंधळ उडालाय. रियानने त्याला आत येऊ दिलं नसतं तर जॅक कदाचित अजूनही मोकाट असता.

माझ्या या फैरीमुळे ख्रिश्चन हतबद्ध झालाय. इतका वेळ विस्फारलेले डोळे तो घट्ट मिटून घेतो. त्याचा चेहरा वेदनेनं पिळवटून निघतो. ओह नो! तो मान हलवतो. मला काही कळण्याआधी मी त्याच्या घट्ट मिठीत बांधली जाते.

"ओह ॲना'', असं म्हणत तो मला इतकं आवळतो की मला श्वास घेणं कठीण होतं. "तुला जर काही झालं असतं ना तर-'' त्याचं बोलणं मला जेमतेम ऐकू येतं.

"पण नाही ना झालंय काही,'' मी त्याला दिलासा देण्याचा प्रयत्न करत म्हणते.

"आणि झालं असतं तर? या एका विचारानं त्रस्त होऊन मी आज शंभर मरणं भोगली आहेत. ॲना, मी इतका भयंकर भडकलो होतो, तुझ्यावर, माझ्यावर, प्रत्येकावर. याआधी फक्त एकदाच मी इतका संतापलो होतो...,'' तो बोलता बोलता थांबतो.

"कधी?'' मी जाणून घेण्याचा प्रयत्न करते.

"तुझ्या जुन्या अपार्टमेन्टमध्ये. जेव्हा लीला तिथे आली होती तेव्हा.''

ओह! मला ती आठवणदेखील नकोय.

"आज सकाळी तू माझ्याशी किती थंडपणे वागलास!'' आंघोळ करताना माझ्या मनात दाटून आलेली नाकारलं जाण्याची भावना आठवून माझा आवाज चिरकतो. माझ्याभोवतीची मिठी सैल करत तो मानेशी हात आणतो. आता मी मोकळा श्वास घेऊ शकते. माझे केस धरून माझी मान किंचित मागे ओढत तो म्हणतो,

"हे बघ, माझ्या या संतापाचा सामना कसा करावा हे मला कळत नाहीये. तुला

दुखवायची माझी इच्छा नाहीए,'' हे म्हणतांना त्याच्या डोळ्यात सावधपणा दिसतो. ''आज सकाळी मला तुला शिक्षा करायची होती, खरंच करायची होती पण-'' काय बोलावं हे न समजून तो गप्प बसतो... की तो बोलायला घाबरतो.

''तू मला दुखावशील याची तुला काळजी वाटत होती का?'' मी त्याचं वाक्य पूर्ण करते. तो मला दुखवणं कधीही शक्य नाही याची पूर्ण खात्री असूनही मला सुटल्यासारखं वाटतं. मनात कुठेतरी मला भीती होती की याला मी नकोशी तर झाले नाहीये ना?

''माझा स्वतःवर विश्वास नव्हता,'' तो थोडासा शांत होत म्हणाला.

''ख्रिश्चन, तू मला कधीही इजा करणार नाहीस. निदान शारीरिक इजा तर नक्कीच नाही.'' दोन्ही हातांत त्याचा चेहरा धरत मी म्हणते.

''एवढी खात्री आहे तुला माझी?'' त्याच्या स्वरात शंका आहे.

''हो. तू मला निव्वळ पोकळ धमकी देत होतास हे माझ्या लक्षात आलं होतं. तू मला कधीही मारहाण करणार नाहीस, हे मला आता माहितीये.''

''पण मला आज तुला खरोखर झोडून काढायचं होतं.''

''नाही, तुला तसं करायचं नव्हतं. तुला फक्त वाटलं की, तुला तसं करायचं आहे.''

''तू म्हणते आहेस ते खरंय ह्यावर मी कसा विश्वास ठेवू?'' काही न समजल्यासारखं तो विचारतो.

''जरा विचार करून बघ ना,'' त्याला मिठी मारत, त्याच्या छातीवर डोकं टेकवत मी त्याला म्हणते. ''मी तुला सोडून निघून गेले होते तेव्हा तुला कसं वाटलं होतं? आजवर तू अनेकदा मला सांगितलं आहेस की, त्यामुळे तुझ्या आयुष्यात कसा बदल घडला. जगाकडे आणि माझ्याकडे बघण्याचा तुझा दृष्टिकोण कसा बदलला, तेही तू मला सांगितलं आहेस. माझ्यासाठी तू कोणकोणत्या गोष्टींचा त्याग केला आहेस हे मी जाणून आहे. आपल्या हनिमूनच्या वेळेस माझ्या हाता-पायांवर उमटलेले बेड्यांचे वळ पाहून तुझी किती घालमेल झाली होती, ते आठवतंय ना?''

तो काही न बोलता स्तब्धपणे उभा राहतो. मी जे काही सांगते आहे ते समजून घेण्याचा तो प्रयत्न करतोय, हे माझ्या लक्षात येतं. त्याच्या भोवतीची मिठी आवळत मी त्याच्या पाठीवरून हात फिरवू लागते. माझ्या स्पर्शामुळे हळूहळू त्याचा ताण निवळू लागतो.

तो मला काहीतरी इजा करेल हे त्याच्या चिंतेचं कारण होतं का? त्याचा स्वतःवर जितका विश्वास आहे त्याहून अधिक माझा त्याच्यावर विश्वास आहे, असं का? मला काही कळत नाही. आमच्या नात्यात बरीच सुधारणा झाली आहे

हे नक्की. एरवी तो किती खंबीर असतो, सारं काही त्याच्या नियंत्रणात असतं. पण नियंत्रण नसेल तर तो हरवल्यासारखा होतो. *ओह, फिफ्टी फिफ्टी - फिफ्टी माझं खरंच चुकलं.* तो माझ्या केसांवर ओठ टेकवतो. मी मान वर करून त्याच्याकडे पाहते. त्याचे ओठ माझ्या ओठांना भिडतात. त्याच्या त्या स्पर्शात काहीतरी शोधण्याचा, देण्याचा, घेण्याचा प्रयत्न आहे... आणि याचनेचाही. तो कशाची याचना करतोय हे मला कळू शकत नाही. या क्षणी तरी माझ्या ओठांना भिडलेल्या त्याच्या ओठांच्या स्पर्शाव्यतिरिक्त दुसऱ्या कशाचंही भान बाळगावंसं मला वाटत नाही. मी उत्कटतेनं त्याला प्रतिसाद देते.

"तुझा माझ्यावर किती विश्वास आहे?" तो मला म्हणतो.

"पूर्ण विश्वास आहे." त्यावर माझ्या डोळ्यांत बघत तो मला कुरवाळू लागतो. त्याचा संताप आता ओसरलाय. माझा नेहमीचा फिफ्टी परत आलाय. त्याला तसं पाहून मला फार बरं वाटतं. त्याच्याकडे बघत मी हसून म्हणते,

"शिवाय, आपल्यात तसा काही करारही झालेला नाही."

माझ्या उत्तरानं त्याला सुखद धक्का बसतो आणि तो आवेगानं मला जवळ ओढून घेतो.

"बरोबर आहे तुझं म्हणणं," असं म्हणत तो हसतो.

आम्ही दोघं एकमेकांच्या मिठीत ग्रेटरूमच्या मध्यभागी उभे आहोत.

"चल ना पलंगावर," तो आर्जव करतो. याच शब्दांची मी किती आतुरतेनं वाट पाहत होते.

ओह माय....

"ख्रिश्चन, त्याआधी काही गोष्टींचा खुलासा होणं गरजेचं आहे."

"नंतर पाहू," तो अजिजीनं म्हणतो.

"ख्रिश्चन, प्लीज आधी बोल माझ्याशी."

तो सुस्कारा सोडत म्हणतो, "कशाबद्दल?"

"तुला माहितीये. तू मला अंधारात का ठेवतोस?"

"तुला सुरक्षित ठेवण्यासाठी."

"मी लहान मूल नाहीये."

"मिसेस ग्रे, मला त्याची पुरेपुर जाणीव आहे," असं म्हणत तो मला कुरवाळू लागतो. मग मुद्दाम स्वतःचे नितंब घट्ट करत तो मला भिडतो. त्याची ताठरता जाणवत मी त्याला फटकारते, "ख्रिश्चन! माझ्याशी बोल."

नाइलाज झाल्यागत तो पुन्हा सुस्कारा सोडतो, "काय माहिती हवी आहे तुला?" मला मिठीतून मोकळं करत तो विचारतो. त्यानं मला दूर केल्यामुळे माझी तगमग होते. मला उत्तर हवंय पण, त्यासाठी त्याच्यापासून दूर कशाला जायला

हवं? माझा हात हातात घेत तो जमिनीवर पडलेला ई-मेल उचलतो.

"अनेक गोष्टींबद्दल माहिती हवीये," मी संधीचा उपयोग करून घेते. माझा हात धरून तो मला कोचकडे नेतो.

"बस इथे," तो हुकूम सोडतो. काही गोष्टी कधी बदलत नसतात. त्यानं सांगितल्याप्रमाणे मी बसते. माझ्या बाजूला बसत तो पुढे झुकून कोपर मांडीवर ठेवून तळहातावर हनुवटी टेकवतो.

ओह नो! त्याला हे सगळं इतकं कठीण वाटतंय का?

तो पुन्हा सरळ होतो आणि दोन्ही हात केसांतून फिरवत माझ्याकडे अपेक्षेनं पाहतो. आता आपल्या वाट्याला काय येणार आहे असा भाव त्याच्या चेहऱ्यावर मला जाणवतो.

"हं, विचार," तो म्हणतो.

बरं! वाटलं त्यापेक्षा फार सहज आहे हे असं माझ्या मनात येतं. "तुझ्या कुटुंबाची सिक्युरिटी का वाढवली आहे?"

"त्या सगळ्यांना हाईडपासून धोका होता."

"तुला हे कसं माहीत?"

"त्याच्या कॉम्प्युटरमुळे. मी आणि माझ्या कुटुंबातील इतर सदस्यांबद्दल, विशेष करून कॅरिकबद्दल त्यानं बरीच माहिती गोळा केली होती."

"कॅरिक? का बरं?"

"ते मला अजून समजायचंय. चल ना पलंगावर."

"ख्रिश्चन, आधी मला सांग."

"काय सांगू तुला?"

"तू ना... इतका वैताग आणतोस."

"तू काय कमी आहेस?" तो माझ्याकडे पाहत म्हणतो.

"त्याच्या कॉम्प्युटरवर तुझ्या कुटुंबाची माहिती आहे हे तुला पहिल्यांदा कळलं तेव्हा तू सिक्युरिटी वाढवली नव्हतीस. मग आता नेमकं असं काय झालं?"

ख्रिश्चन डोळे बारीक करत माझ्याकडे पाहतो.

"तो माझं ऑफिस जाळेल हे तेव्हा मला माहीत नव्हतं. किंवा-" तो बोलता बोलता थांबतो. "आधी आम्हाला वाटलं होतं की तो माझ्या यशाच्या मागे आहे. पण कसं आहे-" तो खांदे उडवत म्हणतो, "- तुम्ही जेव्हा यश मिळवता तेव्हा लोकांच्या नजरेत येऊ लागता. त्यानं जमवलेल्या माहितीत विस्कळीतपणा होता; मी हार्वर्डमध्ये असताना माझ्याबद्दल छापून आलेल्या बातम्या, माझे छंद, माझं करिअर... इतकंच नाही तर कॅरिकच्या आणि माझ्या मॉमच्या संदर्भातील अनेक गोष्टींबाबत माहिती, त्यांच्या करिअरचा आढावा, काही प्रमाणात इलिएट आणि

मियाबद्दल जमवलेली माहिती.''

काय कारण असेल बरं?

''तू मघाशी 'किंवा' असं म्हणाला होतास. काय सांगत होतास?'' त्यानं पुढे बोलावं या हेतूनं मी विचारते.

''किंवा काय?''

''तू म्हणाला होतास की 'तो माझं ऑफिस जाळेल हे तेव्हा मला माहीत नव्हतं. किंवा-' तू पुढे काहीतरी सांगत होतास.''

''तुला भूक लागलीये का?''

काय? मी वैतागून त्याच्याकडे बघते. *आत्ता त्याचं काय?*

''तू आज काही खाल्लं होतंस का?'' त्याचा स्वर थंड असला तरी डोळे मात्र आग ओकत आहेत.

माझ्या चेहऱ्यावरचे खजील भाव सारं काही सांगून जातात.

''वाटलंच मला,'' तो ठामपणे म्हणतो. ''तुला माहितीये ना, की तुझ्या खाण्या न खाण्याच्या बाबतीत मला नेमकं काय वाटतं? चल,'' असं म्हणत तो उभं राहून माझ्यासमोर हात करतो. ''मी तुला काहीतरी खाऊ घालतो.'' त्याच्या स्वरात आता मादकपणा ठासून भरला आहे. क्षणार्धात त्याचा नूर बदलतो.

''खाऊ घालणार आहेस?'' माझ्या ओटीपोटाच्या दिशेनं होणाऱ्या प्रचंड हालचाली पेलत मी विचारते. *हेल!* आम्ही कोणत्या विषयावर चर्चा करत होतो आणि हा कुठे जाऊन पोहाचलाय! छे! इतक्या दिवसांनंतरही मी त्याच्या या झटक्यासरशी बदलणाऱ्या मूडमुळे थक्क होते. *म्हणजे, झाली का आमची चर्चा? एवढीच माहिती मिळणार आहे का मला त्याच्याकडून?* मला किचनकडे नेत ख्रिश्चन बार स्टूल ओढतो आणि मला बसण्याची आज्ञा करतो.

''मिसेस जोन्स कुठे गेली?'' घरात आल्यापासून आता पहिल्यांदाच मला तिची गैरहजरी लक्षात येते.

''तिला आणि टेलरला मी उद्या सकाळपर्यंत सुट्टी दिली आहे.''

ओह!

''का?''

माझ्याकडे तो रोखून पाहतो. किंचित उर्मटपणाने तो म्हणतो, ''कारण, मी देऊ शकतो.''

''अच्छा, म्हणजे आता तू स्वैपाक करणार आहेस तर?'' मी मुद्दाम टोचून बोलते.

''ओह मिसेस ग्रे, थोडा विश्वास ठेवा माझ्यावर. डोळे मिटा.''

वॉव, मला तर वाटलं होतं की आता आमचं कडकडून भांडण होणार आहे.

पण हे काय? हा तर भलत्याच खेळकर मूडमध्ये दिसतोय, आणि तेही किचनमध्ये.

"मीट पटकन," तो पुन्हा हुकूम करतो. मी एकदा डोळे फिरवून मग ते मिटते.

"हं... हे योग्य नाही मिसेस ग्रे," तो पुटपुटतो. मी एक डोळा किंचित उघडून बघते. तो जिन्सच्या मागच्या खिशातून काळपट लाल रंगाचा सिल्कचा स्कार्फ काढतो. माझ्या प्लम ड्रेसला तो मॅचिंग आहे. *होली काऊ!* मी त्याच्याकडे चौकसपणे पाहते. *हा कधी आणला याने?*

"बंद कर," तो पुन्हा हुकूम देतो. "लबाडी करू नकोस."

"तू माझ्या डोळ्यांवर पट्टी बांधणार आहेस?" मी धक्का बसून विचारते. अचानक माझा श्वास थांबतो.

"हो."

"ख्रिश्चन," मला पुढे काहीही न बोलू देता तो माझ्या ओठांवर बोट ठेवतो.

पण मला बोलायचंय.

"आपण नंतर बोलणार आहोत. तू आधी काहीतरी खाल्लं पाहिजेस. तू म्हणाली होतीस की, तुला खूप भूक लागली आहे." असं म्हणत तो माझ्या ओठांवर हळुवारपणे ओठ टेकवतो. माझ्या डोळ्यांवर बांधलेल्या स्कार्फच्या सिल्कचा मऊशार स्पर्श माझ्या पापण्यांना सुखावतो.

"तुला काही दिसतंय का?" तो विचारतो.

"नाही," मी आतल्या आत डोळे फिरवत उत्तर देते. त्यावर तो चक् चक् असा आवाज काढतो.

"हे बघ, तू केव्हा डोळे फिरवतेस ते मला बरोबर सांगता येतं... आणि तुला माहितीये की, त्यामुळे मला काय होतं."

मी क्षणभर ओठ घट्ट मिटून घेते. "आपण हे पटकन आवरतं घेऊ शकत नाही का?" मी भडकून म्हणते.

"मिसेस ग्रे, केवढा हा अधीरपणा. बोलायची इतकी घाई?" तो मला डिवचत म्हणतो.

"हो!"

"ते काही असो, मी तुला आधी खाऊ घालणार आहे," असं म्हणतांना माझ्या कपाळाला त्याच्या ओठांचा पुसटसा स्पर्श होतो आणि माझी अस्वस्थता कमी होते.

ठीक आहे... तू म्हणशील तसं. मी त्याच्या कलाने घ्यायचं ठरवते. त्यानंतर बंद डोळ्याने मी त्याच्या हालचाली टिपू लागते. फ्रिजचं दार उघडलं जातं. ख्रिश्चन त्यातून वेगवेगळ्या गोष्टी काढून माझ्या मागे असलेल्या टेबलवर ठेवतो. मग तो मायक्रोवेव्हच्या दिशेने जातो, त्यात काहीतरी ठेवतो आणि ओव्हन सुरू करतो. माझी उत्सुकता शिगेला पोहोचते. टोस्टरचा खटका खाली झाल्याचा आणि टायमर

फिरवल्याचा आवाज मला येतो. आता फक्त टिक-टिक ऐकू येते आहे. हं... टोस्ट बनतोय वाटतं.

"हो, बोलायची खूप घाई आहे मला," मी थोडीशी त्रासून म्हणते. तितक्यात, किचनमध्ये वेगवेगळ्या मसाल्यांचा वास दरवळतो. मी खुर्चीत सरसावून बसते.

"ॲनेस्टेशिया, हलू नकोस." तो माझ्या जवळ येऊन कानाशी कुजबुजतो, "नीट वाग हं...."

ओह माय! माझी अंतर्देवता स्तब्ध होते. पापणी फडफडवण्याचं भानदेखील तिला राहत नाही.

"आणि, ओठ चावू नकोस," असं म्हणत तो हलकेच माझ्या दातांखाली दबलेला माझा खालचा ओठ मोकळा करतो. मला हसू येतं.

आता मला बाटलीचा कॉर्क निघाल्याचा 'टॉक' असा आवाज येतो. त्यानंतर हळुवारपणे ग्लासमध्ये वाईन ओतली जाते. क्षणभर शांतता. मग क्लिक आणि हिस्स असे आवाज येऊन सभोवतालच्या सर्व स्पिकरमधून सुरावट पाझरू लागते. सर्वांत आधी गिटार छेडली जाते. हे गाणं मला सर्वस्वी अनोळखी आहे. ख्रिश्चन गाण्याचा आवाज अगदी कमी करतो. कोणी तरी अतिशय सेक्सी आवाजात खर्जात गातंय.

"मला वाटतं, आपण आधी काहीतरी प्यावं," ख्रिश्चनच्या हलक्या स्वरातल्या बोलण्यामुळे माझं गाण्यावरचं लक्ष उडतं. "मान मागे कर." मी त्याप्रमाणे करते. "अजून थोडी," तो सूचना करतो.

मी अजून थोडी मान मागे घेते आणि त्याचे ओठ माझ्या ओठांवर टेकतात. माझ्या मुखात थंड वाईन उतरते. मी पटकन घोट गिळते. ओह माय! अशाच काही आठवणी माझ्या मनात उमटतात- माझ्या ग्रॅज्युएशनच्या आधीची गोष्ट होती ती. मी लिहिलेल्या ई-मेलमुळे ख्रिश्चन भयंकर तापला होता. व्हॅन्कोव्हरमध्ये माझ्या पलंगावर मला बांधून ठेवलं होतं. हं... एवढाच बदल झाला आहे की, आताशा मला चवीवरून वाईन ओळखता येऊ लागली आहे- ख्रिश्चनची आवडती सॉन्सेअर् आहे ती.

"हं," मी दाद देते.

"तुला आवडली ही वाईन?" ख्रिश्चनचा श्वासोच्छ्वास माझ्या गालांना जाणवतो. त्याचं इतकं जवळ असणं, उत्तेजित होणं आणि त्याच्या शरीराची ऊब या साऱ्याचा माझ्यावर परिणाम होऊ लागतो. अजून तर त्यानं मला थेट स्पर्शही केलेला नाही.

"हो." मी कसंबसं म्हणते.

"अजून देऊ?"

"तू बरोबर असला की मला नेहमीच सगळं खूप हवं असतं."

त्याचं हसू जाणवून मलाही हसू येतं. “मिसेस ग्रे, तुम्ही माझ्याशी फ्लर्टिंग करताय का?”

“हो.”

तो वाईनचा घोट घेतो त्या वेळेस त्याच्या बोटातली वेडिंग रिंग ग्लासवर किणकिणते. या नादाला मादक नाही तर काय म्हणणार? या वेळेस काही न बोलता तो स्वतःच माझी मान वर करून माझ्या ओठांवर ओठ टेकवतो. मी हावरटासारखी त्याच्या ओठांमधल्या वाईनचा घोट घेते. पुन्हा एकदा हसत तो माझं चुंबन घेतो.

“भूक लागलीये?”

“मिस्टर ग्रे, मला वाटतं या मुद्द्यावर आपलं एकमत झालंय.”

आयपॉडवर गायक वेगवेगळ्या सुरावटीत गात असतो. त्याच्या गाण्याचा प्रणयचेष्टा हा विषय किती यथार्थ आहे.

मायक्रोवेव्हचा आवाज होताच ख्रिश्चन मला सोडतो. मी सावरून बसते. आहा! गार्लिक, मिंट, ओरेगॅनो, रोझमेरी आणि बहुतेक मटण... घमघमाट येतो. मायक्रोवेव्हचं दार उघडलं जाताच मसाल्यांचा दरवळ तीव्र होतो.

“शिट्! ख्राईस्ट!” ख्रिश्चनच्या उद्गारा पाठोपाठ बशी पडल्याचा आवाज येतो.

ओह फिफ्टी! “काय झालं?”

“काही नाही,” तो त्रासून म्हणतो. पुढच्या क्षणी तो माझ्या बाजूला उभा आहे.

“हे बघ, इथे, चटका बसलाय मला.” अंगठ्याजवळचं बोट माझ्या तोंडात घालत तो म्हणतो, “तू चोखलंस तर कदाचित बरं वाटेल मला.”

“ओह.” त्याचा हात माझ्या हातात घेत मी हळुवारपणे त्याचं बोट तोंडातून काढत म्हणते, “थांब हं, बरं वाटेल तुला.” त्याला चुचकारत मी त्याच्या बोटावर हळुवार फुंकर घालते आणि मग हलकेच ओठ टेकवते. त्याचा श्वास जणू थांबतो. त्याचं बोट पुन्हा तोंडात घेऊन मी ते चोखायला सुरुवात करते. तो श्वास रोखून धरतो. त्या तेवढ्याशा आवाजाने माझ्या खोलवर जाणिवांचे तरंग उमटतात. तो नेहमीसारखाच चविष्ट आहे. त्या क्षणी त्याची खेळी माझ्या लक्षात येते. तो मुद्दामहून आपल्या बायकोला मोहात पाडतोय. इतका वेळ मला वाटलं होतं की, हा रागानं वेडा झालाय. आणि आता...? हा माणूस... माझा नवरा, छे, किती गोंधळात पाडतो हा मला. पण, मला तो असाच आवडतो- खेळकर. मस्ती करणारा. मरणाचा सेक्सी. थोडीफार माहिती दिली आहे त्यानं मला तरीही तेवढ्यावर माझं समाधान होणं शक्य नाही. मला अजून बरंच काही जाणून घ्यायचंय. मात्र या क्षणी मला या प्रणयरंगाची आस लागली आहे. काल रात्रीचा जॅकचा किस्सा आणि आज दिवसभराचा ताण आणि उद्वेग लक्षात घेतला तर हे असं वाहवत जाणं खूप सुखावणारं आहे.

"काय विचार करते आहेस?" ख्रिश्चनच्या प्रश्नासरशी माझ्या मनातले विचार थांबतात. तो माझ्या तोंडातलं स्वतःचं बोट काढून घेतो. "तू किती चंचल आहेस."

तो स्तब्ध होतो. "फिफ्टी शेड्स, बेबी," काही क्षणानंतर असं म्हणत तो माझ्या ओठांच्या कोपऱ्यावर ओठ टेकवतो.

"माय फिफ्टी शेड्स," असं म्हणत त्याचा टी-शर्ट धरून मी त्याला जवळ ओढते.

"नाही, नाही, मिसेस ग्रे, स्पर्श करायला अजूनही परवानगी नाही." माझा हात धरत तो टी-शर्ट सोडवून घेत माझ्या बोटांची चुंबनं घेतो.

"नीट बस," तो हुकूम सोडतो.

त्यावर मी ओठांचा चंबू करते.

"हे बघ, तू जर असा चंबू केलास तर मी तुला झोडून काढेन. उघड नीट."

ओह शिट! मी तोंड उघडते. त्याबरोबर तो मला मसालेदार गरमागरम मटणाचा घास भरवतो. त्याच्या जोडीला थंडगार मिंट योगर्ट सॉससुद्धा आहे. हं, मस्त झालंय.

"आवडलं?"

"खूप."

तो चवीची दाद देतो तेव्हा माझ्या लक्षात येतं की तोही खातोय.

"अजून हवंय?"

मी मान डोलावते. तो मला पुढचा घास भरवतो. मी मनापासून जेवू लागते. मग हातातला फोर्क खाली ठेवत तो काहीतरी तोडतो... ब्रेड असावा.

"तोंड उघड," तो हुकूम सोडतो.

हा घास पिटाब्रेड आणि हम्मसचा आहे. एस्कलापासून दोन ब्लॉक अंतरावर असणाऱ्या खाद्य पदार्थांच्या दुकानातून मिसेस जोन्स किंवा कदाचित ख्रिश्चनसुद्धा खरेदी करत असावा. हे दुकान मला साधारण पाच आठवड्यांपूर्वी सापडलं होतं. मी मनापासून खाण्याचा आस्वाद घेते. ख्रिश्चनचा खेळकर मूड बघून माझी भूक प्रज्वलित होते.

"अजून?" तो विचारतो.

मी मान डोलावत म्हणते, "प्लीज, प्रचंड भूक लागलीए. सगळं दे मला."

माझ्या या उत्तरानंतरचं त्याचं प्रसन्न हसू मला जाणवतं. तो मला सावकाश भरवू लागतो. अधूनमधून माझ्या ओठांवरचा अन्नाचा एखादा कण ओठांनी टिपतो किंवा मग हातानं पुसतो. मध्येच एखादा वाईनचा घोट त्याच्या ओठातून माझ्या ओठात पोहोचतो.

"नीट तोंड उघड, आता चाव," त्याच्या प्रत्येक आज्ञेचं मी पालन करते. आता

त्यानं मला माझ्या आवडीच्या स्टफ्ड वाईन लिव्हज्‌चा घास भरवला आहे. थंडगार असूनसुद्धा ते फार चविष्ट आहे. एरव्ही मला ते गरम आवडले असते. पण, पुन्हा ख्रिश्चनला चटका बसला तर काय घ्या; या विचारानं मी काही बोलत नाही. माझं सगळं खाऊन झाल्यावर मी त्याची बोटं चाटते.

"अजून काही हवंय?" हे विचारताना त्याचा स्वर घोगरा होतो.

मान हलवत मी नकार देते. माझं पोट गच्च भरलंय.

"गुड," तो माझ्या कानाशी ओठ आणत म्हणतो. "आता माझा सगळ्यात आवडीचा पदार्थ खायची वेळ आली आहे. तू." असं म्हणत तो एका झटक्यात मला उचलून घेतो. दचकून मी ओरडते.

"आता डोळ्यांवरची पट्टी काढू का रे?"

"नाही."

त्याची मघाची धमकी आठवल्यामुळे ओठांचा चंबू करण्याचा मोह मी कसाबसा आवरते.

"प्लेरूम," त्याच्या शब्दांनी मी उत्तेजित होते.

ओह- आत्ता तिथे जाणं कितपत योग्य आहे?

"मग काय, एखादं चॅलेन्ज स्वीकारणार का? तो विचारतो." त्यानं चॅलेन्ज हा शब्द उच्चारला आहे त्यामुळे मी नकार देऊ शकत नाही.

"बोल, काय करायचंय?" माझ्या शरीरातून उत्कट लालसेच्या बरोबरीने एक अनोखी भावना दौडू लागते. तिला कोणतंही नाव द्यावसं मला वाटत नाही. तसंच मला उचलून तो वरच्या मजल्याच्या पायऱ्या चढतो.

"तुझं वजन कमी झाल्यासारखं वाटतंय," त्याच्या स्वरात नाराजी आहे. हो का? बरं झालं! आम्ही हनिमूनहून परत आलो त्या दिवशी त्यानं माझ्या वाढलेल्या वजनाचा उल्लेख केला होता. तेव्हापासून मी किंचित अस्वस्थ होते. फक्त एकच आठवडा झाला का आम्हाला परत येऊन?

प्लेरूमपाशी आल्यावर तो मला उभं करतो. माझ्या कमरेभोवती त्याच्या हाताचा विळखा आहे. सराईतपणे तो दार उघडतो.

आतमध्ये नेहमीचा गंध भरून आहे. लाकडाचं पॉलिश आणि सायटक्स. हं... आताशा या गंधानं मी खूप सुखावते. मिठीतून मोकळं करत ख्रिश्चन मला गोल फिरवतो. आता त्याच्याकडे माझी पाठ आहे. हलक्या हाताने माझ्या डोळ्यांवरचा स्कार्फ सोडवतो. मी किलकिलत्या डोळ्यांनी उजेडाचा अंदाज घेते. हळुवारपणे माझ्या केसातल्या पिना काढत तो माझे बांधलेले केस सोडवतो. माझी वेणी धरून तो ती किंचित ओढतो. मी त्याच्या दिशेनं पाऊलभर सरकते.

"माझ्या मनात एक प्लॅन आहे," तो माझ्या कानात कुजबुजतो. त्यासरशी

माझ्या मणक्यातून गोड शिरशिरी धावते.

"वाटलंच मला, की तू काहीतरी ठरवलं असशील," मी म्हणते. तो माझ्या कानाच्या खाली ओठ टेकवतो.

"ओह, मिसेस ग्रे, ठरवलं आहेच." मला भुलवणाऱ्या स्वरात तो म्हणतो. मग माझी वेणी एका बाजूला करत माझ्या गळ्यावर तो चुंबनांचा वर्षाव करतो.

"सगळ्यात आधी कपड्यांचा हा अडसर दूर करू." आता त्याचा स्वर अधिकाधिक घोगरा होत माझ्या शरीराला नादवत जातो. त्याच्या मनात जे काही असेल... ते मला आत्ता, या क्षणी हवं आहे. एकमेकांशी जोडल्या जाण्याचा हा जो मार्ग आहे, तो मला आत्ता अनुसरायचा आहे. तो मला वळवतो. आता आम्ही दोघं एकमेकांसमोर उभे आहोत. मी त्याच्याकडे बघते. त्याच्या जिन्सचं वरचं बटणं अजूनही उघडं आहे. मी स्वतःला आवरू शकत नाही. त्याच्या टी-शर्टला स्पर्शही न होऊ देता मी त्याच्या कमरेवरून गोलाकार गुदगुल्या करते. त्याबरोबर, तो श्वास रोखून धरतो. मी त्याच्या नजरेला नजर देते. माझी बोटं आता जिन्सच्या बटणापाशी आहेत. त्याचे डोळे गडद होतात... ओह माय!

"आज तू जिन्स काढू नकोस," मी हळूच म्हणते.

"ॲनेस्टेशिया, माझाही तोच इरादा आहे."

असं म्हणत तो एका हाताने माझी मान धरतो आणि दुसऱ्या हाताने मला विळखा घालत स्वत:जवळ ओढतो. त्याचे ओठ माझ्या ओठांशी भिडतात. आयुष्य केवळ या चुंबनावर अवलंबून असल्यासारखा तो आवेगाने मला भिडतो.

वॉव! तो मला उलट चालत नेतो. आमचे ओठ, आमच्या जिभा एकमेकांत गुंतल्या आहेत. आता माझ्या पाठीला लाकडी क्रॉसचा स्पर्श होतो. तो माझ्यावर झुकतो. त्याचं शरीर माझ्या शरीराशी लय साधत एकरूप होऊ पाहतं.

"चल, तुझा हा ड्रेस काढू दे मला," असं म्हणत तो मुद्दाम अगदी सावकाश माझा ड्रेस ओढून काढू लागतो. त्या कपड्याचा मलमली स्पर्श माझ्या मांड्यांना, नितंबांना, नाभीला... होऊ लागतो. आता माझ्या स्तनांनाही तो स्पर्श जाणवतो. मी सुखावत जाते.

"पुढे झुक थोडीशी," तो म्हणतो.

मी अर्थातच आज्ञापालन करते. मग माझ्या डोक्यावरून ड्रेस काढत तो बाजूला भिरकावतो. आता मी पायात सॅन्डल्स, पॅन्टिज आणि ब्रा अशा वेशात त्याच्यासमोर उभी आहे. माझे दोन्ही हात पकडत तो माझ्या डोक्यावर नेतो आणि माझ्याकडे रोखून बघतो. त्याची नजर पेटलेली आहे. डोळे क्षणभर बंद करून तो मान किंचित कलती करतो. तो माझी परवानगी घेतोय, हे मला समजतं. *त्याच्या मनात नक्की आहे तरी काय?* आवंढा गिळत, धीर एकवटून मी मान डोलावते. त्या क्षणी तो

कळत न कळत हसतो. काय नसतं त्याच्या हसण्यात... कौतुक आणि थोडासा अभिमानदेखील. आता तो वरच्या बारच्या लेदर कफ्समध्ये माझी मनगटं अडकवतो. अचानक तो मघाचा स्कार्फ त्याच्या हातात दिसू लागतो.

"मला वाटतं, पुरेसं बघून झालंय तुझं," असं म्हणत तो माझ्या डोळ्यांभोवती स्कार्फ बांधतो. आता मी बघू शकत नाही. त्यामुळे आपोआपच मी त्याच्या हालचालींचा कानोसा घेऊ लागते. माझ्या शरीरभर झिणझिण्या उमटू लागतात. त्याच्या श्वासाची लय मला जाणवते. माझी स्वतःची ओढ माझ्या लक्षात येते. माझं रक्त उसळू लागतं. प्लेरूममधल्या सायटक्स आणि पॉलिशच्या गंधात ख्रिश्चनचा स्वतःचा गंध मिसळला गेला आहे. मी बघू शकत नाही त्यामुळे आवाजाची आणि गंधाची अनुभूती मला उत्कटतेनं येते आहे. तेवढ्यात त्याच्या नाकाचा स्पर्श माझ्या नाकाला होतो.

"आज मी तुला वेड लावणार आहे," तो माझ्या कानाशी म्हणतो. पुढच्या क्षणी दोन्ही हातांनी माझे नितंब पकडत तो खाली बसतो. माझ्या पायांवरून त्याचे हात सराईतासारखे सरकू लगतात. तो माझ्या पॅन्टिज् काढतो. *मला वेड लावणार आहे... वॉव!*

"एक एक पाय उचल." त्याने सांगितल्याप्रमाणे मी करते. आता तो माझ्या पॅन्टिज् काढून बाजूला टाकतो. त्यानंतर, माझ्या दोन्हीही पायातले सॅन्डल्स काढून बाजूला ठेवतो. मग, माझा उजवा घोटा पकडून माझा पाय किंचित बाजूला करतो.

"पुढे हो," असं म्हणून तो आधी माझा उजवा आणि मग डावा घोटा क्रॉसमध्ये अडकवतो. हात आणि पाय दोन्ही बाजूला अडकवल्यामुळे मी असहाय अवस्थेत त्याच्यासमोर उभी आहे. उठून उभं राहत ख्रिश्चन माझ्या जवळ येतो. मला त्याचा स्पर्श होत नाहीए तरीही त्याच्या शरीराची ऊब मला जाणवते. पुढच्या क्षणी माझी हनुवटी किंचित उचलत अतिशय प्रेमाने तो माझं चुंबन घेतो.

"मला वाटतं, थोडंसं म्युझिक लावलं पाहिजे आणि टॉईज्सुद्धा वापरली पाहिजेत. मिसेस ग्रे, तुम्ही अशा खूप सुंदर दिसत आहात. थांबा जरा, मला मन भरून बघू द्या तुम्हाला." अतिशय मधाळ स्वरात बोललेले त्याचे शब्द ऐकून माझ्या तनामनातून अनावर लाटा उठू लागतात.

ड्रॉवरच्या दिशेने जाणाऱ्या त्याच्या पावलांचा आवाज मला जाणवतो. 'बट ड्रॉवर?' अं... सांगता येत नाही. तो ड्रॉवरमधून दोन-तीन वस्तू काढतो. तितक्यात, स्पिकर्समधून आवाज येऊ लागतो. केवळ पियानोचे स्वर उमटू लागतात. मधुर स्वरांनी प्लेरूम भरून जाते. हे संगीत माझ्या ओळखीचं आहे... बहुधा बाख़ असावं. मला नक्की लक्षात येत नाहीये. मात्र, त्यामुळे मी थोडीशी धास्तावते. कदाचित त्या संगीताचा परिणाम असावा. सगळ्यांपासून दूर नेणारे असे काहीसे ते सूर आहेत.

मी नक्की कशामुळे अस्वस्थ झाले आहे, याचा मागोवा घेण्याचा प्रयत्न मी करते. तितक्यात ख्रिश्चन माझी हनुवटी पकडून किंचित ओढतो. त्याबरोबर मी दचकून माझा खालचा ओठ सोडते. स्वतःला खात्री देत मी किंचित हसते. ही अस्वस्थता कसली? संगीतामुळे का?

ख्रिश्चनची बोटं माझ्या हनुवटीवरून गळ्याकडे, तिथून छातीकडे आणि मग माझ्या स्तनांवर स्थिरावतात. अंगठ्याने तो ब्राचा उजवा कप खाली ओढतो आणि माझा उजवा स्तन मोकळा होतो. माझ्या मानेची चुंबनं घेत तो कौतुकानं हुंकारतो. त्याच्या बोटाच्या मार्गावरून त्याचे ओठ फिरू लागतात. चुंबनांचा वर्षाव करत तो माझा उजवा स्तन चोखू लागतो. त्याची बोटं माझा डावा स्तन ब्रामधून मोकळा करतात. त्याचा अंगठा माझ्या डाव्या स्तनाग्राला छेडू लागतो. त्याचे ओठ माझ्या उजव्या स्तनाला डिवचू लागतात. काही क्षणांत माझी दोन्हीही स्तनाग्रं ताठरतात.

''आह!''

तो थांबत नाही. अतिशय काळजीपूर्वक तो स्पर्शाची तीव्रता वाढवतो. माझ्या स्तनांपासून पार योनीपर्यंत सौख्याच्या उत्कट लहरी तीव्रतेने धावू लागतात. त्यांना थोपवण्याचा मी प्रयत्न करते; पण, बंधनांमुळे ते शक्य होत नाही. माझी हालचाल मर्यादित झाल्यामुळे ख्रिश्चनकडून होत असलेला छळ मला अधिक उत्कटपणे जाणवू लागतो.

''मला कल्पना आहे,'' काहीशा घोगऱ्या आवाजात तो म्हणतो. ''मलासुद्धा तुझ्यामुळे हे असंच काहीसं होत असतं.''

काय? मी चीत्कारते. पुन्हा एकदा तो माझ्या स्तनाग्रांना छेडू लागतो. मी परमोच्च बिंदूला पोहोचू लागते.

''प्लीज,'' मी गयावया करते. त्यावर तो घोगऱ्या आवाजात हुंकारत उभा राहतो. मी हतबद्ध होत बंधनातून बाहेर येण्याचा प्रयत्न करते. मी श्वास घ्यायलासुद्धा विसरते. मग, अतिशय हळुवारपणे तो मला कुरवाळू लागतो. आता त्याचा एक हात माझ्या नितंबावर आणि दुसरा हात नाभीवर आहे.

''चला, पाहू या तरी कुठवर आलंय,'' तो मादकपणे म्हणतो. मग, माझ्या योनीला अलवार स्पर्श करत तो अंगठ्याने माझ्या क्लायटॉरीसला छेडू लागतो. असह्य होऊन मी ओरडते. अतिशय हळू तो माझ्या योनीत आधी एक आणि मग दोन बोटं सारतो. मी पुन्हा चीत्कारते आणि स्वतःला त्याच्या दिशेने ढकलते. त्याची बोटं आणि तळव्याला भिडण्यासाठी मी आतूर झाले आहे.

''ओह, ॲनेस्टेशिया, तू किती चिंब झाली आहेस,'' असं तो म्हणतो.

आता त्याची बोटं माझ्या आत गोल गोल आणि अंगठा क्लायटॉरीसवर मागेपुढे फिरू लागतो. माझ्या संपूर्ण शरीरापैकी फक्त या एकाच बिंदूला त्याचा

स्पर्श होतोय. स्वाभाविकच, दिवसभराचा सर्व ताण आणि अस्वस्थता तिथे जणू एकवटली जाते.

होली शिट्... किती विचित्र आहे हे... तरीसुद्धा किती तीव्र... त्यात पुन्हा हे संगीत... मी आतल्या आत समर्पणाला तयार होऊ लागते...

माझा प्रतिसादाचा अंदाज येऊन ख्रिश्चनची बोटं वेगाने फिरू लागतात. तितक्यात मला मंद आवाजात गुणगुण ऐकू येते.

"काय आहे?" मी दचकून विचारते.

"शूऽऽ," माझ्या ओठांवर ओठ टेकवत तो मला चटकन गप्प करतो. इतक्या जवळून होणारा त्याचा हा स्पर्श मी समरसून अनुभवते. तो माझ्यापासून दूर होतो त्याबरोबर मघाची गुणगुण माझ्या जवळ येते.

"बेबी, हा व्हायब्रेट होणारा वॉन्ड आहे."

ख्रिश्चन तो वॉन्ड माझ्या छातीशी धरतो. मोठ्या बॉलसारखी एखादी वस्तू माझ्या छातीशी व्हायब्रेट होते आहे की काय, असं मला वाटतं. माझ्या छातीच्या घळीतून क्रमा-क्रमाने माझ्या दोन्हीही स्तनाग्रांशी ख्रिश्चन तो वॉन्ड भिडवतो. मला जाणवणाऱ्या संवेदनांनी आता कहर केला आहे. त्या साऱ्या माझ्या ओटीपोटाशी एकवटू लागल्या आहेत.

"आह!" मी चीत्करते. त्यासरशी ख्रिश्चनची बोटं वेगाने फिरू लागतात. *मी आता कोणत्याही क्षणी येऊ शकते... किती प्रकारांनी त्यानं मला चेतवलं आहे...* मान किंचित मागे घेत मी जोरात चीत्कारते. ख्रिश्चनची बोटं अचानक थांबतात. त्या क्षणी, माझ्या आतवर उमटलेल्या सर्व संवेदनादेखील थांबतात.

"ख्रिश्चन, प्लीज, नको ना असं करू," त्याचा स्पर्श अनुभवायला मिळावा म्हणून मी कंबर पुढे ढकलत गयावया करते.

"बेबी, शांत राहा," त्याच्या या शब्दांसरशी माझी उत्कटता विरू लागते. पुढे होत तो माझं चुंबन घेत विचारतो, "फार त्रास होतो ना?"

ओह नो! त्याच्या मनात काय आहे हे मला त्या क्षणी उमगतं.

"ख्रिश्चन, प्लीज."

"काही बोलू नकोस," असं म्हणत तो माझं चुंबन घेतो आणि पुन्हा एकदा मघासारखा मला वेगवेगळ्या प्रकारे चेतवू लागतो. त्याची बोटं, अंगठा आणि वॉन्ड या साऱ्यांचा एकत्रित असा तीव्र परिणाम मी अनुभवू लागते. हा छळ मला सोसवेनासा होतो. तो किंचित बाजूला होतो. त्यासरशी त्याच्या शरीराचा स्पर्श माझ्या शरीराला जाणवतो. त्याच्या डेनीमचा मऊ स्पर्श मी अनुभवते. माझ्या नितंबांना त्याची ताठरता जाणवते. किती जवळ आहे हा माझ्या आणि तरीही मी त्याला अनुभवू शकत नाही. माझ्या देहातून कामनेच्या प्रचंड लाटा उसळू लागतात.

माझी गरज तीव्र होते. त्या क्षणी तो थांबतो.

''नको ना असं करूस,'' मी रडक्या आवाजात म्हणते.

आपली बोटं माझ्या योनीतून बाहेर काढत तो माझ्या खांद्यांची चुंबनं घेऊ लागतो. आता त्याने तो वॉन्ड छातीवरून खाली पोटावर, तिथून नाभीवर, तिथून योनीपर्यंत आणि मग क्लायटॉरीसवर नेला आहे. *फक!* इतकी उत्कटता!

''आह! आह!'' बंधनातून सुटायची धडपड करत मी जोरात ओरडते.

माझ्या शरीराचा प्रत्येक कण इतका उत्तेजित झाला आहे की, मी कोणत्याही क्षणी आवेगाने फुटेन की काय असं मला वाटतं. नेमक्या त्याक्षणी ख्रिश्चन पुन्हा थांबतो.

''ख्रिश्चन!'' मला काही सुचेनासं झालंय.

''कळतंय मला की तुला किती असहय्य झालं आहे.'' माझ्या मानेवर ओठ टेकवत तो म्हणतो. ''तू ही असंच करतेस. आधी काहीतरी कबूल करतेस आणि मग मात्र...'' मुद्दामचं तो वाक्य अर्धवट सोडतो.

''ख्रिश्चन, प्लीज.'' मी आता याचना करू लागते.

पुन्हा पुन्हा ख्रिश्चन तो वॉन्ड माझ्या आतबाहेर करत राहतो. पुन्हा पुन्हा मी उत्कटतेला पोहोंचू पहाते. पुन्हा पुन्हा ऐन परमोच्च बिंदूला पोहोंचण्यापासून तो मला थांबवतो.

''प्रत्येक वेळेस थांबून नव्याने सुरुवात केली की उत्कटता जास्त जाणवते, हो ना?''

माझ्या तोंडातून कसेबसे शब्द बाहेर येतात, ''प्लीज.'' शरीरभर दाटून आलेल्या भावनांचा निचरा व्हावा म्हणून माझी प्रत्येक पेशी आता जणू आक्रोश करते आहे.

अचानक गुणगुण थांबते. ख्रिश्चन माझं चुंबन घेतो. माझ्या नाकावर नाक घासत तो म्हणतो, ''आजवर मला भेटलेल्या सर्व स्त्रियांपैकी तुझ्या इतका वैताग कुणीही आणला नाही.''

नको, नको, नको!

''हे बघ ख्रिश्चन, तुझी आज्ञा पाळण्याचं वचन मी कधीही दिलेलं नाही. तेंव्हा...'' माझ्यासमोर येत तो दोन्ही हातांनी मला मागून पकडून स्वत:कडे ओढतो. ओह माय गॉड! त्याच्या मांड्यांचा आणि जांघांचा स्पर्श झाल्यामुळे मी थरथरते. त्याच्या जिन्सचं बटणं मला टोचतंय. तोही अतिशय उत्तेजित झाला आहे. एका हाताने माझ्या डोळ्यांवरचा स्कार्फ ओढून काढत तो माझी हनुवटी धरतो. त्याच्या नजरेत जणू अंगार पेटला आहे.

''तू मला वेडं करतेस,'' असं म्हणत तो मला लागोपाठ एकदा, दोनदा, तीनदा झटके देतो. त्याच्या प्रत्येक स्पर्शासरशी माझं शरीर उसळतं. मी उतावीळ

झाले आहे. हा आवेग मला सोसवेनासा झाला आहे. त्याक्षणी तो मला दूर करतो. त्याला कळत कसं नाही की, या क्षणाला मला त्याची किती गरज आहे. डोळे मिटून घेत मी मनातल्या मनात धावा करते. तो मला मुद्दाम शिक्षा करतोय, हे माझ्या केव्हाच लक्षात आलं आहे. तो निष्ठुर झाला आहे आणि मी मात्र असहाय. माझ्या डोळ्यांत अश्रू येतात. तो अजून किती ताणून धरणार आहे याची कल्पना मला येऊ शकणार नाही. मी पुन्हा एकदा याचना करते, ''प्लीज.''

पण तो निर्विकारपणे माझ्याकडे बघतो. तो माझा छळ चालू ठेवणार आहे. किती वेळ? मला जमेल का त्याला साथ देणं? नाही. नाही. नाही. मला आता सोसवत नाहीए. तो थांबणार नाही याची मला कल्पना आहे. तो असाच माझा छळ करत राहणार. त्याचे हात माझ्या योनीवर स्थिरावतात आणि... माझा बांध फुटतो. इतका वेळ वाटणारी धास्ती, अस्वस्थता आणि गेल्या काही दिवसांची भीती माझ्यात नव्यानं एकवटते. माझे डोळे डबडबतात. मी झटक्यात मान फिरवते. याला प्रेम कसं म्हणणार? हा तर सूड आहे.

''रेड,'' मी कसंबसं म्हणते. ''रेड. रेड.'' माझ्या डोळ्यांतून घळाघळा अश्रू वाहू लागतात.

तो अचानक स्तब्ध होतो. ''नाही!'' तो चमकतो. ''जिझस ख्राइस्ट, नाही.''

पटापट तो माझे हात मोकळे करतो. मग माझ्या कमरेभोवती एक हात टाकून खाली झुकून झटक्यात माझे घोटे मोकळे करतो. दोन्ही हातात चेहरा धरून मी हुंदके देऊ लागते.

''ॲना, प्लीज, नको ना, नको ना रडूस.''

अलगदपणे दोन्ही हातात मला उचलून तो पलंगाच्या दिशेने नेतो. मग माझ्यासकट पलंगावर बसतो. मी अजूनही हुंदके देऊन रडते आहे. मला सगळं अनावर झालं आहे. माझं शरीर आज फुटणार होतं. माझं मन कोरं करकरीत झालं होतं. त्याच क्षणी माझ्या भावना मात्र प्रचंड आवर्तनात गरगरत होत्या. त्या भल्यामोठ्या पलंगावरची सॅटीनची चादर ओढून ख्रिश्चन ती माझ्या भोवती लपेटतो. माझ्या हुळहुळीत त्वचेला तो मऊ थंड स्पर्शदेखील नकोसा झाला आहे. मला घट्ट कुशीत धरत तो मागेपुढे डोलू लागतो.

''आय ॲम सॉरी, आय ॲम सॉरी,'' ख्रिश्चन कसंबसं म्हणतो. त्याला धक्का बसलाय. वारंवार माझ्या केसांवर ओठ टेकवत तो पुन्हा पुन्हा म्हणतो, ''ॲना, प्लीज, मला माफ कर.''

त्याच्या खांद्यावर डोकं टेकवत मी तशीच रडत राहते. माझ्या साऱ्या भावनांचा या क्षणी निचरा होतो आहे. गेल्या काही दिवसांत किती काय काय घडून गेलं. कॉम्प्युटर रूममध्ये आग लागली, आमच्या गाडीचा पाठलाग झाला, माझ्या करिअर

संबंधित निर्णय घेतला गेला... त्यात भर म्हणून ती गळेपाडू आर्किटेक्ट, अपार्टमेंटमध्ये शिरलेला सशस्त्र वेडा... वादविवाद, ख्रिश्चनचा संताप, त्याचा विरह. ख्रिश्चन माझ्यापासून दूर गेलेला मला जराही सहन होत नाही. अंगाभोवती गुंडाळलेल्या चादरीच्या टोकाला मी नाक पुसते. खोलीभर पसरलेले बाख़चे सूर मला पुन्हा एकदा जाणवू लागतात.

"प्लीज, बंद कर ते गाणं." मी नाक ओढत म्हणते.

"हो, लगेच करतो." माझ्या भोवतीची मिठी सैल न करता ख्रिश्चन मागच्या खिशातून रिमोट काढून गाणं बंद करतो. आता फक्त माझ्या हुंदक्यांचा मला आवाज येतोय. "आता बरं वाटतंय का?" तो विचारतो.

माझा आवेग थोडा ओसरला आहे. मी मान डोलावते. ख्रिश्चन हळुवारपणे माझे अश्रू टिपून घेतो.

"बाख़चं गोल्डबर्ग फारसं आवडत नाही का तुला?" तो विचारतो.

"हे विशेष आवडत नाही."

तो माझ्या नजरेला नजर देतो. स्वतःच्या कृतीची लाज त्याला वाटते आहे. कितीही प्रयत्न केला तरी त्याला ती लपवता येत नाही.

"आय ॲम व्हेरी सॉरी," तो पुन्हा म्हणतो.

"का केलंस तू असं?" माझ्या तोंडातून शब्द कसेबसे बाहेर पडतात. चौखूर उधळणाऱ्या माझ्या विचारांना मी काबूत आणण्याचा प्रयत्न करते.

अतिशय खेदाने मान हलवत तो डोळे मिटून घेतो. "त्या क्षणी मी वाहवत गेलो," तो म्हणतो, पण मला ते फारसं पटत नाही.

मी त्याच्याकडे आशंकेनं पाहते. त्याबरोबर तो सुस्कारा सोडत म्हणतो, "ॲना, समागमाची परमोच्चता गाठू न देणे, हा एक खास मार्ग आहे, त्यामुळे तू कधीही...," बोलता बोलता तो थांबतो. मी त्याच्या मांडीवर सावरून बसते. तो अंग चोरतो.

ओह! "सॉरी," मी संकोचून म्हणते.

त्यावर तो गर्रकन डोळे फिरवून पटकन मागे झुकतो. मी त्याच्या अंगावर कोसळते. मी अजूनही त्याच्या मिठीत आहे. माझी वेडीवाकडी ब्रा मी नीट करते.

"मी मदत करू का?" तो अपराधीपणे म्हणतो.

मी मान हलवते. या क्षणी माझ्या स्तनांना त्याचा स्पर्श नकोय. तो स्वतःला सावरत अतिशय हळुवारपणे माझ्या चेहरा कुरवाळू लागतो. पुन्हा एकदा माझे डोळे भरून येतात. या क्षणी इतका हळुवारपणे वागणारा ख्रिश्चन काही क्षणांपूर्वी माझ्याशी इतक्या निष्ठुरपणे कसा वागू शकला?

"प्लीज, रडू नकोस ना," तो अजिजीनं म्हणतो.

मी चक्रावले आहे. ज्या क्षणी मला अतिशय गरज आहे त्या क्षणी माझा संताप कुठे गेलाय? मी बधिर झाले आहे. स्वतःला गुरफटून घेऊन कुठेतरी नाहीसं व्हावं असं मला वाटतंय. त्याच्या विव्हळ नजरेला नजर देत मी पुन्हा पुन्हा येणारं रडू थोपवत खोल श्वास घेते. माझी नजर त्याच्या डोळ्यांवर खिळली आहे. या माणसाचं मी काय करू? दुसऱ्यावर ताबा ठेवण्याची त्याची ही सवय कशी आटोक्यात आणू? मी स्वतःवर ताबा ठेवून घ्यायला शिकू का? छे, मला नाही वाटत तसं जमेल...

''-त्यामुळे तू कधीही- काय म्हणत होतास तू मघाशी?''

''तू कधीही सांगितलेलं ऐकत नाहीस. तू विचार बदललास. तू कुठे आहेस हे मला सांगितलं नाहीस. ॲना, मी न्यू यॉर्कमध्ये होतो. इतक्या दूरून काही करणं मला शक्य नव्हतं. मला अतिशय संताप आला होता. मी जर सिएटलमध्ये असतो ना तर तुला घरी घेऊन आलो असतो.''

''अच्छा, म्हणून तू मला शिक्षा करत होतास?''

त्यावर आवंढा गिळत तो डोळे मिटतो. त्यानं उत्तर द्यायची गरजदेखील नाही. कारण, मला शिक्षा करणं हाच त्याचा हेतू होता.

''हे बघ, तुला हे सगळं थांबवावं लागेल,'' मी म्हणते.

त्याच्या कपाळावर आठ्या उमटतात.

''तू असं काही वागलास की, सगळ्यात जास्त त्रास तुला होतो. तुला स्वतःचा तिरस्कार वाटतो.''

''खरंय तुझं,'' तो वैतागून म्हणतो. ''तुला अशा अवस्थेत बघायला मला आवडत नाही.''

''आणि मलाही हा प्रकार आवडत नाही. फेअर लेडी वर आपण असताना तू म्हणाला होतास की, तू सबमिसिव्हशी लग्न केलेलं नाहीस.''

''माहितीये, माहितीये मला,'' त्याचा स्वर आता नरमला आहे.

''मग, तसं वागून दाखव ना! मला असं वागवू नकोस. मी तुला फोन केला नाही हे माझं चुकलंच. आय ॲम सॉरी. इथून पुढे मी अप्पलपोटेपणा करणार नाही. तुला माझी किती काळजी वाटते, हे मला माहिताये.''

तो रोखून पाहत माझा अंदाज घेतो. ''ओके, गुड,'' असं म्हणून तो पुढे झुकतो. माझ्या ओठांवर ओठ टेकवण्याआधी तो नजरेनं माझी परवानगी घेतो. उत्तरादाखल मी चेहरा वर करते. तो अलगदपणे माझ्या ओठांवर ओठ टेकवतो.

''तू रडलीस की, तुझे ओठ खूप मऊ होतात.''

''ख्रिश्चन, तुझी आज्ञा पाळण्याचं वचन मी तुला कधीही दिलेलं नाही,'' मी समजावण्याच्या स्वरात म्हणते.

"कल्पना आहे मला त्याची."

"मग प्लीज, तसं वाग. आपल्या दोघांचंही त्यात भलं आहे. मीसुद्धा प्रयत्न करेन आणि तुझ्या ताबा ठेवण्याच्या प्रवृत्तीला जरा जास्त समजावून घेईन."

काहीही कळत नसल्यासारखा तो शून्यात बघतो.

"मीही प्रयत्न करेन," शेवटी त्याच्या तोंडून शब्द बाहेर पडतात. मात्र, त्याच्या स्वरात प्रामाणिकपणा आहे.

मी दीर्घ निःश्वास सोडत म्हणते, "प्लीज, कर तसा प्रयत्न. शिवाय, काल मी अपार्टमेंटमध्ये असते तर..."

"ते आलंय माझ्या लक्षात," असं म्हणताना त्याचा चेहरा भीतीनं पांढराफटक पडतो. पडल्यापडल्या तो डोळ्यांवर हात ठेवतो. त्याला घट्ट मिठी मारत मी त्याच्या छातीवर डोकं टेकवते. कितीतरी वेळ आम्ही दोघं एकमेकांच्या मिठीत तसेच पडून राहतो. त्याची बोटं माझ्या वेणीशी खेळू लागतात. माझ्या केसांचा टाय काढून केस मोकळे करत तो हळुवारपणे माझ्या केसातून बोटं फिरवू लागतो. हं... ह्या सगळ्याचं मूळ कारण हे आहे तर... त्याची भीती... माझ्या सुरक्षिततेबद्दल त्याला वाटणारी अवास्तव भीती. काल रात्री आमच्या अपार्टमेंटमध्ये बेशुद्ध पडलेल्या जॅक हाईडची आणि त्याच्या हातातल्या ग्लॉकची आठवण मला येते... कदाचित ख्रिश्चनची भीती अवास्तव नसेलही. त्यावरून मला आठवतं....

"तू मघाशी म्हणाला होतास की, 'किंवा'... त्या किंवाचा अर्थ काय होता?" मी विचारते.

"किंवा?"

"जॅकबद्दल बोलत होतास बघ."

माझ्याकडे रोखून पाहत तो म्हणतो, "तू आपला मुद्दा सोडत नाहीस, नाही का?"

त्याच्या छातीवर हनुवटी टेकवून मी माझ्या केसातून फिरणाऱ्या त्याच्या बोटांचा स्पर्श अनुभवत म्हणते, "मुद्दा सोडणं? कधीच नाही. सांग मला. असं अंधारात ठेवलेलं आवडत नाही मला. तुझ्या डोक्यात इतकं पक्क का बसलंय, की मला संरक्षणाची नितांत गरज आहे? तुला तर साधी बंदूकसुद्धा चालवता येत नाही- जी मला येते. तू माझ्यापासून जे काही लपवतो आहेस ते मला झेपणार नाही, असं वाटतंय का तुला? तुझी ती एक्स-सब माझ्या अपार्टमेन्टमध्ये माझ्यावर गन रोखून उभी होती, लहान मुलांना भुरळ घालणाऱ्या त्या तुझ्या एक्सलव्हर चेटकिणीने माझा छळवाद मांडला होता- हे बघ, उगाच माझ्याकडे असं पाहू नकोस हं," तो माझ्याकडे रागानं पाहतो म्हणून मी त्याला झापते. "तिच्याबद्दल तुझ्या आईलाही असंच वाटतं."

“तू एलेनाबद्दल माझ्या आईशी बोललीस?” ख्रिश्चनचा आवाज टिपेला पोहोचतो.

“हो, मी आणि ग्रेस बोललो तिच्याबद्दल.”

तो अवाक होऊन माझ्याकडे पाहत राहतो.

“त्याबद्दल ती स्वतःला दोष देते. तिला ते मुळीच आवडलेलं नाहीये.”

“तू माझ्या आईशी बोललीस यावर माझा विश्वासच बसू शकत नाहीये. शिट!” पुन्हा एकदा डोळ्यांवर हात ठेवून तो पडून राहतो.

“हे बघ, आम्ही फार खोलात शिरलो नव्हतो.”

“नशीब माझं. ग्रेसला सगळं सविस्तर कळावं अशी माझी इच्छादेखील नाहीये. ख्राइस्ट! ॲना, तू माझ्या डॅडशी पण बोललीस का?”

“नाही!” मी जोरजोरात मान हलवत म्हणते. कॅरिकशी माझं नातं तितकं जवळचं नाहीये. त्याने प्रिनपबद्दल केलेलं विधान मी आजही विसरू शकत नाहीये. “ते असो, तू मुद्दाम विषय बदलतो आहेस. जॅक. त्याचं काय?”

क्षणभर डोळ्यांवरचा हात काढून ख्रिश्चन माझ्याकडे रोखून पाहतो. त्याच्या नजरेतले भाव मला वाचता येत नाहीत. सुस्कारा सोडत तो परत हात डोळ्यांवर ठेवून घेतो.

“चार्ली टॅन्गोच्या घातपातामध्ये हाईडचा हात होता हे नक्की. तपासणी करणाऱ्या लोकांना हाताचा जो पुसटसा ठसा मिळाला आहे, तो हाईडच्या हाताशी जुळतो. त्यानंतर, सर्व्हररूममध्ये असलेल्या हाईडला तू ओळखलंस. डेट्रॉइटमध्ये असताना त्याच्यावर काही गुन्हे दाखल होते. अर्थात, तेव्हा तो अल्पवयीन होता. तरीही ठसे जुळतात, हे महत्त्वाचं आहे.”

ख्रिश्चन सांगत असलेली माहिती ऐकताना माझं विचारचक्र वेगानं फिरू लागतं. चार्ली टॅन्गोचा अपघात जॅकनं घडवून आणला? तेवढ्यात ख्रिश्चन पुढे बोलू लागतो, “आज सकाळी इथल्या गॅरेजमध्ये एक कार्गो व्हॅन सापडली. तिचा ड्रायव्हर हाईड होता. त्या दिवशी आपल्याला एलेव्हेटरमध्ये भेटलेल्या, नव्याने राहायला आलेल्या त्या माणसाकडे हाईडनं काहीतरी थातूरमातूर सामान पोहोचवलं.”

“त्याचं नाव मला नाही आठवत.”

“मलाही नाही आठवत.” ख्रिश्चन म्हणाला. “हाईड एका डिलिव्हरी कंपनीसाठी काम करतोय. त्या माणसाच्या माध्यमातून तो या बिल्डिंगमध्ये राजरोसपणे शिरला.

“आणि? त्या व्हॅनमध्ये असं काय होतं?”

ख्रिश्चन उत्तर देत नाही.

“ख्रिश्चन, सांग मला.”

“पोलिसांना त्या व्हॅनमध्ये काही... काही वस्तू सापडल्या,” माझ्या भोवतीची मिठी घट्ट करत तो म्हणतो.

"काही वस्तू?" माझ्या प्रश्नावर ख्रिश्चन उत्तर देत नाही. मी पुन्हा काही तरी विचारणार इतक्यात तो म्हणतो,

"एक गादी, एक चिठ्ठी आणि साधारण दहा-बारा घोड्यांना झोपवू शकेल इतकं गुंगीचं औषध." हे बोलतांना ख्रिश्चन एकदम सटपटतो.

होली फक!

"चिठ्ठी?" माझी गत आता त्याच्यासारखीच होते.

"मला उद्देशून लिहिलेली."

"काय लिहिलं होतं त्यात?"

ख्रिश्चन जोरजोरात मान हलवतो. एक तर त्याला मला सांगायचं नाहीये किंवा त्याला माहिती नाहीये. मला पहिली शक्यता जास्त वाटते.

ओह!

"काल रात्री तुला पळवून नेण्याच्या उद्देशाने हाईड इथे आला होता." हे बोलताना ख्रिश्चन ताठरतो. त्याच्या चेहऱ्यावरचा ताण स्पष्ट आहे. हाईडच्या खिशात डक्ट-टेप होती हे मला आठवतं. प्रचंड भीतीने मी शहारते. बापरे! काल काय खरं नव्हतं. पण, इतक्या थराला जाईल तो?

"असं का करावं त्यानं?" मी शंका बोलून दाखवते. "मला तरी या सगळ्याचा अर्थ लागत नाहीये."

"मी समजू शकतो. पोलिस त्यांच्या पद्धतीने शोध घेत आहेत. वेल्चसुद्धा माहिती काढतो आहे. पण, आम्हाला वाटतंय की या सगळ्याचा संबंध डेट्रॉइटशी आहे."

"डेट्रॉइट?" माझा गोंधळ वाढतो.

"हो. पाणी तिथेच मुरतंय."

"पण, मला अजूनही कळत नाहीये." मी म्हणते.

ख्रिश्चन माझ्याकडे रोखून बघतो. मला त्याच्या नजरेतले भाव वाचता येत नाही.

"ॲना, मी डेट्रॉइटमध्ये जन्मलो."

१२

"मला वाटलं तुझा जन्म इथे, सिएटलमध्ये झाला आहे," मी म्हणते. माझं विचारचक्र वेगाने धावू लागतं. याचा जॅकशी काय संबंध असावा? तितक्यात, डोळ्यांवरचा हात काढत ख्रिश्चन बाजूची उशी ओढून डोक्याखाली घेतो. मग जरा आरामात झोपून माझ्याकडे पाहतो. त्याच्या नजरेत सावधानता आहे. क्षणभरानंतर तो मान झटकतो.

"नाही. इलिएट आणि मी, आम्हा दोघांनाही डेट्रॉइटमधून दत्तक घेतलं आहे. मला दत्तक घेतल्यानंतर काही दिवसांत आम्ही दोघंही इथे आलो. शहराच्या जीवघेण्या गर्दीतून दूर वेस्ट कोस्टवर राहायला जाण्याची ग्रेसची खूप इच्छा होती. म्हणून तिनं इथल्या नॉर्थवेस्ट हॉस्पिटलमध्ये नोकरी घेतली. त्या वेळेसच्या माझ्या आठवणी अतिशय अंधूक आहेत. मियाला मात्र इथेच दत्तक घेतलं."

"अच्छा, जॅकसुद्धा डेट्रॉइटचा आहे तर."

"हो."

ओह! "तुला हे कसं माहिती?"

"तू जेव्हा त्याच्याकडे नोकरी करणार हे मला कळलं, तेव्हा मी त्याच्याविषयी सर्व माहिती काढली होती."

त्यात नवल ते काय! "त्याच्यासुद्धा माहितीची फाईल असेलच तुझ्याकडे," मी मानभावीपणे विचारते.

माझ्या बोलण्याची गंमत वाटून ख्रिश्चन ओठ मुडपतो; पण, मला ते दिसू न देण्याचा तो प्रयत्न करतो. "मला वाटतं, त्याची फाईल फिक्या निळ्या रंगाची आहे." एकीकडे तो माझ्या केसातून हात फिरवणं चालू ठेवतो. किती बरं वाटतंय मला त्याच्या या स्पर्शाने.

"त्याच्या फाईलमध्ये काय म्हटलंय?"

ख्रिश्चन क्षणभर डोळे मिटून घेतो. मग माझा गाल कुरवाळत तो म्हणतो, "तुला खरंच जाणून घ्यायचं आहे का?"

"का, इतकं वाईट आहे का ते?"

तो खांदे उडवतो. ''याहून वाईट गोष्टी माहिती आहेत मला,'' त्याच्या तोंडून शब्द बाहेर पडतात.

नाही! तो स्वतःबद्दल बोलतो आहे का हे? त्या क्षणी माझ्या मनात लहानग्या ख्रिश्चनची प्रतिमा उमटते. अस्वच्छ, भेदरलेला, हरवलेला ख्रिश्चन... त्याच्याभोवतीची मिठी घट्ट करत मी त्याला अजूनच बिलगते. मग, आमच्या दोघांच्या अंगावर पांघरूण ओढून घेत मी त्याच्या छातीवर गाल टेकवते.

माझ्या या कृतीचं आश्चर्य वाटून तो म्हणतो, ''काय झालं?''

''छे, कुठे काय!'' मी उत्तर देते.

''हे बघ ॲना, असं नाही चालणार. तुला तुझ्या प्रश्नांची उत्तरं हवी असतील तर मग माझ्याही प्रश्नांची उत्तरं मला लागतील. तेव्हा, सांग काय ते.''

त्याच्या चेहऱ्याचा अंदाज घेत मी पुन्हा एकदा त्याच्या छातीवर गाल टेकवते. मनातला विचार त्याला सांगावा असं ठरवून मी म्हणते, ''कधीकधी ना ख्रिश्चन तू लहान असताना कसा होतास, ते मला आठवत राहतं. म्हणजे, तू ग्रे कुटुंबाबरोबर राहायला येण्याआधी.''

हे ऐकताच ख्रिश्चन एकदम ताठरतो. ''हे बघ, मी माझ्याबद्दल बोलत नव्हतो. मला तुझी दया नकोय, ॲनेस्टेशिया माझ्या आयुष्याचा तो भाग पूर्णपणे संपलेला आहे. गाडलेला भूतकाळ आहे तो.''

''अरे, ही दया नाहीये.'' त्याच्या या प्रतिक्रियेमुळे हतबद्ध होत मी म्हणते. ''ज्याला तू दया किंवा कीव समजतोस ती खरं म्हणजे परानुभूती आहे. एका लहानशा जिवाला किती छळ सोसावा लागला, याबद्दल जाणवणारी वेदना आहे ती.'' नुसत्या त्या विचारानंसुद्धा मला भडभडून येतं. स्वतःला शांत करण्यासाठी मी एक खोल श्वास घेते. माझे डोळे भरून येतात. ''आणि ख्रिश्चन, तुझ्या आयुष्याचा तो भाग संपलेला नाहीये. भूतकाळ गाडला गेलाय, असं कसं म्हणतोस तू? प्रत्येक क्षणाला तू तुझा भूतकाळ जगत असतो. तू स्वतःच मला सांगितलेलं आहे- फिफ्टी शेड्स- आठवतंय ना?'' ऐकू येईल न येईल अशा आवाजात मी म्हणते.

ख्रिश्चन त्रासतो. चकार शब्दही न उच्चारता तो स्वतःच्या केसांतून उद्वेगानं हात फिरवतो. त्याला आलेला ताण मला स्पर्शातून जाणवतो.

''आणि म्हणूनच सतत माझ्यावर ताबा ठेवण्याची आवश्यकता तुला वाटते. माझी सुरक्षितता तुझ्यासाठी सर्वांत महत्त्वाची आहे.''

''हे सगळं माहिती असूनसुद्धा तू माझी अवज्ञा करतेस,'' गोंधळलेल्या स्वरात ख्रिश्चन मला म्हणतो. तो पुन्हा माझ्या केसांतून हात फिरवू लागतो.

आता वैतागण्याची माझी पाळी आहे. *होली काऊ! मी काय मुद्दाम करते का*

हे सगळं? आपला अर्धचंद्राकृती चष्मा काढत, त्याची काडी दातात धरून माझं अबोध मन माझ्याकडे पाहतं. मी त्याच्याकडे पूर्ण दुर्लक्ष करते. छे, किती गोंधळ हा! मी याची सबमिसिव्ह नाही, बायको आहे. पैसे मोजून मिळवलेली सोबत नाहीये मी. त्याची जन्मदात्री जशी हरामखोर रांड होता, तशी मी नाहीये... ओह फक! नुसत्या विचारानंसुद्धा मला मळमळू लागतं. डॉ. फ्लिनचे शब्द मला आठवू लागतात :

''ॲनेस्टेशिया, तू जे काही करते आहेस त्यात बदल करू नकोस. ख्रिश्चन अतिशय आनंदात आहे. त्याला हे असं बघणं माझ्यासाठी खूप सुखकारक आहे.''

ठरलं तर. मी आजवर जशी वागत आले आहे तशीच वागणार. तसंही, ख्रिश्चनला सगळ्यात पहिल्यांदा माझं हे वागणंच आवडलं होतं ना!

छे छे, हा माणूस किती गोंधळून टाकतोय मला.

''डॉक्टर फ्लिन म्हणाले होते की, 'ख्रिश्चनला संशयाचा फायदा दिला पाहिजे.' माझ्या मते मी तो देते आहे. नाही, असं मी खात्रीने नाही म्हणू शकणार पण... कदाचित तुला तुझ्या भूतकाळापासून दूर करून वर्तमानकाळात आणण्याचा माझा हा मार्ग असावा,'' मी धीर एकवटून बोलू लागते. ''मला समजत नाही. तुझी प्रतिक्रिया काय असेल, तू किती पराकोटीला जाशील याबद्दल मला अंदाज येत नाही.''

यावर ख्रिश्चन बराच वेळ काही उत्तर देत नाही. ''फकिंग फ्लिन,'' असं तो स्वतःशी म्हणतो.

''त्यानं मला सांगितलं होतं की, मी तुझ्याशी आजवर जशी वागत आले आहे त्यात काही बदल करण्याची गरज नाही.''

''खरं की काय?'' ख्रिश्चन रुक्षपणे म्हणतो.

ओके, प्रयत्न तर करू या. ''ख्रिश्चन, हे बघ, मला माहितीये की तुझं तुझ्या आईवर खूप प्रेम होतं. पण, तू तिला वाचवू शकला नाहीस. लक्षात घे, की तिला वाचवण्याचं तुझं वयसुद्धा नव्हतं. त्याचबरोबर, हेही लक्षात घे, की मी म्हणजे ती नाही.''

तो पुन्हा ताठरतो. ''नको हं,'' तो धास्तावून म्हणतो.

''हे बघ, प्लीज, ऐक माझं,'' बोलताबोलता मी मान उचलून त्याच्या गडद राखाडी डोळ्यांत बघते. त्याची नजर भीतीनं थिजली आहे. त्यानं श्वास रोखून धरला आहे. ओह, ख्रिश्चन! माझं हृदय पिळवटतं, ''मी ती नाहीए. तिच्यापेक्षा मी खूप कणखर आहे. शिवाय, तू आहेस माझ्या जोडीला. आणि आता, तू पूर्वीपेक्षा खूप खंबीर झाला आहेस. याहून महत्त्वाचं म्हणजे तुझं माझ्यावर प्रेम आहे हे मला माहिती आहे. ख्रिश्चन, मी तुझ्यावर खूप प्रेम करते रे,'' माझ्या भावना त्याच्यापर्यंत

पोहोचवण्याचा प्रयत्न करत मी म्हणते.

मी काहीतरी अनपेक्षित बोलल्याप्रमाणे तो माझ्याकडे पाहतो. ''तुझं अजूनही प्रेम आहे माझ्यावर?'' तो साशंकतेने विचारतो.

''ख्रिश्चन, अर्थात आहे. मी आयुष्यभर तुझ्यावर प्रेम करत राहीन. मग तू माझ्याशी कसाही का वागेनास.'' त्याला माझ्याकडून ही खात्री हवी आहे का?

यावर तो खोल निःश्वास सोडत डोळे मिटून घेतो आणि एक हात डोळ्यांवर ठेवतो. दुसऱ्या हातानं तो मला घट्ट आवळतो.

''माझ्यापासून स्वतःला लपवू नकोस रे,'' असं म्हणत मी त्याच्या डोळ्यांवरचा हात दूर करते. ''हे बघ, आत्तापर्यंतचं आयुष्य तू लपूनछपून घालवलं आहेस. निदान माझ्यापासून तरी आता लपवू नकोस.''

अविश्वासाने माझ्याकडे पाहत तो विचारतो, ''लपूनछपून?''

''हो.''

अचानक तो बाजूला सरकत कुशीवर होतो. त्याच वेळेस तो मला ओढून जवळ घेतो. आता मी त्याच्या बाजूला आहे. पुढे होत तो चेहऱ्यावर आलेल्या माझ्या बटा कानामागे सारतो.

''तू आज मला विचारलं होतंस की मी तुझा तिरस्कार करतो का? तुझ्या त्या प्रश्नाचा अर्थ मला तेव्हा कळला नव्हता. पण आता मला वाटतंय की-'' वाक्य अर्धवट सोडत तो माझ्याकडे पाहतो. मी एखादं कोडं आहे की काय असा भाव त्याच्या नजरेत असतो.

''तुला वाटतंय का की मी तुझा तिरस्कार करते?'' हे विचारताना माझा आवाज कापतो.

''नाही,'' जोरजोरात मान हलवत तो म्हणतो. ''आता मला असं काही वाटत नाही,'' त्याच्या स्वरात सुटकेची भावना असते. ''पण मला एक सांग ॲना, तू आज सेफवर्ड का वापरलास?''

माझ्या चेहऱ्याचा रंग उडतो. काय सांगणार होते मी त्याला? की त्याने मला प्रचंड घाबरवलं होतं? की तो थांबेल की नाही याची मला कल्पना नव्हती? की मी पुन्हा पुन्हा विनवणी करूनसुद्धा तो थांबत नव्हता? की मला मागच्या वेळेसची पुनरावृत्ती नको होती? त्या वेळेस त्यानं मला पट्ट्यानं मारलं होतं. त्या आठवणीनं मी या क्षणीदेखील शहारते.

मी आवंढा गिळते. ''कारण... कारण तू खूप संतापला होतास. माझ्यापासून दुरावला होतास आणि... अतिशय निर्दयपणे वागत होतास. तू किती कमाल मर्यादा गाठशील, याचा अंदाज मला येत नव्हता.''

त्याच्या चेहऱ्यावरचे भाव मला वाचता येत नाहीयेत.

"तू आज मला येऊ देणार होतास की नाही?" माझ्या तोंडातून शब्द कसेबसे बाहेर पडतात. हे विचारतांना मला अतिशय संकोच वाटत असला तरी मी त्याच्या नजरेला नजर देत बोलते.

"नाही," शेवटी एकदाचं तो उत्तर देतो.

होली क्रॅप! "हा... हा निष्ठुरपणा आहे."

हळुवारपणे माझा गाल कुरवाळत तो म्हणतो, "पण, अतिशय परिणामकारक असा हा मार्ग आहे." त्याचे डोळे गडद होत जातात. माझ्या अंतरंगात डोकावून तो जणू माझ्या आत्म्याचा वेध घेण्याचा प्रयत्न करतो. खूप वेळा नंतर तो म्हणतो, "तू सेफवर्ड वापरलास ते बरं केलंस."

"खरंच?" मला याचं मन समजत नाही.

त्याच्या चेहऱ्यावर कसनुसं हसू उमटतं. दुःखी स्वरात तो म्हणतो, "हो. तुला इजा करावी असं मला कधीही वाटत नाही. पण, त्या क्षणी मात्र मी वाहवत गेलो होतो." पुढे होत तो माझं चुंबन घेत म्हणतो, "क्षणाच्या अधीन झालो होतो असं समज." पुन्हा माझ्या ओठांवर ओठ टेकवून तो म्हणतो, "तुझ्या बाबतीत माझं खूप वेळेला असं होतं."

ओह? का कोण जाणे पण या विचारानं मला छान वाटतं. मला हसू येतं. आनंद होण्यासारखं काय आहे याच्यात? तोही हसतो.

"मिसेस ग्रे, तुम्ही का हसताय हे मला कळत नाहीये."

"मलाही ते कळत नाहीये." मला बिलगत तो माझ्या छातीवर डोकं टेकवतो. सॅटीनच्या त्या लाल चादरीमध्ये जवळजवळ निर्वस्त्र अशी मी आणि डेनिममधला तो लपेटलेले आहोत. त्याच्या केसातून हात फिरवत मी हळुवारपणे त्याच्या पाठीला मसाज करू लागते. खोल उसासा टाकत, माझ्या स्पर्शानं तो हळूहळू सैलावू लागतो.

"म्हणजे, मला थांबवण्यासाठी तू पुरेशी आहेस, यावर मी विश्वास ठेवू शकतो तर! तुला इजा करावी असं मला कधीही वाटणार नाही, हे लक्षात ठेव. फक्त माझी गरज आहे की-" अचानक तो बोलायचा थांबतो.

"काय गरज आहे तुझी?"

"ॲना, मला तुझी जशी गरज आहे तशीच नियंत्रण ठेवण्याचीदेखील गरज आहे. या एकाच प्रकाराने मी काम करू शकतो. ते मी सोडून देऊ शकत नाही. शक्यच नाहीये ते. मी प्रयत्न केलाय, नाही असं नाही; पण तुझ्याबाबतीत मात्र..." चिडून तो मान झटकतो.

मी आवंढा गिळते. इथेच तर पाणी मुरतंय. नियंत्रण ठेवण्याची त्याची गरज आणि माझी त्याला असलेली गरज. या दोन्ही गोष्ट एकमेकांवर अवलंबून नाहीत

हे मान्य करायची त्याची तयारी नाही.

"मलासुद्धा तुझी खूप गरज आहे रे," त्याच्या भोवतीची मिठी घट्ट करत मी त्याला म्हणते. "ख्रिश्चन, इथून पुढे तुझ्या बाजूने विचार करायचा मी अधिक प्रयत्न करेन."

"तुला माझी गरज वाटली पाहिजे, असं मला वाटतं," तो हळुवारपणे म्हणतो.

होली काऊ!

"ती तर आहेच!" मी भावनावश होऊन म्हणते. मला त्याची खूप गरज आहे. माझं त्याच्यावर खूप प्रेम आहे.

"आणि मला तुझी खूप काळजी घ्यायची आहे."

"ती तर तू घेतोसच, नेहमीच. तू काल इथे नव्हतास तर तुझी किती उणीव भासली म्हणून सांगू."

"खरं सांगते आहेस?" तो अविश्वासानं विचारतो.

"अर्थातच. तू दूर गेलेला मला मुळीच आवडत नाही."

त्याला हसू येतं, "तू माझ्याबरोबर येऊ शकली असतीस, नाही का?"

"हे बघ ख्रिश्चन, पुन्हा गाडी त्या विषयाकडे वळवायची गरज नाही. मला नोकरी करायची आहे."

हं... तो पुन्हा एकदा सुस्कारा सोडतो. माझी बोटं हळुवारपणे त्याच्या केसातून फिरत राहतात.

"ॲना, आय लव्ह यू."

"ख्रिश्चन, आय लव्ह यू टू. मी आयुष्यभर तुझ्यावर प्रेम करत राहीन."

एकमेकांच्या कुशीत आम्ही दोघंही तसेच पडून राहतो. वादळानंतरची शांतता आहे ही. त्याच्या हृदयाची तालबद्ध धडधड ऐकत मला कधीतरी झोप लागते.

अचानक दचकून मी जागी होते. कुठे आहे मी? अच्छा, प्लेरूममध्ये. मंद उजेडात प्लेरूमच्या लालभडक भिंती उजळल्या आहेत. ख्रिश्चन पुन्हा कण्हतो तेव्हा माझ्या लक्षात येतं, की त्याच्या कण्हण्यानं मला जाग आली आहे.

"नाही, नको," तो घोगऱ्या स्वरात म्हणतो. तो माझ्या बाजूला झोपलेला आहे. त्याचे डोळे घट्ट मिटलेले आहेत. त्याचा चेहरा वेदनेने पिळवटून निघाला आहे.

होली शिट! त्याला भयानक स्वप्न पडलेलं दिसतंय.

"नको!" तो पुन्हा ओरडतो.

"ख्रिश्चन, जागा हो." अंगावरचं पांघरूण फेकून देत मी धडपडत उठते. त्याच्या बाजूला झुकत, त्याचे खांदे घट्ट धरून मी त्याला जागं करण्याचा प्रयत्न

करते. त्याची ही अवस्था पाहून मला रडू येतं.

“ख्रिश्चन, प्लीज, जागा हो रे,” मी कसंबसं म्हणते.

अचानक त्याचे डोळे खाडकन उघडतात. भीतीनं त्याच्या डोळ्यांच्या बाहुल्या विस्फारलेल्या आहेत. तो माझ्याकडे टक लावून पाहतो. त्याच्या नजरेत ओळखीचे भाव दिसत नाहीत.

“ख्रिश्चन, तुला स्वप्न पडलं होतं. तू घरी आहेस. तू सुरक्षित आहेस. जागा हो.”

काही क्षण तो डोळ्यांची उघडझाप करत भांबावून इकडे तिकडे पाहतो. आपण कुठे आहोत हे लक्षात आल्यावर तो पुन्हा माझ्याकडे नजर वळवतो. “ॲना,” तो श्वास घेतो आणि अचानक माझा चेहरा दोन्ही हातात धरून खसकन मला जवळ ओढून घेत माझं आवेगानं चुंबन घेतो. त्याची जीभ लसलस करत माझ्यावर हक्क सांगू लागते. त्याच्या त्या कृतीतून मला त्याची असहायता आणि गरज जाणवते. मला श्वास घेण्याचा अवसरदेखील न देता तो झटक्यात माझ्यावर चढतो. एका हातानं माझी हनुवटी पकडत दुसऱ्या हाताने तो माझं डोकं घट्ट धरतो. त्यानंतर, माझ्या दोन्ही पायांमध्ये पाय टाकून तो मला जागेवर खिळवून ठेवतो.

“ॲना,” मी तिथे त्याच्याबरोबर आहे यावर विश्वास ठेवायला त्याचं मन अजूनही तयार नाही. माझ्याकडे रोखून बघत तो क्षणभर मला किंचित मोकळं करतो. मी कसाबसा श्वास घेते. पुन्हा एकदा त्याचे ओठ माझ्या ओठांना भिडतात. तो जणू माझा सर्व जीवनरस शोषून घेऊ पाहत आहे. तो जोरात कण्हतो आणि स्वतःचे नितंब आक्रसून डेनिमसकट मला भिडू पाहतो. माझ्या कोमल त्वचेला तो स्पर्श खूप वेगळा जाणवतो. प्लेरूममध्ये आल्या आल्या त्यानं मला समागमाला पोहोचण्यापासून पुन्हा पुन्हा थोपवलं होतं, त्या सर्व ताणाचा आता निचरा होऊ पाहतो आहे. माझ्या प्रत्येक पेशीतून बदला घ्यायची भावना उसळते आहे. जोडीला, मला त्याची तीव्र आसक्ती आणि गरज जाणवते आहे. स्वतःच्या अंतरंगातले विकट भाव जाणवून तो चेकाळल्यासारखा माझी चुंबनं घेत सुटतो; माझा चेहरा, डोळे, गाल, हनुवटी.

“मी इथेच आहे रे,” त्याला शांत करण्याचा प्रयत्न करत मी त्याच्या कानात म्हणते. आम्हाला दोघांनाही धाप लागलेली आहे. त्याच्या खांद्यांभोवती मिठी घालत मी त्याला भिडते.

“ओह, ॲना, मला तुझी नितांत गरज आहे.”

“मलासुद्धा आहे,” मी त्याला उत्कट प्रतिसाद देत म्हणते. त्याच्या स्पर्शासाठी माझ्या शरीराचा कण न् कण आसुसला आहे. मला तो हवा आहे. मला तो आत्ता हवा आहे. मला त्याला शांत करायचं आहे. मला स्वतःलाही शांत करायचं आहे. मला आमच्या दोघांचंही समाधान करायचं आहे. या क्षणाला मला त्याच्याशी रत

व्हायचं आहे. माझी हनुवटी सोडत तो पॅन्टचं बटण काढतो आणि स्वतःला मोकळं करतो.

होली शिट! मिनिटाभरापूर्वी मी अगदी गाढ झोपले होते.

तो किंचितसा सरकून माझ्याकडे रोखून पाहतो. त्याच्या नजरेत प्रश्न आहे.

"हो, प्लीज," माझ्या घोगऱ्या स्वरात माझी गरज उमटते.

पुढच्याच क्षणी तो स्वतःला माझ्यात गाडून घेतो.

"आह!" मी चीत्कारते. माझ्या स्वरात वेदनेपेक्षा आश्चर्य आहे- क्षणार्धात झालेल्या त्याच्या परिवर्तनाचं.

तो हुंकारतो. पुन्हा पुन्हा स्वतःला माझ्यात गाडून घेत तो आवेगानं मला भिडत राहतो. त्याच्या जिभेनं माझ्या जिभेचा ताबा घेतला आहे. त्याच्या हालचालीत आर्तता आहे आणि जोडीला त्याला वाटणारी भीती, लालसा, आसक्ती आणि... त्याचं प्रेम? मला काही कळेनासं झालंय. तरीही, मनातले सर्व विचार बाजूला ठेवत मी त्याला आवेगानं पुन्हा पुन्हा प्रतिसाद देत राहते.

"ॲना," घोगऱ्या आवाजात माझं नाव उच्चारत तो आवेगानं मला भिडतो, स्वतःला पूर्णपणे रिक्त करतो. त्याचा चेहरा पिळवटला आहे, त्याच्या शरीराचा कण न् कण ताठरला आहे... काही क्षणानंतर तो धापा टाकत माझ्यावर कोसळतो. पुन्हा पुन्हा तो रिता होत जातो. मला मात्र तृप्ती जाणवत नाही.

होली शिट्! आजची रात्र माझ्यासाठी नाही. माझी अंतर्देवता स्वतःला तटस्थ ठेवण्याचा प्रयत्न करते. मी त्याला घट्ट धरून ठेवत कसाबसा श्वास घेते. त्याच्या अंगाखाली मी दबून गेले आहे. मलाही त्याची खूप गरज आहे. माझ्यातून स्वतःला मोकळं करत तो मला घट्ट धरून ठेवतो. कितीतरी वेळ तो मला असा घट्ट मिठीत घेऊन थांबतो. शेवटी मान हलवत, स्वतःला हाताच्या कोपऱ्यांवर तोलत तो माझ्यावरचा भार हलका करतो. मी पहिल्यांदा नजरेस पडल्यासारखं तो माझ्याकडे पाहत राहतो. "ओह, ॲना. स्वीट जिझस्!" पुढे झुकत तो हळुवारपणे माझं चुंबन घेतो.

"आता कसं वाटतंय?" खोल श्वास घेत त्याचा देखणा चेहरा कुरवाळत मी विचारते. तो मान डोलावतो, पण त्याच्या चेहऱ्यावरचे हबकल्याचे भाव कमी होत नाही. माझा. हरवलेला. नवरा. त्याच्या कपाळावर आठ्या उमटतात. तो माझ्याकडे रोखून पाहतो. आपण कुठे आहोत याचं भान बहुधा त्याला आलं आहे.

"तुला?" त्याच्या स्वरात माझ्याबद्दल आपुलकी आहे.

"अं...," मी चुळबुळ करते. क्षणभरानंतर त्याच्या चेहऱ्यावर हसू पसरतं, मादक हसू.

"मिसेस ग्रे, तुमच्याही काही गरजा आहेत तर," माझ्या कानात असं कुजबुजत

तो माझं चुंबन घेत झटक्यात पलंगावरून उतरतो.

खाली बसत तो माझे गुडघे धरून पटकन मला स्वत:कडे ओढून घेतो. मी आता पलंगाच्या टोकावर आहे.

"उठून बस," तो सूचना करतो. माझे अस्ताव्यस्त केस सावरत मी धडपडत उठून बसते. माझी नजरबंदी करत तो माझ्या मांड्या एकमेकींपासून शक्य तितक्या दूर करतो. त्याचा हेतू लक्षात येऊन मी स्वतःला दोन्ही हातांवर तोलत मागे झुकते... त्याला काय म्हणू मी?

"ॲना, यू आर सो फकिंग ब्यूटिफुल!" असं म्हणत तो माझ्या उजव्या मांडीवर चुंबनांचा वर्षाव करत पुढे येऊ लागतो. माझं शरीर उत्तेजित होत अपेक्षेनं वाट पाहू लागतं. आपल्या दाट पापण्यांआडून तो माझ्याकडे नजर टाकतो.

"बघ इकडे," असं घोगऱ्या आवाजात म्हणत तो माझ्या योनीवर ओठ टेकवतो.

ओह माय! माझ्या मांड्यांच्या मधोमध साऱ्या संवेदना एकवटतात. त्याच्या जोडीनं ख्रिश्चन मला असं चेतवताना पाहणं हा वेगळाच अनुभव आहे. मी बेभान होते. फक! माझ्या शरीराचा सर्वाधिक संवेदनशील भाग आणि त्याची जीभ... इतर कशाचीही मला जाणीव नाही. कुठलीही दयामाया न दाखवता, त्याची जीभ जणू माझ्यावर तुटून पडते. एकाच वेळेस तो मला छळतो, डिवचतो, माझे लाड करतो आहे. स्वतःला सांभाळत ताठ बसतांना माझं शरीर थरथरू लागतं.

"आह! नको!" मी कसंतरी पुटपुटते. अगदी हळुवारपणे तो माझ्यात एक बोट सारतो. मला त्याचा तो अति सुखद स्पर्श असह्य होतो. मी मागच्या मागे अंग झोकून देते. त्याचे ओठ आणि बोट माझ्याशी नव्याने संवाद साधू लागतात. तिथे आत, खोलवर दडलेल्या माझ्या त्या अति खासगी भागाला नव्यानं जाणिवा होऊ लागतात. त्याच्या स्पर्शानं मी पेटू लागते. मला काही कळण्याआधी पुढच्याच क्षणी मी गच्च ओली होते. त्याच्या ओठाला आणि बोटाला चिंब करते, त्याच्या नावाचा पुकारा करते. समागमाची इतकी उच्च पातळी मी गाठली आहे की आपोआप माझ्या शरीराची कमान वर उचलली जाते. या आदिम भावनेची मला नव्यानं ओळख पटते. कुठेतरी माझं मन नोंद घेतं की तो आता माझ्या नाभीचे हलके चावे घेतो आहे. पुढे होत मी त्याच्या केसात हात घालून त्याला कुरवाळते. मी आता वेगळ्याच जगात वावरते आहे.

"थांब, अजून माझं झालं नाहीये," असं पुटपुटत तो पटकन माझे नितंब धरून मला स्वतःकडे ओढतो. मी कुठे आहे याचं भान येण्याआधीच तो मला स्वतःच्या मांडीवर घेत माझ्यात प्रवेशतो.

तो मला भरून आणि भारून टाकतो. होली काऊ!

"ओह बेबी!" माझ्या भोवती मिठी घट्ट करत तो माझ्यावर चुंबनांचा वर्षाव करतो. जाणीवपूर्वक आकुंचन प्रसरण करत, कंबर मागेपुढे करत तो माझ्यात खोल-खोल संवेदना उमटवू लागतो. मग मागून मला उचलून तो आमच्यातलं उरलंसुरलं अंतरसुद्धा मिटवून टाकतो.

आह! माझ्या संवेदनांनी कहर गाठला आहे. नव्याने माझ्या ओठांचा ताबा घेत तो अगदी सावकाश माझ्यात आतबाहेर करू लागतो. माझा गोड छळ करू लागतो. हे सगळं मी समरसून अनुभवत त्याला प्रतिसाद देऊ लागते. मला माझं भान उरत नाही, मी त्याचा एक भाग बनून राहते. त्याला कणाकणानं स्पर्श करत सुखावू लागते. किंचित मागे झुकत त्याच्या प्रेम करण्याच्या या रीतीची नजाकत चाखू लागते. प्रणयाच्या आणि स्पर्शाच्या जादूत नव्यानं हरवू लागते.

"ॲना," तो श्वास घेत, पुढे होत माझ्या गळ्यावर ओठ टेकवतो. मला घट्ट धरून ठेवत मागेपुढे होऊ लागतो. माझी मी उरत नाही... जाणिवेच्या वरच्या, अजून वरच्या पातळीवर मी पुढेपुढे जाऊ लागते. मिलनाच्या या आनंदापुढे सगळ्या भावना दुय्यम आहेत. आजवर न जाणवलेल्या भावना प्रकर्षानं उचंबळून येऊ लागतात. मला सौख्याची अनुभूती देऊ लागतात. तो मला जराही बाजूला होऊ देत नाही. तो आणि मी... आम्ही पुन्हा एकरूप झालो आहोत. एक शरीर, एक आस, एक मन, एक भावना....

"ॲना, आय लव्ह यू." माझ्या कानाशी घोगऱ्या स्वरात गुणगुणत तो पुन्हा मला वर खाली करू लागतो. त्याच्या मानेभोवती हात टाकत मी त्याला बिलगते.

"आय लव्ह यू टू, ख्रिश्चन," असं म्हणत मी डोळे उघडते. तो माझ्याकडे एकटक बघत असतो. प्लेरूममधल्या मंद उजेडातही त्याचा चेहरा माझ्याप्रति वाटणाऱ्या प्रेमानं लकाकत असतो. मघाचं त्याचं भयानक स्वप्न तो आता विसरून गेलाय. समागमाच्या उत्कटतेच्या या क्षणी माझ्या लक्षात येतं की, या क्षणी आम्ही जसे जोडले गेलो आहोत, आमचं प्रेम जसं मोकळेपणाने व्यक्त करत आहोत त्याचीच आस लागून राहिली होती मला.

"बेबी.... ये माझ्यासाठी..." त्याचा आर्जवी स्वर कानावर पडताच माझे डोळे आपोआप मिटले जातात. माझं शरीर सिद्ध होतं. उत्कट बिंदू गाठत मी संपूर्ण समर्पण करते. एक क्षणभर तो अविचल होतो आणि मग माझ्या कपाळावर कपाळ टेकवत, माझ्या नावाचा पुकारा करत, माझ्या भोवतीची मिठी आवळून घेत तोही संपूर्ण समर्पण करतो.

हळुवारपणे मला उचलून घेत तो पलंगावर ठेवतो. मी त्याच्या कुशीत पडून राहते. थकले असले तरी मी खूप तृप्त आहे. माझ्या मानेत नाक खुपसत तो म्हणतो, "आता बरं वाटतंय का?"

“हं.”

“आपण नीट झोपू यात का? की तुला इथेच, असंच झोपायचंय?”

“हं.”

“मिसेस ग्रे, बोला की माझ्याशी,” त्याला सगळ्याची गंमत वाटते आहे.

“हं.”

“इतकंच बोलणार आहेस का आज?”

“हं.”

“चल. आपल्या पलंगावर जाऊ यात. मला इथे झोपायला आवडत नाही.”

थोड्याशा अनिच्छेने मी कुशीवर होऊन त्याच्याकडे वळते, “थांब,” मी हलक्या स्वरात म्हणते. तो माझ्याकडे पाहतो. त्याच्या नजरेत एक प्रकारची निरागसता आहे. पण, त्याच वेळेस तो स्वतःवर अत्यंत खूश आहे. मैथुनाचं अतीव समाधान त्याच्या चेहऱ्यावर दिसतंय.

“तू ठीक आहेस का?” मी त्याला विचारते.

मान डोलावत एखाद्या किशोरवयीन मुलासारखा हसत तो म्हणतो, “आता मी ठीक आहे.”

“ओह, ख्रिश्चन,” खोटंखोटं रागवत मी त्याचा सुंदर चेहरा पुन्हा पुन्हा कुरवाळते, “हे बघ, मी तुझ्या स्वप्नाबद्दल विचारते आहे.”

त्याबरोबर त्याच्या चेहऱ्यावरचे भाव गोठतात. डोळे मिटून घेत तो माझ्या भोवतीची मिठी घट्ट करतो आणि माझ्या मानेत चेहरा लपवतो.

“नको ना,” तो कसंबसं म्हणतो. त्याचा स्वर दुखरा आणि घोगरा आहे. माझ्या हृदयात खोलवर कळ उमटते. त्याला घट्ट मिठीत घेत मी त्याच्या पाठीवरून आणि केसांतून हात फिरवू लागते.

“आय ॲम सॉरी,” त्याच्या प्रतिक्रियेमुळे मी दचकले आहे. *होली फक्!* त्याचे हे टोकाचे मूड मी कशी सांभाळू शकणार आहे? त्याला पडणारी भयानक स्वप्नं कशाबद्दल असतात? खरंतर मला सविस्तर जाणून घ्यायचं आहे. पण, त्याला खूप त्रास होईल हे जाणवून मी गप्प बसते. “बरं बरं, सगळं ठीक होईल,” अतिशय प्रेमाने मी त्याची समजूत काढायचा प्रयत्न करते. क्षणापूर्वीचा खेळकर आणि कामोत्सुक ख्रिश्चन परत आणण्यासाठी माझी धडपड चालू आहे. “ख्रिश्चन, सगळं ठीक होईल, हं.” पुन्हा-पुन्हा शब्दांनी आणि स्पर्शानं दिलासा देत मी त्याला सावरायचा प्रयत्न करते.

“चल, झोपायला जाऊ यात,” काही क्षणांनी तो म्हणतो. मला मिठीतून मोकळं करत तो उभा राहतो. हा क्षणाचा विरहदेखील मला असह्य होतो. सॅटीनची चादर स्वतःला लपेटून घेत मी धडपडत त्याच्या मागोमाग उठून इकडे तिकडे

पडलेले कपडे गोळा करू लागते.

"सोड ते सगळं," तो म्हणतो. मला काही कळायच्या आत मी त्याच्या हातांवर आहे. "या चादरीत पाय अडकून पडलीबिडलीस तर मान मोडायची तुझी. असलं काही मला अजिबात चालणार नाही." मी दोन्ही हात त्याच्या मानेभोवती टाकते. त्यानं स्वतःला किती पटकन सावरलंय, याचं मला कौतुक वाटतं. खालच्या मजल्यावरच्या आमच्या बेडरूमकडे तो मला घेऊन जातो.

माझे डोळे खाड्‌कन उघडतात. काहीतरी चुकतंय. ख्रिश्चन माझ्या बाजूला नाहीये. अजून तर खूप रात्र आहे. मी रेडिओ अलार्मकडे नजर टाकते. रात्रीचे तीन वाजून तीस मिनिटं झाले आहेत. ख्रिश्चन कुठे आहे? तेवढ्यात माझ्या कानावर पियानोचे स्वर पडतात.

मी पट्‌कन पलंगावरून उठते, घाईघाईनं अंगात रोब चढवून ग्रेटरूमकडे धाव घेते. पियानोवर तो वाजवत असलेले सूर इतके करुण आहेत, की माझ्या काळजाला घरं पडतात. आज पहिल्यांदाच मी हे सूर ऐकते आहे. मी दारात थबकते. त्या अत्यंत हृदयद्रावक स्वरांनी ती जागा पूर्णपणे व्यापली आहे. ख्रिश्चनच्या डोक्यावरचा एक लहानसा लाईट तेवढा चालू आहे. त्याचं वाजवून संपतं. पुन्हा नव्यानं तो तेच सूर छेडू लागतो. काय झालंय? आज इतकी व्याकुळता का? मी स्वतःला लपेटून घेत निःशब्दपणे ऐकू लागते. एकीकडे, त्याच्या स्वरांवरच्या प्रभुत्वामुळे मी थक्कदेखील झाले आहे. पण, माझं मन विषण्ण होतं. *ख्रिश्चन, कशाचं एवढं दुःख आहे? माझ्यामुळे झालं आहे का हे? मी कारणीभूत आहे का याला?* त्याचं वाजवून होतं. तो आता तिसऱ्यांदा तेच स्वर छेडू लागतो. मग मात्र मला राहवत नाही. मी त्याच्या जवळ जाते. माझ्याकडे न बघता तो थोडासा बाजूला सरकतो. मी त्याच्या बाजूला पियानोच्या सीटवर बसते. तो न थांबता वाजवत राहतो. मी त्याच्या खांद्यावर डोकं टेकवते. तो माझ्या केसांवर ओठ टेकवतो. पण, पूर्ण सुरावट वाजवून होईपर्यंत तो थांबत नाही. मी त्याच्याकडे रोखून पाहते. तोही माझ्याकडे टक लावून पाहतोय. त्याच्या नजरेत सावध भाव आहेत.

"माझ्या वाजवण्यामुळे झोपमोड झाली का?" त्यानं विचारलं.

"नाही, माझ्या बाजूला तू नसल्यामुळे मला जाग आली. तू आत्ता जे वाजवलंस त्याला काय म्हणतात?"

"ते चॉपिन् आहे; इ-मायनर सिरीजमधले हे सुरुवातीचे स्वर आहेत," क्षणभर थांबून ख्रिश्चन पुढे म्हणतो, "याचं नाव सफोकेशन असं आहे."

पटकन पुढे होत मी त्याचा हात हातात घेते. "जे काही घडलं त्यामुळे तू खूप हादरला आहेस ना?"

तो त्रासून म्हणतो, "एक साला हरामखोर माझ्या अपार्टमेन्टमध्ये शिरून

माझ्या बायकोला किडनॅप करायचा प्रयत्न करतो. तिची तर गोष्टच वेगळी; सांगितलेलं कधी ऐकतच नाही ती! माझं डोकं फिरवते. हे कमी की काय म्हणून ती परवलीचा शब्दसुद्धा वापरते.'' क्षणभर डोळे मिटून तो जेव्हा पुन्हा डोळे उघडतो तेव्हा त्याच्या नजरेत विषण्णता आहे. "हो, मी खरोखर खूप हादरलो आहे.''

त्याचा हात दाबत मी म्हणते, "आय ॲम सॉरी.''

माझ्या कपाळावर कपाळ टेकवून तो म्हणतो, "तू मेली आहेस असं मला स्वप्नात दिसलं.''

काय?

"तू जमिनीवर पडली होतीस- अगदी थंडगार-निश्चेष्ट-काही केलं तरी उठत नव्हतीस.''

ओह फिफ्टी!

"अरेच्चा, असं रे काय करतोस? स्वप्न होतं ते.'' पुढे होत मी त्याचा चेहरा दोन्ही हातांत धरते. त्याची नजर माझा वेध घेऊ पाहते. हळूहळू त्याच्या नजरेतलं दुःख कमी होऊ लागतं. "हे बघ, मी इथेच आहे, अगदी तुझ्याजवळ. तू उठून गेल्यामुळे माझी ऊब गेली नं. चल बरं झोपायला, प्लीज.'' मी त्याचा हात धरत उभी राहते. येईल का तो माझ्याबरोबर? काही क्षणांनी तोदेखील उठून उभा राहतो. त्याच्या अंगावर माझ्या आवडीचा पायजामा आहे. अगदी मला आवडतो तसाच तो त्याच्या कमरेला बिलगला आहे. या क्षणी पुढे होत त्याच्या पायजाम्याच्या कडेवरून बोट फिरवायचा मोह मला होतो. पण, स्वतःला कसंबसं आवरत मी त्याला घेऊन बेडरूमकडे जाते.

मला पुन्हा जाग येते तेव्हा मला विळखा घालून तो गाढ झोपलेला आहे. त्याच्या ऊबेत मी सुखावते. त्याच्या अंगाचा स्पर्श मला हवाहवासा वाटतो. त्याची झोपमोड हाऊ नये म्हणून मी अगदी गुपचूप पडून राहते. बापरे, काय संध्याकाळ होती कालची! अंगावरून एखादी रेल्वेगाडी गेल्यासारखं वाटलं मला- माझा नवरा- एखादी मालगाडी. आत्ता माझ्या बाजूला सुखेनैव झोपलेला हा तरुण काल रात्री इतका प्रचंड त्रस्त होता... आणि काल रात्री यानंच माझा प्रचंड छळ केला, यावर विश्वास ठेवणं कठीण आहे. मी छताकडे नजर टाकते. मला जाणवतं की, ख्रिश्चनचा विचार करताना मी नेहमी त्याला कणखर आणि वर्चस्व गाजवणारा असा समजते. मात्र, वास्तवात तो अतिशय कमकुवत आहे, माझा भांबावलेला नवरा. आणि गंमत म्हणजे तो मला कमकुवत समजतो. मला नाही वाटत की मी तशी आहे; निदान त्याच्या तुलनेत तरी मी खूप खंबीर आहे.

पण, मी आमच्या दोघांसाठी पुरेशी खंबीर आहे का? त्याला मनःशांती लाभावी म्हणून तो सांगेल तसंच वागण्याइतकी मी खंबीर आहे का? मी निःश्वास सोडते.

तसं पाहिलं तर त्याच्या माझ्याकडून फारशा अपेक्षा नसतात. आम्ही काल रात्री जे बोललो त्याचा विचार मी करू लागते. इथून पुढे आम्ही दोघंही थोडा अधिक नेटानं प्रयत्न करणार आहोत. त्याहून काही वेगळा निर्णय आम्ही घेतला का? थोडक्यात सांगायचं तर या माणसावर माझं प्रचंड प्रेम आहे. तेव्हा मलाच पुढाकार घेऊन वागण्याची दिशा ठरवावी लागेल. जेणेकरून माझं स्वातंत्र्य आणि स्वायत्तता कायम राहील. मात्र, त्याच वेळेस त्याच्यासाठी मला जास्तीत जास्त वेळ द्यावा लागेल. मी माझ्यापेक्षा जास्त त्याची आहे आणि तो माझा आहे. त्याला विनाकारण काळजी करावी लागू नये म्हणून या विक एन्डला मी अधिक चांगले प्रयत्न करायचा निश्चय करते. तेवढ्यात ख्रिश्चनला जाग येते. माझ्या छातीवर टेकवलेलं डोकं उचलून तो झोपाळू नजरेने माझ्याकडे पाहतो.

"गुड मॉर्निंग, मिस्टर ग्रे," मी हसून म्हणते.

"गुड मॉर्निंग, मिसेस ग्रे. नीट झोप झाली का?" आळस देत तो विचारतो.

"माझ्या नवऱ्यानं पियानोवर ते भयानक सूर छेडणं थांबवल्यावर मला छान झोप लागली."

तो संकोचतो आणि मी विरघळते. "भयानक सूर? थांब जरा, तातडीनं मिस कॅथीला ई-मेल करून कळवतो."

"मिस कॅथी?"

"माझी पियानो टीचर."

मी खुदकन हसते.

"किती गोड वाटतं तू अशी हसलीस की," तो म्हणतो. "आजचा आपला दिवस जरा बरा जाईल अशी अपेक्षा करू का?"

"ओके," मी संमती देते. "सांग, काय करायचंय तुला आज?"

"आधी तर माझ्या बायकोवर मनमुराद प्रेम करायचंय. त्यानंतर ती माझ्यासाठी मस्तपैकी ब्रेकफास्ट बनवणार आहे. मग मी तिला घेऊन अॅस्पेनला जाईन म्हणतोय.

मी अवाक होऊन पाहत म्हणते, "अॅस्पेन?"

"हो."

"अॅस्पेन, कोलोरॅडो?"

"अगदी बरोबर, अर्थात त्यांनी ते तिथून हलवलं नसेल तर. तिथे राहण्यासाठी तू तब्बल चोवीस हजार डॉलर मोजले आहेत ना?"

मी त्याच्याकडे पाहून हसत म्हणते, "ते तुझे पैसे होते."

"आपले पैसे म्हण."

"मी लिलावाची बोली बोलले तेव्हा ते तुझे पैसे होते," मी डोळे फिरवत म्हणते.

“मिसेस ग्रे, तुम्ही आणि तुमचं डोळे फिरवणं,” माझ्या मांडीवरून अलगद हात फिरवत तो माझ्या कानात म्हणतो,

“पण, कोलोरॅडोला पोहोचायला तर खूप तास लागतील?” त्याचं लक्ष विचलित करण्यासाठी मी म्हणते.

“जेटनं गेलं तर नाही लागणार,” मधाळ स्वरात असं म्हणत त्याचे हात माझ्या पाठीवरून फिरू लागतात.

खरंच की, माझ्या नवऱ्याकडे जेट आहे. कशी काय विसरते मी?

त्याचे हात माझ्या नाईटड्रेसशी चाळा करू लागतात. काही क्षणांत मी सारं काही विसरते.

सी-टॅकच्या धावपट्टीवर टेलर आम्हाला आणून सोडतो. जीईएच जेट उड्डाणाच्या तयारीत उभं आहे. सिएटलमध्ये आज कोंदटपणा दाटला आहे. पण, त्या कुंद हवेचा मी स्वतःवर परिणाम होऊ देत नाही. ख्रिश्चनचा मूड खूप मस्त आहे. मला समजत नाहीये; पण तो कशामुळे तरी अति उत्तेजित आहे; एखादं मोठं गुपित जपणारा लहान मुलगा असावा ना, तसा त्याचा चेहरा फुलला आहे. त्याच्या मनात काय आहे? तो स्वप्नाळू दिसतोय; विस्कटलेले केस, पांढरा टी-शर्ट, काळी जिन्स. आत्ता तो सीईओसारखा दिसत नाहीये. टेलर जेटच्या पायऱ्यांपर्यंत गाडी आणतो. ख्रिश्चन माझा हात धरून म्हणतो,

“तुझ्यासाठी एक सरप्राईज आहे,” माझ्या बोटांवर तो ओठ टेकवतो.

मी हसून विचारते, “चांगलं सरप्राईज ना?”

“सांगता येत नाही.” तो हसून उत्तर देतो.

हं... काय असेल बरं?

समोरच्या सीटवर बसलेला सॉयर तत्परतेनं बाहेर येऊन माझ्या बाजूचं दार उघडतो. टेलर ख्रिश्चनच्या बाजूचं दार उघडतो. टेलर आणि सॉयर गाडीच्या बूटमधून आमचं सामान बाहेर काढतात. आम्ही विमानाच्या पायऱ्या चढतो. सगळ्यात वरच्या पायरीवर स्टिफन आमच्यासाठी थांबला आहे. मी कॉकपीटकडे नजर टाकते. फर्स्ट ऑफिसर बीघले समोरच्या प्रचंड मोठ्या इन्स्ट्रूमेन्टल पॅनेलवरचे वेगवेगळे स्विचेस दाबतो आहे.

ख्रिश्चन आणि स्टिफन हात मिळवतात. स्टिफन हसून म्हणतो, “गुड मॉर्निंग, सर.”

“इतक्या कमी वेळात सगळं जमवल्याबद्दल मनापासून थँक यू,” ख्रिश्चन हसून उत्तर देतो. मग विमानाच्या आतल्या भागाकडे मान वळवून तो विचारतो, “आपले सगळे पाहुणे आले का?”

"हो, सर.''

पाहुणे? मी वळून पाहते आणि अवाक होते. विमानाच्या क्रीम रंगाच्या लेदर सीटवर बसलेले केट, इलिएट, मिया आणि इथन माझ्याकडे बघून हसतायत. वॉव! मी गर्रकन वळून ख्रिश्चनकडे बघते.

"सरप्राईज!'' तो म्हणतो.

"कसं? कधी? कुणी?'' मी एका पाठोपाठ एक प्रश्न विचारते. मला प्रचंड आनंद झाला आहे.

"तू म्हणाली होतीस की, तुला तुझ्या मित्र-मैत्रिणींना फारसं भेटता येत नाही.'' खांदे उडवत, ओशाळलेल्या स्वरात तो म्हणतो.

"ओह, ख्रिश्चन, थँक यू.'' दोन्ही हात त्याच्या गळ्याभोवती टाकत मी सगळ्यांसमोर त्याचं कडकडून चुंबन घेते. माझ्या जिन्सच्या बेल्टलूपमध्ये अंगठे अडकवत तो मला मागून घट्ट धरत समरसून प्रतिसाद देतो.

ओह माय!

"अशीच वागलीस ना, तर या क्षणाला तुला बेडरूममध्ये खेचून घेऊन जाईन,'' तो माझ्या कानात पुटपुटतो.

"हिंमत तुझी,'' मी त्याच्या ओठांशी कुजबुजते.

"ओह, ॲनेस्टेशिया,'' तो हसून मानेला झटका देतो. मग मला सोडत, एक शब्दही न बोलता तो झटक्यात खाली वाकून, माझ्या मांड्यांवरची पकड घट्ट करत, मला उचलून खांद्यावर टाकतो.

"ख्रिश्चन, खाली उतरव मला!'' मी त्याच्या पाठीत धपाटे घालत म्हणते.

स्टिफन हसून वळतो आणि कॉकपिटमध्ये शिरतो. दाराशी उभा असलेला टेलर हसू दाबायचा प्रयत्न करतोय. माझा आरडाओरडा आणि सुटायच्या धडपडीकडे दुर्लक्ष करत ख्रिश्चन त्या अरुंद केबिनमधून, समोरासमोर बसलेल्या मिया आणि इथनला त्याचप्रमाणे केट आणि इलिएटला ओलांडत पुढे जातो. त्याच्या या कृतीनं इलिएटची खूप करमणूक होते आहे.

आमच्या चार पाहुण्यांकडे बघून ख्रिश्चन म्हणतो की, "एक्सक्यूज मी, तुमची काही हरकत नसेल तर मला माझ्या बायकोशी खासगीत काही बोलायचं आहे.''

"ख्रिश्चन!'' मी ओरडते. "मला खाली उतरव हं.''

"जरा धीर धर, बेबी!''

मिया, केट आणि इलिएट खो खो हसताएत. *काय चाललंय?* मला यात गंमत वाटत नाहीये. हे चक्क लाजिरवाणं आहे. इथन तोंडाचा 'आ' करून, थक्क होऊन आमच्याकडे पाहतोय. ख्रिश्चन माझ्यासकट आतल्या केबिनमध्ये शिरतो.

आत आल्यावर केबिनचं दार बंद करत तो मला सावकाश खांद्यावरून खाली

उतरवतो. त्याच्या शरीराचा प्रत्येक स्नायू मला जाणवतो. स्वतःवर खूश होत तो हसून माझ्याकडे पाहतो.

"मिस्टर ग्रे, फारच शोभा केलीत," हाताची घडी घालत, त्याच्याकडे रोखून पाहत मी खोट्या रागानं म्हणते.

"मिसेस ग्रे, मला तर खूप मजा आली," प्रसन्नपणे हसत तो मला उत्तर देतो. आहाऽ! किती तरुण दिसतोय हा.

"पुढे काय विचार आहे तुमचा?" एक भुवई उंचावत मी विचारते. माझ्या मनातल्या भावनांचा मला नेमका अंदाज येत नाहीये. बाहेर बसलेल्या सगळ्यांपर्यंत आमचं बोलणं जात असणार. जीझ! अचानक मला खूप संकोच वाटतो. तिथल्या बेडकडे मी कटाक्ष टाकते. मला आमच्या लग्नानंतरची पहिली रात्र आठवते. माझ्या गालावर गुलाब फुलतात. काल आम्ही दोघं किती भरभरून बोललो, किती काय काय केलं; मला तर वाटतंय, की कोणत्यातरी अनामिक अडथळ्याला मी पार केलंय. तीच तर खरी अडचण आहे, की तो अडथळा अनामिक आहे. ख्रिश्चन माझ्याकडे रोखून पाहतोय. त्याच्या चेहऱ्यावर कौतुक पसरलंय. मला राग धरणं कठीण होतं. तो हसत असताना मी कशी रागवणार बरं!

"मला वाटतं की, आपल्या पाहुण्यांना ताटकळत ठेवणं फार वाईट दिसेल," माझ्या दिशेनं पुढे येत तो मधाळ स्वरात म्हणतो. *हा कधीपासून इतरांचा इतका विचार करू लागला?* मी एक पाऊल मागे घेते, माझ्या पाठीला केबिनची भिंत लागते. आता मी अडकले आहे. ख्रिश्चनच्या शरीराची धग मला जाणवू लागते. माझ्यावर झुकत तो माझ्या नाकावर नाक घासतो.

"सरप्राईज आवडलं का?" तो अस्वस्थपणे विचारतो.

"ओह, ख्रिश्चन, फॅन्टॅस्टिक सरप्राईज!" त्याच्या छातीवरून हात फिरवत, त्याच्या मानेला मिठी घालत, मी त्याचं चुंबन घेते.

"हे सगळं कधी जमवून आणलंस?" त्याच्या केसातून हात फिरवत मी विचारते.

"काल रात्री मला झोप लागत नव्हती. तेव्हा मी इलिएट आणि मियाला ई-मेल टाकले. त्यानुसार ते सगळे आज इथे हजर झाले."

"किती विचारपूर्वक घडवून आणलंस सगळं! थँक यू. मला खात्री आहे की आपल्याला खूप मजा येईल."

"मलाही तसंच वाटतं. शिवाय, घरच्या तुलनेत ॲस्पेनमध्ये पापाराझ्झींचा ससेमिरा कमी असेल."

पापाराझ्झी! ख्रिश्चन म्हणतो ते बरोबर आहे. आम्ही काल एस्कलाला थांबलो असतो तर घरातून बाहेर पडणं कठीण झालं असतं. आज सकाळी ऑफिसबाहेर

कितीतरी पत्रकार जमले होते. टेलरने जरी गाडी वेगात नेली तरी त्यांचे कॅमेरा आणि फ्लॅश खटाखट उडत होते.

"चल. आपल्या जागेवर जाऊन बसू. स्टिफन टेक-ऑफ घेण्याच्या तयारीत आहे." तो माझ्या समोर हात करतो. त्याचा हात हातात घेत आम्ही दोघंही बाहेर येतो.

आम्हाला बघताच इलिएट थट्टेने म्हणतो, "अरे वा! फारच तत्पर इन-फ्लाईट सर्व्हिस आहे तुमच्याकडे."

ख्रिश्चन चक्क दुर्लक्ष करतो.

"लेडीज ॲन्ड जेन्टलमेन, आपण थोड्याच वेळात टेक-ऑफ घेणार आहोत. तेव्हा कृपया बसून घ्या." स्टिफनचा शांत आणि अधिकारदर्शक स्वर केबिनमध्ये घुमतो. *तपकिरी केसांची कोण बरं ती... अं... नताली मला वाटतं.* आमच्या लग्नाच्या रात्री तीच होती. अचानक ती कुठूनतरी येते आणि कॉफीचे रिकामे मग गोळा करते. *हं, आठवलं. तिचं नाव नतालिया आहे.*

"गुड मॉर्निंग, मिस्टर ग्रे, मिसेस ग्रे," ती गुरगुरते. ती समोर आली की मला अस्वस्थ का वाटतं? कदाचित तिचे केस तपकिरी असल्यामुळे असेल. तपकिरी केसांच्या बायकांचा ख्रिश्चनला मोह होतो, हे त्यानंच मला सांगितलंय, म्हणून सहसा तो त्यांना नोकरी देत नाही. तिच्याकडे बघून नम्रपणे हसत ख्रिश्चन इलिएट आणि केटच्या समोर टेबलच्या दुसऱ्या बाजूने असलेल्या खुर्चीवर बसतो. मी पटकन केट आणि मियाला मिठी मारते. मग, इथन आणि इलिएटकडे बघून हात हलवते आणि चटकन ख्रिश्चनच्या बाजूला बसून सीटबेल्ट बांधते. तो माझ्या गुडघ्यावर हात ठेवून प्रेमाने दाबतो. इतके सगळे असूनही ख्रिश्चन आनंदी आणि मजेत दिसतोय. तो नेहमीच असा का राहू शकत नाही? इतरांवर नियंत्रण ठेवण्याचा आटापिटा कशाला हवा? माझ्या मनात येतं.

"तू तुझे हायकिंग बूट घेतले आहेस ना?" तो प्रेमानं विचारतो.

"आपण काय स्किईंग करायला जाणार आहोत?"

"ऑगस्ट महिन्यात स्किईंग करणं हे एक चॅलेंज आहे," तो मजेनं म्हणतो.

अर्थातच!

"ॲना, तू स्किईंग करतेस का?" इलिएट मध्येच विचारतो.

"नाही."

माझ्या गुडघ्यावर ठेवलेला हात काढून ख्रिश्चन माझा हात घट्ट पकडतो.

"माझा धाकटा भाऊ तुला छान शिकवेल याची मला खात्री आहे," डोळा मारत इलिएट म्हणतो. "कसं आहे ना, उतारावरून घसरण्यातसुद्धा पटाईत आहे तो."

मी एकदम संकोचते. मी ख्रिश्चनकडे नजर टाकते. तो निर्विकारपणे इलिएटकडे बघत असतो. पण, माझ्या लक्षात येतं की तो हसू दाबायचा प्रयत्न करतोय. विमान धावपट्टीवरून धावू लागतं.

नतालिया स्पष्ट स्वरात विमानाच्या सेफ्टी प्रोसिजरबद्दल आम्हाला माहिती देते. नेव्ही ब्ल्यू रंगाचा, आखूड बाह्यांचा शर्ट आणि त्याच रंगाचा पेन्सील स्कर्ट तिने घातला आहे. तिने सुंदर मेक-अप केला आहे. ती दिसायला फार सुरेख आहे. माझं अबोध मन आपली बारीक भुवई उंचावत माझ्याकडे पाहू लागतं.

"तू बरी आहेस ना?" केट मला प्रश्न करते. "नाही म्हणजे, हे सगळं हाईडचं प्रकरण झालं ना त्याबद्दल विचारते आहे मी."

मी मान डोलावते. या क्षणाला हाईडबद्दल बोलणं तर सोडा; साधा विचार करायचीसुद्धा माझी तयारी नाहीये. केटला कोण समजावणार?

"मग, हे सगळं कशासाठी केलंय त्यानं?" आपल्या नेहमीच्या धाटणीला अनुसरून केट थेट विषयाला हात घालते. या प्रकरणाचा पूर्ण छडा लावण्याच्या हेतूने ती केस मागे घेत सरसावून बसते.

तिच्याकडे थंडगार नजरेने पाहत, खांदे उडवत ख्रिश्चन म्हणतो, "मी त्याला हाकलून दिलं होतं."

"ओह? का बरं?" मान कलती करत केट विचारते. माझ्या लक्षात येतं की ती आता पूर्णपणे नॅन्सी ड्र्यूच्या भूमिकेत शिरली आहे.

"त्यानं मला छेडलं होतं," असं म्हणत मी टेबलखालून केटला पायानं ढोसायचा असफल प्रयत्न करते. *शिट्!*

"कधी?" केट डोळे वटारून माझ्याकडे बघते.

"खूप दिवस झाले त्याला."

"पण, तू तर मला कधी काही सांगितलं नाहीस!" ती भडकते.

'चुकलंच जरा माझं' या अर्थानं मी खांदे उडवते.

"मला नाही वाटत की तेवढंच कारण असेल. त्याची टोकाची भूमिका पाहता, या सगळ्यामागे अजून ठोस कारण असणार," केट म्हणते. आता ती ख्रिश्चनकडे मोर्चा वळवते, "त्याचं मानसिक संतुलन बिघडलंय का? आणि तुम्हा सर्व ग्रे कुटुंबीयांबद्दल त्यानं जी माहिती गोळा करून ठेवली आहे, त्याचं काय?" ती ख्रिश्चनची अशी उलट तपासणी करतेय हे पाहून माझा जीव घायकुतीला येतो. पण, तसंही तिच्या मते मला कशाचाच काही थांगपत्ता नसल्यामुळे मला काही माहिती विचारण्यात अर्थ नाही, हेही ती जाणते. छे, ह्या विचारानेसुद्धा मला त्रास होतोय.

"या सगळ्याचा संबंध डेट्रॉइटशी असावा, असं आमच्या लक्षात आलंय," ख्रिश्चन संयम दाखवत म्हणतो. माझ्या दृष्टीने त्याचा हा संयम धोकादायक आहे.

ओह नो! केट, आता पुढे काहीही बोलू नकोस!

"हाईडसुद्धा डेट्रॉइटचाच आहे ना?"

ख्रिश्चन मान डोलावतो.

विमान गती पकडतं. मी ख्रिश्चनच्या हातावरची पकड घट्ट करते. मला दिलासा देत तो माझा हात थोपटतो. टेक-ऑफ आणि लँन्डिगची मला किती भीती वाटते हे तो जाणून आहे. माझ्या हातावरून हळुवारपणे अंगठा फिरवत तो मला धीर देतो.

"तुला त्याच्याबद्दल काय माहिती आहे?" इलिएट विचारतो. आमचं छोटंसं जेट कोणत्याही क्षणी आकाशात झेपावणार आहे, याकडे त्याचं लक्ष नाही. किंवा ख्रिश्चन केटवर अधिकाधिक वैतागत चाललाय, हे त्याच्या खिजगणतीत नाही. तो काय सांगतो हे ऐकायला केट सरसावून बसते.

"हे पहा, मी आता जे सांगतोय ते ऑफ द रेकॉर्ड आहे," ख्रिश्चन थेट तिच्याकडे पाहत म्हणतो. केट ओठाला मुरड घालून ठामपणे बसते. मी आवंढा गिळते. *ओह शिट!*

"त्याच्याबद्दल थोडीफार माहिती जमा केलीय आम्ही," ख्रिश्चन पुढे सांगू लागतो.

"एका बारमध्ये झालेल्या भांडणात त्याच्या वडिलांचा मृत्यू झाला होता. त्यानंतर त्याची आई दारूच्या भयंकर आहारी गेली. तिथून पुढे तो वेगवेगळ्या फोस्टर होम्समध्ये राहिला. त्या दरम्यान तो सतत काही ना काही भानगडींमध्ये अडकत होता. मुख्य म्हणजे, गाड्या पळवण्यामध्ये त्याचा हातखंडा होता. किशोरवयीन गुन्हेगार म्हणून त्यानं बराच काळ घालवला आहे. पुढे त्याची आई व्यसनातून बाहेर आली. मग, हाईडनंसुद्धा स्वतःला कायद्याच्या हवाली केलं. त्यानंतर त्याच्या आयुष्याची दिशा बदलली. त्यानं प्रिन्स्टनची स्कॉलरशिप मिळवली."

"प्रिन्स्टन?" केटची उत्सुकता ताणली जाते.

"हो. तसा तो खूप हुशार आहे." ख्रिश्चन खांदे उडवत म्हणतो.

"तितका काही हुशार नाहीये, नाहीतर पकडला कसा गेला असता?" इलिएटचा मुद्दा योग्य आहे.

"पण, मला असं वाटतं की त्याला नक्कीच कोणाची तरी साथ असणार," केट म्हणते.

माझ्या बाजूला बसलेला ख्रिश्चन ताठरतो, "त्याबद्दल अजून काही सांगता येत नाही." परत एकदा त्याचा स्वर अति शांत आहे. *होली क्रॅप!* हाईडचा कोणीतरी जोडीदारदेखील आहे का? अतिशय घाबरून मी ख्रिश्चनकडे बघते. तो पुन्हा एकदा माझा हात दाबतो; पण माझ्या नजरेला नजर द्यायचं टाळतो. आता आम्ही खूप उंचावर पोहोचलो आहोत. त्यामुळे माझ्या पोटात मोठा खड्डा पडला आहे.

“किती वर्षांचा आहे तो?” फक्त ख्रिश्चनला ऐकू जाईल अशा बेतानं मी विचारते. कारण, मला जरी सगळं जाणून घ्यायला आवडणार असलं तरी केटच्या आगाऊपणाला खतपाणी घालायची माझी इच्छा नाही. तिच्या प्रश्नांमुळे ख्रिश्चन किती वैतागला असणार, याची मला कल्पना आहे. शिवाय, कॉकटेल गेटच्या प्रसंगानंतर ती त्याच्या हिटलिस्टवर असणार याची मला खात्री आहे.

“बत्तीस. का?”

“सहज विचारलं. उत्सुकता म्हणून.”

ख्रिश्चन ओठ घट्ट मिटतो. “हे बघ, हाईडबद्दल फाजील उत्सुकता दाखवू नकोस. तो हरामखोर तुरुंगात आहे याचाच मला खूप आनंद होतोय.” त्याच्या स्वरात धमकी आहे. पण, मी दुर्लक्ष करते.

“तुला असं वाटतं का की तो कोणाच्या तरी बरोबर काम करतो आहे?” या कल्पनेनेसुद्धा मला ढवळतं. कारण, त्याचा अर्थ असा होतो की हे प्रकरण इथे थांबणार नाही.

“मला माहीत नाही,” ख्रिश्चनचा चेहरा अजून कठोर होतो.

“कदाचित कोणाला तरी तुझ्याबद्दल आकस वाटत असेल?” मी सुचवते. *होली शिट!* त्या क्षणी मला त्या बयेची आठवण येते आणि मी त्याच्या कानात म्हणते, “म्हणजे... एलेना?” मी जरा मोठ्याने बोलले आहे हे माझ्या लक्षात येतं. पण, त्याच्याशिवाय कोणाला हे ऐकू आलं नाहीये. मी घाईनं केटकडे नजर टाकते, पण ती इलिएटशी बोलते आहे. तो तिच्यावर वैतागलेला दिसतोय. हं.

“शक्य होईल तितकं तिला बदनाम करायला तुला फार आवडतं, नाही का?” डोळे गर्रकन फिरवत, मान झटकत ख्रिश्चन त्राग्यानं म्हणतो. “कदाचित तिला माझा आकस वाटतही असेल; पण, ती असला कुठलाही मार्ग अवलंबणार नाही हे लक्षात ठेव.” माझ्याकडे रोखून बघत तो पुढे म्हणतो, “तसंही तुला ती अजिबात आवडत नाही, तेव्हा आपण तिच्याबद्दल न बोललेलं बरं, नाही का?”

“तुझी तिच्याशी काही झक्काझक्की झाली का?” मी त्याला हळूच विचारते. परंतु, मला जाणून घ्यायची उत्सुकता आहे का हा एक प्रश्नच आहे.

“ॲना, माझ्या बर्थडे पार्टीनंतर आजतागायत मी तिच्याशी बोललेलोसुद्धा नाहीये. कृपा करून हा विषय इथेच थांबव. मला तिच्याबद्दल बोलायचं नाहीये.” माझा हात वर उचलत तो त्यावर ओठ टेकवतो. त्याची नजर मला जाळते आहे. आता हा विषय थांबवण्यात आपलं भलं आहे, हे माझ्या लक्षात येतं.

“चला, आतल्या रूममध्ये पळा,” इलिएट आम्हाला चिडवतो. “खरं म्हणजे, मघाशी तुम्ही जाऊन आलात आत. पण फार पटकन बाहेर आलात.” तो चेष्टा करतो.

ख्रिश्चन त्याच्याकडे थंड नजरेनं एकटक पाहतो. "फक ऑफ, इलिएट." त्याच्या स्वरात जराही आत्मीयता नाही.

"अरे बाबा, मी आपलं नुसतं सुचवलं," इलिएटचा थट्टेचा मूड आहे.

"जसं काही तुला सगळं माहितीच आहे," एक भुवई उंचावत ख्रिश्चन उपहासानं म्हणतो.

इलिएटला गंमत वाटते. "हे बघ, तू तुझ्या पहिल्या गर्लफ्रेन्डशी लग्न केलं आहेस, तुला काय कळणार?" माझ्या रोखानं पाहत तो विचारतो.

ओह शिट्! नेमकं कोणत्या दिशेनं चाललं आहे हे सगळं? माझे गाल लाल होतात.

"त्याबद्दल तू मला दोष देशील का?" असं विचारत ख्रिश्चन पुन्हा एकदा माझ्या हातावर ओठ टेकवतो.

"नाही रे बाबा." इलिएट हसून मान हलवतो.

मी लाजून लाल होते. केट इलिएटच्या मांडीवर फटका देत रागवून म्हणते, "काय गाढवपणा चाललाय?"

"तुझी गर्लफ्रेन्ड काय सांगते आहे तिकडे लक्ष दे," ख्रिश्चन हसून इलिएटला म्हणतो. मघाचा त्याचा त्रासिक मूड आता गायब झालाय. मी हुश्श करते. विमान अजून वरची उंची गाठतं. माझ्या कानात दडे बसतात. विमान स्थिर होतं. केबिनमधला ताण निवळतो. केट इलिएटकडे त्रासून बघते. हं... त्या दोघांमध्ये काहीतरी चाललंय, काय असावं बरं? मला कळत नाही.

इलिएटचं म्हणणं बरोबर आहे. त्याच्या बोलण्यातला विरोधाभास लक्षात घेऊन मला मजा वाटते. मी ख्रिश्चनची पहिली गर्लफ्रेन्ड आहे- होते... आणि आता मी त्याची बायको आहे. त्या बाकीच्या पंधरा जणी आणि ती दुष्ट चेटकीण मिसेस रॉबिन्सन यांचा त्याच्याशी काहीएक संबंध नाही. शिवाय इलिएटला तर त्यांच्याबद्दल काही माहितीदेखील नाही. केटनं नक्कीच त्याला काही सांगितलं नसणार. मी तिच्याकडे पाहून हसते. ती समजून उमजून मला डोळा मारते. माझी गुपितं केटकडे अगदी सुरक्षित आहेत.

"ओके, लेडीज अॅन्ड जन्टलमेन, आपण आता साधारण बत्तीस हजार फुटांवरून उडत आहोत. आपल्याला मुक्कामाला पोहोचायला अंदाजे एक तास छपन्न मिनिटं लागतील," स्टिफनचा आवाज येतो. "तुम्ही आता सिटबेल्ट काढून विमानात फिरू शकता." अचानक नतालिया समोर येत विचारते, "कॉफी आणू का?"

१३

साडीं फिल्डवर आम्ही दुपारी बारा पंचवीसला झकासपैकी लँडिंग करतो. मुख्य टर्मिनलपासून थोड्याशा अंतरावर स्टिफन विमान थांबवतो. बाहेर उभी असलेली फोक्सवॅगन मिनी व्हॅन मला काचेतून दिसते.

"गुड लँडिंग," ख्रिश्चन हसून स्टिफनशी शेक हॅन्ड करत म्हणतो. आम्ही सगळे जेटमधून उतरायला तयार होतो.

"सर, डेन्सिटी ॲल्टिट्यूडवर सारं काही अवलंबून असतं," स्टिफन हसून उत्तर देतो. "शिवाय, बिघलेचं मॅथ्स एकदम पक्कं आहे."

स्टिफनच्या फर्स्ट ऑफिसरकडे बघत ख्रिश्चन मान डोलावत म्हणतो, "बिघले, मस्त जमलं. स्मूथ लँडिंग."

"थँक यू, सर," ती हसून उत्तर देते.

"मिस्टर ग्रे, मिसेस ग्रे, विकएन्ड एन्जॉय करा. आपण उद्या भेटू यात." असं म्हणत स्टिफन बाजूला होत आम्हाला उतरायला जागा देतो. ख्रिश्चन माझा हात हातात घेऊन खाली उतरतो. टेलर व्हॅनबरोबर उभा आहे.

"मिनी व्हॅन?" ख्रिश्चन आश्चर्यानं विचारतो.

खांदे किंचित उडवत, हसून, टेलर अदबीनं दार उघडतो.

"हं, आलं लक्षात. फार वेळेवर सांगितलं ना मी?" ख्रिश्चन पटकन शांत होत विचारतो. टेलर विमानातून आमचं सामान घेऊन येतो.

"काय मग, व्हॅनच्या मागच्या भागात... करायचं का?" ख्रिश्चन माझ्या कानात कुजबुजतो. त्याच्या नजरेत मिस्कीलपणा आहे.

मी खुदकन हसते. कोण आहे हा? गेले दोन दिवस, सतत प्रचंड संतापलेल्या श्रीयुत रागीटचं नेमकं केलं तरी काय यानं?

"ए तुम्ही दोघं, चला व्हा की आत," मिया आम्हाला अधीरपणे म्हणते. ती इथनच्या बाजूला उभी आहे. आम्ही पटकन आत शिरतो आणि घाईनं सगळ्यात मागची डबलसीट गाठतो. मी ख्रिश्चनला बिलगते. माझ्या सीटच्या पाठीमागून तो माझ्या खांद्यावर हात टाकतो. "ठीक आहे?" तेवढ्यात मिया आणि इथन आमच्या

समोरच्या सीटवर बसतात.

मी हसून हो म्हणते. तो माझ्या कपाळावर ओठ टेकवतो. का कोण जाणे पण आज मला त्याच्याबरोबर असताना खूप संकोच जाणवतोय. का बरं असं व्हावं? काल रात्रीच्या प्रसंगामुळे? की आमच्या बरोबर सगळे आहेत म्हणून? मला नेमकं लक्षात येत नाही.

सगळ्यात शेवटी इलिएट आणि केट आत शिरतात. टेलर ट्रंक उघडून सगळ्यांचं सामान आत ठेवतो. पाच मिनिटांत आम्ही निघतो.

आम्ही ॲस्पेनच्या रस्त्याला लागतो. मी खिडकीतून बाहेर नजर टाकते. झाडं अजून हिरवी आहेत; पण पानगळीची चिन्हं दिसू लागली आहेत. झाडांची पानं टोकावर पिवळी होऊ लागली आहेत. आकाश निरभ्र आणि निळं आहे. पश्चिमेकडे मात्र गडद काळे ढग ओथंबून आले आहेत. हा सारा परिसर रॉकी पर्वतांनी वेढला आहे. त्याचं सर्वांत उंच शिखर आमच्या अगदी समोर आहे. पर्वतरांगा हिरव्याकंच आहेत. त्यांची उंच उंच शिखरं मात्र बर्फामध्ये लपेटलेली आहेत. एखाद्या लहानशा मुलानं काढलेल्या चित्रासारखा हा परिसर दिसतोय.

सुप्रसिद्ध आणि धनाढ्य लोकांच्या हिवाळी प्रांगणात आम्ही येऊन पोहोचलो आहोत. *आणि इथे चक्क माझ्या मालकीचं एक घर आहे.* माझा तर विश्वासच बसत नाहीये. पुन्हा एकदा नेहमीप्रमाणे माझ्या मनाच्या तळातून एक संवेदना डोकं वर काढते. जेव्हा जेव्हा ख्रिश्चनच्या अफाट संपत्तीचा मी विचार करते, तेव्हा माझं मन मला खातं, मी अस्वस्थ होते, मला अपराधी वाटू लागतं. इतकी श्रीमंत जीवनशैली सहज अंगीकारण्याइतकं मी केलं तरी काय आहे? काहीच नाही, फक्त प्रेमात पडले आहे.

"ॲना, याआधी तू कधी ॲस्पेनला आली होतीस का?" इथन मागे वळून मला विचारतो. त्याबरोबर मी माझ्या विचारचक्रातून बाहेर येते.

"नाही रे, पहिल्यांदाच येते आहे. तू?"

"आम्ही जेव्हा टीनएजर होतो, तेव्हा मी आणि केट नेहमी यायचो इथे. माझे डॅड खूप मस्त स्किइंग करतात. मॉमला मात्र त्याची फारशी आवड नाही."

"माझा नवरा मला स्किइंग शिकवेल अशी मला आशा आहे." ख्रिश्चनकडे अपेक्षेने पाहत मी म्हणते.

"उगाच भलते विचार करू नकोस," ख्रिश्चन म्हणतो.

"अरे, मी काही इतकं वाईट नाही करणार."

"उगाच तुझी मान-बिन मोडायची." त्याच्या चेहऱ्यावरचं हसू क्षणार्धात मावळतं.

जिझस! जाऊ दे, उगाच वाद घालून त्याचा चांगला मूड घालवायची माझी

इच्छा नाही. मी पटकन विषय बदलते. ''किती वर्षांपूर्वी तू ही जागा घेतलीस?''

''झाली दोन वर्षं. आणि, मिसेस ग्रे, आता ती तुमचीही आहे,'' तो प्रेमानं म्हणतो.

''माहितीये मला ते,'' मी कुजबुजते. पण काही म्हणा, मला स्वतःलाच हे पेलवत नाही. पुढे होत मी त्याच्या ओठांवर ओठ टेकवते आणि त्याच्या कुशीत विसावते. इथन आणि एलिएट जोक सांगतायत, सगळे हसताएत, मधूनच मिया काहीतरी बोलते; पण, केट मात्र गप्प गप्प आहे. काय झालं असेल? अजूनही ती जॅक हाईडचा विचार करते आहे का? की दुसरा काही विचार तिला त्रास देतोय? तेवढ्यात मला आठवतं. ॲस्पेन... ख्रिश्चनचं हे घर जिया मॅटिओने रिडिझाईन केलं होतं आणि त्यानुसार इलिएटनं ते बांधून दिलं होतं. केट त्या विचारात गढली आहे का? जियाबरोबरचा इलिएटचा संबंध लक्षात घेता, त्याच्यासमोर केटला काही विचारण्यात अर्थ नाही. या घराशी जियाचा थेट संबंध आहे याबद्दल केटला कल्पना आहे का? ती कशाचा विचार करते आहे बरं? आम्ही दोघीच असताना तिला हे विचारायचं, असं मी ठरवते.

आता आम्ही ॲस्पेनमधून जात आहोत. काय सुंदर शहर आहे हे! साधारणतः सगळीकडे स्वित्झर्लंडच्या धर्तीवर, शंभर वर्षांपूर्वीची लाल विटांमध्ये बांधलेली ठेगणी, बसकी घरं आहेत. तिथे असलेले असंख्य वळणावळणाचे रस्ते सुंदर प्रकारे सजवलेले आहेत. जागोजागी बँका आणि डिझाइनर शॉप्स दिसत आहेत. स्थानिक लोकांची श्रीमंती अगदी उतू जाते आहे. ख्रिश्चन इथे अगदी शोभून दिसतोय.

''तू ॲस्पेन का निवडलंस?'' मी त्याला विचारते.

''काय?'' प्रश्नार्थक नजरेने तो विचारतो.

''म्हणजे, जागा विकत घेताना.''

''आम्ही लहान होतो तेव्हा मॉम आणि डॅड आम्हाला इथे घेऊन यायचे. इथेच मी स्किइंग शिकलो. ही जागा मला फार आवडते. तुलाही ती आवडेल अशी आशा आहे. पण हे बघ, तुला नाही आवडली तर आपण विकून टाकू. दुसरीकडे कुठेही घेता येईल आपल्याला.''

किती सहज सांगतो हा.

माझ्या केसांची पुढे आलेली बट माझ्या कानामागे सारत तो म्हणतो, ''किती सुंदर दिसते आहेस आज.''

काहीतरीच काय! माझे गाल लाल होतात. मी अगदी साध्या कपड्यात आहे, जीन्स आणि टी-शर्ट, त्यावर मी गडद निळ्या रंगाचं हलकं जॅकेट चढवलं आहे. छे, याच्या बोलण्यानं मला एवढा संकोच का वाटावा?

पुढे होत अतिशय प्रेमानं आणि हळुवारपणे तो माझं चुंबन घेतो.

टेलरनं गाडी आता शहराबाहेर आणली आहे. रस्ता आता डोंगरातून वळणावळणानं पुढे सरकतोय. एका बाजूला खोल दरी आहे. आम्ही जसजसं चढण चढतो तसतशी मी उत्तेजित होऊ लागते. अचानक ख्रिश्चनला कशाचातरी ताण येतो.

"काय झालं?" गाडी एका वळणावर असताना मी विचारते.

"तुला आपलं घर आवडेल ना?" तो साशंकतेने विचारतो. "आलोच बघ आपण."

टेलर आता गाडीची गती कमी करतो. आमच्या समोर राखाडी, खाकी आणि लाल दगडांमध्ये बांधलेलं प्रवेशद्वार आहे. त्यातून गाडी आत घेत टेलर एका आलिशान घरासमोर थांबतो. उंच छत असलेला हा बंगला गडद लाकूड आणि वेगवेगळ्या रंगांच्या दगडांतून साकारला आहे. मी थक्क होते. अत्याधुनिक आणि छाप पाडेल असा- अगदी ख्रिश्चनला आवडेल असाच.

आमचे पाहुणे व्हॅनमधून उतरू लागतात. माझ्याकडे पाहून ख्रिश्चन खुणेनं म्हणतो, "आलो घरी."

"काय सुंदर आहे!"

"ये. चल," त्याच्या स्वरात थोडीशी अस्वस्थता आहे. पण तितकाच तो उत्तेजितही झाला आहे. त्याचे डोळे चमकतायत. शाळेतला मुलगा ज्या अधीरतेनं आपलं सायन्स प्रोजेक्ट एखाद्याला दाखवेल, नेमकी तीच भावना त्याच्या डोळ्यांत उमटलेली आहे.

मिया धावत घराच्या पायऱ्या चढते. दारामध्ये एक लहानखुरी स्त्री उभी आहे. तिच्या काळ्या कुळकुळीत केसांमध्ये कुठे कुठे पांढऱ्या छटा उमटू लागल्या आहेत. मिया पटकन पुढे होत तिला घट्ट मिठी मारते.

"कोण आहेत या?" ख्रिश्चन मला व्हॅनमधून उतरायला मदत करत असताना मी त्याला विचारते.

"मिसेस बेन्टली. ती इथेच तिच्या नवऱ्याबरोबर राहते. ती दोघं मिळून घराकडे लक्ष देतात."

होली काऊ... अजून स्टाफ?

मिया इथन आणि केटची ओळख करून देते. पुढे होत इलिएटसुद्धा मिसेस बेन्टलीना मिठी मारतो.

टेलर व्हॅनमधून सामान काढतो. माझा हात धरत ख्रिश्चन मला दारापर्यंत नेतो.

"वेलकम बॅक, मिस्टर ग्रे," मिसेस बेन्टली हसून म्हणते.

"कॅरमेला, ही माझी बायको, ॲनेस्टेशिया," ख्रिश्चन अभिमानानं म्हणतो. त्याच्या तोंडून माझं नाव ऐकताना माझं मन पिसासारखं हलकं होतं.

"मिसेस ग्रे," मिसेस बेन्टली अतिशय आदरानं माझ्यासमोर मान तुकवून

म्हणतात. मी पट्कन हात पुढे करते. आम्ही दोघी हस्तांदोलन करतो. इतरांच्या तुलनेत ती ख्रिश्चनशी थोडी जास्त औपचारिकपणे वागते. पण ते पाहून मला आश्चर्य वाटत नाही.

''तुमचा प्रवास कसा झाला? या विकएन्डला हवा अतिशय छान असेल असा अंदाज आहे. अर्थात, तशी खात्री कोणालाच देता नाही येणार म्हणा.'' पश्चिमेकडे जमणाऱ्या काळ्या ढगांकडे पाहत ती म्हणते. ''जेवण तयार आहे. तुम्ही हवं तेव्हा जेवू शकता,'' ती हसून म्हणते. तिच्या नजरेत चमक आहे. मला ती खूप आवडली आहे.

''हे बघ,'' असं म्हणून ख्रिश्चन मला पटकन उचलून घेतो.

''अरे, काय करतोयस?'' मी एकदम ओरडते.

''मिसेस ग्रे, अजून एका उंबरठ्यावरून तुम्हाला आत आणतोय.''

मला हसू येतं. मला तसंच उचलून तो हॉलमध्ये येतो. पटकन माझं निसटतं चुंबन घेऊन तो मला सावकाश खाली उतरवतो. सगळीकडे लाकडी जमीन आहे. आतलं इंटिरिअर अतिशय देखणं आहे- पांढऱ्या भिंती, गडद लाकूडकाम आणि काळानुरूप ॲबस्ट्रॅक्ट आर्ट- मला एस्कलाच्या ग्रेटरूमची आठवण येते. हॉलच्या पलीकडे मोठा सीटिंग एरिया आहे. तिथे दगडी फायर प्लेस आहे. तिनं बरीच जागा व्यापली आहे. आजूबाजूला ऑफ व्हाईट रंगाचे तीन लेदर कोच मांडलेले आहेत. इथे इतर रंगांचा जरा अभाव आहे. अपवाद फक्त कोचवर पसरलेल्या छोट्या, मऊ, रंगीत उशांचा. इथनचा हात धरून मिया त्याला ओढत पुढे आणते. त्या दोघांकडे ख्रिश्चन बारीक नजरेनं बघतो. ओठ घट्ट मिटून घेत किंचित नाराजीनं मान हलवत तो माझ्याकडे वळतो.

केट मस्त शीळ घालते, ''काय झकास जागा आहे.''

इलिएट टेलरला सामान काढायला मदत करतोय. ही जागा इतकी सुंदर करण्यामागे जियाचा हात आहे, याची केटला कल्पना आहे का? पुन्हा माझ्या मनात येतं.

''घर पाहायचंय?'' ख्रिश्चन मला विचारतो. मिया आणि इथनला बघून त्याच्या मनात जे काही विचार आले होते ते गायब झाल्यासारखे दिसतायत. तो अतिशय उत्तेजित झाला आहे... की अस्वस्थ? नाही ठरवता येत मला.

''चालेल की.'' बापरे! किती श्रीमंत आहे हा! या जागेची अंदाजे किंमत काय असेल बरं? यात माझं काहीच योगदान नाही. ख्रिश्चन मला एस्कलाला पहिल्यांदा घेऊन गेला त्याची मला क्षणभर आठवण येते. तेव्हा मी अवाक झाले होते. *बहुधा आता तुला श्रीमंतीची सवय झाली आहे.* माझं अबोध मन मला झापतं.

ख्रिश्चनच्या कपाळावर किंचित आठ्या आहेत. पण तरीही माझा हात धरून तो

मला घरभर फिरवतो. किचन विलक्षण देखणं आहे. सगळीकडे संगमरवराचा कल्पक आणि मुक्त वापर केलेला आहे. कपाटं मात्र काळी आहेत. तळघरामध्ये मोठं वाईन सेलार आहे. तळघरातली एकूणच सजावट उच्च अभिरुची दर्शवणारी आहे. प्रचंड मोठा प्लाझ्मा स्क्रीन आणि चक्क बिलियर्ड टेबलसुद्धा... मी ते पाहतच राहते. ख्रिश्चनच्या ते लक्षात आल्यावर मी संकोचते.

"काय मग, खेळायचा का एखादा गेम?" त्याच्या नजरेत लबाडी उमटते. मी मान हलवते. त्याच्या कपाळावरच्या आठ्या गडद होतात. माझा हात धरून तो मला पहिल्या मजल्यावर नेतो. तिथे चार बेडरूम आहेत. प्रत्येकीला स्वतंत्र बाथरूम आहे.

मास्टरसूटची मजा काही न्यारी आहे. इथला पलंग प्रचंड मोठा आहे- एस्कलामधल्या पलंगापेक्षाही मोठा. समोरच एक अवाढव्य खिडकी आहे. तिथून ॲस्पेनचा नजारा आणि अनेक पर्वतांची शिखरं दिसतात.

"तो अजॅक्स पर्वत आहे... किंवा तू त्याला ॲस्पन पर्वतसुद्धा म्हणू शकतेस," माझ्याकडे सावधपणे पाहत ख्रिश्चन म्हणतो. तो दारात उभा आहे. आपल्या काळ्या जिन्सच्या बेल्ट लूपमध्ये त्याने अंगठे अडकवलेले आहेत.

मी मान डोलावते.

"काय झालं, तू गप्प गप्प का आहेस?" तो मला विचारतो.

"ख्रिश्चन, हे प्रचंड सुंदर आहे." का कोण जाणे पण मला या क्षणी एस्कलाला परतावसं वाटतंय.

पाच ढांगांमध्ये ख्रिश्चन माझ्यासमोर येऊन उभा राहतो. माझी हनुवटी धरत तो माझा खालचा ओठ दातातून सोडवतो.

माझ्या नजरेत खोलवर पाहत तो विचारतो, "काय झालं?"

"तू किती श्रीमंत आहेस!"

"आहे खरा."

"तुझ्या या श्रीमंतीमुळे अनेकदा मी दबून जाते."

"आपल्या श्रीमंतीमुळे म्हण."

"हो, आपल्या श्रीमंतीमुळे," मी त्याची री ओढते.

"ॲना, प्लीज, उगाच याचा ताण घेऊ नकोस. घरासारखं घर तर आहे हे."

"जियानं नेमकं इथे काय केलं?"

"जिया?" आश्चर्य वाटून त्याच्या भुवया उंचावल्या जातात.

"हो. तिनं या घराला नवीन रूप दिलंय ना?"

"खरंय. विशेषतः तळघर. बाकीचं बांधकाम इलिएटनं केलंय," असं म्हणून केसांतून हात फिरवत तो किंचित त्रासून विचारतो, "आपण आत्ता जियाबद्दल का बोलत आहोत?"

"तुला माहितीये का, की तिचं इलिएटबरोबर 'प्रकरण' होतं?"

ख्रिश्चन माझ्याकडे रोखून बघतो. त्याच्या राखाडी डोळ्यांतले भाव मला वाचता येत नाहीत. क्षणभरानंतर तो मला म्हणतो, "ॲना, इलिएटनं सिएटलमधल्या जवळ जवळ प्रत्येकीचा उपभोग घेतला आहे."

मी थक्क होऊन पाहत राहते.

"माझ्या मते बहुतेक करून सगळ्या बायकाच असाव्यात," ख्रिश्चन जोक मारायचा प्रयत्न करतो. मला वाटतं माझ्या चेहऱ्याचे हावभाव पाहून तो चक्रावला आहे.

"पुरे!"

ख्रिश्चन मान डोलावत हात वर करत म्हणतो, "असो, मला त्याच्याशी काही घेणंदेणं नाही."

"मला नाही वाटत की, केटला काही कल्पना असेल."

"स्वतःबद्दलची माहिती तो प्रसारित करत नसावा, असा माझा अंदाज आहे. शिवाय, केटनंसुद्धा स्वतःला कुठे उघड केलंय?"

मला पुन्हा धक्का बसतो. गोड, नम्र, गोरापान, निळ्या डोळ्यांचा इलिएट आणि असा वागेल? मी अविश्वासानं पाहत राहते.

ख्रिश्चन मान कलती करून माझं निरीक्षण करत पुढे म्हणतो, "या संवादाचा रोख केवळ जिया आणि इलिएट यांच्या संबंधांवर नसावा, हे कळतंय मला."

"कल्पना आहे मला त्याची. आय ॲम सॉरी. या आठवड्यात जे काही झालं त्यानंतर..." मी खांदे उडवते. अचानक माझे डोळे भरून येतात. मला रडावंसं वाटतं. ख्रिश्चन एकदम सुटकेचा निःश्वास टाकतो. मला स्वतःजवळ घट्ट ओढून घेत तो माझ्या केसांत नाक खुपसतो.

"मलाही कल्पना आहे. आय ॲम ऑल्सो सॉरी. आता आपण सारं काही विसरून फक्त मजा करू यात, चालेल? तुला हवं तर वाचत बस किंवा टीव्हीवरचे बकवास कार्यक्रम बघ किंवा शॉपिंग कर किंवा हायकिंग कर किंवा अगदी फिशिंगलासुद्धा जा. मी इलिएटबद्दल जे काही बोललो ते विसरून जा. चुकलंच जरा माझं."

"म्हणूनच तो तुला सारखं चिडवत असतो तर," त्याच्या छातीवर मान घुसळत मी म्हणते.

"माझ्या पूर्वायुष्याबद्दल त्याला कल्पना नाही. मी तुला सांगितलं होतं ना की माझ्या घरच्यांच्या मते मी गे होतो. ब्रह्मचारी; पण गे."

मला खुदकन हसू येतं. त्याच्या मिठीत मी सैलावू लागते. "मलाही वाटलं होतं, की तू ब्रह्मचारी आहेस. किती चुकीची समजूत होती माझी." त्याच्या भोवती

हात टाकत मी म्हणते. ख्रिश्चन गे आहे ही कल्पनासुद्धा किती विचित्र वाटते.

''मिसेस ग्रे, तुम्ही माझी थट्टा करताय?''

''असं म्हणता येईल.'' मी मान्य करते. ''तुला एक विचारू का? तुला या जागेची आवश्यकता का भासावा, हा प्रश्न मला पडलाय.''

''म्हणजे, तुला नेमकं काय म्हणायचंय?'' माझ्या केसांवर ओठ टेकवत तो विचारतो.

''तुझ्याकडे एक मोठी बोट आहे, ते मी समजू शकते. न्यू यॉर्कमध्ये मोठी जागा आहे. तुझ्या बिझनेसच्या दृष्टीनं ते आवश्यक आहे. पण इथे? शिवाय इथे कोणी येत असेल असंही मला वाटत नाही.''

ख्रिश्चन एकदम स्तब्ध होतो. बराच वेळ गप्प बसल्यानंतर तो म्हणतो, ''मी तुझी वाट पाहत होतो.'' हे म्हणताना त्याचे डोळे गडद होत जातात.

''किती... किती गोड वाटलं हे ऐकून.''

''खरंय ते. फक्त, मला ते आजवर कळलं नव्हतं.'' त्याच्या चेहऱ्यावर लाजरं हसू उमटतं.

''तू वाट पाहिलीस म्हणून मला खूप छान वाटतंय.''

''मिसेस ग्रे, आयुष्यभर वाट पाहावी, अशाच आहात तुम्ही.'' हलकेच माझी हनुवटी उचलून धरत, तो पुढे झुकत हळुवारपणे माझं चुंबन घेतो.

''तुम्हीसुद्धा तसेच आहात,'' मी हसून म्हणते. ''पण, मला वाटतं की मी लबाडी केलीय. कारण मला तुमची अजिबात वाट पाहावी लागली नाही.''

तो हसून विचारतो, ''इतका मूल्यवान वाटतो का मी तुला?''

''ख्रिश्चन, काय सांगू तुला? तू म्हणजे बंपर ड्रॉ आहेस. दुर्धर रोगावरचा जालीम इलाज आहेस. अल्लाउद्दीनच्या दिव्याच्या राक्षसानं बहाल केलेल्या तीनही इच्छा एकत्रित होऊन तू माझ्यासमोर आला आहेस.''

तो भुवई उंचावतो.

''कधी कळणार तुला हे सगळं?'' मी त्याला रागवून विचारते. ''तसाही तू अत्यंत होतकरू अविवाहित तरुण होतास. आणि माझ्या म्हणण्याचा अर्थ हा नव्हता,'' आमच्या आजूबाजूच्या श्रीमंती थाटाकडे निर्देश करत मी म्हणते. ''माझा रोख इथे आहे,'' त्याच्या हृदयावर हात ठेवत मी म्हणते. त्याबरोबर त्याचे डोळे विस्फारले जातात. इतका वेळचा माझा सेक्सी आणि प्रचंड आत्मविश्वास असलेला नवरा अचानक गायब होतो. पुन्हा एकदा माझ्यासमोर माझा हरवलेला नवरा उभा आहे. ''ख्रिश्चन, प्लीज, माझ्यावर विश्वास ठेव.'' त्याचा चेहरा ओंजळीत धरत, त्याच्या ओठांवर ओठ टेकवत मी म्हणते. तो चीत्कारतो. हा त्याचा नेहमीचा प्रणय हुंकार आहे की माझ्या बोलण्यावर त्याची प्रतिक्रिया आहे, हे मी ठरवू शकत नाही.

सर्व विचार निग्रहाने दूर करत मी त्याच्या ओठांना ओठ भिडवते. आता माझी जीभ आक्रमक होऊन त्याला छेडू लागते.

प्रदीर्घ चुंबनानंतर श्रमून आम्ही दोघं दूर होतो. त्याच्या नजरेतला संशय काही गेलेला नाही.

"तुझ्या मठ्ठ डोक्यात कधी प्रकाश पडणार आहे की, माझं तुझ्यावर जिवापाड प्रेम आहे?"

तो आवंढा गिळून म्हणतो, "एक दिवस."

चला, प्रगती आहे. मी हसते. प्रत्युत्तरादाखल तोदेखील लाजरं हसतो.

"चल. मस्तपैकी जेवू यात- आपण कुठे आहोत असा विचार सगळ्यांना पडला असेल. काय धमाल करायची ते आपण सगळे मिळून ठरवू यात."

"**ओह** नो," केट अचानक म्हणते.

सगळे तिच्याकडे पाहू लागतात.

"ते पाहा," तिच्या बोटाच्या दिशेने आम्ही खिडकीकडे पाहतो. बाहेर पावसाला सुरुवात झाली आहे. किचनमधल्या गडद लाकडी टेबलभोवती बसून आम्ही नुकताच जेवणावर ताव मारलाय. मिसेस बेन्टलीने झकासपैकी विविध पास्त्यांची इटालियन फिस्ट आम्हाला खिलवली आहे. जोडीला फ्रॅस्कॅटीच्या एक-दोन बाटल्या आम्ही रिचवल्या आहेत. अल्कोहोलमुळे मी किंचित गुंगले आहे.

"झालं, आता कसली हाइक आणि कसलं काय," इलिएट म्हणतो. खरंतर त्याच्या स्वरात मला सुटकेचा भास जाणवतो. केट वैतागते. या दोघांमध्ये काहीतरी चाललंय. सगळ्यांबरोबर असताना ते मोकळे असतात; पण, एकमेकांबरोबर मात्र काहीतरी खटकत असावं.

"मग आपण शहरात चक्कर मारून येऊ," मिया सुचवते. त्यावर इथन उगाचच हसतो.

"फिशिंगसाठी मस्त हवा आहे," ख्रिश्चन म्हणतो.

"चालेल, मला फिशिंग आवडेल," इथन म्हणतो.

"चला तर मग, आपण चक्क दोन गट करू यात," मिया टाळ्या वाजवत म्हणते. "आम्ही मुली शॉपिंगला जातो आणि तुम्ही मुलं जा कुठे जायचं तिकडे."

मी केटकडे नजर टाकते. ती विचारात पडलीय; शॉपिंग का फिशिंग? छे, कठीण आहे ठरवणं.

"ॲना, तुझी काय इच्छा आहे?" ख्रिश्चन विचारतो.

"काहीही चालेल." मी थाप मारते.

तेवढ्यात केट माझं लक्ष वेधून घेत खुणेनं 'शॉपिंग' असं म्हणते. कदाचित

तिला काहीतरी बोलायचं असावं.

"अं... खरं म्हणजे मला शॉपिंगला जायला जास्त आवडेल." केट आणि मियाकडे बघत मी हसते. ख्रिश्चन मानभावीपणे हसतो. मला शॉपिंगचा किती कंटाळा आहे, हे त्याला माहिती आहे.

"तू म्हणत असशील तर थांबतो तुझ्याबरोबर घरीच," तो हळूच म्हणतो. त्याच्या स्वरामुळे माझ्या ओटीपोटात तरंग उमटतात.

"नको नको, तू जा फिशिंगला," त्याची फिशिंगची आवड लक्षात घेऊन मी म्हणते.

"चला, ठरलं तर," असं म्हणत केट पटकन उठते.

"टेलर येईल तुमच्याबरोबर," ख्रिश्चन ठामपणे म्हणतो. त्यावर वाद घालण्यात अर्थ नाहीय.

"हे बघ, आम्हाला बेबी-सीटिंगची गरज नाहीये," केट नेहमीप्रमाणे सटकन झापते.

मी केटच्या हाताला धरून म्हणते, "केट, येऊ दे टेलरला."

ती खांदे उडवते, तिच्या कपाळावर आठ्या उमटतात, तरीही, कधी नव्हे ते ती चक्क गप्प बसते.

मी ख्रिश्चनकडे बघून छानसं हसते. त्याचा चेहरा निर्विकार आहे. ओह गॉड, तो केटवर भडकला नसेल अशी मी आशा करते.

इलिएट किंचित वैतागून म्हणतो, "माझ्या घड्याळाची बॅटरी गेलीये. मी जरा दुकानात चक्कर मारून येतो." बोलता बोलता तो केटकडे नजर टाकतो. त्याचा चेहरा किंचित लाल झाला आहे, हे माझ्या लक्षात येतं. ती मात्र त्याच्याकडे जाणीवपूर्वक दुर्लक्ष करते आहे. त्यामुळे त्याच्या चेहऱ्यावरचा बदल तिच्या लक्षात येत नाही.

"इलिएट, ऑडी घेऊन जा. तू आलास की, मग आपण फिशिंगला जाऊ," ख्रिश्चन सुचवतो.

"चालेल," इलिएट म्हणतो. पण त्याचं लक्षं नाहीये. "चांगली कल्पना आहे."

"चल, इथे जाऊ यात." माझा हात धरून मिया मला एका डिझाइनर बुटीकमध्ये ओढत आणते. इथे सगळीकडे फ्रेन्च स्टाइलमध्ये गुलाबी सिल्कने सजावट केली आहे. केट आमच्यामागून येते. पावसापासून बचाव करण्यासाठी टेलर दुकानाच्या बाहेर छताखाली थांबतो. दुकानातल्या हाय-फाय सिस्टिमवर अरेथा 'से अ लिटल् प्रेयर' हे गाणं म्हणतेय. हे माझं खूप लाडकं गाणं आहे. ख्रिश्चनच्या आयपॉडवर

टाकायला हवं हे.

चंदेरी रंगाचा तोकडा ड्रेस हातात घेऊन मिया म्हणते, ''ॲना, हा तुला खूप शोभून दिसेल. बघ ना घालून.''

''अं... जरा फारच लांडा आहे गं.''

''अगं, मस्त दिसशील. ख्रिश्चनला जाम आवडेल.''

''असं वाटतंय तुला?''

कौतुकाने माझ्याकडे पाहत मिया म्हणते, ''ॲना, तुझे पाय कसले सुंदर आहेत! आणि समजा आज रात्री आपण क्लबमध्ये गेलो-'' ती हसून म्हणते- ''तर, तुझ्या नवऱ्याचं काही खरं नाही.''

मी दचकते. म्हणजे काय? आम्ही आज क्लबमध्ये जाणार आहोत? मी नाही कधी अशी जात.

माझ्या चेहऱ्यावरचे भाव बघून केटला हसू येतं. मघापेक्षा ती आता खूप सैलावली आहे. कदाचित इलिएटपासून दूर जाण्याचा परिणाम असावा. ''आज आपण जरा मस्त तयार होऊ यात,'' ती म्हणते.

''जा बरं, घालून बघ,'' मिया चक्क हुकूम सोडते. मी मनाविरुद्ध ट्रायल-रूममध्ये जाते.

केट आणि मिया ट्रायलरूममधून बाहेर येण्याची वाट पाहत मी उभी आहे. मी खिडकीतून सहज बाहेर बघते. आता म्युझिक सिस्टीमवर डायॉन वॉरविक 'वॉक ऑन बाय,' गातेय. हे माझ्या आईचं आवडतं गाणं आहे. मी हातातल्या ड्रेसवर नजर टाकते. याला ड्रेस तरी कसं म्हणावं? कापडाचा एवढासा तुकडा आहे हा. शिवाय, बॅकलेस. पण, मी तो घ्यावा हा मियाचा आग्रह आहे. तिच्या मते आज रात्रीसाठी हा ड्रेस एकदम परफेक्ट आहे. आता याला मॅचिंग शूज आणि गळ्यात घालायला काहीतरी मला घ्यावं लागेल. बरं झालं की, एरवी माझं सगळं शॉपिंग कॅरोलिन ॲक्टन- माझी वैयक्तिक शॉपर करते.

तेवढ्यात बुटिकच्या त्या खिडकीतून माझी नजर इलिएटवर पडते. रस्त्याच्या पलीकडच्या बाजूला तो ऑडीमधून उतरला आहे. पावसापासून बचाव करण्यासाठी तो झटकन एका दुकानात शिरतो. ते ज्वेलरी स्टोअर वाटतंय. इथे कुठे घड्याळाची बॅटरी मिळणार आहे? माझ्या मनात येतं. असो, काही मिनिटांत तो दुकानातून बाहेर पडतो. पण त्याच्या बरोबर कोणीतरी बाई आहे.

फक! तो जियाशी बोलतोय. *ही बया इथे काय करतेय?*

ते दोघं पटकन एकमेकांना मिठी मारतात. मग ती मागे झुकून त्याच्याकडे पाहत त्याच्या बोलण्यावर खदखदून हसते. त्यानंतर तो तिच्या गालावर ओठ टेकवतो आणि मग ऑडीच्या दिशेने पळत जातो. ती वळून आपल्या मार्गानं जाते.

मी थक्क होऊन हे सगळं पाहते. *हे काय चाललंय?* अस्वस्थ होऊन मी ट्रायल-रूमकडे बघते, पण मिया किंवा केटचा पत्ता नाहीये.

दुकानाच्या बाहेर उभ्या असलेल्या टेलरकडे मी नजर टाकते. तेवढ्यात तोही माझ्याकडे बघतो आणि खांदे उडवतो. त्यानंही इलिएट आणि जियाला एकमेकांबरोबर बघितलंय. मी संकोचते. चोरून पाळत ठेवण्यासारखं वाटतं मला हे. मी खिडकीकडे पाठ करते. तेवढ्यात केट आणि ॲना हसत बाहेर येतात. केट माझ्याकडे प्रश्नार्थक नजरेने पाहत विचारते, "ॲना, काय झालं? ड्रेस आवडला नाही का तुला? पण खरं सांगू, कसली सेक्सी दिसतेस तू त्याच्यात!"

"अं... नाही तसं काही नाही."

"काही झालं आहे का?" केटचे डोळे चमकतात.

"काही नाही गं, चल, बिल देऊ यात ना?" असं म्हणत मी कॅशियरकडे जाते. मिया हातात दोन स्कर्ट घेऊन तिथे उभी आहे.

"गुड आफ्टरनून, मॅऽम." तिथली सेल्स गर्ल हसून म्हणते. तिच्याइतकी लिपस्टिक कोणी लावलेली मी आजवर पाहिली नाहीये. "ह्याचे साडे आठशे डॉलर्स झालेत."

काय? या एवढ्याशा तुकड्याचे इतके पैसे? मी हादरून तिच्याकडे बघते आणि मुकाट्याने माझं ब्लॅक ॲमेक्स तिच्या हातात देते.

"मिसेस ग्रे," लिपस्टिक लावलेले ओठ म्हणतात.

पुढचे दोन तास मी केट आणि मियाच्या मागे मागे धावते. माझा स्वतःशीच झगडा चालू आहे. सांगू का केटला? माझं अबोध मन निश्चयानं मान डोलावतं. हो, मी तिला सांगितलंच पाहिजे. नाही, मी तिला सांगता कामा नये. कदाचित त्या दोघांची अचानक गाठ पडली असेल. शिट्! आता मी काय करू?

"ॲना, हे शूज आवडले का तुला?" कमरेवर हात ठेवत मिया मला विचारते.

"अं... हो, छान आहेत की."

मॅनोलो ब्लाहनिक्सचे स्ट्रॅपचे अतिशय उंच सॅन्डल्स मी घेते. त्याचे पट्टे जणू आरशासारखे लखलखतायत. नवीन ड्रेसला ते अगदी शोभून दिसतायत. आता मी ख्रिश्चनचे हजार डॉलर्स उडवते. तेवढ्यात केटची नजर एका लांब चंदेरी चेनवर पडते, माझ्या ड्रेससाठी. सुदैवानं ती फारशी महाग नाहीये, फक्त चौऱ्याऐंशी डॉलरची आहे.

आम्ही गाडीकडे चालू लागतो, तेव्हा केट मला विचारते, "काय मग, इतक्या पैशांची सवय होऊ लागली असेल ना?" तिच्या स्वरात जराही कुचकेपणा नसतो.

"केट, तुला माहितीए नं की इतका खर्चीकपणा माझ्या स्वभावात बसत नाही. मला हे सगळं झेपत नाहीये; पण, काय करणार?" मी ओठ घट्ट मिटून घेते.

पटकन मला मिठीत घेत केट आपुलकीने म्हणते,

"ॲना, होईल सवय. या सगळ्यात तू आज खूप सुंदर दिसशील."

"केट, तुझं अणि इलिएटचं कसं चाललंय?"

तिचे निळे डोळे विस्फारतात. *ओ नो!*

ती मान झटकत, मियाकडे निर्देश करत म्हणते, "मला त्याबद्दल काहीही बोलायचं नाहीये. पण, खरं म्हणजे इतकं काही..." ती वाक्य अर्धवट सोडते.

अरेच्चा, तिच्या नेहमीच्या आग्रहीपणाच्या विरुद्ध हे वागणं आहे. शिट! त्या दोघांमध्ये काहीतरी चालू आहे अशी शंका मला होतीच. सांगू का तिला मी काय पाहिलं ते? काय पाहिलं मी? इलिएट आणि मिस मदलसा एकमेकांशी बोलत होते, मग त्यांनी मिठी मारली, मग त्यांनी एकमेकांच्या गालांची चुंबनं घेतली. त्या दोघांत मैत्रीचं नातं आहे ना? नको, हे तिला सांगायला नको. निदान आत्ता तरी नको. मी तिच्याकडे पाहून मला-कळतंय-तुला-काय-म्हणायचंय-आणि-तुझ्या-वैयक्तिक-जीवनात-मी-ढवळाढवळ-करणार-नाही अशा आशयाने मान हलवते. ती पटकन माझा हात कृतज्ञतेनं दाबते. तिच्या नजरेत मला वेदना आणि दुःख जाणवतं. पण दुसऱ्या क्षणी ती पटकन डोळे मिटून घेते. माझी लाडकी मैत्रीण- काहीही झालं तरी मी तिच्या पाठीशी उभी राहीन. भोगी विलासी इलिएट ग्रेच्या मनात नेमकं आहे तरी काय?

आम्ही घरी परत येतो. इतकं शॉपिंग झाल्यावर एखादं तरी ड्रिंक घेतलं पाहिजे असं म्हणत केट आमच्यासाठी स्ट्रॉबेरी डायक्युरी घेऊन येते. पेटलेल्या फायरप्लेससमोर कोचवर आरामात बसत आम्ही ड्रिंकचा आस्वाद घेऊ लागतो.

"इलिएट हल्ली जरा त्रयस्थासारखा वागतोय," केट धगधगत्या ज्वाळांकडे बघत म्हणते. केलेली खरेदी आपल्या खोलीत ठेवायला मिया आत गेल्यामुळे आम्हाला दोघींना बोलायला संधी मिळालीये.

"ओह?"

"आणि तुला अडचणीत टाकल्यामुळे मी अडचणीत येणार आहे, असंही मला वाटतंय."

"तुझ्यापर्यंत आलं वाटतं?"

"हो. ख्रिश्चनने इलिएटला फोन केला; इलिएटने मला केला."

मी डोळे फिरवते. *ओह, फिफ्टी, फिफ्टी, फिफ्टी.*

"आय ॲम सॉरी, ख्रिश्चनला माझी... काळजी असते. आपल्या कॉकटेल गेटनंतर तू इलिएटला भेटली नाहीस का?"

"नाही ना."

"ओह."

"ॲना, मला तो खरंच आवडलाय गं," ती स्वतःशीच बोलल्यासारखं म्हणते. तिला रडू येईल की काय अशी मला क्षणभर भीती वाटते. हे केटचं रूप मला अनोखं आहे. प्रेमात पडलेल्या अल्लड तरुणीसारखी ती वागते आहे की काय? ती माझ्याकडे वळून म्हणते,

"माझं प्रेम जडलंय त्याच्यावर. सुरुवातीला मला वाटलं होतं की, मला त्याच्याबरोबर सेक्स करण्यात खूप मजा येतेय. पण आता जाणवतंय की तो खूप छान आहे. मजेत राहणं आणि मजा करणं त्याला खूप आवडतं. तो प्रेमळ आहे, परोपकारी आहे. त्याच्याबरोबर पुढचं सगळं आयुष्य घालवायला मला आवडेल, मुलंबाळं... नातवंडं... हं."

"म्हणजे तुला हवा तसा जोडीदार, हो की नाही?" मी पुढे म्हणते.

ती निरुत्साहानं मान डोलावते.

"मला वाटतं तू बोलून बघावंस त्याच्याशी. आपण इथे आहोत त्याचा फायदा करून घे. त्याच्या मनात काय आहे हे जाणून घे."

मनात काय आहे ते जाणून घे! माझं अबोध मन मला फटकारतं. मी त्याला उलट झापते. माझे विचार कोणत्या दिशेला चालले आहेत हे जाणवून मला धक्का बसतो.

"असं का नाही करत? उद्या सकाळी तुम्ही दोघंच मस्तपैकी फिरायला जा."

"बघू काय जमतंय ते."

"केट, तुला असं बघायची सवय नाही गं मला. अजिबात आवडत नाहीये मला हे."

त्यावर ती कसनुशी हसते. मी पटकन पुढे होत तिला मिठीत घेते. जियाबद्दल काही न बोलण्यात शहाणपणा आहे, असं मला वाटतं. कदाचित त्या भोगी विलासी माणसाला विचारेन मी त्याबद्दल. माझ्या मैत्रिणीच्या भावनांशी असा कसा खेळू शकतो तो?

तेवढ्यात मिया येते आणि आम्ही अवांतर गप्पा मारू लागतो.

मी शेवटचा ओंडका फायरप्लेसमध्ये टाकते. आग कडकडून पेटली आहे. आता ओंडके संपले आहेत. उन्हाळ्याची सुरुवात असली तरी बाहेरच्या पावसामुळे आतली ऊब हवीहवीशी वाटतेय.

"मिया, ओंडके कुठे ठेवलेले असतात गं?" डायक्युरी पिणाऱ्या मियाला मी विचारते.

"मला वाटतं गॅरेजमध्ये असावेत."

"येते मी घेऊन. त्या निमित्ताने आजूबाजूला एक नजर टाकता येईल मला."

मी दारातून बाहेर पडून घरालगत असणाऱ्या तिहेरी गॅरेजकडे जाते. पाऊस आता थांबलाय. बाजूच्या दाराला कुलूप नाहीये. ते उघडून मी आत जाते आणि लाईट लावते. चालुबंद होत तिथला लाईट लागतो.

गॅरेजमध्ये एक गाडी आहे. अरेच्चा, ही तर ऑडी आहे. इलिएट दुपारी हीच तर घेऊन गेला होता. त्याव्यतिरिक्त तिथे दोन स्नोमोबाईल्स आहेत. माझं लक्ष तिथल्या दोन ट्रेल बाईक्सकडे वेधलं जातं, त्या दोन्हीही २२५ सीसीच्या आहेत. मागच्या उन्हाळ्यात इथननं मला त्या चालवायला शिकवायचा प्रयत्न केला होता. तेव्हा मी चांगलीच धडपडले होते. त्याची आठवण होऊन मी नकळत हात चोळू लागते.

"तुला येते चालवता?" माझ्यामागून इलिएटचा आवाज येतो.

मी गर्रकन वळून विचारते, "आलास तू परत?"

"असं दिसतंय खरं." तो हसून म्हणतो. मला एकदम जाणवतं की ख्रिश्चनच्या आणि त्याच्या बोलण्यात किती साम्य आहे. फक्त तो ख्रिश्चनसारखा मनमोहकपणे हसत नाही. "काय मग?" तो विचारतो.

भोगी, विलासी! "थोडीशी."

"चालवायची आहे का?"

मी वैतागते. "अं... नको... मला नाही वाटत की ते ख्रिश्चनला आवडेल."

"ख्रिश्चन इथे नाहीए." घराकडे हात करत इलिएट मानभावीपणे हसत म्हणतो- ही या सगळ्या ग्रे कुटुंबीयांची हसण्याची खास लकब दिसतेय- आणि जवळच्या बाईकवर सरसावून बसतो.

"त्याचं काय आहे ना, अं... माझ्या सुरक्षिततेबद्दल... ख्रिश्चनच्या काही विशिष्ट कल्पना आहेत. नकोच ते."

"तो म्हणेल तसंच नेहमी वागतेस का?" इलिएटच्या निळे डोळे छद्मी आनंदाने चमकतात. त्या एका क्षणात मला त्याच्या ठायी असलेला वाह्यातपणा जाणवतो. ह्याच वाह्यातपणाच्या प्रेमात केट पडलीए. डेट्रॉइटचा वाह्यात मुलगा.

"नाही." मी भुवई उंचावत म्हणते. "पण, मी त्याच्या मनासारखं वागायचा प्रयत्न करते. आधीच त्याच्या डोक्याला चिक्कार व्याप आहे, त्यात माझी भर कशाला? तो आला का परत?"

"मला नाही माहिती."

"म्हणजे, तू फिशिंगला नाही गेलास?"

तो मान हलवून म्हणतो, "मला जरा ॲस्पेनमध्ये काही काम होतं."

काम? होली शिट्! ती सोनेरी केसांची बया! हेच तुझं काम ना! मी खोल

श्वास घेत त्याच्याकडे रोखून बघते.

"बाईकवर बसायचं नव्हतं तर तू गॅरेजमध्ये कशाला आलीस?" इलिएट विचारात पडतो.

"ओंडके घ्यायला आले मी."

"इथे आहेस होय! अरे, इलिएट तू आलास?" तेवढ्यात केट तिथे येत म्हणते.

"हेऽऽ, बेबी." तिच्याकडे पाहत मस्तपैकी हसत तो म्हणतो.

"झालं का तुझं काम?"

मी इलिएटची प्रतिक्रिया आजमावते. "नाही गं. मला जरा दुसरी काही कामं होती." एक क्षणभर मला त्याच्या चेहऱ्यावर संदिग्धता जाणवते.

ओह शिट्!

"ॲनाला इतका वेळ का लागला हे पाहायला मी बाहेर आले," आमच्याकडे गोंधळून बघत केट म्हणते.

"आम्ही दोघं जरा हवापाण्याच्या गप्पा मारत होतो," इलिएटने असं म्हणताच आमच्या दोघांमधला ताण निवळतो.

तेवढ्यात गाडी थांबल्याचा आवाज येतो. *ओह, ख्रिश्चन आला वाटतं. बरं झालं.* गॅरेजचं दार आपोआप उघडतं. त्या आवाजानं आम्ही दचकतो. मोठ्या काळ्या गाडीतून ख्रिश्चन आणि इथन येतात. आम्हाला सगळ्यांना गॅरेजमध्ये पाहून ख्रिश्चन थांबतो.

"गॅरेज बॅन्ड?" असं उपरोधाने म्हणत तो तडक माझ्या दिशेनं येतो.

मी हसते. त्याला पाहून मला एकदम मोकळं झाल्यासारखं वाटतं. जॅकेटच्या आतून त्यानं घातलेले कव्हरऑल मी त्याला मागे क्लेटॉन्सच्या दुकानात असताना विकले होते.

"हाय," केट आणि इलिएटकडे चक्क दुर्लक्ष करत तो मला म्हणतो.

"हाय, कव्हरऑल छान आहेत."

"खूप खिसे आहेत त्याला. फिशिंगसाठी फार छान आहेत." त्याचा स्वर मधाळ आणि मुलायम झाला आहे. फक्त मला ऐकू येईल अशा आवाजात तो बोलतोय. त्याची नजर काही वेगळंच सुचवते आहे.

मी संकोचते आणि तो हसतो. हे त्याचं प्रसन्न हसू फक्त आणि फक्त माझ्यासाठी आहे.

"भिजला आहेस," मी म्हणते.

"पाऊस पडत होता. तुम्ही सगळे गॅरेजमध्ये काय करताय?" सरतेशेवटी सगळ्यांची दखल घेत तो विचारतो.

"ॲना इथे ओंडके घ्यायला आली होती," का कोण जाणे पण तो विषयाला विचित्र वळण द्यायचा प्रयत्न करतोय असं मला वाटतं. "बाईकची राईड घेण्याच्या मोहात तिला पाडायचा प्रयत्न मी करत होतो." कसला दुटप्पी आहे मेला!

ख्रिश्चनचा चेहरा पडतो आणि माझ्या हृदयाचा ठोका चुकतो.

"तुला आवडणार नाही असं म्हणून तिने नकार दिला," यावेळेस इलिएट कुठलीही टीका न करता सरळ म्हणतो. ख्रिश्चनची नजर माझ्याकडे वळते. "असं म्हणाली ती?"

"हे बघा, ॲनानं पुढे काय केलं याबद्दल उभं राहून चर्चा करायला माझी काही हरकत नाहीए. पण, कृपा करून आपण आत जाऊ यात का?" केट अचानक संतापून म्हणते. मग पुढे होत झटक्यात दोन ओंडके उचलत गर्रकन वळून ती ताडताड चालत जाते. ओह शिट्! केट संतापलीये. पण ती माझ्यामुळे नाही हे नक्की. इलिएट दीर्घ निःश्वास सोडत चकार शब्दही न उच्चारता तिच्या मागे जातो. मी त्या दोघांकडे पाहते. पण, ख्रिश्चन माझं लक्ष वेधून घेतो.

"तुला मोटरबाईक चालवता येते?" त्याच्या स्वरात अविश्वास आहे.

"तशी खूप छान नाही येत. इथननं शिकवलं होतं मला."

त्याचे डोळे गंभीर होतात. "बरं झालं, तू इलिएटला 'हो' म्हटलं नाहीस ते." त्याचा स्वर त्या मानानं सौम्य आहे. "पावसामुळे सगळीकडे निसरडं झालंय. अशा वेळेस अंदाज येत नाही."

"हा फिशिंग गिअर कुठे ठेवायचा असतो?" इथन बाहेरून विचारतो.

"इथन, ठेव तिथेच- टेलर आवरेल ते सगळं."

"आणि या पकडलेल्या माशांचं काय करायचं?" इथन पुढे विचारतो.

"तू मासे पकडलेस?" मी नवलाने विचारते.

"मी नाही, कॅव्हॅनॉने पकडला," ख्रिश्चन ओठ काढत म्हणतो. किती गोड दिसतोय तो.

मला खूप हसू येतं.

"मिसेस बेन्टली बघतील काय करायचं ते," ख्रिश्चन त्याला सांगतो. इथन हसून घरात शिरतो.

"मिसेस ग्रे, मी तुमची करमणूक करतोय का?"

"खूपच. तू भिजला आहेस... चल, मी तुझ्यासाठी बाथटब भरते."

"तू माझ्या बरोबर येणार असलीस तरच," असं म्हणून पुढे होत तो माझं चुंबन घेतो.

बाथरूममधला तो भलामोठा अंडाकृती टब मी भरायला लावते आणि त्यामध्ये

महागडं बाथऑइल ओतते. त्या क्षणी फेस व्हायला सुरुवात होते. हा गंध कसला भारी आहे! जस्मीन असावा... बेडरूममध्ये येऊन मी मघाशी आणलेला ड्रेस हॅंगरवर लावते.

"काय मग, काय केलंत?" आतमध्ये येत, दार बंद करत ख्रिश्चन विचारतो. आता त्याच्या अंगात फक्त टी-शर्ट आणि स्वेटपॅन्ट आहे. तो अनवाणी आहे.

"खूप मजा केली," त्याला नजरेनं पिऊन घेत मी म्हणते. मला त्याची उणीव भासलीय. शी, काय हा वेडेपणा! जेमतेम दोन-तीन तास झाले असतील.

मान तिरकी करत माझ्याकडे रोखून बघत तो विचारतो, "काय झालं?"

"तुझ्याशिवाय मला मुळीच करमत नाही."

"मिसेस ग्रे, काय हे? इतकं वाईट वाटतं?"

"हो ना, मिस्टर ग्रे."

माझ्यासमोर येत तो विचारतो, "काय खरेदी केलीस?" त्यानं मुद्दाम विषय बदलला हे माझ्या लक्षात येतं.

"एक ड्रेस, शूज आणि एक नेकलेस. आज मी तुझे खूप पैसे उडवले," अपराधी भावनेनं त्याच्याकडे बघत मी म्हणते.

त्याला गंमत वाटते. समोर आलेली केसांची बट माझ्या कानामागे सारत तो म्हणतो, "गुड, आणि आता हजाराव्यांदा सांगतोय ते आपले पैसे आहेत." माझी हनुवटी धरत तो दाताखाली दाबून धरलेला माझा ओठ हलकेच सोडवतो. त्यानंतर त्याचं बोट माझ्या टी-शर्टवरून, छातीवरून, स्तनांच्या घळीतून, पोटावरून नाभीपर्यंत आणि ड्रेसच्या शिवणीपर्यंत जातं.

"टब बाथमध्ये तुला ह्याची गरज नाही," माझ्या कानात असं म्हणत तो दोन्ही हातांनी माझा टी-शर्ट सावकाश वर ओढतो. "हात वर कर."

त्याच्याकडे एकटक बघत मी त्यानं सांगितल्याप्रमाणे वागते. तो माझा टी-शर्ट काढून खाली टाकतो.

"मला वाटलं होतं की आपण फक्त आंघोळ करणार आहोत." माझी छाती धडधडू लागते.

"मलासुद्धा तुझी खूप उणीव भासली आहे." असं म्हणत पुढे झुकून तो माझ्या ओठांवर ओठ टेकवतो.

यथेच्छ कामक्रीडेनंतर मी सुखावले आहे. पण, तेवढ्यात मला जाणीव होते आणि मी धडपडत उठायचा प्रयत्न करत म्हणते, "शिट, पाणी वाहून गेलं असेल!"

ख्रिश्चन मला सोडत नाही.

"ख्रिश्चन, अरे बाथ टब." त्याच्या छातीवर मी पालथी पडलीए. तो हसून म्हणतो, "जाऊ दे गं." कुशीवर होत माझं पटकन चुंबन घेत तो म्हणतो, "थांब, मी येतो पटकन नळ बंद करून."

पलंगावरून झटकन उठून तो बाथरूममध्ये जातो. मी हावरटासारखी त्याला नजरेत साठवून घेते. हं... माझा नवरा... विवस्त्र... आणि आता ओलाचिंब होणार. माझी अंतर्देवता हावरटपणाने जिभल्या चाटत माझ्याकडे बघून कामुकपणे हसते. मी पलंगावरून उठते.

बाथटब काठोकाठ भरलाय. आम्ही दोघंही त्यात उतरतो आणि एकमेकांसमोर बसतो. आमच्या थोड्याशा हालचालीनेसुद्धा पाणी बाहेर पडतं. ख्रिश्चन आता माझ्या पावलांना मसाज करतो. माझ्या पायाचं एक एक बोट तो हलकेच ओढतो. मी सुखावते. पावलाच्या प्रत्येक बोटाचं चुंबन घेत तो माझ्या करंगळीचा हलकेच चावा घेतो.

"आह!" त्याच्या चाव्याचा स्पर्श मला पार *तिथवर* जाणवतो, अगदी योनीपर्यंत.

"आवडलं?" तो खोल श्वास घेतो.

"हं," मी नुसतीच हुंकारते.

तो पुन्हा एकदा माझ्या पायांना मसाज करू लागतो. अतिशय छान वाटून मी डोळे मिटून घेते.

"मघाशी आम्ही दुकानात गेलो तेव्हा मी जियाला पाहिलं," मी म्हणते.

"हो का? मला वाटतं तिचंही इथे एखादं घर असावं," तो सहजपणे म्हणतो. त्याला तिच्याबद्दल बोलण्यात काही स्वारस्य नाही.

"ती इलिएटबरोबर होती."

हे ऐकताच तो मसाज करणं थांबवतो. मी डोळे उघडून बघते. तो मान तिरकी करून विचार करू लागतो.

"ती इलिएटबरोबर होती म्हणजे? तुला नेमकं काय म्हणायचंय?" तो जरा गोंधळात पडलाय.

मी काय बघितलं ते त्याला सांगते.

"ॲना, ते दोघं मित्र-मैत्रीण आहेत. माझ्या मते इलिएट केटच्या बाबतीत गंभीरपणे विचार करतोय." क्षणभर थांबून तो पुढे म्हणतो, "खरं म्हणजे, तो केटच्या बाबतीत गंभीर आहे हे मला चांगलं ठाऊक आहे." तुला-असं-का-वाटतंय- अशा अर्थाने माझ्याकडे बघत तो म्हणतो.

"केट आहेच तशी," मी माझ्या मैत्रिणीची बाजू घेत म्हणते.

तो पटकन म्हणतो, "तरीही मी म्हणेन, की त्या दिवशी माझ्या ऑफिसमध्ये धडपडणारी तू होतीस याचा मला आनंद आहे." असं म्हणत तो माझ्या डाव्या अंगठ्याचं चुंबन घेऊन डावं पाऊल हळूच खाली टेकवतो. मग उजवं पाऊल उचलत, मसाज करत, एक एक बोट हलक्या हाताने ओढत पुन्हा एकदा तो मला सुखावू लागतो. त्याच्या बोटांचा हळुवार स्पर्श आश्वस्त करणारा आहे. केटचा विचार माझ्या मनातून दूर होतो. त्याच्या स्पर्शाच्या जादूमध्ये हरवत मी पुन्हा एकदा डोळे मिटून घेते.

समोरच्या मोठ्या आरशात दिसणाऱ्या माझ्या प्रतिबिंबाकडे मी अवाक होऊन पाहते. ही मीच आहे का? मला प्रश्न पडतो. माझ्या केसांवर आणि मेक-अपवर केटनं विशेष मेहनत घेतली आहे. त्यामुळे माझे केस सरळ मुलायम लडींमध्ये खांद्यावर पसरले आहेत. डोळ्यांमध्ये काजळ आहे. ओठांवरती लालभडक लिपस्टिक आहे. मी चक्क हॉट दिसतेय. मॅनोलॉच्या उंच टाचांमुळे माझे पाय अधिक लक्ष वेधून घेत आहेत. माझा ड्रेस फारच आखूड आहे. माझं अंग उघडं पाडणारा हा ड्रेस ख्रिश्चनला अजिबात आवडणार नाही हे माहिती असूनसुद्धा मला त्याच्या पसंतीची गरज आहे. आमच्या नुकत्याच झालेल्या उत्कट प्रणयानंतर तर त्याला विचारणं मला जास्त आवश्यक वाटतं. मी ब्लॅकबेरी उचलते.

फ्रॉम : ॲनेस्टेशिया ग्रे
सब्जेक्ट : ह्या ड्रेसमध्ये माझा पार्श्वभाग फार उठून दिसतोय का?
डेट : ऑगस्ट २७, २०११   १८:५३ एमएसटी
टु : ख्रिश्चन ग्रे

मिस्टर ग्रे
या ड्रेसबद्दल तुमचा अभिप्राय हवा आहे.

तुमची
मिसेस ग्रे

फ्रॉम : ख्रिश्चन ग्रे
सब्जेक्ट : सुंदर आकर्षक तरुणी
डेट : ऑगस्ट २७, २०११   १८:५५ एमएसटी
टु : ॲनेस्टेशिया ग्रे

मिसेस ग्रे
मला नाही वाटत तसं.
तरीसुद्धा मी तिथे येऊन तुमच्या पार्श्वभागाचं सूक्ष्म निरीक्षण करून तुम्हाला काय ते सांगतो.

तुमचाच
मिस्टर ग्रे

ख्रिश्चन ग्रे,
सीईओ ग्रे एन्टरप्राइझेस होल्डिंग्ज आणि पार्श्वभाग निरीक्षण इन्कॉ.

मी त्याचा ई-मेल वाचत असताना बेडरूमचं दार उघडतं. ख्रिश्चन दारात थबकतो. मला पाहून तो अवाक होतो. त्याचे डोळे विस्फारतात. तोंड उघडं राहतं.

होली क्रॅप...! माझी अवस्था काही वेगळी नाही.

"मग?" मी धीर एकवटून विचारते.

"ॲना, तू म्हणजे... वॉव."

"आवडलं तुला?"

"हो, असं म्हणायला हरकत नाही." बोलताबोलता त्याचा आवाज घोगरा होतो. सावकाश आत येत तो बेडरूमचं दार लोटतो. त्यानं काळी जीन्स आणि पांढरा शर्ट घातलाय. त्यावर काळं जॅकेट चढवलं आहे. विलक्षण देखणा दिसतोय तो. सावकाश माझ्याकडे चालत येत तो माझ्या खांद्यावर हात ठेवत मला वळवतो. आता माझं तोंड आरशाकडे आहे. तो माझ्यामागे उभा आहे. मी आरशात बघते. तो माझ्या नजरेला नजर देतो. मग त्याची नजर माझ्या उघड्या पाठीवर स्थिरावते. तो मोहात पडतो. त्याचं बोट माझ्या कण्यावरून अलगद फिरत ड्रेसच्या वरच्या टोकाशी येतं.

"यातून तुझी पाठ दिसतेय," तो हळूच म्हणतो. त्याचे दोन्ही हात माझ्या पाठीवरून फिरत उघड्या मांड्यांवर स्थिरावतात. तो क्षणभर थबकतो. त्याची राखाडी नजर माझ्या निळ्या नजरेला जाळू लागते. आता जाणीवपूर्वक त्याची बोटं माझ्या ड्रेसच्या खालच्या कडेवर स्थिरावतात.

त्याची लांबसडक बोटं मला छेडत, माझ्या उघड्या त्वचेला गुदगुल्या करू लागतात. त्याच्या प्रत्येक स्पर्शासरशी माझ्या शरीरात तरंग उमटू लागतात. मी ओठांचा 'ओ' करते.

“इथून फारसं काही अंतर नाही,” स्कर्टच्या खालच्या शिवणीला स्पर्श करत त्याची बोटं माझ्या मांड्यांवरून वरवर सरकू लागतात. “इथपर्यंत,” तो जेमतेम ऐकू येईल अशा स्वरात म्हणतो. त्याची बोटं आता माझ्या योनीवर स्थिरावली आहेत. अतिशय हळुवारपणे तो मला छेडू लागतो, स्पर्श करत चेतवू लागतो.

“मुद्दा काय?” मी कसंबसं विचारते.

“माझा मुद्दा असा आहे की... इथून...” पुन्हा एकदा त्याची बोटं माझ्या पॅन्टिजवरून माझ्या आत प्रवेश करत माझ्या ओलसर त्वचेला छेडतात... “इथपर्यंत. आणि मग इथे आत...” असं म्हणत त्याची बोटं पुन्हा माझ्यात प्रवेशतात.

मी चीत्कारते.

“हे सगळं माझं आहे,” तो माझ्या कानात म्हणतो. मग डोळे मिटून घेत अतिशय छळवादीपणे आणि सावकाश तो बोटं आत बाहेर करत राहतो. “इतर कुणाचीही नजर इथे पडता कामा नये.”

मी धापा टाकू लागते. त्याच्या बोटांच्या तालाची लय साधत मी श्वास घेऊ लागते. त्याला आरशात बघत हे असं करणं... संभोगाच्या सगळ्या पायऱ्या पार केल्यासारखं मला वाटतं.

“तेंव्हा शहाण्या मुलीसारखी वाग आणि वाकू नकोस. मग काही हरकत नाही.”

मी नवलानं विचारते, “तुला आवडलाय हा ड्रेस?”

“नाही. तरीही मी तुला तो घालण्यापासून थांबवणार नाही. ॲनेस्टेशिया, तू यात भलतीच सुंदर दिसते आहेस.” असं म्हणत अचानक तो बोटं काढून घेतो आणि मला स्वतःकडे वळवतो. मला त्याची आस लागून राहिली आहे. मघाचं ते धीट बोट तो माझ्या खालच्या ओठांवर टेकवतो. उत्कट अधीरतेने मी पटकन त्यावर ओठ टेकवते. त्याला हसू येतं. मग तो पटकन ते बोट स्वतःच्या तोंडात घालतो. त्याच्या चेहऱ्यावरचे भाव मला सांगताएत की, माझी चव किती अप्रतिम आहे. मी संकोचाने लाल होते. प्रत्येक वेळेस त्याने ही कृती केली की मी अशीच बावरणार आहे का?

तो माझा हात हातात घेतो,

“चल,” तो हळुवार आवाजात हुकूम सोडतो. ‘येतेच आहे’ मी असं मला त्याला खडसावून सांगायचंय. पण, काल प्लेरूममध्ये जे काही झालं ते लक्षात घेता मी गप्प बसते.

ॲस्पेन मधल्या अतिशय नावाजलेल्या रेस्टॉरंटमध्ये आम्ही सगळे डिझर्टची वाट पाहत बसलो आहोत. आमची संध्याकाळ फारच सुंदर गेली आहे. मियाच्या मते

काही झालं तरी आज आम्ही क्लबमध्ये गेलंच पाहिजे. कधी नव्हे ते ती शांत बसून इथनचा प्रत्येक शब्द कानात साठवून घेते आहे. तो आणि ख्रिश्चन चर्चा करताएत. ती इथनकडे आकर्षित झाली आहे यात काही संशय नाही. इथनबद्दल मात्र मला ग्वाही देता येत नाही. त्या दोघांमध्ये निव्वळ मैत्री आहे की आणखी काही हे मला समजत नाही.

ख्रिश्चन अगदी आरामात आहे. इथनशी तो आनंदानं गप्पा मारतोय. फिशिंगमुळे दोघं जण अचानक जवळ आले असावेत. त्यांच्या बोलण्याचा मुख्य विषय सायकॉलॉजी आहे, किती नवल आहे. इथनपेक्षा ख्रिश्चनचं ज्ञान जास्त अद्ययावत वाटतंय. त्यांचं बोलणं माझ्या कानावर पडतंय. गेली कित्येक वर्षं वेगवेगळ्या मानसोपचार तज्ज्ञांबरोबर सातत्यानं वेळ घालवल्यामुळे स्वाभाविकच त्याला या विषयाची खूप माहिती आहे, हे लक्षात येऊन माझा जीव त्याच्यासाठी हळहळतो.

तू जगातली सगळ्यात उत्तम थेरपी आहेस. मागे एकदा एका उत्कट प्रणयाच्या क्षणी तो माझ्या कानात म्हणाला होता ते मला आत्ता आठवतं. खरंच आहे का तशी मी? *ओह ख्रिश्चन! मी तशी असेन अशी आशा करते.*

मी केटकडे नजर टाकते. नेहमीसारखीच ती आजही खूप सुंदर दिसतेय. पण, ती आणि इलिएट जरा शांत शांत आहेत. तो थोडा अस्वस्थ वाटतोय. ते लपवायला तो मुद्दाम फालतू जोक सांगतोय, मोठ्यांदा हसतोय. भांडण झालंय का त्यांचं? त्याचं मन खातंय का त्याला? त्या बयेमुळे चाललं आहे का हे सगळं? माझ्या जिवश्च कंठश्च मैत्रिणीला तो दुखावेल की काय? नुसत्या कल्पनेनंही माझा जीव कासावीस होतो. मी रेस्टॉरंटच्या प्रवेशद्वाराकडे नजर टाकते. कोणत्याही क्षणी ती जिया इथे येऊ शकते. मादक हालचाली करत ती आमच्यापर्यंत पोहोंचू शकते. छे छे, हे काय चाललंय? सगळे माझ्या मनाचे खेळ आहेत. हं... बहुतेक चढली आहे मला. माझं डोकं दुखू लागलंय.

अचानक इलिएट उठून उभा राहतो. त्याबरोबर आम्ही सगळे दचकतो. आपली खुर्ची झटक्यात मागे घेत तो केटकडे रोखून बघतो. सगळ्यांच्या नजरा आता त्याच्यावर खिळल्या आहेत. दुसऱ्या क्षणी तो केटसमोर एक गुडघ्यावर बसतो.

ओह. माय. गॉड.

तो तिचा हात हातात घेतो. रेस्टॉरंटमधले सगळे चालणं, बोलणं, खाणं थांबवून त्याच्याकडे पाहू लागले आहेत.

''माय ब्युटिफूल केट, आय लव्ह यू. तुझं सौंदर्य-तुझी अदा- आणि तुझा उत्साह ह्याला तोड नाही. तू माझं हृदय काबीज आहेस. तू संपूर्ण आयुष्य माझ्याबरोबर घालवशील का? माझ्याशी लग्न करशील का?''

होली शिट!

१४

सगळ्यांचं लक्ष केट आणि इलिएटकडे वेधलं गेलं आहे. सगळ्यांचा श्वास रोखला गेला आहे. ती काय उत्तर देते हे ऐकायला सगळे अधीर झाले आहेत. कोणत्याही क्षणी शांतता भंग पावू शकते. हो की नाही? सगळ्यांना शंका भेडसावतेय. पण, कुठेतरी मनात आशेला जागादेखील आहे.

केट अवाक होऊन इलिएटकडे नुसतीच बघत बसली आहे. त्याच्या विस्फारलेल्या नजरेत आर्तता आणि भीती आहे. *होली क्रॅप, केट! त्याची ही बिकट अवस्था संपव. प्लीज.* जीझ! त्याने तिला एकांतात विचारलं असतं तर काय बिघडलं असतं?

ती अजूनही निर्विकारपणे बसलेली आहे. पण, तितक्यात तिच्या डोळ्यांतून खळ्ळकन अश्रूचा एक टपोरा थेंब तिच्या गालावर उतरतो. शिट! केटच्या डोळ्यांत पाणी? आणि मग ती हसते. अंतिम मोक्ष मिळाल्याचं हसू आहे ते.

"हो," अतिशय गोड हावभाव करत केट होकार देते. हे काय? ही माझ्या ओळखीची केट नक्कीच नाही. तिनं उत्तर दिल्यावर अगदी निमिषभरासाठी सगळीकडे शांतता पसरते. सगळे एकत्रित सुटकेचा निःश्वास टाकतात. अचानक एकच गदारोळ होतो. टाळ्या, शिट्ट्या, शाबासकी, आरडाओरडा... वेगवेगळ्या प्रकारे सगळे आनंद व्यक्त करतात. मला रडू येतं. केटने मेहनतीने केलेल्या माझ्या मेक-अपची वाट लागते.

आजूबाजूच्या गोंगाटाची जाणीव त्या दोघांनाही नाही. ते त्यांच्या स्वतःच्या विश्वात हरवले आहेत. इलिएट आपल्या खिशातून एक छोटीशी डबी बाहेर काढून उघडतो आणि केटच्या समोर धरतो. अंगठी! अतिशय सुंदर अशी अंगठी त्या डबीत आहे. मला ती जवळून बघायला आवडेल. म्हणून जिया त्याच्याबरोबर होती का? ही अंगठी निवडायला? शिट! बरं झालं मी केटला काही बोलले नाही.

एकदा अंगठीकडे नजर टाकून केट पुन्हा इलिएटकडे बघते आणि त्याच्या मिठीत स्वतःला झोकून देते. ते एकमेकांच्या चुंबनात हरवतात. बघणारे बेभान होत त्यांना उत्तेजन देतात. इलिएट उभा राहत तिच्यासमोर अदबीनं झुकतो आणि मग समाधानानं आपल्या जागेवर बसतो. माझी नजर त्या दोघांवर खिळली आहे.

काळजीपूर्वक अंगठी डबीतून काढून तो ती हळुवारपणे केटच्या बोटात घालतो. पुन्हा एकदा ते एकमेकांच्या चुंबनात हरवतात.

ख्रिश्चन हलकेच माझा हात दाबतो. इतका वेळ माझ्या नकळत मी त्याचा हात घट्ट पकडून ठेवला होता, हे जाणवून मी ओशाळते आणि त्याचा हात सोडते. तो हात झटकत खुणेने 'आ' असं म्हणतो.

"सॉरी. तुला माहिती होतं का हे?" फक्त त्याला ऐकू जाईल अशा बेताने मी विचारते.

तो हसतो. म्हणजे त्याला माहिती होतं तर. तो वेटरला बोलावतो. "प्लीज, क्रिस्टलच्या दोन बाटल्या आणा. शक्य असेल तर २००२ च्या आणा."

मला हसू येतं.

"काय झालं?" तो विचारतो.

"कारण २००३ पेक्षा २००२ नक्कीच चांगलं होतं," मी त्याला चिडवते.

तो हसून म्हणतो, "ॲनेस्टेशिया, तुझ्या चोखंदळ अभिरुचीला."

"मिस्टर ग्रे, खरंतर तुमच्या चोखंदळ अभिरुचीला आणि एककल्लीपणाला," मी हसून उत्तर देते.

"त्यात काही वादच नाही, मिसेस ग्रे," तो पुढे झुकत म्हणतो. "तू भयंकर चविष्ट आहेस," असं म्हणत तो माझ्या कानामागे विवक्षित जागी ओठ टेकवतो. त्या स्पर्शासरशी माझ्या पाठीच्या कण्यातून तरंग उमटत जातात. काही वेळापूर्वी माझ्या ड्रेसच्या तोकडेपणाचा त्याने कसा पुरेपूर फायदा उठवला होता, याची आठवण जागी होऊन मी लाजेनं लाल होते.

सगळ्यात आधी भानावर येत मिया पुढे होऊन केट आणि इलिएटला कडकडून मिठी मारते. आम्हीसुद्धा त्यांचं अभिनंदन करतो. मी केटला घट्ट धरून म्हणते, "बघितलंस? तुला मागणी कशी घालायची या चिंतेत होता तो."

"ओह, ॲना," केट हसता हसता रडते.

"केट, मला किती आनंद झालाय, काय सांगू? काँग्रॅच्युलेशन्स." ख्रिश्चन माझ्या मागे आहे. पुढे होत इलिएटचा हात हातात घेत ख्रिश्चन झटक्यात त्याला मिठीत घेतो. मला आणि इलिएटला आश्चर्याचा धक्का बसतो. ख्रिश्चनचे शब्द मला जेमतेम ऐकू येतात.

"लिलिएट, बरीच मजल गाठायचीए, लक्षात ठेव," ख्रिश्चनच्या या बोलण्यावर इलिएट कधी नव्हे ते गप्प बसतो. आणि मग सावधपणे त्याला मिठी मारतो.

लिलिएट?

"थँक्स, ख्रिश्चन," इलिएटला पुढे बोलवत नाही.

ख्रिश्चन केटला मिठीत घेतो पण ते केवळ उपचार म्हणून. तो तिला

माझ्यासाठी सहन करत असतो, याची मला जाणीव आहे. तिची ही तीच गत आहे. त्या मानानं आजची त्याची ही कृती म्हणजे प्रगतीच म्हणायची. मग तिला मिठीतून मोकळं करत तो म्हणतो, ‘‘मी लग्नामुळे जितका सुखी झालो आहे, तितकीच तूसुद्धा सुखी होशील अशी आशा करतो.’’ त्याचं बोलणं फक्त आम्हा दोघींना ऐकू येतं.

‘‘थँक यू, ख्रिश्चन, मलासुद्धा तसंच वाटतंय,’’ ती आनंदानं म्हणते.

तितक्यात वेटर शॅम्पेन घेऊन येतो आणि दिमाखात बाटली उघडतो.

शॅम्पेनने भरलेला फ्लूट उंचावत ख्रिश्चन म्हणतो,

‘‘टु केट ॲन्ड माय डिअर ब्रदर इलिएट- काँग्रॅच्युलेशन्स.’’

आम्ही सगळे शॅम्पेनचा आस्वाद घेऊ लागतो, मी चक्क ते गटकन गिळते. हं, क्रिस्टलची चव ठार मस्त आहे. ख्रिश्चनच्या क्लबमध्ये पहिल्यांदा मी ते प्यायले होते. त्यानंतर आम्ही दोघं एलेव्हेटरमधनं पहिल्या मजल्यावर आलो होतो तो सर्व प्रसंग मला आजही आठवतोय.

ख्रिश्चन माझ्याकडे बघत विचारतो, ‘‘कसला विचार करते आहेस?’’ त्याच्या कपाळावर आठ्या आहेत.

‘‘पहिल्यांदा हे शॅम्पेन प्यायले होते त्याचा.’’ त्याला नेमकं आठवत नाहीये.

‘‘आपण तुझ्या क्लबमध्ये होतो,’’ मी आठवण करून देते.

त्याला हसू येतं. ‘‘ओह, आठवलं,’’ डोळा मारत तो म्हणतो.

‘‘इलिएट, तारीख ठरवली की नाही?’’ मिया विचारते.

इलिएट आपल्या बहिणीकडे क्षणभर बघतो. ‘‘अगं, आत्ता कुठे मी केटला मागणी घातलीय, थोडा वेळ दे आम्हाला. ठरलं की सांगतो तुला, चालेल ना?’’

‘‘हो, ए, पण ख्रिसमस वेडिंग करा ना, किती रोमँटिक वाटेल. शिवाय, तुला लग्नाची तारीख लक्षात ठेवण्याचा प्रयत्न करावा लागणार नाही.’’ मिया टाळ्या वाजवत म्हणते.

‘‘करतो मी तुझ्या सूचनेचा विचार,’’ इलिएट मानभावीपणे म्हणतो.

‘‘आता शॅम्पेन पिऊन झाल्यावर मात्र आपण क्लबमध्ये जायचं हं,’’ मिया ख्रिश्चनकडे वळून आपले मोठे तपकिरी डोळे अजूनच मोठे करत म्हणते.

‘‘मला वाटतं, आपण केट आणि इलिएटला विचारावं की त्यांची काय इच्छा आहे.’’ या सूचनेवर आम्ही चौघं त्या दोघांकडे प्रश्नार्थक नजरेनं पाहतो. इलिएट खांदे उडवतो. केटला मनातून नकार द्यायचाय. क्षणापूर्वी फियान्से झालेल्या इलिएटकडे ती इतक्या कामुकपणे पाहते, की चारशे डॉलर किमतीच्या शॅम्पेनचा फवारा माझ्या तोंडातून उडतो.

झॅक्स हा ॲस्पेनमधला सर्वांत उच्च नाईट-क्लब आहे- निदान मियाचं तसं

म्हणणं आहे. तिथे असलेल्या छोट्याशा रांगेतून ख्रिश्चन पुढे होतो. त्याचा एक हात माझ्या कमरेभोवती आहे. कुठलीही औपचारिकता पार न पाडता त्याला आतमध्ये प्रवेश मिळतो. ही पण जागा त्याची आहे की काय असा मला प्रश्न पडतो. मी घड्याळाकडे पाहते- रात्रीचे साडे अकरा झाले आहेत. मला किंचित गरगरतंय. शॅम्पेनचे दोन ग्लास आणि त्या आधी जेवताना घेतलेले पावली-फ्यूमेचे अनेक ग्लास आता परिणाम दाखवू लागले आहेत. बरं झालं मला ख्रिश्चनचा आधार आहे.

"मिस्टर ग्रे, वेलकम बॅक," आखूड काळी सॅटीनची हॉट पॅन्ट, तसाच बिनबाह्यांचा शर्ट आणि छोटा लाल बो टाय घातलेली अतिशय देखणी रूपवती ख्रिश्चनला म्हणते. हसताना तिचे मोत्यासारखे पांढरेशुभ्र दात चमकतात. तिच्या लिपस्टिकचा आणि बो टायचा रंग एकसारखा आहे. "मॅक्स तुमचे कोट घेईल."

तेवढ्यात पूर्ण काळ्या कपड्यातला एक तरुण पुढे येतो. नशीब त्याचे कपडे सॅटीनचे नाही आहेत. तो हसून मला कोट देण्याबद्दल सुचवतो. त्याचे गडद डोळे प्रेमळ आणि आव्हान देणारे आहेत. आमच्यापैकी फक्त मी कोट घातला आहे. माझा पार्श्वभाग झाकण्यासाठी म्हणून ख्रिश्चनने मला मियाचा ट्रेन्च-कोट जबरदस्तीने घालायला लावला आहे- त्यामुळे मॅक्सला फक्त मलाच मदत करावी लागणार आहे.

"छान आहे कोट," माझ्या नजरेला नजर देत तो म्हणतो.

माझ्या बाजूला उभा असलेला ख्रिश्चन क्षणार्धात भडकतो. 'हो दूर तिच्यापासून' अशा नजरेने तो मॅक्सकडे पाहतो. त्याबरोबर मॅक्स कावराबावरा होत पटकन ख्रिश्चनच्या हातात माझ्या कोटाचं चेक तिकीट ठेवतो.

"या, मी तुम्हाला तुमचं टेबल दाखवते," मिस सॅटीन हॉट पॅन्ट्स माझ्या नवऱ्याकडे पाहत, आपल्या पापण्या फडफडवत, सोनेरी लांब केसांच्या लडी झटकत, लाडिक अदा दाखवत आम्हाला आमच्या टेबलकडे घेऊन जाते. मी ख्रिश्चनला घट्ट धरते. त्याबरोबर तो माझ्याकडे प्रश्नार्थक नजरेने पाहतो आणि कळल्यासारखा हसतो. आम्ही सगळे मिस सॅटीन हॉट पॅन्टच्या मागे बारमध्ये जातो.

आतमध्ये मंद प्रकाश, काळ्या भिंती आणि गडद लाल रंगाचं फर्निचर आहे. दोन्ही बाजूंनी अनेक बूथ आणि मध्यभागी मोठ्या यू आकाराचा बार आहे. खरंतर आत्ता सिझन नाही. तरीही बारमध्ये बरीच मंडळी आहेत. पण तरीही शनिवारच्या मानाने म्हणावी तशी गर्दी नाही. कुठलाही ठराविक ड्रेसकोड नाहीए. त्यामुळे पहिल्यांदाच मला अति तयार झाल्यासारखं, की फार तोकड्या कपड्यात आल्यासारखं वाटतंय हे नक्की ठरवता येत नाहाये. बारच्या मागे डान्स फ्लोअर आहे. तिथे सुरू असणाऱ्या म्युझिकमुळे बारची जमीन आणि भिंती थरथरतायत. सगळीकडे गरगर

फिरणारे विविधरंगी लाईट्स उघडझाप करतायत. आधीच माझं डोकं भणभणतंय. त्यात हे सगळं पाहून तर आपल्याला चक्कर येईल की काय, असं मला वाटतंय.

सॅटिन हॉट पॅन्ट्स आम्हाला कोपऱ्यातल्या बूथकडे घेऊन जाते. तिथे आधी बसलेल्या लोकांची बहुतेक दुसरीकडे रवानगी केलेली दिसतेय. हा बूथ बारला लागून आहे. शिवाय तिथून लगेच डान्स बारवर जाता येतंय, हं, नक्कीच ही इथली सर्वोत्तम जागा असणार.

''तुमची ऑर्डर घ्यायला येईलच कोणीतरी,'' माझ्या नवऱ्याकडे बघत, डोळ्यांची पुन्हा एकदा उघडझाप करत, दिलखेचक हसू आणत मिस हॉट पॅन्ट्स परत एकदा लचकत, मुरडत तिथून जाते. मिया डान्स फ्लोअरवर जायला अतिशय आतुर झाली आहे. ते पाहून इथनला तिची कीव येते. ते दोघं हातात हात घालून डान्स फ्लोअरकडे जातात. तिथून ते दोघं जणं आम्हाला अंगठा दाखवतात.

''शॅम्पेन?'' ख्रिश्चन विचारतो.

केट आणि इलिएट तिथल्या मऊ व्हेलव्हेट खुर्च्यांवर हातात हात घालून बसले आहेत. ते अतिशय आनंदात दिसतायत. तिथल्या ठेंगण्या टेबलवर ठेवलेल्या क्रिस्टर होल्डर मध्ये पेटवलेल्या अनेक टी-लाईट्सचा प्रकाश त्यांच्या चेहऱ्यांना उजळवतो आहे. ख्रिश्चन मला बसायची खूण करतो. मी पटकन केटच्या बाजूला बसते. माझ्या बाजूला बसत तो अस्वस्थपणे सगळीकडे नजर टाकतो.

''तुझी अंगठी बघू,'' मी मोठ्यांदा केटला विचारते. तिथे चालू असलेल्या म्युझिकमुळे जोरात बोलण्याशिवाय पर्याय नाही. अशा गतीने बाहेर पडेपर्यंत माझा घसा नक्कीच बसणार आहे. केट आनंदानं हात पुढे करते. तिची अंगठी अतिशय किमती आहे. त्यात मध्यभागी एक मोठा हिरा जडवलेला आहे. दोन्ही बाजूंना अनेक हिरकण्या चमकताएत. ती अंगठी मला व्हिक्टोरियन काळातल्या दागिन्यांची आठवण करून देते.

''फारच सुंदर आहे.''

केट आनंदानं मान डोलावते आणि पुढे होत पटकन इलिएटच्या मांडीवर हात ठेवते. तोही पुढे झुकून तिचं चुंबन घेतो.

''चला, एखादी खोली गाठा,'' मी सुचवते.

इलिएट हसतो.

तेवढ्यात दुसरी एक काळी सॅटिन हॉट पॅन्ट्स आमच्या टेबलपाशी ऑर्डर घ्यायला येते. आखूड कापलेले गडद काळे केस आणि ओठांवरती खट्याळ हसू तिच्या रूपात भर टाकतं.

''कोण कोण काय काय घेणार?'' ख्रिश्चन विचारतो.

''हे बघ, आता इथेही तू नाही हं पैसे द्यायचेस,'' इलिएट ठामपणे म्हणतो.

"इलिएट, काय फालतूपणा आहे?'' ख्रिश्चन थट्टेने म्हणतो.

मघाशी केट, इलिएट आणि इथनने विरोध करूनही सर्वांना उडवून लावत जेवणाचे पैसे ख्रिश्चननं दिले होते. मी त्याच्याकडे प्रेमानं बघते. माझा फिफ्टी शेडस्... प्रत्येक गोष्ट ह्याच्या नियंत्रणाखाली हवी, नाही का?

काहीतरी बोलायला म्हणून इलिएट तोंड उघडतो पण, समजुतदारपणे गप्प बसतो.

"मी बियर घेईन,'' तो म्हणतो.

"केट?'' ख्रिश्चन विचारतो.

"प्लीज, शॅम्पेनच हवंय. क्रिस्टल फार मस्त आहे. पण तरीही इथनला बियरच आवडेल हे मला माहितीय.'' असं म्हणून ती ख्रिश्चनकडे बघत अतिशय गोड-खरंच गोड हसते- या क्षणाला तिचा आनंद उतू जातोय. तो माझ्यापर्यंत पोहोचतोय. तिच्या आनंदात सामील होणं ही माझ्यासाठी खूप सौख्याची बाब आहे.

"ॲना?''

"शॅम्पेन, प्लीज.''

"एक क्रिस्टलची बॉटल, तीन पेरोनीस आणि एक बॉटल थंडगार मिनरल वॉटर; शिवाय ग्लासेस,'' तो नेहमीप्रमाणे अधिकारवाणीनं सांगतो. कुठलाही फालतूपणा त्याला कसा चालणार?

त्याचं हे वागणं मला हॉट वाटतंय.

"थँक यू, सर. आत्ता आणते.'' मिस हॉट पॅन्टस् नंबर टू त्याच्याकडे बघून ठेवणीतलं हसते. तिच्या गालांवर लाली चढते. त्या नादात ती भुवया फडफडवायला विसरते.

काय करावं या सगळ्यांचं या आशयानं मी मान झटकते. *मुलींनो, तो माझा आहे.*

"काय?'' तो मला विचारतो.

"तुझ्याकडे बघून पापण्या फडफडवायला ती विसरली,'' मी मानभावीपणे म्हणते.

"ओह. तिने तसं करायला हवं होतं का?'' त्याला गंमत वाटतेय.

"बायका करतात तसं,'' मी उपरोधानं म्हणते.

त्याला हसू येतं, "मिसेस ग्रे, तुम्हाला मत्सर वाटतोय का?''

"अजिबात नाही,'' मी ओठांचा चंबू करत म्हणते. त्या क्षणी माझ्या लक्षात येतं की, माझ्या नवऱ्याकडे हावरटपणाने बघणाऱ्या बायकांची मला आता सवय होऊ लागली आहे, असं म्हणायला हरकत नाही. माझा हात हातात घेत ख्रिश्चन त्यावर ओठ टेकवतो.

“मिसेस ग्रे, तुम्हाला मत्सर वाटून घ्यायची अजिबात आवश्यकता नाही,” तो माझ्या कानात म्हणतो. त्याच्या उच्छ्वसानं मला गुदगुल्या होतात.

“कल्पना आहे मला त्याची.”

“छान.”

तेवढ्यात वेट्रेस आमची ऑर्डर घेऊन येते. मी पुन्हा शॅम्पेनचा ग्लास ओठांना लावलाय.

“हे घे,” माझ्या हातात पाण्याचा ग्लास देत ख्रिश्चन म्हणतो. “पी ते सगळं.”

मी त्याच्याकडे वैतागून बघते. त्यानं सोडलेला निःश्वास मला ऐकू येण्याऐवजी माझ्या नजरेला जाणवतो.

“जेवताना व्हाईट वाईनचे तीन ग्लास, नंतर दोन ग्लास शॅम्पेन, त्याआधी स्ट्रॉबेरी डायक्विरी आणि जेवताना फ्रॅस्कॅटीचेही दोन ग्लास; पी. आत्ता. ॲना.”

दुपारी आम्ही घेतलेल्या कॉकटेलची माहिती याला कशी काय? मी रागवून त्याच्याकडे बघते. पण, त्याचा मुद्दा बरोबर आहे. त्याच्या हातातून पाण्याचा ग्लास घेत मी तो घटाघटा रिकामा करते. मी काय करावं हे सांगणारा तो कोण हे मला दाखवून द्यायचं असतं. मग पालथ्या हाताने मी तोंड पुसते.

“गुड गर्ल,” तो मुद्दाम हसत म्हणतो. “हे बघ, ह्या आधी एकदा तू माझ्या अंगावर ओकली आहेस. पुन्हा तो अनुभव घ्यायची माझी अजिबात तयारी नाहीये.”

“त्याबद्दल तू तक्रार का करावीस हे मला कळत नाहीये. त्यामुळेच तर तुला माझ्याबरोबर झोपता आलं.”

त्याला हसू येतं. त्याचे डोळे निवळतात. “हो, खरंय तुझं.”

इथन आणि मिया परत येतात.

मिया म्हणते, “इथन, आता तुझं नाचणं पुरे हं. मुलींनो, उठा पटकन. मस्तपैकी धमाल करू या. मघाशी खाल्लेलं चॉकलेट मुस जिरवू यात.”

ते ऐकताच केट ताडकन उभी राहते. “येतोस?” ती इलिएटला विचारते.

“नाही, मी इथूनच पाहतो,” तो उत्तर देतो. तिच्याकडे बघताना त्याच्या नजरेत उमटलेले भाव पाहून मी संकोचानं मान फिरवते. ती हसते. मी उभी राहते.

“मी तरी खाल्लेलं जिरवणार आहे,” ओणवं होत मी ख्रिश्चनच्या कानात म्हणते. “तू इथूनच पाहू शकतोस.”

“वाकू नकोस,” तो गुरगुरतो.

“ओके,” मी झटक्यात सरळ होते. बापरे! डोकं भणभणलं की. मी पट्कन ख्रिश्चनचा खांदा घट्ट धरते.

“थोडं अजून पाणी प्यायलीस तर बरं होईल,” ख्रिश्चनच्या स्वरातली धमकी

मला जाणवते.

"मी ठीक आहे. एकतर इथल्या सीट्स खूप खाली आहेत आणि मी हाय हिल्स घातल्या आहेत."

केट माझा हात पकडते. खोल श्वास घेत मी तिच्या आणि मियाच्या मागून डान्स फ्लोअरकडे निघते. मी स्वतःला सावरलंय.

जबरदस्त म्युझिक वाजतंय. धाड् धाड् धाड् धाड्; अप्रतिम ठेका आहे. डान्स फ्लोअरवर फारशी गर्दी नाही; आता आम्हाला मनसोक्त नाचता येईल. वृद्ध आणि तरुण सारख्याच जोमानं नाचतायत. तसं, मला काही फारसं चांगलं नाचता येत नाही. ख्रिश्चन आयुष्यात आल्यापासून मी नाचू लागले आहे. केट मला मिठी मारते.

"मी आज खूप आनंदात आहे," जोरदार म्युझिकमधून मला ऐकू जावं म्हणून ती ओरडून म्हणत नाचायला सुरुवात करते. मिया नेहमीप्रमाणे मस्त मोकळी नाचते आहे, आमच्याकडे बघून हसते आहे, धमाल करते आहे. जीझ! डान्सफ्लोअरवर ती लीलया इकडे तिकडे फिरते आहे. मी आमच्या टेबलकडे नजर टाकते. तिथून ते तिघंही आमच्याकडे बघतायत. आता मी म्युझिकच्या तालावर आपोआप झुलू लागते. डोळे मिटून घेत स्वतःला त्या वातावरणाच्या स्वाधीन करते.

काही क्षणांनी मी डोळे उघडते. बरेच जण आता डान्सफ्लोअरवर आले आहेत. त्यामुळे केट, मिया आणि मी अगदी जवळ जवळ उभं राहून नाचतो आहे. मला हे चक्क आवडतंय, नवलच आहे. मी थोडीशी धिटाई दाखवत जरा जोमात नाचू लागते. केट माझा उत्साह वाढवते. मी तिच्याकडे हसून पाहते.

पुन्हा एकदा मी डोळे मिटते. आयुष्याची पहिली वीस वर्षं मी न नाचता का वाया घालवली, असा प्रश्न मला पडतो. मला वाचायची जास्त आवड होती. जेन ऑस्टेनला सुंदर म्युझिकवर नाचायची संधी कुठे होती? आणि थॉमस हार्डी... जीझ! आपल्या पहिल्या बायकोबरोबर तो नाचू शकला नव्हता याबद्दल त्याला अपराधीपणा जाणवला असेल का, या विचारानं मला हसू येतं.

याला कारण ख्रिश्चन आहे. माझ्या शरीराबद्दल त्यानं माझ्या मनात आत्मविश्वास निर्माण केला आहे. मी नाचू शकते, हा विश्वास त्यानं मला दिला आहे.

तेवढ्यात माझ्या नितंबांना स्पर्श जाणवतो. मला हसू येतं. ख्रिश्चनच. मी थिरकते. त्याचे हात वर सरकून मला दाबतात आणि परत माझ्या नितंबांवर स्थिरावतात.

मी डोळे उघडते. मिया घाबरून माझ्याकडे बघते आहे. शिट... इतकी का मी वाईट नाचते? मी ख्रिश्चनचा हात हातात घेते. इइइइ! इतका केसाळ कसा त्याचा हात? फक! हा त्याचा हात नाहीच. मी गर्रकन वळते. माझ्या समोर सोनेरी केसांचा एक धिप्पाड माणूस दात विचकत उभा आहे. तो चक्क लाळ गाळतोय.

"काढ तुझे हात बाजूला!" मी प्रचंड संतापून जोरात किंचाळते.

"कम ऑन, शुगर, थोडी मजा करायला काय हरकत आहे," तो हसून म्हणतो. त्याचे केसाळ हात मला स्पर्श करू पाहतात. त्याचे निळे डोळे आजूबाजूच्या जांभळ्या उजेडामुळे चमकू लागतात.

आपण काय करत आहोत हे लक्षात येण्याआधीच मी खाडकन त्याच्या मुस्काटीत लगावते.

आह..! शिट... माझा हात! झिणझिण्या आल्या. "दूर हो माझ्यापासून!" मी ओरडते. आपल्या लाल झालेल्या गालावर हात ठेवून तो अवाक होऊन माझ्याकडे पाहतो. झिणझिणणारा माझा हात त्याच्या चेहऱ्यासमोर नाचवत मी त्याला बोटातली अंगठी दाखवत म्हणते, "गधड्या, माझं लग्न झालेलं आहे."

उर्मटासारखे खांदे उडवत तो उगाचच खोटं खोटं हसतो.

मी भांबावून आजूबाजूला पाहते. माझ्या उजव्या हाताला उभी असलेली मिया त्या धिप्पाड माणसाकडे रागानं बघते आहे. केटचं आमच्याकडे लक्ष नाहीये. ख्रिश्चन त्याच्या जागेवर नाहीये. ओह, तो रेस्टरूममध्ये गेला असेल अशी मी आशा करते. मी एक पाऊल मागे घेते. तेवढ्यात मला ओळखीचा स्पर्श जाणवतो. ओह शिट! माझ्या कमरेभोवती हात घालत ख्रिश्चन मला जवळ ओढून घेतो.

"हरामखोरा, तुझे घाणेरडे हात माझ्या बायकोपासून दूर ठेव," तो जरी ओरडला नाहीय तरी त्याच्या स्वरातली जरब त्या माणसापर्यंत अचूक पोहोचते.

होली शिट्!

"ती घेईल की स्वतःची काळजी," थप्पड बसलेल्या गालावरचा हात काढत तो निर्लज्जपणे म्हणतो. त्याला काही कळायच्या आत पुढच्या क्षणी ख्रिश्चनचा ठोसा त्याच्या हनुवटीवर अचूक बसतो. तो जमिनीवर कोसळतो.

फक!

"ख्रिश्चन, थांब," घाईघाईनं त्याच्यासमोर उभं राहत मी घायकुतीला येऊन म्हणते. शिट! ख्रिश्चन मारूनसुद्धा टाकेल त्याला. "मी आधीच मारलंय त्याला," मी जोरात ओरडून म्हणते. ख्रिश्चन माझ्याकडे बघतही नाहीय. अतिशय जळजळीत नजरेनं तो मला छेडणाऱ्या त्या नालायक माणसाकडे बघतोय. आजवर त्याच्या नजरेत मी असे भाव कधीही पाहिले नाहीयेत. हं, कदाचित जॅक हाईडनं मला छेडलं तेव्हा असू शकेल.

पाण्यात उठणाऱ्या तरंगांप्रमाणे आजूबाजूचे लोक चटकन दूर होत सुरक्षित अंतरावर उभे राहतात. तेवढ्यात इलिएट तिथं येतो. एव्हाना, खाली कोसळलेला तो पाजी माणूस उठून उभा राहतो.

ओह नो! केट माझ्या बाजूला उभी आहे. नेमकं काय झालं याचा बहुतेक तिला

अंदाज नाहीये. इलिएट ख्रिश्चनच्या दंडाला धरतो. तेवढ्यात इथन पण येतो.

"शांत हो, ओके? माझा त्रास द्यायचा विचार नव्हता." तो इसम दोन्ही हात वर करत शरणागती पत्करत पटकन काढता पाय घेतो. तो तिथून नाहीसा होईपर्यंत ख्रिश्चनची नजर त्याचा वेध घेते.

ख्रिश्चन माझ्याकडे बघणं टाळतो. इतका वेळ चालू असलेलं 'सेक्सी बीच' हे गाणं संपतं आणि कोणीतरी बया विचित्र आवाजात जबरदस्त ठेक्यावर किंचाळू लागते. इलिएट आधी माझ्याकडे आणि मग ख्रिश्चनकडे बघतो. ख्रिश्चनचा दंड सोडून तो केटला जवळ ओढत डान्स करू लागतो. मी ख्रिश्चनच्या मानेभोवती हात टाकते आणि त्याला माझ्या नजरेला नजर द्यायला भाग पाडते. त्याच्या डोळ्यांतला विखार कमी झालेला नाहीये. होली शिट्! एका क्षणात मला झंझावाताची जाणीव होते.

माझ्याकडे निरखून पाहत तो विचारतो, "तू ठीक आहेस का?"

"हो," मी स्वतःचा हात चोळत म्हणते. अजूनही मला झिणझिण्या जाणवतायत. मी ख्रिश्चनच्या छातीवर हात टेकवते. आयुष्यात आज पहिल्यांदाच मी कोणाला तरी थप्पड लगावली आहे. नेमकं काय झालं मला? एखाद्यानं मला स्पर्श करणं हा माणुसकीच्या दृष्टीनं गुन्हा तर होऊ शकत नाही ना?

पण मी त्याला का मारलं, याचं कारण मला लक्षात आलंय. एखादा परका माणूस मला स्पर्श करतोय हे पाहून ख्रिश्चनची काय प्रतिक्रिया झाली असती, या विचारानं माझ्याकडून प्रतिक्षिप्त क्रिया घडली होती. ख्रिश्चनचा स्वतःवरचा ताबा सुटणार हे मी जाणून होते. माझ्या प्रिय नवऱ्याला, माझ्या प्रेमाला, कोणा ऐऱ्यागैऱ्याच्या वागणुकीमुळे त्रास झालेला मला कसा सहन होणार? माझा नुसता संताप झाला होता; आताही होतोय.

"तुला बसायचं आहे का थोडं?" त्या धडधडाटातून ख्रिश्चनचा प्रश्न माझ्यापर्यंत पोहोचतो.

ओह! प्लीज, शांत हो ना.

"नाही. माझ्याबरोबर डान्स कर."

काहीही न बोलता तो माझ्याकडे निर्विकारपणे पाहतो.

टच मी.... गाणारी बाई म्हणते.

"माझ्याबरोबर डान्स कर ना." तो अजूनही संतापलेला आहे. "डान्स. ख्रिश्चन प्लीज," मी त्याचे हात हातात घेते. तो माणूस गेला त्या दिशेनं ख्रिश्चन रागानं बघतो. पण मी आता मुद्दाम तालावर त्याच्या भोवती झुलायला सुरुवात करते.

पुन्हा एकदा फ्लोअरवर सगळे डान्स करू लागले आहेत; पण आता आमच्यापासून ते दोन फूट अंतर राखून आहेत.

"तू मारलंस त्याला?" निश्चलपणे माझ्याकडे पाहत तो मला विचारतो. त्याचा मुठी वळलेला हात मी हातात घेते.

"अर्थात. आधी मला वाटलं तू आहेस, पण त्याचे केसाळ हात पाहताच माझ्या लक्षात आलं. प्लीज, माझ्याबरोबर डान्स कर." ख्रिश्चन माझ्याकडे रोखून पाहतो. त्याच्या नजरेतली धग निश्चितपणे कमी होऊ लागते. तिचं रूपांतर एका अनोख्या भावनेत होऊ लागतं. अचानक तो माझी मनगटं पकडून मला जवळ खेचून घेत माझे दोन्ही हात माझ्या पाठीशी घट्ट धरतो.

"डान्स करायचाय का तुला? चल, करू यात," माझ्या कानात असं गुरगुरत तो जाणीवपूर्वक मला भिडत झुलू लागतो. माझे हात त्यानं माझ्या पाठीशी घट्ट धरून ठेवल्यामुळे मला दुसरं काहीही करता येत नाही. मी फक्त त्याच्या पावलांवर पाऊल टाकते.

ओह... ख्रिश्चन कसला डान्स करतो... अप्रतिम. तो मला जवळ धरून ठेवतो, स्वतःपासून जराही दूर होऊ देत नाही. पण, हळूहळू तो थोडासा सैलावू लागतो. आता तो माझे हात सोडतो. त्यासरशी मी पटकन त्याच्या दंडांना धरते. त्याच्या जॅकेटमधून त्याच्या पिळदार स्नायूंचा स्पर्श अनुभवत मी त्याच्या खांद्यावर हात ठेवते. तो उत्कटतेने मला जवळ घेतो. क्लबमध्ये वाजणाऱ्या म्युझिकच्या तालाशी जुळवून घेत तो मला चेतवत डान्स करू लागतो. मी पुन्हा एकदा त्याच्या पावलांवर पाऊल टाकू लागते.

ज्या क्षणी तो माझा हात पकडून मला आधी उजवीकडे आणि मग डावीकडे गिरकी घ्यायला लावतो, त्या क्षणी माझ्या लक्षात येतं की माझा ख्रिश्चन माझ्याजवळ परत आला आहे. मला हसू येतं. तोही हसतो.

आम्ही दोघं मिळून डान्स करू लागतो. पहिल्यांदाच आम्ही अशी मुक्तता अनुभवतोय. किती मजा वाटतेय. आता तो राग विसरलाय किंवा त्यानं तो आवरलाय. तिथल्या छोट्याशा जागेत कौशल्यानं मला फिरवत स्वतःपासून जराही दूर न जाऊ देता तो मादकपणे डान्स करतो. त्याच्यामुळे माझंही नसलेलं कौशल्य खुलतं. तो मला सेक्सी करतो. कारण तो तसा आहे. तो मला प्रेमाची जाणीव करून देतो, कारण त्याच्यातल्या त्या फिफ्टी शेड्सच्या पलीकडे जात त्याच्या अंतरंगात प्रेमाचं अमर्याद भांडार आहे. त्याला डान्स करताना मजा येते आहे हे पाहून मलाही आनंद होतोय. एखाद्याला जर वाटत असेल, की ख्रिश्चनला जगाची अजिबात पर्वा नाही, तर त्याच्या या विचाराबद्दलही मी त्याला माफ करेन; कारण, मला माहिताये की ख्रिश्चनच्या मनातली प्रेमाची भावना झाकोळलेली आहे. अतिरेकी संरक्षण आणि नियंत्रणाचा अट्टहास या दोन बाबींमुळे त्याच्या प्रेमाला गालबोट लागतंय. पण म्हणून काय झालं? त्यामुळे माझं त्याच्यावरचं प्रेम जराही कमी होणार नाही.

दुसरं गाणं सुरू होतं. मी चांगलीच दमले आहे.

"बसू यात का आपण?" मी धापा टाकत विचारते.

"चल," असं म्हणत तो माझा हात धरून मला आमच्या टेबलकडे घेऊन जातो.

"चांगलंच थकवलंस की मला. बघ, केवढी घामेजले आहे मी," टेबलपाशी आल्यावर मी त्याच्या कानात म्हणते.

तो मला स्वतःजवळ ओढून घेतो. "मला तू अशी घामट आणि हॉट आवडतेस. खरंतर मला तुला एकांतात असं हॉट करायला जास्त आवडतं," असं म्हणत तो मुद्दाम मधाळ हसतो.

मी खाली बसते. मघाशी डान्स फ्लोअरवर घडलेला प्रसंग आम्ही आता जणू विसरून गेलेलो आहोत. आम्हाला बाहेर कसं घालवलं नाही याचं मला नवल वाटतंय. मी सभोवार नजर टाकते. कोणीही आमच्याकडे बघत नाहीये. मघाचा तो हलकट कुठे दिसत नाहीये. गेला असावा; किंवा कोणी सांगावं त्याला घालवलंही असेल. डान्स फ्लोअरवर केट आणि इलिएट आता भान विसरले आहेत. मिया आणि इथनची अवस्था त्यांच्याहून जरा बरी आहे. मी शॅम्पेनचा एक घोट घेते.

"हे पी," माझ्याकडे रोखून बघत ख्रिश्चन माझ्यासमोर थंडगार पाण्याने भरलेला ग्लास ठेवतो. त्याची नजर सांगतेय- *पी ते, आत्ताच्या आत्ता पी.*

मी सांगितल्याप्रमाणे वागते. शिवाय, मला खूप तहान लागली आहे.

टेबलवरच्या आईस बकेटमधून पेरोनीची बॉटल उचलून तो एक मोठा घोट घेतो.

"आत्ता इथे प्रेसचे लोकं असते तर?" मी विचारते.

मघाशी त्यानं त्या माणसाला ठोसा देऊन खाली पाडलं, तिकडे माझा रोख आहे हे त्याला कळतं.

"माझ्या हाताशी उत्तम वकील आहेत," तो अतिशय शांत आवाजात उत्तर देतो. त्याचा अहंकर फुलून आला आहे.

मी वैतागून म्हणते, "पण ख्रिश्चन, तू कायद्यापेक्षा वरचढ नाही आहेस. शिवाय, परिस्थिती माझ्या नियंत्रणात होती."

त्याची नजर गोठते. "जे माझं आहे त्याला कोणीही स्पर्श करायचा नसतो," अतिशय थंड स्वरात तो मला ठासून सांगतो, जणूकाही मला ते माहितीच नाहीये.

ओह... मी शॅम्पेनचा अजून एक घोट घेते. अचानक मला अस्वस्थ वाटू लागतं. जोरात वाजणारं म्युझिक. तालबद्ध ठोके. हृदयाची धडधड. डोक्यात जाणवणारे घणासारखे घाव. ठणकणारी पावलं. मला गरगरू लागतं. तो माझा हात धरून म्हणतो, "चल, तुला घरी घेऊन जातो." तितक्यात केट आणि इलिएट येतात.

"निघालात तुम्ही?" केट आम्हाला आशेनं विचारते.
"हो," ख्रिश्चन उत्तर देतो.
"छान. आम्हीही येतो तुमच्याबरोबर."

माझा ट्रेन्चकोट परत घेण्यासाठी ख्रिश्चन पुढे होतो. ती संधी साधत केट मला विचारते,
"डान्स फ्लोअरवर मघाशी तो माणूस काय करत होता?"
"तो मला झोंबत होता."
"मी डोळे उघडले तेव्हा तू त्याला खाड्कन मुस्काटात ठेवून दिली होतीस."
मी खांदे उडवत म्हणते, "कसं आहे ना, मला माहिती होतं की, ख्रिश्चनचा संताप होईल. तसं झालं असतं तर तुमच्या आनंदाचा विचका झाला असता." ख्रिश्चनच्या वागणुकीबद्दल मला नेमकं काय वाटलं आहे हे समजून घ्यायला मला अवधी मिळालेला नाही. जे झालं त्याहून बरंच वाईट घडू शकत होतं, अशी चिंता मात्र मला नक्की वाटत होती.
"आमच्या आनंदाचा विचका! तो जरा भडकूच आहे, नाही का?" माझा कोट आणणाऱ्या ख्रिश्चनकडे रोखून पाहत ती म्हणते.
मी हसून म्हणते, "तुला हवं तर तसं समज."
"मला वाटतं तू त्याला व्यवस्थित सांभाळतेस."
"सांभाळते?" मी वैतागते. मी ख्रिश्चनला *सांभाळते?*
"हे घे," असं म्हणत ख्रिश्चन माझ्यासमोर कोट धरतो. मी तो अंगात चढवते.

"ॲना, जागी हो," ख्रिश्चन मला हळुवारपणे जागं करतो. आम्ही घरी परत आलोय. मोठ्या कष्टांनी डोळे उघडत मी कशीबशी मिनी व्हॅनमधून खाली उतरते. केट आणि इलिएट गायब झाले आहेत. टेलर शांतपणे बाजूला उभा आहे.
"तुला उचलून आत नेऊ का?" ख्रिश्चन विचारतो. मी मान हलवते.
"मी जाऊन मिस ग्रे आणि मिस्टर कॅव्हॅनॉ यांना घेऊन येतो," टेलर म्हणतो.
मान डोलावत ख्रिश्चन मला घराकडे घेऊन जातो. माझी पावलं ठणकताएत. मी ख्रिश्चनच्या मागे धडपडत चालते. घराच्या समोरच्या दारापाशी येताच तो खाली झुकून माझे घोटे पकडून माझ्या पायातले दोन्हीही शूज एक एक करून काढून टाकतो. अहाहा! काय बरं वाटलं मला. तो सरळ होत माझ्याकडे रोखून बघतो. त्याच्या हातात माझे मॅनोलोज आहेत.
"बरं वाटलं?" त्याला मजा वाटतेय.
मी मान डोलावते.

हातातल्या शूजकडे पाहत तो मिस्कीलपणे म्हणतो, "माझ्या गळ्याभोवती यांचा वेढा पडलेला पाहायची माझी फार इच्छा होती. पण असो!" मग मान हलवत पुन्हा एकदा माझा हात पकडत तो मला अंधारलेल्या घराच्या पायऱ्यांवरून आमच्या बेडरूमकडे घेऊन जातो.

"फार थकली आहेस ना?" माझ्याकडे पाहत तो प्रेमानं विचारतो.

मी मान डोलावते. तो माझ्या ट्रेन्चकोटचा बेल्ट काढतो.

"राहू दे, मी करते ते," मोठ्या कष्टांनी हात उचलत मी म्हणते.

"असू दे."

मी खोल श्वास घेते. मी इतकी दमले असेन याची मला कल्पना नव्हती.

"आपण उंचावर आहोत. तुला त्याची सवय नाहीये. शिवाय, आज तू बऱ्यापैकी ड्रिंक्स घेतली आहेत." असं म्हणत तो माझा कोट काढून बेडरूममधल्या एका खुर्चीवर फेकतो. मग माझा हात हातात धरून तो मला बाथरूममध्ये घेऊन जातो. *इथे का आलोय आम्ही?*

"बस खाली," तो म्हणतो.

मी खुर्चीवर बसून डोळे मिटून घेते. व्हॅनिटी युनिटमधल्या बाटल्यांचा आवाज येतो. तो काय करतो आहे हे पाहण्याचं त्राण माझ्यात नाहीये. मी डोळे मिटून तशीच बसून राहते. काही क्षणांनी तो माझी मान मागे करतो. मी कसेबसे डोळे उघडते.

"डोळे मिट," ख्रिश्चन म्हणतो. *होली क्रॅप!* त्याच्या हातात कॉटन बॉल आहेत. हळुवारपणे तो माझा उजवा डोळा आणि मग डावा डोळा पुसतो. त्यानंतर टप्प्याटप्प्यानं तो अतिशय पद्धतशीरपणे माझा मेकअप पुसतो.

"आहा! जिच्याशी मी लग्न केलंय ती सापडली एकदाची," मेकअप पुसून झाल्यावर तो म्हणतो.

"तुला मेकअप नाही आवडत का?"

"आवडतो; पण मेकअपशिवाय मला तू जास्त आवडतेस," असं म्हणून तो माझ्या कपाळावर ओठ टेकवतो. "हे घे, पटकन घे." माझ्या हातावर तो ॲडव्हिल ठेवतो आणि पाण्याचा ग्लास पुढे करतो.

ते पाहून मी ओठ काढते.

"घे ते," तो हुकूम सोडतो.

मी डोळे फिरवते; पण त्याचं म्हणणं ऐकते.

"छान. मी बाहेर जाऊ का जरा?" तो मुद्दाम विचारतो.

"मिस्टर ग्रे, काय ही विनम्रता. चालेल तुम्ही बाहेर गेलात तर. मला जरा बाथरूमला जायचंय."

तो हसून म्हणतो, "तुला वाटतंय का मी जाईन इथून?"

मी हसून म्हणते, "तुला थांबायचंय का इथे?"

मान एका बाजूला कलती करत तो माझ्याकडे उत्सुकतेने पाहतो.

"हरामखोरा, हो बाहेर. काही गरज नाहीये मला पाहायची. आता जरा अतिच होतंय," मी उभी राहत म्हणते आणि त्याला बाथरूमच्या बाहेर घालवते.

मी बाथरूममधून बाहेर येते तेव्हा त्यानं कपडे बदललेले आहेत. हं... माझा आवडता पायजामा त्यानं घातला आहे. मुग्ध होऊन मी त्याच्या पोटाच्या पिळवटलेल्या स्नायूंकडे बघते आणि मग माझी नजर खाली जाते. माझं चित्त विचलित होतं. तो माझ्या दिशेने चालत येतो.

"काय मग, मजा येतेय वाटतं पाहायला?" तो विचारतो.

"काही संशय?"

"मिसेस ग्रे, मला वाटतं तुम्ही जरा प्यायलेल्या आहात आज."

"मिस्टर ग्रे, आज कधी नव्हे ते मी तुमच्याशी सहमत आहे."

"ड्रेसच्या नावावर घातलेला तो कपड्याचा तुकडा काढायला मी तुम्हाला मदत करतो. या ड्रेसवर धोक्याचा इशारा जरूर द्यायला हवा होता." असं म्हणत तो मला वळवतो आणि मानेशी असलेलं ड्रेसचं एकुलतं एक बटण उघडतो.

"तू काय भयंकर संतापला होतास," मी कसंबसं म्हणते.

"हो. खरंय ते."

"माझ्यावर?"

"नाही. तुझ्यावर नाही." माझ्या खांद्यांवर ओठ टेकवत तो पुढे म्हणतो, "निदान, या वेळेस तरी नाही."

मला हसू येतं. *माझ्यावर संतापला नव्हता.* हे प्रगतीचं चिन्ह आहे. "चांगला बदल आहे."

"खरंय." असं म्हणत माझ्या दुसऱ्या खांद्यावर ओठ टेकवत तो माझा ड्रेस मागच्या बाजूने खाली ओढतो. त्याचबरोबर माझ्या अंगातल्या पॅन्टिज् पण काढतो. आता मी त्याच्यासमोर विवस्त्र उभी आहे. माझे दोन्ही हात पकडून तो म्हणतो,

"काढ," त्याच्या हाताच्या आधाराने तोल सावरत मी पायातून ड्रेस काढून टाकते.

खाली वाकून माझे कपडे उचलून तो ते खुर्चीवर फेकलेल्या मियाच्या ट्रेन्च कोटवर टाकतो.

"हात वर कर," तो प्रेमाने म्हणतो. मग माझ्या अंगात त्याचा टी-शर्ट अडकवून तो ते नीट खाली ओढतो. मी झोपायला तयार आहे.

मला मिठीत घेत तो हळुवारपणे माझं चुंबन घेतो. माझा श्वास त्याच्या

श्वासात मिसळतो.

“मिसेस ग्रे, या क्षणी तुमच्यात गाडून घ्यायला मला खूप आवडेल. परंतु, एकतर तुम्ही आज खूप ड्रिंक्स घेतली आहेत; दुसरं म्हणजे आपण खूप उंचावर-जवळजवळ आठ हजार फुटांवर आहोत. शिवाय, काल रात्री तुमची झोपही नीट झाली नाही. चला. अंथरुणात शिरा.” तो पांघरूण बाजूला घेतो. मी पटकन पलंगावर चढते. माझ्या अंगावर पांघरूण घालत तो पुन्हा एकदा माझ्या कपाळावर ओठ टेकवतो.

“डोळे मिटून घे. मी झोपायला येईन तेव्हा तू झोपलेली असली पाहिजेस.” ही सरळ सरळ धमकी आहे, हुकूम आहे... हा ख्रिश्चन आहे.

“नको ना जाऊस,” मी विनवणी करते.

“मला काही फोन करायचे आहेत, ॲना.”

“आज शनिवार आहे. खूप उशीर झालाय. प्लीज.”

स्वतःच्या केसांतून हात फिरवत तो क्षणभर उभा राहतो. “ॲना, मी जर आत्ता अंथरुणात शिरलो तर तुला विश्रांती मिळणार नाही हे नक्की. झोप बरं.” तो हट्टाला पेटलाय. मी डोळे मिटून घेते. त्याच्या ओठांचा आणि श्वासाचा स्पर्श माझ्या कपाळाला होतो.

“गुड नाईट, बेबी,” तो म्हणतो.

माझ्या डोळ्यांसमोर वेगवेगळे प्रसंग नाचू लागतात. विमानात शिरल्यावर मला खांद्यावर टाकणारा ख्रिश्चन. हे घर मला आवडेल की नाही याची काळजी करणारा ख्रिश्चन. दुपारी प्रणयात रंगलेला ख्रिश्चन. टबबाथ. माझ्या नवीन ड्रेसबद्दल त्याची प्रतिक्रिया. त्या हरामखोराला लोळवणारा ख्रिश्चन- त्या आठवणीनं माझा तळहात पुन्हा झिणझिणतो. आणि मग मला अंथरुणात आणून झोपवणारा ख्रिश्चन.

असं कधी वाटलं होतं का मला? मी सुखावते. प्रगती. झोपेच्या अधीन होताना हा एकच विचार माझ्या मनात रुंजी घालतो.

१५

मला खूप उकडतंय. ख्रिश्चनची ऊब. त्याचं डोकं माझ्या खांद्यावर आहे.

तो गाढ झोपला आहे. माझ्या मानेला त्याच्या श्वासाचा स्पर्श जाणवतो आहे. त्याचे पाय माझ्या पायात गुंतले आहेत. त्याचा हात माझ्या कमरेभोवती आहे. माझी झोप पूर्णपणे उघडली नाहीये; तरीही मला जाणवतं, की मी थोडी जरी हालचाल केली तरी त्याला जाग येईल. तो खूप कमी झोपतो. त्याची झोपमोड होऊ नये म्हणून मी अगदी शांत राहते. काल संध्याकाळचा प्रसंग माझ्या डोळ्यांसमोरून जातो. काल मी खूप प्यायले होते. बापरे, जरा जास्तच प्यायले होते. ख्रिश्चनने मला एवढी पिऊ कशी दिली; नवलच आहे! काल रात्री त्यानं मला किती अलगद पलंगावर आणून झोपवलं. त्या आठवणीनं मला हसू येतं. त्याची ती छोटीशी कृती मला खूप सुखावून गेलीय. त्याचं हे वागणं मला अनपेक्षित होतं. आत्ता या क्षणाला मला कसं वाटतंय बरं? मीच मनातल्या मनात स्वतःची चाचपणी करते. ओठ? छान. अं, डोकं, अरे वा, अगदीच मस्त आहे. हं, पण थोडंसं, गरगरतंय. तळहात? बापरे, अजूनही लाल आहेत. शी! ख्रिश्चन जेव्हा मला फटके लगावतो तेव्हा त्याच्या हाताचं काय होत असेल? मला हसू येतं. तेवढ्या आवाजानं त्याला जाग येते.

"काय झालं?" झोपाळू नजरेनं माझ्याकडे पाहत तो विचारतो.

"काही नाही. गुड मॉर्निंग." माझा न दुखावलेला हात त्याच्या केसातून फिरवत मी म्हणते.

"मिसेस ग्रे, तुम्ही फारच गोड दिसताय आज," असं म्हणत तो माझ्या गालावर ओठ टेकवतो. त्याच्या त्या एवढ्याश्या कृतीनं मला आतून आनंद होतो.

"काल रात्री माझी इतकी छान काळजी घेतल्याबद्दल थँक यू."

"मला तुझी काळजी घ्यायला आवडतं. मला तेच करायचं असतं," हे तो जरी शांतपणे म्हणतो, तरी त्याची नजर काही वेगळंच बोलून जाते. त्याच्या गडद राखाडी नजरेत विजयाची झाक आहे. वर्ल्ड सिरीज किंवा सुपर बॉल जिंकल्याची भावना आहे.

“ओ, माय फिफ्टी. तू मला अगदी लाडावून ठेवलं आहेस.”

“कारण तू तशी आहेसच,” तो हळुवारपणे म्हणतो. मी खूप खूश होते.

तो माझा हात हातात घेतो. मी चमकते. तो पटकन माझा हात सोडतो. “काल रात्रीचा ठोसा?” तो विचारतो. माझा वेध घेणारी त्याची नजर क्षणभर गोठते. त्याच्या स्वरात रागाची किंचित छटा उमटते.

“मी त्याच्या थोबाडीत मारली होती. मी त्याला ठोसा दिला नव्हता.”

“तो साला फकर!”

“काल रात्री या सगळ्याबद्दल आपण बोललो होतो ना?”

“त्यानं तुला स्पर्श केला, हा विचारसुद्धा मला सहन होत नाहीये.”

“हे बघ, त्यानं मला काही इजा केली नाही. हं, तो जे काही वागला ते अयोग्य होतं हे नक्की. ख्रिश्चन, मी ठीक आहे. माझा हात अजूनही थोडा चुरचुरतोय. पण बाकी मला काहीही झालं नाही. फटका मारल्यानंतर हाताची अवस्था काय होते हे तुला तर चांगलंच माहिती आहे.” मी हसून म्हणते. त्याबरोबर त्याच्या चेहऱ्यावर रागाऐवजी नवल दिसू लागतं.

“मिसेस ग्रे, मला चांगलीच सवय आहे त्याची,” त्याच्या ओठांना झकासपैकी मुरड पडते. “तुमची इच्छा असेल तर अगदी या क्षणीसुद्धा ती भावना अनुभवायची माझी तयारी आहे.”

“मिस्टर ग्रे, तुमचा तो वळवळणारा तळहात बाजूलाच ठेवा,” असं म्हणत माझ्या दुखऱ्या हातानं मी त्याचा चेहरा कुरवाळते. माझी बोटं त्याच्या कानावरच्या केसांवरून फिरू लागतात. मी त्याचे छोटे छोटे केस हलकेच ओढते. माझ्या या कृतीनं त्याचं लक्ष विचलित होतं.

माझा तळहात हातात घेत तो हळुवारपणे त्यावर ओठ टेकवतो. जादू झाल्यागत माझ्या वेदना गायब होतात.

“तुझा हात दुखतो आहे हे तू मला रात्री का नाही सांगितलंस?”

“अं... खरं तर मला काल रात्री जाणवलं नाही. आता ठीक आहे, काळजी नको करूस.”

त्याच्या डोळ्यांत प्रेमळ भाव उमटतात. तो काळजीने विचारतो. “कसं वाटतंय तुला.”

“माझी जेवढी लायकी आहे त्याच्यापेक्षा खूप चांगलं वाटतंय.”

“मिसेस ग्रे, तुमचा उजवा हात चांगलाच चालतो की.”

“मिस्टर ग्रे, मला वाटतं तुम्ही ते लक्षात ठेवलेलं बरं.”

“हो का?” असं म्हणत तो पटकन कुशीवर वळत झटक्यात माझ्यावर चढतो. आता त्याचा सगळा भार माझ्यावर आहे. माझी दोन्ही मनगटं डोक्यावरती

घट्ट धरत रोखून पाहत तो म्हणतो,

"मिसेस ग्रे, तुमच्याशी मारामारी करायला मी कधीही तयार आहे. तसं म्हणाल तर अंथरुणात तुमचा पराभव करायचं माझं स्वप्नच आहे," तो माझ्या गळ्यावर ओठ टेकवतो.

"काय?"

"मला तर वाटतंय की तू नेहमीच माझा पराभव करतेस," तो माझ्या कानाचा हलकाच चावा घेतो. मी शहारते.

"हं... पण कसं आहे, मला थोडासा प्रतिकारसुद्धा आवडतो," माझ्या जबड्यावरून नाक फिरवत तो अलगद म्हणतो.

प्रतिकार? मी एकदम थबकते. त्याबरोबर तो थांबतो. माझे दोन्ही हात सोडून देत तो स्वतःला कोपऱ्यांवर तोलून धरतो.

"म्हणजे मी आता तुझ्याशी मारामारी करू? इथे?" मला वाटलेलं आश्चर्य लपवायचा प्रयत्न करत मी त्याला कसंबसं विचारते.

ओके-मला धक्काच बसलाय. तो मान डोलावत सावधपणे माझी प्रतिक्रिया आजमावतो. त्याची नजर धुंद झाली आहे.

"आत्ता?"

तो खांदे उडवतो. ही कल्पना त्याच्या मनात आत्ताच चमकली आहे हे मला जाणवतं. माझ्याकडे बघून त्याच्या चेहऱ्यावर त्याचं ते खास लाजरं हसू उमटतं. तो हळूच मान डोलावतो.

ओ माय! तो अचानक सावध झाला आहे. तो आता माझ्यावर आहे. त्याची वाढती ताठरता माझ्या मऊ त्वचेमध्ये रुतते आहे. माझं लक्ष विचलित करते आहे. त्याचा हा स्पर्श मला हवाहवासा आहे. काय आहे त्याच्या मनात आत्ता? भांडण, विरोध, फॅन्टसी. पण मग तो मला दुखावेल का? माझी अंतर्देवता घाईघाईनं मान हलवून नकार देते. तो कधीही दुखावणार नाही. अंगात मस्तपैकी कराटे सूट चढवून ती भांडायला सज्ज झाली आहे. हं, क्लॉडेला खूप आनंद होईल.

"तू जेव्हा म्हणतोस, की 'रागावून अंथरूणात शिरणं' तेव्हा तुला असं म्हणायचं असतं का?"

सावधपणे तो मान डोलावतो.

हं. माझा फिफ्टी... त्याला आत्ता या क्षणी विरोध हवा आहे.

"हे बघ, ओठ चावू नकोस हं," तो मला तंबी देतो.

मी तत्परतेनं ओठ सोडते. "हे बघा मिस्टर ग्रे, तुम्ही आधीच मला वरचढ झालेले आहात." मुद्दाम पापण्या फडफडवत आणि त्याला उत्तेजित करण्यासाठी अंगाला आळोखेपिळोखे देत मी म्हणते. नक्कीच आम्हाला मजा येणार आहे.

“वरचढ?”

“हो ना, तुमच्या मते मी जिथे असायला हवी आहे तिथे तुम्ही मला आधीच ठेवलं आहे.”

तो हसून पुन्हा एकदा स्वतःला माझ्यात खोलवर गाडून घेतो.

“मिसेस ग्रे, नेहमीप्रमाणे चांगला मुद्दा उत्तम प्रकारे मांडलात,” माझ्या कानाशी असं म्हणत तो माझ्या ओठावर ओठ टेकवतो. मला काही कळण्याआधीच तो पटकन माझ्यावरून उतरतो. आता मी त्याच्या अंगावर आहे. त्याचे हात हातात घेऊन मी त्याच्या डोक्यावरती पक्के धरून ठेवते. आऽऽ... माझ्या तळहातातून कळा येतात. मी तिकडे चक्क दुर्लक्ष करते. माझे मोकळे केस आमच्या दोघांच्याही चेहऱ्याभोवती पसरले आहेत. मी मुद्दाम मान हलवते. माझ्या केसांनी त्याच्या चेहऱ्याला गुदगुल्या होतात. तो मान वळवतो; पण मला थांबवण्याचा प्रयत्न करत नाही.

“अच्छा, तुला धसमुसळेपणा करायचा आहे?” माझी योनी त्याच्यावर घासत मी मुद्दाम विचारते.

तोंडाने खोल श्वास घेत, दातावर दात दाबून तो उत्तर देतो. मी त्याला सोडते.

“थांब.” पलंगाच्या बाजूला ठेवलेला पाण्याचा ग्लास मी उचलते. ख्रिश्चनने तो तेथे ठेवलेला असणार. पाणी थंडगार आहे. फार वेळेपासून तो ग्लास तिथे नसणार. ख्रिश्चन नेमका कधी आला झोपायला?

मी पाण्याचा एक मोठा घोट घेते. ख्रिश्चन त्याच्या बोटांनी माझ्या मांडीवर छोटी छोटी वर्तुळं काढत राहतो. त्याच्या त्या स्पर्शाने माझ्या अंगातून शिरशिरी वाहू लागते. त्यानंतर तो दोन्ही हातांनी माझे नितंब धरतो.

त्याच्या या कृतीने धीट होऊन मी पुढे होत त्याचं चुंबन घेते आणि माझ्या तोंडातलं थंडगार पाणी त्याला पाजते.

तो ते पितो. “ मिसेस ग्रे, काय छान वाटलं,” असं म्हणताना त्याच्या चेहऱ्यावर लहान मुलासारखा आनंद पसरलाय. तोही आता रंगात आलाय. मी ग्लास पुन्हा जागेवर ठेवते. माझ्या नितंबांवरचे त्याचे दोन्ही हात काढून मी ते त्याच्या डोक्याच्या बाजूला घट्ट धरून ठेवते. “तर मग, मी अनिच्छा दाखवायची?” मी मुद्दाम खोचकपणे विचारते.

“हो.”

“हे बघ, मला काही फारशी ॲक्टिंग वगैरे जमत नाही हं.”

तो हसून म्हणतो, “प्रयत्न तर कर.”

मी पुढे झुकून त्याचं मनापासून चुंबन घेते. “ओके, मी प्रयत्न करते,” त्याच्या कानाशी असं कुजबुजत मी त्याच्या हनुवटीला बारीक चावे घेऊ लागते. त्याच्या

दाढीचे किंचित वाढलेले केस माझ्या हनुवटीला, दातांना, जिभेला टोचू लागतात. त्याबरोबर ख्रिश्चन खोल आवाजात चीत्कारतो आणि मला पटकन अंगावरून बाजूला करत खाली ढकलतो.

मला काही कळण्याआधीच तो माझ्यावर चढला आहे. तो माझे हात पकडण्याचा प्रयत्न करतो. मी दोन्ही हात त्याच्या छातीवर टेकवून त्याला दूर करण्याचा प्रयत्न करते. तो त्याच्या गुडघ्यांनी माझे दोन्ही पाय दूर करण्याचा प्रयत्न करू लागतो.

मी त्याला ढकलायचा निकराने प्रयत्न करू लागते. जीझ! किती शक्तिमान आहे हा! माझ्याच्याने अजिबात हलत नाहीय. पण त्याचबरोबर माझ्या स्पर्शानं तो पूर्वीसारखा कावराबावरा होत नाही. थिजत नाही. त्याला मजा येते आहे! तो माझी मनगटं पकडण्याचा प्रयत्न करतो. शेवटी माझं एक मनगट त्याच्या हातात येतं. मी माझा हात त्याच्या पकडीतून सोडवण्याचा प्रयत्न करते; पण छे, नेमका माझा दुखावलेला हात आहे तो. वेदनेला शरण जात मी प्रयत्न थांबवते. पण त्याच वेळेस दुसऱ्या हातानं त्याचे केस धरून ओढते. ''आ!'' डोक्याला एक झटका देत स्वतःचे केस सोडवत तो माझ्याकडे रोखून बघतो. त्याच्या नजरेत आता कामुकता दाटली आहे.

''थांब जरा, आता बदला घेतो,'' त्याच्या या कुरकुरण्याला कामुक आनंदाचा स्पर्श झालेला आहे.

त्याचं हे बोलणं ऐकताच माझी कामभावना प्रचंड आवेगानं उसळी मारते. मी ॲक्टिंग करणं बंद करते. त्यानं घट्ट धरून ठेवलेलं माझं मनगट सोडवण्याचा प्रयत्न करते.

दुसरीकडे मी माझी पावलं एकमेकांत गुंतवून त्याला माझ्या अंगावरून खाली फेकून द्यायचा प्रयत्न करते आहे. पण छे, तो खूप जड आहे. माझ्याच्यानं जराही हलत नाही.

छे. कसला वैताग आला आहे मला! पण त्याच वेळेस मी खूप पेटले आहे. मोठ्यानं चीत्कारत ख्रिश्चन झपाट्यानं माझा दुसरा हात पकडतो. आता माझी दोन्ही मनगटं त्यानं त्याच्या डाव्या हातात धरून ठेवली आहेत.

त्याचा उजवा हात अगदी सावकाश माझ्या अंगावरून फिरतो आहे. मला कुरवाळत, थोडंसं कुस्करत, माझ्या स्तनाग्रांना छेडत तो मला स्पर्श करतो आहे.

माझ्या शरीराचा कण न् कण आतुरतेनं त्याला प्रतिसाद देऊ लागतो. सौख्याच्या अनंत ऊर्मी तीव्रतेनं मला जाणवू लागतात. माझ्या स्तनाग्रापासून योनीपर्यंत एक अनोखी वेदना धावू लागते. तरीही एकीकडे मी त्याला माझ्या अंगावरून खाली फेकायचा प्रयत्न करत असते. पण छे, त्यानं माझ्यावर पक्की बैठक मारली आहे.

तो माझ्या ओठांवर ओठ टेकवायचा प्रयत्न करतोय. मी झटक्यात मान

फिरवते. त्यामुळे त्याचा हेतू सफल होत नाही. दुसऱ्या क्षणी माझ्या टीशर्टवर असलेला त्याचा हात झटकन माझ्या हनुवटीवर येतो. त्या हाताने माझा चेहरा स्थिर ठेवत त्याचे दात माझ्या जबड्यावरून अलगद चावे घेत फिरू लागतात. मघाशी मीही त्याला असंच केलं होतं ना!

''ओ, बेबी, फाईट मी,'' तो मला उचकवतो.

मी आळोखेपिळोखे देत त्याच्या अंगाखालून बाजूला व्हायचा प्रयत्न करते. त्यानं मला करकचून धरलं आहे. मी स्वतःला सोडवण्याचा प्रयत्न करते; पण कशाचाही उपयोग होत नाही. तो माझ्यापेक्षा कैक पटींनी ताकदवान आहे. आता तो माझा खालचा ओठ हळुवारपणे चावू लागतो. जोडीने त्याची जीभ माझ्या तोंडात फिरू लागते आणि माझ्या लक्षात येतं की मला त्याला प्रतिकार करायचाच नाहीये. तो मला हवा आहे- आत्ता- जसा नेहमीच हवा असतो. मी विरोध करणं थांबवते आणि आसुसून त्याच्या चुंबनाला प्रतिसाद देते. जागं झाल्यावर मी दात घासले नाहीत याची मला पर्वा नाही. इतका वेळ आम्ही दोघं प्रेम आणि विरोधाचा खेळ खेळत होतो याची मला पर्वा नाही. कामेच्छा, तीव्र कामेच्छा; माझं रक्त वेगानं उसळू लागतं. मी हरवून जाते. मला स्वतःचं भान उरत नाही. माझे गुंतलेले पाय सोडवत मी त्याच्या कमरेला विळखा घालते आणि माझ्या टाचांनी त्याच्या अंगातला पायजामा काढून टाकते.

''ॲना,'' तो श्वास घेतो आणि माझ्या शरीराच्या प्रत्येक भागावर चुंबनाचा वर्षाव करतो. आमचा विरोध आणि प्रतिकार दोन्हीही थांबलंय. आमचे हात, जिभा, दात घाईघाईनं एकमेकांना स्पर्श करत एकमेकांची चव घेऊ पाहतायत. जणू हा क्षण कुठेतरी हरवून जायच्या आधी घट्ट धरून ठेवायचा आहे आम्हाला.

''तुझा स्पर्श हवा आहे मला,'' घोगऱ्या आवाजात असं म्हणत धापा टाकत तो मला उठवून बसवतो आणि एका झटक्यात माझ्या अंगावरचा टी-शर्ट काढून फेकतो.

''तुझे कपडे,'' बसता बसता मी म्हणते. माझ्या मनात आता दुसरा कोणताही विचार नाही. त्याच्या अंगातून अर्धवट निघालेला पायजामा मी पूर्णपणे काढून टाकते. त्या क्षणी तो मोकळा होतो. क्षणाचाही विचार न करता मी पुढे होत त्याला हातात धरून आवळते. त्याचा तो ताठर स्पर्श किती मुलायम आहे. माझ्या या कृतीने तो अधिक उत्कट होतो. ओठ आवळून तो खोल श्वास घेतो. त्याचा प्रतिसाद मी समरसून स्वीकारते.

''फक,'' तो जेमतेम म्हणतो. किंचित मागे झुकत तो माझ्या मांड्या उचलून धरत मला पलंगावरती आडवं पाडतो. मी त्याच्यावरची पकड सोडत नाही. तसंच त्याला घट्ट पकडत माझा हात मागेपुढे मागेपुढे होत राहतो. तो ओला होऊ लागला

आहे. मी माझा अंगठा त्याच्या त्वचेवर गोलाकार फिरवू लागते. आता अंगठा काढत हळूच मी माझ्या तोंडात घेते. एकीकडे त्याचा हात माझ्या शरीरावरून फिरतो आहे तर दुसरीकडे मी त्याची चव अनुभवते आहे. माझं शरीर, माझे स्तन, माझं पोट, माझे नितंब त्याच्या स्पर्शासाठी आसुसलेले आहेत.

"कशी आहे चव?" माझ्याकडे रोखून बघत तो उत्सुकतेनं विचारतो.

"तूही चाख ना," असं म्हणत मी माझा अंगठा त्याच्या तोंडात देते. तो आतुरतेने माझा अंगठा चोखतो आणि हळूच चावतो. आ..! मी कळवळत त्याचं डोकं घट्ट धरून स्वतःकडे ओढते. मला त्याच्या ओठांवर ओठ टेकवायचे आहेत. त्याच्या चुंबनात हरवून जायचं आहे. आता मी पायांनी त्याच्या कमरेला वेढा घालते. माझी पावलं त्याला गुदगुल्या करू लागतात. त्याचे ओठ माझ्या जबड्यावरून, हनुवटीवरून, स्तनाग्रावरून हळुवारपणे फिरू लागतात.

"तू किती सुंदर आहेस," असं म्हणत तो माझ्या गळ्यावरून ओठ फिरवतो.

"तुझी त्वचा किती सुंदर आहे," त्याचे मऊ ओठ माझ्या स्तनांवर स्थिरावतात. त्याच्या श्वासाचा स्पर्श मला होतो.

"काय?" मी धापा टाकते आहे, मी गोंधळले आहे, मला हे सगळं हवं आहे. मी आतुर झाले आहे. मला वाटलं होतं की ख्रिश्चन एका क्षणात हे पूर्ण करेल.

"ख्रिश्चन." माझ्या स्वरातील आतुरता मला जाणवते. पटकन पुढे होत मी त्याच्या केसात हात गुंतवते.

"श्शऽऽ," असं म्हणत तो माझ्या स्तनाग्राभोवती जीभ गोलाकार फिरवू लागतो. त्यानंतर ओठांनी तो माझं एक स्तनाग्र ओढतो. माझं स्तनाग्र ताठरतं.

"आ!" मी अस्वस्थ होते. त्याला मोहात पाडण्यासाठी मी कंबर झटक्यात वर घेते. मला त्याचं हसू जाणवतं. आता तो माझ्या दुसऱ्या स्तनाकडे लक्ष वळवतो.

"मिसेस ग्रे, फार आतुर झालात वाटतं?"असं म्हणत तो माझं दुसरं स्तनाग्र जोरजोरात चोखू लागतो. मी पुन्हा त्याचे केस ओढते. तो चीत्कारत मला धमकी देतो, "मी बांधून ठेवेन हं तुला."

"ये ना आता," मी याचना करते.

"जरा धीर धर," माझ्या त्वचेला त्याच्या शब्दांचा स्पर्श होतो. एकीकडे माझं स्तनाग्र तोंडात धरून हळुवारपणे कुरवाळत दुसरीकडे त्याचे हात माझ्या नितंबांवरून फिरू लागतात. मी पुन्हा पुन्हा चीत्कारते. माझा श्वास उथळ झाला आहे. पुन्हा एकदा कंबर उचलत मी त्याला भिडते, त्याला चेकाळवायचा प्रयत्न करते. तो अगदी येऊ पाहतो आहे पण तरीसुद्धा मुद्दाम वेळ काढतो आहे.

फक धीस. मी पुन्हा पुन्हा प्रतिकार करते. आळोखेपिळोखे देते. त्याला अंगावरून फेकायचा प्रयत्न करते.

"काय चाललंय?"

ख्रिश्चन माझे दोन्ही हात घट्ट धरून ठेवतो. त्याचा संपूर्ण भार माझ्यावर आहे. मी त्याला दोन्ही पायांत घट्ट धरलं आहे. त्याने माझे दोन्ही हात माझ्या दोन बाजूंना घट्ट धरून ठेवले आहेत.

मी श्वास घ्यायला विसरते.

"तुला विरोध हवा होता ना," धापा टाकत मी म्हणते.

माझ्यावर आडवा झालेला ख्रिश्चन सरळ होत माझ्याकडे रोखून पाहतो.

अजूनही त्यानं माझी मनगटं घट्ट धरून ठेवली आहेत. मी दोन्ही टाचांनी त्याला दूर ढकलायचा प्रयत्न करते. छे! तो जराही हलत नाही.

"तुला नेहमीसारखं नको आहे का?" त्याच्या स्वरात आश्चर्य आहे. पण त्याची नजर काही वेगळंच सांगते आहे. तो उत्तेजित झाला आहे.

" ख्रिश्चन, पटकन, मला तू आता या क्षणी हवा आहेस." कधी कधी हा इतका मंद का वागतो?

आधी आम्ही भांडत होतो, नंतर आम्ही कुस्ती खेळत होतो आणि अचानक आता तो नरम, मुलायम, गोड वागतो आहे. ख्रिश्चनचं काही सांगता येत नाही. एका क्षणात त्याचा पारा वर चढतो आणि दुसऱ्या क्षणी खाली उतरतो.

"प्लीज." मी पुन्हा एकदा माझ्या टाचा त्याच्या मागच्या बाजूला रोवते. त्याची राखाडी नजर आता पेटली आहे. तो माझ्या डोळ्यांत काय शोधतो आहे? तो काय विचार करतो आहे? एक क्षणभर त्याच्या नजरेत मला गोंधळ दिसून येतो. का बरं? माझे हात सोडून देत तो चवड्यांवर बसतो आणि मला स्वतःच्या मांडीवर ओढून घेतो.

"ठीक आहे, मिसेस ग्रे, आज आपण तुम्हाला हवं तसं करू." असं म्हणून तो मला सावकाश उचलतो आणि पुन्हा नीट खाली घेतो. आता मी दोन्ही पाय फाकवून त्याच्या अंगावर बसले आहे आणि तो... पूर्णपणे माझ्यात सामावला गेला आहे.

"आहा!" अगदी हेच. हेच तर मला हवं होतं. या क्षणी याचीच मला गरज आहे. त्याच्या मानेभोवती दोन्ही हात टाकून मी त्याच्या केसांत बोट गुंफवते. माझ्या योनीच्या आत जाणवणारा त्याचा स्पर्श समरसून अनुभवू लागते. मी हलू लागते. लयबद्ध हालचाल. नियंत्रण माझ्या हातात. गती मला हवी तशी, माझ्या हातात. माझ्याखाली असलेला ख्रिश्चन चीत्कारतो. त्याचे ओठ माझ्या ओठांवर टेकतात. पुढच्या क्षणी आम्ही एकमेकांमध्ये हरवतो.

ख्रिश्चनच्या छातीवरच्या केसांतून मी अलगद बोटं फिरवते. तो उताणा पडला

आहे. अगदी शांत, चूपचाप, माझ्या बाजूला. आम्ही दोघंही सावकाश श्वास घेतोय. माझ्या पाठीवर त्याच्या बोटांनी सावकाश ठेका धरला आहे.

"तू गप्प का?" त्याच्या खांद्याचं चुंबन घेत मी त्याच्या कानाशी कुजबुजते.

तो किंचित वळून माझ्याकडे पाहतो. त्याच्या चेहऱ्यावरून मला त्याच्या विचारांची कल्पना येत नाही. " हं, खूप छान वाटलं मला." शीट! काही चुकलं का माझं?

"मिसेस ग्रे, तुम्ही मला संभ्रमात टाकता."

"संभ्रमात टाकते?"

तो अजून थोडा वळतो. आता आम्ही दोघंही एकमेकांकडे पूर्ण वळलो आहोत."हो. तुझं. पुढाकार घेणं. हे सगळं... वेगळं आहे."

"चांगलं वेगळं आहे की वाईट वेगळं?" त्याच्या ओठांवरून अलगद बोटं फिरवत मी म्हणते. त्याच्या भुवया आक्रसतात. माझा प्रश्न नीट कळला नाही बहुतेक त्याला.

विचारात गढून तो माझ्या बोटांची चुंबनं घेतो.

"चांगलं वेगळं,"असं तो म्हणतो खरं; पण बहुतेक त्यालाच त्याची खात्री पटलेली नाही.

"आज आपण जे केलं ते तू याआधी कधी केलं नाहीस का?" मी संकोचानं त्याला विचारते.

माझ्या नवऱ्याच्या पूर्वायुष्यातल्या चटकदार, रंगीत... कॅलिडोस्कोपसारखं अनेक रूपं धारण करणारं कामजीवन काय होतं हे मला खरोखरच जाणून घ्यायचं आहे का? आपल्या टॉरटॉइजच्या अर्धचंद्राकृती चष्म्याआडून माझ्याकडे बघत माझं अबोध मन मला सावधानतेची सूचना देत विचारतं, तुला खरोखरच त्या वाटेनं जायचं आहे का?

"नाही ॲनेस्टेशिया. तू मला स्पर्श करू शकतेस." बस्स! त्याचं हे स्पष्टीकरण मला सगळं काही सांगून जातं. बरोबर आहे. त्या पंधरा जणी त्याला स्पर्श करू शकत नव्हत्या.

"मिसेस रॉबिन्सन तर तुला स्पर्श करू शकायच्या ना," मी काय बोलते आहे याची जाणीव होण्याआधीच माझ्या तोंडून शब्द बाहेर पडतात. शीट! कशाकरता मी तिचा उल्लेख केला आता? तो एकदम ताठरतो. त्याचे डोळे विस्फारतात. आता- ही- कोणत्या- दिशेनं- जाते- आहे असा भाव त्याच्या चेहऱ्यावर उमटतो. "तिची गोष्ट वेगळी होती," तो जेमतेम म्हणतो.

अचानक मला सगळं जाणून घ्यायचं आहे, "चांगलं वेगळं की वाईट वेगळं?"

तो माझ्याकडे रोखून बघतो. त्याच्या चेहऱ्यावर शंका आणि बहुधा वेदना झर्रकन सरकते. एक क्षणभर तर तो एखाद्या बुडणाऱ्या माणसासारखा हतबल दिसतो.

"मला वाटतं, वाईट," तो जेमतेम म्हणतो.

होली शीट!

"मला वाटलं होतं की तुला ते आवडायचं."

"हो आवडायचं. त्या वेळेस."

"आता नाही आवडत?"

तो अजूनही माझ्याकडे रोखून पाहतो आहे. त्याचे डोळे विस्फारलेले आहेत. मग तो सावकाश मान हलवतो.

ओ माय... "ओ, ख्रिश्चन," या क्षणी माझ्या मनात आलेल्या भावनांनी मी भारावून गेले आहे. माझा लाडका! मी स्वतःला त्याच्या अंगावर झोकून देत त्याच्या चेहऱ्याची, मानेची, छातीची आणि त्यावर असलेल्या त्या छोट्या छोट्या लहान व्रणांची असंख्य चुंबनं घेते. तो चीत्कारत मला जवळ ओढून घेतो आणि समरसून माझं चुंबन घेतो. पुन्हा एकदा अतिशय सावकाश, अतिशय नजाकतीनं, त्याच्या गतीनं तो माझ्या प्रेमात हरवून जातो.

"ॲना टायसन. वा! क्या बात है!"

मी ब्रेकफास्ट करायला किचनमध्ये येते तेव्हा इथन टीव्हीवर सुरू असलेल्या खेळाला दाद देत असतो. तो, मिया आणि केट ब्रेकफास्ट घ्यायला बसले आहेत. मिसेस बेन्टले सगळ्यांसाठी वॅफल्स तयार करते आहे. ख्रिश्चन कुठेच दिसत नाहीये.

"गुड मॉर्निंग, मिसेस ग्रे." मिसेस बेन्टले हसून म्हणतात. "तुमच्यासाठी ब्रेकफास्टला काय आणू?"

"गुड मॉर्निंग, तुम्ही सगळ्यांसाठी जे केलं आहे तेच खाईन मी, थँक यू. ख्रिश्चन कुठे आहे?"

"बाहेर आहे," केट मागच्या अंगणाकडे निर्देश करत म्हणते. मी चालत तिथल्या खिडकीपाशी जाते. खिडकीतून बाहेरचं अंगण आणि दूरचे डोंगर दिसत आहेत. आभाळ स्वच्छ आहे. आकाशाचा निळा रंग खुलून दिसतो आहे. माझा देखणा नवरा खिडकीपासून साधारण वीस फूट अंतरावर कुणाशी तरी चर्चा करण्यात गढून गेला आहे.

"तो मिस्टर बेन्टलेशी बोलतो आहे," मिया आपल्या जागेवरूनच म्हणते. तिचा स्वर रागीट आहे असं वाटून मी तिच्याकडे वळून पाहते. ती इथनकडे एक

जळजळीत कटाक्ष टाकते. ओ, डिअर, या दोघांमध्ये नेमकं काय चाललंय?

थोडसं वैतागून मी माझ्या नवऱ्याकडे आणि मिस्टर बेन्टलेकडे नजर टाकते.

मिस्टर बेन्टले काटक आहेत. त्यांचे डोळे गडद आणि केस पांढरे आहेत. ते साध्या टी शर्ट आणि पँटमध्ये आहेत. त्यांच्या टी शर्टवर ॲस्पेन फायर डिपार्टमेंट असं लिहिलेले आहे. ख्रिश्चननं काळी जीन्स आणि टी शर्ट घातला आहे. दोघंही चर्चेत गढून गेले आहेत. त्याच नादात ते लॉनवरून चालत घराच्या दिशेनं येतात. मध्येच ख्रिश्चनला एक वेताची छडी सापडते. कदाचित वाऱ्यानं ती तिथे येऊन पडली असेल. क्षणभर थांबून ख्रिश्चन त्याच्याही नकळत ती छडी उचलतो आणि हातात धरून तिचा अंदाज घेतो. त्यानंतर हवेतच ती फटकारतो. ओ...

ख्रिश्चनची ही कृती मिस्टर बेन्टलेंना तरी विचित्र वाटत नाही. त्यांची चर्चा चालू राहते. ते घराच्या दिशेनं येत राहतात. पुन्हा एकदा क्षणभर थांबून ख्रिश्चन हातातली छडी हवेत फटकारतो. या वेळेस त्या छडीचं टोक जमिनीला स्पर्शून जातं. त्याच क्षणी ख्रिश्चन मान वर करतो. मी खिडकीत उभी असलेली त्याला दिसते. आपण त्याच्यावर पाळत ठेवतं आहोत असं मला वाटून जातं. मी संकोचून त्याला हात दाखवते. मग वळून मी घाईनं ब्रेकफास्ट टेबलपाशी येऊन बसते.

"काय करत होतीस," केट विचारते.

"काही नाही, ख्रिश्चनला पाहत होते."

"फारच प्रेमात पडली आहेस," केट म्हणते.

"आणि काय गं, तू नाही पडली आहेस का? आता लवकरच तू माझी जाऊ होणार आहेस म्हटलं," हातात छडी घेतलेल्या ख्रिश्चनची प्रतिमा मी मनात गाडून टाकायचा प्रयत्न करते. केट एका झटक्यात उभी राहत मला मिठीत घेते. तिच्या या अचानक कृतीने मी दचकते. मी भांबावते.

"बहिणी!" ती आनंदाने म्हणते. छे, तिच्या आनंदाची लागण मला होणं स्वाभाविकच नाही का!

"ए झोपाळू," ख्रिश्चन मला हलवत म्हणतो. "चल, सीटबेल्ट बांध. आपण आता उतरणार आहोत."

मी झोपेतच सीटबेल्ट शोधायचा प्रयत्न करते, ख्रिश्चन पुढे होत पटकन तो बांधून टाकतो. माझ्या कपाळाचं चुंबन घेत तो पुन्हा एकवार त्याच्या सीटवर नीट बसतो. मी त्याच्या खांद्यावर डोकं टेकत डोळे मिटून घेते. मी खूप थकले आहे. एका अतिशय सुंदर पर्वतावर आम्ही चढून गेलो होतो. छोटीशी पिकनिकच होती ती. जेवणसुद्धा आम्ही तिथेच केलं. माझ्याप्रमाणे सगळेच शांत आहेत- चक्क मियासुद्धा. ती थोडीशी उद्विग्न वाटते आहे. तशी ती दिवसभर उद्विग्न वाटत होती. तिचं आणि

इथनचं काही जमतंय का, मी विचार करते. काल रात्री ते कुठे झोपले होते, हेसुद्धा मला माहिती नाही. तेवढ्यात तिची नजर माझ्याकडे जाते. मी तिच्याकडे बघत, 'तू ठीक आहेस का?' अशा आशयाने हसते. ती माझ्याकडे बघून कसंनुसं हसते आणि पुन्हा पुस्तकात डोकं खुपसते. मी पापण्यांआडून ख्रिश्चनकडे नजर टाकते. तो बहुधा कुठल्यातरी करारावर काम करतो आहे, माहिती नाही नक्की काय आहे. तो वाचतो आहे आणि एकीकडे टीपासुद्धा लिहितो आहे. पण एकंदरीत तो आरामात आहे. केटच्या बाजूला बसलेला इलिएट चक्क घोरतो आहे.

मी अजून इलियटला विचारलं नाहीये, की तो काल जियाबरोबर काय करत होता. मला त्याला विचारायचं आहे. पण काय करणार? केटपासून तो एक क्षणभरही दूर झालेला नाही. त्याबद्दल त्याला अजून काही विचारण्यात ख्रिश्चनला स्वारस्य वाटत नाही. वैतागच आहे. पण असो, मी इलियटला काही विचारलेलं नाही. एकंदरीत, मला खूप मजा आली आहे. तेवढ्यात इलियट केटच्या गुडघ्यावरती हात ठेवतो. त्याच्या त्या छोट्याश्या कृतीतून त्याचा तिच्यावरचा अधिकार व्यक्त होतो. ती किती आनंदात दिसते आहे. काल दुपारी तिला इलियटबद्दल खात्री वाटत नव्हती. ख्रिश्चनने त्याला काय हाक मारली होती? कदाचित ते त्याचं लाडाचं नाव असावं. किती गोड वाटलं ते नाव. हरामखोर म्हणण्यापेक्षा नक्कीच चांगलं आहे ते. अचानक इलियट डोळे उघडतो आणि माझ्याकडे रोखून पाहतो. मी त्याच्याकडे टक लावून पाहत होते, हे लक्षात येऊन मी संकोचून हसते.

तो हसून म्हणतो, "ॲना, तुझं हे लाजणं मला फार आवडतं." आळोखेपिळोखे घेत तो मला चिडवतो. केट माझ्याकडे बघून हसते. ती स्वतःवर खूश आहे. ती तृप्त आहे.

तेवढ्यात ऑफिसर बिगलीचा आवाज येतो, "आपण सीटॅकवर उतरलो आहोत." ख्रिश्चन माझा हात हातात धरतो.

"मिसेस ग्रे, कसा होता तुमचा विकएन्ड?" ख्रिश्चन मला विचारतो. आम्ही आता ऑडीमध्ये बसून एस्कलाकडे परत चाललो आहोत. टेलर आणि रियान समोर बसले आहेत.

"खूप छान, थँक यू." मी हसून म्हणते. अचानक मला खूप संकोच वाटू लागतो.

"आपण कधीही जाऊ शकतो, बरं का. तुला हवं त्यांना घेऊन जाता येईल आपल्याला."

"आपण ना एकदा रे ला घेऊन जाऊ यात. त्याला फिशिंग करायला खूप आवडेल."

"हं, मस्त कल्पना आहे."

"तुझं काय, तुला कसं वाटलं?" मी विचारते.

"मस्त," किंचित थांबून तो उत्तर देतो. माझ्या प्रश्नाचं त्याला आश्चर्य वाटलं का? "खरंच छान वाटलं."

"तू खूप निश्चिंत झालेला वाटतोस."

तो खांदे उडवून म्हणतो, "तू सुरक्षित आहेस याची मला खात्री होती."

मी किंचित वैतागते. "ख्रिश्चन, बहुतांशी वेळा मी सुरक्षितच असते. तुला या आधीही मी खूप वेळा सांगितलं आहे, की तू जर असाच अस्वस्थ आणि अधीर राहिलास तर वयाच्या चाळिशीतच म्हातारा होऊन जाशील. हे बघ, मला तुझ्याबरोबर खूप वर्षं जगायचं आहे." मी त्याचा हात घट्ट पकडते. तो माझ्याकडे पाहतो. 'नेमकं काय बोलली ही आता' असा काहीसा भाव त्याच्या चेहऱ्यावर आहे. माझ्या बोटांवर ओठ टेकवत तो विषय बदलतो.

"तुझा हात कसा आहे?"

"खूप बरा आहे. थँक यू."

तो हसतो. "बरं झालं, मिसेस ग्रे, तर मग जियाला पुन्हा भेटायला तयार आहात ना?"

"जिझस!" आजच संध्याकाळी आम्हाला तिला भेटायचं आहे हे तर मी विसरले होते. आज सगळा आराखडा पूर्णत्वाला न्यायचा आहे.

"हं, पण तिच्यापासून तुला दूर... सुरक्षित ठेवायला आवडेल मला," मी मानभावीपणे हसत म्हणते.

"माझं संरक्षण करणार आहेस?" माझ्या कल्पनेचं ख्रिश्चनला हसू येतं.

"मिस्टर ग्रे, नेहमीच. विशेषतः सगळ्या कामुक भक्षकांपासून," मी त्याच्या कानात कुजबुजते.

मी अंथरुणात शिरते तेव्हा ख्रिश्चन दात घासत असतो. उद्या पुन्हा एकदा आम्ही नेहमीच्या जगाकडे परत जाणार आहोत. ऑफिस-काम-पापाराझ्झी-बरं झालं जॅक तुरुंगात आहे. पण, त्याचा एक साथीदारही आहे म्हणे. हं... ख्रिश्चनने त्याबद्दल मला नीट सांगितलं नाहीये.

त्याला माहिती असेल का? आणि समजा त्याला माहिती असेल तर तो मला सांगेल का? मी सुस्कारा टाकते. ख्रिश्चनकडून कुठली माहिती काढायची म्हणजे एखाद्याचा दात उपटून काढण्याइतकं कठीण आहे. जाऊ दे! आमचा विकएन्ड इतका सुंदर गेल्यावर त्याला गालबोट लावायची माझी इच्छा आहे का? ख्रिश्चनकडून माहिती काढण्याच्या भानगडीत उगाच सगळ्या सुंदर क्षणांचा विचका व्हायचा.

नेहमीच्या वातावरणात ख्रिश्चन इतका आनंदात होता, ते बघायला मला खूप

छान वाटलं. तो त्याच्या या अपार्टमेंटमध्ये नव्हता, तरीही तो अगदी मोकळा होता. त्याच्या कुटुंबाबरोबर आनंदात होता. माझ्या मनात शंकेची पाल चुकचुकते. आम्ही या अपार्टमेंटमध्ये असतो तेव्हा त्याच्या सगळ्या जुनी आठवणी जाग्या होतात का? पूर्वीचं सगळं आठवून तो अस्वस्थ होतो का? असं असेल तर आम्ही इथून दुसरीकडे राहायला जाणंच योग्य आहे.

मी विचार करते. आम्ही दुसरीकडे राहायला जाणार आहोत- समुद्राच्या किनाऱ्यावर, खास आमच्यासाठी एक प्रचंड मोठं घर नव्यानं सजवलं जात आहे. जियानं आणलेले सगळे आराखडे आम्हाला पसंत आहेत, ते पूर्णदेखील झाले आहेत. पुढच्या आठवड्यापासून इलियटची टीम प्रत्यक्ष कामाला सुरुवात करणार आहे. मी जियाला ॲस्पेनमध्ये बघितलं हे सांगितल्यावर तिला प्रचंड धक्का बसला होता, त्या आठवणींनी मला हसू आलं. काही नाही, निव्वळ योगायोग होता तो. आमच्या नवीन घराचं काम पूर्ण करण्यासाठी ती मुद्दाम तिथे जाऊन राहिली होती. तिचंसुद्धा तिथे घर आहे, जे ती खास सुट्टीसाठी वापरते. एक क्षणभर माझ्या मनात आलं की केटची अंगठी निवडायला तिने मदत केली असेल का, पण तसं काही नसावं. तरीही माझा काही जियावर पूर्ण विश्वास नाही. हं, इलियटनेही तसंच सांगितलं तर मात्र मी विश्वास ठेवेन. नशीब, या वेळेस जिया निदान ख्रिश्चनपासून अंतर राखून होती.

मी आकाशाकडे नजर टाकते. असंख्य तारे चमकतायत. या देखाव्याची मला आठवण येईल. विस्तीर्ण पसरलेलं सिएटल इथून किती सुंदर दिसतं. आमच्या पायाशी हे शहर पसरलं आहे. इथे सगळी स्वप्नं पूर्ण होऊ शकतात. तरीही या सगळ्यापासून मी खूप दूर आह, असं मला वाटतं. हीच तर ख्रिश्चनची समस्या नसेल ना? साध्या सामान्य जगण्यापासून तो फार जास्ती काळ, फार दूर, फार एकटा राहिला. त्यानं स्वतःच स्वतःवरती हा एकटेपणा लादून घेतला होता. असो, पण आता हे दोन दिवस आम्ही सगळे त्याच्या आजुबाजूला असताना त्याचा नेहमीचा सगळ्यांवर नियंत्रण ठेवण्याचा स्वभाव जरा कमी जाणवला. त्याची अस्वस्थता कमी होती. तो मोकळा होता, आनंदी होता. या सगळ्याचा अर्थ फ्लिन काय लावेल बरं? होली क्रॅप! हेच उत्तर असू शकतं. कदाचित त्याला स्वतःचं कुटूंब हवं असेल. छे छे! मी मान हलवते- आम्ही अजून खूप तरुण आहोत. हे सगळं आमच्यासाठी खूप नवीन आहे. ख्रिश्चन बाथरूममधून बाहेर येतो. तो नेहमीसारखाच देखणा दिसतोय. पण मला कुठेतरी उदासीची छटा जाणवते.

"काय झालं. सगळं ठीक आहे ना?" मी विचारते. पलंगावर बसताना तो सवयीनं मान डोलावतो.

"शी! नेहमीच्या वास्तव जगात परत जायचा इतका कंटाळा आला आहे ना,"

मी म्हणते.

"खरं की काय!"

मी मान डोलावून त्याचा देखणा चेहरा कुरवाळते. "हा विकएन्ड किती सुंदर गेला, थँक यू."

तो गोड हसतो. "तू माझं वास्तव जग आहेस, ॲना," असं म्हणून तो माझं चुंबन घेतो.

"तुला आता सगळ्याची उणीव भासते का?"

"कशाची उणीव?" तो विचारतो. त्याला काही कळलेलं नाहीये.

"तुला माहिती आहे. वेताच्या छड्या... आणि ते सगळं इतर," मी कसंतरी म्हणते. हा विषय काढण्याची मला लाज वाटते.

तो टक लावून माझ्याकडे पाहतो. त्याचा चेहरा निर्विकार आहे. पुढच्या क्षणी त्याच्या चेहऱ्यावर शंका तरळून जाते. आता-नेमकं-हिला- काय म्हणायचं आहे.

"नाही ॲनेस्टेशिया, मला नाही जाणवतं उणीव कशाचीही." त्याचा स्वर शांत आणि स्थिर आहे. तो माझा गाल कुरवाळत पुढे म्हणतो "तू जेव्हा पहिल्यांदा मला सोडून गेली होतीस तेव्हा डॉक्टर फ्लिन म्हणाला होता की तुझ्या जाण्यामुळे मला काही उलगडलं होतं, लक्षात आलं होतं, ते आजही माझ्याबरोबर तसंच आहे. तो असंही म्हणाला होता की तू जर इतकी ठाम नसतीस तर मी आज जो काही आहे तसा होऊ शकलो नसतो. ॲना, माझ्यासाठी हा साक्षात्कार आहे." तो बोलताबोलता थांबतो. क्षणभर विचारात पडून तो पुढे म्हणतो,"ॲना, मला दुसरी पद्धत माहितीच नव्हती गं. पण आता ती मला कळली आहे. माझं शिक्षण झालं आहे असं म्हणू यात."

"मी तुला काय शिकवणार?" मी त्याला चिडवते.

त्याच्या डोळ्यांतले भाव बदलतात. "तुला त्याची उणीव जाणवते का?" तो पुढे म्हणतो.

"हे बघ, मला दुखावून घ्यायला आवडत नाही, पण बाकी सगळं आवडतं. ख्रिश्चन, तुलाही ते माहिती आहे. तुला जर काही करायचं असेल तर ..." मी खांदे उडवत त्याच्याकडे पाहते.

"जर काही तरी ?"

"म्हणजे ना, फ्लॉगर किंवा तुझं ते..." अति संकोचाने मला बोलवत नाही. त्याच्या भुवया उंचावल्या जातात. त्याला आश्चर्य वाटतं. "अच्छा... पाहू यात काय करता येतं ते. या क्षणी मात्र मला फक्त तुझ्या ओठांची आणि मिठीची गरज आहे." माझ्या खालच्या ओठांवरून अंगठा फिरवत तो पुन्हा एकदा हळुवारपणे माझं चुंबन घेतो.

फ्रॉम : ॲनेस्टेशिया ग्रे
सब्जेक्ट : गुड मॉर्निंग
डेट : ऑगस्ट २९, २०११   ०९:१४
टु : ख्रिश्चन ग्रे

मिस्टर ग्रे
मला एवढंच सांगायचं होतं, की माझं तुमच्यावर खूप प्रेम आहे. बस एवढंच.

सदैव तुमची
ॲनेस्टेशिया ग्रे
कमिशनिंग एडिटर, एसआयपी.

फ्रॉम : ख्रिश्चन ग्रे
सब्जेक्ट : पुन्हा एकदा सोमवार
डेट : ऑगस्ट २९, २०११   ०९:१८
टु : ॲनेस्टेशिया ग्रे

मिसेस ग्रे
आपल्या बायकोकडून इतके समाधानाचे शब्द तेही सोमवारच्या सकाळी ऐकायला मिळणं म्हणजे... अहाहा! (भलेही ती बायको आज्ञाधारक नसली तरी)
तुम्हाला खात्री द्यायला मला आवडेल, की माझ्याही भावना अगदी तुमच्यासारख्याच आहेत.
सॉरी, आज रात्री आपल्याला जेवायला जावंच लागेल. तुमच्यासाठी ते फार नीरस आणि कंटाळवाणं ठरणार नाही, अशी आशा करतो.

ख्रिश्चन ग्रे
सीईओ, ग्रे एन्टरप्राईझेस होल्डिंग्ज इन्कॉ.

अरे, हो की! आज रात्री अमेरिकन शिप बिल्डिंग असोसिएशनबरोबर जेवण आहे. मी डोळे फिरवते... सगळ्या बिझनेसच्या गप्पा. हं, ख्रिश्चन खरंच मला खूप छान छान कार्यक्रमांना घेऊन जातो.

फ्रॉम : ॲनेस्टेशिया ग्रे
सब्जेक्ट : शिप्स दॅट पास इन द नाईट
डेट : ऑगस्ट २९, २०११   ०९:२६
टु : ख्रिश्चन ग्रे

डिअर मिस्टर ग्रे
ते जेवण चटकदार बनवण्यासाठी तुम्ही काही ना काही उपाय शोधून
काढाल याची मला खात्री आहे...
वाट पाहते आहे.

मिसेस जी एक्स

ॲनेस्टेशिया (आज्ञा न पाळणारी) ग्रे
कमिशनिंग एडिटर, एसआयपी

फ्रॉम : ख्रिश्चन ग्रे
सब्जेक्ट : जीवनात विविधता आणण्यातच खरी रंगत आहे
डेट : ऑगस्ट २९, २०११   ०९:३५
टु : ॲनेस्टेशिया ग्रे

मिसेस ग्रे
माझ्या मनात काही कल्पना आहेत...

एक्स

ख्रिश्चन ग्रे
सीईओ, ग्रे एन्टरप्राईझेस होल्डिंग्ज आता एएसए डिनरसाठी उतावीळ
झालेला इन्कॉ.

त्याचा हा ई-मेल वाचताच माझ्या ओटीपोटातले सगळे स्नायू आवळले जातात.
हं... तो काय बरं करेल? मी विचारात हरवते. तेवढ्यात हॅना दारावर टकटक करते.
त्यामुळे मी माझ्या तंद्रीतून जागी होते.
    ''ॲना, या आठवड्याचं तुझं शेड्यूल सांगू का तुला?''
    ''चालेल. बस ना.'' स्वतःला ताळ्यावर आणत मी तिच्याकडे हसून पाहत
म्हणते. दुसरीकडे मी माझा ई-मेल प्रोग्राम मिनिमाईझ करते.

"अं. हे बघ, मला तुझ्या एक-दोन अपॉईंटमेंट्स पुढे ढकलाव्या लागल्या आहेत. पुढच्या आठवड्यात मिस्टर फॉक्स आणि डॉ.-"

तेवढ्यात माझा फोन वाजतो. ती बोलता बोलता थांबते. फोनवर रोश आहे. तो मला ताबडतोब त्याच्या केबिनमध्ये यायला सांगतो.

"आपण साधारण वीस मिनिटानंतर पाहू यात?"

"चालेल, काही हरकत नाही."

फ्रॉम : ख्रिश्चन ग्रे
सबजेक्ट : कालची रात्र
डेट : ऑगस्ट ३०, २०११   ०९:२४
टु : ॲनेस्टेशिया ग्रे

कालची रात्र... खूप मजा आली.
एएसएचा वार्षिक भोजन समारंभ इतका उत्तेजित करणारा असेल असा कुणी विचार तरी केला होता का?
मिसेस ग्रे, नेहमीप्रमाणेच तुम्ही मला निराश केलं नाहीत.
आय लव्ह यू.
एक्स

ख्रिश्चन ग्रे
कृतज्ञ,सीईओ, ग्रे एन्टरप्रायजेस होल्डिंग्ज इन्कॉ.

फ्रॉम : ॲनेस्टेशिया ग्रे
सब्जेक्ट : 'मला चांगला 'बॉलगेम' आवडतो'
डेट : ऑगस्ट ३०, २०११   ९:३३
टु : ख्रिश्चन ग्रे,

डिअर मिस्टर ग्रे,
सिल्व्हर बॉलची उणीव मलाही भासली होती.
तुम्ही कधीही निराश करत नाही.
बस, एवढंच.

मिसेस जी एक्स
ॲनेस्टेशिया ग्रे
कमिशनिंग एडिटर, एसआयपी

पुन्हा एकदा हॅना दारावर टकटक करते, काल रात्रीच्या मादक आठवणींमधून मी जागी होते. *ख्रिश्चनचे हात... त्याचं तोंड...*

"ये आत."

"ॲना, मिस्टर रोशच्या पीएने आताच फोन केला होता. तुला एका मीटिंगला जायचं आहे. त्यामुळे मला तुझ्या काही अपॉइंटमेंटस पुन्हा पुढे ढकलाव्या लागणार आहेत. चालेल का तुला?"

त्याची जीभ.

"अगदी चालेल." माझ्या मनात चाललेले सगळे आतुर विचार थांबवायचा प्रयत्न करत मी उत्तर देते. ती हसून माझ्या ऑफिसमधून बाहेर पडते. पुन्हा एकदा काल रात्रीच्या सुखकारक आठवणींमध्ये मी स्वतःला विसरते.

फ्रॉम : ख्रिश्चन ग्रे
सब्जेक्ट : हाईड
डेट : सप्टेंबर १, २०११ १५:२४
टु : ॲनेस्टेशिया ग्रे

ॲनेस्टेशिया
तुला माहिती असावं म्हणून सांगतो, हाईडला जामीन नाकारण्यात आला आहे. तो अजूनही तुरुंगात आहे. त्याच्यावरती अपहरणाचा आणि जाळपोळीचा आरोप आहे. मात्र त्याची सुनावणी कधी होणार ते कळलं नाही.

ख्रिश्चन ग्रे
सीईओ, ग्रे एन्टरप्रायजेस होल्डिंग्ज इन्कॉ.

फ्रॉम : ॲनेस्टेशिया ग्रे
सब्जेक्ट : हाईड
डेट : सप्टेंबर १, २०११ १५:५३
टु : ख्रिश्चन ग्रे,

चला, चांगली बातमी आहे.
याचा अर्थ तू सिक्युरिटी थोडी कमी करणार का? खरं सांगायचं तर

प्रेस्कॉटशी माझं जमत नाही.

ॲना एक्स
ॲनेस्टेशिया ग्रे
कमिशनिंग एडिटर, एसआयपी

फ्रॉम : ख्रिश्चन ग्रे
सब्जेक्ट : हाईड
डेट : सप्टेंबर १, २०११   १५:५९
टु : ॲनेस्टेशिया ग्रे

नाही. सिक्युरिटी तशीच राहील. वाद नकोत.
प्रेस्कॉट का आवडत नाही? तुला ती आवडत नसेल तर आपण तिच्या
जागी दुसरं कोणी ठेवू.

ख्रिश्चन ग्रे
सीईओ, ग्रे एन्टरप्रायजेस होल्डिंग्ज इन्कॉ.

त्याच्या त्या अधिकार गाजवणाऱ्या ई-मेलकडे मी रागारागाने बघते. प्रेस्कॉट काही
इतकी वाईट नाहीये म्हणा....

फ्रॉम : ॲनेस्टेशिया ग्रे,
सब्जेक्ट : शांत रहा, केस उपटू नकोस
डेट : सप्टेंबर १, २०११   १६:०३
टु : ख्रिश्चन ग्रे

अरे, मी आपलं विचारलं (डोळे फिरवत). प्रेस्कॉटबद्दल मी विचार
करेन.
तुझे शिवशिवणारे हात शांत ठेव.

ॲनेस्टेशिया ग्रे
कमिशनिंग एडिटर, एसआयपी

फ्रॉम : ख्रिश्चन ग्रे,
सब्जेक्ट : मला भरीला पाडू नकोस
डेट : सप्टेंबर १, २०११ १६:११
टु : अ‍ॅनेस्टेशिया ग्रे,

मिसेस ग्रे, मी तुम्हाला खात्री देऊ इच्छितो, की माझ्या डोक्यावरचे सगळे केस शाबूत आहेत- तुमच्या स्वतःच्या सुरक्षिततेकरता हे सगळं आवश्यक आहे, हे पुन्हा पुन्हा सिद्ध झालं नाहीये का? तरीही, माझा तळहात शिवशिवतो आहे.
आज रात्री त्याबाबत मी काहीतरी करेन म्हणतोय.

एक्स
ख्रिश्चन ग्रे
अजून टक्कल न पडलेला सीईओ, ग्रे एन्टरप्रायजेस होल्डिंग्ज इन्कॉ.

फ्रॉम : अ‍ॅनेस्टेशिया ग्रे
सब्जेक्ट : चुळबूळ
डेट : सप्टेंबर १, २०११ १६:२०
टु : ख्रिश्चन ग्रे

वचन, वचन... आता मला सतावणं बंद कर. मी काम करण्याचा प्रयत्न करते आहे. मला अचानक एका लेखकाला भेटायला जावं लागणार आहे. या भेटीच्या दरम्यान तुझ्या विचाराने लक्ष विचलित न होऊ देण्याचा मी प्रयत्न करेन.

जी एक्स
अ‍ॅनेस्टेशिया ग्रे,
कमिशनिंग एडिटर, एसआयपी

फ्रॉम : अ‍ॅनेस्टेशिया ग्रे
सब्जेक्ट : उडते आहे. तरंगते आहे. धावते आहे.
डेट : सप्टेंबर ५, २०११ ९:१८
टु : ख्रिश्चन ग्रे

नवरोबा
आपल्या बायकोला सुंदर क्षण कसे द्यायचे, हे तुम्हाला अगदी छान ठाऊक आहे.
अर्थातच अशा प्रकारच्या वागणुकीची अपेक्षा मी प्रत्येक विकएन्डला करेन. तुम्ही मला बिघडवून ठेवत आहात. मला ते फार आवडतंय.

तुमची बायको
Xox

ॲनेस्टेशिया ग्रे
कमिशनिंग एडिटर, एसआयपी

फ्रॉम : ख्रिश्चन ग्रे
सब्जेक्ट : माझ्या आयुष्याचं ध्येय...
डेट : सप्टेंबर ५, २०११ ९:२५
टु : ॲनेस्टेशिया ग्रे

...तुम्हाला बिघडवणं हेच आहे, मिसेस ग्रे.
आणि तुम्हाला सुरक्षित ठेवणंसुद्धा, कारण माझं तुमच्यावर प्रेम आहे.

ख्रिश्चन ग्रे
लुब्ध सीईओ, ग्रे एन्टरप्रायजेस होल्डिंग्ज इन्कॉ.

ओ माय माय! किती रंगात आला आहे हा!

फ्रॉम : ॲनेस्टेशिया ग्रे
सब्जेक्ट : माझ्या आयुष्याचं ध्येय...
डेट : सप्टेंबर ५, २०११ ९:३३
टु : ख्रिश्चन ग्रे

तुला तसं करू देणार आहे- कारण माझंसुद्धा तुझ्यावर प्रेम आहे.
आता तुझा हा रसाळपणा थांबव.
मला रडू येईल.

ॲनेस्टेशिया ग्रे
तुझ्याइतकीच लुब्ध कमिशनिंग एडिटर, एसआयपी

दुसऱ्या दिवशी मी माझ्या डेस्कवरच्या कॅलेंडरकडे नजर टाकते. आता फक्त पाच दिवस उरले आहेत-१० सप्टेंबर- माझा वाढदिवस. आमच्या नवीन घराचं काम कुठवर आलंय हे बघायला आम्ही जाणार आहोत. इलियट आणि त्याची टीम झटपट काम करते आहे. हं... ख्रिश्चनने माझ्यासाठी काही प्लॅन बनवले असतील का? त्या विचारानं मला हसू येतं.

तेवढ्यात हॅना दारावर टकटक करते.

"ये आत." तिच्या मागून प्रेस्कॉटसुद्धा डोकावते. हे काय नवीन....

"हाय, ॲना," हॅना म्हणते."तुला भेटायला कोणी लीला विल्यम्स आली आहे. ती म्हणते आहे की खासगी कारण आहे."

"लीला विल्यम्स? मला या नावाचं कोणी..."

अचानक माझ्या तोंडाला कोरड पडते. माझ्या चेहऱ्यावरचे भाव पाहून हॅनाचे डोळे विस्फारतात. लीला? फक! तिला काय हवंय?

१६

"तिला घालवून देऊ का?" माझी प्रतिक्रिया बघून हॅना चपापते.

"अं, नको. कुठे आहे ती?"

"रिसेप्शनमध्ये. ती एकटी नाहीये हं. तिच्याबरोबर अजून एक तरुणी आहे."

ओ!

"आणि मिस प्रेस्कॉटला तुझ्याशी बोलायचं आहे," हॅना पुढे म्हणते.

वाटलंच मला. "बरं, पाठव तिला आत." हॅना बाजूला होते. प्रेस्कॉट माझ्या ऑफिसमध्ये येते. तिची तत्परता वाखाणण्याजोगी आहे. हातात घेतलेलं काम पूर्ण करायचा तिचा उद्देश तिच्या चेहऱ्यावरून लक्षात येतो.

"हॅना, जरा बाहेर थांबतेस? प्रेस्कॉट बस."

हॅना माझ्या केबिनमधून बाहेर पडत दार लोटून घेते. आता मी आणि प्रेस्कॉट दोघीच आत आहोत.

"मिसेस ग्रे, तुम्हाला भेटायला येणाऱ्या लोकांच्या यादीत लीला विल्यम्सचं नाव धोकादायक अभ्यागत म्हणून नोंदलंय."

"काय?" माझ्यासाठी यादी आहे... ती ही धोकादायक?"

"मॅम, आमच्याकडच्या यादीत लिहिलं आहे तसं. टेलर आणि विल्सने लीलाच्या बाबतीत विशेष सूचना दिल्या आहेत. तिला तुमच्या आसपासदेखील फिरकू द्यायचं नाहीये."

मला समजत नाही काय चाललंय. "ती धोकादायक आहे का?"

"नाही, तसं मला नाही सांगता येणार."

"मग ती इथे आली आहे हे तरी माझ्यापर्यंत कसं काय आलं?" प्रेस्कॉट आवंढा गिळते. क्षणभर ती बोलू का नको अशा द्विधा मनस्थितीत पडते. "मी रेस्टरूममध्ये गेले होते. तेवढ्यात ती आली आणि थेट क्लेअरला भेटली. क्लेअरने मग हॅनाला फोन करून सांगितलं."

"ओ. आलं लक्षात," हं. प्रेस्कॉटलासुद्धा बाथरूमला जावं लागणारच. मी हसून म्हणते, "ओ!"

''हो ना मॅम.'' प्रेस्कॉट माझ्याकडे बघत संकोचाने हसते. आज पहिल्यांदाच मला तिच्या चेहऱ्यावर काही भाव उमटलेले दिसत आहेत. किती सुंदर हसू आहे तिचं.

''मला पुन्हा एकदा क्लेअरशी नियम आणि अटींबद्दल सविस्तरपणे बोलायला लागणार आहे,'' ती सावधपणे म्हणते.

''हरकत नाही. ती इथे आली आहे हे टेलरला माहिती आहे का?'' नकळत मी बोटांची अढी घालते. तिने ख्रिश्चनला सांगितलं नसेल अशी आशा मी करते.

''हो, मी त्याला तसा व्हॉईस मेसेज पाठवला आहे.''

ओह. ''म्हणजे मग माझ्याकडे फारच थोडा वेळ आहे आता. तिला काय हवंय हे जाणून घ्यायला मला आवडेल.''

प्रेस्कॉट क्षणभर माझ्याकडे रोखून पाहत म्हणते, ''तुम्ही तसं करू नये असं मी सुचवेन, मॅम.''

''ती इथे काहीतरी कारणानिमित्त मला भेटायला आली आहे.''

''ही भेट टाळणं हे माझं काम आहे, मॅम.'' तिचा स्वर सौम्य पण ठाम आहे.

''तिला काय सांगायचं आहे ते मला ऐकायचंच आहे.'' नकळत मी ठामपणानं म्हणते.

मोठ्या कष्टपूर्वक प्रेस्कॉट उसासा सोडायचं टाळते. ''त्या आधी त्या दोघींची तपासणी करायला मला आवडेल.''

''ओके. तुला तशी परवानगी आहे का पण?''

''मिसेस ग्रे, मी इथे तुमचं संरक्षण करण्यासाठी आहे हे लक्षात घेता 'हो', मला तशी परवानगी आहे. तुम्ही तिच्याशी बोलत असताना मला तिथेच थांबायला आवडेल.''

''ओके, तेवढी सवलत देईन मी तुला. शिवाय, मागच्या वेळेस मी लीलाला भेटले तेव्हा तिच्या हातात शस्त्र होतं. बोलाव तिला.''

प्रेस्कॉट उठते.

''हॅना,'' मी आवाज देते.

हॅना तत्परतेने दार उघडते. बहुतेक ती दाराच्या बाहेरच रेंगाळत असावी.

''मीटिंगरूम मोकळी आहे का ते बघतेस का, प्लीज.''

''मी आधीच बघितलं आहे. तू ती वापरू शकतेस.''

''प्रेस्कॉट, त्यांची झडती तू तिथे घेशील का? तिथे तुला पुरेशी प्रायव्हसी मिळेल.''

''हो, मॅम.''

''मग तू हो पुढे, मी आलेच तुझ्या मागोमाग. हॅना, लीला विल्यम्स आणि

तिच्याबरोबर ती दुसरी जी कोणी आहे त्या दोघींना मीटिंगरूममध्ये घेऊन ये बरं.''

"बरं,'' असं म्हणत हॅना अस्वस्थपणे प्रेस्कॉटकडे आणि माझ्याकडे नजर टाकते. "तुझी पुढची मीटिंग मी रद्द करू का? ती चार वाजता सिएटलच्या दुसऱ्या टोकाला आहे.''

"चालेल,'' खरं तर हॅनाच्या प्रश्नाकडे माझं फारसं लक्ष नाहीये. हॅना मान डोलावून बाहेर पडते.

या लीलाला नेमकं काय हवं आहे? ती इथे मला इजा करायला नक्कीच आली नसणार. मागच्या वेळेस तिला तशी संधी असूनही तिने मला काही अपाय केला नव्हता. ख्रिश्चनचं मात्र डोकं फिरणार आहे. हं, माझं अबोध मन ओठ घट्ट आवळून पायावर पाय टाकून बसत मान डोलावते.

मी लीलाला भेटते आहे हे ख्रिश्चनला कळवणं मला गरजेचं वाटतं. मी पटकन एक छोटासा ई-मेल टाईप करत घड्याळाकडे नजर टाकते. क्षणभर मला पश्चात्ताप होतो. ॲस्पेनहून आल्यापासून आमच्या दोघातलं नातं किती सुंदर झालंय. क्षणभर थबकून मी सेंड बटन दाबते.

फ्रॉम : ॲनेस्टेशिया ग्रे
सब्जेक्ट : अभ्यागत
डेट : सप्टेंबर ६, २०११   १५:२७
टु :ख्रिश्चन ग्रे

ख्रिश्चन
लीला मला भेटायला इथे आली आहे. मी तिला भेटते आहे. प्रेस्कॉट माझ्याबरोबर आहे.
जर गरज पडली तर मी नव्यानंच शिकलेलं खाड्कन थोबाडीत मारायचं तंत्र वापरायला घाबरणार नाही. शिवाय, माझा हातही आता बरा झाला आहे. काळजी न करण्याचा प्रयत्न कर. मनापासून सांगते आहे की प्रयत्न कर. मी बऱ्यापैकी मोठी झाली आहे.
आमचं बोलून झालं की मी ताबडतोब तुला फोन करते.

Xox
ॲनेस्टेशिया ग्रे
कमिशनिंग एडिटर, एसआयपी

घाईघाईनं माझा ब्लॅकबेरी मी टेबलाच्या ड्रॉवरमध्ये ठेवते. उभी राहत मी माझा राखाडी पेन्सिल स्कर्ट नीटनेटका करते. दोन्ही गाल किंचित चिमटीत पकडते जेणेकरून त्यांना थोडासा रंग येईल. माझ्या ग्रे सिल्क ब्लाऊजचं वरचं बटन मुद्दाम उघडते.

ओके, मी आता तयार आहे. एक मोठा श्वास घेत मी माझ्या केबिनमधून बाहेर पडते. कुप्रसिद्ध लीलाला भेटायला मी तयार आहे. ड्रॉवरमधून ऐकू येणारा 'युवर लव इज किंग' हा रिंगटोन मी ऐकून न ऐकल्यासारखा करते.

लीला आता खूपच चांगली दिसते आहे. खरंतर चांगलीपेक्षाही खूप छान. 'आकर्षक'. तिच्या चेहऱ्यावर लाली उमटली आहे. तिच्या तपकिरी डोळ्यांत आशा पल्लवित झाली आहे. तिचे केस स्वच्छ आणि चमकदार दिसत आहेत. तिने फिक्कट गुलाबी रंगाचा ब्लाऊज आणि पांढरी पँट घातली आहे. मी मीटिंगरूममध्ये शिरल्याबरोबर ती उठून उभी राहते. तिच्याबरोबर आलेली मैत्रीणसुद्धा ताबडतोब उठून उभी राहते. यासुद्धा तरुणीचे केस गडद आणि डोळे तपकिरी- ब्रँडीच्या रंगाचे आहेत. लीलावरची नजर किंचितही न हटवता प्रेस्कॉट कोपऱ्यात उभी राहते.

"मिसेस ग्रे, थँक यू, मला भेटायला तुम्ही तयार झालात," लीलाचा स्वर सौम्य पण स्वच्छ आहे.

"... या सिक्युरिटीबद्दल माफ कर," काय बोलावं हे न कळून, प्रेस्कॉटकडे नकळत हात करत मी म्हणते.

"ही माझी मैत्रीण, सुझी."

"हाय." मी सुझीकडे बघून मान डोलावते. ती खूपशी लीलासारखी दिसते आहे. खरंतर ती खूपशी माझ्यासारखी दिसते आहे. ओह नो! अजून एक.

"हो," जणू काही माझे विचार वाचत असल्यासारखं लीला उत्तर देते. "सुझीसुद्धा मिस्टर ग्रे यांना ओळखते."

आता याच्यावर मी काय बोलणं अपेक्षित आहे? मी किंचितसं हसते. "प्लीज, बसा," मी म्हणते.

तेवढ्यात दारावर टकटक होते. दाराशी हॅना असते. तिच्या येण्याचा उद्देश काय आहे हे मला अचूक लक्षात येतं. तरीही मी तिला आत बोलावते.

"ॲना, सॉरी, मी जरा त्रास देतेय. फोनवर मिस्टर ग्रे आहेत."

"त्यांना सांग की मी कामात आहे...."

"...त्यांना आत्ताच तुझ्याशी बोलायचं आहे," ती धास्तावलेल्या स्वरात म्हणते.

"मला कल्पना आहे की त्यांना आत्ताच माझ्याशी बोलायचं आहे. तू माझ्याकडून त्यांची माफी मागशील का? त्यांना सांग मी त्यांना लगेच फोन करते."

हॅनाची द्विधा मनःस्थिती होते.

''हॅना, प्लीज.''

ती मान डोलावून घाईघाईने मीटिंगरूमच्या बाहेर पडते. माझ्यासमोर बसलेल्या त्या दोघींकडे मी लक्ष वळवते. त्या दोघी थक्क होऊन माझ्याकडे बघत आहेत. त्यांच्या त्या नजरेने मी अस्वस्थ होते. ''मी तुमच्यासाठी काय करू शकते,'' मी स्वतःला सावरत शांतपणे विचारते.

सुझी म्हणते, ''मला माहिती आहे की हे जरा विचित्र आहे, पण मलासुद्धा तुम्हाला भेटायचं होतं. अशी कोणती स्त्री आहे की जिने इतकं लक्ष वेधून घेतलंय, की....''

''शशऽऽ-'' मी हात उंचावून तिचं बोलणं मध्येच थांबवते. मला हे काहीही ऐकायचं नाहीये.

''हं...आलं माझ्या लक्षात तुम्हाला काय म्हणायचं आहे ते,'' मी स्पष्टपणे सांगते.

''आमचा सबक्लब आहे,'' माझ्याकडे बघून ती हसत म्हणते. 'कशी माझी मजा घेतली' असा भाव तिच्या नजरेत आहे.

ओ माय गॉड.

लीला अवाक होऊन सुझीकडे बघते. तिला गंमत वाटत असेल का? पण खरंतर ती हादरली आहे. अचानक सुझी दचकते. बहुतेक लीलानं तिला टेबलखालून लाथ मारलेली दिसते.

आता या सगळ्यावर मी काय बोलणं अपेक्षित आहे? मी अस्वस्थपणे प्रेस्कॉटकडे नजर टाकते. लीलावरची नजर जराही न हटवता ती तिथे निर्विकार चेहऱ्यानं उभी आहे.

आपण कुठे आहोत ह्याची बहुतेक सुझीला जाणीव होते. ती संकोचते. मग मान डोलावत घाईघाईने उभं राहून ती म्हणते, ''मी रिसेप्शनमध्ये थांबते. तसंही लुलुला तुम्हाला भेटायचं होतं.'' हं, तिला स्वतःच्या वागण्याची लाज वाटलेली दिसते.

लुलु?

''चालेल ना?'' ती लीलाला विचारते. लीला तिच्याकडे बघून हसते. सुझी माझ्याकडे बघत मनापासून हसत मीटिंगरूममधून बाहेर पडते.

सुझी आणि ख्रिश्चन ... छे, या विचाराचा विचारसुद्धा मला नकोय. तितक्यात प्रेस्कॉट तिच्या खिशातून फोन काढून कानाला लावते. मला फोनची बेल ऐकू आलेली नाही.

''मिस्टर ग्रे,'' ती म्हणते. मी आणि लीला एकदमच तिच्याकडे वळून बघतो.

प्रेस्कॉट डोळे मिटून घेते. तिच्या चेहऱ्यावर विषाद आहे.

"हो, सर," ती पुढे होऊन फोन माझ्या हातात देते.

मी डोळे फिरवते. "ख्रिश्चन," मी स्वतःवर नियंत्रण ठेवत शांतपणे बोलायला सुरुवात करते. मनातली अस्वस्थता मी दिसू देत नाही. उभी राहत बोलत बोलत मी रूमच्या बाहेर पडते.

"नक्की काय तमाशा चालवला आहेस तू? कशाशी खेळते आहेस?" तो जोरात ओरडतो. तो प्रचंड संतापला आहे.

"माझ्यावर ओरडू नकोस."

"ओरडू नको म्हणजे? याचा अर्थ काय आहे?" आता तर तो आधीपेक्षाही जोरात ओरडून विचारतो.

"मी तुला सूचना दिल्या होत्या, विशिष्ट सूचना दिल्या होत्या. पुन्हा एकदा तू त्यांच्याकडे पूर्ण दुर्लक्ष केलं आहेस. हेल्, ॲना, मी तुझ्यावर आता इतका संतापलो आहे."

"हे बघ, तू शांत होशील तेव्हा आपण याबद्दल बोलू."

"फोन बंद करू नकोस," तो तिरसटासारखा बोलतो.

"गुड-बाय, ख्रिश्चन." मी प्रेस्कॉटचा फोन बंदही करते आणि स्विच-ऑफ ही करते.

होली शीट.

आता मला लीलाबरोबर फारसा वेळ मिळणार नाही. खोल श्वास घेत मी पुन्हा मीटिंगरूममध्ये प्रवेश करते. लीला आणि प्रेस्कॉट दोघीही माझ्याकडे अपेक्षेने बघतात. मी प्रेस्कॉटला तिचा फोन परत करते.

"तर मग, कुठे होतो आपण?" लीलाच्या समोरच्या खुर्चीत बसत मी शांतपणे विचारते. तिचे डोळे किंचित विस्फारले जातात.

हो. तसं पाहिलं तर मी त्याला व्यवस्थित हाताळू शकते, मला तिला नेमकं हेच सांगायचं आहे.

मला नाही वाटतं की तिला हे ऐकायचं आहे.

आपल्या केसांशी चाळा करत लीला म्हणते, "सगळ्यात आधी मला तुमची माफी मागायची आहे." अतिशय मवाळ आहे.

ओ....

ती माझ्याकडे बघते. माझ्या चेहऱ्यावरचं आश्चर्य ती टिपते. "हो," ती पटकन पुढे म्हणते. "आणि माझ्याविरुद्ध तुम्ही तक्रार दाखल केली नाहीत म्हणून आभारसुद्धा मानायचे आहेत. म्हणजे कसं आहे ना- आधी तुमची गाडी नंतर तुमच्या अपार्टमेंटमध्ये मी-"

''मला माहिती आहे की त्या वेळेस तुला... बरं नव्हतं,'' मी कसंतरी उत्तर देते. तिच्याकडून माफीनाम्याची मला अपेक्षा नव्हती.

''खरंय. मला खरंच बरं नव्हतं.''

''आता तुला बरं वाटतंय का पण?'' मी प्रेमानं विचारते.

''हो, खूपच बरं वाटतंय, थँक यू.''

''तुझ्या डॉक्टरांना माहिती आहे का तू इथे आली आहेस ते?''

ती मान हलवते.

ओ.

तिच्या चेहऱ्यावर अपराधी भाव उमटतात. ''मला माहिती आहे की या सगळ्याचं उत्तर मला द्यावं लागणार आहे. पण मला काही गोष्टी मार्गी लावायच्या होत्या. मला सुझीला भेटायचं होतं, तुम्हाला भेटायचं होतं आणि... मिस्टर ग्रे ना भेटायचं होतं.''

''तुला ख्रिश्चनला भेटायचंय?'' झालं! माझ्या पोटात खोल खड्डा पडतो.

अच्छा, म्हणून ही बया इथे आहे तर.

''हो. मला तुम्हाला विचारायचं आहे की मी त्यांना भेटले तर तुम्हाला चालेल का?''

होली फक!

मी आ वासून तिच्याकडे पाहत बसते. मला तिला मनापासून सांगायचं आहे की 'नाही, मला अजिबात चालणार नाही.' माझ्या नवऱ्याच्या आसपासदेखील ती फिरकलेली मला चालणार नाही. ती का आली आहे इथे? आपल्याला किती विरोध होतो आहे हा अंदाज घ्यायला आली आहे का? माझ्या मनात अनिश्चितता निर्माण करायला आली आहे का? कदाचित तिला मागचं सगळं विसरून जायचं असेल.

''लीला!''

माझा संताप आता शिगेला पोहोचला. मी कसबसं म्हणते, ''हे बघ, हे माझ्या हातात नाही आहे. हे ख्रिश्चनवर अवलंबून आहे. तू त्याला विचारायला हवंस. त्याला माझ्या परवानगीची गरज नाहीये. तो पुरेसा मोठा आहे... कधीकधी तसं वाटत नसलं तरी.''

ती थक्क होऊन क्षणभर माझ्याकडे बघते. कदाचित माझ्या प्रतिक्रियेमुळे तिला धक्का बसला आहे. पुढच्या क्षणी ती खुदकन हसते. माझ्या बोलण्याचा अर्थ तिच्या लक्षात येतो. एकीकडे तिचा केसांशी चाळा चालूच आहे.

''मी वारंवार त्याला भेटण्यासाठी विनवते आहे; पण तो प्रत्येक वेळेस टाळतो आहे,'' ती हळूच उत्तर देते.

ओ शीट! मला वाटलं त्याच्यापेक्षा चांगलाच राडा झाला आहे.

"त्याला भेटणं इतकं का महत्त्वाचं आहे?" मी हळुवारपणे विचारते.

"मला त्याचे आभार मानायचे आहेत. तो जर पुढे आला नसता तर मी मनोरुग्णालयात खितपत पडले असते. मला जाणीव आहे त्याची," टेबलच्या कडेवरून बोट फिरवत ती खालमानेनं म्हणते. "मानसिक झटक्यामुळे माझी अवस्था अत्यंत गंभीर होते. मिस्टर ग्रे आणि जॉन- डॉक्टर फ्लिन नसते तर..." खांदे उडवून माझ्या नजरेला नजर देत ती म्हणते. तिच्या चेहऱ्यावर कृतज्ञता आहे. पुन्हा एकदा मला शब्द सुचत नाहीत. मी काय उत्तर देणं तिला अपेक्षित आहे?

खरं तर, हे सगळं तिनं ख्रिश्चनला सांगायला पाहिजे; मला नाही.

"आणि आर्ट स्कूलसाठीसुद्धा. त्याचे कितीही आभार मानले तरी कमीच आहेत."

वाटलंच होतं मला, की ख्रिश्चन तिच्या क्लासचे पैसे भरतो आहे. चेहऱ्यावर काहीही भाव न दिसू देता मी तशीच बसून विचार करते आहे. ही जी बाई आता माझ्यासमोर बसली आहे तिच्याबद्दल मला नेमकं काय वाटतंय? ख्रिश्चनच्या औदार्याबद्दल माझ्या मनात खात्री होती. माझ्या खात्रीला पुष्टी मिळाली आहे. मला नवल वाटतं की तिच्याबद्दल माझ्या मनात वाईट भावना नाहीये. एकप्रकारे मला हा साक्षात्कार झाला आहे. त्यातूनच मला असं वाटत की ही बरी होते आहे, ही किती चांगली गोष्ट आहे. आता मला आशा वाटते की आमच्या जीवनातून दूर निघून जाईल, स्वतःचं जीवन जगू लागेल.

"मग आता तू क्लास बुडवून इथे आली आहेस का? सहज विचारते हं."

"हो, दोनच दिवसांसाठी. उद्या मी परत चालले आहे."

"बरं झालं. मग आता इथे आली आहेस तर काय काय करायचा विचार आहे?"

"सुझीकडे असलेलं माझं सामान गोळा करून हॅमडेनला परत जायचं. तिथे गेल्यावर चित्रकला शिकायची. खूप चित्रं काढायची. मिस्टर ग्रे यांच्याकडे माझी दोन पेंटिंग्ज आहेत."

ओह गॉड! हे काय नवीन? पुन्हा एकदा माझ्या पोटात प्रचंड खड्डा पडतो. आमच्या लिव्हिंगरूममध्ये लावली आहेत का? माझे विचार वेगाने धावू लागतात.

महत्प्रयासानं स्वर शांत ठेवत मी विचारते, "कोणत्या प्रकारची चित्रं काढतेस तू?"

"जास्त करून ॲब्स्ट्रॅक्ट."

"अच्छा." ग्रेटरूममध्ये लावलेली सगळी चित्रं माझ्या नजरेसमोरून तरळून जातात. माझ्या किती सवयीची झाली आहेत ती. त्यातली दोन त्याच्या एक्स

सबकडून... शक्य आहे. जीझ!

“मिसेस ग्रे, मी थोडं मोकळं बोलू का?” ती विचारते.

माझ्या मनात चाललेल्या गदारोळाची तिला यत्किंचितही जाणीव नाही.

“अगदी. बोल ना,” प्रेस्कॉटकडे नजर टाकत मी म्हणते. तीसुद्धा आता थोडीशी सैलावल्यासारखी वाटते आहे. लीला पुढे झुकत बोलू लागते. खूप काळ दडवून ठेवलेलं एखादं गुपित सांगितल्यासारखा भाव तिच्या चेहऱ्यावर असतो.

“माझं जिऑफवर प्रेम होतं. तो माझा बॉयफ्रेंड होता. या वर्षाच्या सुरुवातीलाच गेला तो.” तिचा स्वर अतिशय दुःखी होतो.

होली शीट! ती मला वैयक्तिक गोष्टी कशाला सांगते आहे?

“आय ॲम सो सॉरी.” मी आपोआप म्हणते. माझं बोलणं कानावर न पडल्यागत ती पुढे म्हणते; “माझं माझ्या नवऱ्यावर फार प्रेम होतं... आणि अजून एकावर होतं,” तिचे शब्द मला जेमतेम ऐकू येतात.

“माझा नवरा.” माझ्या लक्षात येण्याआधीच माझ्या तोंडून शब्द फट्कन बाहेर पडतात.

“हो.” तिचे ओठ बोलतात.

मला काही नवल वाटत नाही. आपली नजर उचलून ती जेव्हा आपल्या तपकिरी डोळ्यांनी माझ्याकडे बघते, तेव्हा त्यामध्ये उमटलेला भावनांचा कल्लोळ मला दिसतो. त्याच्याच जोडीने सावधगिरीसुद्धा दिसते... कदाचित माझी प्रतिक्रिया काय होईल म्हणून? पण या बिचाऱ्या तरुणीबद्दल मला फक्त आणि फक्त कीव वाटते. मनातल्या मनात मी आजवर वाचलेल्या सगळ्या कथा-कादंबऱ्या आठवून पाहते. प्रतिसाद न मिळालेल्या प्रेमाच्या बाबतीत कसं वागायचं असतं बरं? कसाबसा आवंढा गिळत मी स्वतःला भानावर आणते.

“माहिती आहे मला. त्याच्यावर कुणीही सहज प्रेम करेल,” मी म्हणते.

माझं उत्तर ऐकून तिचे डोळे आश्चर्याने विस्फारतात आणि मग हळूच ती हसते. “हो. तो आहेच तसा- होता,” पटकन स्वतःचं उत्तर बदलत ती म्हणते. तिला संकोच वाटतो. अचानक सगळं विसरून ती खुदकन हसते. मीही हसू लागते. ख्रिश्चन ग्रेमुळे आम्हाला हसू येतंय. माझं अबोध मन वैतागून माझ्याकडे बघतं आणि मग पुन्हा एकदा पानांचे कोपरे दुमडलेल्या जेन आयरचं वाचन सुरू करतं. मी घड्याळाकडे नजर टाकते. आता कोणत्याही क्षणी ख्रिश्चन इथे येईल. “तुला ख्रिश्चनला भेटायची संधी मिळेल.”

“मलाही तसंच वाटलं. सिक्युरिटीच्या बाबतीत तो किती पुढे जाऊ शकतो हे मला माहिती आहे.”

अच्छा, हा डाव आहे हिचा, फार चतुर आहे ही... की स्वार्थी? माझं अबोध

मन माझ्या कानात कुजबुजतं. ''म्हणून तू मला भेटायला आलीस का?''

''हो,''

अच्छा. आणि ख्रिश्चन तिच्या या चालीला बळी पडलाय. जरा नाइलाजानंच मला कबूल करावं लागतं की ती ख्रिश्चनला खूप चांगली ओळखते.

''तो खूप आनंदात दिसला तुमच्याबरोबर.''

''काय? तुला कसं माहिती?''

''तेव्हा मी अपार्टमेंटमध्ये आले होते ना,'' ती सावधपणे पुढे म्हणते.

ओ हेल! ते मी कसं विसरले?

''तू तिथे नेहमी यायचीस का?''

''नाही. पण तुमच्याबरोबर तो खूप वेगळं वागतो.''

हे सगळं मला ऐकून घ्यायचं आहे का?

माझ्या शरीरातून शिरशिरी जाते. माझ्या अंगावरचे केस ताठ उभे राहतात. आमच्या अपार्टमेंटमध्ये तिला मी सावलीच्या रूपात पाहिलं होतं. त्या वेळेस मला किती भीती वाटली होती ते मला आठवतं.

''तुला माहिती आहे ना की हे कायद्याच्या विरुद्ध आहे? असं दुसऱ्यांच्या घरात घुसणं?'' टेबलकडे रोखून बघत ती मान डोलावते. टेबलच्या कडेवरून नख फिरवत ती पुढे म्हणते,''मी दोन-चारदा आले होते. नशीब, की ते कुणाच्या लक्षात आलं नाही. त्यासाठीसुद्धा मला मिस्टर ग्रे यांचे आभार मानायचे आहेत. ते मला जेलमध्ये पाठवू शकले असते.''

''मला नाही वाटत त्यानं तसं केलं असतं,'' मी उत्तर देते.

अचानक मीटिंगरूमच्या बाहेर मला हालचाली जाणवू लागतात. माझ्या लक्षात येतं की ख्रिश्चन बिल्डिंगमध्ये शिरला आहे. पुढच्या क्षणी तो दारातून धाडकन आत येतो. दार बंद करायच्या आधी मला बाहेर उभा असलेला टेलर दिसतो. त्याच्याकडे बघून मी कसनुसं हसते. पण टेलरही माझ्यावर इतका संतापला आहे की तो माझ्या हसण्याला प्रतिसाद देत नाही. तो शांतपणे बाहेर उभा राहतो. ख्रिश्चनची जळजळीत नजर आधी माझ्याकडे वळते आणि मग लीलाकडे वळते. त्याच्या त्या नजरेची धग असह्य होत आम्ही दोघी आपापल्या जागी खिळून राहतो. त्याचा आविर्भाव बघून माझ्या सारं काही लक्षात येतं. लीलालाही ते लक्षात आलं असणार अशी मला शंका येते. त्याच्या नजरेतली गर्भित धमकी मला सत्य काय ते सांगून जाते. तो भयंकर भडकला आहे. पण तसं तो दिसू देत नाही. त्यानं राखाडी सूट घातला आहे. त्यानं आपला गडद टाय थोडा सैल केला आहे. पांढऱ्या शर्टचं वरचं बटण उघडलं आहे. या क्षणी तो पक्का व्यावसायिक दिसतो आहे... आणि तरीही हॉट दिसतो आहे. त्याचे केस पार विस्कटले आहेत. मला माहिती आहे की तो वैतागानं केसांतून हात

फिरवत असणार.

लीला अस्वस्थपणे टेबलकडे बघते. तिचं अंगठ्याजवळचं बोट टेबलच्या कडेवरून फिरतं आहे. ख्रिश्चन एकदा माझ्याकडे आणि एकदा तिच्याकडे बघतो. मग प्रेस्कॉटकडे बघून म्हणतो,

"तू," त्याचा स्वर अतिशय मृदू आहे. "तुझी सुट्टी झाली. हो बाहेर."

ती पांढरीफटक पडते. जिझस! हे चुकीचं आहे.

"ख्रिश्चन-" मी हा अन्याय दूर करायचा निश्चय करते.

अंगठ्याजवळचं बोट वर करत तो मला धमकी देतो. "नाही," त्याच्या या एका शब्दात अनिष्टसूचक शांतता आहे.

मी जागच्या जागी गप्प बसते. मान किंचित झुकवून प्रेस्कॉट पट्कन खोलीतून बाहेर टेलरच्या दिशेनं जाते. ख्रिश्चन दार लावून घेतो आणि टेबलपाशी उभा राहतो.

क्रॅप! क्रॅप!क्रॅप! ही तर माझी चूक होती. आता ख्रिश्चन लीलाच्या समोर उभा आहे. त्यानं दोन्ही हात टेबलच्या कडेवर ठेवले आहेत.

पुढे झुकत तो गुरगुरतो," तू इथे काय करायला आली आहेस?"

"ख्रिश्चन!" मी हादरते. तो माझ्याकडे दुर्लक्ष करतो.

"काय विचारतोय मी?" त्याला उत्तर हवंय.

आपल्या लांब पापण्यांमधून लीला त्याला निरखून पाहते. तिचे डोळे विस्फारले आहेत. ती लाजेनं अर्धमेली झाली आहे. तिच्या चेहऱ्यावरचा रंग उडाला आहे.

"मला तुम्हाला भेटायचं होतं आणि तुम्ही भेटत नव्हतात," ती कसंबसं म्हणते.

"म्हणून तू येऊन माझ्या बायकोचा छळ मांडलास?" त्याचा स्वर शांत आहे. जरा अति शांत आहे.

लीला पुन्हा एकदा नजर झुकवून टेबलकडे पाहू लागते.

तो सरळ होत तिच्याकडे रोखून बघत म्हणतो,"लीला, तू माझ्या बायकोच्या आसपास जरी फिरकलीस ना तर लक्षात ठेव, तुला मिळणारी सगळी मदत मी बंद करेन. डॉक्टर, आर्ट स्कूल, मेडिकल इन्शुरन्स- सगळं संपेल. कळतंय का तुला मी काय म्हणतो आहे ते?"

"ख्रिश्चन-" मी पुन्हा बोलायचा प्रयत्न करते. परत एकदा थंडगार कटाक्ष टाकत तो माझ्याकडे बघतो. तो असं तारतम्य सोडून का वागतो आहे?

या बिचाऱ्या बाईसाठी माझ्या मनात कणव दाटून आली आहे.

"हो," ती म्हणते. तिचा आवाज जेमतेम ऐकू येतो.

"सुझाना रिसेप्शनमध्ये काय करते आहे?"

"ती माझ्याबरोबर आली आहे."

तिच्याकडे रोखून बघत तो केसांतून हात फिरवतो.

"ख्रिश्चन, प्लीज," मी त्याची विनवणी करते. "लीलाला तुला फक्त थँक यू म्हणायचं आहे. बाकी काही नाही."

तो माझ्याकडे दुर्लक्ष करत लीलाकडे रोखून बघतो. अजूनही तो प्रचंड संतापलेला आहे. "तुला बरं नव्हतं तेव्हा तू सुझानाबरोबर राहत होतीस का?"

"हो."

" तिच्याबरोबर राहत असताना तू काय काय करत होतीस हे तिला माहिती आहे का?"

"नाही. ती सुट्टीसाठी बाहेर गेली होती."

तो आपल्या खालच्या ओठांवरून बोटं फिरवत विचारतो,"तुला मला का भेटायचं होतं? तुला माहिती आहे की मला जर भेटायचं असेल तर फ्लिनच्या मार्फत तू विनंती करणं अपेक्षित आहे. तुला काही हवंय का? तुला कशाची गरज आहे का?" किंचित का होईना त्याचा आवाज सौम्य झाला आहे.

पुन्हा एकदा लीला टेबलच्या कडेवरून बोट फिरवू लागते.

तिच्यावर दादागिरी करणं बंद कर, ख्रिश्चन!

"मला जाणून घ्यायचं होतं," आता पहिल्यांदाच ती मान वर करून थेट त्याच्याकडे पाहत म्हणते.

"काय जाणून घ्यायचं होतं?" तो फटकारतो.

"की तुम्ही ठीक आहात."

तो अवाक होऊन तिच्याकडे पाहतो. "की मी ठीक आहे?" तो उपहासानं आणि अविश्वासानं विचारतो.

"हो."

"मी छान आहे. आता मिळालं ना उत्तर? नीघ इथून. टेलर तुला सी-टॅकला सोडून येईल. तिथून तुला ताबडतोब इस्ट कोस्टकडे रवाना होता येईल. आणि हे बघ, यापुढे तू मिसीसिपीमधून एक पाऊल जरी बाहेर टाकलंस तर सगळं बंद होईल. कळतंय ना मी काय म्हणतोय ते?"

होली फक.... ख्रिश्चन!

आता अवाक होण्याची माझी पाळी आहे.

याला असं उसळायला काय झालं आहे? तो तिला देशाच्या एका कोपऱ्यात असं जखडून नाही ठेवू शकत.

"हो मला कळतंय," लीला निमूटपणे म्हणते.

"छान." ख्रिश्चनचा स्वर आता मघापेक्षाही सलोख्याचा आहे.

"अरे, आत्ताच्या आत्ता सिएटल सोडणं तिला कदाचित गैरसोयीचं असेल.

तिला काही कामं पूर्ण करायची होती.'' लीलाच्या वतीने मीच बोलते. तिच्याऐवजी मीच संतापते.

ख्रिश्चन माझ्याकडे रोखून पाहत म्हणतो, "ॲनेस्टेशिया,'' त्याच्या स्वरात धमकी आहे. त्याच्या आवाजाला धार आहे, "तुझा काहीही संबंध नाहीय.''

मी कपाळावर आठ्या घालत त्याच्याकडे बघते. "नाही कसा? माझा संबंध आहे. ती माझ्या ऑफिसमध्ये आहे.'' इथे काहीतरी पाणी मुरतंय हे नक्कीच. तो वास्तवाला सोडून वागतो आहे.

फिफ्टी शेड्स!

माझं अबोध मन फिस्कारतं.

"लीला, मला भेटायला आली होती. तुला नाही,'' मी तिरसटपणाने उत्तर देते.

लीला माझ्याकडे वळते. तिच्या नजरेत भयंकर आश्चर्य आहे.

"मिसेस ग्रे, मला काही सूचना दिलेल्या होत्या त्यांचं उल्लंघन मी आज केलं आहे.'' अस्वस्थपणे माझ्या नवऱ्याकडे आणि मग माझ्याकडे बघत पण स्वतःशी बोलल्यागत ती म्हणते. तिच्या स्वरात मला दुःखाची झाक जाणवते.

ख्रिश्चन तिच्याकडे बघून कपाळावर आठ्या घालतो. मी श्वास घ्यायला विसरते. पण तिला कशाचीही जाणीव नाहीये. ती ख्रिश्चनबरोबर असताना तो तिच्याशी नेहमी असाच वागत असेल का? माझ्याशीही सुरुवातीला तो असाच वागत होता का? छे, कठीण आहे आता आठवणं. माझ्याकडे बघत कसनुसं हसत लीला उठून उभी राहते.

"मला उद्यापर्यंत राहायला आवडेल. माझी दुपारची फ्लाईट आहे,'' ती ख्रिश्चनला म्हणते.

"मग मी तुला घ्यायला कोणाला तरी सकाळी १० वाजता पाठवतो. तुला एअरपोर्टला पोचवण्यात येईल.''

"थँक यू.''

"तू सुझानाकडे थांबली आहेस ना?''

"हो.''

मी थक्क होऊन ख्रिश्चनकडे पाहते. तो तिच्यावर असं सगळं लादू नाही शकत... आणि सुझाना कुठे राहते ते याला कसं माहिती?

"गुड बाय, मिसेस ग्रे. मला वेळ दिल्याबद्दल आभारी आहे.''

मी उठून उभी राहत हात पुढे करते. ती कृतज्ञतेनं माझा हात हातात घेते. आम्ही दोघी हात मिळवतो.

"...गुडबाय. गुडलक,'' मी तिला म्हणते.

माझ्या नवऱ्याच्या एक्स-सबमिसिव्हचा निरोप घेताना शिष्टाचाराचे कुठले

नियम पाळायचे, हे मला माहिती नाही.

ती मान डोलावून ख्रिश्चनकडे वळून म्हणते, ''गुडबाय, ख्रिश्चन.''

ख्रिश्चनची नजर किंचित मवाळ होते. ''गुडबाय, लीला.'' त्याचा स्वरही आता थोडा मवाळ आहे. ''डॉक्टर फ्लिन, लक्षात आहे ना?''

''हो, सर.'' तो दार उघडून तिला बाहेर घालवतो. दारातून बाहेर पडल्यावर एक क्षणभर ती त्याच्यासमोर उभं राहून त्याच्या नजरेला नजर देते. तो जागच्या जागी गोठतो. त्याची नजर सावध होते. ''तुम्ही आनंदात आहात हे बघून मला छान वाटलं. तुमचा हक्कच आहे आनंदी राहायचा,'' असं म्हणून त्याला उत्तर द्यायची संधी न देता ती पटकन तिथून निघून जाते. त्याच्या कपाळावरच्या आठ्या तशाच राहतात. मग टेलरकडे बघत तो मान डोलावतो. त्या इशाऱ्यासरशी टेलर लीलाच्या मागून रिसेप्शनकडे जातो. दार ओढून घेत ख्रिश्चन माझ्याकडे बघतो. आता नेमकं काय करावं याबद्दल त्याच्या नजरेत मला अनिश्चतता दिसून येते.

''हे बघ, माझ्यावर भडकण्याचा विचारसुद्धा मनात आणू नकोस,'' मी संतापून म्हणते. ''जा, क्लॉडी बॅस्ट्लीला बोलाव आणि त्याच्यावर सगळी भडास काढ. नाहीतर जाऊन फ्लिनला भेट.'' माझं वाक्य ऐकून त्याच्या तोंडाचा आ होतो. माझ्या संतापाचा उद्रेक पाहून तो चकित झाला आहे. त्याच्या कपाळावरच्या आठ्या गडद होतात.

''तू मला वचन दिलं होतंस की तू हे असं करणार नाहीस.'' त्याच्या स्वरात आरोप आहे.

''काय करणार नाही?''

''मला विरोध.''

''नाही, मी असं वचन दिलं नव्हतं. मी म्हटलं होतं की मी तुझा अधिक विचार करेन. ती इथे आली आहे हे मी तुला सांगितलं होतं. प्रेस्कॉटला मी तिची झडती घेऊ दिली होती. तुझ्या त्या दुसऱ्या लहानखुऱ्या मैत्रिणीचीसुद्धा झडती घेण्यात आली होती. पूर्ण वेळ प्रेस्कॉट माझ्याबरोबर इथेच होती. इतकं करून त्या प्रेस्कॉटलाच नोकरीवरून काढून टाकलंस. मी तिला जे सांगितलं त्याचं ती पालन करत होती. तुला मी सांगितलं होतं की काही काळजी करू नकोस, तरीही तू इथे आलास. मला नाही आठवत की तू मला कधी शाही फर्मान पाठवलं होतंस की मी लीलाला कधीही भेटता कामा नये. मला नव्हतं माहीत की मला भेटायला येणाऱ्या अभ्यागतांमध्ये कुणी यायचं नाही याचीसुद्धा वेगळी यादी आहे.''

माझ्यावर झालेल्या या अन्यायामुळे माझा संताप संताप झाला आहे. माझा आवाज चढला आहे. ख्रिश्चन माझ्याकडे रोखून बघतो. त्याच्या चेहऱ्यावरचे भाव मला वाचता येत नाहीत. पुढच्या क्षणी तो ओठांना मुरड घालतो.

"शाही फर्मान?'' तो म्हणतो. त्याला गंमत वाटते. त्याच्यावरचा ताण आता कमी झाला आहे.

पण आमच्यातल्या संबंधांना असं रूप द्यायची माझी इच्छा नाहीये. तरीही तो माझ्याकडे बघत हसत उभा आहे. त्याच्यामुळे मी अधिक संतापते. तो आणि त्याची ती एक्स यांच्यातील देवाणघेवाण बघणं माझ्यासाठी अतिशय त्रासदायक होतं. शिवाय, तो तिच्याशी असं उर्मटपणे कसं वागू शकला?

"काय आहे?'' तो विचारतो. माझ्या चेहऱ्यावरची माशीसुद्धा हलत नाही आहे हे पाहून तो थोडा वैतागला आहे.

"तू तिच्याशी इतका निष्ठुरपणे कसा वागू शकतोस?''

"हं.'' तो दीर्घ निःश्वास टाकत माझ्या दिशेनं किंचित पुढे येतो.

एखाद्या लहान मुलाशी बोलावं तसं तो माझ्याशी बोलू लागतो. "तुझ्या लक्षात येत नाही. लीला, सुझाना- या सगळ्याच जणी- त्या छान होत्या; पण त्या फक्त टाईमपास होत्या. माझं वेळ जायचं साधन होत्या. बस, बाकी काही नाही. तुझं तसं नाही. तू म्हणजे माझं जग आहेस. मागच्या वेळेस तुम्ही दोघी एका खोलीत एकत्र होता तेव्हा तिनं तुझ्यावर बंदूक रोखली होती. ती तुझ्या जवळपासदेखील फिरकलेली मला चालणार नाही.''

"पण, ख्रिश्चन, तेव्हा तिला बरं नव्हतं.''

"माहिती आहे मला ते. मला हेही माहिती आहे की आता ती खूप बरी आहे. पण तरीही मी तिला कोणत्याही प्रकारे संशयाचा फायदा देणार नाही. तिने जे काही केलं ते अक्षम्य होतं.''

"पण, आज तर तू अगदी तिच्या मनासारखा वागलास. तिला तुला पुन्हा भेटायचं होतं. तिला माहिती होतं की ती जर मला भेटायला आली तर तू सगळं सोडून धावत इथे येशील.''

'मला काय त्याचं' या अर्थानं ख्रिश्चन खांदे उडवतो. "माझ्या पूर्वायुष्याच्या रंगात तुला असं रंगवणं मला मान्य नाहीये.''

काय?

"ख्रिश्चन.. तू आज जे काही आहेस ते तुझ्या पूर्वायुष्यामुळे असशील किंवा आत्ताच्या नवीन आयुष्यामुळे असशील. जे काही असेल ते असो. ज्याचा संबंध तुझ्याशी येतो त्याचा संबंध माझ्याशीसुद्धा येतोच. जे तुला स्पर्शून जातं, ते मलाही स्पर्श करतं. ज्या दिवशी मी तुझ्याशी लग्न करायला मान्यता दिली, त्या दिवशी मी हे सारं काही स्वीकारलं आहे. कारण माझं तुझ्यावर प्रेम आहे.''

ख्रिश्चन अविचलपणे उभा राहतो. हे सगळं ऐकणं त्याच्यासाठी खूप कठीण आहे, याची मला जाणीव आहे.

"हे बघ, तिने मला काहीही इजा केलेली नाही. तिचं तुझ्यावर अजूनही प्रेम आहे रे."

"मला त्याच्याशी काहीएक देणंघेणं नाहीये."

त्याचं हे बोलणं ऐकून मी हादरते. त्याच्याकडे पाहतच राहते. मला धक्का बसतो. असं हादरवण्याची ताकद त्याच्यात आहे हे पाहून मला धक्का बसतो.

'या ख्रिश्चन ग्रेला मी ओळखते.' लीलाचे शब्द माझ्या मनात रुंजी घालू लागतात. तो तिच्याप्रती इतका थंडपणे वागला आहे. मी ज्या माणसाला आता ओळखू लागले आहे, मी ज्याच्यावर प्रेम करते आहे त्याच्या किती विरुद्ध हे वागणं होतं. मी त्रासते. मागच्या वेळेस ती मानसिकरीत्या खचली होता, तेव्हा त्याला किती टोचणी लागून राहिली होती, हे मला आठवतं.

मी आवंढा गिळते. नको असताना मला हेही आठवतं, की त्यानं मग तिला आंघोळ घातली होती. त्या आठवणींनी माझं मन पिळवटून निघतं. माझ्या घशाशी येतं. 'मला तिची अजिबात पर्वा नाही' असं तो म्हणूच कसं शकतो? आधी तर त्याला तिची काळजी वाटायची. मग आता असा काय बदल झालाय? कधीकधी, जसं आता या क्षणाला होतंय, मला त्याला समजून घेता येत नाही. मी त्याला समजू शकत नाही. तो एका वेगळ्याच पातळीवर काम करत असतो... माझ्यापासून खूप दूर गेल्यासारखा.

"अचानक तू तिची बाजू का घेते आहेस?" थोडंसं वैतागूनच तो हे विचारतो. मी असं का करते आहे हे जाणून घ्यायचं आहे त्याला.

"हे बघ ख्रिश्चन, मला नाही वाटत की लीला आणि मी आयुष्यात कधी पदार्थांच्या पाककृती किंवा विणकामाचे नमुने एकमेकींना विचारू. तरीही तू तिच्याशी इतका निष्ठुरपणे वागशील, असंही मला वाटलं नव्हतं."

त्याची नजर थिजते. "मी तुला एकदा सांगितलं होतं ना की मला हृदय नाहीये म्हणून," तो म्हणतो.

मी डोळे फिरवते. झालं, वयात येणाऱ्या मुलासारखा वागायला लागला आहे हा.

"ख्रिश्चन, तुझ्या ह्या म्हणण्यात काहीही तथ्य नाही. तू उगाचच स्वतःवर अन्याय करतोस. तुला तिची पर्वा आहे. नाहीतर मग तिचा आर्ट क्लास आणि इतर सगळ्या गोष्टींचा खर्च तू का केला असतास?

त्याच्या हे लक्षात आणून देणं हा माझा एकमेव उद्देश बनतो. त्याला तिची पर्वा आहे हे सूर्यप्रकाशाइतकं स्वच्छ दिसतंय मला; पण ते तो नाकारतो आहे. का नाकारतो आहे? हं. त्याच्या जन्मदात्या आईबद्दल त्याच्या याच भावना आहेत. *ओ शीट! अगदी बरोबर.* लीलाबद्दल आणि इतर सबमिसिव्हबद्दल त्याला वाटणाऱ्या

भावना या त्याला त्याच्या आईबद्दल वाटणाऱ्या भावनांमध्ये गुंतलेल्या आहेत. *तुझ्यासारख्या लहान चणीच्या, तपकिरी केसांच्या मुलींना चाबकाने फोडून काढायला मला आवडत, कारण तुम्ही सगळ्या त्या हरामखोर रांडेसारख्या दिसता.* तो एवढा भडकला आहे यात नवल ते काय! मी खोल श्वास घेत मान झटकत मनातल्या मनात डॉक्टर फ्लिनचा धावा करते. ख्रिश्चनच्या लक्षात कसं नाही आलं हे सगळं?

क्षणभर माझा जीव ख्रिश्चनसाठी व्याकूळ होतो. माझा भांबावलेला ख्रिश्चन. लीला जेव्हा उद्ध्वस्त झाली होती तेव्हा मानवतेच्या नात्यानं तिच्याप्रति कणव दाखवणारा ख्रिश्चन कुठे हरवला आहे? त्या ख्रिश्चनशी नाळ जोडणं याला एवढं का कठीण जातंय?

तो रागारागानं माझ्याकडे बघतो आहे. "चर्चा आता संपली आहे."

मी घड्याळाकडे नजर टाकते. चार वाजून तेवीस मिनिटं झाली आहेत. "मला काम संपवायचं आहे. ऑफिस सुटायला वेळ आहे."

मी पुटपुटते.

"घरी चल," तो आग्रह धरतो.

"ख्रिश्चन," मी कंटाळलेल्या स्वरात म्हणते. "तुझ्याशी वारंवार एकाच मुद्द्यावर वाद घालून मला आता कंटाळा आला आहे." मी काय बोलते आहे हे न कळल्यासारखा त्याचा चेहरा होतो.

"तुला माहिती आहे ना," मी स्पष्टीकरण देते. "तुला न आवडणारी एखादी गोष्ट मी केली की मग मला तुझ्या पद्धतीने वठणीवर आणण्यासाठी तू काही ना काही विचार करून ठेवतोस. बहुतेक वेळा संभोग करण्यासाठी रानटी पद्धत शोधून काढतोस. त्यातून मला स्वर्गीय आनंद तरी मिळतो किंवा ठार क्रूरपणा वाट्याला येतो." मी खांदे उडवते.

छे, हे सगळं किती थकवणारं, शिणवणारं आणि गोंधळवून टाकणारं आहे.

"स्वर्गीय आनंद?" तो विचारतो.

काय?

"हो, बहुतेक वेळा."

"कोणत्या वेळेस स्वर्गीय आनंद मिळाला तुला?" तो विचारतो. त्याच्या डोळ्यांत उत्सुकता आणि कामुकता दाटली आहे. तो माझं लक्ष विचलित करण्याचा प्रयत्न करतो आहे."

क्रॅप! एसआयपीच्या मीटिंगरूममध्ये बसून मला ही चर्चा करायची नाहीए. माझं अबोध मन स्वतःच्या सुंदर आकार दिलेल्या नखांकडे तिरस्कारानं बघतं. *मग हा विषयच नव्हता काढायचास.*

"तुला तर माहिती आहे." मी संकोचून उत्तर देते. पण मला त्याचा आणि

माझासुद्धा संताप येतो.

"मी अंदाज करू शकतो," फक्त मला ऐकू येईल अशा शब्दांत बोलतो.

होली क्रॅप. मी याच्यावर टीका करते आहे आणि हा मला संभ्रमात टाकतो आहे.

"ख्रिश्चन, मला..." माझं वाक्य पूर्ण होण्याच्या आधीच तो म्हणतो,

"मला तुला सुखवायला खूप आवडतं." तो माझ्या खालच्या ओठावरून हळुवारपणे अंगठा फिरवतो.

"ते तू करतोसच." त्याला ऐकू जाईल अशा आवाजात मी कबुली देते.

"माहिती आहे ते मला," तो हळुवारपणे म्हणतो. मग पुढे होत माझ्या कानाशी तो म्हणतो,

"तेवढी एकच तर गोष्ट मला माहिती आहे."

हं, ख्रिश्चनचा गंध. परत मागे होत तो माझ्याकडे रोखून पाहतो. त्याच्या ओठांवर हसू आहे- मी-तुला-चांगलं-ओळखून-आहे- या आशयाचं हसू.

त्याच्या स्पर्शाचा माझ्यावर काहीच परिणाम झाला नाही, हे दाखवण्याचा आटापिटा करत मी ओठ घट्ट मिटून उभी राहते.

कुठल्याही दुःखदायक गोष्टीपासून किंवा जी गोष्ट त्याला टाळायची असेल त्याच्यापासून माझं चित्त विचलित करण्यात तो खूप वाकबगार आहे.

आणि तू त्याला करू देतेस ना; अबोध मनाच्या फटकाऱ्यानं माझा गोंधळ अजूनच वाढतो. ते अजूनही जेन आयर वाचत आहे.

"ॲनेस्टेशिया, कशामुळे स्वर्गीय आनंद होतो तुला?" त्याच्या नजरेत आसुरी आनंद आहे.

तो मुद्दाम मला उचकवतोय.

"आता तुला यादी सांगू का?" मी म्हणते.

"अरे वा, यादीसुद्धा आहे?" त्याला मजा येते आहे.

छे रे बाबा! हा माणूस इतका थकवून टाकतो मला! "हो, एकतर हातातल्या बेड्या," हे बोलताना माझं मन हनिमूनच्या आठवणींमध्ये बुडून जातं.

ते ऐकताच त्याच्या भुवया आक्रसतात. पटकन पुढे होत तो माझा हात हातात घेतो आणि स्वतःच्या अंगठ्यानं माझ्या मनगटावर जिथे नाडीचे ठोके ऐकू येतात तिथे स्पर्श करत म्हणतो, "हे बघ, मला तुझ्या हातांवर खुणा उमटवायच्या नाहीयेत."

ओऽऽ. तो मादकपणे हसतो.

"चल घरी." त्याचा स्वर मला मोहात पाडतो.

"मला खूप काम आहे."

"घरी. ऊ"." या वेळेस तो जरा जास्त आग्रहानं म्हणतो. आम्ही एकमेकांकडे रोखून बघू लागतो. त्याची धुंद राखाडी नजर आणि माझे गडद निळे डोळे. आम्ही एकमेकांना जोखत राहतो. एकमेकांच्या मर्यादा आणि स्वतःच्या इच्छाशक्तीचा अंदाज घेतो. मी त्याच्या नजरेला नजर देत काही समजतंय का, उमगतंय का, याचा अंदाज घेते. संतापलेला, सारं काही आपल्या नियंत्रणात असावं असा हेकटपणा करणारा ख्रिश्चन पुढच्याच क्षणी इतका कामुक प्रियकर कसा काय होऊ शकतो, हे जाणून घ्यायचा प्रयत्न करते.

त्याचे डोळे मोठेमोठे होऊ लागतात. त्याचा उद्देश स्पष्ट आहे. हळुवारपणे तो माझ्या गालावरून हात फिरवतो.

"आपण इथेही करू शकतो." त्याचा स्वर अतिशय घोगरा आणि मादक आहे.

ओह नो. माझी अंतर्देवता हावरटपणाने त्या मोठ्या लाकडी टेबलकडे नजर टाकते.

नाही. नाही. नाही. इथे ऑफिसमध्ये नाही. "ख्रिश्चन, मला इथे सेक्स नको आहे हं. नुकतीच तुझी मिस्ट्रेस या रूममध्ये येऊन गेली आहे.

"ती कधीही माझी मिस्ट्रेस नव्हती," ओठ आवळून घेत तो गुरगुरतो.

"ख्रिश्चन, शब्दार्थ घेऊ नकोस, भावार्थ घे."

त्याच्या चेहऱ्यावर गोंधळ उमटतो. मघाचा मोहात पाडणारा प्रियकर आता गायब झाला आहे. "ॲना, उगाच जास्त विचार करत बसू नकोस. ती आता भूतकाळात जमा आहे." तो तिला उडवून लावत म्हणतो.

मी निःश्वास सोडते. कदाचित त्याचं म्हणणं बरोबर आहे. त्याला तिची पर्वा आहे एवढंच त्यानं कबूल करावं, असं माझं म्हणणं आहे. माझ्या काळजात कळ उमटते. ओह नो. हे सगळं मला इतकं महत्त्वाचं का वाटतंय? समजा, मी काही अक्षम्य कृत्य केलं तर? समजा मला त्याचं आज्ञापालन करायचं नसेल तर. मी पण भूतकाळात जमा होईन का? लीलाला बरं नसताना तिची इतकी काळजी करणारा अस्वस्थ झालेला ख्रिश्चन आज जर असं करू शकतो, तर तो माझ्याकडेसुद्धा पाठ फिरवू शकेल... तो माझ्याकडेसुद्धा पाठ फिरवेल का? या विचारानं मी हादरते. हनिमूनच्या वेळेस पडलेल्या स्वप्नाची मला आठवण येते. सगळीकडे आरसे जडवलेला हॉल. संगमरवरी फरशीवर येणारा त्याच्या बुटांचा आवाज. अतिशय अलौकिक अशा त्या सुंदर जागी मला एकटीला सोडून निघून जाणारा तो.

नाही... मी स्वतःला थांबवायच्या आधी माझ्या तोंडून अतिशय भीतीयुक्त नकार बाहेर पडतो.

"हो," माझी हनुवटी धरत पुढे होतं अलगद पुढे होत माझ्या ओठांवर ओठ टेकवत तो म्हणतो.

"ओह, ख्रिश्चन, कधीकधी मला तू इतकं घाबरवतोस," मी दोन्ही हातांत त्याचा चेहरा पकडते. माझी बोटं त्याच्या केसात गुंतली आहेत. मी त्याच्या ओठांवर ओठ टेकवते. एक क्षणभर तो तसाच उभा राहतो. पुढच्या क्षणी तो मला मिठीत घेतो.

"का?"

"तू जर तिच्याकडे इतकी पटकन पाठ फिरवू शकतोस, तर..."

त्याच्या कपाळावर आठ्या पडतात. "ॲना, तुला असं वाटतंय का, की मी तुझ्याकडे पाठ फिरवेन? तुझ्या मनात असा विचार येऊच कसा काय शकतो? कशामुळे तू असा विचार करते आहेस?"

"काही नाही. माझं चुंबन घे. मला घरी घेऊन चल," मी याचना करते. त्याचे ओठ माझ्या ओठांना स्पर्श करतात. मी स्वतःला हरवते.

"अं प्लीज अं," ख्रिश्चन माझ्या योनीवर हळुवार फुंकर घालतो तशी मी त्याची गयावया करत म्हणते.

"जरा धीर धर." तो हळूच म्हणतो.

माझी बंधनं ओढत मी जोरात विव्हळते. तो माझ्यावर कामुक हल्ला करतोय. मी विरोध करते. माझी दोन्ही मनगटं त्या-त्या गुडघ्याला मऊ लेदरच्या बेड्यांनी अडकवली गेली आहेत. मला फारशी हालचाल करता येत नाहीये. माझ्या दोन्ही पायांमध्ये ख्रिश्चनचं डोकं इकडे-तिकडे होताना तेवढं मला दिसते आहे. त्याची सराईत जीभ मला चिडवत, डिवचत अखंड फिरते आहे. मी डोळे उघडून आमच्या खोलीच्या छताकडे बघते. माझी नजर काहीही बघत नाहीये. खोलीमध्ये ओसरत्या दुपारचा प्रकाश भरला आहे. ख्रिश्चनची जीभ अखंड गोल गोल फिरते आहे. माझ्या कामेच्छांच्या केंद्राभोवती गोल गोल फिरणारी ख्रिश्चनची जीभ जराही थकत नाही, थबकत नाही. मला पाय सरळ करायचे आहेत. मला जाणवणाऱ्या उत्कट आणि सुखद भावनांवर नियंत्रण ठेवण्याचा प्रयत्न करायचा आहे. पण मी ते करू शकत नाही. त्याऐवजी माझी बोटं त्याच्या केसात गुंततात. त्यानं माझा अत्यंत उत्कृष्ट पद्धतीने छळवाद मांडला आहे. त्याचा विरोध करण्यासाठी मी त्याचे केस ओढते.

"हे बघ, आता येऊ नकोस हं," मला धमकी देत तो म्हणतो.

त्याचा हळुवार ऊबदार श्वास माझ्या ओल्या ऊबदार त्वचेला अधिकच सुखावतो. माझी बोटं धरत तो म्हणतो, "आता जर तू आलीस ना तर मी फटके लगावेन."

मी कामातुरपणे विव्हळते.

"ताबा ठेव, ॲना. हे सगळा नियंत्रणाचा खेळ आहे." असं म्हणत त्याची जीभ

नव्यानं माझ्यावर वैषयिक आक्रमण करते.

ओह, तो काय करतो आहे याची त्याला जाणीव आहे. एका प्रकारे मी असहाय आहे. माझं शरीर त्याचं गुलाम झालं आहे. ज्या पद्धतीनं ते प्रतिसाद देतंय, थांबवणं मला शक्य नाही आणि माझी तशी इच्छाही नाही. मी खूप प्रयत्न करते आहे-मी खरोखरच प्रयत्न करते आहे-तो माझी कामसेवा करतो आहे, मला उद्युक्त करतो आहे. त्यामुळे मी माझं नियंत्रण गमावते आहे. कामसौख्याच्या आनंदाचा अद्भुत स्पर्श मला होतो आहे. त्याची जीभ अथकपणे मला छेडते आहे.

"ओ, ॲना," तो रागावतो. "तू आलीस." तो मला खडसावत झटक्यात पालथं करतो. थरथरत मी स्वतःला हातांवर तोलून धरते. तो मागून खसकन माझ्यात प्रवेश करतो.

"आऽऽ," मी चीत्कारते.

"नियंत्रण," तो माझी कानउघाडणी करत मला बोधामृत पाजतो. मग माझे नितंब पकडून तो मागून परत एकवार स्वतःला खोलवर गाडतो. मी पुन्हा चीत्कारते. नुकत्याच गाठलेल्या समाधानाच्या परमोच्च बिंदूनंतर माझी त्वचा अलवार झाली आहे, थरथरते आहे. माझ्यात प्रवेश केल्यानंतर स्थिर होत तो पुढे झुकतो आणि मग सावकाश माझ्या दोन्ही हाता-पायांची बंधन सोडतो. माझ्याभोवती हातांची मिठी घालत तो मला स्वतःच्या मांडीवर ओढून घेतो. आता माझ्या पाठीला त्याच्या पोटाचा स्पर्श होतो आहे. त्याचे हात माझ्या हनुवटीखाली स्थिरावतात. मी अगदी भरून पावले आहे. परिपूर्णतेच्या या क्षणाचा आनंद लुटते आहे.

"हल," तो हुकूम देतो.

मी चीत्कारते आणि त्याच्या सूचनेचं पालन करत त्याच्या मांडीत वरखाली वरखाली होत रहाते.

"भरभर," तो कुजबुजतो.

मी गती वाढवते. आता चीत्कारण्याची पाळी त्याची आहे. हातांनी माझी मान किंचित वर करत तो माझ्या मानेचे छोटे छोटे चावे घेऊ लागतो. दुसऱ्या हाताने तो माझ्या सर्वांगाला स्पर्श करत रहातो. माझ्या पाठीवरून, नितंबावरून योनीपर्यंत आणि तिथून माझ्या क्लायटॉरिसपर्यंत...

मघाशी त्याच्या जिभेने मला अति जास्त कामसुख दिलं होतं. त्याच्या मुखोपभोगानंतर माझी त्वचा खूप संवेदनशील झाली आहे. पुन्हा एकदा त्याची बोटं माझ्या योनीला आतवर तरलतेने छेडू लागतात.

"हो, ॲना," तो माझ्या कानात कुजबुजतो. पण त्याचा स्वर कठोर आहे. "तू माझी आहेस. फक्त तू."

"हो," मी श्वास घेते. शरीर आक्रसून घेत मी त्याच्याभोवतीची पकड घट्ट

करते. सर्वाधिक जवळीक साधत माझं शरीर त्याला आतून गोंजारू लागतं. ''माझ्यासाठी ये. मोकळी हो.'' तो आदेश देतो.

त्या क्षणी माझं शरीर अत्यंत आज्ञाधारकपणे त्याच्या हुकमाची अमंलबजावणी करतं. त्याचं नाव घेत घेत माझं शरीर समागमाची परमोच्च पातळी पुन्हा एकदा गाठतं. मी स्वतःला विसरून जाते.

''ओ ॲना, आय लव्ह यू,'' असं म्हणत तो नव्याने स्वतःला माझ्यात गाडून घेत मुक्त होतो.

माझ्या खांद्यावर ओठ टेकवत तो माझे केस सावरतो. ''तर मग, मिसेस ग्रे, तुमची यादी पूर्ण झाली का?'' तो माझ्या कानात म्हणतो. मी पलंगावर पालथी पडले आहे. मला फारसं कशाचं भान नाही. तो हळुवारपणे माझ्या पाठीवरून हात फिरवतो. पलंगावर माझ्या बाजूला तो हाताच्या कोपऱ्यावर तोल सांभाळत कुशीवर पडला आहे.

''हं.''

''याचा अर्थ 'हो' समजू का?''

''हं.'' मी हसते. तोही हसतो आणि माझी अनेक चुंबनं घेतो.

मोठ्या कष्टांनी मी त्याच्या बाजूला वळते.

''मग?''

''हो. यादीचा एक भाग आहे हा. पण एवढ्याने काय होणार आहे? यादी लांबलचक आहे.''

अवाक होत तो पुढे होऊन माझी चुंबनं घेतो. ''असं! चल, जेवू यात का?'' त्याच्या नजरेत प्रेम आणि आनंद दोन्ही दाटलं आहे.

मी मान डोलावते. मला कडकडून भूक लागली आहे. पुढे होत त्याच्या छातीवरचे छोटे छोटे केस ओढत मी हळूच म्हणते, ''मला तुझ्याकडून काहीतरी जाणून घ्यायचं आहे.''

''काय?''

''पण हे बघ, संतापायचं नाही.''

''ॲना, कशाच्या बाबतीत आहे हे?''

''तुला पर्वा आहे.''

त्याचे डोळे विस्फारतात. इतका वेळ चेहऱ्यावर दिसणारा आनंद आणि प्रसन्नता अचानक नाहीशी होते.

''हे बघ, कबूल कर, की तुला पर्वा आहे. कारण ज्या ख्रिश्चनला मी ओळखते आणि ज्याच्यावर मी प्रेम करते त्याचा तो स्वभाव आहे.''

माझ्या चेहऱ्यावरची नजर जराही न हटवता तो स्तब्ध होतो. त्याच्या मनात चालणाऱ्या वादळाची कल्पना मला येते. जणू काही अंतिम न्यायनिवाड्याचा क्षण आला आहे अशी भावना आता या क्षणी त्याच्या मनात असणार आहे, याची मला जाणीव आहे. काहीतरी बोलायला तो तोंड उघडतो; पण लगेच मिटून घेतो. त्याच्या चेहऱ्यावर क्षणार्धात अनेक भावना तरळून जातात...कदाचित वेदनाही.

कर ना कबूल, मी मनापासून इच्छा करते.

"हो. मला पर्वा आहे. खूश?" त्याचं म्हणणं मला जेमतेम ऐकू येतं.

ओ, आता केलेल्या संभोगाचे आभार मानायला हवे आहेत मला. हुश्श! काय छान वाटलं मला. "हो, खूप खूश."

कपाळावर आठ्या घालत तो म्हणतो, "माझा तर विश्वासच बसत नाही की आत्ता या क्षणाला, आपल्या पलंगावर बसून मी हे बोलतो आहे- तेही कोणत्या विषयावर तर-" मी पटकन त्याच्या ओठांवर बोट टेकवत म्हणते, "संपला विषय. चल, काहीतरी खाऊ यात. मला खूप भूक लागली आहे."

निःश्वास टाकत मान हलवत तो म्हणतो, "मिसेस ग्रे, तुम्ही मला मोहात पाडता आणि माझी मतीसुद्धा गुंग करता."

"गुड," मी पुढे होत त्याचं चुंबन घेते.

फ्रॉम : ॲनेस्टेशिया ग्रे
सब्जेक्ट : यादी
डेट : सप्टेंबर ९, २०११   ०९:३३
टु : ख्रिश्चन ग्रे

यादीत सगळ्यात वरती हेच आहे.

: डी

ए x

ॲनेस्टेशिया ग्रे,
कमिशनिंग एडिटर, एसआयपी

फ्रॉम : ख्रिश्चन ग्रे
सब्जेक्ट : काहीतरी नवीन सांग
डेट : सप्टेंबर ९,२०११   वेळ : ०९:४२
टु : ॲनेस्टेशिया ग्रे

गेल्या तीन दिवसांपासून तू हेच म्हणते आहेस.
एकदा ठरव नक्की काय ते...आपण काही वेगळंसुद्धा करून पाहू शकतो.

;)

ख्रिश्चन ग्रे,
या खेळाची मजा वाटू लागलेला सीईओ, ग्रे एन्टरप्रायजेस होल्डिंग्ज इन्कॉ.

मी स्क्रिनकडे पाहून हसते. गेल्या काही संध्याकाळी... आम्ही खूप सौख्य उपभोगलं आहे. पुन्हा एकदा आम्ही एकमेकांच्या सहवासात सैलावलो आहोत. लीलाचा किस्सा विसरलो आहोत.

तिनं केलेली पेंटिंग्ज आमच्या घराच्या भिंतींवर लावली आहेत का हे विचारायचा धीर अजून मला झालेला नाही- पण खरं सांगायचं तर मला आता त्याचं काही वाटतही नाही. इतक्यात माझा ब्लॅकबेरी वाजतो.

ख्रिश्चनच असेल असं वाटून मी उत्तर देते.

''ॲना?''

''हो? बोलते आहे.''

''ॲना, हनी, मी होजे सिनियर बोलतो आहे.''

''मिस्टर रॉड्रिग्झ! हाय!'' मी अचानक सावध होते.

होजेच्या वडिलांनी मला आता फोन का करावा?

''हनी, तुला आत्ता कामाच्या वेळात फोन केला म्हणून सॉरी. रे बद्दल बोलायचं आहे.'' ते चाचरत म्हणतात.

''काय झालं? काय सांगायचंय?''अतिशय अस्वस्थ होत मी विचारते. माझा जीव गोळा होतो.

''रे ला ॲक्सिडेंट झाला आहे.''

''ओ, नो! डॅडी,'' मी श्वास घ्यायला विसरते.

''तो हॉस्पिटलमध्ये आहे. तू पटकन पोहोच.''

१७

''मिस्टर रॉड्रिग्झ, काय झालं?'' माझा गळा दाटून येतो. रे. *प्रेमळ रे. माझा डॅडी.*

''त्याच्या गाडीला ॲक्सिडेंट झालाय.''

''बरं, येते मी... ताबडतोब निघते.'' माझ्या शरीरातून ॲड्रेनॅलिनचा प्रवाह जोरात दौडू लागतो. माझ्या जीवाची प्रचंड घालमेल होते. मला श्वास घेणंही कठीण जातं.

''त्याला पोर्टलँडला हलवलं आहे.''

पोर्टलँड! पोर्टलँडमध्ये काय करतोय तो?

''त्याला हेलिकॉप्टरनं नेलंय. ॲना, मीसुद्धा आता तिकडेच निघालोय. ओएचएसयू. काय सांगू ॲना, समोरून येणारी गाडी मला दिसलीच नाही. मला दिसलंच नाही की....'' त्यांना पुढे बोलवत नाही.

मिस्टर रॉड्रिग्झ- असं कसं केलंत?

''तुला तिथेच भेटतो मी.'' मिस्टर रॉड्रिग्झचा गळा दाटून येतो. फोन बंद होतो.

माझ्या मनावर भीतीचं प्रचंड सावट पडतं. रे. *नाही. नाही.* स्वत:ला सांभाळण्यासाठी मी खोल श्वास घेते. पुढच्या क्षणी मी रोशला फोन लावते. दुसऱ्या बेलला तो उत्तर देतो.

''ॲना?''

''जेरी. माझे वडील.''

''ॲना, काय झालं?''

श्वास घ्यायलादेखील न थांबता मी भरभर त्याला सगळं सांगते.

''नीघ तू. तुला ताबडतोब गेलं पाहिजे. तुझ्या वडिलांना फार काही झालं नसेल अशी मी आशा करतो.''

''थँक यू. मी तुला वरचेवर कळवत राहीन.'' एवढं बोलून माझ्या नकळत मी फोन आदळते. पण, मला या क्षणी कशाचीही पर्वा नाही.

''हॅना!'' माझ्या स्वरातली चिंता लपत नाहीये. काही क्षणात हॅना दारात येते.

मी ब्रीफकेसमध्ये कामाचे कागद भरते आणि पर्स खांद्याला अडकवते.

"काय झालं ॲना?" ती काळजीनं विचारते.

"माझ्या वडिलांना ॲक्सिडेंट झालाय. मला निघायलाच हवं."

"अरे बापरे!"

"माझ्या आजच्या सगळ्या अपॉईंटमेंट रद्द कर. आणि हे बघ, सोमवारच्यासुद्धा. ई-बुकचं प्रेझेंटेशन तुला आता बघावं लागेल. आपल्या शेअर्ड फाईलमध्ये त्याच्या नोट्स आहेत. गरज लागली तर कर्टनीची मदत घे."

"हो," हॅना गंभीरपणे उत्तर देते. "त्यांना फार काही लागलं नसेल अशी मी आशा करते. आणि हे बघ, तू इथली अजिबात काळजी करू नकोस. आम्ही बघून घेऊ सगळे."

"माझ्याजवळ ब्लॅकबेरी आहे."

तिच्या चेहऱ्यावरची त्रस्त भावना पाहून माझा धीर सुटू लागतो.

डॅडी.

पटकन जॅकेट उचलत ब्रीफकेस हातात घेऊन मी बाहेर पडायची तयारी करते. "मला काही लागलं तर मी नक्की फोन करेन."

"खुशाल कर. गुड लक ॲना. ते सुखरूप असतील अशी आशा आहे."

तिच्याकडे बघत कसनुसं हसत मी स्वत:ला सावरायचा प्रयत्न करत घाईघाईने रिसेप्शनच्या दिशेनं जाते. अचानक मला आलेलं पाहून सॉयर तत्परतेनं उठून उभा राहतो.

"मिसेस ग्रे?" तो गोंधळला आहे.

"आपण आत्ताच्या आत्ता पोर्टलॅंडला जातो आहोत."

"ओके, मॅऽम," असं म्हणत तो अस्वस्थपणे दार उघडतो.

आम्ही निघालो हे काय कमी आहे! आम्ही पार्किंग लॉटच्या दिशेनं भराभर चालू लागतो.

"मिसेस ग्रे, एक विचारू शकतो का? आपण असे अचानक का चाललो आहोत?"

"माझे वडील. त्यांना ॲक्सिडेंट झालाय."

"ओह. मिस्टर ग्रे यांना माहिती आहे का?"

"गाडीत बसल्याबरोबर मी त्याला फोन करणार आहे."

त्यावर मान डोलवत सॉयर ऑडी एसयूव्हीचं मागचं दार उघडून धरतो. मी आत बसते. थरथरत्या हातानं मी ब्लॅकबेरीवरून ख्रिश्चनला फोन करते.

"मिसेस ग्रे." ॲंड्रीया तत्परतेने उत्तर देते.

"ख्रिश्चन आहे का तिथे?" मी कसाबसा श्वास घेते.

"अं... मॅऽम, ते इकडेच कुठेतरी आहेत. त्यांनी ब्लॅकबेरी चार्जिंगला इथे लावून ठेवलाय."

मी वैतागते.

"तू सांगशील का त्याला, की माझा फोन होता. मला त्याच्याशी बोलायचंय. अतिशय महत्त्वाचं."

"ते कुठे आहेत ते पाहते मी. बऱ्याचदा ते सांगून जात नाहीत."

"प्लीज, त्याला मला ताबडतोब फोन करायला सांग," डोळ्यांतले अश्रू कसेबसे थोपवत मी म्हणते.

"मिसेस ग्रे, नक्की सांगते." मग ती अवघडून पुढे म्हणते, "सगळं काही ठीक आहे ना?"

"नाही," मी कसंबसं बोलते. कुठल्याही क्षणी आता मला रडू येईल. "प्लीज, त्याला ताबडतोब मला फोन करायला सांग."

"हो, मॅऽम."

मी फोन बंद करते. आता मला सहन होत नाही. गुडघे पोटाशी घेऊन मी रडू लागते. माझ्या डोळ्यांतून घळाघळा अश्रू वाहू लागतात.

"मिसेस ग्रे, पोर्टलँडमध्ये कुठे जायचंय?" सॉयर काळजीने विचारतो.

"ओएचएसयू," मी कसंबसं उत्तर देते. "तिथलं सर्वांत मोठं हॉस्पिटल."

सॉयर गाडी आय-फाईव्हच्या दिशेनं घेतो. मागच्या सीटवर बसून मी मनातल्या मनात देवाची प्रार्थना करू लागते. *प्लीज, त्यांना बरं वाटू दे! प्लीज त्यांना बरं वाटू दे!*

"युअर लव्ह इज किंग," फोनच्या या रिंगटोननं मी माझ्या विचारातून बाहेर पडते.

"ख्रिश्चन," मी धास्तावून म्हणते.

"ख्राईस्ट, ॲना. काय झालं?"

"रे- रे ला ॲक्सिडेंट झालाय."

"शिट!"

"हो. मी पोर्टलँडला निघाले आहे."

"पोर्टलँड? सॉयर आहे ना तुझ्याबरोबर?"

"हो, तोच गाडी चालवतोय."

"रे कुठे आहे?"

"ओएचएसयूमध्ये."

तेवढ्यात ख्रिश्चनच्या मागच्या बाजूने कोणाच्या तरी बोलण्याचा आवाज मला ऐकू येतो.

''काय आहे रॉस?'' ख्रिश्चन रागाने झापतो. ''माहिती आहे मला! सॉरी बेबी, मी तीन तासांत पोहोचतो तिथे. या क्षणाला मला इथे एक बिझिनेस मीटिंग आहे. ती पूर्ण केल्याशिवाय मला येता येणार नाही. ती झाली की मी लगेच पोहोचतोच.''

ओ शिट! चार्ली टँगो आता परत ताफ्यात दाखल झाली आहे. मागच्या वेळेस ख्रिश्चन चार्ली टँगोमध्ये बसून गेला होता तेव्हा...

''तैवानहून आलेल्या काही लोकांशी माझी महत्त्वाची मीटिंग आहे. ती मी टाळूच शकत नाही. गेले कित्येक महिने हा व्यवहार होण्यासाठी आम्ही जिवाचं रान केलं आहे.''

मला हे काहीच का माहिती नसतं?

'' हे बघ, शक्य तितक्या लवकर मी निघतो.''

''ओके,'' मी जेमतेम उत्तर देते. खरं तर मला म्हणायचं आहे की ठीक आहे. तू सिएटलमध्येच थांब, तुझं काम पूर्ण कर. पण अगदी खरं सांगायचं तर तो मला आत्ता, या क्षणाला, इथे, माझ्यासोबत हवा आहे.

''ओऽऽ, बेबी'' तो मायेनं म्हणतो.

''ख्रिश्चन, माझी काळजी करू नकोस. तुला हवा तेवढा वेळ घे; पण उगाच घाई करू नकोस. माझ्या जिवाला घोर लावू नकोस. आता तुझीही काळजी नाही करायची मला. आरामात ये. हॅव सेफ फ्लाईट.''

''हो, घेईन मी काळजी.''

''लव्ह यू.''

''आय लव्ह यू टू, बेबी. शक्य तितक्या लवकर पोहोचतो मी. ल्युकला तुझ्याबरोबरच ठेव.''

''हो, तसंच करते.''

''येतोच मी.''

''बाय.'' फोन बंद करून मी पुन्हा एकदा गुडघ्याभोवती हातांचा वेढा घालून बसते. ख्रिश्चनच्या व्यवसायांबद्दल मला कधीच काहीच माहिती नसतं. तैवानी लोकांबरोबर तो कोणता व्यवहार करतो आहे? मी खिडकीतून बाहेर नजर टाकते. बोईंग फिल्ड-किंगकाऊंटींग एअरपोर्टच्या बाहेरून आम्ही जात आहोत. त्यानं हेलिकॉप्टरमधून येताना काळजी घेतली पाहिजे. पुन्हा एकदा माझ्या पोटात खोल खड्डा पडतो. मला भडभडून येतं. रे आणि ख्रिश्चन. छे, ह्याहून जास्त मला काहीही सोसवणार नाही आता.

मी पुन्हा एकदा धावा सुरू करते. *प्लीज, तो ठीक असू दे. प्लीज, तो ठीक असू दे.*

"मिसेस ग्रे." सॉयरच्या आवाजानं मला जाग येते. "आपण हॉस्पिटलमध्ये पोहोचलो आहोत. इमर्जन्सी रूम कुठे आहे ते मी पटकन शोधतो."

"मला माहिती आहे ती कुठे आहे ते," मागे एकदा मी ओएचयूएसमध्ये आले होते. क्लेटनकडे काम करण्याचा माझा दुसराच दिवस होता. मी शिडीवरून घसरून पडले होते. माझा पाय मुरगळला होता. घोटा दुखावला होता. पॉल क्लेटन माझ्या मागेपुढे मागेपुढे नाचत होता. त्या आठवणीनं मी आत्तादेखील कापते.

सॉयर गाडी उभी करतो आणि पटकन बाहेर पडून माझ्या बाजूचं दार उघडतो.

"मॅऽम, मी पटकन गाडी पार्क करून येतो. तुमची ब्रीफकेस राहू द्या इथेच, मी घेऊन येईन ती."

"थँक यू, ल्युक." तो मान डोलावतो.

मी घाईघाईनं ईआरच्या रिसेप्शन भागात जाते. तिथे बसलेली रिसेप्शनिस्ट माझ्याकडे बघून नम्रपणे हसते. रे कुठे आहे हे काही सेकंदांत ती कॉम्प्युटरवर शोधते आणि मला तिसऱ्या मजल्यावरच्या ओआर कडे पाठवते.

ओआर? फक! "थँक यू." कसेबसे तिचे आभार मानत मी तिने मला काय सांगितलं आहे हे लक्षात ठेवायचा प्रयत्न करते. मी जवळजवळ धावतच सुटते. माझ्या पोटात पुन्हा खोल खड्डा पडतो.

तो बरा असू दे. प्लीज, तो बरा असू दे.

एलेव्हेटर अगदी क्लेशदायकरीत्या हळूहळू जातं आहे. प्रत्येक मजल्यावर थांबतं आहे. *चल लवकर... चल लवकर.* एलेव्हेटरनं भरभर वरती जावं अशी माझी तीव्र इच्छा आहे. पण छे, लोकं आरामात आत येत आहेत, सावकाश बाहेर पडत आहेत.

शेवटी एकदाचं एलेव्हेटर तिसऱ्या मजल्यावर थांबतं.

मी घाईघाईनं बाहेर पडून तिथल्या रिसेप्शन डेस्कपाशी पोहोचते. तिथे असलेल्या नर्स गडद निळ्या रंगाच्या युनिफॉर्ममध्ये आहेत.

"मी तुम्हाला काही मदत करू शकते का?" एक तत्पर नर्स डोळे किंचित बारीक करत मला विचारते.

"माझे वडील, रेमंड स्टील. त्यांना नुकतंच इथे दाखल केलं आहे. मला वाटतं ते ओआर- ४ मध्ये आहेत." मी तिला हे म्हणते खरं, पण मनातल्या मनात मी इच्छा करते की हे सगळं खोटं ठरावं.

"मिस स्टील, मला जरा बघू द्या."

मी मान डोलावते.

ती कॉम्प्युटर स्क्रीनवर शोध घेऊ लागते.

मी आता मिस स्टील नाही मिसेस ग्रे आहे हे सांगायची तसदीदेखील मी घेत नाही.

''हं, दोन-एक तासांपूर्वीच त्यांना इथे आणलं आहे. तुम्ही जर थोडं थांबू शकलात तर मी त्यांना आतमध्ये कळवते, की तुम्ही इथे आला आहात. वेटिंगरूम त्या बाजूला आहे.'' एका मोठ्या पांढऱ्या दाराकडे बोट दाखवत ती म्हणते. त्याच्यावरती मोठ्या निळ्या अक्षरात वेटिंगरूम असं लिहिलेलं असतं.

''ते ठीक आहेत का?'' आवाज शांत ठेवायचा प्रयत्न करत मी विचारते.

''त्यांना बघणारे डॉक्टर थोड्याच वेळात येऊन तुम्हाला सविस्तर काय ते सांगतील. तोवर तुम्हाला वाट पाहावी लागेल, मॅम.''

''थँक यू,'' वरवर शांतता दाखवत मी म्हणते. मनातून मात्र माझी अस्वस्थता शिगेला पोहोचली आहे.

तिने निर्देश केलेलं दार मी उघडते. आतमध्ये साधी पण नीटनेटकी वेटिंगरूम आहे. तिथे रॉड्रिग्झ आणि होजे, दोघेही बसलेले आहेत.

''ॲना!'' मिस्टर रॉड्रिग्झ पटकन म्हणतात. त्यांचा एक हात कास्टमध्ये आहे. त्यांच्या एका गालावर बरचसं खरचटलेलं आहे. ते व्हीलचेअरवर बसले आहेत. त्यांचा एक पायसुद्धा कास्टमध्ये आहे. मी हळुवारपणे त्यांच्या भोवती हात टाकत म्हणते,

''ओह, मिस्टर रॉड्रिग्झ,'' मला हुंदका दाटून येतो.

''ॲना, हनी,'' आपल्या चांगल्या हाताने माझ्या पाठीवर थोपटत ते म्हणतात, ''आय ॲम सो सॉरी'', त्यांचा घोगरा आवाज चिरकतो.

ओह नो.

''पापा, नाही हं,'' होजे त्यांना सौम्यपणे समज देत म्हणतो. मग तो माझ्या मागे येऊन उभा राहतो. मी वळते. तो ओढून मला कुशीत घेतो आणि तसंच धरून ठेवतो.

''होजे,'' मी कसंबसं म्हणते. मला काही कळायच्या आधीच मी ढसाढसा रडू लागते. गेल्या तीन तासांचा ताण, भीती, मन पिळवटून टाकणाऱ्या वेदना आता अश्रूंच्या रूपानं बाहेर पडू लागतात.

''हेऽऽ, ॲना, रडू नकोस अशी.'' मायेनं माझ्या केसांतून हात फिरवत होजे म्हणतो. त्याच्या गळ्याभोवती हात टाकत मी काही वेळ तशीच हुंदके देत रडत राहते. कितीतरी वेळ आम्ही दोघंही एकमेकांच्या कुशीत थांबतो. माझा मित्र माझ्याबरोबर आहे त्यामुळे मला किती बरं वाटतंय, काय सांगू. सॉयर जेव्हा वेटिंगरूममध्ये येतो, तेव्हा कुठे आम्ही दोघं एकमेकांपासून दूर होतो. मिस्टर रॉड्रिग्झ जवळ ठेवलेल्या बॉक्समधून टिश्यू काढून देतात. मी माझे डोळे टिपते.

''हे मिस्टर सॉयर आहेत. सिक्युरिटी,'' मी औपचारिक ओळख करून देते. होजे आणि रॉड्रिग्झकडे बघत सॉयर नम्रपणे मान तुकवतो आणि कोपऱ्यातल्या खुर्चीत जाऊन बसतो.

“अॅना, खाली बस बरं,” असं म्हणत तिथल्या व्हिनाईलच्या आरामखुर्च्यांपैकी एका खुर्चीत होजे मला बसवतो.

“काय झालं? तो कसा आहे? आतमध्ये काय चालू आहे?”

माझ्या प्रश्नांची सरबत्ती थांबवण्यासाठी होजे आपला एक हात उंच करून दाखवत माझ्या बाजूच्या खुर्चीत बसतो. “हे बघ, अजून आम्हालाही काही कळलं नाही. रे, डॅड आणि मी अॅसटोरियाला फिशिंग ट्रिपसाठी चाललो होतो. समोरून येणारा ट्रक आमच्यावर आदळला. त्याचा ड्रायव्हर हरामखोर साला प्यायलेला होता.”

मिस्टर रॉड्रिग्झ त्याला थांबवण्याचा असफल प्रयत्न करतात.

“पापा, जरा थांबा!” होजे अस्वस्थपणे म्हणतो. “मला विशेष काही लागलं नाही. मला बरगड्यांना थोडंसं खरचटलं आहे आणि डोक्याला एक टेंगूळ आलं आहे. डॅड ठीक आहेत. त्यांचं मनगट आणि घोटा मोडला आहे; पण सगळ्यात जास्त रे ला लागलं आहे. ते पॅसेंजर साईडला बसले होते.”

ओह नो... पुन्हा एकदा माझा जीव गोळा होतो. नाही, नाही, नाही. माझं शरीर थरथरतं. काय झालं असेल याचं चित्र माझ्यासमोर उभं राहतं. मी कापते. आत्ता, ओआरमध्ये ते रे ला काय करत असतील?

“त्यांच्यावर शस्त्रक्रिया चालू आहे. आम्हाला ऑस्टेरियामध्ये कम्युनिटी हॉस्पिटलमध्ये घेऊन गेले होते. पण तिथून त्यांनी रेला ताबडतोब एअरलिफ्ट केलं. आत्ता आतमध्ये काय चालू आहे याची आम्हालाही कल्पना नाही. आम्हीसुद्धा आतून येणाऱ्या बातमीची वाट पाहत थांबलो आहोत.”

मी थरथर कापू लागते.

“हे, अॅना, तुला खूप थंडी वाजते आहे का?”

मी मान डोलावते. माझ्या अंगात पांढरा स्लिव्हलेस शर्ट आणि काळं समर जॅकेट आहे. मला ऊब देण्याच्या दृष्टीनं दोन्हीचा फारसा उपयोग नाही. हळुवारपणे आपलं लेदर जॅकेट काढून होजे ते माझ्या खांद्यावर लपेटतो.

“मॅऽम, मी तुमच्यासाठी थोडा चहा घेऊन येऊ का?” पटकन माझ्या बाजूला येत सॉयर विचारतो. मी कृतज्ञतेने मान डोलावते. तो पटकन वेटिंगरूममधून बाहेर पडतो.

“तुम्ही अॅस्टोरियामध्ये फिशिंगला का गेला होतात?” मी विचारते.

होजे खांदे उडवत म्हणतो, “तिथलं फिशिंग खूप छान आहे असं म्हणतात. आमचं आपलं बॉईज टुगेदर होतं. माझं शिक्षणाचं शेवटचं वर्ष सुरू होण्याआधी डॅडबरोबर थोडा वेळ घालवावा असं माझ्या मनात होतं.” होजेच्या गडद मोठ्या डोळ्यांत आता भीती आणि पश्चात्ताप आहे.

“तुलासुद्धा खूप लागलं असतं तर आणि मिस्टर रॉड्रिग्झना लागलं असतं तर...

बापरे, कल्पनाच करवत नाही मला.'' या विचारानेसुद्धा माझ्या पोटात कसंतरी होतं. मला आतून थंडी वाजायला लागते. मी पुन्हा एकदा कापते. ते पाहून होजे पुढे होत माझा हात धरून म्हणतो, ''ॲना, अगं, किती थंड पडली आहेस तू!''

ते ऐकून मिस्टर रॉड्रिग्झ थोडेसे पुढे होतात आणि आपल्या चांगल्या हातानं माझा दुसरा हात धरतात.

''ॲना, आय ॲम सो सॉरी.''

''मिस्टर रॉड्रिग्झ, प्लीज. अहो, अपघात होता तो...'' मला पुढे बोलवत नाही.

''मला होजे म्हण,'' ते मला सुचवतात. मी त्यांच्याकडे पाहून कसनुसं हसते. तितकंच जमतं मला या क्षणाला. मला पुन्हा एकदा आतून थंडी वाजून येते.

''त्या हरामखोराला पोलिसांनी कस्टडीत घेतलं आहे. जेमतेम सकाळचे सात वाजले होते आणि हा माणूस पिऊन अगदी तर्र झाला होता,'' होजे तिरस्कारानं म्हणतो.

तितक्यात सॉयर परत येतो. त्याच्या हातात गरम पाण्याचा पेपर कप असतो आणि दुसऱ्या हातात टी बॅग. *अरेच्चा, मी माझा चहा कसा घेते, हेदेखील याला माहिती आहे.* मला नवल वाटतं. पण त्याच्या येण्यामुळे मला थोडंसं बरंही वाटतं. मिस्टर रॉड्रिग्झ आणि होजे दोघंही माझे हात सोडतात. मनातल्या मनात सॉयरचे आभार मानत मी त्याच्या हातातून कप घेते.

''तुमच्या दोघांसाठी काही घेऊन येऊ का?'' सॉयर मिस्टर रॉड्रिग्झ आणि होजेला विचारतात. ते दोघंही नकार देतात. मग सॉयर पुन्हा एकदा मघाच्याच कोपऱ्यातल्या खुर्चीत जाऊन बसतो. ती टी बॅग मी पेपर कपमध्ये बुडवते आणि लगेच बाहेर काढते. मग जागेवरून उठत मी ती बाजूच्या छोट्याशा डस्टबीनमध्ये टाकून देते. मी थरथरते आहे.

चहाचा घोट घेता घेता मी स्वतःशीच पुटपुटल्यासारखं म्हणते, ''इतका वेळ का लागतोय त्यांना?''

डॅडी... प्लीज... ते बरे असू देत. त्यांना फार लागलेलं नसू देत.

''ॲना, आता थोड्या वेळात समजेलच आपल्याला सगळं.'' होजे हळुवारपणे मला म्हणतो.

समजल्यासारखं करत मान डोलवत मी चहाचा अजून एक घोट घेत त्याच्या बाजूच्या खुर्चीत जाऊन बसते. आम्ही वाट बघतो... वाट बघतो. वाट बघतो. मिस्टर रॉड्रिग्झने डोळे मिटून घेतले आहेत. बहुतेक प्रार्थना करत असावेत मनातल्या मनात. होजेने माझा हात हातात घेतला आहे. थोड्याथोड्या वेळाने तो माझा हात दाबून मला दिलासा देत राहतो. मी घोट घोट चहा पीत राहते. हा नेहमीसारखा ट्विाइनिंग्ज नाहीये. कुठलातरी असाच कामचलाऊ चहा दिसतोय. त्याची चवसुद्धा कशीतरीच आहे.

अशीच मागच्या वेळेस मी बातमीसाठी थांबले होते. ती आठवण माझ्या मनात जागी होते. मागच्या वेळेस. चार्ली टँगोचा काही पत्ता लागत नव्हता. सारं काही गमावल्याची भावना माझ्या मनात निर्माण झाली होती. मी डोळे मिटून घेते. मनातल्या मनात प्रार्थना करत राहते. माझा नवरा सुरक्षित इथे पोहोचावा म्हणून मी प्रार्थना करते. मग मी मनगटाच्या घड्याळाकडे नजर टाकते. सव्वादोन वाजले आहेत. माझा चहाही थंड झाला आहे. यॅक.

मी उभी राहते. थोड्या येरझाऱ्या घालते आणि मग परत खाली बसते. अजूनही डॉक्टर का नाही येत? मी होजेचा हात हातात घेते. तो माझा हात किंचित दाबत मला दिलासा देतो. *प्लीज, डॅडी बरे असू देत, प्लीज ते बरे असू देत.* वेळ जाता जात नाहीये.

अचानक दार उघडतं. आम्ही सगळे अपेक्षेनं वर बघतो. माझ्या पोटात मोठा गोळा आला आहे. झालं. आता आम्हाला काही कळणार का?

ख्रिश्चन आत येतो. माझा हात होजेच्या हातात बघून त्याच्या चेहऱ्याचा रंग क्षणभर बदलतो.

"ख्रिश्चन!" असं म्हणत मी एका झटक्यात उठते. तो सुरक्षित पोहोचलाय म्हणून मी देवाचे आभार मानते. पुढच्या क्षणी मी त्याच्या मिठीत आहे. तो माझे केस हुंगतो आहे आणि मी... मी त्याचा गंध, त्याची ऊब, त्याचं प्रेम सगळं साठवून घेत आहे. मनाच्या एका कोपऱ्यात मला शांत वाटतं आहे; कारण तो पोहोचलाय ना इथे. त्याच्या नुसत्या अस्तित्वाने माझ्या मनाला किती शांतता वाटते आहे.

"काही कळलं का?"

मी मान हलवते. माझ्या तोंडातून शब्दसुद्धा फुटत नाहीये.

"होजे." ख्रिश्चन मानेने अभिवादन करत म्हणतो.

"ख्रिश्चन, हे माझे वडील आहेत, होजे सिनियर."

"मिस्टर रॉड्रिग्झ- आमच्या लग्नात भेटलो होतो. मला वाटतं तुम्हीसुद्धा रे बरोबर अपघातात सापडलात ना?"

होजे थोडक्यात सगळं सांगतो.

"तुम्ही केव्हापासून इथे आहात? तुम्हाला बरं वाटतंय का पण?" ख्रिश्चन विचारतो.

"हे पहा, आम्हाला दोघांना दुसरीकडे कुठेही चैन पडणार नाही," मिस्टर रॉड्रिग्झ म्हणतात. त्यांचा आवाज थरथरतोय. त्यांच्या स्वरातलं दुःख आणि वेदना आम्हाला जाणवते आहे.. ख्रिश्चन समजल्यासारखी मान डोलावतो. मग माझा हात हातात घेत माझ्या बाजूच्या खुर्चीत बसतो.

"काही खाल्लं आहेस का?" तो विचारतो.

मी मानेनं नकार देते.

"भूक लागली आहे?"

मी पुन्हा मानेने नकार देते.

"मग तुला थंडी वाजते आहे का?" माझ्या अंगातलं होजेचं जॅकेट पाहत तो म्हणतो.

मी मान डोलावते. तो खुर्चीत सावरून बसतो; पण काही बोलत नाही. नशीब माझं.

तेवढ्यात पुन्हा दारं उघडतात. या वेळेस गडद निळ्या रंगाचा हॉस्पिटलचा पोषाख घातलेला एक तरुण डॉक्टर आत येतो. तो खूप थकलेला दिसतो.

मी धडपडत उभी रहाते.

माझ्या चेहऱ्याचा तर रंगच उडालाय.

"रे स्टील" मी कसंबसं म्हणते. तेवढ्यात ख्रिश्चन उठून उभा राहत माझ्या कमरेभोवती हात टाकतो.

"तुम्ही त्यांच्या सगळ्यात जवळच्या नातेवाईक आहात का?" डॉक्टर विचारतात. त्याच्या डोळ्यांचा रंग अगदी त्याच्या युनिफॉर्मसारखाच आहे. एरवी दुसरा काही प्रसंग असता तर मला त्याचा देखणेपणा प्रकर्षानं जाणवला असता.

"मी ॲना आहे, त्यांची मुलगी."

"मिस स्टील-"

"मिसेस ग्रे," ख्रिश्चन मध्येच बोलतो.

"माफ करा हं," डॉक्टर क्षणभर गांगरतात. मला तर वाटतं की ख्रिश्चनला चांगली एक लाथ घालावी.

"मी डॉक्टर क्रो आहे. तुमच्या वडिलांची तब्येत स्थिर आहे पण तरीही त्यांची अवस्था जरा गंभीरच आहे."

म्हणजे, याचा काय अर्थ? माझ्या पायातलं त्राण जातं. ख्रिश्चननं मला आधार दिला नसता तर मी एव्हाना जमिनीवर कोसळले असते.

"त्यांना शरीरांतर्गत खूप मार बसला आहे," डॉक्टर क्रो सांगू लागतात. "त्यांच्या डायफ्रॅमला खूप जास्त इजा पोहोचली आहे. आम्ही इलाज करायचा प्रयत्न करतोच आहे. मुख्य म्हणजे त्यांची प्लिहा वाचवण्यात आम्हाला यश आलं आहे. पण ऑपरेशनच्या दरम्यान खूप रक्त वाहिल्यामुळे दुर्दैवानं त्यांना हृदयविकाराचा झटका आला. आम्ही पूर्ण प्रयत्न केले आहेत; पण तरीसुद्धा ही एक फार मोठी चिंतेची बाब आहे. त्याहून महत्त्वाचा मुद्दा म्हणजे त्यांच्या डोक्याला बसलेला मार. एमआरआयमध्ये असं दिसतंय, की त्यांच्या मेंदूला सूज आली आहे. तात्पुरतं आम्ही त्यांना कोमामध्ये ठेवलं आहे. म्हणजे मग त्यांची काही हालचाल होणार

नाही. एकीकडे त्यांच्या मेंदूच्या सुजेकडे आम्ही लक्ष ठेवून आहोतच.''

बापरे! मेंदूला इजा. नाही.

''तसं हे कोमात ठेवणं म्हणजे एक नेहमीचीच प्रोसिजर आहे. सध्या तरी आपल्याला थांबण्याशिवाय दुसरा काही इलाज नाहीये. पाहू यात कसा प्रतिसाद देतात ते.''

''तुमचं काय निदान आहे?'' ख्रिश्चन अतिशय शांतपणे विचारतो.

''मिस्टर ग्रे, या क्षणी तरी काही सांगणं कठीण आहे. कदाचित ते याच्यातून पूर्ण बरेदेखील होऊ शकतील. पण आता सगळं ईश्वराच्या हातात आहे.''

''त्यांना असं कोमामध्ये किती वेळ ठेवणार आहात?''

''त्यांचा मेंदू कसा प्रतिसाद देतो यावर सगळं ठरेल आता. साधारणतः बहात्तर ते शह्याण्णव तासांपर्यंत आम्ही कोमामध्ये ठेवतो.''

अरे बापरे, इतके दिवस! ''मी त्यांना पाहू शकते का?'' मी धीर एकवटून विचारते.

''हो, साधारण अर्ध्या तासानंतर तुम्ही त्यांना बघू शकाल. आता त्यांना सहाव्या मजल्यावरच्या आयसीयूमध्ये नेलं आहे.''

''थँक यू, डॉक्टर.''

यावर मान डोलावून डॉक्टर क्रो वळतात आणि वळून बाहेर पडतात.

''चला, आशेला जागा तरी आहे,'' मी कशीबशी ख्रिश्चनला म्हणते. आता मात्र माझ्या डोळ्यांतून घळाघळा अश्रू वाहू लागतात.

''बस बरं खाली,'' ख्रिश्चन प्रेमानं हुकूम करतो.

''पापा, मला वाटतं आपण आता निघायला हवं. तुम्हालासुद्धा विश्रांतीची गरज आहे. तसंही इतक्यात आपल्याला अजून काही कळू शकत नाही,'' होजे मिस्टर रॉड्रिग्झकडे बघून म्हणतो. ते सुन्नपणे आपल्या मुलाकडे पाहतात. होजे पुढे म्हणतो, ''हे बघा, आपण संध्याकाळी येऊ यात ना परत, तुमचीही विश्रांती व्हायला हवी. हो की नाही ॲना? बरोबर आहे ना माझं म्हणणं?'' माझ्याकडे बघत होजे म्हणतो.

''अगदी बरोबर आहे.''

''तुम्ही पोर्टलँडमध्येच मुक्काम करताय का?'' ख्रिश्चन विचारतो. त्यावर होजे मान डोलावतो.

''तुम्हाला सोडवायला गाडी देऊ का?''

होजे म्हणतो, ''मी कॅब ऑर्डर करणार होतो.''

''ल्युक सोडून येईल तुम्हाला.'' त्याबरोबर सॉयर उठून उभा राहतो.

ल्युक कोण हे होजेच्या लक्षात येत नाही.

''ल्युक सॉयर,'' मी स्पष्टीकरण देते.

''ओ... चालेल. हो.. म्हणजे बरं होईल. थँक्स, ख्रिश्चन.''

उभी राहत मी मिस्टर रॉड्रिग्झना आणि होजेला पटकन मिठी मारते.

''ॲना, खंबीर राहा,'' होजे माझ्या कानात म्हणतो. '' हे बघ, आजवर त्यांना कधीही काही झालं नाही. शिवाय, आपलं नशीबही चांगलं आहे, हे लक्षात घे.''

''हं, मीही तशीच आशा करते.'' मी पुन्हा त्याला घट्ट मिठी मारते. मग त्याला सोडत अंगातलं जॅकेट काढून त्याच्या हातात ठेवते.

''अगं तुला थंडी वाजत असेल तर राहू दे तुझ्याजवळ.''

''नाही, नको. मी ठीक आहे आता. थँक्स.'' मी बोलताना नकळतच अस्वस्थपणे ख्रिश्चनकडे नजर टाकते. तो निर्विकारपणे आम्हा दोघांकडे पाहत असतो. पुढे होत तो माझा हात हातात घेतो.

''काही चढउतार झाला तर मी कळवेन तुम्हाला,'' मी होजेला म्हणते. त्यावर किंचितसं हसून तो आपल्या वडिलांची व्हीलचेअर दरवाजाकडे ढकलायला सुरुवात करतो. सॉयर त्याच्यासाठी दार उघडून धरतो.

मिस्टर रॉड्रिग्झ हात उंचावून आमचा निरोप घेतात. एक क्षणभर दारात थबकून ते म्हणतात, ''ॲना, काळजी करू नकोस. मी सतत त्याच्यासाठी प्रार्थना करत राहीन.'' त्यांचा आवाज कापत असतो. ''इतक्या वर्षांनतर त्याला भेटून इतकं छान वाटलं आहे मला. आम्ही नव्यानं एकमेकांचे मित्र झालो आहोत.''

''मला कल्पना आहे त्याची.''

ते दोघे तिथून बाहेर पडतात. सॉयर त्यांच्या मागे जातो.

त्या खोलीत आता मी आणि ख्रिश्चन दोघंच आहोत. तो माझ्या गालावरून अलगद हात फिरवून म्हणतो, ''किती फिकुटली आहेस तू. ये बरं इकडे.'' तो खुर्चीत बसतो आणि मला स्वतःच्या मांडीवर घट्ट धरून ठेवतो. मी प्रतिकार करत नाही. मलाही छान वाटतंय. त्याच्या कुशीत मला दिलासा मिळतो. एकीकडे मला माझ्या सावत्र वडिलांच्या अपघाताबद्दल खूप वाईटही वाटतंय. पण या क्षणी माझा नवरा इथे मला दिलासा द्यायला माझ्यासोबत आहे, या भावनेनं मला कुठेतरी बरंसुद्धा वाटतंय. माझ्या केसातून अतिशय हळुवार हात फिरवत तो माझा हात धरतो.

''चार्ली टँगोचं काय?'' मी विचारते.

तो हसून म्हणतो. ''ओऽऽ शी वॉज यॉर,'' त्याच्या स्वरात अभिमान असतो. त्याचं बोलणं ऐकून कितीतरी वेळानं मी पहिल्यांदाच हसते. पण त्याच्या वाक्याचा अर्थ मला लागत नाही.

''यॉर?''

''द *फिलाडेल्फिया स्टोरी* यातील ओळ आहे ही. हा सिनेमा ग्रेसचा फार

आवडता आहे.''

"मला नाही माहिती त्याबद्दल.''

"मला वाटतं ब्लू रे वरती आहे ती आपल्याकडे. आपण घरी गेलो की बघू यात.'' माझ्या केसांवर ओठ टेकवत तो म्हणतो. मला पुन्हा छानसं हसू येतं.

"काही खाऊन घेतेस का?'' तो विचारतो.

माझं हसू गायब होतं. "नाही, आत्ता नाही, मला आधी रे ला बघायचंय.'' त्याचा चेहरा पडतो. पण तरीही तो आग्रह धरत नाही.

"तैवानी लोकांबरोबरची मीटिंग कशी झाली?''

"राजीखुशीनं तयार झाले ते,'' तो उत्तर देतो.

"राजीखुशीनं? म्हणजे?''

"मी मनात जी किंमत ठरवली होती त्यापेक्षा कितीतरी कमी किमतीत त्यांनी मला त्यांचं शिपयार्ड विकलं.''

यानं शिपयार्ड विकत घेतलं? '' चांगलं आहे का ते?''

"हो, नक्कीच चांगलं आहे. ''

"पण मला वाटलं होतं की तुझं इथे एक शिपयार्ड आहे म्हणून?''

"आहे, पण तिथे आता आम्ही फक्त जोडण्याचं काम करणार आहोत. जहाजाचा जो प्रचंड मोठा सांगाडा लागतो तो मात्र तिकडेच पूर्वेकडच्या देशात करणार आहोत. स्वस्त पडतं ते.''

ओह. "पण मग इथे जे लोक आपल्याकडे कामाला आहेत त्यांचं काय?''

"एक तर नवीन भरती होणार आहे किंवा मग बघू यात. शक्यतोवर मी कुणाला कामावरून काढणार नाही.'' माझ्या केसांवर ओठ टेकवत तो म्हणतो. "चल, रे ला बघून यायचं का?'' तो अतिशय प्रेमानं विचारतो.

सहाव्या मजल्यावरच्या आयसीयूमध्ये आम्ही पोहोचतो. तिथली स्वच्छता नजरेत भरण्यासारखी आहे. निर्जंतुकीकरणाचा तीव्र दर्प तिथे भरून असतो. तिथली तत्परता आणि लगबग नजरेत भरण्यासारखी आहे. तिथे कुणीही मोठ्यानं बोलत नाहीये. कुजबुजत्या स्वरात सगळी बोलणी चाललेली आहेत. वेगवेगळ्या मशिनचे बीप बीप आवाज येत आहेत. इथे चार पेशंट्स ठेवलेले मला दिसतात. प्रत्येक पेशंटला अत्याधुनिक वैद्यकीय मशिनरी जोडलेल्या आहेत.

रे अगदी पलीकडच्या कोपऱ्यात आहे.

डॅडी.

आधुनिक तंत्रज्ञानानं वेढलेल्या त्या एवढ्या मोठ्या पलंगावर रे केवढासा दिसतोय. तो असा लहानखुरा कधीच नव्हता. त्याच्या तोंडामध्ये एक नळी खुपसलेली

आहे. त्याच्या दोन्ही हातांना ड्रिप चालू आहे. त्यातून वेगवेगळी औषधं त्याच्या शरीरात टोचली जात आहेत. त्याच्या बोटाला एक छोटासा चिमटा लावला आहे. कशाचा आहे बरं तो? निळ्या रंगाचं प्लॅस्टर घातलेला त्याचा पाय चादरीच्या बाहेर आहे. बाजूला असलेल्या मॉनिटरच्या बीप बीप वरून त्याच्या हृदयाचे दमदार नियमीत ठोके ऐकू येतायत. त्याच्या छातीला मोठं बँडेज गुंडाळलेलं आहे. त्याच्या अंगावर एक पातळ चादर आहे. मी त्याच्या दिशेनं पुढे होते.

डॅडी

त्याच्या ओठाच्या उजव्या कोपऱ्यात जी ट्यूब आहे, ती व्हेंटिलेटरला जोडली आहे, हे माझ्या लक्षात येतं. त्याच्यातून येणारा बीप बीप बीप असा आवाज हृदयाच्या मॉनिटरशी लय साधत आहे. प्रत्येक बीपला त्याच्यावरचा लाईट बंद होतोय चालू होतोय. बंद होतोय चालू होतोय. बंद होतोय चालू होतोय. त्याच्या हृदयाच्या मॉनिटरवरती चार रेषा दिसतात. त्या सगळ्या रेषा एका लयीत पुढे पुढे पुढे चालल्या आहेत. त्याच्यावरून हे तरी लक्षात येतयं की रे आमच्याबरोबर आहे.

ओ डॅडी

रे च्या तोंडात जरी व्हेंटिलेटरची ट्यूब घातलेली आहे, तरीही तो खूप गाढ झोपल्यासारखा दिसतो आहे.

तेवढ्यात एक नाजूक तरुण नर्स तिथे येते आणि त्याचे मॉनिटर तपासू लागते.

"मी त्याला स्पर्श करू शकते का?" त्याच्या दिशेनं हात किंचित पुढे करत मी तिला विचारते.

"हो." ती माझ्याकडे बघून प्रेमानं हसते. तिच्या बॅचवर केली आरएन असं लिहिलेलं असतं. ती साधारण वीस-पंचवीस वर्षांची असावी. तिचे डोळे अगदी गडद आणि केस मात्र सोनेरी आहेत. ख्रिश्चन पलंगाच्या एका टोकाला उभं राहून माझ्याकडे सावधपणे पाहतोय. मी रेचा हात हातात धरते. त्याचा हात अगदी ऊबदार आहे. माझ्या मनावरचं दडपण उतरतं आणि इतका वेळ राखलेला माझा संयम सुटतो. पलंगाच्या बाजूच्या खुर्चीवर कसंबसं बसत मी अलगद त्याच्या हातावर डोकं ठेवते आणि हुंदके देऊन देऊन रडू लागते.

"ओह, डॅडी प्लीज लवकर बरा हो." मी कसबसं म्हणते. "प्लीज."

ख्रिश्चन पुढे होत माझ्या खांद्यावर हात ठेवतो आणि मला प्रेमानं थोपटतो.

"मिस्टर स्टील उत्तम प्रतिसाद देत आहेत. सगळ्या मॉनिटरनुसार त्यांची प्रकृती स्थिर आहे," नर्स केनी दिलासा देत म्हणते.

"थँक यू," ख्रिश्चन उत्तर देतो. तेवढ्यात मी मान वर करते. मला नर्स केनीची प्रतिक्रिया दिसते. बहुतेक तिने आता पहिल्यांदाच ख्रिश्चनकडे नीट पाहिलंय. असू देत. तिला त्याच्याकडे बघून काही वाटलं तरी मला त्याची पर्वा नाही. ती माझ्या

वडिलांना बरं करणार असेल तर तिने हवं तेवढा वेळ ख्रिश्चनकडे पाहत राहावं.

"मी काही बोलले तर त्यांना ऐकू येईल का?" मी विचारते.

"ते अगदी गाढ झोपेत आहेत. पण कुणी सांगावं येईलही एखाद्या वेळेस."

"मी थोडा वेळ बसू शकते का इथे?"

"का नाही!" माझ्याकडे पाहत ती हसून म्हणते. तिच्या गालावर लाली पसरलीय. अचानक कुठूनसा माझ्या मनात विचार येतो की तिच्या केसांचा हा सोनेरी रंग खरा नाहीए.

ख्रिश्चनची नजर फक्त माझ्यावर खिळली आहे. तिच्याकडे दुर्लक्ष करत तो म्हणतो- "मला जरा एक फोन करायचा आहे. मी बाहेर थांबतो." मी मान डोलावते. माझ्या केसांवर ओठ टेकवत तो खोलीतून बाहेर पडतो. मी रे चा हात धरून ठेवते. किती विरोधाभास आहे हा, की मला जे मनापासून त्याला सांगायचंय ते ऐकायला तो आत्ता शुद्धीवर नाही.

रे! माझ्या आयुष्यात सदैव माझ्याबरोबर राहिला आहे. अगदी खंबीरपणे. मात्र, आजवर हे कधीही मला इतक्या प्रकर्षानं जाणवलं नाही. मी त्याच्या पोटची मुलगी नाही म्हणून काय झालं? तरीही तोच माझा डॅडी आहे. माझं त्याच्यावर प्रचंड प्रेम आहे. पुन्हा एकदा माझ्या डोळ्यांतून घळाघळा अश्रू वाहू लागतात. *प्लीज, लवकर बरा हो.*

इतर पेशंट्सना त्रास होणार नाही अशा बेतानं मी अगदी शांतपणे रेशी बोलू लागते. आमच्या ॲस्पानच्या विकएंडबद्दल मी त्याला सांगते. त्यानंतर मागच्या विकएंडला *द ग्रेस* घेऊन आम्ही समुद्रात गेलो होतो त्याबद्दल मी बोलते. आमचं नवीन घर, आमच्या भविष्यातल्या कल्पना हे सगळं सांगते. ते घर तयार करताना आम्ही कसा पर्यावरणाचा समतोल साधत आहोत, त्याबद्दल मी बोलते. मी त्याला वचन देते की त्याला बरं वाटल्याबरोबर आम्ही त्याला ॲस्पेनला घेऊन जाणार आहोत. तिथे तो आणि ख्रिश्चन फिशिंगला जाऊ शकणार आहेत. मी त्याला हेसुद्धा सांगते की मिस्टर रॉड्रिग्झ आणि होजेसुद्धा त्याच्याबरोबर येऊ शकतात. *प्लीज डॅडी, मला सोडून जाऊ नकोस. प्लीज.*

मी कितीतरी वेळ त्याच्याशी बोलत असते. पण रे ची जराही हालचाल होत नाही. व्हेंटिलेटरच्या दिव्यांवरची उघडमीट उघडमीट चालू राहते. मॉनिटरची बीप बीप एका लयीत चालू राहते. बस, तेवढा एकच काय तो दिलासा आहे.

कितीतरी वेळाने मी वर बघते तेव्हा ख्रिश्चन पलंगाच्या एका टोकावर बसलेला असतो. कधी आला तो इथे? मला तर कल्पनाच नाही.

"हाय," तो मला म्हणतो. त्याच्या नजरेत काळजी आणि कणव आहे.

"हाय," मी कसबसं उत्तर देते.

"अच्छा, तर मी आता तुझ्या डॅडबरोबर फिशिंगला जाणार आहे! मिस्टर रॉड्रिग्झ आणि होजेपण त्यांच्याबरोबर येणार आहेत?"

मी नुसतीच मान डोलवते.

"ओके! चल बरं, आता त्याला झोपू दे. आपण जाऊन काहीतरी खाऊ यात."

खाण्याच्या उच्चारानेसुद्धा माझ्या कपाळावर आठ्या उमटतात. शिवाय, मला इथून हलायचं नाहीये.

"ॲना, हे बघ, तो कोमामध्ये आहे की नाही? आपल्या दोघांचाही सेल नंबर मी नर्सेसला देऊन ठेवलाय. जरादेखील काही बदल झाला तर त्या आपल्याला ताबडतोब कळवणार आहेत. आता आपण काही खाऊन घेऊ यात आणि हॉटेलमध्ये चेक-इन करून थोडीशी विश्रांती घेऊ यात. संध्याकाळी येऊ यात ना परत."

हिथमन हॉटेलचा स्वीट जसा मला आठवत होता तसाच आताही आहे. आजवर अनेकदा मला ख्रिश्चन ग्रे बरोबर घालवलेल्या त्या पहिल्या रात्रीची आणि सकाळची आठवण आलेली आहे. स्वीटच्या त्या प्रवेशद्वारात मी खिळून तशीच उभी राहते. जीझ, इथूनच तर सगळ्याची सुरुवात झाली होती.

"होम अवे फ्रॉम होम," ख्रिश्चन म्हणतो. त्याचा स्वर अतिशय मुलायम आहे. त्याच्या हातात माझी ब्रीफकेस आहे. ती तो तिथल्या अतिशय गुबगुबीत कोचच्या बाजूला ठेवतो.

"तुला शॉवर घ्यायचा आहे का? किंवा मग बाथ? ॲना, काय आवडेल तुला?" माझ्याकडे बघत ख्रिश्चन विचारतो. माझ्या लक्षात येतं की आता नेमकं कसं वागावं हे त्याला कळत नाही. बिच्चारा ख्रिश्चन! जेव्हा गोष्टी त्याच्या नियंत्रणात नसतात तेव्हा त्याला काय करावं हे कळत नाही. आज दुपारभर तो किती शांत होता. विचारमग्न होता. जणू काही त्यानं स्वतःला आतल्या आत ओढून घेतलं होतं. जेव्हा परिस्थितीवर त्याचा ताबा नसतो, किंवा जेव्हा तो कुठला बदल घडवून आणू शकत नाही. आयुष्याच्या अशा उघड्यानागड्या रूपापासून त्यानं स्वतःला इतकी वर्षं जाणीवपूर्वक त्याच्यापासनं दूर ठेवलं असावं. या क्षणाला काय करावं हे त्याला खरोखरच कळत नाहीये. माझा गोड, लाडका, फिफ्टी शेड्स.

"बाथ, मला बाथ आवडेल आता." मी प्रयत्नपूर्वक उत्तर देते. माझ्या लक्षात येतं की त्याला कशात तरी गुंतवून ठेवलं तर त्यालाही बरं वाटेल. *ओह, ख्रिश्चन- अरे मी बधिर झाले आहे. मी आतून थंड पडले आहे. मला प्रचंड भीती वाटते आहे. पण तरीही, तू माझ्याबरोबर इथे आहेस म्हणून मला किती बरं वाटतंय, कसं सांगू!*

"बाथ. छान. आत्ता तयार करतो." असं म्हणत तो बेडरूममधल्या प्रशस्त बाथरूममध्ये शिरतो. काही क्षणांनंतर बाथटब भरल्याचा आवाज येऊ लागतो.

मीदेखील बेडरूममध्ये जाते. तिथल्या पलंगावर नॉर्डस्ट्रॉममधून आलेल्या अनेक शॉपिंग बॅग्ज मला दिसतात. तेवढ्यात ख्रिश्चन बेडरूममध्ये येतो. त्याच्या शर्टाच्या बाह्या दुमडलेल्या आहेत. अंगातलं जॅकेट आणि टाय त्यानं काढून टाकला आहे.

''मी टेलरला शॉपिंगसाठी पाठवलं होतं, आपल्याला कपडे लागतील ना,'' माझ्याकडे सावधपणे बघत तो म्हणतो.

हा सगळ्याचा किती विचार करतो! मी मान डोलावते. *टेलर कुठे आहे?*

''ओह ॲना,'' ख्रिश्चन पुढे म्हणतो, ''आजवर मी तुला इतकं गलितगात्र झालेलं बघितलेलं नाही. सहसा तू कशी खंबीर असतेस.''

यावर काय बोलावं हे मला कळत नाही. मी नुसतीच त्याच्याकडे पाहत राहते. काय बोलणार. मला वाटतं, की मला खूप धक्का बसला आहे. मला खूप थंडी वाजते आहे. मी माझ्या अंगाभोवती हात लपेटून घेत ऊब निर्माण करायचा प्रयत्न करते. छे, काही उपयोग नाही. कारण मला पोटातून थंडी वाजते आहे. ख्रिश्चन पटकन पुढे होत मला मिठीत घट्ट ओढून घेतो.

''बेबी, रे सुरक्षित आहे. सुदैवानं त्याला फार गंभीर इजा झालेली नाही आहे. सगळे मॉनिटर खोटं बोलतील का? आपल्याला आता थोडा धीर धरायला हवा,'' तो माझ्या कानात म्हणतो. ''ये बरं,'' असं म्हणत हात धरून तो मला बाथरूममध्ये घेऊन जातो. अगदी हळुवारपणे माझं जॅकेट काढून तो बाथरूममधल्या खुर्चीवर ठेवतो आणि वळून माझ्या शर्टची बटणं काढू लागतो.

अहाहा! पाणी गरम आहे. अगदी मला हवं तसंच. शिवाय, लोटस ब्लॉसमचा गंध या ऊबदार बाथरूममध्ये भरून राहिला आहे. मी टबमध्ये ख्रिश्चनच्या पायांमध्ये, त्याच्या पावलांवर पावलं टाकून त्याला टेकून बसले आहे. आम्ही दोघंही अगदी गप्प आहोत. दोघांच्या मनातले विचार मात्र वेगाने धावत आहेत. याची मला खात्री आहे. थोड्या वेळाने मला जरा ऊब जाणवू लागते. अधूनमधून ख्रिश्चन माझ्या केसांवर ओठ टेकवतो. मी नकळत फेसाचे बुडबुडे फोडू लागते. ख्रिश्चन मला मिठीत घेतो.

''ज्या वेळेस तू लीलाला आंघोळ घातलीस, त्या वेळेस तू तिच्याबरोबर बाथमध्ये नव्हता उतरलास ना?''

तो त्रासून ताठरतो. माझ्या भोवतीची त्याची मिठी अजूनच घट्ट होते.

''...नाही,'' त्याच्या स्वरात विलक्षण संभ्रम आहे.

''वाटलंच होतं मला, छान.''

माझ्या केसांचा गुंडाळलेला अंबाडा तो हळुवारपणे ओढतो. त्याबरोबर माझा चेहरा त्याच्याकडे वळतो. माझ्या डोळ्यात बघून तो विचारतो, ''असं का?''

मी खांदे उडवत म्हणते, "फाजील उत्सुकता समज. मला नाही सांगता येणार... कदाचित नुकतीच ती परत भेटली म्हणूनही असेल."

त्याच्या चेहऱ्यावरचे भाव झर्रकन बदलतात. "अच्छा. पुरे झाली फाजील उत्सुकता." त्याच्या स्वरात मला थोडा संकोच जाणवतो आहे का?

"अजून किती दिवस तू तिला आधार देणार आहेस?"

"जोवर ती आपल्या पायावर उभी राहत नाही तोवर. तसं मला नक्की नाही सांगता येणार." तो खांदे उडवत म्हणतो. "का बरं?"

"अशा अजूनही आहेत का?"

"अजूनही?"

"तुझ्या एक्स. ज्यांना तू आधार देतोस."

"हो, होती एक. पण आता नाही देत मी तिला आधार."

"हो?"

"हो, ती डॉक्टर होत होती तेव्हा तिला गरज होती. आता तिचं शिक्षण झालं आहे आणि मुख्य म्हणजे आता तिच्या आयुष्यात दुसरं कोणी आलंय."

"दुसरं कोणी? म्हणजे, डॉमिनंट?"

"हो."

"लीला म्हणत होती की तुझ्याकडे तिची दोन पेंटिंग्ज आहेत म्हणून," मी हळूच विचारते.

"हो, होती माझ्याकडे. पण मला काही त्याच्यात फारसं स्वारस्य नव्हतं. म्हणजे तसं बघितलं तर ती उत्तम होती. मुळात इतके भडक रंग मला आवडत नाहीत. मला वाटतं इलिएटकडे असावेत ते. तसंही आपल्याला माहितीच आहे, की त्याची आवड कशी आहे ते.

एक हात माझ्याभोवती टाकत तो मला अजून घट्ट धरतो. आमच्या त्या एवढ्याशा हालचालीने टबमधलं पाणी उसळतं.

"आता कसं बरं वाटलं," असं म्हणत तो माझ्या कपाळावर ओठ टेकवतो.

"तो माझ्या बेस्ट फ्रेंडशी लग्न करतोय."

"मग तर मी तोंड बंद ठेवलेलंच बरं," ख्रिश्चन म्हणतो.

बाथमधून बाहेर पडल्यानंतर मला खूप मोकळं वाटू लागतं. माझ्या अंगाभोवती हिथमनचा अगदी मऊ रोब गुंडाळलेला आहे. पलंगावरच्या त्या वेगवेगळ्या शॉपिंग बॅग्जवर मी नजर टाकते. जीझ! हे काय फक्त नाईट ड्रेस आहेत? सहजच मी एका बॅगमध्ये डोकावून बघते. जीन्स आणि फिक्या रंगाचं हुड असलेलं स्वेट शर्ट, माझ्या मापाचं. होली काऊ! टेलरने तर विकएंडला पुरतील इतके कपडे आणलेत.

शिवाय, माझी आवड त्याला चांगलीच लक्षात आहे. मला हसू येतं. ही काही पहिलीच वेळ नाही त्यानं माझ्यासाठी कपडे आणायची. पहिल्यांदा हिथमनला असताना त्यानंच तर आणले होते माझे कपडे.

"क्लेटनमध्ये येऊन माझा छळवाद करण्याव्यतिरिक्त तू खरोखरच कुठल्या दुकानात जाऊन कधी शॉपिंग केलं आहेस का?"

"तुझा छळवाद?"

"हो. माझा छळवाद."

"मला जर बरोबर आठवत असेल तर त्या वेळेस तू गोंधळून गेली होतीस. कारण एक तरुण मुलगा तुझ्या अगदी मागे लागला होता. काय बरं त्याचं नाव?"

"पॉल."

"हो, तुझ्या अनेक चाहत्यांपैकी एक."

त्यावर मी डोळे फिरवते. त्याला हसू येतं. कितीतरी वेळानंतर ख्रिश्चन खरंच हसतो आणि माझं चुंबन घेतो.

"आता कसं बरं वाटलं मला," तो माझ्या कानाशी बोलतो. "हे बघ, पटकन अंगभर कपडे घाल. पुन्हा थंडी वाजायला नको."

"मी तयार आहे," मी म्हणते. आमच्या स्वीटच्या स्टडी एरियामध्ये ख्रिश्चन आपल्या मॅकवरती काम करत बसला आहे. त्यानं काळी जीन्स आणि राखाडी रंगाचं केबल निटचं स्वेटर घातलं आहे. मी जीन्स आणि पांढरा शर्ट घातला आहे आणि त्यावर हूड असलेलं स्वेट शर्ट घातलं आहे.

"तू किती लहान दिसतेस," ख्रिश्चन माझ्याकडे बघत हळुवारपणे म्हणतो. त्याच्या नजरेत चमक आहे."तू उद्या एक वर्षानं मोठी होणार आहेस." तो उत्साहानं म्हणतो. मी कशीबशी हसते.

"मला नाही वाटतं की, उद्या माझा वाढदिवस साजरा करावा. चल ना, आपण रे ला पाहायला जायचं?"

"चल. फक्त तू जर काही खाल्लं असतंस तर मला बरं वाटलं असतं. तुझ्या पोटात काहीसुद्धा नाहीये."

"प्लीज, मला अजिबात भूक नाहीए. कदाचित रे ला भेटून आल्यावर मी खाईन. मला ना जाऊन त्याला गुडनाईट म्हणायचंय."

आम्ही आयसीयूमध्ये येऊन पोहोंचतो तेव्हा होजे तिथून निघालेला असतो. तो एकटाच आहे. "ॲना, ख्रिश्चन, हाय."

"तुझे डॅड कुठे आहेत?"

"खूप दमलेत ते. त्यांचाही तर आज सकाळी कार ॲक्सिडेंट झालाय ना?"

होजेच्या स्वरात पश्चात्तापाची झाक आहे. ''शिवाय, पेनकिलरचा परिणाम आता उतरलाय. त्यांना वेदना चांगल्याच जाणवत आहेत. इथे आल्यावर रे ला भेटण्यासाठी मला अक्षरशः भांडण करावं लागलं; कारण मी त्याचा जवळचा नातेवाईक नाहीये.''

''आणि?'' मी अधीरपणे विचारते.

''तो ठीक आहे, ॲना, म्हणजे तसा त्याच्यात काही बदल नाहीये; पण सगळं काही ठीक आहे.'' मला एकदम हुश्श होतं.

''उद्या भेटू यात बर्थ डे गर्ल?''

''नक्की. आम्ही इथेच असू.''

ख्रिश्चनकडे एक चोरटा कटाक्ष टाकत होजे मला मिठीत घेत पटकन म्हणतो.

''मनाना''... उद्या लवकर.

''गुडनाईट, होजे.''

''गुडबाय, होजे,'' ख्रिश्चन म्हणतो. होजे मान डोलवून कॉरिडोरच्या दिशेनं निघून जातो.

''अजूनही त्याचा जीव तुझ्यात अडकलेला आहे.'' ख्रिश्चन शांतपणे म्हणतो

''नाही, अजिबात नाही आणि समजा जरी असलाच...'' मी खांदे उडवते. खरं म्हणजे आता मला कशाचीही पर्वा नाही. ख्रिश्चन माझ्याकडे बघून कसाबसा हसतो.

मी विरघळते.

''शाब्बास,'' मी म्हणते.

माझ्या बोलण्याचा नेमका अर्थ त्याला कळत नाही. त्याच्या चेहऱ्यावर प्रश्नचिन्ह उमटतं.

''मत्सरामुळे तोंडाला फेस न येऊ दिल्याबद्दल.''

तो माझ्याकडे बघतो. तो दुखावला गेला आहे; पण त्याला मजासुद्धा वाटते आहे. ''हे बघ, माझ्या तोंडाला कधीही फेस आलेला नाही. चल जाऊन तुझ्या डॅडला भेटू यात. तुझ्यासाठी एक सरप्राईज आहे.''

''सरप्राईज?'' मला एकदम शंका येते.

''चल तर.'' माझा हात हातात धरून ख्रिश्चन पुढे होतो. आयसीयूचं दार उघडून आम्ही आत जातो.

रे च्या पलंगापाशी उभी असलेली ग्रेस दोन डॉक्टरांशी चर्चा करण्यात गढलेली आहे. त्यांतले एक डॉक्टर क्रो आहेत. दुसऱ्या डॉक्टरला मी याआधी पाहिलेलं नाहीये. आम्हाला पाहून ग्रेस छानसं हसते.

ओह, सारं काही नीट दिसतंय.

''ख्रिश्चन.'' ग्रेस ख्रिश्चनच्या गालावर ओठ टेकवते. त्यानंतर माझ्याकडे वळून मला कुशीत घेते. तिचा तो स्पर्श आश्वासक असतो.

"ॲना, कशी आहेस?"

"मी ठीक आहे. पण डॅड... डॅडची काळजी वाटते."

"हे बघ, त्यांना अगदी उत्तम डॉक्टरची ट्रीटमेंट मिळते आहे. डॉक्टर स्लडर या एरियातील तज्ज्ञ डॉक्टर आहे. आम्ही दोघी येलला एकत्र शिकलो आहोत.

"मिसेस ग्रे," डॉक्टर स्लॅंडर औपचारिकपणे माझं अभिवादन करतात. लहानखुऱ्या डॉक्टर स्लॅंडरचे केससुद्धा अगदी लहान आहेत. तिच्या चेहऱ्यावर लाजरं हसू आहे. तिच्या स्वरावरून ती दक्षिणेकडची असावी असं लक्षात येतं. "तुमचे वडील ज्या डॉक्टरांच्या देखरेखीखाली आहेत ते माझ्याबरोबर काम करत आहेत. मला तुम्हाला सांगायला आनंद होतोय की, परिस्थिती आता आपल्या हातात आहे. त्यांच्या हृदयाचे ठोके अगदी नियमितपणे पडत आहेत. आम्हाला खात्री आहे की ते लवकरच पूर्णपणे बरे होतील. त्यांच्या मेंदूवरची सूज वाढणं बंद झालं आहे. उलट, ती आता कमी कमी होऊ लागली आहे.

"हे ऐकून मला किती बरं वाटतंय." मी म्हणते.

माझ्याकडे बघत आश्वासकपणे हसत ती म्हणते. "हो, मिसेस ग्रे, मी समजू शकते. आम्ही सगळे जण त्यांची अगदी उत्तम काळजी घेत आहोत."

"ग्रेस, इतक्या वर्षांनी तुला भेटून खूप आनंद झाला मला."

ग्रेस हसून म्हणते, "लोरेन, मलासुद्धा खूप आनंद झाला."

"डॉक्टर क्रो, चला. या लोकांना मिस्टर स्टीलबरोबर थांबू देत थोडा वेळ." डॉक्टर स्लडरनं असं म्हटल्यावर डॉक्टर क्रो आयसीयूतून बाहेर पडतात.

मी रे कडे नजर टाकते. त्याचा ॲक्सिडेंट झाल्यापासून आता कुठे पहिल्यांदा मला थोडीशी आशा वाटते. डॉक्टर स्लडर आणि ग्रे च्या शब्दांमुळे माझी आशा पल्लवित झाली आहे.

माझा हात हातात घेत हळुवारपणे दाबत ग्रेस म्हणते. "ॲना, स्वीट हार्ट, इथे बस. त्यांच्याशी गप्पा मार. त्यामुळे नक्कीच खूप फरक पडेल. मी आणि ख्रिश्चन बाहेर वेटिंगरूममध्ये बसतो हं." मी मान डोलावते. ख्रिश्चन माझ्याकडे बघून आश्वासकपणे हसतो. तो आणि त्याची आई दोघंही आयसीयूतून बाहेर पडतात. मी आता माझ्या प्रिय वडिलांबरोबर आहे. व्हेंटिलेटरच्या आणि हार्ट मॉनिटरच्या लयबद्ध आवाजामध्ये रे अगदी गाढ झोपला आहे.

ख्रिश्चनचा पांढरा टी शर्ट अंगात चढवत मी अंथरुणात शिरते.

"तू आता जरा बरी दिसते आहेस." अंगात पायजमा चढवत ख्रिश्चन सावधपणे म्हणतो.

"हो, मला वाटतं डॉक्टर स्लडरशी आणि तुझ्या आईशी बोलण्यामुळे हा

फरक पडला असावा. ग्रेसला इथे यायला तू सांगितलं होतंस का?''

अंथरुणात शिरत ख्रिश्चन मला कुशीत ओढून घेतो. आता माझी पाठ त्याच्याकडे आहे.

''नाही, ती स्वतःहून इथे आली आहे. तिला त्यांना तपासायचं होतं.''

''तिला कसं कळलं?''

''मी तिला सकाळी कळवलं होतं.''

ओह.

''बेबी, तू प्रचंड थकली आहेस. झोप बरं आता.''

''हं,'' मी होकार देते. बरोबर आहे त्याचं. खरंच थकून गेले आहे मी आज. मान वळवून मी त्याच्याकडे बघते. *हे काय, आज आम्ही सेक्स नाही करणार वाटतं?* आणि चक्क या विचारानं मला बरं वाटतं. आज दिवसभर ख्रिश्चन माझ्याशी असाच वागला आहे. त्याच्या या वागण्याची मला काळजी वाटायला लागली आहे का? पण या क्षणाला तरी माझी अंतर्देवता या बिल्डिंगमधून बाहेर पडली आहे. तिच्याबरोबर माझं प्रणयातलं स्वारस्य बाहेर पडलं आहे. जाऊ दे, उद्या सकाळी करेन मी या सगळ्याचा विचार. ख्रिश्चनला बिलगून मी त्याच्या पायावर पाय टाकते.

''मला एक वचन दे,'' तो हळुवारपणे म्हणतो.

''हं?'' त्याला काय वचन हवं आहे हा तर्क करण्याचं त्राण माझ्यात नाहीये.

''उद्या सकाळी काहीतरी खाशील असं वचन दे बरं मला. हे बघ ॲना, एक वेळ तोंडाला फेस येऊ न देता तू दुसऱ्या पुरुषाचं जॅकेट घातलेलं मी सहन करू शकेन; पण तू उपाशी राहिलेलं मला अजिबात सहन होणार नाही. काहीतरी खाल्लंच पाहिजेस. प्लीज.''

''हं,'' मी मूक संमती देते. तो माझ्या केसांवर ओठ टेकवतो. ''ख्रिश्चन, इथे आल्याबद्दल थँक यू,'' असं पुटपुटत मी त्याच्या छातीचं चुंबन घेते. मला आता झोप अनावर झाली आहे.

''इथे नाहीतर कुठे असणार आहे मी? जिथे तू तिथे मी, ॲना. आज इथे तुझ्याबरोबर मी आहे त्यावरून मला जाणवतंय, की आपण दोघांनी किती अंतर पार केलंय, नाही का. ती पहिली रात्र जेव्हा मी तुझ्याबरोबर झोपलो होतो. काय अनोखी रात्र होती ती! तासन्तास मी तुझं निरीक्षण करत राहिलो होतो. तू म्हणजे यॉर आहेस,'' तो श्वास घेत म्हणतो.

त्याला तसंच बिलगून मी हसते.

''झोप आता,'' तो म्हणतो, खरंतर हुकूम सोडतो. मी डोळे मिटत झोपेत हरवून जाते.

१८

मला जाग येते. बाहेर लख्ख प्रकाश पसरला आहे. सप्टेंबर महिन्यातील सुंदर सकाळ आहे. प्रशस्त अंथरुणावर उबेत मला खूप छान वाटतंय. मी कुठे आहे बरं? मी क्षणभर विचार करते. हे सगळं आधी घडून गेल्यासारखं मला का वाटावं? देजावू? अर्थात मी हिथमनमध्ये आहे ना.

"शिट! डॅडी!" मी जोरात म्हणते. मी पोर्टलँडमध्ये का आहे हे मला अचानक आठवतं आणि धास्तीनं माझ्या पोटात गोळा येतो.

"हेऽऽ!" ख्रिश्चन पलंगाच्या टोकावर बसलेला आहे. माझ्या गालावरून हळुवारपणे हात फिरवत तो मला शांत करत म्हणतो, "मी सकाळी आयसीयूमध्ये फोन केला होता. रे ची रात्र खूप चांगली गेली. सगळं काही ठीक आहे." तो मला खात्री देत म्हणतो.

"ओ, गुड. थँक यू." असं म्हणत मी उठून बसते.

पुढे होत तो माझ्या कपाळावर ओठ टेकवत म्हणतो,"गुड मॉर्निंग ॲना."

"हाय," मी उत्तर देते. तो केव्हाचा उठलेला दिसतो. काळा टी शर्ट आणि निळ्या जीन्समध्ये तो अगदी तयार होऊन बसलाय.

त्याची नजर अगदी सौम्य आणि प्रेमळ आहे. "मला तुला हॅपी बर्थ डे म्हणायचंय. चालेल का?"

हसून त्याच्याकडे बघून त्याचा गाल कुरवाळत मी म्हणते. "हो, अर्थातच. थँक यू. अगदी सगळ्यासाठी मनापासून थँक यू."

त्याच्या भुवया आक्रसतात, "सगळ्यासाठी?"

"सगळ्यासाठी."

क्षणभर तो जरा गोंधळात पडल्यासारखा दिसतो. पण दुसऱ्या क्षणी तो माझ्यापुढे एक छोटासा सुंदर बॉक्स माझ्यासमोर करतो.

डॅडींबद्दल मला काळजी वाटते हे खरं असलं तरीही मी तो बॉक्स हातात घेते.

ख्रिश्चनचा आनंद आणि उत्साह मला समजू शकतो. त्याच्या उत्साहाची लागण मलाही होते. बॉक्सवरचं कार्ड मी वाचते.

माझी प्रिय बायको म्हणून हा तुझा पहिला वाढदिवस.
आपण आजवर केलेल्या प्रत्येक पहिल्यासाठी,
आय लव्ह यू.
Cx

"ओह माय! किती गोड. आय लव्ह यू, टू." हसून त्याच्याकडे पाहत मी म्हणते.

तो हसून म्हणतो, "उघड ना."

बॉक्सवरचा कागद जराही फाटू न देता अलगद हाताने मी तो काढते. आतमध्ये अतिशय सुंदर लाल रंगाचा लेदर बॉक्स आहे. कारटियर. हं, ओळखीचं आहे हे नाव माझ्या आता. मला दुसरी संधी देणारे ते कानातले आणि माझं घड्याळ. तो बॉक्स मी हळूच उघडते. आतमध्ये एक अतिशय नाजूक ब्रेसलेट आहे. बहुतेक चांदीचं किंवा प्लॅटिनमचं आहे किंवा व्हाईट गोल्डसुद्धा असू शकतं. काही सांगता येत नाही. पण जे काही आहे ते फार सुंदर आहे. त्याला खूप छोटी छोटी पदकं जडवलेली आहेत. एक आयफेल टॉवर आहे. एक लंडनची काळी कॅब आहे. एक हेलिकॉप्टर आहे- चार्ली टँगो- एक उडणारा ग्लायडर आहे. आणि एक बोटसुद्धा आहे- *द ग्रेस,* एक पलंग आणि चक्क आईस्क्रीमचा कोन? मी त्याच्याकडे नवलानं पाहते.

"व्हॅनिला?" तो खांदे उडवतो. मला हसू आवरत नाही. अर्थातच!

"ख्रिश्चन हे किती सुंदर आहे. हे म्हणजे अगदी 'यॉर' आहे. "

तो हसतो.

"या ब्रेसलेटला लावलेलं हार्ट मला सगळ्यात जास्त आवडलं. ते लॉकेट आहे."

"तू त्याच्यात एखादा फोटो लावू शकतेस किंवा तुला जे आवडेल ते लाव."

"तुझा फोटो," पापण्याच्या आडून त्याच्याकडे पाहत मी म्हणते. "कायम माझ्या हृदयात."

परत एकदा तो त्याचं ते खास ठेवणीतलं हसतो.

शेवटची दोन पदकं मी कौतुकानं पाहते. त्यातलं एक आहे इंग्रजी अक्षर 'सी'. हं. बरोबर आहे. त्याला त्याच्या नावानं हाक मारणारी मी त्याची पहिली गर्लफ्रेंड होते ना! त्या विचारानं मला हसू येतं. सरतेशेवटी, एक छोटीशी किल्ली जडवलेली आहे.

"माझ्या हृदयाची आणि आत्म्याची किल्ली आहे ती," तो हळूच म्हणतो.

माझे डोळे पाणावतात. मी स्वतःला त्याच्या मिठीत झोकून देते. त्याच्या

गळ्याभोवती हात टाकून मी त्याच्या मांडीवर बसते. ''ख्रिश्चन, किती विचार करून तू प्रेझेंट दिलं आहेस मला. मला किती आवडलंय म्हणून सांगू! थँक यू,'' मी त्याच्या कानाशी म्हणते. अहाहा, त्याचा गंध किती सुंदर येतोय. स्वच्छ. बॉडी वॉश आणि ख्रिश्चनचा स्वतःचा गंध. जसा घरी येतो, माझ्या घरी येतो. इतका वेळ आवरून ठेवलेले अश्रू डोळ्यांतून वाहू लागतील की काय, असं मला वाटतं. तो मला घट्ट मिठीत आवळून घेतो.

''तुझ्याशिवाय मी काय केलं असतं काय माहिती,'' बोलता बोलता माझा आवाज चिरकतो. मी भावनांवर नियंत्रण ठेवायचा उगाचच प्रयत्न करून पाहते.

तो आवंढा गिळून माझ्याभोवतीची मिठी घट्ट करत म्हणतो, ''प्लीज, रडू नकोस ना.''

मी नाक ओढत म्हणते, ''आय ॲम सॉरी. मी खूप आनंदात आहे. म्हणजे एकाच वेळेस आनंदी आहे, दुःखी आहे, काळजीत आहे. कडू-गोड मिश्रण तयार झालं आहे माझ्या आयुष्यात.''

''हेऽ.'' त्याचा आवाज एखाद्या पिसापेक्षाही मऊ मुलायम झालाय. माझी मान किंचित मागे करत तो माझ्या ओठांवर ओठ टेकवत तो म्हणतो, ''मी समजू शकतो.''

''कल्पना आहे मला त्याची,'' मी त्याच्या कानाशी उत्तर देते. पुन्हा एकदा तो माझ्याकडे बघून त्याचं खास ते ठेवणीतलं हसतो.

''मला फक्त एवढंच वाटतं की आपण आज घरी असतो तर आणि परिस्थिती जरा जास्ती चांगली असती तर अजून मजा आली असती. पण हरकत नाही; आपण इथे आहोत आणि एकत्र आहोत.'' पुन्हा एकदा खांदे उडवत तो म्हणतो. ''चल बरं, ऊठ आता पटकन. ब्रेकफास्ट करून झाला, की आपण रे ला भेटून येऊ.

मी नवीन जीन्स आणि टी शर्ट घालते. मला थोडीशी भूक लागली आहे. त्यामुळे ब्रेकफास्टच्या वेळेस मी चक्क ग्रॅनोला आणि ग्रीक योगर्ट खाते. मला खाताना बघून ख्रिश्चनला आनंद होतो.

''आज माझा आवडता ब्रेकफास्ट तू ऑर्डर केलास, थँक यू.''

''आज तुझा वाढदिवस आहे ना,'' ख्रिश्चन प्रेमानं म्हणतो. ''आणि हे बघ, येताजाता माझे आभार कसले मानतेस? अगदी बंद कर बरं.'' असं म्हणत तो डोळे फिरवतो. पण मला माहिती आहे की तो हे लाडानं म्हणाला आहे. ''तुझं हे सगळं लक्षात ठेवून करणं मला किती आवडतंय एवढंच मला तुला सांगायचा मी प्रयत्न करते आहे ख्रिश्चन.''

''ॲनेस्टेशिया, माझं कामच आहे ते.'' त्याच्या चेहऱ्यावर आता एकदम गंभीर

भाव आहे. हं, बरोबर आहे. ख्रिश्चन म्हणजे नियंत्रण, ख्रिश्चन म्हणजे ताबा ठेवणं. कसं काय विसरू शकते मी? आणि तो वेगळा असता तर मला चालला असता का? मी हसून म्हणते. ''हं. बरोबर आहे.'' मी काय बोलते आहे ते न कळल्यासारखं तो माझ्याकडे बघतो आणि मान हलवून म्हणतो, ''चल, निघायचं का आपण?''

''आलेच पटकन दात घासून.''

गालातल्या गालात हसत तो म्हणतो, ''ओके.''

का बरं हसतोय तो? आमच्या स्वीटच्या बाथरूममध्ये शिरत असताना माझ्या मनात विचार येतो. अचानक मला आठवतं. त्याच्या बरोबर पहिली रात्र इथं घालवल्यानंतर दुसऱ्या दिवशी मी त्याचाच टूथब्रश वापरला होता. त्या आठवणीनं मला हसू येतं. मी मुद्दाम त्याचा टूथब्रश हातात घेते. आरशातल्या प्रतिमेकडे बघत मी दात घासू लागते. मी खूप फिक्कट दिसते आहे. जरा जास्तच फिक्कट दिसते आहे. पण तशीही मी नेहमीच फिकुटलेली असते. मागच्या वेळेस इथे आले तेव्हा मी एकटी होते आणि आता बाविसाव्या वर्षी माझं लग्न झालेलं आहे. माझं चक्क वय झालंय. मी खळखळून चुळा भरते.

हात वर करून मी मनगट हलवते. ब्रेसलेटवरची सगळी पदकं किणकिण करतात. माझा गोड फिफ्टी. माझ्यासाठी काय आणायचं हे त्याला इतकं बरोबर कसं काय समजतं? खोल श्वास घेत मी मनात उसळणाऱ्या भावनांना नियंत्रणात ठेवायचा प्रयत्न करते. पुन्हा एकदा मी ब्रेसलेटकडे नजर टाकते. प्रचंड महाग असणार ते... हरकत नाही. त्याला ते सहज शक्य आहे.

आम्ही एलेव्हेटरच्या दिशेने निघतो. ख्रिश्चनने माझा हात पकडला आहे. तो माझ्या बोटांवर चुंबनाचा वर्षाव करतो. माझ्या ब्रेसलेटमध्ये असलेल्या चार्ली टँगोवरून अंगठा फिरवत तो विचारतो,'' तुला आवडलं? ''

''किती आवडलं म्हणून काय सांगू. माझं प्रेम बसलंय त्याच्यावर. भयंकर भयंकर आवडलं आहे. जसा तू आवडतोस ना तसंच.'' तो हसून पुन्हा एकदा माझ्या बोटांची चुंबनं घेतो.

मला आज कालच्यापेक्षा जास्त बरं वाटतंय. कदाचित सकाळची वेळ आहे म्हणून. कदाचित कालच्यापेक्षा मला जास्त आशावादी वाटतंय म्हणून. कदाचित रात्रीच्या गडद काळोखापेक्षा दिवसाचा प्रकाश स्वच्छ आहे म्हणून. कदाचित माझ्या नवऱ्यानं मला आज प्रेमानं उठवलंय म्हणून किंवा कदाचित रे आता धोक्याच्या बाहेर आला आहे म्हणून. त्या रिकाम्या एलेव्हेटरमध्ये आम्ही शिरतो. मी ख्रिश्चनकडे बघते. त्याची नजर माझ्या नजरेवर स्थिर होते. तो गालातल्या गालात हसतो. ''नको हं.'' एलेव्हेटरचं दार बंद होताना तो मला म्हणतो. ''नको ना काय?''

''माझ्याकडे असं बघू नकोस. ते पेपरवर्क गेलं खड्ड्यात!'' मी हसून म्हणते.

त्यालाही हसू येतं. हे त्याचं हसू किती छान आहे. निरागस, जगाची फिकीर नसल्यासारखं, एखाद्या मुलासारखं. पट्‌कन मला मिठीत ओढून घेत तो माझी हनुवटी धरून मान वर करतो. ''एखाद्या दिवशी मी हे एलेव्हेटर संपूर्ण दुपारभर भाड्यानं घेणार आहे.''

''फक्त दुपारभर?'' मी भुवई उंचावून म्हणते.

''मिसेस ग्रे, तुम्ही फार हावरट आहात.''

''हो, जेव्हा तू समोर असतोस तेव्हा नक्कीच.''

''हे ऐकून मला फार आनंद झाला.'' माझं हळुवारपणे चुंबन घेत तो म्हणतो.

आम्ही याच एलेव्हेटरमध्ये आहोत म्हणून की काय किंवा गेल्या चोवीस तासांत त्यानं मला जेमतेम स्पर्श केलाय म्हणून की काय किंवा तो मला झिंगवतोय म्हणून की काय, माझ्या मनात तीव्र कामेच्छा दाटून येते. माझ्या ओटीपोटात मला हालचाल जाणवते. त्याच्या केसात हात फिरवत मी त्याच्या चुंबनाला समरसून प्रतिसाद देते. त्याला एलेव्हेटरच्या भिंतीवर ढकलून देत मी स्वतःला त्याच्या अंगावर झोकून देते. माझ्या या आवेगानं तो अवाक होतो. दोन्ही हातांत माझं डोकं पकडून तोही मला तितकाच समरसून प्रतिसाद देतो. आमच्या दोघांच्या जिभा एकमेकांना स्पर्श करत वेडावू लागतात. इतक्या ओळखीचा हा स्पर्श, तरीही तितकाच नवा आणि तितकाच उत्तेजित करणारा आहे. माझी अंतर्देवता घाईघाईनं जागी होते. आळस झटकून खडबडून उठते. ख्रिश्चनचा देखणा चेहरा मी दोन्ही हातांत धरून कुरवाळते.

''ॲना,'' तो श्वास घेत म्हणतो.

''आय लव्ह यू. ख्रिश्चन ग्रे, नेहमी लक्षात ठेव,'' त्याच्या गडद होत जाणाऱ्या राखाडी नजरेत बघत मी म्हणते. एलेव्हेटर थांबतं. ''चल पट्‌कन, तुझ्या वडिलांना भेटून येऊ. नाहीतर आज, आत्ता, ताबडतोब हे एलेव्हेटर भाड्यानं घ्यावंसं वाटतंय मला.'' पटकन माझं चुंबन घेत माझा हात धरून तो मला हॉटेलच्या लॉबीमधून घेऊन जातो. तिथल्या डेस्कच्या मागे उभ्या असलेल्या वयस्कर माणसाकडे बघत ख्रिश्चन काहीतरी खूण करतो. तो माणूस मान डोलावून फोन उचलतो. मी प्रश्नार्थक नजरेनं ख्रिश्चनकडे बघते. पुन्हा एकदा ख्रिश्चन गालातल्या गालात हसतो. काय चाललंय हे? मी त्याला नजरेनंच विचारते. क्षणभर तो थोडासा अस्वस्थ होतो.

''टेलर कुठंय?'' मी विचारते.

''येईल तो इतक्यात.''

''हो, बरोबर आहे. तो गाडी आणायला गेला असेल ना? आणि सॉयर?''

''मी जरा त्याला काही कामं सांगितली आहेत.''

"काय कामं?"

तिथलं रिव्हॉलव्हिंग डोअर ख्रिश्चन टाळतो; कारण तिथून जाताना त्याला माझा हात सोडावा लागला असता. त्या विचारानं मला खूप बरं वाटलं. बाहेर खूप सुंदर हवा पडली आहे. मी आजूबाजूला नजर फिरवते. टेलर किंवा ख्रिश्चनची ऑडी एसयूव्ही कुठेच दिसत नाही. माझ्या हातावरची ख्रिश्चनची पकड घट्ट होते. मी चमकून त्याच्याकडे पाहते. त्याच्या चेहऱ्यावर अस्वस्थता दिसते आहे.

"काय झालं?"

तो खांदे उडवतो. तेवढ्यात येणाऱ्या गाडीचा आवाज माझ्या कानावर पडतो. थोडासा खर्जातला असा तो आवाज माझ्या ओळखीचा आहे. गाडीकडे पाहायला मी नजर वळवते. अचानक माझ्यासमोर एक पांढरीशुभ्र स्पोर्ट्स कार येऊन उभी राहते. त्यातून टेलर उतरतो.

ओह शीट!

ही तर आरएट आहे. मी गर्रकन वळून ख्रिश्चनकडे बघते. माझी काय प्रतिक्रिया आहे हेच तो आजमावत असतो. *"माझ्या वाढदिवसाला तू मला अशी गाडी घेऊन देऊ शकतोस... पांढरी आवडेल मला."*

"हॅपी बर्थ डे," तो म्हणतो. तो अजूनही माझी प्रतिक्रिया आजमावतो आहे, हे माझ्या लक्षात येतं. मी अवाक होऊन त्याच्याकडे पाहते. तो किल्ली माझ्यासमोर धरतो.

"अरे, वेडा आहेस का तू?" माझ्या तोंडून कसेबसे शब्द बाहेर पडतात. त्यानं माझ्यासाठी चक्क ऑडी आरएट आणली आहे! होली शीट. जशी मी मागितली होती तशीच!

मला प्रचंड आनंद होतोय. हसू येतंय. माझी अंतर्देवता तर वेडावून नाचत सुटली आहे. क्षणभर मी बेभान होत ख्रिश्चनच्या समोर चक्क टाळ्या वाजवत उड्या मारते. त्याच्या चेहऱ्यावर प्रचंड आनंद दाटला आहे. मला मिठीत घ्यायला तो हात पुढे करतो. मी पटकन त्याच्या कुशीत शिरते. तो मला गर्रकन फिरवतो.

"मला वाटतं तुझ्याकडे नको इतका पैसा आहे." मी अत्यानंदानं म्हणते. "मला खूप आवडली आहे ही गाडी. खूपच म्हणजे खूपच. थँक यू." मला फिरवणं थांबवून तो पटकन खाली ठेवतो. मी दचकून चट्‌कन त्याचे दंड पकडते.

"मिसेस ग्रे, तुमच्यासाठी काही पण." खाली झुकून माझं चुंबन घेत तो म्हणतो.

ओह माय! चारचौघांमध्ये प्रेमाचं इतकं प्रदर्शन?

"चल, जाऊन तुझ्या डॅडना भेटू यात."

"हं. मी चालवू गाडी?"

पुन्हा एकदा हसून तो म्हणतो, "ऑफकोर्स, ती तुझीच तर आहे."

तो मला उभं करतो. मी घाईघाईनं गाडीकडे जाते. टेलर माझ्यासाठी गाडीचं दार उघडून धरत हसून म्हणतो, "मिसेस ग्रे, हॅपी बर्थ डे."

"थँक यू, टेलर." पुढे होत मी त्याला मिठी मारते. तो अवाक होत मला कसाबसा प्रतिसाद देतो. मी गाडीत शिरते आणि तो गाडीचं दार पट्कन बंद करतो. अजूनही त्याच्या चेहऱ्यावरचा संकोच गेलेला नाहीये.

"मिसेस ग्रे, सावकाश चालवा." तो मला तंबी देतो. मी हसून त्याच्याकडे बघते. मी अजूनही प्रचंड उत्तेजित झाले आहे. "अगदी नक्की," मी त्याला आश्वासन देते. ख्रिश्चन माझ्या बाजूला येऊन बसतो तशी मी गाडीला किल्ली लावते.

"हे बघ. सावकाश, लक्षात ठेव. आज काही कोणी आपला पाठलाग नाही करत आहे." तो मला सूचना देतो. मी गाडी चालू करते. इंजिन सुरू होतं. रिअर व्ह्यू आणि बाजूच्या आरशांमध्ये मी एकदा बघून घेते. हं. कुठेच काही ट्रॅफिक नाही आहे. मग एक मोठा यू टर्न घेत मी गाडी झोकात हॉस्पिटलच्या दिशेनं घेते.

"बापरे!" ख्रिश्चन दचकतो.

"काय?"

"हे बघ, तुझ्या वडिलांच्या बाजूला दुसऱ्या बेडवरती पडण्याची माझी इच्छा नाहीये. तेव्हा कृपया गाडी सावकाश चालव." तो गुरगुरतो. त्याच्याशी वाद घालण्यात अर्थ नाही. मी ॲक्सिलरेटरवरचा पाय थोडासा काढते आणि त्याच्याकडे बघून हसत विचारते,

"आता ठीक आहे?"

"हं, बरं आहे," उगाचच चेहऱ्यावर कठोर भाव आणत ख्रिश्चन म्हणतो. पण त्याला ते काही जमत नाही आणि तो छानसा हसतो.

'रे'च्या तब्येतीत काहीच फरक पडलेला नाहीये. त्याला तिथे पलंगावर पडलेलं पाहून मला वास्तवाचं भान येतं. नाहीतर इतका वेळ मी ऑडीच्या नादात दंग होते. खरं आहे. मी जरा काळजीपूर्वक गाडी चालवली पाहिजे. या जगात पिऊन गाडी चालवणारे अनेक आहेत. त्या प्रत्येकासाठी मी कायदा नाही ना करू शकत. किंवा प्रत्येकाला कायद्याच्या बडग्यातही अडकवू शकत नाही. ज्या माणसाने 'रे'च्या गाडीला धडक दिली त्याचं काय झालं हे ख्रिश्चनला विचारायला हवं. मला खात्री आहे की ख्रिश्चनला ते माहिती असणार. नाकातोंडात ट्यूब असल्या तरी आज 'रे' जरा बरा दिसतोय. हं, बहुतेक त्याच्या गालांवर थोडासा रंग आलाय म्हणून. आज सकाळी काय काय झालं ते मी त्याला सांगते. ख्रिश्चन फोन करायला वेटिंगरूममध्ये

जातो. तेवढ्यात नर्स केली येऊन 'रे'ला तपासते. त्यानुसार ती त्याच्या चार्टवरती काही नोंदी करते. ''मिसेस ग्रे, आज त्यांची तब्येत पुष्कळ बरी आहे.'' प्रेमानं हसत ती म्हणते.

''हे ऐकून मला खूप बरं वाटतंय.''

थोड्या वेळानं डॉक्टर क्रो येतात. त्यांच्याबरोबर दोन नर्सिंग असिस्टंट आहेत. त्या मला म्हणतात, ''मिसेस ग्रे, तुमच्या वडिलांना रेडिओलॉजीमध्ये घेऊन जायची वेळ झाली आहे. त्यांचं सी.टी. स्कॅन करायचं आहे. त्यांच्या मेंदूचं कार्य कसं चाललंय हे बघायला हवं.''

''खूप वेळ लागेल का तुम्हाला?''

''अं, साधारणतः तासभर लागेल.''

''मग मी थांबते. मला रिपोर्ट्स जाणून घ्यायला आवडेल.''

''काही हरकत नाही, मिसेस ग्रे.''

मी वेटिंगरूमकडे जाते. बरं झालं, तिथे कोणीच नाहीये. ख्रिश्चन येरझाऱ्या घालत फोनवर बोलतो आहे. बोलता बोलता तो मधूनच खिडकीबाहेर नजर टाकतो. पोर्टलॅंडचं विहंगम दृश्य तिथून दिसतं आहे. मी वेटिंगरूमचं दार लावून घेते तेव्हा त्याच्या आवाजानं तो वळतो. त्याचा चेहरा रागानं लाल झाला आहे. ''मर्यादेच्या किती बाहेर होता? अच्छा..., सगळे चार्जेस लावा त्याच्यावरती. ॲनाचे वडील आयसीयूमध्ये आहेत. त्या हरामखोरामुळेच आहेत ते. कायद्याचं पुस्तक फेका त्याच्या तोंडावरती, डॅड... गुड, मला कळवत राहा.'' असं म्हणून तो फोन बंद करतो.

''तो ड्रायव्हर का?''

तो मान डोलावतो. ''साऊथईस्ट पोर्टलॅंडचा कोणी ट्रेलर चालविणारा ड्रायव्हर होता. प्यायला होता तो.'' ख्रिश्चन संतापून म्हणतो. त्याचा आविर्भाव बघून मला धक्का बसतो. तो चालत माझ्या दिशेनं येतो. माझ्यापर्यंत येईस्तोवर त्याचा स्वर आणि चेहरा पुष्कळ निवळला आहे.

''झालं का 'रे' ला भेटून? निघायचं?''

''अं... नाही.'' मी त्याच्याकडे बघते. मघाशी त्याच्या चेहऱ्यावर जो संताप पाहिला त्याच्यामुळे मी हबकले आहे.

''काय झालं?''

''नाही, काही नाही. त्यांनी आता 'रे'ला सी.टी. स्कॅन करायला रेडिआलॉजीमध्ये नेलेलं आहे. मेंदूवर आलेली सूज कितपत आहे ते बघायचं आहे त्यांना. त्याचे रिझल्ट येईपर्यंत थांबायला आवडेल मला.''

''ओके. थांबू यात आपण.'' खाली बसून तो दोन्ही हात पुढे करतो. आमच्याशिवाय

तिथे कोणीच नसल्यामुळे मीसुद्धा पटकन त्याच्या कुशीत शिरून त्याच्या मांडीवर बसते.

''आजचा दिवस असा घालवायचा नव्हता मला,'' माझ्या केसात नाक खुपसत ख्रिश्चन म्हणतो.

''मलासुद्धा नव्हता. पण आता मला खूप आशा वाटते आहे. तुझी मॉम आल्यामुळे फार बरं झालं. तिच्याशी बोलून माझी काळजी दूर झाली. काल रात्री ती मुद्दाम आली हा तिचा किती चांगुलपणा आहे नाही.''

माझ्या पाठीवरून हात फिरवत ख्रिश्चन माझ्या डोक्यावर हनुवटी टेकवत म्हणतो, ''माझी मॉम खरोखरच वेगळी आहे.''

''अगदी बरोबर आहे तुझं. तू नशीबवान आहेस.''

ख्रिश्चन मान डोलावतो.

''मला आईला फोन करायला हवा. तिला 'रे'बद्दल सांगायला हवं, '' मी म्हणते. ख्रिश्चन एकदम ताठरतो. ''तिचा अजून फोन कसा नाही याचं मला नवल वाटतंय.'' माझा वाढदिवस असून तिनं मला फोन केला नाही याचं मला आश्चर्य वाटतंय, खरं म्हणजे अगदी वाईट वाटतंय. म्हणजे काय, आज वाढदिवस आहे माझा. आणि माझ्या जन्माच्या वेळेस तीच तर होती ना. का बरं फोन नसेल केला तिनं?

''केला असेल,'' ख्रिश्चन म्हणतो. मी पटकन माझा ब्लॅकबेरी बाहेर काढते. छे, त्यावर एकही मिस्ड कॉल नाहीये. काही मेसेजेस मात्र आहेत. केट, होजे, मिया आणि इथनकडून वाढदिवसाच्या शुभेच्छा आहेत. आईकडून मात्र काहीही नाही. मी निराश होऊन मान हलवते.

''करून बघ तिला आता फोन.'' ख्रिश्चन हळुवारपणे सुचवतो. मी करून बघते; पण छे, ती फोन उचलत नाही. तिच्याऐवजी आन्सरिंग मशिन उत्तर देतं. मी वैतागून मेसेज न देता फोन बंद करते. माझी आई माझा वाढदिवस कसा काय विसरू शकते?

''ती नसावी तिथे. ब्रेन स्कॅनचा रिझल्ट आला की मी परत तिला फोन करेन.''

ख्रिश्चन मला घट्ट मिठीत घेत माझ्या केसांमध्ये नाक खुपसतो. माझी आई माझा वाढदिवस विसरली आहे याबद्दल तो काहीही बोलत नाही. इतक्यात मला त्याचा ब्लॅकबेरी बझ झाल्याचा जाणवतो. मला मांडीवरून न उठू देता तो खिशातून ब्लॅकबेरी बाहेर काढतो.

''अँड्रीया,'' तो नेहमीच्या हुकमी स्वरात उत्तर देतो. मी पुन्हा एकदा त्याच्या मांडीवरून उठायचा प्रयत्न करते; पण तो मला घट्ट धरून ठेवतो. मग मी त्याच्या छातीवर डोकं टेकवते. त्याचं बोलणं माझ्या कानावर पडू लागतं.

"छान... अंदाजे किती वाजता?... आणि ते दुसरं... पॅकेज?" ख्रिश्चन घड्याळाकडे नजर टाकतो. "हिथमनमध्ये सगळी सविस्तर माहिती पुरवली आहे का?... छान....हो. सोमवार सकाळपर्यंत थांबवून ठेव, पण तरी एक ईमेल करून ठेव. मी ते प्रिंट करून सही करेन आणि स्कॅन करून तुला परत पाठवेन... ते थांबू शकतात. अँड्रीया, घरी जा आता... नाही नाही, आम्ही ठीक आहोत. थँक यू." असं म्हणून तो फोन बंद करतो.

"सगळं काही ठीक आहे ना?"

"हो"

"हे बोलणं तैवानबद्दल होतं का?"

"हो." तो थोडासा सावरून बसतो.

"उठू का?"

तो पटकन म्हणतो, "बस की."

"तुला तैवान प्रोजेक्टची काळजी वाटते आहे का?"

"नाही."

"मला वाटलं ते महत्त्वाचं आहे."

"हो, आहेच. त्याच्यावर तर इथलं शिपयार्ड आणि इतर अनेक गोष्टी अवलंबून आहेत."

"ओ!"

"फक्त युनियनला पटलं पाहिजे आता. अर्थात ते सॅम आणि रॉसचं काम आहे. पण ज्या पद्धतीनं अर्थकारण पुढे सरकतंय, ते पाहता आपल्याकडे फारसे पर्याय नाहीयेत." मी जांभई देते.

"मिसेस ग्रे, मी तुम्हाला बोअर करतोय का?" माझ्या केसात नाक खुपसत तो थट्टेनं विचारतो.

" नाही नाही, अजिबात नाही... इथे तुझ्या मांडीत इतकं छान वाटतंय ना. आणि खरं सांगू, तू जेव्हा तुझ्या व्यवसायाबद्दल बोलतोस ना, तेव्हा ते ऐकायला मला खूप आवडतं."

"काय सांगतेस?" त्याला नवल वाटतं.

"खरं सांगते." मी वळून त्याच्या डोळ्यांत बघते. "तुम्ही कृपावंत होऊन जी माहिती मला द्याल ती ऐकायला मला फार आवडतं मिस्टर ग्रे." मी गालातल्या गालात हसतं म्हणते.

तोही हसून उत्तर देतो, "मिसेस ग्रे, माहिती मिळवण्यासाठी तुम्ही नेहमीच हपापलेल्या असता, हो ना?"

"सांग मला," त्याच्या छातीवर डोकं टेकवत मी म्हणते.

"काय सांगू तुला?"

"तू हे सगळं का करतोस?"

"काय?"

"इतकं जीव तोडून काम करणं."

"हे बघ, पोटापाण्याची सोय करावी लागते मला." त्याला गंमत वाटते आहे.

"ख्रिश्चन, तू रग्गड कमवतोस बरं का!" माझ्या स्वराला धार आली आहे. त्याच्या कपाळावर किंचित आठ्या येतात. क्षणभर तो काही बोलत नाही. मला असं वाटतं की तो मला काही सांगणार नाही. पण तेवढ्यात त्याचं पुढचं वाक्य माझ्या कानी पडतं.

"मला कधीही गरिबी पाहायची नाहीये," त्याचा स्वर जेमतेम ऐकू येईल असा आहे. "बास, खूप भोगलं. पुन्हा ती वेळ येता कामा नये. शिवाय, हा एका प्रकारचा खेळ आहे," तो पुढे म्हणतो."हा सगळा जिंकण्याचा खेळ आहे. असा खेळ जो जिंकणं मला नेहमीच सोपं वाटत आलं आहे."

"पण हे आयुष्य आहे जे सोपं नाहीये." मी स्वतःशीच पुटपुटते आणि मला जाणवतं की मी जरा मोठ्यानंच बोलले आहे.

"हो, तू म्हणतेस ते बरोबर असेल." त्याच्या कपाळावर पुन्हा किंचित आठ्या दिसतात. "पण तू साथीला असल्यामुळे ते सोपं जातंय."

मी साथीला असल्यामुळे ते सोपं जातंय. मी त्याला घट्ट मिठी मारते. "पण तुझ्यासाठी हा सगळा काही निव्वळ खेळ नाहीये. तू खूप परोपकारी आहेस."

तो खांदे उडवतो. माझ्या लक्षात येतं की तो अस्वस्थ झाला आहे. "हं, कदाचित काही गोष्टींत असेनही मी परोपकारी," तो कबुली देतो.

"मला परोपकारी ख्रिश्चन आवडतो." मी म्हणते.

"फक्त तोच आवडतो?"

"ओह, मला अहंकारी ख्रिश्चनसुद्धा आवडतो आणि स्वतःच्या नियंत्रणात प्रत्येक गोष्ट हवी असा अट्टाहास असणारा ख्रिश्चन आवडतो. सेक्समधला तज्ज्ञ ख्रिश्चन आवडतो. रासवट संभोग करणारा ख्रिश्चन आवडतो. प्रणयी ख्रिश्चन आवडतो. लाजाळू ख्रिश्चन आवडतो... ही यादी कधीच संपणार नाही. मला प्रत्येक शेडमधला ख्रिश्चन आवडतो."

"बाप रे, ही तर खूपच मोठी यादी झाली."

"मी तर म्हणेन की निदान पन्नास तरी छटा आहेत तुझ्या." त्याला हसू येतं.

"फिफ्टी शेड्स," माझ्या केसात नाक खुपसत तो म्हणतो.

"माझ्या फिफ्टी शेड्स."

माझी हनुवटी किंचित वर करत तो माझं चुंबन घेऊन म्हणतो, "चला तर मग,

मिसेस शेड्स तुमचे डॅड कसे आहेत ते पाहून येऊ यात.''
''ओके.''

''**आपण** लाँग ड्राईव्हला जाऊ शकतो का?''
ख्रिश्चन आणि मी परत आर एट मध्ये आहोत. मी अत्यानंदात आहे. 'रे'चा मेंदू पूर्ववत काम करतोय. त्याच्या मेंदूवरची सूज पूर्णपणे गेली आहे. त्याला कोमामधून उद्या बाहेर काढायचं डॉक्टर स्लडरनं ठरवलं आहे. औषधोपचारांना त्यानं दिलेला प्रतिसाद खूप समाधानकारक आहे, असं तिनं मला सांगितलं आहे.
''चल जाऊ यात,'' माझ्याकडे बघून हसत ख्रिश्चन म्हणतो. ''आज तुझा वाढदिवस आहे. तुला जे हवं ते आपण करू यात.''
''ओ! '' त्याच्या स्वरानं चकित होऊन मी त्याच्याकडे पाहते. त्याची नजर गडद झाली आहे.
''काहीही?''
''काहीही.''
या एकाच शब्दानं तो मला किती अस्वस्थ करू शकतो. ''तसं असेल तर मग मला ड्राईव्हला जायचंय.''
''बेबी, मग आपण ड्राईव्हलाच जाऊ.'' तो हसतो. मलाही हसू येतं.
माझी गाडी इतकी सुंदर आहे की, मला वाटतं की मी स्वप्नात सैर करते आहे. लवकरच आम्ही आय-फाईव्ह वर येतो. मी ॲक्सलरेटर दाबते. गाडी क्षणार्धात वेग पकडते. आम्ही दोघे सीटमध्ये मागे ढकलले जातो.
''सावकाश,'' ख्रिश्चन तंबी देतो.

आम्ही पोर्टलॅंडकडे परत येत असताना माझ्या मनात एक कल्पना येते.
''तू जेवायचा काही प्लान ठरवला आहेस का?'' मी ख्रिश्चनला सहजच विचारते.
''नाही, तुला भूक लागली आहे का?'' त्याचा स्वर आशावादी आहे.
''हो.''
''कुठं जायला आवडेल तुला? ॲना, आज तुझा खास दिवस आहे, तू सांग.''
''मला माहिती आहे कुठे जायचं आहे ते.''
होजेने ज्या गॅलरीत त्याच्या फोटोंचं प्रदर्शन भरवलं होतं त्याच्या बाजूला असलेल्या ले पिकोटीन या रेस्टॉरंटसमोर मी गाडी उभी करते. होजेच्या शोनंतर आम्ही इथेच आलो होतो. ख्रिश्चन पुन्हा हसतो. ''क्षणभर तर मला वाटलं होतं की पिऊन तर्र झाल्यावर तू मला ज्या भयंकर बारमधून फोन केला होतोस तिथे नेतेस

की काय.''

''तिथे मी तुला का नेईन बरं?''

''नाही, तिथले अ‍ॅझेलिया अजून जिवंत आहेत की नाही ते पाहायला,'' एक भुवयी उंचावत उपरोधाने तो मुद्दाम म्हणतो.

मी संकोचते. ''हे बघ, उगाच भलत्या आठवणी काढू नकोस. हं! शिवाय... तरीही तू मला तुझ्या हॉटेलच्या रूममध्ये घेऊन गेला होतासच.'' मी गालातल्या गालात हसत म्हणते.

''तो तर सगळ्यात चांगला निर्णय होता.'' असं म्हणताना त्याची नजर हळुवार होते.

''हो. मीही तसंच म्हणेन.'' पुढे होत मी त्याचं चुंबन घेते.

''तुला असं वाटतं का, की तो आढ्यताखोर, हरामखोर अजूनही तिथेच वेटर म्हणून काम करत असेल?''

''आढ्यताखोर? मला तर वाटलं होतं की तो खूप छान आहे.''

''तो तुझ्यावर छाप पाडायचा प्रयत्न करत होता.''

''हं. तशी छाप पडली पण होती माझ्यावर.''

ख्रिश्चन ओठांना मुरड घालून तिरस्काराचा भाव चेहऱ्यावर आणतो.

''चल, जाऊ यात आपण?'' मी म्हणते.

''मिसेस ग्रे, व्हा पुढे.''

जेवणानंतर आम्ही पटकन हिथमनला जातो. तिथून ख्रिश्चनचा लॅपटॉप घेतो आणि हॉस्पिटलमध्ये परत येतो. सबंध दुपार मी 'रे' बरोबर थांबते. मला ऑफिसमधून आलेलं एक हस्तलिखित मी त्याला वाचून दाखवते. त्याला जोडलेल्या मशिनचा बीप बीप आवाज एवढीच काय ती सोबत असते मला. त्याच्या प्रकृतीत समाधानकारक सुधारणा होत आहे हे कळल्यामुळे असेल पण मी आता बरीच शांत झाले आहे. मला आशा वाटते आहे. त्याला बरं व्हायला वेळ द्यायला हवा. हरकत नाही- माझ्याकडे भरपूर वेळ आहे- त्याला हवा तेवढा वेळ देईन मी. मॉमला फोन करावा का असा विचार पुन्हा एकदा माझ्या मनात येतो. पण मी नंतर फोन करायचा ठरवते. 'रे' ला वाचून दाखवत असताना मी हळूच त्याचा हात माझ्या हातात धरून ठेवते. मधून मधून त्याचा हात दाबते. त्यानं बरं व्हावं अशी मनोमन इच्छा करते. त्याच्या बोटांचा स्पर्श उबदार आणि मऊ आहे. त्याच्या बोटावर वेडिंग रिंगची खूण अजूनही आहे- इतक्या वर्षांनंतर.

साधारण एक-दोन तासांनंतर मी मान वर करते, तर ख्रिश्चन हातात लॅपटॉप घेऊन 'रे' च्या पलंगाच्या दुसऱ्या टोकाला उभा असतो. त्याच्याबरोबर नर्स केली

असते. मला इथे येऊन नक्की किती वेळ झाला हे माझ्या लक्षात येत नाही.

"ॲना, निघायला हवं आपल्याला."

ओह! मी 'रे' चा हात घट्ट पकडते. मला नाही जायचंय.

"हे बघ, खूप वेळची उपाशी आहेस. काहीतरी खायला हवं." ख्रिश्चन जरा आग्रहानं म्हणतो.

"मलाही मिस्टर स्टीलना स्पाँज बाथ द्यायचा आहे," नर्स केली म्हणते. माझा नाइलाज होतो.

"बरं. आपण उद्या सकाळी परत येऊ यात." मी पटकन 'रे' च्या गालांवर ओठ टेकवते. त्याच्या वाढलेल्या दाढीचा स्पर्श मला जाणवतो. छे, हे मला आवडत नाही.

डॅडी, आय लव्ह यू. पटकन बरा हो बरं.

"मला वाटतं आपण खाली एखाद्या प्रायव्हेट रूममध्ये जेऊ यात," माझ्याकडे बघत ख्रिश्चन म्हणतो. त्याच्या नजरेत एक वेगळीच चमक आहे. आम्ही आमच्या स्वीटमध्ये परत आलेलो आहोत.

"हो? काही महिन्यांपूर्वी तू ज्याची सुरुवात केली आहे ते संपवायचं आहे वाटतं."

तो गालातल्या गालात हसत म्हणतो, "मिसेस ग्रे, तुम्ही जर नशीबवान असाल तर नक्कीच."

मी हसून म्हणते, "ख्रिश्चन, माझ्याकडे घालायला तसे कपडे नाहीएत."

तो हसून हात पुढे करतो आणि माझा हात धरून मला बेडरूममध्ये घेऊन जातो. तिथला वॉर्डरोब उघडतो. आतमध्ये मोठी पांढरी बॅग लटकवलेली असते.

"टेलर?" मी विचारते.

"ख्रिश्चन," तो उत्तर देतो. त्याला बहुतेक वाईट वाटतं. त्याचा स्वर ऐकून मला हसू येतं. पुढे होत मी ती बॅग उघडते. आतमध्ये निळा सॅटीनचा ड्रेस आहे. मी तो बाहेर काढते. बाप रे! काय सुंदर आहे. त्याला खांद्यावर बारीक पट्टे आहेत.

"किती सुंदर आहे हा. थँक यू. तो मला होईल अशी मी आशा करते."

"नक्कीच होईल," तो आत्मविश्वासानं म्हणतो. "आणि हे पण घे." तो एक शू बॉक्स माझ्या हातात देतो-"या ड्रेसला मॅच होतील असे शूज." माझ्याकडे बघत तो हसून म्हणतो.

"तू प्रत्येक गोष्टीचा किती विचार करतोस. थँक यू." मी चवड्यांवर उभं राहत त्याचं चुंबन घेते.

"हो, करतोच." तो माझ्या हातात अजून एक बॅग देतो.

मी प्रश्नार्थक नजरेने त्याच्याकडे बघते. ह्या बॅगमध्ये काळ्या रंगाचा बॉडीसूट आहे. त्याच्या मध्यभागी सुंदर लेस जडवलेली आहे. माझ्या गालांवरून अलगद हात फिरवत माझी हनुवटी उंचावत माझं चुंबन घेत तो म्हणतो,

"आत्ता घाल तू हे. पण नंतर ते तुझ्या अंगावरून उतरवण्यासाठी मी उतावीळ आहे हे लक्षात ठेव." थोड्या वेळानं आंघोळ करून स्वतःचा जामानिमा करून मी पलंगावर बसून हेअर ड्रायर सुरू करते. इतक्यात ख्रिश्चन बेडरूममध्ये येतो. बहुतेक काहीतरी काम करत असणार तो इतका वेळ.

"आण इकडे, मी करतो." असं म्हणत तो ड्रेसिंग समोरच्या खुर्चीकडे बोट दाखवतो.

"काय! तू माझे केस सेट करणार आहेस?" तो मान हलवतो. मी त्याच्याकडे क्षणभर बघत राहते.

"चल, आण इकडे." तो म्हणतो. त्याची नजर माझ्यावर खिळलेली आहे. त्याच्या त्या नजरेवरून माझ्या लक्षात येतं की, आता काहीही न बोलता त्याचं ऐकलेलं बरं. त्यानंतर सावकाश आणि अत्यंत पद्धतशीरपणे तो माझे केस सेट करू लागतो. केसांची एक एक बट हातात घेऊन तो एकाग्रपणे काम करतो. त्यानं याआधी नक्कीच हे केलेलं असणार... अनेकदा.

"तुला चांगली सवय आहे याची," मी पुटपुटते. त्याला हसू येतं. ते मला आरशात दिसतं. काहीही न बोलता तो माझ्या केसांतून ब्रश फिरवू लागतो.

डिनरला जाण्यासाठी आम्ही दोघं एलेव्हेटरमध्ये शिरतो. ख्रिश्चननं त्याचा लाडका पांढरा लिननचा शर्ट, काळी जीन्स आणि जॅकेट घातलेलं आहे. आमच्या बरोबर एलेव्हेटरमध्ये दोन बायकासुद्धा आहेत. माझ्याकडे संपूर्ण दुर्लक्ष करून त्या फार कौतुकानं ख्रिश्चनकडे बघत आहेत. *हरकत नाही; पण बायांनो तो माझा आहे.* ख्रिश्चन माझा हात हातात घेऊन मला जवळ ओढतो. एलेव्हेटर खाली जाऊ लागतो. कोणीच काही बोलत नाही.

हॉटेलमध्ये खाली सगळीकडे गडबड चालू आहे. सगळे जण उत्तम जामानिमा करून आले आहेत. ड्रिंक्स हातात घेऊन गप्पात रंगले आहेत. बरोबर आहे. आज शनिवारची रात्र आहे ना. सगळे खूप आनंदात आहेत. मी त्यांच्यापैकी एक दिसते आहे याचा मला आनंद होतो आहे. मी घातलेला ड्रेस मला बिलगला आहे. मला जाणवतंय की माझ्या अंगावर तो फार सुंदर दिसतो आहे. तो घातल्यामुळे मलाही आकर्षक झाल्यासारखं वाटतंय. ख्रिश्चनलाही ते आवडतंय, हे मला माहिती आहे.

आधी मला वाटतं की आम्ही दोघं प्रायव्हेट डायनिंग रूममध्ये जाणार आहोत, जिथे आम्ही पहिल्यांदा कॉंट्रॅक्टवर चर्चा केली होती. त्याऐवजी तो मला हॉटेलच्या

दुसऱ्या टोकाला घेऊन जातो. संपूर्ण लाकडात सजवलेल्या त्या रूमचं दार उघडून तो म्हणतो,

''सरप्राईज!''

ओह माय! केट आणि इलियट. मिया आणि इथन. कॅरिक आणि ग्रेस. मिस्टर रॉड्रिग्झ आणि होजे. आणि हे काय, माझी मॉम आणि बॉबसुद्धा! सगळ्यांनी आपले ग्लास उंचावून धरलेले आहेत. सगळे माझं अभिवादन करत आहेत. मी अवाक होऊन उभी राहते. कधी? केव्हा? मी थक्क होऊन ख्रिश्चनकडे बघते. तो माझा हात दाबतो. माझी मॉम पुढे येऊन मला मिठीत घेते. ओह, मॉम!

''डार्लिंग, काय सुंदर दिसते आहेस तू. हॅपी बर्थ डे!''

''मॉम!'' मला रडू येतं. तिला घट्ट मिठी मारत मी हुंदका देते. *ओ मॉमी.* सगळ्यांच्या समोर माझ्या डोळ्यांतून घळाघळा अश्रू वाहू लागतात.

''हनी, डार्लिंग रडू नकोस. 'रे' बरा होईल. तो खूप खंबीर आहे. नको रडूस. आज तुझा वाढदिवस आहे ना.'' बोलता बोलता तिचाही गळा दाटून येतो; पण ती स्वतःला सावरते. माझा चेहरा दोन्ही हातांत घेत ती माझे अश्रू अंगठ्यांनी पुसते.

''मला वाटलं की तू विसरलीस.''

''ओह ॲना, असं शक्य तरी आहे का? शिवाय, सतरा तास कळा सोसणं कोणी इतक्या सहज विसरू शकेल का?'' रडता रडता मला हसू येतं. तीसुद्धा हसते.

''डोळे पुस बरं आता. तुझा हा खास दिवस साजरा करायला सगळे आले आहेत इथे.''

मी नाक ओढते. इतक्या सगळ्यांसमोर आपण रडलो याची मला लाज वाटते. क्षणभर मी कोणाकडे बघू शकत नाही. शिवाय, माझ्या वाढदिवसासाठी इतक्या दूर यायचे कष्ट इतक्या सगळ्यांनी घेतले त्यामुळेही मी हेलावून गेले आहे.

''तू कशी काय आलीस इथे? आणि कधी आलीस?''

''तुझ्या नवऱ्याने त्याचं विमान पाठवलं,'' ती हसून म्हणते. तिच्यावर ख्रिश्चनची चांगलीच छाप पडली आहे.

मला हसू येतं. ''मॉम, थँक यू. तू आलीस म्हणून थँक यू.'' त्यावर काही न बोलता ती चक्क टिश्यूने माझं नाक पुसते. एखादी आईच असं करू शकते. ''मॉम!'' स्वतःला सावरत मी तिच्यावर थोडीशी रागवते.

''हं, आता कसं. हॅपी बर्थ डे, डार्लिंग.'' ती बाजूला होते. आता प्रत्येक जण पुढे येऊन मला मिठी मारून वाढदिवसाच्या शुभेच्छा देऊ लागतात.

''ॲना, त्यांची तब्येत आता चांगली सुधारते आहे. डॉक्टर स्लडर उत्तम डॉक्टर आहेत. हॅपी बर्थडे, एंजल,'' मला मिठी मारत ग्रेस म्हणते.

''हे बघ अॅना, ही तुझी पार्टी आहे. तुला हवं तितकं तू रडू शकतेस.'' होजे मला मिठी मारून म्हणतो.

''हॅपी बर्थडे, डार्लिंग गर्ल,'' माझी हनुवटी धरून कॅरिक हसून म्हणतो.

''काय बाईसाहेब? म्हातारा अगदी ठीक होईल.'' इलिएट मला कुशीत घेऊन म्हणतो. ''हॅपी बर्थडे.''

''ठीक आहे, ठीक आहे,'' असं म्हणत ख्रिश्चन मला इलिएटच्या मिठीतून ओढून घेतो. ''बस झालं माझ्या बायकोला कुरवाळणं. जा आपल्या फियॉन्सेला कुरवाळ.'' त्यावर इलिएट हसतो आणि केटला डोळा मारतो. इतका वेळ माझ्या नजरेस न पडलेला एक वेटर समोर येत मला आणि ख्रिश्चनला गुलाबी शॅम्पेनचा ग्लास देतो. ख्रिश्चन सगळ्यांचं लक्ष वेधून घेत म्हणतो, ''जर आज 'रे' आपल्याबरोबर असता तर आजचा दिवस सर्वोत्तम आहे असं मी म्हटलं असतं. पण ठीक आहे, तसाही तो फार दूर नाहीये आपल्यापासून. शिवाय, त्याची तब्येतसुद्धा सुधारते आहे. आणि अॅना, मला खात्री आहे, की आजचा दिवस तू आनंदात घालवलेला त्याला किती आवडलं असतं.'' मग सगळ्यांकडे नजर टाकत तो पुढे म्हणतो, ''माझ्या सुंदर बायकोचा माझ्याबरोबरचा पहिलावहिला वाढदिवस साजरा करायला तुम्ही सगळे वेळ काढून आवर्जून आलात म्हणून मी तुमचा मनापासून आभारी आहे. 'अॅना, माय लव्ह, हॅपी बर्थडे,' ख्रिश्चन ग्लास उंचावत मला म्हणतो. सगळे जण एकत्रच हॅपी बर्थडे म्हणू लागतात. माझ्या डोळ्यांतून परत अश्रू वाहू नयेत म्हणून मला आटोकाट प्रयत्न करावे लागतात.

सगळे गप्पांमध्ये गर्क झाले आहेत. ज्यांना मी माझे वडील मानते ते आयसीयूमध्ये वेगवेगळ्या मशिनच्या गराड्यात अडकलेले असताना इथे मी मात्र माझ्या कुटुंबात अशी गर्क आहे. मला हे थोडसं विचित्र वाटतंय. तशी मी शंभर टक्के इथे नाही आहे. माझं मन 'रे'भोवती घोटाळतं आहे. तरीसुद्धा माझ्या जिवाभावाची ही माणसं इथे आहेत म्हणून मला छान वाटतंय. ख्रिश्चन आणि इलिएट कुठल्यातरी मुद्द्यावर वाद घालत आहेत. होजे नेहमीप्रमाणे सगळ्यांमध्ये रंगून गेला आहे. मिया तिच्या स्वभावाला अनुसरून उत्साहानं सळसळते आहे. प्रत्येक पदार्थाचा ती आस्वाद घेते आहे. इथन तिच्याकडे चोरून कटाक्ष टाकतो आहे. मला वाटतं बहुतेक त्याला ती आवडू लागली आहे. मिस्टर रॉड्रिग्झ मात्र माझ्यासारखेच बसून आजूबाजूच्या गोष्टींचा आनंद घेत आहेत. कालच्या विश्रांतीमुळे आज ते पुष्कळ बरे दिसत आहेत. होजे त्यांच्याकडे क्षणभरही दुर्लक्ष करत नाही. त्यांचा ग्लास भरून आणणं, त्यांना खायला आणून देणं हे सगळं तो तत्परतेने करतो आहे. मला माहिती आहे की नुकत्याच झालेल्या अपघातामुळे होजेसुद्धा हबकलाय. या अपघातात त्याचे वडील

गेले असते तर...

मी मॉमकडे नजर टाकते. ती नेहमीसारखी धमाल मूडमध्ये आहे. सगळ्यांशी गप्पा मारते आहे. माझं माझ्या आईवर खूप प्रेम आहे; पण हे तिला सांगायला मी कमी पडते आहे. माझ्या आज लक्षात येतंय की हे आयुष्य किती मोलाचं आहे आणि तितकंच क्षणभंगुरदेखील.

"ठीक आहेस ना?" माझ्याजवळ येत केट हळव्या स्वरात मला विचारते. केट आणि हळवी? मी मान डोलावून तिचा हात घट्ट पकडून म्हणते. "हो. वेळात वेळ काढून इथे आलीस म्हणून मनापासून आभारी आहे."

"तुला असं वाटतं का तुझा तो श्रीमंत रावसाहेब तुझ्या वाढदिवसाला येण्यापासून मला थांबवू शकेल? आम्हाला चक्क हेलिकॉप्टरमधून यायला मिळालंय." ती हसून म्हणते.

"खरं की काय?"

"हो. आम्ही सगळेच. आणि एरवी ख्रिश्चन ते उडवू शकतो! बाप रे! कमाल आहे!"

मी मान डोलावते.

"कसलं हॉट आहे ना हे सगळं!"

"हो, मलाही असंच वाटतं."

आम्ही दोघी हसतो.

"आज रात्री राहणार आहेस का?" मी विचारते.

"हो. आम्ही सगळेच राहणार आहोत बहुतेक."

"कसला आहे ना तो!"

मी मान डोलावते.

"त्यानं तुला वाढदिवसाला काय दिलं?"

"हे बघ," मी मनगट वर करून तिला ब्रेसलेट दाखवते.

"ओह, किती क्यूट!"

"हो ना."

"लंडन, पॅरिस... आईस्क्रीम?"

"काही गरज नाही तुला समजून घ्यायची."

"वाटलंच मला."

आम्ही पुन्हा खिदळतो. *बेन अँड जेरी अँड ॲनाची* आठवण येऊन मला संकोच वाटतो.

"आणि हो, आर एटसुद्धा."

हे ऐकताच केटच्या तोंडून वाईनचा फवारा बाहेर पडतो. आम्ही दोघी खळखळून

हसू लागतो.

"सगळ्यात मोठा हरामखोर आहे ना तो?" ती हसून म्हणते.

डिझर्टसाठी माझ्यासमोर एक सुंदर चॉकलेट केक येतो. त्याच्यावर बावीस सोनेरी मेणबत्त्या लावलेल्या आहेत. सगळे उठून उभे राहत हॅपी बर्थडे म्हणू लागतात. माझ्या कुटुंबाबरोबर आणि मित्रमैत्रिणींबरोबर ख्रिश्चनसुद्धा गाऊ लागतो. ते बघून ग्रेसचे डोळे चमकतात. तिच्या चेहऱ्यावरचं प्रेम लपत नाही. माझं तिच्याकडे लक्ष गेलं आहे हे पाहून ती मला एक फ्लाईंग किस देते.

"मेक अ विश, डार्लिंग," ख्रिश्चन माझ्या कानात कुजबुजतो. एक फुंकरमध्ये मी बावीस मेणबत्या विझवत मनापासून इच्छा करते. *डॅडी पटकन बरा हो, प्लीज, पटकन बरा हो. आय लव्ह यू सो सो मच डॅडी.*

मध्यरात्रीच्या सुमारास मिस्टर रॉड्रिग्झ आणि होजे निघतात. होजेला घट्ट मिठी मारत मी म्हणते. "थँक यू सो मच, तू आलास म्हणून मला खूप आनंद झाला आहे."

"काय वाट्टेल ते झालं असतं तरी मी तुझा वाढदिवस मात्र चुकवला नसता. आणि रे ची तब्येत सुधरते आहे हे ऐकून आम्हाला खूप बरं वाटतंय."

"हो ना. मिस्टर रॉड्रिग्झ आणि 'रे' ला घेऊन तुला ख्रिश्चन आणि माझ्याबरोबर ॲस्पेनला फिशिंगला यायचंय."

"हो? मस्त कल्पना आहे." होजे हसून म्हणतो. आणि मग त्याच्या वडिलांचा कोट आणायला जातो. मिस्टर रॉड्रिग्झचा निरोप घेण्यासाठी मी गुडघ्यांवर बसते.

"ॲना, तुला सांगू का, एक वेळ अशी होती की तू आणि होजे..." वाक्य अर्धवट सोडत ते माझ्याकडे रोखून बघतात. पण त्यांच्या नजरेत माझ्याबद्दल फक्त प्रेम आहे.

ओह नो.

"मिस्टर रॉड्रिग्झ मला तुमचा मुलगा खूप आवडतो... पण भावासारखा."

"तू माझी लाडकी सून झाली असतीस याची मला खात्री आहे. आणि तशी तू आहेसच. फक्त माझ्याऐवजी तू ग्रें ची सून आहेस." मिस्टर रॉड्रिग्झ हसून म्हणतात. मला मात्र त्यांची खंत जाणवते. मी संकोचते.

"मला आशा आहे की तुम्ही मला मैत्रीण म्हणून स्वीकाराल."

"ऑफ कोर्स. तुझा नवरा खूप छान आहे. ॲना, तुझी निवड उत्तम आहे."

"मलाही तसंच वाटतं." मी हळूच कबुली देते. "माझं त्याच्यावर जिवापाड प्रेम आहे." पुढे होत मी मिस्टर रॉड्रिग्झला मिठी मारते.

“ॲना, त्याला असंच भरभरून प्रेम दे.”

“नक्की.” मी त्यांना वचन देते.

ख्रिश्चन आमच्या स्वीटचं दार बंद करतो. “चला, शेवटी एकदाचे आपण दोघंच उरलो,” असं म्हणत दारावर टेकत तो माझ्याकडे रोखून पाहतो. मी त्याच्या दिशेनं पुढे होते आणि त्याच्या जॅकेटवरून बोटं फिरवू लागते.

“ख्रिश्चन, थँक यू. आजचा हा दिवस मी कधीही विसरणार नाही. खरोखरच, मी म्हणेन की, तू सगळ्यात विचारी, सगळ्यांचा विचार करणारा आहेस. माझा नवरा सर्वाधिक उदार आहे.”

“माय प्लेजर.”

“हो... तुझा आनंद. चला, त्याबद्दलही आता काहीतरी केलं पाहिजे.” मी कुजबुजते. दोन्ही हातांनी त्याला घट्ट धरत मी त्याच्या ओठांवर ओठ टेकवते.

सगळ्यांबरोबर ब्रेकफास्ट घेतल्यानंतर मी माझे प्रेझेंटस उघडून बघते. त्यानंतर कॅव्हॅनॉ आणि ग्रे सिएटलला जायला निघतात. ते चार्ली टँगोनेच परत जाणार आहेत. माझी मॉम, मी आणि ख्रिश्चन टेलरबरोबर हॉस्पिटलला जायला निघतो. माझ्या नवीन आर एटमध्ये आम्ही तिघंही बसू शकलो नसतो म्हणून आम्ही ख्रिश्चनची गाडी घेऊन जातो. बॉबला आमच्याबरोबर येण्यात काही स्वारस्य नाहीए. मनातून मलाही बरंच वाटतं. तसंही तो आला असता तर सगळ्यांची परिस्थिती विचित्र झाली असती. शिवाय, ‘रे’असा अंथरुणावर पडलेला असताना बॉबनं येऊन त्याला बघावं, हे ‘रे’ लासुद्धा आवडलं नसतं.

आम्ही ‘रे’च्या खोलीत जाऊन पोहोचतो. त्याच्यात फारसा फरक पडला नाहीये. हं, त्याची दाढी मात्र थोडी वाढली आहे. त्याला बघून मॉमला धक्काच बसतो. आम्हा दोघींनाही रडू येतं.

“ओह, ‘रे’.” त्याचा हात दाबत ती म्हणते. मग हळुवारपणे ती त्याचा चेहरा कुरवाळू लागते. ‘रे’ बद्दल तिच्या मनात अजूनही किती प्रेम आहे हे पाहून माझा जीव भरून येतो. बरं झालं, माझ्या पर्समध्ये टिश्यू पेपर आहेत. मी पटकन तिच्या हातात टिश्यू ठेवते. आम्ही दोघीही ‘रे’च्या बाजूला बसतो. मी तिचा हात धरलाय आणि तिनं ‘रे’चा हात धरलाय.

“ॲना, एक काळ असा होता की त्याच्याभोवती माझं पूर्ण विश्व फिरत होतं. माझा दिवस त्याच्याबरोबरच सुरू व्हायचा आणि मावळायचाही त्याच्याचबरोबर. मी आयुष्यभर त्याच्यावर प्रेम करत राहीन. त्यानं तुझीसुद्धा किती छान काळजी घेतली आजपर्यंत.

"मॉम-" माझा कंठ दाटून येतो. मला पुढे बोलवत नाही. माझा चेहरा कुरवाळत ती माझी समोर आलेली एक बट माझ्या कानामागे करत म्हणते,

"तुलाही माहिती आहे, की माझं 'रे'वर खूप प्रेम आहे. फक्त आमच्यात खूप अंतर पडत गेल्यामुळे मला त्याच्याबरोबर जगणं कठीण होऊन बसलं." आता तिची नजर तिच्या बोटांवर खिळली आहे. माझ्या मनात विचार येतो की ती तिच्या तिसऱ्या नवऱ्याबद्दल, स्टीव्हबद्दल, विचार करत असेल का? स्टीव्हबद्दल आम्ही कोणीच काही बोलत नाही.

"मला माहिती आहे की तुझं 'रे'वर किती प्रेम आहे ते." डोळे पुसत मी म्हणते. "हे बघ, आज ते त्याला कोमामधून बाहेर काढणार आहेत."

"मला खात्री आहे की तो बरा होईल. तो जरा हट्टी आहे, नाही का? मला वाटतं तू तुझा हट्टीपणा त्याच्याचकडून उचलला आहेस."

मी हसून विचारते, "का, तुझं ख्रिश्चनशी काही बोलणं झालं का?"

"त्यालाही वाटतं का की तू हट्टी आहेस?"

"हं. वाटतंय खरं."

"मी सांगेन त्याला, की हा हट्टीपणा आमच्याकडे उपजतच आहे. ॲना, तुम्ही दोघं एकत्र किती छान दिसता. असेच कायम आनंदात राहा."

"मला वाटतं की... आनंदात कसं राहायचं ते कळू लागलंय आम्हाला. आणि तसंही माझं त्याच्यावर खूप प्रेम आहे. माझ्याही जीवनाचा सगळ्यात महत्त्वाचा भाग तोच आहे. माझाही दिवस त्याच्याचबरोबर सुरू होतो आणि त्याच्याच संगतीत मावळतो."

"त्याचा तुझ्यावर प्रचंड जीव आहे हे दिसून येतं."

"माझाही तितकाच आहे."

"पण मग ते त्याच्यापर्यंत पोहचवत जा. आपल्यावर कोणीतरी प्रेम करतंय हे ऐकण्याची आवश्यकता जशी बायकांना वाटत असते तशीच ती पुरुषांनाही वाटत असते, हे लक्षात ठेव." मॉम आणि बॉबला एअरपोर्टवर सोडायला जायचा आग्रह मी धरते. ख्रिश्चन एसव्हीयू चालवतो. टेलर आमच्यामागून आर एटमधून येत आहे. मॉम आणि बॉब जास्त दिवस राहू शकत नाहीत, याचं मला वाईट वाटतं. पण त्यांना सव्हानाला परत जाणं गरजेचं आहे. मॉमचा निरोप घेताना पुन्हा आम्हा दोघींना रडू येतं.

"बॉब, तिच्याकडे लक्ष दे हं," बॉब मला निघायच्या आधी मिठी मारतो तेव्हा मी त्याच्या कानात म्हणते.

"ॲना, काळजी करू नकोस. मी देईन तिच्याकडे लक्ष. आणि हे बघ, तूसुद्धा स्वतःची काळजी घे."

"हो हो, घेईन." मग मी मॉमकडे वळून म्हणते, "मॉम, गुडबाय. तू आलीस म्हणून मला खूप म्हणजे खूप छान वाटलं." माझा गळा दाटून आला आहे. "आय लव्ह यू सो मच, मॉम."

"ओ माय डार्लिंग, आय टू लव्ह यू . आणि हे बघ, 'रे'ची काळजी करू नकोस. तो अगदी पटकन बरा होईल बघ. तसंही हे जग सोडून जायची त्याची अजून तयारी झालेली नाहीये. मरीनर्सचा एखादा गेम असेल ना आता, तो कसा चुकवेल तो?"

तिच्या या बोलण्यावर मी हसते. खरंय तिचं म्हणणं. मी ठरवते की आज 'रे' ला 'संडे'मधलं स्पोर्ट्सचं पान वाचून दाखवायचं. मॉम आणि बॉब जेईएचच्या जेटमध्ये शिरतात. दारातूनच पुन्हा एकदा अश्रूभरल्या नजरेने हात हलवत ती माझा निरोप घेते आणि आत जाते. ख्रिश्चन माझ्या खांद्याभोवती हात टाकून मला जवळ ओढून घेत म्हणतो, "चल, निघायचं?"

"तू चालवशील गाडी?"

"हो."

त्या संध्याकाळी आम्ही हॉस्पिटलमध्ये परत जातो. 'रे' एकदम वेगळाच दिसतो आहे. काय झालं बरं? हं... माझ्या लक्षात येतं की त्याला जोडलेलं व्हेंटिलेटर त्या रूममधून गायब झालं आहे. रे स्वतःहून श्वास घेतोय. मला मनापासून बरं वाटतं. दाढी वाढलेल्या त्याच्या गालावरून मी प्रेमानं हात फिरवते. मग पुढे होत टिश्यूपेपरनं त्याच्या ओठांवरून ओघळणारी लाळ पुसते. 'रे'च्या प्रगतीबद्दल चौकशी करायला ख्रिश्चन डॉक्टर स्लडर किंवा डॉक्टर क्रो ला शोधायला जातो. मी पुन्हा एकदा 'रे'च्या बाजूला असलेल्या खुर्चीत बसते.

संडे ओरेगोनियनचा स्पोर्ट्स विभाग मी उघडते. सॉंडर्स आणि रियल सॉल्ट लेक यांच्यामध्ये आदल्या दिवशी झालेल्या सॉकर सामन्याबद्दलची माहिती मी त्याला वाचून दाखवायला लागते. फारच जबरदस्त खेळ झालाय तो. पण तरीसुद्धा सॉंडर्सच्या केसी केलरमुळे ते हरले आहेत. वाचत असताना मी 'रे'चा हात घट्ट धरून ठेवलेला आहे.

"आणि शेवटचा स्कोअर आहे, सॉंडर्स एक आणि रियल सॉल्ट लेक दोन."

"हेऽऽ ॲनी, आपण हरलो? नाही!" माझा हात दाबत रे जोरात ओरडतो.

"डॅडी!"

१९

माझ्या डोळ्यातून घळाघळा अश्रू वाहू लागतात. तो परत आलाय, माझा डॅडी परत आलाय.

"रडू नको, ॲनी." घोगऱ्या आवाजात रे म्हणतो. "काय झालंय?"

त्याचा हात दोन्ही हातांत घट्ट धरून मी माझ्या चेहऱ्याजवळ आणत म्हणते, "तुला ॲक्सिडेंट झाला होता. तू पोर्टलॅन्डच्या हॉस्पिटलमध्ये आहेस."

'रे'च्या कपाळावर आठ्या दिसू लागतात. मला त्याचं कारण लक्षात येत नाही. एकतर त्याला अपघाताबद्दल काही आठवत नसावं किंवा मग माझ्या भावनांच्या प्रदर्शनामुळे तो जरा अस्वस्थ झाला असावा.

"तुला थोडं पाणी हवंय का?" मी विचारते. त्याला पाणी द्यायचंय की नाही हे मला माहीत नाही. तो मान हलवतो. त्याच्या चेहऱ्यावरचा संभ्रम स्पष्ट आहे. मला कससंच होतं. मी उभं राहून त्याच्यावर झुकत त्याच्या कपाळावर ओठ टेकवत म्हणते, "आय लव्ह यू, डॅडी. वेलकम बॅक."

तो संकोचानं हात हलवत म्हणतो, "ॲनी, आय लव्ह यू टू. पाणी." मी नर्सच्या स्टेशनकडे धाव घेते.

"माझे डॅड- त्यांना जाग आली आहे!" नर्स केलीकडे बघत मी हसून म्हणते. तीही हसते.

"डॉक्टर स्लडरना पेज करा," असं आपल्या सहकाऱ्यांना सांगून ती घाईघाईनं उठते.

"त्याला पाणी पाहिजे आहे."

"मी घेऊन येते." मी वळून डॅडच्या बेडकडे जाते. मला खूप प्रसन्न वाटतंय. मी त्याच्या पलंगाजवळ पोहोचते. त्याचे डोळे बंद आहेत. मी घाबरते. पुन्हा कोमात गेला की काय?

"डॅडी?"

"आहे, आहे, जागा आहे," रे पुटपुटतो. तितक्यात नर्स केली पाण्याचा ग्लास घेऊन येते. डोळे किलकिले करत रे जागा होतो.

''हॅलो, मिस्टर स्टील, मी तुमची नर्स केली आहे. तुमची मुलगी म्हणतेय की तुम्हाला तहान लागली आहे.''

वेटिंगरूममध्ये बसलेला ख्रिश्चन विचारामध्ये गढून लॅपटॉपकडे एकटक पाहतोय. मी दार लोटते. त्या आवाजानं तो वर पाहतो.

''त्याला जाग आली आहे,'' मी म्हणते. तो हसतो. त्याच्या डोळ्यांभोवती असलेल्या बारीक सुरकुत्या अचानक नाहीशा होतात. तेव्हा कुठे माझ्या लक्षात येतं की गेले काही दिवस तो बहुतेक प्रचंड ताणाखाली होता. माझ्या लक्षात कसं नाही आलं? लॅपटॉप बाजूला ठेवत, उठून उभा राहत तो मला मिठीत घेतो.

''कसा आहे तो?'' तो विचारतो. मीही त्याला मिठी मारते.

''बोलू लागलाय, तहानही लागली आहे त्याला. जरा गोंधळात पडलाय. त्याला अपघाताची आठवणसुद्धा नाहीये.''

''स्वाभाविक आहे ते. आता तो जागा झाला आहे तर मला त्याला सिएटलला हलवायचंय. मग आपणही घरी जाऊ शकतो. तिथे माझी मॉम त्याच्याकडे लक्ष ठेवेल.''

इतक्यात?

''त्याला हलवण्याइतका तो बरा झाला आहे की नाही हे मला माहीत नाही.''

''मी डॉक्टर स्लडरशी बोलून बघतो. तिचं मत विचारात घेतो.''

''तुला घरची आठवण येते आहे का?''

''हो.''

''ओके.''

''मघापासून बघतोय मी, तू सारखी हसते आहेस,'' हिथमनच्या बाहेर मी गाडी थांबवते तसं ख्रिश्चन म्हणतो.

''मला अगदी हुश्श झालंय. शिवाय, खूप आनंदसुद्धा झाला आहे.''

ख्रिश्चन हसून म्हणतो, ''गुड.''

अंधार पडू लागलाय. गाडीतून बाहेर उतरत मी पार्किंग व्हॅलेकडे ऑडीची किल्ली देते. तो हावरेपणानं माझ्या गाडीकडे बघतोय. मी त्याला दोष कसा देऊ! माझ्या अंगातून थंडीची एक लाट जाते. मी शहारते. ख्रिश्चन माझ्याभोवती हात टाकतो.

''आपण सेलिब्रेट करायचं का?'' आम्ही फॉयरमध्ये शिरतो तेव्हा तो मला विचारतो.

''काय सेलिब्रेट करायचं?''

"तुझ्या डॅडचं शुद्धीवर येणं."

मी खुदकन हसून म्हणते, "ओह!"

"किती दिवसांनी मोकळं हसलीस. मला फार उणीव भासली याची," असं म्हणत ख्रिश्चन माझ्या केसांवर ओठ टेकवतो.

"आपण आपल्या रूममध्ये खाऊ यात? फक्त तू आणि मी."

"काहीच हरकत नाही, चल." असं म्हणत माझा हात धरून तो मला एलेव्हेटरकडे नेतो.

"काय मस्त जेवण होतं," मी मनापासून दाद देते. कितीतरी दिवसांनी आज पहिल्यांदाच मी सगळं संपवलंय. "टार्ट टॅटिन कसं बनवायचं हे इथल्या लोकांकडून शिकावं."

मी अंघोळ करून ताजीतवानी झाली आहे. माझ्या अंगात फक्त पॅन्टिज आणि ख्रिश्चनचा टी-शर्ट आहे. आयपॉडवरती ख्रिश्चननं डिडोची वेगवेगळी गाणी लावली आहेत.

ख्रिश्चन माझ्याकडे विचारमग्न नजरेने पाहतो. त्याचे केस अजूनही ओलसर आहेत. त्यानं काळा टी-शर्ट आणि काळीच जीन्स घातली आहे. "आपण इथे आल्यापासून आज पहिल्यांदाच तू नीट खाल्लं आहेस," तो म्हणतो.

"मला खरंच भूक लागली होती."

तो खुर्चीत मागे झुकतो. व्हाईट वाईनचा घोट घेत गालातल्या गालात हसत तो विचारतो, "तुला आता काय करायला आवडेल?" त्याचा स्वर अतिशय मुलायम आहे.

"तुझी काय इच्छा आहे?"

तो नवलाने भुवई उंचावत म्हणतो, "जे करायला मी नेहमी आतुर असतो."

"म्हणजे नेमकं काय?"

"मिसेस ग्रे, ते तुम्हाला चांगलं ठाऊक आहे."

खुर्चीतून उठत त्याच्यापर्यंत जात मी त्याचा हात हातात घेते. त्याच्या तळहातावर बोट फिरवत मी म्हणते, "मला तू ह्या तळहाताने आणि बोटाने स्पर्श करायला हवा आहे." मी माझं बोट त्याच्या अंगठ्याजवळच्या बोटावर ठेवत म्हणते.

तो खुर्चीत सरसावून बसत म्हणतो, "बस! एवढंच!" एकाच वेळेस त्याचे डोळे गडद होतात आणि पेटतातदेखील.

त्याच्या मधल्या बोटावर आणि परत तळहातावर माझं बोट फिरवत मी म्हणते, "कदाचित हेसुद्धा आणि हेसुद्धा." नखानं त्याच्या करंगळीशेजारच्या बोटाला डिवचत मी म्हणते. याच बोटात त्याची वेडिंग रिंग आहे. "हे तर हवंच."

त्याच्या वेडिंग रिंगवर माझं बोट स्थिरावतं. "हे फार सेक्सी आहे."

"ते कसं?"

"कारण, ते सांगतं की *हा माझा आहे."* अंगठीच्या खाली त्याच्या बोटावर उमटलेल्या वळाला मी अलगद स्पर्श करते. पुढे होत माझी हनुवटी पकडत तो विचारतो,

"मिसेस ग्रे, तुम्ही मला मोहात पाडताय का?"

"मला तशी आशा आहे."

"ॲनेस्टेशिया, मी तुला शरण आलो आहे." अतिशय मधाळ स्वरात तो म्हणतो. "ये इकडे," असं म्हणून तो माझा हात ओढतो. पुढच्या क्षणी मी त्याच्या मांडीवर आहे. "हे बघ, तुला अनिर्बंधपणे स्पर्श करायला मला आवडतं." असं म्हणत तो माझ्या मांडीवरून पाठीपर्यंत बोटं फिरवत नेतो. दुसऱ्या हाताने माझी मान सावरत तो माझ्या ओठांवर ओठ टेकवतो.

त्याच्या चुंबनाला व्हाईट वाईनचा, ॲपल पायचा आणि त्याच्या स्वतःचा गंध आणि चव आहे. मी त्याच्या केसांतून हात फिरवते. आम्ही एकमेकांच्या चुंबनात हरवून जातो. माझं रक्त उसळू लागतं. काही क्षणानंतर आम्ही किंचित विलग होतो तेव्हा आम्हाला धाप लागलेली असते.

"चल ना, पलंगावर जाऊ," माझ्या ओठांशी तो संवाद साधतो.

"पलंगावर?" तो माझे केस किंचित ओढतो. माझी हनुवटी उचलली जाते आता मी थेट त्याच्याकडे पाहते. "मिसेस ग्रे, तुमची काय इच्छा आहे?"

इतका वेळ टार्ट टॅटिन खाण्यात मग्न असलेली माझी अंतर्देवता एकदम भानावर येते. मी खांदे उडवत म्हणते, "काहीतरी वेगळं हवंय."

तो गालातल्या गालात हसतो. "तू थोडीशी कंटाळलेली दिसते आहेस," माझ्या नाकावरून नाक फिरवत तो म्हणतो.

"कदाचित मला बंधनाची गरज आहे."

"तसंही शक्य आहे. वय वाढल्यामुळे तू जरा दादागिरी करू लागली आहेस," तो नजर बारीक करत म्हणतो. पण त्याच्या स्वरातला मिस्कीलपणा लपत नाही.

"मग, काय ठरवलं आहेस तू... बंधनाबद्दल?" मी त्याला आव्हान देते.

त्याची नजर चमकते. "मला काय करायचंय ते मला पक्कं ठाऊक आहे. पण अर्थातच तू तयार असणं महत्त्वाचं आहे."

"ओह, मिस्टर ग्रे. गेले काही दिवस तुम्ही माझ्याशी फार कोमलपणे वागत आहात. मी काही काचेची बनलेली नाहीये. तुम्हाला माहिती आहे ते."

"तुला हळुवारपणा आवडत नाही का?"

"अर्थातच आवडतो; पण कसं आहे ना... जीवनात विविधता हवी, नाही

का?'' निरागसतेचा आव आणत, पापण्या फडफडवत मी म्हणते.

''तुला हळुवारपणे नकोय का?''

''मला जीवनदायिनी हवी आहे.''

तो आश्चर्यानं भुवया उंचावतो. ''जीवनदायिनी,'' माझेच शब्द तो उच्चारतो. त्याच्या स्वरात नवल आहे. मी मान डोलावते. तो क्षणभर माझ्याकडे रोखून बघतो. ''हे बघ, ओठ चावू नकोस.'' असं म्हणत तो पटकन माझ्यासकट उठून उभा राहतो. मी दचकते आणि त्याचे दंड घट्ट धरून ठेवते. तो मला पाडेल याची मला भीती वाटते. मला तसंच हातावर धरत तो तिथल्या तीनपैकी एका कोचावर ठेवतो.

''इथेच थांब. हलू नकोस.'' एक क्षणभर तो माझ्याकडे रोखून पाहतो. त्याची ती नजर मला फार हॉट वाटते. मग गर्रकन वळून तो आमच्या बेडरूमकडे जातो. ओह... अनवाणी ख्रिश्चन. त्याची पावलं इतकी हॉट का आहेत? काही क्षणात परत येऊन तो माझ्या मागच्या बाजूला झुकतो.

''मला वाटतं आपण हे काढून टाकू यात.'' असं म्हणत तो माझ्या अंगावरून टी शर्ट काढून बाजूला टाकतो. आता माझ्या अंगावर फक्त पॅन्टीज आहेत. माझं पोनीटेल हाताने ओढून तो माझं चुंबन घेतो.

''उभी राहा.'' माझ्या ओठांशी ओठ टेकवत तो मला हुकूम देतो आणि माझे हात सोडतो. मी ताबडतोब उठून उभी राहते. तो सोफ्यावर टॉवेल पसरवतो.

टॉवेल?

''पॅन्टीज काढ.''

मी आवंढा गिळते पण त्याच्या हुकमाची अंमलबजावणी करते.

''बस.'' असं म्हणून तो पुन्हा एकदा माझं पोनीटेल पकडतो आणि मान मागे ओढतो. ''आणि हे बघ, जर अति वाटलं तर मला थांबायला सांगायचं, कळलं?''

मी मान डोलावते.

''तोंडानं उत्तर दे.'' त्याचा स्वर कठोर आहे.

''हो.'' माझ्या तोंडून कसाबसा आवाज निघतो.

गालातल्या गालात हसत तो म्हणतो, ''छान. तेव्हा मिसेस ग्रे... खास आग्रहास्तव मी तुम्हाला बांधणार आहे,'' तो जेमतेम मला ऐकू येईल अशा स्वरात म्हणतो. त्याच्या त्या स्वरानं आणि वाक्यानं माझ्या शरीरभर तीव्र लालसा दाटून येते. ओह, माझा स्वीट फिफ्टी-सोफ्यावर?

''गुडघे जवळ घे,'' तो हुकूम सोडतो.''आणि ताठ बस.''

मी दोन्ही पावलं उचलून सोफ्यावर ठेवते. आता माझे गुडघे माझ्या हनुवटीसमोर आहेत. तो माझा डावा पाय हातात घेतो आणि बाथरोबचा पट्टा माझ्या गुडघ्यावर बांधतो.

"बाथरोब?"

"जे आहे त्याचा वापर करतोय." पुन्हा एकदा गालातल्या गालात हसत तो गुडघ्यावर गाठ मारतो आणि त्या पट्ट्याचं दुसरं टोक सोफा कव्हरच्या मागे असलेल्या नाडीला बांधून टाकतो. त्यामुळे माझा पाय दूर होतो.

"अजिबात हलू नकोस," मला धमकी देत तो माझ्या उजव्या गुडघ्यावर बाथरोबचा पट्टा बांधत त्याचं दुसरं टोक सोफ्याच्या दुसऱ्या बाजूच्या नाडीला बांधतो.

ओह माय... मी आता सोफ्यावर बसलेली आहे आणि माझे दोन्ही पाय जास्तीत जास्त फाकले आहेत.

"ओके?" सोफ्याच्या मागून माझ्यावर झुकत ख्रिश्चन हळुवारपणे विचारतो.

मी मान डोलावते. आता तो बहुतेक माझे हातसुद्धा बांधेल. पण नाही, तो पुढे झुकून माझं चुंबन घेतो. म्हणतो,

"या क्षणी तू किती मादक दिसते आहेस याची तुला कल्पना नाही." असं म्हणत तो माझ्या नाकावर नाक घासतो. "मला वाटतं म्युझिक बदलायला हवं." असं म्हणत उठून उभा राहत तो आयपॉडच्या दिशेनं जातो.

कसं काय जमतं हे त्याला? मी इथे अशी पट्ट्यांनी बांधलेली, प्रचंड पेटलेली आहे आणि हा...इतका शांत? माझ्या डोळ्याच्या कोपऱ्यातून तो मला दिसतो आहे. त्याच्या पाठीच्या स्नायूंची हालचाल मला त्याच्या टी शर्टच्या आतूनसुद्धा जाणवते आहे. तो गाणं बदलतो. लहान मुलासारखा पण अतिशय गोड असा बाईचा आवाज ऐकू येतो. *वॉचिंग मी* असं गाणं ती म्हणू लागते. ओह, आवडलं मला हे गाणं.

ख्रिश्चन वळतो आणि माझ्या नजरेत नजर मिळवतो. सोफ्याच्या समोरच्या बाजूला येऊन तो माझ्यासमोर गुडघ्यांवर बसतो. अचानक मला खूप उघडं पडल्यासारखं वाटतं.

"उघडं पडल्यासारखं वाटतंय ना?" माझ्या मनातलं बोलायची त्याची ती सवय. आत्ताही तो माझ्या मनातले विचार बरोबर ओळखतो. त्याचे हात स्वतःच्या गुडघ्यांवरती आहेत. मी मान डोलावते.

तो मला स्पर्श का करत नाहीये?

"छान," तो म्हणतो. "हात पुढे घे." मला गुंगवून टाकणाऱ्या त्याच्या डोळ्यांवरून नजर न हटवता मी दोन्ही हात पुढे करते. ख्रिश्चनच्या हातात एक छोटीशी बाटली आहे. त्यातलं थोडंसं तेल तो माझ्या दोन्ही तळहातांवर ओततो. त्याचा गंध फारच मादक आणि सुंदर आहे. नेमक्या शब्दात मला सांगता येतं नाही, की तो गंध कसा आहे.

"हात एकमेकांवर चोळ." मला गिळून टाकणाऱ्या त्याच्या नजरेला नजर देत मी त्याच्या हुकमाची अंमलबजावणी करते. "हलू नकोस." तो धमकी देतो.

ओह माय!

''ॲनेस्टेशिया, आता तू स्वतःला स्पर्श करायचा आहेस. ''

होली काऊ

''गळ्यापासून सुरुवात कर आणि हात खाली खाली येऊ देत.''

मी भांबावते.

''हे बघ ॲना, लाजू नकोस. चल, सुरुवात कर.'' त्याच्या स्वरात आव्हानही आहे आणि गंमतही आहे. शिवाय, त्याची तीव्र कामेच्छा- तीदेखील लपत नाहीये. अतिशय गोड आवाजातलं मघाचं गाणं चालूच आहे. मनाचा हिय्या करत मी दोन्ही हात गळ्यावर ठेवत हळूहळू खाली घसरू देते. आता माझ्या स्तनांवर माझे हात स्थिरावले आहेत. त्या तेलामुळे माझे हात आपोआपच माझ्या त्वचेवरून घसरू लागले आहेत. ते ऊबदारसुद्धा झाले आहेत.

''अजून खाली घे,'' ख्रिश्चनची नजर गडद होत जाते. अजूनही त्याने मला स्पर्श केलेला नाही.

माझे दोन्ही हात आता माझ्या स्तनांवर आहेत.

''डिवच स्वतःला.''

ओह माय. मी हलकेच माझी स्तनाग्रं ओढते.

''जोरात,'' ख्रिश्चन आग्रह धरतो. माझं निरीक्षण करत तो तसाच माझ्या दोन्ही पायांमध्ये बसून आहे. ''जसं मी केलं असतं,'' तो पुढे म्हणतो. आता त्याच्या नजरेत चमक आली आहे. माझ्या ओटीपोटात खड्डा पडतो. माझ्या तोंडून हुंकार बाहेर पडतो. पुन्हा एकदा धीर एकवटून मी माझी स्तनाग्रं जोरात ओढते. पुढच्या क्षणी माझ्या स्पर्शाने आणि डिवचण्याने ती ताठरतात.

''बरोबर. असंच कर. पुन्हा कर.''

डोळे मिटून घेत मी पुन्हा माझी स्तनाग्रं ओढते आणि पिरगाळते. मी कळवळते.

''डोळे उघड.''

मी डोळ्यांची उघडझाप करते.

''परत कर, मला तुला पाहायचं आहे. स्वतःचा स्पर्श तुला किती सुखावतो आहे हे मला पाहायचं आहे. तूसुद्धा अनुभव ते''

ओह फक! मी पुन्हा एकदा माझ्या स्तनाग्रांना कुरवाळते. हे सगळं किती कामुक आहे.

''हात खाली.'' मी जागच्या जागी हलायचा प्रयत्न करते.

''ॲना, हलू नकोस. हे सुख जाणवून घेण्याचा प्रयत्न कर. खाली येऊ दे हात.'' एकाच वेळेस त्याचा आवाज खोल, घोगरा, मोहवणारा आणि फसवासुद्धा आहे.

"तू कर ना," मी कसंबसं म्हणते.

"हो, मी करणारंच आहे- अगदी थोड्या वेळात. तू. खाली. आत्ता." ख्रिश्चनच्या शब्दाशब्दातून कामुकता पाझरते आहे. एकीकडे तो स्वतःच्या दातांवरून जीभ फिरवतो आहे. *होली फक*... मी हलायचा प्रयत्न करते. दोन्ही पट्ट्यांमुळे माझे पाय आवळले जातात.

तो सावकाश मान हलवत म्हणतो, "शांत." दोन्ही हात माझ्या गुडघ्यांवर ठेवत तो मला हलू देत नाही. "चल ॲना, पुढे. खाली."

माझे हात पोटावरून हलकेच खाली नाभीवर सरकतात.

"अजून खाली." तो ओठांची हालचाल करतो. त्याची कामुकता आता शिगेला पोहोचली आहे.

"ख्रिश्चन, प्लीज."

त्याचे हात आता खाली सरकत माझ्या मांड्यावर आणि मग योनीवर स्थिरावतात. "चल ॲना, स्वतःला स्पर्श कर."

माझा डावा हात माझ्या योनीवर स्थिरावतो आणि मी हलकी वर्तुळं काढायला सुरुवात करते. त्या स्पर्शानं माझ्या ओठांचा चंबू होतो. मी धापा टाकू लागते.

"पुन्हा कर." तो कुजबुजतो.

मी चीत्कारते आणि पुन्हा एकदा स्वतःला स्पर्श करते. मान मागे टाकत श्वास घ्यायचा प्रयत्न करते.

"पुन्हा."

आता मी जोरात चीत्कारते. ख्रिश्चन खोल श्वास घेतो. माझे दोन्ही हात पकडत तो पुढे झुकत माझ्या मांड्यांमधून आधी नाक आणि मग जीभ फिरवू लागतो.

"आह!"

मला त्याला स्पर्श करायचा आहे. पण मी जेव्हा हात पुढे घेते तेव्हा तो दोन्ही हातांनी माझी मनगटं घट्ट पकडून ठेवतो.

"मी हे सुद्धा बांधेन. शांत बस."

मी पुन्हा पुन्हा चीत्कारते. गच्च धरलेलं माझं मनगट सोडून त्याची दोन बोटं माझ्यात प्रवेशतात. त्याचा पंजा माझ्या क्लायटॉरिसवर घासला जाऊ लागतो.

"ॲना, तयार आहेस? मी तुला पटकन यायला भाग पाडणार आहे."

"हो," मी धापा टाकते आहे.

त्याची बोटं फिरू लागतात. त्याचा हात वर-खाली होऊ लागतो. माझ्या मनाला आणि शरीराला तो एकाच वेळेस भन्नाट पेटवू लागतो. आह! ही भावना इतकी तीव्र आहे की ती शब्दांत मांडणं मला कठीण आहे. माझ्यात सौख्याच्या

लहरींवर लहरी दाटू लागतात, विशेष करून माझ्या कमरेखालच्या भागात. मला दोन्ही पाय लांबवायचे आहेत. पण मला तसं करता येत नाही. माझी बोटं अंगाखालचा टॉवेल ओरबाडू लागतात.

"अर्पण कर," ख्रिश्चन अगदी हळूच म्हणतो.

त्याच्या बोटांभोवतीच मी येते. अनाहूतपणे जोरात चीत्कारते. माझ्या क्लायटॉरिसवर पंजा घासत तो मला अधिकाधिक यायला मदत करतो. माझं शरीर थरथरू लागतं. तो मला सावरून धरतो. तो माझ्या पायांना बांधलेले पट्टे सोडतो आहे याची मला जेमतेम जाणीव होते.

"आता माझी पाळी," तो पुढे म्हणतो. पटकन तो मला उलटं करतो. माझे गुडघे जमिनीवर आणि चेहरा सोफ्यावर आहे. माझे दोन्ही पाय फाकवत तो माझ्या नितंबांवर जोरात फटका मारतो.

"आह." मी किंचाळते. पुढच्याच क्षणी तो माझ्यात शिरतो.

"ओह, ॲना," दात आवळत तो हुंकार देत मागेपुढे होऊ लागतो. त्यानं माझ्या दोन्ही नितंबांना घट्ट धरून ठेवलं आहे. वरखाली, मागेपुढे होत अनावरपणे तो मला चेतवू लागतो. मीसुद्धा तितकीच पेटून उठते. नको...आ...

"ॲना, ये ना!" ख्रिश्चन जोरात ओरडतो. पुन्हा एकदा मी त्याच्या भोवती मुक्त होते.

"काय मग, पुरेसं जीवनदायिनी झालं की नाही?" माझ्या केसांवर चुंबनाचा वर्षाव करत ख्रिश्चन म्हणतो.

"हो, नक्कीच," छताकडे बघत मी म्हणते. मी माझ्या नवऱ्याच्या बाजूला लोळले आहे. आम्ही दोघंही सोफ्याच्या बाजूला जमिनीवर आहोत. त्याच्या अंगावरचे कपडे अजून तसेच आहेत.

"मला वाटतं आपण पुन्हा करायला पाहिजे. या वेळेस तूही सगळे कपडे काढ."

"ख्राईस्ट! ॲना, जरा माणसाला श्वास घेऊ दे."

मला खुदकन हसू येतं. त्यावर तो म्हणतो, "रे शुद्धीवर आला हे किती बरं झालं. त्यामुळे तुझी भूक परत आलेली दिसते." हे बोलताना त्याला हसू येतं.

मी वळून त्याच्याकडे बघत म्हणते, "कालची रात्र आणि आजची सकाळ विसरलास वाटतं?"

"छे, त्या दोन्ही न विसरण्यासारख्या आठवणी आहेत." तो हसून म्हणतो. या क्षणाला तो किती तरुण, देखणा आणि आनंदी दिसतोय. कशाचीही काळजी नसल्यासारखा. माझी दोन्ही नितंबं पकडत तो म्हणतो." मिसेस ग्रे, तुमचा पार्श्वभाग किती सुंदर आहे."

"तुमचाही आहे." मी भुवई उंचावत म्हणते."जरी तो अजूनही कपड्यांच्या आत दडलेला आहे तरी."

"मिसेस ग्रे, आणि त्याबद्दल तुमचं काय म्हणणं आहे?"

"मिस्टर ग्रे, मी एक एक करत तुमचे सगळे कपडे उतरवणार आहे."

त्याला हसू येतं.

"आणि मला असं वाटतं की 'तुझ्याबाबत अजून बरंच काही छान छान आहे'," रिपीट वर टाकलेल्या गाण्याचा उल्लेख करत मी त्याला म्हणते. अचानक त्याच्या चेहऱ्यावरचं हसू मावळतं.

ओह नो!

"खरंच आहे," मी पुढे होत त्याच्या ओठांच्या कोपऱ्यावर ओठ टेकवत म्हणते. तो डोळे मिटून घेत मला जवळ ओढून घेतो.

"ख्रिश्चन, तू खरंच गोड आहेस. माझा हा विकएन्ड तू किती स्पेशल बनवला आहेस. तिकडे 'रे' ला हॉस्पिटलमध्ये ठेवलं होतं तरीसुद्धा तू किती काय काय केलंस माझ्यासाठी. थँक यू." तो त्याचे ते मोठे डोळे उघडतो. त्याच्या राखाडी डोळ्यात गंभीर भाव उमटले आहेत. त्याला तसं बघून माझा जीव कळवळतो.

"कारण माझं तुझ्यावर खूप प्रेम आहे," तो उत्तर देतो.

"मला माहिती आहे. आणि माझंही तुझ्यावर खूप प्रेम आहे," मी त्याचा चेहरा कुरवाळत म्हणते."आणि माझ्यासाठी तू अतिशय अमूल्य आहेस. माहिती आहे ना तुला ते?"

त्यावर तो काहीच बोलत नाही. एका क्षणात कुठे हरवतो हा?

ओ, ख्रिश्चन... माझा गोड फिफ्टी.

"माझ्यावर विश्वास ठेव," मी आर्जव करते.

"सोपं नाहीये ते." मला त्याचा आवाज जेमतेम ऐकू येतो.

"प्रयत्न कर. मनापासून प्रयत्न कर. कारण मी जे बोलते आहे ते मनापासून आहे, खरं आहे." मी त्याचा चेहरा हळुवारपणे कुरवाळत म्हणते. त्याचे ते राखाडी डोळे अथांग समुद्रासारखे दिसतायत. काय नाही आहे त्याच्या नजरेत? हरवल्याची, दुःख झाल्याची, वेदनेची भावना आहे. मला त्याच्या अंतरंगात शिरून त्याला घट्ट धरून ठेवावंसं वाटतंय. त्याच्या चेहऱ्यावरचा हा भाव बदलण्यासाठी या क्षणी मी वाट्टेल ते करायला तयार आहे. तो म्हणजे माझं अवघं जग आहे. कधी कळणार आहे हे त्याला? मी त्याच्यावर जितकं प्रेम करते त्याहून कैकपटींनी मौल्यवान आहे. कधी कळणार त्याला हे? त्याच्या आई-वडिलांचं, त्याच्या भावंडांचं त्याच्यावर प्रचंड प्रेम आहे. का नाही समजत हे त्याला? मी आजपर्यंत त्याला अनेकवार हे सांगितलं आहे. पुन्हा पुन्हा सांगते आहे. तरीही आज ख्रिश्चनच्या मनात शंका आहे.

काळ. काळच त्याच्यावर उत्तर आहे. कदाचित काही दिवस लागतील.

"थंडी वाजेल तुला. ये इकडे," असं म्हणत तो पटकन उठतो आणि मलासुद्धा उठवतो. आम्ही दोघं तसेच बेडरूमच्या दिशेनं जातो. मला स्वतःला त्याच्यावर लादायचं नाहीये. पण हेही खरं आहे की 'रे'चा ॲक्सिडेंट झाल्यापासून मला वारंवार वाटतं आहे, की त्याला सतत सांगावं की माझं त्याच्यावर खूप प्रेम आहे.

मी बेडरूममध्ये शिरते. काही क्षणांपूर्वी आम्ही दोघं किती आनंदात होतो.

"आपण थोडा वेळ टीव्ही बघायचा का?" त्याचा मूड परत आणण्यासाठी मी विचारते.

ख्रिश्चन हसून म्हणतो, "मला वाटलं होतं दुसरा राऊंड सुरू होणार आहे." चला, माझा मरक्युरियल फिफ्टी परत आलाय तर! एक भुवयी उंचावत मी पलंगापाशी थांबून म्हणते,

"हरकत नाही, पण या वेळेस मी सूत्रधार असणार आहे." तो अवाक होऊन माझ्याकडे पाहतो. मी त्याला पलंगावर ढकलून देत त्याचे दोन्ही हात त्याच्या डोक्याच्या दोन्ही बाजूंना दाबून धरते.

तो हसून माझ्याकडे बघत म्हणतो, "वेल, मिसेस ग्रे, आता मी तुमच्या पकडीत आलोच आहे तर तुम्ही माझं काय करणार आहात तेही सांगा!" मी खाली वाकून त्याच्या कानात कुजबुजते, "आय एम गोईंग टू फक यू विथ माय माऊथ."

खोल श्वास घेत तो डोळे मिटून घेतो. आणि मी दाताने त्याच्या हनुवटीचे लहान लहान चावे घ्यायला सुरुवात करते.

ख्रिश्चन कॉम्प्युटरवर काम करतोय. लख्ख उजेड पसरलाय. मला वाटतं तो कोणाला तरी ई-मेल पाठवतोय.

"गुड मॉर्निंग," दारात उभं राहून मी संकोचून म्हणते. तो वळून माझ्याकडे पाहत हसतो.

"मिसेस ग्रे, लवकर उठलात," असं म्हणत तो दोन्ही हात पसरतो. मी पटकन पुढे होत त्याच्या मिठीत स्वतःला झोकून देत त्याच्या मांडीवर बसते. "तूही तर लवकर उठला आहेस."

"मी जरा विचार करत होतो." माझ्या केसांवर ओठ टेकवत तो म्हणतो.

"काय?" काहीतरी बिनसलंय हे माझ्या लक्षात येतं.

तो सुस्कारा सोडत म्हणतो, "डिटेक्टिव्ह क्लार्ककडून मला ई-मेल आला आहे. त्या हरामखोर हाईडबद्दल त्याला तुझ्याशी बोलायचंय."

"खरं?" मी ख्रिश्चनकडे पाहत विचारते.

"हो. मी त्याला सांगितलंय की तूर्तास तू पोर्टलॅन्डमध्ये असल्यामुळे त्याला थांबावं लागेल. पण त्याला इथे येऊन तुझा इंटरव्ह्यू घ्यायचा आहे."

"तो इथे येणार आहे?"

"असं दिसतंय खरं." ख्रिश्चन जरा वैतागलाय.

किंचित त्रासून मी विचारते, "इतकं काय महत्त्वाचं आहे की तो दोन दिवस थांबू शकत नाही?"

"तेच तर म्हणतोय मी."

"नेमका कधी येणार आहे तो?"

"आजच. मी त्याला त्याप्रमाणे ई-मेल टाकतो."

"लपवण्यासारखं माझ्याकडे काहीच नाहीये. त्याला काय जाणून घ्यायचं असेल?"

"मलाही नेमका तोच प्रश्न पडलाय. अर्थातच, तो इथे आला की कळेल आपल्याला. बरं, ते जाऊ दे, आत्ता ब्रेकफास्ट येईल. पटकन खाऊन घेऊ. म्हणजे मग आपल्याला तुझ्या डॅडना भेटायला जाता येईल."

मी मान डोलावून म्हणते, "हे बघ, तू कामात आहेस हे दिसतंय मला. मी एकटीसुद्धा जाऊ शकते."

तो तत्परतेने म्हणतो, "नाही, मला यायचंय तुझ्याबरोबर."

"ओके," मी हसून त्याच्या मानेभोवती हात टाकत त्याचं चुंबन घेत उत्तर देते.

'रे' जरा त्रासलेला आहे. पण, त्याला असं बघण्यातसुद्धा मला आनंद वाटतोय. तो वैतागलाय, चिडचिड करतोय, अस्वस्थ झालाय, त्याचा धीर सुटलाय.

"डॅड, तू गंभीर अपघातातून बाहेर आला आहेस. पहिल्यासारखं बरं वाटायला वेळ लागेल. तुला सिएटलला हलवायची माझी आणि ख्रिश्चनची इच्छा आहे."

"मला कळतच नाहीये, की तुम्ही दोघं इतकी काळजी का करताय? मी इथे अगदी ठीक आहे."

"काहीतरीच काय! उगाच वाट्टेल ते बोलू नकोस." अतिशय प्रेमाने 'रे'चा हात दाबत मी म्हणते. त्यावर तो हसून माझ्याकडे बघतो.

"तुझ्यासाठी काय आणू?"

"एखादं डोनट खायला आवडेल मला, ॲनी."

मला खूप हसू येतं. "मी पटकन तुझ्यासाठी डोनट घेऊन येते."

"ग्रेट!"

"थोडी कॉफी चालेल?"

"धावेल!"

"ओके, मी पटकन घेऊन येते."

ख्रिश्चन वेटिंगरूममध्ये फोनवर बोलतोय. खरंतर त्यानं इथे ऑफिस थाटायला हवं होतं. या क्षणाला तो कामात गर्क आहे. आयसीयूमध्ये इतर पेशन्ट आहेत तरी वेटिंगरूम रिकामी आहे. मला तर शंका आहे, की ख्रिश्चनने बहुतेक सगळ्या व्हिजिटर्सना घालवून दिलं असावं. ही शक्यता नाकारता येत नाही.

"दुपारी चार वाजता क्लार्क पोहोचणार आहे."

मी त्रासते. एवढी काय घाई आहे? "ठीक आहे. रे ला कॉफी आणि डोनट हवे आहेत."

ख्रिश्चन हसून म्हणतो, "मला अपघात झाला असता तर मलाही कॉफी-डोनट खावेसे वाटले असते. टेलरला सांग आणून द्यायला."

"नाही, मीच घेऊन येते."

"मग, टेलरला घेऊन जा," तो हुकूम सोडतो.

"ओके." मी डोळे फिरवते. तो रोखून पाहतो. मग मान कलती करत तो गालातल्या गालात हसतो.

"हे बघ, इथे कोणीच नाहीये." अचानक त्याचा स्वर खाली येतो. माझ्या लक्षात येतं की तो मला फटके देण्याची भीती दाखवतोय. मी त्याला आव्हान देणार इतक्यात एक तरुण जोडपं दार उघडून आत येतं. त्यातली तरुणी रडते आहे.

मी ख्रिश्चनकडे पाहत खांदे उडवते. त्याचा इरादा माझ्या लक्षात आला आहे हे त्याच्याही लक्षात येतं. तो नुसतीच मान डोलावतो. लॅपटॉप उचलून माझा हात हातात घेत तो मला तिथून बाहेर काढतो.

"आपल्या दोघांपेक्षा त्या दोघांना एकांताची जास्त गरज आहे. आपण दोघं याचा वचपा नंतर काढू शकतो."

बाहेर टेलर शांतपणे आमची वाट पाहत उभा आहे. "चला, कॉफी आणि डोनट घेऊन येऊ यात."

बरोबर चार वाजता आमच्या स्वित्च्या दारावर टकटक होते. टेलर डिटेक्टिव्ह क्लार्कला आत घेऊन येतो. मागच्या वेळेस पेक्षा क्लार्क ह्यावेळेस जास्त भडकलेला दिसतोय. तो नेहमीच भडकलेला असतो. कदाचित त्याच्या चेहऱ्याची ही ठेवण असेल.

"मिस्टर ग्रे, मिसेस ग्रे, मला वेळ दिल्याबद्दल मी आपला आभारी आहे."

"डिटेक्टिव्ह क्लार्क." त्याच्याशी हस्तांदोलन करत ख्रिश्चन त्यानं बसावं म्हणून कोचकडे निर्देश करतो. मी बाजूच्या कोचवर बसते. या कोचवर काल रात्री मी किती आनंद उपभोगला होता ते आठवून मी संकोचते.

"मला मिसेस ग्रे यांच्यासोबत बोलायचं आहे," क्लार्क ख्रिश्चनला स्पष्टपणे

सांगतो. त्याचा निर्देश दाराशी उभ्या असलेल्या टेलरकडे आहे. ख्रिश्चनच्या ते लक्षात येतं. तो टेलरला हलकासा इशारा करतो. टेलर दार ओढून घेत बाहेर जातो.

"तुम्हाला माझ्या बायकोशी जे काही बोलायचं आहे ते तुम्ही माझ्यासमोर बोलू शकता," ख्रिश्चन अतिशय शांतपणे म्हणतो. डिटेक्टिव्ह क्लार्क प्रश्नार्थक नजरेने माझ्याकडे बघतो.

"मिसेस ग्रे, मिस्टर ग्रे इथे असले तर तुम्हाला चालणार आहे का?" कुठलीही लपवाछपवी न करता क्लार्क मला विचारतो.

मी जरा त्रासून त्याच्याकडे पाहत म्हणते, "अर्थातच! हे पाहा, त्याच्यापासून लपवण्यासारखं माझ्याकडे काही नाही आणि तसंही तुम्ही फक्त इंटरव्ह्यू घ्यायला आलात ना?"

"हो, मॅऽम."

"मग माझा नवरा इथेच थांबलेला मला आवडेल."

ख्रिश्चनला आलेला ताण मला जाणवतोय.

"हरकत नाही," माझ्या म्हणण्याला मान्यता देत क्लार्क खाकरतो. "मिसेस ग्रे, मिस्टर हाईड यांचं म्हणणं आहे की तुम्ही त्यांचं लैंगिक शोषण केलंत आणि त्यांच्याशी वारंवार अतिशय असभ्यपणे वागलात."

ओह! मोठ्या कष्टांनी मी हसू दाबते. माझ्या बाजूला बसलेला ख्रिश्चन अतिशय अस्वस्थ झालाय. मी त्याच्या मांडीवर हात ठेवते.

"त्याचं हे म्हणणं अत्यंत हास्यास्पद आहे," ख्रिश्चन पुटपुटतो. त्याच्या मांडीवर हात दाबत मी त्याला गप्प बसण्याचा इशारा करते.

"हे खरं नाहीये," मी शांतपणे उत्तर देते. "खरं सांगायचं तर याच्या अगदी विरुद्ध परिस्थिती होती. त्यानं अतिशय वाईट प्रकारे मला छेडल्यामुळे त्याची नोकरीवरून हकालपट्टी झाली."

पुढे काही बोलायच्या आधी क्षणभर डिटेक्टिव्ह क्लार्क ओठ घट्ट मिटून घेतो.

"हाईडचा तुमच्यावर आरोप आहे की त्याची तिथून हकालपट्टी करण्यासाठी म्हणून तुम्ही मुद्दाम त्याच्या विरुद्ध कुभांड रचलंत. ती नोकरी तुम्हाला हवी होती. त्यासाठी तुम्ही त्याच्यासमोर लाळघोटेपणा करत होतात. मात्र, त्याने तुम्हाला नकार दिला होता."

मी त्रासते. *होली क्रॅप!* मला वाटलं होतं त्याहून जॅक कितीतरी जास्त भ्रमात आहे. "तो अगदी खोटं बोलतोय." मी जोरजोरात मान हलवत म्हणते.

"डिटेक्टिव्ह, माझ्या बायकोवर असे घाणेरडे आरोप करण्यासाठी तुम्ही इतक्या दूर आला आहात का?"

आपले निळे डोळे ख्रिश्चनवर रोखत क्लार्क ठामपणे म्हणतो, "जे काही

घडलंय ते मला मिसेस ग्रे यांच्या तोंडून ऐकायचं आहे, सर.'' मी पुन्हा एकदा ख्रिश्चनच्या मांडीवर दाब देते. त्यानं जरा शांत राहावं, असं मी त्याला स्पर्शातून सुचवते.

''ॲना, ही सगळी भंकस ऐकून घ्यायची काहीही गरज नाही.''

''ख्रिश्चन, मला वाटतं जे काही घडलं ते डिटेक्टिव्ह क्लार्कला समजायला हवं.''

क्षणभर माझ्याकडे निर्विकारपणे पाहत ख्रिश्चन हात उडवतो. 'कर तुला काय करायचं ते' असा त्याचा आविर्भाव असतो.

''हाईडने जे विधान केलं आहे त्यात खऱ्याचा अंशदेखील नाही.'' वरकरणी मी अतिशय शांतपणे सांगत असले तरी माझ्या मनात प्रचंड खळबळ माजली आहे. माझ्यावर केल्या गेलेल्या आरोपांमुळे मी प्रचंड गोंधळात पडले आहे. माझी द्विधा मनःस्थिती झाली आहे. शिवाय, कुठल्याही क्षणी ख्रिश्चनचा संयम सुटेल आणि तो भडकेल याची धास्तीदेखील मला वाटते आहे. *जॅकला नक्की काय साधायचं आहे?* ''उलट मिस्टर हाईड यांनी त्या संध्याकाळी मला ऑफिसच्या किचनमध्ये हटकलं होतं. त्यानं माझी वाट अडवून धरली होती. त्या कंपनीत मला नोकरी लागली ती केवळ त्याच्यामुळे, असं त्यानं मला सांगितलं. त्या बदल्यात त्याला माझ्याकडून 'काही विशेष' अपेक्षा होत्या. तेव्हा माझं आणि ख्रिश्चनचं लग्न झालेलं नव्हतं. मी ख्रिश्चनला पाठवलेल्या ई-मेल्सच्या आधारे मला ब्लॅकमेल करायचा हाईडनं प्रयत्न केला. तो माझ्या ई-मेल्सवर अशा प्रकारे पाळत ठेवून होता याची मला कल्पना नव्हती. तो अनेकदा भ्रमिष्टासारखा वागायचा. एसआयपी विकत घेण्यासाठी ख्रिश्चननं खास त्याच्यावर लक्ष ठेवायला पाठवलेली मी हेर आहे, असाही आरोप त्यानं माझ्यावर केला होता. त्याला माहीत नव्हतं, की तेव्हा ख्रिश्चनने एसआयपी विकत घेतलेली होती.'' त्या संध्याकाळी हाईडनं माझ्याबरोबर केलेला अतिप्रसंग आठवून मी प्रचंड कासावीस होते.

''शेवटी मी त्याला जमिनीवर लोळवलं.''

''जमिनीवर लोळवलंत?'' आश्चर्यानं क्लार्क विचारतो.

''काय आहे ना, माझे वडील आर्मीत होते. हाईडनं मला... अं, स्पर्श करण्याचा प्रयत्न केला. अशा वेळेस स्वतःचं रक्षण कसं करायचं ते मी जाणते.''

ख्रिश्चन माझ्याकडे कटाक्ष टाकतो. त्याच्या नजरेत अभिमान आहे.

''अच्छा!'' कोचवर मागे झुकत, सुस्कारा टाकत क्लार्क म्हणतो.

''तुम्ही हाईडच्या आधीच्या पर्सनल असिस्टंटस्‌शी बोलला आहात का?'' ख्रिश्चन मनापासून विचारतो.

''हो, आम्ही बोललोय. पण, त्यांपैकी एकही जण त्याच्याविरुद्ध बोलायला

तयार नाही. तो बॉस म्हणून अतिशय चांगला होता असं प्रत्येकीचं म्हणणं आहे. मात्र, गंमत म्हणजे त्यांच्यापैकी कोणीही तीन महिन्यांहून जास्त टिकलं नाही.''

''आम्हालासुद्धा हाच अनुभव आला,'' ख्रिश्चन म्हणतो.

ओह! मी आणि डिटेक्टिव्ह क्लार्क अवाक होऊन ख्रिश्चनकडे बघतो.

''माझ्या सिक्युरिटी चीफनं हाईडच्या पूर्वीच्या पाचही पर्सनल सेक्रेटरींचा इंटरव्ह्यू घेतलेला आहे.''

''ते का म्हणून?''

ख्रिश्चन त्याच्याकडे अतिशय थंड नजरेने पाहतो, ''कारण माझी बायको त्याच्याकडे नोकरी करत होती. आणि ज्याही कोणाबरोबर माझी बायको काम करणार असेल त्यांच्याबद्दलची सगळी माहिती माझी सिक्युरिटी टीम काढते.''

हे ऐकून डिटेक्टिव्ह क्लार्क थक्क होतो. मीही 'नाईलाज आहे' या अर्थानं खांदे उडवते.

''अच्छा अच्छा,'' क्लार्क म्हणतो. ''मिस्टर ग्रे, मला असं वाटतंय की प्रत्यक्ष नजरेला दिसतंय त्यापेक्षा बरंच काही दडलंय या प्रकरणात. उद्या त्याच्या घराची आम्ही पुन्हा एकदा कसून झडती घेणार आहोत. कदाचित काहीतरी सुगावा लागेल. असं लक्षात येतंय की अनेक दिवसांपासून तो त्या घराकडे फिरकलासुद्धा नाहीये.''

''म्हणजे, या आधीही तुम्ही त्याच्या घराची झडती घेतली होती का?''

''हो. पण, उद्या पुन्हा घेणार आहोत. या वेळेस जरा जास्त कसून तपासणी करू आम्ही.''

''तुम्ही अजूनही त्याच्यावर रॉस बेली आणि माझा खून करण्याचा आरोप ठेवला नाहीये,'' ख्रिश्चन नको इतक्या हळुवारपणे म्हणतो.

काय?

''मिस्टर ग्रे, तुमच्या हेलिकॉप्टरच्या घातपाताच्या संदर्भात अजून पुरावे गोळा करण्याचा आम्ही प्रयत्न करतो आहे. आम्हाला ठोस पुरावे हवे आहेत. सध्यातरी आमच्याकडे फक्त हातांचे अस्पष्ट ठसे आहेत. तेवढं पुरेसं नाहीये. तो तुरुंगात आहे तोवर आम्ही त्याच्याविरुद्ध केस दाखल करण्याइतके पुरावे गोळा करण्याच्या मागे आहोत.''

''म्हणजे तुम्ही केवळ एवढं बोलण्यासाठीच इथे आला होतात का?''

क्लार्क चिडून उत्तर देतो, ''हो, मिस्टर ग्रे. अर्थात, तुम्ही जर त्या नोटचा थोडा अजून विचार केला असता तर...?''

नोट? कसली नोट?

''नाही. मी तुम्हाला याआधीच सांगितलं, की माझ्या दृष्टीनं त्याला काहीही अर्थ नाही.'' ख्रिश्चनही संताप लपवू शकत नाहीये. ''हे सगळं बोलणं फोनवर

करायला काय हरकत होती?''

''मला वाटतं, मी तुम्हाला आधीच सांगितलं होतं की मला समोरासमोर ऐकायला जास्त आवडतं. शिवाय, पोर्टलँडमध्ये माझी आत्याआजी राहते. या निमित्तानं तिचीही भेट घेता आली मला. एका दगडात दोन पक्षी... कसं?'' निर्विकारपणे क्लार्क उत्तर देतो. ख्रिश्चनच्या संतापाचा त्याच्यावर काहीही परिणाम झालेला नाहीये.

''ठीक आहे, मला बरीच कामं आहेत. तुमचं झालं असेल तर....'' असं म्हणत ख्रिश्चन उठून उभा राहतो. क्लार्कला इशारा कळतो.

''मिसेस ग्रे, वेळ दिल्याबद्दल आभारी आहे,'' क्लार्क नम्रपणे म्हणतो.

मी मान डोलावते.

''मिस्टर ग्रे,'' ख्रिश्चन दार उघडतो आणि क्लार्क बाहेर पडतो. मी कोचवर कोसळते.

''हरामखोर साला! तुझा विश्वास आहे त्याच्यावर?'' ख्रिश्चनच्या संतापाचा उद्रेक होतो.

''क्लार्क?''

''नाही. तो हरामखोर, हाईड.''

''नाही, त्याच्यावर मी अजिबात विश्वास ठेवू शकत नाही.''

दातओठ खात ख्रिश्चन म्हणतो, ''साल्याला नक्की काय साधायचं आहे?''

''मला कल्पना नाही. माझ्या सांगण्यावर क्लार्कचा विश्वास बसला असेल का?''

''अर्थातच. हाईड किती नालायक आणि हरामखोर आहे याची क्लार्कला पुरेपूर कल्पना आहे.''

''तू किती वतवततो आहेस.''

''वतवततो?'' ख्रिश्चन किंचित सैलावतो. ''असा शब्द तरी आहे का?''

''आतापासून आहे असं समज.''

अनपेक्षितपणे ख्रिश्चनला हसू येतं. माझ्या बाजूला बसत तो मला मिठीत ओढतो.

''हे बघ, त्या हरामखोराचा विचार करत बसू नकोस. चल, आपण जाऊन तुझ्या डॅडना भेटून येऊ. उद्या त्यांना इथून हलवायचंय ना?''

''त्याला इथे पोर्टलॅन्डमध्येच राहायचंय असं तो म्हणत होता. उगाच आपल्याला कशाला त्रास असं त्याला वाटतंय.''

''मी बोलतो त्यांच्याशी.''

''मी त्याच्याबरोबर सिएटलला येईन.''

क्षणभर ख्रिश्चन माझ्याकडे रोखून बघतो. बहुतेक तो मला नकार देणार आहे. ''बरं. मीसुद्धा तुमच्या बरोबर येईन. सॉयर तुझी आर एट आणेल आणि टेलर माझी गाडी सिएटलला घेऊन येईल.''

दुसऱ्या दिवशी 'रे 'ला सिएटलच्या नॉर्थवेस्ट हॉस्पिटलमध्ये हलवलं जातं. तिथली प्रशस्त मोकळी खोली त्याला खूप आवडलीय. परंतु, झालेल्या दगदगीमुळे तो जरा दमलाय. जरी त्याला हेलिकॉप्टरनं आणलं तरी काय झालं!

''ख्रिश्चनला सांग की, मला मनापासून त्याचं कौतुक वाटतंय,'' रे मला म्हणतो.

''तू स्वतःच त्याला हे सांगू शकतोस. तो येणार आहे संध्याकाळी.''

''तुला ऑफिसला नाही का जायचं?''

''जाईनही किंवा नाहीपण जाणार. तुझी नीट सोय लागल्याची खात्री करून घेणं मला जास्त गरजेचं वाटतंय.''

''नीघ बरं तू आता. उगाच माझ्याबद्दल काळजी करत बसण्याची गरज नाही.''

''मला आवडतं तुझी काळजी करायला.'' माझा ब्लॅकबेरी वाजतो. अनोळखी नंबर पाहून मी फोन घेत नाही.

''तू घेणार नाहीयेस का हा फोन?'' रे विचारतो.

''नाही. हा नंबर माझ्या ओळखीचा नाही. व्हॉईसमेलमध्ये जाईल तो. हे बघ, मी तुझ्यासाठी वाचायला काय घेऊन आले आहे,'' त्याच्या पलंगाच्या बाजूच्या टेबलवर ठेवलेल्या स्पोर्ट्स मॅगझिनकडे बोट दाखवत मी म्हणते.

''थँक्स, ॲनी.''

''तू दमला आहेस, हो ना?'' त्यावर रे नुसती मान डोलावतो.

''कर तू आता थोडा आराम,'' असं म्हणत मी त्याच्या कपाळावर ओठ टेकवते. ''डॅडी, पुन्हा येईन हं,'' मी म्हणते.

''हो, हनी. भेटू यात नंतर. आणि हे बघ, 'थँक यू.'' माझा हात हातात घेत हळुवारपणे तो दाबत रे म्हणतो. ''खरं सांगू का, तू मला डॅडी म्हटलंस की फार छान वाटतं बघ! जुन्या दिवसांची आठवण होते.''

ओह, डॅडी. उत्तरादाखल त्याचा हात दाबत मी त्याचा निरोप घेते.

हॉस्पिटलच्या मुख्य दारातून बाहेर पडून मी एसयूव्हीच्या दिशेने जाते. सॉयर माझी वाट पाहत उभा आहे. तेवढ्यात कोणीतरी मला हाक मारतं,

''मिसेस ग्रे! मिसेस ग्रे!''

मी वळून बघते. डॉक्टर ग्रीन घाईघाईनं माझ्या दिशेनं येत असतात. त्या नेहमीसारख्याच अगदी टीपटॉप आहेत; मात्र त्यांचा चेहरा किंचित त्रासलेला आहे.

"मिसेस ग्रे, कशा आहात तुम्ही? माझा निरोप मिळाला का? मी मघाशीसुद्धा फोन केला होता."

"नाही." माझ्या अंगावर शहारे येतात.

"नाही, म्हणजे, मी विचार करत होते की, तुम्ही लागोपाठ चार अपॉईन्टमेन्टस रद्द का केल्यात?"

चार अपॉइन्टमेन्टस्? मी हादरते. *मी चार अपॉईन्टमेन्टस् रद्द केल्या? कसं शक्य आहे?*

"मला वाटतं, आपण माझ्या ऑफिसमध्ये बसून बोलू यात. खरंतर मी जेवायला चालले होते- पण तुम्हाला आत्ता वेळ असेल तर काही हरकत नाही."

मी कशीबशी मान डोलावते. "काही हरकत नाही. मी..." माझ्या तोंडून एकही शब्द बाहेर पडत नाही. मी चार अपॉइन्टमेन्टस् कशा काय पुढे ढकलू शकते? *शिट! यापूर्वीच शॉट घ्यायला हवा होता.*

अतिशय यांत्रिकपणे मी तिच्यामागून जाते. एकच विचार मला छळतोय की मी चार अपॉइन्टमेन्टस् रद्द कशा करू शकते. मला आठवतंय की माझी एक अपॉइन्टमेन्ट पुढे ढकलण्याबद्दल हॅना बोलली होती- पण चार? मी असं कसं करू शकते?

डॉक्टर ग्रीनचं ऑफिस ऐसपैस आहे. मोजक्या कलात्मक गोष्टींनी ते सजवलं आहे.

"बरं झालं, मी इथून जायच्या आधी तुम्ही मला गाठलंत. मनापासून आभारी आहे मी तुमची," बसलेल्या धक्क्यातून मी अजूनही सावरलेले नाहीये. तरीही मी पुढे म्हणते, "माझ्या वडिलांच्या गाडीला अपघात झाला होता. नुकतंच आम्ही त्यांना पोर्टलॅन्डहून इथे हलवलंय."

"ओह, आय ॲम सो सॉरी. कशी आहे त्यांची तब्येत?"

"हळूहळू सुधारणा होते आहे, थँक यू."

"चला, बरं झालं. म्हणूनच तुम्ही शुक्रवारची अपॉइन्टमेन्ट रद्द केली असेल."

डॉक्टर ग्रीन डेस्कवरचा माऊस हलवतात. त्याबरोबर कॉम्प्युटर पुन्हा सुरू होतो.

"हं... तेरा आठवडे होऊन गेले आहेत. तुम्ही जरा जास्तच ताणलंय. तुम्हाला पुढचा शॉट देण्याआधी आपण तुमची टेस्ट केलेली बरी."

"टेस्ट?" माझ्या तोंडून कसंबसं बाहेर निघतं. माझ्या चेहऱ्याचा रंग उडालाय. डोकं गरगरतंय.

"प्रेग्नन्सी टेस्ट."

ओह, नो!

बाजूचं ड्रॉवर उघडत ती म्हणते, ''काय करायचंय ते माहिती आहे तुम्हाला.'' माझ्या हातात छोटी बाटली ठेवत ती पुढे म्हणते, ''माझ्या ऑफिसच्या बाहेरच रेस्टरूम आहे.'' माझ्याही नकळत मी उठते. माझं शरीर जणू ऑटो पायलेट मोडवर आहे. तशीच मी रेस्टरूमकडे जाते.

शिट, शिट, शिट, शिट, *शिट!* मी हे होऊच कसं दिलं... आता काय? मला एकदम कससं होऊ लागतं. मनातल्या मनात मी प्रार्थना करू लागते, *प्लीज नको. प्लीज नको. हे फार लवकर होतंय. फार लवकर होतंय. फार लवकर होतंय.* हातातल्या बाटलीसकट मी डॉक्टर ग्रीनच्या ऑफिसमध्ये पुन्हा प्रवेश करते. चेहऱ्यावर उसनं हसू आणून त्या मला खुर्चीत बसायचा इशारा करतात. चकार शब्ददेखील न उच्चारता मी त्यांच्या हातात बाटली देते. त्यामध्ये त्या एक पांढऱ्या कागदाची पट्टी बुडवतात आणि निरीक्षण करतात. पांढरा रंग फिक्या निळ्या रंगात बदलतो. त्यांची भुवई प्रश्नार्थक उंचावते.

''या निळ्याचा अर्थ काय आहे?'' प्रचंड ताणाने माझा जीव जाईल असं मला वाटतंय.

अतिशय गंभीरपणे माझ्याकडे पाहत त्या म्हणतात, ''मिसेस ग्रे, याचा अर्थ असा आहे की तुम्हाला दिवस गेले आहेत.''

काय? नाही. नाही. नाही. फक!

२०

मी थक्क होऊन डॉ. ग्रीनकडे बघत राहते. माझ्या तोंडून एक शब्दही बाहेर पडत नाही. सभोवतालचं जग जणू कोसळतंय. बाळ? बाळ! मला बाळ नकोय... निदान इतक्या लवकर तरी नक्कीच नकोय. फक! ख्रिश्चन जाम भडकणार याची मला खात्री आहे.

"मिसेस ग्रे, तुम्ही खूप पांढऱ्या पडल्या आहात. तुम्हाला प्यायला पाणी देऊ का?"

"प्लीज." कसेबसे माझ्या तोंडून शब्द बाहेर पडतात. माझ्या मनात कल्लोळ माजलाय. प्रेग्नन्ट? कधी?

"तुम्हाला धक्का बसलाय असं दिसतंय." जेमतेम मान डोलावत मी डॉक्टरच्या हातून पाण्याचा ग्लास घेते. तिच्या रूममध्ये कोपऱ्यात वॉटर कूलर आहे. पाण्याचा घोट घेऊन मला जरा बरं वाटतं. "हादरलेय," मी हळूच म्हणते.

"आपण अल्ट्रासाऊंड करून बघू शकतो. तुमची एकंदरीत प्रतिक्रिया बघता मला असं वाटतंय की, जेमतेम काही आठवडे झाले असणार. कदाचित तुम्ही चार किंवा पाच आठवड्यांच्या प्रेग्नन्ट असाल. बहुधा तुम्हाला इतर काही लक्षणं अजून जाणवत नसावीत."

चकार शब्ददेखील न उच्चारता मी मान हलवते. लक्षणं? मला नाही वाटत असं काही. "मला वाटलं होतं की... मला वाटलं होतं की कॉन्ट्रासेप्टिव्हचा हा मार्ग भरवशाचा आहे म्हणून."

एक भुवई उंचावत डॉ. ग्रीन शांतपणे म्हणतात, "हो, आहेच. पण त्यासाठी वेळेवर शॉट घ्यावा लागतो."

"मी बहुतेक तारीख लक्षात ठेवायला विसरले." ख्रिश्चन जाम भडकणार आहे. मला अगदी पक्कं ठाऊक आहे.

"तुम्हाला काही ब्लीडिंग वगैरे?"

मी त्रासून म्हणते, "नाही."

"डेपो घेतल्यावर असं होणं स्वाभाविक आहे. मला आत्ता वेळ आहे. आपण

अल्ट्रासाऊंड करू यात का?''

पुन्हा एकदा मी कशीतरी मान डोलावते. पडद्याआड असलेल्या काळ्या लेदरच्या एक्झाम टेबलकडे बोट दाखवून डॉ. ग्रीन म्हणतात,

''तुमचा स्कर्ट आणि अंडरवेअर काढून तिथे पांघरूण घेऊन झोपलात तर बरं होईल.'' त्या थोडक्यात मला सांगतात.

अंडरवेअर? मला वाटलं होतं की अल्ट्रासाऊंड पोटावरून करतात. पॅन्टीज काढायची काय गरज आहे? माझी भीतीनं गाळण उडाली आहे. तरीसुद्धा स्वतःला सावरत मी दिलेल्या सूचनांचं पालन करत टेबलवर पांढरं मऊ ब्लँकेट अंगावर घेऊन आडवी होते.

''छान,'' टेबलच्या दुसऱ्या टोकाला येत डॉ. ग्रीन म्हणतात. आता त्या अल्ट्रासाऊंडचं मशिन जवळ ओढून घेतात. तिथे अनेक स्क्रीन्स आहेत. आम्हाला दोघींनाही स्क्रीन नीट पाहता येईल, अशा प्रकारे त्या ते ठेवतात. कीबोर्डची काही बटणं त्यांनी दाबताच स्क्रीन ऑन होतात.

''पाय गुडघ्यात दुमडून जवळ घ्या. पायांमध्ये थोडं अंतर राखा.'' त्या सूचना करतात.

मी सावध होते.

''हे ट्रान्सव्हजायनल अल्ट्रासाऊंड आहे. तुम्हाला जर नुकतेच दिवस गेले असतील तर याने आपल्याला दिसू शकेल.'' असं म्हणून त्या मला हातातलं लांब प्रोब दाखवतात.

अरे बापरे, हे काय भलतंच!

''बरं,'' खरंतर मी खूप गांगरले आहे. तरीसुद्धा त्या सांगतील तसं मी करते. त्या प्रोबच्या वरच्या भागावर डॉ. ग्रीन एक कंडोम चढवतात आणि त्यावर भरपूर जेल लावतात.

''मिसेस ग्रे, शरीर अगदी सैल सोडाल तर फार बरं होईल.''

सैल सोडा? मी इथे प्रेग्नन्ट आहे, माझा जीव धास्तावलाय आणि तुम्ही मला सैलावायला सांगताय? मोठ्या कष्टांनी मी स्वतःला स्थिर आणि सैल करण्याचा प्रयत्न करते. माझ्या आयुष्यातला आनंदी क्षण आठवून बघायचा प्रयत्न करते... ॲटलान्टिसच्या दूरच्या बेटांवर कुठेतरी ते क्षण हरवल्यागत झालेत.

अगदी सावकाश त्या ते प्रोब माझ्या आत सारतात.

होली फक!

आता स्क्रीनवरती बारीक पांढरे ठिपके दिसतात आणि टर्रर्र असा आवाज येऊ लागतो. काळ्या पांढऱ्यापेक्षाही सेपिया रंग मला प्रकर्षाने जाणवतो. अगदी काळजीपूर्वक डॉ. ग्रीन प्रोब फिरवतात. माझी अस्वस्थता शिगेला पोहोचते.

“ते पहा,” एक बटन दाबत त्या म्हणतात. त्याबरोबर स्क्रीनवरती एक चित्र स्थिर होतं. इतका वेळ दिसणाऱ्या त्या सेपियाच्या वादळातला तो एक पिटुकला ब्लिप असतो.

तो अगदी छोटासा ब्लिप आहे. माझ्या पोटात इटुकला पिटुकला छोटासा ब्लिप आहे. अगदी इवलासा. वॉव! मी विस्मयानं त्या छोट्याशा ब्लिपकडे पाहत राहते. इतका वेळची घालमेल कुठल्याकुठे नाहीशी होते.

“इतक्यात आपल्याला बाळाच्या हृदयाचे ठोके दिसणार नाहीत; पण, मी खात्रीनं सांगू शकते की तुम्ही प्रेग्नन्ट आहात. फार तर चार किंवा पाच आठवडे झाले आहेत.” विचारात पडून त्या पुढे म्हणतात, “शॉटचा परिणाम लवकर संपलेला दिसतोय. होतं कधीकधी असं.”

अजूनही माझ्या तोंडून चकार शब्ददेखील बाहेर पडत नाही. हा छोटासा ब्लिप म्हणजे बाळ आहे. इवलासा, निर्व्याज जीव आहे. ख्रिश्चनचं बाळ. माझं बाळ. होली काऊ! बाळ!

“तुमच्यासाठी प्रिंटआऊट काढून देऊ का?” पुन्हा एकदा मी नुसतीच मान डोलावते. त्याबरोबर डॉ. ग्रीन एक बटन दाबतात. मग अगदी सावकाश प्रोब बाहेर काढून त्या मला टिश्यू पेपर देतात.

“अभिनंदन, मिसेस ग्रे.” मी उठून बसते. “आपल्याला आता पुढची अपॉइन्टमेन्ट ठरवून घ्यावी लागेल. तुम्ही चार आठवड्यांनंतर यावं, असं मी सुचवेन. त्या वेळेस मग आपल्याला बाळाचं वय आणि तुमची बाळंतपणाची अपेक्षित तारीख काढता येईल. तुम्ही आता कपडे घालून येऊ शकता.”

“बरं.” एवढा एकच शब्द उच्चारत मी घाईघाईने कपडे चढवते. माझ्यात आता एक ब्लिप आहे. छोटासा ब्लिप आहे. पडद्यामागून मी बाहेर येते. डॉ. ग्रीन आपल्या खुर्चीवर बसलेल्या आहेत. मी त्यांच्यासमोर जाऊन बसते.

“तोवर तुम्ही फॉलिक ॲसिड आणि जीवनसत्त्वांच्या गोळ्या घ्यायला सुरुवात करा. शिवाय, काय करावं आणि काय टाळावं याचीही यादी तुम्हाला मी देते.”

त्या माझ्या हातात गोळ्या आणि यादी ठेवतात. त्या माझ्याशी बोलतायत; पण मी अजूनही धक्क्यातून बाहेर न आल्यामुळे माझ्या कानांवर केवळ शब्द पडतायत. शब्दांचा अर्थ माझ्यापर्यंत पोहोचत नाहीये. खरं म्हणजे मी आनंदी असायला हवं. पण मला धक्का बसलाय. तिसाव्या वर्षी दिवस गेले असते तर मला नक्कीच आनंद झाला असता. पण... इतक्या लवकर? हे फारच लवकर होतंय. मनातला कोलाहल शांत करायचा मी प्रयत्न करते.

नम्रपणे डॉ. ग्रीनचा निरोप घेऊन मी हॉस्पिटलच्या बाहेर पडते. दुपार असली तरी बाहेर गारवा आहे. मला प्रचंड थंडी वाजू लागते. त्याचबरोबर ख्रिश्चनची

प्रतिक्रिया काय होईल, याचा ताण येतोय. खरं म्हणजे तो काय म्हणेल हे मला चांगलं ठाऊक आहे. पण, तो किती भडकेल आणि किती बोलेल हे मी सांगू शकत नाही. त्याचे शब्द मला आठवतात, ''इतक्यात तुला वाटून घ्यायची माझी तयारी नाही.'' अंगाभोवती जॅकेट घट्ट लपेटून घेत मी थोडीशी ऊब आणण्याचा प्रयत्न करते.

मला पाहताच सॉयर एसयूव्हीमधून चटकन बाहेर पडून माझ्यासाठी दार उघडून धरतो. माझ्या चेहऱ्याकडे लक्ष जाताच तो अस्वस्थ होतो. पण मी त्याच्याकडे दुर्लक्ष करते.

''मिसेस ग्रे, कुठे घेऊ गाडी?'' तो नम्रपणे विचारतो.

''एसआयपी.'' गाडीच्या मागच्या सीटमध्ये रेलून बसत मी डोळे मिटून घेते. मी आनंदात असायला हवं आहे. मला माहितीये की मी आनंदात असायला हवंय; पण, मी नाहीये आनंदी. हे फार लवकर होतंय. अतिच लवकर होतंय. माझ्या नोकरीचं काय? एसआयपीचं काय? ख्रिश्चनच्या आणि माझ्या नात्याचं काय? नाही. नाही. नाही. सगळं ठीक होईल. तो स्वीकारेल. आता जरी तो मियावर दादागिरी करत असला तरी ती लहान बाळ असताना त्याचा तिच्यावर खूप जीव होता. त्याबद्दल कॅरिक माझ्याशी बोलला होता- मी फ्लिनला कल्पना देऊ का? की मी ख्रिश्चनला काही सांगूच नको? की मी...? हे बाळ पाडून टाकू का? हा विचार येताच मी प्रचंड हादरते. अभावितपणे माझा हात पोटावर स्थिरावतो. नाही. माझा छोटासा ब्लिप. माझे डोळे भरून येतात. नेमकं काय करू मी?

आमच्या नवीन घराच्या समोर पसरलेल्या हिरवळीमधून धावत येणारा लाल केसांचा चमकदार राखाडी डोळ्यांचा छोटासा मुलगा मला दिसू लागतो. मी सर्व शक्यतांचा विचार करू लागते. मी आणि ख्रिश्चन त्या बाळाच्या मागे पळतोय. ते बाळ खुदुखुदु हसतंय, आनंदानं ओरडतंय. ख्रिश्चन त्याला हातात धरून उंच उडवून झेलतोय. मग, ख्रिश्चन त्याला पाठीवर घेतोय. हातात हात घालून आम्ही घरात परत येतोय.

तेवढ्यात ख्रिश्चन अतिशय तिरस्कारानं माझ्याकडे पाहू लागतोय. गर्भारपणामुळे मी प्रचंड सुटले आहे, बेडौल झाले आहे. त्या आरसेमहालात तो अस्वस्थपणे फेऱ्या घालतोय. माझ्यापासून दूर जातोय. तिथले चमकणारे शेकडो आरसे, तिथल्या भिंती, ती जागा या सर्वांपासून तो दूर जातोय. ख्रिश्चन...

मी दचकून जागी होते. नाही. तो भयंकर संतापणार आहे.

एसआयपीच्या बाहेर सॉयर गाडी थांबवतो. मी पटकन बाहेर पडून ऑफिसच्या बिल्डिंगमध्ये शिरते.

मला ऑफिसमध्ये आलेलं बघताच हॅना हसून पुढे येत म्हणते, ''ॲना, किती

छान वाटलं तुला बघून! डॅड कसे आहेत तुझे?'' मी तिच्याकडे निर्विकारपणे बघत म्हणते,

"ठीक आहेत, थँक यू. जरा एक मिनिट आत येतेस?"

"येते की," माझ्या आविर्भावाचं तिला नवल वाटतंय. आत येऊन ती विचारते, "सगळं काही ठीक आहे ना?"

"मला सांग की तू डॉ. ग्रीनबरोबरच्या माझ्या अपॉइन्टमेन्ट रद्द केल्यास का? किंवा पुढे ढकलल्यास का?"

"डॉ. ग्रीन? हो केल्या आहेत. मला वाटतं, दोन का तीन वेळा झालं असं. एकतर तू दुसऱ्या मीटिंगमध्ये व्यस्त होतीस किंवा मग तुला खूप उशीर झाला होता. का, काय झालं?"

कारण आता मला दिवस गेलेत. मनातल्या मनात मी तिच्यावर संतापून किंचाळते. वरकरणी मात्र खोलवर श्वास घेत स्वतःला शांत करायचा प्रयत्न करत मी म्हणते, "याच्यापुढे जेव्हा तू माझ्या अपॉइन्टमेन्ट्स पुढे ढकलशील, तेव्हा मला त्याची माहिती आहे याची खात्री करशील का? मी नेहमी माझं कॅलेंडर पाहतेच, असं नाही."

"हो, लक्षात ठेवते," ती साशंकतेने म्हणते. "आय ॲम सॉरी. माझ्याकडून काही चूक झाली का?"

मान हलवत मी मोठा उसासा टाकते. "माझ्यासाठी थोडा चहा आणशील का? मी नसताना काय काय झालं ते चहा घेता घेता सांग मला."

"आत्ता आणते." असं म्हणत ती हसतमुखानं माझ्या केबिनमधून बाहेर पडते.

तिच्या पाठमोऱ्या आकृतीकडे बघत मी पोटावर हात फिरवत आतल्या ब्लिपला हळुवारपणे म्हणते, "ही बाई पाहिलीस?" आपण पोटातल्या बाळाशी बोलतोय हे माझ्या लक्षात येतं. काय हा वेडेपणा! माझा इवलासा छोटासा ब्लिप. मी मान हलवते. एकीकडे मला स्वतःचा आणि हॅनाचा भयंकर वैताग येतो... पण मला हे माहितीये, की यात बिचाऱ्या हॅनाचा काहीही दोष नाही. नकळत मी कॉम्प्युटर सुरू करते. ख्रिश्चनचा ई-मेल आलेला आहे.

फ्रॉम : ख्रिश्चन ग्रे
सब्जेक्ट : तुझी उणीव भासते आहे
डेट : सप्टेंबर १३, २०११   १३:५८
टु : ॲनेस्टेशिया ग्रे

मिसेस ग्रे,

ऑफिसमध्ये येऊन मला जेमतेम तीन तास झालेत; पण तुझी प्रचंड उणीव भासते आहे.

रे त्याच्या नवीन रूममध्ये स्थिरावला असेल अशी आशा आहे. आज दुपारी मॉम त्याला भेटायला आणि तपासायला जाणार आहे.

मी साधारणतः संध्याकाळी सहा वाजता तुला घ्यायला येतो. मग आपण दोघं घरी जायच्या आधी 'रे'ला भेटून येऊ यात.

चालेल ना?

तुझा लाडका नवरा

ख्रिश्चन ग्रे

सीईओ, ग्रे एन्टरप्राईझेस होल्डिंग्ज इन्कॉ.

मी पटकन उत्तर टाईप करते.

_____

फ्रॉम : ॲनेस्टेशिया ग्रे

सब्जेक्ट : तुझी उणीव भासतेय

डेट : सप्टेंबर १३, २०११   १४:१०

टु : ख्रिश्चन ग्रे

चालेल.

द

ॲनेस्टेशिया ग्रे

कमिशनिंग एडिटर, एसआयपी.

_____

फ्रॉम : ख्रिश्चन ग्रे

सब्जेक्ट : तुझी उणीव भासते आहे

डेट : सप्टेंबर १३, २०११   १४:१४

टु :ॲनेस्टेशिया ग्रे

तू ठीक आहेस ना?

ख्रिश्चन ग्रे

सीईओ, ग्रे एन्टरप्राईझेस होल्डिंग्ज इन्कॉ.

नाही, ख्रिश्चन, मी ठीक नाहीये; तू भयंकर संतापशील या जाणिवेनं मी त्रस्त आहे. काय करावं ते मला सुचत नाहीये. पण मी तुला ई-मेलमधून सांगणार नाहीये.

फ्रॉम : ॲनेस्टेशिया ग्रे
सब्जेक्ट : तुझी उणीव भासतेय
डेट : सप्टेंबर १३, २०११ १४:१७
टु : ख्रिश्चन ग्रे

ठीक आहे. जरा कामात आहे.
सहा वाजता भेटू

x
ॲनेस्टेशिया ग्रे
कमिशनिंग एडिटर, एसआयपी

कधी सांगणार आहे मी त्याला? आज रात्री? कदाचित सेक्सनंतर? कदाचित सेक्सच्या दरम्यान? नको. आमच्या दोघांसाठी ते धोकादायक ठरू शकतं. मग तो झोपला की? मी सुन्न होते. दोन्ही हातांत डोकं धरून विचार करू लागते. मी नेमकं काय करू? मला काही सुचत नाही.

मी एसयूव्हीमध्ये चढते. ख्रिश्चन सावधपणे मला 'हाय' म्हणतो.

"हाय," मी पुटपुटते.

"काय झालंय?" तो त्रासून विचारतो. मी मान हलवते. टेलर गाडी हॉस्पिटलच्या दिशेनं घेतो.

"काही नाही." आता सांगू का? आत्ता आम्ही गाडीत बसलेलो असताना आणि समोर टेलर असताना मी त्याला सांगू शकते.

"ऑफिसमध्ये काही झालं का?" ख्रिश्चनचे प्रश्न सुरू राहतात.

"नाही रे. सगळं ठीक आहे. थँक्स."

"ॲना, काय झालंय?" आता त्याचा स्वर थोडासा त्रासिक आहे. मी घाबरते.

"मला दिवसभर तुझी खूप उणीव भासली. शिवाय, 'रे'ची सतत काळजी वाटत होती."

हे ऐकताच ख्रिश्चन सैलावतो. "रे अगदी छान आहे. मी दुपारी मॉमशी

बोललो. त्याची प्रगती खूप समाधानकारक आहे, असं ती म्हणाली.'' ख्रिश्चन माझा हात हातात घेतो. ''बापरे, तुझा हात इतका थंड का पडलाय? तू काही खाल्लं होतंस की नाही?''

मी संकोचते.

''ॲना,'' ख्रिश्चन वैतागून मला रागवतो.

मी खाल्लं नाही कारण मला दिवस गेले आहेत, हे तुला सांगितल्यावर तू अकांडतांडव करणार आहेस याची मला कल्पना आहे.

''आता संध्याकाळी खाईन मी. मला खरंच वेळ नाही मिळाला.''

तो त्रासून मान हलवतो. ''सिक्युरिटी टीमनं करायच्या कामांमध्ये 'माझ्या बायकोला खाऊ घाला' याचासुद्धा समावेश करू का?''

''आय ॲम सॉरी. मी नक्की खाईन. आजचा दिवस जरा विचित्र होता. तुला माहितीये ना डॅडला आपण इकडे घेऊन आलो... आणि मग....''

पुढे काही न बोलता तो ओठ घट्ट आवळून घेतो. मी खिडकीतून बाहेर बघत राहते. माझं अबोध मन फिस्कारून मला म्हणतं, 'सांग त्याला!' नाही. मला भीती वाटतेय.

ख्रिश्चनच्या आवाजानं माझ्या विचारांमध्ये खंड पडतो. ''मला बहुतेक तैवानला जावं लागेल.''

''ओह. कधी?''

''या आठवड्याच्या शेवटी. कदाचित पुढच्या आठवड्यात.''

''ठीक आहे.''

''तू पण चल माझ्याबरोबर.''

मी आवंढा गिळत म्हणते, ''ख्रिश्चन, प्लीज. माझी नोकरी आहे. पुन्हा पुन्हा तोच वाद नकोय.''

खोल सुस्कारा सोडत ख्रिश्चन ओठ काढून बसतो, एखाद्या टीनएजर सारखा. ''वाटलं मला विचारावं.'' तो नाराज होत म्हणतो.

''किती दिवसांसाठी जाणार आहेस?''

''बस दोन-तीन दिवस. तुला काय झालंय हे सांगितलंस तर बरं वाटेल मला.''

त्याला कल्पना नाहीये. ''आता माझा लाडका नवरा दूर जाणार आहे म्हटल्यावर....''

माझ्या बोटांवर ओठ टेकवत ख्रिश्चन म्हणतो, ''दोनच दिवसांचा तर प्रश्न आहे.''

कसंबसं हसून मी म्हणते, ''बरं.''

आम्ही 'रे'च्या रूममध्ये पोहोचतो. सकाळपेक्षा तो बराच चांगल्या मूडमध्ये आहे. ख्रिश्चनच्या प्रति त्याच्या भावना बघून मला भरून येतं. एक क्षण मी माझ्या अवस्थेबद्दल सारं काही विसरून जाते. डॅड आणि ख्रिश्चन फिशिंग आणि मरिनर्सबद्दल गप्पा मारतायत. पण डॅड पट्कन थकतो.

''डॅडी, तुला आरामाची गरज आहे. आम्ही निघतो आता.''

''ॲना, बेटा, थँक्स. तू आलीस म्हणून खूप बरं वाटलं मला.'' मग ख्रिश्चनकडे वळून रे पुढे म्हणतो, ''तुझी मॉम आली होती दुपारी. तिने खूप धीर दिला. शिवाय, तीसुद्धा मरिनर्सच्या बाजूनं आहे.''

''पण, तिला फिशिंगची अजिबात आवड नाहीये,'' उठता उठता ख्रिश्चन म्हणतो.

''सहसा बायकांना फिशिंग नाहीच आवडत, नाही का?'' रे हसून म्हणतो.

''मी उद्या परत येईन, ठीक आहे ना?'' 'रे'च्या कपाळावर ओठ टेकवत मी म्हणते. तेवढ्यात माझं अबोध मन ओठ मुडपून मला खडसावतं, 'हो, ख्रिश्चनने तुला बंद करून ठेवलं नसेल तर! कुणी सांगावं त्याहून काही भयंकरसुद्धा घडू शकतं.' मी परत उद्विग्न होते.

''चल,'' हात पुढे करत ख्रिश्चन म्हणतो. त्याच्या कपाळावर छप्पन्न आठ्या आहेत. मी त्याचा हात धरते. आम्ही बाहेर पडतो.

जेवतानासुद्धा मी अन्न चिवडते. खरंतर मिसेस जोन्सनं चिकन चॉसर केलंय. पण मला भूकच नाहीये. माझ्या पोटात भीतीनं प्रचंड गोळा उठलाय.

''आता बस झालं हं ॲना,'' अतिशय त्रासून ख्रिश्चन म्हणतो. ''सांगणार आहेस का काय झालंय ते?'' स्वतःची रिकामी प्लेट पुढे ढकलत तो म्हणतो. ''तुझ्या या वागण्यानं मला वेड लागायची पाळी आलीये. प्लीज सांग.''

कसाबसा आवंढा गिळत मी स्वतःला सांभाळायचा प्रयत्न करते. मग एक खोल श्वास घेत मी ठरवते की आत्ता जर मी सांगू शकले नाही तर नंतर सांगणंदेखील मला कठीण होईल. ''मला दिवस गेलेत.''

एक शब्दही न बोलता तो नुसताच पाहत राहतो. माझ्या शब्दांचा अर्थ लक्षात येऊन त्याच्या चेहऱ्यावरचा रंग उडतो. ''काय?'' एवढा एकच शब्द त्याच्या तोंडून बाहेर पडतो.

''मला दिवस गेलेत.''

काहीच न कळल्यासारखं त्याचा चेहरा होतो. ''कसं काय?''

काय... कसं काय? असा काय हा वेड्यासारखा प्रश्न! माझा चेहरा लाल होतो. 'हे कसं काय होतं एवढंही माहीत नाही का तुला' अशा अर्थाने मी त्याच्याकडे पाहते.

त्याच्या चेहऱ्यावरचे भाव ताबडतोब बदलतात. नजर बारीक करत तो झापतो,

"तुझा शॉट?"

ओह शिट!

"तू शॉट घ्यायला विसरलीस का?"

मी नुसतीच त्याच्याकडे बघत राहते. काही बोलायची हिंमतच नाहाये माझ्यात. जीझ! खरोखरच संतापलाय तो- प्रचंड संतापलाय.

"ख्राईस्ट, ॲना!" टेबलवर मूठ आपटत तो म्हणतो. त्याबरोबर मी दचकते. तो खुर्चीवरून इतक्या झटक्यात उठतो की त्याची खुर्ची जवळजवळ पडतेच. "तुला फक्त एक गोष्ट... केवळ एक गोष्ट लक्षात ठेवायची होती. शिट! माझा तर विश्वासच बसू शकत नाहीये. तू इतका मूर्खपणा कसा काय करू शकतेस?"

मूर्खपणा! माझा श्वास रोखला जातो. शिट. शॉटचा परिणाम लवकर संपला असं मला त्याला सांगायचं आहे. पण माझ्या तोंडून शब्द बाहेर पडत नाहीये. मी नुसतीच बोटांकडे पाहत बसते, "आय ॲम सॉरी." माझ्या तोंडून कसेबसे शब्द बाहेर पडतात.

"सॉरी? फक!" तो पुन्हा म्हणतो.

"मला माहितीये की इतक्या लवकर असं व्हायला नको होतं."

"इतक्या लवकर!" तो ओरडून बोलतो. "आपण दोघं एकमेकांना भेटून जेमतेम काही मिनिटं झाली आहेत, सालं, मला तुला जग दाखवायचं आहे आणि सालं आता हे... फक. आता बसा बदलत डायपर्स, करा साफ ओकाऱ्या, बसा सांभाळत!" तो डोळे मिटून घेतो. मला वाटतं की तो स्वतःवर ताबा ठेवण्याचा प्रयत्न करतोय; पण त्याला ते जमत नाहीये.

"तू विसरलीस का? की मुद्दाम केलंस? सांग मला. आत्ताच्या आत्ता सांग." त्याच्या नजरेत जणू अंगार पेटलाय. त्याच्या शरीराची धग मला जाणवतेय.

"नाही," मी जेमतेम उत्तर देते. मी हॅनाबद्दल काहीही बोलू शकत नाही. नाहीतर, तो तिला नोकरीवरून काढून टाकेल. माहितीये मला.

"मला वाटतं या विषयावर आपलं एकमत झालं होतं!" तो पुन्हा जोरात ओरडतो.

"हो, माहितीए मला. झालं होतं एकमत. आय ॲम सॉरी."

माझ्या बोलण्याकडे दुर्लक्ष करत तो पुढे म्हणतो, "म्हणूनच मी नेहमी म्हणतो, एवढ्याचसाठी मला माझ्या हातात नियंत्रण हवं असतं. म्हणजे मग हे असले काहीतरी घोटाळे उद्‌भवून सगळ्याची वाट लागत नाही."

नाही... छोटुसा ब्लिप. "ख्रिश्चन, प्लीज माझ्या अंगावर ओरडू नकोस." माझ्या डोळ्यातून अश्रू वाहू लागतात.

"हे बघ, आता उगाचच रडणं, भेकणं नकोय माझ्यासमोर," तो पुन्हा झापतो.

"फक." केसांतून हात फिरवत तो चक्क स्वतःचे केस ओढत म्हणतो, "मी बाप व्हायला तयार तरी आहे का?" त्याचा आवाज पिचकतो. त्याच्या स्वरात आता संतापाच्या जोडीला त्रागासुद्धा आहे.

त्या क्षणी माझ्या लक्षात येतं. संताप आणि त्राग्याच्या जोडीला त्याच्या नजरेत भीती उमटलेली मला दिसून येते. नुकत्याच वयात आलेल्या तरुणाप्रमाणे त्याचा थयथयाट चालू आहे. ओह, फिफ्टी, आय ॲम सो सॉरी, अरे मलासुद्धा धक्का बसलाय.

"मला कल्पना आहे की आपण दोघंही इतक्यात बाळासाठी तयार नाही आहोत; पण, तू बापाची भूमिका उत्तम प्रकारे निभावशील ह्याची मला खात्री आहे." बोलता बोलता माझा गळा दाटून येतो. "आपण काढू मार्ग."

"तू कसं काय सांगू शकतेस?" आता त्याचा स्वर टिपेला पोहोचलाय. "सांग, आत्ताच्या आत्ता सांग!" त्याचे राखाडी डोळे पेटलेत. अनेक भावना त्याच्या चेहऱ्यावर उमटल्या आहेत. पण त्या सगळ्यांमध्ये त्याला वाटणारी भीती मला प्रकर्षाने जाणवते.

"ओह, फक धीस!" आता हा विषय बस झाला या अर्थानं हात वर करत ख्रिश्चन जोरात ओरडतो आणि गर्रकन वळून फॉयरच्या दिशेनं चालायला लागतो. जाता जाता ग्रेटरूममधून स्वतःचं जॅकेट घेऊन तो बाहेर पडतो. काही वेळ त्याच्या पावलांचा आवाज येत राहतो. फॉयरमधून बाहेर पडल्यावर तिथलं दार तो खाडकन् लावून घेतो. त्या आवाजानं मी पुन्हा एकदा दचकते.

सगळीकडे भयाण शांतता पसरली आहे. त्या एवढ्या मोठ्या ग्रेटरूममध्ये मी एकटीच आहे. भीषण शांततेशिवाय दुसरं कुणीही माझ्या सोबत नाही. बंद दाराकडे पाहत मी आतून थरथरते. माझ्या तोंडावर दार बंद करून तो निघून गेलाय. शिट! मी कल्पना केली होती त्याहून प्रचंड भयानक आहे हे सगळं. समोरची प्लेट दूर ढकलत मी हाताची घडी घालत टेबलवर डोकं टेकवत धाय मोकलून रडू लागते.

"ॲना, डिअर." मिसेस जोन्स माझ्या बाजूला उभ्या आहेत.

मी पटकन डोळे पुसत नीट बसायचा प्रयत्न करते.

"सॉरी, पण मी ऐकलंय सगळं." ती अतिशय प्रेमानं म्हणते. "तुला थोडासा हर्बल-टी आणू का? की दुसरं काही आवडेल?"

"खरंतर मला ग्लासभर व्हाईट वाईन आवडेल."

मिसेस जोन्स क्षणभर थांबतात. मला ब्लिपची आठवण होते. हो, मला आता अल्कोहोल चालणार नाही. चालेल का? डॉ. ग्रीन ह्यांनी दिलेली करा आणि टाळा ही यादी मला नीट वाचली पाहिजे.

"आत्ता आणते."

"खरं म्हणजे, मला हर्बल टी चालेल, प्लीज," मी नाक पुसत म्हणते. ती समजुतीचं हसते.

"आत्ता घेऊन येते हर्बल टी." टेबलवरच्या आमच्या बशा उचलून ती किचनकडे जाते. तिच्या पाठोपाठ जात मी तिथल्या स्टूलवर बसून तिच्या हालचाली न्याहाळते.

माझ्या समोर वाफाळता मग ठेवून ती विचारते, "तुझ्यासाठी अजून काही आणू का मी, ॲना?"

"नको, हे पुरेसं आहे. थँक यू."

"नक्की का? तू फारसं काही खाल्लं नाहीयेस."

मी तिच्याकडे बघत म्हणते, "मला भूकच नाहीये."

"ॲना, तू खाल्लं पाहिजेस. तू आता दोन जीवांची आहेस. मी आणते काहीतरी तुझ्यासाठी. तुला काय आवडेल, सांग बरं." ती काळजीनं माझ्याकडे बघत विचारते. पण खरोखरच या क्षणी कशालाही तोंड देण्याची ताकद माझ्यात नाही.

मला दिवस गेले आहेत हे कळल्यामुळे माझा नवरा माझ्या समोरून उठून घरातून निघून गेला आहे. माझ्या वडिलांचा नुकताच भयंकर अपघात होऊन गेला आहे. भरीत भर म्हणजे तो हरामखोर जॅक हाईड असं सिद्ध करायचा प्रयत्न करतोय की, मी त्याचं लैंगिक शोषण करत होते. अचानक मला खदखदून हसावसं वाटतं. अति झालं आणि हसू झालं म्हणतात ना! बघितलंस का तू माझं काय करून बसला आहेस? पोट कुरवाळत मी छोटुशा ब्लिपला विचारते.

ते पाहून मिसेस जोन्सना कौतुक वाटतं. "किती दिवस झाले आहेत ते कळलं का?" ती मायेने चौकशी करते.

"जेमतेम चार-पाच आठवडे झालेत. डॉक्टरांनासुद्धा इतक्यात नक्की सांगता येत नाहीये."

"हे बघ, जर काही खाणार नसशील तर निदान आराम तरी कर."

मी मान डोलावून, चहाचा कप उचलून, लायब्ररीच्या दिशेनं जाते. ते माझं आश्रयस्थान आहे. मी पर्समधून ब्लॅकबेरी शोधून काढते. ख्रिश्चनला फोन करावा की नाही? माझी द्विधा मनःस्थिती होते. मला कल्पना आहे की त्याला खूप मोठा धक्का बसलाय. पण, तरीही त्याने जरा अतिरेकच केलाय. तसंही तो कधी अतिरेक करत नाही! माझं अबोध मन आपली कमानदार भुवई उंचावत, माझ्याकडे रोखून बघत मला विचारतं. मी दीर्घ निःश्वास सोडते. फिफ्टी शेडस् ऑफ फक्ड अप.

'छोटू ब्लिप, हो, ते तुझे डॅडी आहेत. मला आशा आहे की त्यांचा राग शांत होऊन ते लवकरच घरी परत येतील.'

डॉक्टरांनी दिलेली यादी बाहेर काढून मी खाली बसून वाचायला सुरुवात करते.

छे! माझं लक्ष लागत नाहीये. आजवर कधीही ख्रिश्चन मला असं टाकून

गेलेला नाहीये. गेले कित्येक दिवस तर तो किती छान वागत होता. प्रेम, काळजी, माया, कणव... प्रत्येक गोष्टीचा किती विचार करत होता. समजा, तो परत आलाच नाही तर? शिट! फ्लिनला फोन लावू का? काय करू? मला तर काही समजेनासं झालंय. या विकएन्डला तो किती गोड वागला होता. जे काही घडलं होतं ते सगळं त्याच्या नियंत्रणबाहेर होतं तरीसुद्धा त्यानं व्यवस्थित जुळवून घेतलं. पण, दिवस गेल्याची ही बातमी म्हणजे जरा अतिच झालं.

ज्या क्षणी मी त्याला भेटले, त्या क्षणापासून माझं आयुष्य फार गुंतागुंतीचं झालंय. त्याला तो कारण आहे का? की आम्ही दोघं एकत्र असणं हे कारण आहे? समजा, आजची ही बातमी त्याला पेलवली नाही तर? समजा, त्यानं घटस्फोटाची मागणी केली तर? माझ्या घशाशी येतं. नाही. मी असा विचार करता कामा नये. तो येईल परत. तो नक्की येईल. माझी खात्री आहे की तो येईल. तो माझ्यावर कितीही जोरात ओरडू दे, त्यानं कितीही वाईट शब्द वापरू दे... मला माहिती आहे की त्याचं माझ्यावर प्रेम आहे. हो, आणि तो तुझ्यावरही प्रेम करेल... छोटू ब्लिप, नक्की करेल.

खुर्चीत रेलून बसत मी डोळे मिटून घेते.

थंडी वाजून मला जाग येते. कुठे आहे मी? क्षणभर मला काही कळत नाही. कुडकुडत मी घड्याळात बघते. रात्रीचे अकरा वाजलेत. हो की... मी पोटाला थोपटते. ख्रिश्चन कुठे गेलाय? आला असेल का परत? कशीबशी मी आरामखुर्चीतून उठते आणि त्याला शोधायला जाते.

पाच मिनिटांनंतर माझ्या लक्षात येतं की तो घरी आलेला नाहीये. त्याला काही झालं तर नसेल ना? चार्ली टॅन्गोचा शोध लागत नव्हता त्यावेळेस माझी झालेली भयानक अवस्था आठवून माझा जीव घाबरा होतो.

नाही, नाही, नाही. असा विचार करायचा नाही. तो कदाचित... कदाचित कुठे गेला असेल? अशा परिस्थितीत तो कोणाला भेटेल? इलिएट? की मग तो फ्लिनबरोबर गेला असेल? तसं असेल तर बरं होईल. मी लायब्ररीत जाऊन माझा ब्लॅकबेरी घेऊन येते आणि त्याला टेक्स्ट करते.

तू कुठे आहेस?

बाथरूममध्ये जाऊन मी बाथटब भरते. मी खूप गार पडले आहे.

बाथटबमधून मी बाहेर पडते तरीही तो परतून आलेला नाहीये. मी अंगावर

१९३०च्या काळातला सॅटीनचा नाईट-ड्रेस आणि रोब चढवते आणि ग्रेटरूमच्या दिशेनं जाते. वाटेत मी आमच्या घरातल्या दुसऱ्या बेडरूममध्ये डोकावून पाहते. कदाचित ही छोटू ब्लिपची रूम करता येईल. या विचारानं मी चमकते. सत्य काय आहे त्याचा पुन्हा एकदा मला साक्षात्कार होतो. थोडा वेळ मी त्या रूमच्या दाराशी उभं राहून विचार करते. हिला गुलाबी रंग द्यायचा की निळा? त्या गोड विचारात मी काही काळ हरवते. परंतु, माझा तापट नवरा त्यामुळे किती भडकला आहे हे लक्षात येऊन मी उद्विग्न होते. तिथल्या पलंगावरचं जास्तीचं पांघरूण ओढून घेत मी ग्रेटरूमकडे जाते. ख्रिश्चन कधी येईल बरं?

मला जाग येते. काय झालं? आवाज आला.

"शिट!"

तेवढ्यात फॉयरमधून टेबल सरकवण्याचा आवाज येतो. ख्रिश्चन!

"शिट!" तो पुन्हा तोंडातल्या तोंडात म्हणतो.

मी धडपडत उभी राहते. तो झोकांड्या खात आत येतो. तो प्यायलाय. माझ्या अंगावर शहारे येतात. शिट, ख्रिश्चन आणि पिऊन आलाय? असं पिऊन तर्र होणाऱ्यांचा त्याला किती तिरस्कार आहे हे मला माहितीये. मी पट्कन त्याच्या दिशेनं धाव घेते.

"ख्रिश्चन, काय हे? तू ठीक आहेस ना?" फॉयरच्या दारावर रेलत तो बरळतो, "मिसेस ग्रे."

क्रॅप! भयंकर प्यायला आहे तो. आता काय करू? मला काहीच कळत नाही.

"ओह... ॲनेस्टेशिया, तू खूपच छान दिसतेस."

"कुठे होतास इतका वेळ?"

ओठांवर बोट ठेवत वेड्यासारखं हसत, माझ्याकडे बघत तो म्हणतो, "श्शऽऽ!"

"चल बरं झोपायला."

"तुझ्याबरोबर...." हसू दाबण्याचा प्रयत्न करत तो म्हणतो.

हसतोय! वैतागून मी त्याच्याभोवती हात टाकते. चालणं तर दूर त्याला धड उभं राहणंदेखील जमत नाहीये. गेला कुठे होता हा? आणि मग घरी कसा आला?

"चल बरं, आपण आपल्या बेडरुममध्ये जाऊ. मी घेऊन जाते तुला."

"ॲना, तू खूप म्हणजे खूप सुंदर आहेस." माझ्यावर भार टाकत, माझे केस हुंगत तो म्हणतो. त्याच्या वजनानं आम्ही दोघंही कोलमडणार आहोत. पण मी वेळीच सावरते.

"ख्रिश्चन, चल. मी तुला बेडरूममध्ये घेऊन जाते."

"बरं," कसंबसं तो म्हणतो.

मधल्या कॉरिडॉरमधून धडपडत आम्ही दोघं एकदाचे बेडरूममध्ये पोहोचतो.

"बेड," तो हसून म्हणतो.

"हो, बेड." मी कसंबसं त्याला पलंगावर बसवते. पण तो माझा हात घट्ट धरतो.

"तू पण ये," तो म्हणतो.

"ख्रिश्चन, मला वाटतं तू झोपायला हवं आहेस."

"चला तर, झाली सुरुवात. मी ऐकलं होतं याबद्दल."

मी थबकते. "कशाबद्दल ऐकलं होतं?"

"बाळ म्हणजे सेक्स बंद."

"माझी खात्री आहे की हे खरं नाहीये. तसं असतं तर आपल्या सगळ्यांच्या आई-वडिलांना फक्त एक-एकच मूल झालं असतं."

माझ्याकडे रोखून पाहत तो म्हणतो, "तू गमतीशीर आहेस."

"तू प्यायलेला आहेस."

"हो." तो हसून म्हणतो. पण मग नेमकं काय झालं आहे याचा विचार बहुधा त्याच्या मनात येतो. त्याचं हसू मावळतं. त्याचा चेहरा पिळवटतो. ते पाहून मी आतवर गोठते.

मी प्रेमानं म्हणते, "ख्रिश्चन, चल ना." त्याच्या चेहऱ्यावरचे हे भाव मला अजिबात आवडत नाही. कारण, त्याच्या लहानपणीच्या अतिशय दुःखदायक आठवणी त्यातून प्रतीत होतात. कोणाचंही बालपण इतकं वाईट जाऊ नये. "चल बरं, मी झोपवते तुला." असं म्हणत मी त्याला हळुवारपणे ढकलते. तो गादीवर आडवा होतो. त्याचे हात-पाय वेडेवाकडे पसरतात. पुन्हा एकदा माझ्याकडे बघून तो हसतो. मघाच्या पिळवटून टाकणाऱ्या वेदनेचा मागमूसदेखील त्याच्या चेहऱ्यावर नाही.

"ये ना तू पण." त्याची जीभ जड झाली आहे.

"आधी तुझे कपडे काढू दे."

त्यावर तो हसतो. किती प्यायला आहे हा, माझ्या मनात येतं. "आता कसं बोललीस."

होली काऊ! इतका प्यायलेला ख्रिश्चनसुद्धा किती क्यूट आणि खेळकरपणे वागू शकतो! संध्याकाळच्या प्रचंड संतापलेल्या ख्रिश्चनपेक्षा हा आत्ताचा ख्रिश्चन नक्कीच आवडेल मला.

"जरा बस बरं. तुझ्या अंगातलं जॅकेट काढू दे."

"ही रूम का गरगरतेय?"

शिट... आता हा ओकणार की काय? "ख्रिश्चन, उठून बस बरं!"

माझ्याकडे पाहत गालातल्या गालात हसत तो म्हणतो, "मिसेस ग्रे, भलतीच

दादागिरी करताय तुम्ही...''

''हो. सांगितलंय ते कर मुकाट्यानं. उठून बस.'' दोन्ही हात कमरेवर ठेवत मी त्याला दरडावते. तो पुन्हा हसतो आणि धडपडत उठून बसतो. त्यासाठी त्याला कोपरांचा आधार घ्यावा लागतो. एरव्ही ख्रिश्चन असा वागेल का? तो पुन्हा पलंगावर आडवा होण्याआधीच त्याचा टाय घट्ट धरून ठेवत मोठ्या कष्टांनी मी त्याचं जॅकेट काढते.

''तुला काय छान वास येतोय.''

''आणि तुला दारूचा वास येतोय.''

''हो... ब-र्-बॉ-न.'' प्रत्येक शब्दावर जोर देत तो म्हणतो. त्याच्या आविर्भावानं मला खुदकन हसू येतं. मी कसंबसं ते दाबते. त्याच्या अंगातून काढलेलं जॅकेट मी खाली जमिनिवर टाकते आणि टाय काढायला पुढे होते. आपले दोन्ही हात माझ्या कमरेवर ठेवत तो म्हणतो,

''ॲनेऽस्टेऽशियाऽऽ, तुझ्या अंगावर हा कपडा किती खुलून दिसतोय. तू नेहमी सॅटीन किंवा सिल्कच घातलं पाहिजेस.'' माझ्या नितंबांवरून हात फिरवत तो मला पुढे ओढतो. मग माझ्या पोटावर ओठ टेकवत म्हणतो,

''आपल्याकडे एक आगंतुक आलाय.''

माझा श्वास थांबतो. होली काऊ. तो छाटू ब्लिपशी बोलतोय.

''तू मला रात्रभर जागं ठेवणार आहेस. हो ना?'' माझ्या पोटाला उद्देशून तो म्हणतो.

ओह माय! दाट लांब पापण्याआडून गढूळलेले राखाडी डोळे माझा वेध घेतात. माझ्या हृदयाचा ठोका चुकतो.

''तू नेहमी माझ्या ऐवजी त्याला महत्त्व देशील,'' मोठ्या दुःखानं तो म्हणतो.

''ख्रिश्चन, उगाच काय? तुला कळतंय तरी का तू काय बोलतो आहेस ते? मी कुणालाही प्राधान्य देत नाहीये. शिवाय, तो 'ती'सुद्धा असू शकेल.''

त्याच्या कपाळावर आठ्या उमटतात. ''ओह! ती... गॉड!'' असं म्हणत तो स्वतःला पलंगावर झोकून देतो आणि डोळ्यांवर हात ठेवतो. मी कसाबसा त्याचा टाय सैल केलाय. मग मी एकेक करत त्याच्या बुटांच्या लेसेस सोडवते, बूट काढते, मोजे काढते. तो काहीच प्रतिकार करत नाहीये. मी उठून उभी राहते, तेव्हा माझ्या लक्षात येतं की तो गाढ झोपी गेलाय. आणि चक्क मंद स्वरात घोरतोय.

मी त्याच्याकडे बघत राहते. इतका पिऊन आलाय, घोरतोय तरीदेखील त्याच्या देखणेपणात कुठेही बाधा येत नाहीये. त्याचे रेखीव ओठ किंचित विलग झाले आहेत, कपाळावर ठेवलेल्या हातामुळे केस थोडे विस्कटलेले आहे. चेहरा मात्र आता अगदी सैलावलाय. किती तरुण दिसतोय- दिसतोय काय... आहेच तो तरुण;

माझा तरुण, थकलेला, ताण आलेला, प्यायलेला, दुःखी नवरा... या विचारानं माझं मन पुन्हा विषण्ण होतं.

असो, निदान घरी तर आलाय. कुठे गेला असेल इतका वेळ? माझ्या मनात खळबळ माजते. त्याला नीट झोपवायचं किंवा त्याचे कपडे बदलायचं त्राण माझ्यात नाही. शिवाय, तो आता पांघरुणावर पसरलाय. ग्रेटरूममध्ये जाऊन मी मघाशी अंगावर घेतलेलं पांघरूण घेऊन येते.

तो अजूनही गाढ झोपलेला आहे. त्याचा टाय आणि बेल्ट तसेच आहेत. त्याच्या बाजूला बसत मी त्याचा टाय काढते. मग अगदी सावकाश त्याच्या शर्टचं वरचं बटण उघडते. तो झोपेत काहीतरी बडबडतो. तो नेमकं काय बोललाय हे मला कळत नाही. अगदी काळजीपूर्वक मी त्याचा बेल्ट काढते. तो काढायला मला जरा कष्ट होतात. त्याचा खोचलेला शर्ट आता पॅन्टमधून अर्धवट बाहेर आलाय. त्यातून त्याच्या पोटांवरची केसांची रेष मला दिसते. मला राहवत नाही. पुढे झुकत मी त्याच्यावर ओठ टेकवते. तो किंचितसा हलतो. पण त्याची झोप उघडत नाही.

नीट बसत मी त्याच्याकडे टक लावून पाहते. ओह, फिफ्टी, फिफ्टी, फिफ्टी... तुझं काय करू? त्याच्या केसांतून मी बोटं फिरवते. किती मऊ आहेत त्याचे केस. मी त्याच्या कपाळावर ओठ टेकवते.

"ख्रिश्चन, आय लव्ह यू. तू इतका पिऊन आला आहेस तरीही, इतका वेळ कुठे होतास कोण जाणे! तरीही आय लव्ह यू. मी नेहमीच तुझ्यावर प्रेम करेन."

"हं," तो झोपेतच हुंकार देतो. त्याच्या कपाळावर पुन्हा एकदा ओठ टेकवत मी पलंगावरून खाली उतरते आणि आणलेलं पांघरूण त्याला घालते. त्याच्या बाजूच्या जागेवर मी आडवी झोपू शकते... हो, तसंच करावं.

पण आधी त्याचे कपडे बाथरूममध्ये ठेवून यावेत असा विचार करत मी त्याचे मोजे आणि टाय उचलते. जॅकेटची घडी घालते. तेवढ्यात जॅकेटच्या खिशातून त्याचा ब्लॅकबेरी खाली पडतो. तो मी उचलायला जाते तेवढ्यात चुकून तो माझ्याकडून ऑन होतो. समोर टेक्स्ट स्क्रीन दिसू लागते. त्यावर माझा टेक्स्ट दिसतो. आणि त्याच्यावरती... अजून एक टेक्स्ट आहे.

फक! माझ्या अंगावर काटे उभे रहातात.

तुला भेटून छान वाटलं. आता मला लक्षात आलंय.
काळजी करू नकोस. तू एक उत्तम बाप बनशील.

हा टेक्स्ट तिच्याकडून आहे. मिसेस एलेना चेटकीण रॉबिन्सन.
शिट! अच्छा, म्हणजे हा तिथे होता तर! हा तिला भेटायला गेला होता.

२१

मी थक्क होऊन टेक्स्टकडे पाहते. मग झोपलेल्या माझ्या नवऱ्याकडे पाहते. रात्री उशिरा दीड वाजेपर्यंत तो दारू पीत बसला होता- आणि तेही *तिच्याबरोबर!* आता मात्र निरागसतेचा आव आणून झोपलाय पाहा कसा. पिऊन तर्र झालाय. किंचित घोरतोय तरीसुद्धा किती शांत दिसतोय.

ओह! नाही, नाही, नाही. माझ्या पायातलं त्राण जातं. पलंगाच्या बाजूला असलेल्या खुर्चीला धरून मी कशीबशी खाली बसते. माझ्यात कडवटपणा भरून राहिला आहे. माझी घोर वंचना झालेली आहे. अत्यंत अपमानास्पद कृत्य आहे हे त्याचं. त्यानं असं कसं केलं? तो तिच्याकडे जाऊच कसा शकतो? संतापानं माझ्या डोळ्यांतून अश्रू वाहू लागतात. त्याचा संताप, त्याची भीती, माझ्यावर तो काढत असलेला त्रागा हे सारं मी समजू शकते. इतकचं नाही तर त्याबद्दल त्याला माफदेखील करू शकते- नक्कीच. पण हे असं... ही फसवणूक... आता अति झालं. मी बसल्याजागी पाय पोटाशी ओढून घेते आणि गुडघ्यांना हाताची मिठी घालते. माझं आणि छोटू ब्लिपचं रक्षण करायला हवं मला. मूकपणाने रडत मी मागे पुढे डोलू लागते.

मी तरी नेमकी कशाची अपेक्षा केली होती? या माणसाशी मी फार पटकन लग्न केलं. मला माहितीच होतं- हे असंच काहीतरी होणार हे मला माहितीच होतं. का? का? का? हा माझ्याशी असं कसं वागू शकला? त्याला माहितीये की त्या बाईबद्दल मला काय वाटतं. तरीदेखील तो तिच्याकडे गेलाच कसा? कसा? माझ्या हृदयात जणू खोलवर सुरा खुपसला गेला आहे. आक्रंदणाऱ्या जखमी हृदयातून थेंब थेंब रक्ताच्या स्वरूपात वेदना पाझरते आहे. नेहमी हे असंच होणार का?

डबडबलेल्या डोळ्यांमधून मला त्याची अंधूक आकृती दिसते. *ओह ख्रिश्चन!* मी याच्याशी लग्न केलं कारण माझं याच्यावर खूप प्रेम आहे. शिवाय, मला पक्कं ठाऊक आहे की याचंही माझ्यावर प्रेम आहे. नक्कीच आहे. माझ्या वाढदिवसाला त्यानं इतक्या विचारपूर्वक दिलेलं ते सुंदर ब्रेसलेट माझ्या नजरेसमोरून तरळून जातं.

माझी प्रिय बायको म्हणून हा तुझा पहिला वाढदिवस. आपण आजवर केलेल्या

प्रत्येक पहिल्यासाठी, आय लव्ह यू.

नाही, नाही, नाही- हे नेहमी असंच चालत राहणार याच्यावर माझा विश्वास बसत नाहीये. आम्ही दोन पावलं पुढे जातो आणि तीन पावलं मागे येतो. याच्याबरोबर वावरताना सतत हेच होत आलंय. प्रत्येक वेळेस काहीतरी घडून गेल्यावर आम्ही इंचाइंचाने पुढे होतो. तो येईल ताळ्यावर... नक्कीच येईल. पण माझं काय? मला आज जो झटका बसलाय, ही जी फसवणूक वाट्याला आली आहे त्यातून मी बाहेर येईन का? मागच्याच विकएन्डचं त्याचं वागणं मला आठवतं. डॅडच्या अपघातानंतर ख्रिश्चननं घेतलेली काळजी, डॅड आयसीयूमध्ये बेशुद्ध अवस्थेत असताना मला दिलेला धीर, माझा वाढदिवस साजरा करण्यासाठी घेतलेले कष्ट आणि मला दिलेली सरप्राईज पार्टी, माझ्या आईला आणि मित्र-मैत्रीणींना बोलावून घेणं... हिथमनच्या बाहेर सगळ्यांसमोर गुडघ्यावर बसून माझं चुंबन घेणं... *ओह ख्रिश्चन माझा विश्वास आणि माझी श्रद्धा यांचा तू अंत पाहतोयस... माझं प्रेम आहे रे तुझ्यावर.*

पण आता मी एकटी नाही. मी हळुवारपणे पोटावर हात ठेवते. नाही, मी त्याला माझ्याशी आणि आमच्या ब्लिपशी कदापि असं वागू देणार नाही. डॉ. फ्लिननं मला म्हटलं होतं की ख्रिश्चनला संशयाचा फायदा दिला पाहिजे- पण, काय वाट्टेल ते झालं तरी या वेळेस मी तसं करणार नाही. डोळ्यांतले अश्रू पुसून टाकत मी पालथ्या हातानं नाक पुसते.

कूस बदलत ख्रिश्चन पाय जवळ घेतो आणि पांघरूणात गुरफटून झोपतो. एक हात लांबवत तो अंथरुणात काहीतरी शोधतो. मग काहीतरी पुटपुटत आणि त्रासत हात तसाच लांब ठेवून तो पुन्हा गाढ झोपतो.

ओह फिफ्टी मी तुझं काय करू? आणि त्या चेटकिणीबरोबर तू काय करत होतास? मला कळलंच पाहिजे.

मला संताप आणणाऱ्या त्या टेक्स्टकडे नजर टाकत मी मनातल्या मनात एक बेत आखते. खोलवर श्वास घेत एलेनाचा टेक्स्ट मी माझ्या ब्लॅकबेरीवर फॉरवर्ड करते. चला, पहिली पायरी पूर्ण झाली. घाईघाईने मी त्याचे इतर टेक्स्ट स्क्रोल करून पाहते. पण, तिचा एकही टेक्स्ट नाहीये. इलिएट, अँड्रीया, टेलर, रॉस आणि मी... बस. बरंय. मी टेक्स्ट स्क्रीन बंद करते. त्यानं तिला काही उत्तर पाठवलेलं नाही, हे पाहून मी किंचित सुखावते. माझा जीव पुन्हा एकदा गोळा होतो. ओह माय! हे काय! त्याच्या फोनच्या वॉलपेपरवर माझे अगणित छोटे छोटे फोटो आहेत. वेगवेगळ्या ठिकाणचे- आमचा हनिमून, आमची बोटीची सैर, इतकंच नाही तर होजेने काढलेले माझे काही फोटोसुद्धा त्यात आहेत. कधी केलं त्यानं हे सगळं? हल्लीच केलं असावं.

तितक्यात मला स्क्रीनवरचा ई-मेल आयकॉन दिसतो. माझ्या मनात एक

कल्पना येते... *मी ख्रिश्चनचे ई-मेल वाचू शकते.* तो *तिच्या* संपर्कात आहे का ते पाहू शकते. पण, करावं का मी असं? गडद हिरव्या सिल्कमध्ये लपेटलेली माझी अंतर्देवता माझ्याकडे बघत, तिरपा कटाक्ष टाकत, मान डोलावत मला प्रोत्साहन देते आणि, स्वतःला थांबवण्याआधीच मी त्याच्या प्रायव्हसीवर घाला घालते.

त्याच्या मेलमध्ये शेकड्यांनी ई-मेल्स आहेत. मी भर्रकन स्क्रोल करते. शी, किती कंटाळवाणे आहेत ते सगळे. बहुतांशी ई-मेल्स रॉस, अँड्रीया आणि त्याच्या कंपनीच्या वेगवेगळ्या अधिकाऱ्यांकडून आहेत. काही थोडे माझे पण आहेत. त्या चेटकिणीकडून एकही मेल नाही. तेवढ्यात मला जाणवतं की त्या लीलाकडूनसुद्धा मेल नाहीए. हुश्श!

बार्नी सुलिव्हान कडून आलेल्या एका ई-मेलकडे माझं लक्ष वेधलं जातं. हं, हा ख्रिश्चनचा आयटी तज्ज्ञ आहे. मेलच्या सब्जेक्टमध्ये 'जॅक हाईड' असं लिहिलेलं आहे. अपराधी भावनेने मी ख्रिश्चनकडे नजर टाकते. तो अजूनही घोरतोय. मी आजवर कधी त्याचं घोरणं ऐकलेलं नाही. तो गाढ झोपलाय याची खात्री झाल्यामुळे मी ई-मेल उघडते.

फ्रॉम : बार्नी सुलिव्हान
सब्जेक्ट : जॅक हाईड
डेट : सप्टेंबर १३, २०११   १४:०९
टु : ख्रिश्चन ग्रे

सिएटलच्या बाहेरच्या भागातील सीसीटीव्ही वरून लक्षात येतं की ती पांढरी व्हॅन साऊथ आयर्विंग स्ट्रीटवरची आहे. मात्र, त्याआधीचा तिचा सुगावा लागत नाहीये. म्हणजे हाईड त्या भागात नक्की वास्तव्य करून असणार.

वेल्चने तुम्हाला सांगितलं आहेच की ती गाडी भाड्याने घेतलेली होती. तिच्यावरची लायसन्स प्लेट खोटी होती. ज्या बाईने ती भाड्याने घेतली तिचं नाव, पत्ता कोणालाही ठाऊक नाही. साऊथ आयर्विंग स्ट्रीट या भागाशी तिला जोडणारा कुठलाही दुवा उपलब्ध नाही.

जीईएच आणि एसआयपीमध्ये काम करणाऱ्या आणि त्या भागात राहणाऱ्या ओळखीच्या कर्मचाऱ्यांची सविस्तर माहिती सोबतच्या फाईलमध्ये जोडली आहे. ही फाईल मी वेल्चलादेखील पाठवली आहे.

हाईडच्या एसआयपीमधल्या कॉम्प्युटरवर त्याच्या आधीच्या पर्सनल

असिस्टंटस्बद्दल काहीही माहिती नाही.

पुन्हा एकदा आठवण करून देतो की हाईडच्या एसआयपीमधल्या कॉम्प्युटरमधून आपल्याला खालील माहिती मिळाली होती.

ग्रे ह्यांच्या घरांचे पत्ते :

सिएटलमधील पाच मालमत्ता

डेट्रॉइमधील दोन मालमत्ता

सविस्तर रेझ्युमे :

कॅरिक ग्रे

इलिएट ग्रे

ख्रिश्चन ग्रे

डॉ. ग्रेस ट्रिव्हिलिएन

ॲनेस्टेशिया स्टील

मिया ग्रे

पेपरमधील कात्रणं आणि ऑनलाईन माहिती :

डॉ. ग्रेस ट्रिव्हिलिएन

कॅरिक ग्रे

ख्रिश्चन ग्रे

इलिएट ग्रे

फोटोग्राफ्स :

कॅरिक ग्रे

डॉ. ग्रेस ट्रिव्हिलिएन

ख्रिश्चन ग्रे

इलिएट ग्रे

मिया ग्रे

मी माझा तपास चालू ठेवतो. बघतो, काय माहिती मिळू शकते ते.

बी सुलिव्हान

हेड ऑफ आयटी, जीईएच

हा ई-मेल वाचून क्षणभर का होईना मी माझ्या विदीर्ण करणाऱ्या दुःखातून बाहेर येते. कोणाकोणाची नावं त्यात लिहिली आहेत हे बघण्यासाठी मी मेलला जोडलेल्या अटॅचमेन्टवरती क्लिक करते. ती यादी भलतीच मोठी असावी कारण ती ब्लॅकबेरीवर उघडता उघडत नाही.

हे मी काय करत बसलीये? खूप रात्र झाली आहे. आजचा दिवस प्रचंड थकवणारा होता. तसंही मेलमध्ये त्या चेटकिणीचा किंवा लीला विल्यम्सचा मेल नसल्यामुळे मला थोडंसं बरं वाटतंय. मी पटकन घड्याळाकडे नजर टाकते. दोन वाजून गेलेत. काय प्रचंड घडामोडी घडल्या आज. मी आई होणार आहे आणि माझा नवरा मात्र शत्रूबरोबर गुलछर्रे उडवून आलाय. ठीक आहे. बसू दे त्याला बोंबलत. मी इथे त्याच्याबरोबर मुळीच झोपणार नाहीये. उठू दे उद्या सकाळी एकट्यालाच. त्याचा ब्लॅकबेरी बेडच्या बाजूच्या टेबलवर ठेवत मी माझी पर्स उचलते. त्यानंतर झोपलेल्या माझ्या देखण्या नवऱ्याकडे एक शेवटचा कटाक्ष टाकून मी बेडरूममधून बाहेर पडते.

नेहमीच्या जागी प्लेरूमची जास्तीची किल्ली लटकवलेली आहे. ती घेऊन मी पायऱ्या चढून वर जाते. चादरींच्या कपाटातून उशी, पांघरूण आणि चादर काढून घेत मी प्लेरूमचं दार उघडते. आत शिरते. मंद प्रकाश देणारा एकच दिवा लावते. मागच्या वेळेस आम्ही दोघं इथे होतो तेव्हा मी सेफ वर्ड वापरला होता. असं असतानासुद्धा आज मला या रूमचं वातावरण आणि इथला गंध किती आश्वासक वाटतोय- नवल आहे! दाराला बाहेरच्या बाजूनं किल्ली तशीच लटकवून ठेवत मी दार बंद करून घेते. उद्या सकाळी ख्रिश्चन उठेल तेव्हा मी न दिसल्यामुळे भयंकर संतापेल याची मला जाणीव आहे. पण, प्लेरूमला बाहेरून किल्ली असल्यामुळे तो आतमध्ये डोकावून पाहण्याचा विचार करणार नाही, असं मला वाटतं. जाऊ दे मला काय करायचंय. त्यालाही अद्दल घडली पाहिजे ना!

तिथल्या चेस्टरफील्ड कोचवर आडवं होत, पाय पोटाशी घेत मी अंगावर पांघरूण घेते. मग पर्समधून ब्लॅकबेरी बाहेर काढते. ख्रिश्चनच्या फोनवरून फॉरवर्ड केलेला त्या चेटकिणीचा मेसेज समोरच असतो. तो पुन्हा त्याला फॉरवर्ड करून मी टाईप करते;

'मिसेस लिंकननं तुला पाठवलेल्या या टेक्स्टबद्दल आपण
जेव्हा चर्चा करायला बसू, तेव्हा त्यादेखील आपल्याबरोबर बसायला
हव्या आहेत का तुला? निदान त्यानंतर तुला त्यांच्याकडे धाव घ्यायची
गरज तरी पडणार नाही. तुझी बायको'

सेंडचं बटण दाबून मी मोबाईल सायलेंटला टाकते आणि पांघरुणाच्या उबेत शिरते. वरपांगी जरी मी किती शूरपणाचा आव आणला असला, तरी ख्रिश्चननं दिलेल्या धोक्यामुळे माझा संताप झालाय. खरंतर हा किती आनंदाचा क्षण होता. आम्ही आता आई-बाप बनणार आहोत. संध्याकाळी मी ख्रिश्चनला सांगितलं की मला दिवस गेले आहेत. तो क्षण मी पुन्हा जगून पाहते. हे ऐकून त्याला प्रचंड आनंद झालाय, तो माझ्या समोर गुडघ्यावर बसलाय, मला त्यानं मिठीत ओढून घेतलंय, त्याचं माझ्यावर किती प्रेम आहे हे तो मला सांगतोय आणि छोटू ब्लिपवरदेखील त्याचं प्रचंड प्रेम आहे याची ग्वाही देतोय असं दृश्य माझ्या मनासमोर येतं.

पण मी तर अगदी एकटी आहे. एकटी आणि गारठलेली. या बीडीएसएम फॅन्टसी प्लेरूममध्ये. अचानक मला खूप वय झाल्यासारखं वाटतं. ख्रिश्चनला पेलणं हे नेहमीच आव्हान असेल, याची मला कल्पना आहे. परंतु,या वेळेस मात्र त्यानं सगळ्या मर्यादा ओलांडल्या आहेत. नक्की काय विचार करत होता तो? आता जर त्याला भांडायचंच असेल तर हरकत नाही; मीसुद्धा मागे हटणार नाही. आमच्या जीवनात काही समस्या निर्माण झाली की ऊठसूट त्या हिडिंबेकडे मी त्याला पळ काढू देणार नाही. त्याला आता निवड करावी लागेल- ती किंवा मी आणि आमचा छोटू ब्लिप. मी हळुवारपणे श्वास घेते. मी भयानक थकले आहे. काही क्षणात मला गाढ झोप लागते.

दचकून मी उठते. कुठे आहे मी? क्षणभर मला काही कळत नाही.... *हो की- मी प्लेरूममध्ये आहे.* इथे खिडक्या नसल्यामुळे मला वेळेचा अंदाज येत नाही. तेवढ्यात दाराच्या हॅन्डलचा आवाज येतो.

"ॲना!" दाराच्या बाहेरून ख्रिश्चनच्या ओरडण्याचा आवाज येतो. मी स्तब्ध होते. पण तो आत येत नाही. दाराबाहेर बोलण्याचे आवाज मला ऐकू येतात. मग ते आवाज दूर जातात. निःश्वास टाकत मी ब्लॅकबेरी हातात घेऊन वेळ बघते. सव्वा सात. चार मिस्ड कॉल्स. दोन व्हॉईस मेसेजेस. बहुतेक मिस्ड कॉल्स ख्रिश्चनचेच आहेत. मात्र एक केटचा आहे. ओह गॉड! यानं तिला फोन केला असणार. पण आत्ता मला त्याचा परामर्श घ्यायला वेळ नाही. ऑफिसला उशीर होता कामा नये.

पांघरूण लपेटून घेत पर्स उचलून मी सोफ्यावरून खाली उतरते आणि दाराकडे जाते. बाहेरच्या आवाजाचा कानोसा घेत सावकाश दार उघडून मी हळूच बाहेर डोकावते. कोणीच दिसत नाहीये. ओह शिट... हे जरा अति नाटकी वाटतंय का? असो! स्वतःशीच डोळे फिरवत, खोल श्वास घेत ताठ मानेनं मी पायऱ्या उतरते.

ग्रेटरूमच्या दारात टेलर, सॉयर, रियान, मिसेस जोन्स आणि ख्रिश्चन उभे आहेत. ख्रिश्चन सगळ्यांना भराभर सूचना देत झापतो आहे. एकदम सगळे वळून माझ्याकडे पाहतात. ख्रिश्चनच्या अंगावर काल रात्रीचेच कपडे आहेत. तो विस्कटलेला आणि हादरलेला दिसतोय. तरीसुद्धा अतिशय देखणा दिसतोय. त्याचे मोठे राखाडी डोळे विस्फारलेले आहेत. तो घाबरलेला आहे की चिडलेला आहे, हे सांगणं कठीण आहे.

"सॉयर, मी वीस मिनिटात तयार होईन, आपल्याला निघायचंय," असं म्हणत मी अंगाभोवती पांघरुण ओढून घेते.

तो मान डोलावतो. सगळ्यांच्या नजरा पुन्हा ख्रिश्चनकडे वळतात. तो माझ्याकडे रोखून बघतोय.

"मिसेस ग्रे, तुम्हाला ब्रेकफास्ट काय करू?" मिसेस जोन्स मला विचारते. त्यावर मी मानेने नकार देत म्हणते,

"मला भूक नाहीये, थँक यू." माझ्या या उत्तरावर ती काही न बोलता ओठ मुरडते.

"कुठे होतीस तू?" ख्रिश्चन घोगऱ्या स्वरात मला विचारतो. त्याबरोबर घाईघाईनं सॉयर, टेलर, रियान आणि मिसेस जोन्स तिथून गायब होत टेलरचं ऑफिस, फॉयर, किचन जिथे जमेल तिथे घुसतात. बुडणाऱ्या जहाजात उंदरांची जशी भीतीनं गाळण उडेल तशीच त्यांची गत झालेली आहे.

ख्रिश्चनकडे दुर्लक्ष करत मी तडक बेडरूमच्या दिशेनं निघते.

"ॲना," तो मला हाक मारतो, "उत्तर दे." माझ्या मागून येणाऱ्या त्याच्या पावलांचा आवाज मला येतो; पण मी बेडरूममधून सरळ बाथरूममध्ये शिरते आणि पटकन दार लावून घेते.

"ॲना!" ख्रिश्चन दार ठोठावत म्हणतो. त्याचा आवाज ऐकू येऊ नये म्हणून मी शॉवर चालू करते. त्याचं दार ठोठावणं चालू आहे. "ॲना, मुकाट्यानं दार उघड."

"जा तिकडे!"

"मी इथून कुठेही हलणार नाहाये."

"तुझी मर्जी."

"ॲना, प्लीज."

मी त्याच्याकडे सरळ दुर्लक्ष करत शॉवर घेऊ लागते. अहाहा! गरम पाण्यानं किती बरं वाटतंय. पाण्याचा स्पर्श मला सुखावतो. कालचा थकवा पाण्याबरोबर माझ्या अंगावरून वाहून जाऊ लागतो. ओह माय! फारच छान वाटतंय. एक क्षणभर, अगदी निमिषासाठी मी असा विचार करते की सगळं काही ठीक आहे. मी

शॅम्पू करते. आंघोळ होईपर्यंत मला पुष्कळ बरं वाटतंय. अधिक निग्रही. ख्रिश्चन ग्रे नामक मालगाडीला सहन करायला मी आता तयार आहे. केसांभोवती एक टॉवेल गुंडाळून घेत मी दुसऱ्या टॉवेलनं घाईघाईनं अंग कोरडं करून तो अंगाभोवती गुंडाळून घेते.

बाथरूमचं दार मी उघडते. ख्रिश्चन बाहेर भिंतीला टेकून उभा आहे. त्यानं हात मागे बांधले आहेत. त्याच्या चेहऱ्यावर सावध भाव आहेत, जणू एखादा शिकारी सावजाच्या अपेक्षेत आहे. त्याच्याकडे दुर्लक्ष करून मी सरळ वॉक-इन क्लोझेटकडे जाते.

"तू माझ्याकडे दुर्लक्ष करते आहेस का?" क्लोझेटच्या उंबरठ्यावर उभा राहत ख्रिश्चन अविश्वासानं विचारतो.

"फार कळतं तुला, नाही?" घालायला कपडे शोधत मी न कळत पुटपुटते. आह! माझा प्लम ड्रेस. तो हॅंगरवरून काढून घेत मी गुडघ्यापर्यंतचे काळे स्टिलेटोज् उचलून घेते आणि बेडरूमकडे निघते. ख्रिश्चननं वाट सोडावी म्हणून काही न बोलता मी त्याच्यासमोर थबकते. अंगभूत सभ्यतेमुळे तो बाजूला होतो- त्याची मला खात्रीच होती. मी माझ्या ड्रॉवर्सच्या दिशेनं जाते. तो माझ्याकडे रोखून बघतोय हे मला पाठमोरं असूनदेखील जाणवतं. आरशातून मी त्याच्याकडे कटाक्ष टाकते. निस्तब्धपणे दारात उभं राहून तो मला न्याहाळतोय. एखाद्या कसलेल्या अभिनेत्रीला शोभेल अशा पद्धतीनं मी अंगावरचा टॉवेल खाली पडू देते. आपण विवस्त्र आहोत हे माझ्या गावीही नाही असा आविर्भाव मी आणते. माझ्या या अभिनयाला नक्कीच एखादं ऑस्कर मिळू शकतं. त्यानं टाकलेला उसासा माझ्या कानानं अचूक टिपला जातो; पण मी त्याच्याहीकडे दुर्लक्ष करते.

"तू हे का करते आहेस?" अतिशय घोगऱ्या आवाजात तो प्रश्न करतो.

"तुला काय वाटतं?" ड्रॉवरमधून ला पेर्लाच्या काळ्या लेसच्या पॅन्टिज बाहेर काढत मी अतिशय मधाळ स्वरात त्याला प्रतिप्रश्न करते.

"ॲना." मी त्या चढवते, तसा तो बोलता बोलता थांबतो.

"जा, जाऊन तुझ्या मिसेस रॉबिन्सनला विचार. तिच्याकडे नक्कीच काहीतरी स्पष्टीकरण असेल याची मला खात्री आहे." मॅचिंग ब्रा शोधत मी उत्तर देते.

"ॲना, मी तुला याआधीसुद्धा सांगितलं आहे की, ती माझी -"

त्याला वाक्य पूर्ण न करू देता हात झटकत मी ताडकन उत्तर देते, "ख्रिश्चन, मला काहीही ऐकून घ्यायचं नाहीये. बोलायची वेळ काल होती. पण त्याऐवजी तू तमाशा करायचं ठरवलंस. हे कमी म्हणून की काय ज्या बाईनं तुझं वर्षानुवर्षं शोषण केलं आहे, तिच्याचबरोबर बसून तू पिऊन तर्र झालास. कर ना तिला फोन! मला खात्री आहे की तुला जे काही म्हणायचं आहे ते ऐकून घ्यायला ती अगदी एका

पायावर तयार असेल.'' मॅचिंग ब्रा सापडल्यामुळे मी ड्रॉवर बंद करते आणि सावकाश ती अंगावर चढवून बकल लावते. बेडरूममध्ये येऊन ख्रिश्चन कंबरेवर हात ठेवून उभा राहतो.

''तू माझ्यावर पाळत का ठेवलीस?'' तो विचारतो.

मी कितीही कठोर निश्चय केला असला तरी मला संकोच वाटतो. ''तो मुद्दाच नाहीये, ख्रिश्चन,'' स्वतःला सावरत मी त्याला झापते. ''मुद्दा असा आहे की, जरा काही बिनसलं की तू तिच्याकडे धाव घेतोस.''

तो ओठांना घट्ट मुरड घालतो. मग क्षणभर थांबून म्हणतो, ''असं नाहीये.''

''मला त्यात स्वारस्य नाहीये,'' काळ्या लेसचे मांडीपर्यंतचे स्टॉकिंग्ज घेऊन मी पलंगावर बसते. पाऊल खाली घेत अलगद मी एकएक स्टॉकिंग्ज चढवते.

''तू कुठे होतीस?'' हे विचारताना त्याची नजर माझ्या हाताबरोबर पायावर वर वर सरकते. दुसरा स्टॉकिंग्ज घालतानादेखील मी त्याच्याकडे जाणीवपूर्वक दुर्लक्ष करते. मग उठून केसांचा टॉवेल सोडवत, खाली झुकून मी केस पुसू लागते. वाकल्यामुळे मला माझ्या मांड्यांच्या मधल्या जागेतून त्याची अनवाणी पावलं दिसतात. तो माझ्याकडे रोखून पाहतोय, हेही जाणवतं. केस पुसून झाल्यावर मी उभी राहत ड्रॉवरमधून हेअर ड्रायर बाहेर काढते.

''उत्तर दे.'' ख्रिश्चन खालच्या पट्टीत घोगऱ्या स्वरात म्हणतो.

त्याचं बोलणं ऐकायला येऊ नये म्हणून मी हेअर ड्रायर सुरू करते. आरशात पाहत एकीकडे केस बोटाने मोकळे करत मी पुन्हा त्याला न्याहाळते. तो माझ्याचकडे रोखून बघतोय. त्याने डोळे बारीक केलेत. बापरे! त्याच्या त्या नजरेनं मी शहारते. घाईघाईनं त्याच्यावरची नजर काढून मी केस वाळवण्याकडे लक्ष देते. अंगातली शिरशिरी कमी होण्याचं काही चिन्ह दिसत नाही. मी कसाबसा आवंढा गिळते आणि ड्रायरकडे लक्ष देते. अजूनही भलताच संतापलाय तो. पण याला काय अर्थ आहे? त्या वाह्यात बाईबरोबर बाहेर हा गेला होता. वर आणि माझ्यावर संतापतोय? हिंमत कशी झाली याची? माझे केस आता मला हवे तसे फुलले आहेत. मी ड्रायर बंद करते. बस... आवडलंय मला.

''कुठे होतीस तू?'' मला जेमतेम ऐकू येईल अशा स्वरात अतिशय थंडपणे तो विचारतो.

''तुला काय त्याचं?''

''ॲना, बस झालं हं. आत्ताच्या आत्ता थांबव.''

मी खांदे उडवते. त्याबरोबर ख्रिश्चन एका ढांगेत माझ्यापर्यंत पोहोंचतो. गर्रकन वळून मी एक पाऊल मागे घेते.

''मला हात लावू नकोस,'' मी फिस्कारते. त्याबरोबर तो अवाक होऊन

जागच्या जागी उभा रहातो.

"तू कुठे होतीस?" तो खडसावून विचारतो. त्याच्या दोन्ही हातांच्या मुठी घट्ट वळल्या आहेत.

"मी काही बाहेर जाऊन माझ्या एक्सबरोबर दारू पीत बसले नव्हते," मी संतापून उत्तर देते. "मग, झोपला होतास का काल तिच्याबरोबर?"

त्याच्या तोंडाचा आ वासला जातो. "काय? नाही!" इतकं सगळं होऊनही त्याच्या चेहऱ्यावर चक्क दुखावल्याचे आणि संतापल्याचे भाव आहेत. माझं अबोध मन सुटकेचा निःश्वास टाकतं.

"तुला असं वाटतं की मी तुला फसवेन?" त्याच्या नैतिकतेचा आता उद्रेक झालाय.

"अर्थात," मी त्राग्याने उत्तर देते. "आपलं अत्यंत खासगी जीवन असं त्या बाईसमोर चवाट्यावर मांडलंस तू."

"चवाट्यावर? तुला असं वाटतं?" त्याचे डोळे आता आग ओकू लागले आहेत.

"ख्रिश्चन, मी तिच्याकडून आलेलं टेक्स्ट पाहिलंय. तेच मला माहितीये."

"ते टेक्स्ट तुझ्यासाठी नव्हतं," तो गुरगुरतो.

"खरं सांगायचं तर काल जेव्हा तू तर्र पिऊन घरी आला होतास तेव्हा स्वतःचे कपडे बदलण्याची शुद्धदेखील तुला नव्हती. मी तुझे कपडे बदलण्याच्या प्रयत्नांत असताना तुझा ब्लॅकबेरी तुझ्या जॅकेटमधून खाली पडला. तेव्हा मला तो टेक्स्ट दिसला. त्या बाईला तू जाऊन भेटल्यामुळे मला किती यातना दिल्या आहेस याची तुला कल्पना तरी आहे का?"

क्षणभर तो पांढरा पडतो. पण मी आता माघार घेणार नाहीये. माझा संताप आता मोकाट सुटलाय.

"काल रात्री तू घरी कधी आलास ते तरी आठवतंय का? काय बरळलास ते तरी लक्षात आहे का?"

त्याचा चेहरा गोठलाय. तो सुन्नपणे माझ्याकडे पाहत उभा आहे.

"शिवाय, तू म्हणाला होतास ते बरोबर आहे. तुझ्याऐवजी मी प्रतिकार न करू शकणाऱ्या बाळाची निवड करेन. कुठलेही प्रेमळ आई-वडील असंच करतील. तुझ्या आईनंसुद्धा तुझी निवड करायला हवी होती. तशी तिनं केली नाही याचं मला नक्कीच वाईट वाटतंय- कारण जर तिने त्या वेळेस तुझा बचाव केला असता तर आज, आत्ता, इथे आपण हे संभाषण केलं नसतं. पण आता तू पुरेसा मोठा झाला आहेस- मोठा झाल्यासारखा वागायला लाग. उगाच पौगंडावस्थेतल्या मुलासारखा नाठाळपणा करू नकोस."

"या बाळाच्या येण्याचा तुला कदाचित आनंद नसेल झाला. मलाही अत्यानंद झालाय असं माझं म्हणणं नाही. एकतर नकळत झालंय, वेळेच्या आधी झालंय, शिवाय, तू ज्या पद्धतीनं बाळाचं स्वागत केलं आहेस त्याबद्दल तर काही न बोललेलं बरं. तुझ्या माझ्या रक्तमांसांचा हा अंकुर आहे. एकतर तू मला साथ दे, नाहीतर मग मी माझ्या पद्धतीनं मला हवं ते करेन. निर्णय तू घ्यायचा आहेस."

"तू इथे असा स्वतःची कीव करत आणि स्वतःला दूषणं देत जितका वेळ उभं राहायचं, तितका वेळ उभा राहा. मी चालले ऑफिसला. संध्याकाळी परत आल्यावर मी माझं सामान वरच्या बेडरूममध्ये घेऊन जाईन."

त्याला धक्का बसलाय. पापण्यांची उघडझाप करत चकार शब्दही न उच्चारता तो तसाच उभा आहे.

"आता जर तुझी हरकत नसेल तर मला कपडे घालायला आवडतील." मी जोरजोरात श्वास घेत म्हणते.

अतिशय सावकाश ख्रिश्चन एक पाऊल मागे घेतो. त्याचा चेहरा कठोर झालाय. "तुला असं वागायचंय?" जेमतेम ऐकू येईल अशा स्वरात तो विचारतो.

"मला काय हवं आहे हे मलाही ठाऊक नाही." माझ्याही तोंडातून आवाज बाहेर पडत नाही. ख्रिश्चनच्या वागण्याशी आपल्याला काही घेणंदेणं नाही हे दाखवताना मला आटोकाट प्रयत्न करावे लागतात. मॉइस्चरायझरमध्ये बोटांची टोकं बुडवून ते चेहऱ्यावरती हलकेच लावत असताना मी आरशात स्वतःला न्याहाळते. मोठे निळे डोळे, फिकुटलेला चेहरा पण लाल झालेले गाल. *छान चाललंय, आता माघार घेऊ नकोस, अजिबात माघार घेऊ नकोस.*

"तुला मी नकोसा झालोय?" तो कसाबसा विचारतो.

ओह नो!... असा विचार करू नकोस, ग्रे.

"अजून मी इथे आहे ना?" मी फटकारते. मग, मस्कारा उचलत मी उजव्या पापणीवर लावते.

"तू मला सोडून जायचा विचार केला आहेस?" अतिशय अस्पष्टपणे तो विचारतो.

"एखादीच्या नवऱ्याला त्याच्या एक्स-मिस्ट्रेसचा सहवास जास्त आवडणं, हे काही चांगलं चिन्ह नाहीये." स्वरामध्ये तिरस्कार आणत त्याच्या प्रश्नाला बगल देत मी म्हणते. आता लिप-ग्लॉस लावू. आरशात बघत मी माझ्या चमकणाऱ्या ओठांचा चंबू करते. *खंबीर रहा, स्टील... अं- ग्रे. होली फक्! मला तर माझं नावसुद्धा धड आठवत नाहीये.* बूट उचलून घेत मी पुन्हा एकदा पलंगावर बसते. एक एक करून दोन्ही बूट पायात चढवते. चला, बूट आणि अंडरगारमेन्ट्समध्ये मी भलतीच हॉट दिसतेय. मला त्याची जाणीव आहे. उभी राहत मी त्याच्याकडे निर्विकारपणे बघते.

माझ्या शरीरावर तो घाईघाईने हावरा कटाक्ष टाकतो.

"तू नेमकं काय करते आहेस ते मला कळतंय," त्याच्या स्वरात आता कामुकता आलीये.

"खरंच कळतंय?" माझा स्वर अचानक पिचकतो. *नाही, ॲना, खिंड लढव!*

आवंढा गिळत तो माझ्या दिशेनं एक पाऊल पुढे टाकतो. दोन्ही हात वर करत त्याला जागच्या जागी थोपवत मी एक पाऊल मागे घेते.

"ग्रे, तसा विचारसुद्धा मनात आणू नका," मी छद्मीपणानं म्हणते.

"तू बायको आहेस माझी," मला धमकावत तो उत्तर देतो.

"जिचा तू काल त्याग केलास अशी दिवस गेलेली बाई आहे मी. आणि आता तू मला साधा स्पर्श जरी केलास तरी जोरजोरात किंचाळून मी सगळ्यांना इथे गोळा करणार."

अविश्वासानं एक भुवई उंचावत तो विचारतो, "तू किंचाळशील?"

"काही शंका?" मी नजर बारीक करत प्रतिप्रश्न करते.

"कोणालाही ऐकू येणार नाही," हे बोलताना त्याची नजर गहिरी होते. एक क्षणभर मला ॲस्पेनमधली आमची सकाळ आठवते. नको. नको. नको.

"तू मला भीती दाखवायचा प्रयत्न करतो आहेस?" मुद्दाम त्याला उचकवत मी एका दमात विचारते.

माझा उद्देश सफल होतो. तो जागच्या जागी थबकतो. "माझा तसा हेतू नव्हता." हे बोलताना त्याच्या कपाळावर छप्पन्न आठ्या उमटतात.

खरंतर मला श्वास घेणंदेखील कठीण झालंय. आता त्यानं मला नुसता स्पर्श जरी केला तरी मी सारं विसरून त्याला शरण जाईन. माझ्या या विश्वासघातकी शरीरावर त्याची जी सत्ता आहे ती मी पूर्णपणे जाणून आहे. मी त्याच्यावर प्रचंड संतापले आहे हे मी स्वतःला खडसावून सांगते.

"पूर्वी जिच्याशी माझी जवळीक होती, तिच्याबरोबर मी फक्त ड्रिंक्स घेतली आहेत. आम्ही सगळे गैरसमज दूर केलेत. यापुढे मी तिला कधीही भेटणार नाहीये."

"तू तिला शोधायला गेला होतास ना?"

"नाही, आधी मी फ्लिनला गाठायचा प्रयत्न केला; पण, नंतर मी सलोनमध्ये पोहोचलो."

"आणि यापुढे तू तिला कधीही भेटणार नाहीस यावर मी विश्वास ठेवावा अशी तुझी अपेक्षा आहे?" मला आता संताप असह्य झाला आहे. "आणि समजा पुढच्या वेळेस एखादी काल्पनीक रेषा मी ओलांडली तर काय? हाच वाद आपण परत परत घालत बसणार, नाही का? समजा माझ्याकडून काही चुकलं तर तू पुन्हा धावत तिच्या आश्रयाला जाणार, नाही का?"

"यापुढे मी तिला कधीही भेटणार नाहीये," अतिशय ठामपणे तो मला सुनावतो. "आमच्या नात्याबद्दल मला नेमकं काय वाटतं आहे याची तिला आता पूर्ण कल्पना आली आहे."

आश्चर्यानं त्याच्याकडे बघत मी म्हणते, "म्हणजे, याचा काय अर्थ?"

खांदे ताठ करत, केसातून हात फिरवत, चकार शब्दही न उच्चारता तो तसाच उभा राहतो. त्याच्या चेहऱ्यावरचा संताप लपत नाहीये. मी वेगळा मार्ग अवलंबते.

"तू तिच्याशी बोलू शकतोस; मग माझ्याशी का बोलू शकत नाहीस?"

"मला तुझा संताप आला होता. आत्ताही आलाय."

"त्याबद्दल तर एक अक्षरही बोलू नकोस हं!" मी जोरात ओरडते. "तसं पाहिलं तर या क्षणाला *मी* तुझ्यावर प्रचंड संतापले आहे. काल जेव्हा मला तुझी प्रचंड गरज होती तेंव्हा तू अतिशय थंडपणे आणि निष्ठुरपणे वागलास त्याचा मला संताप आला आहे. मी मुद्दाम स्वतःला प्रेग्नंट करून घेतलं- जे मी केलं नाहीये- असं म्हणालास म्हणून मला संताप आलाय. तू मला फसवलंस म्हणून मला संताप आलाय." येणारा हुंदका कसाबसा दाबत मी म्हणते. माझ्या उद्रेकाने तो सुन्न होतो. तोंड मिटायचं भानदेखील त्याला राहत नाही. जणू मी त्याला सणसणीत थप्पड लगावली असावा, असा आविर्भाव त्याच्या चेहऱ्यावर आहे. क्षणभर तो डोळे मिटून घेतो. मी आवंढा गिळते. *ॲनेस्टेशिया, शांत हो.*

"मला कल्पना आहे की माझ्या शॉट्सच्या तारखा मी सांभाळायला हव्या होत्या; पण मी मुद्दाम विसरले नाही. ही प्रेग्नन्सी माझ्यासाठीसुद्धा धक्कादायक आहे." स्वतःला सावरायचा प्रयत्न करत मी म्हणते. "कदाचित शॉटचा परिणाम लवकर संपला असेल."

एक शब्दही न बोलता तो माझ्याकडे रोखून बघतो.

"काल तर तू अतिरेक केला आहेस," मी संतापानं खदखदत म्हणते. "गेल्या काही आठवड्यांत मला किती वेगवेगळ्या गोष्टी हाताळाव्या लागल्यात, याचा काही विचार केलास?"

"तीन-चार आठवड्यांपूर्वी किंवा जेव्हा तू शॉट घ्यायला विसरलीस तेव्हा तू खरंच प्रचंड घोळ घातलायस."

"त्याचं काय आहे ना, मी तुझ्यासारखी परिपूर्ण असते तर मग काय...."

ओह! बस, बस, बस. एकमेकांना खुन्नस देत आम्ही तसेच उभे राहतो.

"मिसेस ग्रे, फार छान अभिनय करता," तो पुटपुटतो.

"घोळ घातला तरी, दिवस गेले असले तरी मी करमणूक करू शकते हे ऐकून मला आनंद वाटतोय."

यावर काय बोलावं हे न सुचून तो नुसतंच म्हणतो, "मला शॉवर घ्यायचाय."

"आणि मी पुरेशी करमणूक केली आहे."

"फारच छान," असं म्हणत तो एक पाऊल पुढे येतो. मी अजून एक पाऊल मागे घेत बजावते, "नाही हं."

"तू मला जेव्हा स्पर्श करू देत नाहीस तेंव्हा मला अजिबात सहन होत नाही."

"किती विरोधाभास आहे नाही?"

परत एकदा त्याचे डोळे बारीक होतात. "इतकं करून आपण फारसं काही साधलं नाही आहे, नाही का?"

"बरोबर आहे. मात्र, मी आज या बेडरूममधून बाहेर पडणार आहे."

एका क्षणासाठी त्याचे डोळे विस्फारतात. "माझ्या लेखी तिला जराही किंमत नाही."

"हो, फक्त तुला गरज पडेपर्यंत, नाही का?"

"मला तिची गरज नाहीये. मला तुझी गरज आहे."

"काल तर तसं काही वाटलं नाही! ख्रिश्चन, ती बाई मला सहनच होत नाही."

"ती आता माझ्या आयुष्यातून हद्दपार झाली आहे."

"तुझ्यावर विश्वास ठेवता आला असता तर बरं वाटलं असतं मला."

"ॲना, प्लीज, विश्वास ठेव."

"प्लीज, मला कपडे घालू दे."

दीर्घ निःश्वास सोडत तो पुन्हा एकदा केसातून हात फिरवतो. "संध्याकाळी भेटू," असं म्हणताना अचानक त्याचा स्वर उदास होतो. पटकन पुढे होत त्याला मिठीत घेऊन त्याची समजूत काढावी, असा विचार क्षणभर माझ्या मनात येतो... पण मी तो मोह टाळते. कारण, या क्षणाला मी खरोखरच प्रचंड संतापलेली आहे. तो वळून बाथरूमकडे जातो. बाथरूमचं दार बंद होण्याचा आवाज येईपर्यंत मी तशीच स्तब्ध उभी राहते.

मग धडपडत पलंगापर्यंत जाऊन मी त्यावर स्वतःला झोकून देते. माझी अंतर्देवता आणि माझं अबोध मन दोघं मिळून मला सलामी देतात. माझ्या धैर्याची दाद देतात. मी डोळ्यांतून एक टिपूससुद्धा काढला नाहीये, ओरडले नाहीये, किंचाळले नाहीये, खून केला नाहीये किंवा त्याच्या मोहवण्याला भुललेली नाहीये. खरं म्हणजे मला मस्त बक्षीस मिळायला पाहिजे. पण, मी सुन्न झाले आहे. शिट! इतका वेळ वाद घालून आम्ही काहीच साधलं नाही. आम्ही जणू एखाद्या उंच सुळक्याच्या कडेवर आहोत. आमचं वैवाहिक जीवन पणाला लागलं आहे का? त्या बाईकडे धाव घेऊन त्यानं स्वतःचं किती हसं करून घेतलं आहे हे त्याला कसं काय समजत नाही? आता यापुढे तो तिला कधीही भेटणार नाही या म्हणण्याचा नेमका

अर्थ तरी काय? मी त्याच्या या बोलण्यावर विश्वास तरी कसा ठेवायचा? मी रेडिओ अलार्मकडे नजर टाकते- साडे आठ. *शिट!* मला उशीर करून चालणार नाही. मी खोल श्वास घेते.

''छोटू ब्लिप, दुसऱ्या फेरीतून फारसं काही साध्य झालेलं नाही,'' पोटाला थोपटत मी प्रेमानं म्हणते. ''डॅडीला आत्ता लक्षात येत नसलं तरी मी आशा सोडली नाहीए. छोटू ब्लिप, तू इतक्या लवकर का आलास? सांग ना इतक्या लवकर का आलास? आत्ता तर कुठे सगळं स्थिर व्हायला सुरुवात झाली होती.'' माझे ओठ थरथरू लागतात. पण, छाती भरून श्वास घेत मी स्वतःच्या भावनांना आवर घालते.

''चला, कामाचा फडशा पाडू यात.''

मी ख्रिश्चनचा निरोप घेत नाही. मी आणि सॉयर निघतो तेव्हा ख्रिश्चन शॉवरमध्येच असतो. एसयूव्हीच्या गडद काचांतून मी बाहेर नजर टाकते. आता मात्र मी स्वतःला आवरू शकत नाही. माझ्या डोळ्यांतून घळाघळा अश्रू वाहू लागतात. माझा उदासवाणा सूर आभाळातसुद्धा भरून राहिलाय. गडद काळोखे ढग दाटून आलेत. मला खूप विचित्र वाटतंय. आम्ही बाळाबद्दल तर काहीच बोललो नाही. छोटू ब्लिपची बातमी स्वीकारायला मला चोवीस तासदेखील मिळालेले नाहीयेत. ख्रिश्चनला त्याहून कमी वेळ मिळालाय. ''त्याला तर तुझं नावसुद्धा अजून माहीत नाहीये.'' गालावरचे अश्रू पुसत पोट कुरवाळत मी म्हणते.

''मिसेस ग्रे,'' सॉयर मला विचारातून जागं करत म्हणतो, ''आपण पोहोचलोय.''

''ओह. थँक्स, सॉयर.''

''मी माझ्यासाठी खायला आणायला चाललोय. तुमच्यासाठी काही आणू?''

''नको. थँक यू, पण नको. मला भूक नाहीए.''

मी ऑफिसमध्ये शिरते. हॅनाने माझ्यासाठी लॅटे तयार ठेवलीये. त्याच्या वासानंच मला मळमळतं.

''अं... माझ्यासाठी चहा आणशील, प्लीज?'' मी संकोचून विचारते. मला कॉफी का आवडत नाहीये, याचं खरं कारण मला आज कळतं. जीझ! तिचा वासच घाणेरडा आहे.

''ॲना, तू ठीक तर आहेस ना?''

मी मान डोलावत माझ्या ऑफिसमध्ये शिरते. इथे मला सुरक्षित वाटतं. तेवढ्यात माझा ब्लॅकबेरी वाजतो. केट आहे.

''ख्रिश्चन तुला का शोधत होता?'' ती थेट मुद्द्याला हात घालते.

"गुड मॉर्निंग, केट. कशी आहेस?"

"स्टील, फालतूपणा बंद कर. काय झालंय?" कॅथरीन कॅव्हॅनॉ चौकशी सत्र सुरू झालंय.

"ख्रिश्चनचं आणि माझं भांडण झालंय, बस बाकी काही नाही."

"त्यानं तुला काही इजा केली का?"

मी डोळे फिरवते. "हो, पण तुला वाटतं तसं काही नाहीये." या क्षणी मी केटला पेलू शकत नाही. कारण, तिच्याशी बोलताना मला रडायला येईल हे मला माहितीये. सकाळी ख्रिश्चनसमोर मी ज्या ठामपणे उभी राहिले, त्या पार्श्वभूमीवर मला आत्ता रडायचं नाहीये. "केट, मला एक मीटिंग आहे. मी तुला नंतर फोन करते."

"चालेल. तू ठीक आहेस ना?"

"हो." *नाही.* "मी तुला नंतर फोन करते, चालेल?"

"ओके, ॲना, तू म्हणशील तसं. काही लागलं तर सांग, मी आहे."

"मला जाणीव आहे त्याची," तिच्या प्रेमळ शब्दांनी माझ्या मनात भावनांचा कल्लोळ दाटून येतो. कसंबसं स्वतःला आवरत मी तिला उत्तर देते. *मी रडणार नाहीये. मी रडणार नाहीये.*

"रे ठीक आहे?"

"हो," मी जेमतेम एक शब्द उच्चारते.

"ओह, ॲना," ती हळुवारपणे म्हणते.

"नको हं."

"ओके. नंतर बोलू."

"हो."

सकाळभर काम करता करता मी सतत ई-मेल्स तपासून बघते. ख्रिश्चनकडून एखादा तरी ई-मेल येईल, अशी मला आशा असते. पण, माझी निराशा होते. जसजसा दिवस पुढे सरकतो तसतसं मला जाणवतं की तो अजूनही खूप संतापलाय आणि म्हणूनच माझ्याशी संपर्क साधणार नाहीये. असो, मीसुद्धा अजूनही संतापलेली आहे. मी स्वतःला कामात झोकून देते. लंच अवरमध्ये क्रीम चिझ आणि सामन बॅगल खाण्यापुरतं मी थांबते. पोटात अन्न गेल्याबरोबर किती बरं वाटतं मला.

संध्याकाळी पाच वाजता मी आणि सॉयर रे ला भेटायला हॉस्पिटलमध्ये जातो. सॉयर अति दक्षतेनं आजूबाजूला लक्ष ठेवून आहे. माझ्या मते तो जरा अतिच काळजी करतोय. मला वैताग येतो. 'रे'च्या रूमजवळ आल्यावर सॉयर मला घाईनं विचारतो,

"तुम्ही तुमच्या वडिलांबरोबर आहात तोपर्यंत मी तुमच्यासाठी चहा घेऊन येऊ का?"

"नको, थँक्स, सॉयर. मला काही नकोय."

"मी बाहेर थांबतो." असं म्हणून तो माझ्यासाठी दार उघडून धरतो.

त्याच्यापासून दूर जायला मिळतंय यामुळे मला बरं वाटतं. 'रे' त्याच्या पलंगावर बसून मासिक वाचतोय. त्यानं छानशी दाढी केलीये. त्याच्या अंगात स्वच्छ कपडे आहेत. तो आता पहिल्यासारखा दिसतोय. त्याला पाहून मला छान वाटतं.

"हे, ॲनी." तो हसून म्हणतो. पुढच्या क्षणी त्याचा चेहरा पडतो.

"ओह, डॅडी...." असं म्हणत मी पटकन त्याच्याकडे धाव घेते. कधी नव्हे तो दोन्ही हात पसरून मला कुशीत घेतो.

"ॲनी?" तो हलकेच विचारतो, "काय झालं?" मला घट्ट धरून ठेवत, माझ्या केसांवर तो ओठ टेकवतो. त्यानं असं कुशीत घेतल्यावर मला जाणवतं की आमच्या दोघांमध्ये वात्सल्याचे क्षण किती कमी येतात. *असं का व्हावं?* म्हणून मला ख्रिश्चनच्या कुशीत जायला आवडतं. काही क्षणांनंतर मी 'रे' ची मिठी सोडवत पलंगाच्या बाजूला असलेल्या खुर्चीवर बसते. त्याच्या चेहऱ्यावर काळजी आणि कपाळावर आठ्या आहेत.

"सांग तुझ्या म्हाताऱ्याला काय झालं ते."

मी मान हलवते. आत्ता या क्षणाला त्याला माझ्या समस्या सांगण्याची काही गरजच नाहीये.

"डॅड, काही नाही. तू छान दिसतोयस," असं म्हणत मी त्याचा हात घट्ट धरते.

"हं, पुष्कळ चांगलं वाटतंय मला. आता फक्त हा कास्टमध्ये टाकलेला पाय तेवढा गांजतोय."

"गांजतोय?" त्याच्या या शब्दानं मला हसू येतं.

त्यावर हसून तो म्हणतो, "खाजतोयपेक्षा गांजतोय म्हणणं बरं वाटतं, नाही का?"

"ओह डॅड, तू छान आहेस हे बघून मला किती बरं वाटतंय."

"ॲनी, मलासुद्धा बरं वाटतंय. या गांजणाऱ्या मांडीवर आता नातवंडं खेळवाविशी वाटतायत मला. काय वाट्टेल ते झालं तरी ती संधी मला हुकवायची नाहीये."

मी अवाक होऊन त्याच्याकडे पाहत राहते. शिट! त्याला कळलं की काय? डोळ्याच्या कोपऱ्यात जमा झालेले अश्रू परतवून लावण्यासाठी मला जिवाचा आटापिटा करावा लागतो.

"तुझं आणि ख्रिश्चनचं बरं चाललंय ना?"

"आमचं भांडण झालंय," माझ्या घशात आवंढा दाटून आलाय. "काढू आम्ही काहीतरी मार्ग."

तो मान डोलावत खात्रीपूर्वक म्हणतो, "फार छान माणूस आहे तो, तुझा नवरा."

"हो, काही काही वेळेस दाखवतो तो रंग. बरं, डॉक्टर काय म्हणाले?" या क्षणी तरी मला माझ्या नवऱ्याबद्दल काहीही बोलायचं नाहीये. तूर्तास ती दुखरी नस आहे.

मी एस्कलामध्ये परत येते.

"ख्रिश्चनने फोन केला होता. त्याला घरी यायला उशीर होणार आहे." अवघडलेल्या स्वरात मिसेस जोन्स मला सांगते.

"ओह, थँक्स." हे तो मला का सांगू शकला नाही? जीझ! आता तो निष्कारणच हे प्रकरण ताणतोय. आमच्या लग्नाच्या वेळेस विवाहाच्या आणाभाका घेताना आमच्यात जो वाद झाला होता, तो मला अचानक आठवतो. त्यानंतर त्यानं बराच थयथयाट केला होता. पण, या क्षणाला तरी मी उद्विग्न झाले आहे.

"काय करू तुझ्यासाठी खायला?" मिसेस जोन्स मला ठामपणे विचारते. मला काहीतरी खाऊ घालायचा तिचा निर्धार पक्का आहे.

"पास्ता."

ती हसून पुढे म्हणते, "स्पघेटी, पेने, फुसी?"

"स्पघेटी. तुझा खास बोलोनिझ."

"आत्ता आणते. आणि ॲना तू निघून गेलीस असं वाटल्यामुळे आज सकाळी मिस्टर ग्रे भयंकर संतापले होते. त्यांना काही सुचतच नव्हतं." ती हसून म्हणते.

ओह...

नऊ वाजून जातात. तरीही ख्रिश्चन परत आलेला नाहीये. कुठे असेल तो? लायब्ररीमध्ये माझ्या डेस्कशी बसून विचार करत मी त्याला फोन लावते.

"ॲना," तो शांत स्वरात उत्तर देतो.

"हाय."

श्वास घेत तो उत्तर देतो, "हाय." त्याचा स्वर खोल गेलाय.

"घरी येणार आहेस?"

"वेळ आहे."

"ऑफिसमध्ये आहेस?"

"हो. मी कुठे असणं तुला अपेक्षित आहे?"

तिच्या बरोबर. "ठीक आहे."

आम्ही दोघंही फोन बंद न करता तसेच थांबतो. आमच्यातली शांतता जीवघेणी आहे.

"गुड नाईट, ॲना," शेवटी तो म्हणतो.

"गुड नाईट, ख्रिश्चन."

तो फोन बंद करतो.

ओह शिट! मी ब्लॅकबेरीकडे बघत बसते. मी काय करावं अशी त्याची अपेक्षा आहे? तो माझ्या तोंडावर असं निघून जाणं मला अजिबात सहन होणार नाही. ठीक आहे, तो भडकलाय. मीही भडकले आहे. पण, आम्ही जिथे होतो तिथेच अडकलेलो आहोत. मी काही लहान मुलांचा छळ करणाऱ्या माझ्या एक्स-लव्हरकडे जाऊन माझ्या वैयक्तिक जीवनाबद्दल बोलले नाहीये. वागण्याची ही पद्धत अतिशय गैर आहे. हे त्यानं कबूल करणं मला अपेक्षित आहे.

खुर्चीत बसून मी लायब्ररीमधल्या बिलिअर्ड टेबलकडे पाहत राहते. स्नुकर खेळताना किती मजा आली होती आम्हा दोघांना. नकळत मी ओटीपोटावर हात ठेवते. कदाचित हे सगळं फार लवकर घडून आलंय. कदाचित हे मूल... असा नुसता विचार येताच माझं अबोध मन किंचाळतं, नाही! मी जर गर्भपात केला तर मी स्वतःला आणि ख्रिश्चनलादेखील कधीही माफ करू शकणार नाही. छोटू ब्लिप काय केलंस तू हे आम्हाला? केटशी बोलण्याची हिंमत माझ्यात नाही. खरंतर, कुणाशीच बोलण्याची हिंमत माझ्यात नाही. 'लवकरच फोन करते' असा टेक्स्ट मेसेज मी तिला पाठवून देते. टेक्स्ट

अकरा वाजतात. मला झोप अनावर होते. नाइलाजानं मी माझ्या जुन्या बेडरूमकडे जाते. पांघरुणात शिरून पाय पोटाशी घेत मी शेवटी स्वतःला मोकळं करते आणि ढसाढसा रडू लागते...

मी जागी होते तेव्हा माझं डोकं गरगरतंय. बेडरूमच्या खिडकीतून लख्ख प्रकाश आत शिरलाय. अलार्म क्लॉककडे मी नजर टाकते. साडे सात. ख्रिश्चन कुठाय? हा एकमेव विचार माझ्या मनात येतो. घाईघाईनं उठत मी अंथरुणातून बाहेर पडते. पलंगाच्या बाजूला खाली जमिनिवर ख्रिश्चनचा चंदेरी राखाडी टाय पडलाय. माझा अत्यंत लाडका टाय. काल रात्री मी झोपायला आले तेव्हा हा टाय नव्हता इथे. तो उचलून घेत मी एकटक न्याहाळते. मग, हळुवारपणे कुरवाळत, गालावर फिरवते. तो इथे आला होता. मी झोपले असताना मला बघत बसला होता. माझ्या मनात आशेचा किरण चमकतो.

मी खाली येते तेव्हा मिसेस जोन्स किचनमध्ये काम करत असतात.

"गुड मॉर्निंग," ती उत्साहानं म्हणते.

"मॉर्निंग. ख्रिश्चन?" मी विचारते.

तिचा चेहरा उतरतो. "तो गेलासुद्धा."

"म्हणजे तो घरी आला होता?" त्याच्या टायचा पुरावा हातात असूनसुद्धा मला खात्री करून घ्यायची आहे.

"हो." क्षणभर थांबून ती पुढे म्हणते, "ॲना, माफ कर, थोडं जास्त बोलतेय पण ख्रिश्चन खूप हेकट आहे. तू तरी ताणून धरू नकोस."

मी मान डोलावते. पण माझ्या चेहऱ्यावरचे भाव बघून ती पुढे काही बोलत नाही. माझ्या हेकट नवऱ्याबद्दल कुठलीही चर्चा मला आत्ता करायची नाही, हे तिच्या लक्षात येतं.

ऑफिसमध्ये पोहोचताच मी ई-मेल उघडून पाहते. ख्रिश्चनचा ई-मेल आलेला आहे. माझा जीव उडून जातो.

फ्रॉम : ख्रिश्चन ग्रे
सब्जेक्ट : पोर्टलँड
डेट : सप्टेंबर १५, २०११ ०६:४५
टु : ॲनेस्टेशिया ग्रे

ॲना,
चार्ली टॅन्गो घेऊन मी पोर्टलँडला जात आहे.
डब्ल्यू एस यू बरोबरचा काही व्यवहार पूर्ण करायचा आहे.
मला वाटलं तुला जाणून घ्यायचं असेल.

ख्रिश्चन ग्रे
सीईओ, ग्रे एन्टरप्राईझेस होल्डिंग्ज इन्कॉ.

ओह! माझे डोळे भरून येतात. बस! इतकंच. माझ्या पोटात ढवळतं. शिट! मला उलटी होणार आहे. धावत धावत मी रेस्टरूमकडे जाते. जेमतेम तिथे पोहोचते. सकाळचा नाश्ता भडाभडा उलटून पडतो. डोकं हातात गच्च धरून मी तिथेच जमिनीवर बसकण मारते. शी! याहून अधिक भयानक अवस्था काय असू शकते? काही वेळानंतर दारावर हलकेच टकटक होते.

"ॲना?" हॅनाचा आवाज येतो.

फक! ''काय?''

''बरी आहेस ना?''

''दोन मिनिटात येते बाहेर.''

''बॉईस फॉक्स तुला भेटायला आला आहे.''

शिट. ''त्याला मीटिंगरूम मध्ये बसव. मी एका मिनिटात आलेच.''

''तुझ्यासाठी चहा आणू का थोडा?''

''प्लीज.''

जेवताना मी पुन्हा क्रीम चीज आणि सॅलमन बॅगल खाते. नशीब की ते उलटून पडत नाही. हतबद्धपणे कॉम्प्युटरकडे बघत मी कितीतरी वेळ तशीच बसून राहते. ख्रिश्चनच्या आणि माझ्यादरम्यान हे जे काही चालू आहे त्यातून बाहेर कसं यावं याचा विचार करत राहते.

तेवढ्यात माझा ब्लॅकबेरी वाजल्याने मी दचकून भानावर येत स्क्रीनकडे नजर टाकते. मियाचा फोन. जीझ! हिचा फोन आत्ताच यायची काही गरज होती का? तिच्या खळखळाटाला पेलण्याची ताकद आत्ता माझ्यात नाही. फोन घ्यावा की नाही? नाही घेतला तर? पण मियाने फोन का केला असेल? नकळत मी फोन उचलते.

''मिया,'' मी उसन्या अवसानाने म्हणते.

''काय म्हणतेस? कशी आहेस? ॲना- खूप दिवसांनी आवाज ऐकला तुझा.'' पलीकडून येणारा आवाज पुरुषाचा आहे, ओळखीचा आहे. फक!

माझ्या अंगावर शहारे येतात. क्षणभर माझं रक्त गोठतं. मी एकदम सावध होते. सगळं जग थांबल्यागत मला वाटतं.

फोनवर जॅक हाईड आहे.

२२

"**जॅ**क." प्रचंड भीतीने माझा कंठ दाटतो. आवाज फुटत नाही. हा जेलमधून कसा काय बाहेर आला? हा मियाच्या फोनवरून कसं काय बोलतोय? माझ्या चेहऱ्यावरचा रंग उडतो. मला गरगरू लागतं.

"अच्छा, आवाज लक्षात आहे तर," त्याचा स्वर नको तितका मुलायम आहे. त्याचं कडवट हसू मला जाणवतं.

"हो, चांगलाच." मी अनाहुतपणे उत्तर देते. माझं विचारचक्र जोरात धावू लागतं.

"मी तुला फोन का केला याचा विचार करत असशील बहुतेक."

"हो."

फोन ठेव.

"फोन ठेवायचा विचारही करू नकोस. मी जरा तुझ्या छोट्याशा नणंदेशी गप्पा मारत होतो."

काय? मिया! नाही! "काय केलंस तू?" भीतीवर ताबा मिळवायचा प्रयत्न करत मी त्याला विचारते.

"हरामखोर, साली पैशाच्या मागे लागलेली रांड. आता मुकाट्यानं ऐक. तू माझ्या आयुष्याचा कबाडा केलास. त्या साल्या ग्रे नं माझ्या आयुष्याची वाट लावून टाकलीये. तू माझं देणं लागतेस. ही साली चेटकीण आता माझ्या ताब्यात आहे. तू, तो साला मादरचोद ज्याच्याशी तू लग्न केलंस आणि त्याचं ते सालं भडवं कुटुंब, तुम्ही सगळे मिळून माझं देणं लागता."

हाईडच्या स्वरातला जळजळीत तिरस्कार ऐकून माझ्या घशाशी येतं. मी हादरते. *त्याचं कुटुंब?* काय म्हणतोय हा?

"काय हवंय तुला?"

"पैसा. त्या हरामखोराचा पैसा हवाय मला. परिस्थिती जरा वेगळी असती तर आज त्याच्या जागी मी असतो. तेव्हा आता मी काय सांगतो ते ऐक. तो पैसा *तू आणून देणार आहेस* मला. मला पन्नास लाख डॉलर्स हवे आहेत, आज, आत्ता, ताबडतोब."

"जॅक, मी कुठून आणू एवढे पैसे? माझ्या हातात काहीही नाही."

तो माझी टर उडवत हसतो. "हे बघ, तुझ्या हातात फक्त दोन तास आहेत. बस- दोन तास. कोणालाही सांगायला जाऊ नकोस नाहीतर या साल्या चेटकिणीला पाहून घेईन मी. पोलिसांना सांगायचं नाही. त्या तुझ्या रासवट नवऱ्याला सांगायचं नाही. त्याच्या सिक्युरिटी टीमला सांगायचं नाही. तसं तू सांगितलंस तर माझ्यापासून काहीही लपून राहणार नाही. समजलं?" असं म्हणून तो बोलायचा थांबतो. मी त्याला उत्तर द्यायचा प्रयत्न करते. पण, प्रचंड भीतीनं माझ्या तोंडून शब्द फुटत नाही.

"कळलं का?" तो जोरात ओरडतो.

"हो," मी कशीबशी उत्तर देते.

"नाहीतर मी तिला मारून टाकेन."

मी हादरते.

"आणि हे बघ, तुझा फोन तुझ्याबरोबर ठेव. तू जर कोणाला काही सांगितलंस तर मी या सालीला ठार तर करेनच; पण त्याआधी तिचा उपभोग घेईन. तुझ्याकडे फक्त दोन तास आहेत."

"जॅक, मला थोडा अजून वेळ दे. तीन तास तरी. आणि ती तुझ्याबरोबर आहे याच्यावर मी कसा विश्वास ठेवू?"

फोन बंद होतो. भीतीनं माझा थरकाप उडालाय. मी क्षणभर फोनकडे तशीच बघत राहते. *भीती. मिया. मिया त्याच्या ताब्यात आहे.* खरंच आहे का पण? असं होऊ शकतं का? विचारानं माझा मेंदू गरगरू लागतो. पोट ढवळून निघतं. परत उलटी होते की काय! मी खोलवर श्वास घेत स्वतःला सांभाळायचा प्रयत्न करते. भीतीवर विजय मिळवण्याचा प्रयत्न करते. उलटीची भावना ओसरते. माझं मन अनेक शक्यता पडताळून पाहू लागतं. *ख्रिश्चनला सांगू? टेलरला सांगू? पोलिसांना बोलावू? जॅकला कसं काय कळेल? मिया खरोखरच त्याच्या ताब्यात आहे का?* मला वेळ हवाय, मला विचार करायला वेळ हवाय. पण, त्याच्या सूचनांची अंमलबजावणी केली तरच मला वेळ मिळेल. काही एक विचार न करता झटक्यात पर्स उचलून मी दाराकडे निघते.

"हॅना, मला बाहेर जावं लागतंय. किती वेळ लागेल सांगता येत नाही. आजच्या सगळ्या अपॉइन्टमेन्ट्स रद्द कर. एलिझाबेथला सांग की एक इमर्जन्सी आल्यामुळे मी गेले आहे."

"हो हो, ॲना. सगळं काही ठीक आहे ना?" हॅनाच्या चेहऱ्यावर माझ्याबद्दलची प्रचंड काळजी दिसतेय.

"हो, ठीक आहे," तिला तुटकपणे उत्तर देऊन मी रिसेप्शनकडे धाव घेते.

सॉयर तिथे बसलाय.

"सॉयर." माझ्या स्वरामुळे सॉयर चमकून माझ्याकडे पाहत ताडकन खुर्चीतून उठतो. माझा चेहरा बघताच त्याच्या कपाळावर काळजी आणि आठ्या उमटतात.

"मला बरं वाटत नाहीये. प्लीज, मला ताबडतोब घरी घेऊन चल."

"हो, मॅऽम. मी गाडी घेऊन येतो. तोवर थांबता का येथे?"

"नाही. मी तुझ्याबरोबरच येते. आता एक मिनीटही गमवायची माझी इच्छा नाही."

खरंतर माझी पाचावर धारण बसलीये. मनातल्या मनात बेत आखत मी गाडीच्या खिडकीतून बाहेर नजर टाकते. घरी जायचं. कपडे बदलायचे. चेकबुक शोधायचं. रियान आणि सॉयरला चकवायचं. बँकेत जायचं. हेल, पन्नास लाख डॉलर ठेवायला किती मोठी बॅग लागेल? त्याचं वजन किती होईल? सुटकेस घ्यावी लागेल का? बँकेला आधीच फोन करून ठेवू का? मिया. *मिया.* पण मिया त्याच्या ताब्यात नसली तर? कशी काय खात्री पटवू? समजा मी आत्ता ग्रेसला फोन केला तर तिला नक्कीच संशय येईल. त्यामुळे मियाच्या जिवाला अजून जास्त धोका निर्माण झाला तर? त्यानं मला बजावलंय की मी असं काही केलं तर त्याला ते ताबडतोब कळून येईल. गाडीच्या मागच्या काचेतून मी मागे नजर टाकते. माझा पाठलाग होतोय का? मागून येणाऱ्या गाड्यांचं बारकाईनं निरीक्षण करताना माझी छाती धडधडू लागते. त्या बऱ्यापैकी निरुपद्रवी वाटतायत. *ओह, सॉयर, प्लीज, जरा पटकन चल ना.* तेवढ्यात त्याची आणि माझी रिअर-व्ह्यू मिररमध्ये नजरानजर होते. त्याच्या भुवया आक्रसतात.

त्याच्या ब्ल्यू टूथ हेडसेटवरचं बटण तो दाबतो. त्याला फोन आलाय. "टी... मिसेस ग्रे माझ्या बरोबर आहेत हे सांगायचं होतं." रस्त्याकडे नजर वळवण्याच्या आधी सॉयर पुन्हा एकदा रिअर-व्ह्यू मिररमधून माझ्याकडे नजर टाकत पुढे म्हणतो, "त्यांना बरं नाहीये. मी त्यांना एस्कलाला परत घेऊन चाललोय... हो, आलं लक्षात... सर." रस्त्यावरची नजर काढत आरशातून सॉयर पुन्हा माझ्याकडे कटाक्ष टाकतो आणि "हो," असं म्हणून फोन बंद करतो.

"टेलर?" मी कसंतरी विचारते.

तो मान डोलावतो.

"तो मिस्टर ग्रे यांच्याबरोबर आहे का?"

"हो, मॅऽम." हे म्हणताना सॉयरचा स्वर थोडासा मवाळ होतो. बहुधा त्याला माझी कणव आलीय.

"ते अजूनही पोर्टलँडमध्ये आहेत का?"

"हो, मॅऽम."

बरं झालं. ख्रिश्चनला सुरक्षित ठेवलं पाहिजे. माझा हात ओटीपोटावर जातो. मी जाणीवपूर्वक पोट कुरवाळते आणि म्हणते, आणि छोटू ब्लिप, तुलासुद्धा! तुम्हा दोघांनाही सुरक्षित ठेवायला हवं.

"गाडी जरा जोरात चालवतो का? प्लीज, प्लीज? मला मुळीच बरं वाटत नाहीये."

"हो, मॅऽम." असं म्हणत सॉयर ॲक्सरलेटर दाबतो. त्याबरोबर आमची गाडी गर्दीतून झपकन पुढे होते.

आम्ही अपार्टमेंटमध्ये शिरतो. मिसेस जोन्स कुठेच दिसत नाहीये. तिची गाडी गॅरेजमध्येसुद्धा दिसली नव्हती. रियानबरोबर ती काही सामान आणायला बाहेर गेली असणार असा मी कयास करते. सॉयर टेलरच्या ऑफिसच्या दिशेने जातो आणि मी झटक्यात ख्रिश्चनची स्टडी गाठते. थरथर कापत मी त्याच्या टेबलपाशी पोहोचते. सगळा धीर एकवटून मी ड्रॉवर उघडते. चेकबुक शोधलं पाहिजे मला. झटक्यात ड्रॉवर उघडल्यामुळे लीलाची गन पुढे येते. गॉड! काय करावं या ख्रिश्चनला? त्याने या गनची विल्हेवाट का लावली नाही? एकतर त्याला गनबद्दल काहीसुद्धा माहिती नाही. *जीझ! तो जखमी होऊ शकतो.*

क्षणभर माझी द्विधा मनःस्थिती होते. मनाशी काहीतरी निश्चय करून मी ती गन हातात घेऊन तिच्यात गोळ्या आहेत की नाही याची खात्री करून घेते. आता मी ती मागच्या बाजूने अंडरवेअरमध्ये खोचते. कदाचित मला गरज पडू शकते. मोठ्या कष्टांनी मी आवंढा गिळते. आजवर मी फक्त टारगेटवर सराव केला आहे. प्रत्यक्षात कधीही कोणावर गन चालवलेली नाही. तशी वेळ आली तर? रे मला माफ करेल अशी मी आशा बाळगते. चेकबुक. कोणतं चेकबुक असेल बरं? माझ्या समोर पाच चेकबुक्स आहेत. त्यांतल्या फक्त एकावरती सी.ग्रे. आणि मिसेस ए.ग्रे. असं नाव आहे. माझ्या स्वतःच्या अकाऊंटमध्ये चोपन्न हजार डॉलर आहेत. या अकाऊंटमध्ये किती पैसे असतील बरं? मला काहीही कल्पना नाही. परंतु, ख्रिश्चनच्या अकाऊंटमध्ये पन्नास लाख डॉलर्स नक्कीच असणार याची मला खात्री आहे. कदाचित तिजोरीत पैसे ठेवले असतील तर? क्रॅप! तिचं लॉक कॉम्बिनेशन कुठे माहितीये मला? त्यानं काहीतरी म्हटलं होतं की त्याच्या फाईलच्या केबिनेटमध्ये ते कॉम्बिनेशन आहे. मी घाईघाईने केबिनेट उघडून बघायचा प्रयत्न करते. शिट! कुलूप आहे त्याला. आधीचाच प्लॅन अमलात आणावा लागणार.

खोल श्वास घेत, स्वतःला सावरायचा प्रयत्न करत, ठाम निश्चयानं मी बेडरूमकडे जाते. अंथरूण आवरलेलं आहे. क्षणभर मला अपराधी वाटतं. काल रात्री मी इथे येऊन झोपायला हवं होतं. जर एखाद्यानं स्वतःच कबूल केलं आहे की त्याच्या 'फिफ्टी शेडस्' आहेत तर मग त्याच्याशी वाद घालत बसण्यात काय अर्थ

आहे? आता तर तो माझ्याशी बोलतसुद्धा नाहीये. जाऊ दे- या सगळ्या गोष्टींचा विचार करत बसायला माझ्याकडे एक क्षणदेखील नाहीये.

पटकन कपडे बदलत मी जीन्स आणि हुड असलेला स्वेटशर्ट चढवते. पायात स्निकर्स घालते. गन आता माझ्या जीन्सच्या वेस्टबॅन्डमध्ये पाठीशी खोचलेली आहे. झटक्यात मी कपाटातून मोठी मऊसुत डफल बॅग बाहेर काढते. पन्नास लाख डॉलर्स मावतील का याच्यात? तितक्यात माझी नजर बाजूला ठेवलेल्या ख्रिश्चनच्या जिम बॅगकडे जाते. नक्कीच त्यात ख्रिश्चनचे घामट कपडे असणार. मी ती उघडते. पण बॅग एकदम स्वच्छ आहे. मिसेस जोन्सचं अगदी बारीक लक्ष असतं सगळीकडे. चला, बरं झालं. घाईघाईनं त्याच्या जिम बॅगमधलं सामान जमिनीवर ओतून देत मी ती बॅग माझ्या डफल बॅगमध्ये कोंबते. बहुधा या दोन्ही बॅगमध्ये मिळून मावतील सगळ्या नोटा. बँकेत जायचं आहे म्हणून मी माझा फोटो आयडी असल्याची खात्री करून घेते. माझं ड्रायव्हिंग लायसन्स माझ्या पर्समध्ये आहे. बरं झालं. मी घड्याळाकडे नजर टाकते. जॅकचा फोन येऊन गेल्यापासून एकतीस मिनिटं झाली आहेत. सॉयरच्या नजरेला न पडता मला एस्कलामधून सटकायला हवं.

आवाज न करता मी बेडरूममधून बाहेर पडून फॉयरमध्ये जाते. मला कल्पना आहे की सीसीटीव्ही कॅमेऱ्याचा रोख एलेव्हेटरवर आहे. बहुतेक सॉयर अजूनही टेलरच्या ऑफिसमध्ये आहे. कमीत कमी आवाज होईल याची काळजी घेत, सावधगिरी बाळगत मी फॉयरचं दार उघडते. बाहेर पडताच आवाज न होऊ देता ते ओढून घेते. मी सीसीटीव्हीच्या टप्प्यात न येण्यासाठी म्हणून फॉयरच्या दाराला अगदी बिलगून मी उभी आहे. पर्समधून सेलफोन काढत मी सॉयरला फोन लावते.

"मिसेस ग्रे?"

"सॉयर, मी वरच्या रूममध्ये आहे. जरा मदत हवी आहे. येतोस?" मी अतिशय हळू आवाजात बोलते. दाराच्या पलीकडे, हॉलच्या दुसऱ्या टोकाला तो आहे याची मला जाणीव आहे.

"मॅऽम, लगेच येतो," असं तो म्हणतो खरा; पण त्याच्या स्वरातला गोंधळ माझ्या लक्षात येतो. आजवर मी कधीही त्याला मदतीसाठी फोन केलेला नाहीये. माझा जीव गोळा झालाय. धडधड प्रचंड वाढलीये. छातीच्या पिंजऱ्यातून हृदय बाहेर उडी मारतंय की काय, असं मला वाटतंय. काय होईल? माझा बेत तडीस जाईल का? फोन बंद करून मी त्याच्या पावलांचा कानोसा घेऊ लागते. हॉलमधून बाहेर पडत तो पायऱ्या चढू लागलाय. पुन्हा एकदा खोल श्वास घेत मी स्वतःला सांभाळते. माझ्याच घरातून मी एखाद्या चोरट्यासारखी पलायन करते आहे; काय म्हणायचं याला?

सॉयर जिन्याच्या वरच्या पायरीवर पोहोचलाय याचा अंदाज येताच मी झटक्यात

एलेव्हेटर गाठून नंबर टाईप करते. पिंग असा आवाज होऊन एलेव्हेटरची दारं उघडतात. मी आत घुसते. बेसमेन्ट गॅरेजचं बटण जोरात दाबून ठेवते. तो एक क्षणदेखील मला कित्येक तासांसारखा वाटतो. एलेव्हेटरची दारं सावकाश बंद होऊ लागतात. तितक्यात सॉयरचा आवाज येतो;

"मिसेस ग्रे!" एलेव्हेटरची दारं बंद होता होता फॉयरमध्ये धावत आलेला सॉयर मला दिसतो. "ॲना!" तो अविश्वासाने किंचाळतो. पण, त्याला खूप उशीर झालाय. दारं बंद झाल्यामुळे तो दिसेनासा होतो.

एलेव्हेटर गॅरेज लेव्हलला जातं. आता माझ्याकडे फक्त काही मिनिटांचा अवधी आहे. मला खात्री आहे की सॉयर माझ्या पाठोपाठ येऊन पोहोचेल आणि मला थांबवायचा प्रयत्न करेल. माझ्या लाडक्या आरएट कडे प्रेमाने बघत मी पटकन साबचं दार उघडून आत शिरते. घाईघाईने डफल बॅग मागच्या सीटवर फेकत मी ड्रायव्हर सीटवर बसते.

मी गाडी सुरू करते. ॲक्सलरेटरवर कचकन पाय दाबून मी गॅरेजच्या दाराच्या दिशेने गाडी जोरात काढते. बॅरीअर वर उचललं जायला जे अकरा सेकंद लागतात ते मला असह्य होतात. रस्ता मोकळा होताच मी गॅरेजमधून बाहेर पडते. तितक्यात, सर्व्हिस एलेव्हेटरमधून बाहेर पडणारा सॉयर मला रिअर-व्ह्यू मिररमध्ये दिसतो. तो अवाक झालाय. शिवाय, दुखावलादेखील गेलाय. त्याच्या चेहऱ्यावरचे भाव मला अस्वस्थ करून जातात. पण, सगळ्या विचारांना दूर ढकलत मी फोर्थ ॲव्हेन्यूवर गाडी घेते.

मी खोल श्वास घेते. मला माहिती आहे की सॉयर ताबडतोब ख्रिश्चनला किंवा टेलरला फोन करेल. पण ते असो- वेळ आली की मी त्याचा विचार करेन. या क्षणाला तरी माझ्याकडे दुसरा कुठलाही विचार करायला वेळ नाही. सॉयरच्या विचारानं मी पुन्हा एकदा अस्वस्थ होते. कदाचित माझ्या या वेडेपणामुळे त्याला नोकरीदेखील गमवावी लागू शकते. *आत्ता हा विचार नको.* मला मियाला वाचवायचंय. मला बँकेत पोहोचायचंय. मला पन्नास लाख डॉलर काढायचेत. मी आरशातून मागे नजर टाकते. कोणत्याही क्षणी सॉयरची गाडी गॅरेजमधून बाहेर पडून माझ्यामागे येईल, याची मला जाणीव आहे. पण, अजून तरी सॉयरची गाडी मला दिसत नाहीये.

बँक अतिशय पॉश आहे. हलक्या स्वरातलं बोलणं, चमकणाऱ्या फरशा आणि सगळीकडे लावलेल्या फिक्कट हिरव्या रंगाच्या काचा. मी इन्फर्मेशन डेस्कच्या दिशेनं जाते.

"मॅऽम, मी तुम्हाला काही मदत करू शकते का?" तिथली सुंदर तरुणी खोट्या उत्साहानं मला विचारते. जीन्स घातल्याचा मला एक क्षण पश्चात्ताप होतो.

"मला जरा बरीच मोठी रक्कम काढायची आहे."

मिस खोटं हसू एक भुवई उंचावून माझ्याकडे अविश्वासानं पाहू लागते.

"तुमचं अकाऊंट आहे का आमच्याकडे?" तिच्या स्वरातला उपहास लपत नाही.

"हो," मी फटकारते. "माझ्या नवऱ्याचे आणि माझे इथे अनेक अकाऊंट्स आहेत. त्याचं नाव ख्रिश्चन ग्रे आहे."

त्याचं नाव ऐकताच तिचे डोळे विस्फारतात. तिला धक्का बसतो. ती मला आपादमस्तक न्याहाळते. तिच्या नजरेतला अविश्वास आणि विस्मय स्पष्ट आहे.

"मॅऽम, इकडून या." धीर एकवटून असं म्हणत ती मला एका छोट्याशा केबिनमध्ये बसवते. इथेदेखील सगळीकडे हिरव्या काचा आहेत.

"प्लीज, बसा मॅऽम," असं म्हणत ती काळ्या लेदर खुर्चीकडे बोट दाखवते. त्या खुर्चीसमोर काचेचं टेबल आहे. त्यावर फक्त मॉनिटर आणि फोन आहे. "मिसेस ग्रे, तुम्हाला आज किती रक्कम काढायची आहे?" आता तिचा स्वर मधाळ आहे.

"पन्नास लाख डॉलर." तिच्या नजरेत खोलवर बघत मी अशा काही थाटात म्हणते की रोजच मी एवढी रक्कम काढत असते.

ती अवाक होते. "असं का. थांबा हं, मी मॅनेजरला बोलावून आणते. अं... माफ करा पण तुमच्याकडे आयडी आहे का?"

"हो, आहे. पण, मला मॅनेजरशी बोलायला आवडेल."

"अर्थातच, मिसेस ग्रे."

ती घाईघाईनं बाहेर जाते. स्वतःला सावरत मी त्या खुर्चीत कोसळते. त्याबरोबर जीन्समध्ये खोचलेली गन मला टोचते. पुन्हा एकदा मला प्रचंड मळमळू लागतं. *नाही, आत्ता असं काहीही होऊन चालणार नाही. मला स्वतःला सावरलंच पाहिजे.* स्वतःला स्थिर करण्यासाठी मी खोलवर श्वास घेऊ लागते. काही क्षणात मळमळ थांबते. मला जरा बरं वाटतं. अस्वस्थपणे मी घड्याळाकडे नजर टाकते. दोन वाजून पंचवीस मिनिटं. तितक्यात एक मध्यमवयीन गृहस्थ केबिनमध्ये शिरतो. त्याला बऱ्यापैकी टक्कल पडलंय. त्याच्या अंगात महागडा गडद काळा सूट आहे. टायसुद्धा मॅचिंग आहे. माझ्यासमोर हात करत तो हसून म्हणतो,

"मिसेस ग्रे. मी ट्रॉय व्हेलन आहे."

आम्ही दोघं हात मिळवतो. माझ्या समोरच्या खुर्चीवर ताठ बसतो.

"तुम्हाला बरीच मोठी रक्कम काढायची आहे ना?"

"बरोबर आहे. पन्नास लाख डॉलर." तिथल्या मॉनिटरकडे वळून तो काही नंबर दाबतो.

''साधारणतः एवढी मोठी रक्कम असेल तर आगाऊ सूचना द्यावी लागते.'' क्षणभर थांबून माझ्याकडे बघत, खोटं हसत तो म्हणतो, ''सुदैवाने आत्ता आमच्याकडे भरपूर कॅश आहे, संपूर्ण पॅसिफीक नॉर्थवेस्टची गरज भागेल एवढी कॅश आमच्याकडे आहे.'' तो गर्वाने म्हणतो. *जीझ! आता काय हा माझ्यावर इम्प्रेशन मारतोय?*

''मिस्टर व्हेलन, मी जरा घाईत आहे. काय फॉर्मेलिटीज पूर्ण कराव्या लागतील? मी ड्रायव्हिंग लायसन्स आणलंय. शिवाय, आमच्या जॉईन्ट अकाऊंटचं चेकबुकदेखील आणलंय. चेक लिहून देऊ का?''

''मिसेस ग्रे, थांबा थांबा. टप्प्या टप्प्यानं जाऊ. तुमचा आयडी बघायला मिळेल का?'' छाप पाडायच्या भूमिकेतून बाहेर येत तो गंभीरपणे मला विचारतो.

''हे घ्या.'' मी लायसन्स त्याच्या हातात देते.

''मिसेस ग्रे... ह्याच्यावरती ॲनेस्टेशिया स्टील असं लिहिलंय.''

ओह शिट!

''ओह... हो. अं...''

''मी मिस्टर ग्रे यांना फोन लावतो.''

''नको नको, त्याची काही गरज नाही.'' शिट! ''अं, माझ्या लग्नानंतरच्या नावाचं काहीतरी असेल माझ्याजवळ.'' मी पर्समध्ये शोधाशोध करते. कशावर बरं असेल माझं नाव? मी माझं वॉलेट बाहेर काढते. त्यात ख्रिश्चनचा आणि माझा एकत्र फोटो आहे. पण तो फेअर लेडीच्या केबिनमधल्या पलंगावरचा आहे. हा कसा दाखवणार मी त्याला? तितक्यात मला माझं ब्लॅक ॲमेक्स दिसतं.

''हे घ्या.''

''मिसेस ॲनेस्टेशिया ग्रे,'' व्हेलन मोठ्यांदा वाचतो. ''हो, हे चालू शकेल.'' आता त्याच्या कपाळावर आठ्या दिसतात. ''मिसेस ग्रे, सहसा आम्ही असं काही करत नाही.''

''तुम्ही मला योग्यप्रकारे सहकार्य करत नाही आहात हे माझ्या नवऱ्याच्या कानावर जावं अशी तुमची इच्छा आहे का?'' खांदे ताठ करत त्याच्याकडे रोखून पाहत मी कठोरपणाने विचारते.

क्षणभर तो माझा अंदाज घेतो. निदान मला तरी असं वाटतंय. ''मिसेस ग्रे, तुम्हाला चेक लिहून द्यावा लागेल.''

''देते की. या अकाऊंटमधून?'' त्याला चेकबुक दाखवत मी विचारते. माझ्या हृदयाची धडधड त्याला ऐकू येऊ नये अशी मी प्रार्थना करते.

''हो, चालेल. शिवाय, काही कागदपत्रांवरदेखील तुमच्या सह्या लागतील. जरा एक मिनिट हं, आलोच.''

मी मान डोलावते. तो बाहेर जातो. इतका वेळ रोखून धरलेला श्वास मी

सोडते. बापरे! हे सगळं इतकं कठीण असेल असं वाटलं नव्हतं मला. बावचळून चेकबुक उघडून मी पर्समधून पेन काढते. या चेकवर काय लिहू बरं? कॅश असं लिहू का? मला काहीच समजत नाहीये. धडधडत्या मनानं आणि थरथरत्या बोटानं मी चेकवर पन्नास लाख ५०,००,०००/- असं लिहिते.

गॉड! मी जे काही करते आहे ते योग्य असेल अशी मी आशा बाळगते. मिया. मियाचा विचार कर. मी कोणालाही काहीही सांगू शकत नाही. जॅकचा थंड आवाज आणि तिरस्कारानं भरलेले शब्द मला आठवतात. *"तू जर कोणाला काही सांगितलंस तर मी या सालीला ठार तर करेनच पण त्या आधी तिचा उपभोग घेईन."*

तेवढ्यात व्हेलन ओशाळलेल्या चेहऱ्याने आत येतो. त्याच्या चेहऱ्यावरचा रंग उडालेला आहे.

"मिसेस ग्रे? तुमच्या यजमानांना तुमच्याशी बोलायचं आहे," अतिशय नम्रपणे असं म्हणत तो ग्लास-टेबलवरच्या फोनकडे बोट दाखवतो.

काय? नाही.

"ते एक नंबरच्या लाईनवर आहेत. तुम्ही फक्त एक नंबरचं बटण दाबा. मी बाहेर थांबतो." त्याच्या चेहऱ्यावर चक्क लाजिरवाणा भाव आहे. काय हा मानभावीपणा! मला त्याचा संताप येतो. तो पुन्हा एकदा केबिनच्या बाहेर पडतो. ख्रिश्चनशी बोलायच्या कल्पनेने आता माझ्या चेहऱ्यावरचा रंग उडतो.

शिट! शिट! शिट! मी आता ख्रिश्चनला नेमकं काय सांगू? त्याच्या बरोबर लक्षात येईल. तो मला छेडेल. या क्षणाला त्याच्या बहिणीला त्याच्याचपासून धोका आहे. थरथरत्या हातानं रिसिव्हर उचलून मी कानाला लावते. माझ्या हृदयाची धडधड वाटेल तशी वाढलीए. कसंबसं मी एक नंबरचं बटण दाबते.

"हाय," उगाचच स्वतःवर नियंत्रण मिळवायचा प्रयत्न करत मी म्हणते.

"तू मला सोडून चालली आहेस?" अतीव दुःखानं ख्रिश्चन विचारतो. त्याचा स्वर वेदनेने पिळवटलेला आहे.

काय?

"नाही!" माझी अवस्था काही वेगळी आहे का? *ओह नो. ओह नो. ओह नो- तो असा विचार तरी कसा करू शकतो.* पैसे? या पैशांमुळे मी त्याला सोडून जाते आहे असं त्याला वाटतंय? पण, त्या क्षणी मला नेमकं कळून चुकतं की ख्रिश्चनला जर आत्ता इथून दूर ठेवायचं असेल तर- त्याला इजा होऊ नये असं मला वाटत असेल तर- त्याच्या बहिणीला वाचवायचं असेल तर... मला आत्ता खोटं बोलणं भाग आहे.

"हो." माझ्या तोंडून आवाज बाहेर पडत नाही. तीव्र वेदना मला व्यापून उरते, माझे डोळे गच्च भरून येतात, मला श्वास घेणं कठीण होतं, माझं हृदय पिळवटतं.

तो थक्क होतो, जवळजवळ हुंदका देतो. "ॲना, मी-" गळा दाटून आल्यामुळे त्याला पुढे बोलता येत नाही.

नाही! मी स्वतःचं तोंड गच्च दाबून धरते. स्वतःला कसंबसं सावरत मी म्हणते, "ख्रिश्चन, प्लीज. नको हं." डोळ्यांतले अश्रू थांबवणं फार कठीण झालंय मला.

"तू चालली आहेस?" तो विचारतो.

"हो."

"पण मग पैसे का? की पहिल्यापासून पैसेच हवे होते तुला?" त्याला होणारं दुःख प्रत्येक शब्दातून जाणवतंय.

नाही! आता माझे अश्रू घळाघळा वाहतायत. "नाही," मी कसंतरी म्हणते.

"पन्नास लाख पुरे आहेत का?"

ओह, प्लीज, बस कर!

"हो."

"आणि बाळाचं काय?" त्याचा स्वर माझ्या कानावर आदळतो.

काय? माझा तोंडावरचा हात झटक्यात ओटीपोटावर जातो. "बाळाची काळजी घेईन मी," मी पुटपुटते. *माझा छोटू ब्लिप... आमचा छोटू ब्लिप*

"तुला हेच हवं होतं का?"

नाही!

"हो."

तो खोल श्वास घेतो. "सगळे घेऊन जा." तो फिस्कारत म्हणतो.

"ख्रिश्चन," *मी हुंदका देते. हे तुझ्यासाठी आहे. तुझ्या कुटुंबासाठी आहे. प्लीज. नको ना.*

"ॲनेस्टेशिया," त्याचा स्वर कठोर होतो. "सगळे घेऊन जा."

"ख्रिश्चन-" मी त्याला सगळं सांगू पाहते. माझ्या तोंडून सगळं सत्य बाहेर पडू पहातं- जॅकबद्दल, मियाबद्दल, खंडणीबद्दल. *ख्रिश्चन, प्लीज, फक्त माझ्यावर विश्वास ठेव.* मी मनातल्या मनात याचना करते.

"मी सदैव तुझ्यावर प्रेम करेन." घोगऱ्या स्वरात असं म्हणत तो फोन बंद करतो.

"ख्रिश्चन! नाही... माझंही तुझ्यावर खूप प्रेम आहे रे." गेल्या काही दिवसांचा आमचा मूर्खपणा एका क्षणार्धात नाहीसा होतो. मी त्याला वचन दिलं होतं की मी त्याला कधीही सोडून जाणार नाही. मी तुला सोडून जात नाही आहे रे. मी तुझ्या बहिणीला वाचवायला जाते आहे. हतबद्ध होऊन मी खुर्चीत कोसळते आणि दोन्ही हातांमध्ये डोकं ठेवून ढसाढसा रडू लागते.

तितक्यात दारावरती हलक्या आवाजात टकटक होते. 'आत ये' असं मी म्हटलेलं नसतानादेखील व्हेलन आत येतो. माझ्याकडे थेटपणे न बघता तो इकडे तिकडे बघत राहतो. तो फार खजील झालाय.

हरामखोरा, तू त्याला फोन केलास ना! मी त्याला खुन्नस देते.

''मिसेस ग्रे, तुम्हाला हवे तेवढे पैसे तुम्ही काढू शकता. मिस्टर ग्रे यांनी त्यांच्या काही ठेवी तुमच्यासाठी मोकळ्या केल्या आहेत. त्यांनी सांगितलं आहे की तुम्हाला हवे तितके डॉलर्स तुम्ही घेऊ शकता.''

दातावर दात दाबून धरत मी उत्तर देते, ''मला फक्त पन्नास लाख डॉलर्स हवे आहेत.''

''हो मॅऽम. तुम्ही ठीक आहात ना?''

''दिसतेय का मी ठीक?'' मी झापते.

''आय ॲम सॉरी, मॅऽम. पाणी आणू का?''

अतिशय उद्वेगानं मी मान डोलावते. नुकतंच मी माझ्या नवऱ्याला सोडलंय. निदान, ख्रिश्चनचा तरी तसा समज झालाय, माझं अबोध मन ओठ आवळत माझ्याकठे बघतं, 'तूच तर सांगितलंस त्याला तसं.'

''मी तुमची कॅश तयार करतो आणि तुम्हाला प्यायला पाणीसुद्धा पाठवतो. मॅऽम, फक्त जरा इथे सही करता का? शिवाय, त्या चेकवर कॅश असं लिहा आणि त्याच्यासमोरसुद्धा सही करा.''

माझ्या समोरच्या टेबलवर तो फॉर्म ठेवतो. फॉर्मवर त्याने दाखवलेल्या ठिपक्या ठिपक्यांच्या ओळीवर मी सही करते. *ॲनेस्टेशिया ग्रे.* खळकन माझ्या डोळ्यांतून अश्रू टपकतो. तो नेमका त्या फॉर्मच्या बाजूला पडतो.

''मॅऽम, मी हे सगळे पेपर्स घेऊन जातो. एवढी कॅश मोजून द्यायला आम्हाला साधारण अर्धा तास तरी लागेल.''

मी पटकन घड्याळाकडे नजर टाकते. जॅकने म्हटलं होतं की दोन तास- जेमतेम वेळ आहे माझ्या हातात. व्हेलनकडे बघून मी मान डोलावते. त्याबरोबर मला माझ्या केविलवाण्या अवस्थेत सोडून तो केबिनमधून बाहेर पडतो.

काही क्षणानंतर, की मिनिटांनंतर, की तासांनंतर- कोण जाणे किती वेळाने- ती मघाची मिस खोटं हसू पाण्याचा जग आणि ग्लास घेऊन आत येते.

''मिसेस ग्रे,'' अतिशय मधाळ स्वरात असं म्हणत टेबलवर ग्लास ठेवून ती तो पाण्याने भरते.

''थँक यू.'' असं म्हणून मी ग्लास उचलून ढसाढसा पाणी पिते. अहाहा! तेवढ्यानेसुद्धा मला खूप बरं वाटतं. ती केबिनमधून बाहेर पडते. पुन्हा एकदा मी आणि माझा सुन्नपणा. मी अतिशय घाबरलेली आहे. तरीही मला खात्री आहे की

काहीतरी करून मी ख्रिश्चनची समजूत काढेन... फार उशीर झाला नसेल तर. निदान या क्षणीतरी तो कुठल्याही प्रकारे माझ्या कामात व्यत्यय आणू शकत नाहीये. आत्ता मला फक्त आणि फक्त मियावर लक्ष केंद्रित केलं पाहिजे. समजा जॅक खोटं बोलत असेल तर? समजा ती त्याच्या ताब्यात नसेलच तर? खरं म्हणजे मी पोलिसांना फोन करायला हवा आहे.

''तू जर कोणाला काही सांगितलंस तर मी या सालीला ठार तर करेनच पण त्या आधी तिचा उपभोग घेईन.'' मी फोन करू शकत नाही. अनावधानाने मी खुर्चीत मागे टेकून बसते. लीलाची गन माझ्या पाठीला टोचते, त्या स्पर्शानं मला बरं वाटतं. निदान माझ्याकडे गन तरी आहे. कोणे एके काळी लीलानं माझ्यावर गन रोखली होती याबद्दल तिचे आभार मानावेसे वाटतील, असं मला कधी वाटलं होतं का? ओह 'रे', तू मला गन चालवायला शिकवलंस हे किती बरं झालं.

रे! मी दचकते. तो संध्याकाळी माझी वाट बघेल. कदाचित जॅकच्या ताब्यात पैसे देऊन मी बाहेर पडू शकते. मियाला मी घरी घेऊन जाईन तेव्हा तो तिथून पळून जाऊ शकतो. छे, हे सगळं किती विचित्र आहे.

दारावर पुन्हा टकटक होते.

''मिसेस ग्रे.'' व्हेलनचा आवाज येतो. ''पैसे तयार आहेत.''

''थँक यू.'' मी उठून उभी राहते. एक क्षणभर खोली गर्रकन फिरते. मी घाईघाईने खुर्ची घट्ट पकडते.

''मिसेस ग्रे, तुम्हाला बरं वाटत नाहीये का?''

मी मान डोलावून त्याच्याकडे बघते. माझ्यापासून-दूर-रहा-मिस्टर असा माझा आविर्भाव पाहून तो पुढे काही बोलत नाही. स्वतःला सावरत मी खोल श्वास घेते. *मला हे केलंच पाहिजे. मला हे केलंच पाहिजे. मला मियाला वाचवलंच पाहिजे.* स्वेटशर्ट मागून खाली ओढत मी पाठीशी लपवलेली गन नीट झाकून घेते.

वैतागलेला व्हेलन काही न बोलता माझ्यासाठी दार उघडून धरतो. थरथरत्या पावलांनी मी तिथून बाहेर पडते.

बँकेच्या दाराशीच सॉयर उभा आहे. त्याची भेदक नजर चौफेर फिरते आहे. शिट! एक क्षणभर आमची नजरानजर होते. माझा अंदाज घेत तो माझ्याकडे रोखून बघतो. ओह, भलताच संतापलाय तो. एक-मिनिटात-आलेच-हं. अशा अर्थाची खूण मी त्याला करते. तो मान डोलावतो. बहुधा त्याचा सेलफोन वाजतो. तो काढून कानाला लावतो. *शिट! नक्की ख्रिश्चनचा फोन असणार.* मी गर्रकन वळते आणि माझ्या मागे असलेल्या व्हेलनवर जवळजवळ धडकते. पटकन मी पुन्हा केबिनमध्ये शिरते.

''मिसेस ग्रे?'' माझ्या मागून आत शिरत गोंधळलेल्या स्वरात व्हेलन विचारतो.

सॉयर सगळ्या योजनेचा पचका करून ठेवेल. मी व्हेलनकडे रोखून बघत म्हणते,

"बाहेर कोणीतरी आहे ज्याला भेटायची माझी इच्छा नाहीये. माझ्यावर कोणीतरी पाळत ठेवून आहे."

व्हेलनचे डोळे विस्फारतात.

"मी पोलिसांना बोलवू का?"

"नाही!" होली फक! अजिबात नको. आता मी काय करू बरं? मी घड्याळाकडे नजर टाकते. सव्वातीन होत आले आहेत. कोणत्याही क्षणी जॅकचा फोन येईल. *ॲना, विचार कर, पटकन विचार कर.* वाढत्या अस्वस्थतेने व्हेलन माझ्याकडे पाहातोय. मी मूर्ख आहे असं त्याला वाटत असणार. *तू मूर्खच आहेस,* माझं अबोध मन मला झापतं.

"मला एक फोन करायचाय. जरा एक मिनिट बाहेर... प्लीज..."

"हो हो, जातो की," व्हेलन तत्परतेने म्हणतो. मला वाटतं या केबिनमधून बाहेर पडण्याने त्याला सुटका झाल्यासारखं वाटतंय. जाता जाता तो दार बंद करतो. थरथरत्या बोटांनी मी कसाबसा मियाला फोन लावते.

"हे बघ, आता जर माझे पैसे तयार नसतील ना," अतिशय तिरस्काराने बोललेले जॅकचे शब्द माझ्या कानात शिरतात. त्याच्या या चवचालपणासाठी माझ्याकडे वेळ नाही. "एक अडचण आहे."

"माहितीये मला. तुझी सिक्युरिटी तुझ्यामागे बँकेपर्यंत आली ना?"

काय? याला कसं कळलं?

"काहीही करून तुला त्याला गुंगारा द्यावा लागेल. बँकेच्या मागच्या भागात तुझ्यासाठी एक गाडी थांबलीये. काळ्या रंगाची एसयूव्ही आहे. डॉज. तिथवर पोहोचायला तुझ्याकडे फक्त तीन मिनिटं आहेत." ती डॉज!

"मला तीन मिनिटापेक्षा जास्त वेळ लागू शकतो." पुन्हा एकदा माझा जीव गोळा होतो.

"हरामखोर साली; तू पुरेशी चतुर आहेस, ग्रे. शोध काहीतरी मार्ग. आणि हे बघ, एकदा का गाडीशी पोहोचलीस की तो तुझा मोबाईल फेकून द्यायचा, समजलं? हरामखोर!"

"हं."

"नीट तोंडाने उत्तर दे." तो फटकारतो.

"हो, समजलं."

तो फोन बंद करतो.

शिट! दाराच्या बाहेर व्हेलन मुकाट्याने उभा असतो.

"मिस्टर व्हेलन, या दोन्ही बॅग माझ्या गाडीपर्यंत घेऊन जायला मला थोडीशी मदत लागेल. बँकेच्या मागच्या भागात मी गाडी लावलीय. बाहेर पडायला मागून रस्ता आहे का?" तो त्रासतो.

"हो, खरं म्हणजे आहे. पण, फक्त कर्मचाऱ्यांसाठी."

"आपण तिथून बाहेर पडू शकतो का? म्हणजे, समोर जे माझ्या मागावर आहेत त्यांना टाळता येईल मला."

"मिसेस ग्रे, जशी तुमची इच्छा. मी दोन कर्मचारी देतो. ते तुमच्या बॅग घेऊन जातील. शिवाय, दोन सिक्युरिटी गार्डसुद्धा देतो. तुम्ही जर माझ्या मागून आलात तर..."

"एक विनंती आहे."

"मिसेस ग्रे, सांगा ना."

दोन मिनिटानंतर मी, बॅग धरलेले ते दोन क्लार्क आणि त्यांच्या मागून दोन सिक्युरिटी गार्ड अशी सगळी वरात बँकेच्या मागच्या दारातून बाहेर पडून बाजूला उभ्या असलेल्या काळ्या डॉजकडे पोहोचते. तिच्या खिडक्या काळ्या आहेत. त्यामुळे गाडी चालवायला कोण बसलंय त्याचा अंदाज मला येत नाही. आम्ही जवळ येताच ड्रायव्हरच्या बाजूचं दार धाडकन उघडलं जाऊन संपूर्ण काळ्या पोशाखातली एक स्त्री डौलात बाहेर पडते. डोक्यावरची काळी कॅप तिने ओढून डोळ्यावर घेतलेली आहे तरीसुद्धा मला ती ओळखू येते. *एलिझाबेथ!* एसयूव्हीच्या मागच्या भागात जात ती ट्रंक उघडते. बँकेचे दोन्ही तरुण क्लार्क पैशाने भरलेल्या जड बॅग आत ठेवतात.

"मिसेस ग्रे." जणू काही आम्ही दोन मैत्रिणी बाहेर भेटल्यागत ती हसून म्हणते. हिंमत तर पाहा तिची!

"एलिझाबेथ." मी अतिशय थंड स्वरात म्हणते. "ऑफिसच्या बाहेर तुला भेटून आनंद झाला."

तेवढ्यात मिस्टर व्हेलन खाकरतात.

"मिसेस ग्रे, तुम्हाला भेटून फार छान वाटलं," तो म्हणतो. नाइलाजाने मला त्याने पुढे केलेला हात हातात घेऊन, त्याच्याशी औपचारिक दोन शब्द बोलणं भाग पडतं. त्याने केलेल्या मदतीसाठी मी त्याचे आभार मानते. पण दुसरीकडे माझं विचारचक्र वेगाने फिरू लागतं. *एलिझाबेथ?* नेमकं काय चाललंय? ती जॅकबरोबर काय करतेय? व्हेलन आणि त्याचे सगळे सहकारी बँकेत परत जातात. मी आता इथे एसआयपीच्या पर्सोनेल हेडबरोबर एकटीच उभी आहे. अपहरण, खंडणी आणि बहुधा इतर अनेक गुन्ह्यांमध्ये ती सामील आहे. का?

डॉजचं मागचं दार उघडून एलिझाबेथ मला आत बसायला भाग पाडते. "मिसेस ग्रे, तुमचा फोन?" सावधपणे माझ्याकडे पाहत ती विचारते. मी तो तिच्या हातात देते. दुसऱ्या क्षणी ती तो फोन बाजूच्या ट्रॅश कॅनमध्ये भिरकावते.

"त्या कुत्र्यांना आता मागमूस लागणार नाही," स्वतःवर खूष होत ती म्हणते.

ही बाई नेमकी *आहे* तरी कोण? धाडकन माझ्या बाजूचं दार लावत एलिझाबेथ ड्रायव्हर सीटवर बसते. मी अस्वस्थपणे मागे कटाक्ष टाकते. गाडी सुरू करून ती रस्त्यावर घेते. ती आता पूर्वेच्या दिशेने चाललीये. सॉयर कुठेच दिसत नाहीये.

"एलिझाबेथ, पैसे तुझ्या ताब्यात आलेत. जॅकला फोन कर. मियाला सोडून द्यायला सांग."

"मला वाटतं त्याला समक्ष तुझे आभार मानायचेत."

शिट! मी तिच्याकडे सुन्न होऊन पाहत राहते.

समोरच्या आरशात मला दिसतं की तिचा चेहरा पांढरा पडलाय. एरवी सुंदर दिसणाऱ्या त्या चेहऱ्यावर आता तिरस्कार आहे.

"एलिझाबेथ, का करते आहेस तू हे सगळं? तुला जॅक अजिबात आवडत नाही असं मला वाटलं होतं."

आरशातून पुन्हा एकदा ती माझ्याकडे कटाक्ष टाकते. तिच्या नजरेत क्षणभर वेदना तरळल्यासारखं मला वाटतं.

"ॲना, तू जर तुझं थोबाड बंद ठेवलंस ना तर फार बरं होईल."

"तू असं नाही करू शकत. हे सगळं चुकीचं आहे."

"गप बस," ती जरी खेकसली तरी तिची अस्वस्थता माझ्या लक्षात येते.

"त्याचा तुझ्यावर एवढा जोर का चालतोय? तुझ्या विरुद्ध काही आहे का त्याच्याकडे?" मी विचारते. माझ्याकडे जळजळीत कटाक्ष टाकत ती कचकन ब्रेक मारते. त्याबरोबर, मी पुढे आदळते. समोरच्या सीटचं हेडरेस्ट मला लागतं.

"मी गप्प बसायला सांगितलंय," ती खेकसते. "आणि सीटबेल्ट लावला तर फार बरं होईल."

त्याक्षणी माझ्या लक्षात येतं की नक्कीच त्याच्याकडे तिच्या विरुद्ध काहीतरी आहे. ते जे काही आहे ते इतकं भयानक असावं की त्यामुळेच ती इतकं घृणास्पद कृत्य करायला तयार झाली आहे. क्षणभर मी विचारात पडते. काय असेल बरं? कंपनीत काही चोरी केलीये? तिच्या खासगी आयुष्यातलं काही? लैंगिक शोषण? त्या विचारानं मी हबकते. ख्रिश्चनने म्हटलं होतं की जॅकची एकही पीए बोलायला तयार नव्हती. कदाचित, प्रत्येकीची सारखीच गत असेल. *म्हणून तर त्याला माझ्याशीसुद्धा सेक्स करायचं होतं.* नुसत्या त्या विचारानेसुद्धा मला उलटी होईल असं वाटू लागतं.

सिएटलपासून दूर पूर्वेकडच्या डोंगराळ भागाकडे एलिझाबेथ गाडी घेते. आता आम्ही निवासी भागातून जात आहोत. 'साऊथ आयर्विंग स्ट्रीट' अशी पाटी मला दिसते. अचानक ती डावीकडे वळते. हा रस्ता निर्मनुष्य आहे. इथे मुलांसाठी खेळायचं मैदान दिसतंय. पण त्याची अवस्था भीषण आहे. दुसऱ्या बाजूला प्रचंड मोठं काँक्रीटचं पार्किंग आहे. त्याच्या एका बाजूला विटेच्या बुटक्या इमारती आहेत. एकंदरीत तिथे कोणीच नसावं हे माझ्या लक्षात येतं. तिथल्या पार्किंग लॉटमध्ये गाडी घेत एलिझाबेथ शेवटच्या इमारतीपाशी गाडी थांबवते.

माझ्याकडे वळून ती म्हणते, ''शो टाईम.''

मला प्रचंड भीती वाटतेय. माझ्या शरीरातनं अ‍ॅड्रेनॅलीन उसळू लागतं.

''तुला हे सगळं करण्याची गरज नाहीये,'' मी तिला हळूच म्हणते. त्यावर ती ओठ घट्ट आवळून घेत गाडीतून बाहेर पडते.

हे मियासाठी आहे. हे मियासाठी आहे. मी मनातल्या मनात प्रार्थना करते, *प्लीज मिया ठीक असू दे. प्लीज ती ठीक असू दे.*

''उतर खाली.'' ती जोरात वस्कटा मारत मागचं दार उघडते.

शिट. धडपडत मी खाली उतरते. आता माझे पाय इतके थरथरत आहेत, की मला धड उभं तरी राहता येईल की नाही, अशी शंका मला येते. येऊ घातलेल्या थंडीचा गारवा आणि निर्मनुष्य अशा त्या इमारतींमधून येणारा कोंदट वास एकत्रितरीत्या माझ्या नाकात शिरतो.

''वा वा वा वा, पाहा तर कोण आलंय,'' त्या इमारतीच्या डाव्या बाजूच्या छोट्याशा बोळातून बाहेर येत जॅक म्हणतो. त्यानं केस खूप बारीक केलेत. कानातल्या रिंग्ज काढून टाकल्या आहेत. त्याच्या अंगात सूट आहे. सूट? माझ्या दिशेने तो चालत येतो. तिरस्कार आणि उद्दामपणा त्याच्या रोमारोमातून झिरपतोय. माझ्या हृदयाची गती विलक्षण वाढते.

''मिया कुठे आहे?'' हे विचारतांना माझ्या तोंडाला इतकी कोरड पडली आहे, की माझ्या तोंडातून शब्द देखील बाहेर पडू शकत नाहीए.

''हरामखोर, आधी मुद्द्याचं बोलू,'' असं संतापून म्हणत माझ्यासमोर येऊन उभा राहतो. त्याचा जळफळाट मला जाणवतो. ''पैसे?''

एलिझाबेथ ट्रंकेत ठेवलेल्या बॅगा तपासते. ''इथे चिक्कार नोटा दिसतायत,'' बॅगा उघडत आणि परत बंद करत ती अवाक होऊन म्हणते.

''आणि हिचा मोबाईल?''

''दिला फेकून ट्रॅशमध्ये.''

''छान,'' असं म्हणत अचानक जॅक खाडकन माझ्या कानशिलाखाली वाजवतो. त्या एका फटक्यात त्याचा तिरस्कार ठासून भरलाय. मी बेसावध असल्यामुळे

जोरात जमिनीवर आदळते. खालच्या काँक्रीटवर माझं डोकं आपटतं. माझ्या मस्तकातून प्रचंड कळ जाते. डोळे भरून येतात. मला दिसेनासं होतं. मला जबरदस्त धक्का बसलाय. माझ्या मस्तकातून कळा येतायत.

आतल्या आत मी जोरात किंचाळते. भीती, वेदना, दुःख. छोटू ब्लिप- नाही. मी स्वतःला सावरण्याआधीच जॅकची सणसणीत लाथ माझ्या छातीत बसते. माझा श्वास कोंडला जातो. फुफ्फुसं फुटतील की काय असं मला वाटतं. डोळे घट्ट मिटून घेत मी वेदनेचा आणि मळमळण्याचा सामना करते. त्या एका मौल्यवान श्वासासाठी झगडते. *छोटू ब्लिप, छोटू ब्लिप, माझा चिंटूकला छोटू ब्लिप-*

''रांड साली, ही लाथ एसआयपीसाठी होती!'' किंचाळत जॅक म्हणतो.

मी पटकन पाय पोटाशी ओढून घेत स्वतःची गुंडाळी करते. बहुधा तो पुन्हा लाथ हाणणार आहे. *नाही. नाही. नाही.*

''जॅक!'' एलिझाबेथ किंचाळते. ''इथे नको हं. दिवसाढवळ्या मुळीच नको.''

तो क्षणभर थबकतो.

''सालीची लायकीच ती आहे!'' एलिझाबेथकडे बघत तो उन्मादाने म्हणतो. मला हवा असलेला क्षण मला मिळतो. एका झटक्यात मी पाठीकडे खोचलेली गन बाहेर काढते. माझे हात थरथरत आहेत. तरीसुद्धा दोन्ही हातात गन धरून मी नेम धरते. ट्रीगर दाबते. गोळी उडते. ती त्याच्या गुडघ्याच्या किंचित वरती जाऊन घुसते. वेदनेनं विव्हळत तो माझ्या समोर कोसळतो. त्यानं मांडी घट्ट धरून ठेवलेली आहे. त्याच्या हाताची बोटं रक्तात न्हाऊन निघाली आहेत.

''फक!'' जॅक किंचाळतो. मी एलिझाबेथकडे वळते. ती प्रचंड हादरली आहे... ती अवाक होऊन माझ्याकडे बघतेय... तिने दोन्ही हात वर केले आहेत... मला ती दिसेनाशी होते... अंधार... सगळीकडे अंधार. शिट!... काळोख्या भुयाराच्या पलीकडच्या टोकाला ती उभी आहे. आता तिला काळोखाने वेढून टाकलंय. मलाही वेढून टाकलंय. सगळा नुसता गदारोळ माजलाय... गाड्या थांबताएत... ब्रेक्स... दारं... आरडाओरड... पळापळ... पायांचे आवाज. माझ्या हातातली गन खाली पडते.

''ॲना!'' ख्रिश्चनचा आवाज... ख्रिश्चनचा आवाज... ख्रिश्चनचा अतिशय व्याकूळ आवाज.

मिया... *मियाला वाचव.*

''ॲनाऽऽऽ!''

संपूर्ण अंधार... शांतता.

२३

मला फक्त आणि फक्त वेदना जाणवतेय. माझ्या मस्तकातून कळा येतायत. छातीत आग होतेय. माझा हात ठणकतोय. मला कुशीवर वळायचंय; पण ते शक्य होत नाहीय. निव्वळ वेदना आणि जोडीला सुन्न करून टाकणारा अंधार आणि विषण्णता. *कुठे आहे मी?* कितीही प्रयत्न केला तरी मला डोळेच उघडता येत नाहीयत. कोणीतरी कुजबुजतंय. गडद काळोखातून काही शब्द स्पष्टपणे माझ्या कानावर पडतायत.

"मिस्टर ग्रे, त्यांच्या बरगड्यांना इजा झालीय. शिवाय, त्यांच्या कवटीला हेअरलाईन क्रॅक गेलाय. तरीसुद्धा त्यांचे हृदयाचे ठोके आणि रक्तदाब नियमित आहे."

"पण मग ती अजूनही बेशुद्ध का आहे?"

"त्यांच्या डोक्याला फार जोरात मार बसलाय. सुदैवानं त्यांच्या मेंदूवर सूज नाहीय, त्यामुळे त्यांचा मेंदू नीट काम करतोय. येतील त्या हळूहळू शुद्धीवर. थोडा वेळ द्या त्यांना."

"आणि बाळ?" अत्यंत काळजीचा स्वर माझ्या कानांवर पडतो.

"मिस्टर ग्रे, बाळ अगदी सुरक्षित आहे."

"ओह, थँक गॉड." हे शब्द मनापासून आलेले आहेत. जणू काही एखादी प्रार्थना. "ओह, थँक गॉड."

ओह माय! त्याला बाळाची काळजी वाटतेय... बाळाची? छोटू ब्लिपची. अर्थातच. माझा छोटू ब्लिप. ओटीपोटावर हात नेण्याचा असफल प्रयत्न मी करते. माझं शरीर माझं ऐकत नाही.

"आणि बाळ... ओह, थँक गॉड."

छोटू ब्लिप अगदी सुरक्षित आहे.

"आणि बाळ... ओह, थँक गॉड."

त्याला बाळाची काळजी आहे.

"आणि बाळ... ओह, थँक गॉड."

त्याला बाळ हवंय. ओह, थँक गॉड. मी शांत होते आणि पुन्हा एकदा बेशुद्धीत हरवून जात वेदनांपासून दूर जाते.

सगळं अंग जड पडलंय, प्रचंड ठणका आहे. हात, पाय, डोकं इतकंच काय पापण्यासुद्धा हलत नाहीयत. माझे डोळे आणि तोंड घट्ट मिटलं गेलंय. उघडायला जाम तयार नाहीय. माझी अवस्था आंधळ्या आणि मुक्यासारखी झाली आहे. त्याच्या जोडीला वेदनादेखील आहेत. मी शुद्धीवर येऊ पाहतेय. कसलीतरी गुणगुण ऐकू येते आहे. आवाज जाणवत आहेत. शब्द समजू लागलेत.

"मी तिला सोडून जाणार नाहीये."

ख्रिश्चन! तो आहे इथे... मी स्वतःला जागं करण्याचा आटोकाट प्रयत्न करते- त्याचा आवाज प्रचंड थकलाय, वेदनेनं पिळवटलाय, त्याच्या स्वरातला ताण लपत नाहीये.

"ख्रिश्चन, तू थोडा वेळ झोपलं पाहिजेस."

"नाही, डॅड. ती शुद्धीवर येऊ शकते. मला इथंच थांबायचंय."

"मी बसतो तिच्याबरोबर. स्वतःच्या जिवाशी खेळून तिनं माझ्या मुलीला वाचवलंय. मी एवढंच करू शकतो तिच्यासाठी."

मिया!

"मिया कशी आहे?"

"घाबरलीय, संतापलीय... अशक्त झालीय. तिच्या शरीरावर झालेला रोहिप्नॉलचा परिणाम पूर्णपणे नष्ट व्हायला अजून काही तास जावे लागतील."

"ख्राईस्ट!"

"हो ना! तिचं ऐकून मी तिला सिक्युरिटी कमी करू दिल्याबद्दल मी स्वतःला अनेक शिव्या घातल्या आहेत. तू मला बजावलं होतंस; पण, मियासुद्धा इतकी हट्टी आहे ना... ॲना नसती तर काय झालं असतं, याचा विचारसुद्धा करवत नाहीये."

"आमच्या सगळ्यांच्या मते हाईड तुरुंगात असल्यामुळे तसा धोका नव्हता. आणि ही माझी बायको... मूर्ख, वेडी- तिने मला का नाही सांगितलं?" ख्रिश्चनच्या स्वरातलं दुःख मला सोसवत नाहीये.

"ख्रिश्चन, शांत हो. ॲनासारखी पोरगी पाहण्यात नाही माझ्या. अतिशय धीराची आहे ती."

"धीराची आणि हट्टी आणि हेकट आणि मूर्ख." बोलता बोलता ख्रिश्चनचा आवाज चिरकतो.

"हेऽ," कॅरिक त्याला धीर देत म्हणतो. "हे बघ, तिला किंवा स्वतःला उगाचच दोष देत बसू नकोस. बेटा,... जरा तुझ्या आईकडे बघून येतो. पहाटेचे तीन

वाजून गेलेत. ख्रिश्चन, खरंच तू थोडंसं झोपायला हवं आहेस बरं.''

मी धुक्यात हरवते.

धुकं हटलंय. पण मला वेळेचं भान नाहीये.

"हे बघ, तिला चांगली झोडून काढ. नाहीतर काही खरं नाहीये. काय समजते काय ती स्वतःला?''

"रे, माझ्यावर विश्वास ठेव. शक्य झालं तर तेच करेन मी.''

डॅड! डॅड इथे आलाय. मी धुक्यातून बाहेर यायचा प्रयत्न करतेय... प्रचंड प्रयत्न करतेय... छे! मी हरवत चाललेय. नाही...

"**डिटेक्टिव्ह,** दिसतंय ना तुम्हाला की माझी बायको उत्तर द्यायच्या परिस्थितीत नाहीये?'' ख्रिश्चन प्रचंड संतापलाय.

"मिस्टर ग्रे, तुमची बायको भलतीच धीराची आहे.''

"त्या साल्या हरामखोराला तिने मारून टाकलं असतं तर बरं झालं असतं.''

"मिस्टर ग्रे, त्याच्यामुळे माझं काम जरा वाढलं असतं... मिस मॉर्गन तर आता एखाद्या बोलक्या पोपटासारखी पटर पटर करतेय. हा हाईड खरोखर अत्यंत मादरच्योद आहे. तुम्ही आणि तुमचे वडील, तुम्हा दोघांविरुद्ध त्याच्या मनात प्रचंड द्वेष आहे.''

पुन्हा एकदा मी धुक्यानं वेढली जाते. खोल खोल बुडत जाते. *थांबा!*

"**म्हणजे,** अर्थ काय तुझ्या बोलण्याचा? तुम्ही बोलत नव्हतात म्हणजे? काय ऐकते आहे मी हे?'' ग्रेसचा रागीट आवाज येतोय. मी मान हलवायचा प्रयत्न करते. पण, छे! माझं शरीर माझी एकही आज्ञा पाळत नाहीये. अजूनही मी निपचित पडून आहे.

"काय केलं होतंस?''

"मॉम-''

"ख्रिश्चन! काय केलं होतंस?''

"मी खूप चिडलो होतो,'' जवळजवळ हुंदका देत तो म्हणतो... *नको ना.*

"अरे...''

सगळं जग अंधारात गुडूप झालंय. मीही अदृश्य झाले आहे.

वेगवेगळे आवाज माझ्या कानावर पडतायत. ग्रेसचा आवाज मला ओळखू येतो.

"तू तिच्याशी सगळे संबंध तोडून टाकले आहेत असं तू मला सांगितलं होतंस.''

अत्यंत शांत स्वरात ग्रेस त्याची खरडपट्टी काढते.

"हो, म्हटलं होतं," ख्रिश्चन नैराश्यानं म्हणतो. "मात्र, या वेळेस तिला भेटल्यावर माझी भूमिका मला पहिल्यांदाच स्पष्टपणे कळून चुकली. म्हणजे... तुला माहितीये ना... आता बाळ येणार आहे. पहिल्यांदाच मला जाणवलं की... आम्ही जे काही केलं होतं... ते सगळं फार चुकीचं होतं."

"जे *तिने* केलं होतं... राजा, बाप होणार म्हटलं की आपसुक बदल होतात हे सगळे. जगाकडे बघण्याचा आपला दृष्टिकोनच बदलतो."

"तिच्या लक्षात आलं आहे... मलाही कळून चुकलंय... मी ॲनाला दुखावलंय," अपराधी स्वरात तो कबुली देतो.

"राजा, नेहमी असंच होतं बघ. ज्यांच्यावर आपलं सगळ्यात जास्त प्रेम असतं ना, नेमकं त्यांनाच आपण दुखावून बसतो. तुला तिला सांगावं लागेल की तुझं चुकलं. मनापासून कबूल करावं लागेल. शिवाय, तिला थोडा वेळ द्यावा लागेल."

"ती म्हणाली होती, की ती मला सोडून चाललीये."

नाही. नाही. नाही!

"आणि तुला ते खरं वाटलं?"

"हो, आधी असं वाटलं खरं."

"राजा, हे तुझं नेहमीचंच आहे. स्वतःचा असो किंवा इतर कोणाचा, तू नेहमी सर्वाधिक वाइटाचाच विचार करतोस. मी पाहत आलेय. ॲनाचं किती प्रेम आहे तुझ्यावर. शिवाय, तूही तितकंच प्रेम करतोस तिच्यावर."

"ती भयंकर संतापली होती माझ्यावर."

"स्वाभाविकच आहे! मीसुद्धा तुझ्यावर आत्ता भयंकर संतापले आहे. हे बघ, ज्यांच्यावर तुमचं खरं, अगदी मनापासून प्रेम असतं त्यांच्यावरच तुम्ही असं संतापू शकता, नाही का?"

"मी विचार केलाय त्याचा. काय वाट्टेल ते झालं तरी ती मला सोडून जाणार नाही ह्याची तिने मला वरचेवर ग्वाही दिली होती. तिचं माझ्यावर किती प्रेम आहे याची खात्री दिली होती... त्यापायी तिने स्वतःचा जीवदेखील धोक्यात घातला."

"अगदी बरोबर आहे तुझं म्हणणं. स्वतःच्या जिवाशी खेळली आहे ती."

"ओह मॉम! ती शुद्धीवर का येत नाहाये?" ख्रिश्चनला बोलवत नाहीये. "क्षणभर तर मला वाटलं होतं की मी तिला कायमचा गमावून बसलोय."

ख्रिश्चन! त्याचे हुंदके ऐकू येत आहेत. नाही...

ओह... अंधार गडद होत चाललाय- नाही...

"तुला असं मिठीत घ्यायला चोवीस वर्षं वाट पाहायला लावलीस मला..."

"हो मॉम, कल्पना आहे मला... बरं झालं, आज आपण सगळं बोलू शकलो."

"मलासुद्धा असंच वाटतंय राजा. हे बघ, लक्षात ठेव की काय वाट्टेल ते झालं तरी मी तुझ्यासाठी ठामपणे उभी आहे. मी आजी होणार आहे याच्यावर माझा विश्वासच बसत नाहीये."

आजी!

सौख्य खुणावतंय मला.

हं... त्याचे गालावरचे केस माझ्या हाताला टोचताएत. माझी बोटं दाबत तो म्हणतोय, "ओह, बेबी, प्लीज, परत ये. प्लीज, शुद्धीवर ये. आय ॲम सॉरी. मी खूप चुका केल्या आहेत. त्या सगळ्यासाठी तुझी मनापासून माफी मागतो. तू फक्त जागी हो गं. आय मिस यू. आय लव्ह यू..."

मी प्रयत्न करतेय, मनापासून प्रयत्न करतेय, मला परत यायचंय ख्रिश्चन, तुझ्याकडे परत यायचंय. पण माझं शरीर ऐकतच नाहीये रे. पुन्हा एकदा मी काळोखात हरवते.

मला बाथरूमला जायचंय. मी डोळे उघडते. अतिशय स्वच्छ आणि निर्जंतुक अशा हॉस्पिटलच्या रूममध्ये मी आहे. खोलीत काळोख आहे. बाजूनं प्रकाशाचा कवडसा तेवढा येतोय. सगळीकडे शांतता आहे. माझ्या मस्तकात आणि छातीत प्रचंड वेदना भरून राहिल्या आहेत. पण बाथरूमला जायची निकड मला त्याहून जास्त वाटतेय. मी हात-पाय हलवून बघते. माझा उजवा हात ओढला जातो. माझ्या मनगटापाशी आयव्ही टोचल्याचं माझ्या लक्षात येतं. मी डोळे घट्ट मिटून घेत मान हलवून पाहते. ती चक्क माझ्या आज्ञेप्रमाणे वागते. किती बरं वाटतंय मला!

मी पुन्हा एकदा डोळे उघडते. पलंगावर माझ्या बाजूला हातावर डोकं ठेवून ख्रिश्चन झोपलाय. मोठ्या कष्टांनी मी हात पुढे करते आणि त्याच्या केसांतून बोटं फिरवते.

तो दचकून जागा होतो आणि झटक्यात मान वर उचलतो. त्याच्या त्या अचानक हालचालीनं त्याच्या केसातला माझा हात गळून पडतो.

"हाय," मी घोगऱ्या स्वरात म्हणते.

"ओह, ॲना." त्याचा आवाज भरून आलाय. पण त्याबरोबरच सुटकेची भावनादेखील जाणवते आहे. माझा हात गच्च पकडून तो स्वतःच्या गालाशी ठेवतो.

"मला बाथरूमला जायचंय," मी कसंतरी म्हणते.

क्षणभर त्याला माझ्या बोलण्याचा अर्थ लागत नाही. मग तो म्हणतो, "ओके."

मी उठायची धडपड करते.

"ॲना, अजिबात हलू नकोस. मी नर्सला बोलावतो." झटक्यात उभा राहत तो

पलंगाच्या बाजूचा बझर दाबतो.

"प्लीज," मी कशीतरी म्हणते. *आई गं! माझं अंग इतकं का ठणकतंय?* "मला उठायचंय." *जीझ! किती अशक्तपणा जाणवतोय.*

"निदान एकदा तरी सांगितल्याप्रमाणे वागणार आहेस का?" एकदम संतापून तो म्हणतो.

"अरे, मला खरंच बाथरूमला जायचंय," मी चिडून म्हणते. माझ्या घशाला प्रचंड कोरड पडलीये.

तेवढ्यात नर्स धावत रूममध्ये येते. साधारण पन्नाशीची असावी ती. तिचे केस अगदी काळे आहेत. कानामध्ये मोठाले मोती घातले आहेत.

"मिसेस ग्रे, बरं वाटतंय का? तुम्हाला शुद्ध आली आहे हे मी डॉ. बार्टलीला सांगते." माझ्या बाजूला येत ती म्हणते. "मी नोरा आहे. तुम्ही कुठे आहात हे माहितीये का तुम्हाला?"

"हो. हॉस्पिटलमध्ये. मला बाथरूमला जायचंय."

"तुम्हाला कॅथेटर लावलंय."

काय? काय त्रास आहे. अस्वस्थ होत मी एकदा ख्रिश्चनकडे आणि एकदा नर्सकडे बघते.

"प्लीज. मला उठायचंय."

"मिसेस ग्रे."

"ॲना," ख्रिश्चन बजावतो. मी उठण्याची धडपड करते.

"मला तुमचं कॅथेटर काढू दे. मिस्टर ग्रे, मला खात्री आहे की मिसेस ग्रे यांना थोडीशी प्रायव्हसी आवडेल." ख्रिश्चनला तिथून बाहेर काढण्याच्या हेतूने त्याच्याकडे रोखून बघत ती म्हणते.

"मी इथून हलणार नाहीये." तिला खुन्नस देत तो उत्तर देतो.

"ख्रिश्चन, प्लीज," त्याचा हात पकडत मी कसंबसं म्हणते. क्षणभर माझा हात दाबत तो माझ्याकडे नाराजीने बघतो. "प्लीज," मी विनवणी करते.

"ठीक आहे!" असं तुटकपणे म्हणून तो केसातून हात फिरवतो. "तुम्हाला मी फक्त दोन मिनिटं देतोय," नर्सकडे पाहत फिस्कारून तो म्हणतो. मग खाली झुकून माझ्या कपाळावर ओठ टेकवून तो खोलीतून बाहेर पडतो.

बरोबर दोन मिनिटं संपताच ख्रिश्चन रूममध्ये येतो. नर्स नोरा मला पलंगावरून उतरायला मदत करते आहे. माझ्या अंगावर हॉस्पिटलचा पातळ गाऊन आहे. माझे कपडे कधी बदलले गेले? मला काही आठवत नाहीये.

"मी नेतो तिला," असं म्हणत तो आमच्या दिशेनं येतो.

"मिस्टर ग्रे, मी करू शकते हे.'' नर्स नोरा त्याला रागवते.

तिच्याकडे जळजळीत कटाक्ष टाकत तो म्हणतो, ''बास! ती माझी बायको आहे. मी घेऊन जाणार तिला.'' दात ओठ खात, रस्त्यातला आयव्ही स्टॅन्ड बाजूला करत, माझ्यापाशी येत तो म्हणतो.

"मिस्टर ग्रे!'' ती त्याला विरोध करते.

तिच्याकडे सरळसरळ दुर्लक्ष करत खाली झुकून तो हळुवारपणे मला पलंगावरून उचलून घेतो. मी त्याच्या गळ्याभोवती हात टाकते. अयाई गं! माझं सगळं अंग ठणकतंय. तो मला बाथरूममध्ये घेऊन जातो. आयव्ही स्टॅन्ड ढकलत नर्स नोरादेखील आमच्या मागून येते.

"मिसेस ग्रे, किती हलक्या झाला आहात तुम्ही,'' अगदी अलगद मला माझ्या पायावर उभं करून तो नापसंती दर्शवत म्हणतो. माझा झोक जातो. माझ्या पायांत जणू त्राणच नाहीये. ख्रिश्चन लाईट लावतो. त्या प्रकाशानं डोळे दिपून क्षणभर मला दिसेनासं होतं.

"पडायच्या आधी बस पटकन,'' मला धरून ठेवत तो काळजीनं म्हणतो.

कशीबशी मी टॉयलेटच्या सीटवर बसते.

"जा.'' मी त्याला बाहेर ढकलायचा प्रयत्न करते.

"नाही. मी इथेच उभा राहणार आहे, ॲना.''

ओह गॉड! हे किती लाजिरवाणं आहे. ''तू इथे असताना मी नाही करू शकत.''

"तू पडू शकतेस.''

"मिस्टर ग्रे!'' आम्ही दोघंही नर्सकडे दुर्लक्ष करतो.

"प्लीज,'' मी विनवणी करते.

शरणागती पत्करल्याच्या आविर्भावात दोन्ही हात वर करत तो म्हणतो, ''मी बाहेर उभा राहतो; पण दार उघडं ठेवायचं.'' काही पावलं मागे घेत तो दाराच्या बाहेर उभा राहतो. चिडलेली नर्ससुद्धा तिथेच उभी आहे.

"प्लीज, माझ्याकडे पाठ कर,'' मी म्हणते. या माणसाची मला इतकी लाज का वाटावी? तो डोळे फिरवतो पण तरीही पाठ करून उभा राहतो. तो पाठमोरा झाल्याची खात्री होताच मी स्वतःला मोकळं करते. अहाहा! किती बरं वाटलंय मला.

मला कुठे कुठे लागलंय याचा अंदाज मी घेऊ लागते. माझं डोकं ठणकतंय. बरगड्यात वेदना जाणवतायत. बरोबर... जॅकची लाथ बसली होती ना. अंगाची एक बाजू प्रचंड ठणकतेय. त्यानं मला जमिनीवर जोरात ढकलून दिलं होतं ना. शिवाय, मला खूप तहान लागलीय आणि भूकसुद्धा. *जीझ! मला प्रचंड भूक लागलीय.*

बरं तर बरं, हात धुवायला उठायची गरज नाही. बेसिन अगदी बाजूला आहे.

हात धुवून नॅपकीनला पुसत मी म्हणते, ''झालंय माझं.'' त्याबरोबर ख्रिश्चन वळून आत येतो. मला काही कळायच्या आत मी पुन्हा एकदा त्याच्या हातांवर आहे. या हातांची किती उणीव भासली आहे मला! किंचितसं थबकून माझ्या केसांत नाक खुपसत तो म्हणतो,

''ओह, मिसेस ग्रे, तुमची किती उणीव भासलीये म्हणून सांगू.'' त्याच्या मागे उभी असलेली नर्स नोरा वैतागलीये. मला पलंगावर अलगद टेकवल्यावर मगच तो मला सोडतो- अगदी अनिच्छेनं.

''हे पाहा, मिस्टर ग्रे, तुमचं सगळं करून झालं असेल ना तर मला मिसेस ग्रे यांना तपासायला आवडेल आता.'' नर्स नोरा संतापून म्हणते.

दोन पावलं मागे येत तो जरा बऱ्या स्वरात म्हणतो, ''ठीक आहे.''

धुसफुसत त्याच्याकडे बघत ती माझ्याकडे लक्ष वळवते.

जरा अतिच करतो आहे, नाही का?

''कसं वाटतंय तुम्हाला आता?'' तिच्या स्वरातली कळकळ लपत नाहीये. पण तिच्या स्वरात मला किंचित वैतागसुद्धा जाणवतो. त्याचा रोख बहुतेक ख्रिश्चनकडे असावा.

''सगळं अंग दुखतंय. प्रचंड तहान लागलीये. म्हणजे फारच जास्त लागलीये.'' मी मोठ्या कष्टांनी म्हणते.

''मी जरा तुमचा रक्तदाब वगैरे तपासते. त्यानंतर डॉ. बर्टली येऊन तुमची तपासणी करतील. मग मी तुमच्यासाठी पाणी आणेन.''

ती माझ्या दंडाला ब्लडप्रेशर मशिनचा पट्टा गुंडाळते. मी अस्वस्थपणे ख्रिश्चनकडे बघते. कसा दिसतोय तो! अगदी झपाटल्यासारखा! किती दिवसांत दाढी नाही केलीये. केसांची अवस्थादेखील वाईट आहे. शर्ट फारच चुरगाळलाय. अनेक दिवसांत न झोपल्यासारखा अवतार झालाय त्याचा. त्याची अवस्था पाहून माझ्या कपाळावर आठ्या उमटतात.

''कसं वाटतंय तुला?'' नर्सकडे दुर्लक्ष करत पलंगावर माझ्यापासून थोडंसं दूर बसत तो विचारतो.

''गोंधळल्यासारखं वाटतंय. प्रचंड दुखतंय. खूप भूक लागलीय.''

''भूक?'' तो आश्चर्यानं म्हणतो.

मी मान डोलावते.

''काय खायला आवडेल तुला?''

''काहीही चालेल. सूप?''

''मिस्टर ग्रे, डॉक्टरांना विचारल्याशिवाय त्यांना काहीएक खायला द्यायचं नाहीये.''

क्षणभर तिच्याकडे निर्विकारपणे पाहत, पॅन्टच्या खिशातून ब्लॅकबेरी काढून तो एक नंबर दाबतो.

''ॲनाला चिकन सूप हवंय... छान... थँक यू.'' असं म्हणून तो फोन बंददेखील करतो.

मी नोराकडे पाहते. डोळे बारीक करून ती ख्रिश्चनकडे रोखून पाहते.

''टेलर?'' तेवढ्यात मी विचारून घेते.

ख्रिश्चन मान डोलावतो.

''मिसेस ग्रे, तुमचं ब्लडप्रेशर नॉर्मल आहे. मी आता पटकन डॉक्टरांना घेऊन येते.'' असं म्हणत ती ब्लडप्रेशर मशिन काढून घेते आणि पुढे काहीही न बोलता रूममधून बाहेर पडते. आमचं वागणं तिला मुळीच आवडलेलं नाहीये हे तिच्या देहबोलीवरून लक्षात येतं.

''मला वाटतंय की तू नर्स नोराला भडकवलं आहेस.''

''साधारणतः, बायकांवर माझा नेहमीच असा परिणाम होतो.'' तो हसून म्हणतो.

मीही हसते. पण, बरगड्यातून विलक्षण कळ गेल्यामुळे पटकन हसणं थांबवते. ''हो, खरंय तुझं.''

''ओह ॲना, तुझं हसणं ऐकायला किती आवडतं मला.''

पाण्यानं भरलेला जग घेऊन नोरा परत येते. आम्ही दोघं काही न बोलता एकमेकांकडे बघत राहतो. पाण्यानं ग्लास भरून तो माझ्या हातात देत ती म्हणते, ''हे पाहा, अगदी छोटे छोटे घोट घ्यायचे हं.''

''हो,'' असं म्हणत मी त्या थंड पाण्याचा एक घोट घेते. अहाहा! काय छान वाटतंय. पाण्याचीसुद्धा चव मस्त वाटतेय. मी अजून एक घोट घेते. ख्रिश्चन माझ्याकडे रोखून पाहत माझी प्रतिक्रिया अजमावतोय.

''मिया?'' मी विचारते.

''ती अगदी सुरक्षित आहे. फक्त तुझ्यामुळे.''

''ती खरोखरच त्यांच्या ताब्यात होती का?''

''हो.''

म्हणजे ते सगळं खरं होतं तर! सुटकेची भावना माझ्या तना-मनाला स्पर्शून जाते. थँक गॉड, थँक गॉड, थँक गॉड! मिया बरी आहे हे ऐकून माझा जीव निश्चिंत होतो. पण, लगेच पुढचा प्रश्न माझ्या मनात येतो.

''ते तिच्यापर्यंत कसे पोहोचले?''

''एलिझाबेथ मॉर्गन,'' तो एवढंच म्हणतो.

''अरे बापरे!''

तो मान डोलवत म्हणतो, "तिनं मियाला जिममधून उचललं."

काही न कळून मी त्रासते.

"हे बघ ॲना, मी तुला नंतर सविस्तरपणे सगळं सांगतो. जे काही झालं ते लक्षात घेता मिया अगदी ठीक आहे. तिला ड्रग्जचं इंजेक्शन दिलं होतं. ती तूर्तास खूप हादरली आहे. शिवाय, जरा अस्थिर झालीये. पण, सुदैवानं त्यांनी तिला काही इजा केली नाहीये." बोलता बोलता ख्रिश्चन ओठावर दात दाबून धरतो. "आणि तू जे काही केलं आहेस ना"- वैतागत केसातून हात फिरवत तो पुढे म्हणतो, "ते अतिशय धीराचं आणि अतिशय मूर्खपणाचं कृत्य होतं. तुझा जीवदेखील गेला असता. कल्पना आहे का तुला याची?" त्याची नजर गोठते. स्वतःच्या संतापावर नियंत्रण ठेवण्याचा त्याचा प्रयत्न माझ्या लक्षात येतो.

"दुसरं काय करणार होते मी?" मी कसंबसं म्हणते.

"तू मला सांगू शकली असतीस ना?" दोन्ही हात मांडीत घट्ट धरून तो ठासून म्हणतो.

"त्यानं मला धमकी दिली होती की, मी जर कोणाला सांगितलं तर तो तिला मारून टाकेल. हा धोका कसा पत्करणार होते मी?"

ख्रिश्चन डोळे मिटून घेतो. त्याचा चेहरा प्रचंड व्याकूळ झालाय.

"गुरुवारपासून हजारो मरणं मेलो आहे मी."

गुरुवार?

"आज कोणता वार आहे?"

"शनिवार," घड्याळाकडे नजर टाकत तो म्हणतो. "चोवीस तासांहून जास्त काळ तू बेशुद्ध आहेस."

ओह!

"जॅक आणि एलिझाबेथचं काय?"

"ते दोघंही पोलिसांच्या ताब्यात आहेत. हाईडवर पोलिसांचा पहारा आहे. तू झाडलेली गोळी ऑपरेशन करून काढावी लागली डॉक्टरांना," ख्रिश्चन कडवटपणानं म्हणतो. "या हॉस्पिटलमध्ये तो कुठे आहे हे मला माहीत नाही, हे त्याचं नशीब आहे. नाहीतर, एव्हांना मी स्वतःच त्याला यमसदनाला धाडलं असतं." हे बोलताना त्याचा संताप शिगेला पोहोचला आहे.

ओह शिट! जॅक इथे आहे?

रांड साली, ही लाथ एसआयपीसाठी होती! मी कावरीबावरी होते. माझ्या रिकाम्या पोटात खड्डा पडतो, डोळे भरून येतात, शरीरातून भीतीची लहर दौडते.

"हेऽऽ." पटकन पुढे झुकत ख्रिश्चन काळजीने म्हणतो. माझ्या हातातला ग्लास काढून घेत तो मला अलगद मिठीत घेतो. "आता तू अगदी सुरक्षित

आहेस,'' माझ्या केसांवर ओठ टेकवत तो घोगऱ्या स्वरात म्हणतो.

''ख्रिश्चन, आय ॲम सो सॉरी,'' माझ्या डोळ्यांतून घळाघळा अश्रू ओघळू लागतात.

''श्शऽऽ.'' माझ्या केसांवरून हात फिरवत तो म्हणतो. त्याच्या खांद्यावर डोकं ठेवून मी रडता रडता म्हणते,

''मी जे काही बोलले त्याबद्दल मला माफ कर. मी तुला सोडून जाणार नव्हते रे.''

''म्हटलं ना, आता काही बोलू नकोस. आणि, मला माहितीये की तू मला कधी सोडून जाणार नाहीस.''

''हो?'' त्याच्या कबुलीजबाबाने माझ्या अश्रूंचा ओघ थांबतो.

''आलंय आता माझ्या लक्षात. ॲना, मला खरंच सांग, नेमका काय विचार करून तू अशी वागलीस?'' त्याच्या स्वरातला ताण स्पष्ट होता.

''तुझ्या वागण्यानं मला धक्का बसला होता,'' त्याच्या मिठीतून दूर न होता मी म्हणते. ''मी जेव्हा तुला बँकेतून फोन केला तेव्हा मी तुला म्हटलं, की मी तुला सोडून जाते आहे. मला वाटलं होतं की तू मला चांगलं ओळखतोस. आजवर मी तुला वारंवार सांगत आले आहे की, मी तुला कधीही सोडून जाणार नाही.''

''हो, पण ज्या पद्धतीनं मी तुझ्याशी वागलो-'' त्याला पुढे बोलवेनासं होतं. माझ्याभोवतीची मिठी घट्ट करत, स्वतःला सावरत तो म्हणतो, ''क्षणभर तर मला वाटलं की, मी तुला कायमचं गमावून बसलो आहे.''

''नाही, ख्रिश्चन. मी कधीच तुला सोडून जाणार नाही. तू ढवळाढवळ केली असतीस तर मियाच्या आयुष्याला धोका होता. म्हणून, केवळ तुला दूर ठेवण्यासाठी मला बोलावं लागलं तसं.''

तो निःश्वास सोडतो. त्याला राग आला आहे, की तो दुखावला गेला आहे ते सांगता येत नाही.

''पण तुझ्या लक्षात कसं आलं सगळं?'' त्याला विचारातून बाहेर काढण्यासाठी मी पट्कन पुढचा प्रश्न करते.

माझ्या केसांची बट कानामागे सारत तो म्हणतो, ''बँकेचा फोन आला तेव्हा मी सिएटलमध्ये नुकताच उतरलो होतो. त्या आधी सॉयरने कळवलं होतं की तुला बरं वाटत नसल्यामुळे तो तुला घरी घेऊन चालला आहे.''

''म्हणजे, गाडीतून सॉयरने फोन केला होता तेव्हा तू पोर्टलँडला होतास.''

''आम्ही नुकताच टेक-ऑफ केला होता. मला तुझी प्रचंड काळजी वाटत होती,'' तो प्रेमानं म्हणतो.

''हो?''

"म्हणजे काय? हा काय प्रश्न आहे?" माझ्या खालच्या ओठावरून अंगठा फिरवत तो विचारतो. "तुला माहितीए की, मला सतत तुझी काळजी वाटत असते."

ओह, ख्रिश्चन!

"जॅकनं मला ऑफिसमध्ये फोन केला होता," मी सांगू लागते. "पैसे घेऊन यायला त्यानं मला जेमतेम दोन तासांचा अवधी दिला होता." मी खांदे उडवत पुढे म्हणते. "मला निघणं भाग होतं. मला बरं वाटत नाही आहे हे एकमेव कारण मला सुचलं."

अतिशय लक्षपूर्वक ख्रिश्चन माझं बोलणं ऐकतोय. "आणि तू सॉयरला हुलकावणी दिलीस. तोसुद्धा तुझ्यावर भयंकर भडकलाय."

"सुद्धा?"

"माझ्याचसारखा."

अलगदपणे त्याच्या चेहऱ्याला स्पर्श करत मी त्याच्या वाढलेल्या दाढीवरून बोटं फिरवते. डोळे मिटून घेत तो माझ्या स्पर्शाचं सुखं आसुसून अनुभवतो.

"प्लीज, माझ्यावर भडकू नकोस ना," मी काकुळतीला येऊन म्हणते.

"मी तुझ्यावर अतिशय भडकलोय. तुझ्या या मूर्खपणाच्या कृत्याला काय म्हणावं हेच मला कळत नाहीये. निव्वळ वेडेपणा होता तो."

"मी सांगितलं ना तुला, माझ्यासमोर दुसरा कुठलाही पर्याय नव्हता."

"पण, तुझ्या स्वतःच्या सुरक्षिततेचं काय? शिवाय, तू काही आता एकटी नाहीयेस," तो धुमसत म्हणतो.

माझे ओठ थरथरतात. तो चक्क आमच्या छोटू ब्लिपचा विचार करतोय.

तितक्यात दार उघडतं. त्या आवाजानं आम्ही दोघंही दचकतो. एक तरुण आफ्रिकन-अमेरिकन डॉक्टर आत येते. राखाडी स्क्रबवर तिनं पांढरा कोट घातलाय.

"गुड इव्हिनिंग, मिसेस ग्रे. मी डॉक्टर बार्टली आहे."

अतिशय शांतपणे ती मला तपासू लागते. आधी माझ्या डोळ्यांत टॉर्चचा झोत टाकते. त्यानंतर तिच्या बोटांना स्पर्श करायला मला सांगते. मग माझा एक एक डोळा बंद करून तपासणी करते. मला स्वतःच्या नाकाला हात लावायला लावते. वेगवेगळ्या प्रकारांनी ती माझी प्रतिक्रिया आजमावते. तिचा स्पर्श आणि आवाज अतिशय मृदू आहे. वागण्याची पद्धत अदबशीर आहे. नर्स नोरा तिच्या दिमतीला हजर आहे. डॉक्टर मला तपासत असताना ख्रिश्चन एका बाजूला जाऊन काही फोन करतो. एकाच वेळेस डॉक्टर बार्टली, नर्स नोरा आणि ख्रिश्चन या तिघांकडेही लक्ष देणं मला कठीण जातंय. तरी, ख्रिश्चननं त्याच्या वडिलांना आणि केटला फोन करून मी शुद्धीवर आल्याचं सांगितलंय हे माझ्या लक्षात येतं. सगळ्यात शेवटी

तो 'रे' ला व्हॉईस मेसेज पाठवतो.

रे ! *ओह शिट्....* 'रे'चं बोलणं मला अस्पष्टपणे आठवतं. मी बेशुद्ध असताना तो नक्कीच इथे येऊन गेला होता.

डॉक्टर बार्टली माझ्या बरगड्यांना हळुवारपणे दाबून बघतात.

मी कळवळते.

''मिसेस ग्रे, तुम्ही नशीबवान आहात. सुदैवाने तुमच्या बरगड्या मोडल्या नाहीयेत.''

नशीबवान! मी तरी स्वतःला नशीबवान म्हणणार नाही. ख्रिश्चनसुद्धा तिच्याकडे किंचित चिडून पाहतो. मग माझ्याकडे बघत तो काहीतरी खूण करतो. 'बावळट आहे का ही?' असं काहीसं त्यानं म्हटलं असावं.

''मी तुम्हाला काही पेनकिलर्स देते. तुमचं डोकंही दुखत असणार. दोन्ही दुखण्यांवर त्या गोळ्यांचा उपयोग होईल. मिसेस ग्रे, काळजी करू नका. तुम्ही यातून पटकन बाहेर याल. मात्र, तुम्ही भरपूर विश्रांती घेतली पाहिजे. सकाळी तुम्हाला कसं वाटतंय हे पाहून मग तुम्हाला डिस्चार्ज द्यायचा की नाही ते ठरवता येईल. माझे सहकारी डॉक्टर सिंघ तुम्हाला तपासतील.''

''थँक यू.''

तेवढ्यात दारावर टकटक होते. हातात कार्डबोर्डचा काळा बॉक्स घेऊन टेलर आत येतो. त्यावर क्रीम रंगात *फेअरमॉन्ट ऑलिम्पिक* असं लिहिलेलं असतं.

होली काऊ!

''खायला?'' डॉक्टर बार्टली आश्चर्याने म्हणते.

''तिला भूक लागली आहे,'' ख्रिश्चन तत्परतेनं उत्तर देतो. ''म्हणून चिकन सूप मागवलंय.''

डॉक्टर बार्टली हसते, ''ठीक आहे. पण, फक्त सूप हं! पचायला जड असं काही नको,'' आमच्याकडे रोखून बघत ती म्हणते. त्यानंतर ती आणि नर्स नोरा बाहेर जातात.

ख्रिश्चन पटकन डायनिंग प्लॅटफॉर्म माझ्यासमोर ओढतो. टेलर हातातलं पार्सल त्यावर ठेवतो.

''मिसेस ग्रे, वेलकम बॅक.''

''हॅलो, टेलर. थँक यू.''

''मॅऽम, यू आर मोस्ट वेलकम.'' त्याला अजून काहीतरी बोलायचंय, पण तो थांबतो.

पटापट हालचाली करत ख्रिश्चन टेलरनं आणलेलं पार्सल उघडतो. थर्मास, बाऊल, बशी, पेपर नॅपकीन, चमचा, मीठ-मिऱ्याच्या छोट्याशा बाटल्या आणि

ब्रेडरोल असलेली लहानशी बास्केट असा सरंजाम तो माझ्यासमोर मांडतो. बापरे! ऑलिम्पिकची सेवा फारस झकास आहे.

"टेलर, हे सगळं काय सुरेख आहे." भयंकर भुकेमुळे माझ्या पोटात गुर्रर्र होतंय.

"अजून काही लागेल का?" तो विचारतो.

"नाही, हे पुरेसं आहे. थँक्स." असं म्हणत ख्रिश्चन हातानंच त्याला बाहेर जायची खूण करतो.

टेलर मान डोलावतो.

"टेलर, थँक यू."

"मिसेस ग्रे, तुम्हाला अजून काही हवंय का?"

मी ख्रिश्चनकडे नजर टाकत म्हणते, "हो, ख्रिश्चनला बदलायला कपडे घेऊन ये."

टेलर हसून म्हणतो, "हो, मॅऽम."

ख्रिश्चन पटकन स्वतःच्या कपड्यांकडे नजर टाकतो.

"अं.. कधीपासून तू हाच शर्ट घालून आहेस?" मी विचारते.

"गुरुवारपासून." हसून ख्रिश्चन उत्तर देतो.

टेलर बाहेर जातो.

"टेलरसुद्धा तुझ्यावर जाम भडकलाय," थर्मासचं झाकण उघडून त्यातलं क्रिमी चिकन सूप बाऊलमध्ये ओतत ख्रिश्चन म्हणतो.

टेलरसुद्धा! पण, चिकन सूपच्या वासानं माझी भूक इतकी खवळते, की दुसरा कुठलाही विचार माझ्या मनात येत नाहीये. वाफाळत्या चिकन सूपचा बाऊल मला खुणावतोय. मी घाईघाईनं चमचाभर सूप पिते. आहाहाऽ! काय अप्रतिम चव आहे!

"बरंय का?" पलंगावर माझ्या शेजारी पुन्हा एकदा टेकत ख्रिश्चन विचारतो.

मी मानेनंच होकार देत भराभर सूप पिऊ लागते. मला भयानक भूक लागली आहे. सूप पिण्याशिवाय मला दुसरं काहीही सुचत नाहीये. मध्येच एकदा तोंड पुसण्यापुरतीच मी थांबते.

"मला सगळं सांग- काय झालंय हे तुला कळल्यानंतर तू काय केलंस?"

केसातून हात फिरवत, ख्रिश्चन म्हणता, "ओह ॲना, तुला खातांना पाहून मला किती बरं वाटतंय."

"खूप भूक लागलीये मला. सांग ना पुढे काय झालं?"

त्याच्या कपाळावर आठ्या उमटतात. "जेव्हा मला बँकेतून फोन आला, तेव्हा मला असं वाटलं, की आता सारं काही संपलंय; माझं जग उद्ध्वस्त होतंय-" त्याच्या स्वरातली वेदना लपत नाही.

मी सूप पिणं थांबवते. *ओह शिट्!*

''हे बघ, तू खाणं थांबवू नकोस. नाहीतर मी सांगणं बंद करेन,'' माझ्याकडे रोखून बघत तो ठामपणे म्हणतो. मी सूप प्यायला सुरुवात करते. *बरं बाबा... आणि तसंही सूप फारच चविष्ट आहे.* ख्रिश्चनची नजर निवळते. तो पुढे सांगू लागतो,

''आपल्या दोघांचं बोलणं झालं आणि तेवढ्यात टेलरनं मला सांगितलं, की हाईडला बेल मिळून तो बाहेर आलाय. हे कसं शक्य झालं ते मला अजूनही कळलेलं नाही. त्याला बेल मिळणार नाही याची आम्ही पुरेपूर काळजी घेतली होती. पण, त्यामुळेच मी तुझ्या बोलण्याचा पुन्हा एकवार नीट विचार केला... आणि मला जाणवलं की कुठेतरी काहीतरी भयंकर घोळ झालाय.''

''मला पैशांचा कधीच मोह नव्हता,'' मी सट्कन उत्तर देते. त्या क्षणाला मला प्रचंड संताप आलेला आहे. त्या भरात माझा आवाज चढतो. ''तू असा विचारच कसा करू शकलास? तुझ्या त्या साल्या पैशांचा कधी प्रश्नच नव्हता!'' माझ्या डोक्यातून कळा येऊ लागतात, चेहरा वेदनेने पिळवटतो. माझा आवेग पाहून ख्रिश्चन अवाक होतो. पुढच्या क्षणी भानावर येत डोळे बारीक करून माझ्याकडे रोखून बघत तो गुरगुरतो,

''भाषा- सांभाळून बोल. हे बघ, शांत हो आणि ते संपव.'' पण मी त्याला जराही दबत नाही.

''ॲना,'' त्याच्या स्वरात धमकी आहे.

''ख्रिश्चन, तुझ्या त्या विचारानंच मी गारद झाले,'' कसंबसं मी म्हणते. ''त्या बाईला तू भेटायला गेलास त्याचं मला जितकं वाईट वाटलं तितकंच वाईट तुझ्या त्या विचारानंसुद्धा मला वाटलं.''

जणू काही मी त्याला मुस्काटात ठेवून दिल्यासारखा त्याचा चेहरा खर्रकन उतरतो. अचानक तो खूप थकल्यासारखा दिसतो. डोळे घट्ट मिटून घेत त्राग्यानं मान हलवत, दीर्घ उसासा सोडत तो म्हणतो,

''मला जाणीव आहे त्याची. त्याबद्दल मला स्वतःचीच किती लाज वाटतेय याची तुला कल्पना नाही येणार.'' त्याच्या नजरेत वेदना दाटून येते. ''प्लीज, ते सूप गरम आहे तोवर संपव ना.'' तो माझी मनधरणी करत म्हणतो.

''पुढे सांग,'' अतिशय ताजा आणि चविष्ट अशा ब्रेडरोलचा घास घेत मी त्याला म्हणते.

''मियाचा काही पत्ता नाही हे तोवर आम्हाला काही माहीत नव्हतं. कदाचित हाईड तुला ब्लॅकमेल करत असावा किंवा दुसरं काही कारण असावं, अशी मला शंका आली. म्हणून मी तुला ताबडतोब फोन लावला, पण तू उचलला नाहीस.'' माझ्याकडे रोखून पाहत तो म्हणतो. ''मग मी तुला मेसेज पाठवून सॉयरला फोन

लावला. तेवढ्यात टेलरनं तुझा सेल ट्रॅक करायला सुरुवात केली. तू बँकेत आहेस हे कळल्या क्षणी आम्ही तिथे यायला निघालो.''

''मी कुठे आहे हे सॉयरला कसं कळलं? तोसुद्धा माझा सेल ट्रॅक करत होता का?''

''नाही. आपल्या सगळ्या गाड्यांप्रमाणे साबमध्येसुद्धा ट्रॅकिंग डिव्हाइस बसवली आहे. आम्ही बँकेत पोहोचलो तेव्हा तू तिथून निघाली होतीस. म्हणून आम्ही तुझा पाठलाग सुरू केला. हसायला काय झालं?''

''मला मनातून खात्री होती, की तू मला शोधून काढणार.''

''पण त्यात हसण्यासारखं काय आहे?'' तो विचारतो.

''मी माझा सेलफोन फेकून द्यावा अशी जॅकनं तंबी दिली होती. म्हणून मी व्हेलनचा सेल घेतला आणि तो फेकून दिला. माझा सेलफोन मी एका डफल बॅगमध्ये लपवला होता, जेणेकरून तू तुझा पैसा कुठे गेला हे शोधून काढू शकशील.'' दीर्घ श्वास सोडत ख्रिश्चन म्हणतो, ''ॲना, आपले पैसे. खा बरं.''

ब्रेडच्या शेवटच्या तुकड्यानं सूप बाऊल निपटवत मी तो तुकडा तोंडात टाकते. अहाहा! आमची इतकी गंभीर चर्चा चाललेली असतानादेखील मला तृप्ती जाणवते.

''हे बघ, सगळं संपवलं.''

''गुड गर्ल.''

तितक्यात दारावर टकटक होते. नर्स नोरा माझ्यासाठी गोळ्या घेऊन येते. ख्रिश्चन माझ्यासमोरचा सगळा सरंजाम आवरून रिकाम्या बॉक्समध्ये टाकतो.

''या गोळ्या वेदनाशामक आहेत.'' हातातल्या पेपरकपमध्ये असलेल्या पांढऱ्या गोळ्या मला दाखवत नोरा हसून म्हणते.

''या घेतल्या तर चालतील का? नाही म्हणजे- बाळ...''

''हो, मिसेस ग्रे. हे लॉरटॅब आहे. त्यामुळे बाळावर काहीही विपरीत परिणाम होणार नाही.''

हे ऐकून मी निश्चिंत होते. डोक्यातल्या कळा असह्य झाल्यामुळे मी पाण्याबरोबर पट्कन गोळी घेते.

''मिसेस ग्रे, तुम्ही आता थोडी विश्रांती घ्यायला हवी.'' ख्रिश्चनकडे रोखून बघत नोरा मला सूचना करते.

तो मान डोलावतो.

नाही! ''तू चाललायंस?'' मी व्याकूळ होऊन विचारते. *जाऊ नको ना! आत्ता तर कुठे आपण बोलायला सुरुवात केली आहे.*

त्यावर ख्रिश्चन पटकन म्हणतो, ''मी तुम्हाला क्षणभरदेखील नजरेआड करेन

असा जर तुमचा गैरसमज असेल ना, तर तो मनातून काढून टाका, मिसेस ग्रे.''

नोरा जरा वैतागतेच. पण तरीसुद्धा अतिशय प्रेमानं ती माझ्या उशा नीट ठेवत मला आडवं व्हायला मदत करते.

''गुड नाईट, मिसेस ग्रे,'' असं म्हणत पुन्हा एकदा ख्रिश्चनकडे तिरका कटाक्ष टाकून रूमबाहेर जात ती दार ओढून घेते.

ती गेलेल्या दिशेने पहात तो एक भुवई उंचावत म्हणतो, ''नर्स नोराला मी फारसा काही आवडलेला दिसत नाहीये.''

तो इथून जराही हलू नये असं मला मनातून वाटत असतं. पण या क्षणी तो इतका थकलेला दिसतोय, की त्यानं घरी जाऊन छानशी झोप काढायला हवी आहे हेदेखील मला जाणवतं.

''ख्रिश्चन, तुलासुद्धा विश्रांतीची गरज आहे. किती भयंकर थकला आहेस! आता घरी जा बरं.''

''हे बघ, ॲना, तुझ्या बाजूनं मी जराही हलणार नाहीये. या इथे खुर्चीत बसून झोपेन मी.''

एकीकडे मला त्याचं म्हणणं पटतंही, पण त्याला होणारा त्रासही मला दिसतोय. पलंगावर जरा एका बाजूला होत मी म्हणते,

''ये इथे, माझ्या बाजूला झोप.''

''नाही नाही, असं कसं चालेल.'' तो पटकन म्हणतो.

''का नाही चालणार?''

''तुला काही दुखलंखुपलं तर!''

''ख्रिश्चन, तू मला कसा दुखवशील? प्लीज.''

''तुला आय.व्ही. सुरू आहे.''

''ख्रिश्चन. प्लीज.'' तो एकटक माझ्याकडे पाहतोय. त्याला मोह होतोय.

''प्लीज.'' अंगावरचं ब्लँकेट थोडंसं सरकवत मी त्याला अजिजीनं म्हणते.

''जाऊ दे सगळं!'' असं म्हणत तो बूट मोजे काढत अतिशय हळुवारपणे पलंगावर माझ्या बाजूला आडवा होतो. त्याहून हळुवारपणे तो मला कुशीत घेतो. मी त्याच्या छातीवर डोकं टेकवते. तो माझ्या केसांवर ओठ टेकवतो.

''आपल्याला असं पाहून नर्स नोराला आनंद होणार नाही, असं मला का वाटतंय?'' तो माझ्या कानाशी कुजबुजतो.

ते ऐकून मला हसू येतं. पण तेवढ्या हसण्यामुळेसुद्धा माझ्या छातीतून तीव्र कळ निघते. ''हसवू नकोस ना! खूप दुखतंय रे.''

''नाही हसवत. पण खरं सांगू, तुझं हसणं ऐकायला खूप आवडतं मला.'' अचानक त्याच्या स्वरात दुःख दाटून येतं. तो पुढे म्हणतो, ''आय ॲम सॉरी. अगदी

मनापासून सांगतो, की माझं खूप चुकलं.'' पुन्हा पुन्हा माझ्या केसांवर ओठ टेकवत तो म्हणत रहातो. तो नेमकी कशाची माफी मागतोय हे मला कळत नाही... मला हसवण्याची? की जो काही राडा झालाय त्याची? त्याच्या हृदयावर मी हात ठेवते. माझ्या हातावर तो स्वतःचा हात ठेवतो. काही क्षण आम्ही दोघंही काही बोलत नाही.

''तू त्या बयेला भेटायला का गेला होतास?''

''ॲना,'' तो घोगऱ्या स्वरात म्हणतो, ''त्याची चर्चा तुला आत्ता करायचीये का? आपण हा विषय सोडून देऊ शकत नाही का? मलाही त्याचा पश्चात्ताप झालाय.''

''मला कळलं पाहिजे.''

''सांगेन मी उद्या,'' तो जरा वैतागून म्हणतो. ''आणि हो, डिटेक्टिव्ह क्लार्कला तुझ्याशी बोलायचंय. तसं काही फार विशेष नाहीये. आता झोप बरं मुकाट्यानं.''

तो माझ्या केसांवर ओठ टेकवतो. मी सुस्कारा सोडते. मला कारण कळलंच पाहिजे. 'चला, निदान पश्चात्ताप झालाय हे तरी कबूल केलंय त्यानं,' माझं अबोध मन मला समजावत म्हणतं. जरा ताळ्यावर आलेलं दिसतंय माझं अबोध मन आज. ओह गॉड, डिटेक्टिव्ह क्लार्क कशाला? गुरुवारची सगळी घटना त्याला सांगायच्या कल्पेनेनं मी शहारते.

''जॅक हे सगळं का करत होता? त्याबद्दल काही कळलंय का तुला?''

''हं,'' ख्रिश्चन हुंकार देतो. त्याचा श्वास संथपणे एका लयीत होतो आहे. नकळत तो मला हळुवारपणे डोलवतोय. मी हळूहळू झोपेच्या अधीन होऊ लागते. बेशुद्ध असताना अधूनमधून कानावर पडलेल्या संवादांचा अर्थ लावण्याचा निष्फळ प्रयत्न मी करते आहे. पण, त्यातून माझ्या हाती फारसं काही लागत नाहीये. शी, किती वैताग आहे! खूप थकले आहे मी... मला काहीच सुचत नाहीये....

नर्स नोरा हाताची घडी घालून उभी आहे. तिचे ओठ घट्ट मिटलेले आहेत. तिच्या चेहऱ्यावरची नाराजी लपत नाही. मी ओठांवर बोट ठेवत तिला गप्प राहायला खुणावते.

''प्लीज, झोपू दे ना त्याला.'' मी अगदी हळूच म्हणते. उगवतीच्या किरणांनी माझे डोळे दिपले आहेत.

''हा तुझा पलंग आहे, त्याचा नाही,'' ती कठोरपणे म्हणते.

''तो इथे होता म्हणून तर मी रात्री नीट झोपू शकले.'' माझ्या नवऱ्याच्या बचावासाठी मी पट्कन म्हणते. शिवाय, ते खरंही आहे. तितक्यात ख्रिश्चन किंचित हालचाल करतो. मी आणि नोरा स्तब्ध होतो.

तो झोपेत बोलू लागतो, ''मला हात लावू नका. कोणीही हात लावू नका. फक्त ॲना.''

ख्रिश्चनला झोपेत बोलताना मी फारच क्वचित ऐकलंय. माझ्यापेक्षा त्याची झोप खूप कमी आहे. त्याला रात्री भयंकर स्वप्नं पडतात, हे मात्र मला माहिती आहे. आत्ताचं त्याचं बोलणं ऐकून माझं मन हेलावतं. तो माझ्याभोवतीची मिठी घट्ट करतो. त्याच्या तेवढ्या दाबण्यानं मला वेदना होते.

''मिसेस ग्रे-'' नर्स नोरा रागावून म्हणते.

''प्लीज,'' मी अजिजीनं म्हणते.

ती त्राग्यानं मान हलवत गर्रकन वळून निघून जाते. मी पुन्हा ख्रिश्चनच्या कुशीत शिरते.

मला जाग येते तेव्हा ख्रिश्चन आजूबाजूला दिसत नाही. खिडकीतून सूर्याचा लख्ख उजेड आत येतोय. आत्ता पहिल्यांदाच मी ही रूम नीट न्याहाळून पाहतेय. अहाहा! केवढी फुलं आहेत इथे! काल रात्री माझ्या लक्षात आलं नाही. कुणी कुणी पाठवली असतील बरं?

तितक्यात दारावर अलगद टकटक होते. कॅरिक हळूच आत डोकावतो. मी जागी आहे हे पाहून त्याला आनंद होतो.

''येऊ का आत?'' तो विचारतो.

''ये की.'' पटकन आत येत तो माझ्या जवळ येतो. त्याची प्रेमळ निळी नजर मला निरखून पाहते. त्यानं गडद रंगाचा सूट घातलाय. बहुधा ऑफिसमध्ये निघाला असावा. पटकन पुढे झुकत तो माझ्या कपाळावर ओठ टेकवतो. मला त्याच्या या जिव्हाळ्याचं नवल वाटतं.

''मी बसू शकतो का?'' तो विचारतो.

मी मान डोलावते. त्याबरोबर पलंगाच्या कडेवर बसत तो माझा हात हातात घेतो.

''वेडाबाई, किती शूर आहेस तू! माझ्या मुलीसाठी तू स्वतःचा जीव धोक्यात घातलास. कोणत्या शब्दांत तुझे आभार मानू, हेच मला कळत नाहीये. आज तुझ्यामुळे तिचा जीव वाचलाय. आयुष्यभर तुझ्या ऋणात राहीन मी.'' बोलता बोलता त्याचा गळा दाटून येतो. त्याच्या स्वरात कृतज्ञता आणि कळकळ आहे.

ओह... काय बोलावं ते मला कळत नाही. अबोलपणे मी त्याचा हात दाबते.

''कसं वाटतंय तुला?''

''पुष्कळ बरं वाटतंय. पण सगळं अंग दुखतंय.'' मी प्रामाणिकपणे म्हणते.

''तुला त्यांनी काही पेनकिलर दिलं आहे की नाही?''

"काहीतरी लॉर... दिलंय खरं."

"छान. ख्रिश्चन कुठे आहे?"

"माहीत नाही मला. मला जाग आली तेव्हा तो इथे नव्हता."

"तो इथेच कुठेतरी असेल. तू बेशुद्ध असताना एक क्षणदेखील त्यानं तुला नजरेआड केलं नाहीये."

"हो ना?"

"जरा भडकलाय तो तुझ्यावर. भडकायलाच हवं." कॅरिक गालातल्या गालात हसत म्हणतो. अच्छा, तर ख्रिश्चननं ही लकब कॅरिककडून उचललीये तर.

"ख्रिश्चन नेहमीच माझ्यावर भडकलेला असतो."

"खरं की काय?" कॅरिकला हसू येतं. जणू काही असं भडकणं हे चांगलंच आहे. त्याला हसताना पाहून मलाही हसू येतं.

"मिया कशी आहे?"

त्याचे डोळे भरून येतात. चेहऱ्यावरचं हसू गायब होतं. "पुष्कळ बरी आहे. भयंकर संतापली आहे. जे काही झालं त्यानंतर तिने एवढं संतापणं हे माझ्या दृष्टीनं तरी चांगलं लक्षण आहे."

"ती याच हॉस्पिटलमध्ये आहे का?"

"नाही. ती आता घरी आहे. इथून पुढे काही दिवस तरी ग्रेस तिला क्षणभदेखील नजरेआड होऊ देणार नाही, असा माझा अंदाज आहे."

"मी समजू शकते."

"तुझ्यावरसुद्धा लक्ष ठेवण्याची नितांत आवश्यकता आहे," तो मला बजावतो. "हे बघ, याच्यापुढे तू कुठलीही जोखीम उचलायची नाही. स्वतःच्या किंवा माझ्या नातवाच्या जिवाशी खेळायचं नाही."

मला संकोच वाटतो. त्याला कळलंय तर!

"ग्रेसनं तुझा चार्ट वाचलाय. तिनंच मला सांगितलं. कॉँग्रॅच्युलेशन्स."

"अं... थँक यू."

तो क्षणभर माझ्याकडे टक लावून बघतो. त्याच्या नजरेत आता निव्वळ माया आहे.

"ख्रिश्चनच्या दृष्टीनं ही खूप चांगली गोष्ट आहे," तो जिव्हाळ्यानं म्हणतो. "मी तर म्हणेन, की त्याच्या आयुष्यात घडलेली ही सर्वोत्तम गोष्ट आहे. फक्त त्याला थोडा... वेळ दे."

मी मान डोलावते. *ओह... त्यांचं बोलणं झालंय तर!*

"चल, निघायला हवं मला. कोर्टात पोहोचायचंय," असं म्हणत तो हसत हसत उठतो. "पुन्हा चक्कर मारेनच मी. तू ज्यांच्या देखरेखीखाली आहेस त्या डॉ.

सिंघ आणि डॉ. बार्टलीबद्दल ग्रेसचं मत खूप छान आहे.''

पुढे झुकून पुन्हा एकदा तो माझ्या कपाळावर ओठ टेकवत म्हणतो, ''ॲना, मी मनापासून सांगतो, की तू आमच्यासाठी जे काही केलंस त्याची परतफेड मी कधीही करू शकणार नाही, करणारही नाही. थँक यू सो मच.''

माझे डोळे भरून येतात. मी त्याच्याकडे पाहते. तो माझ्या गालावरून मायेनं हात फिरवतो आणि झटक्यात वळून निघून जातो.

ओह माय! माझ्याप्रती व्यक्त केलेल्या त्याच्या या कृतज्ञतेच्या भावनेपायी मी हेलावले आहे. तो आमच्या प्रि-नप बद्दल जे काही बोलला होता ते मी आता मनाआड टाकू शकेन, असं वाटतंय. यावर माझं अबोध मन सुज्ञपणे मान डोलावतं. मी मान हलवत सावकाश अंथरुणातून उठते. कालच्यापेक्षा आज माझी अवस्था खूप चांगली आहे. कशाचाही आधार न घेता मी उभी राहू शकतेय. ख्रिश्चन जरी माझ्या पलंगावर होता तरीही रात्रभर मला गाढ झोप लागलीय. त्यामुळे आता मला ताजंतवानं वाटतंय. हं, डोकं अजूनही दुखतंय. पण कालच्यासारखे घण बसल्यासारखं नक्कीच वाटत नाहाये. सगळं अंग ठणकतंय, आखडलंय. मला खूप अस्वच्छ वाटतंय. मस्तपैकी आंघोळ केली की मला छान वाटेल, असा विचार करून मी रूमला लागून असलेल्या बाथरूममध्ये शिरते.

''ॲना!'' ख्रिश्चन मोठ्यांदा हाक मारतो.

''मी बाथरूममध्ये आहे,'' नुकतेच माझे दात घासून झालेत. किती स्वच्छ वाटतंय मला. माझ्या आरशातल्या प्रतिमेकडे मी दुर्लक्ष करते. जीझ! काय भयानक अवस्था झालीए माझी. दार उघडून मी बाहेर येते. दाढी-अंघोळ करून ताजातवाना झालेला ख्रिश्चन नाश्त्याचा ट्रे घेऊन माझ्यासाठी पलंगाच्या बाजूला थांबलाय. त्याची छान विश्रांती झालेली दिसतेय. त्याच्या अंगावर आता काळा शर्ट-पॅन्ट आहे.

''गुड मॉर्निंग, मिसेस ग्रे,'' तो उत्साहानं म्हणतो. ''हे बघ, तुझ्यासाठी नाश्ता आणलाय.'' एखाद्या मुलासारखा त्याचा आविर्भाव आहे. पण, तो आनंदातदेखील आहे.

वॉव. मी हसत हसत पलंगावर बसते. ट्रे समोर ओढून तो माझ्यासाठी नाश्ता मांडतो. सुकामेवा घातलेलं ओटमील, मॅपल सिरप घातलेले पॅन केक, बेकन, ऑरेन्ज ज्यूस आणि ट्विनिंग्ज इंग्लिश ब्रेकफास्ट टी. माझ्या तोंडाला पाणी सुटतं. मला प्रचंड भूक लागलीय. काही घोटांत मी ऑरेन्ज ज्यूस संपवते आणि ओटमीलवर तुटून पडते. ख्रिश्चन पलंगाच्या कडेवर बसून माझ्याकडे टक लावून पाहतो. तो गालातल्या गालात हसतोय.

''काय?'' मी खाणं न थांबवता विचारते.

"तुला खाताना बघायला मला खूप आवडतं," तो उत्तर देतो. पण त्याच्या हसण्यामागे दुसरं काहीतरी कारण असणार याची मला खात्री आहे. "कसं वाटतंय तुला?"

"पुष्कळ बरं वाटतंय." मी खाता खाताच उत्तर देते.

"तुला असं आणि इतकं खातांना मी आजवर बघितलं नव्हतं."

मी त्याच्याकडे पाहते. मला अचानक दडपण येतं.

हीच वेळ आहे बोलायची, "ख्रिश्चन, कारण मी प्रेग्नंट आहे."

ओठांना मुरड घालत तो हसतो. "जर मला माहिती असतं, की तुला दिवस गेल्यावर तू अशी खूप खाशील तर मी आधीच त्याचा बंदोबस्त केला असता."

अवाक होऊन ओटमीलचा बाऊल खाली ठेवत मी ओरडते, "ख्रिश्चन ग्रे!"

"खाणं थांबवू नकोस," तो बजावतो.

"ख्रिश्चन, आपल्याला याबद्दल बोलायला हवं."

अचानक तो स्तब्ध होतो. "त्याच्यात काय बोलायचंय? आपण दोघंही आता आई-बाप होणार आहोत." खांदे उडवत, निर्विकार असल्याचं दाखवत तो म्हणतो. पण त्याला वाटणारी भीती माझ्यापासून लपत नाही. ट्रे बाजूला ढकलत मी पलंगावर त्याच्या दिशेने जात, त्याचा हात हातात घेत म्हणते,

"तुला भीती वाटतेय," मी हळुवारपणे म्हणते. "माझ्या लक्षात आलंय ते."

तो माझ्याकडे रोखून बघतोय. त्याच्यातला बालीशपणा अचानक नाहीसा झालाय. त्याचे डोळे विस्फारले आहेत.

"मलासुद्धा भीती वाटतेय. ते स्वाभाविकच आहे," मी पुढे म्हणते.

"कशा प्रकारचा बाप बनेन गं मी?" घोगऱ्या आवाजात विचारलेला त्याचा प्रश्न मला जेमतेम ऐकू येतो.

"ओह ख्रिश्चन." मी कसाबसा हुंदका आवरत म्हणते. "एक असा बाप जो प्रयत्नांची पराकाष्ठा करेल. याव्यतिरिक्त आपण दुसरं काय करू शकतो?"

"ॲना- मला माहीत नाही की मी करू शकेन, की..."

"अर्थातच तू करू शकशील. तू प्रेमळ आहेस, तू खंबीर आहेस, तुझ्याबरोबर मजा येते. शिवाय, तुला सगळ्या मर्यादा माहीत आहेत. आपल्या मुलाला याहून अधिक काय लागणार आहे?"

अजूनही तो माझ्याकडे बघत निस्तब्धपणे उभा आहे. त्याचा देखणा चेहरा शंकेनं काळवंडला आहे.

"तसं म्हटलं तर, तुझं म्हणणं खरं आहे. आपण थोडं थांबलो असतो तर जास्त चांगलं झालं असतं. आपल्याला एकमेकांबरोबर निदान दोन-तीन वर्षंतरी मिळायला हवी होती. पण, असा विचार कर, की आता आपण तिघं असू. आपल्या

तिघांचं कुटुंब. आपलं स्वतःचं कुटुंब. आणि, जसं मी तुझ्यावर अमर्याद प्रेम करते तसंच आपलं बाळदेखील तुझ्यावर प्रेम करेल.'' बोलता बोलता माझे डोळे वाहू लागतात.

''ओह, ॲना,'' ख्रिश्चनचा स्वर वेदनेनं आणि दुःखानं पिळवटलेला आहे. ''मला वाटलं होतं की मी तुला गमावलंय. त्यानंतर तुला जमिनीवर पडलेलं पाहिलं तेव्हा पुन्हा वाटलं की मी तुला गमावून बसलोय. बेशुद्ध, फिकुटलेली, थंडगार... माझ्या मनाच्या कोपऱ्यात कायम ठाण मांडून बसलेली भीती खरी ठरली की काय ही एकच आशंका मला भेडसावत होती. या सगळ्याच्या पार्श्वभूमीवर तू इथे माझ्यासमोर- धीट, शूर, खंबीर... मला आशा दाखवणारी. मी जे काही केलं आहे ते सारं विसरून माझ्यावर फक्त आणि फक्त प्रेम करणारी.''

''हो, माझं प्रेम आहे तुझ्यावर. ख्रिश्चन, स्वतःच्या जिवापलीकडे माझं तुझ्यावर प्रेम आहे. आणि ते कायम तसंच राहील, हे कधीही विसरू नकोस.''

अतिशय हळुवारपणे दोन्ही हातांनी माझा चेहरा धरून तो अलगद माझे अश्रू टिपून घेतो. त्याचे राखाडी डोळे माझ्या निळ्या डोळ्यांचा थांग घेऊ पाहतात. काय दिसतं मला त्याच्या नजरेत? प्रेम, आश्चर्य आणि... भीतीसुद्धा.

''माझंही तुझ्यावर खूप प्रेम आहे,'' खोल श्वास घेत पुढे होत तो माझ्या ओठांवर ओठ टेकवतो. आपल्या बायकोवर नितांत प्रेम करणाऱ्या पुरुषाचा हा हळुवार, मुलायम आणि गोंडस स्पर्श आहे. ''मी एक चांगला बाप बनण्याचा नक्कीच प्रयत्न करेन,'' माझ्या ओठांवरचे ओठ बाजूला न घेता तो म्हणतो.

''मला माहितीये की तू तसा प्रयत्न करशील. इतकंच नाही तर त्यात तुला यशदेखील मिळेल. शिवाय, एक गोष्ट लक्षात घे की, तुझ्यापुढे दुसरा काही पर्यायच नाहीएये. कारण मी आणि ब्लिप कुठेही जाणार नाही आहोत.''

''ब्लिप?''

''ब्लिप.''

भुवया उंचावत तो म्हणतो, ''माझ्या डोक्यात ज्युनिअर हे नाव होतं.''

''हरकत नाही, ज्युनिअर म्हणू यात आपण.''

''पण मला ब्लिप आवडलंय.'' छानसं हसत तो पुन्हा एकदा माझ्या ओठांवर ओठ टेकवतो.

२४

“दिवसभर असा तुझ्यावर चुंबनांचा वर्षाव करत राहायला मला आवडेल. पण, तुझ्यासाठी आणलेला नाश्ता थंड होतोय,” माझ्या ओठांशी कुजबुजत पुन्हा एकवार ख्रिश्चन माझ्या डोळ्यांत डोळे घालून बघतो. त्याच्या नजरेतली भीती आता गेलीये. त्याऐवजी तिथे कुतूहल उमटलंय. त्याचे डोळे गडद झाले आहेत, कामुकदेखील... होली काऊ! माझा मर्क्युरियल... क्षणाक्षणाला बदलतो.

“खा,” सौम्य स्वरात तो मला हुकूम करतो. मला विरघळवून टाकणाऱ्या त्याच्या या रूपाचा मला मोह पडतो. मी आवंढा गिळते. हाताला लावलेल्या आयव्हीची काळजी घेत मी पलंगावर पहिल्यासारखी बसते. तो ट्रे माझ्यासमोर करतो. एव्हाना ओटमील गार झालंय. पण पॅनकेक मात्र अजूनही गरम आणि फारच चविष्ट आहेत.

“तुला माहितीये का?” खाता खाता मी बोलते, “ब्लिप मुलगीसुद्धा असू शकते.”

केसातून हात फिरवत ख्रिश्चन चमकून म्हणतो, “म्हणजे एका घरात दोन दोन बायका तर!” त्याच्या चेहऱ्यावरचे मघाचे गडद भाव नाहीसे होतात.

ओह क्रॅप! “तुझी पसंती काय होती?”

“पसंती?”

“म्हणजे, मुलगा की मुलगी?”

माझ्या या बोलण्यावर त्याच्या कपाळावर आठ्या उमटतात. “बाळ निरोगी असलं की झालं,” माझ्या प्रश्नामुळे तो गोंधळलाय हे माझ्या लक्षात येतं. “खा,” तो झापतो. माझ्या लक्षात येतं की तो विषय टाळायचा प्रयत्न करतोय.

“खातेय खातेय... जीझ, ग्रे जरा धीर धर.” मी त्याचं बारकाईनं निरीक्षण करते. त्याच्या डोळ्यांचे कोपरे काळजीमुळे सुरकुतले आहेत. ‘मी प्रयत्न करेन’ असं जरी तो म्हणाला असला तरी येणाऱ्या बाळाच्या कल्पनेनं तो अजूनही गोंधळलेला आहे, याची मला जाणीव आहे. *ओह ख्रिश्चन, माझी अवस्था काही वेगळी आहे का?* पलंगाच्या बाजूला असलेल्या आरामखुर्चीत बसत तो सिएटल टाइम्स उचलतो.

"मिसेस ग्रे, तुम्ही पुन्हा एकदा न्यूजपेपर गाजवताय," किंचित कडवटपणे तो म्हणतो.

"पुन्हा?"

"कालचीच बातमी पुन्हा रंगवून लिहिली आहे. पण ती बऱ्यापैकी खरी आहे. वाचायचीय का तुला?"

मी मानेनं नकार देत म्हणते, "तू वाचून दाखव ना. मी खाते आहे ना."

तो हसून वाचायला सुरुवात करतो. जॅक आणि एलिझाबेथला आधुनिक काळातले बॉनी आणि क्लाईड म्हणून रंगवलं गेलंय. या बातमीमध्ये मियाचं अपहरण, त्यातली माझी भूमिका आणि जॅक आणि मी एकाच हॉस्पिटलमध्ये आहोत, याचा धावता आढावा घेतलाय. प्रेसला एवढं सगळं कसं समजतं? केटला विचारायला हवं.

ख्रिश्चनचं वाचून होतं. तसं मी त्याला म्हणते की, "प्लीज, अजून काहीतरी वाच ना. तुझा आवाज ऐकायला किती छान वाटतं."

माझ्या म्हणण्याला मान देत तो वाचू लागतो. बॅगलचा व्यवसाय कसा वाढला आहे, बोईंग कंपनीला त्यांच्या काही विमानांचं लॉंचिंग कसं थांबवायला लागलं आहे अशा काही बातम्या वाचताना त्याच्या कपाळावर आठ्या पडतात. पण त्याचा आश्वासक स्वर मला खूप सुखावतो. मी एकीकडे नाश्ता संपवते. मी सुरक्षित आहे, मिया सुरक्षित आहे आणि माझा छोटू ब्लिपसुद्धा सुरक्षित आहे, या तिहेरी जाणिवेनं मी सुखावते. गेल्या काही दिवसांत प्रचंड घडामोडी घडून आल्या असल्या तरी या क्षणाला मला अतिशय शांत वाटतंय.

येणाऱ्या बाळाबद्दल ख्रिश्चनच्या मनात भीती आहे, हे मला कळतंय, पण त्याच्या भीतीची व्याप्ती माझ्या लक्षात येत नाहीये. या विषयावर त्याच्याशी सविस्तर बोललंच पाहिजे. त्याच्या मनाला दिलासा देण्याचा प्रयत्न केला पाहिजे. मला हे नक्की माहितीये, की ग्रेस आणि कॅरिकच्या रूपानं त्याला आदर्श पालक मिळालेले आहेत. पण, कदाचित त्या हरामखोर चेटकिणीमुळे त्याचं बालपण कोमेजलं असावं. हा विचार गोंजारायला मला बरा वाटतो. पण, प्रत्यक्षात खोलात जाऊन विचार केल्यावर माझ्या लक्षात येतं की त्याच्या भीतीची पाळंमुळं पार त्याच्या जन्मदात्रीपर्यंत जाऊन पोहोचली आहेत. मिसेस रॉबिन्सनने त्यात भरच घातली आहे. बेशुद्ध अवस्थेत कानावर पडलेला संवाद आठवून मी अचानक थबकते. ख्रिश्चन ग्रेसशी बोलत होता. काय बोलत होता बरं? छे! काही धड आठवत नाहीये. *शी, काय वैताग आहे!*

ख्रिश्चन त्या बयेला भेटायला का गेला होता, याचं खरं कारण तो मला कधी आपणहून सांगेल का? की मला ते त्याच्याकडून काढून घ्यावं लागेल? त्याबाबत

मी त्याला काही विचारणार तितक्यात दारावर टकटक होते.

दबक्या पावलानं डिटेक्टिव्ह क्लार्क आत येतो. बरोबरच आहे म्हणा. पण त्याचा चेहरा बघताच मला त्याची कीव येते.

"मिस्टर ग्रे, मिसेस ग्रे. मी तुम्हाला डिस्टर्ब तर करत नाहीये ना?"

"अर्थातच!" ख्रिश्चन झापतो.

क्लार्क त्याच्याकडे दुर्लक्ष करतो. "मिसेस ग्रे, तुम्हाला शुद्धीवर आलेलं बघून बरं वाटलं मला. गुरुवारच्या दुपारबद्दल काही थोडेफार प्रश्न विचारायचे आहेत, तेच आपले पठडीतले. आत्ता विचारले तर चालतील का?"

"चालेल," तोंडातल्या तोंडात मी उत्तर देते. खरं म्हणजे मला गुरुवारबद्दल एक अक्षरदेखील उच्चारायची इच्छा नाहीये.

"माझ्या बायकोला विश्रांतीची गरज आहे." ख्रिश्चन तंबी देतो.

"मिस्टर ग्रे, मी पट्कन आटोपतो. शिवाय, त्याचा दुसरा अर्थ असा आहे, की तुम्हाला पुन्हा पुन्हा माझं तोंड पाहावं लागणार नाही."

खुर्चीवरून उठून उभा राहत ख्रिश्चन क्लार्कला बसायला खुणावतो. मग, पलंगावर माझ्या बाजूला बसत, माझा हात हातात घेत प्रेमानं तो दाबत ख्रिश्चन मला आश्वस्त करतो.

साधारण अर्ध्या तासानंतर क्लार्कची चौकशी पूर्ण होते. त्यातून माझ्या हाती तरी काही नवीन माहिती आलेली नाहीये. पण मी अडखळत, थांबत गुरुवारची इत्थंभूत हकिगत त्याला सांगितलेली आहे. मी सांगत असताना ख्रिश्चनचा चेहरा कधी गंभीर, कधी पांढराफटक पडला होता. काही वेळेस तर त्याच्या चेहऱ्यावरचा संताप लपत नव्हता.

"तू जॅकला जरा अजून वरच्या भागावर इजा केली असती तर बरं झालं असतं," ख्रिश्चन पुटपुटतो.

"मिसेस ग्रे ह्यांनी तसं केलं असतं तर समस्त स्त्री जातीवर उपकार झाले असते." क्लार्क ख्रिश्चनला अनुमोदन देत म्हणतो. *काय?*

"थँक यू, मिसेस ग्रे. तूर्तास तरी एवढं पुरेसं आहे."

"या वेळेस तुम्ही त्याला मोकळं सुटू देणार नाही ना?"

"मॅऽम, मला नाही वाटत की त्याला या वेळेस बेल मिळू शकेल."

"याआधी त्याला कोण जामीन राहिलं होतं हे कळलंय का?" ख्रिश्चन विचारतो.

"नाही सर, ती माहिती गोपनीय आहे."

हे ऐकून ख्रिश्चनचं समाधान होत नाही. माझ्या मते त्याचे स्वतःचे काही

आडाखे असणार. क्लार्क जाण्यासाठी उठतो. तितक्यात डॉक्टर सिंघ आणि त्यांचे दोन इंटर्न्स आत येतात.

सावकाश माझी पूर्ण तपासणी केल्यानंतर डॉक्टर सिंघ सांगतात, की मला घरी न्यायला हरकत नाही. ते ऐकताच ख्रिश्चनला बरं वाटतं.

''मिसेस ग्रे, मात्र डोकं फार दुखलं किंवा दृष्टी अंधूक झाली तर जरा लक्ष असू द्या. तसं काही झालं तर तुम्हाला ताबडतोब हॉस्पिटलमध्ये यावं लागेल.'' डॉक्टर सिंघ म्हणतात.

घरी जायच्या कल्पनेनं मला प्रचंड आनंद झालाय. पण त्यावर नियंत्रण ठेवत मी डॉक्टरांच्या म्हणण्यावर मान डोलावते.

डॉक्टर सिंघ बाहेर पडतात. त्यांच्याशी दोन शब्द बोलण्यासाठी म्हणून ख्रिश्चनदेखील त्यांच्या मागून बाहेर पडत, रूमचं दार जरा ओढून घेतो. त्याच्या प्रश्नावर त्या हसून म्हणतात,

''हो, मिस्टर ग्रे, काही हरकत नाही.''

तो हसत हसत आत येतो.

''हे काय होतं?''

''सेक्स,'' तो म्हणतो.

ओह. मी संकोचते. ''आणि?''

''काहीच हरकत नाही.'' तो हसून म्हणतो.

ओह, ख्रिश्चन!

''माझं डोकं खूप दुखतंय.'' मीसुद्धा हसून म्हणते.

''माहितीये मला. काही दिवस थांबेन मी. मी फक्त खात्री करून घेतली.''

थांबेन? अरेरे! मी नाराज होते. असं थांबणं मला तरी हवंय का?

तेवढ्यात नर्स नोरा माझी आयव्ही काढायला येते. ती ख्रिश्चनकडे रागानं पाहते. ख्रिश्चनच्या देखणेपणाच्या प्रभावाखाली न येणाऱ्या काही थोडक्या स्त्रियांपैकी ती एक आहे, असं मला वाटतं. मी तिचे मनापासून आभार मानते. आयव्ही स्टॅन्ड घेऊन ती रूममधून बाहेर जाते.

''जायचं का आपण घरी?'' ख्रिश्चन मला विचारतो.

''हो, पण मला आधी 'रे' ला भेटायला आवडेल.''

''चालेल.''

''त्याला बाळाबद्दल समजलंय का?''

''ही बातमी तुला त्याला सांगायला आवडेल असं वाटल्यामुळे मी काही बोललो नाहीये. तुझ्या मॉमलासुद्धा मी काही सांगितलं नाहीये.''

''थँक यू.'' मी हसते. त्याच्या धोरणीपणाचं मला कौतुक वाटतं.

"पण, माझ्या मॉमला माहिताये,'' ख्रिश्चन पुढे म्हणतो. "तिने तुझा चार्ट पाहिला होता. मी फक्त माझ्या डॅडना सांगितलंय. बाकी कोणालाही माहीत नाही. मॉम म्हणाली, की साधारणतः बारा आठवडे होईपर्यंत कोणीच सांगत नाही... एकदा खात्री झाली की....'' तो खांदे उडवत वाक्य अर्धवट सोडतो.

"इतक्यात 'रे' ला काही सांगायची माझी तयारी आहे की नाही हे मला सांगता येत नाहीये.''

"तुला आधीच सांगून ठेवतो, की तो तुझ्यावर भयंकर भडकलाय. मी तुला चांगलं झोडपून काढलं पाहिजे असं त्याचं म्हणणं आहे.''

काय! मला बसलेला धक्का पाहून ख्रिश्चनला हसू येतं. "मी सांगितलंय त्याला की त्याचा हुकूम पाळायला मला खूप आवडेल.''

"काहीही बोलू नकोस हं,'' अचानक मला कुजबुजत्या स्वरातलं संभाषण आठवतं. बरोबर आहे, मी बेशुद्ध असताना रे इथे येऊन गेला होता.

माझ्याकडे पाहत ख्रिश्चन डोळा मारतो. "हे बघ, टेलरने तुला बदलायला कपडे आणले आहेत. मी मदत करतो तुला.''

ख्रिश्चनने म्हटल्याप्रमाणेच रे भयंकर भडकलेला आहे. आजवर त्याला इतकं रागावलेलं मी कधीही पाहिलेलं नाहीये. सुज्ञपणे, ख्रिश्चनने आम्हा दोघांना एकटं सोडलंय. एरवी इतका मितभाषी असणारा रे, आज मात्र त्यानं हॉस्पिटल दणाणून सोडलंय. मी किती बेजबाबदारपणे वागले आहे याच्याबद्दल तो माझी शेलक्या शब्दांत खरडपट्टी काढतोय. मला दहा-बारा वर्षांची मुलगी झाल्यासारखं वाटतंय.

ओह, डॅड, प्लीज शांत हो. ब्लड प्रेशर वाढलं तर तुलाच त्रास होईल.

"शिवाय, मला तुझ्या आईलासुद्धा तोंड द्यावं लागलं.'' रे तक्रारीच्या स्वरात दोन्ही हात उडवत म्हणतो.

"डॅड, आय ॲम सॉरी.''

"आणि बिचारा ख्रिश्चन! त्याच्याकडे तर अगदी बघवत नव्हतं मला. म्हातारा झालाय तो दोन दिवसांत. तसं पाहिलं तर गेल्या दोन दिवसांत आम्ही दोघंही खूप म्हातारे झालो आहोत.''

"रे, आय ॲम सॉरी.''

"तुझी मॉम तुझ्या फोनची वाट बघतेय.'' त्याचा स्वर आता किंचित निवळलाय.

मी त्याच्या गालावर ओठ टेकवते तेव्हा कुठे त्याच्या संतापाचा आवेग जरा कमी होतो.

"मी तिला फोन करेन. पण मनापासून सांगते की आय ॲम सॉरी. आणि मला बंदूक चालवायला शिकवलंस म्हणून थँक यू.''

क्षणभर रे माझ्याकडे गर्वानं पाहतो. "तुझा नेम चांगला आहे याचं मला कौतुक वाटतंय," तो घोगऱ्या स्वरात म्हणतो. "आता घरी जा आणि मुकाट्यानं आराम कर."

"डॅड, तू आता बरा दिसतो आहेस," मी विषय बदलायचा प्रयत्न करते.

"आणि तू अतिशय फिकुटलेली दिसते आहेस." त्याच्या स्वरातली भीती लपत नाही. काल रात्री ख्रिश्चनच्या चेहऱ्यावर जे भाव होते, तेच आत्ता त्याच्या चेहऱ्यावर आहेत. मी त्याचा हात घट्ट पकडत म्हणते,

"डॅड, मी आता अगदी छान आहे. पुन्हा असा मूर्खपणा करणार नाही याचं मी वचन देते."

माझा हात घट्ट दाबत, तो मला ओढून मिठीत घेतो. "तुला जर काही झालं असतं ना," त्याला पुढे बोलवत नाही. माझे डोळे भरून येतात. सावत्र असला तरी बाप आहे तो माझा. मात्र, आजवर कधीही त्यानं स्वतःच्या भावनांचं प्रदर्शन केलं नाहीये.

"डॅड, मी खरंच बरी आहे. आता मस्तपैकी गरम शॉवरखाली उभी राहते. म्हणजे मला खूप बरं वाटेल."

हॉस्पिटलच्या बाहेर जमलेल्या पापाराझ्झींना चुकवण्यासाठी आम्ही हॉस्पिटलच्या मागच्या दरवाजातून बाहेर पडतो. आमच्यासाठी एसयूव्ही थांबलेली आहे. आम्ही टेलरच्या मागून जातो.

सॉयर गाडी चालवत असताना ख्रिश्चन अगदी गप्प आहे. रिअर व्ह्यू मिररमधून माझ्याकडे पाहणाऱ्या सॉयरची नजर मी टाळते. मी त्याला बँकेत कशी हूल दिली ते आठवून मला संकोच वाटतो. मी मॉमला फोन करते. माझा आवाज ऐकून ती रडायला लागते. घरी पोहोचेपर्यंत मी तिला शांत करण्याचा प्रयत्न करत असते. लवकरच आम्ही तिला येऊन भेटू , असं वचन तिला दिल्यानंतरच कुठे ती थोडीशी शांत होते. मी तिच्याशी बोलत असताना ख्रिश्चन गप्प बसून माझा हात कुरवाळतोय. ख्रिश्चन थोडासा काळजीत पडलाय... काहीतरी घडलंय.

"काय झालं?" मॉमशी बोलून झाल्यावर मी विचारते.

"वेल्चला मला भेटायचंय."

"वेल्च? का?"

"त्या हरामखोर हाईडबद्दल त्याला काही माहिती मिळालीय." तापलेल्या स्वरात ख्रिश्चन म्हणतो. माझ्या शरीरातून भीतीची लहर दौडते.

"फोनवर काहीही सांगायला तो तयार नाहीये."

"ओह."

"आत्ता दुपारी तो डेट्रॉइटहून इथे पोहोचतोय."

"त्याला काही धागेदोरे मिळालेत असं तुला वाटतंय का?"

ख्रिश्चन मान डोलावतो.

"काय असेल असं वाटतंय?"

"मला कल्पना नाही." ख्रिश्चन तुटकपणे उत्तर देतो. तो चांगलाच गंभीर झालाय. आमची गाडी एस्कलाच्या गॅरेजमध्ये शिरते. गाडी पार्क करण्याआधी आम्हाला उतरण्यासाठी सॉयर ती एलेव्हेटरपाशी थांबवतो. सुदैवाने गॅरेजमध्ये कुणीही फोटोग्राफर नाही. मला गाडीतून उतरायला मदत करत, ख्रिश्चन पटकन माझ्या कमरेभोवती हात टाकत मला एलेव्हेटरच्या दिशेनं नेतो.

"घरी आल्यावर बरं वाटतंय ना?" तो विचारतो.

"हो," मी जेमतेम एक शब्द उच्चारते. एलेव्हेटरच्या त्या ओळखीच्या जागी उभं राहिल्यावर मात्र मला आत्तापर्यंत घडून गेलेल्या घटनेचं गांभीर्य प्रकर्षानं जाणवतं. मी थरथरू लागते.

"ए वेडाबाई-" मला मिठीत ओढून घेत ख्रिश्चन म्हणतो. "तू आता घरी आहेस, अगदी सुरक्षित आहेस," असं म्हणत तो माझ्या केसांवर ओठ टेकवतो.

"ओह, ख्रिश्चन." आणि अचानक मी ढसाढसा रडू लागते. इतके अश्रू कुठून आले हे मलाही कळत नाही.

"शशऽऽऽ, आता पुरे बरं," माझं डोकं स्वतःच्या छातीवर टेकवत ख्रिश्चन मला मायेनं म्हणतो. पण छे! मी रडतच राहते. मला भावना अनावर झाल्या आहेत. माझ्या अश्रूंनी त्याचा टी-शर्ट भिजतोय. जॅकनं मला घातलेली सणसणीत लाथ मला आठवते- *"हरामखोर रांड, ही लाथ एसआयपीसाठी आहे!"* 'मी तुला सोडून जाते आहे,' मी ख्रिश्चनला म्हणणं, त्यावर 'तू मला सोडून जाते आहेस?' अशी त्याची प्रतिक्रिया- मला वाटणारी जीवघेणी भीती- मियासाठी, माझ्यासाठी आणि छोटू ब्लिपसाठी वाटणारी प्रचंड भीती.

आमच्या मजल्यावर येताच एलेव्हेटरची दारं उघडतात. एखाद्या लहान बाळाप्रमाणे ख्रिश्चन मला उचलून फॉयरमध्ये आणतो. त्याच्या मानेभोवती हाताचा वेढा घालून मी त्याला घट्ट धरून ठेवते. माझ्या तोंडून चकार शब्दही फुटत नाही.

तसंच मला उचलून तो आमच्या बाथरूममध्ये आणतो आणि हळुवारपणे खुर्चीवर बसवतो. "टबबाथ?" तो विचारतो.

मी मान हलवते. नाही... नाही... लीलासारखं मुळीच नाही.

"शॉवर?" ख्रिश्चनच्या स्वरातली कळकळ लपत नाहीये.

अश्रूभरल्या डोळ्यांनी मी कशीबशी मान डोलावते. गेल्या काही दिवसांची सगळी घाण मला काढून टाकायचीये. जॅकनं केलेल्या हल्ल्याची आठवण धुऊन टाकायची आहे. *"पैशाच्या मागे लागलेली रांड."* शॉवरच्या धारा वाहू लागतात

तशी मी डोळ्यांवर हात ठेवून हुंदके देत रडू लागते.

"पुरे म्हटलं ना," माझी समजूत घालत ख्रिश्चन माझे दोन्ही हात अश्रूभरल्या गालांवरून बाजूला घेत म्हणतो. आता त्यानं माझा चेहरा ओंजळीत धरलाय. रडू थांबवण्याचा प्रयत्न करत मी त्याच्याकडे पाहते.

"तू सुरक्षित आहेस. तुम्ही दोघंही सुरक्षित आहात," तो आश्वासक स्वरात म्हणतो.

ब्लिप आणि मी! माझे डोळे पुन्हा भरून येतात.

"रडणं थांबव बरं. मला तुझं रडणं अजिबात सहन होत नाही." घोगऱ्या स्वरात तो कसंबसं म्हणतो. माझ्या गालांवरून ओघळणारे अश्रू तो पुन्हा पुन्हा पुसतो. पण माझं रडू काही थांबत नाही.

"ख्रिश्चन, आय ॲम सॉरी. जे काही झालं त्या सगळ्याबद्दल सॉरी. तुला काळजीत टाकल्याबद्दल सॉरी, स्वतःला पणाला लावल्याबद्दल सॉरी- मी जे जे काही बोलले त्या सगळ्याबद्दल सॉरी."

"प्लीज, नको ना असं बोलूस." तो माझ्या कपाळावर ओठ टेकवत म्हणतो. "माझंसुद्धा चुकलंच ॲना, आपण दोघंही वेडे आहोत," तो हसून म्हणतो. "माझी मॉम नेहमीच म्हणते, की टाळी एका हाताने वाजत नाही. मीसुद्धा नाही नाही ते बोललो. चुकीचं वागलो. त्या सगळ्याचा मला पश्चात्ताप होतोय." त्याचे गडद राखाडी डोळे उदास झाले आहेत. "चल, मी तुला कपडे काढायला मदत करतो." हळुवारपणे तो मला म्हणतो. तळहाताच्या मागच्या बाजूने मी वाहणारं नाक पुसते. तो पुन्हा एकदा माझ्या कपाळावर ओठ टेकवतो.

डोक्यातून माझं टी-शर्ट काढतांना तो विशेष काळजी घेतो. पण आता माझं डोकं तितकंसं दुखत नाहीये. मला शॉवरखाली उभं करत तो अशक्य वेळात स्वतःचे कपडे काढत माझ्यसमोर येऊन उभा राहतो. मग मला घट्ट मिठीत घेऊन कितीतरी वेळ तसाच उभा राहतो. गरम पाण्याच्या धारांखाली आम्ही दोघंही एकमेकांच्या मिठीत शांत होत सुखावत भीतीच्या आणि पश्चात्तापाच्या भावनेतून बाहेर येतो.

त्याच्या छातीवर डोकं टेकवून मी रडत राहते. अधूनमधून तो माझ्या केसांवर ओठ टेकवतो. पण, माझ्या भोवतीची मिठी सैल करत नाही. गरम पाण्याच्या त्या झोताखाली तो मला अलगद झुलवत राहतो. माझ्या शरीराला होणारा त्याचा स्पर्श, माझ्या गालाला सुखावणारे त्याच्या छातीवरचे केस... या माणसावर मी प्रचंड प्रेम करते- निःसंशय प्रेम करते- किती देखणा आहे हा- आज माझ्या स्वतःच्या मूर्खपणापायी मी याला गमावून बसणार होते. निव्वळ या विचारानंसुद्धा मला एकदम रितेपणा जाणवतो. हा इथे, असा, माझ्याजवळ, मला मिठीत घेऊन उभा

आहे, गेल्या काही दिवसांत इतकं काही घडूनही हा आत्ता माझ्याबरोबर आहे, या जाणिवेनं माझ्या मनात कृतज्ञता दाटून येते.

त्याच्याकडून काही गोष्टींचा उलगडा होणं गरजेचं आहे. पण, निदान या क्षणाला तरी मला त्याच्या सुरक्षित आणि सुखद स्पर्शामध्ये सुखावण्यापलीकडे काहीही नकोय. त्या क्षणी मला आतून जाणीव होते, की जे काही स्पष्टीकरण द्यायचं आहे, ते त्याच्याकडून आपणहून यायला हवं. मी त्याच्यावर जबरदस्ती करू शकत नाही, करूसुद्धा नये. मला सगळं सांगावं असं त्याला आतून वाटलं पाहिजे. तगादा लावणारी बायको, अशी माझी प्रतिमा होता कामा नये. खोदून खोदून नवऱ्याकडून माहिती काढून घेणं, हे अतिशय मनस्ताप देणारं आहे. त्याचं माझ्यावर प्रेम आहे, हे मला माहीत आहे. आजवर त्यानं कुणावरही केलं नसेल इतकं प्रेम तो माझ्यावर करतो, हेही मला माहिती आहे. तूर्तास, माझ्यासाठी एवढंच पुरेसं आहे. या जाणिवेनं मला एकदम मोकळं झाल्यासारखं वाटतं. माझं रडणं थांबतं. मी किंचित मागे होते.

"बरं वाटतंय का आता?" तो विचारतो.

मी मान डोलावते.

"छान. मला जरा बघू दे बरं तुझ्याकडे," असं तो म्हणतो. त्याच्या म्हणण्याचा अर्थ मला लागत नाही. पण त्याच्या पुढच्या कृतीवरून माझ्या ते लक्षात येतं. जॅकनं मला लाथ घातल्यावर मी ज्या हातावर पडले, तो हात हातात घेऊन ख्रिश्चन काळजीपूर्वक न्याहाळतो. माझ्या खांद्यावर, कोपरावर आणि मनगटावर बरंच खरचटलंय. त्या प्रत्येक जखमेवर तो हळुवारपणे ओठ टेकवतो. मग, पुढे होत रॅकमधून शॉवरजेल काढत तो हातावर ओतून घेतो. हं... जास्मिनचा परिचित गंध माझ्या नाकात भरतो.

"वळ." अतिशय काळजीपूर्वक तो माझा जखमी हात स्वच्छ करतो. मग माझी मान, खांदे, पाठ आणि दुसरा हातसुद्धा स्वच्छ करतो. त्यानंतर मला वळवून बरगड्यांवरून बोटं फिरवतो. मी वेदनेने कळवळते. माझी कंबर काळीनिळी झालीय. ते पाहताच ख्रिश्चन ओठ घट्ट मिटून घेतो. त्याची नजर कठोर होते. त्याचा संताप माझ्यापर्यंत पोहचतो.

"दुखत नाहीय ते," मी त्याला धीर देण्याचा फुटकळ प्रयत्न करते.

त्याची जळजळीत राखाडी नजर माझ्यावर स्थिरावते. "मला त्याला मारून टाकावंसं वाटतंय. मारलंच होतं मी त्याला," अतिशय थंडपणे तो मला सांगतो. त्याच्या चेहऱ्यावरचे भाव बघून माझा थरकाप होतो. पुन्हा एकदा शॉवरजेल घेत तो मला अगदी मायेनं आंघोळ घालतो. माझ्या गुडघ्यावरदेखील बरंच खरचटलंय. तिथे ओठ टेकवत मग तो काळजीपूर्वक माझी जखम स्वच्छ करतो. त्यानंतर तो माझी

पावलं धुतो. पुढे होत त्याचं डोकं कुरवाळत मी त्याच्या ओल्या केसांतून हात फिरवते. तो उठून उभा राहतो. जॅकनं मला बरगडीवर जिथे लाथ मारली, तिथेही बरंच खरचटलंय. त्याची बोटं तिथे स्थिरावतात.

"ओह, बेबी," तो कळवळून म्हणतो. त्याच्या स्वरात प्रचंड वेदना आणि डोळ्यांत आग आहे.

"मी ठीक आहे," त्याचा चेहरा ओढून घेत मी त्याच्या ओठांवर ओठ टेकवत म्हणते. मला प्रतिसाद द्यावा की नाही असा त्याला क्षणभर विचार पडतो. पण, माझ्या जिभेचा त्याच्या जिभेला स्पर्श होताच त्याचं शरीर आसुसून प्रतिसाद देतं.

"नाही हं," माझ्या ओठांशी असं बोलत तो पटकन दोन पावलं मागे होतो. "आधी तुझी अंघोळ आटपू दे."

त्याचा चेहरा गंभीर आहे. आता काय करावं? तो माझं काही ऐकणार नाही. मी त्रासते. क्षणापूर्वीचं मोहमयी वातावरण विरघळून जातं. तो हसून पटकन माझं चुंबन घेतो.

"स्वच्छ," तो जोर देत म्हणतो. "कुठलाही अविचार मनात आणायचा नाहीये."

"मला अविचार आवडतो."

"मिसेस ग्रे, मलासुद्धा आवडतो. पण, आत्ता आणि इथे मुळीच नाही." असं म्हणून तो शाम्पूची बाटली हातात घेतो. मी त्याला मोहात पाडायच्या आधीच तो माझ्या केसांवर शाम्पू ओततो.

मला आता खूप छान वाटतंय. ताजं टवटवीत झाल्यासारखं वाटतंय. शॉवरमुळे आहे, की पोटभर रडून झाल्यामुळे आहे, की प्रत्येक बाबतीत ख्रिश्चनचं डोकं न खाण्याचा निर्णय घेतल्यामुळे आहे, ते सांगता येणार नाही. माझ्याभोवती एक मोठा टॉवेल लपेटून ख्रिश्चन स्वतःभोवती दुसरा टॉवेल लपेटून घेतो. हळुवार हातांनी मी केस कोरडे करू लागते. माझ्या मस्तकातून कळा येत आहेत. पण, त्यांची तीव्रता आता कमी झालीय. डॉक्टर सिंघनं मला काही पेनकिलर्स दिली आहेत. परंतु, अगदी गरज पडली तरच ती घ्यायची आहेत.

केस पुसता पुसता मी एलिझाबेथचा विचार करते.

"एलिझाबेथनं जॅकला मदत का केली असेल, हे काही केल्या माझ्या लक्षात येत नाहीये."

"माझ्या लक्षात आलंय ते," ख्रिश्चन गूढपणे म्हणतो.

अरेच्चा, ही नवीन बातमी आहे. मी त्याच्याकडे अपेक्षेने बघते. तो टॉवेलनं केस कोरडे करतोय. त्याच्या खांद्यावर आणि छातीवर असलेले पाण्याचे थेंब

हॅलोजनच्या प्रकाशात चमकतायत. त्याला असं पाहून आपोआपच माझ्या मनातला एलिझाबेथचा विषय किंचित मागे पडतो. क्षणभर थांबून तो गालातल्या गालात हसत म्हणतो,

''काय बघते आहेस?''

''जसं काही तुला माहितीच नाही!'' माझ्या नवऱ्याकडे मी टक लावून बघत असताना त्यानं माझी चोरी पकडलीय या बाबीकडे सोईस्करपणे दुर्लक्ष करत मी त्याला म्हणते.

''की तुला माझ्याकडे टक लावून पाहायला आवडतं,'' तो मला चिडवतो.

''तसं नाही,'' मी उगाचच फणकारा दाखवते. ''मी एलिझाबेथबद्दल विचारतेय.''

''डिटेक्टिव्ह क्लार्कच्या बोलण्यावरून माझ्या लक्षात आलं.''

सांग की मला सगळं! अशा आशयानं मी त्याच्याकडे बघते. मी बेशुद्ध असताना क्लार्क माझ्या रूममध्ये येऊन गेला होता. ती आठवण किंचित जागी होते. शी! मला सगळं का नाही आठवत आहे!

''हाईडकडे व्हिडीओ आहेत. त्या सगळ्यांचे व्हिडीओ आहेत. अनेक यूएसबी फ्लॅशड्राईव्हज्‌वर अनेक व्हिडीओ आहेत.''

काय! माझं कपाळ आठ्यांनी भरतं.

''एलिझाबेथ आणि त्याच्या आधीच्या सर्व पर्सनल असिस्टंटबरोबर त्यानं केलेल्या सेक्सचे व्हिडीओ आहेत ते.''

ओह!

''ब्लॅकमेल करण्याचे धंदे सगळे. त्याला रासवटपणा आवडतो असं त्यावरून दिसतंय.'' ख्रिश्चन त्रासून म्हणतो. त्याच्या चेहऱ्यावर त्रागा, संभ्रम आणि घृणा अशा वेगवेगळ्या भावना उमटतात. अचानक त्याच्या चेहऱ्याचा रंग उडतो. घृणेच्या जागी स्वतःविषयीचा तिरस्कार त्याच्या चेहऱ्यावर दिसू लागतो. अर्थातच ख्रिश्चनलासुद्धा रासवटपणा आवडतो ना!

''नाही हं,'' मी स्वतःला थांबवायच्या आधीच माझ्या तोंडून निघतं. त्याच्या आठ्या वाढतात. ''काय नाही?'' माझ्याकडे रोखून पाहत तो विचारतो.

''तू अजिबात त्याच्यासारखा नाहीयेस.'' मी ठामपणे म्हणते.

ख्रिश्चनची नजर कठोर होते. एक शब्ददेखील न उच्चारता तो स्वतःच्याच विचारांना धरून ठेवतो.

''तू अजिबात तसा नाहीयेस,'' मी पुन्हा ठासून म्हणते.

''आम्ही एकाच माळेचे मणी आहोत असं दिसतंय.''

''अजिबात नाही,'' मी जोरात म्हणते. त्याच्या मनात असा विचार का आला असेल हे मला बरोबर समजलंय. *'एका बारमधल्या भांडाभांडीत त्याचे वडील*

गेलेत. दारूच्या नादापायी त्याची आई स्वतःलाच नाही तर त्यालासुद्धा विसरून गेली होती. लहानपणी वेगवेगळ्या अनाथाश्रमात त्याची रवानगी झाली आहे. वाढत्या वयात अनेक गुन्हे त्याने केलेले आहेत- विशेष करून गाड्यांच्या चोऱ्या... काही दिवस त्याने बालसुधारगृहात देखील काढले आहेत.' ॲस्पेनला जाताना विमानात ख्रिश्चननं सांगितलेली ही माहिती मला आठवते.

''हे बघ, तुमच्या दोघांचाही भूतकाळ बऱ्यापैकी वादळी होता. आणि तुमच्या दोघांचाही जन्म डेट्रॉइटमध्ये झाला होता; बस! तुमच्या दोघांमधलं साम्य इथेच संपतं, कळलं का ख्रिश्चन?'' मी कंबरेवर हात ठेवून त्याला खडसावते.

''ॲना, तू माझ्यावर जो विश्वास टाकतेस त्याला तोड नाही. विशेषतः, गेल्या काही दिवसांत घडलेल्या घडामोडींनंतर तुझा हा विश्वास माझ्यासाठी फार मोलाचा आहे. असो, वेल्च इथे आला, की कळेल आपल्याला.'' एवढं बोलून तो विषयाला पूर्णविराम देतो.

''ख्रिश्चन-'' मला पुढे काही बोलू न देता तो माझ्या ओठांवर ओठ टेकवत म्हणतो, ''पुरे म्हटलं ना,'' तो खोल श्वास घेतो. त्याचं डोकं न खाण्याचा निश्चय मी नुकताच केलाय हे मला आठवतं.

''आणि हे बघ, उगाच ओठ काढू नकोस. ये इकडे. तुझे केस कोरडे करून देतो.''

विषयावर पूर्णपणे पडदा पडलाय हे माझ्या लक्षात येतं.

स्वेट-पॅन्ट आणि टी-शर्ट घातल्यावर मी ख्रिश्चनच्या पायांमध्ये बसते. तो माझे केस कोरडे करू लागतो.

''मी बेशुद्ध असताना क्लार्कनं तुला अजून काय काय सांगितलं?''

''फारसं काही नाही.''

''नाही कसं, माझ्या कानावर काही काही पडलंय.''

माझे केस विंचरता विंचरता तो मध्येच थांबतो.

''काय काय ऐकलंस?'' तो निर्विकारपणे विचारतो.

''माझे डॅड, तुझे डॅड, डिटेक्टिव्ह क्लार्क... तुझी मॉम.''

''आणि केट?''

''केट आली होती?''

''अगदी थोडा वेळ येऊन गेली ती. भयंकर संतापली होती तीसुद्धा.''

मी एका बाजूला वळत म्हणते, ''हे बघ ख्रिश्चन, 'ॲना, प्रत्येक जण तुझ्यावर भयंकर संतापलाय' ही टेप बंद कर आता.''

''हे बघ, मी आपलं तुला खरं काय ते सांगतोय,'' माझ्या भडकण्याची गंमत

वाटून तो म्हणतो.

"मी निष्काळजीपणे वागले असं तुम्हाला वाटू शकतं; पण तुझ्या बहिणीच्या जिवाला धोका होता, हे विसरलास का?"

त्याचा चेहरा पडतो. "हो. खरंय तुझं." हेअर ड्रायर बंद करून तो पलंगावर बाजूला ठेवत ख्रिश्चन माझी हनुवटी धरतो.

"थँक यू," तो अचानक म्हणतो. "पण, यापुढे मात्र असं करायचं नाही. नाहीतर मी तुला झोडपून काढेन."

बापरे!

"हिंमत तुझी!"

"शंका आहे?" तो गंभीरपणे विचारतो. *होली काऊ!* तो खरंच गंभीरपणे बोलतोय. "आता तर मला तुझ्या सावत्र वडिलांनी परवानगीसुद्धा दिली," मानभावीपणे हसत तो म्हणतो. चिडवतोय की काय तो मला? मी स्वतःला त्याच्या अंगावर झोकून देते. तो पटकन वळतो. त्यामुळे मी त्याच्या हातावर पडते. दुसऱ्या क्षणी माझ्या बरगड्यांमधून कळ निघते आणि मी ओरडते.

ख्रिश्चनचा चेहरा पांढरा पडतो. "काय करतेस!" तो चिडून म्हणतो.

"सॉरी," त्याच्या गालावरून हात फिरवत मी म्हणते.

माझा हात हातात घेत, त्यावर अलगद ओठ टेकत तो बोलू लागतो, "ॲना, खरंच सांगतो, स्वतःच्या जिवाची तुला जराही पर्वा नाही." माझ्या ओटीपोटावर हळुवारपणे हात टेकवत तो पुढे म्हणतो, "तू आता एकटी नाहीयेस." माझा श्वास रोखला जातो. त्याच्या त्या कुरवाळण्यामुळे माझ्या मनातल्या भावना जाग्या होतात. माझं रक्त उसळू लागतं. माझा बदललेला मूड लक्षात येऊन ख्रिश्चन सावध होत माझ्याकडे रोखून बघतो. समोर आलेली केसांची बट माझ्या कानामागे सारत तो बजावतो, "नको."

काय?

"माझ्याकडे असं बघू नकोस. तुझ्या अंगावरच्या सगळ्या जखमा मी पाहिल्या आहेत आणि म्हणूनच माझं उत्तर नको असं आहे." माझ्या कपाळावर ओठ टेकवत तो ठासून म्हणतो.

मी अस्वस्थपणे चुळबुळ करत म्हणते, "ख्रिश्चन."

"नाही. चल झोप पटकन." तो उठतो.

"झोपू?"

"तुला विश्रांतीची गरज आहे."

"मला तुझी गरज आहे."

डोळे मिटून घेत तो ठामपणे मान हलवतो. जणू त्याची इच्छाशक्ती पणाला

लागली आहे. पुढच्या क्षणी डोळे उघडून तो निश्चयाने म्हणतो, ''ॲना, जसं सांगितलंय तसं कर.''

अंगावरचे सगळे कपडे काढून भिरकवायचा मोह मला होतो. पण माझ्या अंगावर झालेल्या जखमा पाहता, माझा कुठलाही हट्ट आत्ता मान्य होणार नाही हेदेखील माझ्या लक्षात येतं. त्यामुळे नाइलाजानं मी मान डोलावत म्हणते, ''बरं.'' मग मुद्दामच मी त्याच्याकडे पाहत ओठ काढते.

माझा आविर्भाव पाहून त्याला हसू येतं. ''मी तुला खायला घेऊन येतो.''

''तू करणार आहेस खायला?'' त्या कल्पनेनं मला धक्का बसतो.

तो हसून म्हणतो, ''मिसेस जोन्सनं करून ठेवलंय ते मी गरम करून घेऊन येतो.''

''ख्रिश्चन, तेवढं मी करू शकते. मला आता बरं वाटतंय. जीझ! मला आत्ता सेक्स हवंय- अन्न गरम करायचं काम तर मीही करू शकते.'' बरगडीतून निघणाऱ्या कळांकडे दुर्लक्ष करत, उठून बसायचा प्रयत्न करत मी म्हणते.

''झोपायला सांगितलंय!'' उशीकडे बोट दाखवत ख्रिश्चन मला बजावतो.

''तू पण ये ना.'' स्वेटपॅन्ट आणि टी-शर्टच्या ऐवजी एखादी चांगली नाईटी घातली असती तर बरं झालं असतं असा विचार माझ्या मनात येतो. मुद्दामच त्याच्याकडे रोखून बघत मी पॅन्ट काढून टाकते. तो ओठ घट्ट मिटून माझ्याकडे बघत, अंथरूणावरची चादर बाजूला करत समजुतीच्या स्वरात म्हणतो,

''डॉक्टर सिंघनं काय सांगितलं ते ऐकलंयस ना? तिने विश्रांती घ्यायला सांगितली आहे.'' मी वैतागून अंथरुणात शिरते. ''झोप आता,'' मला असं सतवायला त्याला मजा येतेय.

मी अजूनच वैतागते.

मिसेस जोन्सच्या हातचं चिकन स्ट्यू मला अतिशय आवडतं. ख्रिश्चन माझ्याबरोबर पलंगावरच मांडी घालून खायला बसलाय.

''वा, छान गरम झालं होतं.'' मी मानभावीपणे म्हणते. त्यावर तो हसतो. पोट गच्च भरल्यानं मला आता झोप येतेय. हाच उद्देश होता का त्याचा?

''तू दमलेली दिसतेस,'' माझ्या समोरचा ट्रे उचलत तो म्हणतो.

''हो रे.''

''मग आता झोप बरं.'' माझ्या कपाळावर ओठ टेकत तो म्हणतो. ''मला थोडं काम संपवायचंय. तुला चालणार असेल तर मी इथेच बसून काम करेन.''

माझे डोळे झोपेनं मिटू लागलेत. मी कशीबशी मान डोलावते. साधं चिकन सूप पिण्यानंदेखील मला इतका थकवा येईल याची मला कल्पना नव्हती. मला जाग येते

तेव्हा आमच्या रूममध्ये संध्याकाळचा कोवळा गुलाबी प्रकाश पसरलाय. पलंगाच्या बाजूच्या आरामखुर्चीवर बसून ख्रिश्चन माझ्याकडे पाहतोय. उन्हाची तिरीप त्याच्या डोळ्यांवर आली आहे. त्याच्या हातात काही कागद आहेत. त्याचा चेहरा काळवंडलाय.

होली काऊ! "काय झालं?" बरगड्यांमध्ये होणाऱ्या वेदनेकडे दुर्लक्ष करत घाईघाईने उठून बसत मी विचारते.

"वेल्च येऊन गेला."

ओह शिट! "बरं मग?"

"मी त्या हरामखोराबरोबर राहत होतो," त्याचे शब्द मला जेमतेम ऐकू येतात.

"राहत होतास? जॅक बरोबर?"

तो नुसतीच मान डोलावतो. त्याचे डोळे विस्फारलेत.

"तुमचं काही नातं आहे का?"

"नाही. नशीब माझं की आमचं काही नातं नाहीये."

अंगावरचं पांघरूण बाजूला करत मी त्याला पलंगावर माझ्या बाजूला येण्यासाठी खुणावते. क्षणाचाही विचार न करता तो ताबडतोब माझ्या पांघरुणात शिरतो. पायातले बूट काढून फेकत तो माझ्या बाजूला आडवा होतो. एक हात माझ्या भोवती टाकत, माझ्या मांडीवर डोकं ठेवत, तो पाय पोटाशी घेतो. मला धक्का बसतो. *हे काय चाललंय?*

"मला काही समजत नाहीये," त्याच्या केसातून बोटं फिरवत, त्याच्याकडे पाहत मी म्हणते. डोळे मिटून घेत तो काहीतरी आठवण्याचा प्रयत्न करतो.

"त्या हरामखोर रांडेबरोबर मी सापडलो. त्यानंतर मी कॅरिक आणि ग्रेसबरोबर राहायला गेलो. मधल्या काळात मी मिचिगन स्टेटच्या ताब्यात होतो. त्या वेळेस मी फोस्टर होममध्ये राहत होतो. पण, त्या दरम्यानची कुठलीच गोष्ट मला आठवत नाहीये"

माझं मन विचार करू लागतं. फोस्टर होम? ही बातमी आम्हा दोघांनाही नवीन आहे.

"किती दिवस?" मी धीर एकवटून त्याला विचारते.

"साधारण दोन-एक महिने. मला तर काहीच आठवत नाहीये."

"त्याबाबत तू तुझ्या मॉम आणि डॅडशी बोलला आहेस का?"

"नाही."

"मला वाटतं तू बोलायला हवंस. कदाचित ते दोघं काही गोष्टींवर प्रकाश टाकू शकतील."

तो मला घट्ट मिठी मारतो. "हे बघ," असं म्हणत तो माझ्या हातात दोन फोटो देतो. हात मागे करत मी पलंगाच्या बाजूचा लाईट लावते. आता मला ते फोटो नीट

पाहता येत आहेत. पहिल्या फोटोमध्ये मोडकळीस आलेलं एक घर दिसतंय. त्याचं समोरचं दार पिवळं आहे. त्याच्या छतामध्ये त्रिकोणी आकारात एक काच बसवली आहे. घरासमोर छोटंसं अंगण आणि पोर्चदेखील आहे. लक्षात ठेवण्यासारखं खास असं काही त्या घरात नाही.

दुसऱ्या फोटोत एक कुटुंब दिसतंय, निदान पहिल्या दृष्टिक्षेपात तरी तसं वाटतंय. मध्यमवर्गीय नवरा-बायको आणि बहुधा त्यांची मुलं त्या फोटोत आहेत. नवरा-बायकोच्या अंगात विटके निळे टी-शर्ट आहेत. साधारण चाळीशीतले वाटत आहेत ते दोघं. फोटोतल्या बाईचे सोनेरी केस पूर्णपणे मागे वळवले आहेत. पुरुषाने क्रु कट केलेला आहे. कॅमेराकडे बघून दोघंही प्रसन्न हसत आहेत. फोटोतल्या तेरा-चौदा वर्षांच्या मुलीच्या खांद्यावर त्या पुरुषाचा हात आहे. फोटोतल्या त्या मुलांकडे मी निरखून बघते. त्यातली दोघं जुळी आहेत. बहुधा बारा वर्षांची असावीत. दोघांचेही केस सोनेरी आहेत. कॅमेराकडे बघून ते छान हसत आहेत. त्यांच्या बाजूला एक लहान चणीचा लालसर सोनेरी केसांचा मुलगा आहे. त्याच्या कपाळावर आठ्या आहेत. त्याच्या मागे एक तपकिरी केसांचा, राखाडी डोळ्यांचा छोटासा मुलगा लपलाय. त्याच्या विस्फारलेल्या डोळ्यात भीती उमटली आहे. त्याच्या अंगावर फारच साधे कपडे आहेत. त्याने हातात एक छोटंसं आणि घाणेरडं ब्लँकेट घट्ट पकडून ठेवलंय.

फक! "अरे, हा तर तू आहेस," माझ्या तोंडून कसेबसे शब्द येतात. माझा जीव कासावीस होतो. ख्रिश्चनची आई गेली तेव्हा तो चार वर्षांचा होता हे मला माहिताये. पण, फोटोतला हा छोटा मुलगा तर खूपच लहान वाटतोय. खूप कुपोषित दिसतोय तो. माझे डोळे गच्च भरून येतात. मी कसाबसा हुंदका आवरून धरते. *ओह, माय स्वीट फिफ्टी!*

मान डोलवत ख्रिश्चन म्हणतो, "हो, मीच आहे तो."

"हे फोटो वेल्चने आणले का?"

"हो. मला त्यातलं काहीही आठवत नाहीये." तो निर्विकारपणे म्हणतो.

"म्हणजे, फोस्टर पॅरेंटबद्दल म्हणतोयस का तू? गरज काय आठवायची? ख्रिश्चन, खूप जूनी गोष्ट आहे आता ती. त्याच्यामुळे तू इतका काळजीत पडला आहेस का?"

"त्याच्या आधीच्या आणि नंतरच्या कित्येक गोष्टी मला आठवतात. मी माझ्या मॉम आणि डॅडला कधी भेटलो हेसुद्धा आठवतं. पण, नेमकं एवढंच आठवत नाहीये. त्यामुळे बऱ्याचदा अनेक गोष्टींचे संदर्भ मला लागत नाहीत."

माझं हृदय गलबलतं. मलादेखील नव्यानं अनेक गोष्टी उलगडतात. माझ्या ह्या कंट्रोल फ्रिक डार्लिंगला प्रत्येक गोष्ट नीटनेटकी आणि जागच्या जागी लागते.

आज त्याच्या आयुष्यातल्या कोड्याचा हरवलेला मोठा भाग त्याला गवसलाय.

"या फोटोमध्ये जॅक आहे का?"

"हो, माझ्या समोर जो उभा आहे ना, तो जॅक आहे." अजूनही ख्रिश्चनचे डोळे गच्च मिटलेले आहेत. त्यानं मला घट्ट धरून ठेवलंय. जणू काही त्याचं जीवन माझ्यावर अवलंबून आहे. फोटोतल्या त्या मोठ्या मुलाकडे पाहत मी ख्रिश्चनच्या केसातून हात फिरवते. कॅमेराकडे रोखून पाहणाऱ्या त्या मुलाच्या चेहऱ्यावरचा उर्मट भाव लपत नाहीये. हा नक्कीच जॅक आहे. जेमतेम आठ-नऊ वर्षांचा मुलगा आहे तो. खरं म्हणजे, तो प्रचंड घाबरलाय. पण, उद्धटपणाचं उसनं अवसान आणून त्यामागे लपायचा केविलवाणा प्रयत्न करतोय तो. माझ्या मनात एक विचार चमकून जातो.

"मिया त्याच्या ताब्यात आहे हे सांगायला जॅकनं मला फोन केला होता तेव्हा तो म्हणाला होता, की गोष्टी थोड्या वेगळ्या असत्या, तर आज हे सगळं त्याचं असतं."

डोळे घट्ट मिटून घेत ख्रिश्चन शहारतो. "हरामखोर साला!"

"तुला असं वाटतंय का, की त्याच्या ऐवजी ग्रेस आणि कॅरिकने तुला दत्तक घेतलं म्हणून त्यानं हे सगळं केलं?"

"कोणी सांगावं?" ख्रिश्चन कडवटपणे म्हणतो, "त्या हरामखोराची मला यत्किंचितही पर्वा नाहीये."

"मी जेव्हा त्याच्याकडे इंटरव्ह्यू द्यायला गेले, तेव्हा बहुतेक त्याला माहिती असावं, की आपण दोघं एकमेकांना भेटतोय. कदाचित मला नादावण्याची योजनादेखील त्यानं आखली असणार." बोलता बोलता माझ्या घशाशी येतं.

"मला नाही वाटत तसं," ख्रिश्चन डोळे उघडून म्हणतो. "माझ्या कुटुंबाबद्दल त्यानं माहिती गोळा करायला सुरुवात केली ती, साधारणतः तू एसआयपीमध्ये काम करायला सुरुवात केल्यानंतर दोन-एक आठवड्यांनी. बार्नीला अचूक तारीख माहिती आहे. आणि ॲना, त्याने त्याच्या सर्व असिस्टंटबरोबरच्या सेक्सच्या टेप्स करून ठेवल्या आहेत." डोळे मिटून घेत पुन्हा एकदा माझ्या भोवतीची मिठी घट्ट करत ख्रिश्चन म्हणतो.

मला प्रचंड भीती वाटते. एसआयपीमध्ये काम सुरू केल्यापासून माझे आणि जॅकचे जे संवाद झाले ते आठवण्याचा मी प्रयत्न करते. त्याही वेळेस माझं मन मला सतत सूचना देत होतं, की तो चांगला माणूस नाहीये. परंतु, मी तिकडे चक्क दुर्लक्ष केलं. ख्रिश्चनचं म्हणणं बरोबरच आहे- स्वतःच्या सुरक्षिततेची मला जराही पर्वा नसते. जॅकबरोबर न्यूयॉर्कला जायचं म्हणून मी ख्रिश्चनशी किती भांडले होते. जीझ- समजा मी गेले असते तर? जॅककडे माझ्या नावानेदेखील एक टेप नक्कीच तयार

झाली असती. नुसत्या त्या विचारानं मला डचमळतं. आणि, नेमक्या त्या क्षणी मला ख्रिश्चनने जपून ठेवलेल्या त्याच्या अनेक सबमिसिव्हच्या फोटोंची आठवण येते.

ओह शिट! "आम्ही एकाच माळेचे मणी आहोत असं दिसतंय." नाही ख्रिश्चन, अजिबात नाही, तू त्याच्यासारखा मुळीच नाहीस. एखाद्या लहान मुलासारखं पाय पोटाशी घेतलेल्या ख्रिश्चननंत मला मिठी मारली आहे.

"ख्रिश्चन, मला असं वाटतं, की तू तुझ्या मॉम आणि डॅडशी बोलायला हवंस." त्याला बाजूला करायचं माझ्या जीवावर येतं म्हणून मीच थोडं सरकून पलंगावर त्याच्या बाजूला निजते. आता मला त्याच्या डोळ्यात डोळे घालून बोलता येतंय. विस्फारलेली राखाडी नजर माझ्याकडे रोखून बघते. फोटोमध्ये बघितलेल्या त्या लहान मुलाची नजर मला आठवते.

"हे बघ, मला त्यांना फोन करू दे बरं," मी हळुवारपणे म्हणते. तो जोरजोरात मान हलवतो. "प्लीज." मी विनवणी करते. ख्रिश्चन माझ्याकडे रोखून पाहत राहतो. त्याच्या नजरेत प्रचंड वेदना आणि स्वतःबद्दलचा अविश्वास स्पष्ट आहे. तो माझ्या बोलण्याचा विचार करतोय. *ओह, ख्रिश्चन, प्लीज!*

"मी करेन त्यांना फोन," तो कसंबसं उत्तर देतो.

"आता कसं! आपण दोघं जाऊ या ना त्यांच्याकडे. किंवा मग, तू एकटा जाऊन ये. तुला जे सोयीचं वाटेल ते करू आपण."

"नाही. ते येऊ शकतात इथे."

"का?"

"हे बघ, तू इथून जराही हललेली मला चालणार नाहीये."

"ख्रिश्चन, अरे आपण गाडीतून जाणार आहोत. तेवढं झेपेल मला."

"नाही." त्याचा स्वर ठाम आहे. मग, किंचित हसून तो पुढे म्हणतो, "शिवाय, आज शनिवारची रात्र आहे. ते कुठल्या तरी कार्यक्रमामध्ये असतील."

"फोन कर रे त्यांना. या बातमीने तू हादरला आहेस. कदाचित, त्या दोघांना काही माहिती असेल." रेडिओ अलार्मकडे नजर टाकत मी म्हणते. संध्याकाळचे सात वाजलेत. क्षणभर तो माझ्याकडे निर्विकारपणे रोखून बघतो.

जणू काही मी त्याच्यासमोर ठेवलेलं आव्हान स्वीकारत असल्यासारखं तो उत्तर देतो, "ओके." मग उठून बसत तो पलंगाच्या बाजूचा फोन उचलतो.

त्याच्याभोवती हाताचा वेढा टाकत मी त्याच्या छातीवर डोकं टेकवते. तो फोन लावतो.

"डॅड?" कॅरिकने फोन उचललेला पाहून ख्रिश्चनला आश्चर्य वाटतं. "ॲना ठीक आहे. आम्ही घरी आहोत. वेल्च नुकताच येऊन गेलाय. त्याने शोधून काढलंय सगळं... डेट्रॉईमधलं फोस्टर होम... मला मात्र अजिबातच आठवत नाहीये."

शेवटचे शब्द ख्रिश्चन कसेबसे बोलतो. पुन्हा एकवार माझं हृदय पिळवटून निघतं. मी त्याला घट्ट मिठीत घेते. तो माझा खांदा दाबतो.

"हो... याल तुम्ही?... ग्रेट." असं म्हणून तो फोन बंद करतो. "ते निघालेत इकडे यायला." त्याच्या स्वरात नवल आहे. माझ्या लक्षात येतं की बहुधा आजवर त्यानं कधीही मदत मागितली नसावी.

"बरं होईल. मी कपडे बदलते."

माझ्याभोवतीची मिठी घट्ट करत ख्रिश्चन म्हणतो, "नको ना उठूस."

"बरं बाबा." मी पुन्हा त्याच्या कुशीत शिरते. मी काहीही न विचारता त्यानं आपणहून स्वतःबद्दल बरीच माहिती मला दिली, हे माझ्या लक्षात येतं.

ग्रेस आणि कॅरिकच्या स्वागतासाठी आम्ही दोघं ग्रेटरूमच्या दारात येऊन थांबतो. मला बघताच ग्रेस पुढे होत मला अलगद मिठीत घेते.

"ॲना, ॲना, डार्लिंग ॲना," ती माझ्या कानात कुजबुजते. "कोणत्या शब्दांत तुझे आभार मानू मी? माझ्या दोन मुलांना तू वाचवलं आहेस."

तिच्या या शब्दांनी मी हेलावते. मला संकोचदेखील वाटतो. पुढे होत कॅरिकसुद्धा मला मिठीत घेत माझ्या कपाळांवर ओठ टेकवतो.

मग, मिया पुढे होत मला घट्ट धरते. माझ्या बरगड्यांमध्ये कळ येऊन मी कण्हते. पण, तिचं त्याकडे लक्षच नाहीये. "थँक यू सो मच. त्या नालायकापासून मला वाचवल्याबद्दल थँक यू."

ख्रिश्चन तिच्यावर गुरकावतो, "मिया! जरा काळजी घे. तिला दुखतंय खूप."

"ओह! सॉरी."

"हरकत नाही, मी बरी आहे आता," असं मी म्हणते पण तिने माझ्या भोवतीची मिठी सोडल्यावर मी हुश्श करते.

ती अगदी छान दिसतेय. घट्ट काळी जीन्स आणि फिकट गुलाबी रंगाचा झालरीचा टॉप तिने घातलाय. बरं झालं मी कपडे बदलले.

ख्रिश्चनच्या दिशेनं जात मिया त्याच्या कंबरेभोवती हात टाकते. एक शब्दही न बोलता ख्रिश्चन ग्रेसच्या हातात फोटो देतो. तो पाहताच ती अवाक होते. फोटोतल्या ख्रिश्चनला क्षणार्धात ओळखल्यामुळे ती अवाक होत तोंडावर हात ठेवते. तिच्या खांद्याभोवती हात टाकत कॅरिकदेखील पुढे होत फोटो न्याहाळतो.

"ओह डार्लिंग." ख्रिश्चनच्या गालावर हात फिरवत ग्रेस म्हणते.

तितक्यात टेलर येतो. "मिस्टर ग्रे, मिस कॅव्हॅनॉ, त्यांचा भाऊ आणि तुमचा भाऊ वर येताएत, सर."

ख्रिश्चनच्या कपाळावर आठ्या उमटतात. "थँक यू, टेलर," किंचित त्रासून

तो म्हणतो.

"आम्ही इथे येत आहोत हे सांगायला मीच इलिएटला फोन केला होता." मिया हसून म्हणते. "ही आपली वेलकम-होम पार्टी आहे."

त्यावर ग्रेस आणि कॅरिक दोघंही मियाकडे वैतागून बघतात. मीदेखील माझ्या बिचाऱ्या नवऱ्याकडे कणवेने बघते.

"मग आपण जरा जेवायची व्यवस्था बघू यात," मी पुढे होत म्हणते. "मिया, मला मदत करशील?"

"ओह, आनंदाने."

मी तिला किचनकडे घेऊन जाते आणि ख्रिश्चन त्याच्या आई-वडिलांना स्टडीमध्ये घेऊन जातो.

केटचा सात्त्विक संताप झालाय. ती माझ्यावर आणि ख्रिश्चनवरसुद्धा भडकलीये. परंतु, तिचा मुख्य रोख जॅक आणि एलिझाबेथकडे आहे.

"ॲना, स्वतःला काय *समजतेस* गं?" किचनमध्ये माझ्यासमोर उभं राहून ती मला इतक्या जोरात खडसावते, की सगळ्यांच्या नजरा आमच्याकडे वळतात.

"केट, प्लीज, बस कर. प्रत्येकाकडून हे लेक्चर ऐकून त्रासले आहे मी," मी तितकंच भडकून उत्तर देते. ती अवाक होऊन पाहते. क्षणभर मला वाटतं की आता मला केट कॅव्हॅनॉच्या उलटतपासणीला तोंड द्यावं लागणार आहे. अपहरणकर्त्याच्या हाती कसं लागू नये, या विषयावर मोठ लेक्चर ऐकावं लागतंय की काय! पण नाही. पटकन पुढे होत ती मला घट्ट मिठीत घेते.

"जीझ! स्टील, कधी कधी मेंदू गहाण ठेवतेस तू," असं माझ्या कानात म्हणत ती पटकन माझ्या गालांवर ओठ टेकवते. तिचे डोळे डबडबले आहेत. *केट!* "माझा जीव टांगणीला लागला होता."

"रडू नकोस. मग मलाही राहवणार नाही." पाऊलभर मागे होत ती डोळे पुसते. तिच्या प्रतिक्रियेची तिलाच लाज वाटते. मग, खोल श्वास घेत ती स्वतःला सावरत म्हणते, "बरं, मस्त बातमी सांगते, आम्ही लग्नाची तारीख पक्की केलीय, पुढच्या मेमध्ये. आणि हे बघ, तुलाच माझी मेट्रन ऑफ ऑनर व्हायचंय हं."

"ओह... केट... वॉव. कॉंग्रॅच्युलेशन्स!" *क्रॅप- छोटू ब्लिप... ज्युनिअर!*

"काय झालं?" माझ्या प्रतिक्रियेमुळे धास्तावून ती विचारते.

"अं... मला खूप म्हणजे खूप आनंद झालाय. किती छान बातमी ऐकवलीस." तिला मिठीत ओढून घेत मी म्हणते. *शिट! शिट! शिट!* साधारण कोणत्या महिन्यात ब्लिप जन्माला येईल बरं? मी मनातल्या मनात दिवस मोजते. डॉक्टर ग्रीन म्हणाल्या होत्या की मला चार-पाच आठवडे झाले आहेत. म्हणजे- नेमकं मे

महिन्यातच बाळ येणार की काय? *शिट!*

इलिएट माझ्या हातात शॅम्पेनचा ग्लास देतो.

ओह शिट!

तेवढ्यात ग्रेस आणि कॅरिकच्या मागून ख्रिश्चन स्टडीतून बाहेर पडतो. त्याचा चेहरा चांगलाच उतरलाय. माझ्या हातातला ग्लास पाहताच त्याचे डोळे विस्फारतात.

"केट," तो तिच्याकडे पाहून म्हणतो.

"ख्रिश्चन," तीही त्याच्याचसारखं निर्विकारपणे उत्तर देते. मी उसासा सोडते.

"मिसेस ग्रे, तुमची औषधं?" माझ्या हातातल्या ग्लासकडे पाहत तो म्हणतो.

मी डोळे बारीक करते. *डॅम् इट! मला ड्रिंक हवंय.* इलिएटने पुढे केलेला ग्लास हातात घेत ग्रेस माझ्या दिशेनं किचनमध्ये येते.

"एखादा घोट घेतलास तर चालेल." माझ्याकडे पाहत डोळा मारत ग्रेस हळूच म्हणते आणि स्वतःचा ग्लास माझ्या ग्लासला भिडवते. ख्रिश्चन आम्हा दोघींकडे वैतागून बघतो. तेवढ्यात इलिएट त्याला मरिनर्स आणि रेंजर्समधल्या नुकत्याच झालेल्या मॅचबद्दल काहीतरी सांगू लागतो.

कॅरिक आमच्याजवळ येत मला आणि ग्रेसला मिठीत घेतो. ग्रेस त्याच्या गालांवर ओठ टेकवते आणि मग सोफ्यावर मियाच्या बाजूला जाऊन बसते.

"कसा आहे तो?" मी कॅरिकला विचारते. किचनमध्ये आता आम्ही दोघंच आहोत. बाकीचे सगळे सोफ्यावर बसले आहेत. मिया आणि इथनने चक्क हातात हात घातले आहेत, हे पाहून मला नवल वाटतं.

"हादरलाय जरा," कॅरिक गंभीरपणे मला सांगतो. "त्याच्या जन्मदात्या आईबद्दल त्याच्या मनात खूप साऱ्या आठवणी आहेत, मी तर म्हणेन की नको तेवढ्या आहेत. पण हे सगळं म्हणजे-" काय बोलावं हे न कळून तो क्षणभर गप्प बसतो. "आत्ता त्याच्याशी आम्ही बरंच काही बोललोय. त्याची त्याला मदत होईल अशी आशा आहे. त्यानं आम्हाला फोन करावा हे तू त्याला सुचवलंस म्हणे! बरं झालं त्यानं फोन केला." कॅरिक प्रेमानं म्हणतो. मी खांदे उडवत घाईघाईनं शॅम्पेनचा एक घोट घेते.

"तू त्याच्या आयुष्यात आलीस हे खूप छान झालं. तुझ्याव्यतिरिक्त आजवर त्यानं कोणाचंही काहीही ऐकलेलं नाही."

माझ्या कपाळावर आठ्या उमटतात. मला कॅरिकचं बोलणं खरं वाटत नाही. त्या चेटकिणीची आठवण माझ्या मनातून कशी जाणार? ख्रिश्चन ग्रेसशीसुद्धा बऱ्यापैकी संवाद साधतो, हे मला माहितीये. हॉस्पिटलमध्ये अर्धवट शुद्धीत मी त्याला तिच्याशी काहीतरी बोलताना ऐकलं होतं. शी! काय बरं बोलत होते ते. अजिबात आठवत नाहीये मला.

"ॲना, किती दमलेली दिसतेयस. ये बरं, आपण बसू यात. आम्ही सगळे असे संध्याकाळी येऊन धडकू असं तुला नक्कीच वाटलं नसणार."

"पण तुम्ही सगळे आलात म्हणून मला खूप छान वाटतंय," मी हसून म्हणते. आणि ते खरंही आहे. या सगळ्यांना इथे पाहून मला मनातून आनंद झालाय. एकतर मी लहानपणापासून एकटी वाढले. त्यामुळे अशा मोठ्या कुटुंबाचं मला स्वाभाविकपणे आकर्षण आहे. मी पटकन ख्रिश्चनच्या बाजूला जाऊन बसते.

"फक्त एक घोट हं," असं मला दटावत तो माझ्या हातातून ग्लास ओढून घेतो.

"येस, सर." मी पापण्या फडफडवत म्हणते. माझ्या या प्रतिक्रियेमुळे तो चकित होतो. मग, माझ्या खांद्याभोवती हात टाकत तो इलिएट आणि इथनशी फुटबॉलवर चर्चा करू लागतो.

"**माझ्या** आई-वडिलांना वाटतं की तू नाही तो धोका पत्करतेस," अंगातलं शर्ट काढून भिरकवत ख्रिश्चन म्हणतो. पलंगावर लोळत मी ख्रिश्चनला न्याहाळते आहे.

"नशीब तुझा माझ्याबद्दल तसा काही गैरसमज नाही." मी फटकारते.

"ओह, असंही म्हणता येत नाही." तो जिन्स काढून फेकत म्हणतो.

"त्यांनी तुला त्या मधल्या वर्षांबद्दल काही सांगितलं का?"

"थोडंफार सांगितलंय. कागदपत्रांची पूर्तता होईपर्यंत मी कोलिअर्स कुटुंबाबरोबर दोन महिने राहत होतो, असं मॉम आणि डॅड म्हणाले. माझ्याआधी त्यांनी इलिएटला दत्तक घेतल्यामुळे तशी त्यांच्यापुढे काही अडचण नव्हती. परंतु, माझ्यावर हक्क सांगायला कोणी नातेवाईक पुढे येत आहेत का हे पाहण्यासाठी कोर्टाच्या नियमाप्रमाणे दोन महिने थांबणं गरजेचं होतं."

"त्याबद्दल तुझ्या मनात आत्ता काय विचार आहेत?" माझ्या प्रश्नाने तो दुखावला जाईल की काय अशी भीती मला वाटते.

त्याच्या कपाळावर आठ्या उमटतात, "कशाबद्दल म्हणते आहेस, नातेवाईक नसण्याबद्दल? गेले खड्ड्यात. तसंही त्या हरामखोर रांडेसारखे नातेवाईक असण्यापेक्षा नसलेलेच बरे, नाही का?" वैतागून मानेला झटका देत तो म्हणतो.

ओह, ख्रिश्चन! अरे, तू लहानसा होतास. तुझं तुझ्या आईवर खूप प्रेम होतं.

अंगात पायजामा चढवून पलंगावर येत हळुवारपणे तो मला कुशीत घेतो.

"एक एक गोष्ट आठवू लागलीये मला. त्या वेळेसचे काही काही पदार्थ मला आठवत आहेत. मिसेस कोलिअर आमच्यासाठी खायला करायच्या. आणि तो हरामखोर माझ्या कुटुंबाच्या इतका मागे का आहे, हेही आता मला चांगलंच कळलंय," मोकळा हात केसातून फिरवत तो म्हणतो. अचानक काहीतरी आठवून

तो डोळे विस्फारून माझ्याकडे पाहतो. "फक!"

"काय?"

"आत्ता सगळा संदर्भ लागतोय!" त्याला काहीतरी महत्त्वाचं आठवलंय.

"काय?"

"बेबी बर्ड. मिसेस कोलिअर मला बेबी बर्ड म्हणायच्या."

काहीही न समजून मी विचारते, "कशाचा संदर्भ लागतोय?"

"ती चिठ्ठी," माझ्याकडे रोखून पाहत ख्रिश्चन म्हणतो. "त्या हरामखोरानं खंडणीसंदर्भात जी चिठ्ठी लिहिलेली होती त्यात म्हटलं होतं की, 'तुला माहितीय का, मी कोण आहे? बेबी बर्ड, मला माहितीये ना तू कोण आहेस'."

मला अजूनही काहीही समजत नाहीये

"लहान मुलांच्या पुस्तकातील गोष्ट होती ती. ख्राइस्ट! कोलिअर्स कुटुंबाकडे ते पुस्तक होतं. काय बरं त्याचं नाव... हं, आठवलं. 'आर यू माय मदर?' शिट!" त्याचे डोळे अजून विस्फारतात. "ते पुस्तक मला भयानक आवडायचं."

ओह! मला माहितीये ते पुस्तक. माझ्या मनात कालवाकालव होते- फिफ्टी!

"मिसेस कोलिअर मला ते पुस्तक रोज वाचून दाखवायच्या."

यावर काय बोलावं हे मला समजत नाही.

"ख्राइस्ट. त्याला माहिती होतं... त्या हरामखोराला सगळं माहिती होतं."

"तू हे सगळं पोलिसांना सांगणार आहेस का?"

"हो. अर्थातच. ही माहिती मिळाल्यावर क्लार्क कोणत्या टोकाला पोहोचेल ते जिझसलाच ठाऊक," मान झटकत ख्रिश्चन म्हणतो. जणू काही तो डोक्यातले विचार झटकून टाकतोय. "ते जाऊ दे, मला मनापासून तुला थँक यू म्हणावंसं वाटतंय."

अच्छा! मूड बदलला. "कशाबद्दल?"

"ऐन वेळेला सगळे आले तरी तू सगळ्यांची छान सरबराई केलीस."

"माझे कसले आभार मानतोस! मियाचे आणि खरं म्हणजे मिसेस जोन्सचे आभार मानायला हवेत. ती नेहमीच किचन परिपूर्ण ठेवते."

माझ्याकडे बघत पुन्हा एकदा तो मानेला झटका देतो. आता काय?

"मिसेस ग्रे, कसं वाटतंय तुम्हाला?"

"छान वाटतंय. तुम्हाला कसं वाटतंय?"

"छान वाटतंय की," माझ्या बोलण्याचा रोख लक्षात न येऊन तो उत्तर देतो.

"तसं असेल तर..." त्याच्या पोटावरून अलगद बोटं फिरवत मी कुजबुजते.

तो हसून माझा हात पकडत म्हणतो, "नाही हं ॲना, असा कुठलाही विचार करायचा नाही."

मी तोंड वाकडं करते. तो दीर्घ उसासा सोडतो. ''ॲना, ॲना, ॲना मी तुझं काय करू?'' माझ्या केसांवर ओठ टेकवत तो प्रेमानं म्हणतो.

''माझ्या डोक्यात एक कल्पना आहे,'' असं म्हणत मी पटकन कुशीवर होते. अचानक हालचाल केल्यामुळे माझ्या बरगड्यातून तीव्र कळ येते. मी कण्हते.

''बेबी, खूप झालं हं. शिवाय, मला तुला एक छानशी गोष्ट पण सांगायची आहे.''

ओह!

''तुला जाणून घ्यायचं होतं ना...'' बोलता बोलता डोळे मिटून घेत, आवंढा गिळून तो थांबतो.

माझ्या अंगावर काटा येतो. शिट!

मन घट्ट करून तो सांगायला सुरुवात करतो. ''विचार कर, तारुण्याच्या उंबरठ्यावर असलेला एक मुलगा थोडा जास्त पॉकेटमनी मिळवायचा प्रयत्न करतोय. त्याला दारू प्यायची सवय लागली आहे. त्यासाठी त्याला जास्तीचे पैसे लागतायत.'' बोलता बोलता तो कुशीवर वळून माझ्या डोळ्यांत पाहतो.

''असाच त्या दिवशी मी लिंकनच्या मागच्या अंगणात होतो. नुकतंच मिस्टर लिंकन यांनी घरामध्ये बरंच काम करून घेतलं होतं. त्यामुळे बराच राडारोडा जमा झाला होता. तो सगळा उचलायचं काम त्यांनी मला दिलं...''

होली फक!... तो चक्क आपणहून बोलतोय.

२५

माझा श्वास घशात अडकलाय. मला हे सगळं ऐकायचं तरी आहे का? पुन्हा एकदा ख्रिश्चन डोळे मिटून आवंढा गिळतो. तो डोळे उघडतो तेव्हा तिथे आठवणींची गर्दी जमा झालेली मला जाणवते.

"त्या दिवशी उन्हाचा त्रास विशेष जाणवत होता. मी मन लावून काम करत होतो." बोलता बोलता मानेला झटका देत तो थांबतो. त्याच्या चेहऱ्यावर अचानक संभ्रम दिसू लागतो. "तो सगळा राडारोडा हलवण्याचं काम प्रचंड कष्टांचं होतं. कंबर मोडते की काय, असं मला वाटत होतं. मी एकटाच काम करत होतो. तेवढ्यात अचानक कुठूनतरी एले- मिसेस लिंकन माझ्यासाठी सरबत घेऊन आली. आम्ही गप्पा मारल्या. मी काहीतरी चुरचुरीत उत्तर दिलं... पुढच्या क्षणी तिनं फाडकन माझ्या मुस्काटात लगावली. तिनं जबरदस्त जोरात मारलं होतं." अभावितपणे त्याचा हात गालावर जातो. त्या आठवणीनं त्याची नजर गढुळते. *होली शिट!*

"पण त्यानंतर तिनं माझं कडकडून चुंबन घेतलं. ते झाल्यावर पुढच्या क्षणी पुन्हा एकदा फाडकन माझ्या मुस्काटात बसली." त्या आठवणींत हरवून जात तो म्हणतो. त्या क्षणी त्याला वाटलेला गोंधळ आत्ताही त्याच्या चेहऱ्यावर स्पष्ट आहे.

"ज्या पद्धतीनं तिनं माझं चुंबन घेतलं किंवा माझ्या मुस्काटात लगावली त्या पद्धतीनं तोवर कोणीही माझ्याशी वागलं नव्हतं."

ओह! तिनं झडप घातली. कोवळ्या वयाच्या मुलावर.

"तुला खरंच ऐकायचंय का पुढचं?" ख्रिश्चन प्रामाणिकपणे विचारतो.

हो... नाही...

"तुझी सांगायची तयारी असेल तरंच," त्याच्या डोळ्यात रोखून पाहत मी हळुवारपणे त्याला म्हणते. माझ्या मनात विचारांचं वादळ उठलंय.

"मी तुला काही महत्त्वाचे संदर्भ द्यायचा प्रयत्न करतोय."

त्यानं पुढे बोलावं म्हणून मी मान डोलावते. पण बहुधा माझी अवस्था एखाद्या निर्विकार पुतळ्यासारखी झालेली असावी.

कपाळावर आठ्या घालत तो माझा अंदाज घेत माझ्या डोळ्यांत बघतो. मग

कुशीवरून सरळ होत तो आढ्याकडे नजर लावतो.

"अर्थातच माझा प्रचंड गोंधळ उडाला, मला संताप आला, मी पेटलो. म्हणजे, असं बघ, एखादी सुंदर, मादक स्त्री अचानक येऊन भिडते... काय अवस्था होईल एखाद्याची?" तेव्हा जे काही झालं ते त्याला आजही अविश्वसनीय वाटतंय बहुधा.

मादक? मी प्रचंड अस्वस्थ होते.

"मग मला तिथेच सोडून ती घरात निघून गेली. जणू काही झालंच नव्हतं अशा प्रकारचं तिचं वागणं होतं. मला तर काही समजेना. मी परत कामाकडे वळतो. तिथे उभ्या असलेल्या ट्रॉलीत राडारोडा भरू लागतो. संध्याकाळी मी जेव्हा जायला निघालो, तेव्हा तिनं मला दुसऱ्या दिवशी येण्याबद्दल बजावलं. आमच्या दरम्यान जे काही झालं होतं त्याचा ती काहीही उल्लेख करत नाही. परिणामतः, दुसऱ्या दिवशी मी जेव्हा परत जातो, तेव्हा तिला बघण्याची प्रचंड आस माझ्या मनात निर्माण होते." एखाद्या घृणास्पद कृत्याचा कबुलीजबाब दिल्यासारखा त्याचा आवाज खोल जातो... आणि खरोखरच तो सगळा प्रसंगच घृणास्पद होता.

"तिने जेव्हा माझं चुंबन घेतलं होतं तेव्हा तिने मला इतरत्र कुठेही स्पर्श केला नव्हता." मान वळवून माझा अंदाज घेत ख्रिश्चन पुढे बोलू लागतो. "ॲना, माझी परिस्थिती अतिशय दयनीय होती. माझ्यासाठी तो जीवनमरणाचा प्रश्न बनला होता. वयाच्या मानानं धिप्पाड असा पंधरा वर्षांचा मुलगा, शरीरात हार्मोन्सची प्रचंड खळबळ, भावना अतिशय अनावर झालेल्या. शाळेतल्या मुली-" तो वाक्य अर्धवट सोडतो. माझ्या डोळ्यांसमोर त्या मुलाचं अचूक चित्र उभं राहतं- भेदरलेला, देखणा पण एकटा, तारुण्याच्या उंबरठ्यावर उभा असलेला मुलगा. माझं हृदय पिळवटतं.

"मी कायमच प्रचंड संतापलेला असायचो. मला स्वतःसकट प्रत्येकाचा राग यायचा. घरातली माणसंदेखील माझ्या या रागातून सुटली नव्हती. मला कोणी मित्र-मैत्रिणी नव्हते. त्या वेळेसचे माझे थेरपिस्ट म्हणजे निव्वळ एक एक नमुना होते. काय करावं ते मॉम डॅडला समजत नव्हतं. त्यामुळे त्यांनी मला प्रचंड बंधनात ठेवलं होतं." पुन्हा एकदा तो आढ्याकडे नजर लावून अस्वस्थपणे केसांतून हात फिरवू लागतो. पटकन पुढे होऊन त्याच्या केसातून हात फिरवायची अनिवार इच्छा मला होते. पण, मी स्वतःला थोपवते.

"त्या काळात मला कोणाचाही स्पर्श सहन होत नसे. इतकंच नाही, तर माझ्या आसपास कोणी फिरकलेलंदेखील मला चालत नसे. मी सतत हमरीतुमरीवर यायचो. कसला भांडायचो मी! अनेकदा तर मी मारामारीवरसुद्धा उतरायचो. दोनचार शाळांमधून माझं नाव काढून टाकण्यात आलं होतं. अंगातली भडास बाहेर काढायचा एकच मार्ग मला माहिती होता. स्पर्शाचा हाच मार्ग मला मान्य होता." क्षणभर थांबून तो पुढे म्हणतो, "आलं ना तुझ्या लक्षात. तिनं जेव्हा माझं चुंबन घेतलं तेव्हा

माझ्या शरीराला इतरत्र स्पर्श होऊ न देण्याची काळजी तिनं घेतली.'' तो काय म्हणतोय हे ऐकायला मी जिवाचे कान केले आहेत.

तिला सगळं माहिती असणार. कदाचित ग्रेसनं तिला तसं सांगितलं असणार. *ओह, बिचारा माझा फिफ्टी.* पटकन पुढे होऊन ख्रिश्चनला मिठी मारण्याची तीव्र इच्छा माझ्या मनात दाटते. मात्र, मी घाईघाईने दोन्ही हात उशीच्या खाली खुपसून त्यावर डोकं टेकते. तो पुढे काय सांगतोय ते मला ऐकायचंय.

''तर मग, दुसऱ्या दिवशी मी तिच्याकडे जातो. नेमकं काय होईल याची मला कल्पना नसते. फार खोलात जात नाही मी आता. पुन्हा एकदा आदल्या दिवशीची उजळणी होते. तिथून मग आमच्या दोघांमधलं नातं आकाराला येतं.''

ओह फक! हे सगळं ऐकणं मला असह्य होतं.

पुन्हा एकदा तो कुशीवर होत माझ्याकडे पाहतो.

''तुला खरं सांगू का ॲना, तिथूनच माझ्या जगण्याला अर्थ मिळाला. आयुष्यात मला नेमकं काय करायचंय, हे मला कळू लागलं. मला अगदी हेच हवं होतं. तिच्या रूपानं जणू मला मोकळा श्वास घेता आला. ती माझ्यासाठी निर्णय घेऊ लागली. माझ्या आयुष्यातला गदारोळ आणि गोंधळ दूर करू लागली. मला मोकळा श्वास घ्यायला तिनंच शिकवलं.''

होली शिट!

''त्यानंतर आमच्यातलं नातं संपलं, तरीदेखील तिच्यामुळेच मी माझं ध्येय गाठू शकलो. तू येईपर्यंत त्यात काहीही बदल झाला नाही.''

यावर मी काय बोलणार होते? माझ्या कपाळावरची बट अलगदपणे कानामागे सारत तो पुढे बोलू लागतो,

''तू माझ्या जगाची उलथापालथ केली.'' तो क्षणभर डोळे मिटून घेतो. डोळे उघडतो तेव्हा त्याची नजर निर्विकार असते. ''माझं जग मला हवं तसं शांतपणे आणि माझ्या नियंत्रणात चालत होतं. अचानक तू माझ्या आयुष्यात आलीस. तुझा चटपटीतपणा, हजरजबाबीपणा, निरागसता, सौंदर्य आणि स्वतःच्या जिवाची यत्किंचितही पर्वा न करण्याची तुझी वृत्ती... तू माझ्या आयुष्यात येण्याआधी जीवन संथ, रितं आणि सामान्य... खरं म्हणजे निरर्थक होतं.''

ओह माय!

''मी तुझ्या प्रेमात पडलो,'' तो कबुली देतो.

मी श्वास घ्यायची थांबते. तो माझ्या गालावरून अलगद बोटं फिरवतो.

''मीही प्रेमात पडले होते,'' धीर एकवटून मी म्हणते.

तो प्रेमळपणे माझ्याकडे पाहत म्हणतो, ''मला माहिती आहे.''

''खरं?''

“हो.”

मी लाजते. “चला, शेवटी कळलं एकदाचं तुला.”

तो मान डोलावतो. “ते कळलं आणि आयुष्याचा अर्थ नव्यानं जाणवला मला. तारुण्याच्या त्या पहिल्या भरात एलेना माझं जग होती. तिच्यासाठी काय वाट्टेल ते करायला मी कचरत नव्हतो. तिनेही माझ्यासाठी खूप काही केलं आहे. माझं दारू पिणं सुटलं ते तिच्याचमुळे. त्यानंतर मी शाळेत खऱ्या अर्थानं तिच्यामुळेच रमलो. मेहनत करू लागलो. तिनं मला एक आयुष्यातल्या नकाराचा सामना करण्यासाठी एक तंत्र शिकवलं. त्याआधी मला ते माहीत नव्हतं. त्यानंतर मी अनेक गोष्टींचा अनुभव घेऊ लागलो. स्वप्नातदेखील कल्पना केली नसेल अशा वाटेवर चालू लागलो.”

“स्पर्श,” मी कसंबसं म्हणते.

तो मान डोलावतो. “थोडा फार सहन होऊ लागला होता.”

त्याच्या शब्दाचा नेमका काय अर्थ असेल हे माझ्या लक्षात येत नाही.

माझ्या कपाळावरच्या आठ्या पाहून पुढे बोलावं की नाही या विचारात तो पडतो.

सांग की! मी मनातल्या मनात म्हणते.

“जेव्हा तुम्ही स्वतःबद्दल आत्यंतिक नकारात्मक भूमिका घेऊन वावरत असता, तुम्ही सगळ्यांना नकोसे आहात याची तुम्हाला खात्री असते, कुणाचंही तुमच्यावर प्रेम नाहीये या भावनेखाली तुम्ही दबलेले असता, आपण अत्यंत निष्ठुर, निर्दयी आहोत हे तुम्हाला ठाऊक असतं, तेव्हा तुम्हाला हेदेखील ठामपणानं पटलेलं असतं, की तुम्ही फक्त झोडपून घेण्याच्या लायक आहात.”

ख्रिश्चन... अरे, तू यांतलं काहीही नाही आहेस रे.

क्षणभर थांबून तो केसांतून हात फिरवत पुढे म्हणतो, “ॲना, मनातल्या वेदनांपेक्षा बाह्य वेदना सहन करणं खूप सोपं असतं....” अजून एक कबुलीजबाब.

हं.

“माझ्या रागाला तिनं वळण लावलं.” असं म्हणून तो ओठ घट्ट मिटून घेतो. “जास्त करून मनातल्या रागाला वळण लावलं- हे आत्ता माझ्या लक्षात येतंय. कितीतरी दिवस डॉ. फ्लिन मला हेच समजून सांगण्याचा पुन्हा पुन्हा प्रयत्न करतोय. आपल्या दोघांमधलं नातं नेमकं काय आहे ते हल्लीच माझ्या लक्षात आलं आहे. नेमकं सांगायचं तर... माझ्या वाढदिवसाच्या वेळेस....”

ख्रिश्चनच्या वाढदिवसाच्या पार्टीच्या वेळेस एलेना आणि ख्रिश्चन एकमेकांवर कसे गुरगुरत होते, ते मला आठवतं. अत्यंत अप्रिय आठवण आहे ही.

“तिच्या दृष्टीनं बघायला गेलं तर आमच्या या नात्यातून तिला सेक्स आणि

नियंत्रण या दोन्ही गोष्टी मिळत होत्या. एक स्त्री आपल्या एकटेपणाला दूर करण्यासाठी एका मुलाचं खेळणं करत होती, त्यात समाधान शोधत होती.''

''पण, तुलाही तर नियंत्रण आवडतं ना,'' मी पटकन म्हणते.

''हो. नक्कीच आवडतं. आणि तसंच ते आवडतही राहील, ॲना. ती माझी ओळख आहे. मधला काही काळ मी तात्पुरता तिचा त्याग केला होता. दुसऱ्या कुणाला तरी माझ्यासाठी निर्णय घेऊ दिले होते. कारण, त्या वेळेस स्वतःचे निर्णय घेण्याची क्षमता मी गमावून बसलो होतो. परंतु, मी स्वतःला तिला जेव्हा अर्पण केलं, तेव्हा मलाच मी नव्यानं ओळखू लागलो. इतकंच नाही, तर स्वतःच्या आयुष्याचा ताबा घेण्याचं सामर्थ्य माझ्या हाती आलं... तिथूनच मी नियंत्रण ठेवायला आणि माझे स्वतःचे निर्णय घ्यायला शिकलो.''

''म्हणजेच तू डॉम झालास?''

''हो.''

''तो तुझा निर्णय होता का?''

''हो.''

''हार्वर्डमधून बाहेर पडणं?''

''माझाच निर्णय होता, माझ्या तोवरच्या निर्णयांमधला सर्वोत्तम निर्णय होता तो. अर्थात, तू भेटेपर्यंत.''

''मी?''

''हो.'' त्याच्या चेहऱ्यावर हलकंसं हसू पसरतं. ''तुझ्याशी लग्न करणं हा माझा सर्वोत्तम निर्णय आहे.''

ओह माय! ''तुझी स्वतःची कंपनी सुरू करणं, हा निर्णय सर्वोत्तम नव्हता?''

तो मान हलवतो.

''विमान उडवायला शिकणं?''

तो पुन्हा मान हलवतो. ''तू,'' तो ओठांची हालचाल करतो. मग माझ्या गालांवरून बोटं फिरवत तो म्हणतो, ''तिला माहिती होतं.''

मी लगेच सावध होत म्हणते, ''काय माहिती होतं तिला?''

''की मी तुझ्या प्रेमात वेडा झालोय. तुला भेटायला मी जॉर्जियाला यावं म्हणून तीच माझ्यामागे लागली होती, एका परीनं ते बरंच झालं. तिला वाटलं होतं की तू भडकशील आणि निघून जाशील, जे तू करून दाखवलंस.''

माझ्या चेहऱ्यावरचा रंग उडतो. मला त्या आठवणीदेखील आता नको आहेत.

''तिच्या मते मी जे आयुष्य जगत होतो ते सगळं माझ्या दृष्टीनं आवश्यक होतं, कारण ते मला आवडत होतं.''

''म्हणजे डॉम असणं?'' मी धीर एकवटून विचारते.

तो मान डोलावतो. "त्यामुळे प्रत्येकाला हातभर अंतरावर ठेवणं मला शक्य झालं. सगळ्यांचं नियंत्रण माझ्या हातात आलं. मी कोणातही न गुंतणं शक्य झालं, निदान माझा तसा समज होता. का, ते तुझ्या लक्षात आलंच असेल." तो पुढे म्हणतो,

"तुझ्या जन्मदात्या आईचं काय?"

"मला पुन्हा स्वतःला दुखवून घ्यायचं नव्हतं. आणि तू मला सोडून गेलीस." त्याचे शब्द आता जेमतेम ऐकू येत होते. "माझं आयुष्य उद्ध्वस्त झालं."

ओह नो!

"वर्षानुवर्षं मी जवळिकीपासून, कुणामध्ये गुंतण्यापासून स्वतःला दूर ठेवलं होतं. हे सगळं मी कसं निभावणार आहे?"

"तू अगदी छान आहेस," मी त्याच्या खालच्या ओठांवरून बोटं फिरवत म्हणते. तो पटकन माझ्या बोटांचं चुंबन घेतो. *तू आपणहून माझ्याशी बोलतो आहेस.*

"तुला त्या सगळ्याची उणीव भासते का?" मी पुन्हा एकदा धीर एकवटून विचारते.

"कशाची उणीव?"

"त्या पद्धतीच्या जीवनशैलीची?"

"हो, वाटते."

ओह!

"नेमकं सांगायचं तर, मला त्यातल्या नियंत्रण ठेवण्याची उणीव भासते. आणि अगदी स्पष्टच सांगायचं तर तुझं हे मूर्खासारखं साहस" -बोलता बोलता तो थांबतो. "म्हणजे, तू माझ्या बहिणीला वाचवलंस," तो पटकन वाक्य पूर्ण करतो. त्याच्या स्वरात अविश्वास, सुटकेची भावना आणि माझ्याबद्दलचं कौतुकदेखील आहे. "त्याच्यामुळेच मला सगळ्याची जाणीव झाली."

"जाणीव?"

"तुझं माझ्यावर प्रेम आहे हे मला आता शंभर टक्के पटलं आहे."

मी किंचित त्रासून म्हणते, "पटलं आहे?"

"हो. कारण तू स्वतःचा जीव धोक्यात घातलास, स्वतःची सुरक्षितता डोळ्यांआड केलीस... माझ्यासाठी आणि माझ्या कुटुंबीयांसाठी." माझ्या कपाळावरच्या आठ्या गडद होतात. पुढे होत तो माझ्या कपाळावरून बोट फिरवतो.

"तू जेव्हा अशा आठ्या घालतेस ना, तेव्हा तुझ्या नाकावर भुवयांच्या मध्यभागी हा असा 'व्ही' आकार तयार होतो. त्याच्यावर ओठ टेकवायला मला फार आवडतं." तो हळुवार स्वरात म्हणतो. "मी वाट्टेल तसा वाईट वागलो तरी... तू

कायम ठामपणे माझ्यासाठी उभी असतेस.''

''मी अजूनही इथे आहे याचं तुला एवढं आश्चर्य का वाटावं? मी तुला सांगितलं होतं ना, मी तुला कधीही सोडून जाणार नाही.''

''तू प्रेग्नंट आहेस हे तू मला सांगितल्यावर मी तुझ्याशी किती वाईट वागलो होतो,'' माझ्या गालावरून बोटं फिरवत तो म्हणतो. ''तू म्हणाली ते खरंय. नुकत्याच वयात आलेल्या मुलासारखा मी वागतो.''

ओह शिट... असं म्हटलं होतं मी? माझं अबोध मन डोळे वटारून माझ्याकडे पाहतं. *त्याच्या डॉक्टरनं म्हटलं होतं ते.*

''ख्रिश्चन, मी खूप काही वाईट बोलले रे तुला.''

तो पट्कन माझ्या ओठांवर बोट ठेवून म्हणतो, ''श्शऽऽऽ! माझी तीच लायकी आहे. आणि हे बघ, ही माझी गोष्ट सुरू आहे ना?'' बोलता बोलता तो परत पाठीवर होतो.

''तू जेव्हा मला सांगितलंस, की तू प्रेग्नंट आहेस-'' तो बोलू लागतो. ''काही वर्षं तरी तू आणि मी दोघंच असू असं मला वाटलं होतं. म्हणजे, मुलांचा विचार मीही केला होता, नाही असं नाही; पण, ती केवळ एक कल्पना होती. पुढे कधीतरी मूल होईल, असं काहीसं माझ्या डोक्यात होतं.''

एकच मूल? नाही... एकुलतं एक मूल नाही. माझ्यासारखं नको. असू दे, ही काही वेळ नाही तो विषय काढायची.

''तू अजून किती तरुण आहेस आणि मला माहितीये की दाखवत नसलीस तरी तू महत्त्वाकांक्षी आहेस.''

महत्त्वाकांक्षी? मी?

''तू तर माझ्यावर बॉम्बच टाकलास. ख्राईस्ट, अतिशय अनपेक्षित होतं ते. 'काय झालं?' असं मी तुला वारंवार विचारत होतो तेव्हा मला वाटलंच नव्हतं की तू प्रेग्नंट असशील.'' तो निःश्वास सोडत पुढे बोलू लागतो. ''मी भयंकर संतापलो. तुझ्यावर संतापलो. माझ्यावर संतापलो. सगळ्यांवर संतापलो. पुन्हा एकदा माझ्या जुन्या आठवणी जाग्या झाल्या. माझं कशावरच नियंत्रण नाही याची जाणीव जागी झाली. काही करून मला त्यातून बाहेर पडायचं होतं. मी तडक फ्लिनकडे गेलो; पण तो नेमका त्याच्या मुलाच्या शाळेत गेला होता.''

''अच्छा! म्हणजे नेमका गरजेच्या वेळेस फ्लिन नव्हता तर.'' मी कुजबुजते. ख्रिश्चन चोरटं हसतो.

''मग मी चालत सुटलो. कितीतरी वेळ मी चालतच होतो. माझ्या लक्षात आलं तेव्हा मी नकळत सॅलोनमध्ये पोहोचलो होतो. एलेना निघाली होती. तितक्या उशिरा अचानक मला पाहून तिला आश्चर्य वाटलं. आणि अगदी खरं सांगायचं तर

स्वतःला तिथे पाहून मलासुद्धा आश्चर्य वाटलं होतं. मी भयंकर संतापलोय हे तिच्या लक्षात आलं म्हणून मला एखादं ड्रिंक घ्यायला आवडेल का, असं तिने विचारलं.''

ओह शिट! मला खरोखरच हे सगळं ऐकायचं आहे का? माझं हृदय जोरजोरात धडधडू लागतं. कोरलेली भुवई उंचावत माझं अबोध मन माझ्याकडे कटाक्ष टाकत मला सावधानतेचा इशारा देतं.

''मग आम्ही दोघं जणं माझ्या माहितीच्या एका शांत बारमध्ये गेलो आणि वाईनची बाटली मागवली. त्याआधी ती आपल्याला जेव्हा भेटली होती, त्या वेळेस ती ज्या वाईट पद्धतीनं वागली होती त्याबद्दल तिनं माझी माफी मागितली. माझ्या मॉमनं तिच्याशी पूर्णपणे संबंध तोडून टाकल्याचं तिला अतिशय वाईट वाटतंय- कारण, त्यामुळे तिच्या सोशल सर्कलवर फार परिणाम झाला आहे- पण, तिची चूक तिच्या लक्षात आली आहे. त्यानंतर आम्ही आमच्या बिझनेसबद्दल बोलत बसलो. रिसेशन असूनदेखील आमचा बिझनेस व्यवस्थित चालू आहे... तुला मुलं हवी आहेत असं मी त्यानंतर म्हटलं.''

माझ्या कपाळावरच्या आठ्या वाढतात. ''मला वाटलं मी प्रेग्नंट आहेस हे तू तिला सांगितलंस.''

तो निर्विकारपणे माझ्याकडे बघून म्हणतो, ''नाही, तसं मी तिला काही सांगितलं नाही.''

''मग हे तू मला का सांगितलं नाहीस?''

तो खांदे उडवत म्हणतो, ''मला तशी संधीच मिळाली नाही.''

''खोटं आहे ते.''

''ॲना, दुसऱ्या दिवशी सकाळी मला तू कुठेही सापडली नाहीस. आणि जेव्हा सापडलीस तेव्हा तू इतकी भयंकर संतापली होतीस की...''

ओह, खरंय. ''हो बरोबर आहे.''

''तर मी काय सांगत होतो, आम्ही दोघं बोलत असताना- साधारणतः दुसरी बाटली अर्धी संपल्यानंतर- तिनं पुढे होऊन मला स्पर्श केला. त्या स्पर्शासरशी मी गोठलो,'' डोळ्यांवर हात ठेवत तो कसंबसं वाक्य पूर्ण करतो.

माझ्या अंगावर शहारे येतात. *नेमकं काय म्हणायचंय याला?*

''तिच्या स्पर्शासरशी मी कसा चमकून मागे झालो हे तिच्या लक्षात आलं. माझ्या या कृतीमुळे आम्हा दोघांनाही धक्का बसला.'' तो अतिशय खोल आवाजात पुढे सांगतो.

ख्रिश्चन, बघ माझ्याकडे! मी त्याचा हात धरून ओढते. तो डोळ्यांवरून हात खाली काढत माझ्या नजरेला नजर देतो. शिट! त्याचा चेहरा पांढरा पडलाय, डोळे

विस्फारले आहेत.

“काय?” मी श्वास घेत म्हणते.

तो कसाबसा आवंढा गिळतो.

ओह... तो नेमकं काय सांगत नाहीये? मला ते समजून घ्यायचं आहे का?

“तिला मी हवा होतो, तिच्या लालसी नजरेतली कामुकता लपत नव्हती.” त्याला तेव्हा बसलेला धक्का मला आत्ताही जाणवतोय.

मी श्वास घ्यायला विसरलेय. मी जणू एखाद्या झंझावातात अडकलेय. माझं हृदय बंद पडलंय. *साली हरामखोर चेटकीण!*

“त्या क्षणी काळ जणू थांबला होता. तिनं माझ्या चेहऱ्यावरचे भाव वाचले आणि तिच्या लक्षात आलं की ती नको तेवढी पुढे आली होती. मी तिला सरळ नकार दिला. नाही... कित्येक वर्षांत मी तिच्याबद्दल असा विचारदेखील केला नव्हता. आणि शिवाय-” तो आवंढा गिळत पुढे म्हणतो- “शिवाय, माझं तुझ्यावर प्रेम आहे. मी तिला स्पष्टपणे सांगितलं, की-माझं-माझ्या-बायकोवर-प्रेम-आहे.”

मी त्याच्याकडे एकटक पाहत राहते. काय बोलावं हे मला सुचत नाही.

“ती पटकन भानावर आली. पुन्हा पुन्हा माझी माफी मागू लागली. जणू काही हे सगळं मुद्दाम, गमतीनं केलं होतं, असा आविर्भाव तिनं आणला. ती आयझॅकबरोबर किती आनंदात आहे, तिचा बिझनेस कसा मस्त चाललाय, त्यात ती कशी खूश आहे आणि आपल्या कुणाबद्दलच तिच्या मनात किंतू कसा नाहीये, याची ती पुन्हा पुन्हा ग्वाही देऊ लागली. माझ्या मैत्रीची उणीव तिला प्रकर्षानं जाणवते, हेदेखील तिनं सांगितलं. पण तिच्या लक्षात आलं, की पुढचं माझं आयुष्य तुझ्याशी जोडलं गेलं आहे. शिवाय, मागच्या वेळेस आपण तिघं जेव्हा एकत्र आलो, तेव्हा जो काही प्रकार घडला, त्यामुळे तिला किती अवघडल्यासारखं झालंय, हेदेखील तिनं मला सांगितलं. तिचं सगळं म्हणणं मला पटलं. मग आम्ही दोघांनी एकमेकांचा निरोप घेतला- कायमचा निरोप घेतला. मी तिला सांगितलं, की मी तिला यापुढे कधीही भेटणार नाही. त्यानंतर ती तिच्या वाटेनं निघून गेली.”

आता आवंढा गिळायची माझी पाळी आहे. भीतीनं माझं हृदय प्रचंड धडधडतंय. “तू तिला किस केलं का?”

“ह्यॅ! अजिबात नाही.” तो झटक्यात उत्तर देतो. “तिचा सहवासदेखील मला असह्य झाला होता.”

ओह! छान.

“माझी अवस्था भयाण होती. मला घरी, तुझ्याकडे परत यायचं होतं. पण... मी किती वाईट वागलो होतो त्याची मला जाणीव होती. ती गेल्यावरही मी तिथेच थांबलो आणि सगळी बाटली रिकामी केली. त्यानंतर मी बर्बन प्यायला सुरुवात

केली. पितापिताच मला काही दिवसांपूर्वीचं तुझं बोलणं आठवलं. तू म्हणाली होतीस, की 'तो जर माझा मुलगा असता तर...' मी ज्युनिअरबद्दल विचार करू लागलो. एलेनाचं आणि माझं नातं नेमकं कसं सुरू झालं त्याचा विचार करू लागलो. आजवर कधीही न जाणवलेली अस्वस्थता मला जाणवू लागली. या पद्धतीनं मी कधीही विचार केला नव्हता.''

माझ्या मनात एक आठवण जागी होते. मी अर्धवट बेशुद्ध अवस्थेत असताना कोणीतरी कुजबुजलं होतं... त्यातला एक आवाज ख्रिश्चनचा होता- *''शेवटी ती जेव्हा माझ्या नजरेस पडली तेव्हा कुठे मला कळून चुकलं... म्हणजे... ते बाळ... आयुष्यात पहिल्यांदाच मला वाटलं की... आम्ही तेंव्हा जे काही केलं ते... ते अतिशय गैर होतं.''* तो ग्रेसशी बोलत होता.

''बस, एवढंच?''

''हो.''

''ओह.''

''ओह?''

''संपलं सगळं?''

''हो. ज्या दिवशी पहिल्यांदा मी तुला पाहिलं त्या दिवशीच सगळं संपलं होतं. पण ते मला त्या रात्री प्रकर्षाने जाणवलं. तिलाही ते जाणवलं.''

''आय ॲम सॉरी,'' मी पुटपुटते.

तो किंचित चक्रावून म्हणतो, ''कशाबद्दल?''

''त्याच्या दुसऱ्या दिवशी तुझ्यावर भयंकर संतापल्याबद्दल.''

तो त्रासून म्हणतो, ''बेबी, मी तुझं रागावणं समजू शकतो,'' मध्येच थांबून उसासा सोडत तो म्हणतो. ''हे बघ ॲना, मला तू अख्खी हवी असतेस. कोणाही बरोबर तुझी वाटणी करून घ्यायची माझी इच्छा नाही. आपल्या दोघांचं हे जे जग आहे, ते याआधी मी कधीही अनुभवलेलं नाही. तुझ्या विश्वाचा केंद्रबिंदू मीच असलो पाहिजे- निदान काही काळ तरी- असं मला वाटतं.''

ओह ख्रिश्चन! ''तो तर तू आहेसच. त्याच्यात काहीही बदल होणार नाही.''

माझ्याकडे पाहत तो कसनुसं हसतो. ''ॲना,'' हळुवारपणे हाक मारत तो पुढे म्हणतो, ''आता तसं म्हणता येणार नाही.''

माझे डोळे भरून येतात.

''कसं शक्य आहे ते?'' तो म्हणतो.

ओह, नाही.

''शिट- ॲना, प्लीज, रडू नकोस.'' माझा चेहरा कुरवाळत तो म्हणतो.

''आय ॲम सॉरी.'' बोलताना माझे ओठ थरथरतात. तो माझ्या ओठांवरून

अलगद अंगठा फिरवत मला शांत करतो.

"नको, ॲना, नको. माझी माफी मागू नकोस. तुला आता प्रेम करायला अजून कोणीतरी मिळणार आहे. आणि तू म्हणालीस तेच बरोबर होतं. हे असंच असलं पाहिजे."

"ब्लिपसुद्धा तुझ्यावर खूप प्रेम करेल. तू ब्लिपच्या- ज्युनिअरच्या जगाचा केंद्रबिंदू असशील," मी धीर धरून म्हणते. "ख्रिश्चन, मुलांचं आपल्या आई-वडिलांवर प्रचंड प्रेम असतं. त्या प्रेमापोटीच त्यांचा जन्म होतो ना. त्यांचं अस्तित्व प्रेमामुळेच असतं. याला कुठलंही बाळ अपवाद नाही... तूसुद्धा नाहीस. तू जेव्हा छोटा होतास, तेव्हा तुला जे लहान मुलांचं पुस्तक आवडायचं, ते आठवून बघ बरं. तुला तेव्हाही तुझी आई हवी होती. तुझं तिच्यावर फार प्रेम होतं."

माझ्या या बोलण्यासरशी माझ्या गालावरून फिरणारा हात ओढून घेत तो घट्ट मूठ वळतो. त्याच्या चेहऱ्यावर प्रचंड ताण जाणवू लागला आहे.

"नाही," तो ठामपणे म्हणतो.

"हो. तुझं प्रेम होतं." माझे अश्रू आता मुक्तपणे वाहू लागले आहेत. "अर्थातच, तुझं प्रेम होतं. तो काही पर्याय नव्हता. ती एक स्वाभाविक कृती होती. आणि म्हणूनच तू इतका दुखावला गेलास." दुखावलेल्या नजरेनं तो माझ्याकडे पाहत राहतो.

"आणि म्हणूनच तू माझ्यावर प्रेम करू शकतोस," मी बोलणं चालू ठेवते. "तिला माफ कर. तिला प्रचंड वेदनांचा सामना करावा लागत होता. ती आई व्हायला लायक नव्हती असं जरी तुला आत्ता वाटत असलं तरी हे लक्षात घे, की तुझं तिच्यावर निर्व्याज प्रेम होतं."

चकार शब्दही न उच्चारता तो एकटक माझ्याकडे पाहतोय. त्याची नजर गढुळली आहे- आठवणींची गर्दी झाली आहे- त्या आठवणींचा थांग लावायची माझी हिंमत नाही आणि क्षमतादेखील नाही.

ओह, प्लीज, बोलत राहा, बोलत राहा. काही क्षण असेच शांततेत गेल्यावर अचानक तो बोलू लागतो, "मी तिचे केस विंचरायचो. ती फार सुंदर होती."

"तुझ्याकडे एक नजर टाकताच कोणाच्याही लक्षात येईल की ती किती सुंदर होती."

"ती आई व्हायला लायक नव्हती." तो अतिशय हळू आवाजात पुटपुटतो.

मी मान डोलावते. डोळे मिटून घेत तो पुढे म्हणतो, "मला भीती वाटते, की मी बाप व्हायला नालायक आहे."

त्याचा देखणा चेहरा मी हळुवारपणे कुरवाळते. ओह, माझा फिफ्टी, फिफ्टी, फिफ्टी. "ख्रिश्चन, मी तुला नालायक बाप होऊ देईन असं तुला वाटतं तरी

कसं?'' डोळे उघडून तो माझ्याकडे पाहत राहतो. किती तरी वेळ टक लावून माझ्याकडे पाहिल्यावर हळूच त्याच्या चेहऱ्यावर हसू उमटतं. किंचितशी प्रसन्नतादेखील येते. ''नाही, मला खात्री आहे की तू मला तसं करू देणार नाहीस.'' माझा चेहरा कुरवाळत, माझ्याकडे नवलानं बघत तो म्हणतो. ''गॉड! मिसेस ग्रे, तुम्ही किती खंबीर आहात. माझं तुमच्यावर फार प्रेम आहे.'' तो माझ्या कपाळाचं चुंबन घेतो. ''मी चांगला बाप होईन असं मला वाटत नव्हतं.''

''ओह, ख्रिश्चन,'' स्वतःच्या भावनांवर ताबा ठेवत मी कसंबसं म्हणते.

''तर मग अशा प्रकारे माझी आजची गोष्ट संपली आहे असं मी जाहीर करतो.''

''फारच मस्त गोष्ट होती....''

तो किंचित खंतावून हसतो. पण मला वाटतंय की तो जरा सैलावलाय. ''तुझं डोकं काय म्हणतंय?''

''माझं डोकं?'' *तू आत्तापर्यंत जे काही सांगितलंस ते ऐकून डोकं फुटायचं बाकी आहे.*

''दुखतंय का अजून?''

''नाही.''

''छान. मला वाटतं की तू आता झोपायला हवंस.''

इतकं सगळं ऐकल्यावर? झोप तरी लागणार आहे का मला?

''झोप,'' तो मला बजावतो. ''तुला झोपेची नितांत आवश्यकता आहे.''

मी ओठ काढत म्हणते, ''मला एक प्रश्न विचारायचाय.''

''ओह? काय?'' सावधपणे माझ्याकडे पाहत तो म्हणतो.

''अचानक तू इतका... मोकळेपणाने कसं काय बोलायला लागलास?''

त्याच्या कपाळावरच्या आठ्या वाढतात.

''माझा आत्तापर्यंतचा असा अनुभव आहे की तुझ्याकडून वदवून घ्यायचं असेल तर मला तुझ्या खूप मागे लागावं लागतं. आज मात्र तू आपणहून सगळं सांगतो आहेस.''

''असं?''

''जसं काही तुला माहितीच नाही.''

''मी मोकळेपणाने कसं काय बोलू लागलो? नाही सांगता येणार. कदाचित त्या दिवशी तू त्या थंडगार काँक्रीटवर निपचीत पडली होतीस, त्यामुळे असू शकतं. मी आता बाप होणार आहे म्हणूनही असू शकतं. नेमकं मला नाही सांगता येणार. तू म्हणाली होतीस, की तुला सगळं समजायला हवं आहे. मला असं वाटत होतं, की इथून पुढे एलेना कधीही आपल्या दोघांमध्ये यायला नको आहे. ती नाहीच येऊ

शकत. ती भूतकाळ आहे. आजवर मी तुला वारंवार हे बजावलं आहे.''

''तिला तू हवा होतास हे त्या दिवशी तिनं व्यक्त केलं नसतं तर... आजही तुमची मैत्री टिकून राहिली असती का?''

त्याची नजर निवळते. ''नाही, मला नाही वाटत तसं. पण, हेही खरं, की माझ्या वाढदिवसाच्या त्या प्रसंगानंतर मला तिच्याबरोबरचं नातं पूर्णपणे संपवायचं होतं. तिने सर्व मर्यादांचं उल्लंघन केल्यामुळे मला ते असह्य झालं. तू म्हणाली होतीस, की तुझ्यासाठी एलेना म्हणजे कमाल मर्यादा आहे. तुझ्या भावना मी समजून घेऊ शकतो,'' तो अतिशय प्रामाणिकपणे उत्तर देतो.

ओके. हा मुद्दा मी इथेच सोडून देणार आहे. शेवटी एकदाचं माझं अबोध मन आरामखुर्चीत पसरतं.

''गुड नाईट, ख्रिश्चन. झोपताना ही छानशी गोष्टी सांगितल्याबद्दल मनापासून थँक यू.'' पुढे होत मी त्याच्या ओठांवर ओठ टेकवते. मी किंचित आक्रमक होते आहे हे लक्षात येताच तो घाईघाईनं मागे होतो.

''नको,'' तो मला बजावतो. ''या क्षणी मलाही तू प्रचंड हवी आहेस.''

''मग काय हरकत आहे?''

''नाही, तुला विश्रांतीची गरज आहे. खूप उशीर झालाय. झोप आता.'' असं म्हणत तो पलंगाच्या बाजूचे लाईट बंद करतो. आम्ही अंधारात बुडतो.

त्याच्या कुशीत शिरत मी म्हणते, ''ख्रिश्चन, माझं तुझ्यावर अमर्याद प्रेम आहे.''

''मला ते माहीत आहे,'' तो हळुवारपणे म्हणतो. त्याचं लाजरं हसू मला त्या अंधारातदेखील जाणवतं.

मी दचकून जागी होते. लख्ख प्रकाश खोलीभर पसरलाय. ख्रिश्चन माझ्या बाजूला पलंगावर नाहीये. मी घड्याळावर नजर टाकते. सात त्रेपन्न झाले आहेत. मी भरभरून श्वास घेते. त्या क्षणी माझ्या बरगड्यांमध्ये कळ येते; परंतु, कालच्यापेक्षा आज परिस्थिती बरीच बरी आहे. मी ऑफिसमध्ये जाऊ शकेन असं मला वाटतंय. *ऑफिस- हो.* मला ऑफिसमध्ये जायचंय.

आज सोमवार आहे. कालचा पूर्ण दिवस मी अंथरुणात लोळून घालवलाय. 'रे' ला भेटायला म्हणून अगदी थोडा वेळ ख्रिश्चननं मला बाहेर पडू दिलं होतं. खरंच, याला नियंत्रण ठेवायला किती आवडतं. मी हळुवारपणे हसते- *माझा कंट्रोल फ्रीक.* मी हॉस्पिटलमधून घरी आल्यापासून तो माझ्याशी किती प्रेमानं वागतोय, गप्पा मारतोय, लक्ष देतोय... पण, जाणीवपूर्वक दूर राहतोय. मी वैतागते. काहीतरी करायला हवं. माझं डोकं आता दुखत नाहीये. बरगड्यांभोवतीच्या वेदनादेखील कमी

झाल्या आहेत. हं, आता हसताना थोडी काळजी घ्यावी लागते म्हणा. पण मी वैतागले आहे. मला वाटतं, पहिल्यांदा ख्रिश्चनबरोबर सेक्स अनुभवल्यानंतर इतका दीर्घ काळ सेक्सशिवाय राहण्याची ही आमची पहिलीच वेळ आहे.

माझ्या मते आम्ही दोघंही बऱ्यापैकी ताळ्यावर आलो आहोत. नेहमीच्या तुलनेत ख्रिश्चन खूप सुखावला आहे. आजवर लपून ठेवलेल्या सर्व गोष्टी प्रामाणिकपणे आणि मोकळेपणानं माझ्यासमोर उघड केल्यामुळे असेल कदाचित. त्याला पछाडणारी भूतकाळाची भुतं त्यानं आता दूर हाकलून दिली आहेत. मीही त्यामुळे स्थिरावले आहे.

पट्कन शॉवर घेऊन मी अंग कोरडं करते आणि काळजीपूर्वक कपड्यांची निवड करते. मी सेक्सी दिसेन असं काहीतरी मला घालायचं आहे. मला बघून ख्रिश्चन पेटला पाहिजे. कामरंगात इतका तल्लीन होणारा ख्रिश्चन स्वतःवर एवढा ताबा ठेवू शकेल हे मला अजूनही खरं वाटत नाही. स्वतःच्या शरीरावर इतकं नियंत्रण ठेवणं तो कुठे आणि कसं शिकला या विचारात मला स्वतःला गुंतवायचं नाहीये. त्या दिवशी त्यानं कबुलीनामा दिल्यानंतर आजवर आम्ही त्या हरामखोर चेटकिणीचं नावदेखील उच्चारलेलं नाहीये. मला आशा आहे की आयुष्यात पुढे कधीही तिचं नाव घ्यायची वेळ माझ्यावर येणार नाही. माझ्याकरता ती मेली आहे, गाडली गेली आहे.

मी मुद्दामच अगदी आखूड असा काळा स्कर्ट आणि सिल्कचं फ्रिल असलेलं पांढरं ब्लाऊज घालते. मग, मांडीवर लेस असलेले स्टॉकिंग्ज चढवते आणि काळे लोबोटिन पम्प्स पायात घालते. थोडासा मस्कारा आणि किंचितसं लिपग्लॉस लावल्यानंतर मी खूप वेळ केस ब्रश करते आणि ते मोकळेच सोडते. हं. आता जमलं.

ब्रेकफास्ट बारपाशी बसून ख्रिश्चन नाश्ता करतोय. मला बघताच त्याचा हात हवेतच राहतो. त्याच्या कपाळावर आठ्या उमटतात.

''गुड मॉर्निंग, मिसेस ग्रे. कुठे निघाला आहात का?''

''ऑफिस.'' मी गोड हसून उत्तर देते.

''मला नाही वाटत तसं.'' माझ्या धिटाईचं कौतुक वाटून ख्रिश्चन म्हणतो. ''डॉक्टर सिंघ यांनी एक आठवडा विश्रांती घ्यायला सांगितली आहे.

''ख्रिश्चन, दिवसभर मी काय एकट्यानं पलंगावर लोळत बसू? त्यापेक्षा ऑफिसमध्ये गेलेलं काय वाईट? गुड मॉर्निंग, गेल.''

चेहऱ्यावरचं हसू लपवत मिसेस जोन्स मला अभिवादन करत विचारते, ''काय ब्रेकफास्ट करणार?''

''काहीही चालेल.''

"ग्रॅनोला?"

"त्यापेक्षा मला होल व्हीट टोस्ट आणि स्क्रॅम्बल्ड एग्ज चालतील."

मिसेस जोन्सला हसू येतं. ख्रिश्चनला नवल वाटतं.

"मिसेस ग्रे, आणतेच पटकन." गेल म्हणते.

"ॲना, तू ऑफिसला जाणार नाहीयेस."

"पण-"

"नाही. मला वाद नकोय." ख्रिश्चन ठामपणे म्हणतो. मी त्याच्याकडे रोखून पाहते. आत्ता कुठे माझ्या लक्षात येतं की त्याच्या अंगावर काल रात्रीचाच पायजामा आणि टी-शर्ट आहे.

"तू चालला आहेस ना ऑफिसला?" मी विचारते.

"नाही."

मला वेड लागलंय का? "आज सोमवार आहे, बरोबर नं?"

तो हसून म्हणतो, "अर्थातच."

मी डोळे बारीक करत विचारते, "तू माझी मस्करी करतो आहेस का?"

"तुला इथे एकटीला सोडून मी कुठेही जाणार नाही. तुझा काय भरवसा! पुन्हा काही भानगड केलीस म्हणजे? शिवाय, डॉक्टर सिंघ यांनी बजावलं होतं, की किमान एक आठवडा तरी तू ऑफिसला जाऊ शकणार नाहीस. आठवतंय ना?"

मी त्याच्या बाजूला बार स्टूलवर बसत मुद्दामच स्कर्ट किंचित वर घेते. मिसेस जोन्स माझ्यासमोर चहाचा कप ठेवते. "तू छान दिसते आहेस," ख्रिश्चन म्हणतो. मी मुद्दाम पायावर पाय टाकते. "फारच छान, विशेष करून इथे," असं म्हणत तो माझ्या स्टॉकिंग्जच्या वरच्या कडेवर, उघड्या मांडीवर बोट टेकवतो. त्याच्या त्या स्पर्शानं माझ्या अंगभर काटा फुलून येतो. "हा स्कर्ट जरा अतिच आखूड आहे," तो नाराजीनं म्हणतो.

"हो का? माझ्या नव्हतं लक्षात आलं." माझ्याकडे रोखून बघत ख्रिश्चन ओठांना मुरड घालतो.

"मिसेस ग्रे, खरं का?"

मी लाजते.

"शिवाय, मला नाही वाटत, की हा स्कर्ट ऑफिसमध्ये घालण्यालायक आहे," तो पुढे म्हणतो.

"पण तसंही मी आत्ता ऑफिसला जाणार नाहीये. त्यामुळे हा मुद्दा बाद ठरतो."

"बाद?"

"बाद."

पुन्हा एकदा ख्रिश्चन मानभावीपणे हसतो आणि ऑमलेट खात म्हणतो,

''मला एक छान कल्पना सुचली आहे.''

''सांग.'' आपल्या दाट पापण्यांच्या आडून तो माझ्याकडे रोखून पाहतो. त्याचे राखाडी डोळे गडद होतात. मी खोल श्वास घेते. *ओह, माय! काहीतरी घडणार आता.*

''इलिएट आपल्या घराचं काम करतोय, ते कुठवर आलंय ते आपण बघून येऊ शकतो.''

काय? ओह! जाऊ दे! 'रे' ला अपघात होण्याआधी आम्ही घर बघायला जाणं अपेक्षित होतं असं मला अंधूकसं आठवतंय.

''मस्त. आवडेल मला.''

''चल तर.'' तो हसून म्हणतो.

''तुला ऑफिसला नाही जायचं का?''

''नाही. रॉस तैवानहून परत आली आहे. ती मीटिंग छान झाली. आज सगळं कसं छान जुळून येतंय.''

''तू तैवानला जाणार होतास असं मला वाटलं होतं.''

तो किंचित वैतागून म्हणतो, ''ॲना, तू हॉस्पिटलमध्ये होतीस.''

''ओह.''

''हो- ओह. त्यामुळे मी आता ठरवलंय की आजचा पूर्ण दिवस मी माझ्या बायकोबरोबर घालवणार आहे.'' कॉफीचा घोट घेत घेत तो वाक्य पूर्ण करतो.

''पूर्ण दिवस?'' माझ्या स्वरातली आशा मी लपवू शकत नाही.

मिसेस जोन्स माझ्यासमोर स्क्रॅम्बल्ड एग्ज आणून ठेवते. आताही तिच्या चेहऱ्यावरचं हसू लपू शकत नाही.

ख्रिश्चन हसून म्हणतो, ''पूर्ण दिवस.''

मला भयंकर भूक लागलीय, त्यामुळे मी माझ्या नवऱ्याशी फ्लर्टिंग करणं थांबवते.

''तुला असं खाताना पाहायला मला खूप आवडतं,'' हळूच असं म्हणत उठून उभा राहत माझ्या केसांवर तो ओठ टेकवतो. ''मी शॉवर घेऊन येतो.''

''अं... मी तुझी पाठ चोळून द्यायला येऊ का?'' खाता खाता मी म्हणते.

''नको. खा.''

तिथून उठत टी-शर्ट काढत काढत तो आमच्या रूमच्या दिशेनं जातो. त्याचे ते रुंद देखणे खांदे आणि भरदार पाठ पाहून मी घास चावायलादेखील विसरते. *मुद्दाम करतोय तो. का?*

आम्ही गाडीत बसून निघालोय. ख्रिश्चन एकदम मस्त मूडमध्ये आहे. नुकतंच

आम्ही हॉस्पिटलमध्ये असलेल्या 'रे' ला भेटून आलो आहोत. तो आता त्याच्या रूममधल्या नवीन फ्लॅट स्क्रीन टिव्हीवर मिस्टर रॉड्रिग्ज यांच्याबरोबर सॉकरचा गेम पाहत बसलाय. मला शंका आहे, की तो टीव्ही ख्रिश्चनने त्याच्यासाठी विकत घेतलाय.

त्या दिवशीचं मनमोकळं बोलणं झाल्यापासून ख्रिश्चन खूप सैलावलाय. जणू काही आयुष्यभर छातीवर वागवलेल्या प्रचंड भाराखालून त्याची सुटका झाली आहे. आता आमच्या आयुष्यावर मिसेस रॉबिन्सनची काळीकुट्ट सावली मला अजिबात जाणवत नाही. कदाचित, मी ते सारं सोडून द्यायचं ठरवल्यामुळे असेल- कदाचित त्याने तसं ठरवल्यामुळे असेल, नेमकं सांगता येणार नाही. पण आता मला त्याच्याबद्दल पूर्वीपेक्षा अधिक जवळीक जाणवते आहे. त्यानं माझ्यापाशी मन मोकळं केल्यामुळे मला असं वाटत असेल. इथून पुढे तो नेहमी माझ्याशी मोकळेपणानं वागेल अशी मला आशा आहे. येणाऱ्या बाळाचा स्वीकारदेखील तो मनापासून करतोय. अजून त्यानं बाळासाठी पाळणा किंवा खेळणी अशी खरेदी केली नसली तरी काय झालं!

मी टक लावून त्याच्याकडे पाहते. तो गाडी चालवतोय. त्याचे विखुरलेले केस, रे-बॅन्स, पिनस्ट्रिप जॅकेट, पांढरा लिनन शर्ट आणि जीन्स... किती मादक आणि देखणा तरीही साधा दिसतोय तो.

माझ्याकडे बघत तो पटकन माझ्या गुडघ्यावर हात ठेवत म्हणतो, "बरं झालं तू कपडे बदलले नाहीस."

निघायच्या आधी मी अंगावर डेनिमचं जॅकेट चढवलंय. पायात फ्लॅट्स घातलेत; पण तो काळा स्कर्ट काही बदलला नाहीये. त्याचा हात माझ्या गुडघ्यावर स्थिरावतो. मी त्याच्या हातावर हात ठेवत म्हणते,

"तू मला असं डिवचत राहणार आहेस का?"

"सांगता येत नाही." तो हसून उत्तर देतो.

"का पण?"

"कारण, मी करू शकतो." एखाद्या लहान मुलासारखं हसून तो उत्तर देतो.

"मलाही खेळता येतं म्हटलं." मी त्याला आव्हान देते.

माझ्या मांडीवर असलेला त्याचा हात किंचित वर सरकतो. "मिसेस ग्रे, करा सुरुवात मग." तो हसून म्हणतो.

मी त्याचा हात उचलून त्याच्या गुडघ्यावर ठेवते. "हे बघ, स्वतःचा हात स्वतःच्या गुडघ्यावर ठेव."

तो हसून म्हणतो, "मिसेस ग्रे, जशी तुमची इच्छा."

वैतागच आहे. माझी खेळी माझ्यावरच उलटली.

आमच्या नवीन घराच्या ड्राईव्ह-वेमधून ख्रिश्चन गाडी आत घेतो. की-पॅडपाशी थांबून नंबर पंच केल्यावर समोरचे भव्य पांढरे गेट उघडते. ख्रिश्चन गाडी आत घेतो. दुतर्फा हिरव्या रंगांच्या विविध छटांच्या झाडांची दाटी आहे. बाजूला असलेल्या कुरणामधलं हिरवं गवत पिवळसर होऊ लागलंय. अधूनमधून पिवळी गवतफुलं डोकवतात. अतिशय सुंदर हवा आहे. प्रसन्न दिवस आहे. सगळीकडे सूर्यप्रकाश भरून उरला आहे. दूरवरून येणाऱ्या साऊंडवरून खारट वाऱ्याचा गंध येणाऱ्या शिशिराची चाहूल देतो आहे. ही जागा अतिशय सुंदर आणि शांत आहे. हे आमचं घर असणार आहे या विचारानं मला खूप छान वाटतंय.

रस्ता नागमोडी वळण घेतो आणि आमचं घर समोर दिसू लागतं. 'ग्रे कन्स्ट्रक्शन' असं मोठ्या अक्षरात लिहिलेले अनेक ट्रक आमच्या घरासमोर उभे आहेत. घराच्या बाजूने पराती बांधलेल्या आहेत. कन्स्ट्रक्शनचे खास हेल्मेट घालून अनेक कामगार घराच्या छतावर काम करत आहेत.

ख्रिश्चन गाडी एका बाजूला थांबवतो. त्याचा उत्साह जाणवण्यासारखा आहे.

"चल, इलिएटला शोधू यात."

"तो असेल का इथे?"

"अशी आशा आहे, भरपूर पैसे देतो मी त्याला."

मी ख्रिश्चनकडे त्रासिक कटाक्ष टाकते. तो छानसं हसतो. आम्ही दोघंही गाडीतून उतरतो.

"योऽऽ! ब्रोऽऽ!" कुठून तरी इलिएटचा आवाज येतो. आम्ही इकडेतिकडे बघत त्याला शोधू लागतो.

"इकडे, इकडे, वर बघा!" छतावरून इलिएट आम्हाला हात दाखवतो. "बरं झालं आलात. कधीची वाट पाहत होतो आम्ही. आहात तिथेच थांबा. आलोच मी."

मी ख्रिश्चनकडे पाहते. तो खांदे उडवतो. काही मिनिटांतच इलिएट घराच्या समोरच्या दारात येऊन उभा राहतो.

"हेऽऽ, ब्रो." तो ख्रिश्चनचा हात हातात घेत म्हणतो. "आणि मॅडम, आपण कशा आहात," असं म्हणून मला उचलून घेत तो गिरकी घेतो."

"बरीच बरी आहे, थॅंक्स," मला खूप हसू येतं. पण माझ्या बरगड्या तेवढ्या हसण्यानेदेखील दुखतात. ख्रिश्चन वैतागून इलिएटकडे पाहतो. पण तो त्याच्याकडे सोईस्कररीत्या दुर्लक्ष करतो.

"चला, साईटच्या ऑफिसमध्ये जाऊ यात. हे घ्या, याची गरज पडेल." हेल्मेटकडे बोट दाखवत तो म्हणतो.

आम्ही घरात जातो. जाडजूड कापडानं जमीन झाकलेली आहे. मुळच्या काही भिंती गायब होऊन त्यांच्या जागी नवीन भिंती उभारलेल्या आहेत. इलिएट पुढे

होऊन उत्साहानं आम्हाला सगळं समजावून सांगतोय. सगळीकडे अनेक माणसं आणि काही थोड्या बायका काम करत आहेत. मूळचा दगडी जिना आणि त्याला लावलेली लोखंडाची जाळी शाबूत आहे, हे पाहून मला फार बरं वाटतं. मोठ्या पांढऱ्या डस्ट-शीटनं ती जाळी झाकलेली आहे.

घराच्या मागची मूळ भिंत पूर्णपणे काढून टाकलेली आहे. जियाने सुचवलेली काचेची भिंत तिथे येणार आहे. गच्चीतसुद्धा काम चालू आहे. सगळीकडे बांधकामाचं साहित्य पडलेलं असूनदेखील ते घर आणि आजूबाजूचा परिसर अप्रतिम दिसतोय. घराच्या मूळच्या देखण्या ढाच्याला धक्का न लावता त्याला बेमालूमपणे आधुनिकतेची जोड दिलेली आहे... जियानं मस्त काम केलं आहे. इलिएट शांतपणे आम्हाला सगळं काही नीट सविस्तर समजावून सांगतोय. प्रत्येक कामाला साधारणतः किती वेळ लागेल, तेदेखील तो आम्हाला सांगतोय. बहुतेक करून ख्रिसमसपर्यंत आम्हाला या घरात राहायला येता येईल, असं त्याचं म्हणणं आहे. ख्रिश्चनच्या मते मात्र इलिएट आम्हाला उगाचच मधाचं बोट लावतोय.

होली काऊ- यंदाचा ख्रिसमस आम्ही नवीन घरात असू. इथून साऊंड न्याहाळायला किती छान वाटेल! मी आता अधीर झाले आहे. एक वेगळाच उत्साह मला जाणवू लागलाय. आम्ही दोघं या नवीन घरात ख्रिसमसचं झाड सजवत असू, तेव्हा तपकिरी केसांचा छोटासा मुलगा उत्सुकतेनं आमच्या हालचाली न्याहाळत असेल.

आम्हाला किचन फिरवून दाखवल्यावर इलिएट म्हणतो, की ''चला, आता मी तुम्हाला दोघांना जरा मोकळं सोडतो. पण, काळजी घ्या हं. सगळीकडे खूप सामान पडलंय.''

''नक्कीच, थँक्स, इलिएट,'' असं म्हणत ख्रिश्चन माझा हात हातात घेतो. ''खूश?'' इलिएट गेल्यावर ख्रिश्चन मला विचारतो. मी हा मोठा डायनिंग हॉल न्याहाळत विचार करते, की फ्रान्समध्ये घेतलेली बेल पेपरची पेंटिंग्ज कुठे लावावीत?

''खूप. प्रचंड आवडलंय. प्रेमात पडले आहे. तुझं काय?''

''अगदी तुझ्याचसारखं.'' तो हसून म्हणतो.

''किती छान. मी त्या बेल पेपरच्या पेंटिंगचा विचार करत होते. इथे छान दिसतील ना ती?''

ख्रिश्चन मान डोलावतो. ''या घरामध्ये मला होजेने काढलेली तुझी पोर्ट्रेट्स लावायची आहेत. ती कुठे लावायची तेही ठरव.''

मी एकदम संकोचते, ''जिथे मला ती सारखी दिसणार नाहीत तिथे कुठेही लाव.''

''असं नको करूस,'' माझ्या खालच्या ओठांवरून अंगठा फिरवत तो मला लाडानं रागावतो. ''ते माझे आवडते फोटो आहेत. मी ऑफिसमध्ये लावलेला फोटो

तर मला अतिशय आवडतो.

"मला कळतच नाही, त्याच्यात एवढं आवडण्यासारखं काय आहे." असं म्हणत मी त्याच्या अंगठ्यावर ओठ टेकवते.

"तुझा हसरा चेहरा पाहण्याशिवाय इतर कुठलंही काम मला नकोसं असतं. भूक लागलीये?" तो विचारतो.

"कशाची?" मी हळूच म्हणते.

तो हसतो, त्याचे डोळे गडद होतात. माझ्या नसानसांतून इच्छा आणि कामभावना दौडू लागतात.

"मिसेस ग्रे, मी खाण्याबद्दल विचारतोय." असं म्हणत तो माझ्या ओठांवर पट्कन ओठ टेकवतो.

मी त्याच्याकडे बघत वैतागून ओठ काढते आणि उसासा सोडत म्हणते, "हो, आजकाल तर मला सारखी भूकच लागलेली असते."

"आपण तिघं मस्त पिकनिक करू यात."

"तिघं? कुणी येतंय का?"

मान एका बाजूला कलती करत, माझ्याकडे पाहत ख्रिश्चन खट्याळपणे म्हणतो, "साधारण सात-आठ महिन्यांत."

ओह... ब्लिप! मी त्याच्याकडे पाहून छानसं हसते.

"मला वाटलं, की तुला बाहेर मोकळ्या हवेत खायला आवडेल."

"बाहेर, लॉनवर?" मी विचारते.

तो मान डोलावतो.

"चालेल," मी हसून उत्साहानं उत्तर देते.

"आपण आणि आपली मुलं, हे घर किती सुंदर आहे ना आपल्या कुटुंबासाठी?" माझ्याकडे पाहत तो म्हणतो.

कुटुंब? मुलं? बोलू का आता मनातलं?

तो हलकेच माझ्या पोटावर बोटं टेकवतो. *होली शिट.* माझा श्वास आपोआप रोखला जातो. मी त्याच्या हातावर अलगद हात टेकवते.

"माझा तर विश्वासच बसत नाहीये," तो म्हणतो. आज पहिल्यांदाच मला त्याच्या स्वरात नवल जाणवतंय.

"मी कल्पना करू शकते. ए- थांब, माझ्याकडे पुरावा आहे. प्रिंट आहे."

"खरं की काय? बाळाचं पहिलं हसू?"

मी माझ्या पाकिटातून ब्लिपचं पहिलं अल्ट्रासाऊंड प्रिंट बाहेर काढते.

"हे बघ."

प्रिंट हातात धरून ख्रिश्चन कितीतरी वेळ ते न्याहाळत राहतो. "ओह... ब्लिप.

हं, दिसतंय मला.'' तो थक्क होऊन म्हणतो.

''तुझं बाळ,'' मी म्हणते.

''आपलं बाळ.'' तो दुरुस्ती करतो.

''हे एकच नाही बरं का.''

''म्हणजे?'' सावध होत ख्रिश्चन म्हणतो.

''निदान दोन तरी हवीत.''

''दोन?'' ख्रिश्चन तोलूनमापून म्हणतो. ''आपण एका वेळेस फक्त एकाच बाळाचा विचार करू यात का?''

मी हसून उत्तर देते, ''चालेल.''

त्या उबदार सरत्या दुपारी आम्ही दोघं घरातून बाहेर लॉनच्या दिशेनं चालू लागतो.

''तू तुझ्या घरच्यांना कधी सांगणार आहेस?'' ख्रिश्चन मला विचारतो.

''लवकरच सांगेन,'' मी उत्तर देते. ''आज सकाळी 'रे' ला सांगायचा विचार होता माझा. परंतु, मिस्टर रॉड्रिग्ज तिथे असल्यामुळे मी काही बोलले नाही.'' मी खांदे उडवत म्हणते.

ख्रिश्चन मान डोलवत आर-एटचं हूड उघडतो. आतमध्ये पिकनिक बास्केट आणि आम्ही लंडनमध्ये घेतलेलं रंगीत चौकटीचं टार्टन ब्लँकेट आहे.

''चल,'' असं म्हणत तो एका हातात बास्केट आणि ब्लँकेट घेतो आणि दुसरा हात माझ्यासमोर करतो. आम्ही दोघं मिळून लॉनच्या दिशेनं जातो.

''रॉस, तसंच कर.'' असं म्हणून ख्रिश्चन फोन बंद करतो. आमच्या पिकनिकच्या दरम्यान त्यानं घेतलेला हा तिसरा फोन आहे. पायातले बूट-मोजे त्यानं भिरकावून दिले आहेत. गुडघ्यावर हात टेकवून तो मला न्याहाळत बसला आहे. आमच्या दोघांच्या अंगातली जॅकेट्स एका बाजूला पडली आहेत. ऊबदार सूर्यप्रकाशात आम्हाला त्यांची गरज भासत नाहीये. मी ख्रिश्चनच्या बाजूला लोळते आहे. उंच वाढलेलं सोनेरी हिरवं पिवळं गवत आजूबाजूला पसरलेलं आहे. घरामध्ये चाललेल्या कामाच्या थोड्याफार आवाजांव्यतिरिक्त इतर कुठलाही आवाज वातावरणात जाणवत नाहीये. गर्द गवतामुळे आम्ही सगळ्यांपासून लपलेले आहोत. आमच्यासाठी हा स्वर्ग आहे. तो मला अजून एक स्ट्रॉबेरी खाऊ घालतो. त्याच्या गडद नजरेकडे पाहत मी ती खाते.

''आवडली?'' तो विचारतो.

''खूप.''

''अजून हवी आहे?''

“स्ट्रॉबेरी पुरे झाली आता.”

त्याचे डोळे चमकू लागतात. तो हसून म्हणतो, “मिसेस जोन्स काय मस्त पिकनिक बास्केट भरतात.”

“त्यात काही वादच नाही,” मी उत्तर देते.

झटक्यात सरकत तो माझ्या पोटावर डोकं टेकवतो आणि समाधानाने डोळे मिटून घेतो. मी त्याच्या केसातून बोटं फिरवू लागते.

तो खोल श्वास घेतो. तितक्यात त्याचा ब्लॅकबेरी वाजतो. वैतागून तो स्क्रीनवरचा नंबर बघतो. मग डोळे फिरवत तो कॉल घेतो.

“वेल्च,” तो त्रासून म्हणतो. पुढचे काही क्षण तो सावधपणे बोलणं ऐकतो आणि अचानक ताडकन उठून बसतो.

“दिवसाचे चोवीस तास... थँक्स,” दातओठ खात असं म्हणत तो फोन बंद करतो. मघाचा त्याचा अलवार मूड आता पार बदलला आहे. इतका वेळ मला चिडवणारा, फ्लर्ट करणारा नवरा अचानक नाहीसा झालाय. त्याची जागा अतिशय थंड डोक्याच्या व्यावसायिकानं घेतलेली आहे. क्षणभर नजर बारीक करत तो माझ्याकडे पाहून थंडपणे हसतो. माझ्या अंगातून शिरशिरी जाते. तो ब्लॅकबेरीवर स्पीड डायल करतो.

“रॉस, लिंकन टिंबरमध्ये आपल्या मालकीचा किती हिस्सा आहे?” तो पुढे होत विचारतो.

मला अनाहूत भीती जाणवते. *ओह नो, आता काय?*

“ठीक आहे, ते सगळे शेअर्स जीईएचमध्ये विलीन कर आणि लिंकन टिंबरचं बोर्ड बरखास्त कर... फक्त सीईओला राहू दे... मला कशाशीही घेणंदेणं नाही... ऐकू आलंय मला तुझं म्हणणं, सांगतोय तेवढंच कर... थँक यू... काय होतंय ते मला कळवत राहा...” कठोरपणे असं म्हणत तो फोन बंद करून काही क्षण मला निर्विकारपणे न्याहाळतो.

होली शिट! ख्रिश्चन जाम भडकलाय.

“काय झालं?”

“लिंक,” तो पुटपुटतो.

“लिंक? एलेनाचा एक्स?”

“तोच तो. त्या हरामखोराने हाईडला बेल मिळवून दिली होती.”

मी अवाक होऊन ख्रिश्चनकडे पाहत राहते. त्यानं ओठ घट्ट मिटले आहेत.

“असो- स्वतःची वाट लावून घेणार आहे तो,” मी त्रासून म्हणते. “नाही म्हणजे, बेल मिळाल्यानंतर बाहेर आल्यावर हाईडनं अजून एक गुन्हा केलाय.”

ख्रिश्चनची नजर अजून बारीक होते. तरीही तो हसून म्हणतो, “मिसेस ग्रे,

नेहमीप्रमाणेच चांगला मुद्दा उत्तम प्रकारे मांडलात तुम्ही.''

''तू आत्ता काय केलंस?'' उठून बसत मी त्याला विचारते.

''मी त्याची वाट लावून टाकली.''

ओह! ''अं... जरा घाईने निर्णय घेतला असं नाही वाटत का?''

''मी नेहमीच तडकाफडकी निर्णय घेतो.''

''मला त्याची जाणीव नाही असं वाटतं का?''

पुन्हा एकदा डोळे बारीक करत तो माझ्याकडे रोखून बघत तुटकपणे म्हणतो, ''गेले काही दिवस हा विचार माझ्या मनात होताच.''

''अच्छा?''

खोल श्वास घेत तो क्षणभर बोलावं की नाही या विचारात गढतो.

''खूप वर्षं झाली या गोष्टीला... मी एकवीस वर्षांचा होतो. त्या वेळेस लिंकनं त्याच्या बायकोला बेदम मारलं होतं. तिचा अगदी लोळागोळा झाला होता. तिचा जबडा तुटला होता. तिचा डावा हात आणि चार बरगड्या मोडल्या होत्या... का तर तिचे आणि माझे शरीरसंबंध होते.'' बोलता बोलता त्याची नजर कठोर होते. ''आणि आज मला समजतंय की, त्याच हरामखोरानं अशा माणसाला बेल मिळवून दिली ज्यानं मला मारून टाकण्याचा प्रयत्न केला, माझ्या बहिणीचं अपहरण केलं आणि ज्याच्यामुळे तू काही दिवस बेशुद्ध होतीस. बस्स! खूप झालं. आता मी सगळ्याची पुरेपूर भरपाई करणार आहे.''

माझा चेहरा उतरतो. *होली शिट!* ''मिस्टर ग्रे, चांगला मुद्दा उत्तम प्रकारे मांडलात तुम्ही,'' मी धीर एकवटून म्हणते.

''ॲना, मी असाच आहे. सहसा माझ्या मनात सुडाची भावना येत नाही. पण, याला मात्र मी सोडू शकत नाही. तो एलेनाशी ज्या पद्धतीने वागला... खरं तर तिने त्याच वेळेस त्याची तक्रार करायला हवी होती; परंतु, तिनं ते केलं नाही. अर्थात, तो तिचा वैयक्तिक दृष्टिकोन होता. आता मात्र त्यानं हाईडचा वापर करून हद्द केली आहे. कारण नसताना माझ्या कुटुंबाला मध्ये गोवून त्यानं मला आव्हान दिलं आहे. मी आता त्याला चिरडून टाकणार आहे. त्याच्यासमोर त्याच्या कंपनीचा चक्काचूर करणार आहे. त्याच्या नाकावर टिच्चून त्याच्या कंपनीचे तुकडेतुकडे करून विकून टाकणार आहे. त्याचं दिवाळं काढणार आहे.''

ओह...

''शिवाय,'' ख्रिश्चन छद्मीपणे हसत म्हणतो, ''या व्यवहारातून आपल्याला चिक्कार पैसे मिळतील.''

मी त्याच्या संतापलेल्या नजरेकडे बघते. पुढच्या क्षणी त्याची नजर निवळते.

''तुला घाबरवायचा माझा हेतू नव्हता,'' तो म्हणतो.

"मी नाही घाबरले," मी चक्क खोटं बोलते.

नवल वाटून तो एक भुवई उंचावत माझ्याकडे पाहतो.

"मला फक्त आश्चर्य वाटलं," असं म्हणून मी आवंढा गिळते. खरं म्हणजे मला कधीकधी ख्रिश्चनची प्रचंड भीती वाटते.

माझ्या ओठांवर ओठ टेकवत तो म्हणतो, "तुला सुरक्षित ठेवायला मी वाट्टेल ते करेन. माझं कुटुंब सुरक्षित ठेवेन. माझं छोटं बाळ सुरक्षित ठेवेन." मग हळुवारपणे तो माझ्या ओटीपोटावरून हात फिरवतो.

ओह... मी श्वास घ्यायला विसरते. ख्रिश्चन मला न्याहाळतो आहे. त्याची नजर गडद होते आहे. त्याचे ओठ किंचित विलग होतात. थोडासा पुढे होत तो जाणीवपूर्वक माझ्या योनीला हलकासा स्पर्श करतो.

होली शिट! क्षणात माझं रक्त उसळतं. दोन्ही हातात त्याचं डोकं धरत, त्याला माझ्याकडे ओढून घेत मी त्याला करकचून किस करते. माझ्या आवेगानं अवाक होत तो मला प्रतिसाद देतो. माझ्या स्पर्शासाठी तो आतुर झालाय. काही क्षण आम्ही एकमेकांत हरवून जातो. आमच्या जिभा, आमचे ओठ आणि श्वास... याहून वेगळी जाणीव उरत नाही. आम्ही एकमेकांना नव्यानं चाखतो.

ओह! मला हा हवा आहे. आत्ता, इथे, या मोकळ्या आभाळाखाली हवा आहे. गेल्या कित्येक दिवसांचा दुरावा मला संपवायचा आहे.

"ॲना," तो स्वतःला सावरत म्हणतो. त्यालाही मी हवी आहे. त्याचा स्पर्शच सांगतो आहे ते. माझ्या पाठीवरून फिरणारा त्याचा हात आता खाली सरकू लागतो. मी घाईने त्याच्या शर्टची बटणं काढू लागते.

"ॲना, ॲना, थांब;" किंचित मागे होत, माझे हात घट्ट धरत तो म्हणतो.

"नाही," मी हट्टाला पेटले आहे. त्याचा खालचा ओठ हलकासा चावत मी म्हणते, "नाही, आता नाही थांबणार. मला तू आत्ताच्या आत्ता हवा आहेस."

तो दीर्घ श्वास घेतो. त्याची मनःस्थिती द्विधा झाली आहे. पण त्याच्या नजरेतला भाव लपत नाही.

"प्लीज, मला तू खरंच हवा आहेस," माझा कण न् कण त्याच्यासाठी आसुसला आहे. *आम्ही नेहमीच तर करतो हे.*

त्याला संयम ठेवणं कठीण जातं. पटकन पुढे होत तो माझ्या ओठांवर ओठ टेकवतो. एका हाताने माझी मान सावरत तो दुसऱ्या हातानं मला कुरवाळू लागतो. माझ्या ओठांवरचे ओठ न हटवता अलगद मला खाली आडवं करत तोही माझ्या बाजूला आडवा होतो.

मग किंचित मागे सरकत, मला न्याहाळत तो म्हणतो, "मिसेस ग्रे, तुम्ही किती सुंदर आहात."

"तुम्हीही तितकेच सुंदर आहात, अंतर्बाह्य, मिस्टर ग्रे."

हे ऐकताच तो थबकतो. त्याच्या कपाळावर आठ्या उमटतात. त्या आठ्यांवरून बोटं फिरवत मी प्रेमाने म्हणते, "खरं सांगते, माझ्यासाठी तू अंतर्बाह्य सुंदर आहेस, अगदी माझ्यावर रागावलेला असतोस तेव्हासुद्धा मला तू सुंदरच वाटतोस."

हे ऐकताच आवेगानं पुढे होत तो पुन्हा माझ्या ओठांचा ताबा घेतो. त्याचा भार आता माझ्यावर आहे.

"मला तुझी खूप उणीव भासली," त्याचा प्रामाणिक स्वर ऐकताच मी गहिवरते. त्याचे दात माझ्या जबड्याचे हलके चावे घेण्यात दंग आहेत.

"ख्रिश्चन, मलासुद्धा तुझी खूप उणीव भासली," त्याचे केस मुठीत घट्ट धरत मी दुसऱ्या हाताने त्याचा खांदा धरून ठेवते. त्याचे ओठ माझ्या चेहराभर फिरतात. माझ्या ब्लाऊजची बटणं तो सावकाश उघडू लागतो. आता त्याचे ओठ माझ्या छातीवर स्थिरावतात. माझ्या शरीराच्या स्पर्शानं तोही सुखावत चीत्कारतो. त्या प्रतिसादानं मी कणाकणानं फुलून येते, आतुर होते.

"तुझं शरीर बदलू लागलं आहे," त्याच्या तोंडून शब्द बाहेर पडतात. अंगठ्यानं तो माझ्या स्तनाग्रांना छेडू लागताच ते ताठरू लागतात.

"बघ, कसा प्रतिसाद देतायत, मला खूप छान वाटतंय," असं म्हणून तो माझ्या छातीच्या घळीतून जीभ फिरवत मला हळुवार गुदगुल्या करू लागतो. मग एका बाजूनं तो दातानं ब्रा बाजूला करत माझा स्तन मोकळा करून नाकानं माझ्या स्तनाग्राला छेडू लागतो. त्याच्या स्पर्शासरशी माझे स्तन फुलून येतात. तो रंगात येऊन स्तन जोरात चोखू लागतो.

"आह!" मी चीत्कारत खोल श्वास घेते. त्याच क्षणी माझ्या बरगडीतून कळ येते. माझा जीव कळवळतो.

ख्रिश्चनचा चेहरा काळवंडतो. "ॲना," तो काळजीने ओरडतो. "हेच मी नेहमी म्हणतो. स्वतःची काळजी घ्यायची असते याची तुला जरादेखील पर्वा नसते." तो मला खडसावतो "तुला काही दुखलंखुपलं तर मला अजिबात चालणार नाही."

"अरे, थांब, थांब," मी कुरकुरते. तो माझ्याकडे पाहत स्वतःला थोपवतो. "प्लीज."

"बरं," असं म्हणत तो पटकन थोडासा सरकतो. आता मी त्याच्या पायांच्या मध्ये आहे. माझा आखूड स्कर्ट वरती सरकला आहे. तो माझ्या मांडीवरून बोटं फिरवू लागतो.

"आता कसं! इथून मला दिसायलाही अडचण नाही," असं म्हणत तो दुसऱ्या बाजूनंदेखील माझी ब्रा खाली ओढतो. मग पुढे होत दोन्ही स्तन हातात पकडून

स्तनाग्रंना छेडू लागतो. मी मान मागे टाकून स्वतःला त्या सुखद तरंगांच्या हवाली करते. त्याचे सराईत हात मला इतके उचकवतात की, मी पटकन पुढे होत त्याच्यावर रेलते. आता आमचं नाकाला नाक टेकलं आहे. त्याच्या राखाडी नजरेत माझ्याबद्दलची अभिलाषा लख्ख दिसते आहे. बोटांनी मला छेडणं सुरू ठेवत तो मला किस करतो. मी हावरटपणे त्याच्या शर्टची बटणं उघडू पाहते. त्याला स्पर्श करू पाहते. मला स्वतःला थोपवणं कठीण जाऊ लागतं. मला त्याला प्रत्येक ठिकाणी स्पर्श करायचा आहे, किस करायचं आहे, त्याला स्वतःत सामावून घ्यायचं आहे.

"हेऽऽ!" अलगद माझा चेहरा हातात घेऊन माझ्या नजरेला नजर देत तो म्हणतो. माझी कुठलीही इच्छा अपूर्ण ठेवण्याचा त्याचा मानस नाही. "आपल्याला काही घाई नाहीये. सावकाश. मला हा प्रत्येक क्षण टिपायचा आणि जपायचा आहे."

"ख्रिश्चन, अरे काळ लोटलाय तुला असं भेटून." मी धापा टाकत म्हणते.

"सावकाश," तो आपला मुद्दा सोडत नाही. माझ्या ओठांच्या उजव्या कोपऱ्यावर ओठ टेकवत तो पुन्हा म्हणतो, "सावकाश, अगदी सावकाश." मग माझा खालचा ओठ दातात धरत तो म्हणतो, "आपण दोघांनीही घाई करून चालणार नाही, हो ना!" एक हात माझ्या केसांत गुंतवत तो मला प्रदीर्घ चुंबनात गुंगवून ठेवतो. मी थोडा वेळ भान विसरते.

मी त्याचा चेहरा कुरवाळते. माझी आतुर बोटं पुन्हा त्याच्या शर्टची बटणं उघडू लागतात. त्याचे ओठ माझ्या ओठांना सोडत नाहीत. आता माझी बोटं त्याच्या उघड्या छातीवरून फिरू लागली आहेत. त्याचा ऊबदार आणि मऊ स्पर्श मला धीट करतो. मी त्याला किंचित लोटताच तो माझ्या खाली आडवा होतो. उठून बसत मी त्याच्याकडे नजर टाकते. त्याची ताठरता आता मला चांगलीच जाणवते आहे. हं! माझी बोटं आता त्याच्या गालांवरून, हनुवटीवरून, गळ्यावरून फिरू लागतात आणि गळ्याच्या तळाशी असलेल्या खड्ड्यावर स्थिर होतात. माझा देखणा ख्रिश्चन! किंचित झुकून मी आता त्याचे किस घेऊ लागते. त्याच्या गालांचे आणि हनुवटीचे मी हलके चावे घेते. तो डोळे मिटून घेतो.

अहाहा! आता चीत्कारायची पाळी त्याची आहे. तो डोकं किंचित मागे घेतो. त्यामुळे मला त्याला किस करणं सोपं जाणार आहे. त्याचे ओठ किंचित विलग होतात. असा हरवलेला तरीही पेटलेला ख्रिश्चन काय सॉलिड दिसतोय! मी आतून तापले आहे.

त्याच्या छातीवरच्या केसात माझी बोटं फिरू लागतात. हं! त्याची चव मस्त आहे, त्याचा गंध मस्त आहे. मी मोहात पडले आहे. पुन्हा नव्यानं ख्रिश्चनच्या

प्रेमात पडले आहे. मी भीतभीत हलकेच त्याच्या एका व्रणावर ओठ टेकवते. तो काहीही म्हणत नाही हे पाहून मी दुसऱ्या व्रणावर ओठ टेकवते. अचानक तो माझे नितंब ओढून धरतो. मी स्तब्ध होते. माझे हात त्याच्या छातीवर तसेच राहतात. मी त्याच्याकडे रोखून पाहते. त्याच्या श्वासाची गती वाढली आहे.

"इथे? आत्ता हवंय तुला?" तो श्वास घेत विचारतो. त्याची नजर प्रेमानं आणि कामभावनेनं ओथंबली आहे.

"हो," मी आतुरतेनं उत्तर देते. माझी नजर आणि जीभ आता त्याच्या स्तनाग्राकडे मोर्चा वळवते. हलकासा चावा घेत मी ते चोखत ओढू लागते.

"ओह, ॲना," माझ्या कानाशी असं म्हणत तो माझ्या कंबरेला विळखा घालून मला उचलून धरतो आणि पटकन पँटची झिप उघडून स्वतःला मोकळं करतो. पुढच्याच क्षणी तो मला खाली घेत माझ्यात प्रवेशतो. मला त्याचा मखमली, कढत स्पर्श सुखावतो. तो माझ्या मांड्या कुरवाळू लागतो. माझे मोजे जिथे संपतात तिथे मांडीवर तो बोटांनी गोलगोल स्पर्श करत मला छेडू लागतो. माझ्या तनामनातून शिरशिरी धावू लागते. त्याच्या अंगठ्याचा कळत नकळतसा स्पर्श मला अगदी 'तिथेच' होऊ लागतो. मी श्वास रोखून धरते.

"ही अंडरवेअर तुझी लाडकी नसेल अशी आशा करतो," असं मिस्कीलपणे म्हणत तो पँटीज्च्या इलास्टिकच्या जागी मला पोटाला गुदगुल्या करू लागतो. तसंच मला छेदत अंगठा आत सारतो. त्याच्या त्या उष्ण स्पर्शाने माझ्या पँटीज् जणू विरघळून जातात. आता त्याचा तळहात माझ्या मांडीवर आणि अंगठा माझ्यात आहे. स्वतःचे नितंब आक्रसून घेत तो मला पुन्हा एकवार भिडतो.

"किती गच्च भिजली आहेस तू," त्याच्या स्वरात कौतुक आणि आस आहे, तीव्र कामेच्छा आहे. पुढच्या क्षणी तो उठून बसत मला घट्ट धरतो. आता आमची नाकाला नाकं टेकली आहेत. तो माझ्या नाकावर नाक घासतो.

"मिसेस ग्रे, आपण आता अगदी सावकाश येणार आहोत. मला कणाकणाने तुम्हाला अनुभवायचं आहे," असं म्हणत तो मला किंचित उंचावून धरतो आणि मग अतिशय सावकाश, अगदी मला त्रासदायक वाटेल इतक्या सावकाश, स्वतःवर घेतो. त्याच्या ताठरतेनं मी आतून कणाकणानं व्यापली जाते.

"आह!" त्याचे दंड पकडण्याचा प्रयत्न करत मी चीत्कारते. पुन्हा एकदा घर्षणाची गोडी अनुभवण्यासाठी मी स्वतःला उंचावू पाहते, पण तो मला हलू देत नाही.

"मला करू दे," असं म्हणत तो कंबर उचलतो. त्याबरोबर तो माझ्यात अजूनच गच्च बसतो. मान मागे टाकत मी त्या स्पर्शाची जादू अनुभवते. संभोगाची गोडी अनुभवते. एकरूपतेचा अनुभव घेते. चीत्कारते.

''ऐकू दे मला तुझा आवाज,'' असं म्हणत तो मला अजूनच घट्ट धरतो. ''हलू नकोस, फक्त जाणवून घे.''

मी डोळे उघडते. माझे शब्द हरवले आहेत. ''आह!'' तो माझ्याकडे टक लावून पाहतो आहे. लालसावलेली राखाडी नजर आणि थक्क झालेली निळी नजर. मला तसंच धरून ठेवत तो पुन्हा किंचित हालचाल करतो.

मी कण्हते. त्याचे ओठ माझ्या गळ्यावर आहेत. त्याच्या स्पर्शात मी न्हाऊन निघते आहे.

''तुझ्यात स्वतःला गाडून घेणं ही माझी सगळ्यात लाडकी जागा आहे,'' माझ्यावर चुंबनांचा वर्षाव करता करता तो म्हणतो.

''थोडासा हल ना,'' मी काकुळतीला येते.

''मिसेस ग्रे, धीर धरा,'' मला छेडत तो पुन्हा स्वतःच्या नितंबांना हलकासा झटका देतो. माझ्या शरीरातून परम सुखाच्या लाटा उठू लागतात. त्याचा स्पर्श अनुभवत मी त्याचा चेहरा हातात घेत म्हणते,

''ख्रिश्चन, ये ना, प्लीज.''

माझ्या हनुवटीपासून कानापर्यंत हलके चावे घेत तो मला किंचित वरखाली करत अनुमती देतो, ''ये.'' माझी अंतर्देवता आता मोकाट सुटली आहे. मी त्याला खाली ढकलत आतबाहेर आणि वरखाली होऊ लागते. मला खालून आणि आतून होणारा त्याचा स्पर्श संपूर्ण आहे. त्याव्यतिरिक्त मला आता काही सुचत नाही, जाणवत नाही. मी एका तालावर आरूढ होते, मी त्याच्यावर आरूढ होते. तो माझ्या लयीशी जुळवून घेत प्रतिसाद देऊ लागतो. त्याचं शरीर माझी भाषा बोलू लागतं. त्याचे हात मला सावरू लागतात. गेल्या कित्येक दिवसांचा आमचा उपास संपतो. आमच्या शरीरांच्या या उत्कट संवादांची मला किती प्रचंड उणीव भासली आहे हे त्याच्याइतकं कोणाला कळणार आहे? निसर्गसुद्धा आमच्यात मग्न झालाय. माझ्या पाठीला कोवळी किरणं जाणवत आहेत. आसमंतात धुंद गंध पसरला आहे. हवा प्रसन्न आणि मोकळी आहे. स्पर्श, गंध, चव, आणि दृष्टीला सुखावणारा असाच हा आमचा प्रणय सोहळा आहे. माझ्या नवऱ्याचं देखणेपण अजूनच खुललं आहे.

''ओह, ॲना,'' डोळे घट्ट मिटून घेत तो माझं नाव घेतो.

आह! किती आवडतंय मला हे सगळं. आतल्या आत मी उत्कटता अनुभवते आहे, पेटते आहे, विरघळते आहे, भरभरून स्त्रवू पाहते आहे. ख्रिश्चनचे हात माझ्या मांडीवरून पुढे येतात. माझ्या योनीच्या मध्यभागी तो किंचितसा दाब देतो आणि मी येते... पुन्हा पुन्हा येत राहते. रतिसुखानं धुंदावत त्याच्यावर कोसळते. माझ्या उत्कट प्रतिसादानं त्याची उत्कटता शिगेला पोचते. माझं नाव घेत तोही

स्वतःला माझ्यात रितं करतो. प्रेम, समाधान आणि आनंदाव्यतिरिक्त आम्हाला काहीही जाणवत नाही.

माझं डोकं छातीशी धरून तो मला थोपटतो. हं. मी डोळे मिटून घेत त्याच्या मिठीचा स्पर्श अनुभवते. माझा हात त्याच्या छातीवर आहे. त्याच्या हृदयाची धडधड मला स्पष्टपणे जाणवतेय. त्याचं चुंबन घेत मी त्याच्या कुशीत शिरते. त्याला असा समरसून आणि परिपूर्ण स्पर्श करायला काही महिन्यांपूर्वी मला परवानगी नव्हती, हेदेखील मला विसरायला झालंय.

"बरं वाटतंय?" तो माझ्या कानाशी कुजबुजतो. मी मान वर करून त्याच्याकडे पाहते. तो प्रसन्नपणे हसतोय.

"खूप. तुला?" त्याच्याचसारखं हसू माझ्याही चेहऱ्यावर आहे.

"मिसेस ग्रे, मला तुमची फार उणीव भासली." अचानक गंभीर होत तो म्हणतो.

"मलासुद्धा."

"यापुढे कुठलीही हिरोगिरी करायची नाही, कळलं?"

"कळलं," मी कबुली देते.

"तू नेहमी मोकळेपणानं मला सगळं सांगितलं पाहिजेस."

"ग्रे, हा नियम तुम्हालाही लागू होतो."

तो हसून म्हणतो, "चांगला मुद्दा उत्तम प्रकारे मांडलात. मी प्रयत्न करेन." तो माझ्या केसांवर ओठ टेकवतो.

"मला असं आतून वाटतंय, की या घरात आपल्याला भरभरून सुख मिळणार आहे," डोळे मिटून घेत मी म्हणते.

"हो. तू, मी आणि... ब्लिप. पण मला सांग, तुला आत्ता कसं वाटतंय?"

"मस्त. आनंदी. मोकळं."

"छान."

"तुला?"

"तू म्हणालीस तसंच मलाही वाटतंय," तो मनापासून म्हणतो.

मी त्याच्याकडे बघत त्याच्या मूडचा अंदाज घेते.

"काय?" तो विचारतो.

"तुला माहितीये का, आपण जेव्हा सेक्स करतो, तेव्हा तू खूप वर्चस्व गाजवतोस."

"तू तक्रार करते आहेस का?"

"नाही. पण मी विचार करत होते की... तू म्हणाला होतास, की तुला त्या

सगळ्याची उणीव भासते.''

अचानक स्तब्ध होत तो माझ्याकडे रोखून पाहत म्हणतो, ''हं, कधी कधी वाटतं तसं.''

ओह! ''हं, त्याचा काहीतरी विचार करायला हवा आपल्याला,'' असं म्हणत मी त्याला घट्ट बिलगत त्याच्या ओठांवर ओठ टेकवते. माझ्या मनासमोर अनेक प्रसंग तरळून जातात. आम्ही दोघंच, प्ले-रूममध्ये, टेबलवर, क्रॉसवर, पलंगावर... त्याचा रासवट संभोग मला आवडतो- आमचा रासवट संभोग. हो. मी ते सगळं करू शकते. त्याच्यासाठी- त्याच्याबरोबर मी ते सगळं करू शकते. *मी ते सगळं माझ्यासाठी करू शकते.* मघाच्या प्रसंगाची आठवण होऊन मी अंतर्बाह्य थरारते.

''ते सगळं मलासुद्धा आवडतं,'' असं म्हणत मी धिटाईने त्याच्याकडे पाहते. तो छानसं हसतो.

''तुला माहितीए का? खरं म्हणजे मला तुझी कमाल मर्यादा तपासून पाहायला आवडेल.'' माझा अंदाज घेत तो म्हणतो.

''कशाची कमाल मर्यादा?''

''आनंदाची.''

''ओह, मला वाटतं मलाही आवडेल ते.'' मी हे बोलताच माझी अंतर्देवता चक्क बेशुद्ध पडते.

''ठीक आहे, घरी गेल्यावर विचार करू,'' तो मला आश्वासन देतो.

मी पुन्हा एकदा त्याला घट्ट मिठी मारते. किती प्रेम आहे माझं त्याच्यावर.

आम्ही पिकनिकला जाऊन आता दोन दिवस उलटले आहेत. *घरी गेल्यावर विचार करू* हे वचन देऊनही दोन दिवस झाले आहेत. अजूनही ख्रिश्चन मला खूप जपतो आहे. जणू काही मी काचेची बाहुली आहे. तो मला ऑफिसलादेखील जाऊ देत नाहीये. म्हणून मी घरून काम करते आहे. इतका वेळ वाचत असलेली सर्व पत्रं मी माझ्या डेस्कवर एका बाजूला ठेवत निःश्वास सोडते. त्या दिवशी मी परवलीचा शब्द वापरल्यानंतर आजपर्यंत आम्ही प्ले-रूममध्ये गेलेलो नाही आहोत. तो म्हणालाय की, त्याला त्याची उणीव जाणवते आहे. तसं तर मलाही जाणवते आहे... विशेषतः, जेव्हा तो म्हणतोय की, त्याला माझी कमाल मर्यादा जाणून घ्यायची आहे, तेव्हापासून तर फारच. या सगळ्यातून काय निष्पन्न होईल या विचारानं मी संकोचते. बिलिअर्ड टेबलकडे नजर टाकल्यावर माझी अधीरता माझ्या लक्षात येते.

कानावर गोड सूर पडल्यामुळे मी तंद्रीतून बाहेर येते. ख्रिश्चन पियानो वाजवतोय. नेहमीच्या उदास सुरांऐवजी आज अनोखे, आशावादी आणि गोड स्वर ऐकू येत

आहेत. हे स्वर माझ्या ओळखीचे आहेत. पण आजवर ते त्याने कधीही वाजवलेले नाहीत.

मी दबक्या पावलांनी ग्रेटरूममध्ये जाऊन पियानो वाजवणाऱ्या ख्रिश्चनचं निरीक्षण करू लागते. संध्याकाळ झाल्यामुळे आकाशात गुलाबी रंगाची उधळण झाली आहे. ख्रिश्चनच्या तपकिरी केसांवर तो रंग पसरलाय. किती सुंदर आणि देखणा दिसतोय तो! एकचित्तानं तो पियानो वाजवतोय. मी तिथे आले आहे ह्याची त्याला जाणीवदेखील नाही. गेल्या काही दिवसांत तो खूप मोकळेपणानं वागू बोलू लागलाय. माझ्या प्रत्येक गरजेकडे तो जातीनं लक्ष पुरवतोय. स्वतःचे विचार आणि योजनांबद्दल भरभरून बोलतोय. जणू काही एखादा बांध फुटला असावा. त्याच्या बोलण्यातला इतका मोकळेपणा मी आजवर अनुभवलेला नाही.

मला खात्री आहे की, काही मिनिटांतच तो मला बघायला येईल. माझ्या मनात एक कल्पना चमकते. अतिशय उत्तेजित होऊन मी हळूच तिथून दूर होते. माझ्या हालचालींचा सुगावा त्याला लागला नसावा अशी अपेक्षा करत मी आमच्या बेडरूमच्या दिशेने जाता जाता अंगातले कपडे काढू लागते. आता माझ्या अंगात फिक्या निळ्या रंगाच्या लेसच्या पॅन्टीजव्यतिरिक्त काही नाही. मी पटकन त्याच रंगाचा कॅमेझॉल अंगावर चढवते. त्यामुळे माझ्या अंगावरचे व्रण झाकले जातील. पटकन ड्रॉवर उघडून मी ख्रिश्चनची फेडेड जीन्स बाहेर काढते... त्याची प्ले-रूम जीन्स... माझी लाडकी जीन्स. बाजूच्या टेबलवरून मी ब्लॅकबेरी उचलते. त्यानंतर जीन्सची छान घडी घालत मी बेडरूमच्या दाराशी येत उकिडवी बसते. दार उघडं आहे. त्यातून मला पियानोचे स्वर ऐकू येत आहेत. हे गाणं माझ्या ओळखीचं नाहीये. पण तरीही स्वर आनंददायी आणि अतिशय सुंदर आहेत. मी पटकन ई-मेल टाइप करते.

फ्रॉम : ॲनेस्टेशिया ग्रे
सब्जेक्ट : माझ्या नवऱ्याचा आनंद
डेट : सप्टेंबर २१, २०११   २०:४५
टु : ख्रिश्चन ग्रे

सर,
तुमच्या सूचनांची वाट पाहते आहे.

सदैव तुमची
मिसेस जी x
मी मेल पाठवते.

काही क्षणांनंतर अचानक पियानो वाजायचा थांबतो. मी सावध होते. माझं हृदय जोरजोरात धडधडू लागतं. मी वाट पाहते... वाट पाहते... शेवटी एकदाचा माझा ब्लॅकबेरी वाजतो.

फ्रॉम : ख्रिश्चन ग्रे
सब्जेक्ट : माझ्या नवऱ्याचा आनंद... हा विषय मला खूप आवडला.
डेट : सप्टेंबर २१, २०११   २०:४८
टु : ॲनेस्टेशिया ग्रे

मिसेस ग्रे,
माझी उत्सुकता चाळवली आहे. मी शोधायला येतोय.
तयार राहा.

ख्रिश्चन ग्रे,
उत्सुक सीईओ, ग्रे एन्टरप्राइझेस होल्डिंग्ज इन्कॉ.

तयार रहा! माझं हृदय जोरजोरात धडधडू लागतं. मनातल्या मनात मी आकडे मोजू लागते. बरोबर सदोतीस सेकंदांनतर दार उघडतं. त्याचे अनवाणी पाय दारात दिसतात. हं. तो काहीही बोलत नाही. कितीतरी काळ तो काहीच बोलत नाही. *ओह शिट.* मान वर करून त्याच्याकडे बघण्याचा मोह टाळून मी नजर जमिनीवर खिळवून ठेवते.

शेवटी तो खाली वाकून स्वतःची जीन्स उचलतो. काहीही न बोलता तो वॉक-इन क्लोझेटच्या दिशेनं जातो. मी तशीच स्तब्धपणे बसून राहते. *ओह माय... हेच हवंय मला.* आता माझं हृदय इतकं जोरात धडधडतंय की, ते बाहेर पडेल की काय असं मला वाटू लागलंय. माझ्या शरीरात ॲड्रेनॅलिन जोरजोरात उसळू लागलंय. मी अतिशय उत्तेजित झाले आहे. तो आता काय करेल मला? काही क्षणानंतर तो माझ्यासमोर येतो. त्याच्या अंगात आता ती जीन्स आहे.

"अच्छा, तर तुला हे हवंय?" तो हलक्या स्वरात विचारतो.

"हो."

त्यावर तो काही बोलत नाही. मी पटकन त्याच्याकडे एक चोरटा कटाक्ष टाकते. त्याची जीन्स, त्यामध्ये लपेटलेल्या मांड्या, मध्यभागी उमटलेला उंचवटा, कमरेपाशी उघडं असलेलं बटण, पोटावरची मऊशार लव, त्याची नाभी, पोटाचे कमावलेले स्नायू, छातीवरचे केस, चमकणारी राखाडी नजर आणि एका बाजूला किंचित कलती झालेली मान. त्याने एक भुवई उंचावलेली आहे. *ओह शिट!*

"हो काय?'' तो धमकावतो.

ओह.

"हो, सर.''

त्याची नजर निवळते. "शहाणी मुलगी,'' असं म्हणत तो माझ्या डोक्यावर थोपटतो. "मला वाटतंय की, आता आपण तुला वरच्या खोलीत घेऊन जावं,'' तो पुढे म्हणतो. मी अतिशय उत्तेजित होते. माझ्या पोटात हवाहवासा खड्डा पडतो.

माझा हात हातात घेऊन तो चालायला लागतो. आम्ही पायऱ्या चढतो. प्ले-रूमपाशी पोहोचल्यावर तो क्षणभर थांबतो. पुढे झुकून हळुवारपणे माझं चुंबन घेतो. आणि मग खसकन माझे केस धरतो.

"तुला माहितीए ना, की तू सबमिसिव्ह असूनही सगळं स्वतःच्या नियंत्रणात ठेवण्याचा प्रयत्न करते आहेस,'' माझ्या ओठांवर ओठ टेकवत तो पुटपुटतो.

"काय?'' त्याच्या म्हणण्याचा अर्थ मला कळत नाही.

"काळजी करू नकोस. मी घेईन धकवून,'' त्याच्या स्वरात कुतूहल आहे. बोलताबोलता माझ्या गालांवरून नाक फिरवत तो माझ्या कानाचा हलकेच चावा घेतो. "आत गेल्यावर झुकून बस. दाखवलं आहे मी तुला ते.''

"हो... सर.''

तो माझ्याकडे रोखून बघतो. त्याच्या नजरेत प्रेम, नवल आणि छद्मी विचार आहेत.

जीझ... ख्रिश्चनबरोबरचं आयुष्य कधीही कंटाळवाणं जाणार नाही. प्रत्येक गोष्टीत मनापासून त्याला साथ द्यायची माझी इच्छा आहे. या माणसावर माझं प्रेम आहे. माझा नवरा, माझा प्रियकर, माझ्या होणाऱ्या बाळाचा डॅडी, कधी कधी माझा डॉमिनंट... माझा फिफ्टी शेड्स.

◆

आणि मग पुढे...

द बिग हाऊस, मे २०१४

स्वच्छ निरभ्र निळ्या आकाशाखाली टार्टन पिकनिक ब्लँकेटवर मी लोळते आहे. आजूबाजूला पसरलेल्या उंच हिरव्या गवतामध्ये असंख्य रंगीत फुलं उमललेली आहेत. उतरत्या उन्हामुळे आसमंत ऊबदार बनलाय. ती ऊब माझ्या शरीरातच नाही तर माझ्या पोटातल्या बाळापर्यंत पोहोचतेय. मी खूप सुखावले आहे. तिथून हलायची माझी जराही इच्छा नाही. छे... हे सारं इतकं सुंदर आहे, की कधी कधी माझा त्याच्यावर विश्वास बसत नाही. तो क्षण, ती शांतता, अत्यंत शुद्ध असा तो आनंद मी श्वासाश्वासात भरून घेते. इतकं सुख प्राप्त होण्याचा, पूर्णत्व जाणवण्याचा अधिकार मला आहे का? पण तो विचार मी तेवढ्यावरच सोडून देते. या क्षणी, या इथे माझं आयुष्य नितांतसुंदर आहे. त्याची दखल घेणं, त्याची वाखाणणी करणं आणि केवळ या क्षणात जगणं हे मी माझ्या नवऱ्याकडून शिकले आहे. एस्कलामधली आमची शेवटची रात्र आठवून मला हसू येतं.

माझ्या पुढे आलेल्या पोटावरून ख्रिश्चन छळ होईल इतक्या सावकाश फ्लॉगर फिरवतो.

"ॲना, तुझं समाधान झालं का?" ख्रिश्चन माझ्या कानात विचारतो.

"हो, प्लीज." मी हात सोडवायचा प्रयत्न करत गयावया करते. माझ्या डोळ्यांवर पट्टी आहे. माझे हातपाय बांधलेले आहेत. आम्ही प्लेरूममध्ये आहोत.

फ्लॉगरचा मुलायम फटका माझ्या नितंबांवर बसतो.

"प्लीज काय...?"

मी श्वास रोखते. "प्लीज, सर."

माझ्या पार्श्वभागातून झिणझिण्या येतायत. ख्रिश्चन तिथे कुरवाळू लागतो.

"ओह, ओह, ओह!" त्याचे शब्ददेखील मला कुरवाळतात. त्याची बोटं माझ्या योनीवर स्थिरावत मला कुरवाळतात.

मी चीत्कारते.

"मिसेस ग्रे," खोल श्वास घेत तो म्हणतो, "तुम्ही किती उत्सुक आहात, किती तयार आहात."

त्याची कुशल बोटं माझ्यात आतबाहेर होऊ लागतात. नेमक्या 'त्या' जागी स्पर्श करतात. हातातला फ्लॉगर खाली टाकून देत ख्रिश्चन माझं ओटीपोट आणि छाती कुरवाळू लागतो. मी स्तब्ध होते. माझं शरीर किती संवेदनशील झालं आहे.

"श्श!" असं म्हणत ख्रिश्चन माझं एक स्तन पकडून अंगठ्याने स्तनाग्र छेडू लागतो.

"आह!"

त्याचा कोमल स्पर्श मला विलक्षण उत्तेजित करतो. माझ्या स्तनातून संवेदना स्रवू लागतात. त्या शरीरात खोलवर पसरू लागतात. मान किंचित मागे घेत मी माझं स्तन त्याच्या ताब्यात देत पुन्हा चीत्कारते.

"मला तुझं हे सुखावणं पाहायला आणि ऐकायला खूप आवडतं," माझ्या कानाशी असं गुणगुणत तो मला छेडणं सुरू ठेवतो. त्याची ताठरता, त्याच्या पँटचं बटण माझ्या कोमल त्वचेला टोचत आहे. सातत्याने आतबाहेर करणारी त्याची बोटं अजूनही माझा गोड छळ करत आहेत. "असंच यायचं आहे का?" तो मला विचारतो.

"नाही."

त्याची बोटं एकदम थांबतात.

"हो का? मिसेस ग्रे, तुमच्या हातात आहे का ते?" माझं स्तनाग्रं आवळत तो विचारतो.

"नाही... नाही, सर."

"हं, आत्ता कसं!"

"आह! प्लीज!" मी याचना करते.

"तुला काय हवं आहे ॲनेस्टेशिया?"

"तू. नेहमीच हवा असतोस."

तो खोल श्वास घेतो.

"संपूर्णपणे."

आपली बोटं बाहेर काढत तो माझा चेहरा स्वत:कडे वळवून घेतो आणि माझ्या डोळ्यांवरची पट्टी काढतो. माझ्याकडे रोखून बघणाऱ्या त्या राखाडी नजरेत मी हरवते. माझ्या खालच्या ओठावरून आधी एक बोट फिरवून तो ते बोट आणि अंगठा माझ्या तोंडात घालतो. माझ्याच स्रावाची खारट चविष्ट गोडी मला चाखायला देतो.

"चोख," तो माझ्या कानात म्हणतो. मी त्याची बोटं चोखू लागते.

हं... त्याच्या बोटामुळे माझीसुद्धा चव मस्त लागतेय.

माझ्या हातांवरून हात फिरवत, माझ्या बेड्या सोडवत, तो मला मोकळं करतो. पुन्हा मला वळवून तो माझी वेणी ओढतो, त्याबरोबर मी त्याच्या मिठीत येते. माझी मान किंचित कलती करून तो माझ्या गळ्यापासून कानापर्यंत चुंबनांचा वर्षाव करत घोगऱ्या स्वरात म्हणतो;

"मला तोंडात घे," त्याचा स्वर मला उद्युक्त करतो. माझं पेटलेलं शरीर तरारून उठतं. सौख्याच्या संवेदना पार आतपर्यंत पोहोचतात.

मी आतुर होते. त्याच्याकडे वळत त्याचा चेहरा धरून त्याला करकचून किस करते. माझी जीभ बेलगाम सुटते. त्याला सुखवत, स्वतःही सुखावत मी त्याच्या चवीत हरवते. तो चीत्कारतो. माझ्या मागून हात टाकत मला जवळ ओढून घेतो. पण माझं पुढे आलेलं पोट त्याला टेकतं. त्याच्या हनुवटीला हलकासा चावा घेत मी त्याच्यावर चुंबनांचा वर्षाव करू लागते. माझी अधीर बोटं त्याच्या जीन्सवरून फिरू लागतात. तो मान मागे टाकतो. माझे ओठ त्याच्या गळ्यावरून छातीवर स्थिरावतात. तिथले केस माझ्या नाकाला गुदगुल्या करतात.

"आह!"

त्याच्या जीन्सचं बटण ओढून काढत मी गुडघ्यांवर बसते. तो माझ्या खांद्यांवर हात ठेवतो.

मी पापण्यांच्या आडून त्याच्याकडे पाहते, तो माझ्याकडेच रोखून पाहत असतो. त्याचे ओठ किंचित विलग झाले आहेत, डोळे गडद झाले आहेत. जीन्समधून मोकळं झालेल्या त्याला मी तोंडात घेते. प्रेमाचा हा मार्ग मला खूप आवडतो. त्याच्यावरची त्याची प्रतिक्रिया मला आवडते. त्याचं बेभान होणं, चीत्कारणं मला मनोमन सुखावून जातं. मी डोळे मिटून घेत त्याला चोखू लागते, त्याची चव अनुभवू लागते.

माझं डोकं धरून तो मला स्थिर करतो, मी त्याला पूर्णपणे तोंडात घेते.

"डोळे उघडे ठेवून माझ्याकडे पाहा," तो हलक्या स्वरात हुकूम देतो.

त्याची नजर मला पेटवते. तो कंबर पुढे करत चटकन मागे घेतो. दुसऱ्यांदा त्याने हीच कृती केल्यावर मी त्याला हाताने धरू पाहते. त्याबरोबर थबकून तो माझे हात पकडतो.

"मला स्पर्श करू नकोस नाहीतर मी परत तुझे हात बेड्यांत अडकवेन. मला फक्त तुझं तोंड हवं आहे," तो गुरगुरतो.

ओह माय! असं आहे तर. मी हात मागे बांधून घेत त्याला तोंडात तसंच ठेवून निरागस नजरेने त्याच्याकडे पाहते.

"गुड गर्ल!" मानभावीपणाने हसत घोगऱ्या स्वरात तो उत्तर देतो. मला हळुवारपणे पण घट्ट धरून ठेवत तो स्वतःला बाहेर काढून म्हणतो, "मिसेस ग्रे, तुमचं तोंडदेखील जबरदस्त संभोगी आहे." डोळे मिटून घेत परत तो माझ्यात प्रवेशतो. मी ओठांनी त्याला दाबत जिभेने गोलाकार स्पर्श करत जाते. आत घेते, बाहेर काढते, पुन्हा पुन्हा ही कृती करते. तो थक्क होत अनुभवत राहतो.

"आह! पुरे!" असं म्हणत तो स्वतःला बाहेर काढतो. मला तो हवा आहे अजून खूप वेळ. पण माझे खांदे पकडत तो मला उठून उभं करतो. माझी वेणी ओढत तो मला किस करू लागतो. अचानक मला सोडून देत, मला काही कळायच्या आधीच तो मला उचलून घेत आमच्या पलंगावर ठेवतो. मी पलंगाच्या कडेला आहे.

"माझ्या कंबरेभोवती पायांनी मिठी घाल," त्याचा हुकूम सुटतो. मी त्याप्रमाणे करून त्याला माझ्या दिशेनं ओढते. दोन्ही हात माझ्या बाजूंना ठेवत तो माझ्यावर ओणवा होत अगदी सावकाश माझ्यात प्रवेशतो.

अहाहा! काय छान वाटतंय. डोळे मिटून घेत मी त्याच्या स्पर्शाची खुमारी अनुभवते. त्याने माझा असा संपूर्ण ताबा घेणं मला मान्य आहे.

"ठीक आहे?" त्याच्या स्वरात माझ्याबद्दल काळजी आहे.

"ओह! ख्रिश्चन, हो, हो. प्लीज." त्याच्याभोवतीची पायांची मिठी घट्ट करत मी कंबर उचलते. तो चीत्कारतो. मी त्याचे दंड धरून ठेवते. आधी अगदी सावकाश माझ्या आतबाहेर होत तो गती वाढवू लागतो.

"ख्रिश्चन, प्लीज जरा जोरात कर. अरे, मी काही मोडून पडणार नाहीये."

माझं बोलणं ऐकताच त्याचा संयम सुटतो. तो भराभर हलू लागतो. मला जणू रगडू लागतो. ओह! स्वर्गीय म्हणतात ते हेच का?

"असंच हवं आहे मला," मी सुखावून उत्तर देत त्याच्या दंडावरची पकड घट्ट करते. मी आतल्या आत विरघळू लागले आहे. मी आता कोणत्याही क्षणी येऊ शकते. तो नव्या जोमाने माझ्यात आतबाहेर करू लागतो. "ओह, प्लीज! थांबू नकोस."

"ये ॲना, ये," दात एकमेकांवर दाबून धरत तो म्हणतो आणि मी फुटते. मला आता दुसरं कुठलंही भान उरलेलं नाही. मी पुन्हा पुन्हा येत राहते. त्याचं नाव घेत राहते. क्षणभर थबकून, "ॲना," असं म्हणत ख्रिश्चनदेखील मोकळा होतो.

ख्रिश्चन माझ्या बाजूला लोळला आहे. त्याची लांबसडक बोटं माझ्या ओटीपोटावरून फिरत आहेत.

"माझी लेक कशी आहे?"

"नाचते आहे," मी हसून उत्तर देते. तितक्यात माझ्या पोटात ब्लिप टू उसळी घेते.

"नाचते आहे? अच्छा! वॉव! माझ्या हाताला जाणवतंय," तो हसून म्हणतो. "मला वाटतं तिलासुद्धा सेक्स आवडतो."

ख्रिश्चनच्या कपाळावर आठ्या उमटतात. "खरं की काय?" असं म्हणत तो माझ्या पोटावर ओठ टेकवतो. "यंग लेडी, तू तीस वर्षांची होईपर्यंत तुला असं काहीही करता येणार नाही, समजलं का?"

मला हसू येतं, "ओह, ख्रिश्चन, कसला दांभिक आहेस तू!"

"नाही, माझ्या मुलीची काळजी असणारा बाप आहे मी." माझ्याकडे बघत भुवया उंचावत तो म्हणतो. त्याच्या चेहऱ्यावरची काळजी माझ्या नजरेतून सुटत नाही.

"ख्रिश्चन, तू एक चांगला डॅडी आहेस. माझी तशी खात्रीच होती." त्याचा देखणा चेहरा कुरवाळत मी म्हणते. त्यावर तो त्याचं ते खास ठेवणीतलं हसतो.

माझ्या ओटीपोटावरून हात फिरवत आणि मग त्यावर ओठ टेकवत तो म्हणतो, "मला तुझं हे नवीन रूप खूप आवडतंय."

मी ओठ काढत म्हणते, "मला नाही तसं वाटत."

"त्यामुळे तू जास्त उत्तेजित होतेस."

"ख्रिश्चन!"

"आणि पुन्हा एकदा मला तुझं स्तन्य चाखायला मिळेल."

"ख्रिश्चन! तू ना इतका रासवट-"

"भाषा." असं म्हणत तो पटकन माझ्यावर झेपावत माझे दोन्ही हात माझ्या डोक्यावरती घट्ट धरून माझ्या पायावर पाय टाकत माझं कडकडून चुंबन घेतो. "तुला रासवट संभोग आवडतो," असं म्हणत तो माझ्या नाकावर नाक घासतो.

मी हसते. त्याच्या अवखळ मूडची मलाही लागण होते. "हो, मला रासवट संभोग आवडतो. आणि माझं तुझ्यावर प्रेम आहे. खूप खूप प्रेम आहे."

माझ्या मुलाचा आवाज ऐकून मी खडबडून जागी होते. तो आनंदाने काहीतरी ओरडतोय. तो किंवा ख्रिश्चन दोघंही मला दिसत नाहीयेत तरीही मला हसू येतंय. टेडची विश्रांती झाली आहे. तो आणि ख्रिश्चन आसपास भटकत आहेत. मी तशीच पडून राहते. सेक्स करतानाच्या ख्रिश्चनच्या अदा किंवा तऱ्हा आजही तितक्याच रंजक आहेत. माझ्याबरोबर असताना ख्रिश्चन जो संयम दाखवतो त्याच्या कितीतरी पटींनी जास्त संयम तो टेडबरोबर असताना दाखवतो. असंच तर असतं बाप मुलाचं नातं. माझा सुंदर गोजिरवाणा मुलगा त्याच्या आई-वडिलांच्या गळ्यातला ताईत-

भीती म्हणून माहितीच नाही त्याला. ख्रिश्चन मात्र त्याच्या सुरक्षिततेची- आणि माझ्याही- अतिरेकी काळजी घेतो. माझा लाडका, संतापी, नियंत्रण ठेवण्यास उत्सुक असा फिफ्टी.

"चल, मॉमीला शोधू यात. ती इथेच कुठेतरी गवतात आहे."

त्यावर टेड जे उत्तर देतो ते मला ऐकू येत नाही. ख्रिश्चन खळखळून हसतो. त्याचं हसणं जादुई आहे. पालकत्वाचा आनंद त्यातून जाणवतोय. माझी उत्सुकता ताणली जाते. मी धडपडत हाताच्या कोपरावर तोल सांभाळत त्या दोघांना शोधू लागते.

ख्रिश्चन टेडला गोल गोल फिरवतोय. आनंद, उत्सुकता, थोडीशी भीती अशा सगळ्याचं मिश्रण होऊन टेड जोरजोरात किंचाळतोय. आता ख्रिश्चन त्याला फिरवणं थांबवतो आणि हवेत उंच फेकतो- माझा श्वास क्षणभर अडकतो- तितक्यात ख्रिश्चन टेडला अचूक पकडतो. पुन्हा एकदा टेड जोरात किंचाळतो आणि मी सुटकेचा श्वास घेते. माझं छोटसं पिल्लू, माझं लाडकं छोटसं पिल्लू. किती खेळकर आहे.

"डॅडी, पुन्हा!" टेड आनंदाने ओरडून म्हणतो. त्याबरोबर ख्रिश्चन परत एकदा त्याला हवेत फेकून तत्परतेने झेलतो. पुन्हा एकदा माझा श्वास अडकतो. ख्रिश्चननं टेडला घट्ट मिठीत घेतल्यावरच मी श्वास घेते. टेडच्या तपकिरी केसांवर ख्रिश्चन ओठ टेकवतो. मग त्याच्या गालाची पापी घेत त्याला गुदगुल्या करायला सुरुवात करतो. टेड खळखळून हसू लागतो, आळोखेपिळोखे देऊ लागतो. ख्रिश्चनला ढकलायचा आणि त्याच्या मिठीतून सुटण्याचा प्रयत्न करू लागतो. मग ख्रिश्चन त्याला हळूच खाली ठेवतो.

"चल, मॉमीला शोधू यात. ती गवतात लपलीये."

टेडला खूप मजा येतेय. तो उत्सुकतेनं मला इकडेतिकडे शोधू लागतो. ख्रिश्चनचा हात घट्ट धरून तो कुठेतरी बोट दाखवतो. पण मी तिथे नाहीच आहे. मोठ्या कष्टांनी हसू दाबत मी जागच्या जागी पडून राहते. मलासुद्धा या लपंडावाची खूप मजा वाटतेय.

"टेड, मला मॉमीचा आवाज ऐकू आला. तुला नाही आला?"

"मॉमी!"

टेडचा उतावीळ स्वर ऐकून मला पुन्हा हसू येतं. जीझ! अगदी बापावर गेलाय. आणि आत्ता कुठं दोन वर्षांचा झालाय.

"टेडी!" मी त्याला हाक मारते.

"मॉमी!" काही क्षणांतच मला त्या दोघांच्याही पावलांचा आवाज येतो. उंच वाढलेल्या गवतातून आधी टेड आणि त्याच्या पाठोपाठ ख्रिश्चन माझ्यासमोर येऊन

उभे राहतात.

"मॉमी!" फार दिवसांपासून आपण ज्याचा शोध घेत होतो तो खजिना अवचित हाती आल्यासारखी त्याची प्रतिक्रिया होते. त्याचा आविर्भाव पाहून मला खूप मजा वाटतेय. घाईघाईने तो माझ्या कुशीत शिरतो.

"ए माझ्या पिल्ला!" त्याला कुशीत घेत मी त्याच्या गोबऱ्या गालांची पापी घेते. खुदुखुदू हसत तो पण माझी पापी घेतो आणि मग माझी मिठी सोडवायचा प्रयत्न करतो.

"हॅलो, मॉमी." ख्रिश्चन हसून म्हणतो.

"हॅलो, डॅडी." मी हसून उत्तर देते. माझ्या बाजूला बसत तो टेडला मांडीवर घेतो.

"बाळा, मॉमजवळ हळू जायचं बरं का," तो टेडला समजावून सांगतो. मला हसू येतं. मग खिशातून ब्लॅकबेरी काढून तो टेडच्या ताब्यात देतो. जेमतेम पाच मिनिटं टेड थोडासा शांत बसेल, मला खात्री आहे. टेड हातातल्या ब्लॅकबेरीचं गंभीरपणे निरीक्षण करतो. त्याचा डॅडी ई-मेल वाचताना जसा भुवया आक्रसून वाचतो, तसाच टेडचा आविर्भाव आहे. आपल्या निळ्या डोळ्यांनी तो एकाग्रतेनं वाचतोय. टेडच्या तपकिरी केसांना मायेनं हुंगणारा ख्रिश्चन पाहून माझं मन अभिमानानं भरून येतं. या दोघांभोवती माझं जग एकवटलंय. काही क्षण का होईना पण टेड ख्रिश्चनच्या मांडीवर चक्क शांतपणे बसलाय. या संपूर्ण जगात या दोघांइतकं कोणीही माझं लाडकं नाही.

या विश्वातला सगळ्यात सुंदर आणि हुशार मुलगा म्हणजे माझा टेड... अर्थात प्रत्येक आईला आपल्या बाळाबद्दल असंच वाटत असणार म्हणा. आणि ख्रिश्चनचं तर काय... तो ख्रिश्चन आहे. पांढरा टी-शर्ट आणि जीन्स घातलेला ख्रिश्चन नेहमीसारखाच हॉट दिसतोय. किती अंतर्बाह्य देखणा आहे हा. मी असं काय केलं बरं, की ख्रिश्चन माझ्या आयुष्यात आला.

"मिसेस ग्रे, तुम्ही छान दिसताय."

"मिस्टर ग्रे, तुम्हीसुद्धा छान दिसताय."

"मॉमी खूप सुंदर आहे की नाही?" ख्रिश्चन टेडच्या कानात म्हणतो. टेड त्याला ढकलून देतो. कारण त्या क्षणी त्याला डॅडीपेक्षा डॅडीचा ब्लॅकबेरी जास्त महत्त्वाचा वाटतोय.

"टेडवर तुझा प्रभाव नाही पडत," मी खुदुखुदू हसत म्हणते.

"हो ना," हसत टेडच्या केसांवर ओठ टेकवत ख्रिश्चन मला उत्तर देतो. "टेड उद्या दोन वर्षांचा होणार आहे, यावर अजूनही माझा विश्वास बसत नाहीये," पुढे होत माझ्या पोटावर हात ठेवत तो मनापासून म्हणतो, "आपल्याला खूप मुलं

व्हायला हवीत.''

''निदान अजून एक तरी,'' मी हसून उत्तर देते.

तो माझं पोट कुरवाळत विचारतो, ''माझी लेक कशी आहे?''

''छान आहे. मला वाटत आत्ता झोपलीये.''

''हॅलो, मिस्टर ग्रे. हाय, ॲना.'' आम्ही दोघंही वळतो. टेलरची दहा वर्षांची मुलगी सोफी आमच्यासमोर उभी असते.

''सोईऽऽऽ!'' तिला बघताच टेड आनंदानं ओरडत हातातला मोबाईल बाजूला फेकून देत घाईघाईनं ख्रिश्चनच्या मांडीवरून उठतो.

''गेलनं मला पॉप्सिकल दिल्या आहेत. त्यातली एक मी टेडला दिली तर चालेल का?''

''खुशाल,'' मी म्हणते. आता हा खूप चिकट होणार असा विचार माझ्या मनात आल्याशिवाय राहत नाही.

हात पुढे करत टेड म्हणतो, ''पॉप!'' सोफी त्याच्या हातात एक पॉप्सिकल ठेवते. एव्हाना ती वितळायला सुरुवात झाली आहे.

''बघू बरं, मला जरा बघू.'' उठून बसत मी टेडच्या हातातली पॉप्सिकल घेऊन पटकन चोखते. हं... थंडगार चविष्ट क्रॅनबेरी!

''माझी आहे ती!'' टेड चिडून म्हणतो.

''घे की.'' असं म्हणत मी ती त्याला परत देते. आता तो घाईघाईनं पॉप्सिकल तोंडात घालतो. त्याच्या चेहऱ्यावर हसू आणि आनंद आहे.

''मी आणि टेड फिरायला जाऊ का?'' सोफी विचारते.

''खुशाल.''

''फार दूर जाऊ नका,'' ख्रिश्चन बजावतो.

''हो, मिस्टर ग्रे.'' सोफीच्या तपकिरी डोळ्यांत गंभीर भाव आहेत. माझ्या मते ती ख्रिश्चनला थोडी घाबरते. ती हात पुढे करते. टेड घाईघाईनं तिचा हात पकडतो. उंच गवतातून उड्या मारत दोघं जातात.

ख्रिश्चन गंभीरपणे त्यांचं निरीक्षण करत असतो.

''ख्रिश्चन, नको काळजी करूस. इथे काय होणार आहे त्यांना?'' डोळे बारीक करून क्षणभर ख्रिश्चन माझ्याकडे बघतो. मी पटकन त्याच्या मांडीवर बसते.

''शिवाय, टेड सोफीचं सगळं ऐकतो.''

माझ्या केसांवर ओठ टेकवत ख्रिश्चन म्हणतो, ''ती खूप गुणी मुलगी आहे.''

''हो ना, शिवाय, किती सुंदर आहे ती. सोनेरी केसांची राजकन्या.''

अचानक स्तब्ध होत ख्रिश्चन माझ्या पोटावर हात टेकवतो. ''मुली, हं?'' त्याच्या स्वरात हुरहुर असते. त्याच्या मानेभोवती हात गुंफत मी उत्तर देते,

"किमान तीन महिने तरी तुला तुझ्या मुलीची काळजी करण्याची गरज नाही. तिला मी पूर्ण संरक्षणात ठेवलं आहे, समजलं का?"

माझ्या कानामागे ओठ टेकवत तो हलकेच माझ्या कानाचा चावा घेत म्हणतो, "मिसेस ग्रे, तुम्ही म्हणाल ते."

अचानक तो मला चावल्यामुळे मी थोडीशी ओरडते.

"काल रात्री मला खूप छान वाटलं. तसं आपण वरचेवर केलं पाहिजे."

"मलासुद्धा तसंच वाटतं."

"तू काम करणं बंद केलंस तर ते सहज शक्य होईल आपल्याला...."

मी डोळे फिरवते. त्याबरोबर माझ्या भोवतीची मिठी घट्ट करत तो हसून म्हणतो,

"मिसेस ग्रे, तुम्ही डोळे फिरवत आहात ना?" त्याच्या स्वरातली गर्भित धमकी मला जाणवते. मी त्याच्या मिठीतून सुटायचा प्रयत्न करते. त्याचं हे बोलणं मला अधिक उत्तेजित करतं. परंतु, आम्ही गवतात आहोत आणि मुलं जवळपास आहेत. ख्रिश्चनच्या आव्हानाकडे मी दुर्लक्ष करत म्हणते,

"आज 'न्यू यॉर्क टाईम्स'च्या बेस्ट सेलरच्या यादीत ग्रे पब्लिशिंगचा लेखक आहे. बॉईस फॉक्सची तडाखेबंद विक्री चालू आहे. ई-बुक्सच्या विक्रीनं उच्चांक गाठला आहे. माझ्या मनासारखी टीम आता माझ्या हाताशी आहे."

"प्रतिकूल परिस्थितीतदेखील तू प्रचंड नफा कमावते आहेस आज." हे बोलताना ख्रिश्चनच्या स्वरातला अभिमान लपत नाही. "पण, मला तुझं घरातलं रूप जास्त आवडतं. घरगुती आणि प्रेग्नंट."

मी मागे झुकून त्याच्याकडे पाहते. तो एकटक माझ्याकडे पाहत असतो. त्याच्या नजरेत चमक आहे.

"मलासुद्धा ते आवडतं," माझ्या या म्हणण्यावर तो माझं चुंबन घेतो. माझ्या पोटावरचे हात त्यानं अजूनही काढलेले नाहीत.

त्याचा चांगला मूड पाहून मी मनातला विषय बोलते.

"मी सुचवलेल्या गोष्टीचा विचार केला आहेस का?"

त्यावर तो अचानक स्तब्ध होत म्हणतो, "ॲना, माझं उत्तर 'नाही' असंच आहे."

"पण, एला हे नाव किती छान आहे."

"हे बघ, मी माझ्या मुलीला माझ्या आईचं नाव देणार नाही म्हणजे नाही. विषय संपला."

"तुझा विचार पक्का आहे का?"

माझी हनुवटी धरत माझ्या नजरेला नजर देत तो प्रामाणिकपणे म्हणतो, "हो.

ॲना, सोड ना हा विषय. माझ्या गाडलेल्या अशुभ भूतकाळाची सावली माझ्या लेकीवर पडावी, अशी माझी मुळीच इच्छा नाही.''

''बरं बाबा, चुकलं माझं.'' शिट... मला त्याला भरीला पाडायचं नाहीये.

''लक्षात घे, उगाचच माझा भूतकाळ सुधरवण्याचा प्रयत्न करू नकोस. शिवाय, मी तुला कबुली दिली आहे ना की, माझं माझ्या आईवर प्रेम होतं. त्यानंतर तू मला ग्रेव्हयार्डमध्ये, तिला जिथे पुरलंय तिथे, घेऊन गेलीस. एवढं पुरेसं नाहीये का?''

ओह नो! मी त्याच्या मांडीवर वळून त्याचा चेहरा दोन्ही हातात पकडत म्हणते, ''चुकलं माझं, मनापासून सांगते, खरंच चुकलं माझं. पण प्लीज, तू रागवू नकोस ना.'' मी त्याच्या ओठांच्या एका बाजूवर अलगद ओठ टेकवते. एक दोन क्षण आम्ही तसेच बसून राहतो. मग तो आपल्या ओठांच्या दुसऱ्या बाजूकडे बोट दाखवतो. मी हसून तिथे माझे ओठ टेकवते. आता तो स्वतःच्या नाकाकडे बोट दाखवतो. मी तिथे ओठ टेकवते. मनमोकळं हसून तो दोन्ही हातांनी मला मिठीत घेत म्हणतो,

''ओह, मिसेस ग्रे- मी तुमचं काय करू?''

''मला खात्री आहे, की त्याबद्दल तुमच्या मनात नक्कीच काहीतरी छानसं असेल,'' मी लाडाने म्हणते. तो हसून झटक्यात वळतो आणि मला ब्लँकेटवर आडवं करतो.

''मी आत्ताच तसं केलं तर?'' अर्थपूर्ण हसत तो मला हळूच विचारतो.

''ख्रिश्चन!'' मी चकित होत म्हणते.

तितक्यात कुठूनतरी टेडचं रडणं ऐकू येतं. त्याबरोबर एखाद्या चित्त्याच्या चपळाईने ख्रिश्चन उठतो आणि आवाजाच्या दिशेने धाव घेतो. त्याच्यामागून मी सावकाश जाते. खरं सांगायचं तर मला ख्रिश्चनएवढी चिंता वाटत नाहीये. कारण, टेडच्या रडण्याच्या आवाजावरून माझ्या लक्षात आलं आहे, की मी धावतपळत जाऊन त्याला गाठण्याइतकं काहीएक घडलेलं नाहीये.

पटकन पुढे होत ख्रिश्चन टेडीला उचलून घेतो. जमिनीकडे बोट दाखवत आमचं पिल्लू हुंदके देत रडतंय. मघाशी तो खात असलेलं पॉप्सिकल अर्धवट वितळलेल्या अवस्थेत खाली पडलंय.

''त्याच्या हातून ते पडलं,'' सोफी खेदानं म्हणते. ''मी त्याला माझं दिलं असतं, पण काय करू, माझं तर संपलंय.''

''ओह, सोफी डार्लिंग, जाऊ दे.'' तिच्या केसांवरून मायेनं हात फिरवत मी म्हणते.

''मॉमी!'' हात पुढे करत टेड रडू लागतो. त्याला माझ्याकडे येता यावं म्हणून

थोड्याशा नाराजीनंच ख्रिश्चन त्याचा हात सोडतो.

"जाऊ दे बाळा."

"पॉप," तो हुंदका देतो.

"बाळा, काही हरकत नाही. आपण असं करू यात का?"

क्षणभर रडणं थांबवून टेड माझ्याकडे पाहतो. मी पुढे म्हणते, "आपण मिसेस टेलरकडे जाऊन दुसरं घेऊन येऊ यात." मी त्याच्या कपाळाची पापी घेत म्हणते... त्याच्या अंगाला सुगंध येतोय... माझ्या बाळाचा सुगंध.

"पॉप," तो नाक ओढत म्हणतो. मी त्याच्या चिकट बोटांची पापी घेत म्हणते, "हे बघ, तुझ्या बोटांना पॉप्सिकलची चव आहे." ते ऐकल्याबरोबर रडणं थांबवून तो स्वतःचा हात निरखून पाहतो.

"बघ बरं बोट चोखून."

तसं केल्याबरोबर त्याच्या तोंडून उद्गार येतो, "पॉप."

"आहे की नाही पॉप्सिकल!"

तो हसतो. अगदी बापासारखेच क्षणाक्षणाला मूड बदलतात याचे. पण निदान त्याला काहीतरी कारण तरी आहे- दोनच तर वर्षांचा आहे तो.

"चल, जायचं का आपण मिसेस टेलरला बघायला?" गोड हसत तो मान डोलावतो. "डॅडीला तुला कडेवर घेऊ दे?" त्यावर मानेला झटका देत तो माझ्या गळ्याला घट्ट मिठी मारतो.

"मला वाटतं, डॅडीलासुद्धा पॉप्सिकलची चव पाहायला आवडेल, हो ना?" मी टेडच्या इवल्याशा कानात सांगते. किंचित विचारात पडून टेड माझ्याकडे क्षणभर रोखून पाहतो. मग स्वतःच्या हाताकडे पाहत ख्रिश्चनसमोर बोटं करतो. ख्रिश्चन हसून टेडची इवलीशी बोटं चोखतो.

"हंऽऽ.. मस्तच आहे."

टेडला खुदुखुदू हसू येतं. ख्रिश्चननं त्याला उचलून घ्यावं म्हणून तो माझ्या मानेभोवतीची मिठी सोडत हात पुढे करतो. माझ्याकडे हसून पाहत ख्रिश्चन पटकन टेडला कडेवर घेतो.

"सोफी, गेल कुठे आहे?"

"मघाशी ती तुमच्या घरात होती."

मी ख्रिश्चनकडे नजर टाकते. त्याच्या चेहऱ्यावरचा संभ्रम माझ्या लक्षात येतो. काय बरं विचार करतोय हा?

"त्याच्याशी कसं वागावं हे तुला किती बरोबर कळतं," तो मला म्हणतो.

"तू या पिल्लाबद्दल बोलतो आहेस?" मी टेडच्या केसातून हात फिरवत म्हणते. "त्याचं कारण असं आहे, की ग्रे कुटुंबातल्या पुरुषांशी कसं वागायचं त्याचा

मला आता बरोबर अंदाज आला आहे.'' माझ्या नवऱ्याकडे पाहत हसून मी टोमणा मारते.

तो हसून उत्तर देतो, ''हो, मिसेस ग्रे, तुम्हाला ते अचूक कळलं आहे.''

ख्रिश्चनच्या कडेवरनं उतरायला टेडी चुळबुळ करतो. माझ्या या छोट्याशा हट्टी पिल्लूला आता चालायचं आहे. तो खाली उतरल्यावर मी त्याचा एक हात धरते आणि त्याचा डॅडी त्याचा दुसरा हात धरतो. आम्ही तिघं घराकडे चालू लागतो. सोफी आमच्यासमोरून आनंदानं उड्या मारत पुढे होते.

क्वचितच एखाद्या दिवशी टेलरला सुट्टी असते. तशी ती आज आहे. जीन्स आणि मस्तपैकी टी-शर्ट घालून तो गॅरेजच्या बाहेर एक जुनी मोटरसायकल दुरुस्त करत बसलाय. मी त्याच्याकडे पाहून हात हलवते.

टेडच्या खोलीत ख्रिश्चन त्याला गोष्ट वाचून दाखवतोय. ''मी लोरॅक्स आहे, मी झाडांसाठी बोलतोय...'' दाराच्या बाहेर उभं राहून मी बापलेकांचा संवाद ऐकते.

मी जेव्हा आत डोकावून बघते, तेव्हा ख्रिश्चनचं गोष्ट वाचून दाखवणं सुरूच आहे. टेडी गाढ झोपलाय याचा त्याला पत्ता नाहीये. दार उघडल्याचा आवाज आल्यामुळे ख्रिश्चन मान वर करून माझ्याकडे बघतो. ओठांवर बोट टेकवत मला न बोलण्याची खूण करत तो पुस्तक बंद करतो आणि टेडच्या बेबीकॉटच्या बाजूला असलेल्या बेबीमॉनिटरचं बटण सुरू करतो. टेडच्या अंगावर नीट पांघरूण घालून, त्याच्या गालावरून हलकेच बोटं फिरवत सरळ होत, पायाचा आवाजही न होऊ देता माझ्या दिशेनं येतो. त्याचा हा सर्व आविर्भाव बघून मला येणारं हसू मी मोठ्या कष्टांनी दाबते.

बाहेरच्या हॉलमध्ये आल्यावर ख्रिश्चन मला घट्ट मिठीत घेऊन म्हणतो, ''बापरे, नाही म्हणजे, माझं खूप प्रेम आहे त्याच्यावर. पण, तरीही तो झोपला की मला हुश्श होतं.''

''अगदी बरोबर आहे तुझं म्हणणं.''

माझ्याकडे प्रेमाने पाहत तो म्हणतो, ''माझा तर विश्वासच बसत नाहीये, की टेड आता दोन वर्षांचा आहे.''

''हो ना रे, माझाही बसत नाही.'' मी ख्रिश्चनच्या ओठांवर ओठ टेकवत म्हणते. त्या क्षणी मला टेडीच्या जन्माची आठवण होते; इमर्जन्सी सिझेरियन, ख्रिश्चनची वाढती अस्वस्थता, छोटू ब्लिपच्या जीवाला निर्माण झालेला धोका, आणि या सगळ्या पार्श्वभूमीवर डॉक्टर ग्रीनने दाखवलेला शांतपणा आणि संयम. त्या आठवणीनं आत्ताही माझ्या जिवाचं पाणी होतं.

''**मिसेस** ग्रे, गेले पंधरा तास तुम्हाला कळा येत आहेत. पिटोसिन देऊनही कळांचा जोर कमी झाला आहे. त्यामुळे बाळाच्या जिवाला धोका निर्माण झाला आहे. आपल्याला सी-सेक्शन करणं अतिशय गरजेचं आहे.'' डॉक्टर ग्रीन ठासून म्हणतात.

''आता आणि कशाची वाट बघताय तुम्ही?'' ख्रिश्चन रागावून म्हणतो. डॉक्टर ग्रीन त्याच्याकडे दुर्लक्ष करतात.

''ख्रिश्चन, जरा शांत हो.'' मी त्याचा हात दाबत म्हणते. मला प्रचंड अशक्तपणा आलाय, माझा आवाज खोल गेलाय. ती खोली, भिंत, दार, पलंग हे सगळं माझ्याभोवती फिरतंय. मला खूप झोप येतेय. मला गाढ झोपायचंय. पण त्याच्या आधी एक फार महत्त्वाचं काम मला करायचंय. मी किंचित सावध होत म्हणते, ''मला स्वतःला माझ्या बाळाला या जगात आणायचंय.''

''मिसेस ग्रे, प्लीज ऐका माझं, सी-सेक्शन करू द्या.''

''प्लीज, ॲना,'' ख्रिश्चन माझी मनधरणी करतो.

''ते झालं की झोपू द्याल का मला?'' मी व्याकूळ होऊन विचारते.

''बेबी, तुला हवं तेवढं झोपू शकतेस तू.'' माझ्या कपाळावर ओठ टेकवत ख्रिश्चन जवळजवळ हुंदका देत म्हणतो.

''मला छोटू ब्लिपला बघायचंय.''

''ते तर तू बघणारच आहेस.''

''बरं,'' मी मोठ्या कष्टांनी उत्तर देते.

''चला, ऐकलं त्यांनी,'' असं म्हणत डॉक्टर ग्रीन भराभर सूचना देऊ लागतात. ''नर्स, पटकन ॲनेस्थेशिया देणाऱ्या डॉक्टर मिलरना पेज करा, सी-सेक्शनची तयारी करा. मिसेस ग्रे, आम्ही आता तुम्हाला ऑपरेशन रूममध्ये घेऊन जातोय हं.''

''घेऊन जाताय?'' ख्रिश्चन आणि मी एकदम म्हणतो.

''हो. या क्षणी.''

अचानक एकदम घाई गडबड उडते. मला ऑपरेशन रूममध्ये नेलं जातं. माझ्यामागे ख्रिश्चन तेथे येऊन पोहोचतो. तिथले प्रखर दिवे मला दिपवून टाकतात.

''मिस्टर ग्रे, तुम्हाला कपडे बदलावे लागतील.''

''काय?''

''वेळ गमावू नका मिस्टर ग्रे.''

ख्रिश्चन माझा हात घट्ट धरतो. ''ख्रिश्चन,'' माझा धीर सुटत चाललाय. मला थोपटून दिलासा देत तो तिथून गायब होतो. पुन्हा दारं उघडली जातात. आता मी ऑपरेशन रूमच्या आतल्या भागात आहे. एक क्षणही न दवडता नर्स माझ्या छाती आणि पोटाच्या मध्ये स्क्रीन उभा करते. दारं उघडण्याचा आणि बंद होण्याचा

आवाज मला जाणवत राहतो. किती लोकं आहेत इथे! बापरे! काय हा कलकलाट! मला सगळ्याचा त्रास होतोय. मला आत्ताच्या आत्ता घरी जायचंय.

"ख्रिश्चन?" आजूबाजूच्या चेहऱ्यांमध्ये मी माझ्या नवऱ्याचा चेहरा शोधू लागते.

"मिसेस ग्रे, ते एका मिनिटांत इथे हजर होतील."

आणि खरंच, काही क्षणांत ख्रिश्चन माझ्या बाजूला येऊन पुन्हा एकदा माझा हात घट्ट पकडून उभा राहतो. त्याच्या अंगात स्टर्लाइझ केलेले हॉस्पिटलचे निळे कपडे आहेत.

"मला खूप भीती वाटतेय रे," मी कसंबसं म्हणते.

"मी आहे ना इथे. घाबरू नको बरं. नेहमीसारखी खंबीर राहा. ॲना, सगळं ठीक होईल." असं म्हणत तो माझ्या कपाळावर ओठ टेकवतो. परंतु, त्याच्या स्वरावरून माझ्या लक्षात येतं की काहीतरी बिनसलंय.

"काय झालंय?" मी क्षीण स्वरात विचारते.

"कुठे काय?"

"काहीतरी बिनसलंय."

"काहीही झालेलं नाहीये. सगळं काही ठीक आहे. तू प्रचंड थकली आहेस म्हणून तुला असं वाटतंय," मला विश्वास देण्याचा प्रयत्न करत ख्रिश्चन म्हणतो. पण त्याच्या नजरेत उमटलेली भीती मला जाणवते.

"मिसेस ग्रे, ॲनेस्थेशिया देणारे डॉक्टर आलेले आहेत. ते आता तुम्हाला एपिड्यूरल देतील. त्यानंतर आपण सी-सेक्शन करू शकू."

"पेशन्टला पुन्हा कळ येते आहे."

माझ्या ओटीपोटाभोवतीचे सगळे स्नायू तीव्रपणे आक्रसतात. जणू काही स्टीलच्या पट्ट्यानं मला कोणी आवळून टाकतंय. शिट! कळ असह्य होऊन मी ख्रिश्चनचा हात अतिशय घट्ट पकडते. या कळा मला सहन होत नाहीयेत. माझा जीव थकून गेलाय. त्या क्षणी मला कंबरेखालच्या भागात एखादा द्रव पदार्थ पसरत चालल्याची भावना होते. मी सगळं लक्ष ख्रिश्चनच्या चेहऱ्यावर केंद्रित करते. त्याच्या भुवयांमध्ये आठ्या उमटल्या आहेत. तो काळजीत पडलाय. त्याला अतिशय ताण आलाय. कशाची काळजी करतोय तो?

"मिसेस ग्रे, तुम्हाला स्पर्श जाणवतोय का?" दुरून कुठूनतरी बोलल्यासारखा डॉक्टर ग्रीनचा आवाज माझ्या कानावर पडतो.

"काय जाणवतंय का?"

"काहीच जाणवत नाहीये का?"

"नाही."

"छान. डॉक्टर मिलर, सुरुवात करू यात."

"ॲना, धीर धर, सगळं छान होतंय."

ख्रिश्चनच्या चेहऱ्याचा रंग उडालाय. त्याचं कपाळ घामानं डबडबलंय. तो प्रचंड घाबरलाय. ख्रिश्चन, नको रे घाबरूस. खरंच, नको घाबरूस.

"आय लव्ह यू," मी कसंबसं म्हणते.

"ओह, ॲना," ख्रिश्चन हुंदका देत म्हणतो. "आय लव्ह यू, टू."

अचानक मला कमरेच्या खालच्या भागात प्रचंड ओढ जाणवते. अशी भावना मला आजवर कधीही जाणवलेली नाही. ख्रिश्चन स्क्रीनच्या पलीकडे नजर टाकतो. त्याचा चेहरा पांढरा पडलाय. पण, तरीही तो एकटक पहातोय. तो मंत्रमुग्ध झालाय.

"काय होतंय?" माझा जीव गोळा झालाय.

"सेक्शन! बरं झालं..."

अचानक जोराचा ट्यॅह्यॅ-ट्यॅह्यॅ ऐकू येतो.

"मिसेस ग्रे, मुलगा झालाय. त्याचा ॲपगार बघा बरं."

"ॲपगार नऊ आहे."

"अगदी छान."

"मला बघता येईल का त्याला?" मी उत्सुकतेनं विचारते.

माझ्या बाजूला उभा असलेला ख्रिश्चन क्षणभरासाठी स्क्रीनच्या आड जातो. पुढच्या क्षणी तो माझ्या बाजूला येतो. आता त्याच्या हातात आमचं बाळ आहे. इवलंसं, गोड गुलाबी चेहऱ्याचं. त्याचं अंग पांढऱ्या चिकट पदार्थानं आणि रक्तानं माखलेलं आहे. माझं बाळ. माझा ब्लिप... थिओडोर रेमंड ग्रे.

मी ख्रिश्चनकडे पाहते. त्याच्या डोळ्यांत पाणी आहे.

"मिसेस ग्रे, तुमचा मुलगा," भरल्या गळ्यानं ख्रिश्चन मला म्हणतो.

"आपला मुलगा," मी श्वास घेत म्हणते. "किती सुंदर आहे हा."

"आहेच मुळी," असं म्हणत ख्रिश्चन आमच्या सुंदर बाळाच्या कपाळावर पहिल्यांदाच ओठ टेकवतो. बाळाचे केस गडद तपकिरी रंगाचे आहेत. आपल्या आई-वडिलांच्या मनात उसळलेल्या भावनांची यत्किंचितही जाणीव नुकत्याच जन्माला आलेल्या थिओडोर रेमंड ग्रे याला नाही. क्षणापूर्वीचं रडणं विसरून डोळे घट्ट मिटून तो गाढ झोपलाय. आजवरच्या आयुष्यात मी पाहिलेलं सर्वाधिक सुंदर दृश्य आहे हे. तो इतका सुंदर आहे, की त्याला पाहून मला रडू येतं.

ख्रिश्चनची अवस्था काही वेगळी नाही. "थँक यू, ॲना," असं म्हणताना त्याच्या डोळ्यांतून एक अश्रू खळकन ओघळतो.

माझी हनुवटी पकडत ख्रिश्चन विचारतो, "काय झालं?"

''काही नाही, मला टेडच्या जन्माची आठवण आली.''

त्या उल्लेखानंदेखील ख्रिश्चनचा चेहरा पांढरा पडतो. माझ्या पोटावर हात ठेवून तो म्हणतो, ''मी आधीच बजावतोय, मागची पुनरावृत्ती मी अजिबात होऊ देणार नाही. या वेळेस सिझेरियनच करायचं, असं आपण त्यांना सांगू यात.''

''ख्रिश्चन, माझं म्हणणं-''

''नाही, ॲना. मागच्या वेळेस तू अगदी मरणाच्या दारातून परत आली आहेस.''

''काही काय बोलतोस ख्रिश्चन.''

''हे बघ, नाही म्हणजे नाही.'' तो ठासून म्हणतो. त्याच्याशी वाद घालण्यात अर्थ नाही. तरीही माझ्याकडे बघताना त्याची नजर सौम्य होते. ''आणि मला फीबी हे नाव आवडलंय,'' असं म्हणत तो माझ्या नाकावर नाक घासतो.

''फीबी ग्रे? फीबी... हं. मलासुद्धा आवडलं हे नाव.'' त्याच्याकडे पाहत हसून मी म्हणते.

''चला, बरं झालं. मला टेडचं गिफ्ट तयार करायचंय. चल बरं.'' असं म्हणत तो माझा हात हातात घेतो. आम्ही दोघं पायऱ्या उतरून जातो. त्याचा उत्साह लपत नाहीये. या क्षणाची तो गेले कित्येक दिवस आतुरतेने वाट पाहतोय.

''तुला काय वाटतं, आवडेल ना त्याला हे?'' माझ्याकडे पाहत तो साशंकपणे विचारतो.

''हे बघ ख्रिश्चन, त्याला हे खूप आवडेल. पण तू लक्षात ठेव की तो दोनच वर्षांचा आहे. तेव्हा, त्याची आवड दोन मिनिटांच्यावर टिकणार नाही.''

खास टेडीच्या वाढदिवसासाठी ख्रिश्चनने ट्रेनचा लाकडी सेट आणलाय. त्याकरता त्यानं ऑफिसमध्ये बार्नीला कामाला लावून दोन छोट्या इंजिन्सना सोलार पॉवरवर चालवण्याच्या दृष्टीनं बदल करून घेतले आहेत. काही वर्षांपूर्वी मी त्याला जे हेलिकॉप्टर दिलं होतं त्याच धर्तीवर हे इंजिन चालतंय. कधी एकदा दिवस उजाडतो असं ख्रिश्चनला झालंय. माझ्या मते, टेडीपेक्षा ती ट्रेन चालवण्याची अधिक उत्सुकता ख्रिश्चनलाच वाटते आहे. या ट्रेनच्या सेटने जवळजवळ संपूर्ण रूम व्यापली आहे.

उद्या टेडसाठी आम्ही छोटीशी पार्टी ठेवली आहे. फक्त घरचे लोक येणार आहेत. शिवाय, रे आणि होजेसुद्धा येतील. ग्रे कुटुंबीयांबरोबरच टेडची नवीन बहीण- ॲव्हा- केट आणि इलिएटची दोन महिन्यांची छोटूशी मुलगी-देखील येणार आहे. किती दिवसांनी केट भेटणार आहे. आई झाल्यावर कसं वाटतंय हे मला तिला विचारायचं आहे.

ऑलिम्पिक पेनेन्स्युलाच्या मागे अस्ताला जाणारा सूर्य मी पाहते. काही वर्षांपूर्वी ख्रिश्चननं मला जे वचन दिलं होतं, तसंच सगळं काही घडतंय. या इथून पहिल्यांदा सगळा आसमंत न्याहाळताना जो आनंद मला झाला होता, तितकाच तो मला आजही होतोय. साऊंडवर रेंगाळणारा संधिप्रकाश... निव्वळ अवर्णनीय दृश्य आहे हे. ख्रिश्चन मला मिठीत घेतो.

"किती सुंदर दिसतं इथून सगळं."

"हो, खरंय," ख्रिश्चन उत्तर देतो. मी वळून त्याच्याकडे बघते. तो एकटक माझ्याकडे पाहत असतो. माझ्या ओठांवर ओठ टेकवत तो हळुवारपणे म्हणतो, "खूप सुंदर आहे. माझं लाडकं दृश्य."

"आपलं घर आहे हे."

तो हसून पुन्हा एकदा माझ्या ओठांवर ओठ टेकवत म्हणतो, "मिसेस ग्रे, आय लव्ह यू."

"ख्रिश्चन, आय लव्ह यू, टू. आयुष्यभर मी तुझ्यावर असंच प्रेम करत राहीन."

◆

थोडीशी टिपणी

मला जाणीव आहे, की एखाद्या अमेरिकन बँकेत जाऊन कुणीही पन्नास लाख डॉलर्स इतक्या सहजतेने काढू शकत नाही. ॲनाच्या कानाआड झालेला संवाद काहीसा असा होता-

"ट्रॉय व्हेलन."

"ख्रिश्चन ग्रे. मी माझ्या बायकोशी बोललोय. तिला पैसे दे. हवे तेवढे दे."

"मिस्टर ग्रे, मी असं देऊ शकत ना..."

"हे पाहा, माझ्या ठेवींचं रूपांतर कर. ताबडतोब कर. जॉर्जेस, पीकेसी, अटलांटीस कॉर्प्स, फेरीस आणि युमॅटीक. प्रत्येकातून दहा दहा लाख काढ."

"मिस्टर ग्रे, या गोष्टी अशा होत नसतात. त्याच्यासाठी ठराविक प्रोसिजर करावी लागते. मला मिस्टर फोरलाईन्सशी विचारविनिमय करावा लागेल."

"पुढच्या आठवड्यात मी त्याच्याबरोबर गोल्फ खेळणार आहे," ख्रिश्चन फटकारतो. "व्हेलन, जे सांगितलंय ते ताबडतोब तसंच्या तसं झालं पाहिजे. काय वाट्टेल ते कर. नाहीतर मग, तुमच्या बँकेमध्ये असलेले जीईएचचे सर्व अकाऊंट्स ताबडतोब बंद करून मी दुसऱ्या बँकेत उघडेन. समजलं?"

त्यावर व्हेलन काहीही बोलत नाही.

"आणि हे पाहा, त्यासाठी आवश्यक ती कागदपत्रं आपण नंतर पूर्ण करू." ख्रिश्चन किंचित मार्दवानं म्हणतो.

"हो, मिस्टर ग्रे."

◆

फिफ्टीचा पहिला ख्रिसमस

माझं स्वेटर नवीन आहे. त्याला कोरेपणाचा वास येतोय. पण मला कसंतरीच होतंय. कारण सगळंच नवीन आहे. मला आता एक नवीन मॉमी मिळाली आहे. ती डॉक्टर आहे. तिच्याकडे एक स्टेस्थोस्कोप आहे. ती मला तो कानाला लावून माझ्या हृदयाचे ठोके ऐकू देते. ती खूप छान आहे. ती हसते. ती सारा वेळ हसत असते. तिचे दात छोटे छोटे आणि पांढरेशुभ्र आहेत.

''ख्रिश्चन, ख्रिसमस ट्री सजवायला मला मदत करणार का?'' मोठे मोठे कोच असलेल्या त्या प्रचंड मोठ्या खोलीत एक मोठे झाड आहे. खूप मोठं झाड आहे. आत्तापर्यंत असं झाड मी फक्त दुकानांमध्येच बघितलंय. जिथे कोच असतात अशा कुठल्याही खोलीत मी तसं झाड पाहिलं नाहीये. माझ्या या नवीन घरात खूप कोच आहेत. इथे काही एकच एक कोच नाहीये. एकच एक-चिकट-तपकिरी कोच नाहीये.

''हे बघ.''

माझी नवीन मॉमी मला एक डबा उघडून दाखवते. वेगवेगळ्या बॉल्सनं तो भरलेला आहे. चमकणारे सुंदर लहान-मोठे बॉल्स.

''हे सगळं ना ख्रिसमस ट्री सजवायचं सामान आहे बरं का!''

स-ज-वा-य-चं सामान. सजवायचं सामान. मी हा नवीन शब्द पुन्हा पुन्हा म्हणून बघतो.

''आणि हे पाहिलंस का-'' असं म्हणत छोट्याछोट्या फुलांची वेल ती मला दाखवते. ''ही ना लाईटची माळ आहे. आधी आपण ती झाडावर छान बसवू यात. आणि मग झाड हवं तसं सजवू यात.'' असं म्हणत ती माझ्या केसांतून हात फिरवते. तिच्या स्पर्शासरशी मी स्तब्ध होतो. पण तरीही मला तो स्पर्श हवाहवासा वाटतो. माझ्या या नवीन मॉमीच्या आसपास राहायला मला खूप आवडतं. तिच्या अंगाला छानसा वास येतो. ती स्वच्छ आहे. आणि ती फक्त माझ्या केसांना हात लावते.

''मॉमी!''

तो हाक मारतो. लिलिएट. तो खूप मोठा आहे आणि मोठ्यांदा बोलतोसुद्धा. तो सारा वेळ बोलतच राहतो. मी मात्र काहीच बोलत नाही. माझ्याकडे शब्दच नाहीत. माझे सगळे शब्द फक्त माझ्या मनात आहेत.

"इलिएट- डार्लिंग आम्ही हॉलमध्ये आहोत." तो धावत येतो. तो शाळेतून आलाय. त्याच्या हातात त्यानं काढलेलं चित्र आहे. त्यानं माझ्या नवीन आईचं काढलेलं चित्र आहे. ती लिलिएटची पण आई आहे. खाली वाकून त्याला कुशीत घेत ती ते चित्र पाहते. त्या चित्रात एक घर दाखवलंय. घराच्या बाजूला मॉमी आणि डॅडी उभे आहेत. त्यांच्या बाजूला लिलिएट आणि ख्रिश्चन दाखवले आहेत. लिलिएटच्या या चित्रातला ख्रिश्चन अगदी छोटासा आहे. लिलिएट मात्र मोठा आहे. त्याच्या चेहऱ्यावर मोठं हसू आहे. ख्रिश्चनच्या चेहऱ्यावर मात्र दुःखी हसू आहे.

आता डॅडी पण तिथे येतात. ते चालत चालत मॉमीजवळ पोहोचतात. मी माझं छोटंसं ब्लँकेट घट्ट धरून ठेवतो. ते नवीन मॉमीची पापी घेतात. ती घाबरत नाही. उलट, ती हसून त्यांची पापी घेते. डॅडी ओणवं होऊन विचारतात,

"आणि तू काय केलंस आज?"

मी झाडाकडे बोट दाखवतो.

"तू झाड घेऊन आलास? ख्रिसमस ट्री आणलंस?"

मी मनातल्या मनात हो म्हणतो.

"काय सुंदर झाड आहे हे! तू आणि तुझ्या मॉमीनं फारच मस्त झाड आणलंय. मनासारखं झाड आणणं, ही फार मोठी गोष्ट आहे."

डॅडी माझ्या डोक्यावर थोपटतात. त्यांच्या स्पर्शासरशी मी स्तब्ध होत ब्लँकेट अजून घट्ट धरून ठेवतो. पण डॅडी मला दुखावत नाहीत.

"डॅडी, मी काढलेलं चित्र पाहा की." डॅडी माझ्याशी बोललेले लिलिएटला अजिबात आवडत नाही. त्याला माझा राग येतो. तो माझ्यावर चिडला, की मी त्याला जोरात मारतो. मी असं केलं की नवीन मॉमीला आवडत नाही. लिलिएट मात्र मला कधीही मारत नाही. त्याला माझी भीती वाटते.

झाडावर लावलेले लाईट खूप सुंदर दिसतायत.

"हे बघ, मी दाखवते तुला कसं करायचं. हा हुक आहे की नाही, तो या छोट्याशा कडीमध्ये अडकवायचा आणि मग ते झाडावर लटकवायचं." असं म्हणत मॉमी एक लालचुटूक स-ज-वा-य-चं सामान झाडावर अडकवते.

"तू ही छोटीशी बेल अडकवून बघ बरं."

त्या छोट्याशा बेलचा आवाज येतो. मी ती हलवून पाहतो. तो आवाज मला

खूप आवडतो. मी पुन्हा ती हलवतो. मॉमी हसते. छानसं हसते. असं ती फक्त माझ्याकडे पाहूनच हसते.

"ख्रिश्चन, तुला आवडली ही बेल?"

मी पुन्हा एकदा मनातल्या मनात हो म्हणून बेल वाजवतो. ती आनंदानं वाजते.

"माझ्या मनुल्या, तू किती छान हसतोस." असं म्हणत मॉमी घाईघाईनं डोळे पुसते. माझ्या केसातून हात फिरवत ती म्हणते, "तुझं हसू पाहायला मला फार आवडतं." आता ती माझ्या खांद्यावर हात ठेवते. नाही. मी पटकन एक पाऊल मागे घेत ब्लँकेट घट्ट धरतो. क्षणभर मॉमी दुःखी दिसते. पुढच्या क्षणी ती पुन्हा आनंदी दिसते. माझ्या केसातून हात फिरवत ती म्हणते,

"आपण ख्रिसमस ट्रीवर बेल अडकवू यात का?"

मी मनात हो म्हणतो.

"हे बघ ख्रिश्चन, तुला भूक लागली की तू मला सांगायला हवंस ना? सहज सांगू शकतोस. तू मॉमीचा हात धरून तिला किचनमध्ये नेऊन बोटानं दाखवू शकतोस." माझ्याकडे बोट दाखवत ती म्हणते. तिची नखं लांब आणि गुलाबी आहेत. खूप सुंदर आहेत. पण माझी नवीन मॉमी माझ्यावर रागावली आहे की काय हे मला कधीच कळत नाही. मी माझं सगळं जेवण संपवलंय. मॅकेरोनी आणि चीझ. काय मस्त होतं.

"हे बघ बाळा, तू उपाशी नको राहायला; हो की नाही? तुला थोडं आईस्क्रीम खायला आवडेल का?"

मी मनातच हो म्हणतो. मॉमी माझ्याकडे पाहून हसते. मला तिचं हसणं खूप आवडतं. मॅकेरोनी आणि चीझपेक्षा जास्त आवडतं.

ख्रिसमस ट्री फार सुंदर आहे. ब्लँकेट घट्ट धरून ठेवत मी तिथे उभं राहून त्याचं निरीक्षण करतोय. खूप रंगांचे छोटे छोटे लाईट्स त्यावर चमकतायत. आम्ही अडकवलेलं वेगवेगळ्या रंगांचं स-ज-वा-य-चं सामानदेखील त्याच्यावर छान दिसतंय. त्यातला निळा रंग मला फार आवडलाय. त्या झाडाच्या अगदी वरच्या टोकावर मोठी सोनेरी चांदणी लटकवलेली आहे. डॅडींनी लिलिएटला उचलून वर धरलं होतं, तेव्हा कुठे लिलिएटला ती लावता आली. लिलिएटला मोठी चांदणी अडकवायला आवडतं. मला ती चांदणी वरती लटकवायची होती. पण, मला डॅडींनी हात लावलेला आणि उचलून घेतलेलं आवडणार नाही. मला डॅडींनी धरलेलं आवडणार नाही. ती चांदणी किती छान चमचमतेय.

इथे बाजूलाच मोठा पियानो आहे. माझी नवीन मॉमी मला त्या पियानोच्या काळ्या आणि पांढऱ्या पट्ट्यांना हात लावू देते. काळ्या आणि पांढऱ्या. मला

पांढऱ्या पट्ट्यांचा आवाज आवडतो. काळ्या पट्ट्यांचा आवाज चुकीचा आहे. पण मला तोसुद्धा आवडतो. मग मी पांढऱ्याकडून काळ्याकडे जातो. काळ्याकडून पांढऱ्याकडे. पांढरं, पांढरं, पांढरं, पांढरं. काळं, काळं, काळं, काळं. मला हा आवाज आवडतो. मला हा आवाज खूप-खूप आवडतो.

"ख्रिश्चन, मी तुला वाजवून दाखवू का?"

असं म्हणत माझी नवीन मॉमी खाली बसते. मग ती पियानोच्या काळ्या-पांढऱ्या पट्ट्यांवरून बोटं फिरवू लागते. त्याबरोबर गाणं ऐकू येऊ लागतं. पियानोच्या खालचे पेडल ती पायानं दाबते. कधी जोरात आवाज येतो. कधी शांत होतो. हे आनंदाचं गाणं आहे. मॉमीनं स्वतः म्हटलेलं गाणंसुद्धा लिलिएटला आवडतं. मॉमी कुठल्यातरी कुरूप बदकाचं गाणं म्हणते. ते म्हणताना ती बदकाचा गमतीदार पॅक्-पॅक् आवाज काढते. लिलिएटसुद्धा तिची नक्कल करत तसाच आवाज काढतो. मग तो बदकाच्या पंखांसारखी हातांची उघडमीट करतो, हात वरखाली करतो. लिलिएट खूप गमतीदार आहे.

मॉमी हसते. लिलिएट हसतो. मी हसतो.

"ख्रिश्चन, तुला हे गाणं खूप आवडलं ना?" असं विचारताना मॉमीचा चेहरा दुःखी आणि आनंदी होतो.

माझ्याकडे एक मोजा आहे. तो लाल रंगाचा आहे. त्याच्यावर एका माणसाचं चित्र आहे. त्यानं लाल हॅट घातलेली आहे. त्याची दाढी पांढरीशुभ्र आणि लांबलचक आहे. तो सँटा आहे. तो सगळ्यांसाठी प्रेझेंट आणतो. मी त्याचे फोटो पाहिले आहेत. पण आजवर सँटानं कधीही माझ्यासाठी प्रेझेंट आणलेलं नाही. मी वाईट मुलगा होतो. वाईट मुलांसाठी सँटा कधीच प्रेझेंट आणत नाही. आता मी चांगला मुलगा झालो. माझी नवीन मॉमी म्हणते की, मी चांगला मुलगा आहे- खूप चांगला मुलगा आहे. नवीन मॉमीला काही माहितीच नाहीये. पण मी वाईट मुलगा आहे हे मी नवीन मॉमीला कधीही सांगणार नाही... मी तिला काहीच सांगणार नाही... मी तिला काहीही कळू देणार नाही.

फायरप्लेसच्या बाजूला डॅडी मोजे लटकवतात. लिलिएटकडेसुद्धा मोजा आहे. त्याला त्याच्या मोजावरचे शब्द वाचता येतात. त्यावर त्याचं लिलिएट हे नाव लिहिलेलं आहे. माझ्या मोजावर पण काहीतरी लिहिलंय. ख्रिश्चन. माझी नवीन मॉमी मला माझं नाव वाचून दाखवते. सी-एच-आर-आय-एस-टी-ए-एन.

डॅडी माझ्या पलंगावर बसले आहेत. ते मला वाचून दाखवतायत. मी ब्लँकेट घट्ट धरून ठेवलंय. मला आता स्वतःची एक मोठी खोली आहे. कधीकधी जेव्हा

अंधार होतो, तेव्हा मला वाईट स्वप्नं पडतात. आधीच्या बद्दलचे वाईट स्वप्न. मला अशी वाईट स्वप्नं पडली की नवीन मॉमी धावत माझ्याजवळ येते. पलंगावर माझ्या बाजूला झोपून ती हळू आवाजात गाणं म्हणत रहाते. मग मला झोप लागते. तिच्या अंगाला मऊ, नवा आणि छान वास येत रहातो. माझी नवीन मॉमी थंडगार नाहीए. तिच्या सारखी नाही... तिच्या सारखी नाही... नवीन मॉमी माझ्या बाजूला झोपली की, माझी वाईट स्वप्नं पळून जातात.

सँटा येऊन गेलाय. मी वाईट मुलगा होतो हे त्याला माहितीच नाही. बरं झालं सँटाला काही माहीत नाही. माझ्या मोज्याजवळ एक ट्रेन, एक विमान आणि एक हेलिकॉप्टर आणि एक कार आहे. आणि माझं हेलिकॉप्टर खरंखरं उडतंय. माझं हेलिकॉप्टर निळं निळं आहे. ते ख्रिसमस ट्रीभोवती उडतं. ते पियानोकडे उडत जातं. आणि पियानोच्या पांढऱ्या पट्टीवर उतरतं. ते मॉमीवरनं उडतं. ते डॅडीवरनं उडतं. लेगो खेळत असणाऱ्या लिलिएटवरूनसुद्धा ते उडतं. ते घरभर उडतं, डायनिंगरूममधून उडतं, किचनमधून उडतं. डॅडीच्या स्टडीच्या बाहेरून उडत ते माझ्या बेडरूमकडे जात पायऱ्यांवरून उडतं. लिलिएटच्या बेडरूममध्ये, मॉमी आणि डॅडीच्या बेडरूममध्ये उडतं. ते सगळ्या घरातून उडतं. कारण हे माझं घर आहे. मी इथे राहतो. हे माझं घर आहे.

◆

फिफ्टी शेड्स

सोमवार, मे नऊ, २०११

"उद्या," माझ्या ऑफिसच्या दारात उभ्या असलेल्या क्लॉडे बॅस्टीलला बाहेर घालवत मी म्हणतो.

"ग्रे, या आठवड्यात गोल्फ आहे." बॅस्टील हसत म्हणतो. गोल्फ कोर्टवर त्याचा विजय नक्की आहे या जाणिवेनं त्याच्या हसण्यात थोडासा गर्वसुद्धा मिसळलेला आहे.

तो जायला वळतो तसा मी त्याच्याकडे जळजळीत कटाक्ष टाकतो. त्याच्या या शब्दांनी माझ्या जखमांवर मीठ चोळलं गेलं आहे. कारण, आज सकाळी जिममध्ये मी प्रयत्नांची पराकाष्ठा करूनही माझ्या या ट्रेनरनं मला सहज हरवलं आहे. एकटा बॅस्टीलच मला अशा प्रकारे हरवू शकतो आणि आता उद्या मला गोल्फ कोर्टवर हरवायची त्याची इच्छा आहे. मी गोल्फचा तिरस्कार करतो. पण, गोल्फ कोर्टवर बिझनेसचे इतके डील होतात, की बॅस्टीलच्या हाताखाली गोल्फचे धडे गिरवण्यावाचून मला गत्यंतर नाही. मला हे कबूल करायला मुळीच आवडत नाही; पण, माझा गेम सुधारण्याचं श्रेय बऱ्याच अंशी बेस्टीलला जातं.

मी बाहेर नजर टाकतो. दूरपर्यंत पसरलेलं सिएटल आणि त्यापलीकडचं आकाश माझ्या नजरेत भरतं. मला आतून कंटाळा जाणवू लागतो. माझ्या ओळखीचा आहे हा कंटाळा! बाहेरच्या वातावरणासारखाच माझा मूडसुद्धा उदास झालाय. रोजच्या कामातला तोचतोचपणा मला नकोसा झालाय. मला बदलाची नितांत गरज आहे. शनिवार, रविवारसुद्धा मी मरणाचं काम केलंय. ऑफिसमध्ये आल्यापासून मी तेच करतोय. मी अस्वस्थ झालोय. खरं म्हणजे, बॅस्टीलबरोबर बॉक्सिंगचे इतके राऊंड झाल्यानंतर मला अशी बेचैनी जाणवायला नको. पण, तरीही ती जाणवतेय.

मी त्रासतो. नुकतंच मी सुदानला दोन मोठी जहाजं भरून मदतीसाठी सामान रवाना केलंय. त्याच्यावरून आठवलं- रॉस सगळी आकडेवारी घेऊन येणार होती. *का नाही आली अजून ती?* ती नेमकी काय करते आहे हे समजून घेण्यासाठी

फोनचा रिसिव्हर उचलण्याआधी मी एक नजर आजच्या शेड्यूलवर टाकतो.

ओह ख्राईस्ट! काय वैताग आहे! डब्ल्यूएसयू या स्टुडंट मॅगेझिनकडून ती हेकट मिस कॅव्हॅनॉ माझा इंटरव्ह्यू घ्यायला येणार आहे. *मी तिला का हो म्हटलं?* मला इंटरव्ह्यूचा मनस्वी तिटकारा आहे- मूर्ख, अक्कलशून्य, बावळट, अपुरी माहिती घेऊन येणाऱ्या फालतू लोकांच्या प्रश्नांना मला उत्तरं देत बसावी लागतात. तेवढ्यात फोन वाजतो.

"काय आहे?" मी अँड्रीयावर खेकसतो. जणू काही हा इंटरव्ह्यू तिचाच दोष आहे. असो! मी तो थोडक्यात गुंडाळू तरी शकतो.

"मिस्टर ग्रे, मिस ॲनेस्टेशिया स्टील तुम्हाला भेटायला आल्या आहेत."

"स्टील? माझ्या मते कॅथेरीन कॅव्हॅनॉ येणार होती."

"सर, इथे मिस ॲनेस्टेशिया स्टील आलेल्या आहेत." मी वैतागतो. अचानक होणाऱ्या गोष्टींची मला चीड आहे. "पाठव तिला आत," मी पुटपुटतो. आत्ताचा माझा स्वर एखाद्या हेकट मुलासारखा आहे, याची मला जाणीव आहे. पण मला त्याच्याशी काहीही घेणंदेणं नाही.

अच्छा... म्हणजे मिस कॅव्हॅनॉ येऊ शकत नाहीत तर! तिचे वडील कॅव्हॅनॉ मीडियाचे मालक आहेत. आम्ही एकत्र बिझनेस डील केली आहेत. एक व्यक्ती म्हणून ते चांगले आहेत. शिवाय, व्यावसायिक म्हणूनही उत्तम आहेत. केवळ त्यांच्या शब्दाखातर मी हा इंटरव्ह्यू द्यायला राजी झालोय. अर्थात, पुढेमागे माझीही वेळ येईल. शिवाय, लेकीने वडिलांचे किती गुण उचलले आहेत तेही पाहण्याची मला उत्सुकता आहे.

तितक्यात दाराशी धडपडण्याचा आवाज येतो. मी तत्परतेनं माझ्या खुर्चीतून उठतो. लांब तपकिरी केस, गोरेपान हात-पाय आणि तपकिरी रंगाचे बूट माझ्या ऑफिसच्या दारात मला दिसतात. मी डोळे फिरवतो. काय हा गलथानपणा! मनातले विचार बाजूला करत मी त्या पडलेल्या मुलीला उचलायला पटकन पुढे होतो. तिला खांद्याला धरून उठवतो.

स्वच्छ निळी नजर माझ्या नजरेला भिडते. त्या नजरेत संकोच आहे. मी अवाक होतो. डोळ्यांचा असा निळा रंग मी आजवर पाहिला नाहीय. नितळ- निळाशार- क्षणभर मला वाटून जातं की ती माझ्या मनाचा ठाव घेते आहे. मला उघडं पडल्यासारखं वाटतं. त्या विचारानं मी कासावीस होतो. तिच्या लहानशा चेहऱ्यावर असलेल्या गोडव्याची जागा आता संकोचानं घेतली आहे. त्यामुळे तिचा रंग फिका गुलाबी दिसतोय. तिचं सगळं अंग असंच नितळ असेल का? छडीचा एक फटकारा बसला तर तिच्या त्वचेचा रंग कसा होईल? *फक!* माझ्या विचारांची दिशा जाणवून मी स्वतःला फटकारतो. *ग्रे, काय फालतूपणा चाललाय? ही मुलगी किती नाजूक*

आहे. ती अवाक होऊन माझ्याकडे पाहते आहे. पुन्हा एकदा डोळे फिरवायची इच्छा मला होते. *हो, मान्य आहे की माझा चेहरा खूप देखणा आहे. पण, हे देखणेपण वरवरचं आहे.* तिच्या त्या टपोऱ्या निळ्या डोळ्यांत माझ्या दिसण्याबद्दल दाटून आलेला कौतुकाचा भाव मला पुसून टाकावासा वाटतो.

शो टाईम, ग्रे. चला, थोडी गंमत करू यात. ''मिस कॅव्हॅनॉ? मी, ख्रिश्चन ग्रे. तुम्ही ठीक आहात नं? फार लागलं नाही ना? बसता का?''

तिच्या चेहऱ्यावर पुन्हा संकोच दाटून येतो. आता सगळी परिस्थिती माझ्या हातात आहे. मी तिचं निरीक्षण करतो. आकर्षक, चारचौघांत उठून दिसेल अशी- जरा लहानखुरी, फिकुटलेली, दाट तपकिरी केसांची, आत्ता तिने ते बांधून ठेवलेले आहेत. ब्रुनेट! हं, भलतीच आकर्षक आहे. मी हात पुढे करतो. तोंडातल्या तोंडात माफी मागत ती आपला छोटासा तळहात माझ्या हातात देते. तिचा स्पर्श मऊ आणि थंड आहे. पण, आश्चर्य म्हणजे तिच्या हस्तांदोलनात ठामपणा आहे.

''मिस कॅव्हॅनॉला बरं नसल्यामुळे तिने मला पाठवलंय. मिस्टर ग्रे, तुम्ही नाराज झाला नसाल अशी मी आशा करते.'' तिचा स्वर सौम्य आणि शांत आहे. त्याला एक लय आहे. तिच्या बोलण्यातून तिची द्विधा मनःस्थिती लक्षात येतेय. नकळत ती पापण्यांची फडफड करते. त्या निळ्याशार डोळ्यांना त्या लांबसडक पापण्या शोभून दिसतायत.

काही क्षणांपूर्वीचा तिचा माझ्या ऑफिसमधला नाट्यमय प्रवेश लक्षात घेता मी स्वतःवर नियंत्रण ठेवत तिला विचारतो, की ती कोण आहे.

''ॲनेस्टेशिया स्टील. मी वॉशिंग्टनमध्ये केटबरोबर, अं... कॅथरीन बरोबर... म्हणजे मिस कॅव्हॅनॉबरोबर इंग्लिश लिटरेचरचा अभ्यास करते.''

पुस्तकी किडा दिसतेय. तिच्या कपड्यांवरून लक्षात येतंच आहे ते. कसले बेकार कपडे घातलेत. ढगळ स्वेटर आणि ए-लाईनचा तपकिरी स्कर्ट. *ख्राईस्ट! कपडे कसे असावेत याची अजिबात अक्कल नाही आहे का हिला?* अस्वस्थपणे ती सभोवार बघते. ती माझी नजर टाळते आहे, हे लक्षात येऊन मला गंमत वाटतेय.

ही इतकी सुंदर तरुणी पत्रकार कशी काय असू शकते? तिच्या अंगात ठामपणाचा एक कणदेखील नाहीये. लाजाळू, गोंधळलेली, घाबरट, संकोची, विनम्र... सबमिसिव्ह; मी पटकन मानेला झटका देतो. माझ्या विचारांची दिशा पुन्हा एकदा भलतीकडेच जातेय. उगाचच काहीतरी बोलल्यासारखं करत मी तिला बसायला सांगतो. तिची नजर माझ्या ऑफिसमधल्या पेन्टिंग्जवर खिळली आहे. स्वतःला थांबवण्याआधीच मी त्या पेन्टिंग्जबद्दल तिच्याशी बोलू लागतो, ''ट्रूटॉन, इथलाच आर्टिस्ट आहे.''

"काय सुंदर आहे. सामान्याला असामान्यत्व देणारं." त्या सुंदर पेन्टिंग्जच्या देखणेपणात हरवत ती स्वप्नाळू स्वरात म्हणते. तिच्या चेहऱ्याची एक बाजू मला आता दिसतेय. नाजूक आहे ती. किंचित वर उचलेला नाकाचा शेंडा. सुंदर मऊ ओठ. माझ्या मनातले विचार तिच्या शब्दातून अचूकपणे प्रतीत होत आहेत. *सामान्याला असामान्यत्व देणारे.* अचूक निरीक्षण. मिस स्टील हुशार असावी.

तिच्या म्हणण्याला मी होकार देतो. त्यासरशी पुन्हा एकदा तिच्या गालांवर लाली पसरते. मनातले विचार बाजूला सारत मी तिच्यासमोर बसतो.

तिच्या खांद्यावरच्या अजागळ बॅगमधून ती एक चुरगाळलेला कागद आणि छोटासा रेकॉर्डर काढते. मिनी-डिस्क रेकॉर्डर? कुठल्या जमान्यात वावरते आहे ही! व्हिएचएस टेप्सची माहिती नाही वाटतं हिला! ख्राईस्ट! काय गोंधळ घालतेय. किमान दोनदा तरी तिच्या हातून तो रेकॉर्डर माझ्या बॉहॉस कॉफी टेबलवर पडतो. तिची ही पहिलीच वेळ असावी. का कोण जाणे, मला तिच्या या संभ्रमाची मजा येतेय. साधारणतः, कुणी इतका वेंधळेपणा केला की मला संताप येतो. पण आज मात्र मी ओठांवर बोट टेकवून हसू लपवायचा प्रयत्न करत तिच्या हातातला रेकॉर्डर नीट ठेवण्याच्या विचारापासून स्वतःला थोपवतो.

"सॉरी, मला या सगळ्याची सवय नाहीये."

ते माझ्या लक्षात आलंय- बेबी! माझे विचार बेलगाम होतात. *या क्षणी मला कशाशीही काहीही देणंघेणं नाही; कारण तुझ्या ओठांवर खिळलेली माझी नजर बाजूला घेणं मला अशक्य झालंय.*

"मिस स्टील, काही घाई नाही, होऊ दे तुमचं सावकाश." मनातले विचार बाजूला सारायला मलाही थोडा अवधी हवा आहे. ग्रे... *आत्ताच्या आत्ता बंद कर हे सगळं.*

"मी जर तुमची उत्तरं रेकॉर्ड केली तर तुमची काही हरकत नाही ना?" ती प्रांजळपणे विचारते.

मला हसावंसं वाटतंय. ओह, थँक ख्राईस्ट!

"तो रेकॉर्डर सेट-अप करायला इतके श्रम घेतल्यावर आता तू मला विचारते आहेस?" ती पापण्यांची फडफड करते. तिच्या टपोऱ्या डोळ्यांत क्षणभर हरवल्याचे भाव दिसतात. अचानक मला अपराधीपणाची भावना जाणवते. माझ्यासाठी ही भावना अनोखी आहे. *ग्रे, मूर्खासारखं वागणं बंद कर!*

"नाही, माझी काही हरकत नाही," मी घाईघाईनं उत्तर देतो.

"केट ने- म्हणजे मिस कॅव्हॅनॉने- हा इंटरव्ह्यू कशाबद्दल आहे ह्याची तुम्हाला कल्पना दिली आहे ना?"

"हो, या वर्षी ग्रॅज्युएशनची सर्टिफिकेट्स माझ्या हातून दिली जाणार आहेत.

त्याप्रीत्यर्थ जो स्टुडंट न्यूजपेपरचा अंक निघणार आहे, त्यामध्ये हा इंटरव्ह्यू छापला जाणार आहे.'' मी या कामाला हो का म्हटलं देव जाणे. पीआरचा सॅम मला म्हणाला होता की, माझ्याकरता हा बहुमान आहे. व्हँकोव्हरच्या एन्व्हायरन्मेंटल सायन्स डिपार्टमेंटला मी जे फंडिंग करतो, त्या दृष्टीने अशी प्रसिद्धी गरजेची आहे.

मिस स्टील पुन्हा एकदा पापण्यांची फडफड करतात. तिचे ते टपोरे निळे डोळे... जणू माझ्या शब्दांनी तिला आश्चर्य वाटलंय- फक- तिच्या चेहऱ्यावर चक्क नाराजीदेखील दिसतेय. या इंटरव्ह्यूसाठी तिने काही पूर्वतयारी केली नाही का... तिला हे सगळं माहिती असायला हवं.... या विचारानं मी गोठतो. मी जेव्हा एखाद्याला माझा वेळ देतो, तेव्हा त्यांच्याकडून असं वागणं मला अपेक्षित नसतं.

''छान, मिस्टर ग्रे, मला तुम्हाला काही प्रश्न विचारायचे आहेत.'' केसांची बट कानामागे सारत ती मला विचारते. तिच्या या कृतीनं माझा वैताग कमी होतो.

''वाटलंच होतं मला,'' मी निरसपणे विचारतो. *करू दे तिला चुळबुळ.* माझ्या आदेशाचं पालन केल्याप्रमाणे ती चुळबुळ करते. मग शांत होत, खांदे ताठ करत सरळ बसते. पुढे झुकून मिनी डिस्कचं स्टार्ट बटण दाबून हातातल्या चुरगळलेल्या कागदांवर त्रासिक नजर टाकते.

''एवढ्या लहान वयात एवढं मोठं साम्राज्य तुम्ही उभारलंत. तुमच्या यशाचं श्रेय कशाला द्याल तुम्ही?''

ओह ख्राईस्ट! याच्याहून चांगला प्रश्न विचारू शकली असती ती. कसला रटाळ प्रश्न आहे हा! याच्यात काहीही वेगळं नाही. वैतागच आहे! मी पठडीतली उत्तरं द्यायला सुरुवात करतो- यूएसमधली सर्वोत्तम माणसं माझ्या हाताखाली काम करतायत, अशी माणसं ज्यांच्यावर माझा पूर्ण विश्वास आहे, तसंही मी सगळ्यांवर विश्वास टाकतो आणि पगारही चांगला देतो- वगैरे वगैरे वगैरे... पण, मिस स्टील, मी जे काही करतो त्यात मी स्वाभाविकतः अतिशय हुशार आहे. हे एवढं मोठं साम्राज्य चालवणं म्हणजे माझ्यासाठी हातचा मळ आहे. आजारी पडणाऱ्या, डबघाईला आलेल्या कंपन्या विकत घ्यायच्या, त्यांना स्थिर करायचं, त्या अगदीच चालणार नसतील तर त्यांचं विघटन करायचं, त्यांचे भाग करून सर्वोत्तम किमतीला विकायचे... नेमका फरक कुठे आहे हे ओळखण्याचं कौशल्य तेवढं महत्त्वाचं आहे. शिवाय, शेवटी काम कोण करतंय हेही महत्त्वाचं ठरतं ना, व्यवसायात भरघोस यश मिळवायचं म्हणजे हाताखालची माणसं चांगली असावी लागतात, आणि माझं म्हणाल तर, मला माणसांची अचूक पारख आहे- इतरांपेक्षा कैक पटींनी जास्त.

''कदाचित तुम्ही नशीबवान असाल,'' ती शांतपणे म्हणते.

नशीबवान? क्षणभर मला प्रचंड राग येतो. *नशीबवान?* मिस स्टील, इथे कुठल्याही नशिबाचा संबंध नाही. का बरं हा प्रश्न विचारला असावा हिनं?

चेहऱ्यावरून तर ती शांत आणि इतरांबद्दल कुठलेही ठोकताळे न बांधणारी अशी वाटते. आजवर मला कोणीही म्हटलं नाही की, मी *नशीबवान* आहे. कठोर परिश्रम, हाताखालच्या लोकांना बरोबर घेऊन चालण्याची वृत्ती, त्यांची इत्थंभूत माहिती, गरजेनुसार त्यांच्याबद्दलचा अंदाज बांधणे आणि त्यांची अकार्यक्षमता जाणवल्यावर कठोरपणे त्यांना काढून टाकणे. *मी हे सगळं करतो आणि ते उत्तम प्रकारे करतो. त्याच्यात नशिबाचा काही एक संबंध येत नाही.* असो! स्वतःची विद्वत्ता सिद्ध करण्यासाठी मी माझ्या लाडक्या अमेरिकन उद्योजकाचे शब्द तिला ऐकवतो.

"तुमच्या या बोलण्यावरून तुम्ही अतिरेकी-नियंत्रक वाटता," अतिशय गंभीरपणे ती म्हणते.

व्हॉट द फक!

कदाचित हे नितळ निळे डोळे माझ्या अंतरंगाचा ठाव घेत असावेत. नियंत्रण हे तर माझं मधलं नाव आहे.

मी तिच्याकडे रोखून पाहत म्हणतो, "ओह, मिस स्टील, मी प्रत्येकच गोष्टीवर नियंत्रण ठेवतो." *आणि मला आत्ता, इथे, या क्षणी तुला ते सिद्ध करून दाखवायला आवडेल.*

तिचे डोळे विस्फारतात, तिच्या देखण्या चेहऱ्यावर पुन्हा एकदा लाली पसरते, पुन्हा एकदा ती ओठ चावते. तिच्या ओठांवर खिळलेली माझी नजर दूर करायला मला महत्प्रयास करावे लागतात.

"शिवाय, इतकी प्रचंड ताकद मिळवायची तर आधी स्वतःची खात्री असावी लागते. मनाच्या गाभ्यात तुम्हाला ही जाणीव असावी लागते की तुमचा जन्मच नियंत्रण ठेवण्यासाठी झालाय."

"तुम्हाला असं वाटतं का, की तुमच्याकडे प्रचंड ताकद आहे?" तिचा स्वर सुखद आणि मुलायम आहे, पण हा प्रश्न विचारताना ती तिची नाजूक भुवई किंचित वर उचलते. तिच्या नजरेत माझ्याबद्दल किंचित आकस दिसून येतो. मी पुन्हा त्रासतो. ती मुद्दाम मला उचकवते आहे का? तिचे प्रश्न, तिची वृत्ती, ती मला अतिशय आकर्षक वाटणं... नेमकं कशामुळे मी भडकलो आहे?

"मिस स्टील, चाळीस हजार माणसं माझ्या हाताखाली काम करतात. त्यामुळे स्वाभाविकच माझ्यावर मोठी जबाबदारी असते- तुम्हाला हवं तर तुम्ही त्याला ताकद म्हणू शकता. समजा आज मी ठरवलं, की टेलिकम्युनिकेशनच्या क्षेत्रात मला रस उरलेला नाही म्हणून ती कंपनी विकून टाकू यात; तर वीस हजार लोकांच्या आयुष्याचा प्रश्न निर्माण होईल. या नोकरीच्या जिवावर घेतलेली कर्जं फेडायला त्यांना प्रचंड त्रास होईल."

माझ्या या उत्तरावर तिच्या तोंडाचा आ होतो. बरं झालं! *मिस स्टील, कळलं*

का? मला जरा शांत झाल्यासारखं वाटतं.

"पण तुम्ही बोर्डला उत्तर द्यायला बांधील नाही आहात का?"

"मी माझ्या कंपनीचा मालक आहे. कुठल्याही बोर्डाला उत्तर देत नाही मी." मी तिला झापतो. एवढंसुद्धा कळत नाही हिला? मी प्रश्नार्थक भुवई उंचावतो.

"कामाच्या व्यतिरिक्त तुम्हाला अजून कशात रुची आहे?" ती घाईघाईनं विचारते. माझ्या प्रतिक्रियेचा अचूक अंदाज तिला आला आहे. मी भडकलोय हे तिच्या लक्षात आलंय. त्यामुळे मला आता खूप छान वाटतंय. असं का व्हावं?

"मिस स्टील, मला अनेक गोष्टींमध्ये रुची आहे- अनेक." मी हसून उत्तर देतो. माझ्या प्ले-रूममध्ये वेगवेगळ्या पोझिशनमध्ये असलेली ती माझ्या नजरेसमोर येते- क्रॉसवर बांधलेली, मोठ्या पलंगावर हातपाय ताणून बांधलेली, बेंचवर ओणवी, चाबकाचे फटके खाणारी; *फकिंग हेल! काय होतंय हे?* ते पाहा, परत तिच्या चेहऱ्यावर लाली आली आहे. हे तिचं डिफेन्स मेकॅनिझम आहे का? *ग्रे, शांत हो.*

"इतकं जीव तोडून काम केल्यावर मन रमवण्यासाठी तुम्ही काय करता?"

"मन रमवण्यासाठी?" मी हसून विचारतो. तिच्या तोंडून हे शब्द ऐकणं मला विचित्र वाटतं. शिवाय, मन रमवायला मला वेळ कुठे मिळतो? मी किती कंपन्या चालवतो याची हिला कल्पना तरी आहे का? ती तिच्या तरतरीत निळ्या नजरेने माझ्याकडे टक लावून बघते आणि आश्चर्य म्हणजे मी तिच्या प्रश्नाचा विचार करू लागतो. मन रमवायला मी काय करतो? सेलिंग, फ्लाईंग, फकिंग... तिच्या सारख्या लहानखुऱ्या तपकिरी केसांच्या मुलींची मर्यादा समजून घेणं आणि त्यांना ताळ्यावर आणणं... या विचारानंसुद्धा मी जागच्या जागी सावरून बसतो. तरीही मी तिच्या प्रश्नाला शांतपणे उत्तर देतो- अर्थात त्यातले माझे दोन सर्वांत आवडीचे छंद वगळून.

"तुम्ही मॅन्युफॅक्चरिंगमध्ये विशेष करून गुंतवणूक करता, त्याचं काही खास कारण?"

तिच्या प्रश्नानं मी भानावर येतो.

"मला निर्मितिप्रक्रिया आवडते. वस्तूचं काम कसं चालतं, ते तसं का चालतं, निर्मिती कशी करायची, पुनर्निर्मिती कशी करायची... आणि मला जहाजं फार आवडतात. अजून काय सांगू?" जगभरात कुठंही पोहोचून अन्नवाटप करणं, माल गोळा करणं, प्रचंड वाहतूक करण, हे जहाजांमुळेच शक्य होतं. यात न आवडण्यासारखं काय आहे?

"पण म्हणजे, इथे तुमच्या भावनिक दृष्टिकोनानं तुमच्या व्यावसायिक दृष्टिकोनावर मात केलेली दिसतेय."

भावना? मी? ओह नो, बेबी. फार पूर्वीच माझ्या सगळ्या भावना मरून गेलेल्या आहेत. माझं हृदय छिन्नविच्छिन्न झालंय. "शक्य आहे, पण मला हृदयच नाही असं म्हणणारे अनेक जणं आहेत.''

"असं का बरं म्हणतात ते?''

"कारण, ते मला चांगलं ओळखतात.'' तिच्याकडे पाहत खोचकपणे हसत मी म्हणतो. खरं म्हणजे मला कोणीच नीट ओळखत नाही. कदाचित एलेना तेवढी ओळखत असेल. मिस स्टीलला बघून तिची काय प्रतिक्रिया होईल बरं? ही मुलगी म्हणजे विरोधाभासाचा नमुना आहे. लाजाळू, अस्वस्थ, हुशार आणि मला पेटवणारी. *हो. ठीक आहे, मी कबूल करतो. ती भलतीच मोहात टाकते आहे.*

ती यांत्रिकपणे पुढचा प्रश्न विचारते.

"तुम्हाला जाणून घेणं सोपं आहे, असं तुमचे मित्र-मैत्रिणी म्हणू शकतील का?''

"मिस स्टील, माझं वैयक्तिक जीवन मी अतिशय खासगी ठेवतो. हा खासगीपणा जपण्यासाठी मी आटोकाट प्रयत्न करतो. सहसा मी कोणालाही इंटरव्ह्यू देत नाही.'' मी जे काही करतो, ज्या प्रकारचं जगणं मी निवडलं आहे त्याकरता मला हा खासगीपणा नितांत गरजेचा आहे.

"मग या इंटरव्ह्यूला का होकार दिलात?''

"कारण, मी या युनिव्हर्सिटीला डोनेशन देतो. शिवाय, मी कितीही प्रयत्न केला, तरी मिस कॅव्हॅनॉपासून मी स्वतःची सुटका करून घेऊ शकलो नाही, हे महत्त्वाचं. माझ्या पीआरच्या मागे ती हात धुऊन लागली होती. मला अशा प्रकारची चिकाटी आवडते.'' *पण, तिच्याऐवजी तू इथे आली आहेस याचा मला फार आनंद झालाय.*

"तुम्ही फार्मिंग टेक्नोलॉजीमध्येसुद्धा प्रचंड गुंतवणूक केली आहे. या प्रांतात तुम्हाला इतकं स्वारस्य का?''

"मिस स्टील, पोट भरायला आपण पैसे नाही ना खाऊ शकत! या जगात अनेक लोकांना घासभर अन्नदेखील मिळत नाही.'' गंभीरपणे तिच्याकडे बघत मी म्हणतो.

"म्हणजे हा परोपकार झाला! या प्रांतात तुम्हांला विशेष रुची आहे का- जगभराच्या गरिबांना जेवू घालणं?'' मी जणू एखादं कोडं असल्यासारखं माझ्याकडे रोखून पाहत ती म्हणते. तिच्या त्या निळ्या डोळ्यांनी माझ्या कटू आणि गूढ आत्म्याचा वेध घ्यावा, अशी माझी इच्छा नाहीये. या विषयावर मी कोणाशीही चर्चा करणार नाही- कधीही नाही.

"हा एक उत्तम व्यवसाय आहे.'' खांदे उडवत, कंटाळा आल्यासारखा चेहरा

करत मी म्हणतो. या क्षणी माझ्या मनात उसळलेल्या भुकेबद्दलच्या विचारांपासून दूर पळण्यासाठी मी तिच्या चुरचुरीत ओठांवर मनातल्या मनात हल्ला चढवतो. नक्कीच तिच्या त्या ओठांना थोड्या प्रशिक्षणाची गरज आहे. हं, हा विचार कसा सुखद आहे. मनातल्या मनात मी तिला माझ्यासमोर गुडघ्यावर बसलेली पाहतो.

"तुमचं काही वैयक्तिक तत्त्वज्ञान आहे का? असल्यास काय आहे?" पुन्हा एकदा ती कागदावरचा प्रश्न मांडते.

"तसं म्हणायला काही खास तत्त्वज्ञान नाही. कदाचित मार्गदर्शक तत्त्व म्हणता येईल. कार्नेजीचं एक वाक्य आहे, 'जी व्यक्ती स्वतःच्या मनाची संपूर्ण जबाबदारी घेण्याची क्षमता अंगी बाळगते, ती व्यक्ती तिच्यावर सोपवलेल्या न्याय्य अशा कुठल्याही गोष्टीची जबाबदारी पूर्णपणे पार पाडते.' मी एकमार्गी आहे, जिद्दी आहे... मला नियंत्रण आवडतं. स्वतःवरचं आणि माझ्या सभोवताली असणाऱ्या साऱ्यांवरचं."

"म्हणजे तुम्हाला मालकी हक्क हवा असतो?" तिचे डोळे विस्फारतात.

येस, बेबी. उदाहरणार्थ तुझा.

"त्यांचा मालकी हक्क मिळावा अशी माझी क्षमता असायला हवी, पण सरतेशेवटी तू म्हणतेस ते बरोबर आहे."

"तुमच्या या बोलण्यावरून तुम्ही सर्वोच्च श्रेणीचे उपभोक्ता वाटता मला." तिच्या स्वरात नाराजी जाणवते. मी पुन्हा वैतागतो. जन्मापासून कशाचीही ददात नसलेल्या श्रीमंत मुलीसारखी बोलते आहे ती. मी तिच्याकडे निरखून पाहतो- तिचे कपडे- वॉलमॉर्ट किंवा ओल्ड नेव्ही- छे! ती सधन कुटुंबातली वाटत नाही.

मी तुझी खूप छान काळजी घेईन.

शिट, हा विचार कुठून आला माझ्या मनात? हं, खरं म्हणजे हा विचार करायला हरकत नाही. तसंही मला नवीन सबची गरज आहे. सुझानाला जाऊन किती बरं महिने झाले- दोन महिने झालेत. या तपकिरी केसांच्या मुलीची मला भुरळ पडलीये. तिच्याकडे हसून पाहत मी तिच्या म्हणण्याला होकार देतो. उपभोगामध्ये वाईट काय? अमेरिकन अर्थशास्त्राचा उरलासुरला डोलारा त्याच्यावरच तर उभा आहे.

"तुम्हाला दत्तक घेतलं होतं. तुम्ही आज जिथे पोहोचला आहात त्यामध्ये या दत्तक घेण्याचा कितपत वाटा आहे?"

या प्रश्नाचा काही संबंध तरी आहे का? मी चिडून तिच्याकडे बघतो. काय हास्यास्पद प्रश्न आहे हा. त्या हरामखोर रांडेबरोबर राहिलो असतो तर मीही केव्हाच मेलो असतो. तिच्या प्रश्नाला मी हातानंच उडवून लावत स्वतःला शांत ठेवायचा प्रयत्न करतो. पण दत्तक घेतलं तेव्हा मी किती वर्षांचा होतो हे जाणून घेण्याचा ती पुन्हा पुन्हा प्रयत्न करते. *ग्रे, तिला गप्प कर.*

"मिस स्टील, ही माहिती सगळ्यांसाठी उपलब्ध आहे." अत्यंत थंड स्वरात मी तिला उत्तर देतो. तिला हे माहिती असायला हवं. ती खजील होते. बरं झालं.

"तुम्हाला तुमच्या कामापायी कौटुंबिक जीवनाचा त्याग करावा लागला."

"हा प्रश्न नाहीये," मी झापतो.

तिचा चेहरा पुन्हा लाल होतो. ती पुन्हा एकवार ओठ चावते. पण निदान माफी मागण्याची धिटाई तरी ती दाखवते.

"तुमच्या कामापायी तुम्हाला कौटुंबिक जीवनाचा त्याग करावा लागला का?"

सालं, इथे कुटुंबाशी कुणाला काय घेणंदेणं आहे?

"हे पाहा, मला स्वतःचं कुटुंब आहे. एक भाऊ आहे, एक बहीण आहे, प्रेमळ आई-वडील आहेत. त्याच्या पलीकडे कुटुंब वाढविण्यामध्ये मला जराही स्वारस्य नाही."

"मिस्टर ग्रे, तुम्ही गे आहात का?"

व्हॉट द फक? तिने हे मोठ्यांदा विचारलं याच्यावर माझा विश्वासच बसत नाहीये. माझ्या कुटुंबीयांच्या मनात जरी हा प्रश्न असला तरी आजवर कोणीही मला तो विचारायची हिंमत केली नाहीये. नवल आहे. *हिची हिंमत कशी झाली?* बसल्या जागेवरून तिला खेचत आणून माझ्या गुडघ्यांवर पालथं टाकून चांगलंच झोडपून काढायची आणि त्यानंतर तिचे दोन्ही हात पाठीमागे घट्ट बांधून माझ्या या इथल्या टेबलवर तिच्याशी रानटी संभोग करण्याची तीव्र इच्छा मी कशीबशी दाबून ठेवतो. तिच्या प्रश्नाला हेच उत्तर योग्य आहे. ही बाई किती तापदायक ठरू शकते! स्वतःला शांत करण्यासाठी मी खोल श्वास घेतो. गंमत म्हणजे तिने विचारलेल्या प्रश्नामुळे तिलाच प्रचंड संकोच वाटतोय.

भुवई उंचावत, अतिशय निर्विकारपणे मी तिला उत्तर देतो, "नाही, ॲनेस्टेशिया मी गे नाही." ॲनेस्टेशिया. काय सुंदर नाव आहे. माझ्या जिभेवरचा त्याचा उच्चार मला फार आवडलाय.

"मला माफ करा. म्हणजे... अं... इथे लिहिलाय हा प्रश्न." अस्वस्थपणे केसांची बट कानामागे घेत ती म्हणते.

आपण काय प्रश्न विचारणार आहोत, हेदेखील हिला माहीत नाही? कदाचित हे तिचे प्रश्न नसावेत. मी तिला तसं विचारतो. त्याबरोबर तिचा चेहरा उतरतो. फक! ती किती आकर्षक आहे. तिचा देखणेपणा काही वेगळाच आहे. मी तर म्हणेन की ती अतिशय सुंदर आहे.

"अं... नाही. केट- मिस कॅव्हॅनॉने हे प्रश्न तयार केलेत."

"तुम्ही दोघी मिळून एखादा पेपर लिहिताय का?"

"नाही, ती माझी रूममेट आहे."

तरीच... मी हनुवटी खाजवत विचार करतो. हिची जरा फिरकी घ्यावी का...

"हा इंटरव्ह्यू घ्यायची तयारी तू आपणहून दाखवलीस का?" मी विचारतो. त्याबरोबर तिच्या चेहऱ्यावरचे भाव झरझर बदलतात. माझ्या प्रतिक्रियेमुळे ती अस्वस्थ होत, डोळे मोठे करत माझ्याकडे पाहते. माझा तिच्यावर होणारा परिणाम मला सुखावतो.

"तिला बरं नसल्यामुळे मला यावं लागलं," ती हळुवारपणे म्हणते.

"हं, आत्ता आलं माझ्या लक्षात."

दारावर टकटक करून अँड्रीया आत डोकावते. "मिस्टर ग्रे, माफ करा पण, तुमची पुढची मीटिंग दोन मिनिटांत सुरू होईल."

"अँड्रीया, आमचं अजून झालं नाहीये. माझी पुढची मीटिंग कॅन्सल कर."

अँड्रीया अवाक होऊन माझ्याकडे पाहत राहते. मी तिच्याकडे रोखून बघतो. *बाहेर हो! आत्ताच्या आत्ता! मी या क्षणी या लहानखुऱ्या मिस स्टीलबरोबर व्यग्र आहे हे दिसत नाही का?* अँड्रीया संकोचते. पण क्षणार्धात स्वतःला सावरत म्हणते,

"हो मिस्टर ग्रे." एवढं बोलून ती गर्रकन वळून तिथून निघून जाते.

मी पुन्हा एकदा माझं लक्ष मला वैतागवणाऱ्या, आगाऊ मिस स्टीलकडे वळवतो.

"तर मग आपण काय बोलत होतो, मिस स्टील?"

"प्लीज, तुमचा वेळ खूप मोलाचा आहे. मी निघते."

ओह नो, बेबी! आता माझी पाळी आहे. या सुंदर डोळ्यांच्या आड काही गुपितं दडली आहेत का, ते मला जाणून घ्यायचं आहे.

"मला तुझ्याबद्दल माहिती हवी आहे. मला वाटतं, तू माझी एवढी माहिती काढल्यावर मलाही तेवढा हक्क आहे." कोचवर आरामात रेलून बसत, ओठांवर बोटं टेकवत मी तिच्याकडे रोखून पाहत म्हणतो. माझ्या ओठांकडे पाहत ती आवंढा गिळते. *ओह येस- हमखास परिणाम.* माझी तिच्यावर भुरळ पडते आहे हे जाणून मलाही बरं वाटतंय.

"माझ्याबद्दल जाणून घेण्यासारखं फारसं काही नाहीये." बोलता बोलता तिचा चेहरा लालबुंद होतो. तिला माझी भीती वाटतेय. *बरं झालं.*

"ग्रॅज्युएशन झाल्यावर पुढे काय करायचा विचार आहे?"

ती खांदे उडवत म्हणते, "मिस्टर ग्रे, अजून तरी मी कशाचाच विचार केला नाही. परीक्षा उत्तमरीत्या पास होणं, एवढाच विचार सध्या माझ्या डोक्यात आहे."

"आमच्या इथे आम्ही अतिशय चांगले इंटर्नशिप प्रोग्राम राबवतो." *फक्!* कशासाठी बोललो मी असं? मी माझा स्वतःचा महत्त्वाचा नियम मोडतो आहे- स्टाफमधल्या कोणालाही सेक्समध्ये गुंतवायचं नाही. *पण ग्रे, तू या पोरीबरोबर*

सेक्स करत नाही आहेस. माझ्या म्हणण्याचं तिला नवल वाटतं. ती पुन्हा एकदा खालचा ओठ चावते. *तिची ही कृती मला इतकी का कामुक वाटते?*

"ओह. मी लक्षात ठेवेन," ती पुटपुटते. मग काहीतरी विचार करून ती पुढे म्हणते, "पण, मला नाही वाटत, की माझं शिक्षण इथे काही कामी येईल."

का बरं असं? माझ्या कंपनीत असं काय वाईट आहे?

"असं तू का म्हणतेस?" मी विचारतो.

"नाही म्हणजे, ते स्वाभाविकच आहे ना?"

"माझ्यासाठी नाही," तिच्या उत्तराने मला वाईट वाटतं. ग्रे, व्हॉटस् रॉंग विथ यू.

ती पुन्हा एकदा कावरीबावरी होते. पुढे होत ती मिनी डिस्क रेकॉर्डर उचलू लागते. *शिट! ती निघाली.* त्या दुपारचं माझं काय शेड्यूल आहे याचा मी घाईघाईनं मनातल्या मनात आढावा घेतो. अत्यावश्यक असं काहीही नाहीये.

"तुला माझं ऑफिस बघायला आवडेल का?"

"मिस्टर ग्रे, मला खात्री आहे, की तुम्ही अतिशय व्यग्र आहात. शिवाय, मला खूप दूर जायचंय."

"म्हणजे? तू इथून व्हॅंकोव्हरला कारनं जाणार आहेस?" मी खिडकीच्या बाहेर नजर टाकतो. एकतर बाहेर पाऊस पडतोय आणि प्रवासही फार लांबचा आहे. शिट. या असल्या हवेत तिनं गाडी चालवता कामा नये. पण मी तिला कसं काय रोखू? त्या विचारानंच मला वैताग येतो. "ठीक आहे, गाडी नीट चालव." माझ्याही नकळत मी तिला कठोर स्वरात बजावतो.

मिनी डिस्क हातात घेत ती अस्वस्थपणे चुळबुळ करते. तिला माझ्या केबिनबाहेर पडायचंय. तिनं इथून जावं अशी माझी अजिबात इच्छा नाही. का? नाही सांगता येत.

"तुला हवी ती सगळी माहिती मिळाली का?" तिला थांबवण्याचा माझा प्रयत्न तिच्याही लक्षात येतो.

"हो, सर," ती निमूटपणे म्हणते.

तिच्या उत्तराने मी हादरतो- ते शब्द ज्या प्रकारे बाहेर पडतात, तिच्या त्या चुरचुरीत ओठातून बाहेर पडताना त्यांचा जो काही नाद होतो- क्षणभर मनातल्या मनात माझे ओठ मनसोक्त कृती करतात.

"मिस्टर ग्रे, या इंटरव्ह्यूबद्दल मी मनापासून आभारी आहे."

"मलाही मजा आली," मी उत्तर देतो- अगदी खरं, कारण आजच्यासारखी मजा मला कित्येक दिवसांत आलेली नाहीये. त्या विचारानं मी अस्वस्थ होतो.

ती जाण्यासाठी उठून उभी राहते. मी घाईघाईनं हात पुढे करतो. तिला स्पर्श करायला मी आतुर झालोय.

"मिस स्टील, आपण पुन्हा भेटेपर्यंत," मी खालच्या स्वरात म्हणतो. ती तिचा लहानसा तळहात माझ्या हातात देते. *हो, या मुलीला मला माझ्या प्ले-रूममध्ये नेऊन झोडपून काढायचंय आणि मग तिच्याशी रासवट संभोग करायचा आहे.* तिला बांधून ठेवायचंय, तिच्यात गरज निर्माण करायचीय, माझी गरज, माझ्यावर विश्वास. मी आवंढा गिळतो. *ग्रे, हे असलं काही एक होणार नाहीये.*

"मिस्टर ग्रे." मान डोलावत ती हात पटकन काढून घेते... जास्तीच पटकन.

शिट, मी तिला असं जाऊ देऊ शकत नाही. इथून बाहेर पडायला ती उतावीळ झाली आहे हे अगदी उघड आहे. मी वैतागतो, तेवढ्यात मला युक्ती सुचते. मी घाईघाईने तिला निरोप द्यायला उठतो.

"मिस स्टील, खात्री करतो, की तू न धडपडता दारातून बाहेर पडशील."

ती लाजते. पुन्हा एकवार तिच्या चेहऱ्यावर सुंदर गुलाबी छटा पसरते.

"मिस्टर ग्रे, फारच विचारी आहात." असं सट्कन म्हणून ती पाठमोरी होते.

अरे वा! मिस स्टीलला चांगलंच बोलता येतं. मला हसू येतं. मी तिच्यामागून निघतो. मला पाहून अँड्रीया आणि ऑलिव्हिया या दोघींनाही धक्का बसतो. *हो, हो, एवढं काय! मी फक्त तिला निरोप देतोय.*

"तू कोट घातला होतास का?" मी विचारतो.

"हो."

बावळटासारखं हसणाऱ्या ऑलिव्हियाकडे मी रागानं बघतो. त्याबरोबर घाईघाईने उठून ती मिस स्टीलचा कोट घेऊन येते. तिच्या हातातून तो घेत मी तिला खाली बसण्याचा इशारा करतो. ख्राईस्ट! ही ऑलिव्हिया म्हणजे भयंकर वैताग आणते. येता जाता स्वतःचा पार्श्वभाग माझ्यासमोर नाचवत राहते.

हं. हा कोट नक्कीच वॉलमार्टमधला आहे. मिस ॲनेस्टेशिया स्टीलने याहून चांगले कपडे घातले पाहिजे. मी कोट तिच्यासमोर धरतो. ती हात घालते. मी तो ओढून तिच्या नाजूक खांद्यांवर बसवतो. त्या वेळेस तिच्या मानेला मी स्पर्श करतो. माझ्या त्या स्पर्शासरशी ती स्तब्ध होते. तिचा चेहरा पडतो. *येस!* तिच्यावर माझा परिणाम होतो आहे. हे जाणून मी अतिशय सुखावतो. तिच्याबरोबर एलेव्हेटरच्या दिशेनं जात मी बटण दाबतो. ती चुळबुळ करत माझ्या बाजूला उभी राहते.

ओह, बेबी, तुझी ही चुळबुळ मी थांबवू शकतो.

एलेव्हेटरचं दार उघडतं. ती घाईघाईनं आत शिरते आणि माझ्याकडे वळते.

"ॲनेस्टेशिया," मी हळूच म्हणतो आणि तिचा निरोप घेतो.

"ख्रिश्चन," ऐकू येईल न येईल अशा आवाजात ती म्हणते. तेवढ्यात एलेव्हेटरचं दार बंद होतं. तिने उच्चारलेलं माझं नाव माझ्याभोवती तरंगत राहतं. अनोळखी, विचित्र तरीही अतिशय सेक्सी.

काय झालंय काय मला? फक द् हेल!

या मुलीबद्दल मला अधिकाधिक जाणून घ्यायला आवडेल. “अँड्रीया,” माझ्या केबिनच्या दिशेने ताडताड जात मी जोरात हाक मारतो. “आत्ताच्या आत्ता मला वेल्चचा फोन लावून दे.”

माझ्या खुर्चीवर बसत मी फोनची वाट बघतो. भिंतीवर लावलेल्या त्या पेन्टिंगकडे मी नजर टाकतो. मिस स्टीलचे शब्द मला आठवतात. *सामान्याला असामान्यत्व देणारा.* तिने जणू स्वतःचंच वर्णन केलं होतं.

माझा फोन वाजतो.

“मिस्टर वेल्चचा फोन लागलाय सर.”

“दे जोडून.”

“हो, सर.”

“वेल्च, मला जरा एक माहिती काढायची आहे.”

◆

शनिवार, मे १४, २०११

अॅनेस्टेशिया रोझ स्टील

जन्म तारीख	- सप्टेंबर १०, १९८९, मॉन्टेसॅनो, वॉशिंग्टन
पत्ता	- १११४ एसडब्ल्यू ग्रीन स्ट्रीट, अपार्टमेंट ७, हेवन हाईटस्, व्हॅंकोव्हर, वॉशिंग्टन, ९८८८८
मोबाईल	- ३६०९५९४३५२
सोशल सिक्युरिटी नंबर	- ९८७-६५-४३२०
बॅंक अकाऊंट	- वेल्स फार्गो बॅंक, व्हॅंकोव्हर, वॉशिंग्टन ९८८८८
अकाऊंट नंबर	- ३०९३६१; जमा ६८३.१६ डॉलर
व्यवसाय	- अंडरग्रॅज्युएट स्टुडंट डब्ल्यूएसयू व्हॅंकोव्हर कॉलेज ऑफ लिबरल आर्टस् इंग्लिश मेजर
जीपीए	- ४.०
शालेय शिक्षण	- मॉन्टेसॅनो ज्युनिअर-सिनिअर हायस्कूल
एसएटी स्कोअर	- २१५०
नोकरी	- क्लेटन हार्डवेअर स्टोअर नॉर्थवेस्ट व्हॅंकोव्हर ड्राईव्ह, पोर्टलॅंड, ओआर, (पार्ट टाईम)
वडील	- फ्रॅन्कलिन ए. लॅम्बर्ट जन्म - सप्टेंबर १, १९६९, मृत्यू - सप्टेंबर ११, १९८९
आई	- कार्ला मे विल्क्स अॅडम्स जन्म - जुलै १८, १९७० विवाह - फ्रॅन्क लॅम्बर्ट मार्च १, १९८९, विधवा सप्टेंबर ११, १९८९ विवाह - रेमन्ड स्टील - जून ६, १९९०, घटस्फोट जुलै १२, २००६ विवाह - स्टेफन एम. मॉर्टन -ऑगस्ट १६, २००६, घटस्फोट जानेवारी ३१, २००७

विवाह - रॉबिन (बॉब) ॲडइम्स
- एप्रिल ६, २००९

राजकीय पक्ष	- तूर्तास नाही
धार्मिक पक्ष	- तूर्तास नाही
सेक्शुअल ओरिएन्टेशन	- माहिती नाही
रिलेशनशिप	- तूर्तास आढळलेली नाही

दोन दिवसांपूर्वी मिळालेल्या एक्झिक्युटिव्ह समरीवरून मी किमान शंभराव्यांदा नजर फिरवतो. गूढ अशा मिस ॲनेस्टेशिया रोझ स्टीलच्या अंतरंगात डोकावण्यासाठी काही दुवा मिळतोय का, याचा मी प्रयत्न करतोय. काही केलं तरी ती बया माझ्या मनातून जात नाहीये आणि त्याच्यामुळे आता मला खरोखरच चीड यायला लागलीये. हा संपूर्ण आठवडा, विशेष करून रटाळ अशा त्या मीटिंगच्या दरम्यान, मी सातत्यानं तिच्याबरोबरच्या इंटरव्ह्यूमध्ये हरवलो होतो. रेकॉर्डरवर अडखळणारी तिची बोटं, केसांची बट कानामागे टाकायची तिची लकब, दातानं खालचा ओठ दाबणं. नेमकी ही ओठ चावण्याची लकब मला प्रत्येक वेळेस चेतवते आहे.

आणि आत्ता या क्षणाला मी क्लेटन्सच्या दुकानाबाहेर गाडीत बसून आहे. पोर्टलँडच्या बाहेरच्या भागात असलेलं सर्वसामान्य हार्डवेअरचं दुकान. ती इथेच काम करते.

ग्रे, तू मूर्ख आहेस. तू इथे का आला आहेस?

मला माहिती होतं, की याचा शेवट हाच होणार... संपूर्ण आठवडा मला माहिती होतं, की मला तिला भेटावंच लागणार आहे. एलेव्हेटरमध्ये शिरल्यावर तिनं ज्या पद्धतीनं माझं नाव उच्चारलं होतं, आणि मग माझ्या बिल्डिंगच्या तळाशी कुठेतरी ती गडप झाली होती, तेव्हापासून मला हे माहीत होतं. मी मोह आवरण्याचा आटोकाट प्रयत्न केला. तब्बल पाच दिवस मी वाट पाहिली. साले, वैतग आणणारे पाच दिवस- मी तिला विसरू शकतो आहे का, याची मी वाट पाहिली. *आणि मला वाट पाहायची सवय नाही. कुठल्याही प्रकारची वाट पाहण्याचा मला तिरस्कार आहे...* आजवर मी कधीही कोणत्याही मुलीच्या मागे लागलेलो नाही. माझ्या आयुष्यात आलेल्या स्त्रियांना माझ्या त्यांच्याकडून असलेल्या अपेक्षा अचूकपणे माहीत होत्या. मला भीती आहे, की मिस स्टील फार कोवळी आहे. शिवाय, मी तिला जे देऊ करत आहे त्यामध्ये तिला स्वारस्य नसेल... असेल का? ती एक चांगली सबमिसिव्ह बनू शकेल का? मी मान झटकतो. हे शोधण्याचा केवळ एक मार्ग आहे... आणि म्हणूनच मी इथे आलोय, मूर्खासारखा. पोर्टलँडच्या गलिच्छ

भागातल्या एका पार्किंग लॉटमध्ये गाडीत बसलोय.

तिच्याबद्दल मिळवलेल्या सविस्तर माहितीतून कुठलीही खास अशी बाब समोर आलेली नाही. फक्त शेवटचा मुद्दा सोडला तर. तोच माझ्यासाठी आता महत्त्वाचा आहे. त्याच कारणापायी मी इथे आलेलो आहे. *मिस स्टील, तुला बॉयफ्रेन्ड का नाही?* सेक्शुअल ओरिएन्टेशन- माहीत नाही- कदाचित ती लेस्बियन असावी. मी वैतागतो. ही शक्यता मला गृहीतदेखील धरावीशी वाटत नाही. इंटरव्ह्यूच्या दरम्यान तिने विचारलेला प्रश्न मला आठवतो आणि तिला वाटलेला प्रचंड संकोच- तिचा चेहरा लाल झाला होता... शिट. तिला भेटल्यापासून तिच्याबद्दलच्या विचारांनी माझी तगमग होते आहे.

आणि म्हणूनच तू इथे आला आहेस.

तिला बघण्यासाठी मी कासावीस झालोय- तिच्या निळ्या डोळ्यांनी मला झपाटलंय- अगदी स्वप्नातसुद्धा माझा पिच्छा सोडलेला नाहीये. फ्लिनला मी तिच्याबद्दल काहीही सांगितलेलं नाहीये. बरं झालं सांगितलं नाही. कारण, आत्ता मी अगदी अडाण्यासारखा वागतोय. *कदाचित मी त्याला सांगायला हवं होतं.* मी डोळे फिरवतो- त्याच्या त्या उपायकेंद्रित उपचारांबद्दल (सोल्युशन बेस्ड थिअरी) ऐकून घेण्यात मला यत्किंचितही स्वारस्य नाही. या क्षणी मला मन वेधून घेणारं कोणीतरी हवंय. आणि ती कोणीतरी आत्ता समोरच्या हार्डवेअरच्या दुकानात सेल्सक्लार्कचं काम करते आहे.

इथवर आला आहेस. पुढे होऊन बघ तरी, की तुला वाटली होती तितकी मिस स्टील खरोखरच आकर्षक आहे का? चला, व्हा पुढे मिस्टर ग्रे. मी गाडीतून उतरतो. मग सावकाश दुकानाशी जाऊन पोहोचतो. मी आत शिरताच कुठेतरी बारीक आवाजात घंटी वाजते.

बाहेरून वाटलं त्यापेक्षा दुकान बरंच प्रशस्त आहे. लंच टाईम होत आला आहे. पण तरीही शनिवारच्या मानानं दुकानात जवळजवळ कोणीच नाही. साधारणतः हार्डवेअरच्या दुकानात दिसणाऱ्या वस्तूंनी शेल्फ खचाखच भरले आहेत. माझ्या सारख्याला या दुकानातून काय काय मिळू शकतं, याच्या शक्यता मी गृहीत धरल्या नव्हत्या. सहसा मी माझ्या गरजा ऑनलाईन भागवतो. पण आता इथे आलोच आहे तर आवश्यक अशा काही गोष्टी घेऊन ठेवतो... वेल्क्रो, स्प्लिट रिंग, मला सुखावणाऱ्या त्या मिस स्टीलला शोधून जरा चार क्षण मजेत घालवतो.

आत शिरल्यावर तिला शोधायला मला फक्त तीन सेकंदं लागतात. काऊंटरशी पुढे झुकून एकचित्तानं कॉम्प्युटरचा स्क्रीन न्याहाळत ती जेवते आहे- बॅगेल खाते आहे. नकळत ओठांच्या कोपऱ्यावर लागलेला एक कण ती हातानं तोंडात ढकलते आणि बोटं चोखते. त्याला प्रतिसाद म्हणून मी आतल्या आत उसळतो. *फक! मी*

काय चौदा वर्षांचा आहे का? माझी ही प्रतिक्रिया मला प्रचंड चीड आणते. कदाचित तिला बेड्यांमध्ये अडकवून, झोडपून काढून तिच्याशी रासवट संभोग केला तर माझा हा थिल्लरपणा बंद होईल. याच क्रमानं क्रिया केल्या पाहिजेत, असंही नाही. अगदी बरोबर. मला याचीच नितांत आवश्यकता आहे.

ती स्वतःत मग्न आहे. त्यामुळे तिला न्याहाळण्याची संधी मला मिळते. मनातले सगळे कामुक विचार बाजूला ठेवले तरी मला कबूल करावं लागतंय की ती अतिशय आकर्षक आहे. खऱ्या अर्थानं आकर्षक. मला ती जशी आठवत होती अगदी तशीच.

तेवढ्यात ती मान वर करते आणि अवाक होते. माझा वेध घेणारी तिची नजर मला खिळवून ठेवते. इतकी निळी नजर मी आजवर पाहिली नाही. तिची नजर माझा ठाव घेते. पहिल्यांदा तिला मी भेटलो, त्या वेळेस तिच्या या नजरेनं मी जितका बेचैन झालो होतो, तितकाच आत्ताही झालो आहे. ती नुसतीच पाहत राहते. बहुधा तिला धक्का बसला असावा. आता ही प्रतिक्रिया चांगली की वाईट याचा अंदाज मला येत नाहीये.

''मिस स्टील! व्हॉट अ प्लेझंट सरप्राइज''

''मिस्टर ग्रे,'' ती संकोचून कसंबसं म्हणते. आहा... अगदी माझ्या मनासारखी प्रतिक्रिया.

''मी या भागात आलो होतो. मला एक दोन-चार वस्तू घ्यायच्या आहेत. तुला पुन्हा भेटून मला खूप आनंद झाला, मिस स्टील.'' *अगदी खराखुरा आनंद!* माझ्या ऑफिसमध्ये मला भेटली तेव्हासारखे ढगळ कपडे आत्ता तिच्या अंगावर नसून, घट्ट टी-शर्ट आणि जिन्स तिने घातलेली आहे. तिचे पाय लांबसडक, कंबर बारीक आणि स्तन अगदी मला आवडतात तसेच आहेत. अजूनही ती अवाक होऊन माझ्याकडे पाहते आहे. पुढे होऊन तिची हनुवटी धरून तिचं तोंड बंद करण्याचा मोह मी आवरतो. *मी सिएटलहून इथे आलोय ते फक्त तुला बघायला, आणि ज्या पद्धतीने तू आत्ता माझ्याकडे बघते आहेस त्यामुळे माझ्या या प्रवासाचं सार्थक झालंय.*

खोल श्वास घेत ती खांदे सरळ करते. माझा इंटरव्ह्यू घेतानादेखील तिने असंच केलं होतं. ''ॲना. माझं नाव ॲना आहे. मिस्टर ग्रे, मी तुम्हाला काय मदत करू शकते?'' माझ्याकडे बघून खोटं हसत ती म्हणते. माझी खात्री आहे, की हे हसू तिनं खास दुकानात येणाऱ्या ग्राहकांसाठी राखून ठेवलंय.

मिस स्टील, खेळ सुरू.

''मला काही गोष्टी हव्या आहेत. सगळ्यात पहिले म्हणजे मला दोऱ्या हव्या आहेत.

ती खोल श्वास घेते. त्याबरोबर तिचे ओठ किंचित विलग होतात.

मिस स्टील, या दोरीनं मी तुमच्याबरोबर काय काय करू शकतो हे कळलं तर तुम्हाला नवल वाटेल.

''आमच्याकडे वेगवेगळ्या लांबीच्या दोऱ्या आहेत. दाखवू का मी तुम्हाला?''

''प्लीज. मिस स्टील, दाखवा बरं.'' काऊंटरच्या मागची आपली जागा सोडत ती पुढे येत मला दुकानातल्या एका भागाकडे घेऊन जाते. तिच्या पायात साध्या चपला आहेत. हाय हिल्समध्ये ती कशी दिसेल असा विचार माझ्या मनात येतो. लॅबोटिन्स... फक्त लॅबोटिन्स.

''आठ नंबरच्या भागात इलेक्ट्रिकलच्या सामानाबरोबर दोऱ्या ठेवल्यात.'' तिचा आवाज थरथरतो. तिच्या गालावर लाली पसरते... पुन्हा एकदा.

तिच्यावर माझा परिणाम झालाय. माझ्या आशा पल्लवित होतात. म्हणजे ही लेस्बियन नाहीये तर. मला हसू येतं.

''तू पुढे हो,'' असं म्हणत मी हातानं तिला पुढे होण्यासाठी खुणावतो. ती पुढे असल्यामुळे मला तिचा पार्श्वभाग न्याहाळायची संधी मिळते. अहाहा, ती फारच सुंदर आहे; गोड, नम्र, बांधेसूद... एखाद्या सबमिसिव्हमध्ये मला अपेक्षित असलेली सारी लक्षणं तिच्यात आहेत. पण लाखमोलाचा मुद्दा असा, की ती सबमिसिव्ह होऊ शकेल का? कदाचित तिला त्या प्रकारच्या जीवनशैलीची- माझ्या जीवनशैलीची यत्किंचितही माहिती नसावी- पण, तिला ती ओळख करून देण्याची मला आतून इच्छा वाटते आहे. *ग्रे, या मामल्यात तू जरा अतिच पुढचा विचार करतोय.*

''पोर्टलँडमध्ये काही कामानिमित्त आला आहात का, मिस्टर ग्रे?'' तिच्या या प्रश्नाने माझी विचारश्रृंखला तुटते. माझ्यात अजिबात स्वारस्य नाही असं दाखवण्याचा प्रयत्न करत ती किंचित वरच्या पट्टीत बोलते आहे. मला हसावंसं वाटतं. हाही एक नवीन बदल म्हणावा लागेल. फारच थोड्या स्त्रिया अशा आहेत, की ज्यांच्यामुळे मी हसतो.

''व्हँकोव्हरमध्ये असलेल्या डब्ल्यूएसयू फार्मिंग डिव्हिजनला भेट द्यायला मी आलो होतो.'' मी खोटं बोलतो. *खरं सांगायचं तर मिस स्टील, मी तुम्हाला पाहायला आलो आहे.*

ती संकोचते. मी किंचित खजील होतो.

''तूर्तास मी तिथल्या 'पीक बदल आणि मृदा संधारण' यावरच्या संशोधनाला अनुदान देतो आहे.'' चला, निदान हे तरी खरं आहे.

''तुमच्या 'जगाचं पोट भरा' या योजनेचाच भाग का?'' ती अर्धवट हसत म्हणते.

''तसंच काहीसं.'' मी उत्तर देतो. *ती मला हसतेय का?* ती जर मला हसत असेल तर, तिचं हसू बंद करायला मला किती आवडेल. पण, सुरुवात कशी

करावी? हं, कदाचित तिला डिनरला नेऊन... नेहमीसारखं ते इंटरव्ह्यूचं प्रकरण नकोच. तिला डिनरला नेणं ही एक चांगली कल्पना ठरू शकेल.

आम्ही दोऱ्यांच्या सेक्शनपाशी येतो. लांबी आणि रंग यानुसार त्या रचून ठेवलेल्या आहेत. नकळत माझी बोटं दोऱ्यांवरून फिरू लागतात. *मी तिला सहज डिनरला बोलवू शकतो.* डेटवर नेल्यासारखं? येईल का ती? मी तिच्याकडे नजर टाकतो. गुंफलेल्या बोटांकडे नजर टाकत ती उभी आहे. ती माझ्याकडे बघू शकत नाहीये... आशेला जागा आहे. मी त्यातल्या लांब दोऱ्या निवडतो. त्या इतरांपेक्षा जास्त लवचिक आहेत- एकाच वेळेस दोन्ही घोटे आणि दोन्ही मनगटं त्यात बांधता येतात.

"हे चालेल," माझं बोलणं ऐकून ती पुन्हा संकोचते.

"अजून काही हवंय का?" ती पटकन विचारते- एकतर ती अति तत्पर आहे किंवा मला दुकानातून घालवायची तिला घाई झालेली आहे. नेमकं कारण मला माहीत नाही.

"मला काही मास्किंग टेप लागतील."

"तुम्ही रिडेकोरेशन करत आहात का?"

मोठ्या प्रयासानं मी स्वतःला थांबवतो, "नाही, रिडेकोरेशन नाही." गेल्या कित्येक वर्षांत मी हातात पेंटब्रश धरलेला नाही. त्या विचारानं मला हसू येतं. ही असली कामं करण्यासाठी माझ्या हाताशी चिक्कार माणसं आहेत.

"या बाजूने या," तिचा विरस झाल्यासारखा वाटतो. "डेकोरेशनच्या विभागात मास्किंग टेप ठेवल्या आहेत."

चल ग्रे, फार वेळ नाहीये तुझ्या हाताशी, काहीतरी करून तिला बोलण्यात गुंतव. "खूप वर्षांपासून इथे काम करतेस का?" अर्थातच, मला याचं उत्तरही माहिती आहे. माझं इतरांसारखं नाही. मी संपूर्ण माहिती काढतो. ती पुन्हा संकोचते. ख्राईस्ट! ही मुलगी लाजाळू आहे. मला आशेला यत्किंचितही जागा नाही. ती पटकन वळते आणि 'डेकोरेशन' असं लिहिलेल्या सेक्शनकडे झपझप चालत जाते. मी उत्कंठतेने तिच्या मागे मागे जातो. *काय चाललंय, मी काय कुत्र्याचं पिल्लू आहे.*

"चार वर्षं." ती पुटपुटते. तितक्यात आम्ही मास्किंग टेप ठेवलेल्या जागेपाशी पोहोचतो. पुढे झुकत ती वेगवेगळ्या रुंदीची दोन बंडलं काढते.

"मी हे घेतो," मी म्हणतो. रुंद पट्टी तोंडावर लावायला जास्त उपयुक्त ठरते. ती माझ्या हातात ते बंडल देते, तेव्हा एकमेकांच्या बोटांच्या टोकांचा किंचित स्पर्श आम्हाला होतो. तो पार माझ्या जांघांमध्ये जाऊन पोहोचतो. *फक!*

तिच्या चेहऱ्याचा रंग उडतो. "अजून काही हवंय का?" हे विचारताना तिचा मुलायम आवाज घोगरा होतो.

ख्राईस्ट, तिचा माझ्यावर जसा परिणाम होतो आहे अगदी तसाच माझा तिच्यावर होतो आहे. *कदाचित...*

"मला वाटतं थोड्या दोऱ्यासुद्धा लागतील."

"या बाजूने या." असं म्हणत ती पट्कन पुढे होते. पुन्हा एकवार मी तिला मागून मनसोक्त न्याहाळतो.

"कशा प्रकारच्या हव्या आहेत? आपल्याकडे सिंथेटीक आणि नैसर्गिक धाग्यापासून बनलेल्या दोऱ्या आहेत... ट्वाईन... केबल कॉर्ड..."

शिट- बस कर. मी स्वतःला झापतो. माझ्या प्लेरूममध्ये छताला लटकलेली तिची छबी डोळ्यांसमोरून घालवण्याचा प्रयत्न मी करतो.

"नैसर्गिक धाग्यापासून बनवलेली पाच यार्ड दोरी दे मला, प्लीज." ती थोडी खरखरीत आहे. ती सोडवण्याचा जितका प्रयत्न कराल तितकी ती आवळली जाते. माझ्या आवडीची दोरी आहे ती.

तिचा हात किंचित थरथरतो; पण, तरीही ती सफाईनं पाच यार्ड मोजते. मग उजव्या खिशातून कटर काढून एका झटक्यात ती दोरी कापते, त्याची नीटस गुंडाळी करते आणि त्याची निरगाठ बांधते. *तिची तत्परता वाखाणण्यासारखी आहे.*

"तू गर्ल्स स्काऊटमध्ये होतीस का?"

"मिस्टर ग्रे, ठराविक साचाच्या ग्रुप एक्टिव्हिटी हा माझा पिंड नाही."

"तुझा काय पिंड आहे, ॲनेस्टेशिया?" मी तिच्या नजरेत नजर मिळवून विचारतो. माझ्या रोखून बघण्याने तिची बुब्बुळं विस्फारतात. *येस!*

"पुस्तकं." ती हळूच म्हणते.

"कोणत्या प्रकारची पुस्तकं?"

"असं काही नाही, नेहमीचीच. क्लासिक. जास्त करून ब्रिटिश साहित्य."

ब्रिटिश साहित्य? *ब्रॉन्टे, ऑस्टेन, मी पैजेवर सांगतो. रोमॅन्टिक... फुलं आणि मनं.* फक! ह्यात काही अर्थ नाही.

"तुम्हाला अजून काही हवं आहे का?"

"मला नाही माहिती. तू काय सुचवशील?" मला तिची प्रतिक्रिया पाहायची आहे.

"स्वतः करायच्या कृतींसाठी?" ती आश्चर्यानं विचारते.

मला जोरात हसावंसं वाटतं. *ओह बेबी डीआयवाय ही माझी पद्धत नाही.* कसंबसं हसू दाबत मी मान डोलावतो. तिची नजर माझ्यावरून फिरते. मी सावध होतो. ती माझा अंदाज घेते आहे. *फक मी!*

"कव्हरॉल्स," ती पटकन म्हणते.

त्या दिवशी तिने विचारलेल्या 'तू गे आहेस का?' या प्रश्नानंतर तिच्या गोड

देखण्या तोंडातून बाहेर पडलेला अत्यंत अनपेक्षित असा हा दुसरा मुद्दा आहे.

"स्वतःचे कपडे खराब करून घ्यायची तुमची इच्छा नक्कीच नसेल,'' माझ्या जीन्सकडे बघत ती विचारते. तिला पुन्हा संकोच वाटतोय.

मला मोह आवरत नाही, "मी कपडे काढून ठेवू शकतो, नाही का?''

त्यावर ती लाजेने लालचुटूक होत, जमिनीवर नजर खिळवत, 'हं' असं म्हणते.

"घेतो मी कव्हरॉल्स. उगाच कपडे खराब झाले तर.'' तिला अस्वस्थतेमधून बाहेर काढण्यासाठी मी घाईघाईनं म्हणतो. त्यावर चकार शब्दही न उच्चारता ती वळून भरभर चालायला लागते. पुन्हा एकदा मी हपापल्यासारखा तिच्या मागून जातो.

"अजून काही लागणार आहे का?'' एका दमात असं विचारत ती माझ्या हातात निळ्या रंगाचे कव्हरॉल्स ठेवते. अतिशय खजील होऊन ती जमिनीवर नजर खिळवून उभी आहे. तिचा चेहरा लाजेने लाल झालेला आहे. ख्राईस्ट, तिचा माझ्यावर भलताच परिणाम होतोय.

"तुझा लेख कुठवर आला?'' तिचा ताण कमी व्हावा या उद्देशानं मी विचारतो.

नजर वर करत, माझ्याकडे पाहत सुटका झाल्यासारखी ती किंचितशी हसते. *हुश्श!* "मी लिहित नाहीये. कॅथरिन लिहिते आहे. मिस कॅव्हॅनॉ. माझी रूममेट. ती लेखिका आहे. तिला फार मजा येतेय. ती त्या मॅगझिनची संपादक आहे. त्या दिवशी तिला स्वतःला इंटरव्ह्यू घ्यायला येता आलं नाही म्हणून तिला भयंकर हळहळ वाटलेली आहे.''

आम्ही भेटल्यापासून माझ्याशी ती बोललेलं सर्वांत लांबलचक वाक्य आहे हे. आणि आत्ता ती स्वतःबद्दल न बोलता दुसऱ्या कुणाबद्दल तरी बोलते आहे. वा!

मी काही प्रतिक्रिया देण्याआधीच ती पुढे म्हणते, "तिला फक्त एकाच गोष्टीची कमतरता जाणवते आहे, ते म्हणजे तिच्याकडे तुमचा एकही फोटो नाहीये.''

अच्छा, त्या चिवट मिस कॅव्हॅनॉला आता फोटोग्राफ हवाय तर! प्रसिद्धीच्या दृष्टीने! मी देऊ शकतो. त्या निमित्तानं या आनंददायी मिस स्टीलबरोबर मला अजून थोडा वेळ काढता येईल.

"कशा प्रकारचे फोटो हवे आहेत तिला?''

क्षणभर माझ्याकडे रोखून बघत ती मान हलवते.

"हे बघ, मी इथेच आहे. उद्या, कदाचित...'' मी पोर्टलँडमध्ये राहू शकतो. त्यासाठी हिथमनमध्ये एखादी रूम घेता येईल. तिथूनच काम करता येईल. माझा

लॅपटॉप आणि काही कपडे घेऊन टेलरला इथं बोलावून घ्यावं लागेल. किंवा मग कदाचित इलिएटला, अर्थात तो कुठे उधळला नसेल तर. विकएन्डचा त्याचा आवडता उद्योग आहे.

"तुम्ही फोटो शूटसाठी तयार आहात?" तिला आपलं आश्चर्य लपवता येत नाही.

मी किंचित मान डोलावतो. मिस स्टील, तुमच्याबरोबर थोड अधिक वेळ घालवता यावा यासाठी मी काय काय करू शकतो ते कळलं तर तुम्हाला नवल वाटेल... खरं म्हणजे, मलाही नवल वाटतंय.

"केटला फार आनंद होईल... अर्थात फोटोग्राफरसुद्धा सापडायला हवा." ती हसते. त्याबरोबर तिचा चेहरा उजळतो. ख्राईस्ट! काय सुंदर आहे ती.

"मला उद्याचं काय ते कळव." पाकिटातून माझं कार्ड काढून तिच्या हातात देत मी म्हणतो, "यावर माझा सेलनंबर आहे. सकाळी दहाच्या आत काय ते कळव." तिने जर कळवलं नाही, तर मी सिएटलला निघून जाईन आणि माझा आजचा मूर्खपणा विसरून जाईन. निव्वळ त्या विचारानंसुद्धा मला उदास वाटतं.

"चालेल." तिच्या चेहऱ्यावरचं हसू अजूनही तसंच आहे.

"ॲना!" आम्ही दोघंही वळतो. पलिकडून एक तरुण मुलगा येतो. त्याच्या अंगावरचे कपडे साधेच, पण महागडे आहेत. मिस ॲनेस्टेशिया स्टीलकडे बघत तो अतिशय प्रेमाने हसतोय. *साला, हा आहे तरी कोण?*

"अं... मिस्टर ग्रे, आलेच हं एक मिनिटात." असं म्हणत ती त्याच्या दिशेनं चालत जाते. तो हरामखोर तिला एखाद्या माकडासारखा बिलगतो. माझं रक्त गोठतं. हा आदिम प्रतिसाद आहे. *मादरचोद, काढ तिच्या अंगावरचे तुझे हात.* मी मूठ आवळून घेतो. तितक्यात माझ्या लक्षात येतं की, तिने त्याला मिठी मारलेली नाही. त्याबरोबर माझा संताप थोडा कमी होतो.

ते थोडा वेळ काहीतरी कुजबुज करतात. शिट. कदाचित वेल्चने आणलेली माहिती चुकीची असावी. कदाचित हा हिचा बॉयफ्रेंड असावा. त्याचं वयही काही फार दिसत नाहीये. शिवाय, तिच्यावर खिळलेली नजर काढायला तो तयारच नाहीये. क्षणभर तिला निरखून पाहत मग तो तिच्या खांद्यावर हात टाकून आरामात उभा राहतो. बघायला गेलं तर ही त्याची कृती अगदी साधी आहे. पण मला कळतंय, की तो मला दिलेला इशारा आहे. तिला खूप संकोच वाटतोय. अस्वस्थपणे एकेका पावलावर जोर देत ती उभी आहे.

शिट. मी जायला हवं. मग ती त्याला काहीतरी म्हणते आणि त्याच्यापासून दूर होते. बोलताना ती त्याच्या दंडाला स्पर्श करते. हातात हात घेत नाही. याच्यावरून हे स्पष्ट आहे की त्या दोघांमध्ये जवळीक नाही. *गुड.*

"अं... पॉल, हे ख्रिश्चन ग्रे आहेत. मिस्टर ग्रे, हा पॉल क्लेटन आहे. हे दुकान त्याच्या भावाचं आहे," असं म्हणत ती माझ्याकडे विचित्रपणे पाहते. तिच्या नजरेचा अर्थ मला कळत नाही. ती पुढे म्हणते, "इथे काम करत असल्यापासून मी पॉलला ओळखते. अर्थात, आम्ही फारसे भेटत नाही. सध्या तो प्रिन्स्टनला बिझनेस ॲडमिनिस्ट्रेशन शिकतो आहे. सुट्टीत इथे आलाय."

अच्छा, बॉसचा भाऊ तर. बॉयफ्रेन्ड नाहीये. या विचारानं मला जाणवणारी सुटकेची भावना अनपेक्षित आणि वर्णनातीत आहे. त्यामुळे मी वैतागतो. *ही बया नक्कीच माझ्या रोमारोमात भिनली आहे.*

"मिस्टर क्लेटन." मी मुद्दामच तुटकपणे म्हणतो.

"मिस्टर ग्रे." तो माझ्याशी नाइलाजानं हात मिळवत म्हणतो. *वेट फकर!* "थांबा, थांबा- ग्रे एन्टरप्राईझेस होल्डिंग्जचे ख्रिश्चन ग्रे तर नाही ना तुम्ही?" क्षणार्धात त्याचा मालकी हक्काचा आविर्भाव जाऊन तिथे आर्जव येतं.

हरामखोरा, तोच आहे मी, समजलं?

"वॉव- मी तुमच्यासाठी काही आणू शकतो का?"

"मिस्टर क्लेटन, माझ्या सर्व गरजा ॲनेस्टेशियानं पुरवल्या आहेत. ती फार तत्पर आहे." *आता हलका हो इथून.*

"कूल," त्याचे डोळे आदरानं विस्फारले आहेत. "ॲना, भेटू नंतर."

"हो पॉल," ती उत्तर देते. तो निघून जातो. मी ख्राईस्टचे आभार मानत दुकानाच्या मागच्या भागाकडे जाणाऱ्या पॉलकडे पाहतो.

"मिस्टर ग्रे, अजून काही?"

"नाही, हे एवढं पुरेसं आहे," मी उत्तर देतो. शिट! माझ्या हातात आता फारसा वेळ उरलेला नाही. मी तिला पुन्हा बघणार आहे की नाही हेदेखील मला माहीत नाही. माझ्या मनात जे काही आहे त्याचा ती विचार तरी करेल का, याची आशा ठेवायची की नाही? निदान याचा उलगडा झाला पाहिजे. कसं विचारू मी तिला? जिला काहीही माहीत नाही तिला सबमिसिव्ह म्हणून घ्यायला माझी तरी तयारी आहे का? शिट! हिला चांगलंच ट्रेनिंग द्यावं लागणार आहे. अहाहा! त्यामुळे मला कितीतरी शक्यता पडताळून पाहता येणार आहेत. फक, तिथवर पोहोचण्यातसुद्धा धमाल येणार आहे. परंतु, तिला त्यात स्वारस्य असेल का? की मी सगळा चुकीचा अर्थ लावतोय?

ती कॅशिअरच्या टेबलपाशी जाऊन मी खरेदी केलेल्या सामानाची नोंद करते. तिची नजर आता खाली झुकलेली आहे. *डॅम इट, बघ माझ्याकडे!* तिचे ते अथांग निळे डोळे पुन्हा एकवार पाहायची मला इच्छा आहे. तिच्या विचारांचा मागोवा घ्यायची इच्छा आहे. शेवटी एकदाची ती मान वर करून म्हणते, "याचे त्रेचाळीस

डॉलर्स झाले आहेत, प्लीज.''

बस एवढेच?

''बॅग लागेल का एखादी?'' मी तिच्या हातात माझं ॲमेक्सचं कार्ड देतो तेव्हा जातिवंत सेल्सक्लार्कप्रमाणे ती मला प्रश्न विचारते.

''प्लीज, ॲनेस्टेशिया,'' तिचं नाव- एका सुंदर मुलीचं तितकंच सुंदर नाव मी अलगद जिभेनं कुरवाळतो.

अतिशय तत्परतेनं ती माझ्या सर्व वस्तू बॅगमध्ये ठेवते. झालं, संपलं. मला जायला हवं.

''फोटो शूट करायचं असेल तर फोन कर.''

माझं कार्ड परत देत ती मान डोलावते.

''छान. भेटू यात उद्या- कदाचित.'' *मी असा निघून जाऊ शकत नाही. मला तिला सांगायचंय की मला तिच्यात स्वारस्य आहे.* ''आणि हो, ॲनेस्टेशिया! माझा इंटरव्ह्यू घ्यायला मिस कॅव्हॅनॉ येऊ शकली नाही याचा मला नक्कीच आनंद झालाय.'' तिच्या चेहऱ्यावरचं आश्चर्य पाहून मला आनंद होतो. तिने दिलेली बॅग खांद्यावर अडकवत मी दुकानातून रेंगाळत बाहेर पडतो.

हो, माझं मत काहीही असो, मला ती हवी आहे. आता मला थांबण्याशिवाय पर्याय नाही... फक... पुन्हा थांबणं

बस- तूर्तास इतकंच...

◆

www.ingramcontent.com/pod-product-compliance
Lightning Source LLC
LaVergne TN
LVHW090007230825
819400LV00031B/595
* 9 7 8 9 3 5 3 1 7 1 3 6 0 *